இந்நூல் குறித்த மதிப்புரைகள்

‘‘இந்தியா...’வில் ஜான் கே செய்துள்ள, சமநிலையிலான மதிப்பீட்டை முன்வைப்பதில் வேறுயாரும் நேர்த்தியுடன் வெற்றிபெற்றுள்ளனரா என்று கற்பனை செய்வது சிரமமானது... அது சரளமானதாயும் வாசிக்க எளிதானதாயும் இருப்பது போன்றே நாளது தேதி வரையிலானதாயும் நடுநிலையானதாயும் உள்ளது. வசீகரிக்கும் ஒரு துணுக்கு அல்லது வியப்பூட்டும் விபரம் இன்றி ஒரு பக்கம் கூட நகர்வது அரிது.’

வில்லியம் டேர்லிம்பிள், *கார்டியன்*

‘நிச்சயமாக மிகவும் சமநிலையுடன் தெளிவுமிக்க வரலாறு... இந்தியா மீதான அவரது வேட்கை ஒவ்வொரு பக்கத்திலும் பிரகாசிக்கின்றது, ஒளிபாய்ச்சுகிறது... இந்திய வரலாறு எழுதுவோரின் முன்வரிசையில் கே யை நிறுத்துகிறது’

சார்லஸ் ஆலென், *ஸ்பெக்டேடர்*

‘இந்திய வரலாற்று வளர்ச்சி குறித்த கே –யின் நுணுக்கமான குறிப்புரை ஆனந்தமானது... துணைக்கண்டம் பற்றிய மிகப்பெரும் பொது ஆய்வுகளில் ஒன்று.’

ஆண்ட்ரூ லைஸெட், *ஸண்டே டைம்ஸ்*

‘இப்புத்தகம் வரும்வரை, இந்தியா பற்றிய வாசிக்கத்தக்க பொது வரலாற்றினைக் கண்டறிவதில் விரக்தியே அடைந்திருந்தேன்... வெற்றிகரமானது என்பதற்குச் சற்றும் குறைந்திடாது பிரச்சினைகளைக் கையாண்டுள்ள ஜான் கே –வுக்கு நன்றி... மிகச்சிறந்த வரலாறாக உள்ளது – ஒரு விளக்கவுரையாளருக்காக அழுதுகொண்டிருந்த, கடந்த காலத்தின் புதிரான எச்சங்களால் தூண்டப்பட்டுள்ள கற்பனையின் படைப்பு... வெளிப்பாட்டின் விவரணம் மற்றும் நித்திய இந்திய உணர்வின் கலவை கே யின் நூலை மிக உயரியதாக்குகிறது.’

மைகேல் ஃப்ரை, *கிளாஸ்கோ ஹெரால்ட்*

இந்தியா

ஒரு வரலாறு

ஆரம்பக்கட்ட நாகரிகங்களிலிருந்து
21ஆம் நூற்றாண்டின் துரித வளர்ச்சிவரை

ஜான் கே

தமிழில்

சா. தேவதாஸ்

எதிர் வெளியீடு

இந்தியா
ஒரு வரலாறு: ஆரம்பக்கட்ட நாகரிகங்களிலிருந்து 21ஆம் நூற்றாண்டின் துரித வளர்ச்சிவரை
ஜான் கே
தமிழில்: சா. தேவதாஸ்

முதல் பதிப்பு: ஜூலை 2024

எதிர் வெளியீடு,
96, நியூ ஸ்கீம் ரோடு, பொள்ளாச்சி – 642 002
தொலைபேசி: 04259 226012, 99425 11302

விலை: ரூ. 1200

India
Oru VaRalaaru: Aarambakatta NagarikangaLilirunthu
21Aam NooRRandin Thuritha VaLarchiVarai
John Keay

Originally published in the English language by HarperCollins Publishers Ltd.
under the title
INDIA: A HISTORY © John Keay 2000
Translation © Ethir Veliyeedu [2024], translated under licence from
HarperCollins Publishers Ltd
John Keay asserts the moral right to be identified as the author of this work.

Translated by: S. Devadoss
First Edition: July 2024

Published by
Ethir Veliyeedu, 96, New Scheme Road, Pollachi – 2
email: ethirveliyedu@gmail.com
www.ethirveliyeedu.com

ISBN: 978-81-964050-9-0
Cover Design: Santhosh Narayanan
Printed at Jothy Enterprises, Chennai.

All rights reserved. No part of this book may be reprinted or reproduced or utilised in any form or by any electronic, mechanical or other means, now known or hereafter invented, including Photocopying and recording, or in any information storage or retrieval system, without permission in writing from the Publisher.

தாராவுக்கு...

சா. தேவதாஸ்

நவீன தமிழ் இலக்கியத்தின் மொழிபெயர்ப்புப் பணியில் மிகப்பெரும் பங்கு வகிக்கும் சா. தேவதாஸ், தமிழின் குறிப்பிடத்தகுந்த விமர்சகர்களில் ஒருவர். கூட்டுறவுத் துறையில் துணைப்பதிவாளராக இருந்து ஓய்வு பெற்று ராஜபாளையத்தில் வசித்துவருகிறார். இதுவரை ஆறு கட்டுரை நூல்களையும், 30க்கும் மேற்பட்ட மொழிபெயர்ப்பு நூல்களையும் தமிழுக்குத் தந்துள்ளார். இடலோ கால்வினோ, பாப்லோ நெருடா, ஹென்றி ஜேம்ஸ் போன்றவர்களின் முக்கியப் படைப்புகளை மொழிபெயர்த்துள்ளார். இவர் மொழிபெயர்த்த *'லடாக்கிலிருந்து கவிழும் நிழல்'* எனும் நூலுக்காக, 2014ஆம் ஆண்டின் சாகித்ய அகாடமி விருது கிடைத்திருக்கிறது. பல்வேறு இலக்கிய ஆளுமைகளை தமிழுக்கு அறிமுகப்படுத்தி உள்ளார்.

பொருளடக்கம்

	முன்னுரை	13
1.	ஹரப்பா உலகம்: கி.மு. சுமார் 3000–1700	31
2.	வேத விழுமியங்கள்: கி.மு. சுமார் 1700–900	56
3.	இதிகாச காலம்: கி.மு. சுமார் 900–520	82
4.	தொன்மப் புகைக்கு வெளியே: கி.மு. சுமார் 520–320	109
5.	புகழ்பெற்ற மௌரியர்: கி.மு. சுமார் 320–200	139
6.	புதிரின் காலம்: கி.மு. சுமார் 200–300 கி.பி.	169
7.	குப்தரின் பொற்காலம்: கி.பி. சுமார் 300–500	206
8.	பிரபஞ்சத்தின் கடவுளர்கள்: சுமார் 500–700	242
9.	தர்மமும் அலட்சியமும்: சுமார் 700–900	275
10.	நட்ராஜ், நாட்டியத்தின் விதி: சுமார் 950–1180	304
11.	சுல்தான்களின் வெற்றி: சுமார் 1180–1320	339
12.	மற்ற இந்தியாக்கள்: 1320–1525	377
13.	மொகலாயப் பேரரசின் உருவாக்கம்: 1500–1605	445
14.	மொகலாயப் பகட்டு, இந்திய சந்தர்ப்பங்கள்: 1605–1682	485
15.	தாஜிலிருந்து ராஜுக்கு: 1682–1750	522
16.	பிரித்தானிய வெற்றி: 1750–1820	567
17.	எங்கும் பிரிட்டன்: 1820–1880	607
18.	தேசத்தைத் தட்டியெழுப்புக: 1880–1930	653
19.	நள்ளிரவில் மணி அடிக்கையில்: 1930–48	702
20.	அறுவைச் சிகிச்சைக்கு நடைமுறைகள்: 1948–1965	739
21.	பிரிவினைவாதத்தின் ஆவி: 1962–1972	777
22.	ஜனநாயகக் கூத்து: 1972–1984	809
23.	நள்ளிரவின் பேரப்பிள்ளைகள்: 1984–	838
	விளக்கக் குறிப்புகள் / கலைச்சொற்கள்	872
	குறிப்புகள்	875
	உதவிய நூல்கள்	886

விளக்கப்படங்கள் மற்றும் அட்டவணைகள்

டொமினியன் அரசுகளின் உச்சங்களும் வீழ்ச்சிகளும்	18
மௌரியரின் நம்பகமான வாரிசுத் தொடர்ச்சி	150
ஏகாதிபத்திய குப்தரின் ஆட்சி வரிசையாக இருக்கக்கூடியது	213
சாளுக்கியரும் பல்லவரும்–போட்டியாளர்களின் வாரிசுரிமைகள்	266
தஞ்சை சோழரின் எழுச்சியும் வீழ்ச்சியும்	328
அவந்தி / மால்வா மூல அரசின் அவதாரங்கள்	335
டெல்லி சுல்தான் அரசுகள் (1) 'அடிமை வம்சம்' 1206–90	355
டெல்லி சுல்தான் அரசுகள் (2) 'கல்ஜி வம்சம்' 1290–1320	360
முஸ்லீம் வெற்றியிலிருந்து மொகலாயப் பேரரசுக்கு: டெல்லி சுல்தானிய அரசுகளின் வம்சங்கள்	380
டெல்லி சுல்தானிய அரசுகள் (3) 'துக்ளக் வம்சம்' 1320–1413	382
மாபெரும் மொகலாயர்	496
இதிமத்தௌலா குடும்பத்துடன் மாபெரும் மொகலாயரின் பரஸ்பரத் திருமணம்	500
சீக்கிய குருக்கள்: குருநானக்கின் தெரிவுசெய்யப்பட்ட வாரிசுகள்	514
சிவாஜி (போன்ஸ்லே சத்திரபதி)யின் அரச இல்லம்	534
பிற்கால மொகலாயர்	542
புனே பேஷ்வாக்களின் வாரிசுரிமை	598
பிரித்தானியத் தலைமை–ஆளுநர்கள்	631
பிரித்தானிய வைஸ்ராய்கள்	668
விடுதலைக்கு எண்ணத் தொடங்குதல்	692
நேரு – காந்தி வம்சம்	793
இந்தியா, பாகிஸ்தான், வங்காளதேசத்தில் அரசியல் வாரிசுரிமை	822

தெற்காசியா - பௌதீக வரைபடம்
N
Hindu Kush
Khyber Pass
Nanga Parbat
K2
Karakoram
Kunlun Shan
Indus
Jhelum
Chenab
Ravi
Sulaiman Range
PANJAB
Satlej
Kirthar Range
Tibetan Plateau
Indus
Indo-Gangetic Plain
HIMALAYA
Thar Desert
DOAB
Ganga
Annapurna
Mt Everest
Kangchenjunga
Chambal
Jamuna
Ghagara
Brahmaputra
Ganga
Betwa
Son
Vindhya Range
Narmada
BENGAL
Satpura Range
Tapti
Gulf of Cambay
Mouths of the Ganga
Mahanadi
DECCAN
Balaghat Range
Godavari
Arabian Sea
Western Ghats
Kistna
Eastern Ghats
Malabar Coast
Coromandel Coast
Bay of Bengal
SOUTH
Nilgiri Range
Kaveri
Palk Strait
C. Comorin
Gulf of Mannar
Ceylon
Dondra Head
INDIAN OCEAN
0
km
600

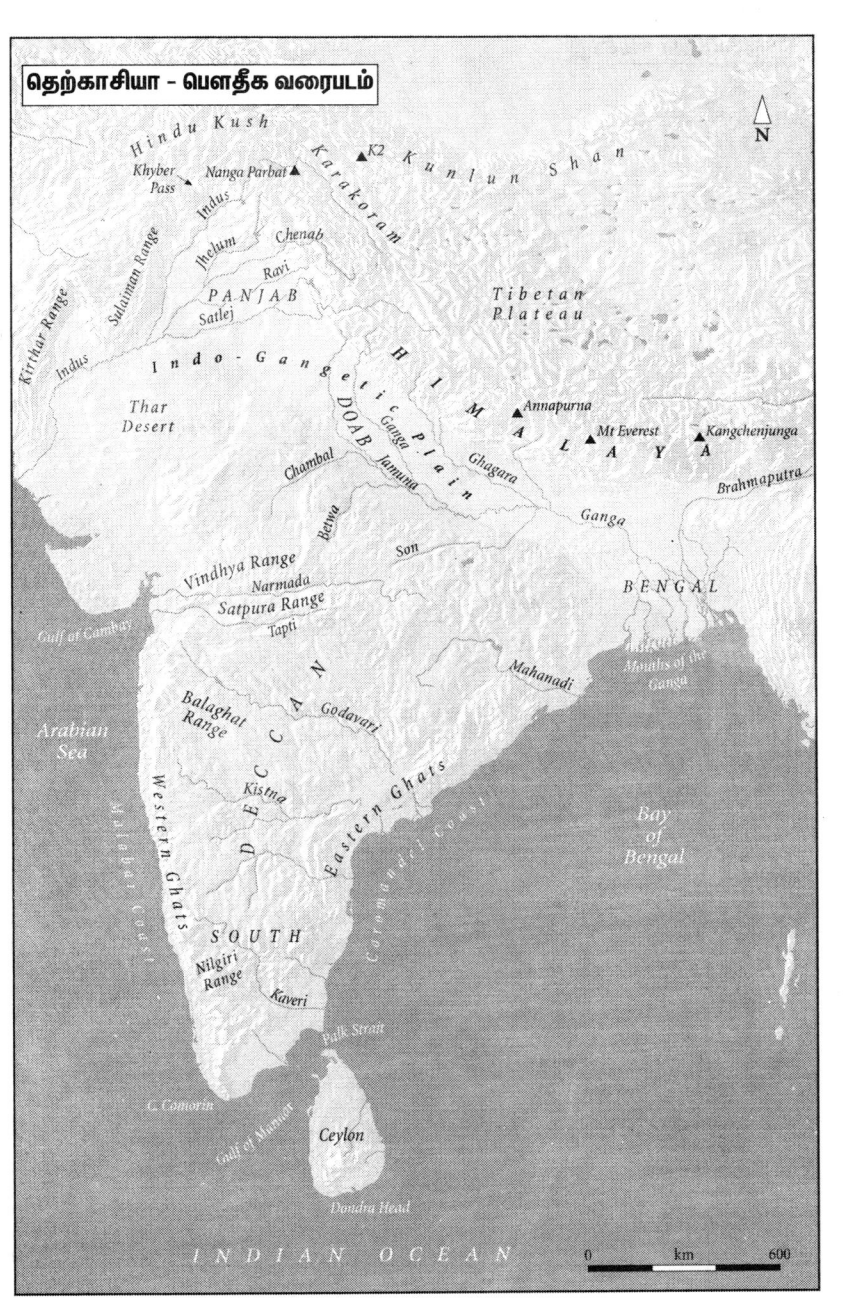

தெற்காசியா - இன்று
N
AFGHANISTAN
N.W. FRONTIER PROVINCE
JAMMU AND KASHMIR
C H I N A
Peshawar
Srinagar
Leh
Islamabad
Rawalpindi
TRIBAL AREAS
HIMACHAL PRADESH
Lahore
Amritsar
BALUCHISTAN
PANJAB
Simla
Chandigarh
PANJAB
Tibet
Quetta
Multan
PAKISTAN
HARYANA
Delhi
New Delhi
SIKKIM
UTTAR PRADESH
NEPAL
Katmandu
Agra
Thimbu
Jaipur
Lucknow
BHUTAN
Jodhpur
Kanpur
Ayodhya
SINDH
Gwalior
ASSAM
RAJASTHAN
Hyderabad
Allahabad
Varanasi
Patna
BANGLADESH
MEGHALAYA
Udaipur
BIHAR
Ahmadabad
Bhopal
MADHYA PRADESH
Jabalpur
Dhaka
GUJARAT
Indore
WEST BENGAL
Jamshedpur
INDIA
Calcutta
Chittagong
Nagpur
ORISSA
MAHARASHTRA
Bhubaneshwar
Bombay (Mumbai)
Pune
Bay of Bengal
Sholapur
Vishakapatnam
Hyderabad
Kolhapur
Arabian Sea
ANDHRA PRADESH
GOA
KARNATAKA
Bangalore
Madras (Chennai)
Mysore
PONDICHERRY
KERALA
Coimbatore
Trichy
TAMIL NADU
Cochin
Madurai
SRI LANKA
Colombo
தலைநகரங்கள்
மற்ற நகரங்கள்
சர்வதேச எல்லை
அரசின் எல்லை
'கட்டுப்பாட்டு'க் கோடும் ஐ.நா.வின் போர்நிறுத்தக்கோடும்
0
km
600

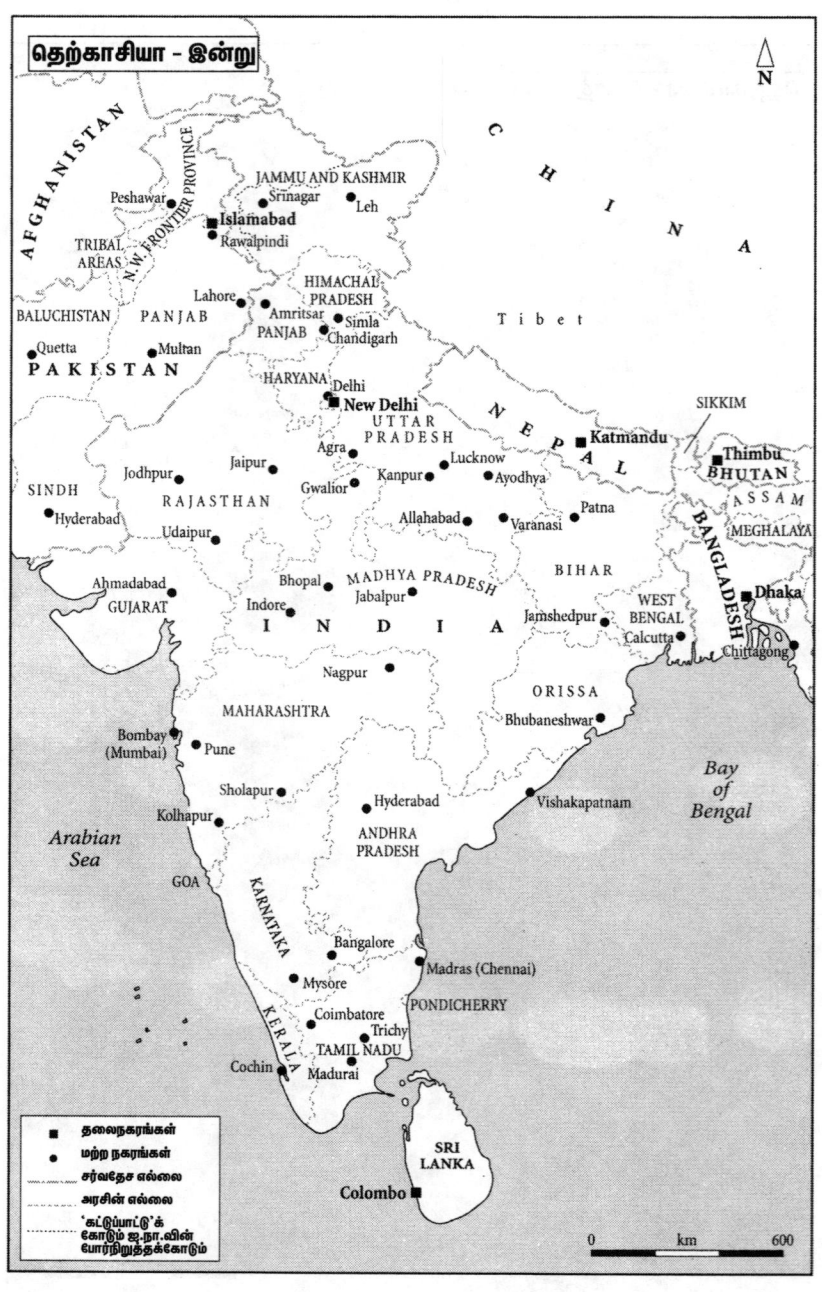

முன்னுரை

இந்திய வரலாறுகள் யாவும் பெரும்பாலும், கிடைக்கின்ற ஆதாரங்களின் வறுமை பற்றிய புகாருடனே ஆரம்பிக்கின்றன. நிச்சயமாக உலகின் மிக நீண்ட நெடிய வரலாறுகளில் ஒன்றாக ஆக்குவதற்குப் போதுமானவையல்ல என ஒருகாலத்தில் கருதப்பட்ட இந்த ஆதாரங்கள், மிகவும் ஒட்டு போடப்பட்டிருப்பவற்றில் ஒன்றாயும் உள்ளது. 'கி.பி. 13ஆம் நூற்றாண்டிற்கு முன் எந்தவித வரலாற்றுப் பிரதியையும் நாம் கொண்டிருக்கவில்லை. கிரேக்கம், ரோம் அல்லது சீனம் பற்றி நாம் கொண்டுள்ள விரிவான விவரிப்பைவிடக் குறைவாகப் பெற்றுள்ளோம்'[1] என்கிறார் பேராசிரியர் ஆர்.சி. மஜும்தார். மஜும்தார் 13ஆம் நூற்றாண்டைக் குறிப்பிடக் காரணம், அப்போதுதான் இந்தியா, முஸ்லீம் ஆட்சிக்கு அடிபணிந்து, இஸ்லாத்தின் வெற்றிகளைப் பதிவு செய்திட ஆர்வங்கொண்டிருந்த, சார்பு எழுத்தாளர்களின் கவனத்தை ஈர்த்தது. ஆனால், இஸ்லாமிய நாகரிகத்திற்கு முன்னர் 4000 ஆண்டுக்கால வரலாறு இருக்க, சான்றளிக்கக்கூடிய இந்திய வரலாற்றில் 80 சதவீதத்திற்கு மேல் வரலாறுகள் இல்லை.

'இக்குறைபாட்டுக்குப் பகுத்தறிவு ரீதியிலான விளக்கமளிப்பது சிரமம்தான். ஆனால் அதில் சந்தேகமில்லை என்பதே உண்மை' என்று தொடர்கின்றார் மஜும்தார். பகுத்தறிவு சார்ந்த விளக்கங்கள் ஒருபுறமிருக்க, - அவை பலவுள்ளன, தொல்பழங்காலத்தைக் கல்வி வளாகத்துறையாகக் கருதுவதில் இந்தியாவில் அலட்சியம் இருந்துள்ளது என்று கருதுகின்றன - ஆயத்த நிலையிலான பதிவுகளும் நினைவுக் குறிப்புகளும் இல்லாதது வரலாற்றாளனை மிகவும் சிரமப்படுத்தியது. கடந்தகால நிகழ்வுகளை மறுகட்டமைப்பு செய்வதில் இது அவனுக்குத் தடையாயிருந்தன, ஏற்புடைய பதிவாக அவற்றை முன்வைக்க முடியாமல் அவனைக் கட்டிப்போட்டன.

கடந்த அரை நூற்றாண்டில் நிலைமை கணிசமாக மேம்பட்டிருப்பது சந்தோஷமே. சந்தேகிக்கப்படாத தொல் பதிவுகள் வெளிச்சத்திற்கு வரவில்லை என்றாலும் பெரிய அளவில் ஆய்வுகள்

நிகழ்ந்துள்ளன, இதில் பிற துறைகள் கணிசமாகப் பங்களிப்பு செய்துள்ளன. ஆகவே பின்வரும் பக்கங்களில் கண்டறிதல்-அனுமானித்தலின் சாதனைகளையும் நல்வாய்ப்புமிக்க கண்டுபிடிப்புகளையும் சிரமமான பகுப்பாய்வுகளையும் வற்புறுத்தியுள்ளேன்-அதன் வாயிலாக ஆவண வெற்றிடங்கள் படிப்படியாக நிரப்பப்பட்டுள்ளன. விவரிப்பில் உயிரோட்டமான விவாதத்தைச் சேர்த்துள்ளேன். வரலாறுகளின் மீதமைந்த வரலாறு தொழிற்துறையாளரின் பிரதேசமாகத் தோன்றுகிறது; ஆனால் கடந்த காலத்தின் மிகுதியையும், ஏன் அதன் காலக் கிரமத்தையும்கூட, நாணயங்கள் பட்டயங்கள் போன்ற சாதாரண ஆதாரங்களிலிருந்து பிரித்தெடுக்க வேண்டியுள்ளது அல்லது அங்கொன்றும் இங்கொன்றுமாகக் கிடைக்கும் கல்வெட்டுகள், வாய்மொழி மரபின் துண்டுத் துணுக்குகள், இலக்கியப் பனுவல்கள், மத நூல்கள் ஆகியவற்றிலிருந்து ஒன்றிணைக்க வேண்டியுள்ளது. மேலும் இத்தகைய ஆய்வுகள் பிரத்யேக வெளியீடுகள், இருண்ட பதிவுகளில் கட்டுண்டுவிடுகையில், மேற்பார்வைக்கான அவசியம் வரும்.

இத்தகைய வேண்டாவெறுப்பான விஷயங்களிலிருந்து கடந்தகாலத்தை மறுகட்டுமானம் செய்வது, தீவிரமான வகையில் பரபரப்பாக இருக்கமுடியும். ஆனால் அது எளிதானதல்ல. பாறைகள்-லிபிகள், செங்கற்கள்-அச்சிட்டவை ஆகியவற்றிலிருந்து மிகப்பழமையானதும் செழுமையானதுமான நாகரிகங்களில் ஒன்றினை மீட்டெடுத்துள்ள அறிஞர்களின் திறன், தன்னளவிலேயே ஓர் இதிகாசமாய் இருக்கிறது. அது சொல்லத்தக்கது, எனது முந்தைய நூல் ஒன்றில், பெரும்பாலும் 19ஆம் நூற்றாண்டு ஆய்வு தொடர்பாக அவ்வாறு செய்ய முயன்றுள்ளேன்.[2] ஆனால் இது இந்திய வரலாற்றின் பகுதியாகவே உள்ள ஆய்வின் நிகழ்ந்துகொண்டிருக்கும் இதிகாசமாகும். படிக்கற்கள் போல, வரலாற்றுப் பதிவு முன்னேறிச் செல்வதன் வாயிலாகத் தொலைதூர ஆளுமைகளையும் நிகழ்வுகளையும் நேரிடையாக வெளிப்படுத்துவதற்குப் பொறுப்பானதாக இருப்பது போன்றே, அப்படிக்கட்டுகள் இட்டுச் சென்றிடுவதாகக் கருதப்படும், காலத்தின் பெரும்பகுதியைக் காட்டிக்கொடுக்கவும் செய்யும். மிகவும் தனிப்பட்ட வகையில் சொல்வதனால், நாமறிந்துள்ளது வாக்குமூலத்திலிருந்து அல்லாமல், பெரிதும் ஆய்வின் வாயிலாகவே கிடைத்துள்ளதால், கண்டுபிடிப்புகளை நமதாக்கிக்கொள்கையில், கண்டுபிடிப்பாளர்களைப் போற்றாதிருப்பது பிறழ்வாகத் தோன்றும். எனவே பின்வருவது, இந்திய வரலாறும் ஓரளவுக்கு இந்திய வரலாறு குறித்த வரலாறுமே ஆகும்.

இக்கண்டறியும் நூலில் இடம்பெற்றுள்ள, தொல்லியல், மொழிநூல், நாணயவியல், ஒலியியல், கலைவரலாறு முதலான பல்வேறு துறைகளின் தன்மை, பொது ஆய்வாளரின் தேவையை ஏற்றுக் கொள்வதாயிருக்கும். சில வேளைகளில் ஆய்வுக் கண்டுபிடிப்புகள், கடுமையான சிந்தாந்த-மதம்சார்ந்த திசைவிலகல்களுக்கு உட்படுத்தப் படுகையில், மதப்பற்றற்றவரின் அடக்கத்தினால் எதிர்கொள்ளப்பட வேண்டும். அவ்வப்போதான இடைவெளிகளுடன் நான் துணைக்கண்டம் குறித்து 30 ஆண்டுகளாக வாசித்தும் எழுதியும் திரிந்தது, தூய ஈடுபாடல்லாத வேறொன்றாகவே கருதப்பட முடியும். இந்திய வரலாற்றாளர்களில் மிகவும் உத்வேகமளிப்பவரான டி.டி. கோஸாம்பி, இந்தியாவின் கடந்தகாலத்தை மீட்டெடுப்பதற்கும் விளக்குவதற்குமான பிரதானத் தகுதி, நடந்து திரிந்து இப்பூமியைச் சுற்றிவரும் விருப்பமே. அதனைக் 'களப்பணி' என்றார், அப்படியே இருக்கட்டும்.

கோஸாம்பி தங்கிய களங்களும் அவர் வினவிய நபர்களும் புனேயைச் சுற்றியுள்ள சிறு பிரதேசம் சார்ந்தவையே. சுதந்திரமாகப் பயணித்து மிக அற்புதமான இடங்களால் ஈர்க்கப்பட்ட நான், நாட்டின் அசாதாரணமான கட்டடக்கலை பாரம்பரியத்தைக் கொண்டுள்ள வரலாற்றினைக் கட்டமைக்க விரும்பினேன். பிரித்தானிய இந்தியாவின் வைஸ்ராய்களில் மிகவும் கூர்மையானவரான கர்ஸான் பிரபு, இந்தியாவின் தொன்மையான சின்னங்களை 'உலக நினைவுச் சின்னங்களின் மாபெரும் பிரபஞ்சம்' என்று வரவேற்றார். சமஸ்கிருத இலக்கியத்தில் ஆழ்ந்த ஈடுபாடு இல்லாதவர்களுக்கெல்லாம், இந்தியாவின் கட்டடக்கலை-சிற்பக்கலை அதிசயங்களே, அதன் வரலாற்றிற்கான விரிவான சாட்சியமாயுள்ளன. வெளிநாட்டு ஆய்வாளர்களின் பரிசீலனையை முதலில் தூண்டிவிட்ட அவை, லட்சக்கணக்கான பார்வையாளர்களின் ஆர்வத்திற்கு விருந்தாகத்தொடர்ந்து இருந்து வருகின்றன. இந்தியாவின் கட்டடங்களுக்குப் பிரதானமளித்திடும் அவ்வரலாறு, பயனுள்ளதாகத் தோன்றிய அரசியல், பொருளாதார, சித்தாந்தச் சூழலை முன்வைத்தது.

வரலாற்றுப் பிரதிகளின் அப்போதாமையைச் சரிசெய்திட, நினைவுச் சின்னங்களும் ஓரளவு உதவின. எடுத்துக்காட்டாக, தமிழகத்தின் சோழ மன்னர்கள் பற்றி நமக்குச் சொற்பமாகவே தெரியும். 11ஆம் நூற்றாண்டில் அவர்கள் நிர்மாணித்துப் பராமரித்து வந்த பிரம்மாண்டமான ராஜராஜேஸ்வர ஆலயம்

தவிர, கல்வெட்டுகளிலிருந்து அவர்தம் படையெடுப்புகளையும் தாராளமான கொடைகளையும் அறிகிறோம்; அவர்தம் அரசமைப்பு பற்றியும் சற்று தெரிந்துகொள்கிறோம். ஆனால் அவர்தம் நினைவுச் சின்னத்தின் பிரம்மாண்டமும் அதன் கருத்தமைவிலுள்ள மாட்சிமையும் சம அளவில் குறிப்பிடத்தக்கவையே. இங்கே தெளிவாக முக்கியத்துவம் வாய்ந்த ஒரு வம்சமும் அரசும் இருந்தது. இந்தியாவின் மாபெரும் ஆலயத்தை நிர்மாணித்துப் பராமரித்திட, மரபார்ந்த காவேரி டெல்டா நெல் சாகுபடி தாண்டியும் நிதி ஆதாரங்களைச் சோழர்கள் பெற்றிருக்க வேண்டும். உண்மையில், கல்வெட்டோ பிற சான்றுகளோ இல்லாத ஆலயத்திற்கு வரலாற்றாளர்கள், அதனை நிர்மாணித்தவர்களுக்குப் பெயர் ஒன்றை உருவாக்கி, வணிக/நிர்வாக உரிமையினை வழங்கியிருப்பார்கள்.

மாட்சிமை மிக்க கட்டடங்களும் சிற்பங்களும் வரலாறு எழுதுதலைத் தாண்டியும் நிறையவே பங்களித்துள்ளன; சிலவேளைகளில் அதனைக் கடத்தியிருக்கின்றன. அரசியல்-பொருளாதார நிச்சயத்தன்மைகள் அரிதாயும், பெரிதும் மதம் சார்ந்த கைவினைப் பொருட்களும் இலக்கியமும் நிறைந்துள்ள இந்திய வரலாறு, மத-பண்பாட்டு பாரபட்சத்தினைப் பெற்றுள்ளது. புத்தரின் போதனைகள் குறித்த முழு அத்தியாயங்கள், பழங்கால இந்தியாவின் கணித-இசைக் கோட்பாடுகள் அல்லது இந்து பக்தி இயக்கங்கள் ஆகியவை பெரும்பாலான இந்திய வரலாறுகளின் சீரான பகுதிகளாகும். அவை அக்கறையோ பொருத்தப்பாடோ இல்லாதவை அல்ல, அரசியல் பதிவு போதாததாக அல்லது சகிக்க முடியாதபடி திரும்பத் திரும்ப இடம்பெறுவதாக உள்ள நூற்றாண்டுகளை வசதியாக இணைத்துவிடுகின்றன. ஆனால், கிரேக்க நாடகம் அல்லது ஐரோப்பிய வரலாற்றிலுள்ள அறிவார்த்த மிகை சார்ந்த திசைவிலகல்களுடன் அதை ஒப்பிட்டு நியாயப்படுத்துவது சிரமமாகும்.

இந்திய வரலாறு, உண்மையில் இந்தியாவே, சம்பவங்களின் போக்கில் செல்வாக்கு செலுத்தியிருப்பதில் ராணுவங்களையும் நிர்வாகங்களையும் விஞ்சியதாகப் பண்பாடும் மதமுமே இருந்திருக்கிறது. இது எனக்கு நிறைவுடையதாக இல்லை. மத-பண்பாட்டு அடையாளங்கள் முக்கியமானவையே; ஆனால், அரசியல் பேதம்-மோதல் சார்ந்த ஆதாரம் என்ற விதத்தில், இஸ்லாத்திற்கு முந்தைய இந்தியாவில் அவ்வளவாக இல்லை; அப்புறம் மிகைப்படுத்தப்பட்டு, பிரித்தானிய ஆட்சியின் இறுதி தசாப்தங்களின் போதே தலைமையிடம் பெற்றன. வரலாற்று

ரீதியில் இந்தியா அல்ல, ஐரோப்பாவே மதத்தைப் போருக்கான அடிப்படையாக்கியது மற்றும் அரசினை சித்திரவதைக் கருவி ஆக்கியது.

குறிப்பாக, கட்டடக் கலைக்கு அஞ்சலி செலுத்துகையில், அது இந்தியாவின் பண்பாட்டு வரலாறாக இருப்பதில்லை-இந்தியச் சடங்குகளின் வரலாறு என்பது ஒருபுறமிருக்கிறது. அதனிடம் பாரபட்சம் இருக்குமானால், அது கால வரிசைக்குச் சலுகையளிப்பதாய், கிடைக்கும் அத்தகு தகவலைச் சீரான காலவரிசையில் முன்வைப்பதாய் இருக்கும். இது மிகவும் அரிச்சுவடி சார்ந்ததாகத் தோன்றலாம்; ஆனால் இந்திய வரலாறு எழுதுதலின் பெரும் பகுதியில் பொதிந்துள்ள விளக்கவுரையின் அவசரத்திற்கு அடிக்கடி பலியாவது காலக்கிரமமே. தனித்துவமற்ற மொத்த நூற்றாண்டுகளே துடிப்புடன் ஞாபக மறதிக்குள் வீழ்கின்றன; உறுதிப்படுத்தக்கூடிய சில தயாரிப்புகள் முந்தையதொரு சூழலில், ஒன்று எதிர்பார்க்கப்படுகின்றன அல்லது பிந்தைய தலைப்பின் கீழ் சேர்க்கப்பட ஒதுக்கீடு செய்யப்படுகின்றன. இப்போது பல அறிஞர்கள் ஒப்புக்கொள்வது போல, இந்திய மாக்கியவல்லியான கௌடில்யரின் அரசு நிர்வாகம் குறித்த கையேடு, கி.மு. மூன்று அல்லது நான்காம் நூற்றாண்டுகளில் தொகுக்கப்படாவிடில், மௌரிய அரசர்களின் (கி.மு. 320-180) மாபெரும் 'ஏகாதிபத்திய காலத்தின்போது அதிகாரம் குறித்த நமது மொத்தக் கருத்தும் திருத்தப்படவேண்டும். அப்படியே, இந்திய சேக்ஸ்பியரான காளிதாசன், அடுத்த ஏகாதிபத்திய மலர்ச்சியுடன் பொருந்திப் போகவில்லையெனில், - சந்தர்ப்பச் சூழல் சார்ந்த ஆதாரமே பொருந்திப் போனதாகக் கூறுகிறது- 'குப்தர்களின் பொற்காலம்' ஒரு விதத்தில் கறைபட்டதாகத் தோன்றத் தொடங்கும்.

பகுப்பாய்வு, சான்றின் பொருந்திப் போதலுடன் செழித்தோங்குகிறது-இத்தகு நேர்வுகளில் அது பெரிதும் கருதுகோளாக அல்லது திட்டமிட்டதாக உள்ளது. உண்மையில் இந்திய வரலாறு, ஒன்றிணைக்கையில் அநேகமாகப் பிறழ்வு கொண்டதாக உள்ளது. 'நினைவுச் சின்னங்களின் அப்பிரபஞ்சத்தின்' குறுகுறுப்பான அம்சம், ஒப்பீட்டளவில் சிலவே பெரும் அதிகார மையங்களைச் சுற்றி இருக்கின்றன. மௌரியர்கள் - குப்தர்கள் போல அனைத்திந்திய வம்சங்களாகப் பலவற்றை நிச்சயம் வகைப்படுத்த முடியாது. விதிவிலக்குகளே டெல்லி, ஆக்ரா போன்ற புதிய நகரங்கள்-அவற்றின் மீது சுல்தான்களும் மொகலாயர்களும் பிரித்தானியரும் தாராளமாக நிதியைக் கொட்டினர். ஆனால் பாடலிபுத்திரம் (பீகாரிலுள்ள

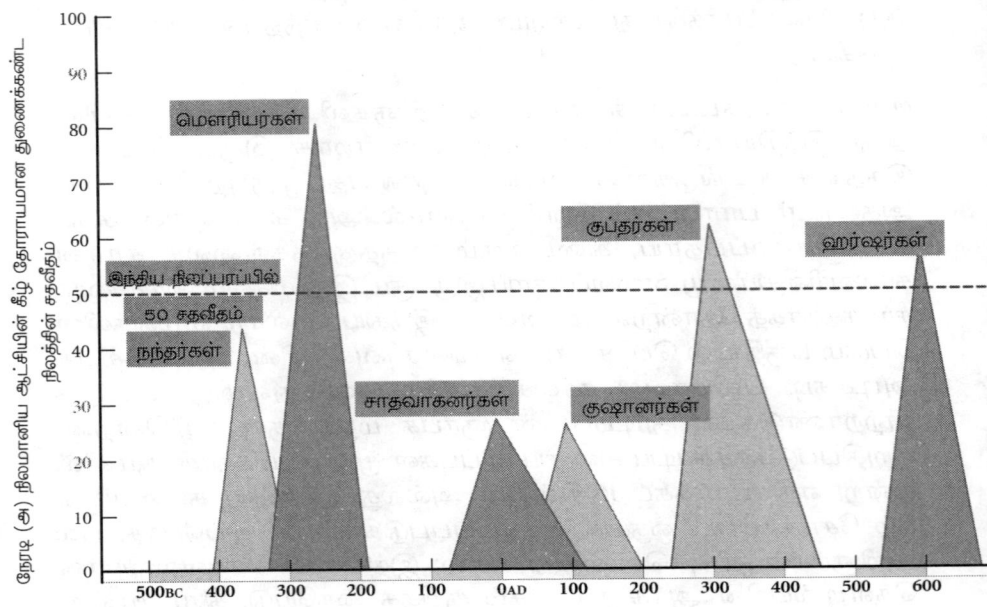

டொமினியன் அரசுகளின் உச்சங்களும் வீழ்ச்சிகளும்

பாட்னா) அல்லது கன்னோஜ் (உத்தரப் பிரதேசத்திலுள்ள கான்பூர்) போன்ற ஆரம்பக்கட்ட அதிகார மையங்களில், மௌரிய, குப்த அல்லது வர்தன ஆட்சியாளர்கள் கட்டுப்படுத்தியதாகக் கூறிக்கொள்ளும், மாபெரும் பேரரசுகளுக்கான கண்கூடான சான்று சொற்பமே. மாறாக, ஆரம்பக்கால ஆலயங்களுக்கு, மத்திய இந்தியாவிலிருந்து நூற்றுக்கணக்கான கி.மீ. தொலைவிலுள்ள, தக்காணத்தின், தென்னிந்தியாவின் சாஞ்சி அல்லது எல்லோரா, காஞ்சி அல்லது பாதாமிக்கு மிகப் பேராவலுடன் பயணிக்க வேண்டும்.

ஆட்சியதிகாரம் மற்றும் கட்டடக்கலை ஆடம்பரத்திற்கிடையிலான இப்பரிதாபமான உறவு நிலைக்கான மரபார்ந்த விளக்கம், வட இந்தியாவின் ஆரம்பநிலை தலைநகரங்களில் அலங்கரித்த கோயில்கள்-அரண்மனைகள் எதுவாயினும், இஸ்லாமிய வெறியர்களால் தகர்க்கப்பட்டன. வாராணசி (பெனாரஸ்) மதுரா (முட்ரா) போன்ற செல்வச் செழிப்பான மத மையங்களைப் பொறுத்து இது சரியாயிருக்கலாம் ஆனால், தப்பியுள்ள கொத்தான கோயில்கள், அதுபோலவே பிந்தைய காலத்துப் பெரும் அரண்மனைகளும் கோட்டைகளும், குப்தர்கள் அல்லது ஹர்ஷவர்த்தனன் போன்ற இந்திய அளவினராகக் கருதப்பட்ட

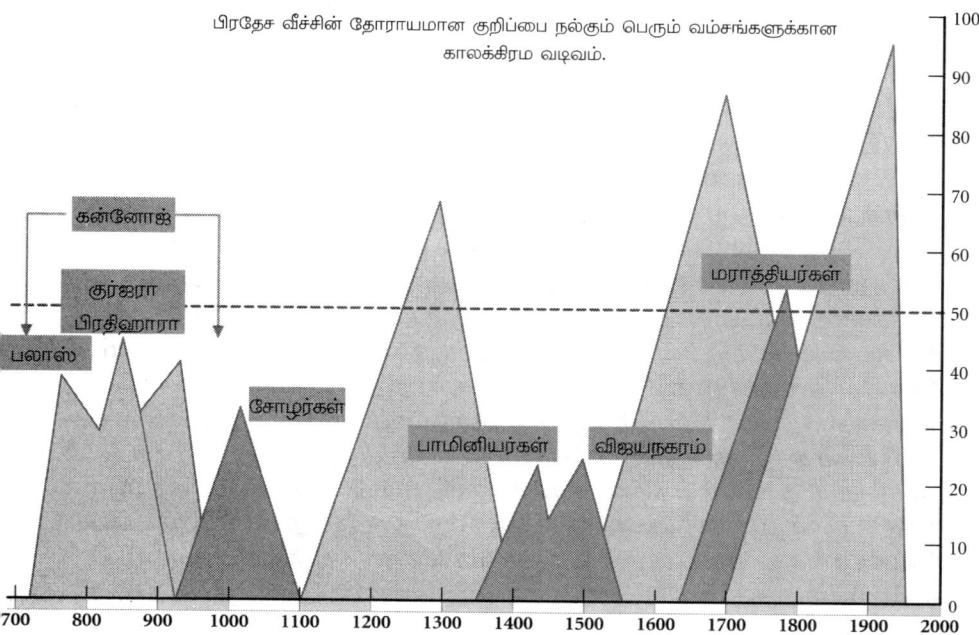

பிரதேச வீச்சின் தோராயமான குறிப்பை நல்கும் பெரும் வம்சங்களுக்கான காலக்கிரம வடிவம்.

சாதனையாளர்கள் காரணமாக அல்லாமல் சிறு வம்சங்களாலும் அவற்றின் பாதுகாப்பில் இருந்த வணிகர்களாலும் கைவினைக் கலைஞர்களாலும்தான் என்பதே உண்மை.

கி.பி. முதலாவது மற்றும் இரண்டாவது புத்தாயிரத்தின் அதிகமான காலகட்டத்தின்போது, இந்தியாவெங்கிலும் செழித்தோங்கிய சின்னஞ்சிறு வம்சங்கள் பற்றிப் பெரிதும் கல்வெட்டுகளிலிருந்தே அறிகிறோம். கெடுவாய்ப்பாக, அவற்றின் மொழி இருண்மையாயிருப்பதால், திரும்பத் திரும்பக் கூறுவதால், மிகைப்படுத்தல் கொண்டுள்ளதால், எண்ணற்ற மன்னர்களையும் வம்சங்களையும் குறிப்பிடுவதால் மிகுந்த குழப்பத்தை ஏற்படுத்தவே, பல வரலாறுகள் அவற்றிடம் கவனம் செலுத்துவதில்லை. எந்தவொரு காலத்திலும் இந்திய துணைக் கண்டத்தில், இருபதிலிருந்து 40 வம்சங்கள் வரை சகவாழ்வு நடத்தியிருக்க, இவ்வரசர் கூட்டத்தை மிருதுவான பதிவிற்குள் கொண்டுவருவது, அறிவார்த்த ரீதியில் துன்புற்றும் துன்புறுத்தியும் மகிழ்தலாய் இருக்கும், அப்படி நான் செய்ய முற்படவில்லை. ஆனால் வாசகர்களின் ஈடுபாட்டினை நம்பி, அக்கல்வெட்டுகளின் வாசனையைத் தொடர்புறுத்தவும், இதர ஆதாரங்களாலோ இன்னும் கீர்த்தி மிகுந்துள்ள விரிவான நினைவுச் சின்னங்களாலோ

நிரூபணம் பெற்றுள்ள கோரிக்கைகளால் நம் கவனத்தை வம்சங்களைத் தனிமைப்படுத்தவும் முயன்றுள்ளேன்.

இந்நீண்ட வம்சாவளிச் சித்திரிப்பில் சரியான திருத்தங்கள் செய்யப்படாததால், பெரும் ஓட்டைகள் தென்படுகின்றன. செறிவும் தெரிவும் வரலாற்றாளனின் தனியுரிமை, ஆனால் இந்தியா குறித்த நடப்பு வரலாற்று நூல்களில் அது தென்படுவதில்லை, 'சமீபத்தன்மை தீர்மானிக்கப்பட்ட முன்னுரிமை'[3] கொண்டிருப்பதால், தொலைதூர நூற்றாண்டுகள் புறக்கணிக்கப்படலாம். இடையிடையே பத்திரிகையாளனாயும் அரசியல் பகுப்பாய்வாளனாயும் இருந்துள்ள எனது அனுபவம், நேர் எதிரானதையே உணர்த்துகிறது. பெரும்பாலான இன்றைய தலைப்புச் செய்திகள் நாளைய குப்பை மேட்டைப் பற்றியதாக இருக்கும் என்பதால், 'சமீபத்தன்மை' என்பது ஏமாற்றும் தன்மையதான சரக்காகும், வரலாற்றாளன் அதனை எச்சரிக்கையுடன் அணுகுவது நல்லது. இந்நூலில், நடப்பு விவகாரங்களின் களத்திற்குள் வரலாறு கலந்துவிடுகையில், குவிமையத்தைக் கூர்மையாக்காமல், வேண்டுமென்றே அதனை மழுங்கடித்திருக்கிறேன். இன்னும் நடப்பிலுள்ள விவகாரங்கள் இன்னும் தீர்க்கப்படாதவை.

தற்காலத்திற்கு அதிகபட்சம் ஒதுக்கும்போது, கடந்த காலத்தின் மீதான குவிமையத்தை நழுவவிட்டிடும் அபாயமும் உள்ளது. 19-20ஆம் நூற்றாண்டுகளுக்குத் தன்னில் பாதியை ஒதுக்கிடும் வரலாறு, மிகப் பொருத்தமுடையதாகத் தோன்றலாம் ஆனால், அது இந்தியாவின் அசாதாரண தொன்மைக்கு நியாயம் செய்திட முடியாது. பிரித்தானிய-பின்காலனிய காலகட்டங்கள் சிறப்பாக ஆவணப்படுத்தப்பட்டு பரிச்சயமாகி இருப்பதாலேயே அவை மிகவும் அறிவுறுத்துபவை என்றாகிவிடாது. ஐரோப்பிய மையவாதம், மேற்கத்திய மையவாதம் அல்லது கிறித்தவ மையவாதத்தில் உள்ளதை விடவும் உடன்நிகழ்கால மையவாதத்தில் அகங்காரம் ஒளிந்துள்ளது. இத்தகு தெரிவு செய்யப்பட்ட தணிக்கை, வரலாற்றை மங்கச் செய்யும். நிகழ்காலத்தின் மீதான பவிசான நோக்குநிலைகளுக்காகக் கடந்த காலத்தைக் கொள்ளையடிப்பதின் வாயிலாக, ஆனந்தமான முடிவை மற்றபடி ஒருவிதத்தில் தீவிரப்பதிவு எனப்படுபவற்றுக்கு உயிரோட்டமளிக்கும் அரைகுறை நிகழ்வுகளை மானுட விசித்திரங்களை மறுதலிக்கின்றோம். விண்வெளியில் சுற்றுச்சூழல் போலவே காலத்தராசுடன் நியாயமாக நடந்துகொள்வது தனது வெகுமதிகளைக் கொண்டிராமல் இல்லை.

வரலாற்றினை இயக்கும் எஞ்சினாகக் காலம் இருப்பின், எதிர்நிறுத்தப்பட்டுள்ள தெற்கு எதிரே நிற்பது இடமாக இருக்க முடியும். இயங்குவிசை கொண்டு அது முன்னோக்கி எறிகிறது; செயலற்று, அது வாங்கி வைத்துக்கொள்கிறது. மாசுறாத நிலவியல் பகுதிகள் ஒரே மாதிரியாக 'காலமற்றவை' எனப்படுவது காரணம் கருதியே. இரவு ரயிலில் எங்கோ ஓரிடத்தில் ஏறி, 12 மணிநேரம் கழித்து இனிய பழுப்புத் தேநீரிலும் சாம்பல் வயல்களிலான விடியலிலும் கண்விழித்துவிடும் பயணி - இந்தியப் பயணிகூட - தன் இருப்பிடத்தை உடனடியாக அடையாளங் காண்பதில் சிரமம் கொண்டிருக்கலாம். இந்திய கிராமப்புறம் வியப்பூட்டும் வகையில் ஒரு சீரானது. பெரும்பகுதி தட்டையானதும் ஆகும். தொலை தூரத்துக் குன்றும் அதன் தட்டையான தன்மையை அழுத்திக் காட்டவே உதவும். தனித்துவப்படுத்தும் அம்சங்கள் குறைவு; அதே பின்னிப் பிணைந்திடும் கொடிகள் வெட்கமின்றி பாழ்நிலத்தில் பிரிந்துகிடக்கும், அதே நீண்டவால் பாடும் பறவைகள், சங்கீதக் குறிப்புகளெனத் தந்திக் கம்பிகளை அலங்கரிக்கும். அது பீகாராக அல்லது கர்நாடகாவாக இருக்கக்கூடும், சம அளவிலே வங்காளமாக அல்லது குஜராத்தாக இருக்கக்கூடும். சஹாரா, ஷாஹெல் மற்றும் வனம் என மேற்கு ஆப்பிரிக்காவைப் பிரித்தல், அல்லது சமவெளியிலிருந்து பாலைவனங்களிலிருந்து மழைத் தடுப்புகள் என வட அமெரிக்காவைப் பாகுபடுத்தல் பொருந்தாது. துணைக்கண்டம் ஒன்றேபோல் தோன்றும்.

நிச்சயமாக விதிவிலக்குகள் உண்டு; இந்தியாவில் எப்போதும் விதிவிலக்குகள், பெரும்பாலும் பெரியவை உண்டு. பூமியின் முகத்தில் மிக முனைப்பாயுள்ள இமயமலை எஞ்சிய ஆசியாவிலிருந்து துணைக் கண்டத்தைத் தாக்குகின்றது; அதுபோலவே மேற்குத் தொடர்ச்சி மலைகள் அரபிக்கடலுக்கு எதிரே நீண்ட பாறைகள் மண்டிய கோட்டையை உருவாக்குகின்றன. இரண்டுமே இந்தியாவின் அங்கங்கள், இமயமலைகள் தன் கடவுளரின் உறைவிடமாக இருக்க, மேற்குத் தொடர்ச்சி மலைகள் தீரமிக்க மராத்தியரின் இல்லமாக உள்ளது; இரண்டுமே இந்தியாவின் பெரும்பாலான நதிகளின் தோற்ற ஆதாரங்கள். ஆனால் இம்மலைத் தொடர்கள் ஓரங்கட்டப்பட்டு, அப்புறம் தெற்காசியக் கடற்கரையின் பிரிகின்ற V போல நெருக்கியடிக்கப்பட்டு, இந்திய வரலாறு நிகழ்த்தப்பட்டுள்ள பாரிய உட்புற அரங்கினைத் தெளிவுபடுத்துகின்றன, வரையறுக்கின்றன, உள்ளடக்கியுள்ளன.

ஐரோப்பா போன்ற ஈரேஷியாவின் இதர துணைக் கண்டங்களில் ஒன்றுடன் ஒப்பிடுவது சரியாக இருக்கும். முந்தைய சோவியத்

ஒன்றியம் இல்லாத ஐரோப்பா, இந்திய துணைக்கண்டத்தின் அதே பரப்பளவைக் கொண்டுள்ளது (40 லட்சத்திற்கும் அதிகமான சதுர கிலோ மீட்டர்கள்). ஆனால் சீரானதோ ஒரு தன்மைத்தானதோ அல்ல. ஆல்ப்ஸ், பைரினீஸ் மலைத் தொடர்களுடன் கடற்கரையும் அரைபாதி மூழ்கிப்போன கண்டமும் சேர்ந்து, அரைபாதி விலகிய தீபகற்பங்களாகவும் (ஐபீரியா, ஸ்காண்டிநேவியா) ஆழ்கடல் தீவுகளாகவும் (பிரிட்டன், அயர்லாந்து) மலைசார் பகுதிகளாகவும் (ஸ்விட்சர்லாந்து, ஸ்காட்லாந்து) நிலப்பகுதியைப் பிரிக்கின்றன. புவியியல் ஒழுங்கமைவு பிரிவினைக்குத் தனிமைப்படுத்தலுக்கு மண்டல அடையாளத்திற்கு ஆதரவாயுள்ளது. இத்தகு இயற்கையான ரயில்பெட்டிகளாக அடைந்திருக்க, தம் பிரதேசத் தனித்துவத்தில் நம்பிக்கை மிகுந்து, பழங்குடிகள் தேசங்களாக முடியும், தேசங்கள் அரசுகளாக முடியும்.

ஐரோப்பாவுக்குத் துண்டு துண்டாவதை விதித்த புவியியல், இந்தியாவுக்கு ஒருங்கிணைப்பை விதித்தது. இங்கே உட்புறச் செய்தித் தொடர்புக்கு, ஆயத்தமாயுள்ள தற்காக்கக்கூடிய தீபகற்பங்களும் இல்லை, பனியடர்ந்த தடுப்புகளும் இல்லை, ஆண்டின் பெரும்பகுதியும் தாண்டிச் செல்லக்கூடிய நீர்வழிப் பாதைகளும் இல்லை. ஒருகாலத்தில் பரந்து விரிந்திருந்த வனங்கள் பெரிதும் வறண்ட காட்டுப்பகுதிகளாகவே இருந்தன - இடமாறிக் கொண்டுள்ள பழங்குடியினருக்கும் இலக்கின்றித் திரியும் மக்களுக்கும் தங்குமிடமாயும் சரணாலயமாயும் இருந்ததுடன், சமவெளியில் வசிப்போருக்கு வெகுதினுசான பொருள்கள் (வேட்டையாடப்பட்ட மிருகங்கள், தேன், வெட்டப்பட்ட மரங்கள், பசைகள்) வைக்கும் அலமாரியாயும் இருந்தன. கேரளம், அஸ்ஸாம் போன்ற விளிம்போர மண்டலங்களில்தான், இப்பசும் கவிகை ஊடுருவ முடியாத மழைக்காடாகச் செறிவுற்றது. சதுப்பு நிலங்களும் விரிந்துகிடந்தன. இப்போதுள்ள வங்காள தேசத்தில் இந்தியாவின் மேற்கு வங்காளத்தில் கங்கையும் பிரம்மபுத்திராவும் உலகின் மாபெரும் விரிவான டெல்டாவை உருவாக்கிடும் கால்வாய்களின் வலைப் பின்னலில் கடலை நோக்கி வடித்திடச் சந்திக்கின்றன. அரை பாதி மூழ்கியும் அடர்ந்த காடுகள் மிக்கதுமான வங்காளத்தின் பெரும்பகுதி, வரலாற்றுக் கட்டத்தில் தாமதமாக நுழைந்தது. ஆனால் சதுப்பு நிலங்களும் விரும்பத்தக்க பொருள்களின் ரகங்களை வழங்கவே செய்தன; வறண்ட கோடையின் மாதங்களில் அவை நாடகப்பூர்வமாகச் சுருங்கின. வெவ்வேறான சூழலியல் மண்டலங்கள் பரஸ்பரம் ஒன்றையொன்று இட்டு நிரப்பின, கூட்டு வாழ்வையும்

பரிவர்த்தனையையும் ஊக்குவித்தன. இத்தகைய இணக்கமான நிலத்தின் முகத்தினூடே நாடோடிகளும் மேய்ப்பவர்களும், ரிஷிகளும் யாத்திரிகர்களும் வணிகர்களும் சிப்பாய்களும் சுதந்திரமாகக் கடந்து செல்ல வேண்டும்.

தட்பவெப்பம் வேறுவிதமாகத் தீர்மானித்தது. 'இந்தியா, பிரதேசங்களின் கதம்பம், பல்வேறான அனுபவங்களின் கதம்பமும் ஆகும்-அது தனித்ததொரு முழுமையை உருவாக்குவதில் வெற்றியடைந்ததில்லை'[4] ஃபெர்டினரண்ட் பிராவ்தெலைப் பொறுத்தமட்டில், பிரித்தானியரே ஒட்டுமொத்தத் துணைக் கண்டத்தையும் ஆண்டனர்; நிலப்பகுதி மிகப்பெரிதாயும், மக்கள் எண்ணற்றவராயும் பல்வேறான திறத்தினராயும் இருந்ததால், ஒருங்கிணைப்பு நழுவிப் போயிற்று. ஆனால் வியப்பூட்டும் விதத்தில், சுற்றுச்சூழலுக்கு அழுத்தம் தரும் பிராவ்தெலைப் பரிசீலிக்கையில், மிக இயல்பான விளக்கத்தைப் புறக்கணித்துவிடுகிறார். குடியமர்வு சீரானதாயில்லை மற்றும் ஒருங்கிணைப்பு நழுவிப்போயிற்று. ஏனெனில் புவியியல் ஒன்றிணைத்ததை நீரியல் பிரித்துப்போட்டது.

இந்தியா வெப்பமண்டல தட்பவெப்ப நிலைகளைக் கொண்டது. இருப்பினும் ஆண்டின் பெரும்பகுதியும் நாட்டின் பெரும்பகுதிகளிலும் மழை இல்லை. தென்மேற்குப் பருவமழை நிகழ்த்திக் காட்டுவதுபோல, குறுகிய பருவகால மழையைச் சார்ந்துள்ளது வளர்ச்சி - ஜூன்-செப்டம்பருக்கு இடையே அநேகமாக நாடு முழுவதும் சீரற்று அடித்துக் கொட்டும் மழையின் போக்கு, குறிப்பிட்ட நிலப்பகுதி அதனால் நன்மை அடைவது, வெள்ளத்தைத் தடுத்து நீரைத் தேக்கிவைப்பதற்கேற்ப, குடியமர்வுப் போக்குகள் தீர்மானிக்கப்பட்டன. நீண்ட காலத்திற்கு எங்கே தண்ணீர் கிடைக்கின்றதோ அங்கே வேளாண்மை செழிக்க முடியும், மக்கள்தொகை வளரும், சமூகங்கள் உயரும். இல்லாவிடில் விரும்பக்கூடிய குடியமர்வுப்பகுதி ஒன்றை மற்றதிலிருந்து துண்டித்திடும் களைகள், பாலைவனத்திட்டுகள் பாறை மேடுகள் துருத்திக்கொண்டு நிற்கும்.

ஏரிகளைப் போல, கங்கையிலும் சிந்துவிலும் போல, பனி உருகுவதன் மூலம் வெள்ளம் நீடித்தால், நீண்ட நதிகள் நீரைப் பாதுகாக்க முடியும். வட இந்தியாவின் பெரும்பகுதியும் அதன் நதிகளைச் சார்ந்துள்ளது- நதிகளால் பயனடையும் நிலப்பகுதி நூற்றாண்டுகளின் போக்கில் மாறியிருப்பினும். ஒருவர் தெரிவுசெய்துள்ள நாளுக்கேற்ப, இந்திய வரலாறு வடஇந்தியாவின்

மாபெரும் நதிகளின் கரைகளில் வழிபாட்டின்போது எங்கோ ஓரிடத்தில் ஆரம்பிக்கின்றது. சிந்து நதியின் கீழ்ப்பகுதியோரம் அல்லது அதன் துணை நதிகளான ஐந்து நதிகளிடையே (எனவே பஞ்சாப்) அல்லது ஜமுனா (ஜூம்மா) - கங்கைக்கு இடையில் 'இரண்டு நதிகள்' (தோ-ஆப், எனவே தோவாப்) பிரதேசத்தில் அல்லது கிழக்கு உத்தரப் பிரதேசம்-பீகாரில் மத்திய கங்கையின் ஓரத்தில். வேளாண் குடியிருப்புகளின் மிக விரிவானதும் நல்ல நீர் வசதி பெற்றதுமான மண்டலங்களைப் பெரிதும் தீர்மானித்தது வட இந்தியாவின் வலிமைமிக்க நதி அமைப்புகளே; இம்மண்டலங்கள் ஏராளமாயினும், கி.மு. முதல் ஆயிரமாண்டின் போக்கில் அவை அருகருகே இருக்கத் தலைப்பட்டு, அதன் வாயிலாக, துண்டுத் துணுக்கான சாகுபடிப் பரப்பின் சாலையினையும், இப்போது பாகிஸ்தானாயுள்ள வடமேற்கிலிருந்து கிழக்கில் பீகார் வரையும் குடியமர்வையும் ஏற்படுத்தின. இங்கே வர்த்தகப் பரிவர்த்தனையும் பண்பாட்டு ஒருமைப்பாடும் அரசியல் போட்டியும் சீக்கிரமே தொடங்கிவிட்டன. ஒத்த லட்சியங்கள், பொது மரபுகளைப் போற்றுதல், ஆதிக்கக் கோரிக்கைகளை வரவேற்றல் என இருக்கும், போட்டியிடும் அரசுகளின் பரந்துபட்ட பிணைப்பாகியது இச்சாலை. மௌரியர், குப்தர், வர்த்தனர் போன்று, பேரரசை நிர்மாணிப்பவர்களுக்கு, இதுதான் இந்திய ஆட்சிப் பரப்பு தொடங்கிய இடமாகும்.

மற்ற பகுதிகளில் அப்பகுதி இடமளித்தால், நீர் சேமிப்புக்கான பயனுள்ள சாதனமாக நீர்த்தேக்கங்கள் நதிகளுக்குத் துணை நின்றன. தென்பகுதியில், தமிழ்நாட்டின் நவம்பர் மழை ஓய்ந்த சில வாரங்களில், தீராத வெள்ளமாகத் தோன்றுவது, வஞ்சனையுடன் சேர்த்து வைக்கப்பட்ட வயல்களின் கூட்டமாக இருக்கும் - அவற்றின் இருபுறங்களும் நீர்த்தேக்கங்களை/'குளங்க'ளை உருவாக்கிடும் கரைகளாகிவிடும். கவனத்துடன் பயன்படுத்தப்பட்டு, தவிர்க்க முடியாத ஆவியாதலும் நிகழ்ந்தபின், தண்ணீர் தீர்ந்துபோய், குளமே நெல் பயிரிடத்தக்கதாக மாறிவிடும். இத்தீபகற்பத்தில், வடக்கின் பரந்த வண்டல்மண் படுகைகள் இல்லாததாலும், மேற்குமலைத் தொடர் போன்ற மலைகளுக்கு இடமளிக்க வேண்டியுள்ளதாலும், வேளாண் குடியமர்வுக்குச் சாதகமான மண்டலங்கள் இங்கே சிறியனவாய் இருந்தன - கேரள கடற்கரைபோல அவற்றை ஏராளமாய்ப் பெற்றிருப்பினும், விதிவிலக்காக நல்ல நீர் வசதி உள்ளவை.

பிற மண்டலங்களில், நிலத்தடி நீரைக்கொண்டு ஈரப்பதத்தைப் பாதுகாத்திட மண்ணியல் தன்னால் முடிந்ததைச் செய்தது.

வரம்புக்குட்பட்ட பாசனத்திற்கு, கிணறுகளிலிருந்து நீர் சிரமத்துடன் இறைக்கப்பட்டது. பெரிதும் வறண்ட, இடைப்பட்ட மண்டலங்களுக்கு, ஆண்டின் பெரும்பகுதியும் இந்நிலத்தடி நீரே ஒரே ஆதாரம். துணைக்கண்டத்தில் சுமார் பாதிப் பிரதேசங்கள் ஆண்டுக்கு 80 செ.மீ.க்கும் குறைவாகவே மழை பெறுவதால், இவ்வறண்ட பிரதேசங்கள் பெரிதாகும். சிந்து/ராஜஸ்தானின் மேற்குப் பாலைவனங்களுக்கும், தீபகற்பத்தின் தக்காணப் பீடபூமி சேர்ந்த மத்திய இந்தியாவின் வறண்ட பகுதிகளுக்குமிடையே, சில சமயங்களில் விரிவான, வடக்கு-தெற்குப் பாகுபாடு உணரப்பட்டுள்ளது. உண்மையில் இங்கே பயன்படுத்தப்படும் தொடர் மிகவும் தெளிவற்றது (தக்காணமும் கூட, இயற்கையானது என்பதை விடவும் வசதிக்காக ஏற்படுத்தப்பட்டதே). மேலும், கணிசமான நதிகள் இங்கே பாய்கின்றன; யமுனையின் கிளை நதிகளான சம்பல், பேட்வா, கங்கைச் சமவெளிக்கும் தீபகற்பத்திற்குமிடையேயுள்ள வடக்கு-தெற்குப் பகுதிகளுக்கு அளிக்கின்றன. இந்தியாவின் இருப்பைச் சுற்றி வளைந்து செல்லும், மேற்கு நோக்கிப் பாயும் நர்மதை, மேலும் இயல்பான வடக்கு-தெற்கு பிரிவினையை உருவாக்குகிறது; உண்மையில், வடக்கு-தெற்கு தீபகற்பத்திற்கிடையே இந்திய ரூபிகான் போன்ற ஒன்றை வரலாற்று ரீதியில் உருக்கொள்ள வைக்கிறது. மிகச் சிறந்த நீர்ப்பாதுகாப்புள்ள நுண்-மண்டலங்கள்கூட ராஜஸ்தான்-தக்காணம் இரண்டிலும் சிதறிக் கிடக்கின்றன; வரலாற்றுக் காலகட்டங்களில் அவை மிகப் பலம்வாய்ந்த வம்சங்களின் தொடர்ச்சியைத் தாங்கிக்கொள்ள முடிந்திருக்கும்.

காடுகள், சதுப்புகள் போன்றே மானாவாரி நிலங்கள் சொற்பமான தம் மக்கள் கூட்டம் இல்லாமல் இல்லை - மேய்ப்போரும் படைவீரர்களும் இங்கே இருந்த வகைமாதிரியினர். தடுப்பரண்கள் என்ற விதத்தில், மானாவாரி நிலங்கள், ஐரோப்பாவின் கடல்களையும் மலைகளையும் போன்று, அவ்வளவு வலிமையானவை அல்ல. ஆனால் எல்லைகள்-முகப்பு மண்டலங்கள் என்ற அளவில், அதே தாக்கத்தை ஓரளவு பெற்றிருந்தன-பிரிவினையை ஊக்குவித்தன, தனித்தன்மையை வளர்த்தெடுத்தன மற்றும் நிலத்தின் மாபெரும் இந்தியப் புதிர்த்தன்மையுடைய பேராசைமிக்க ஆட்சியாளர்களைக் காலத்தே எதிர்கொண்டு நின்றன-அதனை எதிர்க்கும் நிர்ப்பந்தத்தை உணர்ந்திருந்த குறுநில மன்னர்களின் நிர்வாகத்தையும் வரவேற்றன.

இச்சுற்றுச் சூழலால் தூண்டப்பட்ட புதிரின் சமூக-பண்பாட்டுப் பரிமாணம் இன்னும் நீடித்ததாக இருந்திருக்கும். இன்றைக்குத்

துணைக் கண்டத்திலுள்ள ‘பிரதேச’ உணர்வின் வலிமைக்கு இது பெரிதும் காரணமாயிருக்கும். நல்ல நீர் வசதி பெற்றுள்ளதால், அந்தச் சாதகமான மண்டலங்களில் குடியமர்வுகள் பெருகின, வேளாண் உற்பத்தியின் உபரி, வேளாண் சாராத நடவடிக்கைகளின் மேம்பாட்டை ஊக்குவித்தது. மிகவும் தரப்படுத்தப்பட்ட சாதனங்கள், கருவிகள் மற்றும் மண்பாண்ட பாணியின் பரவலால் தொல்லியலாளர்கள் இந்நிகழ்வுப் போக்கில் விழிப்புணர்வு கொண்டனர். சலுகைபெற்ற பகுதிகளை அடையாளம் காண்பதிலும் இவை துணை நின்றன-மிகவும் குறிப்பாக, வெவ்வேறு காலங்களில், சிந்துவிலிருந்து குஜராத், மால்வா, நடு இந்தியாவின் ஒரியக் கடற்கரைப் பிரதேசம் சேர்ந்த கங்கைப் படுகை வரையில், வடக்கினூடேயான மாபெரும் தடத்தினை உட்பட தெற்கில் இதனையொத்த கிளைத்தல் உணரப்படுகிறது- தொல்லியலாளரின் காட்சிமேடை வெறுமையாய் இருப்பினும் சில கற்காலப் பொருள்களைத் தவிர்த்து, கி.மு. முதலாயிரத்தின் இறுதியில் குறிப்பிடத்தக்க இலக்கிய மலர்ச்சியின் பாய்ச்சல் வரை, தென்னிந்திய வரலாறு காத்திருக்க வேண்டியுள்ளது.

கைவினைத் தொழில்களும் வணிகமும் நல்லமுறையில் செழித்தோங்கவும், நிபுணத்துவம், மக்கள்பெருக்கத்தை ஊக்குவித்தது, மேற்படி மக்கள்பெருக்கம் நகரமயமாதலை ஊக்குவித்தது. அதே சலுகை பெற்ற வளாகங்களுக்குள்ளே, சித்தாந்த ஏற்பும் சமூகப் பிரிவினையும் அரசியல் உருவாக்கவும் பின்தொடர்ந்தன. திறம்பட்ட மதம், இணக்கமிக்க சமூகம், நீதிநிறைந்த அரசு என ஒவ்வொன்றுக்குமான முன்மாதிரிகள், உள்ளூர் அம்சங்களை இணைத்துக்கொண்டன. மேலும் கி.மு. முதலாயிரத்தில் வட இந்தியாவில் எழுந்திருந்த இந்திய-ஆரிய மக்களின் பரப்புரை செய்யப்பட்ட மரபுகளிலிருந்து பெறப்பட்ட நெறிமுறைகளையுடைய நிபந்தனைகளை இணைத்துக்கொண்டன. இந்த இந்திய-ஆரியர்கள் அந்நியர்களாக இருக்கவேண்டும்; அவர்தம் வேள்விச் சடங்குகளில் வலுவான சமுதாய உணர்வு மையங்கொண்டிருந்தது; அவர்தம் சமஸ்கிருதம், அசாதாரணமான பல்துறைப் புலமையையும் திறம்பட்ட தொடர்புத் திறனையும் கொண்டிருந்தது. புவியியல் உணர்த்துவதுபோல, திறந்ததும் ஒரு சீரானதுமான நிலமாக இந்தியா இருந்திருப்பின், சமஸ்கிருதமும் அதனைப் பேசுவோரும் துரிதமாகப் பரவியிருப்பார்கள். வடஇந்தியாவின் பெரும்பகுதியிலும் அப்படிச் செய்தனர்- ஆனால் அது துரிதமாயும் இல்லை, சமரசமின்றியும் இல்லை. மேற்கு, கிழக்கு மத்திய இந்தியா-தக்காணத்தில், ‘ஆரியமயமாதல்’ எனத் தவறாகக் குறிப்பிடப்பட்ட இப்போக்கு இன்னும்

நீண்டகாலம் எடுத்துக்கொண்டது; உள்ளூர் அம்சங்களுடன் மிகுந்த சமரசமும் தேவைப்பட்டது-இதனைக் கலப்பினப் பெருக்கம் என்பது சரியாயிருக்கும். இதனின்றும் எழுந்தனவே வெவ்வேறான மொழிகளும் வெவ்வேறான சமூக அமைப்புகளும் - பல்வேறுபட்ட வரலாற்று அனுபவங்களால் உந்தித் தள்ளப்பட்ட இது, இந்தியாவிற்குப் பிரதேச பன்மைத்துவத்தை அளித்துள்ளது- அது குஜராத்தியிலிருந்து வங்காளியையும் மராத்தியரிடமிருந்து பஞ்சாபியையும் இன்னும் தனித்துக் காட்டுகிறது.

ஒவ்வொரு பகுதியிலும் மண்டலத்திலும் வழிபடப்படும் ஆவிகள்-தெய்வங்களின் கூட்டம், கலப்பினப் பெருக்கத்தின் இப்போக்கினை வகைமாதிரியாக்கியது-உள்ளூர் வழிபாட்டு முறைகளுக்கு வழிவிடும் வகையில், இந்திய-ஆரிய தெய்வங்கள் தம் அசலான அடையாளங்களைக் கைவிட்டன. இவ்வகையில் கடவுள் விஷ்ணு தன் அவதாரங்களின் பட்டியலைப் பெற்றார். இந்தியப் பகுதிகளில் இத்தெய்வீகக் கலப்பினப் பெருக்கப்போக்கு இன்னும் தொடர்கின்றது. ஒவ்வோராண்டும் தமிழ்நாட்டின் புதுக்கோட்டை எல்லைப் பகுதியிலுள்ள ஒவ்வொரு கிராமமும், அய்யனாரின் பயன்பாட்டிற்காகப் பெரிய சுடுமண் குதிரையைச் செய்யுமாறு உள்ளூர் குயவரிடம் ஒப்படைக்கின்றது. இப்புதிய வாகனத்தில் அய்யனார் ஏறி கிராமத்தின் எல்லைகளைச் சுற்றிவந்து, பயிர்களைக் காத்து, பெரியம்மை நோயை விரட்டியடிப்பார். அய்யனார் யார்? சிவபெருமானைத் தவிர்த்து வேறு யாருமில்லை என்பார்கள். பல்வேறு வழிபாடுகளின் கதம்பச் சேர்க்கையான அனைத்திந்திய சிவன், இப்போதுதான் தமிழ்நாட்டு அய்யனாரைக் கொண்டுவரும் நிகழ்வுப்போக்கில் இருப்பதாகத் தோன்றுகிறது. ஆனால், இது வேறுவிதமாயும் இருக்கமுடியும். புதுக்கோட்டை மக்களைப் பொறுத்தவரை அவர் சிவனின் அம்சங்களை ஏற்றுக்கொள்கின்ற அய்யனார்.

கடவுளரின் விஷயத்தில் போலவே, இந்தியாவின் மண்டலப் பகுதிகளில் பேசப்படும் பல்வேறு மொழிகளிலும் இது நடந்தது. இப்போது பெரிதும் மராட்டியத்தில் பேசப்படும் மொழியான மராத்தி, தன் ஆரம்பக்கட்ட வளர்ச்சியில் திராவிட-சமஸ்கிருத அம்சங்களைக் கொண்டிருந்தது. இப்போது தெற்கினை மட்டும் பிரதிநிதித்துவம் செய்யும் ஆரம்பநிலை திராவிடமொழியின் உள்ளூர் வடிவத்தில், உலகளாவியதும் பெருமிதம் மிக்கதுமான சமஸ்கிருதத்தின் தாக்கம் மிகுந்திருந்ததாகக் கருதப்படுகிறது. ஆனால், உள்ளூரின் பூர்வீக அம்சங்களுக்கும் சமஸ்கிருதத்திற்கும் அல்லது ஆரியச் செல்வாக்குகளுக்குமிடையிலான முற்பட்ட

நிலை தெளிவாயில்லை. மராட்டியத்தில் மேலோன்றியிருந்த சமஸ்கிருதம் பேசுவோர் மூல-திராவிடமொழியின் சொல்வடிவ மாற்றங்களை மெல்ல உள்ளீர்த்துக் கொண்டனரா? அல்லது அதுவும் மற்றவகைப்பட்டதுதானா?

சமஸ்கிருத இதிகாசங்களில் இடம்பெறும் நிலவியல் அம்சங்களைப் படியெடுக்கும் பல முயற்சிகளால் மேற்கொள்ளப்பட்டது ஆரியமயப்படுத்தல்/சமஸ்கிருதப்படுத்தல். மகாபாரதம் மற்றும் இராமாயணத்தின் மையக் கருத்துகள் வாய்மொழியாக இந்தியாவின் பெரும்பகுதிக்கும் சீக்கிரமே ஊடுருவின. கி.மு. முதலாயிரத்தின் பிந்தைய நூற்றாண்டுகளில் தென்னகத்தின் தமிழர்கள்கூட பாண்டவர்களை அறிந்திருந்தனர்-கங்கை-யமுனை தோவாப் மேலாதிக்கத்திற்கான மாபெரும் பாரத யுத்தத்தில் பாண்டவர்கள் சண்டையிட்டனர்; அத்துடன் சீதையை மீட்க, அயோத்தியிலிருந்து புறப்பட்ட ராம-இலக்குவணன் பற்றி அறிந்திருந்தனர். இக்கதைகள் தெளிவாகவே உலக அளவில் ஈர்ப்பு கொண்டிருந்தன; இன்னும் அடையாளங் கண்டுகொள்ளக்கூடிய இடப்பெயர்களின் வரிசையில் அவற்றின் பவித்திரமான நிலவியல், பெருமிதத்தைப் பெற்றிட வேட்கை மிகுந்திருந்த தொலைதூர ஆட்சியாளர்களால் சரியாக மேற்கொள்ளப்பட்டது. அயோத்திகள், மதுராக்கள், கோசலங்கள், கம்போஜங்கள் முதலான அடிச்சுவடுகள் இந்தியாவுக்கு அப்பாலும் நீண்டு செல்லும்-குறிப்பாக, தென்கிழக்கு ஆசியாவின் இந்தியச் செல்வாக்குள்ள பகுதிகளுக்கு. தெய்வங்களின் கலப்பினப் பெருக்கம் போல, அது தொடர்கிறது. கன்னட மொழியை முன்னெடுத்துச் செல்ல பெங்களூரிலுள்ள மாநில அரசாங்கம் ஆகச்சிறந்த நடவடிக்கைகளை மேற்கொண்டும், கிராம மக்கள் இன்னும் பெரிய கௌரவம் கிட்டவேண்டும் என்னும் பொருட்டு, தம் கிராமங்களின் பெயர்களை சமஸ்கிருதமயமாக்கலிலும் அதன்பிறகு, அப்பெயர் மாற்றத்தை நடைமுறைப்படுத்த அஞ்சலகத்தை வற்புறுத்துவதிலும் ஈடுபடுவதைக் கன்னட எழுத்தாளர் ஒருவர் என்னிடம் தெரிவித்தார்.

உள்ளூர்ப் பெயர்களையும் அம்சங்களையும் மறுபெயரிட்டது போன்று, சமஸ்கிருத இலக்கிய மரபின் லட்சியப்படுத்தப்பட்ட மாதிரிகள்-திட்ட வரைவுகளுக்கேற்ப சில மன்னர்கள் மாற்றி வடிவமைத்தனர். எட்டிலிருந்து ஒன்பதாம் நூற்றாண்டு வரையிலான மராட்டியத்தின் ராட்டிரகூடர்கள் எல்லோராவில் பிரம்மாண்டமான ஆலயத்தினை இமாலயத்தின் பதிலீடாகச் செதுக்கச் செய்தனர்-கைலாச மலையின் கடவுளான சிவனின்

பெயரை அதற்கு இட்டனர்; இமாலய நதிகளுக்குப் பதிலாக கங்கை-யமுனைத் தேவியர் என நதி தெய்வங்களை உருவாக்கினர். இதே புனித புவியியலுக்குப் பொருத்தமாக, சோழர்கள் இன்னும் ஒருபடி மேலே சென்று, இரண்டாயிரம் கி.மீ. தொலைவிலிருந்து கங்கை நீரை எடுத்துவந்து, தஞ்சையைச் சுற்றியுள்ள புனிதக் குளங்களிலும் கால்வாய்களிலும் கொட்டினர். இவ்வாறு, தமிழ்நாட்டின் இருதயப் பரப்பிலே வடஇந்திய 'புனித நில'த்தை மறுபடைப்பு செய்து கொண்டதாகக் கூறும் அவர்தம் கூற்று அசல் தன்மைபெற்றது.

வரலாறு போலவே புவியியல் தன்னை மீண்டும் படைத்துக் கொள்ளும் ஒன்றாகப் பார்க்கப்பட்டது. தாஜ்மஹால் போன்ற கலை வடிவத்தில் மொகலாயச் சக்கரவர்த்திகள், மணம் வீசும் செடி-கொடிகள், ஓடும் நீர், வெண் பளிங்குகளாலான சொர்க்கத்தின் இஸ்லாமிய லட்சியத்தை அடைந்திட முற்பட்டனர். பிற்பாடு, பிரித்தானியர் மலை சார்ந்த நகரங்களில், பசிய முக்கோணப் பகுதிகள்-நுழைவாயில் அரங்குகளுடன், அபாயகரமான பாதைகளாலும் கொடி படர்ந்த வேலைகளாலும் இணைக்கப்பட்ட கல்லறை மைதானங்களை, லட்சியப்படுத்தப்பட்ட தம் சூழலை மறு உருவாக்கம் செய்திட முயன்றனர்; 'அன்னந்தேல்', 'வெல்லிங்டன்' போன்ற புதுப்பெயர்கள் வரைபடத்தில் சேர்க்கப்பட்டன; இருக்கின்ற பெயர்கள் அழிக்கப்பட்டு, ஆங்கிலமயமாக்கம் செய்யப்பட்டன.

இப்போது அவை தத்தமது தாய்மொழிகளில் எழுதப்படுகின்றன. இந்தியாவுக்கு வருகின்றவர்களுக்கும் இந்தியா பற்றி எழுதுபவர்களுக்கும் இது குழப்பமான காலம். திருத்தும் நிகழ்வுப் போக்கு நிறைவுறாதிருக்க, அனைவராலும் அடையாளங்காணக் கூடியதாயும் ஏற்கக் கூடியதாயும் உச்சரிப்புகளும் பெயர்களும் இருந்திடும் சந்தர்ப்பங்கள் குறைவே. சிலரைப் புண்படுத்திடும் அபாயமிருக்க, மும்பையை 'பாம்பே' என்றும் கொல்கொத்தாவை 'கல்கத்தா' என்றும் சென்னையை 'மெட்ராஸ்' என்றும் அழைத்து வருகிறேன்; இந்தியரல்லாதவர்களுக்கு இப்பெயர்கள் இன்னும் பரிச்சயமானவையே. மறுபுறத்தில் பூனாவிற்குப் 'புனே' எனவும் அவுத்திற்கு 'அவாத்' எனவும் கேஞ்சஸிற்குக் 'கங்கா' எனவும் புஞ்சாபிற்குப் 'பஞ்சாப்' எனவும் பல மாற்றங்களை மேற்கொண்டுள்ளேன்-இந்தியரல்லாதவர்களுக்கு இவை பரிச்சயமற்றவையாக இருக்கக்கூடும்; எனினும் இவை இந்தியாவில் பொதுப் புழக்கத்தில் உள்ளன; தெற்காசிய ஆய்வுகளில் தரப்படுத்தப்பட்டுள்ளவையாகி உள்ளன.

சமஸ்கிருதம்-பாரசீகம் இரண்டும் அறியாதவர்களுக்கு ஒலிபெயர்ப்பு இன்னொரு பெரும்பிரச்சினை. எனினும் சீராக நான் எழுதுவதாகக் கூறிக்கொள்ள மாட்டேன். பெரும்பாலும் பல சமஸ்கிருத சொற்களின் இறுதி 'அ'வை (ராம் என்பதற்கு ராமா, இராமாயண் என்பதற்கு இராமாயணா என்பது போல) தக்கவைத்துள்ளேன்; *c* ஒலிப்புக்கு *ch* (சோழா என்பதுபோல), *s* உச்சரிப்புக்கு *sh*(*Visnu* என்பதற்கு *Vishnu*, *siva* என்பதற்கு *shiva, satavahana, saka* என்பதற்கு *shatavahana, shaka*) எனப் பயன்படுத்தியுள்ளேன். விபரமறிந்த வாசகர்கள் இப்படிப் பல தவறுகளைக் காண்பார்கள், அதற்கு நானே பொறுப்பு (தட்டச்சு செய்தவர் அல்ல) - உண்மையில் எல்லாத் தவறுகளுக்கும் விடுபடல்களுக்கும், பொதுமைப்படுத்தல்களுக்கும் எளிமைப்படுத்தல்களுக்கும் ஐயாயிரம் ஆண்டுகாலக் கொந்தளிப்பான வரலாறே பொறுப்பு.

1

ஹரப்பா உலகம்

கி.மு. சுமார் 3000-1700

வெள்ளத்தின் பாய்ச்சல்

யூத-கிறித்தவ மரபில் உள்ளது போன்றே இந்து மரபில் தொல்வரலாறு சிலவேளைகளில் வெள்ளப் பெருக்குடன் தொடங்குவதாகக் கூறப்படுகிறது. பழைய அமைப்பின் கசடுகளை அடித்துச் செல்லும் வெள்ளம், அதில் தப்பிப் பிழைக்கின்ற ஒரேயொரு நபரை, புதியதும் ஒரு சீரானதுமான சமூகத்தின் நிறுவனராக்கிடும் உலகளாவிய குறிக்கோளை நிறைவேற்றுகிறது- பொது மூதாதையரிடமிருந்து அனைவரும் வம்சாவளியாக வந்திருப்பார்கள். புதிய தொடக்கத்திற்கு சமிக்ஞை காட்டப்படுகிறது: நிறையபேர் பின்வருவார்கள்.

பைபிளில் வெள்ளம் என்பது தெய்விக அதிருப்தியின் விளைவு. மனிதனின் அடிபணியாமையாலும் கேட்டினாலும் ஆத்திரமுற்ற கடவுள் தன் உன்னதப் படைப்பை நிராகரிக்கத் தீர்மானிக்கிறார்; நீதி நியாயமிக்க நோவாவும் அவரது சந்ததியர் மட்டுமே உயிர் பிழைக்கவும், மனிதச் சமுதாயத்திற்கு இரண்டாவது வாய்ப்பு வழங்கவும் தகுதியுடையவராகக் கருதப்படுகின்றனர். இதனையொட்டிப் பார்க்கையில் இந்திய ஊழிப் பெருவெள்ளம் மிக வேறுபட்டது. பல ஆவணங்களில் உள்ள மிகத் தொன்மையானதின்படி, இந்திய மக்களைப் பாதித்த வெள்ளம் இயற்கைச் சம்பவமாகும். நோவாவுக்கு இணையான மனு, ஓர் எளிய அன்பான நடவடிக்கையால், உயிர்பிழைக்கின்றார். ஆச்சரியப்படத்தக்க விதத்தில், காற்று-புயலின் கடவுளர்களை வழிபட்ட சமூகத்தில், எந்தத் தெய்வமும் குறிப்பிடப்படவில்லை.

‘ஒரு காலையில் மனு தன் கைகளைக் கழுவிக் கொண்டிருந்தபோது, நீருடன் சேர்ந்து சிறியதொரு மீன் அவர் கைகளுக்கு வந்தது. ‘என்னை வளர்த்து வரவும், உன்னைக் காப்பாற்றுவேன்’ என மனுவை மன்றாடியது. பெரிய மீன்களால் விழுங்கப்பட்டுவிடும் என்பதால் அது வளரும்வரை பாதுகாப்பு தேவைப்பட்டதே இதற்குச் சொல்லப்படும் காரணம். தன்னை ஒரு கலயத்தில் வளர்க்குமாறும் அதன்பிறகு குளத்திலும் இறுதியில் கடலிலும் வாழ்ந்து வருவேன் என்கிறது. ஏற்றுக்கொண்டு அப்படியே நடந்தார்.

ஒருநாள் வரவிருக்கும் வெள்ளம் பற்றி மனுவை எச்சரித்த மீன், ஒரு கப்பலைத் தயாரித்து, வெள்ளம் வந்த மாத்திரத்தில், அதற்குள் நுழைந்துகொள்ளுமாறு ஆலோசனை கூறிற்று. குறித்த நேரத்தில் வெள்ளம் பாயத் தொடங்கிற்று, மனு கப்பலுக்குள் நுழைந்தார். அவரை நீந்தியடைந்த மீன், கப்பலின் கயிற்றினைத் தன் கொம்பில் (வாள் மீனாக இருக்கக்கூடும்) பிணைத்துக்கொண்டு, வடக்கு மலைகளுக்கு விரைந்தது. கப்பலை ஒரு மரத்தில் கட்டிவிட்டதும் வெள்ளம் வடிந்த பின்னரே இறங்கவேண்டுமென மனுவுக்குக் கட்டளையிடப்பட்டது.

அதன்படியே அவர் படிப்படியாக இறங்கவே, வடக்கு மலைச் சரிவு மனோரவதரணம் அல்லது மனுவின் இறக்கம் எனப்படுகிறது. மூன்று சொர்க்கங்களையும் வெள்ளம் அடித்துச்செல்ல மனு மட்டுமே காப்பாற்றப்பட்டார்’[1].

வேதங்கள் எனப்படும் புனிதப் பாசுரங்களுக்குள்ள இணைப்புகளில் ஒன்றான சதபத பிரமாணத்தில் வெள்ளம் குறித்துள்ள தொன்மையான பதிவு இது- உலகின் மிகப் பழமையான மத நூல்களின் மத்தியில் கருதப்படுபவை வேதங்கள். சமஸ்கிருதத்தின் காவிய மொழியிலுள்ள சில வேதங்கள் கி.மு. முதல் ஆயிரத்திற்கு முந்தியவை. பிரமாணங்கள் போன்ற பிந்தைய நூல்கள் மற்றும் மகாபாரதம் - இராமாயணம் எனும் இரு பெரும் சமஸ்கிருத இதிகாசங்கள் சேர்ந்து, கீர்த்திமிகு இலக்கியப் பாரம்பரியத்தைக் கொண்டுள்ளன- கி.மு. 500-க்கு முந்தைய இந்திய வரலாறு அங்கிருந்துதான் மரபுவழியாகப் பெறப்படுகிறது.

சுருக்கமாயும் பொருத்தமாயும் குறிப்பிடுவதெனில், மனு-வெள்ளம் பற்றிய கதை, மனித இனத்தின் புதிய முன்னோடியை அறிமுகப்படுத்திடும் தன் நோக்கத்தை நிறைவேற்றியதுடன்

சந்தர்ப்பவசமாக ஒரு மலையின் பெயரை விளக்கியது. எனினும் இது பிந்தைய தலைமுறைகளுக்கு மிகவும் அடக்கமான விளக்கமாயிருந்தது. பிந்தைய புத்தாயிரங்களின் தொலைவிலிருந்து நோக்கும்போது, வரலாற்றின் புகையான தொன்மம், புதியதும் மிகப் பொருத்தமானதுமான அர்த்தங்களுக்கு சமிக்ஞை காட்டுவதாகப் பார்க்கப்படுகிறது. பெரிய மீனால் உண்ணப்பட்டுவிடும் சிறிய மீனின் நிலைமை, ஆங்கிலத்தின் 'காட்டின் நீதி'க்கு இணையான, அராஜக நிலவரத்தை (மத்ஸய நியாயா) குறிக்கும் சமஸ்கிருத உருவகமாயிற்று. நோவாவின் வெள்ளம் போன்றே மனுவின் வெள்ளம், இக்கஉேபரத்திற்கு முற்றுப்புள்ளி வைத்திடும் வழிவகையாகப் பார்க்கப்படலாயிற்று. கடவுள் விஷ்ணுவை விடவும் சிறப்பாக விஷயங்களைக் கச்சிதமாக முடித்து மானுடத்தைக் காப்பவர் யார்? வேதங்களை உருவாக்கிய காலத்தில் சிறு தெய்வமாயிருந்த விஷ்ணு, இந்து தெய்வங்கள் வரிசையில் உலகைக் காத்தளிப்பவராக முன்னணிக்கு உயர்ந்து, மும்மூர்த்திகளில் இரண்டாவதானார். இவ்வாறு காலப்போக்கில், தெய்வத்தின் தலையீட்டால் சீர்குலைவிலிருந்து வரும் அமைப்பின் அடையாளமாக வெள்ளம் மாறியது; கடவுள் விஷ்ணுவின் 9 அவதாரங்களில் முதலாவதாக மீனை அடையாளங்காணும்படி ஆனது. என்னதான் தொலைதூரத்ததாகத் தொன்மம் இருப்பினும், அக்கணத்தின் தேவைகளை நிறைவேற்றுகிறது. அப்படியே வரலாறு, பிற இடங்களில் உள்ளது போல இந்தியாவிலும் இருக்கிறது.

சில வரலாற்றாளர்கள் வெள்ளத்தின் காலத்தை கி.மு. 3102 எனத் துல்லியமாகக் குறித்துள்ளனர்- இந்திய அண்டவியலில் கலியுகம் எனப்படும் நடப்பு சகாப்தம் தொடங்கியது அந்த ஆண்டுதான் என விரிவாகக் கணக்கிட்டுள்ளனர்; புதிய மக்களின் உற்பவிப்பாளராயும் முதல் மன்னராயும் நீதியை வகுத்தவராயும் மனு ஆனார். இந்திய வரலாற்றில் முதலாவது நம்பிக்கைக்குரிய காலமாயும், இத்தகைய இயற்கையாக நிகழமுடியாத ஒன்றாயும் இது இருப்பதால் மதிக்கத்தக்கது.

கி.மு.3102-இன் முக்கியத்துவத்தை ஒத்துக்கொள்கின்ற பிற வரலாற்றாளர்கள், இது வெள்ளத்தின் காலமில்லை மாறாக மாபெரும் பாரதப் போரின் காலம் என்றறிவித்துள்ளனர். டெல்லிக்கு அண்மையில் ட்ரோஜன்-பாணியிலான மோதல் நடந்தது, போரில் மனிதரும் தெய்வங்களும் ஈடுபட்டனர், மகாபாரதம் என்னும் சமஸ்கிருத இதிகாசத்தில் அது அமரத்துவம் பெற்றது-சுமார் ஒரு லட்சம் சுலோகங்களை உடைய அது

தன்னளவிலேயே ஓர் இதிகாசத்தைக் கொண்டிருக்கிறது. நமது தற்போதைய சகாப்தத்தின் தொடக்கத்தைக் குறித்து, ஆதலால் கி.மு. 3102-க்கு உரித்தாக வேண்டியது இந்தப் போரே ஒழிய வெள்ளமன்று என வாதிடப்படுகிறது. இதனை ஆதரிக்கும் சிக்கலான கணக்கீடுகள் மேற்கொள்ளப்படுகின்றன; தென்னிந்தியாவின் கர்நாடக மாநிலத்திலுள்ள அய்யஹோல் ஆலயக் கல்வெட்டு ஒன்று இதனை உறுதிப்படுத்துவதாகக் கூறப்படுகிறது.

சுமார் 4000 ஆண்டுகளுக்குப் பின்னர், டெல்லியிலிருந்து 1600 கி.மீ. தொலைவில் இந்த ஆலயத்தை நிர்மாணித்தவர், இதனைத் தவறாகக் குறித்திருக்கலாம். புராணங்களின் வம்சாவளிப் பட்டியல்களின்படி, வெள்ளத்திற்கும் யுத்தத்திற்கும் இடையே 95 தலைமுறைகள் கடந்துவிட்டன; கி.மு. நான்காம் ஆயிரத்திற்குப் பிந்தியது யுத்தம் என்கிறது கூரிய சான்றுகள். இந்தியாவின் தொல் வரலாற்றில் மிகப்பெரிய தனித்த இந்நிகழ்வானது உலகின் மிகநீண்ட கவிதைக்கு உத்வேகமாக இருந்தது, சுமார் கி.மு. 1400 வரை அது நிகழவில்லை என்கிறது *History and culture of the Indian people* என்ற நூல். அந்நிய ஆட்சியிலிருந்தும் அந்நிய ஆய்விலிருந்தும் இந்தியா பெற்ற விடுதலையைக் கொண்டாட, 1950களில் தொடங்கப்பட்ட பல தொகுதிகளை உடைய தரமான நூல் இது.

இருந்தபோதும், கி.மு. 3102ஆம் ஆண்டு வரலாற்று உணவுக் குழாயை அடைத்துக் கொள்கிறது. பழங்கால இந்தியாவின் காலவரிசையில் உள்ள இருண்ட நிச்சயமின்மைகள் இப்படிப்பட்டவை, உண்மையான காலம் எனும் ஆடம்பரத்தை வரலாற்றாளனுக்கு உளியின் எந்தவொரு நழுவலும் நிராகரித்துவிடாது. அது ஒரு வெள்ளத்திற்குப் பொருந்தலாம் என்பது, மெஸபடோமியாவின் தொன்மையான நாகரிகங்களுள் ஒன்றான, தொலைதூர ஈராக்கின் அகழ்வாய்வுகளிலிருந்து தெரியவருகிறது. அங்கேயும் திகைப்பூட்டிடும் வெள்ளத்திற்கான சான்றினை அகழ்வாய்வாளர்கள் கண்டறிந்தனர். அது சுருப்பக் எனும் சுமேரிய நகரை மூழ்கடித்தது; கி.மு. நான்காம் ஆயிரத்தின் பிற்பகுதியைச் சேர்ந்தது என நம்பிக்கையுடன் குறிப்பிடப்பட்டது. உண்மையில் கி.மு. 3102 இதற்கு நன்றாகப் பொருந்தும்.

இச்சுமேரிய வெள்ளம் மற்றும் கில்காமெஸ் இதிகாசத்தில் வரும் ஆதியாகமக் கதை, ஊழிப் பெருவெள்ள சாகசத்தின் தோற்றுவாயாகக் கருதப்படுகிறது - இறுதியில் இது யூத-

கிறித்தவ மரபில் நுழைந்தது. இன்னும் பரிசீலித்தால், சுமேரியக் குறிப்பு செமிடிக் பதிவினை விடவும் இந்தியப் பதிவில் நெருங்கி எதிரொலிக்கிறது. பிந்தைய இந்து மரபில் மனுவின் மீன்- விஷ்ணுவின் அவதாரமாக மாறுவது போல, மனிதச் சமூகத்தைக் காத்திடும் பொறுப்புள்ள சுமேரிய தெய்வம், மீன் வடிவில் அதிகம் பிரதிநிதித்துவப்படுகிறது. ரொமிலா தாப்பரைப் பொறுத்தவரை, 'விவரணங்களிலுள்ள ஒப்பந்தமே அவ்வளவு அழுத்தம் மிகுந்துள்ளது.'[2] மிகவும் புகழ்பெற்ற இந்த ஆதியாகம தொன்மங்களுக்குப் பொதுத் தோற்ற ஆதாரம் இருக்கவேண்டும் என விவரணங்கள் வலுவாக வாதிடுகின்றன; பண்பாட்டுத் திருட்டினை அம்பலப்படுத்திட எப்போதும் ஆயத்தமாயுள்ள ரொமிலா தாப்பர் போன்ற அறிஞர்கள், மனுவையும் நோவாவையும் சுமேரிய மூலத்தின் இடம்பெயர்ந்த வெளிப்பாடுகள் என்கின்றனர்.

இந்தியாவுக்கு மேற்கிலுள்ள நாடுகளின் வரலாற்றிலுள்ள சம்பவங்களுக்கும் சவால்களுக்கும் இணையானவற்றை ஒருங்கிணைத்து அடிபணிய வைத்திடும் போக்கு, இந்திய வரலாறு எழுதுதலில் அடிக்கடி இடம் பெறுவதாகும்; அதன் காரணமாகச் சில இந்திய வரலாற்றாளர்களின் சீற்றத்திற்கும் அது உள்ளாகியுள்ளது. இதன் காரணமாக, எந்தவொரு படைப்பாக்க உந்துதலோ தொழில்நுட்பக் கண்டுபிடிப்போ, பாணி சார்ந்த சம்பிரதாயமோ கூட, மேற்கிலிருந்து இந்தியாவுக்கு வந்து சேர்ந்தது என்பதை நிராகரிக்கும் இன்னொரு அதீத நிலைக்குச் சென்றுவிடுகின்றனர். வெள்ளத்தின் விஷயத்தில் அவர்களுக்கு ஒரு பிடிமானம் இருக்கலாம். பருவமழைக் காலத்தின் ஆண்டுப் பெருவெள்ளம், தவறுகின்ற போக்குடைய ஆற்று அமைப்புகளால் உண்டாக்கப்படும் தட்டையான வண்டல்மண் சமவெளிகள் ஆகியவற்றால், மேற்கு ஆசியாவின் வகைமாதிரியான மேலும் வறண்ட நிலங்களில் வாழும் அண்டை வீட்டாரை விடவும், வட இந்திய மக்கள் எப்போதும் அதிகமான வெள்ள அனுபவங்களைப் பெற்றிருந்தனர்.

இந்திய துணைக்கண்டமும் வங்காள தேசத்தின் கிழக்கத்திய கடல் முகப்புடன் இப்போது வெள்ளங்கள் மிகுதியாகத் தொடர்புபடுத்தப்பட்டாலும், கங்கை-சிந்து படுகைகளின் பரந்த பரப்பினை அடித்துச் செல்கின்றன. அவை எப்போதும் அப்படித்தான். சுமார் கி.மு. 800-னைச் சேர்ந்ததாகத் தொல்லியலாளரால் கருதப்படும் ஒரு கங்கை வெள்ளம், அஸ்தினாபுர நகரை அழித்தது மாபெரும் பாரதப் போருக்குப்

பிறகு, போரின் பிரதான நாயகர்களுள் ஒருவரான அர்ஜுனனது சந்ததியின் தலைநகராயிருந்தது. சமஸ்கிருதப் பிரதிகளில் அஸ்தினாபுர வெள்ளமும் பதிவு செய்யப்பட்டிருப்பினும், போர் தொடங்கியதிலிருந்து ஏழாம் ஆட்சியாளரது கட்டுப்பாட்டில் இருந்ததாக அதே மரபு கூறினும், கி.மு. 975 என்னும் தோராயமான காலம் முன்மொழியப்பட்டிருக்கிறது.

இவ்வாறு, மகாபாரதத்தில் இடம்பெறும் பிரம்மாண்டமான போராட்டத்திற்கு கி.மு. 1302, கி.மு. 1400 மற்றும் கி.மு. 950 ஆகிய ஆண்டுகளை ஏற்கெனவே பெற்றுள்ளோம். வரலாற்றுக்கு முந்தைய காலங்களில்கூட, முன்னரோ பின்னரோ இரு புத்தாயிரங்கள் என்பது நீண்ட காலமே. இந்திய வரலாறு சந்தேகத்திற்கிடமின்றி தொன்மையானது எனினும், ஆட்டிவைப்புகளுக்குப் பெரிதும் இடமளிப்பதாகும். சிரமமானதும் குறைபாடுள்ளதுமான பல் தொகுதிகளிலான வரலாற்றுத் தொகுதி ஒன்றிலிருந்து தவறாக மொழிபெயர்க்கப்பட்டுவிடும் ஒரு வார்த்தை நாசத்தை ஏற்படுத்திவிடும்-இவ்வரலாற்றுத் தொகுதிகளுக்குப் பின்னரே வேதங்கள் எழுதிவைக்கப்பட்டன. அதுபோலவே சந்தர்ப்ப வசமாகத் தெரியவரும் ஒன்று, பெரிய திருத்தத்திற்கு இடமளிக்கும்.

சுமேரிய வெள்ளத்திற்குப் பிந்தியதும் ஆனால் அஸ்தினாபுர வெள்ளத்தைவிட மிக முந்தியதுமான இன்னொரு வெள்ளம்-மனு உயிர்பிழைத்த வெள்ளத்துடன் போட்டியிடுவதாய் இருக்கக்கூடியது-இப்போது பாகிஸ்தானிலுள்ள சிந்து நதியின் கீழ்ச் சமவெளியை ஒரு காலத்தில் மூழ்கடித்தது. கி.மு. 2000-னை அடுத்த ஒரு காலகட்டத்தைச் சார்ந்ததாகக் கணிக்கும் மண்ணியலாளர்கள், அது வெள்ளங்களின் தொடர்ச்சியாக இருந்திருக்கக்கூடும் என நம்புகின்றனர். பருவநிலை மாறுதலாலோ ஆற்றின் கீழ்நிலைப் பகுதியின் மேலடுக்குச் சரிவாலோ, அவை ஏற்பட்டு உள்நாட்டு ஏரிகளை உருவாக்கிச் சிதைத்திருக்கும் அல்லது வெறுமனே ஆண்டுதோறும் குவியும் வண்டலின் ஒன்று திரண்ட தாக்கமா என்பது தெளிவாயில்லை. காரணம் எதுவாயினும் ஆற்றோரமாயுள்ள வளமான மண்ணில் வளர்ந்துவரும் தானியங்கள் மீதமைந்த பெரிதும் உற்பத்திசார் பொருளாதாரத்தை முன்னெடுத்துச் சென்றிருந்த விவசாயிகளுக்கு, வெள்ளங்கள் கெட்ட செய்தியே. தம் வயல்களுக்கு வளமூட்டி பாசனம் செய்யும் வகையில் நதியின் பருவக்கால உயர்வை நிர்வகிப்பது அவர்தம் வெற்றிக்கு முக்கியமாயிருந்தது. ஆண்டுதோறும் கிட்டும் உபரி, செல்வத்தை உருவாக்கியிருந்ததுடன் கைவினைத் தொழில்களை ஊக்குவித்திருந்தது, வணிகத்தை வளர்த்திருந்தது. குடியிருப்புகள்

நகரங்களாகியிருந்தன. சிந்துவின் கீழ்ப்பகுதி ஓரத்திலும் அதன் கிளை நதிகளிலும் உலகின் முதலாவது நகர்ப்புறச் சமூகங்களில் ஒன்று வளர்ந்திருந்தது-நைல் மற்றும் யூப்ரடீஸ் நதிக்கரைகளின் சமூகங்களது சமகாலத்ததாகவும் 'நாகரிகத் தொட்டில்' என்னும் அடைமொழிக்குப் போட்டியிடுவதாகவும் அது இருந்தது.

தொல்லியலாளரைப் பொறுத்தவரை, கி.மு. 2000-க்குப் பிறகு வெள்ளங்கள் வந்தன. மிக உயரிய இந்நாகரிகத்தை அவை திக்குமுக்காடச் செய்யவில்லையெனில், நிச்சயமாக அழித்தொழித்தன. காற்றினால் வீசியடிக்கப்பட்டும் நீரினால் அடித்துச் செல்லப்பட்டும், அடுக்கடுக்காகக் குவிந்த சிந்துவின் சக்தி தெருக்களில் கொட்டின, மரங்களை அமுகவைத்தன, கூரைகளுக்கு மேலாகக் குவிந்தன. நிலமட்டம் 10மீ உயர, நீர்மட்டம் பின்தொடர்ந்தது. இதற்கிடையே நதி தன் பாய்ச்சலைப் புதுப்பித்து, புதிய கால்வாய்களில் வெள்ளநீரை ஓடச் செய்தது. டன் கணக்கிலான வண்டலின் மேலே மற்றவர்கள் தம் ஆடுகளை மேய்த்தனர். விதைத்தனர், தொன்மங்களை நெசவு செய்தனர். மாபெரும் நாகரிகம் ஒன்று ஞாபகத்தில் இழக்கப்பட்டது.

சுமார் நான்காயிரம் ஆண்டுகளுக்குப் பிறகு, 1920களின் ஆரம்பத்தில் அதன் இருப்பு சந்தேகிக்கப்படவும் ஆனது. சிந்துவின் மொகஞ்சதாரோவிலும் பஞ்சாபின் ஹரப்பாவிலும் சிதைவுகளை ஆய்வு செய்துகொண்டிருந்த இந்திய-பிரித்தானிய தொல்லியலாளர்கள், இருபதாம் நூற்றாண்டின் வரலாற்றுக்கு முந்தைய கண்டுபிடிப்பைச் செய்தது முற்றிலும் சந்தர்ப்பவசமானதே. தம் கண்டுபிடிப்பைச் 'சிந்துவெளி நாகரிகம்' என்றழைத்து, எகிப்து-சுமேரிய நாகரிகங்களுடனான ஒப்பீட்டைக் கவனப்படுத்தினர். உண்மையில் பிந்தையதிலிருந்து அது கிளைத்திருக்கவேண்டும் என்றே கருதினர். பிற்பாடு, அதன் மெருகேறியதும் ஆச்சரியப்படும்படியான சீரானதுமான பண்பாடு மிகவும் அப்பட்டமாகிட, சிந்துவெளி நாகரிகத்திற்குத் தனித்துவம் தரப்பட்டது. அடுத்து அதன் பண்பாட்டு வீச்செல்லைப் பரப்பு பிற கொத்தான இடங்களுக்கும் நீட்சிகொள்ள, அவற்றில் பல சிந்து பள்ளத்திற்கு அப்பாலிருக்க, இவ்விடங்களில் ஒன்றின் பெயரால், ஹரப்பா நாகரிகம் எனப்பட்டது.

திடீரென்று இந்திய வரலாறு, தொல்லியல் ரீதியில் நிரூபணம் பெறும் தொன்மையின், வளமான வரலாற்றுக்கு முந்தைய வம்சாவளியைப் பெற்றிருந்தது. சமஅளவில் மனதை ஈர்ப்பதும், பைத்தியக்காரத்தனத்துடன் நிச்சயமற்றதாய் இருப்பினும்,

வேதங்களும் அவற்றுடன் தொடர்புடைய பிராமணங்கள், புராணங்கள், மகாபாரதம் போன்ற இதிகாசங்களுடைய சமஸ்கிருத இலக்கியப் பாரம்பரியத்திற்குத் தகுதியான சகாவாகத் தோன்றியது. ஒன்று முற்றிலும் தொல்லியல் சார்ந்ததாயும் மற்றது முற்றிலும் இலக்கியம் சார்ந்ததாயுமுள்ள இருவேறுபட்ட ஆதாரங்கள், ஒன்று மற்றதை இட்டு நிரப்பும். தொன்மையானதும் மிகவும் தனித்துவமிக்கதுமான நாகரிகம், பல்பரிமாண விவரணங்களில் இப்படி வெளிப்பாடு காணும்.

ஹரப்பா கண்டுபிடிப்புகளில் கட்டடங்கள், கருவிகள், கைவினைப்பொருட்கள், ஆபரணங்கள், சில சிற்பங்கள் முதலானவை அடங்கும். ஹரப்பா வீடுகள், உணவுமுறை, பல் மருத்துவம் குப்பையகற்றுதல் குறித்த விவரணங்கள் வெளிச்சத்திற்கு வந்துள்ளன. சுமேரியாவுடனான கடல்வணிகம் உறுதிப்படுத்தப்பட்டது. சரிபார்த்தலுக்கு உட்படுத்தப்பட்டது. கார்பன் 14 ஆய்வில் கிடைத்த முடிவுகள், ஒரு நூற்றாண்டு கூடவோ/குறையவோ வித்தியாசத்தைக் கொண்டிருந்தன. ஹரப்பா மக்களிடையே எழுத்துமுறை போன்ற ஒன்று இருந்தது: சுமார் 400 எழுத்துகள் அடையாளங்காணப்பட்டன; ஒவ்வொன்றும் ஒரு வார்த்தையைப் பிரதிநிதித்துவப்படுத்திற்று; வலமிருந்து இடமாக வாசிக்கப்பட்டது. இது வேத மரபின் சமஸ்கிருதமல்ல என்பதை சமஸ்கிருத பண்டிதர்கள் ஏற்றனர். ஆனால், தென்னிந்திய மொழிகளில் பெற்றோரான, ஒருவித மூல-திராவிடமொழியாக இருக்கவேண்டும். ஆனால் லிபி, பிராமியுடன் உள்ள ஒப்புமைகளை அவை உணர்த்துகிறது. இதுவரை அடையாளங் காணப்பட்டு, வாசிக்கப்பட்டுள்ள மிகத் தொன்மையான லிபி, பிராமியாகும். ஹரப்பாவின் மொழி புரிந்துகொள்ளப்பட்டு, அந்நாகரிகத்தின் ரகசியங்கள் வெளிப்படுத்தப்படுவதற்குச் சிரமமிக்க ஆய்வுகள்தான் தேவை என்று தோன்றிற்று.

கெடுவாய்ப்பாக, சர்வதேச அறிஞர்களது சீரிய முயற்சிகள் மேற்கொள்ளப்பட்டும் சங்கேதங்களை அவிழ்த்துவிடும் கணினிகளின் திறன் பயன்படுத்தப்பட்டும், இந்த லிபி வாசிக்கப்படாமலேயே உள்ளது. எனவே ஹரப்பா மக்கள் தம்மைக் குறித்து எழுதிய தெளிவான பதிவுகளென எதுவும் இல்லை. அவர்கள் யார்? என்ன வழிபாடு செய்தனர்? அடையாளங்காணக்கூடிய அரசினை அல்லது அரசுகளை நிறுவியிருந்தனரா? அவர்கள் ஒன்றும் சொல்லவில்லை. அங்கே எப்படி வந்தனர்? கடைசியில் அவர்களுக்கு நேர்ந்தது என்ன?

எதுவும் நமக்குத் தெரியாது. இங்கே தோராயமான காலம், நகரங்கள், தொழில்கள், கலைகளை உடைய முழுமையான வரலாறு இருந்தது.ஆனால் நிகழ்வுகள் பதியப்படவில்லை. தனித்துவமிக்கதும் விரிந்தகன்றதுமான பண்பாட்டினையுடைய சமூகம் இங்கும் இருந்தது. ஆனால் உபயோகமற்ற சில எலும்புகள் தவிர்த்து, தனியொரு பெயரில்லை, மக்களில்லை.

வேதகாலத்து சமஸ்கிருத இலக்கிய மரபு முன்வைத்த பெயர்கள் அபரிமிதமாக உள்ளன. வரலாற்று அகர வரிசையைத் தொகுப்பதற்கானவை என்பதாக, வேதங்கள், பிரமாணங்கள், புராணங்கள், இதிகாசங்களிலிருந்து மன்னர்கள், நாயகர்கள், கடவுள்கள், அரக்கர்கள், இடங்கள், மக்களின் பெயர்களாகக் குதித்து விழுகின்றன. இச்செய்யுள்களை ஆக்கியவர்களுடன் அடையாளங் காணக்கூடியதாக, எந்தவொரு இடமோ, பானையோடோ கைவினைப் பொருளோ இல்லாமலும், அவர்தம் காலவரிசை பைத்தியம் பிடிக்கவைக்கும் நிச்சயமின்மையில் மூடப்பட்டிருப்பினும் அவர்கள் தம்மை 'ஆரியன்' என்றழைத்துக் கொள்வதை அறிவோம்-அவர்தம் வாழ்க்கைப் போக்கு, சமூக அமைப்பு, நம்பிக்கைகள், எண்ணற்ற முன்னோர்-சந்ததியர் பற்றி அறிவோம். பலதலைமுறைகளினூடே மனுவை எட்டிடும் வம்சாவளியைக் கொண்டவர்களாகத் தம்மை வரையறுத்துக் கொள்வோர் தம் கடந்த காலத்தினைப் பீடிப்பாகப் பெற்றுள்ளனர்; எனவே, அவர்தம் பதிவுகள், புதிர்மிக்க ஹரப்பா நாகரிகத்தின் மானுட விவரணத்தை முன்வைக்கக் கூடியதாய் இருக்கவேண்டும்.

ஹரப்பா மற்றும் ஆரிய நாகரிகங்கள் புவியியலில் ஒன்றின் மீது இன்னொன்று படிந்தாலும், காலவரிசையிலும் அந்தச் சாத்தியம் இருப்பதாலும், எந்தவொரு தற்செயல் பொருத்தமும் அவர்களைத் தொடர்புபடுத்தவில்லை என்பது எடுத்துக்காட்டப்படும். இந்திய வரலாறு, இணக்கம்காண முடியாதவைகளுடன் ஆரம்பிக்கின்றது. கடைசி சில ஆண்டுகளே, ஹரப்பர்களுக்கும் ஆரியர்களுக்கும் இடையில் நீடித்திருக்கக்கூடிய தொடர்புகளைக் கொண்டுள்ளன- அது தற்காலிகமாக முன்மொழியப்பட்டுள்ளது. இத்தொடர்புகள் சிலவாயும் முடிவுறாததாயும் உள்ளன. இப்போது புரிந்துகொள்ளப்பட்டுள்ள இந்தியாவின் வரலாறு, தொடர்பில்லாத இரு பண்பாடுகளுடன் தொடங்குவதாகப் பார்க்கப்பட வேண்டும்.

எனினும், இந்நிலவரம் எச்சரிக்கை விடுக்கிறது. தேசியவாத வரலாற்றாளர்கள் பலரது, தெரிவுசெய்து போதிக்கும் அணுகுமுறை

இருந்தும், புவியியல் ரீதியிலான இந்தியா, தனியொரு அரசியல் - பண்பாட்டு உருவமாக ஒருபோதும் இருந்திருக்கவில்லை, இப்போதுமில்லை. உண்மையில் பாகிஸ்தான், இந்தியா, வங்காள தேசங்களுக்கு இடையிலான மூன்று வழியிலான நடப்புப் பிரிவினை, உள்ளார்ந்ததொரு ஒருமைப்பாட்டை மறுதலிப்பதற்குப் பதிலாக, அதன் மரபார்ந்த பன்மைத்துவத்தின் குறிப்பிடத்தக்க எளிமைப் படுத்தலாயிருக்கிறது. எகிப்துடனோ கிரேக்கத்துடனோ உவமிக்காமல், மத்திய கிழக்கு அல்லது ஐரோப்பா போன்ற, அதே அளவிலான மண்டல அமைப்புகளுடன் மேற்கொள்ளப்பட வேண்டும். மத்திய கிழக்கில் உள்ளது போலவே, எகிப்து-மெசபடோமியாவிலுள்ள ஆரம்பக்கால நாகரிகங்கள், ஒரே சமயத்தில் செழித்தோங்கின என்றாலும் முற்றிலும் சுதந்திரமாக இயங்கின அல்லது ஐரோப்பாவில் பின்னர் இருந்தது போன்றே, பைஸாண்டிய கரோலிங்கிய பேரரசுகள் இரண்டுமே, மோதலின்றி உயர்ந்த தன்மையைக் கோரின - இந்தியாவில் அப்படித்தான்.

சரளமான எடுத்துரைப்பு வரலாற்றிற்கான சந்தர்ப்பம் இதுவல்ல. தெற்காசிய துணைக்கண்டம் போன்ற அவ்வளவு விரிந்ததும் வேறுபட்டதுமான உலகளாவிய நிலப்பரப்பில், ஒரு பண்பாட்டு மலர்ச்சியிலிருந்து இன்னொன்றிற்கு, ஒரு வம்சத்திலிருந்து இன்னொன்றிற்கு, அல்லது ஒரு பேரரசை நிறுவியவரிடமிருந்து இன்னொருவருக்கு ஒழுங்குபட்ட நேரான முன்னேற்றம் நழுவிச் செல்வதாகவே இருக்கும். ஆரியர்கள், அவர்தம் இலக்கியத்தை விடவும் ஹரப்பா மக்களும் அவர்தம் தொல்லியலும் முன் நிகழ்ந்தன என்பதை, வரிசைக்கிரமமான எந்தவொரு முன்னேற்றமும் அல்லாமல் இன்னும் நிச்சயிக்க முடியாத காலவரலாறே கோருகிறது.

ஒரு மெய்யான பேரரசு

பரோவாக்களின் எகிப்துடன் பரிச்சயம் உள்ள யாருக்கும், ஹரப்பாவில் அகழ்ந்தெடுக்கப்பட்ட ஓரிடம் ஈர்ப்பில்லாததாகத் தோன்றலாம். மொகஞ்சதாரோவை முதலில் அளந்தறிய வந்த முதல் தொல்லியலாளரிடத்தே அனுதாபம் கொள்ளாதிருப்பது சிரமமாகும். டி.ஆர். பந்தர்கர் தன் அறிக்கையில் பெரிதும் ஏமாற்றமுற்றதாக எழுதினார். 1911-12ஆம் ஆண்டு குளிர்காலத்தில் இந்தியத் தொல்லியல் கழக மேற்கு வட்டாரத்தின் கண்காணிப்புத் தொல்லியலாளராகச் சிந்துவின் பாலைவனப் பகுதியில் பெரிதும் வருகை புரிந்தார். மொகஞ்சதாரோ என்றால் 'இறந்தோர் மேடு'

எனப் பொருள்படும் எனக் குறிப்பிட்டார். ஒரு பெரிய மேடும் ஆறு சிறிய மேடுகளும் அங்கு இருந்தன. 'எந்தவொரு தொன்மையான நினைவுச் சின்ன எச்சத்தையும்... பிரதிநிதித்துவப்படுத்தாதது' என இக்கண்காணிப்புத் தொல்லியலாளர் எழுதிய வார்த்தைகள் அவரை அலைக்கழித்திருக்க வேண்டும்.

> 'உள்ளூர் மரபுப்படி' இவை இருநூறு வருட கால நகரத்தின் சிதைவுகள்... இது சரியானதாகத் தோன்றவில்லை ஏனெனில் இங்கே காணப்பட்ட செங்கற்கள் நவீனமானவை, இவ்வொட்டு மொத்தச் சிதைவுகளிடையே செதுக்கப்பட்ட சுடுமண் சிற்பங்களே இல்லை.'[3]

ஒவ்வொரு விவரணையிலும் தவறினைக் கொண்டுள்ள இவ்வாசகம் தொல்லியலாளரின் மிகப்பெரும் குளறுபடிகளில் இடம்பெறத்தக்கது.

செதுக்கிய சுடுமண் உருவங்கள் இல்லாதிருப்பதை மன்னிக்கத் தயாராயுள்ள இன்றைய விஷயமறியாத பார்வையாளர்கள், மிகவும் இயல்பான அம்சங்களுக்காக வருந்தத் தலைப்படுகின்றனர். ஏனெனில் மொகஞ்சதாரோவில் ஆழமான தூசுமண்டிய சதுக்கங்களின் மீது பிரமிட்களோ கோபுரங்களோ ஆலயங்களோ வலிமையான கல்வட்டங்களோ இல்லை. முதல் பார்வையில் ஹரப்பாவில் அகழ்வாய்வு செய்த மிகப்பெரிய பரப்பில் நகரமே இருந்ததில்லை, அவை ஒரு நகரின் தடயங்களும் அடித்தளங்களுமே என்பது போன்றிருக்கும்.

ஆனால் விஷயம் அப்படியல்ல. 'இறந்தோர் மேட்'டின் அடியாழத்திலே முன்னர் செயல்பாடுகள் இருந்தன, தொழில்கள் இருந்தன; குடும்பங்கள் வாழ்ந்தன, கைவினைக் கலைஞர்கள் தம் தயாரிப்புகளைக் குவித்தனர், சிறு வியாபாரிகள் விற்றனர். கண்ணைக் கவரும் நினைவுச் சின்னங்கள் இல்லாதிருந்தால், குடிமை வாழ்வின் பெருமிதமோ திசைவழியோ இல்லாததால் அல்ல. ஹரப்பா அரசிலிருந்த அதிகார அமைப்பு, அதன் சமூக அமைப்பு பற்றி அது நமக்குத் தெரிவிக்கக்கூடும்; நகரத்தை நிர்மாணித்தவர்களுக்குக் கிடைக்கக் கூடியதாயிருந்த அளவான பொருட்களை அது நிச்சயமாகச் சுட்டிக்காட்டும்.

இன்று போலவே, 4000 ஆண்டுகளுக்கு முன்னரும் கீழ்ச் சிந்து பிரதேசத்தில் கல் சொற்பமாயிருந்தது. உள்ளூர் மரம்கூட, இப்போது இருப்பதை விடவும் தாராளமாய் இருந்திருந்தாலும், கூரைகளுக்குப் போதுமானதாய் இருந்திருந்தாலும், பெரும்

ஹரப்பா உலகம்: கி.மு. சுமார் 3000–1700 | 41

நிர்மாணப் பணிகளுக்கு ஏற்ப அவை நன்கு வளர்ந்திருக்கவில்லை என்றே தோன்றுகிறது. மாறாக, செங்கல் சூளைகளில் எரிபொருளாகப் பயன்பட்டது. ஹரப்பா மக்கள் முற்றிலும் செங்கற்களாலேயே எல்லாவற்றையும் கட்டினர்-வெயிலில் உலரவைத்ததும் சூளையில் சுடப்பட்டதுமான செங்கற்களால்; அவர்களது சுட்ட செங்கல்லின் நேர்த்தி அது உயிர்த்திருப்பதில் தெரிகிறது; நிலத்தின் கீழே இருப்பினும் பல கட்டடங்கள், ஒப்பீட்டளவில் நொய்மையான பொருட்களால் ஆனவை. இச்செங்கற்கள் நவீனத் தன்மையிலானவை என்று யூகித்த பந்தர்கர் ஹரப்பாவின் செங்கல் தயாரிப்பாளர்களுக்குத் தாராளமான பாராட்டுகளை வழங்கினார்.

எனினும் செங்கல் தயாரிப்பு தனது வரம்புகளைக் கொண்டுள்ளது, அதனைச் சந்தேகத்திற்கிடமின்றி ஹரப்பா நாகரிகத்தினர் அறிந்திருந்தனர். பெரும் பரப்புகளை எளிதாக மூடமுடியும், வசதிக்கேற்ப பிரிக்க முடியும்; மொகஞ்சதாரோ வீடுகள் சிலவற்றின் நில வரைபடங்கள், இன்றைய வரைபடங்களுடன் ஒப்பிடத் தக்கனவாய் உள்ளன; பொதுக் கட்டடங்கள், கால்பந்தாட்ட மைதானத்தின் பாதியளவுக்கு விரிந்துள்ளன; சில மதில்கள் பாதுகாப்புக்காக, 13 மீ அளவு தடிமன் கொண்டுள்ளன. மெருகேற்றிய கற்கள் போலன்றி, நன்றாகச் சுடவைத்திட, செங்கற்கள் சிறியனவாக இருக்கவேண்டும்; அது உயரமான கோபுரங்களுக்கு அவ்வளவாகப் பொருந்தாதவை, வெயிலும் உப்பும் காற்றும் மண் சாந்தில் நாசத்தை உண்டு பண்ணிவிடும்; பாரம் தாங்காத சுவர்கள் சரியும், வீழும். சிலவான கட்டடங்களே இரு மாடிகளுக்கு மேல் கொண்டவை. சமகாலத்து எகிப்தியரின் நினைவுச்சின்னஅபிலாஷைகளை எட்டிடும் உணர்வு, ஹரப்பா மக்களுக்கு இருந்ததாக அனுமானித்துக் கொண்டாலும், எப்படி அவர்கள் சாதித்திருக்க முடியும் என்பது புரிந்துகொள்ளச் சிரமமானது.

ஹரப்பாவின் நகரங்கள் மற்றும் குடியேற்றங்களின் மண்ணும் சரளைக் கற்களாலுமான மேடுகள், தொல்லியல் பிரிவில், பந்தர்கருக்குப் பின் வந்தோரிடம் மனப்பதிவை ஏற்படுத்தின. அவரது அறிக்கையை ஓரங்கட்டிவிட்டு, 1920-களில் ஆர்.டி. பானர்ஜியும் சர் ஜான் மார்ஸலும் மொகஞ்சதாரோவில் தம் ஆய்வைப் புதுப்பித்தனர். எர்னெஸ்ட் மக்கேயும் சர் மார்டிமோர் வீலரும் தம் பணியைத் தொடர்ந்தனர்-ஹரப்பாவை மறுபரிசீலனை செய்தனர். அப்போது லாகூர்-முல்டான் ரயில்பாதையின் 160 கி.மீ. தூரத்திற்குத் தளமமைக்கும் பணியில் பயன்படுத்த,

மொகஞ்சதாரோவில் இருந்தது போன்ற 19ஆம் நூற்றாண்டு செங்கற்கள் வண்டி வண்டியாகக் கொண்டு செல்லப்பட்டன. 1947இல் சுதந்திரம் அத்துடன் துணைக்கண்ட பிரிவினைக்குப் பிறகு பி.பி. லால், ஜே.பி. ஜோஸி, எஸ்.ஆர்.ராவ், எம். ரஃபீக் முகல் போன்றோர் வேறு பல இடங்களுக்கு அகழ்வாய்வை விரிவுபடுத்திச் சிறந்த முடிவுகளைத் தந்தனர். இம்முன்னோடிகளைத் திகைக்க வைத்து, இப்போது அறியப்பட்டுள்ள நூற்றுக்கணக்கிலான ஹரப்பா ஆய்விடங்களின் தனித்துவமான அம்சமாக இருப்பது, வெளிப்படையான அவற்றின் ஒத்த தன்மைதான்: 'ஹரப்பா நாகரிகம் செழித்திருந்த பல நூற்றாண்டுகளினூடேயும் அது இருந்த பரந்துபட்ட பரப்பிலும் காணப்பட்ட பண்பாட்டு ஒருமைப்பாடுதான் எங்களிடம் ததும்பிய மனப்பதிவு.'[4]

எடுத்துக்காட்டாக, எங்கும் நிறைந்துள்ள செங்கற்கள், தரப்படுத்தப்பட்ட பரிமாணங்கள் கொண்டவை-எடையை மதிப்பிட ஹரப்பா மக்கள் பயன்படுத்திய கற்களும் தரப்படுத்தப்பட்டு, அறிவியல் நுட்பத்தால் ஆனவை. சாலையின் அகலங்கள் அதே நுட்பத்திலிருந்தன. இவ்வாறு சந்துகளின் இருமடங்கு அகலத்தில் தெருக்கள் இருந்தன; பிரதான வீதிகள் தெருக்களின் அகலத்தின் இருபங்கினையோ அல்லது ஒன்றரை மடங்கினையோ கொண்டிருந்தன. இதுவரை அகழ்வாய்வு செய்யப்பட்ட பெரும்பாலான தெருக்கள் நேரானவை என்பதுடன் வடக்கு-தெற்காக அல்லது கிழக்கு-மேற்காகச் செல்பவை. ஆகவே நகரத் திட்ட வரைபடங்கள் சீரான வகைமாதிரியைக் கொண்டிருந்தன, மறுகட்டுமானத்தின் பல கட்டங்களிலும் இது தக்கவைக்கப்பட்டிருந்ததாகத் தோன்றுகிறது. பெரும்பாலும் நில வரைபடம் இரு வேறான தனித்த குடியமர்வுகளைப் பெற்றிருந்தன- ஒன்று குடியிருக்கவும் வணிகத்திற்கும் (தணிந்த நகரம்) இன்னொன்று பெரிய செங்கல் மேடை மீது எழுப்பப்பட்டிருந்தது (கோட்டை) இன்றும் பிரம்மாண்ட வடிவங்களைப் பெற்றிருந்தது. 'கோட்டை', தவறாமல் தணிந்த நகரத்திற்கு மேற்கில் இருந்தது. ஹரப்பா குடியமர்வுகள் இந்தியாவின் முதலாவது நகரங்களோ நகரியங்களோ அல்ல, மாறாக அதன், உண்மையான உலகின், முதலாவது திட்டமிடப்பட்ட நகரங்களும் நகரியங்களும் ஆகும். துணைக்கண்டத்தின் அடுத்த நகர வளர்ச்சியில் நகரத் திட்டமிடல் முனைப்பாக இல்லாதிருக்க, கி.பி. 18ஆம் நூற்றாண்டில் மகாராஜா ஜெய்சிங், ராஜஸ்தானில் ஜெய்பூரில் 'இளஞ்சிவப்பு' நகரைத் திட்டமிடும் வரைக்கும், இன்னும் சொல்லப்போனால் அது வரையும் அவையே அத்தகைய எடுத்துக்காட்டுகளாய் விளங்கின.

ஹரப்பா உலகம் கி.மு. சுமார் 1900
N
CHINA
Shortughai
AFGHANISTAN
Islamabad
Indus
Jhelum
Lahore
Rupar
Harappa
PAKISTAN
Kalibangan
New Delhi
Indus
Mohenjo-Daro
Sutkagen Dor
INDIA
Karachi
Ahmadabad
Arabian
Sea
Lothal
ஹரப்பா
ஆய்விடங்கள்
இந்தியக் குடியரசின்
எல்லை
Bombay
(Mumbai)
0
km
300

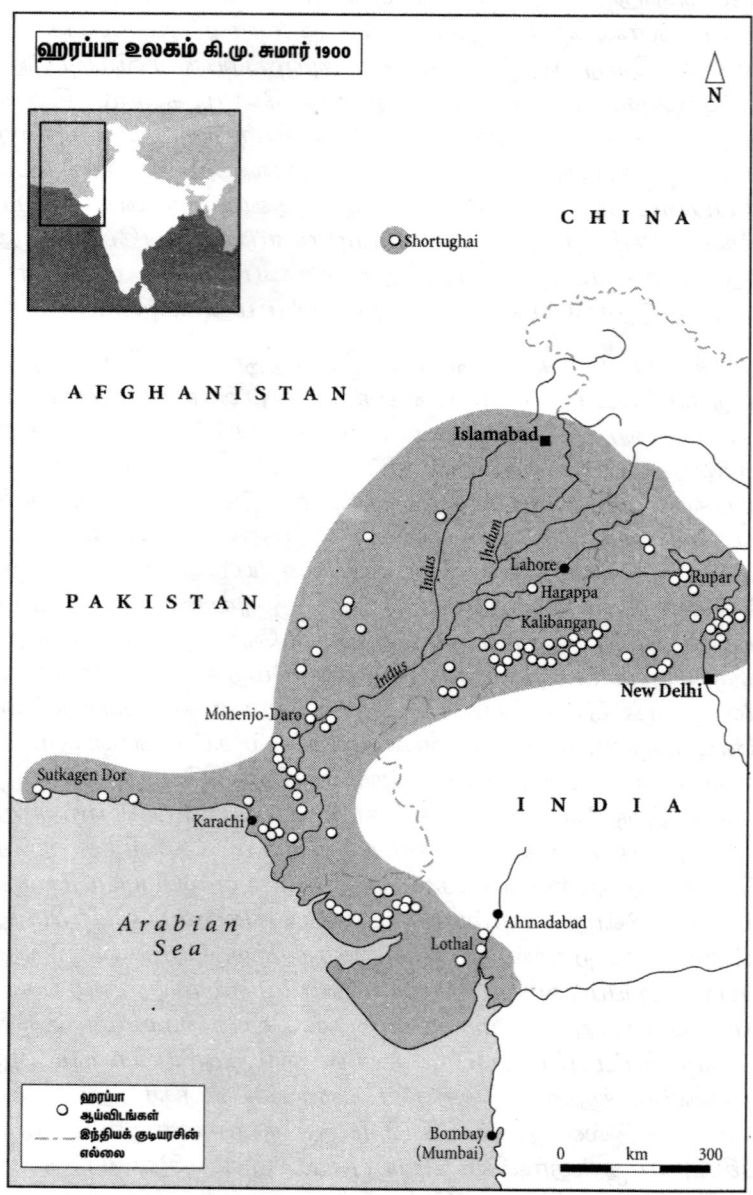

ஹரப்பாவின் கருவிகளும் பாத்திரங்களும் சாதனங்களும் பிடிவாதமான இச்சீர்மையின் மனப்பதிவை உறுதிப்படுத்துகின்றன. கி.மு. 3ஆம் நூற்றாண்டில் இரும்பு எங்கும் அறியப்படாதிருக்க, ஹரப்பா மக்கள், ஒருவித க்வார்ட்ஸ் அல்லது தாமிரம்-வெண்கலத்தில் தயாரிக்கப்பட்ட தரப்படுத்தப்பட்ட கருவிகளைக்கொண்டு, சிரமமின்றி தேர்ச்சியுடன் துளையிட்டனர், துண்டுபோட்டனர், வெட்டினர். இவற்றுடன் பொன்னும் வெள்ளியுமே அப்போது கிடைத்த உலோகங்கள். பாத்திரங்களையும் சிலைகளையும் வார்ப்பதற்கும், விதவிதமான கத்திகள், தூண்டில்கள், அம்புத்தலைகள், ரம்பங்கள், உளிகள், அரிவாள்கள், ஊசிகள், வளையங்கள் தயாரிக்கவும் அவற்றைப் பயன்படுத்தினர். கிண்ணங்கள், கலயங்கள், குடுவைகள், மனித உருவங்கள் எனக் குயவர்களிடமிருந்து எதிர்பார்த்தது போன்றே, தேர்ந்த செங்கல் தயாரிப்பாளரிடமிருந்து அவ்வளவு செய்நேர்த்தி எதிர்பார்க்கப்பட்டது. சுருக்கமாகச் சொல்லுவதானால், 'தொழில்நுட்பத்தின் சீரான தன்மை, நகரத் திட்டமிடலில் இருந்ததுபோல் அவ்வளவு வலுவாய் இருந்தது; ஒவ்வொரு கைவினைத் தொழிலையும் தனியொரு இடத்திலிருந்து பெற்றுள்ள, எடுத்துக்காட்டுகளின் வரிசையால் வகைமாதிரியாக்குவது சாத்தியமாயிருந்தது.[5]

ஹரப்பா மக்கள் அதனைத் தக்கவைத்திருந்த பரப்பளவுதான், இச்சீரான தன்மையை அவ்வளவு குறிப்பிடும்படியாக ஆக்கியது. மொகஞ்சதாரோவும் ஹரப்பாவும் ஏறக்குறைய 600 கி. மீ. தொலைவில் இருக்க, சிந்துசமவெளி நாகரிகம், அதன் சமகால நாகரிகங்களை விடவும் பரந்துவிரிந்தது என்பது உடனடியாகத் தெளிவாகும்-எகிப்தின் பழைய அரசும் மெசபடோமியாவின் சுமேரியாவை விடவும் பெரிதக இருந்தது. எனினும், சிந்து சமவெளியே மையப்பிரதேசமாக நிரூபணம் பெற்றுள்ளது. சிந்துவில் மொகஞ்சதாரோவும் பஞ்சாபில் ஹரப்பாவும் என இரு பிரதான இடங்கள் கண்டறியப்பட்ட பிறகு, ஒரு தசாப்தத்திற்கு ஒரு பிரதேசத்திற்கும் கூடுதலான அளவில், ஹரப்பா நாகரிகம் சீராக விரிவடைந்துகொண்டுதான் வருகிறது. பாகிஸ்தானில் சிந்து மற்றும் பஞ்சாபில் மட்டுமின்றி (இந்தியாவுடனான பாலைவன எல்லையின் தேரவார் கோட்டையில் மூன்றாவது பெரிய நகரம் கண்டறியப்பட்டுள்ளது) பலுசிஸ்தானின் ஈரானிய எல்லைப் பகுதியிலும் வடமேற்கு எல்லைப் பிரதேசத்திலும் மேலும் சில இடங்கள் கண்டறியப்பட்டுள்ளன. இந்தியாவையும் விஞ்சமுடியாது என்று சொல்லும் வண்ணம், குஜராத்திலும் கொத்தாகச் சில இடங்கள் கண்டறியப்பட, இன்னொன்று

ராஜஸ்தானிலும் கண்டறியப்பட்டுள்ளது; பஞ்சாப், ஹரியானா, உத்தரப் பிரதேசம், ஜம்மு-காஷ்மீரிலும் பரவலான குடியிருப்புகள் இருந்தது தெரியவருகின்றது. இதனையடுத்து வடமேற்கில் நூற்றுக்கணக்கான கி.மீ. தாண்டி, ஹரப்பா குடியிருப்பு அல்லது 'குடியேற்றம்' எனத் தோன்றுகின்ற ஒன்று, ஆஃப்கானிஸ்தானின் ரஷ்ய எல்லையில் ஆக்ஸஸ் நதியின் (அமுதார்யா)அருகே ஷார்டுகாயில் அடையாளம் காணப்பட்டுள்ளது. குஜராத்தில் துறைமுகமாய் இருந்திருக்கக்கூடிய, சிறிய ஆனால் முக்கியமான குடியிருப்பான லொத்தாலில் இருந்து ஹரப்பா மக்களுக்கு நீலக்கல் கிடைத்து வந்த படாக்ஸானின் மலைகளிலுள்ள ஷார்டுகாயிக்கு 1600 கி.மீ. க்கும் மேலிருக்கும் கிழக்கு மேற்கில் கங்கையின் மேல்பகுதியிலுள்ள ஆலம்கிர்பூரிலிருந்து மக்ரான் கடற்கரையிலுள்ள சுட்காகென் வரை அதற்குக் குறைய வாய்ப்பில்லை.

இயற்கையாகவே புதிய இடங்கள் கிடைத்த ஊக்கம், சில திருத்தல்வாதங்களைத் தூண்டிவிட்டது. உள்ளூர்த் தன்மைகளுக்கேற்ப பாலைவனம், இவ்வளவு பரந்து விரிந்த பரப்பின் பீடபூமி-கடல்சார்ந்த அதீதப் பகுதிகளில் ஏற்பட்ட ஹரப்பா பண்பாட்டின் சீரான தன்மை அப்படியே எடுத்துக்கொள்ளப்படாது போயிற்று. வலிமையான மைய அதிகாரம், பரந்துபட்ட நிர்வாகம், மிகவும் கட்டுப்படுத்தப்பட்ட பிரிவுகளிலுள்ள சமூகம் ஆகியவை இருந்தது தொடர்பான கோட்பாடுகளும் சரிந்தன. பகுதியளவாயும் முழுமையின்றியும் அகழ்ந்தெடுக்கப்பட்ட இடங்களின் அடிப்படையில் அமைந்த, லகுவான அனுமானங்கள், 'பழைய அபிப்பிராயங்கள்' எனப்பட்டன. அறிஞர்கள்-களப்பணியாளர்களின் புதிய தலைமுறை, வசீகரமானதிலிருந்து உறுதியானதை நோக்கி நகர்த்திவிட்டன.

ஒரு மர்மம் நிச்சயமாக அவிழ்க்கப்பட்டது. மார்ஸல் போன்ற முன்னோடிகள், இத்தகு நவீனப் பண்பாடானது எங்கிருந்து எழுந்தது எனத் திகைப்புற்றனர். இம்மண்டலத்தில் வேறெந்த வெண்கலப் பண்பாடு பற்றியும் அறியாமல், ஹரப்பா கட்டடக்கலை-கைவினைப் பொருள்கள் குறித்த இந்தியப் பண்பு நலன்களால் ஈர்க்கப்படாமல், கி.மு. 3500-3000 எனக் காலத்தினைத் தவறாக யூகித்து, விளக்கத்திற்கு மேற்கினை நோக்கினர்; சிந்துவெளி நாகரிகம் மெசபடோமியா அல்லது மைசீனிய நாகரிகத்தின் குடியேற்றம் அல்லது கிளை என்றுரைத்தனர். இக்கருத்து இப்போது ஏற்கமுடியாததாக

இருக்கிறது. பலுசிஸ்தான்-ஆஃப்கானிஸ்தானிலுள்ள சிந்துவுக்கு மேற்கிலும், சிந்துவெளியிலுமுள்ள எண்ணற்ற இடங்களிலும் ஹரப்பாவுக்கு முந்தைய மற்றும் ஆரம்பக்கட்ட ஹரப்பா குடியிருப்புகள் போதுமான அளவில் கண்டறியப்பட்டுள்ளன. மேய்ச்சல் வாழ்க்கை, வேளாண் குடியிருப்பு, தொழில்நுட்ப முன்னேற்றம் ஆகியவற்றுடன் பண்பாட்டு நேர்த்தியின் பல்வேறு கட்டங்களினூடாக வேட்டைக்கார உணவு சேகரிப்பிலிருந்து நகரவாசி வரையிலான உள்ளூர் மாற்றத்தினை அவை ஏற்படுத்தின. பிந்தைய ஹரப்பா மற்றும் பின் ஹரப்பா காலகட்டங்கள் சார்ந்து இத்தகைய கருத்தொற்றுமை நிலவவில்லை; ஆனால் இப்போது இம்மண்டலத்திலுள்ள பெரும்பாலான சால்கோலிதிக் (வெண்கல/கற்கால) இடங்களை இவ்வகைமைகளில் ஒன்றுக்குள் ஒதுக்கி, ஒவ்வொன்றுக்கும் தோராயமான ஆண்டினைத் தருவது சாத்தியப்படும்.

தம் மட்பாண்டப் பாணிகளால் தனித்துவம் பெற்றிருந்த ஹரப்பாவுக்கு முந்தைய மக்கள், சுமார் கி.மு. 3000இல் வீடுகள் கட்டவும் நிலத்தை உழவும் முன்னேறியிருந்தனர். அவர்களிடம் உலோகங்கள் குறித்த விஷய ஞானம் கூடச் சிறிது இருந்தது; வணிகத் தொடர்புகளால் பிற விலையுயர்ந்த பொருட்களை, உற்பத்தியாளர்களை அவர்கள் அறிந்திருந்தனர். கி.மு. 2600 ஐ ஒட்டி - இந்த ஆண்டானது இடத்திற்கு இடம் மாறுபடும்- மட்பாண்டங்களிலும் கருவிகளிலும் வகைமாதிரியான ஹரப்பா பாணிகளின் தோற்றம், ஆரம்பக்கட்ட ஹரப்பாவை அறிவிக்கின்றது. செங்கல்லால் கட்டப்பட்ட வீடுகள் ஒரு கூடமும் அறைகளும் கொண்டதாக உள்ளன. பிந்தைய ஹரப்பா பாணிகளை எதிர்நோக்கியவையாக உருவங்கள் இருக்கின்றன. புத்தாயிரத்தின் இறுதியை நோக்கி - கி.மு. 2300 எனலாம் - இந்த ஆரம்பக்கட்ட ஹரப்பா பாணி, முதிர்ச்சியுற்ற ஹரப்பா காலகட்டத்திற்கு வழிவிடுகிறது. ஹரப்பா கைவினைப்பொருட்களின் முழுப்பட்டியலும் முதிர்ச்சியுற்றதில் தென்படுகிறது. தரப்படுத்தப்பட்டசெங்கற்களும் பானைகளும் என; நன்கு அமைக்கப்பட்ட கழிவு நீர் கால்வாய்களின் வலைப்பின்னல் கொண்டு சீரான தெருக்கள் இருந்தன. வகைமாதிரியான சுடுமண் உருவங்கள், பாசிமணிகள், கிளிஞ்சல் வேலைப்பாடுகள் உள்ளிட்ட அலங்காரக் கைவினைப் பொருட்கள்; மர்மமான முத்திரைகள் என அவற்றில் புதிர்மிக்க எழுத்துருக்களும் முனைப்புடன் இடம்பெற்றிருக்கும். சில நேர்வுகளில், வகைமாதிரியான திட்டத்தில் தெருக்களை அமைத்திட, இடங்கள் சீராக்கப்பட்டு மறு நிர்மாணம்

மேற்கொள்ளப்பட்டது. மற்ற இடங்கள் மறு நிர்மாணத்திற்கு முன், குறுகிய காலம் ஆளரவமின்றி செய்யப்பட்டது. முதிர்ச்சியுற்ற ஹரப்பா பொருட்களின் அருகிலேயே, பீங்கான் கைவினைப் பொருட்கள்-ஹரப்பா சாராததும் ஹரப்பாவுக்கு முந்தையதும்- தொடர்ச்சி கொண்டிருந்தன என மற்றவர்கள் குறிப்பிடுகின்றனர். மாபெரும் தரப்படுத்தலின் பின்னிருந்த கப்பம் கட்டுதல், புலம்பெயர்தல், வெற்றிகொள்ளல், சாதிகளுக்கிடையிலான மணம் அல்லது பண்பாட்டு ஈர்ப்பு என்பவற்றின் உறவுநிலைகள் என்னவென்பதும் தெளிவாக இல்லை.

மோசமான சீரற்ற தன்மையும் பிந்தைய ஹரப்பா காலகட்டத்திற்கு உரியதாயுள்ளது. வெள்ளம் காரணமாயும் அதனுடன் தொடர்புள்ள மண்ணின் உப்புத்தன்மை காரணமாயும் கி.மு. 1900 வாக்கில் மொகஞ்சதாரோ படிப்படியாகக் கைவிடப்பட்டது. ராஜஸ்தானின் முக்கிய நகரம் காலிபங்கன் இதே விதியால் பாதிப்புற்றது; அது நிலம் பாலையானதாலும் கக்கார் நதி வறண்டுபோனதாலும் நிகழ்ந்தது. மத்திய குடியிருப்புகளிலிருந்து புலம்பெயர்தல் காரணமாக, அதிகாரச்சரிவும் மக்கள்தொகை குறைந்துவருதலும் சான்றாக இருந்தன. இருப்பினும் குஜராத், ஹரியானா, பஞ்சாப் போன்ற விளிம்புநிலைப் பிரதேசங்களில் இவ்வீழ்ச்சி முனைப்பற்றதாக இருந்ததுடன் நடவடிக்கையிலும் மக்கள்தொகை அதிகரிப்பதாயும் இருந்திருக்கக்கூடும். பிடிவாதமான தரப்படுத்துதல் உள்ளிட்ட, ஹரப்பா பண்பாட்டின் மிக வசீகரமான வெளிப்பாடுகளின் மறைவுகளிலிருந்து, எழுத்து வடிவின் படிப்படியான பயன்படுத்தாமையிலிருந்து வறுமைப்படல், ஹரப்பா சாராத மட்பாண்டப் பணிகளிலிருந்து சிதறிப் போதல் அல்லது நீர்த்துப் போதல் உட்படத் தெளிவாகிறது. மறுபுறத்தே கைவினைத் திறன்களும் வேளாண் தேர்ச்சியும் தப்பிப் பிழைத்திருந்தன. எடுத்துக்காட்டாக, ஹரப்பா மக்கள் உலகின் முன்னோடிகளாகத் தோன்றும் பருத்தி நூல் நூற்பும் நெசவும் படிப்படியாக இந்தியாவெங்கும் பரவியிருக்க வேண்டும். ஏனெனில் கி.மு. முதல் ஆயிரத்தின் நடுவில், அது சாதாரணமாயிருந்தது. அப்போது நேர்த்திமிக்க ஜவுளி முக்கிய வணிக இனமாயிருந்ததுடன் இந்திய-ரோமானிய, அரேபிய, ஐரோப்பிய வணிகர்களையும் கவர்ந்திழுத்து அதன்பிறகு அப்படியே நீடிக்கவும் செய்தது.

இன்று இந்தியத் துணைக்கண்டத்தில் இருப்பது போன்றே, ஹரப்பா உலகில் சென்று தேய்ந்து இற்றுப்போனதாகி, எருதால் இழுக்கப்படும் வண்டிக்கும் இதே நிலை பொருந்தும். சக்கர

வண்டிகளைப் போக்குவரத்திற்குப் பயன்படுத்தியதில் ஹரப்பா மக்கள் உலகில் முதலானவர்களாய் இருந்திருக்கவேண்டும். இத்தொழில்நுட்பச் சாதனையில் அவர்தம் பெருமிதத்திற்குச் சான்றாயிருப்பது, சுடுமண்ணிலும் வெண்கலத்திலுமான எண்ணற்ற பொம்மை வண்டிகளாகும்; நகரங்களில் தாராள அகலமுள்ள தெருக்கள் இருந்ததற்கு அடிக்கடி போக்குவரத்து நிகழ்ந்திருக்கவேண்டும்.

முப்பதாயிரத்திலிருந்து ஐம்பதாயிரம் வரையிலான மக்கள் தொகையுடன் மொகஞ்சதாரோ அளவிலான நகரங்களைக் கொண்டிருந்தது. ஆறுகள், சாலைகள் சார்ந்த திறம்பட்ட போக்குவரத்தினை மட்டுமல்லாது, பெரியதொரு உழைப்பாளர் சக்தியையும், தானிய சேமிப்பு வசதி என்னும் நம்பகமான கிராமிய உபரியினையும் அவசியமாக்கிற்று. மொகஞ்சதாரோ, ஹரப்பா, காளிபங்கன், லொத்தாலிலிருந்த பெரும் அமைப்புகள் களஞ்சியங்களாக இருந்திருக்க வேண்டும்-கவனமாக அடுக்கப்பட்ட செங்கல் கொண்ட அடித்தளப் பீடம் இன்னும் திருப்திகரமான விளக்கத்திற்காகக் காத்திருக்கிறது.

ஆட்சேபிக்க முடியாத வகையில் உள்ள ஒரே பொதுக்கட்டடம் மொகஞ்சதாரோவின் மாபெரும் குளிப்பிடமாகும். கவனமாகத் தார்பூசப்பட்டு, இறங்குவதற்குப் படிக்கட்டுகளுடன், அளவான நகராட்சிக் குளத்தின் அளவில், நீரைத் தாங்கி இருக்குமாறும் குளிப்பதற்குப் பயன்படுத்திக் கொள்ளுமாறும் வடிவமைக்கப்பட்டிருந்தது. கைகால் கழுவுதல் அல்லது மூழ்கிக் குளித்தல் சடங்கு முக்கியத்துவம் கொண்டிருக்கலாம். பிந்தைய ஆலயத் தெப்பக்குளங்கள் போன்றதற்கான தெளிவான ஆதாரங்கள் இல்லாதபோதும், இக்குளிப்பிடம் பெரிய கட்டடத்தின் கருவறையாக, வழிபாட்டிடமாக இருக்கும். ஹரப்பா மக்கள் வாழ்வில் மதம் வகித்த பாத்திரம் என்ன என்பது குறித்து நமக்குத் தெளிவான கருத்துகள் இல்லை. கோயிலாக எந்தவொரு இடமும் அடையாளம் காணப்பட்டிருக்கவில்லை; வேள்வித்தீ, வழிபாட்டுப் பொருட்கள், தெய்வங்கள் குறித்த பெரும்பாலான அனுமானங்கள், பல நூற்றாண்டுகளுக்குப் பிந்தைய இந்து நடைமுறைகளிலிருந்து பெற்ற சந்தேகத்திற்குரிய யூகங்களின் மீது அமைந்தவை. பிரமிட்களின் விளக்கத்திற்கு இஸ்லாமிய வானிலை நோக்குவது போல, இத்தகு யூகங்கள் பயனற்றவை, சுருக்கமாகச் சொல்வதானால், 'இக்கோட்பாடுகள் வசீகரமானவை, ஆய்வுகள் சாராதவை.'[6]

ஹரப்பாவின் சில முத்திரைகளில் தீட்டப்பெற்ற, அடிக்கடி எடுத்தாளப்படும் உதாரணம், பத்மாசனம் இட்டுக் கொம்புள்ள தலைப்பாகை அணிந்து, விரைத்த குறியுடன் பெரிய மூக்குள்ள கனவான் உருவமாகும்-அது விலங்குகள் சூழ்ந்திருக்கக் காணப்படும். விலங்குகளின் தெய்வம் பசுபதியாக, சிவபெருமானின் ஆரம்பநிலை அம்சமாக இருக்கக்கூடும். ஏற்கெனவே குறிப்பிட்டுள்ளது போல், தொன்மம் அடிக்கடி திருத்தத்திற்கு உள்ளாகும். இரண்டாயிரம் ஆண்டுகளுக்கு ஒரு தெய்வம் ஒரேவிதமான ஆற்றல்களுடன்- இங்கே, வளப்பம், துறவு, விலங்குலகப் பரிச்சயம்-இருப்பது தீவிர சந்தேகங்களை எழுப்பவேண்டும். ஏனெனில் இடைவேளையில் இத்தொன்மம் புழக்கத்தில் இருந்ததற்கு ஆதாரமில்லை. பின்னர் சிவனுடன் அடையாளப்படுத்தப்பட்ட வேதகாலத் தெய்வம் ருத்திரன், பசுபதி என்றே குறிப்பிடப்படுகிறார், கால்நடைகளுடனான அவரது தொடர்பு காரணமாக; ஆனால் துறவோ தியானமோ ருத்திரனின் பண்புகளில்லை, பசுக்கள் தவிர்த்து வேறு மிருகங்களிடம் கருணையும் இல்லை. ஹரப்பா உருவத்தின் கனத்த கொம்புள்ள தலையணி எருது வழிபாட்டினை உணர்த்தலாம், எருதுகள் ஏராளமாகப் பிரதிநிதித்துவப்படுத்தப்பட்டிருப்பது இதற்கு ஆதாரமாகும்.

தாய்தெய்வங்கள் எனப் பெரிதும் விளக்கப்படும் சுடுமண்ணால் ஆன பெண் உருவங்களை இதே சந்தேகங்கள் சூழ்ந்துள்ளன. பிதுங்கிய விழிகளும் வெளவால் காதுகளும் இடையில் பட்டையும் சில வேளைகளில் குட்டைப் பாவாடையும் கொண்டுள்ள அவை, வழக்கமாக முரடான தொழில் திறமையும் அருவருப்பான தோற்றமும் கொண்டுள்ளன. தூசுபடிந்த கண்களையுடைய தொல்லியலாளரே அவற்றை ‘இனிதான சிறிய பொருட்கள்’[7] என விவரிக்க முடியும். வெளவால் காதுகளைக் கூர்ந்து கவனிக்கும்போது, விஸ்தாரமான தலையணிகளாகவோ தலையலங்காரங்களாகவோ தோன்றுகின்றன. எடுப்பான முலைகள் வளப்பத்தின் குறியீடுகளாய் இருந்தால், ஆயிரமாண்டுகள் பற்றியோ அல்லது குட்டைப் பாவாடை பற்றியோ ஏன் கவலையுற வேண்டும்?

ஏராளமான பொம்மைகள் உள்ளிட்ட இன்ன பிற ‘நாட்டார்’ பொருட்களும் நேர்த்திமிக்க ஹரப்பா சிற்பங்களுடன் ஒப்பிடவே முடியாதவை, உண்மையில், பிந்தையவை மிகவும் சீரானவை, எழில் கொண்டவை-அவற்றின் எளிமையிலும் உணர்வு வெளிப்பாட்டிலும் ‘மாபெரும் ஹெல்லாஸ் காலகட்டம் வரை’[8] அவற்றுடன் ஒப்பிடத்தக்கவை உருவாக்கப்படவில்லை.

என்றாலும் அவை சொற்பமே: சர் மார்டிமோர் வீலர் ஏறக்குறைய பதினோரு துண்டுத்துணுக்கான சிலைகளையும் ஒரு வெண்கல உருவத்தையுமே பதிவு செய்கிறார். அவை மிகவும் சிறியவை, சில செ.மீ. உயரமே உள்ளவை. அரிதான தன்மையும் பாக்கெட் அளவின் கலவையும் சந்தேகங்களை எழுப்புகின்றன. அவை தொலைதூரத்திலிருந்து வந்திருக்கக்கூடும். மேலும் கச்சிதமாக வடிவமைக்கப்பட்ட இரு நுண்ணிய உடல் பாகங்கள் ஹரப்பாவில் கண்டெடுக்கப்பட்டன-ஒன்று ஆணாகவும் மற்றது பெண்ணாகவும் இருக்கவேண்டும்; அவற்றின் நழுவிய கைகளைப் பொருத்திவிடும் வகையில், குழிகளையும் கொண்டிருந்தன. சமகாலத்து நமாஸ்கா - பண்பாட்டின் கலைஞர்களால் பயன்படுத்தப்பட்ட அதே உத்தியுடன் தொடர்புடையதாக இருந்துள்ளன-பண்பாடு துர்க்மேனிஸ்தானின் அஸ்காபாத் மண்டலத்தில் சோவியத் தொல்லியலாளரால் கண்டறியப்பட்டது. அலங்கார வேலைப்பாடுள்ள மேல்சட்டையுடன் நீண்ட தாடியைக் கொண்ட உருவத்திற்கு நமாஸ்காவுக்கு இணையானவை எடுத்தாளப்பட்டுள்ளன- அதற்கு இரு எடுத்துக்காட்டுகள் உண்டு, மிகவும் புகழ்வாய்ந்த ஹரப்பா கலைப்படைப்புக்கும் வெண்கலத்திலான ‘நடன மங்கை’ இருக்கின்றாள்.

நடனமாடாதபோதும் இந்த ‘நடன மங்கை’ கேள்விக்கிடமின்றி ‘ஒரு இனிய குட்டிக் கலைப்படைப்பே’. ஒரு ஆரம், வளையங்கள் தவிர்த்து நிர்வாணமாயுள்ள இந்நுண் சிற்பம், பருத்த முலையும் அகன்ற இடுப்புமுள்ள, வழக்கமான இந்தியப் பாலியல் குறியீடல்ல, மாறாகத் தன் பூப்பின் திளைப்புடன் காணப்படும் ஒல்லியான அணங்கே. ஒரு கை இடுப்பில் ஊன்றியிருக்க, இன்னொரு கை உயர்த்திய முழங்காலுடன் உராயுமாறு ஆடிக் கொண்டிருக்கிறது. ஒல்லியான கால்கள் லேசாக விரிந்துள்ளன. இரு பாதங்களும் இல்லை. அவளது தலை ஒரு தலைவனுக்குச் சவால்விடுவது போன்றும், கூந்தல் நாடகப் பாணியில் அலங்கரிக்கப்பட்டும் இருப்பது தவிர்த்து ஞாபக மறதியில் தன் ஆடைத்தொகுப்பை நோட்டம் விட்டுக்கொண்டிருக்கக் கூடும். தான் பாராட்டப்படவேண்டுமென்று விரும்புகிறாள்; 4000 ஆண்டுகளுக்குப் பிறகு இன்னும் அவள் பாராட்டப்படுவது குறித்து திருப்தி அடைவாள். நமாஸ்கா பண்பாட்டைச் சேராதது என ஒரு நேர்த்தியான கலைப் பொருளைச் சொல்லவேண்டுமாயின், அது ‘நடன மங்கையே.’

அவளது உள்ளூர் தன்மைகள் முக்கியத்துவமற்றதாக இல்லாது இருப்பது சந்தோஷமே. அவள் உதடுகளும் பெரிய மூக்கும்

தனித்துவமான விதத்தில் மூல-ஆஸ்திரலாய்ட்டினைச் சேர்ந்தவை. அது வழமையாக நமாஸ்காவின் மத்திய ஆசியப் பண்பாட்டுடன் தொடர்புபடுத்தப்படாதது. சிந்து வெளியில் அகழ்ந்தெடுக்கப்பட்ட எலும்புக்கூடுகள், ஹரப்பா மக்கள் பல்வேறான இன வகைமாதிரிகளைச் சேர்ந்தவர்கள் என்பதற்குச் சான்றுகளைப் பகர்கின்றன. அவைகளிடையே ஆஸ்திரேலியப் பூர்வகுடிகளுடன் தொடர்புகொண்டு, இந்தியாவின் பகுதிகளில் இன்னும் பிரதிநிதித்துவம் செய்திடும் ஒன்று மூல ஆஸ்திரலாய்ட் பிரிவைச் சேர்ந்தவை. நமாஸ்காவுடனான தொடர்புகள் நெருக்கமானதாகத் தோன்றியபோது, எஞ்சியிருக்கும் ஹரப்பா கற்சிலைகளில் பெரும்பகுதி ஹரப்பாவாலேயே கண்டெடுக்கப்பட்டிருக்க, 'நடன மங்கை' மட்டும் மொகஞ்சதாரோவில் கண்டறியப்பட்டாள். அதன் வணிகம் பாரசீக வளைகுடாவும் மெசபடோமியாவுடனும் இருந்தன. தமது மிகக் கொண்டாடப்பட்ட பிரதிநிதி ஹரப்பா வாசிகளிடமிருந்து கொள்ளையடிக்கப்படுமுன் இன்னொன்றைக் குறிப்பிடவேண்டும்.

விரிந்துபட்ட ஹரப்பாவுக்கு உள்ளேயும் வெளியேயுமான வர்த்தகம், அதன் பண்பாட்டு வளர்ச்சிக்கு அத்தியாவசியமானதாயிருந்தது. வெண்கலம், வெள்ளி மற்றும் விலையுயர்ந்த நீலக்கல், மாக்கல் போன்றவை சிந்து சமவெளிக்குள் கிடைக்கவில்லை; ஆதலால், வேறெங்கோ இருந்து இறக்குமதி செய்யப்பட்டிருக்கும். அதுபோலவே மெசபடோமிய பண்பாடு, ஹரப்பா மக்களிடமிருந்து தாமிரம், தங்கம், மரம், தந்தம், பருத்தித் துணிகள் உள்ளிட்டவற்றைப் பெற்றிருக்க வேண்டும். ஹரப்பா முத்திரைகள் சுமேரிய அகழ்வாய்வு இடங்களில் கிடைத்துள்ளன; சுமேரிய ஆவணங்கள் தொலைதூரத் 'தில்முன்', 'மாகன்', 'மெலுஹா' போன்ற இடங்களுடனான தொடர்பை அடிக்கடி குறிப்பிடுகின்றன. முதலாவது பஹ்ரைன் பாரசீக வளைகுடாவில் இருக்கும் 'பஹ்ரைன்' ஆக இருக்கும்; மாகன் என்பது, ஈரான்-பலுசிஸ்தானின் கடற்கரைப் பிரதேசங்களான, மக்ரான் கடற்கரையாயிருக்கும்; மெலுஹா என்பது அதனுடைய தொடர்பிலுள்ள வணிகப் பொருட்களை வைத்துப் பார்க்கையில், ஹரப்பா நாகரிகத்தினதாகத் தோன்றுகிறது. இக்கருதுகோளுக்கு ஆட்சேபனைகள் உண்டு. மெசபடோமியர்கள் ஒரு காலத்தில் மெலுஹாவை வெற்றி கொண்டதாகக் கூறிக்கொள்கின்றனர். என்றாலும் அதற்குத் தொல்லியல் சான்றுகள் இல்லை. 'பிந்தைய மெலுஹா' வழமையான ஆப்பிரிக்கக் கடற்கரையுடன் தொடர்புபடுத்தப்பட்டது. இருப்பினும், மகா ஸர்கோன் மன்னன் அகாடே கப்பல் துறையுடன் கொண்டிருந்த ஒப்பந்தப்படி,

மெலுஹாவிலிருந்து வந்த கப்பல்கள் பற்றிய குறிப்பு சுமேரிய ஆவணங்களில் உள்ளது என்னும் கருத்தினை, அபிப்பிராயங்கள் ஆதரிக்கின்றன.

ஹரப்பா அல்லது மெலுஹான் வர்த்தகத்தின் முக்கியத்துவம் மற்றும் அதுகுறித்த சமீபத்தைய யூகம், ஹரப்பா முத்திரைகள் முன்வைத்த சான்றின் மீதமைந்தது. மாக்கல்லால் ஆக்கப்பட்டவை; பெரும்பாலானவை செவ்வகமாக, அஞ்சல்தலை அளவில் உள்ளவை; சராசரியாக ஐந்து எழுத்துக்கள் அல்லது வார்த்தைக் குறியீடுகளுடன், புரிபடாத லிபியில், ஒன்று அல்லது கூடுதல் படிமங்கள் சேர்ந்திருக்கும். பிந்தையவை பெரிதும் விலங்குகளாக இருக்கும். திமில்கொண்ட காளை அதற்கு உதாரணம், ஹரப்பாவின் மேதமைக்குச் சான்று பகரும்.

பல்லாயிரம் முத்திரைகள் கண்டறியப்பட்டுள்ளன. மக்கள் நெருங்கிய இடங்களில் மட்டுமின்றி, ஹரப்பா முழுவதிலுமே இவை கிடைக்கின்றன. நீண்ட தூரங்களினாலான பொருள் பரிவர்த்தனைக்கு வழிவகை செய்திட முத்திரைகள் பயன்பட்டுள்ளன. பொருட்களுக்கு இடப்பட்ட முத்திரை, அவற்றின் உரிமையாளர், கிடைக்குமிடம், இலக்கு என்னும் விபரங்களுடன்; எடைமேடை ரசீது அல்லது பார்கோடின் பணியை ஆற்றின. அவற்றின் பெருக்கமும் தொலைதூர இடங்களில் பரவியிருந்ததும், பரந்துவிரிந்த-மும்முரமான வணிக வலைப் பின்னலை உணர்த்தின. வரலாற்றுச் சின்னங்கள்-நினைவுச் சின்னங்களில் நிறைய செலவு செய்வதற்குப் பதிலாக, ஹரப்பா மக்கள் சரக்குப் பரிவர்த்தனையில் தம் உபரியை ஈடுபடுத்தினர். இதன் காரணமாகவே, கி.மு. இரண்டாவது ஆயிரத்தின் ஆரம்பத்தில், இதில் ஏற்பட்ட சரிவால் நகர வாழ்வு சீர்குலைந்தது.

எழுத்து வடிவம் புரிபடாதபோதும், முத்திரைகளிலுள்ள படிமங்களை வைத்து சுவாரஸ்யமான முடிவுகள் எட்டப்பட்டுள்ளன. திமில்கொண்ட காளை, யானை, புலி, கம்பீரமான காண்டாமிருகம் போன்ற தனி மிருகங்கள் உள்ளன. எனினும் இவற்றிற்குப் பொதுவாயிருப்பது, எருதின் உடல், வரிக்குதிரையின் தலை கொண்ட, விலங்கியல் முற்றிலும் அறியாத உயிரினம்-வரிக்குதிரையின் தலையிலிருந்து எழும் கொம்பு மேல்நோக்கியும் முன்னே சாய்ந்தவாறும் காணப்படும். உண்மையில் இந்த 'ஒற்றைக் கொம்பு' உயிரினம் 1156 முத்திரைகளில் காணப்படுகின்றது.[9] ஹரப்பா வணிகத்தில் தேர்ச்சிமிக்க

சிறீன் ரத்னாகர்கூட, இப்படிமங்களுடன் உள்ள வார்த்தைக் குறியீடுகள் முத்திரைக்கு முத்திரை மாறுபடுவதால், படிமமும் செய்தியும் வெவ்வேறு தகவலைத் தொடர்புறுத்தியிருக்க வேண்டும்; இப்படிமங்கள் அடிக்கடி இடம்பெற்று, குலக்குறியீட்டு விஷயங்கள் போன்று தோன்றுவதால், பல்வேறான சமூகக் குழுக்களை அடையாளப்படுத்தும் குறியீடுகளாக அவை இருக்கலாம் என்கிறார். வேதகால ஆரியர்களிடம் உள்ளது போல, இத்தகைய குழுக்கள் வம்சாவளி சார்ந்தவை என்று எடுத்துக்கொள்ளும் ரத்னாகர் அவற்றை 'வம்சாவளிகள்' அல்லது குலங்கள் என்றழைக்கிறார்.

> '...பிறவம்சாவளிகள் பாதிப்புற, உள்ளீர்த்தல் அல்லது அணி சேர்க்கையால் விரிவடைந்திருந்த அல்லது விரிவடைந்து கொண்டிருந்த மேலோங்கிய வம்சாவளியின் குறியீடாக 'ஒற்றைக் கொம்பு' உயிரினம் இருந்தது என யூகிக்கலாம்; நிர்வாக அலுவலகமும் வம்சாவளி இணைப்பும் நெருக்கமாகத் தொடர்பு கொண்டிருக்கும். அதாவது, வம்சாவளி தொடர்புகளினூடே செயல்பட்ட, அரசியல் கட்டுப்பாட்டு அமைப்பின் மதவெளிப்பாடாக ஒற்றைக் கொம்பனை விளக்க முடியும்.'[10]

இவ்வரசியல் கட்டுப்பாடு ஒடுக்குமுறையில் நிகழ்ந்ததா அல்லது கருத்தொற்றுமையில் நடந்ததா என்று கூறுவது சாத்தியமற்றது. அதுபோலவே, ஹரப்பா மக்களின் மத நடைமுறைகள் என்பது குறித்தும் நமக்குக் கருத்தில்லை. இங்கொன்றும் அங்கொன்றுமாகப் படிப்படியாக, ஹரப்பா அரசு குறித்து ஒரு கருத்து எழுந்து வருகிறது. அணிச்சேர்க்கையால், பரஸ்பரத் திருமணங்களால், வேளாண் அல்லது தொழிற்துறை நிபுணத்துவத்தால் எண்ணற்ற இன-பண்பாட்டுக் குழுக்கள் ஒன்றிணைந்த போது அது எழத் தொடங்கிற்று என்கிறார் ரத்னாகர். முதிர்ச்சியுற்ற ஹரப்பா காலகட்டத்தில் இக்குழுக்கள் ஒரு கூட்டமைப்பினை அல்லாது ஓர் அரசினை உருவாக்கின. உண்மையில் இவ்வறிவுக் கட்டத்தில், உண்மையான ஹரப்பா "பேரரசு" பற்றி நாம் பேசிக் கொண்டிருக்கிறோம் என்றெனக்குத் தோன்றுகிறது.

இது நேர்வாக இருக்க, ஹரப்பா நாகரிகத்தின் முழுமையான கிரகணம் என்பது அப்படியே மர்மமாயுள்ளது. சுமேரிய நாகரிகம் பாபிலோனிய நாகரிகத்திற்கும், எகிப்தின் பழைய அரசு மத்திய அரசுக்கும் புதிய அரசுக்கும் இட்டுச் சென்றன. சீனத்தின் வம்சத் தொடர்ச்சி தடுமாறவே இல்லை. ஆனால்

இந்தியத் துணைக்கண்டத்தில், நகர வாழ்விலும் அரசியல் அமைப்பிலும் வர்த்தகத்திலும் நிகழ்ந்த முதலாவது பரிசோதனை மணலின் கீழும் வண்டலின் கீழும் தடயமின்றி மறைந்தது. அவதாரம் நிகழ்ந்த மண்ணில், ஹரப்பா மக்களது பரபரப்பான அறிவுத்திறன்மிக்க உலகின் புனர்ஜென்மத்திற்கு வழி இல்லாமல் போனது. ஆகவேதான் மிகவும் வேறுபட்ட மக்கள் கூட்டத்துடன் வரலாறானது மீண்டும் தொடங்கவேண்டும் என்றானது.

2

வேத விழுமியங்கள்

கி.மு. சுமார் 1700-900

தொன்மமாக்கப்பட்டுள்ள ஆரியன்

தொல்லியலாளர்களால் நினைவடுக்கு மறதியிலிருந்து அகழ்ந்தெடுக்கப்பட்டும், ஒவ்வொரு துறை அறிஞராலும் கூர்ந்தாய்வு செய்யப்பட்டுமுள்ள ஹரப்பா மக்கள், தமது 'பேரரசு' போன்றே, சமீபத்தில் எல்லாத் தரப்புகளிலிருந்தும் நிதிகளையும் முன்தொகைகளையும் ஈர்க்கின்றனர். மறுபுறத்தே, இந்தியாவின் பழமை, கடந்தகாலம் குறித்த அறிவெல்லாம் மரபுவழியாகப் பெறப்பட்ட, வளமான சமஸ்கிருத இலக்கிய மரபினையுடைய ஆரியர்கள் பின்வாங்கிக் கொண்டுள்ளனர். 19ஆம் நூற்றாண்டில் அதீதப் பொறாமை மிக்க தலைமையால் மோசமாக நம்பகத்தன்மையிழந்து அதன்பின் 1930-களில் ஜெர்மானிய அரவணைப்புக்குள்ளாகியிருந்த வல்லமை மிக்க கல்வி வளாகச் சலுகைகளிலிருந்து வீழ்ந்தனர். வரலாற்றாளர்களின் ஆரம்பக்கட்ட தலைமுறையினரிடையே துரோகமாகக் கருதப்பட்ட கேள்விகள், இப்போது ஆரியர் யார், எங்கிருந்து வந்தனர், அவர்கள் உண்மையிலேயே தனித்துவமானவர்களா என்றெல்லாம் சாதாரணமாகக் கேள்விகள் எழுப்பப்படுகின்றன.

தொன்மையான இந்திய வரலாற்றாளர்களில் முன்னோடியான ரொமிலா தாப்பர் 'ஆர்யா' என்னும் தொடர் எப்பொழுதேனும் இனவரைவியல் பொருளில் பயன்படுத்தப்பட்டதா என்பது சந்தேகத்திற்குரியது'[1] என்கிறார். 'ஆரியப் பிரச்சினை' அல்லது 'தொன்மம்' என்று அவர் அழைப்பது, 'இந்திய வரலாற்றாசிரியர்களின் பாதையின் குறுக்கே இழுத்து வரப்பட்ட மிகப்பெரிய மீனாக'[2] இப்போது கருதப்பட வேண்டியதாகும்.

சமஸ்கிருத இலக்கியப் பனுவல்களனைத்தினுமுடைய அசலான தன்மை ஆட்சேபிக்கப்படாது உள்ளது. இந்தியாவின் சமூக, பண்பாட்டு, மத வளர்ச்சியில் அவர்தம் முக்கியத்துவம் ஆட்சேபிக்கப்படவில்லை. அந்நூல்களை இயற்றியவர்கள் பலதிறப்பட்ட, உழைப்பாளிகளான, ஒருவேளை அலட்சியமிக்க உள்ளூர் மக்களிடையே, பிரதானமாகத் தம் மொழிசார்ந்த அடையாளத்தைத் தக்கவைத்துக்கொள்ள, பிரக்ஞை பூர்வமாக முயலும் பெருமிதமிக்க சிறுபான்மையினருக்கும் மேலானவர்களா என்பது கேள்விக்குரியது.

நிச்சயமாக, சமஸ்கிருத இலக்கிய மரபுகள் இந்துக்களுக்கு இன்னும் கூடப் புனிதமாகவே இருக்கின்றது. வேத பாராயணங்கள் இன்றும் கூடச் சொல்லப்படுகின்றன; தொலைக்காட்சிகளில் சமஸ்கிருத இதிகாசங்கள் தொடர்களாக ஒளிபரப்பாகையில் ஒட்டுமொத்த இந்திய தேசமே அசைவின்றிப் போகின்றது. தொல்பழங்கால ஆரியனின் பனுவல்கள் வரலாறாக மட்டுமல்ல; அவை வெளிப்பாட்டுக்குச் சமீபமானவை. ஆரியர்கள் ஒருபோதும் வணங்கப்படவில்லை. வணங்கப்பட்டிருக்கவில்லை. எந்த விதத்திலும் தெய்வத்தால் ‘தெரிவு செய்யப்பட்டவர்களாக’ப் பார்க்கப்படவில்லை. தனிப்பட்ட புரோகிதர்கள், நாயகர்கள், துறவியர், தெய்வங்கள் நினைவில் இருத்தப்பட்டனர் ஆனால் அவர்களது இனவரைவியல் நெருக்கம், அழுத்தம்தரப்படவுமில்லை சீரானதாயுமில்லை. சமஸ்கிருதத்தில் ஆர்யா என்னும் சொல் வழமையாகப் பெயரடைத்தன்மை கொண்டதே. ஒரு காலத்தில் குறிப்பிட்ட மக்கள் அல்லது வர்க்கங்கள் மற்றவர்களிடமிருந்து தம்மைத் தனித்துக்காட்டப் பயன்படுத்தினர்; தெளிவாகவே அதுவொரு நல்ல விஷயமாயிருந்தது. ஆனால், பல வார்த்தைகளைப் போன்று, அதன் பொருள் நூற்றாண்டுகளில் மாறிற்று, இப்போது அசல் வார்த்தையை வரையறுப்பது கடினமானது. ஆங்கிலத்தில் தூய, மதிக்கத்தக்க, நேரிய, உன்னத, செல்வந்த என்று பலவேறாகக் குறிக்கப்படுகிறது. அது தென்னிந்தியாவுக்குப் பயணித்து, அங்கிருந்து இந்தோனேஷிய நாட்டுக்குச் சென்றபோது, சாஹிப், திருவாளர் போன்று வெறுமனே மரியாதைக்குரிய விளிச் சொல்லாகியிருந்தது.

மறுபுறத்தே, தனித்துவமுள்ள மக்கள் இனத்தின் பொதுப் பெயராக-அவர்களுக்கு இந்த ஆர்யா பெயரடை பிரத்யேகமாகப் பிரயோகிக்கப்பட்டது- சமஸ்கிருத இலக்கியத்தில் எங்கும் அது இடம்பெறவில்லை. ஐரோப்பியர், சமஸ்கிருதத்தில் ஆர்வங்கொண்டபோதுதான் அவர்கள் தோன்றினார்கள்.

ஐரோப்பிய அறிஞர்களுக்கு உத்வேகமூட்டியது இலக்கியமல்ல மாறாக மொழியே.

சமஸ்கிருதத்தின் சில சொற்கள் கிரேக்க-லத்தீன் மொழிகளில் இணையானவற்றைக் கொண்டுள்ளன என்பது நீண்டகாலத்திற்கு முன்பே குறிப்பிடப்பட்டது. 1785இல் ஆங்கிலப் பல்துறை வித்தகரும் மானுடரில் மிகவும் அறிவு விளக்கம் பெற்றவர்களுள் ஒருவருமான (டாக்டர் ஜான்ஸனின் பாராட்டு) சர் வில்லியம் ஜோன்ஸ் சமஸ்கிருதம் பயிலத் தொடங்கினார். ஓராண்டு கழிந்ததும் அம்மொழி குறித்த தனது தொடக்கநிலைத் தீர்ப்பினை அறிவித்தார். மேலும் 'அதியற்புதமான கட்டமைப்பை உடையது, கிரேக்கத்தை விடவும் மிகக் கச்சிதமானது, லத்தீனை விடவும் வளமானது' என்றார்.

> '...இருப்பினும் அவ்விருமொழிகளுடன் வலுவான பிணைப்புடையது-சந்தர்ப்பவசமாக உருவாக்கப் பட்டிருப்பதை விடவும், வினைச் சொற்களின் வேர்களுடனும் இலக்கண வடிவங்களுடனும் வலுவாக; ஒரு பொது ஆதாரத்திலிருந்து எழுந்திருக்க வேண்டும் என நம்பாமல், அவற்றை எந்தவொரு மொழி நூலாராலும் பரிசீலிக்க இயலாது-அவ்வாதாரம் இருக்கவில்லை'.[3]

நிலைமை இதுவாயிருக்க சமஸ்கிருதத்திலிருந்து வந்த பெரும்பாலான வடஇந்திய மொழிகள், லத்தீனிலிருந்து வந்த ஐரோப்பிய மொழிகள் பலவற்றுடன் தொடர்புபடுத்தப்பட்டன. ஜெர்மானிய, செல்டிக் மொழிகள்கூட இம்மொழிக் குடும்பத்தைச் சேர்ந்தனவாக இருக்கக்கூடும், அப்படியே தொன்மையான பாரசீகமும் (அவெஸ்தான்) என ஜோன்ஸ் சரியாகவே குறிப்பிட்டார். ஆனால் தனிப்பட்ட ரீதியில் சமஸ்கிருத மொழியை விடவும் சமஸ்கிருத இலக்கியத்தால் கவர்ந்திழுக்கப்பட்ட அவர், அப்'பொது ஆதார'த் தேடலைத் தொடரவில்லை. ஜோன்ஸின் உள்ளுணர்வுகளில் பொது ஆதாரத்தைக் கண்டறிந்து அதன் பரவலை நிரல்படுத்திடும் தனியொரு சவாலை மட்டுமின்றி, அவ்வாறு செய்வதற்கான வழிவகைகளையும் மற்றவர்கள் அடையாளம் கண்டனர். மொழி ஆய்வு அல்லது மொழிநூல், தொல்லியல் போன்றே வரலாற்றாளனுக்குச் சேவை புரியக்கூடியது என ஜோன்ஸ் எடுத்துக்காட்டியிருந்தார். குறிப்பிட்ட அளவு இலக்கியப் பிரதிகளை வைத்துக்கொண்டு, மாறிவருகின்ற வார்த்தை வடிவங்களையும் இலக்கண வடிவங்களையும் பதிவுசெய்திட, மொழிநூலார் வாக்கிய அமைப்பில் அமிழ

முடியும், அசைகளினூடே நகர்ந்து செல்லமுடியும். பொது வேர்ச் சொற்கள், வகைமாதிரியான வார்த்தை வடிவங்கள், புதிய கட்டமைவுகள், புறத்தாக்கங்களை அடையாளங்கண்டு மொழி எவ்விதம் வளர்ந்து பரவியது என்பதற்கு அவரால் விதிகளை வகுக்க இயலும். முற்றிலும் அந்த மொழியின் அடிப்படையில், எந்தவொரு குறிப்பிட்ட பிரதிக்கும் தோராயமான காலத்தை ஒதுக்கக்கூடிய, அடுக்கின் தொடர்ச்சியை அவரால் உருவாக்க இயலும்.

இப்புது ஆய்வுப் பிரிவினைப் பயன்படுத்தி, வளர்த்தெடுத்த ஆய்வாளர்கள், முதலில் நழுவிச் செல்லும் 'பொது ஆதார' மொழியை இந்திய-ஜெர்மானிய அல்லது இந்திய-ஐரோப்பிய மொழி என்றனர். பழங்காலப் பாரசீகர்கள் தம் ஆர்ய வார்த்தையை இனவரைவியல் அர்த்தத்தில் பயன்படுத்தியது தெரியவந்ததும், தம்மை ஆரியானா (நவீன ஈரானிலிருந்து வருவது) என்றழைத்துக் கொண்டனர். பொதுமொழி என்றால் பொது இனவரைவியல் என்னும் அனுமானத்திற்கு எதிராக எண்ணற்ற எழுத்தாளர்கள் தொடர்ந்து எதிர்ப்பு தெரிவித்தனர். இருப்பினும் தனியொரு இனம், வங்காளத்திலிருந்து டோனிகால் வரை நாகரிகத்தின் வித்துக்களை விதைத்தது என்னும் கருத்து மிகவும் பரபரப்பு ஏற்படுத்துவதாகி, இறுதியில் தடுத்திட முடியாததாக ஆனது. 19ஆம் நூற்றாண்டின் மத்தியில் ஆக்ஸ்ஃபோர்டில், சமஸ்கிருதப் பேராசிரியராக விளங்கிய ஜெர்மனியின் மாக்ஸ் முல்லர், 'நாகரிகம், வர்த்தகம், மதத்தின் கண்ணிகளால் உலகின் பாகங்களையெல்லாம் இணைத்திடும் பணியை' ஆரியர் கொண்டிருந்தனர் என்றார். அவர்கள் 'வரலாற்றின் ஆட்சியாளர்களாய்'[4] இருந்தனர். இனம் குறித்து எளிமைப்படுத்தப்பட்ட முடிவுகளை வந்தடைவதை முல்லரும் எச்சரித்தார், ஆனால், இன்னும் தலைமை இனமாக இல்லாது போயினும், குறைந்தபட்சம் இனவரைவியல் தனித்துவமிக்கதாக, ஆரியரின் தோற்றுவாய் ஓர் அடையாளமாக மக்களால் பார்க்கப்பட்டது. பெருமிதமிக்க தம் வரலாற்று வம்சாவளியின் கண்டுபிடிப்பால் திருப்தியுற்ற, இந்தியாவின் அபிலாஷையுள்ள தேசியவாதிகள், ஐரோப்பாவின் பண்பாட்டு எஜமானர்கள் செய்தது போல, ஆரியர்களை அரவணைத்துக் கொண்டனர்.

இந்திய-ஆரிய மொழிகளின் விரிந்த பரவலால், ஈரேஷிய நிலப்பகுதியின் நடுவில் எங்கோ ஓரிடத்தில், ஆரியரின் தாயகம் தேடப்பட்டது. பெரும்பாலான அறிஞர்கள் தெற்கு ரஷ்யா-உக்ரைனின் புல்வெளிகளுக்கு அல்லது காஸ்பியன்

கடற்கரைக்கு ஆதரவளித்தனர். நாடோடி மேய்ப்பர்களான ஆரியர்களுக்கு நிறைய வெளி வேண்டியிருந்தது. அதிலிருந்து, பல நூற்றாண்டுகளில் நிகழ்ந்த அடுக்கடுக்கான புலம்பெயர்தல்களில் தம் தெய்வங்கள், குதிரைகள், மந்தைகளுடன் மொழியை எடுத்துக்கொண்டு, ஈரான், சிரியா, அனடோலியா, கிரேக்கம், கிழக்கு ஐரோப்பா, வடக்கு இந்தியா எனப் பல பகுதிகளுக்கும் சென்றனர்.

வேதங்களில் கூறப்பட்டுள்ள அவர்தம் சாகசங்களின்படி, இந்தியாவின் ஆரியர்கள் புலம்பெயர்ந்தோரே. நெருப்பினை உமிழும் அக்னி, இடியை விழச்செய்யும் இந்திரன் போன்ற தெய்வங்களால் உதவப்பட்டும் ஊக்குவிக்கப்பட்டும் இருந்த ஆரிய வெற்றியாளர்கள், ஆஃப்கானிஸ்தானின் கனவாய்களிலிருந்து பஞ்சாப் சமவெளிக்கு வந்ததாகக் கருதப்பட்டனர். குதிரைகளால் இழுக்கப்பட்ட ரதங்களிலிருந்து சாவையும் அழிவையும் கட்டவிழ்த்துவிட்ட அவர்கள், பூர்வமக்களை அடக்கி அவர்தம் மந்தைகளை அபகரித்தனர். தாஸா/தஸ்யு எனப்பட்ட இப்பூர்வகுடியினர்/முதற்குடி மக்கள் கருப்பர்களாக, தட்டை மூக்கினராக, அருவருப்பானவர்களாக, புரிந்துகொள்ள முடியாதவர்களாக, பொதுவாகத் தாழ்ந்த நிலையினராகக் கருதப்பட்டனர். ஆரியர்களோ, நேர்த்தியான அம்சங்கள் உள்ளவர்களாக, நல்ல நிறத்தினர்களாக, உயரமானவர்களாக, தம் கடவுளர்கள், குதிரைகள், சடங்கியல் மாயாஜாலம் ஆகியவற்றில் தேர்ந்து விளங்குபவர்களாக, ஒட்டுமொத்தத்தில் மிக உயரிய மக்களாகக் கருதப்பட்டனர்.

இந்திய வரலாற்றுக்குப் புதியதும் எதிர்பாராததுமான இந்த ஆரியப் பரிமாணம் மீது சிந்தித்த, 19ஆம் நூற்றாண்டின் பிரித்தானிய காலனியவாதிகள், புதிய உற்சாகத்தைப் பெறமுடிந்தது. தொன்மையான இந்திய வரலாற்றில் நேர்த்தியாயும் 'செவ்வியலா'யும் இருந்தவையெல்லாம், இப்போது மேற்கிலிருந்து வந்த பல வீரர்களால் ஏற்பட்டவையாகச் சிறப்புப் பெற்றன. கங்கைச் சமவெளியிலும் அதன்பின் தீபகற்பத்திற்குள் ஆழமாயும் தம் உயரிய பண்பாட்டைப் பரப்பி வந்த ஆரியர், முன்னெப்போதும் இருந்திராத பண்பாட்டு ஒருங்கிணைவையும், பொறாமைப்படத்தக்க உயரிய நாகரிகத்தையும் இந்தியாவுக்கு வழங்கினர். எனினும் நாளடைவில் ஆரிய இனத்தின் தூய்மை நம்பிக்கைக்கு இடமின்றி நீர்த்துப்போனது; ஆண்மை, படைப்பாற்றல், உந்துதல் என்பன தாங்கிக்கொள்ள முடியாத தட்பவெப்பத்தாலும் நயவஞ்சகமுள்ள

சமூக அமைப்பாலும் பலிகொள்ளப்பட்டன. இஸ்லாமியத் திணிப்புக்கோ காலனிய அதிகாரங்களின் நுழைவுக்கோ கடுமையான எதிர்ப்பெதுவும் காட்டப்படவில்லை. மீட்கமுடியாத சீர்குலைவிலும் நாசத்திற்குள்ளும் இந்தியா சரிந்தது. அப்போது சரியான தருணத்தில் பிரித்தானியர் வந்தனர். தம் மென்மையில் அழகோ ஆண்மையோ நம்பிக்கையோ குறைந்திடாத அவர்கள் நவ ஆரியர்களாயிருந்தனர்; இயல்பாக ஊக்கமிழந்திருந்தவர்களை முயற்சியிலும் உழைப்பிலும் ஈடுபடுத்தினர், உயரிய நாகரிகம்-மனிதாயமிக்க மதத்தின் ஒப்பிட முடியாத ஆதாயங்களைக் கொட்டினர், புதிய பொற்காலத்தை வரவழைத்தனர். அல்லது சிலர் அப்படி எண்ணுவதை விரும்பினர்.

1930-களில் இம்மாயை முரட்டுத்தனத்துடன் நொறுக்கப்பட்டது. சுயாட்சிக்கான இந்தியக் கோரிக்கைகள் எழவும், பிரித்தானியர்கள் தம் காலனியாதிக்கத்தை மறுபரிசீலனை செய்யும் நிர்ப்பந்தத்திற்கு ஆளாயினர்; ஐரோப்பாவில் நாஜிகளின் பரப்புரையால் ஆரியக் கோட்பாடு நம்பிக்கை இழந்ததுடன் மொகஞ்சதாரோவிலிருந்தும் இந்தியாவின் பிற பகுதிகளிலிருந்தும் வந்து கொண்டிருந்த தொல்லியல் அறிக்கைகளால் சவாலுக்குள்ளாயிற்று. தொடக்கத்தில் காலவரிசை இப்போதை விடவும் தெளிவற்று இருக்கவே, ஆரியப் 'படையெடுப்பு'களுக்கு முந்தையவர்களா ஹரப்பா மக்கள் என்பது தெளிவாகவில்லை. உண்மையில், ஹரப்பா மக்களுக்கு முன்னிருந்தவர்கள் ஆரியர்களே என்று வற்புறுத்திடும் அறிஞர்கள் சிலர் உள்ளனர்; இதற்கு மாறாகப் போதுமான சான்றுகள் இருந்தும், ஹரப்பா நாகரிகம் ஆரியச் சாதனையே என்றனர். முதலாவது ஆரியப் படையெடுப்பை, கி.மு. நான்கு அல்லது ஐந்தாம் ஆயிரத்திற்குத் தள்ளிப்போடுவதே இதன் அர்த்தம்-மொழிநூல் பிரிவினையுடன் இது பொருந்திப் போகவில்லை; தமது வளமான இலக்கியத்தில் நிச்சயமாகச் சான்றுகளின்றி, கால்நடை வளர்க்கும் பழங்குடியினர் நகர நாகரிகத்தின் நாயகர்கள் என்பது செல்லுபடியாகவில்லை.

ஹரப்பா நாகரிகம் முதலில் வந்தது என்ற பொதுவான நம்பிக்கை இருந்தும், ஆரியத் 'தொன்மம்' உடனடியாக ஹரப்பாவாதிகளாலும்கூடக் கைவிடப்படவில்லை. ஆரியர்கள் ஹரப்பா நகரங்களை உருவாக்கி இருக்கவில்லை எனில், அவற்றை அழித்ததற்குப் பொறுப்பானவர்களாக இருக்கவேண்டும் என இன்னொரு கோட்பாட்டினைத் 'திரு சிந்துசமவெளி'யாயிருந்த சர் மார்டிமோர் வீலர் முன்னெடுத்தார். ஹரப்பா நகரங்கள் வெற்றிக்குப் பணிந்தன என்று யூகித்தது இது. ஹரப்பாவிலும்

மொகஞ்சதாரோவிலும் 'படுகொலைகள்' நடந்ததற்கான சான்றினை வீலர் எடுத்துக்காட்டினார். ஆண்கள் பெண்கள் குழந்தைகளின் எலும்புக் கூடுகள், சில முழுமையின்றியும் ஒன்றிரண்டு கபாலப் பாதிப்புகளுடனும் தெருக்களில் சிதறிக்கிடந்தன எனக் கண்டறியப்பட்டது. அவை இன்னும் கிடக்கின்ற இடத்திலேயே வீழ்த்தப்பட்டிருக்கக் கூடும். அவசரகதியில் மக்கள் வெளியேறியது குறித்த மற்ற கருத்துகளும் உண்டு. நகரங்கள் அல்லது 'பூர்' என்பதற்குக் 'கோட்டை', 'கொத்தளம்' அல்லது 'வழுவிடம்' என்று பொருள்படும் பல இடங்களை வேதங்களில் வீலர் கண்டார். ஆரியத் தெய்வங்களில் ரத்தவெறிகொண்ட கொடூரமான இந்திரன், 'கோட்டைகளை அழிப்பவனாக', அல்லது புரந்தரனாக, காலம் ஆடையைத் தின்றுவிடுவது போல் கோட்டைகளைப் பிளப்பவனாகக் குறிப்பிடப்படுகிறான். பிளப்பதற்குக் கோட்டைகள் இல்லாதபோது அவன் ஏன் அப்படி விளக்கப்படவேண்டும்? என்று வினவினார் வீலர். அவை ஹரப்பாவினரது 'கொத்தளங்கள்' இல்லாதபோது வேறென்ன? இப்படிப் பிற்கால ஹரப்பர்கள், கருப்பாயும் மோசமாயுமிருந்த தஸ்யுக்களிடையே எண்ணிவிடக்கூடியவர்களாயிருந்தனர். அவர்களை ஆரியர்கள் அடக்கி ஆண்டனர்; அவர்களது நகரங்களைக் கைக்கொண்ட விதியின் மர்மம் அவிழ்க்கப்பட்டது. 'சந்தர்ப்ப சாட்சியங்களை வைத்துப் பார்த்தால், இந்திரன் குற்றஞ்சாட்டப்படுகின்றவனாக இருக்கிறான்.' என்று 1947இல் வீலர் அறிவித்தார்.[5]

1950-கள் முழுவதிலும் இந்திரன் குற்றஞ்சாட்டப்பட்டவனா யிருந்தான், ஆனால் 1964இல் அவனுக்கு எதிரான வழக்கு வீழ்ச்சியுற்றது. இவ்வெலும்புக் கூடுகளைக் கூர்ந்தாய்வு செய்த அமெரிக்கர் ஜார்ஜ் எஃப் டேல்ஸ் இரண்டு மட்டுமே படுகொலை செய்யப்பட்டவை என்றார். பல நூற்றாண்டுகளுக்குப் பிறகு தெருமட்டத்தை விடவும் தரை உயர்ந்தபோது, இவற்றில் பெரும்பாலானவை சாதாரணமாக அடக்கம் செய்யப்பட்டதாகத் தோன்றிற்று. '(மொகஞ்சதாரோ) நகரின் பிந்தைய காலகட்டம் வரையில் அழிவு இல்லை, விரிவான அளவில் எரித்தல் இல்லை, கவச உடை தாங்கிய வீரர்களின் உடல்கள் எதுவும் யுத்தக் கருவிகளால் சூழ்ந்திருக்கவில்லை. நகரில் அரண் செய்யப்பட்ட ஒரே பகுதியான கொத்தளம் இறுதித் தற்காப்புக்கான சான்றினைக் கொண்டிருக்கவில்லை.'[6] 'பூர்' என்பதற்கு நகரம்/கோட்டை என்று பொருள்படும் என்பதற்கு ஆதாரங்கள் இல்லை. கான்பூர், நாக்பூர் போன்ற இப்போதுள்ள இடப்பெயர்கள். அதே பொருளில் அச்சொல்லைப் பாதுகாத்துள்ளன, ஆனால் ஆரம்ப நிலை

சமஸ்கிருதப் படைப்பான ரிக்வேதத்தில், நன்றாக வேலியமைந்த கிராமம் அல்லது குடியிருப்பு என்பதற்கு மேலாக அது உணர்த்தவில்லை என்றே தோன்றுகிறது. தொல்லியலாளரின் கூற்றுப்படி 13 மீ அடர்த்தியுள்ள ஹரப்பா மதில்களும் ஒவ்வொரு துண்டுப்பகுதியும் அவ்வளவு உயரமிருக்க, ஆரியரின் ரதங்களும் கவண்களும் அவ்வளவு மனப்பதிவை ஏற்படுத்தியிருக்குமா என்பது தெளிவாயும் இல்லை.

ஆரியர்களுக்கும் ஹரப்பர்களுக்குமிடையே சிறிது தொடர்பு இருந்திருக்கக்கூடிய சாத்தியத்தை அப்படியே ஒதுக்கித் தள்ளிட இயலாது. பிந்தைய ஹரப்பா கட்டத்து காலம், கி.மு. 1700-க்கு மெல்ல தள்ளப்பட்டிருந்தாலும், ஹரப்பாவினருக்கும் ஆரியருக்கும் இடையிலான இடைவெளியானது இரு நூற்றாண்டுகளில் சரிசெய்யப்பட்டிருக்கும். இத்தகைய காலவெளியினூடே கூட்டு நனவிலியின் வலையொன்று பரவியிருக்கும். ஆரியர்கள் ஆரம்பத்தில் குடியமர்ந்த ஹரப்பாவிலும் பஞ்சாபிலும், ஒப்பீட்டளவில் நவீனமிக்க ஹரப்பாவுக்குப் பிந்தைய பண்பாடுகளின் பீங்கான் சான்றுகள் பெரும் அளவில் உள்ளது. ஆரிய ஆதரவு அல்லது தூண்டுதலால் ஹரப்பாவின் திறன்களைப் புதுப்பித்து அவை பிரதிநிதித்துவம் செய்யமுடியும்.

வேதங்களில் ஓரிடப் பெயராக 'ஹரியுபியா' குறிப்பிடப்படுகிறது. இது ஹரப்பாவாகவே இருக்கக்கூடும்-ஆனால் பெரும்பாலான அறிஞர்கள், சிந்துவுக்கு மேற்கிலிருந்த ஓர் ஆற்றினைக் குறிப்பதாக எடுத்துக் கொள்கின்றனர். ஹரப்பாவின் வணிகக் கூட்டாளிகளை சுமேரியர் 'மெலுஹா' என்றழைக்க, இச்சொல் 'மிலேச்சா' எனக் கடைசியில் சமஸ்கிருதத்தில் இடம்பெற்றது. எனினும் 'மிலேச்சா' சமஸ்கிருதத் தோற்றுவாயைக் கொண்டிருக்க முடியாதென்று மொழிநூலார் வற்புறுத்துகின்றனர். தற்சுட்டான மெய்யெழுத்துகள், அச்சொல் ஒரு உள்ளூர் மொழியிலிருந்து இரவல் பெறப்பட்டிருக்கலாம் என்பதைத் தெளிவாக எடுத்துக்காட்டுகின்றன. தாஸர்கள் பேச்சாக ஆரியக் காதுகளில் முரட்டுத்தனமான சுற்றிவளைத்துப் பேசலாக அது ஒலித்தது, சொல்லின் உச்சரிப்பும் பொருளும் வெறுமனே ஒத்திருந்ததாக இருக்கலாம். தாஸர்கள் தம்மை விவரித்துக்கொண்ட தொடரிலிருந்து அது பெறப்பட்டிருந்தால், மிலேச்சர்கள் ஹரப்பர்களாகவோ அல்லது 'மெலுஹன்களாக'வோ இருந்திருக்க வேண்டும்.

படையெடுப்புகளா அல்லது புலப்பெயர்வுகளா?

வேதங்களின் சமஸ்கிருதத்திலுள்ள இரவல் வார்த்தைகளின் இதர எடுத்துக்காட்டுகள் சமஅளவிலே வெளிப்படுத்தல் கொண்டனவாயுள்ளன. 'கலப்பை'க்கான சமஸ்கிருதச் சொல் சமஸ்கிருதம் சாராதது எனப்படுகிறது. ஆரியர்கள் இந்தியாவுக்கு வந்தபோது, கலப்பைக்கென்று ஒரு சொல்லினைப் பெற்றிராவிட்டால், -வேறொருவரிடமிருந்து இரவல் பெறவேண்டியிருந்தது-அவர்களிடம் கலப்பை இருக்கவில்லை என்ற முடிவுக்கு வந்துவிடலாம். எனினும் ஹரப்பர்களிடம் இருக்கவே செய்தது. ஆகவே கலப்பைகள்-அவற்றின் பயன்பாடுகள் குறித்து ஹரப்பாவின் பூர்வகுடி மக்களிடமிருந்து கற்றுக்கொண்டிருக்கலாம் என்றாகிறது. இவர்கள் வேதப்பிரதிகளில் வரும், அவமதிக்கப்பட்ட தாஸர்களாக இருக்கலாம்; உண்மையில் தாஸர்கள் இந்திய-ஐரோப்பியப் புலம்பெயர்தலின் முதல் அலையில் தப்பிப் பிழைத்தவர்கள், எனவே பூர்வகுடிகளல்ல என்று யூகித்திட இப்போது காரணங்கள் உள்ளன. ஆரியர்கள் இந்தியாவுக்கு வருமுன்பே, ஆஃப்கானிஸ்தானில் ஆரிய-தாஸ தொடர்புகள் ஏற்பட்டிருக்க வேண்டும் என்று கூறப்பட்டுள்ளது. 'உழுசால்', 'கதிரடிக்கும் களம்' என்பவற்றிற்கான ஆரியச் சொற்கள் சார்ந்தும் இதே முடிவுகளை வந்தடையலாம். அவையும் சமஸ்கிருதமல்லாதவையாகவே தோன்றுகின்றன. ஆரியர்கள் பெருமளவில் பாசனச் சாகுபடியில் ஈடுபட்டிருக்கவில்லை என்பது வெளிப்படை. கட்டடக் கலையிலும் ஈடுபடவில்லை. இந்தியாவுக்கு வெளியே அதிகம் தெரியவந்திராத மயிலுக்கு அவர்கள் சொல்லை இரவல் பெறவேண்டியிருந்தது அல்லது 'யானை'க்கு ஒரு சொல்லினைக் கண்டுபிடிக்க வேண்டியிருந்தது- கையுடன் அதாவது தும்பிக்கையுடன் உள்ள விலங்கு- என்றனர். 'சாந்து'க்கும் அவர்கள் ஒரு சொல்லை இரவல் பெறவேண்டியிருந்தது என்பது மிகவும் வெளிப்பாட்டுத் தன்மையதாகும். வேதகால ஆரியருக்கு உரித்தானது என்று கூறும்படி, கட்டடங்கள் ஏதும் கண்டறியப்படவில்லை என்னும் யூகத்திற்குத் தொல்லியல் துணை நிற்கிறது.

எழுதுதல், பதிவேடு, எழுதுபவர் அல்லது அட்சரம் என்பதற்கு வேதகால ஆரியரிடம் சொற்கள் இல்லை-இரவல் பெற்றவைகூட இல்லை. ஆகவே அவர்கள் இந்தியாவுக்கு எழுதும் விஷய ஞானத்தைக் கொண்டுவரவில்லை; அவர்கள் வந்து சேர்ந்தபோது, ஹரப்பர்களின் எழுதும்-வாசிக்கும் திறன்கள் மறந்துபோயிருந்தன- குறைந்தது ஆரியர்கள் முதலில் குடியமர்ந்த பகுதிகளில், பிந்தைய

லிபிகள் எப்போது எங்கே எழுந்தன என்பது தெரியவில்லை. எழுதுவது குறித்த முதல் ஆதாரம், கி.மு. 500-க்குப் பிறகான வாய்மொழிக் கதைகளில் காணப்படுகிறது. அதன் இருநூறு ஆண்டுகளுக்குப் பின்பு வரை, கல்வெட்டுகள் இல்லை, ஆனால் ஒப்பீட்டளவில் நவீனமான இரு லிபிகளை அவர்கள் பயன்படுத்தினர்-பல நூற்றாண்டுகாலப் பரிச்சயம் அவற்றிற்கு இருந்திருக்க வேண்டும். இந்த லிபிகளுள் ஒன்று, ஹரப்பா முத்திரைகளின் சித்திர எழுத்துகளுக்குக் கடன்பட்டிருக்கலாம்; இன்னொன்று, மேற்கு ஆசியாவின் அராமிக் லிபியிலிருந்து வந்ததாகத் தோன்றுகிறது.

அடிப்படையான பல வேளாண்திறன்களில் எழுத்தறிவற்றவராக அறியாமையுள்ளவராக இருந்த ஆரியர், கால்நடை குறித்த அனைத்தையும் அறிந்திருந்தனர். ஹரப்பா மக்களோ மாட்டு வண்டியைப் பயன்படுத்தினர், எருதுகளுக்கும் வேறுபல விலங்குகளுக்கும் குலக்குறிப் பாத்திரங்களைக் கண்டறிந்திருக்கலாம், பால்பண்ணையிலோ குதிரைப் பந்தயத்திலோ வேட்கை இருந்ததாகத் தெரியவில்லை; உண்மையில் அவர்கள் குதிரையை அறிந்திருக்கவில்லை, உள்ளூரின் குருதி தொடர்பான மரபு இல்லாதது அப்போதும் அதன்பின்னரும் பேராசைமிக்க பேரரசு நிர்மாணத்தில் அக்கிலஸின் கணுக்காலாக, அதன் பலவீனப் புள்ளியாயிருந்தது. ஆரியர்கள் உண்மையில் மேய்ப்பர்களே. கால்நடைகளின் கலகலப்பிலும் இரண்டு குதிரை ரதங்களை ஓட்டுவதிலும் தம் திறன்களைப் பறைசாற்றிக்கொண்டு, பாசமிக்க பசுக்கள், ஆவேசமான குதிரைகள் மீது உருவகங்களுடன் பாக்களைப் பாடினர். ரிக் வேதத்தில் புயல் மேகங்கள் தவறாமல் சொர்க்கங்களினூடே 'பாய்கின்றன.' அவற்றின் இடியோசை குதிரையின் கனைப்பாக உள்ளது. மேய்ச்சல் நிலத்தை நோக்கி நெருக்கியடிக்கும் கால்நடைகள் போல ஆறுகள் மலைகளிலிருந்து விரைகின்றன; பியாஸ் நதி ஒரு துணை நதியைச் சந்திக்கையில், 'தாய்ப்பசு கன்றினை நக்குவது போல, ஒன்று மற்றதை நக்குகிறது.' பசுக்களின் எண்ணிக்கைக்கேற்ப மதிப்பு வெளிப்படுவதுபோல, கால்நடைகளும் நாணயமாயிருந்தன; சண்டையினைச் சுட்டிக்காட்டும், 'பசு'வுக்கான சமஸ்கிருத வேர்ச்சொல் go ஆகும் - நிலம், பிரதேசத்திற்கான போட்டியிலிருந்து அல்லாமல், பசுக்கள், செல்வத்திற்கான போட்டியிலிருந்தே மோதல் வெடித்ததற்குச் சான்றாகும்.

ஆகவே, ஆரியர்கள் அசலாக மேய்ச்சல் தொழிலை உடையவர்களே; ஆதலால் இந்தியாவுக்குப் புலம்பெயர்ந்ததாக

எடுத்துக்கொண்டு, புதிய மேய்ச்சல் நிலங்களை எப்போதும் தேடிடும் மேய்ப்பவனின் தேவை சேர்ந்துவிட்டால், அவர்கள் அரைபாதி நாடோடிகளாயிருக்க வேண்டும். உலகெங்கிலும் உள்ள மேய்ச்சல்காரர்கள் போன்றே, வெளியில் திரிந்து கொண்டேயிருக்கும் வாழ்வை அவர்கள் நடத்தினர். காற்று மழை வெயிலுக்குப் பழகிப்போனவர்களாக, இயற்கை ஆற்றல்களில் தெய்வீக சக்தியைக் கண்டறியவும் இவ்வாற்றல்களுடன் நேரடித் தொடர்புகொள்ள ஆயத்தமாயும் இருந்திருக்கலாம். அவர்தம் கடவுளரின் பெயர்கள், இந்தியா வருவதற்கு முந்தியவை, பல பெயர்கள் (எ-டு- இந்திரன், அக்னி, வருணன்) பாரசீக, கிரேக்க, லத்தீன் புராணங்களில் உள்ளவற்றுடன் ஒத்திருப்பவை; ஆனால் அவர்களது பண்புகளும் சாதனைகளும் இந்தியச் சூழலுடன் தொடர்புள்ளவை. மனிதச் சமூகத்தின் அடிப்படை அலகு, குடியிருப்பை விடவும் சிறிய நாடோடிக் குழுதான் என்று தோன்றும். 'கிராம' என்னும் சொல், கிராமத்தைக் குறிப்பதாகச் சீக்கிரமே ஆனாலும், வாகனங்கள், மூன்று அல்லது நான்கு தொடர்புடைய குடும்பங்கள், மற்றும் கால்நடைகளையே அது குறித்தது.

பருவகால மழை பொழியும் மாதங்களில், மேய்ச்சல் நிலங்கள் பெருகி, போக்குவரத்து சிரமமிக்கதாக ஆனதும், ஆரியர்கள் தம் முதலாவது தற்காலிகக் குடியிருப்புகளை அமைத்திருக்க வேண்டும். அப்போதுதான் அவர்கள் தானியப் பயிர்களை நட, அவை மழை நீராலும் கால்நடைகளின் சாண உரத்தாலும் வளர்ந்து, குளிர்காலத்தில் அறுவடை செய்யப்பட்டிருக்கும். அத்தானியம் பார்லியாக இருந்திருக்கும். ஹரப்பர்களால் நெல் விளைவிக்கப்பட்டாலும், வேதங்களின் ஆரம்பநிலையில் குறிப்பிடப்படவில்லை. அதனைக் குறிக்கும் சொல்லும் சமஸ்கிருதம் அல்ல. அதுவும் இந்தியாவின் பூர்வக்குடி மக்களில் ஒருவரிடமிருந்து பெறப்பட்டிருக்கும். எனினும் ஆரியர்கள் நிலைகொண்டதொரு வாழ்வை மேற்கொண்ட பிறகு, அரிசி முதலாவதாக இடம்பெறுகிறது; கி.மு. முதலாயிரத்தின் ஆரம்ப நூற்றாண்டுகளில் மத்திய கங்கையை அவர்கள் குடியேற்றமாக்கியதை அடுத்து, அவர்களின் குடியமர்வு முறைக்குப் பாசன வசதிபெறும் நெல் சாகுபடி முக்கியத்துவம் பெற்றது.

முதலில் அவர்கள் பஞ்சாபில் குடியமர்ந்தனர். அதைத் தொடர்ந்து இப்போதுள்ள இந்திய-பாகிஸ்தான் எல்லையின் இருபுறங்களிலும் வாழ்ந்தனர் என்பதற்கான குறிப்புகள் ரிக்வேதத்தில் உள்ளன- 'ஏழு

நதிகளின் பூமி' என்று பொருள்படும் 'சப்த-சிந்து' முதலானவை என்று ஒவ்வொரு நதியும் அடையாளங்காணப்பட்டுள்ளன, அவை பெரிதும் சிந்துவின் உபநதிகள். அவை அடிக்கடி குறிப்பிடப்படுகின்றன, ஆதலின் ஆரியருக்கு மிகப் பரிச்சயமாக இருந்திருக்கும் (மிக முக்கிய நதி சரஸ்வதி வறண்டுவிட்டது). மறுபுறத்தே, வல்லமை மிகு கங்கையைப் பற்றி ஒரேயொரு முறையே குறிப்பிடப்படுகிறது, அதுவும் பிந்தைய ரிக் வேதப் பாக்களில், பிரமாணங்கள், உபநிடதங்கள் (சுமார் கி.மு. 900-600) என அடுத்துவந்த படைப்புகள், கிழக்கு நோக்கிய, அதிலும் குறிப்பாகத் தோவாபை நோக்கிப் புவியியல் குவிமையம் நகர்ந்ததை உறுதிப்படுத்துகின்றன-யமுனைக்கும் கங்கைக்கும் (டெல்லிக்கு உடனடிக் கிழக்கே) இடையிலான நிலத்தின் மகுடமாக இருந்தது தோவாப். மகாபாரதத்திற்கான அரங்கமாக, 'ஆரியரின் நிலம்' என்ற பொருளில் தோவாப் ஆரியவர்த்தம் ஆனது. சுமார் கி.மு. 950-னை பாரதப் போரின் ஆண்டாக ஏற்றுக்கொண்டால், புலம்பெயர்தல் அல்லது காலனியப்படுத்தல் சுமார் கி.மு. 1100-1000இல் நிகழ்ந்திருக்க வேண்டும். ஆரியர்கள் இடைப்பட்ட காலத்தில் வெகுவாக மாறி, நகரங்களை நிர்மாணிக்கவும் அரசுகளை நிறுவவும், 2000 ஆண்டுகளுக்கு முன்னர் ஹரப்பாவினர் நடந்து திரிந்த நாகரிகப் பாதையினை மறுகண்டுபிடிப்பு செய்யவும் தொடங்கினர்.

இந்தியாவில் தமது முதல் முயற்சியை ஆரியர்கள் எப்போது மேற்கொண்டனர் என்பது குறித்து பெருத்த சந்தேகம் இருக்கிறது. சுமார் 200 ஆண்டுகளுக்கு முன்னர், கிழக்கு இந்திய கம்பெனியின் தலைசிறந்த அறிஞரும் நிர்வாகியுமான மவுண்ட்ஸ் டூவர்ட் எல்ஃபிஸ்டன் அப்போது ஆஃப்கானிஸ்தானுக்குச் சென்ற முதல் பிரித்தானிய அணிக்குத் தலைமை தாங்கினார். அவர் காபூலை அடையமுடியாதபோதும், அப்போதைய ஆஃப்கன் பிரதேசமான பெஷாவரிலிருந்து கைபர் கனவாய் குறித்த கருத்தை உருவாக்கிக்கொண்டு, ஆரியர்கள் புறப்பட்டிருந்ததாகக் கருதப்படும் கரடுமுரடான நிலங்கள் மீது அபிப்பிராயம் கொண்டார். பல வருடங்களுக்குப் பிறகு, தன் ஆய்வுகளில் கவனம் செலுத்தும் பொருட்டு, ஆளுநரின் நிர்வாகப் பொறுப்பை மறுதலித்து, மாட்சிமைமிக்க *ஹிஸ்டரி ஆஃப் இந்தியாவை* உருவாக்கினர். அதில் அவர் சமஸ்கிருத மரபுக்கு அதிகக் கவனம் செலுத்தியிருந்தார்; வறண்ட ஆஃப்கன் மலைகளுக்கும் பெஷாவரின் புன்னகைக்கும் தோட்டங்களுக்குமிடையேயான நாடகப் பூர்வ முரண்பாட்டை நினைவுகூர்ந்து, மத்திய ஆசியப்

பகுதியில் ஆரியர்கள் பரவியிருந்தது குறித்து முதலில் பெரும் சந்தேகத்தை எழுப்பினார்.

‘மனுநீதியிலோ (ஊழிவெள்ளத்தில் உயிர்பிழைத்து, பிற்பாடு இந்துச் சட்டம் என்பதான சீரான களஞ்சியத்தை உருவாக்கியவர்), வேதங்களிலோ, மனுதர்மத்தை விடவும் தொன்மையான வேறெந்த நூலிலோ முந்தைய தங்குமிடம் குறித்தோ இந்தியாவுக்கு வெளியிலுள்ள எந்தவொரு நாட்டினது பெயரை விடவும் அதிக அறிவு இருந்ததாகவோ குறிப்பில்லை. கடவுளரின் வாழிடம் நிலைபெற்றுள்ள இமாலயச் சங்கிலியைத் தாண்டி புராணமும் சென்றதில்லை.[7]

மலைசார்ந்த பாலையிலிருந்து பருவமழை பெய்யும் சொர்க்கத்திற்கு ஆரியரால் இவ்வளவு தகவமைத்துக் கொண்டிருக்க முடிந்ததா என்பது எல்பின்ஸ்டனுக்கு மிகவும் நம்பமுடியாததாக இருந்தது; இருந்தும் அதனைப் பதிந்துவைக்கத் தவறினார். கால வரலாற்றில் நாகரிகம் மேற்கிலிருந்து கிழக்காக அன்றி, கிழக்கிலிருந்து மேற்காகவே பரவியிருக்கிறது என்பதையும் அவர் குறிப்பிட்டார். எனவே ஆரியர்கள் இந்தியாவில் தோற்றம் கொண்டிருந்தனர்.

இன்று இந்து தேசியவாத வெளியீடுகளில் திரும்பத் திரும்ப வெளிவந்தும் நம்பகத்தன்மை பெறவில்லை; ஆரியர் குதிரைகளிடம் பரிச்சயம் பெற்றிருந்தாலும் (குறிப்பாக மத்திய ஆசியா) யானைகளை அறியாததாலும் (வகை மாதிரி இந்திய யானைகளை) இது அப்படியே நிராகரிக்கப்படுகிறது; மத்திய ஆசிய வாழ்க்கை குறித்தோ மலைகளினூடேயான இதிகாசப் பயணம் குறித்தோ துணைக் கண்டத்தின் வேறுபட்ட இனிய சூழலுக்கு வந்து சேர்ந்தது குறித்தோ வேதங்கள் எதுவும் சொல்லாதது விசித்திரமே. இதற்கு வழமையாகத் தரப்படும் விளக்கம்: வேதங்கள் உருவான காலத்தில், புலம்பெயர்தல் தொலைதூரத்ததாகி, அதுகுறித்த ஞாபகமெல்லாம் மங்கிப் போயிருந்தது; இதனடிப்படையில் தோராயமான காலவரிசை முன்மொழியப்படுகிறது. பிந்தைய ஹரப்பா காலகட்டத்திற்கும் இந்தியாவில் ஆரிய வருகைக்கும் இடையே பெரிய கால இழப்பையும் (200 ஆண்டுகள் எனலாம்), அதன்பின் ஆரிய வருகைக்கும் வேதங்கள் உருக்கொண்டதற்கும் இடையே ஞாபக இடைவெளியை (இன்னொரு 200 ஆண்டுகள்) அனுமதித்தால், கி.மு. 1500-1300 காலகட்டத்தில் ஆரியர்கள் இந்தியாவுக்குள் நுழைந்திருக்கவேண்டும் என்று தோன்றுகிறது. இப்போது பெரும்பாலான ஆய்வாளர்கள் தனியொரு பெரும் நகர்வைவிடவும் பலவாறான புலம்பெயர்தல் அலைகளுக்கு

ஆதரவளிக்கின்றனர். இவ்வலைகள் பல்வேறு பழங்குடிகளைக் கொண்டிருக்க வேண்டும், மொழியியல் சான்றுகளின்படி, பல நூற்றாண்டுகளில் இது நிகழ்ந்திருக்க வேண்டும். ஆக இந்த ஒட்டுமொத்தக் காலமும் ஆரியரின் நுழைவாயிருந்தது.

இவ்வனைத்து அல்லது எந்தவொரு நுழைதல்களும் புலம்பெயர்தலை விடவும் படையெடுப்புகளைக் கொண்டிருந்ததா என்று கூறுவது சாத்தியமே இல்லை என்றாலும் ஒருவாறு யூகிக்கலாம். பிற்பாடு வடமேற்கு இந்தியாவில் மகா அலெக்ஸாண்டரின் நுழைவு கொண்டும் இஸ்லாமியத் தீவிரம் கொண்டிருந்தோர் உள்ளிட்ட மற்ற ஆக்கிரமிப்பாளர்களின் நுழைவின் வெளிச்சத்திலும் பரிசீலித்தால், ஆரிய வருகையானது மரபுரீதியில் முழுமையான படையெடுப்பாகவே பார்க்கப்பட்டுள்ளது. மேலும் பூர்வகுடியினர் புதியவர்களைக் 'கடுமையாக எதிர்த்தனர். தீவிரப் போராட்டம் நடந்தது.' ஆர்.சி. மஜும்தார்- பூர்வகுடியினரான தாஸர்கள், சமஸ்கிருதத்திற்கு மாறாக, திராவிடமொழி ஒன்றைப் பேசினர் என்னும் யூகத்தில் பழங்கால இந்தியா குறித்த தரமான பாடநூலில் பூர்வகுடி எதிர்ப்பு 'திராவிடர்களி'டமிருந்து வந்ததாக அடையாளப்படுத்துகிறார்.

> அது வெறுமனே இரு தேசிய இனங்களுக்கிடையிலான போராட்டம் மட்டுமன்று. திராவிடர்கள் தம் இருப்புக்கே போராட வேண்டியிருந்தது... எல்லாம் வீணாயிற்று... திராவிடர்கள் தீரத்துடன் சண்டையிட்டனர், பல்வேறு யுத்தக் களங்களில் நூற்றுக் கணக்கில் ஆயிரக்கணக்கில் தம்மைப் பலி தந்தனர், ஆனால் கடைசியில் படையெடுப்பாளரிடம் அடிபணிய வேண்டியிருந்தது. ஆரியர் அவர்தம் கோட்டைகளையும் நகரங்களையும் தகர்த்தனர், வீடுகளை எரித்தனர், அதிக அளவில் அடிமைகளாக்கினர்.[8]

பல புலம்பெயர்தல்களை முன்வைக்கும் சமீபத்திய கோட்பாடுகள் ஒருவாறு இச்சித்திரத்தை மிதப்படுத்தியுள்ளன. ஆரியரது சில குலங்கள் அணிகளாக, கூலிப்படையினராக அல்லது வர்த்தகர்களாக இந்தியாவுக்கு வரவழைக்கப்பட்டிருக்கலாம்; பூர்வகுடிகளான தாஸர்கள் திராவிடர்களாக அல்லாது, ஆரம்பக்கட்ட இந்திய-ஆரிய வருகையினராக இருக்கக்கூடும்; அவர்கள் எப்போதேனும் 'கோட்டைகளை நகரங்களை'க் கட்டினர் என்பதை உணர்ந்திடும் ஆதாரங்கள் ஏதும் இல்லை; அநேகமாகப் பீங்கான் சார்ந்ததான தொல்லியல் சான்று, ஒட்டுமொத்த 'தேசிய இன'த்தின் வெற்றிக்கான-ஒடுக்குமுறையிலிருந்து

ஒருவர் முற்றிலும் எதிர்பார்த்திடும் திடீர் மாற்றங்களுக்கான குறிப்புகளைத் தரவில்லை.

இன்னொரு விளக்கமும் இருக்கவே செய்கிறது. வடமேற்கின் பிந்தைய படையெடுப்புகள் மீதல்லாமல் இந்தியாவின் எஞ்சிய பகுதிகளிலான ஆரியத் தாக்கங்களின் விரிவாக்கங்களது சூழலில் பார்க்கையில், வேறுபட்டதும் சிக்கலானதுமான சித்திரங்கள் எழும். ஆரியரல்லாதவரிடத்தே ஆரியப் பண்பாடு பரவிய 'ஆரியமயமாதல்' என்னும் நிகழ்ச்சிப்போக்கு, துணைக்கண்ட வரலாறு எங்கிலும் தொடர்ந்தது, உண்மையில் இன்றளவும் அது தொடர்கிறது. ஆதிவாசி/பூர்வகுடி சார்ந்த மத்திய, வடகிழக்கு இந்தியாவின் அதிகத் தலையீடுகள் நிகழாத வளாகங்களில், 'ஆரியமயமாத'லின் (அல்லது சமஸ்கிருதமயமாதல்; பல்வேறு கட்டங்களிலுள்ள மக்களைக் காணலாம். தொலைதூரத்து ஃபிஜி மக்களைப் போன்றவர்களிடையே இதுபோன்ற நிகழ்வுப்போக்கைக் காணக்கூடியதாயிருப்பதாகக் கூறப்படுகிறது- காலனிய காலத்து இந்தியப் புலப்பெயர்வோரால் பாதிக்கப்பட்டவர்கள் ஃபிஜி மக்கள். தொடக்கத்தில் ஆரியக் கருத்துகளும் செல்வாக்குகளும், போர்வெறியர்களால் அல்லாமல், வேலை தேடுவோராலும் வர்த்தகர்களாலும் எடுத்துச் செல்லப்பட்டன. தீபகற்ப இந்தியாவுக்கும் தென்கிழக்கு ஆசியாவின் பெரும்பகுதிக்கும் படிப்படியாக ஆரியமயமாதல் நிகழ்ந்ததற்கு இதே நிகழ்ச்சிப்போக்குதான் காரணமாயிருந்திருக்கும். குறிப்பிட்ட மொழிக்கு (சமஸ்கிருதம்) அதிகாரப்பூர்வ புரோகிதத்திற்குப் (பிராமணர்கள்) படிமுறையிலான சமூகக் கட்டமைப்புக்குப் (சாதி) பிரதானம் அளிப்பது ஆரிய சமூகம் என வரையறுக்கப்படலாம். ஆரியமயமாதலின் இம்மூன்று 'தூண்களை' கேரளத்திலோ ஜாவாவிலோ நிறுவுவதில், கணிசமான மக்களை வேறிடத்திற்கு இடப்பெயர்ச்சி செய்திடும் அவசியம் இல்லை. மக்கள்திரள் புலம்பெயர்தலோ அல்லது கட்டாய இசைவோ தேவைப்படாமல், படிப்படியான தகவமைத்துக் கொள்ளலாகவே இந்நிகழ்வுப்போக்கு தோன்றுகிறது என்பது இனிமேல் பார்க்கப்படும். உயர்தரத் தொழில்நுட்பமும் ஏற்றுக்கொள்வதான சித்தாந்தமும் கொண்ட நல்வாய்ப்பு தேடுவோர், வர்த்தகர் அல்லது ஆசிரியர்களின் சிறிய கூட்டம், நிலவுகின்ற சம்பிரதாயத்துடன் சமரசம் செய்திட ஆயத்தமாயிருப்பின், யாரையும் வெளிப்படையாக எதிர்க்காமலேயே, திருப்தி தருவதும் நீடித்து இருப்பதுமான ஆரியமயமாதலை ஆக்கியிருக்க முடியும், அதுபோல ஆக்கியும் இருந்தது.

உண்மையில் ரிக்வேதத்தின் ஆரியக் கால்நடை திருடுவோர் தாஸர்களைப் பகைத்துக்கொள்ளவில்லை. ஆனால், தாஸர்களின் தொழில்நுட்பம், வழிபாடுகள், சொற்கோவை ஆகியவற்றை மேற்கொண்டும், தாஸர்களின் குலங்களையும் தலைவர்களையும் தம் சமூகத்தில் அனுமதித்தும் அவர்களுடன் சமாதானம் செய்துகொண்டனர். சமஸ்கிருதத் தூய்மைக்கு முக்கியத்துவம் அளிக்கப்பட்டாலும், தாஸர்-ஆரிய இருமொழியுறவுக்கான குறிப்புகள் காணப்பட்டது. குதிரை ரதத்துடன் திகைப்பூட்டும் தொழில்நுட்பமும் வசியப்படுத்திடும் சித்தாந்தமாக வேள்வியின் நுணுக்கங்களாலும், ஆரியர் தம் மேன்மைக்கான அங்கீகாரத்தைப் பெற்றிருக்கலாம். சமூக ஈர்ப்பு-பண்பாட்டு ஊடுருவல் என்பதை விடவும் திட்டமிடாததும் தொந்தரவு தராததுமான நிகழ்வுப்போக்கால் அது நடந்திருக்கலாம். இவ்வாறு ஆரியப்படையெடுப்பு-இந்தியா மீதான வெற்றி ஆரிய இனத்தின் இருப்பு போல ஒரு 'தொன்ம'மாயும் திசை 'திருப்பலாயும்' இருக்கமுடியும்.

எனினும், கி.மு. இரண்டாவது ஆயிரத்தில் ஆரியமயமாதலின் பரிச்சயமான பண்புகளும், மொழி-புரோகிதம்-சமூகப்படிநிலையின் மூன்று தூண்களும், அப்போதுதான் எழத் தொடங்கின என்பதற்கு அழுத்தம் தரப்படவேண்டும், ஆரம்பக்கட்ட வேதங்களில் இவையெல்லாம் வெளிப்படை, ஆனால் வளர்ச்சியுறவில்லை. ஆரிய-பல்வேறான பூர்வகுடி மக்களுக்கிடையிலான தொடர்பின் சூழலில் மட்டுமே அவை வரையறையினையும் பிரதானத்தையும் பெறுகின்றன. இத்தூண்களின் உருவாக்கத்தில் அவை பங்கேற்றன அல்லது பங்களிப்புச் செய்தன. ஆரியப் பண்பாடே கலப்பினத் தன்மையதாக இருந்திருக்கலாம்; எனவே 'ஆரியமாதல்' என்பது தவறான பெயராகவும் இருக்கக்கூடும்.

மோசமான கீதங்கள் அல்ல

ஒரு வரலாற்று ஆதாரம் என்ற அளவில் வேத இலக்கியத்தின் திருப்தியற்ற இயல்பு காரணமாக இத்தகு யூகம் நியாயமானதே. வேதப்படைப்புகளில் மிகவும் ஆரம்பநிலையைச் (சுமார் கி.மு. 1100) சேர்ந்த ரிக்வேதம், வழிபாட்டுப் பாசுரங்கள் மற்றும் சடங்குக் குறிப்புகளுடன் பத்துமண்டலங்களை அல்லது 'வட்டங்களை' கொண்டிருக்கிறது. ஆரியரின் வாழ்க்கைமுறை, கட்டமைப்பு, அபிலாஷைகள் சார்ந்து வேதப் பனுவல்களில் தகவல் நிறைந்ததாகப் பொதுவாகக் கருதப்படுகின்ற அதன்

குறிப்புகள், இந்தியா-ஈரானிய சகாப்தத்தைச் (அதாவது ஆரியர் இந்தியாவை வந்தடையும் முன்னர்) சேர்ந்த வறண்ட-வகைமாதிரியான கீதங்களின் மலைக்க வைக்கும் திரளின் கீழ் அமிழ்ந்துவிட்டன; பல புரோகிதக் குடும்பங்களால் பவித்திரமானதாகக் கருதப்படுபவை, அவற்றை மறவாது வைத்திருப்பதிலான அவர்களது ஒரே நோக்கம், அவற்றை வேள்விச் சடங்கில் பயன்படுத்திக் கொள்ளலாம் என்பதே. கல்கத்தா பல்கலைக் கழகத்தின் டாக்டர் பி.கே. கோஷ் முதலாவது மண்டலத்திலிருந்து ஓர் எடுத்துக்காட்டினை முன்வைக்கின்றார். அதனை வேதங்களில் மோசமானது என்கிறார்; அதனைப் பாடிய பிராமணர்கூடத் தோல்வியின் முன்னுணர்வைப் பெற்றிருந்ததாகத் தோன்றுகிறது. இருப்பினும் உள்ளடக்கம் என்ற வகையில் அது வகைமாதிரியானதே,

என் அறிவைக்கொண்டு வழங்குபவை மோசமான பாசுரங்கள் அல்ல
சிந்துவை ஆளும் பவ்யாவைப் புகழ்ந்து
ஆயிரம் வேள்விகளை என்னிடம் ஒப்படைத்த அவர்
கீர்த்தியை விரும்பிடும் இணையில்லா மன்னர்.
கீர்த்தியை நாடும் மன்னரிடமிருந்து நூறு பொற்காசுகள்,
நூறு குதிரைகளுடன் பரிசாகப் பெற்றுள்ளேன்,
காக்சிவந்தாகிய நான் நூறு பசுக்களையும் பெற்றேன் என் பிரபுவிடமிருந்து
தன் கீர்த்தி விண்ணகம் மட்டும் மடியாதிருக்குமாறு செய்தார்.

அதீத மோசத் தன்மைக்கென்றே குறிப்பிடத்தக்கதாய் இருந்த இரு செய்யுள்களுடன் இவ்விருண்ட பாசுரம் முடிகின்றது என்றெழுதுகிறார் டாக்டர் கோஷ்.[9] மொழிபெயர்ப்பில் இந்த இருண்மை, ஆபாசத்தை விடவும் வெளிப்படையாயுள்ளது. ஆனால் 'ஆனந்தம்' 'படைப்பு' என்பவற்றிற்குப் பாலுறவுத் தொடர்களை மாற்றிப்போட்டால், அவரது ஆட்சேபத்தின் கருப்பொருளைப் புரிந்துகொள்வது சாத்தியமே.

ஒளிவீசிடும் பிரபுவே, பிரகாசத்துடன் தாங்கள் ஆனந்தமடைய வேண்டும்.
உங்களது பரவசம் ஈடேறட்டும். உங்களின் திவ்யமான படைப்பு,
உமது ஆனந்தத்தைத் தாங்கி இருப்பவர், ஆனந்தத்தைப் போன்றே அவ்வளவு குதூகலமானவர்.
தங்களுக்கு இவ்வெழுச்சி, சம அளவில் உற்சாகமளிப்பது, வல்லமை மிக்கவரே, ஆயிரம் இன்பங்களை அளிப்பவரே.[10]

பிந்தைய வேதப் பனுவல்கள் (சாம, யஜுர், அதர்வண வேதங்கள்) ரிக்வேதத்தின் இத்தகு செய்யுள்களை விளக்குகின்றன; அவற்றுக்குப் பின்னிணைப்பாக உள்ளன. ஆனால், அவை அரிதாகவே வெளிச்சம் பாய்ச்சுகின்றன. பிரமாணங்கள், உபநிடதங்களைப் பொறுத்தவரை, பிந்தையவை வேதங்களின் மர்மமான, அப்பாலைத் தத்துவப் பொருளை ஆராய்கின்றன, இந்திய தத்துவ வளர்ச்சிக்கு முக்கியமாயிருக்கின்றன; ஆனால் வரலாற்றுத் தகவல் பெற்றிராதவை; முந்தியவை, சடங்கு நிகழ்வுகளின் வறண்ட யூக விவரிப்பாக, டாக்டர் கோஷின் தர நிர்ணயங்களைச் சுட்டாமல் தோற்கின்றன. வேறொரு இடத்தில் அவற்றைக் 'கேடு கெட்டது,' 'அருவருப்பானது' என்கிறார்; உளவியல் மாணவர்களுக்கு மட்டுமே மனப்பிறழ்வு ஆர்வமூட்டும், மாறாகப் பலருக்கும் நோயுண்டாக்கும் அளவுக்குச் சலிப்பூட்டுபவை என்கிறார்.

குறிப்பாக ரிக் வேதத்தில் அற்புதமான தன்னுணர்வுப் பாங்கில் சில பாசுரங்கள் இருக்கவே செய்கின்றன. அடிக்கடி எடுத்தாளப்படுபவை உஷாக்களுக்குக் காணிக்கை செய்யப்பட்டவை; விடியலின் பெண்தெய்வமான உஷா ஒவ்வொரு காலையிலும் தன்னை வெளிப்படுத்துகிறாள், நீராடிப் பிரகாசிக்கும் அவள் உடல் நேரிதாய், நிர்வாணமாய் உள்ளது; அல்லது இரவின் வடிவான ராத்ரிக்குக் காணிக்கை செய்யப்பட்டதாய் உள்ளது. தன் கண்களான நட்சத்திரங்களால் மானுடரைக் கண்காணிக்கிறாள், கூடுசெல்லும் பறவையென இல்லம் சென்று ஓய்வெடுக்கிறாள். தொலைதூரக் காலத்தைச் சேர்ந்த விவரிப்புக் கவிதையின் இம்முத்துகள், அதீதமான நேர்மொழிபெயர்ப்புகளில்கூட, அதிசயிக்க வைக்கின்றன-கால்நடையை மேய்ப்பவனின் உலகியல் பிடிப்புகளும் ரதம் செலுத்தும் ஒடுக்குமுறையாளனின் ஆணவமும் கொண்டவனிடமிருந்து இந்த ஆரியன் எவ்வளவு தொலைவில் நிற்கிறான்! பொருளாதார உபரி, சமூகச் செயல்பாட்டு நிபுணத்துவம், அரசியல் அதிகாரம், நகர்மயமாதல் என்னும் நாகரிகத்தின் முன் நிபந்தனைகள் இன்னும் நிறைவேறாதிருக்க, வேதகால மக்கள் தம் சூழல் சார்ந்து மொழியியல் தேர்ச்சிபெற்று, அதே குறிப்பிடத்தக்க மொழியை ஈடுபடுத்தி, அதன் தர்க்கத்தை ஆராய முற்பட்டனர்.

வேதங்கள் நேரிடையாகத் தொடர்புகொண்டுள்ள வேள்விச் சடங்குகளின் நிகழ்வின்போதைக் காட்டிலும் இது வெளிப்படையாகத் தெரிவது வேறெங்குமில்லை. வேத மொழிபெயர்ப்புகள் நேர் மொழிபெயர்ப்புகளாக இருப்பது,

உணர்த்தல்களிலுள்ள மொழியிலுள்ள இருண்மையால்தான். வெவ்வேறு செய்யுட்களாக ஏராளமானவற்றை எழுதிய முதலாவது நபர்களுக்கு இருண்மையாயிருந்தது போன்றே இரண்டும் இருந்திருக்கக் கூடும்-இச்செய்யுள்களில் எதுவும் சுமார் கி.மு. 500விடப் பழமையானதல்ல. அதாவது, குறைந்தது 500 ஆண்டுகளாக ரிக் வேதத்தின் 10000 பாசுரங்களும் மனப்பாடம் செய்யப்பட்டு, வாய்மொழி மரபில் கையளிக்கப்பட்டு வந்தன. எனினும், அவை கணிசமான மாற்றத்திற்கு உள்ளாயின என்று அர்த்தமாகாது. யாகம் பலிக்க வேண்டுமாயின், வேள்விகள் நிகழும்போது ஓதப்படும் வார்த்தைகளின் தொனி-உச்சரிப்புகூடச் சரியாக இருக்கவேண்டும். மாறாக, சிதைக்கப்பட்ட அசையோ திருத்தியமைக்கப்பட்ட முடிவோ விதிவசமாகிவிடும். தன் மாயமந்திரத்தை மறந்துவிடும் மந்திரவாதியைப் போல, யாகம் தனக்கெதிராக மாறி, தான் தவிர்க்க முனைந்துகொண்டிருந்த நாசத்தில் ஒரு பக்தனை ஆழ்த்திவிடும்.

மனிதருக்கும் தெய்வங்களுக்கும் இடையே தரகர்களாகச் செயல்படும் பொருட்டு ஞாபகத்திலுள்ள இவ்வறிவுச் சுமையைத் தாங்கிடும் பொறுப்புள்ளவர்களாகத் தம்மை ஆக்கிக்கொண்டுள்ளவர்கள் பதியவைத்துள்ள கோட்பாடு இப்படி இருந்தது. தம் அன்றாட உபயோகத்தில்கூட வேத சமஸ்கிருதக் கட்டமைப்பைப் பயன்படுத்தவில்லை, ஆகவே, தம் பாசுரங்கள் சிலவற்றின் அர்த்தம் பற்றி நிச்சயமின்றி இருந்தனர். இருண்மைப்படுத்தல் அவர்களது தன்மையில் இருந்தது; உலகெங்கிலுமுள்ள நிபுணர்கள் போல, தம் ரகசிய அறிவியலுக்கு அத்தியாவசியமானவையாகக் கருதப்பட்ட குறிசொல்லும் சடங்கும், சாதாரண மனிதனை ஈர்த்திடும் நோக்கினை உடையனவும்கூட என்று கண்டனர். இவ்விடைத் தரகர்கள் பழங்குடியினப் பாணர்கள், ரிஷிகள், புரோகித-மருத்துவர்களுக்கு மேல் ஒன்றுமில்லை, அவர்கள் ஆரிய வம்சாவளியினராக இருக்கத் தேவையில்லை. மேய்ச்சல் தொழிலின் புரவலர்கள் மேலும் செல்வாக்கடைந்தனர்; இதில் சாகுபடியின் புது உத்திகளை மேற்கொள்ளுவதும், தட்பவெப்பம் - கொள்ளை நோய் ஆகியவற்றால் ஏற்பட்ட இழப்புகளையும் கண்டறிந்தனர். இன்னும் விரிவான வேள்விகள் தேவைப்படவே, மேலும் நிபுணத்துவமுள்ள யாகப் பணியினர் தேவைப்பட்டனர். இவ்வாறு கடைசியில், மக்கள் ஆதரவும் சேர்ந்து பழைய பாணர்களும் புரோகித-மருத்துவர்களும் பாரம்பரியப் புரோகித அல்லது பிராமண வகுப்பினராக வளர்ந்தனர்.

ஆரியர்களுக்குத் தம் எதிரிகளைக் கையாள்வதைவிடவும் கடவுள்களைக் கையாள்வதே மேலும் சிரமமாயிருந்தது. யாகங்களும் அதனுடன் சேர்ந்த விரிவான சடங்குகளும் கட்டாயமானவை, ஒன்று மற்றதை நிறைவு செய்பவை. தம் வல்லமைக்காகக் கடவுளர் அவற்றைச் சார்ந்திருந்தனர்; ஆரியர் தம் கடவுளரின் வல்லமையைச் சார்ந்திருந்தனர். கடவுளரின் திறன்மிக்க தலையீடு இல்லாதுபோனால், அவர்தம் தலைவர்கள் தோற்பர், கால்நடைகள் மடியும், எதிரிகள் வெல்வர், பயிர்கள் கருகும். அது தொலைதூர ஆற்றல்மிக்க அதிமானுட சக்திகளை வழிபடுவது மட்டுமல்ல. பிரபஞ்ச சமநிலையைப் பேணுவதில் கடவுளரும் மானுடரும் சமமாக ஈடுபட்டனர். ஒருவரது விவகாரங்களில் மற்றவருக்கு நியாயமானதும் அடிப்படை அக்கறையுள்ளதுமான ஆர்வம் இருந்தது. இரு தரப்புக்குமிடையே நெருங்கிய தொடர்புகள் அத்தியாவசியமாயிருந்தன.

மேலே மேற்கோள்காட்டப்பட்டுள்ள போலித்தனமிக்க காக்ஸிவந்த் போல, தாராளத்தையும் போலவே, தம் தெய்வங்களின் ஆற்றலையும் வலிமையையும் போற்றுகின்றன. ஆரம்பத்தில், பிராமணர்களல்ல, இப்புரவலர்களே, குலத் தலைவர்களே (ரஜன்யா) ஆரிய சமூகத்தின் மேட்டுக்குடியினராய் இருந்தனர். யுத்தத்திலும் பருவகால புலம்பெயர்தல்களை நடத்துவதிலுமான தலைமையின் பாத்திரத்தை இந்நிலவரம் பிரதிபலித்திருக்கலாம். ஆனால், மேலும் நிலைபெற்றதும் பாதுகாப்பானதுமான வாழ்க்கை முறைக்கு நகரவே, ரஜன்யாவின் பாத்திரம் மங்கிற்று. குலத்தலைவர் தன் அதிகார நியாயத்திற்கு யுத்தக்களத்தை விடவும் பிராமணரையே அதிகமாக எதிர்நோக்கினர். மோதலில் ஏற்படும் ஆபத்தும் செலவினமும் யாகத்தில் உண்டாகும் ஆபத்தாலும் செலவினத்தாலும் ஈடுசெய்யப்பட்டன. மன்னன் அனுபவித்த தெய்விகச் சலுகையின் வீச்சினை இரண்டுமே வெளிப்படுத்த இயலும், ஆகையினால் ஆள்வதற்கான தன் உரிமையை வலுப்படுத்திக்கொள்ள முடியும். மாபெரும் யாகக் கூட்டங்கள் முனைப்புமிக்க நுகர்வுக் கண்காட்சிகளாயின-அவற்றில் மன்னன் தன் உறவினர்களுக்குச் சோமபான விருந்தளித்தான்; மந்தைகளையும் குதிரைகளையும் பொன்னையும் அடிமைப் பெண்களையும் பரிசளித்தான். பகடையாட்டம், சடங்குகளில் ஒரு பகுதியாகவே இருந்தது. யாகத்தில் உள்ளார்ந்துள்ள ஆபத்தை அது அடையாளப்படுத்தியது; தன்னை வெளிப்படுத்துவதற்கான தெய்வீகச் சலுகையைப் பெற மேலும் சந்தர்ப்பத்தை அளித்தது.

ஆரியர்கள் அவ்வப்போது மனிதப் பலியிட்டாலும், வேள்வியில் அர்ப்பணமிடப்படுவதாக வேதங்களில் கூறப்படுபவை, செல்வத்தை பிரதிநிதித்துவம் செய்யும் கால்நடை, ஆற்றல்-ஆண்மையின் அடையாளமாகக் கருதப்படும் குதிரைகள். அஸ்வமேத யாகத்தில் பலியிடும் ஆண்குதிரையுடன் அரசி கூடுவது பற்றிய பாலியல் குறிப்புகள் கூட இருக்கிறது. தனது வம்சாவளி அசாதாரண வல்லமையுடன் இருக்கவேண்டும் என்பதை இது குறியீடு ஆக்குகிறது. அதாவது குதிரை, தலைவனின் அதிகாரத்தைப் பிரதிநிதித்துவப்படுத்திற்று. பிந்தைய அஸ்வமேத யாகத்திலும் அது அப்படியே தொடர்ந்தது. ஆனால் இப்பிந்தைய அஸ்வமேதம், ஆரிய அதிகாரம் என்னும் தன்மையில் முக்கிய மாறுதலை வெளிப்படுத்திற்று. அவர்களது உத்தேசம் தன் குலத்தினரைப் பொறுத்த அளவில் தலைவனது தலைமைக்கான சான்றுகளுக்கு ஊக்கமளிப்பதை விடவும், அரைபாதியான நாடோடி, குலச் சமூகத்தில் புதியதும் முன்னேறியதுமான கருத்துகளான, அரசுரிமை-பிரதேச இறையாண்மைகளை நியாயப்படுத்துவதே.

இவ்வாறு பிந்தைய அஸ்வமேதத்தில், புனைவிற்கிடமான கடமைகளுக்காக குதிரை கொள்ளப்படுவதாகத் தோன்றுகிறது. மாறாக அது ஓராண்டுக்குத் தன் விருப்பம்போல் திரியுமாறு விடப்பட, படைவீரர்கள் அதனைத் தொடர்ந்துவந்து அது கடந்து வந்த பிரதேசத்தையெல்லாம் தம் மன்னனுக்கு உரியதாகக் கோருவர். இப்பூர்வாங்க நடைமுறைகள் முடிந்த பிறகே, பிரச்சினைகள் தீர்ந்த பிறகே, அக்குதிரை பலியிடப்படும்.

வடஇந்தியாவின் யாத்திரைக்குரிய மிகப் புனித இடமும் சிவனின் நகரமும் ஆன வாராணசியின் (பெனாரஸ்) மையத்தில், இத்தகு அஸ்வமேதம் விரிவாக நினைவுகூரப்படுகிறது. தன் அபிமானமிக்க நகரைத் தற்காலிகமாக இழந்திருந்த சிவன், அப்போதைய அரசனிடம் சாத்தியமற்ற சடங்கினை, அதாவது ஒரே நேரத்தில் பத்து குதிரை யாகங்களை நிறைவேற்றுமாறு சவால்விட்டதாகப் புராணங்கள் கூறுகின்றன. பத்து குதிரைகளைப் பிசகாது பலியிடுவது அரிது, எனவே கடவுளர்-மானுடர் முன்னே அவமானப்படும் மன்னன், நகரைக் கைவிடவேண்டிவரும். இப்படிச் சிந்தித்து, சடங்கு சம்பிரதாயங்களை நிறைவேற்றுவதில் கறாரான பிரம்மாவை நடுவராக இருக்குமாறு சிவன் ஏற்பாடுகள் செய்தார். எனினும் மன்னன் திவோதாசனின் அசாதாரண பக்தியினையும் ஆசார சீலத்தையும் கணக்கில்கொள்ள சிவன் தவறிவிட்டார். பத்து அஸ்வமேதங்களும் பிசகின்றி

பலியிடப்பட்டன. ஆகவே மன்னன் தகுதியும் உரிமையும் அடைந்தான்; மிகவும் நிறைவுற்ற பிரம்மா அந்நகரிலேயே தங்கிடத் தீர்மானித்தார்; ஆத்திரமுற்ற சிவன் தன் தலைநகரை மீட்டிடப் பெரும் திட்டங்களை வரைந்தார். ஆக இன்றளவும் புகழ்பெற்றுள்ள வாராணசியின் ஆற்று முகப்பை அடையும்போது, யாத்ரிகர்களும் சுற்றுலாப் பயணிகளும் ஒன்றுபோல் கங்கை மற்றும் தஸ்வாமெத் துறையிலிருந்து செங்குத்தாக இருக்கும் துறைகளின் முதல் தரிசனத்தைப் பெறுவர். தஸ்வாமெத் என்பது 'பத்து குதிரைகளின் பலியிடம்' எனப் பொருள்படும். இங்கே புனித நதியில் நீராடும் அனைவருக்கும் இந்த அசாதாரண சாகசத்தின் பாக்கியம் கிட்டும்.

இக்கதை பிந்தைய காலத்தினைச் சேர்ந்ததாயினும் (வேதக் கடவுளரில் சிவன் இல்லை), சடங்கிற்குள்ள முக்கியத்துவத்தை நன்கு விளக்கும். யாகச் சடங்குகளைத் துல்லியமாக நடத்துவது, யாக பீடம் நிறுவப்படும் நிலையிலிருந்து, பலியிடப்படும் விலங்கு எப்படி வெட்டப்பட வேண்டும் என்பதுவரை வேதங்களில் நுணுக்கமாகக் கூறப்படுகிறது. இரண்டும் அறிவியல் தாக்கங்களைக் கொண்டிருந்தன: பீடத்தின் இடத்தைக் குறிப்பது வானியல்-வடிவ இயல் கணித ஆய்வைத் தூண்டிவிட, சரியாக வெட்டுதல் உடற்கூராய்வுக்கு உத்வேகமளித்தது. அதுபோலவே, மந்திரங்களைத் துல்லியமாக உச்சரிப்பது, மொழியின் விதிகளைத் தொகுத்திட வழிவகுத்தது. ஒலியனியலுக்கும் செய்யுள் இயற்றுவதற்கும் தொல்கால இந்தியா புகழ்பெற்றிருந்தது. இத்தகைய சடங்குகளைப் புனிதமாக அமைத்தலும் மாசுமருவின்றி நடத்துதலும்கூட, தூய்மை அல்லது கூடியுள்ளோரிடம் உண்டாக்கும் தீட்டு குறித்த எண்ணங்களை வளர்த்திருக்க வேண்டும். யாகத்தில் பங்கேற்பவர்களின் ஒரு தினுசான வம்சாவளி அல்லது தொழில் காரணமாக, மிக இறுக்கமான சுத்திகரிப்புச் சடங்குகளுக்கு அவர்கள் உள்ளாக வேண்டியிருந்தது. அதன்காரணமாக எழுந்த, பகுக்கப்பட்ட சடங்கு அந்தஸ்து, சாதி எனப்படும் படிமுறையினாலான சமூகப் பிரிவினைக்குக் காரணமாயிருந்தது இனிமேல் பரிசீலிக்கப்படும். இவ்வாறு பழங்கால இந்தியச் சமூகம், பண்பாடு, அறிவியலின் தனித்துவமான பண்புகள் எனச் சிலவற்றின் தோற்றுவாயினை வேத யாகங்களில் கண்டறியலாம்.

காலநடை மேய்ப்பவர்கள்

எனினும், வேதகாலம் பற்றிய வரலாற்று நிகழ்வுப் போக்குகளைப் புரிந்துகொள்வது ஒருபுறமிருக்க, வேதகாலம் பற்றிய திருப்தியளிக்கும் சித்திரத்தை இவையெதுவும் தருவதில்லை. பழங்குடிகளான மேய்ப்பர்களின் புராதன அல்லது நவீனத்திற்கு முந்தைய சமூகம், ஒருவழியாகப் படிப்படியாகப் பாசச்ன சாகுபடியை அறிந்துகொண்டது, அண்டை-அயலாரை உள்ளீர்த்தது அல்லது அருவருத்து ஒதுக்கியது, புது ஆதாரங்களைக் கண்டறிந்தது, சிறந்த தொழில்நுட்பங்களை வளர்த்தெடுத்தது, நிலைகொண்ட வாழ்வை மேற்கொண்டது, தன்னைச் செயல்பாட்டுக் குழுக்களாக அமைத்துக்கொண்டது, வணிகத் தொடர்புகளை ஏற்படுத்தியது, எல்லைகளை நிறுவியது, நகரங்களை நிர்மாணித்தது, இறுதியில் அரசுடன் நாம் தொடர்புபடுத்திடும், அதிகாரத்துடன் அமைந்த கட்டமைப்புகளை ஏற்றது. இதற்கு ஆயிரமாண்டுகள் (கி. மு. 1500-500) பிடித்திருக்கலாம், ஆனால் முக்கிய நிகழ்வுகள் ஒருபுறமிருக்க, இதிலிருந்த நிகழ்வுப் போக்குகள்-தீர்மானகரமான காரணிகள் குறித்து ஆதாரங்கள் மௌனம் காக்கின்றன. சில சங்கேதக் குறியீடுகளைத் தருகின்றனவேயொழிய ஆயத்தமான பதில்களையல்ல; வரலாற்றாளன் முதலில் சரியான கேள்விகளைக் கேட்க வேண்டியிருக்கிறது.

இக்கேள்விகளைச் சரியாக அடையாளங்காண, அறிஞர்கள் பிற துறைகளின் பக்கம்-நம் அனுபவத்திலிருந்து அவ்வளவு தொலைதூரமாகிவிடாத, ஒப்பியல் மானுடவியல் மற்றும் நவீனத்திற்கு முந்தைய சமூகங்களின் ஆய்வுகளின் புலத்திற்குத் திரும்பியுள்ளனர். உறவுமுறைச் சமூகங்கள் எப்படிச் சமூகரீதியில் பகுப்புண்டன என்பதுடன் சொத்து என்ற அளவில் நிலம் குறித்த கருத்துகள் எப்படி எழுந்தன என்பதற்கான குறிப்புகளை பாலினீஷியா மற்றும் தென் அமெரிக்காவின் பழங்குடி அமைப்புகள் முன்வைத்துள்ளன. ஆப்பிரிக்க மேய்ப்பர்களின் சம்பிரதாயங்களிலிருந்து, கால்நடை காணிக்கைகளின் முக்கியத்துவத்திற்கும் அன்பளிப்புகளுக்கும், பெருமிதமளிக்கும் நடவடிக்கையாக இருப்பது குறித்து முடிவுகள் எட்டப்பட்டுள்ளன. பூர்வகுடி அமெரிக்கரின் சம்பிரதாயங்களிலிருந்து பலிகொடுத்தலிலுள்ள பொருளாதாரப் பாத்திரம் குறித்து நிறையவே பெறப்பட்டுள்ளன. இவ்வகையில் மாபெரும் வேதவேள்விகள் போட்லாட்சுடன் ஒப்பிடப்பட்டுள்ளன. பரிசுகள் அளித்து விருந்துடன் நடத்தப்படும் சடங்கே போட்லாட்ச்; வடமேற்கு அமெரிக்காவின் பூர்வகுடியினர் இத்தகு

படாடோபமான விருந்தில் ஈடுபட்டிருந்தனர். இது உபரியினைக் காலிசெய்யவும் அதேவேளையில் தலைமை தாங்கும் பிரிவின் தகுதிநிலையை அதிகரித்துக்காட்டவும் வடிவமைக்கப்பட்டது. உண்மையில் மகாபாரதத்தின் மையமான செயல்பாடு இத்தகு மாபெரும் விருந்துடன் ஒப்பிடப்பட்டிருக்கிறது.

இத்தகு எடுத்துக்காட்டுகள் எல்லாம் பொது இனவரைவியலால் ஒன்றுபடுத்தப்பட்ட, பழங்குடி அல்லது வம்சாவளி சமூகங்களைச் சேர்ந்தவை. வேதகால ஆரியர்களைப் பிரதானமான, இனவரைவியலை விடவும் மொழியால் ஒருமைப்படுத்தப்பட்டவர்களாகக் கருத வேண்டுமென்றால், ஸ்காட்லாந்தின் ஹைலேண்ட்ஸ் மற்றும் ஐலண்ட்ஸின் நவீனத்துக்கு முந்தைய சமூகத்துடன் ஒப்பிடப்படவும் வேண்டும். வேதத்தின் 'ஜன' கேலிக்'குடி' (*Gaelic*) யாகப் பெரிதும் மொழிபெயர்க்கப்படுகிறது. ஹைலேண்டின் 'ஜன' போன்றே ஒவ்வொரு ஜனவும் தனியொரு மூதாதையினரிடமிருந்து வந்ததை ஒத்துக்கொள்கிறது. இவ்வகையில், மக்டொனால்ட்களெல்லாம் 'நூறு யுத்தங்களின் கோன்' என்னும் அயர்லாந்து மன்னனின் தொலைதூரச் சந்ததியான *Donaldofisla* விடமிருந்து வந்ததாகக் கூறிக்கொள்வர்; அதுபோல ரிக்வேத ஜனக்களில் மிகமுக்கியமான பரதர்கள், மனுவின் பேரன் புரூரவஸின் தொலைதூரச் சந்ததியினரிடமிருந்து வந்ததாகக் கூறிக்கொள்வர். குடியினைப் போல ஜன, சின்னஞ்சிறு வம்சாவளிப் பிரிவுகளாகப் பிரிக்கப்பட, அவை தாய்க்குடியிலிருந்து விலகி, பொது மூதாதையரின் பெயரை மேற்கொள்ளும். நிஜமானதோ தொன்மமானதோ, இம்மூதாதையினர் ஒரே இனத்தைச் சேர்ந்தவராக இருந்திடத் தேவையில்லை, ஹைலேண்ட் குடிகளில் சில நோர்ஸ் (வைகிங்) தோற்றுவாயைக் கொண்டிருக்க, மற்றவை பிக்டிஷ் அல்லது அயர்லாந்து தோற்றுவாயைக் கொண்டுள்ளன; அதுபோலவே, சில வேதகால ஜனப்பிரிவுகள், யாதவர்களைப் போல, தாஸர்களிடமிருந்து தோன்றியதாகக் கருதப்படுகின்றது. இதனால்தான் சில பெயர்கள் தெளிவாக தாஸரின் பெயர்களாய் உள்ளன-பத்து எதிரி 'மன்னர்களை' வென்ற பரதத் தலைவனின் பெயர் சு-தாஸ மற்றும் வாராணசியில் பத்து அஸ்வமேத யாகங்கள் செய்த திவோ-தாஸ ஆகும். இவற்றின் இனவரைவியல் தோற்றம் எதுவாயினும், இந்தியர்களாயினும் சரி ஸ்காட்லாந்தைச் தேசத்தவர்களாயினும் சரி, ஒரு மொழியை (கேலிக்/சமஸ்கிருதம்), பிறப்பினால் தீர்மானிக்கப்பட்ட சமூகத்தை, செல்வமும் பெருமிதமும் கால்நடைகளால் அளவிடப்பட்ட வாழ்க்கை முறையைப் பொதுவாகக் கொண்டிருந்தனர்.

இந்தியாவில் இருந்ததுபோலவே, ஸ்காட்லாந்தில் மற்ற குலங்களின் மந்தைகளைக் கவர்வது பொழுதுபோக்காகவும் சடங்காகவும் இருந்தது-வெற்றி பெறுபவர் தலைமைப் பண்புமிக்கவராயும் தெய்விக ஆதரவுள்ளவராயும் விளங்கினார். வேதகால ரஜன்யாவைப் போலவே, ஒவ்வொரு ஹைலேண்ட் தலைவனும் பாணனைப் பெற்றிருந்தான்; காக்ஸிவந்தைப்போல, தன் தலைமைப் புரவலரது வல்லமையினையும் கொடைப்பண்பையும் போற்றிப் பாடுவதும் மாந்திரிக சக்திகளை வசியப்படுத்துவதும் அப்பாணனின் வேலையாகும். ஒவ்வொரு குடியின் வம்சாவளியை மனனம் செய்து, வாய்மொழியில் கையளிக்கக் கூடியதான செய்யுட்களில் அதன் சாதனைகளைப் பதிவதும்கூட அவனது பணியாகும். வேதகாலச் சமூகத்தில் பாணன், தலைவனின் சாரதியாயிருந்தான். அவனது பணி பரம்பரையானதுமல்ல, குறிப்பிட்ட சமூகப் பிரிவுக்குப் பிரத்யேகமானதுமல்ல. ரிக்வேதத்தின் ஒன்பதாம் மண்டல ஆசிரியர் தாழ்ந்த பிரிவினராக வெளிப்படையாகத் தன்னைக் கூறிக்கொள்கிறார். பிற்காலச் சாதியச் சமூகத்தில் அது அவப்பெயராக இருந்திருக்கும்.

> "நானொரு பாணன், தந்தையொரு ஒட்டுண்ணி,
> தாய் திருகையில் தானியமரைப்பவள்,
> வேறுவேறு உபாயங்கள், எல்லோருக்கும் செல்வத்தின் மீது ஆசை,
> கால்நடைகள் மீது நாம் வேட்கை கொண்டுள்ளது போல."

வடமேற்கு இந்தியாவில் இருந்தது போல, வடமேற்கு ஸ்காட்லாந்தில் கால்நடைகள்தான் நாணயம்; ஆனால் நிலமானது தனி உரிமையால் அன்றி ஒட்டுமொத்தக் குடிக்கும் அதன் மந்தைகளுக்கும் உரியதாகப் பொது ஆதாரமாயிருந்தது. வளர்ந்துவந்த மக்கள்தொகை நெருக்கத்தாலும், மாறுபட்ட பண்ணைத்தொழிலில் கம்பளியாடை தயாரிப்பில் நிலத்தின் மிகப்பெரும் திறன் கண்டறியப்பட்ட பிறகும்தான், ஸ்காட்லாந்தில் இந்நிலவரம் மாறிற்று. முன்னதாக, பருவகால மேய்ச்சலுக்காக மரபார்ந்த பகுதிகளுக்கு ஆண்டுதோறும் செல்லும் புலப்பெயர்தல்கள், பிரதேசம்-எல்லைகள் சார்ந்த கருத்துகளை நிலைத்தன்மை இல்லாதனவாகவும் அர்த்தமற்றதாகவும் ஆக்கின. புவியியல் பிரதேசத்தின் மீதோ அரசியலமைப்பின் மீதோ விசுவாசமானது குவிமையம் கொள்ளாமல், குலத்தலைவனின் வம்சாவளிக் குழுவின் மீது பிரத்யேகமாயிருந்தது. புதிய அரசில் இதுவும் மாறிற்று, தலைவர்கள் புதிய பாத்திரத்தைக் கண்டறிய வேண்டியிருந்தது. இதே அழுத்தங்கள் வேதகால ஜனத்தை

எதிர்கொண்டன, பயிர்களை விளைவித்தல் என்னும் புதிய பண்ணை நிர்வாகத்தில் இதே தகவமைப்புகள் நிலவின. நிலத்தின் மீதும் சொத்தின் மீதும் மேலும் உடைமை சார்ந்த அணுகுமுறை ரஜன்யாவிடமிருந்து கோரப்பட்டது.

இத்தகைய ஒப்பீடுகள் தவறாக இட்டுச்செல்லக் கூடியவையே. கி.மு. இரண்டாவது ஆயிரத்தில் தொழில்நுட்பங்களும் சந்தைகளும் ஆரியருக்குக் கிடைக்காது இருக்க, கி.பி. இரண்டாவது ஆயிரத்தில் மாட்டுக்கறிக்கு உடனடித்தேவையை உறுதிப்படுத்தியிருந்தது. ஆதலின் வேள்வி, பரிசுப் பரிவர்த்தனை, அதீத நுகர்வு என்னும் வெறியாட்டத்தில் ஆண்டின் உபரியை அழித்துத் தீர்த்தல் ஸ்காட்லாந்தின் விவசாயிகளுக்குக் கிடைக்கக்கூடிய, உபரியைத்தரும் ஒரே தொழிலாகக் கால்நடைப் பண்ணையை ஆக்கிய தட்பவெப்ப-புவியியல் காரணிகள், வடஇந்தியாவின் வெப்ப மண்டலத்து வெள்ளத்திற்கு உள்ளாகும் சமவெளியில், சற்றுப் பொருத்தமற்ற தொழிலாகின. யமுனையின் மேற்குக் கரையிலும் இமாலயத்தின் ஓரங்களிலும் மேய்ச்சல் நீடிக்க, கங்கைச் சமவெளியின் சூழல் இன்னும் தீவிர பண்ணை விவசாயத்தையும் இன்னும் நிலையான வாழ்க்கை முறையினையும் வரவேற்றன. நவீனத்திற்கு முந்தைய பிறச் சமூகங்கள் பற்றிய குறிப்புகள் வேதகாலச் சமூகப் பண்புகளாக இருந்த நெறிமுறையைத் தெளிவுபடுத்தவே உதவும்; அதியற்புதமான வேதப் பாசுரங்களின் திரளை விடவும் இன்னும் புரியும்படியாக அவை முன்வைக்கக் கூடும்.

3

இதிகாச காலம்

கி.மு. சுமார் 900–520

மேற்கிலிருந்து கிழக்கிற்கு

இன்றைக்கு கங்கைச் சமவெளியாயிருக்கும் 2000 கி.மீ. அளவிலான வயல்களின் தொகுதியில் வேலை பார்க்கும் விவசாயிகள் அவ்வப்போது தாமிரக் கருவிகளையும், அவ்வளவு ஏன் கட்டிகளையும்கூடத், தோண்டி எடுத்துள்ளனர். சரியாகச் சுடப்படாமலும் கரடுமுரடானதுமாகக்[1] காவி நிறத்தில் செய்யப்பட்ட மட்பாண்டங்கள் அவற்றுடன் கிடைத்துள்ளன. தொட்ட மாத்திரத்தில் நொறுங்கி விடுபவை இவை. பிந்தைய ஹரப்பா மக்களுக்குத் தகுதியற்றனவாக, கிழக்கில் பாரதூரமாக விரிந்து கிடைக்கின்ற இவை யாவும் வேதகால ஆரியருக்கு உரியவை - இத்தாமிரக் கருவிகள் மர்மமாய் உள்ளன. இவை நாடோடிகளான பொற்கொல்லர்கள்/வணிகர்களுக்குரியனவாகக் கருதப்படுகின்றன- கி.மு. 1000-க்கு முன்னர் தம் கருவிகளை அவர்கள் சேகரித்து வைத்திருந்ததாகத் தெரிகிறது - ஆனால், எதன் பொருட்டு என்பது தெரியவில்லை. ஆனால் தாமிரம் அல்லது இரும்பினைப் பொறுத்தவரை, இதன்பிறகு முதலில் வந்தது எது என்பது, உறுதியாகச் சொல்ல முடியாததாகும் - அது என்ன வடிவில் தாக்குப் பிடித்து இருக்கின்றதோ அவ்வடிவிலேயேதான் முதலில் வார்த்தெடுக்கப்பட்டது. தாமிரத்தைப் பதுக்கிவைக்கும் இப்பண்பாட்டின் ஈட்டிகளும் கோடரிகளும் முந்தைய மக்களால் உருவாக்கப்பட்ட ஊசிகள் அம்புத்தலைகளிலிருந்து தயாரிக்கப்பட்டிருக்கும்; இவ்வுலோகம் பரவலாக விற்பனையாயிற்று என்பதற்குத் தாமிரக் கட்டிகள் சான்று.

உலோகங்கள் முதலான தொன்மங்களும் மறுசூழற்சிக்குள்ளாயின. ஒருகாலத்தில் வரலாற்று நிகழ்வுகளை அப்படியே பிரதிபலித்த கதைகள், அடையாளங்காண முடியாதபடி மாற்றப்பட்டும் அலங்கரிக்கப்பட்டும், முற்றிலும் வேறுபட்ட சூழலில், அசலான நோக்கங்களைக் கைவிட்டு வேறு நோக்கங்களுக்காக மறுபயன்பாட்டிற்கு வரும். வேத இலக்கியத்தைப் பொறுத்த வரையில் இப்படியல்ல; வேள்வியின் சூத்திரங்களான அவற்றின் வடிவமும் உள்ளடக்கமும் மாற்றமுடியாதவாறு சடங்கியல் தன்மையில் முக்கியமானதாய் இருந்தன. மாபெரும் சமஸ்கிருத இதிகாசங்களைப் போன்ற அவ்வளவு புனிதமற்ற படைப்புகளைப் பொறுத்து, விஷயம் வேறாய் இருந்தது.

மகாபாரதம்-இராமாயணம் ஆகிய இரண்டும் ஏராளமான பதிப்புகளில் வந்துள்ளன, இவற்றில் முதலில் வந்தவை வேதங்களுக்குக் குறைந்தது ஐநூறு ஆண்டுகளுக்குப் பின் வந்திருக்கும். அவற்றின் மையமான கதைகள் ரிக் வேதம் தவிர்த்து, மற்றவற்றுடன் தொடர்புடையனவாக உள்ளன. ஹோமரின் கிரேக்க இதிகாசங்களுக்கு உள்ளது போல, இந்த அசாதாரணப் பழமைமிகு பனுவல்கள், மரபான வரலாறுகளில் அவை பெற்றுள்ள கவனத்திற்குத் தகுதியானவையே. நிகழ்வுகளே சரிபார்க்கக் கூடியனவாக இருக்கையில், மகாபாரத யுத்தத்திற்கு அல்லது ட்ரோஜன் யுத்தத்திற்குத் தரப்படும் வெவ்வேறான காலங்கள், ஒரு பொருட்டே அல்ல. இரண்டையும் பொறுத்தவரை, வருத்தப்படும் விதத்தில், பரப்புரை நோக்கங்களுக்காக இக்கதைகள் அதிகமும் திருத்தியமைக்கப்பட்டுள்ளன; நீதிசார்ந்த போதனைகளாலும் இடைச்செருகல்களாலும் திணிக்கப்பட்டும் வளர்க்கப்பட்டும் உள்ளன. அதன் அசலான மையம் அவற்றின் காலத்தைப் போன்றே பிரிக்க முடியாதபடி இருக்கின்றது.

சமஸ்கிருதப் பிரதிகளில் இன்னொரு பிரிவான புராணங்கள், கோட்பாட்டு ரீதியில், இந்திய வரலாற்றாளருக்கு இப்பிரச்சினையைத் தீர்க்கக் கூடியதாய் இருக்கும். புராணங்களின் முக்கியத் தொகுதி சுமார் கி.பி. 500-லிருந்தே தொடங்குகின்றது; ஆனால் மனுவின் காலத்தையும் அதனைத் தாண்டியும் செல்வதான தொன்மங்களையும் வம்சாவளிகளையும் கொண்டுள்ளன. இதிகாச நாயகர்கள், அதுபோன்றே வேதத்தின் தலைவர்கள், ஆரியப் பழங்குடி வீரர்களின் பெயர்கள் நிச்சயமாக இடம்பெறுகின்றன. ஆரிய மரபின் பாணர்களிடம் தோற்றம் கொண்ட, தொன்மையான வாய்மொழி மரபிலிருந்து தொகுக்கப்பட்டன இப்பட்டியல்கள் என்பதில் சந்தேகமே

இல்லை; அவர்களின் வாரிசுகளால் இவை கவனத்துடன் மனனம் செய்யப்பட்டிருக்கும். ஆனால் இதிகாசங்களைப் போல, புராணப் படைப்புகள் மாற்றியமைக்கப்பட்டதன் அடையாளங்களைக் கொண்டுள்ளன. இறுதியில் அவை பதியப் பெற்றபோது, பாரபட்சமற்ற புலமையால் அல்லாமல், பிந்தைய வம்சங்களின் பெருமையை உயர்த்திக்காட்டவும், அவற்றின் பிராமண ஆதரவாளர்களின் கீர்த்தியை மிகைப்படுத்தவுமே செய்யப்பட்டன.

புராணங்கள் தம் தற்போதைய வடிவில் மதம் சார்ந்த கட்டுக் கதைகளும் பக்தியின் போலியான விவரிப்புகளுமே கொண்டுள்ளன; ஒருகாலத்தில் அவை கொண்டிருந்த வரலாற்று உள்ளடக்கம், அரைபாதியான மத சாகசக் கதைகளினால் நீர்த்துப்போன தொன்மமாகியுள்ளன; எண்ணற்ற அளவில் கவனமின்றிப் பதிவு செய்தோரின் அடுத்தடுத்த பதிப்புகளால் அவை அடையாளம் இழந்தன; மன்னரின் பட்டியல்களின் அளவுக்கு இவற்றை மீட்பதில் பெரும் சிரமம் இருக்கிறது.[2]

அதற்காக அவை தகுதியற்றவை என்றாகாது. தொடர்பற்ற மரபுகளை வசதியான ஒரு வகைமாதிரியில் வகுத்தும் தொகுத்தும் விடுகிற 'பரிதாபமிக்க பிராமணப் பழக்கம்'[3] என்று பிராமணரான டி.டி. கோஸாம்பி குறிப்பிட்டபோதும், புராண வம்சாவளிகளின் பெரும்பகுதிகள், இதிகாசங்களின் மையப் பாத்திரங்கள்-சம்பவங்கள் அளவுக்கு அசலானவை. மேலும், தாமிரக் கருவிகளைப் போன்றே, அசலாக அவை எங்கே இருந்திருந்தாலும் பயன்பாடுகள், உருக்கும் உத்திகள், தாமிரத்தின் பரவல் பற்றிச் சிறிது தெரிவிக்கின்றன-வட இந்தியச் சமூகத்திற்குள் நடந்த மாற்றங்கள் பற்றி இவ்விலக்கியப் பதிவுகள் ஏதேனும் தெரிவிக்க முடியும். அவை விவரிக்கும் காலத்திற்கும் எழுதப்பட்ட காலத்திற்கும் இடையிலான காலம், சுமார் முதல் ஆயிரம் என்பது முக்கியத்துவம் வாய்ந்தது. அதுதான் 'உண்மையில் இந்திய நாகரிகம் உருக்கொண்ட காலம்... அதிலிருந்து அடுத்தடுத்த காலங்களினூடே நாகரிகத் தொடர்ச்சியைத் தடங்காண இயலும்.'[4] இவ்வகையில், பழங்குடி அமைப்புகள் எப்படி நொறுங்கின, அரசுகள் எழுந்தன என்பதில் குவிமையம் கொண்டிருந்த அறிஞர்களான கோஸாம்பி, ரொமிலா தாப்பர் போன்றவர்கள், இதிகாசங்களில் விவரிக்கப்பட்டுள்ள பரபரப்பான சம்பவங்கள் மீது குறைவாயும் புவியியல், சமூக, சூழலியல், பொருளியல் சூழல்கள் மீது அதிகமாயும் கவனம் செலுத்தினர்.

தன்னை மறுதலித்திடும் கட்டளையைப் போல, இக்கடுமையான அணுகுமுறை வீரதீரமிக்க பல நாயகர்களையும் கலகலப்பு மிகுந்த முழு அத்தியாயங்களையும் வரலாற்றாளன் இழக்குமாறு செய்கிறது. இந்திய வரலாற்றை அரிக்கும் பிரச்சினையான காலத்தைப் பொறுத்து அது லேசாக நடந்துகொள்கிறது என்னும் பிரச்சினையிலிருந்து கவனத்தைத் திரும்பவும் செய்கிறது.

> ஆதாரங்களுக்கு (அதாவது இதிகாசங்களுக்கு) சரியான காலக் கிரமத்தை ஒதுக்குவதில் உள்ள சிரமத்தால், குறிப்பிட்ட மாற்றங்கள் எப்போது நிகழ்ந்தன என்பதைத் துல்லியமாக அல்லது பண்டிதத்தனமாகத் தருவது சாத்தியமற்றதாகும்... இதனால் இவ்வாதாரங்களின் பெரும் முக்கியத்துவம், மாற்றத்தின் துல்லியமான காலத்தை விடவும், அவை விவரிக்கும் மாற்றுப் போக்கின் இயல்பினைச் சுட்டிக்காட்டுவதில்தான் அதிகம் உள்ளது.[5]

ஒரு நாயகனின் வரலாற்றுத்தன்மை, அவனது இடமும் காலமும் நிறுவப்படவேண்டும் என்று கோருகிறது; கி.மு. 500-க்குப் பிறகு புத்தர் ஒளிபாய்ச்சும் மட்டும் இந்திய வரலாற்றை எந்த வீரனும் அலங்கரிக்கவில்லை. ஆனால் 'மாற்றப்போக்கின் இயல்பினை' ஒட்டுமொத்த ஆற்றுப்படுகைக்கும் நூற்றாண்டுகளின் கால அளவுக்கும் நியாயமான விதத்தில் ஒதுக்க இயலும்.

இத்தகு ஆய்வுகளிலிருந்து எழும் 'போக்குகள்' எண்ணற்றவையாக, முக்கியமானவையாக இருப்பினும், ஒருபோதும் வெளிப்படையாய் இருப்பதில்லை. எடுத்துக்காட்டாக, இருபெரும் இதிகாசங்களின் மையமாக இருப்பது வாரிசுரிமைப் பிரச்சினை. மகாபாரதத்தின் பாண்டவ வீரர்கள் யுதிஸ்டிரர், பீமன், அர்ஜுனன், திரௌபதி (முதலானோர்) இராமாயண வீரர்கள் போல (ராமன், சீதை, லட்சுமணன்) முதலில் ஆட்சியுரிமை மறுக்கப்படுகின்றனர். அது அவர்தம் பிறப்புரிமையாகத் தோன்றுகிறது; நாடு நீங்கிச் செல்லுமாறு நிர்ப்பந்திக்கப்பட்டனர். வாரிசுரிமையில் மூத்தவனின் ஆட்சியுரிமை செல்வாக்கு செலுத்திற்று. மேலும் ஆட்சியுரிமை தெய்வீகக் கட்டளை என்பது பற்றிய குறிப்புகள் உள்ளன; பிந்தைய முடியாட்சிகளின் தலைமை அம்சங்களாக இரண்டும் இடம்பெற்றன. இருப்பினும் ஆட்சி உரிமை குறித்த புராணக் குறிப்புகள் தெளிவின்றியுள்ளன.என்றாலும் அடிக்கடி சொல்லப்படும் வாசகத்தில் அதிகப்படியாக வாசிக்கக்கூடாது. 'ஓர் எண்ணெய்ச் செக்கின் சக்கரம் போல அவ்வளவு மோசமானது பத்து கசாப்புக் கடைகள், ஒரு மதுவிடுதி போல அவ்வளவு

மோசமானது பத்து எண்ணெய்ச் செக்கு சக்கரங்கள், ஒரு வேசி அளவுக்கு மோசமானவை பத்து மதுவிடுதிகள், ஒரு மன்னன் அவ்வளவு மோசமானவன் பத்து வேசிகளைப் போல."[6]

ஆனால் அப்போதைய சமூகம், நிலைகொண்டு, வேளாண்மையில் பரிச்சயம் பெற்றிருந்தபோதும், இன்னும் குல அடிப்படையிலானதாகவே இருந்தது. மன்னராட்சியுரிமை உறவுமுறைக்கு அடங்கியதே, சமமானவர்களிடையே தலைமை என்பதைவிடவும் வேறொன்றும் இல்லை. இவ்வகையில் மூத்தவனுக்கு ஆட்சியுரிமை என்னும் வாரிசுரிமை என்பது பெரிதும் தகுதியுடையதாயிருந்தது; நபரின் உடலியல்-தார்மிகத் தூய்மை, சகாக்களின் அங்கீகாரம், கேடான விபத்துகள்-சாபங்கள் வெற்றிகரமாகத் தவிர்த்தல் ஆகியவற்றைப் பெரிதும் சார்ந்திருந்தது. குலப் பிணைப்பு மற்றும் பிறப்புரிமையால் தானாகக் கிட்டும் வாரிசுரிமை ஆகியவற்றைத் தாண்டிய, மன்னராட்சியுரிமை குறித்த கருத்துகள், அசலான கதைகளைத் திருத்தி எழுதியோருக்கு முக்கியம் என்றபோதும், ஆயிரமாண்டின் மத்தியிலேதான் நெறிமுறையாகி, குறிப்பிட்ட சில பழங்குடிகளில் மட்டும் விளங்கியது.

இருபெரும் இதிகாசங்களிலும் மற்றொரு முக்கிய மையக் கருத்தான, நாடு நீங்குதலைப் பொறுத்தவரை, குலச்சமூகம் தன் முரண்பாடுகளைத் தீர்த்து, அதேவேளையில் துணைக்கண்டத்திற்குள் எவ்வளவு ஆழமாக ஆக்கிரமிக்க முடிந்தது என்னும் நிகழ்வுப் போக்கைச் சுட்டிக் காட்டுவதாய் இருந்தது. நாளடைவில் நிலத்தின் மீதும் இதர வளங்களின் மீதுமான மக்கள்தொகை நெருக்கடிகள், இன்னும் பெரிய சமூக நிபுணத்துவத்தையும் மைய அதிகாரத்தையும் உறுதிப்படுத்தலை ஊக்குவிக்கும். அரசின் முன்நிபந்தனைகளில் இவை இரண்டாகும். ஆனால் கி.மு. முதலாயிரத்தின் ஆரம்ப நூற்றாண்டுகளின்போது, இதே நெருக்கடிகள் மரபுவழித் தீர்வினை ஊக்குவித்ததாகவே தோன்றின. புதிய பிரதேசங்களைக் கண்டறிந்திடும் பொருட்டு குலங்கள் பிரிந்தன, பிளந்தன.

நிலைபெற்ற சமூகத்திலிருந்து விலகி, பாலைவனத்திற்கு அல்லாமல் (துறவியர்கூட அதனை வெறுத்தொதுக்கியதாகத் தோன்றுகிறது) காடாகிய ஆரண்யத்திற்குள் நுழைவதே நாடு நீங்குதல். இங்கே சாத்தியப்பாடுகள் நிரம்பியிருப்பினும், வாழ்க்கை சவால்மிக்கதாயிருந்தது; எண்ணற்ற ஞானியரும் ஆடையற்ற அணங்குகளும்கூட அதனை ஆனந்தமிக்கதாக மாற்ற முடிந்தது. கிராமத்தின் பாதுகாப்பாக நிலைபெற்ற, சாதியச்

சமூகத்திற்கும் காட்டுடன் தொடர்புடைய அபாயகரமானதும் சமத்துவமிக்கதுமான சமூகத்திற்கும் இடையிலான, பிந்தைய மோதல்களில் சிறிது ஏற்கெனவே வெளிப்பட்டிருந்தது. ஆனால் அமைதியும் ஆனந்தமுமான வாழ்வின் கூடவே, மரங்களின் மத்தியில் அரக்கனோ புராதன உயிரினமோ இருந்தது. இவ்வுயிரினங்கள், மனிதராக அடையாளங்காணப்படுவதாக இருப்பினும், வீடுகளின்றி, வேட்டை-உணவு சேகரிப்பாளர்களாக உயிர் வாழ்ந்தன. நிலைபெற்ற விவசாயிகளாகக் குடியமர்ந்து பெருமைப்பட்டுக்கொண்டோருக்கு நாடு நீங்குதல், காட்டின் நாடோடி வழிமுறைகளும் நாகரிகமற்ற பழக்கங்களும் தொந்தரவாக இருந்தன. ஆகவே, அரக்கர்கள் அழித்தொழிக்கப்படவேண்டும்; பாம்புகளை வழிபடும் நரகர்களைப் போலத் தீங்கற்ற காட்டுமிராண்டிகளைச் சகாக்களாக அல்லது கப்பம் செலுத்துவோராகப் பதிந்துகொள்ளவேண்டும்- திருமணம் மூலமாகவும் அவர்களால் ஏற்கத்தக்க பரம்பரையைக் கண்டறிவதன் மூலமாகவும் இதனைச் செய்யமுடியும். நடைமுறையில் இதிகாச நாயகர்களுக்கும் அவர்தம் வன எதிரிகளுக்கும் இடையிலான உறவுமுறை, ஆரிய 'காலனியப்படுத்தல்' மற்றும் குடியமர்வின் வகைமாதிரியைப் பிரதிபலித்தது.

'மேற்கிலிருந்து கிழக்கே சென்றோர் வென்றார்' என்கிறது சதபதப் பிராமணம். மகாபாரதக் காலகட்டத்தில் அவர்கள் கங்கையின் மேல்பகுதியை அடைந்திருந்தது வெளிப்படை. கதையில் பிரச்சினைக்குரிய தலைநகரமான அஸ்தினாபுரம் அங்கே இருந்தது. இப்புவியியல் சூழலில் காட்டுக்கு நீங்கிப் போதல் என்பது, ஆரியமயப்படுத்தலின் முன்னோடிகள் தம் கிழக்கு நோக்கிய பரவலில், பிரதான கங்கைப் படுகைக்குள் நுழைந்துகொண்டிருந்தனர் என்றே பொருள்படும். ஆரவாரமற்ற கிராமங்களுக்கு நிழலாக மட்டும் உள்ள மரங்களின் கூட்டம் உயிர்பிழைந்துள்ள இன்றைய தூசுபடிந்த உத்தரப் பிரதேசமும் பீகாரும் அப்போது, சைபீரியாவின் அளவுள்ள, காடும் சதுப்பும் நிறைந்த ஈரமிக்கப் பசிய கானகமாயிருந்தது. வறண்ட பஞ்சாபினைப் போலன்றி நிலத்தைச் சீர்படுத்துவது இங்கே சவாலாயிருந்தது. மண் - கெட்டியாயும், காடு - அடர்ந்தும் இருந்தது; புகைபடிந்து இருண்ட தண்டுகள் சட்டெனத் துளிர்விட்டதால், நெருப்பினை உமிழும் அக்னியின் தீச் சுவாலைகூட உடனே அணைக்கப்பட்டது. மறுபுறத்தே வனம் தன் வளங்களுடன் செழித்திருந்தது. நாடு நீங்கி வந்தோர் கானகத்தில் இருந்தபோது, ஆற்றல்மிக்க சில ஆயுதங்களைப் பெற்று ஆயத்தமாயினர். தெய்வ சங்கல்பம் எனப்பட்டாலும், முறியாத இவ்வாள்களும் குறிதவறாத அம்புகளுடைய வில்களும்

நாசகரமான ஏவுகணைகளும் அந்நிய மரங்களிலிருந்தும் தாது உப்புகளிலிருந்துமே தயாரிக்கப்பட்டிருக்க வேண்டும். அதுவும் மேற்கத்தைய குடியிருப்புகளின் எல்லைகளுக்கு அப்பால் இது நிகழ்ந்திருக்க வேண்டும்.

ராஜஸ்தானின் தாமிரத்தை ஹரப்பர்கள் பயன்படுத்தியிருந்தபோதும், சிறந்த ரகப் படிவங்கள் இப்போதுள்ள தெற்கு பீகாரில் உள்ளன. அங்கிருந்தே இரும்பும் வந்தது. தீபகற்ப இந்தியாவின் பூர்வகுடிக் கொல்லர்களிடமிருந்து அதன் முதல் பயன்பாடு அறியப்பட்டதா அல்லது மேற்கு ஆசியாவுடனான வணிகத் தொடர்புகளிடமிருந்து அறியப்பட்டதா என்பது நிச்சயப்படவில்லை. அப்படியே இறுதியில் அது ஏற்படுத்திய புரட்சியும் கி.மு. 500-க்குப் பிறகு இரும்புக் கோடரிகளும் கலப்பைகளும் நிலத்தைச் சீர்படுத்துவதில் துணை நின்று, கரட்டு மண்ணில் வேலை செய்தன; ஆனால் அதுவரை, 'கறுப்பு உலோகம்' ஆயுதங்களுக்கும் கத்திகளுக்கும் என்றே ஒதுக்கீடு செய்யப்பட்டிருந்ததாகத் தோன்றுகிறது. புது உலோகவியல் உத்தியால் குடியமர்ந்தோரின் சிரமத்தை எளிதாக்க முடிந்திருக்காது. ஆனால் குறைந்தபட்சம், நாடு கடத்தப்பட்ட பாண்டவர்களுக்குத் தம் எதிரிகள் மீது ஓர் இராணுவ வெற்றியை அளித்திருக்கும். ஆரிய மூதாதையரின் குதிரைகளால் இழுக்கப்பட்ட ரதங்களுடன் ஒப்பிடுகையில், இதர குலங்களால் பயன்படுத்தப்பட்ட இரும்பு, பெரும் தொழில்நுட்ப நலனைப் பிரதிநிதித்துவப்படுத்திற்று. அதற்கேற்ப புதிய சூழலின் நெருக்கமான வரம்புகளில் கூடுதல் பயன்பாடும் இருந்திருக்கும்.

கெடுவாய்ப்பாக, சமஸ்கிருதம் சார்ந்த ஆனால் இன்னும் பழங்குடிகளாயுள்ள அத்துமீறுவோரின், கிழக்கு நோக்கிய முன்னேற்றத்தினைப் பரிசீலித்தால், பிந்தைய தலைமுறைகளின் தார்மிக வலிமைக்காக இதிகாசங்களை மீண்டும் மீண்டும் கூறிவந்தோரின் நோக்கங்களுக்கு அது இசைவானதாயில்லை. மகாபாரதத்தின் எஞ்சியுள்ள பதிப்புகள், பாண்டவரும் அவர்களது எதிரிகளான கௌரவரும், புராதனக் காலத்திலிருந்து தாண்டிவந்திருந்தது மட்டுமின்றி, துணைக் கண்டத்தின் வளங்களை ஏற்கெனவே ஏகபோகமாக்கியிருந்தனர். நாடு நீங்காதபோது, தூண்கள் தாங்கிய மாளிகைகளிலும் பளிங்குக் கூடங்களிலும் வசித்தனர்; உட்புறங்கள் ஆடம்பரமாக அழகுபடுத்தப்பட்டும் தரைகள் மெருகேற்றப்பட்டும் இருந்தன-நீர் நிறைந்திருக்கிறதோ என்ற பிரமையில் புதிதாக நுழைவர், தரையில்படாதிருக்க ஆடைகளை உயர்த்துவர். அஸ்தினாபுரத்தை மையமாகக் கொண்டிருந்த குரு 'அரசு' பரந்து விரிந்ததாயும் அளவற்ற

செல்வமுடையதாயும் இருந்ததாக முன்னிறுத்தப்படுகிறது; அதன் ராணுவத்திற்கு துணைக்கண்டமெங்கும் அஞ்சினர்; அதன் வலிமையான அணியினர் ஒரு கடற்கரையிலிருந்து இன்னொன்று வரை பரவியிருந்தனர்.

இத்தகு விவரிப்புகள் பிந்தைய பேரரசின் நிறுவனர்களது பேராசைமிகு வேட்கைகளை நியாயப்படுத்தவே உதவின. (1980-களில் தொலைக்காட்சித் தொடர்களை வைத்து மதிப்பிட்டால், அதியற்புதமான நாகரிகத்தின் அனைத்திந்திய முன் வரலாற்றின் முனைப்புகளை அடிக்கோடிட்டுக்காட்ட இன்னும் துணைபுரிகின்றன.) ஆனால் உண்மையில், மகாபாரதத்தின் மையமான புவியியல் என்பது, கங்கை-யமுனை தோவாபின் சிறிய பரப்பிற்குள் வரம்பிடப்பட்டதாகும்-அதுவே குரு பிரதேசத்தின் அதிகபட்ச பரப்பு. கதையின் ஆரம்பத்திலுள்ள ஒரு நிகழ்ச்சியிலிருந்து இது தெளிவாகும்-பிரதேசம் பிரிக்கப்பட்டு, புதிய தலைநகரைக் கண்டறியும் பொருட்டு, பாண்டவர்கள் அரசின் கோடிக்குப் புறப்பட்டுச் சென்றனர். 60 கி.மீ. தொலைவிலுள்ள இந்திரபிரஸ்தத்தை அவர்கள் தெரிவு செய்தனர்; இன்னும் அதே பெயரிலும் கோட்டை அரண்களுடனும் இருக்கின்றது. இதன் சரிந்திடும் மதில்கள், பாண்டவருடையதல்ல எனினும், தம் வைஸ்ராய் இல்லத்தின் (இப்போது ஜனாதிபதி மாளிகை) மார்பிள் கூடங்களிலிருந்து காட்சி வரிசையைத் துண்டித்திடப் பொருத்தமான அம்சமாக, புதுடெல்லியின் பிரித்தானிய வடிவமைப்பாளர்களுக்குத் துணைபுரிந்தன.

கி.மு. முதலாம் ஆயிரத்தின் முதல் பாதியில் கிட்டிய தொல்லியல் சான்றுகளிலிருந்து இந்திய-ஆரியரின் கிழக்குநோக்கிய நகர்வுக்கான ஆதாரங்களை மேலும் கண்டுகொள்ளலாம். தாமிரக் கருவிகளுடன் சில சமயங்களில் கிடைத்துள்ள, கரடுமுரடான காவிநிற மட்பாண்டங்கள் கிடைத்துள்ள அஸ்தினாபுரமும் இதர இடங்களும், மிக அழகாகத் தீட்டப்பட்ட சாம்பல்நிறப் பொருள்களைக் கொண்டிருந்தன. ‘PGW’ ஒரு சக்கரத்தில் உருவாக்கப்பட்டு, திரிகோணமிதி-பூக்கள் வடிவங்களால் அலங்கரிக்கப்படுகின்றன. கங்கை-யமுனை தோவாப்பிலும், பஞ்சாப், ராஜஸ்தான், மேற்கு கங்கைப் பள்ளத்தாக்குகளின் அருகிலுள்ள பிரதேசங்களிலும் அது காணப்படுகிறது-மகாபாரதத்தின் புவியியல் சூழலுடன் இது இனிதாகப் பொருந்துகிறது. முன்பைவிடவும் மக்கள்தொகை அடர்த்தி அதிகமாயுள்ளதை உணர்த்திடும் அளவுகளில் அது கிடைக்கிறது; அதற்கு உடனடியாக முன்பிருந்தவர்களை விடவும் வளமிக்க

ஒரு சமூகத்தை அது அடையாளப்படுத்துகிறது.[7] தொடர்புடைய கண்டுபிடிப்புகளைக் கொண்டு முடிவுகட்டினால், நிலத்தைப் பண்படுத்தியதுடன், கால்நடைகள்-குதிரைகள் இரண்டையும் பராமரித்த சமூகமாயும் அது இருந்தது. இறுதியாக, இந்த PGW-யின் காலம், சுமார் கி.மு. 950 என்னும் காலம் மாபெரும் யுத்தத்திற்குப் பொருந்துகிறது. வேதகாலத் தளபதிகள் ஒருகாலத்தில் மதிமயக்கும் சோமபானத்தை அருந்திய மட்பாண்டமாக இல்லாது போயின், பாண்டவர்களிடையே தலைசிறந்த சாப்பாட்டுராமனாகிய பீமன் அருந்திய PGW, குருவம்சத்தினுடைய, கங்கைச் சமவெளியினுடைய வடமேற்கு எல்லைப் புறங்களிலுள்ள தொடர்புடைய குலங்களின் தனித்துவமான மட்பாண்டக் கலைப் பாணியாக இருந்திருக்கும் என்று தோன்றுகிறது.

கருப்பு-சிவப்பு மட்பாண்டங்கள் (BRW) என்றறியப்படும் இன்னொரு மட்பாண்ட பாணி, PGW உடன் சமகாலத்தினதாகத் தோன்றுகிறது; ஆனால் மேற்கு-மத்திய இந்தியாவின் பெரும்பகுதியை உள்ளடக்கிய பரந்துபட்ட பரப்பினை அது கொண்டிருந்தது. இது, யாதவ குலத்துடனான பிணைப்பை உணர்த்துகிறது-இதன் ஒரு கிளை மதுராவிலிருந்து (டெல்லிக்கும் ஆக்ராவுக்கும் இடையில்) தெற்கிற்குப் புலம்பெயர்ந்ததாகக் கூறப்படுகிறது. இந்நிகழ்வுப் போக்கில், ஆரியமயமாதலின் முக்கிய நடைபாதையை அவந்திக்கு நிறுவியதாகத் தோன்றுகிறது பின்னர் மால்வா என்றழைக்கப்பட்ட இங்கே உஜ்ஜயினி நகரம் சீக்கிரமே எழவிருந்தது; இன்னும் நீண்டு குஜராத்திற்குள்ளும் மேற்குக் கடற்கரையின் கீழ்ப்பகுதி வரையும், புராணங்களில் சிதறிக்கிடக்கும் குறிப்புகளிலிருந்து யாதவப் பரிமாணத்தை ஒன்றுசேர்க்க வேண்டியிருக்கிறது; மகாபாரதத்தால் குருவுக்குக் கிட்டியுள்ள ஆவணம், யாதவருக்கு இல்லை. இருப்பினும், இதிகாசத்தின் பிற்பகுதியில், பாண்டவர்களின் வழிகாட்டியும் பாதுகாவலரும், யாதவ வம்சத்தின் நாயகனாகவும் வழித்தோன்றலாகவும், கிருஷ்ணனின் சாகசக் கதையில் வளர்த்தெடுக்கப்படுகிறார். கிருஷ்ணன், வழிபடத்தக்கவரின் ஊதுகுழலாகப் பயன்படுத்தப்படுகிறான்; ஆனால் பிந்தைய பகவத்கீதை (இன்னும் பிற்பாடு, இந்தியத் துணைக்கண்டத்தின் விளையாட்டுப் பிள்ளையும் முல்லை நில இருதயத் துடிப்புமாக) விலகியதும் பிரம்மிக்கத்தக்கதுமான உருவாக, அதன் முட்டாள்தனமற்ற அணுகுமுறை, ஒருபாதி மானுட பலவீனத்தின் மீதான நிந்தனையாகவும், குல விசுவாசம் மற்றும் ஆரிய மரபு என்னும் மையத்தை வற்புறுத்துவதிலிருந்து எழுவதாகவும் உள்ளது. யாதவர்கள் பழமைவாதிகள் என்பது வெளிப்படை. மதுராவைப் போலவே குஜராத்தில், மேய்ச்சலும் பால்பண்ணையும் தம்

பொருளாதார முக்கியத்துவத்தைத் தக்கவைத்துக் கொண்டிருக்கும். கங்கைப்படுகையில் பாசன வேளாண்மை வாழ்வின் அச்சாகவும் உபரிக்கான ஆதாரமாகவும் மாறி நீண்டகாலம் ஆகிய பிறகும். அப்படியே மேற்குக் குலங்கள், கிழக்கிலுள்ள ஒன்றுவிட்ட சகோதரர்கள் அரசு உருவாக்கங்களை மேற்கொண்டு நாளான பிறகு, தம் மரபுவழிப் படிவரிசைகளில் ஒட்டிக் கொண்டிருக்கும்.

கருப்பு-சிவப்பு பாத்திரங்களின் இன்னொரு முக்கிய அம்சம், விந்திய மலைகளையொட்டி மதுராவிலிருந்து தென்கிழக்கில் நடந்த நகர்வை உணர்த்துவது. கங்கைப் படுகையின் தெற்குப்புற எல்லையை இது உருவாக்குகிறது-பீகாரிலுள்ள இங்கிருந்து கருப்பு-சிவப்பு பாத்திரங்கள் சமவெளிக்கு மீண்டும் இறங்குகின்றன. அங்கே வண்ணம் பூசப்பட்ட சாம்பல் நிறப் பாத்திரங்களைத் திரும்பவும் சந்திக்கின்றன. அதற்கு இணையாகச் செல்லும் பிரிவு இமாலயத்தின் வெளிப்புறங்களையொட்டி, கிழக்கில் நீட்சி கொள்வதைக் காண இயலும். கங்கையின் கரைகளின் வழியே முன்னேற்றத்தைத் தடுத்திட்ட, சதுப்புகளைச் சீர்திருத்துவதும் அடர்ந்த காடுகளை வீழ்த்துவதுமான இருமுனைத் தாக்குதலின் மனப்பதிவு உருவாகும். மாறாக, புலம்பெயர்தல்-தகவமைத்துக்கொள்ளலின் அலையானது குறிப்பாக உயர்விளிம்பைச் சுற்றி இயங்கியதாய்த் தோன்றுகிறது. இவ்வாறு, ஞனபாதா (குல-பாதங்கள்) அல்லது குலப்பிரதேசங்களின் பிரதானச் சங்கிலி, இப்போது நேபாளமாகி உள்ளதிலிருந்து பாயும் கங்கையின் உபநதிகளின் கரைகளின் மீது, பிரதான நதியின் வடக்கில் இருந்தது. சதபத பிரமாணத்தில் கிழக்கு நோக்கிய அக்னித் தடத்தின் விலாவரியான விவரிப்பு இருக்கிறது; கடைசியில் கேங்டாக் நதியென்று கருதப்படுகின்றதாகத் தாவிச் செல்கிறது; அதைத் தாண்டியுள்ள வனத்தை எரித்து, விதேகக் குலத்தினர் குடியமரவும் விவசாயத்திற்காக உழவும் காலிசெய்து தருகிறது.

பஞ்சாப்-மேல் சிந்துவிலிருந்து பீகாருக்கும் கீழ்கங்கைக்கும் நீட்சி கொள்ளும், கிழக்கு-மேற்குப் போக்குவரத்து வணிகத்தின் இவ்வடக்கு வழிப்பாதை, இப்போது ஆரியமயமாதலின் தலைமை அச்சாகிற்று; அதன்பின் பௌத்த மதமாற்றத்திற்கும் மகத ஏகாதிபத்தியவாதத்திற்கும் அச்சாக இருந்தது. தக்ஷிணபாதா (அதிலிருந்து தக்காணம்) அல்லது தெற்குவழிப் பாதை என்பதிலிருந்து வேறுபட்டதாக, அது உத்தரபாதா, வடக்குவழிப் பாதை எனப்பட்டது. கங்கைச்சமவெளி குடியிருப்புகளிலிருந்து அவந்திக்கும்(மால்வா) குஜராத்திற்கும் செல்லும் பெரிதும் யாதவர்களின் பாதையாயுள்ள முந்தையது, அதிகம் பயணித்த

வணிகப் பிணைப்பானது-இன்னும் ஆரியமயமாகாத, வரலாற்று ரீதியில் எடுத்துரைக்காத தீபகற்பத்தின் செல்வங்களுக்கும் மேற்குக்கரை துறைமுகங்களுக்கும் வழிவகையளித்தது. ஆனால், உத்தரபாதத்தின் வழியேதான் ஆரியமயமான பிரதேசங்கள் அரசின் தகுதிகளை முதலில் பெறத் தொடங்கின. ஆரம்பத்தில் பஞ்சாப்-தோவாபிலுள்ள மேற்குமுனையில் இருந்தோர், பீகார்-வங்காளத்திலுள்ள கிழக்கு எல்லைப்புறத்தில் இருந்தோரை ஏளனமாகப் பார்க்கத் தலைப்படுகின்றனர்; தம் பேச்சிலும் வேள்விகளை நடத்துவதிலும் கரடு முரடாக இருந்தவர்கள் மிலேச்சர் எனப்பட்டனர். கி.மு. முதலாம் ஆயிரத்தின் மத்தியில் நிலைமை தலைகீழாயிற்று. கிழக்கத்தைய குடியிருப்புகள் செழிப்பான மூல-அரசுகளின் வலைப்பின்னலாக வளரவும், பல ஆரியமயமான வைதிக அடையாளத்தை மேற்கொண்டு, உயரிய வம்சாவளியினராகத் தம்மைக் கூறிக்கொண்டு, பஞ்சாபிலுள்ள தம் ஒன்றுவிட்ட சகோதரர்களை 'விரட்யா'-இழிந்தவர் என்றும் பரிகசித்தனர்.

மகாபாரதம் X இராமாயணம்

மாபெரும் சமஸ்கிருத இதிகாசங்களில் இரண்டாவதான இராமாயணம், மகாபாரதத்தைப் போன்றே அதே மாறுதல் நிகழ்வுகளுக்கு உள்ளாகியிருக்கிறது. இத்தகு சந்தேகத்திற்குரிய ஆதாரங்களிலிருந்து இந்தியாவின் கடந்த காலத்தைப் பிரித்தெடுப்பது, ஈசாப் கதைகளிலிருந்து பழங்கால கிரேக்க வரலாற்றினை மீளவும் கட்டமைப்பு செய்வதைப் போலவோ, அல்லது ஆயிரத்து ஓர் இரவு கதைகளிலிருந்து பாக்தாதின் கலீபா ஆட்சியை மறுகட்டமைப்பு செய்வதைப் போலவோ இருக்கும். எனினும் இராமாயணக் கதை மகாபாரதத்தினுடையதை விட எளிமையானது, தெளிவானது. ராமனின் ஆட்சியில் யாரும் பத்து வேசிகளுக்காக ஒரு மன்னனைப் பரிவர்த்தனை செய்துகொள்ள மாட்டார்கள். ஆயிரம் இறைச்சிக் கூடங்களுக்காகவும் மாற்றிக்கொள்ள மாட்டார்கள். இப்போது நாம் அறிந்துள்ள வடிவில், இராமாயணம் முடியாட்சியை நியாயப்படுத்தும் இதிகாசமாகப் பார்க்கப்படலாம்.[8]

இவ்வடிவத்தை அது எப்போது ஏற்றது என்பது உறுதிப்படவில்லை. இதன் சுருக்கமான கதை மகாபாரதத்தில் சொல்லப்பட்டுள்ளது. ஆனால், அது இடைச் செருகலாகத் தோன்றும். இராமாயணப் பாத்திரங்கள் மகாபாரதத்தினுடையவற்றிற்கு முந்தியவை

என்பதற்கு அது சான்றாக இருக்க முடியாது. அதன் மறுதலை இன்னும் சாத்தியமானதாகத் தோன்றும்; ராமனின் தலைநகரம் அயோத்தி, குரு/பாண்டவரின் அஸ்தினாபுரத்தின் கிழக்கே 500 கி.மீ தொலைவில், உத்தரபாதத்தின் இருமருங்கிலும் உள்ளது. தன் இறுதி வடிவில், இராமாயணம் நிச்சயமாக மகாபாரதத்திற்குப் பிந்தையதே-மகாபாரதத்தில் கேள்விப்பட்டிராத இடங்களுக்கு இராமாயணத்தில் முக்கியத்துவம் தரப்பட்டிருப்பதிலிருந்து அது தெரியவரும். உண்மையில், நாடு நீங்கிய பாண்டவரின் வனவாசம் பெரிதும் தோவாபைச் சுற்றியுள்ள இடங்களுடன் கட்டுண்டு நிற்க, ராமனுடைய, அவனது சகாக்களின் வனவாசம் மத்திய-தென்னிந்தியாவுக்குள் நீட்சி கொள்கிறதாகச் செய்யப்பட்டுள்ளது. இது பெரிதும் பிந்தைய பதிப்பாளர்களது பூசிமெழுகுதல் என்பதில் சந்தேகமில்லை ஆனால் கி.மு. முதலாம் ஆயிரத்தில் ஆரியமயமாதலின் தொடர்ச்சி இருந்தது என்பதற்கு இன்னும் சான்றாயுள்ளது. வடக்கிலும் மேற்கிலும் ஏற்பட்ட குடியேற்றங்களின் வகைமாதிரியை மகாபாரதம் சுட்டிக்காட்ட, கிழக்கில் அது தொடர்வதை இராமாயணம் விவரிக்கிறது.

இவ்வாறு மகாபாரதம், கங்கை-யமுனை தோவாபிற்கு உரியதாயிருக்க, இராமாயணம் மத்திய கங்கை பிரதேசத்தில் வேர்விட்டுள்ளது. ராமனின் அயோத்தி, கோசலம் எனப்படும் முக்கிய ஞனபாதத்தின் தலைநகராயிருந்தது. தோராயமாக வடகிழக்கு உத்தரப் பிரதேசமாயிருந்தது-புத்தாயிரத்தின் மத்தியில் தன் தெற்கு அண்டைவீட்டாரை உள்ளீர்த்துக்கொள்ளும். பிந்தையது காசி, வாராணசி (பெனாரஸ்)யின் பழைய பெயர் அது. இதிகாசத்தின் பௌத்தப் பதிப்பில், அயோத்தியை விடவும் வாராணசியே கதையின் மையமாகிறது. மிகவும் பிற்பாடு, சிவனின் நகரில், கங்கையை நோக்கியுள்ள வெள்ளையடிக்கப்பட்ட அமைதியான வீட்டில், தஸாஸ்வமேத் கட்டத்தில் நெருக்கியடிக்கும் கூட்டத்திலிருந்து விலகியபடி, 17ஆம் நூற்றாண்டுக் கவிஞர் துளசிதாஸ், எதிர்காலத் தலைமுறையினரின் ஆனந்தத்திற்காக, இதிகாசத்தின் நிச்சயமான இந்தி வடிவத்தை எழுதுவார். வாராணசி, இராமாயணத்தைத் தன்னுடையதாக்கிக்கொள்ளும்; சற்றுத் தொலைவிலுள்ள முன்னாள் வாராணசி மகாராஜாவின் அரண்மனையை ஒட்டிய தோட்டத்தில், இந்தியாவின் கண்கவர் காட்சிகளுள் ஒன்றான ராம்லீலா (இதிகாசத்தின் நாடக வடிவம்) நிகழும்.

கல்படிவமான டைனோஸரின் சிதறிக் கிடக்கும் எலும்புக்கூடுபோல, பொருத்தப்படாத ஆனால் நினைவிலிருக்கும் அவயங்களாக மக்கள் கற்பனையில் மகாபாரதம் தங்கியிருக்க, இராமாயணம் இன்னும் உயிருடன் உள்ளது. 1990-களின் ஆரம்பத்தில் நடந்த சம்பவங்களை வைத்துப் பார்க்கையில், இந்து அபிப்பிராயத்தைத் திரட்டிட ஏதுவாக ஒரு பிரச்சினையை எழுப்பி, மசூதியின் இருப்பால் அயோத்தியின் புனிதம் மாசுற்றது என்று அடிப்படைவாத இந்து அபிப்பிராயம் திரும்பிற்று. 1992இல் ராமனின் பெயரை உரக்க உச்சரித்த, காவியுடுத்திய செயல்பாட்டாளர்கள் அயோத்தி மசூதியைத் தகர்த்தனர். விடுதலைக்குப் பிந்தைய இந்தியாவின் பெருமிதமிக்க சமயச்சார்பின்மையை மனச்சாட்சியின் ஆழ்ந்த நெருக்கடிக்குள் தள்ளிவிட்டனர்.

அஸ்தினாபுரம் / இந்திரபிரஸ்தத்தை விடவும் அயோத்தி / வாராணசி புனிதமானவற்றில் இன்னும் உயர்ந்திருப்பது, இரு இதிகாசங்களது வேறுபட்ட பிரபஞ்சப் பார்வைகளுடன் தொடர்புடையதாக இருக்கலாம். புராணங்களின் மொழியில் இதற்கான குறிப்புகள் உள்ளது. அவற்றின் வம்சாவளிகள் பாரதப் போரை எட்டும்போது, எதிர்பாராத கால மாறுதலடைகின்றன. சமஸ்கிருதத்தின் எண்ணற்ற கடந்த காலங்களில், வினைச்சொல் திடீரென்று எதிர்காலத்திற்கு நகர்கின்றது, இவ்வம்சாவளிகளில்

பதிவுபெற்றுள்ள அடுத்தடுத்த தலைமுறைகள் தீர்க்கதரிசனம் பெறுகின்றன. பல தலைமுறைகளுக்குப் பின்புவரை பட்டியல்கள் எழுதப்படாதிருக்க, எதிர்காலச் சந்ததியரின் தொடர்ச்சி, கடந்த காலத்தைப் போல் அசலானதாக இருக்கின்றது; உண்மையில், பிந்தைய பெயர்கள் வரலாற்றுக் காலங்களுக்குள் நீட்சி கொள்வதால், இதர ஆதாரங்களால் சரிபார்க்கக் கூடியவையாதலால், இன்னும் அசலானவை. ஆனால், இப்பட்டியல்களை உருவாக்கியோரின் நோக்கம், மாபெரும் காலத்தில் ஒரு திருப்புமுனையை அடையாளப்படுத்திற்று என்று பதிந்துவைப்பதே. இந்து அண்டவியலின் மூன்றாவது காலமான துவாபரயுகம் குருவின் களனாகிய குருசேத்திரத்தின் பாரதப் பேரினவாத அழிப்பில், பாண்டவர்கள் கௌரவர்களைக் கொன்றபோது, முடிவுக்கு வந்தது. அதன்பிறகு, இன்னும் நடப்பிலுள்ள கருப்பு யுகமாக அஞ்சப்படும் கலியுகம் தொடங்கிற்று.

யுத்தம் இதிகாசத்தின் முடிவை குறிக்காவிடினும், மகாபாரதம் சாராம்சத்தில் மீட்டுப் பார்ப்பதே என்ற மனப்பதிவு கிடைக்கும். மறைந்துகொண்டிருக்கும் கடந்தகாலத்தைக் கொண்டாடும் அதனை, பழைய அமைப்பின் இறுதிப் பாடலாக வாசிக்க முடியும். இவ்வமைப்பில் குல உறவுமுறையின் பிரதானமும் அதனுடன் தொடர்புடைய வீரநெறி என்பனவும் மெல்ல ஓய்வெடுக்க வைக்கப்படுகின்றன. 18 நாள் போரில், பாண்டவரின் ஒட்டுமொத்தத் தலைமுறையும் சேர்ந்து, அநேகமாக கௌரவரனைவரும் அழித்தொழிக்கப்படுகின்றனர். பிரதானமாக வெற்றி பெற்றவரான யுதிஸ்டிரர், ரண களத்தைப் பார்வையிட்டு, வருத்தம் கொள்கிறார்; குல அமைப்பிலுள்ள பகைமையும் முரண்களும் நிராகரிக்கப்படுகின்றன; காட்டுக்குத் திரும்பிவிடும் உத்தேசமுள்ள யுதிஸ்டிரர் தன் முடிதுறப்பை ஏற்குமாறு தன் ஆதரவாளர்களிடம் வேண்டுகிறார். கிருஷ்ணன் இவை எதையும் ஏற்றுக்கொள்வதில்லை: போர்வீரன் போரிடவேண்டும் என்பதுபோல மன்னன் ஆளவேண்டும்; விடுதலை, துயரத்தில் மூழ்குவதைவிடவும், ஒருவன் தன் தர்மத்தைப் பின்பற்றுவதிலேதான் இருக்கிறது. தயக்கத்துடன் உடன்படும் யுதிஸ்டிரர், ராஜசூய-அஸ்வமேத யாகங்கள் புரிகிறார். ஆனால் வருத்தங்கள் தொடர்கின்றன, கிருஷ்ணனே மடிந்துவிடுகையில், பழைய அமைப்பின் இறுதித் தூண் அகற்றப்பட்டுவிட்டதாக இருக்கிறது. திரௌபதியுடன் சேர்ந்து பஞ்ச பாண்டவர்கள் பொதுவாழ்விலிருந்து நன்றியுடன் விலகி, இமயமலைகளில் நடந்துபோகின்றனர்.

இதற்கு முரணாக, தீர்மானகரமாக முன்னோக்கியதாக இராமாயணத்தைக் கருத வாய்ப்பிருக்கிறது. இது ஒரு புதிய எல்லைகளைத் திறந்துவிடுகிறது, அது புதிய லட்சியத்திற்கு உருவைக் கொடுக்கிறது. அதற்கென வடிவமைக்கப்பெற்ற புதிய சகாப்தம் அல்லது நிர்வாக அமைப்பு குறித்து எதுவும் சொல்லப்படவில்லை எனினும், அவ்வுணர்த்துதல் தெளிவாயுள்ளது. ராமன் கடைசியில் தன் தலைநகரை மீண்டும் பெறுகையில், வெறுப்பைக் காட்டவோ வேத விழுமியங்களை மீண்டும் உறுதிப்படுத்தவோ அல்லாமல், தன் தனிப்பட்ட ஆட்சியில், ஒழுங்கு, நீதி, வளத்தின் பிரகாசிக்கும் சமூகத்தை வரவழைக்கும் பொருட்டே. அதன் விளைவான இராமராஜ்யம், விரைவிலேயே இந்திய அரசியல் லட்சியமாயிற்று, இன்னும் இருக்கிறது; எண்ணற்ற வம்சங்களால் வற்புறுத்தப்பட்டும், சமயச் சார்பற்ற மற்றும் இந்து தேசியவாதத்தின் எண்ணற்ற அரசியல்வாதிகளால் முன்னிறுத்தப்பட்டும் வருகிறது. அதுபோலவே அயோத்தியும் அரசுத் தலைநகரத்திற்கான முன்மாதிரியைப் பிரதிநிதித்துவம் செய்வதாகி, அடுத்துவந்த ஆரியமயமான அரசு அமைப்புகளில் இடம் பெறுவதானது. இவ்வேடத்தில் அது தொலைதூரம் பயணித்து, தாய்லாந்தில் நிறைய திருப்பங்களை ஏற்படுத்தியது. தாய் மன்னர்களது முன்னாள் தலைநகரான, பாங்காக்கிற்கு முந்தைய அயுதியா, ராமனின் நகரை மறுவடிவம் செய்ததாகக் கருதப்பட்டது; மத்திய ஜாவாவில்கூட மூத்த சுல்தான் அமைப்புகள் ஜோக்ஜாகர்தா அல்லது *Ngajodya-karta* எனப்படுகின்றன- 'அயோத்யா.' என்பதன் ஜாவா வடிவமே *Ngajodya*.

முடியாட்சிகளும் குடியரசுகளும்

தென்கிழக்காசியாவில் போன்றே, இந்தியாவில் முடியாட்சியினை நியாயப்படுத்துவது இராமாயணத்தின் பிரதானப் பணியாயிருந்தது. ஆனால், இரு இடங்களிலும் இந்நோக்கத்திற்கான இதன் பயன்பாடு, கடந்தகால அமைப்பின் மீதான எஞ்சியிருந்த விசுவாசங்களைப் போன்று, நிகழ்காலச் சவால்களாலும் நிர்ப்பந்தப்படுத்தப்பட்டது. கி.மு. முதலாயிரத்தின் நடுவில் வடஇந்தியாவில், அரசினை நிறுவுவதில் பிற பரிசோதனைகள் நடைமுறையில் இருந்தன. அரசு உருவாக்கத்திற்கு மன்னராட்சி அதிகாரம் அத்தியாவசியமில்லாததாகத் தோன்றுகிறது. அதன் பிராமண ஆதரவாளர்களால் பெரிதும் முன்னெடுக்கப்பட்ட, தெய்விகக் கட்டளை எல்லாவிடத்தும் பொருத்தமானதாயும்

இல்லை. வெவ்வேறான அரசமைப்புச் சட்டங்களுடனான மாற்று அரசுகளுக்கான சான்றினைப் பிற ஆதாரங்கள் கொண்டுள்ளன.

தொடர்புடைய நூல்கள் பௌத்தம் அல்லது சமணத்தைச் சேர்ந்தவை. புத்தர் எனப்படும் சித்தார்த்த கௌதமர் மத்திய வழியைப் போதித்துக் கொண்டிருக்க, மகாவீரர் எனப்படும் நடப்புட்டா கி.மு. 6 லிருந்து 5ஆம் நூற்றாண்டுகளில் சமண நெறிமுறைகளை வகுத்தார். அது ஆழமான தருணத்தின் பொருந்திப் போவதாயிருந்தது. கி.மு. முதலாயிரத்தில் கங்கைச் சமவெளியின் நடுப்பகுதியினுடைய வரலாற்றினை ஆர்வத்திற்குரியதாக, சர்வதேச ஆர்வத்திற்குரியதாகவும் ஆக்கியது; மற்றபடி புறக்கணிக்கப்பட்டிருக்கக் கூடிய உடனிகழ்கால இந்தியச் சமூகத்தின் அம்சங்களிடத்தே வரலாற்றாளனின் கவனத்தைத் திருப்பியது. பௌத்தம் மற்றும் சமணத்தின் மாபெரும் நிறுவனத் தந்தையரது வாழ்க்கையும் போதனைகளும் ஏராளமான நூல்களுக்கு உத்வேகமளிக்க, சமயங்களில் அவை வைதிகப் புராணங்களுக்குத் துணை நின்றன, சில சமயங்களில் அவற்றுடன் முரண்பட்டன. மேலும் இருவரும் இராமனின் அயோத்தியை முன்மாதிரியாகக் கொண்ட அரசுகளைச் சாராத, முடியாட்சி சாராத மாற்று அரசியல் அமைப்புகளில், தனித்துவமான குலங்களில் பிறந்தனர். இராமாயணக் கதையின் சமண-பௌத்த பதிப்புகள் அல்லது அவற்றிலுள்ள சம்பவங்கள், சற்று வேறுபட்ட அழுத்தத்தைக் காட்டுகின்றன. அயோத்தியைத் தவிர்த்த பிற இடங்களும் முடியாட்சிகள் தவிர்த்த பிற அரசு அமைப்புகளும் குறித்து கணிசமான தகவல்களைக் கொண்டுள்ளன.

இம்மாற்று அரசு அமைப்புகள், ஒரு சிலரது கும்பலாட்சி, குடியரசு ஆட்சி அல்லது ஜனநாயக ஆட்சி என்றும்கூட வெவ்வேறாக விளக்கப்பட்டுள்ளன. இப்போது அவற்றைக் குறிக்கும் தொடர் கண-சங்க-இருபதாம் நூற்றாண்டின் ஆரம்பத்தில் அறிஞர்களிடையே நடந்த சர்ச்சைகளுக்குப் பிறகு வந்தடையப் பெற்றது; கண என்னும் இத்தொடர் மீது 1914–16களில் கடும் விவாதம் நிகழ்ந்தது.[9] ஞன என்பதன் திரிபான கண, ஒரு குளத்தை/கூட்டத்தை அர்த்தப்படுத்தும்; சங்கா சேரும்பொழுது, அமைப்பு/அரசாங்கம் என்று குறித்து, அதை விவாதித்து நிர்வகிக்கப்படும் அரசாங்கம் என்பதை அடையாளப்படுத்தும். விவாதித்து நிர்வகிக்கப்படும் இத்தகு அரசாங்கங்கள் அல்லது குடியரசுகள் பல வடிவங்களை மேற்கொள்ள இயலும். முடிவெடுப்பதில் எல்லா உறுப்புகளும் அல்லது சில உறுப்புகளே பங்கேற்றனவா, அவை நிகழ்ந்த நிறுவனங்களும் கூட்டங்களும் ஒரு தலைமையை

எந்த அளவுக்குத் தெரிவு செய்தனர் அல்லது பரிந்துரைத்தனர் என்பன தெளிவாயில்லை. இருந்தபோதும், இவையெல்லாம் இப்போது விவாதத்திற்குரியனவாயுள்ளன. தொன்மையான கிரேக்கத்தின் தற்போதுள்ள குடியரசுகள்-ஜனநாயகங்களுக்கு இணையானவற்றைக் கொண்டிருப்பதாலும், நவீன இந்தியாவே குடியரசு சார்ந்ததும் ஜனநாயகமிக்கதுமான அரசமைப்புச் சட்டத்தை-அதன் பூர்விகம் அவ்வப்பொழுது கதகதப்பை உண்டாக்கும்-பெற்றிருப்பதாலும் அவ்வாறு நிகழ்ந்தன.

சமத்துவமிக்கதும் முடியாட்சியைவிட எதேச்சதிகாரம் குறைந்துள்ளதுமான அரசமைப்புச் சட்டத்தை, குல அடிப்படையிலான சமூகம் மேற்கொள்வது தர்க்க ரீதியிலானதாகவே தோன்றுகிறது. ஒரு விதத்தில், வேத காலத்தினர் வரை செல்லக்கூடிய தலைமை குலத்தவரிடையே ஆலோசித்திடும் மரபுகளை இக்குடியரசுகள் வெறுமனே நிறுவனமயமாக்கின. திறந்த சமிதிகளிலிருந்து மிகவும் கட்டுப்படுத்தப்பட்டதும் நிபுணத்துவம் மிக்கதுமான சபா மற்றும் பரிஷத் வரையிலான கூட்டங்களின் வடிவை இவை மேற்கொண்டன. முந்தையவை குடியரசுகளில் இறையாண்மை நிலையைப் பெற்றிருந்ததாகத் தோன்றிட, ஆலோசனைக் குழுக்கான பிந்தையவை முடியாட்சிகளில் அமைச்சரவைக் கூட்டங்களாக வளர்ந்திடும்.

பீகார், உத்தரப் பிரதேசத்தின் லிச்சாவிகள், சாக்கியர்கள், கோலியாக்கள், விதேகர்கள் முதலான, புத்தாயிரத்தின் மத்தியில் பெரும்பாலான குடியரசுகள், ஒரு தாய்க்குலத்திலிருந்து கிளைத்திடும் வழக்கமான நிகழ்வுப்போக்கின் விளைவாக வந்தன. நாளடைவில் பிரிந்து போனவை தமக்கான ஜனபாதா, பிரதேசம் ஆகியவற்றைக் கோரின-உள்நோக்கத்துடனோ, கவனக்குறைவு/வறுமை காரணமாகவோ இருக்கக்கூடும்-வேத வேள்விகளின் முழு நடைமுறையைக் குறைத்தன. அவை பிராமணிய அதிகாரத்திடம் கவனமே செலுத்தவில்லை. உபரி விளைச்சலையும் கொள்ளையிட்ட பொருள்களையும் வேள்விச் சடங்குகளில் தெய்வங்களைத் திருப்திப்படுத்தும் பொருட்டு ஆகுதியாகப் போடப்பட வேண்டியதில்லை என்றானது. மாறாக, நிர்வாகம், நகர வளர்ச்சி, தொழில் மற்றும் வணிகம் என்னும் இதர நோக்கங்களுக்காகப் பயன்படுத்தப்பட்டன.

இது அரசுகளின் எழுச்சிக்கான எளிமைப்படுத்தப்பட்ட விளக்கம்; முடியாட்சிகளின் உருவாக்கத்திற்கு இது ஊக்குவித்திருக்க வேண்டிய அவசியம் இல்லை. பிராமணிய மரபில் அரசுரிமை

கடவுளரால் முன்னெடுக்கப்பட்டதாகக் கூறப்படுகிறது. தம் அதீத எதிரிகளால் தோற்கடிக்கப்பட்டுவிடுவோம் என்னும் பயத்தில் கடவுளர் ஒரு தலைவனைத் தெரிவு செய்யக் கூடினர். இந்திரன் அப்பொறுப்பைப் பெற்றான். அதாவது ஒரு மன்னன் தன் சகாக்களால் தெரிவு செய்யப்படவேண்டும், அவனது பிரதான பணி என்பது ராணுவம் சார்ந்தது, அவனது அரசு தெய்விக அனுமதி உடையது. பிற தொன்மங்கள் இக்கருத்தமைவை மறு உருவாக்கம் செய்தன.

அராஜகத்திற்கு எதிரான ஒரே காப்பீடாக அரசுரிமையை முன்வைத்தது ஒன்று. கலியுகத்தில் வரும் மோசமான காலகட்டங்களில் செல்வம், பெண்கள், ஆதாயத்தின் பொருட்டு என ஒருவர் மற்றவருடன் போட்டியிடும் கட்டாயத்தில் இருப்பர். சமூகம் இவ்வாறு காட்டுத்தனமான சட்டங்களையுடையதாகக் குறைத்துச் சுருக்கப்பட்டது. கடவுளர் அல்லது விரைந்து வளரும் மீன் வடிவிலான விஷ்ணு, ஒரு மன்னரை முன்மொழிந்தார்; அப்படியாக மனுவைத் தெரிவு செய்தனர். நான்கு நிபந்தனைகளுடன் அவர் ஒப்புக்கொண்டார்- தன் மக்களின் அறுவடையில் பத்தில் ஒரு பங்கு, ஐம்பது பசுக்களில் ஒன்று, அவர்கள் பெற்றிடும் தகுதியில் கால்பங்கு, தெரிவு செய்யப்படும் கன்னியர் தனக்குரியவர்கள். அதாவது, அதிகாரமும் சட்டத்தைப் பிரயோகிப்பதும் இப்போது மன்னனின் பிரதானப் பணிகளாயின; அவன் மனிதரை விடவும் கடவுளரால் தெரிவு செய்யப்பட்டான்; தன் மக்கள் உற்பத்தி செய்தவற்றில் கணிசமான பங்கைப் பெரும் உரிமை தனக்குண்டு.

அப்போது, அரசுரிமைக்கான திடமான சித்தாந்த அடிப்படை இங்கே இருந்தது. மனு தொன்மத்தில் உள்ளார்ந்துள்ள ஒப்பந்த அம்சத்தைப் பௌத்தப் பிரதிகள் வற்புறுத்த, பிராமணிய ஆதாரங்களோ தெய்விகக் கட்டளை அம்சத்தில் குவிமையம் கொண்டன. எவ்வழியாயினும், ஒரு மன்னன் மனித அல்லது தெய்வத்தின் கட்டுப்பாடுகளுக்குக் கோட்பாட்டு ரீதியில் உள்ளாகினான்; அவனை அப்பட்டமான சர்வாதிகாரியாகக் கருதப்படலாகாது. நேர் எதிரான வகையில் அரசுரிமையை வற்புறுத்தும் கோட்பாடுகளெல்லாம், ஓர் அரசமைப்பை நிறுவிடும் நிர்வாக-கட்டுப்பாட்டு நிறுவனங்களுக்குத் தாராளமான நியாயத்தை முன் வைத்தன.

ஆனால் கண-சங்கங்களின் (குடியரசுகள்) மேலும் தன்னெழுச்சியான பரிணாமத்தில் இருந்ததுபோலவே, குறிப்பிட்ட அரசமைப்புச் சட்டத்தின் வேண்டுதலாலோ தர்க்கத்தாலோ மட்டுமே அரசு

உருவாக்கமானது தூண்டப்படவில்லை. புதிய தொழில்நுட்பங்கள், புதிய சமூக-பொருளாதார நிலைமைகளால் உருவான சவால்களும் சந்தர்ப்பங்களும் அவ்வளவு முக்கியமாயிருந்தன. புத்தாயிரத்தின் மத்தியில் மக்கள்தொகை அடர்த்தி அதிகரித்தது, புலப்பெயர்தல் மந்தமானது என்பன அபரிமிதமாய்க் கிட்டியுள்ள தொல்லியல் சான்றுகளிலிருந்து அவை உறுதிப்படுகின்றன. பூர்வகுடி மக்களை இணைத்துக்கொள்ளல் அல்லது ஆரியமயமாதல் அளவுக்குப் புலம்பெயர்ந்து வந்தவர்களிடையே நிகழ்ந்த பிறப்பு விகித அதிகரிப்பும் மக்கள்தொகை அதிகரிப்புக்குக் காரணங்களாகும்; இரு நிகழ்வுப் போக்குகளும் சமூக விழிப்புணர்வையும் சாதி/வர்க்கப் பாகுபாடுகளையும் அதிகரிக்கச் செய்யும்.

மறுபுறத்தே, வேளாண் உற்பத்தியானது வளர்ந்துவரும் மக்கள்தொகையை விடவும் கூடுதலாக ஈடுகொடுத்து வருவதாகத் தோன்றுகிறது. எட்டு அல்லது அதற்கும் மேற்பட்ட எருதுகளால் இழுக்கப்படும் கனத்த கலப்பைகளைப் பயன்படுத்துவது, நெல் சாகுபடியைப் பரவலாக மேற்கொள்வது பாசன வசதியை மேம்படுத்துவது என்பன கி.மு. 500-லேயே நிச்சயப்படுத்தப்பட்டது. ‘ரிக் வேதப் பாசுரங்கள் பசுக்களைக் குறிப்பிடுவது போல, பௌத்தப் பிரதிகள் அவ்வளவு விவரணங்களுடன் நெல் ரகங்களைக் குறிப்பிடுகின்றன’.[10] வடக்கு பீகாரின் ஈர மண் பார்லி சாகுபடிக்குப் பொருந்தாமல் இருந்தது, ஈர மண்ணில் நெல் சாகுபடி பற்றித் தெரிந்திருந்தால் அவர்களின் குடியேற்றத்தைத் தகுதியானதாய் ஆக்கியிருக்கும் என்று சொல்லப்படுகிறது. இத்தகு நிலங்களைச் சீர்படுத்தி, நீரினைத் தக்கவைக்கத் தடுப்பணைகள் கட்டுவது இன்னும் சிரமமானதாகவே இருந்திருக்கும்; இருப்பினும் அது பயனுள்ளதாயிருந்தது. கி.மு. 6-5ஆம் நூற்றாண்டுகளில், கங்கையின் வடக்கிலிருந்த லிச்சாவி மற்றும் இதர குடியரசுகள் ஒன்றுசேர்ந்து பலமிக்க அதிகாரத்தைப் பிரதிநிதித்துவப்படுத்தும். தென்மேற்கிலும் தென்கிழக்கிலுமுள்ள மகதத்தின் அடாவடியான புதிய வம்சத்தினுடைய, கோசலா/காசி அரசின் அண்டை வீட்டாரின் சவாலை எதிர்கொள்ளும் வகையில் அது இருக்கும்.

நிலம் சார்ந்த புது அணுகுமுறைகளுக்கு மேலும் தீவிர வேளாண் முறைகள்அரசுகளால் உருவாக்கப்பட்டன. உழவனின் வயலில் நிலையான பரிமாணங்களுக்கு, மேய்ப்பவனின் பருவக்கால அளவுகோல்கள் வழிவிட்டிருந்தன. நம்பகமான தண்ணீர்-உழைப்பின் விநியோகத்தைப் பொறுத்து கிராமம் மண்-செங்கல் வீடுகளையுடைய கிராமமாக வளர்ந்தது. குலத்தின் வழிவந்த குடும்பங்களுக்கும் சமூகரீதியில் பாகுபடுத்தப்பட்ட சார்பாளர்கள்-

கீழ்நிலைப்பட்டவர்களுக்கும் அவை இல்லங்களாயிருந்தன. வடிகால் வசதியுள்ள வலைப்பின்னலுக்குள், கவனமாகக் கண்காணிக்கப்பட்ட வீட்டுமனைப் பரப்பு பரந்து கிடக்கிறது. மேய்ச்சல் சமூகத்திற்கு உரித்தான பொதுச் சொத்துரிமைகள், உள்ளூர் முயற்சியாலும் உழைப்பின் பயன்பாட்டாலும் வெளியேற்றப்பட்டன. கால்நடைகளை வழங்கவேண்டிய கடப்பாட்டையும் தலைமையின் வேள்விச் சடங்குகளுக்கான தானியத் தேவைக்கான அதிகரிப்பையும் எதிர்கொள்ள நிலம், உழைப்பு மற்றும் தண்ணீர் மீதான உரிமையை கிருஹபதிகள் கோரினர். குலத்தலைவனின் வேள்விக்கான காணிக்கை என்று பொருள்படுகின்ற பலி போன்ற தொடர்கள் நிலைத்ததும் சீரானதுமான பங்களிப்பைக் குறிக்கலாயின. பதிவு செய்யப்பட்டு மதிப்பீட்டுக்கு உள்ளான அனைத்தும் வரி என்றாயின. தலைவனால் யுத்தத்திற்கு வசூலிக்கப்பட்ட 'பங்கு' என்பதைக் குறிக்கும் 'பாகம்', விளைச்சல் மீதான வரியை அடையாளப்படுத்திற்று. அது வழக்கமாக ஆறிலொரு பங்காகும்.

சாகுபடி நிலமானது குடும்பச் சொத்தாகக் கருதப்பட்டதால், குறிப்பிட்ட குலத்தின் மூதாதையரது நிலம் (பரந்துபட்டதும் சரியாக வரையறை செய்யாததுமான ஜனபாதா) நிலையான எல்லைகளைப் பெற்றது. கங்கைப் படுகையின் அபரிமிதமான ஆறுகளும் ஆற்றுப் படுகைகளும், கிழக்கின் புதிய ஜனபாதாக்களுக்கு வசதியான எல்லைப் புறங்களாயின. கி.மு. ஆறாம் நூற்றாண்டில் பரவியிருந்ததாக 16 மகா-ஜனபாதாக்களைப் பௌத்தப் பிரதிகள் பட்டியலிடுகின்றன. இப்போது பாகிஸ்தானின் வடமேற்கிலுள்ள காந்தாரம்-கம்போஜத்திலிருந்து மத்திய இந்தியாவின் அவந்தி-செடிக்கும், வங்காளம்-ஒரிஸ்ஸாவின் அங்கா-களிங்காவுக்கும் அவை விரிந்திருந்தன. சீக்கிரமே 'அரசுகள்' என்னும் பொருள்படும் ராஷ்ட்ரமாக இருந்த அவற்றில் பல இன்னும் தம் பழங்குடிப் பெயர்களைப் பெற்றிருந்தன; குரு இன்னும் குருவின் நிலமாய் இருந்தது, மல்வா இன்னும் மல்வாவின் நிலமாய் இருந்தது. ஆனால் இப்போது விசுவாசம், உறவுமுறையின் கிடைமட்டப் பந்தங்களை விடவும், பொருளியல்-சமூகச் சார்பின் செங்குத்துப் பிணைப்புகளாலே தீர்மானிக்கப்பட்டது. பழங்குடியினையோ குலத்தினையோ குவி மையமாகக் கொள்வதற்கு மாறாக, நிலத்திற்கும் அதன்மீது உரிமைகொண்டுள்ள நபருக்கும்/அமைப்புக்கும் அவ்வதிகாரமுள்ள நகரத்திற்கும்/பெருநகரத்திற்கும் விசுவாசம் மாறியது.

நகரமும் சாதியும்

இந்தியாவின் இரண்டாவது நகரமயமாதல், (நெடுங்காலத்திற்கு முன்னே மறக்கப்பட்டுவிட்ட ஹரப்பாதான் முதலாவது) இந்த அரசு உருவாக்கமும், அது உருவாக்கிய நிறுவனங்களுக்கும், கிழக்கில் முன்னோடியாயிருந்த வேளாண் அரசால் உற்பத்தியான உபரிக்கும் உரியது. வேதத்திற்குப் பிந்தைய பிரதிகள் - நகரங்களும் பெருநகரங்களும் பல யுகங்களாக இந்நிலத்தில் இருந்தன என்று நம்பவைக்கும். ஆனால் சுமார் கி.பி. 600-லிருந்துதான் தொல்லியல் சான்றுகள் உள்ளன. இக்காலகட்டத்து மண் கோட்டைகள் உஜ்ஜயினி (மால்வா), வாராணசி, கௌசாம்பியில் (அலகாபாத்தின் மேற்கில் குருவின் அஸ்தினாபுரத்திற்குப் பிந்தைய தலைநகரம்) கண்டறியப்பட்டுள்ளன. 'நிர்வாகப் பரிமாணங்களுள்ள இக்கோட்டைகள் நிஜமான நகரங்களைச் சூழ்ந்திருக்க வேண்டும்.'¹¹ கோசலத்தின் அயோத்திக்குப் பின்பான தலைநகரான சிராவஸ்தி, மகதத் தலைநகரான ராஜ்கிர் போன்ற பிற இடங்களில் இவை இருந்திருக்கும் என்று தோன்றுகிறது. மேற்கில் தட்சசீலத்திலும் சர்சத்தாவிலும் இவற்றுக்கு முந்தைய கோட்டைகள் இருந்திருக்கும்; இவை வேறுபட்டனவாக இல்லாதபோதும் வேறான நோக்கம் கொண்டிருந்தன. கற்கள் தாராளமாயுள்ள வடமேற்கில் பிரம்மாண்ட அமைப்புகள் இருந்தமைக்குச் சான்றுகள் உள்ளன.

கங்கைப் படுகையின் நகரங்களில் இவற்றுடன் ஒப்பிடும்படியான எதுவும் காணப்படவில்லை; ஹரப்பர்களின் தனித்துவமான சுட்ட செங்கல் கட்டுமானங்கள்கூட கி.மு.வின் கடைசி நூற்றாண்டுகள் வரை காணப்படவில்லை. அரசு அலுவலகங்கள்-மன்னர் மாளிகைகள் உள்ளிட்ட கட்டடங்கள் மரத்தாலும் மண்ணாலும் ஆனவை. முதல் பௌத்த ஸ்தூபிகள் (பௌத்தப் புனித எச்சங்களின் மீது பெரிதும் நிறுவப்பட்ட நினைவிடங்கள்) இத்தகு அழியக்கூடிய பொருள்களால் ஆனவையே. இப்புனிதச் சின்னங்களே முதலில் எழுந்தவை என்றபோதும், பின்னர் கற்களால் நிறுவப்பட்டு பிரகாசித்தன. பிந்தைய இந்திய வரலாறு சார்ந்த கட்டடக்கலை-சிற்பம் சார்ந்து எதுவுமே எஞ்சியிருக்கவில்லை.

சுட்ட செங்கல்லின் தொழில்நுட்பம் நன்கு பரிச்சயமாகி இருந்தாலும் பயன்படுத்தப்படாதிருந்தது; நகர்மயமாதலின் இக்காலத்தைச் சிறப்பித்துக் காட்டுவது பீங்கான் பொருள்களே. வடக்கின் கருப்பு மெருகேற்றம் (NBP) என்றறியப்படும் இது கி.மு.

500இல் முதலாவதாகத் தோன்றுகிறது; பீகார்-உத்தரப் பிரதேசத்தின் ஆரம்பப் பாணிகளை (PGW-BRW) விரைந்து அழிக்கின்றது; கடைசியில் தோவாபினூடேயும் பஞ்சாபிற்குள்ளும் வங்காளத்தின் கிழக்கிலும் மராத்தியத்தின் தெற்கிலும் விரிவடைந்தது. நகர்மயமாதலுக்கு வேறு சான்றுகள் இல்லையெனினும், இவ்வுயர் தரத்திலான பொருட்கள் நகரவாழ்வு என்னும் கருத்தினைத் தூண்டிவிடும். அதுபோலவே, அவற்றின் பரவல் தவிர்த்து வேறெந்தச் சான்றுகளும் கிடைக்காது போயினும், கி.மு. முதலாயிரத்தின் முதல் பாதியில் வட இந்தியாவின் எண்ணற்ற அரசுகளிடையேயும் கண-சங்கங்களிடையேயும் இருந்த இத்தகு தரப்படுத்தல், பெரிய, அதே சமயத்தில் புதிய ஒருங்கிணைப்பின் செல்வாக்கினை முன்னனுமானிக்கின்றது. சீக்கிரமே, NBP-யின் முதல் தோற்றத்தின் இரு நூற்றாண்டுகளிலேயே, வடஇந்தியா முழுவதும், இந்தியாவின் முதலாவதும் மிகப் பரவியிருந்ததுமான உள்நாட்டுப் பேரரசுகளால் இணைக்கப்பட்டிருக்கும்.

நிச்சயமாக வணிகமும் இதில் தன் பங்கினை வகித்தது. முதலாவது நாணயங்கள் புத்தாயிரத்தின் மத்தியைச் சேர்ந்தனவாக, பெரிதும் நகரச் சூழலில் கிடைப்பனவாக இருந்தன. வெள்ளி/தாமிரத்தில், தொழில் குழுக்கள், சந்தைகள், நகரங்களின் அடையாளங்களுடன் துளையிடப்பட்டிருந்தன. மதிப்பின் அலகுகளாக வர்த்தகர்களின் அடையாள வில்லைகளும், போலவே மன்னரால் வழங்கப்பட்ட சட்ட அங்கீகாரத்திற்கும் இடையிலான வடிவமாய் அவை இருந்தன.[12] பணப் பொருளாதாரம் வந்திருந்தது வெளிப்படை, வட்டிக்குப் பணம் வழங்குதல், வங்கிச்சேவை, சரக்கு யூக வணிகம் என்பன பௌத்த இலக்கியத்தில் சாதாரணமாக இடம்பெற, தொழில் தொடங்க மூலதனம் கிட்டியது. உலோகங்கள், நேர்த்தியான ஜவுளிகள், உப்பு, குதிரைகள், மட்பாண்டங்கள் முதலானவை வர்த்தகமாயின. பெரும் சரக்குப் போக்குவரத்திற்கு ஆற்று வழி விரும்பப்பட்டாலும் சாலைகள் பெரிய நகரங்களைப் பரிமாற்றத்திற்காக இணைத்தன.

கைவினைஞர்கள், சாகுபடியாளர்கள், வண்டியோட்டிகள் படகோட்டிகள், வணிகர்கள், நிதிநிறுவனர்கள் என்னும் நிபுணத்துவமிக்க தொழில்துறையாளர்கள் இருந்ததை இவையெல்லாம் முன்னனுமானிக்கின்றன. இது வேதகாலக் குலச் சமுதாயங்களிலிருந்து தொலைதூரத்தவை. தன் வேளாண் அடித்தளத்தையும் அரசியல் அமைப்பையும் தீவிரமாகத் தாக்கத்திற்குள்ளாக்கிடும் கட்டமைப்பு மாறுதல்களுக்கு வடஇந்தியச் சமூகம் உள்ளாகி இருந்தது. இம்மாறுதல்களெல்லாம்

எழுச்சி கொண்டிருந்த சாதியமைப்பு ரீதியில் விளக்கப்படுகின்றன. வேறுபட்ட சூழல்களில் தனி நபர்களையும் குழுக்களையும் குறித்திடப் பயன்பட்ட மாறுகின்ற தொடர்களிலிருந்து அவை சிரமத்துடன் எடுக்கப்பட வேண்டியிருந்தன. மாறுதல் நிகழ்வுப்போக்கு படிப்படியானதாக, சீரற்றதாக, சிக்கலானதாக இருந்ததாகத் தோன்றும்.

அடிப்படையில் வேதங்களும் இதிகாசங்களும் வசதியான குலத்தவர்களைக் கொண்ட சமூகத்தின் அக்கறைகளை விவரித்தன, அவர்களுடைய சாகசங்களைக் கொண்டாடின. சத்திரியர், ரஜன்யர் என்றறியப்பட்ட இப்போர் வீரர் குடும்பங்கள், தம் பொது மூதாதையரைச் சேர்ந்த ஒருவரைத் தலைவராக ஏற்றுக்கொண்டன. அத்தலைவரே மன்னர்-ராஜா; பிற்பாடு முடியாட்சி அரசுகளின் மன்னரையும் குடியரசுகளில் பங்கேற்றிடும், பின்னர் தேர்ந்தெடுக்கப் பட்டவரையும் குறித்தது. ‘ராஜா’ என்னும் தொடர்-இவ்வகையில் வடக்கு பீகாரின் லிச்சாவி கண-சங்கத்தின் தலைநகரம் வைசாலி, 7707 ராஜாக்களைக் கொண்டிருந்ததாகக் கூறப்படுகிறது அல்லது இன்னொரு விபரப்படி 84,000 ராஜாக்களைப் போல இரு மடங்கினர் என்கிறது. தம் ராஜாக்களின் தலைமையை ஏற்ற சத்ரியர், சத்ரியரல்லாத பிராமணரின் சடங்கு வைபவங்களையும் புனித அதிகாரங்களையும் ஏற்றுக்கொண்டனர். பழங்காலத்து ரிஷிகள்/துறவிகளிடமிருந்து வழிவழியாக வருவதன் காரணமாகப் பரம்பரை பரம்பரையாகவும் பிரத்யேகமானதாயும் உள்ள தொழில் சார்ந்த பிராமணர், இணையான சாதியின் தகுதிநிலையை மேற்கொண்டனர்-வேள்விச் சடங்கு, மத வைதிகம், கல்வி வளாக மொழியின் ஏகபோகத்திலிருந்து உரிமைகளையும் விலக்குகளையும் அவர்கள் பெற்றனர்.

இவ்விரு சாதிகளுடன் மூன்றாவதாக ஒன்றும் இணைக்கப்பட்டது- வேளாண்மையையும் வருவாய் தரும் தொழில்களையும் மேற்கொள்ளும் பொருட்டு, தம் படைவீர வாழ்வின் கடந்த காலத்தை மறந்துவிட்ட சந்ததியிலிருந்து வந்த, சிறப்புகள் குறைந்த குலத்தவரை வேறுபடுத்தும் பொருட்டு அது இருக்கலாம். இச்சாதியினைக் குறிப்பிடும் வைஸ்யா என்னும் தொடர், ஒட்டுமொத்தப் பழங்குடி சமுதாயத்தைக் குறிப்பிடும் விஸ் என்பதிலிருந்து வருவது. இவ்வாறு அவர்கள் ஆரிய வழித்தோன்றல்களாகக் கருதப்படுகின்றனர்; பிராமணர்- சத்திரியர் போல த்விஜ்-இரு பிறப்பாளர்கள் (உடல் ரீதியாக ஒருமுறையும் தீட்சை சடங்கு மூலம் இரண்டாம் முறையும்). அதிகாரமிக்கவர்களான சத்திரியர் ராணுவ, அரசியல், நிர்வாக

அதிகாரங்களைப் புது அரசு அமைப்புகளுக்குள் ஏற்க, அதிகாரமற்ற எஞ்சியோரான வைசியர், கிராமணி-கிருஹபதியாக, கிராமத்தினர்-இல்லறத் தலைவர்களாக நீடித்தனர். சத்ரியரும் பிராமணரும் சார்ந்திருந்த செல்வத்தை அவர்கள் உருவாக்கினர். இல்லையேல் அதன்மீது சத்ரியரும் பிராமணரும் 'மேய்ந்தனர்.' உற்பத்தி சார்ந்த இந்த லட்சியத்தைப் பின்தொடர்ந்த பல வைசியர், நிலங்களைத் திரட்டிக்கொள்ள, மற்றவர்கள் வணிகத்திலும் தொழிலிலும் முதலீடு செய்தனர். பிற்பாடு தம் வீரத் தகுதி காரணமாகச் சத்ரியர் ரஜபுத்திரர்களுடன் சமமாக்கப்பட, வைசியர், சாராம்சத்தில் வணிகர்களான 'பனியா'க்களுடன் அடையாளப்படுத்தப்பட்டனர்.

ஆரிய எல்லைக்கப்பால், வேதத்தில் பழிக்கப்பட்ட தாசர்கள் போன்ற பூர்வகுடியினர் இருந்தனர். இருப்பினும் அனைவரும் ஆரியமயமாதலின் பல்வேறு கட்டங்களுக்கு உட்படுத்தப்பட்டனர். குலங்களால் புதிதாய் ஊடுருவப்பட்ட பிரதேசங்களில் கொண்டிருந்த அதிக எண்ணிக்கையின் காரணமாக, மூன்று த்விஜ சாதிகளுடன் சேர்த்துக் கொள்ளப்பட்டனர்; அவர்தம் சடங்குகளும் தெய்வங்களும், இப்போது நாம் இந்துமதம் என்றழைத்திடும் வளர்ந்துகொண்டிருந்த மதத்திற்குள் இணைந்துவிட்டன. பேச்சிலும் நடத்தையிலும் தம் வடிவங்களில் பிடிவாதமாயிருந்தவர்கள், உள்ளீர்த்துக் கொள்ளப்படுவதற்குத் தகுதியற்றவர்களாகி, அற்பமானதாயும் தூய்மையற்றதாயும் கருதப்பட்ட வேலைகளுக்கு ஒதுக்கப்பட்டனர். தாசர் வீட்டு அடிமை/கிராமிய அடிமையைக் குறிக்க, தாசி வீட்டு அடிமை/அடிமை காமக்கிழத்தியைக் குறித்தது. கிரேக்கம் அல்லது ரோமுடன் ஒப்பிடத்தக்க வகையில் அடிமைமுறை புழக்கத்தில் இல்லை, பெரும்பாலான பூர்வகுடியினர் சூத்திரர் என்னும் இடைநிலை அந்தஸ்து பெற்றதால் இது இருக்கக்கூடும். இத்தொடரின் தோற்றுவாய் நிச்சயமின்றி இருக்க, கலப்புச் சாதியில் பிறந்தோரையும் இணைத்துக்கொள்வதாகத் தோன்றுகிறது. எனினும் இதன் நடைமுறை உணர்த்துதல் தெளிவானது. வைசியன் செல்வத்தை உருவாக்குமாறு எதிர்பார்க்கப்பட்டது போன்றே சூத்திரன் உழைப்பை முன்வைக்குமாறு எதிர்பார்க்கப்பட்டான்.

இவையே ஆரம்பக்கட்ட நான்கு சாதிகள்-ரிக் வேதத்திலிருந்து அடிக்கடி மேற்கோள் காட்டப்பட்டுள்ள பத்தாவது மண்டலத்தின் பத்தி, இவற்றின் ஒப்பீட்டளவிலான தகுதி நிலையைக் காட்டுகிறது. 'கோரமான படைப்புத் தொன்மத்தில், சமுதாயத்தைப் பிரதிநிதித்துவம் செய்திடும் பலி உருவினை,

கடவுளர் செதுக்கிக் கொண்டிருந்தபோது, அதனை நான்காகத் துண்டித்திடவும் தீர்மானிக்கவும் அவை ஒவ்வொன்றும் ஒரு சாதியை உருவமைத்தது. பிரமன் அவன் வாயாக இருக்க, இரு கைகளும் ரஜன்யாவாக இருக்க (சத்திரியர்), தொடைகள் வைசியனாயிருக்க, அவன் பாதங்களிலிருந்து சூத்திரன் பிறந்தான்.'[13] பிரிக்கப்பட்ட படிமுறைக்குள் இவ்வாறு அமைக்கப்பட்ட ஒவ்வொரு சாதியையும் கோட்பாட்டு ரீதியில் மாற்ற முடியாததாயும் பிரத்யேகமானதாயும் இருந்தது; குலச் சமூகத்தின் வம்சாவளிப் பீடிப்பு, பரஸ்பரத் திருமணத்திற்குத் தடைகள்போட, வேள்விச் சடங்கிலிருந்து பிறந்த தூய்மைத் தடைகள் உடல்தொடர்பில் தடைகளைப் போட்டன.

வேதத்தில் சாதியைக் குறிக்கும் தொடர் வர்ணம் (நிறம்); 'கருப்பு' தாசன் பற்றிய ஆரியரின் நிந்தனையான குறிப்புகளின் சூழலில், உயர் சாதியினர்கூடத் தம்மை நல்ல நிறமுள்ள சருமத்தினராகக் கருதிக்கொண்டனர். இது இப்போது ஆட்சேபிக்கப்படுகிறது. மகாபாரதத்தைப் பொறுத்தவரை, நான்கு சாதிகளுடன் தொடர்புடைய நிறங்கள், வெண்மை, சிவப்பு, மஞ்சள் மற்றும் கருமை; சரும நிறமிகளை விட, வகைமைப் பிரக்ஞையுடைய பிராமண மனங்களால் விதிக்கப்பட்ட அடையாள நிழல்களாகத் தெரிகின்றன. அது போலவே, சாதியமைப்பின் அதீத இறுக்கத்தை அப்படியே எடுத்துக்கொள்ளக்கூடாது. இப்போது போன்றே அப்போது, சாதியப் பொருளாதாரத் தகுதியைச் சுட்டிக்காட்டுவதாய் அது இல்லை; குடியரசுகளில் பிராமணரை விடவும் சத்திரியர் மேலோங்கியிருக்க, இந்நான்கடுக்குப் படிவரிசையும் மாறக்கூடியதாய் இருந்துள்ளது; இவ்வமைப்புக்குள் நுழைவது- அதற்குள்ளேயான முன்னேற்றம் -ஒருபோதும் சாத்தியமற்றதாக இல்லை. ஏனெனில் அந்நிய வழிபாடுகள், பழங்குடிகள் மற்றும் தொழில்கள் காலத்தே திறந்த அடுக்குகளில் ஒதுக்கப்படலாம்- ஒத்திசைவதற்கு விரும்பினால் - அமைப்பு அவ்வளவு பரந்துபட்டதாக, நீடித்ததாக இருந்தது: 'வர்ணம், உள்ளீர்ப்புக்கான பொறியமைவாக உள்ளது'[14]. சந்தேகத்திடமின்றி இதுவொரு ஒடுக்குமுறை வடிவம் என்றபோதும், எண்ணிக்கையில் அதிகமாயும் மிகவும் திறனுள்ளவர்களுமான பூர்வகுடிமக்களின் விசுவாசங்களைப் பெறுவதற்கான நுட்பமிகு திட்டமாகவும் அது பார்க்கப்படக் கூடியது. வட இந்தியாவின் ஒரு கோடியிலிருந்து இன்னொரு கோடிவரை ஏற்கப்பட்ட *NBP* பொருள்களைப் போல, சமூக, பண்பாட்டு, மொழியியல் இணக்கத்தைச் சுட்டிக் காட்டிற்று -அது அரசுகளின் பெருக்கத்தை நம்பமுடியாததாக்கிற்று - அவற்றைத் தாண்டிச் செல்லக் கூடியதாகவும் இருந்தது.

பௌத்தப் பிரதிகளிலும், சாதாரண இன்றைய பேச்சு வழக்கிலும் சாதியைக் குறிக்க அதிகம் பயன்படுத்தப்படும் சொல் வர்ணமில்லை. ஜாதியே, ஜாதி பிறக்கின்ற வினைச்சொல் 'பிறப்பது' எனப் பொருள்படும். இதில் நான்கு அடுக்கு வர்ணத்தில் உள்ளது போலச் சடங்குத் தூய்மையின் விகிதாச்சாரத்தில் அழுத்தம் குறைவே; குறிப்பிட்ட உறவுமுறைக் குழுவில் பிறந்ததனால் சாதியைத் தீர்மானிப்பது அதிகமாயிருக்கும். வர்ணம் கோட்பாட்டுச் சட்டகத்தை முன்வைத்தால், ஜாதி நடைமுறை யதார்த்தத்தைப் பிரதிநிதித்துவப்படுத்துவதாயிற்று. வேதகாலத்தில் கனவு கண்டிராத சிக்கலான தன்மைகளைச் சமூகம் மேற்கொள்ள, சாதி உருவாக்கம் சடங்கு நிலையிலிருந்து உள்ளூர்த் தன்மையானதும் நிபுணத்துவமிக்கதுமான நடவடிக்கைகளில் பெரும்பங்கு வகித்திடத் திரும்பிக்கொண்டிருந்தது. புவியியல், பழங்குடி, பிரிவினைவாத என்று மட்டுமில்லாத, எல்லாவற்றுக்கும் மேலாகப் பொருளியல்-தொழில்துறை நிபுணத்துவம் ஒரு குழுவின் ஜாதியைத் தீர்மானித்தது.

பிரதேசங்களை அப்புறப்படுத்துவது கீழ்நிலையிலான சண்டாளரைச் சாதியற்றவர்களாக்கி, தம் வேலையின் தன்மையால் மீளமுடியாதபடி இழிவுபடுத்தப்பட்டுவிடவும், நிபுணத்துவம் சமூகப் படிமுறையின் ஆழங்களை கண்டறிந்தது. சில பிராமணக் குழுக்கள் தந்திரத்துடன் மன்னரை உருவாக்குபவர்களாக வம்சங்கள் சார்ந்து நியாயப்படுத்துவோராகத் தம் திறமையைக் காட்ட, மற்றவர்கள் வீடுகளிலும் கிராமங்களிலும் உள்ள சடங்குத் தேவைகளை நிறைவேற்றுவதில் திருப்தியுறவேண்டியிருந்தது- இப்படி அது அமைப்பின் சிகரங்களுக்கு உண்மையாய் இருந்தது.

முடியாட்சிகளில் ஆளும் வம்சாவளியின் தலைமையைத் தாங்கிடும் ஆளுமைகள் அரசரின் பரிவாரத்திற்குள்ளேயே அரைபாதி நிர்வாக நடவடிக்கைகளை மேற்கொண்டனர். பழமையான சடங்கின் ரேட்னின்கள்/கருவூலங்களாக, அவர்தம் பொறுப்பு வேதகாலம் வரை செல்லும்; ரதத்தின் சாரதி, வேட்டைக்காரன், பாணன் என்று செயல்படுவோரை அது உள்ளடக்கும். அவர்களிடமிருந்து சேனாபதி/ சேனானி வர, அவர் படைத் தளபதியாக, புரோகிதராக ஆனார். ரதத்தின் சாரதி கருவூலகர்த்தராகவும், தூதுவர், அரசின் குதிரைகளைப் பராமரிப்பவராகவும் வம்ச மரபினை நடத்துபவராகவும் இருந்தார்.[15] இல்லற நிர்வாகிகள் அரசின் அலுவலர்களாகிவிடும் இதுபோன்ற நிகழ்வுப் போக்கு ஐரோப்பாவுக்குப் பொருந்தும்; நார்மன் அரசுகளில் அரச லாயங்களின் தலைவன், அரசின்

காவலனாகி, அரசின் குதிரைகளைப் பராமரிப்பவன் அரசின் 'மார்ஷல்' என்றானான்.

ஆனால் நிபுணத்துவம் வர்த்தகத்திலும் உற்பத்தியிலும் மிக வெளிப்படையாயிருந்தது. ரதங்களைக் கட்டும் திறமையால் தச்சருடன் இதர கைவினைக் கலைஞர்களின்-கருமான், பொற்கொல்லன், குயவன், நெசவாளி, மூலிகை மருத்துவர், தந்தம் செதுக்குவோர் எனக் கூட்டம் சேர்ந்துகொண்டது. மூலப்பொருள்கள் கிடைப்பதையொட்டி சிலர் குறிப்பிட்ட இடத்துடன்/கிராமத்துடன் பிணைப்பைக் கொண்டிருந்தனர்; மற்றவர்கள் புதிய நகரங்களில் பெரு நகரங்களில் குடியமருமாறு அவர்தம் அரசப் புரவலர்களால் ஊக்குவிக்கப்பட்டனர். உடல்ரீதியில் பிரிக்கப்பட்டும் பரம்பரைத் தொடர்பால் தம் திறன்களைக் கற்றுக்கொண்டும் இத்தகு குழுக்கள் உடனே ஜாதித் தகுதி பெற்றன- அவர்தம் நிபுணத்துவச் சூழலில், தொழில்துறை அமைப்புடன் நெருங்கிய பிணைப்புகள் பெற்றிருந்தன. எண்ணற்றதாகியும் பெருகிடும் திறனுமுள்ள ஒவ்வொரு ஜாதியும் திடமாக ஒரு பொருளியல் சமுதாயத்தின் மீது அமைந்திருந்தது. அவை பரஸ்பர ஆதரவு என்னும் அம்சத்தைப் பெற்றிருந்தன; புதிய அரசுகளின் பெருகிவரும் பொருளாதாரங்களுக்குள் சாதியமைப்பை ஆழமாக நீட்சி செய்வதாக அவற்றைக் காண முடியும்.

இத்தகைய மாறுதல்கள் தீபகற்ப இந்தியாவில் நிகழ்ந்து கொண்டிருக்கலாம். மகாவீரரோ புத்தரோ தெற்கில் நுழையவில்லை, அப்பகுதி பற்றிப் பதிவு செய்திட அவர்தம் ஆதரவாளர்களிடம் ஏதுமில்லை; கி.மு. முதலாயிரத்தின் இறுதிவரையும் அதற்கான பிரதிகள் சார்ந்த ஆதாரங்களும் எதுவும் இல்லை. ஆனால் அப்போது அரசின் மூல வடிவங்கள் தென்கோடியில் நிறுவப்பட்டிருந்தன. மேலும் ஏற்கெனவே அவை கடல் வாணிபத்தில் ஈடுபட்டிருந்தன என்பதும் தெளிவாய் இருந்தது. அவர்கள் எந்த அளவுக்கு ஆரியமயமாக்கும் செல்வாக்குகளுக்குக் கடன்பட்டிருந்தனர் என்பது விவாதத்திற்குரியது. இதிகாசங்கள் நன்கறியப்பட்டிருந்தன, பிராமணர் மதிக்கப்பட்டனர் என்றாலும் சமூகப் பேதங்கள் ஆரியமல்லாத வடிவை - வேறுபட்ட விலக்குகளுடனும் நான்கு வர்ணங்களில் இரண்டுக்கு இடமில்லாதபடியும் - மேற்கொண்டன. என்றாலும் உண்மையில் இதுநாள்வரை பூர்வகுடி சார்ந்த வைஸ்யா மற்றும் சத்ரிய சாதிகள் தீபகற்ப இந்தியாவில் நடைமுறையில் அறியப்படாதவையே.

4

தொன்மப் புகைக்கு வெளியே

கி.மு. சுமார் 520–320

சிந்துவும் இந்தியாவும்

1947-க்குப் பிறகு அச்சிடப்பட்ட வரைபடங்கள் இந்தியக் குடியரசினை 'இந்தியா' என்று குறிப்பிடாமல் 'பாரத்' என்கின்றன. இச்சொல் பாரத-வர்ஷா (பரதர்களின் நாடு) என்பதிலிருந்து வருகிறது. இந்த பரதர் குலங்கள் ஆரம்பக்கட்ட வேதகுலங்களில் மிக முக்கியமானவை, தனிச் சிறப்பானவை. இத்தொடரை மேற்கொள்வதன் வாயிலாக, டெல்லியின் புதிய குடியரசு, மதிப்புமிக்க ஆரிய பரம்பரையைச் சேர்ந்ததாகக் கூறிக்கொள்ள முடியும். பொறாமைகளைத் தூண்டிவிடாதிருக்கப் புவியியல் ரீதியில் தெளிவின்றி இருந்ததுடன் குடியரசின் சமயச் சார்பின்மையை நிலைகுலைத்துவிடாதிருக்கச் சித்தாந்த ரீதியிலும் தெளிவின்றி அது இருந்தது.

விடுதலை பெற்ற புதிதில் 'பாரத்' விரும்பக் கூடியதாயிருந்திருக்கும். ஏனெனில் 'இந்தியா' என்னும் சொல் காலனிய அவமானத்தை நினைவூட்டுவதாய் இருந்தது. மரியாதைமிக்க பூர்வ வம்சாவளியும் இல்லாதது இதில் குறிப்பிடத்தக்கது. பிரித்தானியரின் 'இந்தியப் பிரக்ஞை' சார்ந்த கூற்றுகள் கடுமையாக ஆட்சேபிக்கப்பட்டாலும், ஒட்டுமொத்த சமஸ்கிருத இலக்கியத்தில் 'இந்தியா' என்பது குறிப்பிடப்பட்டிருக்கவில்லை; பௌத்த/சமணப் பிரதிகளிலும் அது இடம்பெறவில்லை; தெற்கு ஆசியாவின் எண்ணற்ற மொழிகள் எதிலுமே கூடப் புழக்கத்தில் இல்லை. வேர்ச்சொல் வகையில் 'இந்தியா' எங்கேனும் சேர்ந்திருந்ததா எனில், ஜவஹர்லால் நேருவால் டெல்லியில் பிரகடனப்படுத்தப்பட்ட

குடியரசிலும் அவ்வாறு இல்லை, மாறாக அதன் எதிரி முகம்மது அலி ஜின்னாவால் பாகிஸ்தானில் இருந்தது.

வரலாறு குறித்த அக்கறையின்றி பிரிவினை, துணைக்கண்டத்தின் அகழ்வாய்விடங்களைப் பகிர்ந்துகொள்வதற்கான வழிமுறைகளைப் பெற்றிருந்தது. பெரும்பாலான, ஹரப்பா அகழ்வாய்விடங்களை பாகிஸ்தான் சுவீகரித்தால், தன் தொன்மையை நிருபித்திடும் கண்கூடான சான்றை இந்தியா இழக்க நேர்ந்தது. இதற்கு மாறாக, துணைக்கண்டத்தின் பெரும்பாலான நேர்த்திமிகு கட்டடக் கலையை இந்தியா சுவீகரிக்கவே, இஸ்லாமிய பாகிஸ்தானியர் தம் கீர்த்திமிகு பாரம்பரியத்தை இழந்தனர். 'இந்தியா' என்னும் சொல் மீது சிக்கல் எழவில்லை ஏனெனில் புதிதாய் உருவாக்கப்பட்டதும் இஸ்லாமியத் தொனி உள்ளதுமான 'பாகிஸ்தானை' ஜின்னா விரும்பினார். 'இந்தியா' என்னும் பிரித்தானிய தலைப்பை இரண்டில் எந்தவொன்றும் விரும்பவில்லை என்னும் மனப்பதிவு அவருக்கு இருந்தது. கடைசி வைஸ்ராய் மவுண்ட்பேட்டன் பிரபு, தனது அரசு இந்தியாவாக இருக்கட்டும் என்னும் நேருவின் கோரிக்கைக்கு இணங்கியிருந்தார் என்பது தெரியவந்த பிறகே தன் தவறினைக் கண்டறிந்தார். நேருவும் காங்கிரஸும் தம்மை இந்தியாவென்று[1] அழைத்துக் கொள்ளப்போகிறார்கள் என்பதால் ஜின்னா ஆவேசமானார் என்றார் மவுண்ட் பேட்டன். இச்சொல்லின் பயன்பாடு துணைக்கண்டத்தின் பிரதானத்தை உணர்த்துவது பாகிஸ்தானுக்கு உவப்பானதில்லை. 'சிந்து என்பதிலிருந்தே அச்சொல் உருக்கொண்டது' என்பதும் வரலாற்றினை நினைவூட்டிற்று. எனவே, அது பெரிதும் இந்தியக் குடியரசுக்கு வெளியேயும் பாகிஸ்தானுக்குள்ளும் இருந்தது.

எந்தத் தரப்பும் அச்சொல்லைப் பயன்படுத்தலாகாது என்று ஜின்னா நிலைபாடெடுத்திட, அந்நியரிடையே அச்சொல் புழக்கத்திலிருந்தது-குறிப்பாக அவ்விடத்தின் மீது பார்வையைப் பதித்திருந்த அந்நியரிடையே - என்பதுதான் காரணம். பிரிட்டன், ஜெர்மனி அல்லது அமெரிக்கா என்பது போன்ற தொடர்கள் குறித்தும் இதுபோன்றவற்றைச் சொல்லமுடியும்; முதலில் இச்சொற்கள் பதிவானதும், இவை வெற்றிக்கு உரியனவாயிருந்தன. ஆனால் 'இந்தியா'வைப் பொறுத்தமட்டில், இவ்விழிவுபடுத்தும் உணர்த்துதல் நவீன காலம் வரையும் நீடித்தது. இந்துஸ்தான், இந்தியா, அல்லது இண்டீஸ் (பொதுமைப்படுத்தப்பட்ட வடிவம்) ஒரு பிரதேசத்தை விடவும் பெற்றுக்கொண்டதைக் குறிக்கலாயின. புவியியல் ரீதியில் துல்லியமற்றதாயிருக்க,

அமெரிக்கக் கண்டங்களிலுள்ள இந்தியர்களையெல்லாம் கணக்கில் கொண்டால், அது உண்மையில் நெகிழச் செய்யும். கருத்தமைவுப்படி 'இந்தியா' பருண்மையாக; ஓர் அறிவார்த்த குறுகுறுப்பாக, ராணுவ முன்னெடுப்பாக, பொருளியல் சுரங்கமாக இருந்தது. மகா அலெக்ஸாண்டருக்கும் கஜினி முகமதுவுக்கும் தைமூருக்கும் அவரது மொகலாயச் சந்ததியினருக்கும் பாரசீகத்தின் நாதிர்ஷாவுக்கும் ராபர்ட் கிளைவுக்கும் இந்தியா கைக்கொள்ளத்தக்கதாய் இருந்தது.

இச்சொல் முதலில் இடம்பெற்றபோதே இப்போக்கினைக் கொண்டு வந்துவிட்டது. முதலாம் டேரியஸின் பாரசீக அல்லது அச்செமெனிட் பேரரசின் தலைநகராயிருந்த, ஈரானின் பெர்ஸபோலீஸில் கண்டறியப்பட்ட கல்வெட்டில்தான் அது முதலில் இடம்பெற்றது; கி.மு. 490இல் அத்தீனியர்களால் மாரதானில் தோற்கடிக்கப்பட்ட சண்டைகள் உட்பட தொலைதூரச் சண்டைகளில் பங்கேற்றிருந்தவன் அவன். இதற்கு முன் டேரியஸ் தன் கிழக்கு எல்லைப்புறத்தில் பெரும் வெற்றியை அனுபவித்திருந்தவன்-ஏனெனில் சுமார் கி.மு. 518-னைச் சேர்ந்த பெர்ஸபோலீஸ் கல்வெட்டு அவனது பிரதேசங்களில் 'Hi(n)du'-வைப் பட்டியலிடுகிறது.

சமஸ்கிருதத்தில் 'நதி'யைக் குறிப்பது 'ஸிந்து'. எனவே சப்த-ஸிந்து 'ஏழு நதிகளின் நாடு' என்று பொருள்படும் பஞ்சாபினை வேதகால ஆரியர் அப்படித்தான் அழைத்தார்கள். இவ்வேழு நதிகளும் சிந்துவுக்கு உபநதிகளாயிருந்தன. சிந்து தலைமை நதி; சமஸ்கிருதத்திற்கு நெருக்கமான, பழமையான பாரசீகத்தில், சமஸ்கிருதத்தின் ஆரம்ப எழுத்தான 's', 'h' என்பதன் வேறுவேறு வடிவங்களில் அவை தரப்பட்டன. வேதகால ஆரியரால் மாந்தி, மயக்கத்திற்குக் காரணமாயிருந்த சோம பானம், *homa*, அல்லது *haoma* எனப்பட்டது; சிந்து - Hind(h)u ஆனது. பாரசீகத்திலிருந்து கிரேக்கத்திற்கு வந்தபோது, Ind (India, Indus முதலியவற்றில் உள்ளது போல) என்றானது. இவ்வடிவில் இலத்தீனையும் ஏனைய ஐரோப்பிய மொழிகளையும் சென்று சேர்ந்தது. எனினும், அரபியிலும் அதனுடன் தொடர்புடைய மொழிகளிலும் 'h' னைத் தக்கவைத்துக்கொண்டு, Hindustan ஆனது. இப்பெயரிலேயே துருக்கியரும் மொகலாயரும் இந்தியாவை அறிந்தனர். இந்தியாவின் பூர்வகுடி மக்களைக் குறிப்பதாக அச்சொல் *Hindu* என ஐரோப்பாவுக்கும் சென்றது; அத்துடன் முஸ்லீம்களாலும் கிறித்துவர்களாலும் நம்பிக்கையற்ற மதமாகக் கருதப்பட்டது.

'இந்து' குறித்து எதுவும் குறிப்பிடாத சற்று முந்தைய கால ஈரானிய கல்வெட்டின் அடிப்படையில், இப்பிரதேசம் கி.மு. 520-க்குப் பிறகு டேரியஸின் அச்செமெனிட் பேரரசுடன் இணைக்கப்பட்டதாகக் கொள்ளப்படுகிறது. எனினும் இக்கல்வெட்டு 'கடாரா'வைக் குறிக்கவே செய்கிறது. அது காந்தாரா போன்றுள்ளது- சமஸ்கிருத மற்றும் பௌத்த ஆவணங்கள் இரண்டிலும் இடம் பெறும் அது ஒரு மகா-ஜனபாதா அல்லது 'அரசு'; மேற்கு பஞ்சாபிலிருந்து வடமேற்கு எல்லைப்புறத்தின் வழியாக காபூலுக்கும் தெற்கு ஆஃப்கானிஸ்தானுக்கும் (அங்கே இருப்பது கந்தகார்) சென்று ஒரு வளைவில் அமைந்துள்ளது. ஜெனோபோன் மற்றும் ஹெரோடட்டஸின்படி, காந்தாரா டேரியஸுக்கு முன்னவர்களுள் ஒருவனான சைரஸால் வெற்றிகொள்ளப்பட்டு இருந்தது. முதலாவது அச்சொமெனிட் அல்லது பாரசீகப் படையெடுப்பு கி.மு. ஆறாம் நூற்றாண்டின் மத்தியில் நடந்திருக்கக்கூடும். அதுவொரு புலம்பெயர்தலோ ரதங்களில் விரைந்துவந்த ஆரியரின் நுழைவோ அல்ல, படையெடுப்பே என்பது எதிரியால் உண்டான காயத்தால், சைரஸ் மடிந்தது பற்றிய குறிப்பால் தெரிகின்றது. இந்த எதிரி 'டெர்பைக்ஸ்'; இந்து மக்களால் ஆதரிக்கப்பட்ட இவர்கள் யுத்த யானைகளையும் அவர்களிடமிருந்து பெற்றனர். பாரசீக-கிரேக்க மனங்களில் ஒன்றுபோலவே, யானைகளுடன் இந்துவைத் தொடர்புபடுத்துவது, வல்லமைமிக்க சிந்துவுடனான அதன் தொடர்புகளால் முக்கியமானது. இரு நூற்றாண்டுகளுக்குப் பின்னர், அச்செமெனிட்களின் காலடிகளைப் பின்தொடர்ந்து வந்த மகா அலெக்சாண்டருக்கு இந்த நதி புவியியல் ஆர்வமாயும் யானைகளோ ராணுவ பீடிப்பாயும் இருந்தது.

காந்தாரா ஏற்கெனவே அச்செமெனிட் ஆட்சியில் இருந்திருந்தால், டேரியஸின் இந்து அதனைத் தாண்டி, தெற்கிலோ கிழக்கிலோ இருந்திருக்க வேண்டும். பிந்தைய ஈரானியப் பதிவுகள் சிந்துவைக் குறிப்பிடுகின்றன-இது சமஸ்கிருத உச்சரிப்பையொட்டி இருந்திருக்கும், அதிலிருந்து 'சிந்த்'- இப்போது பாகிஸ்தானின் தென்கோடியில் உள்ளது. கி.மு. 6ஆம் நூற்றாண்டில் சிந்து, சிந்த் ஆக இருந்திருக்க வாய்ப்பில்லை, ஏனெனில் சிந்துவை ஆராய்ந்தறிய கடற்படையினை அனுப்பிடும் தேவையை டேரியஸ் கண்டான். சிந்த்-வின் நடுவில் பாயும் நதி அம்மண்டலத்தின் மன்னன் யாவருக்கும் பரிச்சயமாயிருக்கும். மேலும் இந்து காந்தாரத்தின் கிழக்கில் இருந்தது-கிழக்கு பஞ்சாபின் ஜனபாதாவுக்கும் ராஜஸ்தானின் பாலைகளுக்கும் இடையில், ஆப்பு வடிவிலான பிரதேசமாக இப்போது பாகிஸ்தானின் பெரும் பஞ்சாப் பகுதியை இப்படி ஆக்கிரமித்தது.

டேரியஸுக்கு அடுத்து வந்தசெர்ஸெஸ் துருப்புகள் அச்செமெனிட்களின், காந்தாரா-இந்து ஒருங்கிணைந்த 'சத்ரபி' அச்செமெனிட்களின் படையில் பணியாற்றியது. குதிரைப் படையினரும் ரத வீரர்களும் குறிப்பிடப்பட்டாலும், இவ்விந்தியர்கள் பெரிதும் வில்லாளிகளாய் இருந்தனர்; கிழக்கு ஐரோப்பா வரை அவர்கள் போர்க்களங்களில் சண்டையிட்டனர்; லியோனிடாக்கள் மற்றும் தெர்மோபைலேயில் அவரது ஸ்பார்ட்டன்கள் மீதான பாரசீகரின் குரூர வெற்றியின் போதும், அப்புறம் பிளாட்டுவில் கிரேக்கரிடம் தோற்றபோதும் சிலர் இருந்தனர். கிரேக்கருக்கும் பாரசீகருக்கும் இடையிலான இது போன்ற தொடர்புகள் மூலம், ஹெரோடட்டஸ் போன்ற எழுத்தாளர்கள் 'இந்தியா' குறித்து ஒருவித கருத்தினைப் பெற்றனர். இடைப்பட்ட அனடோலியா, ஈரான் போன்ற நாடுகளுடன் ஒப்பிடுகையில், நூதனமான செல்வத்தின் சொர்க்கமாக அது தோன்றிற்று. ஹெரோடட்டஸ் பெரும் மக்கள் தொகையும் வளமான மண்ணையும் பற்றிப் பேசுகிறார்- நாய்களைவிட சிறிதாயும் நரிகளைவிடப் பெரிதாயுமுள்ள எறும்புகள் பொன் தூசினைக் குன்றுகள் அளவில் குவித்தன என்கிறார். இவ்வெறும்புகள் பூச்சியியலாளரைத் திகைக்க வைத்திருக்கும், ஆனால் அரசியல் வட்டாரங்களில் பதிவானது தங்கமே. நைலுக்குப் போட்டியிடும் ஆறுகளுடன் அதிசயமும் செல்வமும் நிறைந்த பூமியாயிருந்தது.

ஹெரோடட்டஸ் அறிந்திருந்தது சிந்து மண்டலமே, அதுவும் கூட வதந்தி மூலம்தான். எனவே இந்துவின் தேசம் பரபரப்பு மிக்கது என்றோ, அதன் பாலையைத் தாண்டி கங்கைச் சமவெளி முடிவின்றி பரந்து விரிந்திருக்கிறது, மேலும் உலகை வளைத்துள்ளதாகக் கருதப்படும் பெருங்கடல் உள்ளது என்பதை மறுத்தோ சொல்லவில்லை; இந்து அல்லது 'இந்தியா' (உண்மையில் பாகிஸ்தான்) பூமியின் கடைசியாக நம்பப்பட்டது-எந்தவொரு பேரரசரின் பேராசைகளுக்கும் அவரது வெற்றிகளின் மகுடத்தில் இடம் பெறத்தக்கதாகவும் தகுதியானதாகவும் இருக்கும். சுருக்கப்பட்ட வடிவில் ஹெரோடட்டஸின் வரலாறு பரவலாகச் சுற்றுக்கு வந்தது. அவரது இறப்புக்கு 100 ஆண்டுகளுக்குப் பின், மாசிடோனியாவின் கிரேக்கரால் இன்னும் வாசிக்கப்பட்டது- அங்கே பதின் வயது அலெக்ஸாண்டர் 'அதிலிருந்து மேற்கோள் காட்டவும், அதன் கதைகளைப் பின்தொடரவும் நன்கறிந்திருந்தார்'.[2]

அச்செமெனிட்கள் இந்தியாவுக்குள் நுழைந்தது ஒருவழிப் போக்குவரத்தாயில்லை. இந்தியத் துருப்புகளுக்கும் அச்செமெனிட்

பேரரசின் எதிரிகளுக்கும் இடையிலான தொடர்புகளால், கிரேக்கர்களிடம் சமஸ்கிருதம் பெயர்பெற்றிருக்கலாம். அலெக்ஸாண்டர் இக்காலத்தில் வருவதற்கு நீண்ட காலத்திற்கு முன்பே, அவர்கள் இந்தியாவில் யோனா அல்லது யவனா எனப்பட்டனர். பாரசீகத்தில் 'அயோனியன்' என உச்சரிக்கப்பட்டவை இச்சொற்கள்-ஆனால் அதன்பிறகு, இந்திய மரபுகளுக்கு அந்நியமாயிருந்த, சிந்துவுக்கு மேற்கே உள்ள நிலங்களைச் சார்ந்த யாரையும் குறித்திட அது பயன்பட்டது. இத்தகையோர் மிலேச்சரும் கூட (அந்நியர் மற்றும் சரிவரப் பேச முடியாதவர்கள்), ஆகவே இழிவான நிலையில் சாதியற்றவர்கள். ஆனால் சாதி உள்ளீர்ப்பதாயும் அப்படியே பிரத்யேகமானதாயும் இருப்பதால், ஆட்சியதிகாரம் காரணமாக, விருத்ய சத்திரியன் அல்லது நலிந்த சத்திரியனின் நிலை மீது அபிலாஷை கொள்ளமுடியும். மாசிடோனியர், பாக்டீரியர், குஷாணர், சித்தியர், அரபியர் என அனைவரையும் யவனர் என்றழைக்க முடியும், கடைசியில் பலருக்கு விருத்ய சாதி அடையாளம் வழங்கப்படும்.

கிழக்கினை மேற்கு சந்திக்குமிடம்

அச்செமெனிட்களின் இந்திய சத்ரபி எல்லைப்புறத்தில் தட்சசீல நகரம் இருந்தது. இப்போது பாகிஸ்தானின் தலைநகரான இஸ்லாமாபாத்திலிருந்து 30 கி.மீ. தொலைவில்; பெரும் பாசனத் திட்டங்கள் இல்லாத போதும், வேளாண் ரீதியில் சாதகமற்ற நிலையில் அது இருக்கவில்லை; இன்றைக்கு இருப்பதுபோல கோதுமை, கரும்பு, கால்வாய்கள் கொண்டதாகவும் இருக்கவில்லை. தனது ஆரம்ப நிலை நகர்மயமாதலை தட்சசீலம் அடைந்தது ஒருவகையில் பொருளாதார ரீதியில் கேந்திர முக்கியத்துவம் பெற்றிருந்ததால் ஆகும். இங்கே அச்செமெனிட் உலகத்திற்கும் உருக்கொண்டு வந்த கங்கை வெளி அரசுகளுக்குமிடையே, ஆஃப்கானிஸ்தானிலிருந்து வரும் கைபரைப் போன்ற கரடுமுரடான பாதைகள் மூலம் குதிரைகள், தங்கம், விலையுயர்ந்த கற்கள், துணிமணிகள் எல்லாம் கடந்து சென்றன. சத்ரபி போல நகரமும் செழித்தோங்கியது. ஹெரோடட்டஸைப் பொறுத்தவரை, சத்ரபி, அச்செமெனிட்களுக்கு 'எறும்புத் தங்கம்' கப்பம் கட்டினர்-அது பாபிலோனிலிருந்து பெற்றதை விடவும் 5 மடங்கு, எகிப்திலிருந்து பெற்றதை விடவும் 7 மடங்கு.

இத்தகு செல்வம் தட்சசீலக் கைவினைஞர்களையும் அறிஞர்களையும் போலவே வணிகர்களையும் ஈர்த்தது. 1940-களில் இவ்விடத்தை அகழ்வாய்வு செய்த சர் ஜான் மார்ஷல், மூன்று நகரங்களைக் கண்டறிந்தார், அவற்றில் பழமையானது பீர்மவுண்ட்டுக்கு அருகே இருந்தது. அங்கிருக்கும் சிதிலமான மதில்கள் பலவிதமான தொழில்கள் இருந்ததைச் சுட்டிக்காட்டுகின்றன, அவற்றில் ஒன்று இரும்புக் காலத்தைச் சேர்ந்தது. அது கி.மு. ஆறாம் நூற்றாண்டை ஒட்டியதாகவும் இருக்கலாம்.

> ... பீர் மவுண்ட்டின் மிக ஆரம்பக் குடியமர்வு சிறியதே. முதலாம் டேரியஸின் படையெடுப்புக்கு முந்தையதாக இருப்பின்; தட்சசீலம் தன் இருப்புக்குப் பாரசீக வெற்றியாளருக்குக் கடன்பட்டது என்னும் யூகத்திற்குக் கண்கூடான சான்று இல்லாத போதும், யூகித்திட முடியும்.[3]

மேற்கிலிருந்து தட்சசீலம் இறக்குமதி செய்தவற்றில் அராமிக் லிபி உண்டு; ஹரப்பர்கள் காலத்திலிருந்து இந்தியாவில் பயன்படுத்தப்பட்ட முதல் லிபி அதுவாக இருக்கலாம். இந்நகரம் அச்செமெனிட்களால் நிறுவப்பட்டதா இல்லையா என்பது ஒருபுறமிருக்க, தனது மேற்கத்திய தொடர்புகளுக்கு வெகுவாகக் கடன்படத் தொடங்கி, பிற்பாடு, இறக்குமதியான மேற்கத்திய-மத்தியதரைக் கடல் கருத்துகளுக்கும் கைவினைப் பொருட்களுக்கும் காட்சிக் கூடம் ஆயிற்று.

இருப்பினும் கிழக்கிலுள்ள ஜனபாதங்களால் வைதீகத்தின் கோட்டையாக அது வணங்கப் பட்டது. தட்சசீலம் ராமனின் சகோதர வாரிசுகளில் ஒன்றால் நிறுவப்பட்டது என்கிறது இராமாயணம்; மாபெரும் பரதன் கதை முதலில் சொல்லப்பட்டது இங்கேதான் என்கிறது மகாபாரதம். வடஇந்தியா முழுவதிலும் இந்நகரம் உயர்வாகக் கருதப்பட்டது. தூய சமஸ்கிருதம் பயிலும் பொருட்டு மாணவர்கள் அங்கே சென்றனர். அரசு நிர்வாகம் குறித்த இந்தியக் காவிய நூலான அர்த்தசாஸ்திரத்தின் ஆசிரியர் கௌடில்யர் கி.மு. 3ஆம் நூற்றாண்டில் அங்கே பிறந்தார் எனப்படுகிறது. கிரேக்க இலக்கண ஆசிரியர்களால் கனவுகூட காணமுடியாதபடி, மிக விரிவானதும் அறிவியல் பூர்வமானதுமான இலக்கண நூலை பாணினி முந்தைய நூற்றாண்டில் இயற்றியதாகக் கூறப்படுவது இங்கேதான். 'எந்தவொரு நாகரிகத்தினதும் மாபெரும் அறிவார்த்த சாதனைகளில் ஒன்றான'[4] அது அன்றைய இலக்கியப் பயன்பாட்டினை மெருகேற்றி மெருகேற்றி அம்மொழி

நிரந்தரமாக 'உறைந்துவிட்டது; அதன் பின்னர் எப்போதும் 'சம்ஸ்கிர்தா' (பண்படுத்தப்பட்டது என்பதால் 'சமஸ்கிருதம்'). ஆரிய அடையாளம், சடங்கு செய்தல், சமூகப் பாகுபாட்டில் மொழியின் வரையறுக்கும் பாத்திரத்தை வைத்து, பாணினியின் முக்கியத்துவத்தையும் தட்சசீலத்தின் புரவலர் தன்மையையும் மிகைப்படுத்த இயலாது.

வெவ்வேறு இலக்கண வடிவங்களது பாணினியின் எடுத்துக்காட்டுகளிலிருந்து ஓரளவு வரலாற்றுத் தகவலினைச் சேகரிக்க முடியும். எடுத்துக்காட்டாக, 'கிழக்கத்திய பரதர்கள்' என்பது கூறியது கூரலுக்கும் வார்த்தை விரயத்திற்கும் பாணினி தரும் உதாரணமாகும்; பரதர்கள் கிழக்கில் வாழ்வதை ஒவ்வொருவரும் அறிந்திருப்பதால், 'கிழக்கத்தைய' என்பது மிகையானதையே உணர்த்தும். கி.மு.4ஆம் நூற்றாண்டு வாக்கில் பரத வம்சாவளி என்று கூறிக்கொண்ட குலங்களெல்லாம் - தோவாபில் குருவம்சம் நிலைகொண்டதுபோல- தட்சசீலத்திற்குக் கிழக்கே நிலைகொண்டிருக்க வேண்டும். சந்தர்ப்பவசமான இவ்வெடுத்துக்காட்டால் பாணினி, பாரதவர்ஷம் என்பதன் வரைமுறையினையும் -பாகிஸ்தான் இல்லாத இந்தியாவில் 20ஆம் நூற்றாண்டு தேசியவாதிகளின் நோக்கங்களுக்கு இனிதாகச் சேவை செய்யும் போக்கையும் சுட்டிக்காட்டிவிட்டார்.

கி.மு. முதலாயிரத்தின் பிற்பகுதியில், பரதர்களின் வம்சாவளி அல்லது மற்ற ஆரியகுலங்கள் ஒன்றின் வம்சாவளி என்பதால் வழங்கப்பட்ட சட்டப்பூர்வ அந்தஸ்து, ஒரு தினுசான வம்சங்களுக்கு இன்னும் சிக்கலாக இருந்தது. பெரிதும் திருத்தியமைக்கப்பட்ட இதிகாசங்களின் வம்சாவளியின் மீதும் புராணங்களின் கண்ணியமான வரிசையை மாற்றியமைத்தல் மீதும் அழுத்தம் தந்திட அது காரணமானது; ஆரியரின் அசலான 'ஏழு நதிகளின் நிலமான மையப் பகுதியில் அமைந்த தட்சசீலத்திற்கு, வணிகத்துடன் சேர்த்து வழங்கப்பட்ட பிரதானத்திற்கும் அது காரணமாகலாம்.

பீகார்-உத்தரப் பிரதேசத்தில் கிழக்கே தொலைதூரத்தே முகிழ்த்து வந்த புதிய அரசுகள் மற்றும் நகரங்களை விடவும் வேறெங்கிலும் சட்டப்பூர்வ அந்தஸ்திற்கான தேவை உணரப்படவில்லை. இமயமலையின் அடிவாரத்திலுள்ள 'வடக்குவழிப் பாதை' எனப்படும் உத்தர பாதத்தின் வழியே, தட்சசீலத்துடன் நெருக்கமான தொடர்பு கொண்டிருந்தனர்; பீர் மவுண்டில் கிடைத்த துளையிட்ட நாணயங்களை வைத்துப் பார்க்கையில்,

அதன் வணிகத்தின் பெரும்பகுதியிலும் நிதிவசதி செய்தனர் என்று தெரிகிறது. அச்செமெனிட்களின் தொழில்களின் அளவுக்கு இந்நகரம் அவர்களுக்குக் கடன்பட்டிருந்தது. கி.மு. 4ஆம் நூற்றாண்டில் காந்தாரமும் இந்தியாவும் அச்செமெனிட்களின் ஆட்சியின் கீழிருக்க, இந்தியாவின் முதலாவதும் பெருமிதமிக்கதுமான, வரவிருக்கும் இன்னொரு ஏகாதிபத்தியம், தெற்கு பீகாரின் தொலைதூரச் சமவெளிகளில் தன் தோள்களைத் தட்டிக்கொண்டிருந்தது.

பரந்துவிரிந்த கங்கையின் தென் கரைக்கும் சோடா நாக்பூரின் உருண்டோடும் காடுகளுக்கும் இடையே, இன்றைக்குத் தாங்கிக்கொள்ள முடியாத வறுமையில் உள்ள நகரங்கள் கொண்ட மண்டலமான மகத அரசில் வரலாற்றாளனின் பொறுமைக்குக் கடைசியில் வெகுமதி கிட்டுகிறது. தொன்மத்தால் மூடப்பட்டுள்ளது போன்ற வரலாற்றுக்கு முந்தைய விடியலிலிருந்து எரியுண்ட காணிக்கைப் பொருள்கள், பழமையான இருண்மைகளின் புகை இறுதியில் விலகத் தொடங்குகிறது. அரைகுறை விபரங்களுடன்தான் என்றாலும் சரியான வரலாற்று நிலவியல் சுருக்கமாக வெளிப்படுகிறது.

உத்தரபாதத்தின் கீழ்க்கோடியில், ராஜ்கிரைத் தலைநகரமாகக் கொண்டு, மகத அரசு, இன்று விரும்பப்படாத நகரங்களான பாட்னாவுக்கும் கயாவுக்கும் இடையேயான பிரதேசத்தை ஆக்கிரமித்துள்ளது. புத்தராலும் மகாவீரராலும் நடந்து செல்லப்பட்ட புனிதப் பாதைகளுடன் அவ்விடம் பொருந்திப் போயிற்று; இவர்களது வாழ்வு-போதனைகளின் துல்லியமான பதிவுக்கான, ஆதரவாளர்களது அக்கறையுடன் அதன் எழுச்சி பொருந்திப் போயிற்று. இதன் விளைவாக, அசலான வரலாற்று ஆளுமைகளின் தொடர்ச்சி, தொடர்புடைய நிகழ்வுகளின் சங்கிலியுடன் சேர்ந்து கடைசியில் தொன்மப் புகையிலிருந்து மங்கலாக எழுகின்றது.

மகதத்தின் அணிவகுப்பு

நாள்கள் மட்டுமே பிரச்சினைக்குரியனவாய் உள்ளன. வேத மற்றும் சமணப் பிரதிகளிலுள்ள கணிதச் சமன்பாடுகள்-வானியல் மிகைப்படுத்தல்களை ஒதுக்கிவிட்டு, காலவரிசைக்கு மதிப்பளிப்பது பௌத்தப் பிரதிகளே. கிறித்தவர்களைப்போல ஆண்டுகளைக் கணக்கிடுகின்றனர், அவர்களின் நிறுவனரது

வாழ்வின் பெரிய நிகழ்விலிருந்து கணக்கில் கொள்கின்றனர். இவ்வாறு, கிறித்துவின் பிறப்பிலிருந்து காலத்தை அளவிடும் கிறித்தவர்களைப் போல, பௌத்தர்கள் புத்தரின் இறப்பிலிருந்து (பரிநிர்வாணம்) கணக்கிடுகின்றனர். இரண்டு அளவீடுகளுமே துல்லியமானவையல்ல. ஆனால் கி.மு./கி.பி. என்னும் கிறித்தவ கால வைப்பு முறை சர்வதேசச் சம்பிரதாயமாக ஆகியிருப்பதால், கிறித்து பிறந்தது கி.பி. பூஜ்யமா அல்லது பல ஆண்டுகள் கழித்தா என்பது ஒரு பொருட்டல்ல. மறுபுறத்தே, மரபில் உள்ளதுபோல, புத்தர் இறந்தது 350-400, 483-486, அல்லது கி.மு. 544 ஆகக்கூட இருக்கலாம் என்பதால் அது பொருட்படுத்தப்படுகிறது.

பௌத்த கால வரிசை சர்வதேச கவனத்தைப் பெற்றிருந்தால், பரி நிர்வாணத்திற்கு ஏற்றுக்கொள்ளும்படியான நாள் எழுந்திருக்கும்; அப்போது பௌத்த கணக்கீட்டின்படி, கிறித்து பிறந்த நாளிலுள்ள நிச்சயமற்ற தன்மைகள் நிலைகுலையச் செய்வதாகக் கருதப் பட்டிருக்கும். ஐரோப்பிய மையவாத அல்லது கிறித்து மையவாதத்தின் காலக் கணக்கீட்டு அனுமானங்கள் எச்சரிக்கையுடன் கவனிக்கப்படவேண்டும். ஐரோப்பா அல்லது அமெரிக்காவுக்கு நடுப்பக்க முக்கியத்துவமளிக்கும் வரைபட முன்னிறுத்தல்கள் போல், அவை உள்ளார்ந்த திருகலைக் கொண்டுள்ளன.

இருப்பினும், புத்தரின் பரிநிர்வாணத்திற்குத் தரப்படும் பல்வேறான காலங்கள், தீவிர பிரச்சினைகளை முன்வைக்கவே செய்கின்றன. மிகவும் பிந்தைய இலங்கை மரபின் கி.மு. 544 என்பது வழக்கமாக ஒதுக்கப்பட்டுவிடப்படும். இந்திய மரபின் கி.மு. 486-க்கும் சீன மரபின் கி.மு., 483-க்கும் இடையிலான வித்தியாசம் சொற்பமானதே, என்றாலும் அவ்வளவு முக்கியமில்லாதது. உண்மையில், இவ்விரு காலங்களின் நெருக்கமே, பெரும்பாலான அறிஞர்களை அவற்றின் நாணயத்தை ஏற்குமாறு செய்தது; புத்தரின் பிறந்த ஆண்டு சுமார் கி.மு. 566-ஐக் கணக்கிட இவற்றிலொன்று பயன்பட்டது அது இந்திய வரலாற்றில் 'தொன்மையான நிச்சயமான கால'மாயிற்று. எனினும் சமீபத்தில் பரிநிர்வாணத்திற்கு இன்னும் பிந்தைய காலத்தை நோக்கி அபிப்பிராயம் ஊசலாடுகிறது-அசோகனின் முடிசூட்டு விழாவுக்கு (கி.மு. 268 அதாவது அலெக்ஸாண்டரின் இந்தியப் படையெடுப்புக்கு கி.மு.327-5) நீண்டகாலம் முன்பாக இல்லாமல் அதாவது சுமார் கி.மு. 400-350-க்கிடையே 80லிருந்து 130 ஆண்டுகள் வித்தியாசத்தில் இருக்கிறது.[5] பிரதானமாக ஜெர்மானிய அறிஞர்களால் முன்வைக்கப்படும் இம்மதிப்பீடு ஒரு நூற்றாண்டு வித்தியாசத்தைக் கொண்டு வருகிறது. அத்துடன்,

சுமார் கி.மு.520இல் இந்து மீதான அச்செமெனிட்களின் வெற்றியை முன்னெடுத்து இந்தியாவின் முதலாவது (ஏறக்குறைய) நிச்சயமான காலம் என்னும் தகுதி நிலைக்குக் கொண்டுவந்து, கி.மு. முதலாயிரத்தின் இந்திய வளர்ச்சி ஒவ்வொன்றின் காலவரிசையில் நாசகரமான விளைவுகளைக் கொண்டுவரும் தன்மையைப் பெற்றுள்ளது. வேத காலத்தை ஆறாம் நூற்றாண்டிற்கு நீட்டிக்க வேண்டிவரும், அரசு உருவாக்கம்-நகரமயமாதலை ஐந்தாம் நூற்றாண்டுக்கும் அசோகன் தோன்றுவதற்கு முந்தைய மகத காலக்கிரமத்தை நூறு ஆண்டுகளில் சுருக்கியும் தரவேண்டிவரும்.

இதற்கு மாற்றாக, உபநிடதங்கள் போன்ற பிந்தைய வேதப் பிரதிகளின் இந்தியாவுக்கும் ஆரம்பக்கட்ட பௌத்த-சமணப் பிரதிகளின் இந்தியாவுக்கும் இடையே நீண்டகால இடைவெளியை உணர்த்தவேண்டி வரலாம். இவற்றுடனான மேலோட்டமான பரிச்சயம் கூட, இவை குறிப்பிடுவது ஒரே சமூகத்தைத்தானா என வாசகரை வியக்கவைக்கும். சமஸ்கிருதப் பிரதிகள் பிரதானமாக வேளாண் வாழ்க்கை முறையை எழுப்புகின்றன-அதில் அரசுகள் வகிப்பது சிறிய பங்காக இருக்க, வம்சாவளியாலும் சடங்கு செய்வதாலும் தகுதிநிலை நிர்வகிக்கப்படும். மறுபுறத்தே பௌத்த-சமணப் பிரதிகள், பெரிதும் வணிகத்திலும் உற்பத்தியிலும் ஈடுபட்ட, ஒவ்வொன்றும் நகரிய அணு உட்கரு கொண்ட அரசுகளின் வலைப் பின்னலைச் சித்திரிக்கின்றன. இங்கே வம்சாவளியின் அளவுக்குச் செல்வம் தகுதிநிலையை அளிக்கின்றது. ஈட்டிக்கொள்வது, திரட்டிக் கொள்வது, அவ்வப்போது இடம் மாற்றுவது கடைசியில் ஈடேறுவது என்பதான 'தகுதி' குறித்த பிரித்தானிய கருத்தமைவு, பணப் பொருளாதாரத்தின் நெருங்கிய பரிச்சயமின்றி நினைத்துப் பார்க்க முடியாதது. இவ்விரு சமூகங்களுக்கிடையே மேலும் ஒரு நூற்றாண்டுக்கு இடமளித்தால், பௌத்தத்தின் புதிதாகத் திருத்தப்பட்ட அல்லது சுருங்கிய 'கால வரிசை' மேலும் படிப்படியான மற்றும் நம்பகமான அரசின்-நகரின் பரிணாமத்திற்கு அனுமதிக்கும்-தொல்லியல் பதிவை முறையின்றி சிரமப்படுத்தாமல் அதுபோலவே இறையியலை ஏற்காத தன்மைக்கும் அதிருப்தி கொள்ளும் மரபின் பரிணாமத்திற்கும் அது இடமளிக்கிறது. புத்தர் பிறந்தபோது மதக் கொந்தளிப்பில் இருந்து வந்த சமூகத்தை பௌத்தப் பிரதிகள் விவரிக்கின்றன. போட்டி மதவாதிகள் கிராமப்புறங்களை மொய்த்து, ஒருவர் மற்றவரது நிலைப்பாடுகளை நிராகரித்து, வித்தைகள் புரிந்து, ஆதரவாளர்களையும் புரவலர்களையும் பெறுவதில் சண்டையிட்டனர். இது வெறுமனே ஒருதலைப்பட்ச மனப்பதிவு மட்டுமல்ல, மாறாக அரசு நிர்வாகம் குறித்து

அர்த்தசாஸ்திரம் எழுதிய, பாரபட்சமற்ற கௌடில்யரின் மதிப்பீடும்தான். இவற்றுக்கு சட்டப் பாதுகாப்பும் அனுமதியும் அளிக்கவேண்டும்; அவர்கள் தியானிக்க வனங்களில் இடமும் நகரங்களில் தங்க இடமும் வழங்கப்படவேண்டும். ஞானிகளோ புரட்டர்களோ, இயற்கை மீறியதும் இயல்பைத் தாண்டியதும் அப்பாலைத் தத்துவமும் வலுவான பிடிப்பைக் கொண்டுள்ள சமூகத்தை அவர்கள் பிரதிபலித்தது வெளிப்படை. அவர்களில் பலர் அம்மணமாய்த் திரிந்தனர் அல்லது குளிக்காமலிருந்தனர். மேலும் சாதித் தகுதியின் விலக்குகளைக் குதூகலத்துடன் மீறினர். சமூகச் சம்பிரதாயத்தை மீறிச் சென்றாலும் சமூக அனுமதியை அனுபவித்தனர். துறவு, ஏற்கப்பட்டிருந்த வாழ்க்கை முறையாயிருந்தது, அது ஆன்மிக விழிப்புணர்வுக்கான முன்நிபந்தனையாகப் பார்க்கப்பட்டது.

சீர்திருத்தவாதிகளின் இச்சிறிய படையிலிருந்து கிடைக்கும் தத்துவங்கள், மனதைத் திணறடிக்கும் அனுபூதிவாதத்திலிருந்து அலட்சியமான இன்மைவாதத்திற்கும் வெறுமையான அக்கறையற்ற நிலைக்கும், லோகாயதவாதத்தின் அப்பட்டமான பொருள்முதல்வாதத்தில் இருந்து ஆஜீவகர்களின் கனமான நிர்ணயவாதத்திற்கும், புத்தரின் பகுத்தறிவுவாதத்திலிருந்து மகாவீரரது ரகசியத் தத்துவத்திற்கும் விரிவடையும். எனினும் பெரும்பாலும் வேத வேள்வியின் படாடோபத்தை நிந்திப்பதிலும், வேதக் கடவுளரை ஓரங்கட்டுவதிலும் பிராமணிய அதிகாரத்தைப் புறக்கணிப்பதிலும் ஒத்துப்போகின்றன. மேலும் சமணர், பௌத்தர், ஆஜீவகர் உள்ளிட்ட பலர், முந்தையவற்றின் தொகுதியை அங்கீகரித்தனர்; அவற்றின் போதனைகள் அல்லது அனுபவங்கள் ஒருவிதத்தில் தம்முடையவற்றை எதிர்நோக்கின. அதாவது மகாவீரர், புத்தர், ஆஜீவகத்தின் கோசலர் இறையியலை மறுதலிக்கும் மரபுகளை அங்கீகரித்தனர்; ஆன்மிக-தார்மிக வழிகாட்டலுக்காக ஏற்கெனவே நிலவியிருந்த தாகத்தை எளிதில் நம்பும் தன்மையை அவர்கள் பயன்படுத்திக்கொள்ளக் கூடியவர்களாயிருந்தனர். அரசு உருவாக்கம்-நகர்மயமாதலுடன் தொடர்புடைய செல்வ-அதிகாரத்தின் புதிய ஆதாரங்கள் சமூகத்தை நெருக்கடியில் ஆழ்த்தியிருந்தன-வர்ணாஸ்ரம தர்மத்தின் இறுக்கங்களால் இடந்தர முடியாதவை அவை-வேதங்களின் சடங்கு சார்ந்த சம்பிரதாயங்கள் அதற்குப் பொருத்தமற்றவையாயும் படாடோபமானதாயும் தோன்றின.

அப்போது, பரிநிர்வாணத்திற்குச் சம்பிரதாயமான கி.மு. 486-3னை மேற்கொள்ளாமல், கி.மு. 400-350க்கு இடைப்பட்ட

ஓராண்டினை எடுத்துக்கொண்டால், சித்தார்த்த கௌதமரின், 'புத்தரின்' பிறப்பை ஐந்தாம் நூற்றாண்டின் மத்தியில் கொள்ள முடியும். அவரின் சமகாலத்தவரான சமணரின் மகாவீர நடபுட்டாவைப் போல அவரொரு சத்திரியர் - சாக்கிய மன்னர் சுதோதனரின் மகன். குடியரசுவாத கண-சங்கங்களில் ஒன்றாக இருந்த சாக்கிய அரசுக்குப் பல மன்னர்கள் உண்டு. அவர்தம் தலைவர் தேர்ந்தெடுக்கப்பட்டதால், பிந்தைய கதையின் 'இளவரசன்' சித்தார்த்தன் ஒரு புனைவாகக் கருதப்பட வேண்டும். மேலும் சாக்கிய தலைநகர் கபிலவஸ்து பெரியதொரு அரசியல் மையமில்லை. இன்றைய நேபாளத்தின் தெற்கு எல்லைக்குள், உத்தரபாதத்தில் ஒரு கண்காணிப்புப் புள்ளியாக அது இருந்திருக்கக் கூடும். அரச சம்பிரதாயங்களை விடவும் வர்த்தகமும் கைவினைத் தொழிலுமே புத்தரின் சூழலாக இருந்தன. செல்வச் செழிப்புக்கு எதிராக, தன் மனைவி மக்களைத் துறந்து, மானுட நிலை குறித்து விசாரிக்கத் தொடங்கியது உண்மையாயிருந்திருக்கலாம்; லிச்சாவிகளின் தலைநகர் வைசாலி, அல்லது சிராவஸ்தியின் பெருநகரம் கோசலன் அல்லது மகதத்தின் ராஜகிருஹமாக, இன்னும் புகழ்பெற்ற நகர மையங்களின் ஆடம்பரத்தை எதிர்த்தும் இது நிகழ்ந்திருக்கலாம்.

தன் தேடலின் போக்கில், சித்தார்த்தர் இவ்விடங்களுக்கெல்லாம் சென்றார். பல்வேறான ஆசிரியர்களிடம் பயின்றார்-ஆனால் அவர்களெல்லாம் திருப்தி தராத ஆசிரியர்கள். ஒருமுறை மகதத்தில் பயணித்தபோது அதன் மன்னரைச் சந்தித்தார். அவர் பிம்பிசாரர், அக்காலம் கி.மு. 400 ஆக இருக்கலாம். நிச்சயமற்ற தோற்றுவாய்களுடைய அவர், 50 ஆண்டுகளுக்கு மேல் வாழ்ந்ததாகக் கூறப்படுகிறது. தன் ஆட்சிக் காலத்தின் மத்தியில் இருந்த அவர், அங்க எனப்படும் முக்கிய அரசினை இணைத்துக் கொண்டிருந்தார்.

புகழ்வாய்ந்த தலைநகரம் சம்பா, மேற்கு வங்காளத்தில் இருக்க, அங்க அரசு கிழக்கே இருந்தது. ஆற்றின் மூலம் வங்காள விரிகுடா செல்லும் வழிவகை பெற்றிருந்தது மகதம்; அங்கே டம்லுக் (கல்கத்தா அருகிலுள்ள டாம்ரலிப்டி) தீபகற்பம், பர்மா, இலங்கையுடன் வணிகம்புரியும் செழிப்பான வர்த்தகத் துறைமுகமாகும். தெற்கு பீகாரின் தாமிர-இரும்புத் தாதுக்களின் செல்வத்தைச் சுவீகரித்துக் கொண்டிருந்த பிம்பிசாரர், மகதத்தின் மேன்மைக்கான அடித்தளங்களில் ஒன்றினை இங்கு இட்டார். நேர்மையான, நடைமுறையிலான மன்னராகத் தோன்றிய அவர், நிறைய பேரை மணந்தார்-அது எப்போதும் புத்திசாலித்தனமானதாக இல்லை.

கோசலம், அவந்தி (மால்வா), தட்சசீலம், லிச்சாவிகளுடன் நடந்த பேரங்கள் யாவும் பதியப்பட்டுள்ளன; இவற்றில் கடைசியில் உள்ளது தவிர்த்து, அவை பொதுவாக இணக்கமாயிருந்தன. மேம்போக்கான நிர்வாக அமைப்பு இருந்தது; யானைகளும் உலோகங்களும் தாராளமாய்க் கிடைத்ததால், மகதத்தின் படை நல்ல வசதிகளுடன் தொழில்முறையில் நிறுவப்பட்டிருந்ததாகக் கூறப்படுகிறது. இறையியலற்ற பிரிவுகளின் எழுச்சியால் மனித ஆற்றல் வீணானது பற்றி பிம்பிசாரர் கவலைப்பட்டாரா என்பது பதிவாகவில்லை. ஆனால் அலைந்து திரிந்துகொண்டிருந்த சித்தார்த்தரை அவரது சத்திரிய நிலையத்திற்குத் திரும்புமாறு ஆலோசனை கூறவே செய்தார், தேவையான வசதிகளைச் செய்து தருவதாக அவர் முன்வந்தார்.

இந்த ஆலோசனை மறுதலிக்கப்பட்டது. அடுத்த சில ஆண்டுகள் மகதத்திலேயே தங்கிவிட்ட சித்தார்த்தர் சதா திரிந்து கொண்டிருந்தார். இதிகாசங்களில் வரும் ஆரம்பநிலை நாடு நீங்குதல்களைப் போல், நிலைகொண்ட, நாகரிக வாழ்வைக் கைவிட்டு, நாடோடியின் சாதியற்றவனின் நிச்சயமின்மைகளை ஏற்றுக்கொண்டார். தவிர்க்க முடியாதவையோ தானே திணித்துக் கொண்டவையோ, நோன்புகள் பசியைத் தணித்தன, மனத்தைத் தெளிவாக்கின, ஆன்மாவைப் பறக்கச் செய்தன. இனி புத்த கயா என்று அழைக்கப்பட இருக்கும் இடத்தின் மரத்தின் கீழ் நீடித்த தியானத்திற்குப் பிறகு, இப்போது 35 வயதான சித்தார்த்த கௌதமர் கடைசியில் துயரம், நிலையற்ற தன்மையின் இயல்பைத் தனிமைப்படுத்தி, அதனை வெல்வதற்கான திட்டமாக உருவாக்கினார். அவ்வாறுதான் ஞானம் அடைந்தார். புத்தராக வாராணசிக்கு விரைந்த அவர், துறவிகளுக்கென ஒதுக்கப்பட்டிருந்த வனப் பகுதிகளில் ஒன்றான அருகிலுள்ள மான்பூங்காவில், முதல் பேருரையில் முந்தைய சகாக்கள் ஐவரிடமும் தன் விளக்கத்தை முன்வைத்தார்.

உன்னதமான எண்வகைப் பாதை, தர்ம சக்கரம், மூன்று சரணங்களுடன் (புத்தர், தர்மம், சங்கம்) புத்தரின் மத்திய மார்க்கம் (திளைப்பு-துறவு நிலைக்கு இடைப்பட்டதாக), நாடோடியின் அனுபவத்தைத் தெளிவாகப் பிரதிபலித்தது. சாலைக்கான நெறியாகத் தொடங்கிய பௌத்தம், வாழ்வின் துயரமிகு நெடுஞ்சாலை வழியே மனித முன்னேற்றத்தை இயக்கவும் இனிதாக்கவும் வடிவமைக்கப்பட்ட பகுத்தறிவு சார்ந்த அறமாகும். இது துன்பம், ஆசை மற்றும் திளைப்பு என உள்ளிருந்து வருகிறது. ஆசையை வென்று, திளைப்பினைக்

கட்டுப்படுத்தி, அதீத துறவினைத் தவிர்த்துவிட்டால் மனிதநிலை தாங்கிக்கொள்ளக் கூடியதாகும், நற்குணங்களைத் தேக்கி வர, யார் ஒருவரும் விடுதலையை அடையலாம். உபநிடதங்களிலிருந்து பெற்ற வைதிகத் தத்துவத்திற்கும் புத்தரின் தத்துவத்திற்கும் தொடர்ச்சியான பிறப்புகளும் அச்சூழலிலிருந்து தப்பித்திடும் சவாலும் பொதுவானவை. பௌத்தம் ஒரு நம்பிக்கை சார்ந்த மதமில்லை, பிராமணிய நெறிமுறைகளுக்கேற்ப இயங்கிய, வேதத்திற்குப் பிந்தைய சடங்கு-சம்பிரதாயங்களின் போட்டி மதமுமில்லை; மாறாக, ஒன்றை மற்றது இட்டு நிரப்பிடும் பாதையே. கடவுளர், வழிபாடு, காணிக்கை, பிரார்த்தனைகள், புரோகிதர்கள், சடங்குகள் சார்ந்து புத்தர் ஏதும் கூறவில்லை. தெய்விக வெளிப்பாடினையன்றி உச்சபட்ச அகப் பார்வையினையே அவர் முன்வைத்தார். வரப்போகும் தலைமுறைகளைச் சேர்ந்த அவரது ஆதரவாளர்களே புத்தரையும் போதி சத்துவர்களையும் (அரைபாதி ஞானமடைந்தவர்கள்) தெய்வங்களாக்கி, ஒரு மதத்தின் அதிகாரத்தையும் இயற்கையை மீறிய பரிவாரங்களையும் பௌத்தத்திற்குத் தந்தனர்.

எஞ்சியிருந்துள்ள 44 ஆண்டுகளில் புத்தர் மத்திய கங்கை எல்லையோர மாநிலங்களைத் தாண்டி துறவியாக அலைந்து திரிவதைத் தொடர்ந்தார். அதிகரித்து வந்த ஆதரவாளர் கூட்டத்திடம் குறிப்பாக வர்த்தகர்கள்-கைவினைக் கலைஞர்களிடம் தன் கருத்துகளைப் போதித்தும் விளக்கவுரையாற்றியும் வந்த புத்தர் மன்னர்களின் ஆதரவையும் பெற்றார்-அவரது பரிநிர்வாணத்திற்குப் பிறகு அவரது பணியைத் தொடரக்கூடிய துறவு அமைப்புகளை, ஆதரவாளர் சமுதாயங்களை நிறுவிட அது முன் நிபந்தனை ஆகும்.

இப்புதிய போதனைகளுக்குப் புரவலர்களாக இருந்தவர்களில் இருவர் கோசல மன்னர் பிரசேனஜித்தும் மகதத்தின் பிம்பிசாரரும் ஆவர். சிராவஸ்டியின் கோசலன் தலைநகரில் புத்தர் எண்ணற்ற உரைகள் ஆற்றினார்; தனது சாக்கியக் குடியரசு கோசலத்தால் கைக்கொள்ளப்பட்டு அதன் ஆட்சியின் கீழ் இருந்தமையால், பிரசேனஜித்திடம் அவர் நெருக்கத்தை உணர்ந்திருக்க வேண்டும். ஆனால் பிம்பிசாரரின் ஆதரவே அவருக்கு முக்கியமானதாயிருந்தது. புத்தர் இறந்ததும் (மல்லா குடியரசின் குஷிரோவில்) பெரிதும் விரும்பப்பட்ட புனிதச் சின்னங்களைப் பெற்றது பிம்பிசாரரின் மகதமே; மகதத் தலைநகரம் ராஜகிருஹத்தில்தான் முதலாவது பௌத்த மாநாடு நடந்தது. மகதத்தின் பொருளாதார விரிவாக்கம், குறிப்பாகப்

பௌத்தத்திற்குச் சாதகமான சமூகச் சூழலை முன்வைத்தது. மகதத்தின் அரசியல் விரிவாக்கத்தில், பௌத்தம் இறையியல் சாராத பிற மார்க்கங்கள் பெரும்பாலானவற்றின் (பிராமணர் அல்லாத வைதிகம் என்ற போதும்) மீது நிலைகொண்டு, துணைக்கண்டமெங்கும் பரவும்.

இதற்கிடையே, பிம்பிசாரர் புத்தருக்கு முன்னரே இறந்துவிட்டார். அவரது மகன்களில் ஒருவனான அஜாதசத்ரு, அரியாசனத்தைக் கைப்பற்றித் தன் தந்தையைப் பட்டினி போட்டுச் சாகவிட்டாரா அல்லது வாரிசாகப் பரிந்துரைக்கப்படவே, வயதான பிம்பிசாரர் அரியாசனத்தைத் துறந்து தானே பட்டினி கிடந்து மடிந்தாரா என்பது தெரியவில்லை. இரண்டுமே ஏற்றுக்கொள்ளக் கூடியதாகத் தோன்றும். ஆனால் அஜாதசத்ருவின் உயர்நிலை ஆட்சேபிக்கப்படாமலில்லை; அவரது நடத்தை சவாலுக்குள்ளாகாமலில்லை. கோசலம் மற்றும் லிச்சாவிகள் தலைமையிலான குடியரசுகளின் சக்திவாய்ந்த கூட்டணி ஆகிய இரண்டுடனும் யுத்தம் நடந்தது. மத்திய கங்கை மண்டலத்தில் மேலாதிக்கத்தினை நோக்கி மகதம் இன்னொரு பாரிய காலடி எடுத்துவைக்கவிருந்தது.

கோசலத்துடனான பிரச்சினை, வாராணசிக்கு அண்மையிலுள்ள சிறிய நிலப் பிரச்சினை தொடர்பானது. பிம்பிசாரரின் கோசல மணப் பெண்ணின் வரதட்சணையாக அவருக்கு அது வந்து சேர்ந்திருந்தது. பிம்பிசாரரின் மரணம் தந்த வருத்தத்தில் அவள் இறந்ததும், அவளது தந்தையான கோசலத்தின் பிரசேனஜித், அந்த நிலக் கொடையை விலக்கித் தன் கட்டுப்பாட்டில் கொண்டுவந்தார். அதனை மீண்டும் கைக்கொள்ள முயன்ற அஜாதசத்ரு முதலில் தோற்றதாகத் தெரிகிறது. வயதான பிரசேனஜித், தன் மகன் ஆட்சிக்கு வந்ததும், மன்றாடுபவராக மகதம் வந்ததும், ஆட்சேபணைக்குரிய நிலத்தின் மீதான அஜாதசத்ருவின் கோரிக்கை அதிகரித்தது. ராஜகிருஹத்தின் மதில்களை அடைந்த வயதான அம்மன்னர், வாயில்கள் திறக்கக் காத்துக்கொண்டிருந்தபோது, ஓய்ந்துவிட்ட நிலையில் இறந்துபோனார். கடந்தகால மாறுபாடுகள் இருந்தபோதும், மகதத்தின் அஜாதசத்ரு இவ்விந்திய லீயரின் நினைவை உரிய விதத்தில் கண்ணியப்படுத்தி, கோசலரைப் பழிவாங்கிட சபதமேற்றான். என்றாலும் அதை நிறைவேற்றக் காத்திருந்தான். அப்போது அவன் இன்னொரு பெரும் நெருக்கடியைச் சமாளிக்க வேண்டியிருந்தது; அதன்பின் சந்தர்ப்பவசமாகக் கோசலப்படையை வீழ்த்தி நன்மையடைந்தான்; ராப்தி நதியின்

வறண்ட படுகையில் முகாமிட்டிருந்த அது திடீர் வெள்ளத்தால் அடித்துச் செல்லப்பட்டது. அதன் பிறகுள்ள விவரணங்கள் குறித்து ஆதாரங்கள் மௌனம் காப்பதால், அஜாதசத்ரு கோசலத்தை வென்றதாகத் தோன்றுகிறது; கோசலம் உடனே ஆவணத்திலிருந்து மறைந்துபோகிறது.

தனது இன்னொரு பிரதான அண்டை வீட்டாரான லிச்சாவி குடியரசுடனான நீட்டித்த போராட்டத்தில் தீர்மானகரமான மகதத்தால் முக்கிய வெற்றியைப் பெற முடிந்தது. எண்ணற்ற லிச்சாவி மன்னர்கள் வாழ்ந்த, தலைநகரம் வைசாலியில் மகதத்தின் வடக்கே குடியரசுகளின் கூட்டமைப்புக்கு லிச்சாவிகள் தலைமை தாங்கினர். தோற்கடிக்கப்பட்ட சாக்கியரைப் பொறுத்தவரை அவர்தம் அலட்சியம், கங்கைப் பள்ளத்தாக்கின் மையப்படுத்தப்பட்ட முடியாட்சிகளின் தொழில்துறை இராணுவங்களுக்கு எதிரான, கிழக்குக் குடியரசுவாத கண சங்கங்களின் 'வீரமன்ன'ரின் இறுதி வாய்ப்பாகப் பார்க்கப்பட்டிருக்கிறது. இங்கே மீண்டும் பிம்பிசாரரின் ஆட்சியில் பிரச்சினை ஆரம்பித்ததாகத் தோன்றி, ஒரு காதல் விவகாரத்தால் பெரிதும் சிக்கலாகியிருக்கிறது.

ஒரு குடியரசில் எதிர்பார்க்கப்படுவது போல, அழகான அம்ரபாலி அல்லது அம்பரபாலி ஓர் இளவரசியல்ல. அரசவையைச் சேர்ந்த அவளின் உடற்கட்டும் தலைசிறந்த திறமைகளும் சேர்ந்து ஒரு தேசியச் சொத்தின் அளவுக்கு உயர்த்தி இருந்தன. பிற குடியரசுகளில் தலைமை நர்த்தகியைத் தெரிவு செய்திட விரிவான போட்டி நடந்தது-வைசாலியிலும் இது நிகழ்ந்திருக்கும். ஆனால் புத்தரின் அர்ப்பணிப்புள்ள எதிர்கால ஆதரவாளர்களுள் ஒருத்தியாக அடக்கத்துடன் இருந்தாள். அவளது அபிமானம் பிரத்யேகமாக 7707 (அல்லது இருமடங்காக 84,000) லிச்சாவி வீர மன்னர்களுக்காக ஒதுக்கப்பட்டிருந்தாலும், பெரும் அரசியல் செல்வாக்கு பெற்று, வைசாலியின் 'முதல் சீமாட்டி' ஆனாள். எனவே, இது லிச்சாவியின் சுயமரியாதைக்குப் பலத்த அடியாயிருந்தது-மகதத்துடன் மோதல் கொண்டிருந்த சூழலில், வைசாலியில் மாறுவேடத்தில் நுழைந்த மகத மன்னர், அம்ரபாலியின் இனிய தோழமையில் ஒருவாரம் கண்டறியப்படாமல் இருந்தார். பிம்பிசாரர் இதற்கான விலையைக் கொடுக்கவேண்டியிருந்தது-லிச்சாவிகள் மகதப் பிரதேசத்தின் மீதான தாக்குதலை அதிகரித்தனர் என்பதுதான் அதற்குக் காரணம்.

இக்கதையின் விவரணங்கள் பிந்தைய திபெத்திய ஆதாரங்களிலேதான் காணப்படுகின்றன. உத்வேகம் கொண்டு

கவிதை புனைந்திடவும் இசை நாடகம் உருவாக்கவும் இது அடிப்படையாயிருந்தது. பிம்பிசாரர் உண்மையிலேயே லிச்சாவிகளின் கோபத்திற்குள்ளாகி இருந்தார். உண்மையிலேயே 'கேடானதும் காயப்படுத்துவதுமான' ஒன்று, பழிவாங்குமாறு அவரது மகன் அஜாதசத்ருவைத் தூண்டியிருக்கும்[6]. அடுத்து நிகழ்ந்த யுத்தம் குறைந்தது பன்னிரண்டு ஆண்டுகள் நீடித்தது. முதலில் அஜாதசத்ருவுக்கும் அவனது சகோதரரில் ஒருவனுக்குமிடையிலான வாரிசுரிமைப் போராட்டத்தால், இது சிக்கலானது. அந்தச் சகோதரர் அங்காவில் (அதன் ஆளுநராக) வளர்ந்து, விலைமதிப்பற்ற முத்தாரத்தை ஒப்படைக்க மறுத்திருக்க வேண்டும். நீரைப் பீய்ச்சி அடிக்கவும், மகதச் சீமாட்டிகள் நீராடியபோது நறுமணம் வீசும் திரவத்தைத் தெளிக்கவும் பயிற்றுவிக்கப்பட்டிருந்த, விலைமதிப்பில்லா யானையினையும் தன்னிடம் வைத்துக்கொண்டான். முத்தாரம்-யானை இரண்டுமே அரசுரிமைச் சின்னங்களாகப் பார்க்கப்பட்டன. அவற்றை அஜாதசத்ரு வைத்திருந்தது அவனது ஆட்சியுரிமையின் நியாயத்திற்கு அத்தியாவசியமானவை. ஆனால், அவனது சகோதரன் அலட்சியம் காட்டினான்; தாக்குதலுக்குப் பயந்து, இறுதியில் வைசாலிக்கு ஓடிப்போய், வெறுத்த லிச்சாவிகளின் ஆதரவைப் பெற்றான்.

இன்னொரு ஆதாரப்படி, பிரச்சினைக்குரியதாய் இருந்தது, நறுமணமிக்க தைலம் கசிந்துவந்த ஒரு மலை; வேறொரு ஆதாரம், கங்கையிலுள்ள தீவு/துறைமுகத்தை-மகத-லிச்சாவி எல்லையாக இருப்பதை முன்வைக்கிறது. வரப்போகும் விரோதங்கள் குறித்து, அஜாதசத்ரு புத்தரிடம் ஆலோசிக்க இருந்தான்; மேலும் பிற்கால பௌத்த விளக்கவுரையாளர்கள் அவற்றைப் பதிவு செய்வது தகும் என்று எண்ணினார். இதனையடுத்து பௌத்த சிற்பிகள் இதனை மேற்கொண்டனர். கி.மு. இரண்டாம் நூற்றாண்டைச் சேர்ந்த பர்கூத் ஸ்தூபியில் (இப்போது கொல்கொத்தா அருங்காட்சியகத்தில்) காணப்படும் அஜாதசத்ரு, மனைவியர் பரிவாரத்துடன் யானை மீது அடக்கத்துடன் அமைதிமிக்கவனாய்த் தெரிகின்றான்; புத்தரின் அரியணை முன் வணங்குகிறான். பர்கூத்தின் நேர்த்தியான மணல் கல்லில் வடிக்கப்பட்டுள்ள இக்காட்சி, இந்தியக் கலையில் மிகச் சீக்கிரமே சித்திரிக்கப்பட்டுள்ள உயரிய வரலாற்று ஆளுமையைக் கொண்டுள்ளது. புத்தர் தனது வடதிசையிலான இறுதிப் பயணத்தில், மன்னரைச் சந்தித்த பிறகு என்றாலும் கங்கையைத் தாண்டும் முன்பு, புதியதொரு மகதக் கோட்டை நிறுவப்பட்டுக் கொண்டிருந்த மனையைக் கடந்து போனார். அஜாதசத்ருவின்

வாரிசு ஆட்சிக் காலத்தில் மகத நீதிமன்றம் அங்கே இடம்பெறும்; மிகவும் பரந்து விரிந்ததும் அலங்கரிக்கப்பட்டதும், இப்போது பாட்னா எனப்படுவதுமான பாடலிபுத்திரம், மௌரியருக்குக் கட்டுப்பட்ட மகதப் பேரரசின் பெருநகரமாகும்.

பாடலி கிராமத்திலுள்ள கோட்டையைத் தன் குழந்தைப் பருவத்தில், லிச்சாவிகளைத் திகைக்கவைக்க முடியாது போயிற்று. ஆரம்பத்தில் யுத்தம் அஜாதசத்ருவுக்கு மோசமாயிருந்தது, சமரசத்திற்கு உடன்பட்டிருக்கலாம். மேலும் உண்டான விரோதங்கள் பாரதப் போரின் எதிரொலிகளையுடைய இரு இதிகாச யுத்தங்களை ஏற்படுத்தின. மதிநுட்பமிக்க பொறியமைவால் அஜாதசத்ரு இவற்றில் வென்றான். பெரும் பாறைகளை வீசியெறியும் கவண் வளர்த்தெடுக்கப்பட்டது, கைகளில் தடியுடன், புலப்படாத உந்து விசையால் இயக்கப்படும், கவசம் பூண்ட மனித யந்திரம் உருவானது-இருபெரும் உலகப் போர்களில் பயன்படுத்தப்பட்ட டேங்குகளுடன் அது ஒப்பிடப்பட்டுள்ளது.[7] இத்திடீர்த் தாக்குதலுக்கு முன்னர், முற்றுகைக்கு ஆயத்தமானவர்களாக லிச்சாவிகள் தம் தலைநகரத்திற்குப் பின்வாங்கினர். வைசாலியின் அரண்களின் முன்னே பீரங்கியால்கூடத் தாக்கத்தை ஏற்படுத்த முடியவில்லை. ஆகவே முற்றுகை நீடித்தது. உளவியல் யுத்தம் நடத்துமாறு அஜாதசத்ரு நிர்ப்பந்தத்திற்கு உள்ளானான். லிச்சாவிகளின் ஆலோசகர்களிடையே தந்திரமிக்க பிராமணனை மறைமுகமாக நுழைய வைத்தோ, நகரின் ராஜகுருவைக் கவர்ச்சிமிக்க வேசியிடம் உறவுகொள்ள வைத்தோ, அவன் தன் எதிரிகளைச் சிதறடித்தான் அல்லது சரணடையுமாறு செய்துவிட்டான். மகதத் துருப்புகள் எதிர்ப்பின்றி வைசாலியைக் கைப்பற்றின, லிச்சாவி குடியரசு இறுதியில் ஒடுக்கப்பட்டது, 7707 மன்னர்களும் கலைந்து போயினர். கி.மு. நான்காம் நூற்றாண்டின் பின்பாதியில் வைசாவியில் இரண்டாம் பௌத்த மாநாடு நடந்தபோது அந்நகரம் மகதத்தின் கட்டுப்பாட்டில் இருந்தது.

புத்தரின் நீண்ட ஆயுளில் இரு ஆட்சிக் காலங்களின் வெளியில், ஒன்றுமில்லாததிலிருந்து கங்கையின் கீழ்ப்பகுதியை, வங்காள விரிகுடாவிலிருந்து நேபாளத்து இமாலயம் வரை விரிந்திருந்த பிரதேசத்துடன் மேலாதிக்கம் செலுத்தும் வகையில் மகதம் வளர்ந்திருந்தது. அஸ்தினாபுரத்தின் குருவம்சத்திற்கு வாரிசாக இருக்கக்கூடிய வாத்ஸ்யா அரசு, கௌசாம்பியில் தலைநகருடன் (அலகாபாத் அருகில்) மேல் கங்கையில் செழித்தோங்கிற்று. நர்மதா நதிக்கரையில் தெற்கே உஜ்ஜயினியை (இந்தூர் அருகில்) அடிப்படையாகக் கொண்ட அவந்தி அரசும் அப்படியே.

கௌசாம்பியும் உஜ்ஜயினியும் தமது அதிகாரப் போராட்டத்தில் ஈடுபட்டிருந்தன. அவ்வப்போது மகதம் இதற்குள் இழுக்கப்பட்டது, அங்கிருந்து அஜாதசத்ருவுக்கு அடுத்து ஆட்சிபுரிந்தோர் ஆதாயம் கண்டனர்-ஆனால் இந்தத் தொலைதூர மண்டலங்களில் மகதத்தின் உயர்நிலை எப்போது அடையாளங்காணப்பட்டது என்பது தெளிவாகவில்லை.

அஜாதசத்ருவுக்குப் பின் மகத வரலாற்றைச் சூழ்ந்திருந்த பெரும் நிச்சயமின்மை, வாரிசு ஆட்சியிலும் நீட்சிகொண்டது. சுமார் கி.மு.380-330க்குமிடையே ஓராண்டில் நடந்த அஜாதசத்ருவின் மரணத்திற்கும் சுமார் கி.மு. 320இல் சந்திரகுப்த மௌரியன் அரியணை எறியதற்குமிடையே, அரண்மனை வஞ்சனைகள், கொலைகள் பற்றியே பிரதானமாக ஆதாரங்கள் பேசுகின்றன. அரியணை அடிக்கடி கைமாறியது, ஒரேவேளையில் ஒன்றுக்கும் மேற்பட்டோர் அரியணை ஏறியதாகக் கூறிக்கொள்கின்றனர். கடைசியில் ஒரு நாவிதரின் மகன் மகாபத்ம நந்தன் அரியணையில் அமர்ந்தான். வைதிகப் புராணங்களின்படி, சத்திரியர் அனைவருக்கும் எதிராகப் பழிவாங்கிட தன் சாதித் தகுதி நிலையைக் குறிப்பிட்டான்-அது ஒட்டுமொத்த அரசியல் அமைப்பின் மீதான யுத்தப் பிரகடனமாயிருந்தது. குறிப்பிடத்தக்க வெற்றிகளும் கிட்டின. கி.மு.326இல் நந்தர் குடும்பம், ஒரிஸ்ஸா மற்றும் மத்திய இந்தியாவின் பகுதிகள் சேர்ந்த, ஒட்டுமொத்த கங்கை பள்ளத்தாக்கு உள்ளிட்ட, பெரிதும் பரந்துவிரிந்த அரசை ஆண்டு கொண்டிருந்தது.

இவ்வெற்றிகளுக்கு மகாபத்ம நந்தனே காரணமாயிருக்கலாம். அவர் 'ஒரு கொற்றக்குடை மன்னர்' என முதலில் விவரிக்கப்பட்டவர். அனைத்திந்திய சக்கரவர்த்தி அல்லது உலக ஆட்சியாளர் என்னும் பௌத்தக் கருத்துடன் நெருங்கிய தொடர்புடையது இக் கருத்தமைவு; அது தனியொரு மன்னனின் கீழ் நிலவுகின்ற அரசியல் அமைப்புகளையெல்லாம் தொடர்புபடுத்துதலுடன் இணைந்தது. தேசபக்தி மிக்க இந்திய வரலாற்றாசிரியர்கள் தேசிய ஒருமைப்பாடு சார்ந்த இந்த ஆரம்ப நிலைச் சான்றினை வலுவாகப் பற்றிக் கொண்டனர்; 'வட இந்தியாவின் முதலாவது பெரும் வரலாற்றுச் சக்கரவர்த்தி' என மகாபத்ம நந்தனைப் போற்றினர். நந்தனின் சொத்தும் சாகசக் கதைக்குரியதாயிற்று; கங்கைப் படுகையில் ஒரு குகையில் புதைக்கப்பட்டிருந்ததாகக் கூறப்பட்டது. அச்செல்வத்தின் பின்னிருந்த கட்டாயக் கப்ப வசூலும் அவப்பெயரும்கூட நினைவுகூரப்பட்டது. அரசப் புரவலர்களிடம் எதிர்பார்க்கப்பட்ட வள்ளல் தன்மை சார்ந்து

பிராமணிய/பௌத்த அபிப்பிராயத்தைப் பெறத் தவறியதால் அது இருக்கக்கூடும்.

நந்தர் குடும்பம் இந்தியாவில் மிகப் பலம்வாய்ந்த ராணுவத்தைக் கொண்டிருந்தது. ஏமாற்றமுற்ற எதிரியால் தரப்பட்ட ராணுவப் புள்ளிவிபரங்கள் மிகைப்படுத்தலுக்கு இடமளித்தன. இருப்பினும், 2 லட்சம் பேரையுடைய காலாட்படை, 2000 குதிரைப்படை, 2000 நான்கு குதிரைகளால் இழுக்கப்படும் ரதப்படை, 3000-6000 வரையிலான யானைகளைக் கொண்ட நந்தரின் ராணுவம், ஆற்றல்மிக்க படையினைப் பிரதிநிதித்துவம் செய்திருக்க வேண்டும். வலுவான கிரேக்க நெஞ்சங்களில் எச்சரிக்கையை ஏற்படுத்தவும் திரேஸிய ஒயின் மற்றும் ஆலிவ் நிறைந்த வீட்டுப் பண்ணையின் இனிய ஞாபகங்களைக் கிளறிவிடவும் அது நிச்சயம் போதுமானது.

மாசிடோனியரின் தலையீடு

மகா அலெக்ஸாண்டரின் இந்திய சாகசம் காவியப் புலமையுள்ள ஐரோப்பியத் தலைமுறையினருக்கு ஆர்வமிக்க விஷயமாக இருந்து வந்தபோதும், இந்திய வரலாற்றாளர்கள் அது பற்றிய விவரிப்பில் அக்கறை கொள்வதில்லை. 'இந்தியா குறித்து வரலாற்று ரீதியிலோ அரசியல் ரீதியிலோ அது மனப்பதிவு எதனையும் ஏற்படுத்துவதில்லை;' பழமையான இந்திய வரலாற்றாதாரங்களில் அலெக்ஸாண்டரைக் குறிப்பிடவே இல்லை.[8] இந்திய வரலாற்றில் அவரது படையெடுப்பைத் தனித்துவப்படுத்திக் கூற எதுவுமில்லை (அப்பட்டமான படுகொலைகளும் வன்மமிகு குரூரங்களும் தவிர)... சின்னஞ்சிறு பழங்குடியினரையும் அரசுகளையும் அடுத்தடுத்து வென்றதுதான் அவரது சாதனையாயிருக்க, அதனை மாபெரும் ராணுவ வெற்றியாகக் கூறவே இயலாது.[9]

இந்தியா மீது படையெடுத்ததல்ல மாறாக இங்கு வந்து சேர்ந்ததே அலெக்ஸாண்டரின் பெரிய சாதனை. முதலில் அவரது தந்தையால் திட்டமிடப்பட்டிருந்த, அச்செமெனிட்களுக்கு எதிரான படையெடுப்பு, புவியியல் ஆய்வாகவே இருந்தது- இதுவரையிலும் கனவுகண்டிராத பிரதேசங்களில் மாசிடோனியர் ஆராய்ந்து அறிந்தனர். இப்போதைய துருக்கியான அனடோலியா. கி.மு. 334இல் வெற்றிகொள்ளப்பட்டது. பாரசீகத்தின் மீது படையெடுக்குமுன், தனது தென்புறத்தைப் பாதுகாத்திட, எகிப்தையும் லிபியாவையும் கைக்கொள்ள, பொனீஸியா

வழியே (சிரியா, பாலஸ்தீனம்) அணிவகுத்துச் சென்றனர். அது கி.மு. 333-332இல். 331-330இல் கடைசி அச்செமெனிட் மன்னர் அவரது நாட்டிலிருந்து துரத்தியடிக்கப்பட, பெர்ஸிபோலிஸ் தகர்க்கப்பட்டது. 25 வயது அலெக்ஸாண்டர் உலகின் மிகப்பெரிய பேரரசின்-காந்தாரம், 'இந்தியா' உள்ளிட்ட கிழக்குப் பிரதேசங்கள் தவிர்த்து-நாயகனாயிருந்தார்.

அச்செமெனிட் ராணுவத்தில் இந்தியத் துருப்புகள் இன்னும் பணியாற்றினாலும், காந்தாரமும் 'இந்தியா'வும் நேரடியான அச்செமெனிட் ஆட்சியிலிருந்து கி.மு. நான்காம் நூற்றாண்டின் மத்தியில் நழுவிப்போயின. அலெக்ஸாண்டரைப் பொறுத்தவரை, ஒரு காலத்தில் இப்பிரதேசங்கள் பாரசீகத்துக்கு உரியனவாய் இருந்தன; டேரியஸையும் ஸெர்ஸெயையும் விஞ்சுவதற்கு அவற்றை அவன் எடுத்துக்கொள்ள வேண்டும். முதலில், இன்னொரு நீண்ட மாற்றுவழி தேவைப்பட்டாலும், இம்முறை அது அவரது வடப்பக்கமாய் இருந்தது. கி.மு. 329-328இல் வடகிழக்கில் அரகோஸியாவில் (ஆஃப்கானிஸ்தான்) நுழைந்து, அதன்பின் இந்துகுஸ் மலைகளின் பனி, ஆக்ஸஸ் நதியின் சுழல் ஸோக்தியாவின் (உஸ்பெகிஸ்தான்) முரட்டு நிலங்களை அடுத்தடுத்துக் கடந்து போனார். பின்னர் சாமர்கண்டைத் தாண்டியுள்ள தொலைதூரத்து ஜாக்ஸர்டஸில் அச்செமெனிட்களின் மத்திய ஆசிய எல்லைப் புறத்தைத் தனதாக்கினார். காபூலுக்குத் திரும்பி 50,000 படை வீரர்களைத் திரட்டி இந்தியாவின் வடமேற்கு எல்லைப்புறத்தைத் தாண்டிட கி.மு.327 வரை அவர் ஆயத்தமாயில்லை.

டேரியஸ், ஸெர்ஸெஸின் பேரரசுகளை மட்டுமின்றி ஹெராக்ளிஸ், டையோனிஸஸின் புராண காலப் பிரதேசங்களையும் வென்றுவிடும் தீர்மானம் கொண்டிருந்த அலெக்ஸாண்டர், பெறமுடியாததாகக் கருதப்படும் ஏசுவின் குருதிக் கலய பாணியில் தன் முன்னேற்றத்தைக் கண்டதாகத் தெரிகிறது. பூமி சார்ந்த பேரரசின் அறுதி வரம்பான 'பெருங்கடலை' அவர் தேடினார். இது குறித்த அறிவின் மூலம், புத்தருடையதிலிருந்து இது வேறுபாட்டிலிருந்தாலும், ஒருவித ஞானத்தில் அபிலாஷைகொண்டிருந்தார்-அது மேற்கத்திய ஆராய்ச்சி அறிவின் பொருளற்ற தொடராகும். மிகவும் குரூரமாக, அப்பட்டமான அழியாமையில் அவர் ஆசை கொண்டிருந்தார். அலெக்ஸாண்டரின் வாழ்க்கை வரலாற்றாளர்களில் மிகச் சிறந்தவர் அவரது குறிக்கோள்களுக்குச் சற்று கற்பனை அவசியம்' என்கிறார்.அலெக்ஸாண்டரின் சகாக்களில் ஒருவர் 'அலெக்ஸாண்டர் எப்போதும் இன்னும் இன்னும் என்னும்

நெருக்கடியில் இருந்தார்' என்று குறிப்பிட்டதையும் மேற்கோள் காட்டுகிறார்.[10]

இந்தியா வழங்கியது மேலதிகமாய் இருந்தது. அலெக்ஸாண்டரது வீரதீரம் குறித்த செய்தி கடல் அலையென அவருக்கு முன்னே அடித்துச் சென்று, எதிர்ப்பை முறியடித்து, அவரை உள்வாங்கிக்கொண்டது. அச்செமெனிட்களிடமிருந்து அணி மாறிய இந்திய வீரர்கள் அவருக்குச் சேவை புரிய ஆயத்தமாகி, வழிவிட்டு நின்றனர்; உள்ளூரின் அதிருப்தியாளர்கள் ஆதரவு தருவதாக வாக்குறுதி அளித்தனர், யானைகளை வழங்கினர்; குறுநில அரசுகள் அவரது நட்பை நாடின. பிந்தையவற்றில் பிரதானமான தலைவராகக் கிரேக்கர்களால் 'ஓம்பிஸ்' அல்லது 'டக்ஸிலெஸ்' என்றறியப்பட்டிருந்தார். பிந்தைய பெயரைக் குறிப்பிடுவது தட்சசீலத்தின் ஆட்சியாளரை-சிந்துவுக்கும் ஜீலத்திற்கும் இடையில் பெரிய நகரமாகக் கருதப்படுவது அவருடையது; பாணினியின் இலக்கணத்தில் பின்னிணைப்பாக உள்ள ஒரு சந்தர்ப்பவசமான குறிப்பினால், அம்பி-மற்றபடி இந்திய மரபில் ஒரு புதிரான ஒருவர் என அடையாளங்காணப்படுகிறார்.

இந்திய மன்னன் ஒருவன் துரோகியானது குறித்த முதலாவது பதிவு செய்யப்பட்ட எடுத்துக்காட்டு[11], தட்சசீலத்தின் அம்பி மீதான கடுமையான தீர்ப்பாகத் தோன்றுகிறது. அலெக்ஸாண்டர் தன் துருப்புகளைப் பிரித்துக்கொள்ள, ஒரு பாதி எதிர்ப்பின்றி காபூல் நதியின் கீழேயும் கைபர் கனவாயின் ஊடேயும் அணிவகுத்துச் செல்ல, எஞ்சிய துருப்புகளுக்கு அவரே தலைமை தாங்கி, வடக்கு வழியில் குளிர்கால மலைகளின் வாயிலாக ஸ்வாட்டுக்குச் சென்றார். அங்கே, ஆவோர்னோஸ் (பிர்-கிஇ-சர்) கோட்டை என்னும் ஊடுருவ முடியாததாகக் கருதப்படும் கோட்டையின் பைன் மரக்காடுகளுக்கு இடையே, மலைவாழ் மக்களிடம் மோசமானதும் போற்றத்தக்கதுமான தோல்விகளில் ஒன்றை இழைத்தார். கி.மு. 326 வசந்தத்தில் சமவெளிக்குத் திரும்பியதும், சிந்துவைத் தாண்டி, தன் எஞ்சிய துருப்புகளுடன் இணைந்துகொள்ள மாசிடோனியாவின் கீர்த்தி உயர்ந்தது.

இயற்கைப் பாதுகாப்பு அரண்களன்றி, வணிகத்தின் மீதும் புலமையின் மீதும் அமைந்த நகரம், சந்தர்ப்பத்தைச் சார்ந்திருக்க முடியாது. தட்சசீலம் அச்செமெனிட்களுக்குத் தப்பிப் பிழைத்திருந்தது, உண்மையில் அச்செமெனிட்களது நகரின் பகுதியாயிருந்தது. அதே வழியில் கிரேக்கர்களைச் சமாளிக்க முடியும். அலெக்ஸாண்டர் சிந்துப் பகுதிக்குள் இறங்கியதும்,

மகா அலெக்ஸாண்டரின் படையெடுப்பு (கி.மு. 327-326)
N
Oxus (Amu Darya)
S O G D I A
Balkh
Kunduz
B A C T R I A
Aornus
Kabul
S W A T
Khyber Pass
Attock
Taxila
Kingdom of Porus
Kingdom of Ambhi
Ghazni
A R A C H O S I A
Kandahar
Helmand
Indus
Jhelum
Chenab
Beas
Satlej
MALLI
P R A S I A N E
Thar Desert
G E D R O S I A
A B H I R A S
Arabian Sea
0 km 200
யுத்த களம்
மகா அலெக்ஸாண்டரின் வழித்தடம்
2000 மீ.களுக்கும் அதிகமான நிலம்
இந்தியக் குடியரசின் எல்லை

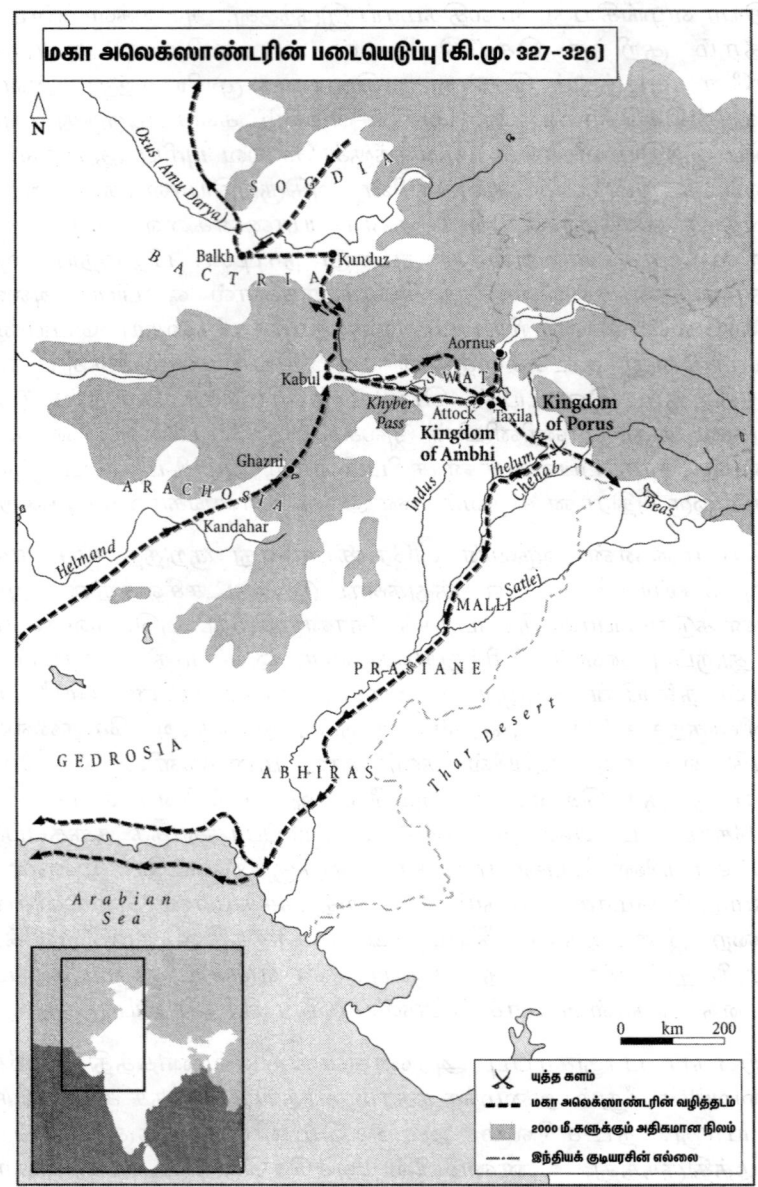

ஆயிரக்கணக்கான ஆடுமாடுகளும் அதுபோலவே யானைகளும் வெள்ளியும் தனக்காகக் காத்திருந்ததைப் பார்த்தார். தனது புகழ்பெற்ற நகரின் அழிவையும், தொலைதூர சந்ததியினரின் பாராட்டையும் தவிர வேறெதனையும் எதிர்ப்பு மூலம் பெற முடியாத அம்பி கவனத்துடன் நடந்துகொண்டான். அலெக்ஸாண்டர் அவனை ஆளுநராக்கி, அவனது தாராளத்திற்கு தயாளத்துடன் திருப்பியளித்தான்.

அப்போது தட்சசீலத்தின் பிரதேசம் சிந்துவிலிருந்து ஜீலம் வரை அளவாகப் பரவியிருந்தது. அதற்கப்பால், ஜீலம்-சீனாப்பிற்கிடையே, பஞ்சாபின் அடுத்த துண்டுப் பகுதியை ஆக்கிரமித்துக்கொண்டு, 'போரஸ்'இன் அரசு படையெடுப்பாளரின் வழியோரம் இருந்தது. இந்திய மரபு போல் கிரேக்க மரபிலும் அம்பி என்னவாக இல்லையோ, அதுவாக போரஸ் இருந்தார். பெருமிதத்துடன் பயமின்றியும் கம்பீரத்துடனும் பிரம்மாண்ட மனிதரான அவர், புரூரவ வம்சாவளியினராக இருக்கலாம்-புரூரவ வம்சம் வேதகாலப் பரதர்களுக்குச் சற்றுக் குறைந்த தனிச்சிறப்புடையதாக இருந்திருக்கும். தன்னைச் சந்தித்துக் கப்பம் கட்ட வருமாறு பிற ஆட்சியாளர்களுடன் சேர்ந்து அவருக்கு அழைப்பாணை அனுப்பினார். சந்திப்பை வரவேற்று அதற்கான இடம் போர்க்களம் என்று தெரிவித்தார் போரஸ்.

பருவமழை ஏற்கெனவே தொடங்கியிருந்த போதும், தன் வாக்கின்படி, ஜீலம் நதிக்கரையில் போரஸ் தன் படைகளைத் திரட்டினார். இயல்பாகப் பருவமழை எல்லாப் போர்களையும் இந்தியாவில் முடிவுக்குக் கொண்டுவந்துவிடும். இந்திய வீரர்கள், மழையில் போரிடும் பயிற்சி சரிவர இல்லாதவர்கள்; ஜீலத்தின் வெள்ளம் எதிரியை நிறுத்திவிடும் என போரஸ் நம்பினார். ஆறுகளைத் தாண்டுவதில் பழக்கமுடைய அலெக்ஸாண்டர், படகுகளை அமர்த்திக்கொண்டு, தான் தாண்டுமிடம் எது என்பதில் எதிரியை ஏமாற்றி, இடைவிடாத மழையில் அடுத்த கரையை அடைந்துவிட்டார். அடுத்து நடந்த யுத்தம் ஒரு சம்பிரதாயமே தவிர்த்து வேறொன்றுமில்லை. போரஸின் ரதங்கள் சகதியில் மாட்டிக்கொண்டன, தம் பிரம்மாண்ட வில்களுக்கு வேலையில்லாது வில்லாளிகள் தவித்தனர், இருந்தும் இந்தியப் படை வீரமாகப் போரிட்டது, ஈட்டி தாங்கிய யானைப்படை வீரர்கள் போர்க்களத்தில் கம்பீரமாய் இயங்கினர். ஆனால், அலெக்ஸாண்டருக்கு யானைகள் பற்றிப் போதுமான அளவு தெரியும். அவரது தந்திரங்கள் ஈடிணையற்றவை; அவரின் குதிரைப்படை இலகுவாக

எதிரிகளை விஞ்சியது. போர் மூண்டுகொண்டிருக்க, சிறியதொரு பகுதிக்குள் வளைக்கப்பட்டிருந்ததை இந்தியப் படை உணர்ந்தது. மதங்கொண்ட யானைகள் இப்போது நண்பனையும் எதிரியையும் நசுக்கின, ஒன்றே போல. ஓய்ந்துவிட்டதும் எதிரியிடமிருந்து பின்வாங்கி முழங்கிக்கொண்டே இருந்தன. கவசம் தாங்கிய மாசிடோனிய காலாட்படை கொலை வெறியுடன் பாய்ந்தது. எதிரித் தரப்பில் இருந்த அனைவரும் கிடைத்த இடைவெளியில் தப்பி ஓடினர்.

காயம்பட்டும் போரிட்டுக்கொண்டிருந்த போரஸ் கைதானார். 'எப்படி நடத்தப்பட விரும்புகிறார்?' என்னும் அலெக்ஸாண்டரின் கேள்விக்கு 'ஒரு மன்னருக்கு உரிய தகுதியுடன்' என போரஸிடமிருந்து பதில் வந்தது. அச்சூழலில், அசாதாரணமான விதத்தில் உன்னதமும், பயமின்றியும் வந்த வேண்டுகோளாக அது கிரேக்கருக்கு ஒலித்தது. போரஸை மன்னராக அமர்த்தி, அடுத்து அவரது பிரதேசங்களை அதிகப்படுத்திய அலெக்ஸாண்டர் தயாளத்துடன் நடந்துகொண்டார். ஆனால், போரஸின் வார்த்தைகள், மகாபாரதத்தில் அர்ஜுனனுக்கு உபதேசித்த கிருஷ்ணனின் உத்தேசத்தைக் கொண்டிருக்கும். ஒவ்வொருவரும் அவரவர் தர்மத்தின்படி வாழவேண்டும்; போரிட்டு அதன் விளைவுகளைத் தாங்கிக்கொள்வது சத்ரிய தர்மம். அலெக்ஸாண்டரின் இரக்கத்தை போரஸ் கோரவுமில்லை, இறையாண்மையின் சகோதரத்துவத்தை எதிர்பார்க்கவுமில்லை; அவர் வெறுமனே தன் தர்மத்தைக் கூறினார்.

விரிவான கொண்டாட்டங்களுக்குப் பிறகு, பஞ்சாபின் ஆறுகளின் அமைப்பின் ஊடே கிழக்கிலும் தெற்கிலும் மாசிடோனியர் நகர்ந்தனர். மழை நின்றிருக்க, நிலம் மலர்ச்சி கொண்டிருந்தது. அவர்கள் சீனாபையும் அடுத்து ரவியையும் தாண்டினர். எண்ணற்ற 'நகரங்கள்' சரணடைந்தன, குடியரசுவாத கண-சங்கங்கள், குறுகிய காலமே நீடித்த எதிர்ப்பைக் காட்டின. 'எதிர்கொள்ள எதிரி இருக்குமட்டும் போருக்கு முடிவில்லை' என்பது அலெக்ஸாண்டருக்கும் புலப்பட்டது. மகதத்தின் நந்தர்கள் தலைமையிலான பெரும்படையினர் இப்போது போரிடுகின்ற அணிக்குள் ஊடுருவி வருவதாக வதந்திகள் கிளம்பின. மேலும் முன்னேறிச் செல்லவேண்டும் என்னும் அலெக்ஸாண்டரின் ஆர்வத்தை இத்தகவல் ஊக்குவிக்கவே செய்தது. சிந்துவை விடவும் வல்லமைமிக்க கங்கை, உலகின் கோடியிலுள்ள கடலுக்குக் கொண்டு வந்து சேர்க்கும். அதன் சமவெளி அதீத வளமானது, அதன் மக்கள் அதிசயமான விவசாயிகள் மற்றும் தீரமிகு

போராளிகள் ஆவர். அதன் அரசாங்கங்கள் நாகரிகத்துடன் சீராக இயங்குபவை. அதுமட்டும் இல்லாமல் இன்னும் கீர்த்திமிகு ஆட்சிப் பிரதேசத்தைப் பெற்றிடும் வாய்ப்புக்கு அலெக்ஸாண்டர் முற்றுப்புள்ளி வைத்தார்.

ஆனால், அவரது படைவீரர்களுக்கு அதில் உடன்பாடில்லை. இந்தியாவுக்கும் பாகிஸ்தானுக்குமிடையே லாகூருக்கு அண்மையில் அவை தாண்டி வந்தன. அதன்பின் அமிர்தசரஸுக்கு அருகே, ஐந்து நதிகளில் நான்காவதான பியாஸை அடைந்தன. இம்முடிவுறா நிலத்தில், உடைகளெல்லாம் வெள்ளையும் சருமங்கள் கருப்பாயும் இருக்க, தளபதியுடன் பலப் பரிட்சையில் இறங்க அது நல்ல இடமாக இருந்தது.

அலெக்ஸாண்டர் கலக உணர்வை உணர்ந்துகொண்டார். தன் படைவீரர்களின் கடந்தகால விசுவாசத்தைப் போற்றி, பின்வாங்கலின் விளைவுகளுக்கு அழுத்தம் அளித்தார். அவர்களிடமிருந்து விடுபடுவது சிரமமானது. வெற்றிகளின் அலை இப்போது தணிவதாக இருப்பின், தம் பாதங்களின் கீழுள்ள மணல் உறிஞ்சப்பட்டுவிடும். புது நண்பர்கள் அவர்களது விசுவாசத்தைப் பரிசீலிப்பார்கள், பழைய எதிரிகள் தம் சந்தர்ப்பத்தைப் பயன்படுத்திக் கொள்வார்கள். போரஸின் ஓய்ந்துபோன யானைகளைப் போல, வெற்று அலட்சியத்தை முழங்கியபடி, கிரேக்கர்கள் ஏவுகணைகளின் மத்தியிலே பின்வாங்கிச் செல்வார்கள்.

ஆனால், எட்டு ஆண்டுகளாகப் படையெடுப்பில் இருந்தவர்களுக்கு இத்தகைய வாதங்கள் இசைவாக இல்லை. அவர்கள் டைக்ரீஸில் சிந்துவில், நைலில், யூப்ரடீஸில், ஆக்ஸஸில் ஜாக்ஸர்டெலிஸ் குனிந்திருந்தனர். 25000 கி.மீட்டருக்கு மேலாகப் பாலைவனம், மலை, ஸ்டெப்பி புல்வெளி, வயல் என நடந்து வந்திருந்தனர். வெற்றி, கொள்ளை, கீர்த்தி, புதுமை என்பவற்றை நிறைவாகப் பெற்றிருந்தனர். மரியாதையுடனும் பாசத்துடனும் தம் தலைவர் கூறியதைக் கேட்டு நெகிழ்ந்தாலும் தம் நிலைப்பாட்டில் உறுதிகாட்டினர்.

தன் நாயகன் அக்கிலஸைப் போல அலெக்ஸாண்டர் தன் கூடாரத்தில் ஒதுங்கினார். மூன்று நாள் பிணக்கு அவர்களது உறுதிப்பாட்டில் தாக்கத்தை உண்டு பண்ணவில்லை, அப்போது ஆற்றில் பாதுகாப்பான வழித்தடத்திற்காக மேற்கொள்ளப்பட்ட பலி, கெட்ட சகுனங்களையே தந்தன. கடைசியில் பின்வாங்கும் அறிவிப்பை வெளியிடுவது தவிர்த்து அலெக்ஸாண்டருக்கு வேறு

வழியில்லாமல் போயிற்று. பியாஸின் கரைகள் விடுதலையின் குதூகலத்துடன் வெள்ளத்தில் எழுந்தன; பலர் அழுதனர் என்றாலும் அனைவரும் ஆனந்தமடைந்தனர். அலெக்ஸாண்டர் தோற்றது ஒருமுறையே-அதுவும் அவரது வீரர்களாலேயே.

தன் வெற்றிகளை முடித்துவைக்கவும் தன் ஆய்வுகளை நிறைவு செய்திடவும், தன் தோல்வியை மறைக்கவும் அலெக்ஸாண்டர் ஜீலம்-சிந்துவில் நீந்தி கடலினை அடைந்துவிட விரும்பினார். கப்பல்கள் தயார்நிலையில் இருந்தன, கி.மு. 326இன் இறுதியில் கப்பலில் பயணித்தார். ஆற்றுப் பயணம் ஆறு மாதங்கள் நீடித்தது. எண்ணற்ற ஆற்றோர மக்களிடமிருந்து கடும் எதிர்ப்புகள் வந்தன, அவற்றில் சிலர் தோராயமாக அடையாளங் காணப்பட்டனர், அவர்கள் பிராமணச் சமுதாயத்தைச் சேர்ந்தவராயிருந்தனர். இந்நகரியங்களில் சில சந்தேகத்திற்கிடமின்றி ஆக்கிரமிக்கப்பட்ட பகுதிகள்-அவற்றின் அருகே ஹரப்பா நகரங்கள் 1500 ஆண்டுகளாக வண்டல் சார்ந்த ஞாபக மறதியின் கூட்டுக்குள் இருந்தன.

'மல்லோயு'டனான மோதலில் அலெக்ஸாண்டரோ கடுமையாகக் காயம்பட்டார். மார்பில் அம்பொன்று தாக்கி, அது நுரையீரலில் துளையிட்டிருக்க வேண்டும். என்றாலும் ஒருவாறு தேறினார். நந்தர்களின் பெருங்கூட்டத்துடனான சண்டையைக் கைவிடுவதன் ஞானம் தெளிவாக நிகழ்த்திக் காட்டப்பட்டது; அப்படியே பின்வாங்குதலின் அபாயங்களும். கி.மு. 325 செப்டம்பரின் கிரேக்கப்படை வருத்தங்களின்றி சிந்துவிலிருந்து அரபிக் கடலுக்குப் பயணித்தது. இதற்கிடையே, எஞ்சியோருக்குத் தலைமை தாங்கிய அலெக்ஸாண்டர் மேற்கில் நடத்திச் சென்று, ஜெட்ரோஸியாவின் (மக்ரான்) பாலைவனக் கடற்கரையோரம் மரண அறிவிப்பு எனப்பட்டதை பாபிலோனுக்கு இட்டுச் சென்றார். இந்தியாவுக்குத் திரும்புவது பற்றியும் புதுத் துருப்புகளுடன் அணிவகுப்பைத் தொடர்வது குறித்தும் இறுதி வெற்றியை அடைவது குறித்தும் இன்னும் பேச்சு இருந்தது. ஆனால் அதிலும் வேறு விஷயங்கள் தலையிட்டன. இரண்டாண்டுகளுக்குள் பாபிலோனில் நடந்த மாபெரும் விருந்துக்குப் பிறகு இரைப்பை புற்றுநோயால் அவர் இறந்துபோனார்.

சிந்துவைத் தாண்டியுள்ள நிலம் குறித்த பெரிதும் வளமான மேற்கத்திய படிமம் இந்தியாவிலிருந்து அவருடன் சென்றிருந்தது. கிழக்கின் மீது அவர் திறந்துவிட்ட சாளரத்திலிருந்து தூதுவர்கள் கடந்து சென்றனர், கருத்துகள் பிரகாசித்தன, வேவு பார்க்கும் கண்கள் ரகசியம் காக்கும். ஓம்பிஸ், ஆவோர்னோஸ், போரஸ்,

மல்லோய் மற்றும் உடன் ஹெல்லனியமயமாக்கப்பட்ட ஆளுமைகளும் இடங்களும் கூட அவருடன் சென்றிருந்தன. தரைவிரிப்பின் ஒரு கோடியைத் திருகி, அதன் பரப்பினை வெளிக்காட்டாதபடியும் அதன் அரசியல் கட்டமைப்பைச் சிக்கலாக்காதபடியும் படையெடுப்பு தலையிடலுக்கு மேலாக ஒன்றுமில்லாததாய் இருந்தது.

அலெக்ஸாண்டருடன் 'காலன'ஸும் சென்றிருந்தார்- இந்தியாவிலிருந்து முதலில் குடிபெயர்ந்தவராக, நினைவு கூரத்தக்கவராக, ஒரு பெயரும் இடமும் தரப்படவேண்டியவராக இருக்கிறார் இந்த காலனஸ். தட்சசீலம் அருகே ஒரு துறவியம் கூட்டம் முகாமிட்டிருந்தபோது, அந்நகரில் தன்னைச் சந்திக்க வருமாறு அலெக்ஸாண்டர் விடுத்த கோரிக்கையை காலன்ஸ் ஏற்றார், அதன்பின் அவருடன் மேற்கே சென்றார். பாரசீகத்தில் தன் புரவலரது இறப்புக்கு முன்னே நிகழ்ந்த அவரின் மரணம் பரபரப்பை ஏற்படுத்தி இருக்கும்.

காலனஸின் சித்தாந்த நிலைப்பாடு தெளிவாகத் தெரியவில்லை. தட்சசீலத்திலிருந்த அவரது சகாக்களில் ஒருவர் குறிப்பிட்டபடி, விளக்கவுரையாளர்களாகிய சுவரினூடே ஒருவரது தத்துவத்தை விளக்குவது 'சகதியினூடே தூய நீரைப் பாய்ந்து வருமாறு' கேட்பது போன்றதாகும். காலனஸும் அவரது சகாக்களும் நிர்வாணிகள்- இதனை எந்தவொரு கிரேக்கனும் ஏற்கமாட்டான்; அவர்கள் நிக்ராந்தர்களாக அல்லது சமணர்களாக இருக்கவேண்டும். எல்லா வடிவங்களிலுமான வாழ்வின் மதிப்பிலிருந்துதான் சமணத்தின் நிர்வாணம் வற்புறுத்தப்படுகிறது. ஆடைகளில் மறைந்துள்ள புழு, பூச்சிகளை அணிபவர் நசுக்கிவிடக் கூடும் என்பதால் ஆடைகள் விலக்கப்படுகின்றன. அதுபோலவே மடிந்துகொண்டிருப்போரே உண்மையில் மடிவர் என்பதால் மரணம் எதிர்கொள்ளப்படவேண்டும். ஆதலின் தம் வாழ்வை முடித்துக்கொள்வதில் முனைப்புள்ள சமணர்கள் பட்டினி கிடந்து மடிவர். இருந்தும் வயதேறியவரான காலனஸ், தன் சிதையில் தன்னை எரியூட்டிக்கொண்டார். கிரேக்கரின் பார்வையில் இது அசாதாரணமான தியாகமாக இருந்தாலும், சாதாரண புழு, பூச்சிகளைத் தவிர்க்க முற்படுவோருக்கு இது கவனமற்ற நடவடிக்கையே. பாரசீகக் குளிர், நிமோனியா காய்ச்சலைத் தராவிட்டாலும், குளிரைத் தந்துவிடவே, காலனஸ் தான் பிரச்சினைக்குரியவராகிவிடுவதை விட மடிவதே சிறந்தது எனத் தீர்மானித்தார். அலெக்ஸாண்டரால்கூட அவரைத் தடுக்க முடியவில்லை. பாரிய ஊர்வலத்தைத் தகன இடத்திற்கு இட்டுச்

சென்று, சிதையின் மீது அவ்வளவு அலட்சியத்துடன் கிடந்தார். தீக்கொழுந்துகள் அவரது சதையைத் தின்னும் போதும் இந்தத் தோற்றம் அவரிடம் நீடித்தது.

இதனால் உலுக்கியெடுக்கப்பட்ட கிரேக்கர் அவரைக் கண்ணியப்படுத்தும் விதத்தில் தம் துயரங்களை ஒரு மது வெறியாட்டத்தில் மூழ்கடித்தனர். காலனஸ் யாரையும் மதம் மாற்றவில்லை, ஆனால், நிறைய நண்பர்களைப் பெற்றார். இந்தியாவின் முதல் பண்பாட்டுத் தூதர் என்னும் ஆழ்ந்த மனப்பதிவையும் விட்டுச் சென்றார். இந்தியாவைக் குறித்த மேற்கத்திய படிமத்தில் *Gymnosophists* (நிர்வாண தத்துவவாதிகள்) என்பது ஒரு நிலைத்த விஷயம். பித்தகோரஸைப் பின்பற்றியவர்களைப் போல, அவர்களும் புலனொடுக்கத்தை ஆதரித்தனர்; மறுபிறவி, ஆன்மா கூடுவிட்டு கூடுபாய்தலை நம்பினார். மிலனின் சிசரோ, லூஸியன், அம்ப்ரோஸ் என எல்லோரும் காலனஸ் மற்றும் அவரது நிர்வாணத் தோழர்கள் பற்றி எழுதினர். மிகவும் பிற்பாடு, கடும்துறவின் அடையாளமாக, இந்தியாவின் நிர்வாணத் தத்துவவாதிகள் கிராம்வெல்லிய அடிப்படைவாதிகளால் போற்றப்படுபவர்களாக இருந்தனர். இன்னும் பிற்பாடு, சொல்லப்போனால் அனுபூதியாளராக, குருக்களாக, மகரிஷிகளாக ஆன்மிக ரீதியில் வறிய மேற்கத்திய வாடிக்கையாளருக்குச் சேவைபுரிய மீண்டும் அவர்கள் இங்கு வருவார்கள்.

5

புகழ்பெற்ற மௌரியர்

கி.மு. சுமார் 320-200

உத்வேகத்தின் தெறிப்புகள்

அலெக்ஸாண்டருடன் கிழக்கில் அணிவகுத்து வந்தவர்களில் பலரும் தம் பயணங்கள் பற்றி எழுதினாலும் சமகாலத்தில் மற்றவர்களும் சற்று நெருக்கமானவர்களும் அலெக்ஸாண்டரது வாழ்வையும் அவரது சாகசங்களின் மீதமைந்த புவியியலையும் எழுதித் தொகுத்தாலும், எதுவும் எஞ்சியிருக்கவில்லை. இப்பதிவுகள் ரோமானிய காலகட்டத்தில் நடப்பில் இருந்தாலும், கி.பி. முதலாம் நூற்றாண்டின் வாழ்க்கை வரலாற்றாளர் புளூடார்க் மற்றும் இரண்டாம் நூற்றாண்டைச் சேர்ந்த ராணுவ வரலாற்றாளர் அர்ரியன் உள்ளிட்ட எழுத்தாளர்களால் பயன்படுத்தப்பட்டபோதும், இவை உள்ளபடியே தாக்குப்பிடித்துள்ளன. அலெக்ஸாண்டர் குறித்து தம் வாழ்க்கை வரலாறுகளை எழுதிட இவை எப்போதும் ஒத்துப்போவதில்லை; பிற்பட்ட ஆதாரங்களிலிருந்து சேகரித்த துண்டுதுணுக்கான தகவல்கள் கவனமின்றி சேர்க்கப்படுகின்றன; இந்தியாவை விவரிக்கையில், அதியற்புத வதந்தியையே பேசுகின்றன. ஹெரோடட்டஸின் பொன் தோண்டும் எறும்புகளுடன் இப்போது யானைக் காதுகளுடைய மனித உருவங்களின் காட்சிக் கூடம் சேர்க்கப்பட்டிருக்கின்றது. அவ்வுருவம் குடையாகப் பயன்படுத்திக்கொள்ள ஒரு பாதமோ ஒரு கண்ணோ போதுமானதாயிருக்க, வாயில்லாமலிருக்கும்.

சிறுசிறு விலகல்களை ஒதுக்கிவிட்டால், இப்பதிவுகள் அலெக்ஸாண்டர் கிளம்பிய பிறகான புது வட இந்திய வம்சத்தின் எழுச்சிக்கான ஆதார அம்சங்களை அளிக்கவே

செய்கின்றன. கிரேக்க-ரோமானிய 'காவிய'ப் பேரரசுகள் போன்று சிறப்புமிக்கதாகவும் அது இருந்துள்ளது; அரசியல் நாணயம்-தார்மிகப் புனர்ஜென்மத்தின் எடுத்துக்காட்டாய் இந்தியாவுக்குச் சேவை புரிந்துள்ளதால் அத்தகுதி கிடைத்துள்ளது.

கி.மு. 326இல் அலெக்சாண்டர் பஞ்சாபில் இருந்தபோது கங்கை மண்டலத்தை 'அக்ராமெஸ்', 'ஸாண்டரமெஸ்' ஆட்சி புரிந்ததாகக் கிரேக்க-ரோமானியப் பதிவுகள் தெரிவிக்கின்றன. அவனுடைய பிரம்மாண்டப் படையைக் கண்டு அலெக்ஸாண்டரின் துருப்புகள் திகைத்து நின்றன; அவனது தந்தை, தாழ்ந்த நிலை நாவிதனின் மகனாயும் அரசவையினைச் சார்ந்தவனாயும் இருந்தவன்; பாடலிபுத்திரத்தைத் தலைநகராய்க் கொண்டு ஒரு வம்சத்தை ஆரம்பித்தவன். ஆக 'ஆண்ட்ராமெஸ் ஒரு நந்தனாக இருக்கவேண்டும் மகாபத்ம நந்தனின் மகன்களில் மிக இளையவனாகவும் அவன் இருக்கக்கூடும். வழக்கத்திற்கு மாறாக, நந்தர் ஆட்சி இரு தலைமுறைகளே நீடித்தது, அவனே கடைசியில் இடம் பெற்றவன் என்னும் புராணங்களின் குறிப்புடன் கிரேக்க-ரோமானியப் பதிவுகள் ஒத்துச் செல்கின்றன. புகழ்பெறாமலும் மோசமாக ஆவணப்படுத்தப்பட்டுமிருந்த இரண்டாம் நந்தன், அதன் பின்னர் தூக்கி எறியப்பட இருந்தான்.

புளூடார்க்கைப் பொறுத்தவரை, மகத ஆட்சியை வரவழைத்திடும் நபரை அலெக்ஸாண்டர் உண்மையில் சந்தித்திருந்தார். அவனது பெயர் ஸாண்ட்ரகொட்டோஸ் (இலத்தீனில் *sandracottus*), கி.மு. 326இல் அவன் தட்சசீலத்தில் இருந்தான், அநேகமாகப் படித்துக்கொண்டிருந்தவன்; தட்சசீலத்தைப் புகலிடமாக்கி, நந்தர் அதிகாரத்திற்கு எதிராகக் கலகம் புரிந்திட ஆயத்தமாகிக் கொண்டிருக்க வேண்டும். இந்திய மரபில் இத்தகைய நபரே இல்லை; புராணங்களில் வரும் அடுக்கடுக்கான மன்னர் பட்டியலில் 'ஸாண்டரமெஸ்' என்றொலிக்கும் பெயரே இல்லை. இதர கிரேக்க ஆதாரங்களிலிருந்து, குறிப்பாகச் சுமார் கி.மு. 300இல் இந்தியாவுக்கு வருகை புரிந்த மெகஸ்தனிஸின் பதிவுகளிலிருந்து, ஸாண்ட்ரோகொட்டோஸ் என்னும் பெயருடையவர் கங்கைச் சமவெளியில் ஆட்சிபுரிந்தது தெரிகிறது; ஆனால், அவர் எந்த இந்திய மன்னனைக் குறிக்கின்றார், பாடலிபுத்திரத்திலிருந்து ஆண்டாரா அல்லது புளூடார்க் குறிப்பிடுகின்ற *sandrokottes* தானா என்பது இன்னும் தெளிவாகவில்லை. போரஸ், ஓம்பிஸ் போல, ஸாண்ட்ரகொட்டோஸ் சிறிய நபராயிருக்க வேண்டும் அல்லது கிரேக்க ஒலிபெயர்ப்பில் அடையாளம் தெரியாததாகப் பதியப்பட்டு இருக்கவேண்டும்.

கீழைத்தேய ஆய்வுகளின் தந்தையும் இந்திய-ஆரிய மொழியியலின் முன்னோடியுமான சர் வில்லியம் ஜோன்ஸ்தான் இன்னொரு உத்வேகப் பொறியில் ஸாண்ட்ரகொட்டோஸின் புகழை மீட்டெடுத்தார். 'சந்தர்ப்பவசமாகக் கிட்டிய கண்டுபிடிப்பை என்னால் குறிப்பிடாதிருக்க முடியவில்லை'[1] 1793இல் பெங்கால் ஏசியாடிக் சொஸைட்டியின் உறுப்பினர்களிடம் ஆண்டு நிறைவு உரையில் பின்னர் அதைக் குறிப்பிட்டார். சமஸ்கிருத இலக்கியத் தேடலில் ஈடுபட்டிருந்த அவருக்கு முதலில், ஸாண்ட்ர கொட்டோஸின் தலைநகரம் மகத நகரம் பாடலிபுத்திரம் என்பது புலப்பட்டது. இப்போது கி.பி. முதலாயிரத்தின் மத்தியைச் சேர்ந்த முத்ர-ராக்ஷசா நாடகத்தில், மகத அரியாசனத்தில் அமர்ந்த சந்திரகுப்த மன்னனையும் அங்கே அவன் வரவேற்ற அயலகத் தூதுவர்களையும் பற்றிய விபரங்கள் கிடைத்தன. சந்தர்ப்பவசமாகக் கிட்டிய கண்டுபிடிப்பு, ஸாண்ட்ரகொட்டோஸ் கிரேக்க வடிவத்தில் சந்திரகுப்தனைக் குறிக்கவேண்டும் என்பதே. இது பின்னர் *sandrakoptos* என்னும் இன்னொரு கிரேக்க ஒலிபெயர்ப்பு மூலம் நிறுவப்பட்டது. புளூடார்கின் மற்றும் மெகஸ்தனிஸின் ஸாண்ட்ரகொட்டோஸ், இந்நாடகத்தின் மற்றும் புராணங்களில் அவ்வப்போது இடம்பெறும் சந்திரகுப்தன்- அனைவரும் ஒரே நபராயிருக்க வேண்டும். முக்கியமாயும் முதலாவதாயும், கிரேக்க-ரோமானிய ஆதாரங்களிலுள்ள நன்கறியப்பட்ட நபர், இந்திய மரபில் தோய்ந்துள்ள ஒருவரால் அடையாளங்காணப்பட்டார்.

18ஆம் நூற்றாண்டின் பிற்பாதியிலான அப்போது இக்கண்டுபிடிப்பால் எழுந்த பரபரப்பு, இந்திய காலவரிசைக்கான அதன் பொருத்தப் பாட்டினால் தொடர்புடையதாக இருந்தது. சந்திர குப்தன் பற்றியோ அவன் நிறுவிய பேரரசு பற்றியோ இன்னும் எதுவும் தெரிந்திருக்கவில்லை; அப்பேரரசு அசாதாரணமானது என்றே அடையாளங்காணப்பட்டிருந்தது, 19ஆம் நூற்றாண்டில் இன்னும் வியத்தகு கண்டுபிடிப்புகள் கிடைத்தன. ஜோன்ஸ் காலத்தில் அவரின் சாதனை கொண்டாடப்பட்டது ஒரே காரணத்திற்காகவே- ஒருபுறத்தே புராணங்களில் பதிவான மன்னர்களுக்கும் (ஆட்சியாண்டுகளுடன்) மறுபுறத்தே, மேற்கு ஆசிய வரலாற்றில் உறுதிப்படுத்தக்கூடிய ஆண்டுகளுக்கும் இடையே சரிபார்த்தலை அது சாத்தியப்படுத்திற்று. எடுத்துக்காட்டாக, அலெக்ஸாண்டர் பஞ்சாபில் இருந்தபோது சந்திரகுப்தன் நந்தர்களுக்கு எதிரான கலகத்தைத் திட்டமிட்டிருந்தால், இந்திய மரபுப்படி அவன் 24 ஆண்டுகள் ஆட்சி புரிந்தான்; ஸாண்ட்ரகொட்டோஸின்

அரசவைக்கான கிரேக்கத் தூதுவர் மெகஸ்தனீஸ் கி.மு.305 வரை அனுப்பப்பட முடியாதிருந்தால் சந்திரகுப்தனின் கலகம் கி.மு. 326க்குப் பிறகு ஆரம்பித்திருக்க வேண்டும், அது 3-4 ஆண்டுகள் நீடித்திருக்கும்; அப்போது சுமார் கி.மு. 320-297இல் பாடலிபுத்திரத்தின் பல்தூண்களின் அரண்மனையிலிருந்து அவன் ஆட்சி புரிந்திருக்க வேண்டும். அவனது வாரிசு பிந்துசாரன் கி.மு.297லிலிருந்து 272 வரை ஆண்டான்; பிந்துசாரனின் வாரிசு, இன்னும் அடையாளங்காணப்பட வேண்டியவனாயுள்ளான் (உலகம் அதுவரை கண்டிருப்பவரில் மாபெரும் மன்னன் என உலகளாவிய அங்கீகாரம் பெறுவது ஒருபுறமிருக்க²), அதுவும் சுமார் கி.மு. 268இல் அவன் அரியணை ஏறியிருப்பான் (4 ஆண்டுகள் இடைவெளிக்குப் பிறகு).

இந்த ஆண்டுகள் பிந்தைய பௌத்த ஆதாரங்களுடன் சரிபார்க்கப்பட்டு நிறுவப்பட்டுள்ளன. பௌத்த-சமணப் பிரதிகள் 'மௌர்யா' எனத் தாம் குறிப்பிடும் வம்சம் பற்றி நிறையவே பேசுகின்றன; தூதுவர் மெகஸ்தனீஸ் எழுதிய அறிக்கை, கணிசமான கல்வெட்டு வரிசை ஆகியன சேர்ந்து அக்காலகட்டத்திற்கான முக்கிய ஆதாரங்களாய் உள்ளன. இஸ்லாமுக்கு முந்தைய இந்தியாவின் மொத்த வரலாற்றிலும், மௌரியப் பேரரசினை மிகச் சிறப்பாக ஆவணப்படுத்தப்பட்டதாக ஆக்குவது, இந்திய ஆட்சி நுட்பத்தின் காவியமான அர்த்தசாஸ்திரத்தைக் கண்டறிந்ததே ஆகும். இதனை எழுதியதாகக் கூறப்படும் வலிமைமிக்க கௌடில்யன், அதே சந்திரகுப்தனின் சித்தாந்தவாதியாக, தூண்டுவிசையாக, ஆலோசகராக, ராஜகுருவாக விளங்கியவன். கௌடில்யன்தான் மன்னனை உருவாக்குபவனாகவும், சந்திரகுப்தன் அவனால் அரவணைக்கப்பட்டவனாயும் இருந்தான் என்கிறது வைதிக மரபு. கௌடில்யனின் மாபெரும் களஞ்சியமான அர்த்தசாஸ்திரம், எண்ணற்ற அரசு அலுவலர்களின் தகுதிகள்-பொறுப்புகள், அந்நிய உறவு-யுத்த முறைக்கான நடைமுறை, நிதி-ராணுவம் சார்ந்த ஆதாரங்களின் கணக்கெடுப்பு, சட்டத்தை அமல்படுத்திடும், அதிருப்தியைக் கண்டறியும் ஈவிரக்கமற்ற வழிமுறைகள், சமூக-பொருளியல் நடவடிக்கையின் அனைத்து அம்சங்களிலும் அரசு தலையிடல், அதிகாரப் பிரயோகம் என விலாவரியாகப் பட்டியலிடும்-இத்தகு நூல் மௌரிய அரசின் செயல்பாடுகளுக்குள் சிறப்பான-அதிகாரப்பூர்வ அகப்பார்வைகளை வழங்கக்கூடியதாகும்.

எச்சரிக்கைக்கான காரணங்கள் இருக்கவே செய்கின்றன. அர்த்தசாஸ்திரத்தின் முழுப்பிரதி, அளவிலும் விவரங்களிலும்

காமசூத்திரத்துடன் ஒப்பிடத்தக்கது ஆனால், மற்ற பழமையான நூல்களில் 'சில சமயங்களில் போற்றியும் சில சமயங்களில் இகழ்ந்தும்'[3] கூறப்பட்டாலும், அது 1904இல் தான் கண்டறியப்பட்டது. வில்லியம் ஜோன்ஸுக்குப் போலவே, அப்போதைய மைசூரின் அரசாங்கத் தலைமை நூலகர் டாக்டர் ஆர்.சாமா சாஸ்திரிக்கும் இக்கண்டுபிடிப்பு சந்தர்ப்பவசமானது. அது எழுதப்பட்டிருந்த ஓலைச்சுவடிகளை அடையாளம் தெரியாத பண்டிதர் ஒருவர் ஒப்படைக்க, அதன்பின் காணாமல் போயிற்று. சந்தோஷமான வகையில் சாமா சாஸ்திரி அதன் முக்கியத்துவத்தை உணர்ந்துகொண்டார்; ஆகவே அதனைச் சீர்படுத்திடும் தகுதியும் உடையவர் ஆனார். அவரது ஆங்கில மொழியாக்கம் 1909இல் வெளியானது-அதன்பிறகு இன்ன பிற பதிப்புகளும் வெளியாகி, சர்ச்சைகளும் எழுந்தன.

இப்போதைய வடிவில் இந்நூல், சந்திர குப்தனுக்கு 500 ஆண்டுகளுக்குப் பிறகு, கி.பி. இரண்டாம் நூற்றாண்டிலிருந்து தொடங்குகிறது. மேலும், சில மொழியியல் அலகுகள் இடம் பெறுவதன் புள்ளிவிபரப் பகுப்பாய்வுகள் கணினியின் மூலம் மேற்கொள்ளப்பட்டதில், இந்நூல் தனியொருவரால் எழுதப்படவில்லை. மாறாக முந்தைய பிரதிகளிலிருந்து தொகுக்கப்பட்டதே என்பது தெளிவாயிற்று. இது ஒருவரால் தொகுக்கப்பட்டிருக்கலாமே தவிர ஓர் ஆசிரியரால் உருவாக்கப்பட்டதல்ல என்கிறார் அமெரிக்க ஆய்வாளர் தாமஸ் ட்ரவுட்மன்.

> அர்த்த சாஸ்திரத்தின் 'ஆசிரியர்' அவருக்கு முற்பட்டவர்களே என்று கூறுவது உண்மையே என்று நம்புகிறேன்; இந்நூலிலிருந்து பெறப்படும் ஆளுமை, மூன்று அல்லது நான்குபேர் பங்களித்துள்ள கூட்டுச் சித்திரமாகும்-ஒருவர் மூக்கையும் இன்னொருவர் தலைமுடியையும் வேறொருவர் கண்களையும் எனக் கொள்ளலாம்.[4]

இவர்கள் யார், எப்போது வாழ்ந்தார்கள் என்பது தெரியவில்லை; கௌடில்யர் அதன் தொகுப்பாளராக இல்லாது போயினும், அவர்களுள் ஒருவராக இருக்கக்கூடும். வஞ்சனை-சூதுவாதுகளில் கில்லாடியான அவர், பிறிதொரு இடத்தில் உடல் ஊனமிக்கவராகக் குறிப்பிடப்பட்டாலும், அதன் கண்களாக இருந்திருக்க வேண்டும். அர்த்த சாஸ்திரத்தின் பெரும்பகுதியும் மௌரிய அரசின் கண்கூடான பதிவாகவே இன்னும் இருக்கிறது.

ஆனால், இன்னொரு சிக்கலும் இதில் உண்டு. காமசூத்திரம், மனுஸ்மிருதி அல்லது அர்த்தசாஸ்திரம் போன்ற தொல்காலத்து இந்தியக் களஞ்சியங்களில் எதுவும் இப்போதைய வடிவில் கி.பி. ஆரம்ப நூற்றாண்டுகள் வரை தொகுக்கப்படவில்லை- நடைமுறைக்கான நம்பகமான வழிகாட்டிகளாக அவை இல்லாது இருக்கலாம். என்றாலும் நிச்சயமாகப் பார்த்தறிந்தவற்றின் அடிப்படையிலானவையே அவை. ஆனால் காமசூத்திரத்தில் பதிவாகியுள்ளது போலக் கலவியின் விதிமுறைகளை எந்த வாலிபனும் பின்பற்றியிருக்க முடியும், சந்தர்ப்பங்களை உருவாக்கிக் கொண்டிருக்க முடியும், தொழில்நுட்ப உத்திகளில் தேர்ச்சி கண்டிருக்க முடியும் என்பது நினைத்துப் பார்க்க முடியாதது; எந்தவொரு அரசும் அர்த்தசாஸ்திரத்தில் உள்ளது போல, அவ்வளவு நுட்பமாக அமைந்திருக்குமா, அவ்வளவு தீர்மானகரமாகத் தலையிட முடியுமா என்று தோன்றவில்லை. பிந்தையது, 'இவ்வுலகை மட்டுமின்றி அடுத்த உலகையும் பெற்றிடுவதற்கான வழிகாட்டி' எனத் தன்னைக் குறிப்பிடுகிறது. பத்து கட்டளைகளைப் போல அல்லது புத்தரின் உன்னதமான எண் மடங்கிலான பாதை போல அது பரிபூர்ணத்திற்கான ஆலோசனை. முக்கிய மானுட நடவடிக்கைகளைப் புரிந்துகொள்வதற்கான, பகுத்தாராய்வதற்கான, லட்சியப்படுத்துவதற்கான பயிற்சிகளாகவே இத்தகு நூல்களைப் பார்க்க வேண்டும்-நடைமுறையிலும் உணர்த்துதலிலும் பெரிதும் சீரற்றதாகவும் திருப்தியில்லாததுமான விளைவுகளையே அவை தரும். இவ்வகையில், அர்த்தசாஸ்திரத்தின் பகுதிகளே மௌரிய அரசுடன் தொடர்பு கொண்டிருப்பின், இப்பகுதிகளின் சில பகுதிகளே, சந்திரகுப்த மௌரியனின் கீழாக, அரசாங்கம் உண்மையிலேயே எப்படி இயங்கியது என்பதற்கான அறிக்கைகளாக எடுத்துக்கொள்ளக் கூடியதாயிருக்கும்.

இந்திய ஜூலியஸ் சீஸர்

சந்திரகுப்த மௌரியனின் தோற்றுவாய்கள் தனிச்சிறப்புகள் இல்லாது இருந்திருக்க வேண்டும்; என்றாலும் அப்படியே நீடிக்கின்றன. அவன் புத்தரின் சாக்கிய குலத்தவன் என்கின்றன பௌத்தப் பிரதிகள், நந்தர்களைச் சேர்ந்தவன் என்கின்றன மற்றவை. தன்னை நிறுவியவன் பணிவான சாதியைச் சேர்ந்த வைசியனாக இருக்கலாம், புது வம்சத்திற்குக் கவர்ச்சியும் நியதியும் அளித்திடும் வெளிப்படையான முயற்சிகளாக இரண்டையும் எடுத்துக்கொள்ளலாம். அவன் பஞ்சாபில் பிறக்காது போனாலும், ப்ளூடார்க் கூறுவது போலவும், இந்திய-கிரேக்க-ரோமானிய

மரபுகளில் உள்ள ஒரு வீரக்கதை சிங்கத்துடன் அவனைத் தொடர்புபடுத்தி உணர்த்துவது போலவும், சிறிது காலத்தை அவன் அங்கே கழித்திருப்பதாகத் தோன்றுகிறது. புலிகள் இந்தியா முழுவதும் பரவியுள்ளன, ஆனால் இந்தியச் சிங்கம் இப்போது குஜராத்தின் ஒரு மூலையில் மட்டுமே கால்பதித்திருக்க, ராஜஸ்தான்-டெல்லியைத் தாண்டி கிழக்கில் அலைந்து திரியவில்லை என்றே தோன்றுகிறது.

நந்தர் அரசவையில் காணப்பட்ட ஒரு தினுசான மனநிறைவற்ற பிராமணனாகிய கௌடில்யரால் (சாணக்கியர்) எதிர்காலக் கீர்த்திக்கு நம்பிக்கையளிக்கும் இளைஞனாகச் சந்திரகுப்தன் அரவணைத்துக் கொள்ளப்பட்டான். நந்தர்களின் அபகீர்த்தியைப் பயன்படுத்தி கௌடில்யன் பழிவாங்கினான். ஊனம் காரணமாகத் (பல் இல்லாததன் காரணமாக) தன்னை அரசப் பதவியிலிருந்து தகுதி நீக்கம் செய்துகொண்டு, சந்திர குப்தனின் பேராசைகளை நிறைவேற்ற முற்பட்டான். மகதத்தில் நந்தர் அதிகாரத்தைத் தூக்கி எறிவதற்கான ஆரம்பக்கட்ட முயற்சிகள் தோல்வியில் முடிந்தன. எளிதான திடீர்ப்புரட்சியின் மூலம் தன் நோக்கங்களை நிறைவேற்றிட கௌடில்யன் நம்பிக்கை வைத்திருந்து, போதுமான ஆதரவு கிடைக்காது போயிருக்கலாம். மீண்டும் முயன்று பார்க்கத் தீர்மானித்த இந்த ஜோடி, சப்பாத்தியின் ஓரங்களிலிருந்து தின்னத் தொடங்கிய சிறுவனிடமிருந்து தமக்கான குறிப்புணர்த்தலை எடுத்துக்கொண்டது. இப்போது நந்தர் அதிகார மையத்தைத் தாங்காமல், அதிருப்தியைப் பயன்படுத்தி, சார்ந்திருந்த அரசுகளின் ஆதரவைப் பெற்று, வெளிச்சுற்றிலிருந்து ஆரம்பித்து மையத்தை நோக்கிச் சென்றனர்.

அலெக்ஸாண்டர் புறப்பட்டதால் பஞ்சாபில் ஏற்பட்டிருந்த அதிகார வெற்றிடத்திலிருந்து நல்லதொரு தொடக்கப் புள்ளியாய் இருக்கக்கூடும். மாசிடோனியரால் நிறுவப்பட்ட குடியிருப்புகள் அபிவிருத்தியடையாதிருந்தன. அவர்தம் பாசறையினர் தாயகம் திரும்பியிருக்க வேண்டும் அல்லது தட்சசீலம் போன்ற அதிகார மையங்களுக்கு நகர்ந்திருக்க வேண்டும். மேற்காசியாவில் அலெக்ஸாண்டருக்குப் பின் வந்தோர் அவரது சுவீகரிப்பை ஆட்சேபிக்க, இந்திய ஆளுநர்களோ உள்ளூர் கட்டுப்பாட்டுக்குத் திரும்பினர். அலெக்ஸாண்டரால் அமர்த்தப்பட்ட அம்பியும் போரஸூம் நந்தரிடம் நேசமில்லாது, சந்தர்ப்பச் சூழலால் மௌரியப் பேராசைகளை ஆதரித்திட முடிவெடுத்திருக்கலாம். வடமேற்கில் இன்னும் பல கண-சங்கக் குடியரசுகள் இருந்த நிலையில்,

அவற்றின் துருப்புகளும், உள்ளூரின் பிற அதிருப்தியாளருடன் இணைந்து, சந்திரகுப்தனுடன் இணைந்ததாகக் கூறப்படுகிறது.

ஆக நிச்சயமான விதத்தில், ஆற்றல்மிக்க மலைப் பகுதி தலைவனுடன் கௌடில்யன் தாக்குதலுக்கான அணியை உருவாக்கினான். துணையரசுகளை அடக்கி நந்தரின் எல்லைப்புறப் பிரதேசங்களை வீழ்த்திய அணிகள் கடைசியில் மகதத்தில் குவிந்தன. அணிமாறியவர் ஆதரவுடன் பாடலிபுத்திர முற்றுகை வென்றது. கடைசி நந்தன் அப்படியே மூட்டை முடிச்சுடன் அனுப்பப்பட்டான்; தன் உயிரை மட்டும் அவன் காப்பாற்றிக் கொண்டதாகத் தெரிகிறது-தான் குவித்திருந்து தன்னால் எடுத்துச் செல்ல முடிந்த செல்வத்தையும் அவன் கொண்டு போயிருப்பான். கொள்ளையடித்தவற்றை மலையகத் தலைவனுடன் பகிர்ந்து கொள்வதாக உடன்பாடு இருக்க, கௌடில்யனின் தூண்டுதலால் இப்போது நஞ்சூட்டப்பட்டு இறந்திருக்க வேண்டும்; சுமார் கி.மு. 320இல் சந்திரகுப்த மௌரியன் மகத அரியணையில் ஏறினான்.

அவனது ஆட்சிக்காலம் குறித்து எதுவும் நிச்சயமாகத் தெரியவில்லை. நந்தரின் எதிர்ப்பினைச் சிரமத்துடன் ஒடுக்கவேண்டிய பகுதிகளும், மௌரிய ஆட்சி நிறுவப்பட்ட கொள்கைகளும் வழிமுறைகளும் விளக்கப்பட வேண்டி இருந்ததன் சான்றுகள் உள்ளன. இவ்வாட்சிப் பரப்பின் அளவு பற்றி பிந்தைய ஆதாரங்களிலிருந்தே தெரியவருகிறது. அவனது வாரிசுகளுக்கு, வெற்றிபெற்ற இடங்களாகச் சொல்லக்கூடியவை அவ்வளவாக இல்லாத நிலையில், நந்தனின் மாபெரும் படையைத் தன்னுடைய ராணுவத்துடன் இணைத்துக்கொண்டு அவர்களைப் பயன்படுத்திய பெருமை சந்திரகுப்தனுக்கு உண்டு. மௌரியப் பேரரசின் கர்த்தாவாகவும் நிறுவனராகவும் அவனைக் கூறமுடியும்; உண்மையில் தேசியவாத வரலாற்றாளர்கள் அழைப்பதுபோல, 'ஓர் இந்திய ஜூலியஸ் சீஸர்' தான் (வரலாற்று ரீதியில், சீஸரே ரோமானிய சந்திரகுப்தன்') அவன்.

அலெக்ஸாண்டரின் முனைப்பைக் கவனித்ததிலிருந்தே ராணுவ வலிமையின் மீது ஒரு பேரரசை நிறுவமுடியும் என்னும் கருத்து சந்திரகுப்தனுக்குத் தோன்றியிருக்க வேண்டும் என்றும் குறிப்பிடப்பட்டிருக்கிறது. ஒரு வெற்றியிலிருந்து இன்னொன்று எனச் சென்றுகொண்டிருந்த அலெக்ஸாண்டரின் முன்னேற்றத்தைப் போல அவனுடையது இல்லை-தனியொரு போரில் அவன் வென்றதாகக் கூறவே இயலாது. இந்திய வம்சம் ஒன்றால் உருக்கொண்ட மிகப் பெரியதாக மௌரியப்

பேரரசு இருந்தது; மொகலாயர் கூட இவ்வளவு பரந்துபட்ட மேலாதிக்கத்தைச் சாதித்ததில்லை. மௌரிய ஆட்சியாளர் மேற்கொண்ட ஒரு படையெடுப்புக்குச் சான்றுகள் உண்டு- அதற்குப் பொறுப்பான நபர் வெளிப்படையாகத் தன் வருத்தத்தை வெளியிட்டதால் அது தெரியவருகிறது. இவையெல்லாம் மௌரிய ஏகாதிபத்தியத்தை விடவும், கடந்த காலம் குறித்த ஒப்பீட்டளவிலான அணுகுமுறைகள், ஆதாரங்களின் வேறுபடும் தன்மை போன்றவை குறித்து அதிகம் கூற இயலும்.

சந்திரகுப்தனின் வெற்றிகளை மதிப்பிடுகையில், அவன் நந்தர்களைத் தூக்கியெறிந்தபோது இருந்த பேரரசின் பரப்பினை அறிந்துகொள்வது உதவும். மகதம், அங்கதத்தைப் போலவே, முந்தைய கங்கை அரசுகளில் (கோஸம், வாட்யா, லிச்சாவி போன்றன) பெரும்பகுதி, தெற்கில் விந்திய மலைகளினூடே மத்திய இந்தியா, நர்மதை ஆறு வரை இருந்தது; நர்மதை ஆற்றுப்கப்பால் நந்தர் இருப்புக்கான சந்தேகங்களே உண்டு.

நவீன ஒரிஸ்ஸாவான கலிங்கத்தில் கிடைத்த பிந்தைய கல்வெட்டிலிருந்து, அப்பிரதேசமும் நந்தர் பேரரசன் பகுதியாய் இருந்தது தெரிகிறது; சந்திரகுப்தனால் அது தக்கவைத்துக் கொள்ளப்பட்டிருக்கும். அதன் பிறகு மௌரியர் கட்டுப்பாட்டிலிருந்து நழுவியிருக்கும். ஏனெனில் அது அவனது பேரனால் மறு வெற்றிகொள்ளப்பட வேண்டியிருந்தது. ஆயிரம் மைல் தூரத்தில், இந்தியாவின் மறுபுறத்தே ஜுனாகத்தின் (குஜராத்) கிர்னாரில், உள்ளூர் அணை பழுது பார்க்கப்பட்டதை இன்னொரு கல்வெட்டு கூறுகிறது- அப்பகுதியிலிருந்த சந்திரகுப்தனது ஆளுநரின் ஏற்பாட்டில் அவ்வணை கட்டப்பட்டிருந்தது. அவந்தி (மால்வா) வரையும் நந்தர் அதிகாரம் சென்றிருக்கக்கூடும், என்றாலும் குஜராத்தை எட்டியிருக்க வாய்ப்பில்லை. ஆதலின் சந்திரகுப்தன் மேற்கு இந்தியாவில் வெற்றிகரமான படையெடுப்பை நிகழ்த்தி, பம்பாய் பகுதியையும் அடைந்திருக்க வேண்டும். அவ்வகையில் மௌரியப் பேரரசு, வங்காள விரிகுடாவிலிருந்து அரபுக் கடல் வரையிலும், கடலிலிருந்து கடலுக்குப் பரவிய முதலாவது அரசாகும். எனினும், நோக்கம் 'இந்தியாவை ஒன்றுபடுத்துவதாய் இருக்காது'- புவியியல், தேசியம் சார்ந்தவை ஒருபுறமிருக்க, தொடுவானங்கள் இன்னும் மங்கலாகத் தெரிந்த நேரத்தில் அது சாத்தியமற்ற பேராசையாகும். மேற்குத் திசையிலான நீட்சி, இந்தியாவின் மேற்குக் கரை துறைமுகங்களுக்கும் பாரசீக வளைகுடா துறைமுகங்களுக்குமிடையே மரம், ஜவுளி வாசனைத் திரவியம், மாணிக்கம் மற்றும் விலையுயர்ந்த கற்கள்

சார்ந்த, கவர்ச்சிகரமான கடல் வணிகத்தை முன்னெடுத்த ஹரப்பர்களிடமிருந்து ஈர்த்திடும் உத்தேசத்தால்தான்.

பஞ்சாபிலும் வடமேற்கிலும் சந்திரகுப்தனின் வெற்றிகள், கிரேக்க-ரோமானிய ஆதாரங்களில் ஒப்புக்கொண்டுள்ளபடி, அவ்வளவு வீச்சு குறைந்தவை அல்ல. நீடித்த போராட்டத்திற்குப் பிறகு, அலெக்ஸாண்டரின் தளபதிகளில் ஒருவனான செலுயுகஸ் நிகடார், அவனது பேரரசின் கிழக்கிலுள்ள பாதிப் பகுதியில் ஆட்சியுரிமை அடைந்தான். இவற்றில் பெரும்பகுதி மீண்டும் கோரப்பட இருந்தது. கி.மு. 305 வரையிலும் செலுயுகஸ் இந்தியாவின் பக்கம் தன் கவனத்தைத் திருப்பவில்லை. சந்திரகுப்தன் ஏற்கெனவே பஞ்சாபை 'விடுதலை செய்திருந்ததாக' (ஒரு லத்தீன் ஆதாரப்படி) தோன்றுகிறது. இருந்தபோதும் செலுயுகஸ் சந்திரகுப்தனுடன் உடன்பாட்டினை எட்டி, ஓய்வெடுக்கு முன்பு, சிந்துவையும் ஜீலத்தையும் கூடத் தாண்டினான். அலெக்ஸாண்டரைப் போலவே செலுயுகஸ், தன்வழியில் முன்னேறிப் போராட வேண்டியிருந்தது; அலெக்ஸாண்டரின் நபர்களைப் போலவே, அம்முயற்சி நல்லதென்று எண்ணினார். அவன் சுத்தமாகத் தோற்கடிக்கப்பட்டிருந்தான். அவன் விலகிக் கொண்டதற்கான நிபந்தனைகள் அதையே தெரிவிக்கின்றன. சந்திரகுப்தன் அவனுக்கு 500 யுத்த யானைகளை வழங்கியது, மேற்கிலுள்ள பிரதான எதிரிகளை எதிர்கொள்வதில் தீர்மானகரமாயிருந்தது-மௌரிய வளங்களைத் தாக்கமுடியாது போயிருந்தாலும். பதிலுக்குச் செலுயுகஸ் சந்திரகுப்தனுக்குப் பஞ்சாபை மட்டுமின்றி, காந்தாரத்தையும் பாக்ட்ரியா (இந்துகுஷ் மலைகளுக்கும் ஆக்ஸஸ் நதிக்கும் இடைப்பட்ட வடக்குப் பிரதேசம்) தவிர்த்த ஆஃப்கன் முழுவதையும் விட்டுக்கொடுத்தான். சந்திரகுப்தன் அல்லது அவனது மகன் செலுயுகஸின் மகளை மணப் பெண்ணாகப் பெற்றதன் வழி இவ்வுடன்படிக்கை முத்திரையிடப்பட்டிருக்கும்.

தம் நட்பினைப் பலப்படுத்திட, செலுயுகஸ் பாடலிபுத்திரத்தின் மௌரிய அரசவைக்கு ஒரு தூதுவரை நியமித்தான். அவர்தான் மெகஸ்தனீஸ் ஸாண்ட்ரகொட்டோஸ் மற்றும் அவனது பேரரசு குறித்த அவரது பதிவு, பிற்காலத்திய வரலாற்றாளர்களின் மேற்கோள்களில் அல்லது சுருக்கங்களில் சிதறிக் கிடக்கின்றன. நான்கு அல்லது மூன்றாம் கி.மு.வின் இந்தியாவில் பஞ்சாபிற்குக் கிழக்கே முதல் பதிவாக உள்ள இவை மதிப்புமிக்கவையே. நிர்வாக அமைப்பு, மௌரிய ஆட்சியின் அறுதி இயல்பு, ராணுவக் கட்டமைப்பு ஆகியவற்றிற்கு அழுத்தமளிக்கும் மெகஸ்தனீஸ், அர்த்த சாஸ்திரத்தைப் பயனுள்ள ஆதார நூலாக வற்புறுத்துகிறார்.

இந்தியா குறித்த விவரிப்புகளையெல்லாம் பொய் மூட்டைகள் என ஒதுக்கித் தள்ளியோரை நிரூபணம் செய்வதுபோல அவரது பதிவுகள் கிரேக்கத்தில் பார்க்கப்பட்டது. பாரிய காதுகளும் குடை போன்ற கால்களை உடைய விலங்குகளும் ஏற்கெனவே இருக்க, சாறுதரும் நாணல்கள்-கம்பளி விளையும் மரங்கள் போன்றவை சேர்ந்தன. அகமகிழ்ந்த அவரது வாசகர்கள், கரும்பு-பருத்திச் சாகுபடி சார்ந்த ஆரம்பக்கட்ட விபரங்களையெல்லாம் வசதியாக, சாத்தியமற்ற கிழக்கிலிருந்து மேலும் கதைகள் என ஒதுக்கினர்.

வங்காளத்திலிருந்து ஆஃப்கானிஸ்தான்-குஜராத் வரையிலான பேரரசைச் சந்திரகுப்தன் தனது அடுத்த ஆட்சியாளருக்கு விட்டுச் சென்றாலும், தெற்கில் அது எவ்வளவு தொலைவு நீண்டிருந்தது என்பதற்கான குறிப்புகள் இல்லை. தன் மகன் பொருட்டு முடிதுறந்த சந்திரகுப்தன், கர்நாடகாவின் சமண மடாலயத்தில் தங்கிவிட்டதாகக் கூறப்படுகிறது. பெங்களூருக்கு மேற்கே இரு செங்குத்தான குன்றுகளுக்கிடையே உள்ள சித்திரம் போன்ற சிறிய அழகான நகர் சிரவண பெலகோலாவில் தன் இறுதி நாள்களை நோன்பிருந்தும் பக்தி செலுத்தியும் கழித்தான். இக்குன்றங்களின் உச்சி ஒன்றில், முக்கியமான சமண ஆசிரியர் கோமதேஷ்வரரின் பிரம்மாண்டமான நிர்வாணச் சிலை உள்ளது; அது சுமார் 20 மீ உயரமுடையது; 'எகிப்துக்கு வெளியேயும் எகிப்திலும் இவ்வளவு பிரம்மாண்டமும் மாட்சிமையும் உடையது இருக்கவில்லை, உயரத்தில் இதனை எதுவும் விஞ்சவில்லை.'[5] ஆனால் அது இன்னொரு குன்றில் உள்ளது, பரபரப்பு குறைந்த சந்திரகிரியில்-சந்திரகுப்தன் தங்கியதாகக் கூறப்படுவது அங்கேதான். கி.பி.5ஆம் நூற்றாண்டு கல்வெட்டுகளும் புடைப்புச் சிற்பங்களும் அவரின் இருப்பைப் பதிவு செய்கின்றன; சமணத்தின் அறுதியான தன்னல மறுப்பாக, பேரரசன் பட்டினி கிடந்து மடிந்த சிறியதொரு குகை கருங்கற் பாறைகளுக்கிடையே இருக்கின்றது.

பாடலிபுத்திரத்தின் செல்வத்திற்கும் ஆடம்பரத்திற்குமிடையில் மெகஸ்தனீஸால் பதிவு செய்யப்பட்ட ஏகாதிபத்திய வாழ்க்கைமுறை சமணத் துறவுமுறைக்கு நேர் எதிரானதாகத் தோன்றுவதால் அறிஞர்களின் சந்தேகங்கள் இருக்கவே செய்கின்றன. ஆனால் தெற்கில் மௌரிய அதிகாரத்தின் அடுத்தகட்ட சான்றின் வெளிச்சத்தில், 'தீபகற்பத்தின் இப்பகுதியை அவன் பெற்றிருந்தமைக்கான சான்றாக அது ஏற்கப்படலாம்.'[6]

அவனது பேரரசின் எல்லைப் பகுதியை அது பிரதிநிதித்துவம் செய்திருந்தது என்பது இக்கதைக்கான முன்னுரையிலிருந்து தெரிகிறது. வரவிருக்கும் பஞ்சம் பற்றி வணக்கத்திற்குரிய பத்திரபாகுவிடமிருந்து செய்தி கிடைத்ததும் பேரரசன் முடிதுறக்கத் (சுமார் கி.மு. 297) தீர்மானித்தான். சமணத்தை நிறுவிய மகாவீர நடபுட்டவை நேரில் அறிந்திருந்த கடைசி சமணத்துறவி என்ற புகழுக்குரியவர் பத்திரபாகு (வங்காளத்திலும் உத்தரப் பிரதேசத்திலும் இரு தாமிரச் செப்பேடுகளில் பொறிக்கப்பட்டுள்ளவற்றில், இத்தகைய பஞ்சம் எதிர்பார்க்கப்படுகிறது-அது சந்திரகுப்தனின் ஆட்சியாண்டுக்குரியது; பத்திரபாகு அசாதாரண முறையில் நீண்டகாலம் வாழ்ந்திராவிட்டால், புத்தரின் சமகாலத்தவர் மகா வீரருடனான அவரது தொடர்பு, பௌத்தத்தின் 'சுருக்கமான' காலக்கிரமத்திற்கு மேலும் சான்றாகும்.) இத் தீர்க்க தரிசனத்தால், சந்திரகுப்தன் மட்டுமின்றி ஒட்டுமொத்தச் சமண சமுதாயமே தெற்கில் புலம்பெயர்ந்தது. அர்த்த சாஸ்திரத்திலுள்ள குறிப்புகளின்படி, புதிதாய் வெற்றிகொண்ட நிலங்களில் அல்லது நிலவுகின்ற குடியிருப்புகளின் விளிம்புகளில், தொடரும் குடியேற்றவகை மாதிரியில், கர்நாடகத்தை எட்டும் மட்டும் தெற்கில் சமணர்கள் பயணித்தனர். அங்கே சிரவண பெலகோலாவில் இரு குன்றுகளிடையே வழிந்தோடும் நீரோடையின் அருகே நின்று தங்கினர், யாத்ரிகர்கள்-புரவலர்களின் தலைமுறைகளால்

மௌரியரின் நம்பகமான வாரிசுத் தொடர்ச்சி

சந்திரகுப்தன் சுமார் கி.மு. 321-297

பிந்து சாரர்

அசோகர் பியதஸ்ஸி சுமார் கி.மு. 268-233

குணாளர்

தசரதர்

சாம்ரதி

சாலிசுகா

தேவ வர்மன்

சாத தன்வன்

பிருஹத்ரதன் சுமார் கி.மு. 181-இறப்பு

விரும்பப்பட்ட சாகசக் கதைகளை ஊட்டி வளர்த்தனர்; அவர்தம் நன்கொடைகள், நேர்த்தியான குளம் வெட்டவும், ஒரு டஜன் ஆலயங்கள் நிர்மாணிக்கவும், கருங்கல் சுற்றுப்புறங்களைப் பெரும்பாறைப் படிமங்களாக்கவும் துணை நின்றன. அதனின்றும் சமணர்கள் அங்கிருந்து வருகின்றனர்; இன்றளவும் சக்கரவர்த்தி சந்திரகுப்தனின் அதே கதையைச் சொல்லி வருகின்றனர்.

இத்தகு தொடர் நிகழ்வுகள் இந்தியாவுக்குப் புதிதில்லை. சர் வில்லியம் ஜோன்ஸ் தனது முதலாவது பிராமண தகவலாளிகளைச் சந்தித்ததை, கிரேக்கர்களின் தனிமைப்பட்ட ஒரு சமுதாயத்தைக் கண்டுபிடித்ததுடன் ஒப்பிடுகிறார்; அந்த கிரேக்கர் இரண்டாயிரம் ஆண்டுகளாக, இன்னும் பழைய ரோமானிய மேலாடையினையும் செருப்புகளையும் அணிந்தனர், ஜீயஸை வணங்கினர், ஹோமரின் பாக்களைப் பாடினர், கற்காலத்தை எட்டிடும் ஆவணக் காப்பகத்தைக் காவல் காத்தனர். இப்போதும் இந்திய வரலாற்றாளர்கள், கடந்த காலத்துக் குறிப்புகளுக்காக, தமது சூழல்களையும் சமூகத்தையும் கூராய்வு செய்கின்றனர். நவீன வரலாற்று எழுத்தின் மிகவும் நிர்ப்பந்தப்படுத்தும் பயிற்சிகளில் ஒன்றாக, டி.டி. கோஸாம்பி தன் குறிப்பேடுகள் மற்றும் ஊன்றுகோலுடன் (பூண் தாங்கிய அத்தடி பூமிப் பரப்பிலிருந்து கைவினைப் பொருள்களைத் தோண்டியெடுக்க உதவும்... துணிச்சலான கிராம நாய்களை விரட்டவும் உதவும்) தன் வீட்டிலிருந்து புனேயின் எல்லைப் புறங்கள் வரை தன் வாசகரை வழிநடத்துகிறார். சந்தர்ப்பவசமாகக் கிடைப்பவை, அண்டையிலுள்ள சமூகக் குழுக்களைச் சந்தித்தல், வீட்டு வழமைகளைக் கவனமாகப் பரிசீலித்தல், உள்ளூர்ப் படிமங்கள் குறித்த பொறுமையான விசாரிப்புகள், மூவாயிரமாண்டுக்கால குடியமர்வு வகைமாதிரிகள், வர்த்தகத் தொடர்புகள் யாவும் சமஸ்கிருத தகவமைப்பு ஆகியவற்றின் பரந்த காட்சியை வெளிப்படுத்தும். 'எழுத்தறிவுக்கு முந்தைய வரலாற்றை மீட்டிட இதற்கு மாற்றில்லை' என்கிறார் கோஸாம்பி.[7] இஸ்லாத்தின் வருகைக்கு முந்தைய பெரும்பாலான இந்திய வரலாறு, எழுத்தறிவுக்கு முந்தையது என்னும் வரையறைக்குப் பொருந்தும்; இந்தியாவைவிட வேறெந்தச் சமூகமும் கடந்த காலம் குறித்து இவ்வளவு வெகுமதியளிக்கும் பிரக்ஞையைத் தக்கவைத்துக் கொண்டிருக்கவில்லை. சாகசக் கதையும் வாய்மொழி மரபும் நம்பகத்தன்மை கொண்டிருக்கையில், அசலான சமகால ஆவணப்படுத்தல் அளவுக்கு அவ்வளவு நம்பகமானதே.

மாபெரும் மன்னர்

ஆண்டுக் கணக்கிலான அனுமானம், எண்ணற்ற பிற கீழைத்தேயவாதிகளின் ஆய்வுகளைத் தொடர்ந்து 1837இல் ஜேம்ஸ் பிரின்ஸெப், கல்கத்தாவின் பிரித்தானிய நாணயச் சாலையில், இந்தியாவின் தொல் வரலாற்றினை அவிழ்ப்பதில் மிக முக்கியக் கண்டுபிடிப்பைச் செய்தார். சாஞ்சியின் மாபெரும் பௌத்த ஸ்தூபியின் கல்வேலியில் காணப்பட்ட கல்வெட்டின் இனந்தெரியாத லிபியிலிருந்து இரு அட்சரங்களைக் கண்டறிந்தார். ஒன்று *d* மற்றது *n*; தோராயமாக அடையாளங்காணப்பட்ட மற்ற எழுத்துகளுடன் சேர்க்கும்போது, அக்கல்வெட்டில் பயன்படுத்தப்பட்டுள்ள மொழி பாலி என்பதை அறிந்தார். சமஸ்கிருதத்திலிருந்து வந்த பல மொழிகளில் ஒன்றான பிராகிருத மொழி, அதனையடுத்து மிகுதியான பௌத்த பனுவல்களின் புனித மொழியாக ஆனது. தனது அகப்பார்வை மற்றும் அகரவரிசை அறிவுடன், இப்போது அசோக பிராமி எனப்படும் பின்-மேன் லிபியிலிருந்து முதலாவது மொழிபெயர்ப்பை பின்ஸெப் மேற்கொண்டார். சிறிய சாஞ்சி கல்வெட்டுகளை மொழிபெயர்த்தார்-ஸ்தூபியின் தனித்தனிக் கற்களது நன்கொடைகள்-அவற்றின் புரவலர்களது பெயர்களை அவை கொண்டிருந்தன-அதன் பின்பு நீண்ட கல்வெட்டுகளை அவர் மொழிபெயர்த்தார்.

இந்நீண்ட கல்வெட்டுகளின் நகல்கள் ஒரிஸ்ஸா, குஜராத், அலகாபாத், டெல்லி எனப் பல இடங்களிலிருந்து பழம்பொருள் சேகரிப்பாளர்களிடமிருந்து வந்து சேர்ந்திருந்தன. 1822இல் ஜேம்ஸ்டோட் கிர்னார் (குஜராத்) கல்வெட்டுகள் பற்றி எழுதியபோது 'பெரும் கருங்கல்லிலான அரைக்கோள வடிவம் கொண்டது, உடலிலுள்ள பாலுண்ணி போல, பூமித்தாயின் அடுக்கிலிருந்து துருத்திக் கொண்டிருந்தது, விரிசலோ மேடுபள்ளமோ இல்லாமல், உளியால் நூலாகியுள்ளது'[8] இக்கல்வெட்டுகளில் சில பாறை முகடுகளில் பொறிக்கப்பட்டுள்ளன. வேறுசில தூண்களில்; இவை துணைக் கண்டமெங்கிலும் சிதறிக் கிடந்தாலும் ஒரே மொழியை ஒரே செய்தியைக் கொண்டிருப்பதாகத் தோன்றின. ஹரப்பா நாகரிகம் குறித்து அப்போது சந்தேகம்கூட எழவில்லை. இவை இந்தியாவின் ஆரம்பக்கால நினைவுச் சின்னங்கள் இவையென்று தெரிந்தன, அவற்றின் செய்தி என்னவாயினும், பாரிய வரலாற்று முக்கியத்துவம் பெற்றிருக்கும். சிலர் எகிப்திய சித்திர எழுத்துகளுக்கு இணையானவை என்றனர், சினாய்

மலையில் மோசஸ் கண்டறிந்த பத்துக்கட்டளைகள் சிலருக்கு நினைவில் வந்தன.

*1837*இல் ஓய்ந்தும் மரணத்தருவாயிலும் இருந்த பிரின்ஸெப்பும் தன் மொழிபெயர்ப்பை அறிவித்தபோது, மோசஸுக்கு இணையானவற்றைக் கண்டார். 'கற்பலகைகளிலான கட்டளைகளுக்கான தொன்மையானதும் வணங்கத் தக்கதுமான எடுத்துக்காட்டினை நாம் எளிதாக முன்வைக்க முடியும்'[9] இவை அடியாழம் காணமுடியாத வேத மந்திரங்கள் இல்லை. மாறாகக் கொள்கை அறிக்கைகள், எனவே வரலாற்று ஆவணப்படுத்தல் உடனே செய்யப்படவேண்டும். கட்டளைகள் என்பதை விடவும் பிரகடனங்கள் என அழைக்கப்படவிருக்கும் இவை, ஒரு மன்னரின் ஆணைகளாகத் தம்மை முன்வைத்துக்கொள்கின்றன. 'இவ்வாறு கூறுகிறார் தேவனாம்பிய பியதஸ்ஸி' என்று தொடங்குகின்றன பெரிதும். பாரசீகக் கல்வெட்டுகளை எதிரொலிக்கும் ('இவ்வாறு கூறுகிறார் ஜராதுஸ்ட்ரா' எனப் பிற்பாடு நீட்ஷேயால் புகழ்பெற்றது) இச்சூத்திரம் அச்செமெனிட்களின் நடைமுறையின் செல்வாக்கைப் பெற்றிருக்க வேண்டும். இக்கல்வெட்டுகள் உள்ள தூண்களில் சில, விலங்கு உருவத்துடன் மணி வடிவிலான தலைப்பெழுத்துகளால் துளையிடப்பட்டுக் காணப்படுகின்றன; இவ்விரு அம்சங்களும் பெர்ஸிபோலிஸில் கண்டறியப்பட்டுள்ள நினைவுச் சின்னத்தில் எதிர்பார்க்கப்படுகின்றன.

இருப்பினும், இந்த விலங்கு உருவங்களை நம்பிக்கையுடன் வடிவமைத்திருப்பதும், புத்தரின் தருமச் சக்கரம் போன்ற சார்நிலைக் கருத்திழைகளை இணைத்திருப்பதும் மணற்கல்லில் வடித்துள்ள நேர்த்தியும் வேறெங்கும் இல்லாதவை. மேலும், இப்பிரகடனங்களில் விருதுப் பெயர்களை அளவாகப் பயன்படுத்தியிருப்பதும் அவற்றை முழுதாகப் புரிந்துகொள்கையில் அவற்றில் வெளிப்படுத்தப்பட்டுள்ள அசாதாரணமான மானுட உணர்வுகளும், இதற்கு மேலும் இந்தியத் தன்மை இருக்க முடியாது என்பதை உணர்த்தும். 'தேவனாம்பிய பியதஸ்ஸி' பிசகின்றி புத்தர்-மகாவீரரின் பூமிக்குரியவரே. மனித விழுமியங்கள், அகிம்சை, தார்மிகப் புத்துணர்வு ஆகியவற்றை வற்புறுத்துகையில் ஒரு காந்திய வளையத்தைக் கண்டறிய முடியும்; இத்தூண்களில் ஒரு முகப்பு இந்தியக் குடியரசுச் சின்னமாகத் திகழும் என்பது நேருவுக்குப் புரிந்திருந்தது. புலியினை விடவும் நான்கு முகங்கொண்ட சிங்கத்துடன், இப்போது அதிகமும் பாகிஸ்தானிலுள்ள துணைக்கண்டத்தின் பிரதேசங்களுடன் மௌரியருக்கு இருந்த தொடர்புகளை அது பேசியது.

ஆனால், இந்தத் 'தேவனாம்பிய பியதஸ்ஸ' யார்? பிரின்ஸெப்பைப் பொறுத்தவரை, புராணங்களில் வரும் மன்னர் பட்டியல்களில் இப்பெயருடன் யாருமில்லை. இன்னும் பௌத்தத் தீவாயுள்ள இலங்கையில் பாதுகாக்கப்பட்டுள்ள பௌத்தச் சரிதங்களை ஆராய்ந்துகொண்டிருந்த, பிரின்ஸெப்பின் நிகழ்காலத்தவர்களில் ஒருவர், பியதஸ்ஸி என்றழைக்கப்பட்ட இலங்கை மன்னன் இருந்திருந்ததாயும், அதே பெயர் புகழ்பெற்ற இந்திய மன்னனுக்கு உரியதாக இருந்ததாயும், அறிவித்தார். பௌத்த ஆதாரங்களில் இவ்விந்திய மன்னர் ஏராளமான சாகசக்கதைகளும் உன்னத இடமும் கொண்டிருக்கிறார். இந்தியாவில் பௌத்தத்தை முன்னெடுத்துச் சென்ற அவர், இலங்கையை மதமாற்றிட தன் மகனை அனுப்பி வைத்தார், அத்துடன் அசோகர் எனக் கீர்த்தியுடன் அறியப்பட்டார்.

'கடவுளருக்குப் பிரியமானவர்' எனப் பொருள்படும் 'தேவனாம்பிய', 'மாட்சிமைக்குரிய' என்பது போன்ற ஒரு விருதென்று இப்போது கருதப்படுகிறது. 'கருணைமிக்க தோற்றம்' எனப் பொருள்படும் 'பியதஸ்ஸ', சுமார் கி.மு. 268இல் அரியணையேறிய அசோகர் ஏற்றுக்கொண்ட பெயராக இருக்கலாம். இந்நபர் சந்திரகுப்தனின் பேரனும் மூன்றாம் மௌரியன், சுமார் 40 ஆண்டுகள் ஆட்சி புரிந்தவர் என்பது புராணங்களின் பட்டியலில் அசோகா என்று இடம் பெற்றிருப்பதிலிருந்து தெளிவாகும்.

அசோகர் ஆரம்பக்கட்ட வாழ்வு பற்றிய விபரம் புராணங்களிலிருந்தும் அவரது கல்வெட்டுகளிலிருந்தும் தெரியவில்லை, ஆதலின் இலங்கை பௌத்த சரிதங்களிலிருந்து தேடப்பட வேண்டும். அவரது தந்தை பிந்துசாரர் (சந்தரகுப்தனின் மகன்) பற்றி ஒன்றுமே தெரியவில்லை. கிரேக்க ஆதாரங்கள் அவரை அமிட்ரோசட்டஸ் என்றழைத்து, எகிப்திலும் சிரியாவிலும் உள்ள அலெக்ஸாண்டரின் வாரிசுகளுக்கும் பாடலிபுத்திரத்திற்கும் இடையே தூதுவர்களும் அன்பளிப்புகளும் பரிவர்த்தனை செய்யப்பட்டதற்குச் சான்றுகளைப் பகர்கின்றன. 'அமிட்ரோசட்டஸ்' என்னும் சமஸ்கிருதத் தலைப்பு, 'எதிரிகளைக் கொல்பவன்' எனப் பொருள்படும். தன் தந்தையின் வெற்றிகளை விரிவுபடுத்துபவன் என்பதை உணர்த்தக்கூடும். அவரது தந்தை சமணர்களுக்கும் மகன் பௌத்தர்களுக்கும் செய்தது போல, அவர் இறையியலற்ற ஆஜீவகப் பிரிவுக்கு ஆதரவளித்தார். கொள்கை மற்றும் மனச்சாட்சியின் பரிசீலனைகள், புதிய பிரிவுகளுடன் மௌரிய அணிச்சேர்க்கையை விதித்திருக்கலாம்; இவற்றின் பொது ஆதரவாளர்கள், முன்னேறி வரும் வணிக-

தொழில் வர்க்கங்களைச் சேர்ந்தவர்கள்; அரசு நிர்வாகம் பெரிதும் வரிவிதிப்பு பற்றியதாயிருந்தது (அர்த்த சாஸ்திரம் எனில் 'செல்வத்தின் அறிவியல்/பொருளியல்' என்று பொருள்படும்); அவர்தம் ஆதரவு வளர்த்தெடுக்கப்பட வேண்டியிருந்தது. பிந்துசாரர் 25 ஆண்டுகள் ஆண்டார், அவர் இறந்தபோது அவரது ஐம்பதுகளின் பின்பகுதியில் இருந்திருக்க வேண்டும். பல மகன்களில் ஒருவரான அசோகர், தந்தையின் ஆட்சிக்காலத்தில் அரசு விவகாரங்களில் ஆழ்ந்து ஈடுபடும் வாய்ப்புகளைப் பெற்றிருந்தார். அவரின் முதல் நியமனம் தட்சசீலமாகத் தோன்றுகிறது, உள்ளூர் மௌரிய நிர்வாகத்திற்கு எதிரான கலகத்தை அவர் வெற்றிகரமாகச் சமாளித்தார். இதனடிப்படையில் அவர் உஜ்ஜயினியின் ஆளுநராக அனுப்பப்பட்டார். தந்தை இறக்கும்வரை அங்கிருந்தார். சம்பலின் துணைநதி சிப்ராவுக்கும் மேற்கு மத்திய இந்திய காட்டுப் பிரதேசத்திற்கும் இடையே உஜ்ஜயினி அமைந்துள்ளது. இப்போது யாத்திரைத் தலமாக இருக்கும் அது, அப்போது மௌரியப் பேரரசின் ஐந்து பெரும் பிரிவுகளில் ஒன்றின் தலைநகராயிருந்தது. அவந்தி/மால்வாவில் முக்கிய அதிகார மையமான அது, பிரதான மேற்குக்கரை துறைமுகம் ப்ரோச்சுக்கும், பாடலிபுத்திரம் (நர்மதை பள்ளத்தாக்கு வழியே) அல்லது கங்கைப் பிரதேசங்களின் மேல் பக்கத்திற்கிடையே (சம்பல் மற்றும் பழைய தட்சிண பாதா வழியே), போக்குவரத்தையும் வணிக நகர்வையும் கட்டுப்படுத்தப் பொருத்தமானதாய் இருந்தது.

எனினும், அசோகர் அங்கு தங்கியிருந்ததில் மிகவும் குறிப்பிடத் தக்கதாகப் பௌத்த வரலாற்றாளர்களால் கருதப்படுவது, உள்ளூர் வணிகரின் மகளுடனான காதல் விவகாரமே. அவள் தேவி அல்லது விதிஷா-மகாதேவி, 'விதிஷாவின் இனிய பெண் தெய்வம்; அவள் அசோகருக்கு மணமுடிக்கப்படவுமில்லை, அவருடன் பாடலிபுத்திரம் சென்று அவரது அரசியரில் ஒருவராக இருந்திட விதிக்கப்படவுமில்லை. இருந்தும் அவரிடம் ஒரு மகனையும் மகளையும் பெற்றெடுத்தாள். மகன் மகிந்தன் இலங்கைக்குச் செல்லும் பௌத்த குழுவுக்குத் தலைமை வகிப்பான்; அவனது தாய் ஏற்கெனவே பௌத்தத்தைச் சேர்ந்தவளாய் இருந்திருக்க வேண்டும், அவந்தியில் இருந்தபோதே அசோகர் பௌத்தத்தால் ஈர்க்கப்பட்டிருக்கவேண்டும். உஜ்ஜயினிக்கு 120கி.மீ. கிழக்கில், தற்போதுள்ள போபாலுக்கு அருகிலுள்ள விதிஷாவில் புகழ்மிக்க சாஞ்சி நினைவுச் சின்னங்கள் உள்ளன (பிரின்ஸெப்புக்கு விழிப்புணர்வூட்டிய கல்வெட்டுகள் நிறைந்த மாபெரும் ஸ்தூபி உட்பட). மௌரியர் காலத்தில் அது முக்கியப் பௌத்தச்

சமுதாயத்தின் இல்லமாயிருந்தது. ஆனால் அதன் ஆரம்பநிலை விஹாரைகள் (துறவியர் கூடங்கள்)-ஸ்தூபிகள் கி.மு. 275க்குப் பிந்தையவை. ஆதலின், விதிஷா அசோகரை மதமாற்றியது என்பதை விடவும், அசோகர் விதிஷாவை மதமாற்றினார் என்பதே சாத்தியமாகத் தோன்றுகிறது. தன் இளமையில் அதனுடன் கொண்டிருந்த காதல் சார்ந்த தொடர்புகளை மனதில் கொண்டு, ஒரு சக்கரவர்த்தியாயும் சாதாரண பௌத்த மதத்தினராயும், அமைதியாயுள்ள இச்சிறு மேட்டுப்பகுதி மீது அன்பு கொண்டிருக்கக்கூடும்-பேட்வா ஆற்றின் அருகே இருந்த தோட்டங்கள் பின்புலத்திலிருந்து அது, தன் மதம் சார்ந்த கீர்த்தியை உறுதிப்படுத்தியிருக்கும்.

மகதத்தின் அஜாதசத்ரு போன்ற பௌத்த போதனைகளை ஏற்றுக்கொண்ட ஆரம்ப நிலையாளர்களைப் போன்று, பௌத்தத்திற்கு முந்தைய அசோகரின் வாழ்க்கை முறை குரூரத்தில் தோய்ந்தது என்று பிரதிநிதித்துவப்படுத்திட பௌத்த நூல்கள் தலைப்படுகின்றன. ‘சரியான சிந்தனை’யால், கேடுகெட்ட அரக்கனைக்கூட கருணைக்கு முன்னுதாரணமாக மாற்றமுடியும் என்பதால் மதமாற்றம் முக்கியமாயிருந்தது. அரியணைக்குப் போட்டியிட்ட அவரது 99 சகோதரர்களைக் கொன்றது மட்டுமின்றி, நரகத்தின் வதைக் கருவிகள் போன்று பூமியில் நிறுவிட, நரகத்திற்கும் சென்றுவந்ததாகக் கூறப்படுகிறது. இப்’பூமியில் நரகம்’ மிகவும் ஆர்வத்தைக் கிளப்பிற்று; 900 ஆண்டுகளுக்குப் பிறகு, ஆரம்பநிலை பௌத்த இடங்களைச் சுற்றிப் பார்த்துக் கொண்டிருந்த ஒரு சீனப் பயணி, இங்கு வந்துள்ளார், அப்போது அது ஒரு தூணில் அடையாளப்படுத்தப்பட்டது.

அசோகர், அவரது தந்தையால் தெரிவு செய்யப்பட்ட வாரிசு இல்லை. ஆகவே வாரிசுப் போராட்டம் இருந்தது நிச்சயம். பிந்துசாரரது இறப்புக்கும் அசோகரின் அரியணையேற்றத்திற்கும் இடையிலான நான்காண்டு இடைவெளிக்கு அது காரணமாகலாம்; பல சகோதரர்களில் (நிச்சயமாக நூறு பேரில்லை) ஒருவர் மட்டுமே குறிப்பிடப்படுவதற்கும் காரணமாகலாம்; இச்சகோதரர் பெயர் விடாசோகா என்றும், இவர் பௌத்தப் பிக்குவாகிவிட்டார் என்கிறது ஒரு பௌத்த ஆதாரம்-துறவைப் போன்ற சுயபாதுகாப்பும் இதனை நிர்ப்பந்தப்படுத்தி இருக்கக்கூடும். அரக்கராக இல்லாது போயினும், அசோகர் அரியணைபெற அவசியமான கௌடில்யர் ஈவிரக்கமற்ற தன்மையையும், அதனைத் தக்கவைத்துக்கொள்ள சூதினையும் கொண்டிருந்தார்.

சுமார் கி.மு. 260 இல், அரியணையேறி எட்டாண்டுகள் ஆனபோது, நிச்சயமாக மௌரியர்களுக்கே உரியதாகக் கூறக்கூடிய ஒரு படையெடுப்பு நடந்தது. அது அச்சக்கரவர்த்தியின் வாழ்வில் தலை சிறந்ததாயும் திருப்புமுனையாயும் இருந்தது. அசோகர் கலிங்கத்தை வென்றார் அல்லது மறுவெற்றி கொண்டார். 14 பெரும் பாறைப் பொறிப்புகளுள் (எட்டு சிறுபாறைப் பொறிப்புகளுக்கும் கல்வெட்டுகளுக்கும் ஏழு பெரும் தூண் பொறிப்புகளுக்கும் எதிராக) 13 ஆவதான, அவரது மிக முக்கியப் பொறிப்பில் இவ்வெற்றி பதிவு பெற்றுள்ளது. இதன் ராணுவ விவரணங்களைச் சொல்லாத போதும், ஒரு லட்சம் பேர் கொல்லப்பட்டனர், இன்னும் பன்மடங்கில் மடிந்தனர் (போர்க் காயத்தாலும் பஞ்சத்தாலும்). மேலும் 1,50,000 பேர் நாடு கடத்தப்பட்டனர் என்னும் மனிதத் துயரத்தை விரிவாகக் கூறுவதுடன் சக்கரவர்த்தியின் எதிர்வினையினையும் பதிவுசெய்கிறது.

கலிங்கத்தை வென்றதும் கடவுளருக்குப் பிரியமானவர் வருந்தினார், ஒரு நாடு வெற்றிகொள்ளப்படுகையில் படுகொலை, மரணம், மக்களை வெளியேற்றுதல் என்பன கடவுளருக்குப் பிரியமானவரிடத்தே அதீதத் துயரத்தை ஏற்படுத்தி மனதை அழுத்தும்... தப்பித்தும் குறையாத அன்பும் உடைய நல்வாய்ப்பாளரும், தம் நண்பர்கள், பரிச்சயமானவர்கள், சகாக்கள், உறவினர்களின் கெடுவாய்ப்புகள் கண்டு வருத்தம் மேலிடும்... கலிங்கம் இணைக்கப்பட்டபோது, இறந்தோரில்/கொல்லப்பட்டோரில்/வெளியேற்றப்பட்டோரில் இன்று நூறிலொருவர்/ஆயிரத்திலொருவர் அதேபோல் வருந்த நேர்ந்தால், கடவுளருக்குப் பிரியமானவரின் மனதைக் கனமாக அழுத்தும்...

என் மகன்களில் யாரேனும் அல்லது கொள்ளுப் பேரன்களில் யாரேனும் ஒருவர், புதிய வெற்றிகள் பெறுவது பற்றி நினைத்துப் பொறுமையுடனும் லேசான தண்டனையுடனும் நிறைவடைய வேண்டும் என்பதன் பொருட்டுத் தம்மத்தின் இக்கல்வெட்டு பொறிக்கப்படுகிறது. தம்மத்தின் வாயிலான வெற்றியை உண்மையான வெற்றியாகவும் தம்மத்திலான ஆனந்தத்தை முழு ஆனந்தமாகவும் அவர்கள் கருதவேண்டும், ஏனெனில் இது இவ்வுலகிலும் மறு உலகிலும் மதிப்பு மிக்கது.[10]

இது குறித்து ஆர்.கே. முகர்ஜி இவ்வாறு எழுதுகிறார்: "அசோகரின் பெருமை இங்குள்ளது. பவித்திரமான உணர்வளவிலே கூட

அசோகரின் கீழ் இந்தியா
N
Lampaka
Buner
Shahbazgarhi
KAMBOJAS
Mansehra
Taxila
Kandahar
YONAS
RISTIKAS
Kalsi
Topra
Bahapur
Delhi
Nigali-Sagar
Rampurva
Bairat
Rummindei
Lauriya-Nandangarth
Bhabru
Sohgaura
Lauriya-Araraj
Gujarra
Sarnath
Pataliputra
Allahabad
Barabar
Mahasthan
Sahasram
Rupnath
Ujjain
Sanchi
Panguraria
Girnar
Broach
Tamralipti
Sopara
Arabian Sea
ANDHRAS
Dhauli
Jaugada
Bay of Bengal
Sannathi
Maski
Amaravati
Gavimatha
Rajula-Mandagiri
Palkigundu
Yerragudi
Brahmagiri
Siddapur
Jatinga-Rameshwara
KERALAPUTRAS
SATIYA-PUTRAS
CHOLAS
PANDYAS
Lakshadweep Islands
பெரும் பாறைப் பொறிப்புகள்
சிறிய பாறைப் பொறிப்புகள்
தூண் பொறிப்புகள்
YONAS அசோகன் பொறிப்புகளில் குறிப்பிடப்படும் மக்கள்
இந்தியக் குடியரசின் எல்லை
0 km 600

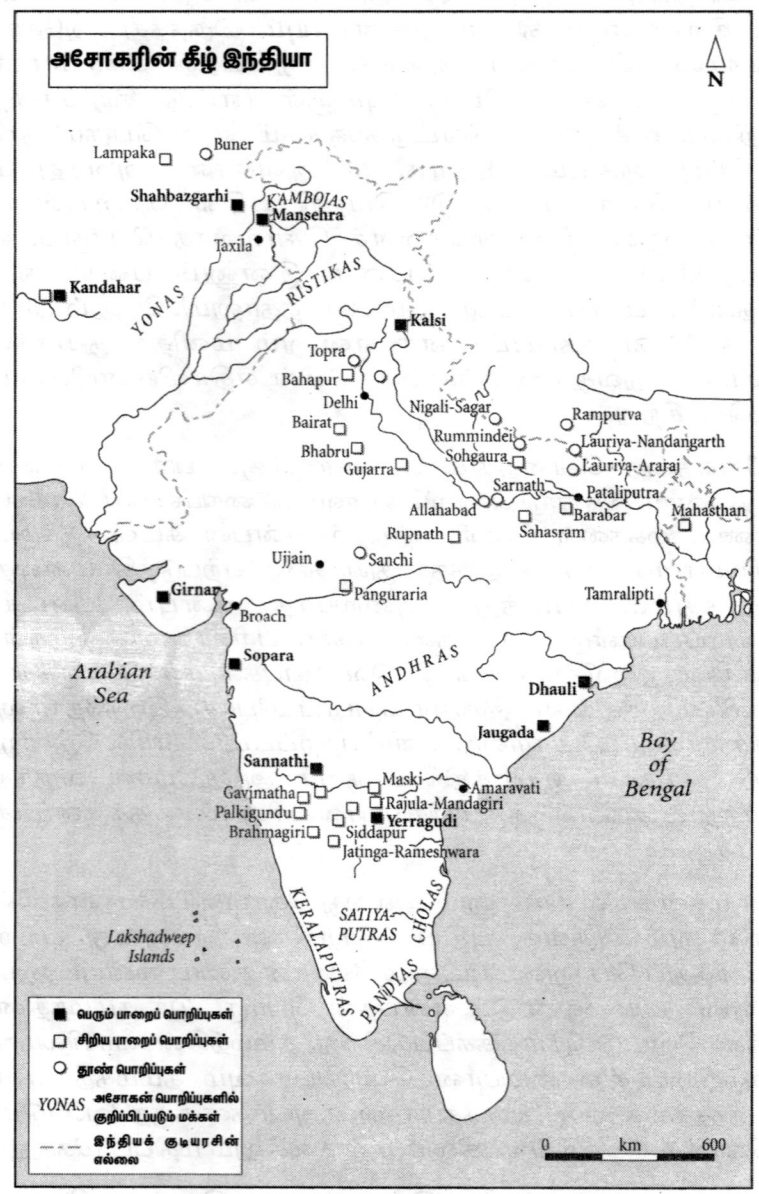

இதனை வெல்ல முடியாது; உலக வரலாற்றில் எந்த வெற்றிகரமான மன்னனும் இதுபோன்ற ஒன்றினை எப்போதேனும் வெளிப்படுத்தி இருக்கவில்லை"[11] History of the world இல் எச்.ஜி. வெல்ஸ் இதே கருத்தினை முன்வைத்தார்: '(போரின் குரூரம்-திகிலில்) சிறிதும் கொண்டிருக்கமாட்டார். பௌத்தத்தின் சமாதானச் சித்தாந்தத்தை மேற்கொண்டு, அதன்பின் தன் வெற்றிகள் மதத்தின் வெற்றிகளாயிருக்கும் என்றறிவித்தார்... இத்தகையவர்தான் சக்கரவர்த்தி அசோகர்.'[12]

வன்முறையைக் கைவிட்டும் போரினை ஒதுக்கியும் நழுவிச் சென்றிடும், ஆனால் போற்றத்தக்கதான தம்மத்தை வற்புறுத்தியும் அசோகர் அரசு நிர்வாகத்தைத் தலைகீழாக மாற்றினார். கௌடில்யரின் அர்த்தசாஸ்திரம் அண்டையிலுள்ள பிரதேசங்களை வெற்றிகொள்வது அரசனின் புனிதக் கடமைகளில் ஒன்று என்றது; போரின் ஏராளமான வகைகளைப் பட்டியலிட்டது, ராணுவ விவரணங்கள், யுத்தத் திட்டங்கள் என அடுக்கியது. இத்தகைய அவநம்பிக்கையான சமூகத்திற்கு, அசோகரின் மனமாற்றம் புரட்சிகரமானதாகத் தோன்றியிருக்க வேண்டும்.

இது கருணைமிக்கதாகத் தோன்றினும், அப்படித்தானா என்று கேட்கப்பட வேண்டும். சக்கரவர்த்தி அவ்வளவு வருத்தமுற்றால், வெளியேற்றப்பட்டவர்களின் மீட்புக்கு ஏன் ஏற்பாடுகள் செய்யவில்லை? இக்குறிப்பிட்ட கல்வெட்டு மட்டும் ஏன் கல்வெட்டுகள் தொகுப்பிலிருந்து விடுபட்டுள்ளது? அதனிடத்திலே உள்ள இரு தனித்தனி பாறைப் பொறிப்புகள், மன்னரின் பிரதிநிதிகள், புகலிடமற்ற மக்கள் மன்னர் அசோகரைத் தந்தையாகக் கருதும் வண்ணம், நீக்குப்போக்கான கொள்கைகளையும் அசாதாரணமான மதிநுட்பத்தையும் நடைமுறைப்படுத்த வேண்டும். கொள்கையின் அளவுக்கு மனசாட்சி இவ்வணுகுமுறையை வற்புறுத்துகிறது. என்ன பாடங்கள் பெற்றிட அசோகர் தெரிவுசெய்தாலும், உண்மையில் அடக்கப்பட்ட கலிங்கர்களை அசோகர் நடத்தியது அர்த்தசாஸ்திரத்தில் விதித்தபடியேதான்: 'புதிய பிரதேசத்தைப் பெற்றுள்ள வெற்றியாளர் தன் நற்குணங்களை எதிரியின் கேடான குணங்களிடம் மாற்றிக்கொள்ள வேண்டும், எதிரி நல்லவனாயிருப்பின் அவன் இரு மடங்கு நல்லவனாயிருக்க வேண்டும். தன் தம்மத்தின் படி நடந்து, இனிதான நன்மையான கொள்கைகளைப் பின்பற்ற வேண்டும்; சலுகைகள் விலக்குகள் அளித்தும், அன்பளிப்புகள் விருதுகள் வழங்கியும் நன்மை செய்யவேண்டும்'[13]

இறந்தோர் எண்ணிக்கை அதிகப்படியாக இருப்பது வியப்பூட்டுவதே. மௌரிய ராணுவத்தை நிரந்தரமானது, தொழில்துறை ரீதியிலானது, அரசு செலவில் பயிற்றுவிக்கப்பட்டுப் பராமரிக்கப்பட்டு வருவது, அது வேளாண் மக்களுக்குத் துளியும் பிரச்சினையாயிருந்ததில்லை என்கிறார். 'ஒரேவேளையில் ஒரு நாட்டின் ஒரே பகுதியில் போருக்கு அணிவகுத்துச் சென்று உயிரைப் பணயம் வைத்துப் பலர் போராடிக்கொண்டிருக்க, மற்றவர்கள் பாதுகாப்பாய் உழுதும் பயிரிட்டுக்கொண்டும் இருப்பது அடிக்கடி நிகழ்வதாகும்.'[14] நிலைமை இதுவாயின் கலிங்கப் போரில் போரிடாத அவ்வளவு பேர் எப்படி பாதிக்கப்பட்டனர்? கங்க ராணுவத்தினரின் எண்ணிக்கையாக மெகஸ்தனீஸ் ஒரு புள்ளி விபரத்தைத் தருகிறார். சந்திரகுப்தன் காலத்தில் அது 60,000. மௌரியப் படையினரின் எண்ணிக்கை மிக அதிகமானது, ஆனால் அவர்கள் அதிகப்படியாக இழப்புகளைப் பெற்றிருக்காவிட்டால், ஒரு லட்சம் வரை இறப்புகள் ஏற்பட்டிருக்கும் என்பதை எப்படி விளக்குவது?

எதிர்த்தரப்புகளில் அதிகப்படியாக இழப்புகள் இருப்பதில் வழக்கத்திற்கு மாறாக ஒன்றுமில்லை. ஒருவேளை அசோகர் மிகைப்படுத்தியிருக்கலாம்-தன் அருவருப்பை ஏற்கக்கூடியதாகச் செய்வதன் பொருட்டு, தன் வெற்றியை பிரம்மாண்டப்படுத்தவும் அதன்வழி யாரும் தன் அதிகாரத்தை மீறாதிருக்கும் வகையிலும் அவ்வாறு செய்திருக்கவும் வாய்ப்புண்டு. பொதுமக்களின் அபிப்பிராயத்திற்கு மாறாக, அவர் ஒருபோதும் யுத்தத்தைக் கைவிடவுமில்லை, ராணுவத்தைக் கலைக்கவுமில்லை. அவர் துயரம் நாணயமிக்கதில்லை என்று அர்த்தமில்லை. கலிங்கப் போர் நிச்சயமாக அவரின் மனச்சாட்சியை உறுத்தியது; 'அரசின் உறுப்புகளை மன்னர் கட்டுப்படுத்தி வைத்திருந்தார்' என்கிறது அர்த்தசாஸ்திரம்-ஒட்டுமொத்தச் சமூகத்தின் நோய்களைப் பிரதிபலிப்பதாகத் தோன்றியது அவரின் சஞ்சலம். இதற்கான மருந்து, நாசகரமான சமாதானவாதமில்லை மாறாகத் தம்மம் என்னும் துணிகரமான ஊக்கபானமே.

சூரியனும் சந்திரனும் இருக்கும் மட்டும்

எந்த ஆட்சியாளரும் தம் வாழ்க்கைப் பணியைத் தனியொரு வார்த்தையில் தொகுத்துரைத்ததில்லை, ஆனால் அசோகர் விரும்பியது அதைத்தான். தான் நினைவுகூரப்படுவது வெற்றிகளுக்காகச் செல்வத்திற்காக அல்லாமல், தம்மத்தின்

பொருட்டு இருக்கவேண்டும் என விரும்பினார். அவரின் பாறைப் பொறிப்புகளில் அச்சொல் பிரதானமாக இடம்பெறுவது போதுமானதாயில்லை. அநேகமாக அனைவரும் அதனைக் குறிப்பிடுகின்றனர், சிலர் பலமுறை குறிப்பிடுகின்றனர், அதனை வரையறுப்பதில் அநேக முயற்சிகள் இருந்துள்ளன:

> கடவுளருக்குப் பிரியமானவனாகிய மன்னன் பியதஸ்ஸி இவ்வாறு பேசுகிறான்: தம்மத்தின் கொடையுடன், தம்மத்தின் புகழுடன், தம்மத்தைப் பகிர்வதுடன் தம்மத்தில் ஈடுபடுவதுடன் ஒப்பிடும்படியான கொடையேதும் இல்லை. அது இதுதான்: அடிமைகளிடமும் சேவகர்களிடமும் நன்றாக நடந்துகொள்ளல், தாய் தந்தையருக்குப் பணிதல், நண்பர்கள், பரிச்சயமிக்கவர்கள், உறவினர்கள், சிரமணர்கள், பிராமணர்களிடம் தாராளம் காட்டுதல் மற்றும் உயிருள்ளவற்றைக் கொல்வதிலிருந்து விலகியிருத்தல். தந்தை, மகன், சகோதரன், எஜமானன், நண்பன், பரிச்சயமிக்கவன், உறவினன், அண்டைவீட்டான் என்போர் 'இது நல்லது, இதனை நாம் செய்யவேண்டும்' என்று கூறவேண்டும். அவ்வாறு செய்வதன் மூலம் இவ்வுலகில் நன்மையுண்டு, தம்மத்தை வழங்கினால் அவ்வுலகில் முடிவுறாத மேன்மையுண்டு. [11வது பெரும் பாறைப் பொறிப்பு]¹⁵

இன்னோரிடத்தில் கருணை, அறக்கொடை, உண்மை, தூய்மையுடன் தம்மம் சமமாக்கப்படுகிறது. ஆங்கிலத்தில் *piety, duty, good conduct* அல்லது *Decency* எனப் பல்வேறாக முன்வைக்கப்படுகிறது. பிணியகற்றும் மருந்தாக இதனைக் கருதிய அசோகர் நடைமுறைப்படுத்தினார், போதித்தார், உத்வேகத்துடன் சட்டமாக்கினார். ஆகவே இந்தியாவுக்கு மட்டுமின்றி உலகத்திற்கேயான, இவ்வுலகிற்கும் அவ்வுலகிற்குமான மருந்தாயிருந்தது. தன் நற்செய்திகளைத் தன் எல்லைகள் தாண்டியும், மேற்கில் உள்ள சக ஆட்சியாளரிடத்தேயும் எடுத்துச் செல்லவேண்டியிருந்தது. எகிப்தின் டாலமி, அலெக்ஸாண்டர் (எபிரஸ்) உள்ளிட்ட அவர்களின் பெயர்களில் சிலவற்றைக் குறிப்பிடுவது ஆதாரமான காலக்கிரமத்தைத் தரும்.

உள்நாட்டில் தம்மத்தின் பரவலை முன்னெடுக்கவும் கண்காணிக்கவும் இணையான நிர்வாகம் போன்ற ஒன்று நிறுவப்பட்டது. இவற்றைத் தெரிவிக்கும் பாறைப் பொறிப்புகள் பிரகடனம் செய்யப்பட்டன, அவை எல்லாக் காலத்துக்குமாகச் செறிவாகப் பாதுகாக்கப்பட்டன. அரியணையமர்ந்து 27

ஆண்டுகளுக்குப் பிறகு, தன் கடைசிப் பாறைப் பொறிப்பை வெளியிடுகையில் அசோகர் 'இதனை மேற்கொண்டுள்ளேன், சூரிய-சந்திரர் நீடிக்கு மட்டும் என் மகன்கள்-கொள்ளுப் பேரன்களிடையே, மனிதர்கள் தம்மத்தைப் பின்பற்றவேண்டும் என்று' குறிப்பிட்டார் [ஏழாவது தூண் பாறைப் பொறிப்பு].[16]

திகிலுற்ற முதுகுத் தண்டுவடத்தின் கீழே, உள்ளடக்கத்தின் அளவுக்குத் தொனியும் நடுக்கத்தைப் பரவச் செய்கிறது. அசோகர் இந்தியாவின் முதல் வரலாற்று ஆளுமை மட்டுமின்றி, அவ்வளவு தொலைதூரக் காலத்தில் அறிவார்த்த ஆளுமையும் கூட. கடவுளரின் பிரியமானவர் உண்மையிலேயே இவ்வாறு பேசினார். அதிகாரப்பூர்வ கட்டளைகளில் சம்பிரதாயமாயும் திருகல் மறுகலாயும் இருப்பது போன்றில்லாமல், தனிப்பட்டதும் நெருக்கமிக்கதுமான மொழியில் பேசினார்; கல்வெட்டு நோக்கங்களுக்காகச் சுருக்கப்பட்டதாகவோ எளிதில் மனனம் செய்வதற்காகத் தந்திரமாக அமைக்கப்பட்டதாகவோ இல்லை. அவ்வப்போது திரும்பக் கூறுதலாக இருக்கும், மூன்றாம் படர்க்கையிலிருந்து தன்மை ஒருமைக்கும், நேர் மொழியிலிருந்து மறைமுக மொழிக்கும் நழுவிடும்-ஒருவரால் சொல்லப்பட்டதை வார்த்தைக்கு வார்த்தை அப்படியே பதிக்கப்பட்டது எப்படி இருக்கப் போகிறதோ அப்படியிருக்கும்.

நிச்சயமாகப் பாறைப் பொறிப்புகள் முதலில் ஓலைச் சுவடிகளாகச் சுற்றுக்கு விடப்பட்டு, அதன்பிறகு பாறையில் பொறிக்கப்பட்டிருக்கும். கி.மு. 3ஆம் நூற்றாண்டில் எழுத்தறிவு பரந்துபட்டதாயில்லை-மக்களிடம் உரத்து வாசிக்க வேண்டியிருந்தது. வடமேற்கு எல்லைப் புறத்தின் முரட்டு நிலங்களின் விளிம்பில், பெஷாவருக்கு அருகில் ஷாபாஸ்கரியில், அச்செமெனிட்களின் காலத்து அராமிக் மொழியிலிருந்து பெறப்பட்ட உள்ளூர் லிபி கரோஷ்டியில் அவை எழுதப்பட்டன. கைபர் கணவாய்க்கு அப்பால், வடக்கு ஆஃப்கானிஸ்தானின் பாலைகளிலுள்ள கந்தகாரில், கிரேக்க மொழிபெயர்ப்பு இணைந்த, அராமிக் மொழி பாறைப் பொறிப்பு சுருக்கமாயிருந்தது; இது முன்னரே கண்டுபிடிக்கப்பட்டிருந்தால், *RosettaStone* போல, பிரின் செப்பின் பணியை மிகையானதாக ஆக்கியிருக்கும். தக்காணத்தில் கண்டறியப்பட்டுள்ள பல கல்வெட்டுகள் தமிழின் பரிச்சயத்தைக் காட்டிக் கொள்ளாத போதும், உள்ளூர் மொழிகளையும் லிபிகளையும் பயன்படுத்திக்கொண்டமையால் அசோகர் நேரடியாகத் தன் மக்களுக்கு மட்டுமல்லாமல் தன் எல்லைகளுக்கு அப்பாலுள்ள மக்களுக்கும் தன் காலத்தையடுத்த

தலைமுறைகளுக்கும் வேண்டுகோள் விடுப்பவராகத் தோன்றுகிறார். அவரது கட்டளைகளின் இந்நேரடித் தன்மைதான், ஆயிரமாயிரம் ஆண்டுகளைத் தாண்டி, இத்தகு வியப்பூட்டும் உடனடித் தன்மையை அவற்றிற்கு அளிக்கின்றது.

ஆனால், இப்பாறை இன்னும் ஈர்க்கின்றது எனில் அது உள்ளடக்கம் காரணமாக என்று சொல்ல இயலாது. மிக இயல்பான மனிதாபிமான கட்டளைகளில் அவ்வளவு நேசத்தையும் உழைப்பையும் அதிகாரத்தையும் ஏன் கொட்டவேண்டும் என வியப்புதான் மேலிடும். அவற்றிற்கு அரசியல் பொருத்தப்பாடில்லை என்று கருதும் பல வரலாற்றாளர்கள், அசோகரை ஒரு பேரரசினை எழுப்புபவராக அல்லாமல், மதச் சீர்திருத்தவாதியாக, இன்னொரு புத்தராக அல்லது கிறித்துவாகச் சித்திரித்துள்ளனர். பல்வேறு சிறு கல்வெட்டுகளில் உள்ளது போல, மதரீதியில் அவரின் தெளிவான விருப்பம், பௌத்த சமுதாயமே; 'அசோகர் என்னும் பெயரைச் சுற்றிக் குவிந்துள்ள சாகசக்கதை வளர்ச்சி'யைப் பார்க்கையில், பௌத்த மரபில் தம்மம் பௌத்தத்துடன் சமன்செய்யப்பட்டிருக்கிறது. அகிம்சை, எல்லா வடிவங்களிலும் உயிரைப் பாதுகாத்தல், சக மனிதர்களிடத்தே 'சரியான நடத்தை' ஆகியவற்றின் மீது தம்மத்தை வற்புறுத்துவதால் இப்பிணைப்பு கிடைப்பதாகத் தோன்றும். மூன்றாம் பௌத்த மாநாடு பாடலிபுத்திரத்தில் அசோகரின் ஆதரவில் நடத்தப்பட்டதாகக் கருதப்படுகிறது. அவரின் தம்ம முகவர்களில் குறைந்தபட்சம், அவரது மகன் மகிந்தன் தூதுவருக்கும் மேலாக இயக்கப் பணியாளராக இருந்தான். மரபார்ந்த அரச வேட்டை பொழுதுபோக்குடன் தன் அரசு சார்ந்த சுற்றுலாக்களை இணைக்க விரும்பாத அசோகர், புனித யாத்திரையால் மட்டுமே தனது பயணங்கள் உயிர்ப்படைகின்றன என்று வற்புறுத்துகிறார். புத்தர் பிறந்த இடத்தைப் பரிநிர்வாணமுற்ற இடத்துடன் இணைத்திடும் இத்தகைய சுற்றுலா ஒன்று, அவரது 12ஆம் ஆட்சியாண்டு அதாவது கி.மு. 248இல் நிறுவப்பட்ட தூண் வரிசைகளில் பதிவுசெய்யப்பட்டுள்ளது.

எனினும், அசோகர் பௌத்தத் துறவியானார் என்பது இப்போது ஏற்கப்படவில்லை. கல்வெட்டுகள் புத்தரைக் குறிப்பிடுவதே இல்லை, உன்னத எண் மடங்குப் பாதையையோ அல்லது வேறெந்த பௌத்தத் தத்துவம் குறித்த உணர்வையோ காட்டுவதுமில்லை. 'மதமாற்றம்' என்னும் கருத்தே கூடச் சந்தேகிக்கப்படுகிறது, ஏனெனில் பௌத்தம், சமணம் போன்ற நெறிகள் பிரத்யேகமானவையாகவும் இல்லை. இஸ்லாத்திற்கு முந்தைய இந்தியாவில், மதம் கொள்கையாயும், கொள்கை

சித்தாந்தமாயும், நம்பிக்கை அளிக்கும் உண்மையாயும் இல்லவே இல்லை. பெரும்பாலானவை மறுபிறப்பு என்னும் விடுபடமுடியாத வட்டத்தை ஏற்றன, அதனின்றும் தப்பிடப் பல்வேறு வழிமுறைகள் உள்ளன என்றன. ஒரு குறிப்பிட்ட தெய்வத்தை வழிபடுவது உதவும், - பெரும்பாலும் அது நோயை, தொற்றினை விரட்டுவது போன்றது. பிராமணிய வைதிகம்கூட நம்பிக்கையை வற்புறுத்துவதில்லை, வெறுமனே பிராமணிய அதிகாரத்தை ஏற்பதும், சாதி ஏற்பும்தான். இறையியலற்ற பிரிவுகளிடையே, பின்பற்றுவோருக்கும் ஆதரவாளருக்கும் போட்டி நிலவியுள்ளது. கடுமையான விவாதங்கள் நிகழ்ந்துள்ளன, குறைந்தபட்சமாக ஒன்றில் அசோகர் தலையிட்டுள்ளார். ஆனால் ஒரு சித்தாந்தத்தை விட்டு இன்னொன்றை ஏற்றிடும் மதமாற்றம் அர்த்தமற்றதாய் இருந்துள்ளது.

மாறாக மெகஸ்தனீஸ் இந்திய தத்துவாசிரியர்களை ஒத்த போக்குடைய பிரிவுகளாக அல்லாமல், 'பிராமணர் மற்றும் சிரமணர்' என்று பிரித்தார்-அசோகர் பிரித்தது போல; அல்லது 'சிரமணர் மற்றும் இல்லறத்தார் போல. நாடோடிகளாகத் திரிவோரை, இறையியலற்ற பிரிவுகளின் துறவு நடைமுறைகள் மற்றும் மரபார்ந்த தெய்வங்களின் நாடோடிப் பக்தர்களை உள்ளடக்கிய துறவறத்தினரைச் 'சிரமணர்' என்ற சொல் குறித்தது. அதாவது, இதில் முக்கியவேறுபாடு வெவ்வேறு பிரிவுகளுக்கிடையே இல்லாமல், வெவ்வேறு வாழ்க்கை முறைகளுக்கிடையே இருந்தது. எஞ்சிய சமூகத்துடனான உறவினை வைத்தே ஒரு தனிநபர் வரையறுக்கப்பட்டார். சித்தாந்தமின்றி நடத்தையே பொருட்படுத்தப்பட்டது. அப்படியே அசோகருக்கும். அவர் தம்மத்திற்கென்று எந்தவொரு தத்துவார்த்த நியாயப்படுத்தலையும் மேற்கொள்ளவில்லை, தர்க்கத்திற்குள் கொண்டுவரவுமில்லை. அதுவொரு நம்பிக்கையோ சித்தாந்தமோ இல்லை, வெறுமனே நடத்தை சார்ந்த நெறிகளின் வரிசையே. ஆனால் நடத்தை, நெறிமுறை என்பன வரையறுத்திடும் முக்கியத்துவம் பெற்றிருப்பதால், அதனை மீறிடும் எந்த முயற்சியும் புரட்சிகரமாயிருந்தது. ஆதலின் தன் தம்மத்தை அறிமுகப்படுத்திட அசோகருக்கு நல்ல காரணம் தேவைப்பட்டது; மேலும் ஒருமைப்பட்ட சீரான சமூகத்தை முன்னெடுத்துச் செல்வது அதற்கான காரணமாயிருந்தது.

முன்னெப்போதும் இருந்திராத பரப்பளவுள்ள பேரரசுக்கு முன்னெப்போதும் இருந்திராத தீர்வுகள் அவசியமாயின. பாறைக் கல்வெட்டுகளால் தோராயமாக வரையறுக்கப்பட்ட பரந்த

நிலத்துடன் (ஒரிஸ்ஸாவிலிருந்து மைசூர், பம்பாய், ஜீனாகத், கந்தஹார், பெஷாவர், டேராடூன் வரை) காஷ்மீர் பள்ளத்தாக்கும் சேர்ந்திருந்தது, அதில் நேபாளும் அடங்கியிருக்கும். நிலப்பகுதி காட்டிலிருந்து மலை, பாலை, வெள்ளம் பாயும் சமவெளி எனவும் மக்கள், நாடோடி வேட்டைச் சமூகத்தினர்-உணவு சேகரிப்பாளரிலிருந்து பயிரிட்டு எரிக்கும் பழங்குடியினர், மேய்ப்போர், மீனவர், மானாவாரி சாகுபடியாளர், பால்பண்ணை விவசாயிகள், கைவினைக் கிராமங்கள், நகர்மயமான தொழிற்குழுக்கள், கடல்சார்-அயலக வணிகர்கள் மற்றும் மிக நவீனமான படிவரிசையிலான பெரு நகரச் சமூகங்கள் வரை பல்வேறாயிருந்தனர். மெகஸ்தனீஸைப் பொறுத்தமட்டில், பாடலிபுத்திரமே, 15 கி.மீ. தொலைவுக்கு அரண் செய்யப்பட்ட மதில்களுக்குள் அமைக்கப்பட்டிருந்தது;அதன் அரண்மனை அச்செமெனிட்களினுடையதைச் சவாலுக்கு இழுப்பதாய் இருந்தது; அதன் சிதைவில் கூட, இது 'தேவதைகளின் படைப்பா' என ஒரு சீனப் பயணியை எண்ண வைத்தது.

மெகஸ்தனீஸ் கூறுவதையும் அர்த்தசாஸ்திரம் விளக்குவதையும் கொண்டு, இப்பேரரசைப் பாதுகாத்திட மௌரிய நிர்வாகம் மேற்கொண்ட நடைமுறைகளைப் பார்த்தால், அது விரிவாக உள்ளது. அரசாங்கம் பெரிதும் வரிவசூலிப்பதாயும் நீதி வழங்குவதாயும் கருதப்பட்டது. இவை ஒவ்வொன்றிலும் பேரரசரும் அவரது அமைச்சர்களும் அதிகாரிகளின் படிவரிசைக்குத் தலைமை தாங்கினர்-அவர்கள் கோட்ட-மாவட்ட அலுவலர்களிலிருந்து வரிவசூலிப்பவர், சந்தைக் கண்காணிப்பாளர் நில விவரணங்களைப் பதிந்திடும் உதவியாளர் வரை காணப்பட்டனர். இந்த ஒட்டுமொத்த அமைப்பும் கண்காணிப்பாளர்களின் ஆய்வுக்கு உட்படுத்தப்பட்டு, அவர்கள் நேராகச் சக்கரவர்த்திக்கு அறிக்கை இட்டனர்-ரகசியத் தகவலாளிகள் மேலும் ஒரு சரிபார்ப்பை மேற்கொண்டனர். அனைவரும் நேரடியாகவோ மறைமுகமாகவோ பேரரசரால் நியமிக்கப்பட்டனர், அவருடன் நேரடித் தொடர்பிலிருந்தனர்.

இவ்வமைப்பு அப்படியே சுவர்ணகிரி (இப்போதுள்ள ஆந்திரப் பிரதேசத்தின் கர்னூல் அருகே), உஜ்ஜயினி (அவந்தி/ மால்வா), தட்சசீலம் (பஞ்சாப்) மற்றும் தோசாலி (ஒரிஸ்ஸாவில் புவனேஸ்வரத்திற்கு அருகிலிருந்ததாக எண்ணப்படுகிறது) என்னும் பிரதேச நிர்வாகங்களில் செயல்பட்டது. ஒவ்வொன்றுக்கும் தலைவராக ஆளுநர் இருந்தார், அவர் பெரும்பாலும் பேரரசரின் மகனாக இருந்தார்; இவ்வமைப்புகள் எவ்வளவு தன்னாட்சி

உரிமை பெற்றிருந்தன என்பது கேள்விக்குரியது. அதிகம் மையப்படுத்தப்பட்டதொரு நிர்வாகத்தை மெகஸ்தனீஸ் வரைந்து காட்டுகிறார், அவர் மகதத்தின் நிலைமையைக் கருத்தில் கொண்டு பொதுமைப்படுத்தி இருக்கக்கூடும். மையப்படுத்தலே உத்தேசமாயிருந்தது. நிழல் தரும் மரங்கள், அடையாளந்தாங்கிய மைல் கற்கள், அங்கங்கே கிணறுகள், தோட்டங்கள், ஓய்விடங்களுடன் சாலைகள் அமைக்கப்படவேண்டும் என்னும் பாறைக் கட்டளைகளின் வற்புறுத்தலுக்கு இணையாக மெகஸ்தனீஸின் உற்சாகமும் சேர்ந்துவிடுகிறது. வர்த்தகத்திற்கு செய்தித் தொடர்பு ஆதாரமாயிருந்தது; பேரரசருடனான நேரடித் தொடர்பு போல அதுவும் அத்தியாவசியமாயிருந்தது.

இன்னொரு முன்னுரிமை தரப்படுத்தலுக்குத் தரப்பட்டது. 'நீதிநடை முறையிலும் தண்டனையிலும் சீரான தன்மை' என்ற அசோகரின் கட்டளை அர்த்த சாஸ்திரத்தில் எதிரொலிக்கின்றது-வரிகளும் கடமைகளும் சம்பள விகிதங்களும் தரப்படுத்தப்பட்டிருந்தன. பொதுவாக, நிர்வாகத்தின் மொத்தக் கட்டமைப்பும், தரப்படுத்தப்பட்ட பிரகடனங்களும் கல்வெட்டுகளும் பேரரசை ஒன்றிணைத்திடும் உத்தேசம் பெற்றிருந்தன. நான்கடுக்கிலான வர்ணமாகவோ, தொழில்சார்ந்த ஜாதியாகவோ, சாதி பற்றிய குறிப்புகள் பாறைப் பொறிப்புகளில் இடம்பெறவே இல்லை, ஆனால் பிரிவினைவாத வேறுபாடுகள் ஏகாதிபத்திய மனதில் நிறைந்திருந்தன. 12வது பெரும் பாறைப் பொறிப்பின் படி,'கடவுளுக்குப் பிரியமானவர், கொடைகளுடனும் பல்வேறான அங்கீகாரங்களுடனும் அனைத்துப் பிரிவினரையும் துறவிகளையும் இல்லறத்தாரையும் கண்ணியப்படுத்துகிறார்.' ஆனால் அனைத்துப் பிரிவுகளின் அடிப்படைக் கொள்கையை முன்னெடுத்துச் செல்வதுடன் ஒப்பிடுகையில், இவையெல்லாம் முக்கியமற்றவை என்கிறார் அசோகர். பிரிவுகளுக்கிடையே சகிப்புத்தன்மையை வேண்டும் இடம் இதுதான். இன்னொருவரது போதனைகளை ஒருவர் நிந்திக்கலாகாது. ஒத்திசைவுதான் லட்சியம்; அனைவருக்கும் பொதுவான சித்தாந்தச் சாரத்தின் அங்கீகரிப்பை வளர்த்தெடுப்பதன் வாயிலாக இது எட்டப்படும்.

சித்தாந்த சாரமாகக் கருதப்படும் இது தம்மத்திற்குச் சமநிலையில் வைக்கப்படவில்லை என்றபோதும், இது அசோகரின் மாபெரும் கருத்தின் தோற்றுவாயாகத் தோன்றுகிறது. தம்ம என்பது தர்மம் என்னும் பிராகிருதச் சொல்லே; மொழிபெயர்க்கச் சிரமமான கருத்தமைவு; ஆனால் வேத இலக்கியத்திலும் இறையியலற்ற பௌத்த, சமண, ஆசீவகச் சித்தாந்தங்களிலும்

நேரிய-லட்சியப்படுத்தப்பட்ட உணர்த்தல்களை உடையது. அனைத்துவிதமான படைப்பும் தன் இடத்தை, தன் பாத்திரத்தைக் கொண்டுள்ள இயற்கை நியதியான அதில், பிராமணனோ பௌத்தரோ, பேரரசரோ அடிமையோ விதிவிலக்காய் இருக்க இயலாது.

இருப்பினும் தர்மம் வெவ்வேறு பிரிவுகளுக்கு வெவ்வேறு அர்த்தங்களைக் கொண்டிருந்தது; ஆகவே அசோகனின் தம்மம் பொதுவாக இருக்கத் தலைப்பட்டது, மற்றவருக்குச் சிறிதும் ஆட்சேபகரமானதாக இல்லாததாக இருக்க முற்பட்டது. அனைத்து வடிவங்களிலும் உயிர்களை மதித்தலும் மனிதருக்கும் மிருகங்களுக்கும் மருத்துவ வசதி அளித்தலும் சமண நெறியிலிருந்து பெறப்பட்டன. உயிருள்ள அனைத்தின் பழியும் நிறுத்தப்பட்டு, உணவுக்காக விலங்குகளைக் கொல்லுவதும் விலக்கப்பட்டதாகத் தெரிகிறது. அரண்மனைச் சமையல் கூடத்தில் இரு மயில்களும் ஒரு மானுமே சமைக்கப்பட்டு முன்னுதாரணம் காட்டப்பட்டது; எதிர்காலத்தில் இம்மூன்றும் கூடக் கொல்லப்படாது எனப்பட்டது. இத்தகு கட்டுப்பாடுகள், படிப்படியாக படாடோபங்களைத் தடை செய்வதை உணர்த்தி, அவற்றை நடத்துவதன் மூலம் பெருமையும் ஆதாயமும் அடைந்து வந்த பிராமணருக்கு இழப்பையும் ஏற்படுத்துவதாய் இருந்தன. ஆனால், இன்னோரிடத்தில் தரப்பட்டுள்ள தடைசெய்யப்பட்ட விலங்குகளில் காட்டு விலங்குகளே குறிப்பிடப்பட்டுள்ளன, பண்ணை விலங்குகளல்ல. கிடாய்கள், ஆடுகள், மாடுகள் முதலானவற்றின் கன்றுகள் பாதுகாக்கப்பட்டன. ஆதலின் அவை விலக்கு பெற்றன. 'மனித உயிர்களைக் கொல்லாதிருப்பது நல்லது' என்பது பின்பற்றப்பட்டது. அசோகர் யுத்தத்தைத் தக்கவைத்திருந்தது போன்றே மரண தண்டனையையும் வைத்திருந்ததாகத் தோன்றுகிறது.

ஒரிஸ்ஸாவின் குகைக் கல்வெட்டிலிருந்து, அசோகர் ஆசீவகரை ஆதரித்திடும் தன் தந்தையின் கொள்கையை- அப்படியே சமணரையும்- பின்பற்றினார். உறவினர், நண்பர், சகாக்களிடத்தே சரியான நடத்தையை மேற்கொள்ளவேண்டும் என்ற தம்ம வெளிப்பாட்டில் அவரது பௌத்த அனுதாபங்கள் வெளியிடப்பட்டுள்ளன. இத்தகைய நன்மை பெறுவோர் பட்டியலில் கணிசமாகப் பிராமணரைச் சேர்த்துக் கொள்கிறார். வைதிகச் சமூகத்தையோ அல்லது அதன் தெய்வங்களையோ அவர் நிந்திக்கவில்லை. பௌத்த சங்கத்தின் மீதான அவரது தனிப்பட்ட அனுதாபம் எப்படியிருப்பினும் கடவுளுக்குப் பிரியமானவர் கடவுளருடன் இருப்பார்.

> சமூக நடத்தையால் உயரிய பொருத்தப்பாட்டினைப் பெற்றுள்ள தன் மக்களிடையே ஒரு மனப்போக்கை உருவாக்குவதை அசோகர் குறிக்கோளாய்க் கொண்டிருந்ததாகத் தோன்றும். மௌரியர் காலச் சூழலில், இச்சித்தாந்தம், நிலவுகின்ற பல்திறமான மக்கள் மற்றும் நடவடிக்கைகளுக்குக் குவிமையமாயும் விசுவாசப் புள்ளியாயும் நோக்கப்பட்டிருக்கும்.[17]

‘இருப்பினும் தம்மத்தின் சித்தாந்தம் பேரரசரின் மரணத்துடன் மடிந்துவிட்டது’ என்கிறார் ரொமிலா தாப்பர். தம்மமே பேரரசின் அழிவுக்குக் காரணமாய் இருந்திருக்கலாம் எனப் பிறர் யூகித்துள்ளனர்; அது அலட்சியத்தை வரவழைத்தது, அலட்சியத்தைத் தூண்டிவிட்டது. தனது இறுதிப் பத்தாண்டுகளில் அசோகர் எந்தப் பாறைப் பொறிப்பினையும் மேற்கொள்ளவில்லை; அவரது பேரரசு ஏற்கெனவே சிதறிப்போகத் தொடங்கி இருக்கலாம். இன்னொரு ஐம்பது ஆண்டுகளுக்கு மௌரியர் பாடலிபுத்திரத்திலிருந்து தொடர்ந்து ஆண்டிருக்கலாம் என்றாலும் மகதத்தைத் தாண்டி அவர்தம் அதிகாரம் செல்லுபடியாகவில்லை. அசோகரது வாரிசுகள் தகுதியற்றவர்களாயும் திறனற்றவர்களாயும் இருந்ததால், உஜ்ஜயினி, தட்சசீலம், சுவர்ணகிரி, தோசாலி என்பவற்றை மையமாகக் கொண்டிருந்த பிரதேசங்கள் சீக்கிரமே நொறுங்கிப் போயின. தம்மம் பேரரசை ஒருங்கிணைத்ததாகக் கருதப்பட்டால், அது மீட்க முடியாத தோல்வியாயிற்று.

இருந்தபோதும் தோற்றுவிட்ட ஒரு கொள்கை, நீடித்ததொரு குறிப்பானது. கடலிலிருந்து கடலுக்கும், மலைகளிலிருந்து தீபகற்பத்திற்கும் நீண்டிருந்த, அசோகன் விட்டுச்சென்ற பேரரசு சட்டென நிலை குலைந்து, இரண்டாயிரம் ஆண்டுகள் அப்படியே இருந்தது. அப்படியே அசோகரின் வரலாற்றுத் தன்மையும் ஆனால் மரபு அவரின் நினைவைப் பாதுகாத்துள்ளது; அனைத்திந்திய பேரரசு என்னும் லட்சியம் ஒருபோதும் மறக்கப்பட்டிருக்கவில்லை என்பதை இந்தியச் வரலாற்றாளர்கள் வற்புறுத்துகின்றனர்; அவரது பாறைப் பொறிப்புகளில் பொதிந்துள்ள மனிதாய உணர்வும் மறக்கடிக்கப் பட்டிருக்கவில்லை. பிரிவு, சாதி, உறவுமுறைகள் தாண்டி இந்தியச் சமூகத்திடம் வேண்டி அவர் முன்னெடுத்துச் சென்ற புதுமை, சீக்கியரின் குருநானக், கடைசியாக மகாத்மா காந்தி எனக் கால இடைவெளியில் அடுத்தடுத்து வந்த சீர்திருத்தவாதிகளால் புத்தாக்கம் பெற்றது.

6

புதிரின் காலம்

கி.மு. சுமார் 200–300 கி.பி.

பேரரசின் எழுச்சி, கருத்துகளின் பாய்ச்சல்

கி.மு. 231இல் அசோகரின் இறப்புக்கும் கி.பி. 320இல் குப்தர் அதிகாரத்தின் வருகைக்கும் இடையே இந்தியாவின் தொல்வரலாறு திரும்பவும் இருண்மைக்குள் சரிந்தது. 'உறுதிப்பாடுகள் அதிகமில்லை'[1] என்கிறார், இக்காலகட்டம் குறித்து வருந்தும் ஓர் எழுத்தாளர். மௌரியருக்கு முன்னர், சந்தேகத்திற்குரிய நோக்கமும் தெளிவற்ற காலமும் உடைய, பெரிதும் இலக்கிய ஆதாரங்களாய் உள்ளவற்றின் ஊசலாட்டத்தால் நம் பார்வை மங்கியிருந்தது. மௌரியருக்குப் பிறகு ஆதார விஷயங்கள் மிகவும் வெவ்வேறாயின: மற்றபடி மறக்கப்பட்டிருந்த மன்னர்களின் பெயர்களை முன் வைத்தன நாணயங்கள்; அவை தொல்லியல் கண்டுபிடிப்புகளும் கல்வெட்டுகளும் வணிகக் குழுக்கள்-மத நிறுவனங்கள் பற்றிக் கூடுதலான தகவலைத் தந்தன. இந்திய, கிரேக்க-ரோமானிய, சீனப் பிரதிகள் இன்னும் பரந்துபட்ட வரலாற்றுச் சூழலைச் சுட்டிக்காட்டி, வணிக முக்கியத்துவத்திற்குச் சான்றளித்தன. இருந்தும் இந்த ஆதாரங்களின் மொத்தமும் போதுமானதாயில்லை; மௌரியப் பேரரசை அடுத்துவந்த அரசுகளின் உறுதிப்பாடுகள் 'அதிகமாயில்லை.' இவ்வரசுகளின் அதிகாரம் எவ்வளவு தூரம் சென்றன, இவற்றின் ஆட்சியாளர்கள் எங்கிருந்து வந்தனர், எப்போது பதவி விலகினர், இவர்களின் வம்சங்கள் ஒன்றினையொன்று தொடர்ந்து வந்த காலக்கிரமம் எல்லாம் விவாதத்திற்குரியதாக இருந்தன. புராணங்கள் தொடர்ந்து நம்பகமானவையாய் இல்லை; ஆதாரங்களின் பல்வேறான தன்மைகள் முரண்பாடுகளைக் கொண்டுவரவே பயன்பட்டன.

ஒரு வகையில் நீண்டகால அரசியல் குழப்பம் இருந்துள்ளது. வரலாற்றிற்கு முந்தைய இந்திய வரலாறு இத்தகு ஆதாரங்களின் பிரதிபலிப்பாக இருக்க, இக்குழப்பம் திடமின்மையைத் துண்டு துண்டாதலை, கொந்தளிப்பைச் சுட்டிக்காட்டுவதாக எடுத்துக்கொள்ளப்பட்டது. மௌரியர்களுக்கும் குப்தர்களுக்கும் இடைப்பட்ட 500 ஆண்டுகள் 'இந்தியாவின் இருண்ட காலமாகிறது[2].'

ரோம் நகரம் தன் நாகரிகத்தினை மூன்று கண்டங்களுக்குள் பாய்ச்சுவதும் இந்நிகழ்வுப் போக்கினையும் வெற்றிகளையும் பொலிவுடன் ஆவணப்படுத்துவதுமாய் இருக்க, பாடலிபுத்திரம் பொலிவிழந்து நிசப்தத்திற்குள் பின்வாங்கிற்று. இந்தியாவில் எந்த அரசனும் அசோகரின் உன்னத உலகளாவிய உச்சங்களை எட்டவுமில்லை துணைக் கண்டமெங்கிலும் இத்தகைய நீண்ட ஏகாதிபத்திய நிழல்களைப் பதியவும் விடவில்லை. மாறுபட்டுக் கூறும் கல்வெட்டுகள் அகங்காரத் தொடர்களில் பெருமை பேசுகின்றன-அவற்றைக் கவனமாகக் கையாள வேண்டும். நீதி-பேரரசின் லட்சியங்கள் எஞ்சியிருக்கும்: அயோத்தியின் ராமராஜ்யம் தொடர்ந்து வசீகரிக்கும்; அப்படியே, நந்தர்கள் கூறிக்கொண்ட ஒரு குடியாட்சியும் பௌத்த போதனைகளில் இடம்பெறும் உலகையாளும் சக்கரவர்த்தியும் ('சக்கரத்தைச் சுழற்றுபவர்' என்பது நேர்பொருள்). ஆனால் யதார்த்தமோ பல குடைகள் உரசிக் கொள்வதும், நீதி-உலகளாவிய இறையாண்மை குறித்துக் கருத்தொற்றுமை இல்லாததுமாக இருந்தது.

பிற்காலத் தேசியவாதிகளின் நோக்கில், இக்கொந்தளிப்புக்குக் காரணமான பல வம்சங்கள், இந்தியாவினைச் சேராதவை. சில வரலாறுகளில், பாக்ட்ரியா, பார்தியா, துருக்கிஸ்தானின் கானகங்களிலிருந்து வந்த அந்நியக் கும்பல்கள் வடமேற்கு எல்லைப்புறத்தில் குவிந்திருந்த 'இவ்விருண்டகாலம்' 'படையெடுப்புக் கால'மாயும் இருந்தது. இப்போதுள்ள பாகிஸ்தானைத் தாண்டி கங்கைச் சமவெளியிலும் மத்திய இந்தியாவிலும் தாக்கின. இத்தகைய விநாசங்கள் வைதிக மனங்களுக்கு, அச்சமிக்க கலியுகத்திலிருந்து வேறென்ன எதிர்பார்க்கப்பட முடியும் என்பதாய் இருந்தது. வேத விழுமியங்களும் பிராமணிய அதிகாரமும் புத்தர் மற்றும் அவரது எதிரிகளின் போதனையால் முக்கியத்துவம் இழந்தன. இயற்கைக்கு மாறானதும் ஜனரஞ்ஜக சமத்துவமானதும் ஆகிய இடத்திலே, அப்பாலை விசாரணையின் ஆரம்பநிலைத் துடிப்பு இடம்பெற்றது. அரசின் ஆதரவிலிருந்த நொய்மையான

ஆதாரங்கள் திசை திருப்பப்பட்டிருந்தன; சடங்கின் நடைமுறைகள் புறக்கணிக்கப்பட்டது அரசியல் நீதி மீது மாச்சரியத்தை ஏற்படுத்தியது. மதிக்க முடியாத காலம் தனக்குரிய நாணயமிழந்த வரலாற்றினைப் பெற்றது.

இருப்பினும் அரசியல் ஒருபுறமிருக்க, கிறித்துவின் பிறப்புக்கு இருபுறமும் உள்ள ஐநூறு ஆண்டுகள், ஒரேயடியாக அழிவும் இருளுமாக இல்லை. நெருக்கமான பரிசீலனையில் 'இருண்ட காலம்', குறிப்பாகத் தீபகற்ப இந்தியாவில், பண்பாட்டு ஒருங்கிணைப்பின் சீரான பிரகாசத்தால் சற்று வெளிச்சம் கொண்டிருந்தது. அங்கும் பிற இடங்களிலும் கலை சார்ந்த, அறிவியல் பூர்வ, வணிகப் புத்தாக்கமிக்க ஒளிக் கற்றைகளால் இவ்விருள் அகற்றப்பட்டது. உண்மையில், கலை இலக்கியத்தை வைத்து ஒரு காலத்தை மதிப்பிடுவதாயின், 'காவியக் காலம்' என்பது, பெரிதும் ஆராயப்பட்ட தசாப்தங்களுடைய மாபெரும் மௌரியர்களுக்கல்லாமல், சிறப்பில்லாததும் இந்தியாவைச் சாராததுமான, சீக்கிரமே விலக்கித் தள்ளப்பட்ட நூற்றாண்டுகளுக்கே உரித்தாகும்.

எடுத்துக்காட்டாக, இந்தியாவின் கலைப் பாரம்பரியத்திற்கு மௌரியர் எதுவும் செய்யவில்லை. அசோகரது தூண்களையும் அவற்றின் அச்செமெனிட்களின் பாணியிலான முகப்புகளையும் விலக்கிப் பார்த்தால் அவரது எண்ணற்ற பங்களிப்புகளை, பிரதானமாக ஸ்தூபிகளும் விஹாரைகளும் செங்கல்-மரத்தினால் ஆன சாதாரண விவகாரமாகத் தோன்றும். அவருக்கு அடுத்து வந்தவர்களின் காலத்தேதான், கலை வெளிப்பாட்டின் உன்னத ஊடகமாகக் கல் மாறியது. கி.மு.-கி.பி.யின் முதலிரு நூற்றாண்டுகளும் பர்கூத், சாஞ்சி, அமராவதி ஸ்தூபிகளின் அதியற்புதமான சிற்ப வேலைப்பாடுகளுக்கு உரியவை. மக்கள் பக்தி செலுத்தும் காட்சிகள் கொண்ட அவையும், வணிக-மதரீதியில் நன்மையடைவோர் சார்ந்த கல்வெட்டுகளும் அரசப் பெருமிதத்தின் வெளிப்பாடுகளோ அரசவைச் சலுகையின் விளைவுகளோ அல்ல. இவற்றைக் குறிப்பிட்ட வம்சத்திற்குரியதாகக் குறிப்பிடுவது தவறாகும். தன் திறன்களால் பெருமிதப்படும் பக்திமிக்க வணிக வர்க்கத்திற்கும், அரசியல் உறுதிப்பாடற்ற காலத்தில் மத நிறுவனங்களால் அளிக்கப்பட்ட பாதுகாப்புக்கும் ஆதரவுக்கும்தான் இவை உரியவை.

கி.மு.கடைசி நூற்றாண்டிலிருந்து வரும் 'குகைக்கோயில்கள்' எனப்படும் பாறையில் வெட்டப்பட்ட பேராலயங்களின்

வரிசையில் வரும் முதலாவதற்கும் இது பொருந்தும். இவை பிரதானமாக மேற்கு இந்தியாவில், பம்பாயில் உள்ளன- இங்கே தக்காணப் பீடபூமியின் விளிம்பில் திடீர் மடிப்புகளும் வெட்டுகளும் நீண்டு வளைந்து செல்லும் பாறைகளை வெளிக்காட்டுகின்றன. இவை இயற்கையான குகைகளாக இருந்து சிற்பியின் உளிக்கு இடமளித்து, அற்புதமான படைப்புகளுக்கு உத்வேகமூட்டின. பிரார்த்தனைக் கூடங்கள், பிரம்மாண்டமான தூண்கள், உயரிய ஸ்தூபிகள், நேர்த்தியான வளைவுகள், தியான மண்டபங்கள் எனப் பெருகின- அரங்குகள், படிக்கட்டுகளால் இணைக்கப்பட்டுள்ள இவையணைத்தும் திடமான பாறையில் செதுக்கி எடுக்கப்பட்டன.

இந்தியாவின் திடமான மரங்களில் பணியாற்றிய உடனிகழ்கால மரபிலிருந்து இத்திறன்கள் பெறப்பட்டவையாகத் தோன்றுகின்றன. கி.பி. முதல் நூற்றாண்டுகளில் வடக்கில், இதுபோன்ற திறன்களும் பௌத்த ஆதரவும், எடுத்துச் செல்லப்படும் சிற்பம் சார்ந்து இரு தனித்துவமான பாணிகளை உருவாக்கின. கிரேக்க-ரோமானிய அழகியல் உலகம் சார்ந்த ஒரு பாணி, சிறகுகளுள்ள குழந்தைகளும் இலைதழைகளும் ஆன 'காவிய'ச் சூழலிலுள்ள அப்பல்லோ போன்று, இந்திய மரபிலிருந்து விவரிக்கும். சாம்பல்-கருப்பிலான பாறையிலிருந்து செதுக்கப்பட்ட இவ்வுருவங்களும் விவரிப்புகளும் தட்சசீலத்தையும் வடமேற்கு எல்லைப் புறத்தைச் சேர்ந்ததாயும் இருக்கும் (அதனால் 'காந்தார பாணி') இன்னொரு பாணி வேறானது. இயற்கையின் பெண் சார்ந்த வசீகரங்களைக் கொண்டாடும் இது, வெண் புள்ளிகளுடைய மணற்கல்லிலிருந்து வடிக்கப்படும்; டெல்லியிலிருந்து ஆக்ரா செல்லும் நெடுஞ்சாலையில் மதுராவுக்குரியது இப்பாணி; காந்தார-மதுரா உருவங்கள். இப்போது நகரின் அருங்காட்சியகத்தில் தூங்குகின்றன. இலக்கியத்தைப் பொறுத்து, கி.மு. 2ஆம் நூற்றாண்டில் சமஸ்கிருத இலக்கணகர்த்தா பதஞ்சலி, பாணிணிக்கு உரையெழுதி, யோகமுறைகள் குறித்த தரமான பிரதியைத் தொகுத்தார். இதனையடுத்து பிற துறைகள் சார்ந்த மனுஸ்மிருதி, வாத்சாயனரின் காமசூத்திரம், கௌடில்யரின் அர்த்தசாஸ்திரம் என்னும் பெரும் களஞ்சியங்கள் வெளிவந்தன. இதற்கிடையே பௌத்த எழுத்தாளரான, மகதத்தின் அஸ்வகோஷ், முதல் இந்திய நாடகத்தை எழுதினார்; அவர் மன்னர் கனிஷ்கரின் உடனிகழ்காலத்தவரும் ஆதரவாளரும் ஆவார்- அசோகருக்கு இணையானவராகக் கருதப்பட்டவர் கனிஷ்கர். அதனையடுத்து பாஷணிடம் சமஸ்கிருத நாடகம் ஒரு நிச்சய வடிவைப் பெற்றது; அவரது நாடகங்கள் கி.பி. மூன்றாம்

நூற்றாண்டிலிருந்து தொடங்குகின்றன. சமஸ்கிருதத்தின் ஷேக்ஸ்பியரான காளிதாசன் பாஷணுக்குக் கடன்பட்டவர் எனலாம்; கி.பி. 320க்குப் பிறகு குப்தர்களின் பண்பாட்டு மலர்ச்சிக்காகக் காத்திருக்க வேண்டி இருப்பினும், நெருக்கமான சமகாலத்தவராயிருக்கலாம். பூஜ்ய ஆண்டின் இருபுறமும் உள்ள 'இருண்ட' நூற்றாண்டுகள், மௌரியர்களின் பின்குறிப்பு என்பதை விடவும், குப்தர்களது பொற்காலத்தின் எழுச்சிமிகு முன்னுரையாகப் பார்க்கப்படவேண்டும்.

'இருண்ட காலம்', அறிவு விளக்கமுற்றதாகத் தோன்ற மிகவும் புதிரான விதத்தில், 'படையெடுப்புகளின் காலம்' விரிவாக்கக் காலமாகத் தோன்றுகிறது. மத்திய ஆசியாவிலிருந்து இந்தியரல்லாதவரின் ஒவ்வொரு நுழைவுக்கும், தென்கிழக்கு ஆசியாவுக்குள் இந்தியரின் நுழைவு இருந்ததற்கான சான்றுள்ளது- மத்திய ஆசியாவுக்குத் திரும்பியதற்கும் சான்றுகள் உண்டு. சிந்துவின் மேல் பகுதியிலுள்ள ஹெல்லனிய மயமான அரசுகள், மேகோங்கின் கீழ்ப்பகுதியிலுள்ள இந்தியமயமான அரசுகளால் அணிசேர்ந்தன. வட இந்தியாவின் தொல்லியல், சமரசமற்ற கிரேக்க சாகசக்காரர்களின் படிமங்களாலும் ஆக்ஸஸுக்கு அப்பாலிருந்து வந்த கொள்ளையராலும் படையெடுக்கப்படுவது போல, சுமத்ராவும் சிங்கியாங்கும் பரிசுத்த புத்தராலும் பொலிவுமிக்க ஸ்தூபிகளாலும் படையெடுக்கப்படுகிறது. அஸ்வகோஷின் முதலாவது இந்திய நாடகம் வெளிச்சத்திற்கு வந்தது மகதத்தைச் சேர்ந்த ஆவணக் காப்பகத்தால் அல்ல, மாறாக சீனத்தின் பட்டுவழித் தடத்தில் டாக்லா மகானுக்கும் கோபி பாலைவனத்திற்கும் இடையிலுள்ள, பாலைவனச் சோலை நகரம் டூர்ஃபானில் கிடைத்த ஏடுகளில்தான். இந்தியப் பாறைகளில் செதுக்கப்பட்ட கிரேக்க அல்லது சோக்தியான் லிபி கல்வெட்டு ஒவ்வொன்றிற்கும், ஆஃப்கானிஸ்தானின் பாறை முகடுகளில் பிராமியிலோ கரோஷ்டியிலோ இன்னொன்று பொறிக்கப்பட்டது அல்லது வியட்நாம் கடற்கரையின் நடுகல்லில் எதிரொலித்தது.

சுருக்கமாகச் சொல்வதானால், அடுத்தடுத்து வந்த ஆக்கிரமிப்பாளரின் முன்னே இந்தியாவே மண்டியிட, இந்தியப் பண்பாட்டின் புலம்பெயர்வு தொடங்கிற்று. அடுத்த 2000 ஆண்டுகளில் இரு நிகழ்வுப் போக்குகளும், இடைவெளியுடன் தொடரும். வணிக-பண்பாட்டு இயக்கத்தின் மத்தியில், அரசியல் பலவீனம் என்னும் பெரும் புதிர், இந்திய வரலாற்றின் தனித்துவமான அம்சங்களில் ஒன்றாகக் கருதப்படலாம். இத்தகு நிகழ்வின் தோற்றுவாயினை ஆராய்வதற்கு, கீர்த்திமிக்க

மௌரியர்களுக்கும் பொற்கால குப்தர்களுக்கும் இடைப்பட்ட இடைவெளி சரியானதாயிருக்கும்.

வம்சத்தின் கானகத்தில்

கி.மு. மூன்றிலிருந்து இரண்டாம் நூற்றாண்டு வரை, அசோகரின் மௌரிய வாரிசுகள் பற்றி தம் சுவீகரிப்பில் பெரும்பகுதியை இழந்தனர் என்பது தவிர்த்து, வேறெதுவும் நமக்குத் தெரியாது. அவர்களில் குறைந்தது ஆறுபேர் இன்னொரு 50 ஆண்டுக்காலம் பெரிதும் பாடலிபுத்திரத்திலிருந்து தொடர்ந்து ஆண்டனர். அவர்களில் ஒருவரான தசரதன் அசோகரின் பேரனாகவும் உடனடி வாரிசாகவும் இருந்திருக்க வேண்டும். பிற்கால மௌரியருக்கு உரிய ஒரேயொரு கல்வெட்டில், சில குகைகளை ஆசீவகர்களுக்கு அர்ப்பணித்தான். பிருஹத்ரதன் என்னும் இன்னொரு மன்னர், பொதுவான விருப்பப்படி, அவ்வம்சத்தின் கடைசியில் இடம்பெற்றிருக்க வேண்டும்; அரைபாதி பைத்தியமான அவர் அவரது தளபதியால் கொல்லப்பட்டார். இவர்களில் யாரும் தக்காணத்திலோ ஒரிஸ்ஸாவிலோ அதிகாரம் செலுத்தவில்லை; ஆஃப்கானிஸ்தான், காந்தாரம், காஷ்மீர், பஞ்சாப், மால்வா எனப் பிற மௌரியப் பிரதேசங்களெல்லாம் ஆரம்பக்கட்டத்திலேயே பிரிந்துபோய்விட்டன என்று யூகிக்க இடமுண்டு. நாணய அச்சடிப்பிலான குழப்பத்தில் உண்டான பொருளாதார நெருக்கடி, தம்மத்தின் வற்புறுத்தலால் அதிகாரத்தைப் பிரயோகிப்பதிலான தயக்கம், அசோகரது வாரிசுகளின் தோல்விகளாகக் கருதப்படுவதில் அசோகரின் தனிப்பட்ட அதிகாரத்திலுள்ள பலவீனம் என்பன துரிதமான வீழ்ச்சிக்கான காரணங்களாய் இருந்தன.

அவ்வளவு விரைவாகச் சிதைந்துபோகக் கூடிய பேரரசின் தன்மை குறித்துச் சிந்தித்துப் பார்ப்பதும் சரியானதே. எடுத்துக்காட்டாக, கர்நாடகத்திலும் (மைசூர்) ஆந்திரப் பிரதேசத்திலும் (ஹைதராபாத்) அசோகரின் கல்வெட்டுகள் விரவி இருப்பது, மௌரிய அதிகாரம் தக்காணமெங்கும் நிலவியது என்று பொருள்படாது. மாறாக, வேளாண்மை, தாதுஉப்புகள் (தெற்கத்திய கல்வெட்டுகளில் பல தங்கச் சுரங்கப் பகுதிகளில் உள்ளன), வணிக அல்லது கேந்திர முக்கியத்துவமிக்க பகுதிகளை இணைத்திடும், அதிகார நெடுஞ்சாலைகளை உடைய பேரரசாகப் பார்க்கப்பட வேண்டும். கவனத்துடன் நிர்வகிக்கப்பட்ட இந்த ஆதார அமைப்புக்கு அப்பால் குன்று, காடு, பாலைவனம் எனக் கானகப்

பரப்புகள் இருந்தன. இவை வரிவிதிக்கும் முக்கியத்துவமுள்ள உபரியைத் தராதவை. மௌரிய நிர்வாகத்தில் விரிவான நிதி-நீதி அமைப்பு இருக்க, அதனை அமல்படுத்திய விதம் பற்றித் தெரியவில்லை. நெடுஞ்சாலை ஓரங்களிலும் ஓய்வில்லங்கள், நிழல்தரும் மரங்கள் போன்ற இடங்களிலும் பாறைகள், கோட்டைகள், காவல் பற்றி எதிர்பார்ப்போம்; ஆனால் ஏதுமில்லை. கொள்கையளவில் அவ்வளவு விரிவானதாயிருந்த மௌரிய அதிகாரம், நடைமுறையிலும் மகதத்தைத் தாண்டியும் உள்ளூர் சார்ந்ததாகவும் பலவீனமானதாகவுமே இருந்தது.

கடைசி மௌரியர் சுமார் கி.மு.180இல் அவரது தளபதியால் கொலை செய்யப்பட்டு, ஆட்சி உரிமை மாற்றப்பட்டது. கொலையாளி புஷ்யமித்திரன் ஒரு பிராமணன்; மேலும் அவன் உஜ்ஜயினியைச் சேர்ந்தவன்; அங்கே ஒருமுறை மௌரிய நிர்வாகத்தில் பணியாற்றியது அக்குடும்பம். அவன் இரு அஸ்வமேத யாகங்கள் புரிந்தவன் எனவும், சங்கத்திற்கு (துறவிகள் அமைப்பு) நண்பனல்ல எனவும் பௌத்தப் பிரதிகளில் குறிப்பிடப்பட்டுள்ளது. மௌரிய ஆதரவுபெற்ற இறையியலற்ற பிரிவுகளின் ஒரு நூற்றாண்டு கால ஆட்சிக்குப் பின், புஷ்யமித்திரன் வைதிக பிராமணியத்திற்குத் தலைமை தாங்கியிருக்கக்கூடும். அவனது சுங்க வம்சம் சுமார் 110 ஆண்டுகளுக்குச் சிதைந்துபோன அரசின் வடிவிலேயே நீடித்தது. 'பெண்களின் சினேகத்தைப் பெரிதும் விரும்பிய'[3] கடைசி சுங்க அரசன், அச்சினேகிதியரில் ஒருத்தியின் மகனால் கொல்லப்பட்டான். அவனது பிராமண அமைச்சர் வாசுதேவனால் இச்சதி நிறைவேற்றப்பட்டது. புது வம்சத்தையும் அவனே நிறுவினான். இது கண்வ வம்சம், 50 ஆண்டுகளே நீடித்தது, அதுபற்றி மேலதிகமாக எதுவும் தெரியவில்லை. அதன் பிறகு மகத அரசு முன்னூறு ஆண்டு காலம் பதிவேடுகளிலிருந்து அநேகமாக மறைந்து போகிறது.

பிந்தைய மௌரியர்களைப் போன்றே சுங்கர்களும் கண்வர்களும் சவாலுக்குள்ளாயினர். ஒரிஸ்ஸாவிலுள்ள ஒரு கல்வெட்டு, கலிங்கத்தின் காரவேலன் என்னும் மாபெரும் அரசன், தீவிர சமணனாக இருந்தபோதும், தக்காணத்திலும் மகதத்திலும் படையெடுத்து, பாடலிபுத்திரத்தைக் கைப்பற்றியதைக் கூறுகிறது. பெருமளவில் கொள்ளையடிக்கப்பட்டது, காரவேலனின் குதிரைகளும் யானைகளும் கங்கையில் நீர் அருந்தின. அம்மன்னன் தன்னைச் சக்கரவர்த்தியாகப் பாவித்துக்கொண்டான். இது கி.மு.260இல் அசோகரின் வெற்றிக்குப் பழிவாங்கும் கலிங்கத்தின் முயற்சியாகும். ஆனால், காரவேலனின் ஆண்டு

மர்மமானதாயுள்ளது. அவனது கல்வெட்டு, அலங்கார மொழியில் பெருமை பேசுவதாயுள்ளது.[4] மகத ஆட்சியிலிருந்து நீண்டகாலத்திற்கு முன்பே பிரிந்திருந்த கலிங்கம், தன் அண்டை வீட்டாரை வெறுத்தது என்பதே இதனின்றும் பெறப்படுவது.

காரவேலன் வெற்றிகொண்டதாகக் கூறப்படும் மற்ற எதிரிகளிடையே, தக்காணத்து சாதவாகன மன்னர்களையும் தென்கோடியிலுள்ள தமிழ் ஆட்சியாளர்களின் கூட்டமைப்பையும் கூடவே யவனர்களையோ அல்லது கிரேக்கர்களை கல்வெட்டு குறிப்பிடுகிறது. கி.மு. முதல் நூற்றாண்டிலிருந்து இந்திய வரலாற்றில் தக்காணமும் தெற்கும் பிரதானமாய் இடம்பெறலாயிற்று. சற்று முன்னதாக யவனர்கள், ஊடுருவியவர்களின் ஊர்வலத்திற்குத் தலைமை தாங்கி, இப்போது வடமேற்கிலிருந்து இந்தியாவுக்குள் நுழைந்தனர். அச்செமினிட்கள் கிரேக்கக் குடியிருப்பை நிறுவியிருந்த, பாக்ட்ரிய அல்லது ஆஃப்கானிஸ்தானத்தில் அவர்கள் தோற்றம் கொண்டிருந்தனர். அலெக்ஸாண்டர் அதனை விரிவுபடுத்தியிருந்தார், செலுயுகஸ் அதன்மீது மாசிடோனிய அதிகாரத்தைத் திடப்படுத்தியிருந்தார்.அசோகரது ஆட்சியின் போது ஒருமுறை ஈதிடெமுஸ் என்பவர் சுதந்திர அரசைப் பிரகடனம் செய்தார். அவரது சந்ததியராய் இருக்கத் தேவையில்லாத அவரின் வாரிசுகள், பாக்ட்ரிய ஆட்சியை ஆஃப்கானிஸ்தானுக்கு நீட்டித்தன. அதன்பின், மௌரியப் பேரரசு நொறுங்கியதைச் சாதகமாக்கிக்கொண்டு, அவற்றில் சில காபூல் நதியில் இறங்கி சிந்துவுக்கும் பஞ்சாபுக்கும் கடந்து சென்றன.

இந்த பாக்ட்ரிய கிரேக்கர்களைப் பற்றி அவர்தம் அழகிய நாணயங்களிலிருந்து ஒருவாறு யூகிக்கப்படுகிறது. கிரேக்க நடைமுறைகளைப் பின்பற்றி அச்சிடப்பட்டு, பெரிதும் வெள்ளியில் வட்டமாக இருந்த அவை, மௌரியரின் துளையிடப்பட்ட நாணயங்களைவிடச் சிறப்பாயிருந்தன. பரந்துபட்ட பரப்பில் கணிசமான சேகரமும் தனிநபர் எடுத்துக்காட்டுகளும் கண்டறியப்பட்டுள்ளன; நாணய வடிவமைப்பு பழமைப்போக்கினதாக, நவீன நாணயம் போல அதே தகவலைத் தந்தன. இவ்வகையில், இம்மன்னர்களின் பெயர்களையும், விருதுப் பெயர்களையும், இவர்கள் தொடர்புபடுத்திக்கொள்ள விரும்பிய கிரேக்கத் தெய்வத்தையும் அறிந்துகொள்கிறோம். இவர்கள் எப்படித் தோற்றமளித்தனர், என்ன தலைப்பாகை அணிந்திருந்தனர் என்பவற்றையும் தெரிந்துகொள்ள முடிகிறது. இத்தகைய தனிப்பட்ட அகப்பார்வைகள் அரிது; எடுத்துக்காட்டாக அசோகரது

தோற்றம் பற்றி எதுவும் தெரியாத நாம், எருதுவின் கழுத்துடைய யூக்ரடீஸுடனும் பெரிய மூக்குடைய ஹீலியோக்ளிஸுடனும் உடன் பரிச்சயம் கொண்டதாக உணர்கிறோம். சிலர் யானையின் கபால வடிவிலான தொப்பியை அணிந்தனர்; வேறுசிலர் தலைகீழான கிண்ணம் போன்றுள்ள கௌஸியாவை விரும்பினர். இத்தகு உருவச் சித்திர விவரணங்களிலிருந்து ஒரு மன்னன் அரியணையேறிய காலத்தைப் பெறமுடிந்தது; சிலவேளைகளில் வாரிசு ஆட்சி உரிமை, உடலியல் தோற்றம் மற்றும் தலைப்பாகை ஒப்புமையிலிருந்து யூகிக்கப்படுகிறது. துணையாதாரங்கள் இல்லாத நிலையில், நாணய விவரணங்களின் ஒவ்வொரு துளியினையும் ஆய்வாளர்கள் நுணுகிப் பார்த்தும், முடிவாகச் சொல்லமுடியவில்லை.

130 ஆண்டுகள் இந்தியாவில் தொடர்புகொண்டிருந்த இவர்களின் அடிப்படைப் பிரச்சினையாகத் தோன்றுவது என்னவெனில் அதிக எண்ணிக்கையில் இவர்கள் இருப்பதே. இப்பிளேட்டோக்கள், ஸ்ட்ரேட்டோக்கள், டெமெட்ரியஸ்கள், டையோட்டஸ்கள் அனைவரும், தமது இரு நாணயங்களைத் தட்டினால் போதும் அழியாமை தம்முடையது என்று புத்திசாலிகளாய் இருந்தனர். ஒரு மன்னருக்கு மேல் வேண்டும், ஓர் அரசுக்கு மேல் வேண்டுமென்று அறிஞர்கள் முன்மொழிந்து இப்பிரச்சினையை எதிர்கொண்டனர். தம்மிடையே சண்டையிட்டுக் கொண்டிருந்த யவனர், அதன் காரணமாகத் தம் பிரதேசங்கள் அடிக்கடி பிரிக்கப்பட, பிளவுபட்டனர். எதிரி மன்னர்களைப் போலவே, துணை மன்னர்கள், இணை மன்னர்கள், எதிர்பார்க்கும் மன்னர்கள், ஆளுநர்கள் என அனைவரும் தம் நாணயங்களை அச்சிட்டிருக்கலாம். ஒருவகை நாணயத்தை வைத்துப் பல்வேறு பிரதேசங்களைத் தெளிவின்றி உணர முடியும்.

பலர் ஆஃப்கானிஸ்தானிலிருந்து வடமேற்கு எல்லைப்புறத்தை ஒருபோதும் தாண்டியதில்லை, அப்படித் தாண்டியவர்கள் படையெடுப்பாளராக வந்திருக்க முடியாது. ஆசியாவிலுள்ள மற்ற கிரேக்கர்களைப் போல, அன்பளிப்புகளுடன் வந்திருக்கவேண்டும். கிழக்கு-மேற்கு வர்த்தகத்தின் நெடுஞ்சாலையாகச் செல்வத்துடன் வளர்ந்திருந்த பாக்ட்ரியா, குதிரைகளுக்கான முக்கிய ஆதாரமாயும் அது விளங்கியது. எப்போதும் குதிரைகளிடம் அபிமானமுள்ள இந்தியர்கள் (ட்ராய்க்குப் பரிசாக வழங்கப்பட்டதை மறந்து), அவர்களை வணிகர்களாயும் கூலிப்படையினராயும் வரவேற்றிருக்கலாம். மூன்று நூற்றாண்டுகளுக்குப் பிறகு, காந்தாரச் சிற்பக் கலை பாணி கிரேக்கக் கருத்திழைகளைப் பரப்பிடவும்,

ட்ரோஜன் குதிரை பிடித்தமானதாக ஆகிவிட்டதாகத் தோன்றுகிறது.

இந்திய-கிரேக்கர்களில் முதலில் இந்தியாவுக்கு வந்தவர் டெமெட்ரியஸ்; இரண்டாம் டெமெட்ரியஸாக இருக்கக்கூடும். பஞ்சாபில் வெற்றிகண்ட அவர், தட்சசீலத்தில் நிலைகொண்டதாகத் தெரிகிறது. சிந்துவின் முகத்துவாரம் வரை வந்திருக்க வேண்டும். இது கி.மு. 180க்குப் பிறகு ஒரு சமயம் நடந்திருக்கும் என்றெண்ணப்படுகிறது; அவரது நாணயங்களில் பிராகிருத அல்லது கரோஸ்டி லிபி காணப்படுகிறது, உள்ளபடியே கிரேக்கமும் உள்ளது. அவரையடுத்து வந்த மெனாண்டர் வடக்கில் ஸ்வாட், காஷ்மீர் ஆகியவற்றையும் கிழக்கில் சில இடங்களையும் பெற்றுள்ளார். கிழக்கில் எவ்வளவு தூரம்வரை என்பது நிச்சயிக்கப்படவில்லை. ரவி நதி வரையும் அவர்தன் பிரதேசத்தை நீட்டித்திருக்க வேண்டும், அதற்கப்பால் கொள்ளையடித்திருக்கலாம். மெனாண்டருடையதாகக் கருதப்படும் யவனரின் ஒரு படைப்பிரிவு கங்கைப் பகுதியில் படையெடுக்கப் பாஞ்சாலம் மற்றும் மதுரா மன்னர்களுடன் இணைந்துகொண்டதாக இந்திய ஆதாரங்கள் தெரிவிக்கின்றன. கலிங்கத்தின் காரவேலன் எதிர்கொண்டது, கிரேக்க-இந்தியரின் இந்தக் கூட்டுப்படையாக இருக்கலாம். அப்படியானால், அவனால் அவர்களை நிறுத்த முடியவில்லை; அப்படையினர் பாடலிபுத்திரத்தைத் தாக்கி, அதன் சுங்க மன்னனைத் தோற்கடித்திருப்பர். அதன் பிறகு சண்டையிட்டுக் கொண்டனர்; அலெக்ஸாண்டரைப் போலவே, மெனாண்டர் கலகத்தை எதிர்கொண்டிருப்பார். அவர்களது வாழ்க்கை வரலாற்றாளர்களில் ஒருவர், 'அவர்கள் வந்தனர், கண்டனர், ஆனால் இந்தியா வென்றது' என்றெழுதுகிறார்.[5]

மெனாண்டரின் நாணயங்களில் அவர் ஒரு வெற்றியாளராகத் தோன்றவில்லை. அவரது தொப்பி போன்ற தலைக்கவசம் மிகப் பெரியது; அவருடைய சுருள் முடியும் நளினமான அம்சங்களும் பெண்ணின் அம்சங்களைக் கொண்டுள்ளன; தன்னை வெற்றியாளர்/தேசபக்தர் என்றழைத்துக்கொள்ளாமல் பாஸிலியோஸ், ஸோடெர், மன்னன், மீட்பர் என்றே குறிப்பிடுகிறார். இக்கண்ணியமான படிவத்துடன் அவரது இதர தன்மைகளும் இயைந்து போகின்றன. பௌத்த மரபில் 'மிலிண்டா'வாக அவர் நினைவு கூரப்படுகிறார். தத்துவாசிரியர் நாகஸேனாவுடன் விவாதித்துள்ளார். அவரே பௌத்தத்தைத் தழுவியிருக்கலாம். இச்சந்திப்பு மெனாண்டரின் தலைநகர்

சகாலாவில் நிகழ்ந்திருக்கும்-பாறைகள் மண்டிய ஸ்வாட் பள்ளத்தாக்கில் அத்தலை நகர் இருந்திருக்க வேண்டும். இந்த அனுமானம் சரியானால், ஸ்வாட் நதியினை ஒட்டிய அடுக்குப் பகுதிகள் வடமேற்கில் பௌத்தத் தத்துவத்தின் பிரதான மையமாக முக்கியத்துவம் பெற்றிருக்கும்.

மெனாண்டரின் வாரிசுகள் பற்றி நமக்கு வேறொன்றும் தெரிய வரவில்லை. அண்டியல்ஸிடாஸ் என்பவர் கி.மு. 110-ஐ ஒட்டி இந்துகுஷ்ஷின் இருமருங்கிலுமுள்ள கிரேக்கப் பகுதிகளை ஒருங்கிணைத்துள்ளார். ஒரு கிராமத்தில் ஹிலியோடோரஸால் நிறுவப்பட்ட கல்வெட்டில் அவர் குறிப்பிடுகிறார்- இக்கிராமம் மத்திய இந்தியாவில், விதிஷாவின் வயல்கள் மற்றும் சாஞ்சியின் ஸ்தூபிகளிலிருந்து தென்கிழக்கே நூற்றுக்கணக்கான மைல் தொலைவில் இருந்தது. ஹிலியோடோரஸ், பாகபத்ரா சுங்க மன்னர்களில் ஒருவராக இருக்கக்கூடும்-அண்டியல்ஸிடாஸ் தன்னுடன் சதா சண்டையிட்டுக்கொண்டிருந்த எதிரிகளுக்கு எதிராக, ஓர் அணிசேர்க்கையைத் தேடிக் கொண்டிருந்தார். இக்கல்வெட்டு தூதுவர் ஹிலியோடோரஸ் பற்றி நிறைய வெளியிடுகிறது-கிரேக்கராயும் தட்சசீலத்து டியோனின் மகனுமான அவர், தன்னை வசுதேவ கடவுளின் பக்தனாக விவரிக்கிறார். அதற்கேற்ப தன் தூணை, வசுதேவனின் வாகனம் கருடனின் உருவத்துடன் சித்திரிக்கச் செய்கிறார். கிரேக்க ஹெராக்ஸிஸ் மற்றும் யாதவரின் கிருஷ்ணனுடன் தொடர்புபடுத்திக் கொண்டிருந்த தீரமிக்க வசுதேவன், மாபெரும் கடவுள் விஷ்ணுவின் பல அவதாரங்களுள் உள்ளீர்த்துக் கொள்ளப்பட இருந்தார். சற்று எளிதாக அணுகக் கூடியதும் இணக்கமான சித்தாந்தமும் உடைய பௌத்தம் அல்லாமல், இப்போது இந்து மதம் என்றழைக்கப்படுவதன் உள்ளேயிருக்கும் வைதிகப் பிரிவை, இந்தியர் அல்லாத ஒருவர் மேற்கொள்வதற்கு ஆரம்பக்கட்ட எடுத்துக்காட்டு ஹிலியோடோரஸ்.

இத்தகு பண்பாடுகள் தாண்டிய தழுவல்களை 'மதமாற்றம்' என்று கூறமுடியாவிட்டாலும், கி.மு. முதலாம் நூற்றாண்டில் பாக்ட்ரிய கிரேக்கர்களை அரவணைத்துக் கொண்டவர்களிடையே அது சாதாரணமாகி இருந்தது. பாக்ட்ரிய கிரேக்கருடைய நாணயங்களைப் போன்று அச்சிடப்பட்ட அவர்தம் நாணயங்களில் கிரேக்க தெய்வங்கள் சிவன்-பார்வதி போன்ற இந்திய தெய்வங்களுடன் குழம்பிக் காணப்பட்டன. அதில் யானைகளும் தென்படுகின்றன, மன்னர்கள் குதிரை மீது வீற்றிருக்கிறார்கள். புதியவர்கள் மாவெஸ், அஸெஸ், ஸ்பாலிரைஸஸ் என்னும்

பரிச்சயமற்ற பெயர்களைக் கொண்டுள்ளனர்; ஒவ்வொருவரும் சக்கரவர்த்தியாகக் குறிப்பிடப்படுகின்றனர், கிரேக்கருக்கு மிகவும் பிடித்தமான நெருக்கமான உருவச் சித்திரிப்பைத் தவிர்க்கின்றனர்.

இவர்கள் யார், எப்போது எங்கே ஆண்டனர் என்பது இன்னும் கூட விவாதிக்கப்படுகிறது. தட்சசீலத்தில் கிரேக்கரை முதலில் இடம்பெயரவைத்த மாவெஸ் சாக மன்னன் என்கின்றனர் பலரும்; மற்றவர்கள் அவன் பஹ்லவன் என்கின்றனர். பஹ்லவர் வடக்கு ஈரானின் பார்த்தியர்களைப் போன்றவர்களாக இருக்கலாம்/இல்லாது போகலாம் – காகஸஸின் சித்தியர்களைப் போன்றவர்களாகச் சாகர்கள் இருக்கலாம்/இல்லாது போகலாம் என்பது போன்றுதான் அது. ஆனால் மாவெஸூம் அவனது உடனடி வாரிசுகளும் கி.மு. முதலாம் நூற்றாண்டில் சாகர்களாக இருந்திருப்பின், கி.பி. முதல் நூற்றாண்டில் அவர்தம் வாரிசுகள் பார்த்தியர்களாக இருக்கவேண்டும்.

இப்பார்த்தியர்களில் ஒருவனைப் பற்றி நாணயங்கள், கல்வெட்டுக்கள் அல்லாமல் வேறொரு ஆதாரத்திலிருந்து அறிகிறோம். அவனது பெயர் கொண்டோபாரெஸ்; 1860களில் பிரெஞ்சு அறிஞர் எம். ரெய்னாட் அப்பெயரை குட்நாபர் என்றடையாளம் கண்டார்; ஆரம்பக் கால கிறித்தவப் பிரதியிலுள்ள இந்திய மன்னனின் பெயர் அது: அப்பிரதி ActsofSt.Thomas–அந்த அபோஸ்தவர் மன்னர் குட்நபரின் அரசவைக்கு வந்துள்ளார். பஞ்சாப் வந்துசேர்ந்த தாமஸூக்கு எதிர்ப்பு இருந்துள்ளது. ஏசுவின் மரணத்திற்குப் பிறகு அபோஸ்தவர்கள் தாம் பணியாற்றவேண்டிய பிரதேசங்களைத் தெரிவு செய்ய முன்வந்தபோது, தாமஸ் இந்தியாவைத் தெரிவு செய்துள்ளார். 'சந்தேகிக்கும் தாமஸா'ன அது தனக்கு அப்பாற்பட்டது என்ற எண்ணத்தையும் அவர் கொண்டிருந்ததாகத் தெரிகிறது. 'தங்களது விருப்பம் எதுவாயினும் அங்கே அனுப்புங்கள் பிரபுவே' இந்தியாவுக்கு மட்டும் போகமாட்டேன்' எனப் பிரார்த்தித்தார். ஆனால் அது பலிக்காது போயிற்று. தேர்ந்த தச்சரான தாமஸ், இந்திய வணிகர் ஒருவரால் பாரஸின் புதிய அரண்மனையில் பணியாற்ற அழைத்துச் செல்லப்பட்டார். கடைசியில் பஞ்சாபில் விருதுகளுடனும் மதமாற்றப்பட்டோருடனும் கௌரவிக்கப்பட்டார். பிற்பாடு, தன் இரண்டாவது பணியைத் தீபகற்ப இந்தியாவில் மேற்கொண்டார்– அங்கே அவரது சந்தேகங்கள் துன்பகரமாக நிரூபணம் பெற்றன.

இந்த தாமஸ் உண்மையிலேயே அபோஸ்தர் தாமஸா, அவர் பஞ்சாபுக்கு வந்தாரா என்பது சந்தேகத்திற்குரியதே; அதுபோலவே

அவரால் அங்கே மதமாற்றப்பட்டவர் விஷயமும். ஆனால் குறைந்தபட்சம், கிறித்துவின் இறப்புக்குப் பின் கொண்ட பாரெஸ் ஆட்சி புரிந்திருக்கவேண்டும். இது ஒரு பெரிய விஷயமாகத் தோன்றாமலிருக்கலாம். வம்ச நிச்சயமின்மையின் தடயமற்ற கானகத்தில் இதனை ஒரு மைல்கல்லாக வரவேற்கவேண்டிய தகுதியுடையது.

சாகர்-பார்த்தியர் இருவரும் இந்துகுஷ் மலைகளுக்கு அப்பால் தோற்றுவாய் உடையவர்கள். அங்கே, சீனாவிலிருந்து வரும் பாலைவனத் தடங்களின் வழியேயும் துருக்கிஸ்தானத்தின் ஸ்டெப்பி வெளிகளினூடேயும் பெரும் கொந்தளிப்பு நடந்து கொண்டிருந்தது. கி.மு. மூன்றாம் நூற்றாண்டில் சீனப் பெருஞ்சுவரின் நிர்மாணம் பற்றியும் அதற்குப் பூர்வகுடிகளின் எதிர்ப்பு பற்றியும் சீன ஆதாரங்கள் கூறுகின்றன. பல தசாப்தங்கள் நீடித்து, மத்திய ஆசியாவினூடே பரவிய இப்பிரச்சினையில், மேற்கில் செல்ல நிர்ப்பந்திக்கப்பட்ட இக்குடிகள், மற்றவற்றை இடம்பெயர வைத்தன. ஈரானின் பார்த்தியரும் பாக்ட்ரியாவின் பாக்ட்ரிய கிரேக்கரும், ஆரல் கடலருகேயுள்ள ஓரிடத்திலிருந்து வந்த சாகர்களால் இடம்பெயரவைக்கப்பட்டனர். ஆனால் ஹியுங்-னுவால் சிங்கியாங்கிற்கு மேற்கில் துரத்தியடிக்கப்பட்டிருந்த யுயெஹ்-சியால் சாகர்களே இடப்பெயர்ச்சி செய்யப்பட்டிருந்தனர். முதலில் குறிப்பிடப்பட்ட ஹுனர்கள் நீண்டகாலம் இந்தியா வராதிருந்தனர். ஆனால் யுயெஹ்-சி தொடர்ந்து சாகர்களுக்கு அழுத்தம்தர, பாக்ட்ரியாவிலிருந்து வெளியேறினர்; இவர்களின் சில பிரிவுகள்/குலங்கள் கி.பி. முதலாம் நூற்றாண்டின் இரண்டாம் பாதியில் இந்தியாவுக்கு நகரத் தொடங்கின.

யுயெஹ்-சி அல்லது இந்திய வரலாற்றில் அறியப்படும் குஷாணர், உண்மையிலேயே இந்தியா மீது படையெடுத்தனரா என்பது கவனத்துடன் பரிசீலிக்கப்படவேண்டும். இம்மக்களின் நகர்வுகளுக்குக் காரணமாயிருந்தவை பற்றியோ, இந்தியாவில் இவர்களுக்குக் கிட்டிய வரவேற்பு குறித்தோ ஒன்றும் தெரியவில்லை. அலெக்ஸாண்டரின் அம்பியைப் போல, அதிருப்தியுற்ற இந்தியரால் அவர்கள் சகாக்களாகவோ கூலிப்படையினராகவோ அழைக்கப்பட்டு வந்திருக்கலாம்; அல்லது இருபதாம் நூற்றாண்டின் திபெத்தியர், ஆஃப்கானிஸ்தானியர், வங்காள தேசத்தவர் போலப் படையெடுப்பிலிருந்து தப்பி அகதிகளாக வந்திருக்கலாம். இந்தியாவின் பழங்கால வரலாறு 19ஆம் நூற்றாண்டில் பெரிதும் பிரித்தானிய ஆய்வாளர்களால் முதலில் கட்டமைப்பு செய்யப்பட்டது.ஆரியர், மாசிடோனியர், இஸ்லாமியரின்

படையெடுப்புகளுக்குப் பரிச்சயமாகியிருந்த அவர்கள், உடனே படையெடுப்பின் வகைமாதிரியைக் கண்டுபிடித்தனர். அவர்களின் இருப்பே அதனை உறுதிப்படுத்திற்று; தொடர்ச்சியான இப்படையெடுப்பு வகைமாதிரி அவர்தம் இருப்பினை வசதியாகப் பொறுத்துக்கொண்டது.

கி.மு./கி.பி.யின் ஆரம்பச் சில நூற்றாண்டுகளுடைய நாணயங்களும் கல்வெட்டுகளும் அந்நிய ஆட்சியாளர்களுக்குச் சான்றுகளைப் பகர்கின்றன. சண்டைகளில் யார் வென்றது என்பது ஒருபுறமிருக்க, சண்டைகளைப் பற்றியே நமக்கு எதுவும் தெரியாது. வெற்றிகரமான படையெடுப்புகளை விடவும், ராணுவ அணிசேர்க்கைகள், பொருளாதார நெருக்கடிகள், திடீர்ப் புரட்சிகள், படுகொலைகள் அதிகமான வம்ச மாற்றங்களைத் தூண்டியிருக்கக்கூடும். அரசியல் நியதியின் நெருக்கடி இருக்க, அக்காலத்தின் மிகவும் பூர்வகுடி வம்சங்களது இருண்மையான தோற்றுவாய்கள் இருக்க, தேசியப் பிரக்ஞை போன்ற ஒன்று இல்லாததும் சேர்ந்துவிட, புதிரான பெயர்களையும் தொலைதூரத் தோற்றுவாய்களையும் வழக்கத்திற்கு மாறான தலைக் கவசங்களையும் உடையவர்களை மன்னர்களாக ஏற்பதில் அடிப்படை ஆட்சேபனை இல்லாது போயிருக்கலாம்.

பஹ்லவர்/பார்த்தியர் இந்திய அரங்கிலிருந்து சீக்கிரமே மறைந்து போயினர். அவர்கள் ஒரேயொருமுறை, அதுவும் கூட மிகவும் பிற்பாடு, காஞ்சிபுரப் பல்லவர்களின் சந்தேகத்திற்குரிய முன்னிகழ்வாகப் புதுப்பிக்கப்பட்டனர். இது தனித்துவமான வம்சம்தான், ஆனால் பார்த்தியரிடமிருந்து மூன்று நூற்றாண்டுகள் வித்தியாசமுடையது, ஒட்டுமொத்த துணைக்கண்டத்திலிருந்து விலகியது. சாகர்/சித்தியர், குறுநில அரசுகளாக அல்லது ஆளுநரின் பிரதேசங்களாகப் பிரிந்து உடனே இந்திய சமூகத்திற்குள் உள்ளீர்க்கப்பட்டு, நீடித்த மனப்பதிவை ஏற்படுத்தினர். ஒரு கட்டத்தில் மதுரா, உஜ்ஜயினிக்குள் ஊடுருவிய அவர்கள், சௌராஷ்ட்ரத்தில் (குஜராத்தில்) கட்டுண்டு விட்டனர்; அதன் பிறகு கி.பி. முதலிரு நூற்றாண்டுகளில் 'மேற்கு ஆளுநர்களாக'த் தலைகாட்டுகின்றனர். யுயெஹ்-சி அல்லது குஷாணர், குறிப்பாக அவர்களது மாபெரும் மன்னன் கனிஸ்கரே இந்தியப் பேரரசு போன்ற ஒன்றினை நிறுவினார்.

நாணயங்களும் தட்சசீலத்தில் கண்டறியப்பட்ட ஒரு கல்வெட்டும் சேர்ந்து, குஷாணரின் பாவனைகளுக்கு ஆரம்பக்கட்ட சாட்சியமாயுள்ளன. மகாராஜா, மன்னர்களின் மன்னர்,

கடவுளின் மைந்தன், மீட்பர், மிகப் பெரியவன், நாடுகளின் பிரபு, சீஸர் என விருதுப் பெயர்கள் வந்துகொண்டே இருக்கின்றன-இறையாண்மையின் துளி ஒவ்வொன்றும் தனக்கே உரியதுபோல. 'கடவுளின் மைந்தன்' என்பது, சீனம் மற்றும் அதன் விண்ணக ஆட்சியாளரிடத்தே யுயெஹ்-சி கொண்டிருந்த பரிச்சயத்தின் விளைவாகும்; மன்னர்களின் மன்னர், ஈரானின் அச்செமெனிட்களை நகல்செய்திருந்த சாகர்களிடமிருந்து இரவல் பெற்றது; மீட்பர் கிரேக்கரிடமிருந்து வருகின்றார்; சீஸர் ரோமானியரிடமிருந்து. உயர்தரத்திலிருந்த நாணயங்கள், ரோமானிய எடையின் தர நிர்ணயங்களுக்கு மாறுகின்றன; உண்மையில் அவை ரோமானிய அவுரெய்யின் மறு அச்சுப் பதிப்பாயிருக்கும். ஆனால் வரம்புக்குட்பட்ட வெளியில், உயரிய தரநிலைகளுக்கு இடந்தந்திட, மன்னனின் பெயர் விடப்பட்டிருக்கிறது. எனவே குஷாண மன்னரின் தொடர்ச்சியானது நிச்சயமற்றுள்ளது. குஜுலா கட்பிஸஸ், அதன்பின் விம கட்பிஸஸ்-சிவனின் பக்தன் என்பது தெளிவு-என்போர் இருந்ததாகக் கருதப்படுகிறது; இவர்கள் தமக்கிடையே தம் ஆஃப்கானிய பிரதேசங்களுடன், தெற்கில் மதுரா வரையிலும் காந்தாரம், பஞ்சாப், கங்கை-யமுனையின் தோவாபைச் சேர்த்துக் கொண்டனர்.

இந்த கட்பிஸஸுகளுக்குப் பின் கனிஷ்கர் வந்திருக்கவேண்டும். அவரைக் குறிப்பிடும் கல்வெட்டுகள், ஆஃப்கானிஸ்தானின் ஆக்ஸஸ் எல்லைப் பகுதியிலிருந்து வாராணசி மற்றும் சாஞ்சி வரையிலான பரந்துவிரிந்த பரப்பில் காணப்படுகின்றன. அவரது மகத வெற்றி, சிங்கியாங்கில் காஷ்மீர் மற்றும் கோடான் உள்ளிட்ட மேற்கத்திய இமாலயத்திலும் அதற்கப்பாலும் பெற்றிருந்த பெரும் பொறுப்புகளுக்குச் சான்றாக உள்ளன. இத்தகவலுக்கு அடிப்படையாயுள்ள பௌத்த ஆதாரங்கள் அவரை இன்னொரு மெனாண்டர் அல்லது அசோகர் என வரவேற்கின்றன; சங்கத்தை ஆதரித்த அவர், நான்காம் பௌத்த மாநாட்டிற்குத் தலைமை வகித்தார், இயக்கச் செயல்பாட்டின் புதிய அலையை ஊக்குவித்தார். அவரது தலைநகரம் புருஸ்புரா/ பெஷாவர், பிரம்மாண்டமான ஸ்தூபியின் அடித்தளங்களைக் கொண்டிருப்பதாகப் பெருமைபேசுகிறது. சுமார் நூறு மீட்டர் விட்டமும் இருநூறு மீட்டர் உயரமும் கொண்டு, உலகின் அப்போதைய அதிசயங்களில் ஒன்றாக இருந்திருக்கும்.

யமுனை நதிக்கரையிலுள்ள மதுரா, துணைத் தலைநகராக இருந்ததாகத் தோன்றுகிறது; மேலும் அது விம கட்பிஸஸ்

மற்றும் கனிஷ்கரின் பெரிய சிலைகளைக் கொண்டிருந்தது. கெடுவாய்ப்பாக இரண்டின் தலைகளும் துண்டிக்கப்பட்டுள்ளன. கிரேக்கர்களிடம் குறிப்பிடத்தக்க தலைகளும் சிலவேயான உடல்களும் இருக்க, கனிஷ்கர்களிடம் குறிப்பிடத்தக்க உடல்களும் சிலவேயான தலைகளும் இருந்தன. கனிஷ்கர், சிங்கியாங்கில் முகாம் இட்டிருந்தபோது இறந்ததாகக் கூறப்படுகிறது. அவரது சிலையைப் பொறுத்தவரை, இந்திய மண்ணில் உருவான நேர்த்தியான கலைப் பொருள்களில் ஒன்றாக இல்லாது போயினும், ஈரானோ ஹெல்லனியமோ ரோமானிய உலகமோ அல்லாத, அந்நிய பாணியின் செல்வாக்குடன் உள்ள ஒரே இந்தியப் படைப்பு என்னும் தனித்துவம் மிக்கது.[6]

'ஷ்கா' என்று முடியும் பெயர்களுடைய கனிஷ்கரின் வாரிசுகள், இன்னொரு நூற்றாண்டுக்கும் மேலாக குஷாணரின் ஆட்சியைத் தொடர்ந்தனர். பிற மாட்சிமைமிக்க வம்சங்களைப் போலவே, அவற்றின் நினைவுச் சின்னங்கள் அருகிவர, அவற்றின் பிரதேசங்கள் சுருங்கி வந்ததாகக் கருதப்படுகிறது. நாளடைவில் வடமேற்கில் குஷாணர், சின்னஞ்சிறு அரசுகளில் ஒன்றாகச் சரிந்து போயினர். எல்லாக் கல்வெட்டுகளும் கனிஷ்கரின் பதவியேற்பிலிருந்து தொடங்குவதால், அவர்தம் காலவரிசையைத் துல்லியமாகத் தருவது சாத்தியமற்றது-இப்பதவியேற்பே சர்வதேச அமர்வுகளில் தீர்க்க முடியாத சிக்கலாக இருந்து வருகிறது. அதுபோலவே இன்று இந்தியக் குடியரசு, நாட்டுக்கு இரு பெயர்களைப் (இந்தியா மற்றும் பாரதம்) பெற்றுள்ளது, இரு காலமுறைகளைக் கொண்டிருக்கிறது-கி.மு./கி.பி. சார்ந்த மிகவும் பரிச்சயமான கிரிகோரியன் காலண்டர்; சக சகாப்தத்தை அடிப்படையாகக் கொண்டுள்ள இன்னொன்று கி.பி. 78இல் தொடங்குவதாகக் கணக்கிடப்படுகிறது. 'சக' எனப்பட்டாலும் (குஷாணா என்பதை விடவும்) இது கனிஷ்கர் சகாப்தத்துடன் தொடர்புடையதாகப் பலரால் கருதப்படுகிறது. மற்றவர்கள் கனிஷ்கர் சகாப்தத்தை இன்னொரு இந்திய சகாப்தம், விக்ரம சகாப்தத்துடன் பொருத்திப் பார்க்க முற்படுகின்றனர்–அது கி.மு.58இல் ஆரம்பித்தது. இது மிகவும் ஆரம்ப நிலையினதாகத் தோன்றுகிறது. மறுபுறத்தே, குஷாண-ரோமானிய நாணயங்களுக்கிடையிலான தொடர்பின் அடிப்படையில், கனிஷ்கரின் பதவி ஏற்பினை கி.பி. 128க்குக் கொண்டுவந்துள்ளது சமீபத்தைய ஆய்வு.

இவ்வேறுபாடுகள் முக்கியமானவை. கனிஷ்கரின் ஆண்டுகள் நிச்சயமாகின், அவரது சாதனைகள் குறித்துச் சித்தாந்தப்படுத்துவது சாத்தியமே-இதனை அவரது வாரிசுகளைப் பொறுத்துச்

சொல்லமுடியாது. வடஇந்தியாவின் காலவரிசையிலான நெடுஞ்சாலையினூடே ஓரிடத்தில் எங்கும் இட்டுச் செல்லாத இடம் இருப்பின், கி.பி. இரண்டிலிருந்து மூன்று வரையிலான நூற்றாண்டுகள் நல்ல இடமாகத் தோன்றுகின்றன. எனினும், இந்த சர்ச்சைக்கு முடிவுகாண, முந்தைய நூற்றாண்டுகள் குறித்த நம் புரிதலை ஒட்டுமொத்தமாக மாற்றவேண்டும்; கால வரிசையிலான நெடுஞ்சாலைகளையும் நாளது தேதிவரையிலானதாக்குவது நாடகப்பூர்வ விளைவுகளையே கொண்டிருக்கும்.

உலகின் கூரையினூடே

*1970*களின் கடைசியில் பாகிஸ்தானுக்கும் சீனாவுக்குமிடையே ஒரு சாலைத் தொடர்பினை நிர்மாணிக்க இருநாட்டுப் பொறியாளர்களும் ஆரம்பித்தபோது, டெல்லியிலும் பிற இடங்களிலும் புருவங்கள் உயர்த்தப்பட்டன. இக் காரகோர நெடுஞ்சாலைத் திட்டம், மாசேதுங்கின் சீனத்திற்கும் ஜுல்பிகர் அலிபுட்டோவின் பாகிஸ்தானிற்கும் இடையிலான தொந்தரவு தரும் அணிசேர்க்கையாகப் பார்க்கப்பட்டது. அரசியல் ரீதியில் கேடானதும் கேந்திர முக்கியத்துவ ரீதியில் பிறழ்வு கொண்டதாகவும் கருதப்பட்டது. இயற்கையால் விதிக்கப்பட்டுள்ள எல்லைப் பகுதி ஒன்று இருக்குமாயின் அது இமாலயச் சங்கிலியே. இதுதான் இந்தியாவின் நெடுஞ்சுவர்; இதன் பின்னே இந்தியத் துணைக்கண்ட மக்கள், புலம்பெயர்தலின் சூறாவளிகள் மற்றும் வெற்றிகளிலிருந்து மரபுவழியில் பாதுகாக்கப்பட்டிருந்தனர். மேலும், பாகிஸ்தானின் வடகோடியில் இமயமலை இந்து குஷ்ஷின் சிகரங்களிலும் உயரிய காரகோரத்தின் பனிப்பாறைகளிலும் சிக்கிக்கொண்டு, அதன் மேற்குப் பகுதியில் பலமிக்கச் சுவராக விளங்குகிறது. அதீதத் தட்பவெப்ப நிலைகள், பயங்கரமான இயற்கை அரிமானம், அடிக்கடி நிகழும் நிலநடுக்கங்கள், சமீபத்தைய பனிப்பாறைச் சரிவுகள் எல்லாம் சேர்ந்து இதனை பூமியின் மிகவும் திடமற்ற பகுதியாக ஆக்குகின்றன. பாலங்கள், குகைப்பாதைகள், அனைத்துத் தட்பவெப்பச் சாய்வுகளால் அரணை மீறிச் செல்லும் இருவழி நெடுஞ்சாலை, நீண்டநோக்கு இல்லாததாக, சீண்டிவிடுவதாக, மிகவும் சவாலானதாகத் தோன்றிற்று.

இருப்பினும் உயிர்வகையிலும் திட்டவழியிலும் பெரும் விலைகொடுத்து இச்சாலை நிர்மாணிக்கப்பட்டது. ‘உலகின் எட்டாவது அதிசயம்’ என வரவேற்கப்பட்டது; உலகின்

கூரையினூடே நாள்கணக்கில் பயணித்த பிறகு, லாரிகளும் பேருந்துகளும் அதன் ஏதேனும் ஒரு நுனியில் அவ்வப்போது தென்பட்டன. நன்மைகள் சீராக இல்லை. கடல் மட்டத்திற்கு 5000 மீ உயரத்தில் பனிப் புயல்வீசும் கைபர் கணவாயில் சீன-பாகிஸ்தான் எல்லை அளவான வணிகப் போக்கினைக் கண்டது. ஆனால், வேறெந்தப் பரிவர்த்தனையும் இல்லை. பாகிஸ்தானின் வடபுலத்து, துண்டிக்கப்பட்ட மலைச் சமுதாயங்களுக்கு இச்சாலை வரமாக இருந்துவரினும், அவர்தம் பள்ளத்தாக்குகளின் வசீகரங்கள் நிகழ்வுப் போக்கில் மாச்சர்யங்களுக்கு உள்ளாயின. தொல்லியலாளருக்கும் வரலாற்றாளருக்குமே இச்சாலை, முற்றிலும் வரவேற்கத்தக்க நோக்குநிலையைத் திறந்துவிட்டது.

இந்தியாவிலிருந்து மத்திய ஆசியா வழியே சீனத்திற்கு புத்த போதனைகள் பரவியிருந்தன என்பது நீண்ட காலமாக அறிந்ததே. கி.மு. இரண்டாம் நூற்றாண்டில் பட்டுவழித் தடத்தின் வழியே, ஹான் வம்சம் மேற்குடன் வணிகத்தைத் திறந்துவிட்டிருந்தது. பட்டுவழித் தடம் சிங்கியாங் ஊடேயும், பாக்ட்ரியாவிலிருந்து புகாரா, ஈரான், மத்தியதரைக் கடல் வழியாக ஆக்ஸஸுக்கும், திபெத்தின் வடக்கில் சென்றது. குஷாணர்களாக யுயெஹ்-சிகள் இந்தியாவில் நுழைவதற்கு நீண்ட காலத்திற்கு முன்பு, அவர்களுடன் ஹான் வம்சம் ராஜதந்திரத் தொடர்பு கொண்டிருந்தது. பின்னர், சிங்கியாங்கிலிருந்து ஆஃப்கானிஸ்தான் வழியே, சிந்துவினூடே இந்தியாவுக்கும் குஷாணா ஆட்சிப் பிரதேசம் பரவியபோது, இயல்பான இந்திய-சீன வழி உருவாக்கப்பட்டது. கூடுதலாக கனிஷ்கர், பௌத்த சங்கத்தை ஆதரிக்கும் அசோகரின் கொள்கையைத் தெளிவாகப் புதுப்பித்து, பௌத்த சித்தாந்தத்தின் பரவலை முன்னெடுத்தார். சீனாவுக்கு முதலில் சென்ற பௌத்த மத ஊழியர்கள் கி.பி. 65இல் இந்தியாவிலிருந்து புறப்பட்டனர். ஆதலின், பார்த்தியர் அல்லது குஷாணர்கள் காலத்தில் தர்மரட்சகர், காஸ்யபமாதங்கர் என்னும் பிக்குகள் சீனத்திற்குச் சென்றனர், அங்கே முதல் மடாலயத்தை நிறுவி, புனித நூல்களைப் பரப்புரை செய்வதும் மொழியாக்கம் செய்வதுமான நடவடிக்கைகளில் ஈடுபட்டனர். அவர்தம் காலடிகளைப் பின்தொடர்ந்து சென்றது ஆசிரியர்கள், கலைஞர்கள், திரு உருக்கள், பிரதிகள், புனிதச் சின்னங்களின் ஊர்வலம்; அடுத்த 300 ஆண்டுகளில் புதிய நம்பிக்கையைப் பரப்பி, சீனத்திலும் அதற்கு அப்பாலும் புதிய கலை வடிவங்களை அறிமுகம் செய்தது.

மரபார்ந்த வழியில் அவர்தம் வழித்தடம் பெஷாவரிலிருந்து காபூலுக்கும், பாமியான்-செங்குத்தான பாறை முகடுகளில் இரண்டு பிரம்மாண்ட புத்தர் உருவங்கள் வடிக்கப்பட்டுள்ள ஒரு பள்ளத்தாக்கு-வழியே இந்து குஷ்ஷிற்கும் வந்ததாகக் கருதப்படுகிறது. மார்ச் 2001இல் தாலிபான்கள் வெடிவைத்துத் தகர்க்கும் மட்டும் 1500 ஆண்டுகள் அவை நின்றுகொண்டிருந்தன. (சரியாக ஆறு மாதங்களுக்குப் பிறகு நியூயார்க்கின் இரட்டைக் கோபுரங்கள் அழிவுக்குச் சென்றன; முதல் ஆவேசம் இரண்டாவதற்கு உத்வேகமளித்தது, இரண்டும் ஒரே அமைப்பால் மேற்கொள்ளப்பட்டது.) பாக்ட்ரியாவிலுள்ள மற்றவை இன்னும் பௌத்தத்தின் இருப்புக்குச் சாட்சியமாயுள்ளன; அங்கிருந்து பாமிர் பீடபூமியின் வடக்கு-கிழக்கினூடே, தக்ளா மக்கான் பாலையைச் சுற்றியும் லோப் நோரினூடேயும் என வரிசையாகப் பௌத்த இடங்கள் சீன வழித்தடத்தை அடையாளப்படுத்துகின்றன. இந்தியாவுக்குத் திரும்பிய பிந்தைய சீன யாத்ரிகர் 'இச்சாலை நீண்டது' என்றார்; இந்தியாவின் பெருஞ்சுவரின் மலையடிவாரத்தைச் சுற்றிவர 3000 கி.மீ. ஆகும். கருத்துகள்-சரக்குகள் இரண்டின் போக்குவரத்திற்கு அது முக்கிய வழித்தடமாயிருந்ததில் சந்தேகமே இல்லை; ஆனால் 1970களில் சாலையை நிர்மாணித்தவர்கள், சிந்துவின் மேல் பகுதி மற்றும் ஹுன்ஸா ஆறுகளின் வழியே, அவர்களது காரகோரம் நெடுஞ்சாலையின் போக்கில், குறுகியதும் மேலானதுமான வழித்தடம் இருந்ததைக் கண்டறிந்தனர்.

பாகிஸ்தானின் தலைமைத் தொல்லியலாளரான டாக்டர் அஹ்மது ஹாஸன் டானியால் கட்டமைக்கப்பட்ட இவ்வரலாற்று வழித்தடம் தட்சசீலத்தின் வடக்கில் தொடங்குகிறது-அங்கே நவீன நெடுஞ்சாலை குன்றுகளுக்கு வெட்டிச் செல்கிறது. முதலாவது அடையாளக் கம்பம், மான்ஸெராவிலுள்ள இரு பாறைகளில் செதுக்கப்பட்ட, அசோகரின் பாறைப் பொறிப்பின் காரோஷ்டி பதிப்பாகும். அவற்றிற்கிடையே செல்கிறது சாலை, பெரும் வழித்தடங்களிலுள்ள மற்ற அசோகர் கல்வெட்டுகளை வைத்துப் பார்க்கையில், மலைகளுக்குள் போகும் சிந்து வழித்தடம் கி.மு. மூன்றாம் நூற்றாண்டில் புழக்கத்தில் இருந்ததுடன் தட்சசீலம், பெஷாவர், ஸ்வாட்டிலிருந்து வரும் இணைப்புச் சாலைகளுடன் பிணைக்கப்பட்டிருந்தது என்று யூகிக்கலாம். அங்கிருந்து கோஹிஸ்தான் குன்றங்களினூடே செல்கிறது புதிய சாலை-எண்ணற்ற குகைகளும் பாறை ஓவியங்களும் பௌத்த மரபினைத் தொடர்கின்றன; ஒரு கல்வெட்டிலுள்ள ஓவியம் மகாராஜா கனிஷ்காவின் மடாலயத்தைச் சேர்ந்தது என்று தெரியவருகிறது;

காரகோரம் வழித்தடம்
N
Tashkurgan
To Samarkand
To Yarkand
Hindu Kush
Khunjerab Pass
HUNZA
Karakoram
Yasin
Ishkomen
Hunza
Gilgit
Gilgit
Indus
Chilas
Nanga Parbat
Skardu
Babusar Pass
Dasu
SWAT
Indus Gorges
Basham
Kaghan
HIMALAYA
KASHMIR
Jhelum
Vale of Kashmir
Mansehra
Indus
0 km 50
2000 மீ.களுக்கும் அதிகமான நிலம்
கணவாய்கள்
இந்தியக் குடியரசின் எல்லை
Taxila
Islamabad
Rawalapindi

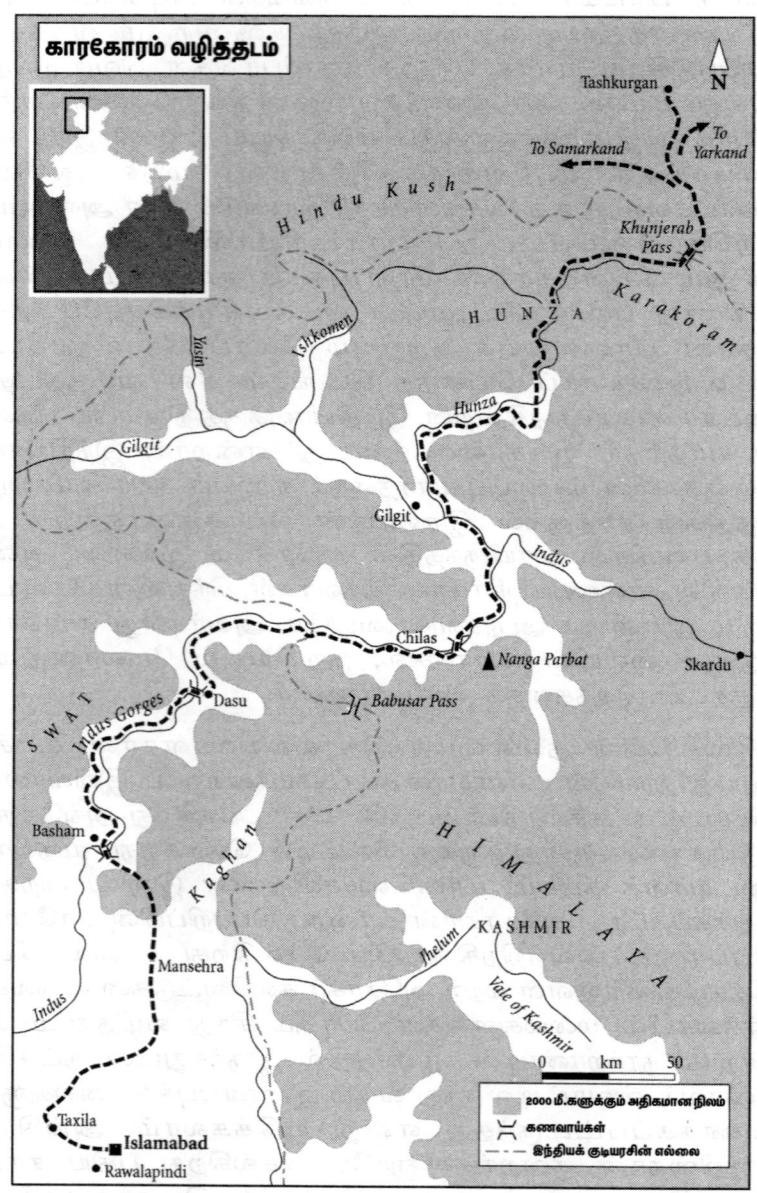

பிரம்மாண்டமான சிந்துவின் பாறை முகடுகளை ஒட்டிச் சாலை செல்ல, துறவியர் மற்றும் ஸ்தூபிகள்-விஹாரைகளின் இருப்பு பதிவாகி உள்ளது.

சிலாஸுக்கு மேற்கே, பனி மண்டிய நந்தா பர்வதத்தின் கீழே சிந்து பள்ளத்தாக்கு, தாவரங்களின்றி பல வண்ணங்களிலான பாறைகளுடன் விரிந்து கிடக்கின்றது. இங்குள்ள கல்வெட்டுகளில் ஒன்று, குஷாண மன்னன் விம கப்பிஸஸைக் குறிப்பிடுகிறது. காற்றடிக்கும் சிறு நகரத்தின் அருகே, ஆற்றினையொட்டிய பாறையில் பொறிக்கப்பட்டுள்ள காட்சி சாகர் மன்னன் மாவெஸை அடையாளப்படுத்துகிறது; இவ்வழித்தடத்தே பஞ்சாப் மீது படையெடுத்ததாகத் தோன்றும், சித்திய மன்னனால் இப்பகுதி வெல்லப்பட்டதற்கு முதல் சான்றாக உள்ளது[8]. சிலாஸின் மறுபுறத்தில், பல பாறைகளில் ஒன்று கொண்டோபாரெஸ் பாறை எனப்படுகிறது; 'சந்தேகிக்கும் தாமஸி'ன் புரவலராயிருந்த பார்த்திய மன்னரை இதன் கல்வெட்டு புகழ்ந்துரைக்கிறது.

ஜில்ஜித்தைச் சுற்றியுள்ள பள்ளத்தாக்கில் புத்தர் சிலையும் நிறைய ஸ்தூபிகளும் உள்ளன. அங்கிருந்து செல்லும் நெடுஞ்சாலையும் பௌத்த வழித்தடமும் பனிப் பாறைகளை எட்டும் காட்சியைக் காண ஹன்ஸா பள்ளத்தாக்கில் நுழைகின்றன. குஞ்செரப் கணவாயும் சீன எல்லையும் முன்னே இருக்க, கிழக்கில் K2 மற்றும் தொடர்புடைய சிகரங்கள் அமைந்துள்ளன. பட்டுவழித் தடத்திலுள்ள தொன்மையான நிறுத்துமிடத்தின் தஷ்குர்கானில் நெடுஞ்சாலை முடிவுறுகிறது. இந்த ஆதாரப் பாதையும் அது கடந்துபோகும் பிரதேசமும் குஷாணர் பேரரசுக்குள் உள்ளன; ஹுன்ஸாவின் புனிதப் பாறை எனப்படுவதன் மீது, முதலாவது கட்பிஸஸ் மற்றும் குஷாண தேவபுத்ர (கடவுளின் மைந்தன்) மஹாராஜா கனிஷ்கரின் அறிவிப்புகள் உள்ளிட்ட, மெய்யான பழங்கால அரசர்கள், வழிபாடுகள், கடந்து போகும் அந்நியர்களின் விவரத் தொகுப்புகள் குறிப்புகளாக உள்ளது.

> தெற்கு முகமாகச் செல்லும் புதிய காரகோரம் நெடுஞ்சாலை, உலக முக்கியத்துவம் வாய்ந்த இந்நினைவுச் சின்னத்தின் கண்டுபிடிப்புக்கு-நூற்றாண்டுகளாக மறைந்திருந்தது-இட்டுச் சென்றது. புனிதப் பாறை விடாப்பிடியாகத் தட்பவெப்பத்தின் அரிமானங்களினூடே நின்று, நீண்டகாலமாக மறந்துபோன இடத்தின் மற்றும் காந்தாரத்திலிருந்து சீனத்திற்குப் பயணித்தவர்களின் பாதையின் வரலாற்றினைக் கூறுவோரின் எழுத்துகள் மற்றும் பொறிப்புகளைக் காத்துவருகிறது.[9]

ஆக காரகோரம் நெடுஞ்சாலை, புவியியலை அலட்சியம் செய்தாலும், வரலாற்றினை குழப்பியிருப்பதாகக் கூறவே முடியாது. சிங்கியாங்கிற்கும் சீனத்திற்கும் தம் போதனைகளை எடுத்துச் செல்லும் பௌத்தப் பணியாளர்கள் விரும்பிடும் வழித்தடமாக இப்போது அங்கீகரிக்கப்பட்டிருப்பதை அது சரியாகப் பின்பற்றுகிறது.

இப்போதனைகள் மகாயன பௌத்தத்தினுடையவை என்பதும் தெளிவாகிறது. கனிஷ்கரின் ஆதரவில் நடந்த நான்காவது பௌத்த மாநாட்டில், சங்கத்திற்குள்ளேயான நீண்ட நாளைய பிரச்சினை, பிளவுக்கு இட்டுச் சென்றது. புத்தரின் சாராம்சமான அறநெறியை ஏற்றுக்கொண்ட தூய்மைவாதிகள் ஹுனாயனா பிரிவினர்; புத்தரையும் 'அறிவுவிளக்க'த்திற்கான ஆற்றல் உள்ளோரையும் வழிபடத்தக்க தெய்வங்களின் நிலைக்கு உயர்த்தி, அதன் காரணமாக அவரின் போதனைகளைச் சம்பிரதாயமான மதமாக்கியவர்கள் மகாயனப் பிரிவினர். முந்தைய பிரிவினர் புத்தரை மானுட உருவில் பிரதிநிதித்துவம் செய்யாது பிடிவாதம் காட்டினர்; அதன் கலையில் அவரது இருப்பினை ஒரு காலடி, ஒரு அரியணை, ஒரு விருட்சம், ஒரு குடை சுட்டிக் காட்டுகிறது. ஆனால் மகாயன புத்தரை திரு உருவாக்கியது; ஞானம் பெற்றவரையும் இதர போதிசத்துவர்களையும் அவர்தம் இயக்கிகளையும் மனித ரூபத்தில் சித்திரித்தது. பாக்ட்ரிய கிரேக்கரால் அறிமுகப்படுத்தப்பட்ட கிரேக்க-ரோமானிய வழிமுறைகளின்படி மக்களவையிலிருந்து இக்கருத்து வந்திருக்கலாம்; அத்துடன் மிகவும் பாதுகாக்கப்பட்டதும் அதன் பின்னர் விற்கப்பட்டதுமான ரோமானிய சிலை வடிப்பிலிருந்தும் வந்திருக்கலாம். மகாயனத் தேவை மற்றும் மத்திய தரைக்கடல் பகுதியின் விநியோகம் என்பவற்றின் தற்செயலான பொருத்தத்திலிருந்து காந்தாரக் கலையின் தனித்துவமான பாணியும் கருத்திழைகளும் எழுந்தன என்பது நிச்சயம்.

பாக்ட்ரியாவிலும் இந்தியாவின் பரந்துபட்ட பகுதிகளிலும் கிழக்கு-மேற்கு வணிகத்தைக் கட்டுப்படுத்திய குஷாணர் புதிய நம்பிக்கையிலும் கலையிலும் செலவழித்திட செல்வம் வைத்திருந்தனர்; கொண்டோபாரெஸ் போல, புனித தாமஸ் போன்ற மேற்கத்தைய கைவினைக் கலைஞர்களை இறக்குமதியும் செய்தனர். கட்டடக்கலை, ஓவியம் என்பவற்றில் செல்வாக்கு செலுத்தி துரிதமாக வளர்ந்த பாணி, புத்தர் கதை அடிப்படையிலான எடுத்துரைப்புக் கலைக்கு உத்வேகமளித்தது. என்றாலும் கிரேக்க-ரோமானிய பாடல்களையும்

நடைமுறைகளையும் பயன்படுத்திக்கொண்டது. விதிவிலக்காக, புத்தர் உருவமே இம்மேடை நாகரிகத்தினால் அவ்வளவாகப் பாதிப்புக்குள்ளானதாக விளங்கியது; காவிய மடிப்புகளுடன் கிரேக்கத்தின் தோற்றப் பொலிவுள்ள அவரது நிலை, சமிக்ஞைகள், உடலியல் கூறுகள் எல்லாம் இந்திய-பௌத்த படிமக் கலையுடன் கறாராக ஒத்திசைந்தது. குஷாணர் ஆதரவு, கிரேக்க-ரோமானிய வடிவங்கள் மற்றும் இந்திய உத்வேகம் என்னும் விநோத ஒருங்கிணைவாகக் காந்தார மரபு இருந்தது. சிற்பம், சுவரோவியம், பொறிப்பு, ஓவியத்தில் இந்த ஒருங்கிணைவே காரகோர வழித்தடத்தில் அல்லது பாமியான்-பாக்ட்ரியா வழியில் கடந்து சென்றது; பட்டுவழித்தடத்திலுள்ள மடாலயங்களை நிறைக்கவும், சீனத்திலும் அதற்கப்பாலும் பிற்கால பௌத்தக் கலைக்கு உத்வேகம் அளிக்கவும் செய்தது.

நான்காம் நூற்றாண்டுக்குப் பிறகு மத்திய ஆசியாவிலிருந்து மேலதிக ஆக்கிரமிப்பாளர்களால் இப்போது ஹூனர்களால், வடமேற்கு இந்தியாவின் பௌத்தம் அழிந்தபோது, காரகோரம் பாதையில் அதிக நடமாட்டமில்லை. காலத்தின், இயற்கையின் அழிவுகள் இருந்தபோதும், காரகோரம் பதிவுகள் ஒப்பீட்டளவில் பாதிப்புறாது இருந்தன. இவ்வாழிடம் வணிகத்திற்குப் பயன்படுத்தப்பட்டது பற்றி அவை ஒன்றும் கூறவில்லை. குறிப்பாகச் சீனப்பட்டு இந்தியாவில் இறக்குமதியாகி, அதன் மேற்குக்கரை துறைமுகங்களிலிருந்து எகிப்துக்கும் ரோமுக்கும் ஏற்றுமதி ஆயின. இத்தகு வாகன வரிசைகள் காரகோரம் வழித்தடத்தைத் தவிர்த்தது, ஹூன்ஸாவின் பாறை முகப்பு ஏணிகளையும் நிலச்சரிவுள்ள பாறை மேடுகளையும் விட, பாக்ட்ரிய வழித்தடம் இசைவானதாக இருந்ததால் இருக்கக்கூடும். வர்த்தக வளம் இன்மையால், காரகோரம் வழித்தடம் கைவிடப்பட்டது.

கடலுக்கு வெளியே நோக்குதல்

பிற இடங்களில் சரக்குப் பரிவர்த்தனை அளவுக்குக் கருத்துப் பரிமாற்றங்கள் இருந்தன. நர்மதை நதிக்குத் தெற்கே தக்காணத்தையும் தென்கோடியையும் கொண்டுள்ள தீபகற்ப இந்தியாவில், கி.மு.வின் இறுதி நூற்றாண்டுகளிலும் கி.பி. யின் ஆரம்ப நூற்றாண்டுகளிலும், கங்கைச் சமவெளியில் மூன்று நூற்றாண்டுகளுக்கு முன் நிகழ்ந்த, நகரமயமாக்கலும் அரசு உருவாக்கமும் இருந்தது. ஆனால், இங்கே வர்த்தகமே போக்குவரத்தினைத் தூண்டிவிட்டது. வர்த்தக வழித்தடங்கள்-

குறிப்பாக மேற்குத் தக்காணத்திலும் (மராட்டியமும் அதனை ஒட்டிய பகுதிகளும்) தென்கோடியிலும் (தமிழ்நாடு மற்றும் கேரளம்) வரையறுத்தன. மேய்ச்சல் தொழிலிலிருந்து பிழைப்புக்கான வேளாண்மையிலிருந்து நெல் சாகுபடிக்கும் வேளாண் உபரிக்குமான மெதுவான உருமாற்றம் போன்ற ஒன்று காணக்கூடியதாய் இருந்தது. தெற்கில் பாசன வசதிகளின் நிர்மாணம் கி.மு. இரண்டாம் நூற்றாண்டு வரை செல்லக்கூடியது; மக்களின் நகர்வு, மேட்டு நிலங்களிலிருந்து வண்டல் படிந்ததும் ஆற்றுப்படுகை சார்ந்ததுமான நிலத்திற்கு இருந்தது. காவிரி பாயும் சோழநாட்டில், யானை படுத்திருக்கக்கூடிய இடத்திலே, ஏழு பேருக்கான நெல்லை விளைவிக்கக்கூடியதாயிருந்தது.[10] வேளாண்மையிலிருந்து ஒரு உபரி கிட்டியது; மறுசாகுபடிக்கு ஒரு பாதி செலவானது; கடல்-வனப் பொருள்களின் (குறிப்பாக முத்தும் மிளகும்) ஏற்றுமதியிலிருந்தும் ஆடம்பரப் பொருள்களின் மறு ஏற்றுமதியிலிருந்தும் கிட்டிய உபரிக்கு அடுத்த நிலையில் இருந்தது. கங்கைச் சமவெளியில் இல்லாத இவ்வாய்ப்பு, தீபகற்ப இந்தியாவைக் கற்காலத்திலிருந்து அரசின் வடிவுக்குக் குறிப்பிட்ட காலத்தில் உந்தித்தள்ளிற்று.

கி.மு. முதலாம் நூற்றாண்டுக்கு முன்னர், துணைக் கண்டத்தின் தென்கோடி, இந்திய வரலாற்றில் அரிதாகவே இடம்பெற்றது. கர்நாடகம், ஆந்திரப் பிரதேசம், தமிழ்நாடு, கேரளம் ஆகிய இன்றைய தெற்கு மாநிலங்கள் கன்னடம், தெலுங்கு, தமிழ், மலையாளம் என்னும் மொழிகளை முறையே பேசுகின்றன. இவையனைத்தும் திராவிடக் குடும்பத்தைச் சேர்ந்தவை; சமஸ்கிருதமும் பெரும்பாலான உடனிகழ்கால வட இந்திய மொழிகளும் பிறந்த இந்திய-ஆரியக் குடும்பத்திலிருந்து தனித்துவமானது.

துணைக் கண்டத்தில் இந்திய-ஆரிய மொழிகள் பேசுவோரைவிட திராவிட மொழிபேசுவோர் முன்னிருந்ததாகக் கருதப்படுகிறது. ஹரப்பர்களின் மொழி திராவிடக் குடும்பத்தைச் சேர்ந்தது என்பது இன்னும் நிரூபணமாகவில்லை. ஆனால் ஈரானின் எல்லைப்புறத்தைச் சேர்ந்த பாகிஸ்தானிய மாநிலம் பலுசிஸ்தானத்தில் மூல திராவிட மொழி பேசுவோரின் பகுதி உயிர்த்திருப்பது, சிந்துவுக்கு மேற்கே இம்மொழி புழக்கத்திலிருந்தது, அங்கிருந்து அது வெளிப்பட்டிருக்கலாம் என்பதை உணர்த்துகிறது. அது குஜராத்திலும் மராட்டியத்திலும் கூட ஒருகாலத்தில் பரந்துபட்ட புழக்கத்தைப் பெற்றிருந்தது- அது தெற்கு நோக்கிய 'இறக்கமா' அல்லது அங்கிருந்தான 'ஏற்றமா'

என்பது உறுதிப்படவில்லை. கி.மு. முதலாயிரத்தின் மத்தியில், தெற்கில் அது நன்கு நிறுவப்பட்டது-வழக்கமாக சமஸ்கிருத ஆரியருடன் தொடர்புடைய, குதிரைகளையும் இரும்புக் கருவிகளையும் உடைய திராவிட மொழிபேசுவோரின் பரவலால் அது சாத்தியப்பட்டிருக்கும், அல்லது உட்புற தீபகற்ப இந்தியாவின் மேட்டுப் பகுதிகளில் காணப்படும் பழங்கற்கால இடங்களுக்குப் பொறுப்பானவர்களின் மொழியாகச் சாத்தியப்பட்டிருக்கும்.

வரலாற்றுக்கு முந்தைய காலத்தில் திராவிட மொழிகள் ஒன்றிலிருந்து இன்னொன்று தனித்துவம் பெற்றிருந்ததால், அவை மூல திராவிட மொழியிலிருந்து தோன்றி வளர்ந்திருக்கும். ஒவ்வொன்றும் இன்றைய அரசுகளால் பிரதிநிதித்துவப்படுத்தப்படும் மண்டலத்துடன் கட்டுண்டிருந்தது. உண்மையில் இத்தகைய புவி-மொழியியல் அமைப்புகளின் தொடர்ச்சி, தென்னிந்திய வரலாற்றின் தலைசிறந்த அம்சமாகும். இங்கே, வழக்கத்திற்கு மாறாக, வரையறுத்திடக்கூடிய மொழியியல் அலகுகள், அவை ஒன்றிணையக் கூடிய அரசுகளுக்கு முந்தியனவாகத் தோன்றுகின்றன.

கி.மு. 300ஐ ஒட்டி மெகஸ்தனீஸ் பாண்டிய அரசினை அறிந்திருந்தார். அதன்பின், தெற்கு நோக்கியதாயும் கடல்வரை நீண்டதுமான 'இந்தியப் பகுதி'யைக் கொண்டிருந்தது; ஏறக்குறைய 365 கிராமங்கள் இருந்தன-ஆண்டில் ஒரு நாளைக்கு அரசவைக்குத் தேவையானவற்றை ஒவ்வொரு கிராமமும் தரவேண்டும் என எதிர்பார்க்கப்பட்டது. அசோகருக்கு இன்னும் சிறப்பாகத் தெரிந்திருந்தது. பெரும் பாறைப் பொறிப்புகளில் தனது தென்னக அண்டை வீட்டாரைப் பட்டியலிடுகிறார்-சோழர்கள்-பாண்டியர்கள் (வடக்கு-தெற்கின் தமிழ்பேசும் மக்கள்), சத்திய புத்திரர்கள் (இவர்களின் அடையாளம் ஆட்சேபனைக்கு உரியதாய் இருக்கிறது), கேரளபுத்திரர்கள் (அல்லது கேரளத்தின் மலையாளம் பேசுவோர்) மற்றும் இலங்கை மக்கள். கடவுளுக்குப் பிரியமானவரைப் பொறுத்தவரை, இவற்றில் எதுவும் மௌரியப் பேரரசில் சேர்ந்ததாக இல்லாதபோதும், தம்மத்தின் மேன்மையை ஒத்துக்கொண்டன என்பதுடன் நிழல்தரும் மரங்களைச் சாலையோரங்களில் நடுதல், மனிதருக்கும் மிருகங்களுக்கும் மருத்துவ வசதி செய்தல் ஆகிய அசோகரது நடைமுறைகளைப் பின்பற்றின.

பிற்பாடு, கலிங்க (ஒரிஸ்ஸா) மன்னன் காரவேலன்கூடத் தென்னக அரசுகளைக் கவனித்தான். அவனது விரிவான

கல்வெட்டு ஒன்றில், தமிழக அரசுகளின் கூட்டணியை வென்று, பாண்டியரிடமிருந்து ஏராளமான முத்துக்களைப் பெற்றதாகப் பாவனை செய்கிறான். முத்துக்கள், கிளிஞ்சல்கள் ஆகியவற்றுடன் பாண்டியரின் தலைநகரான மதுரையின் நேர்த்தியான ஆடைகளும் அர்த்தசாஸ்திரத்தில் குறிப்பிடப்படுகின்றன. அரசின் வருவாயைப் பெருக்குவது எப்படி என்னும் விவாதத்தில், வடஇந்தியாவின் மதிப்புமிக்க வணிகம், மத்திய ஆசியாவினுடனானது என கௌடில்யரின் குரு கூறுகிறார். அனைத்தும் அறிந்த பிராமணன் சரியான நிலவரத்தை ஆணித்தரமாக முன்வைக்கிறார்: தட்சிணபாதத்தின் (தெற்கத்திய வழித்தடம்) வழியேயான வணிகமே மிக மதிப்புள்ளது. மேலும் அவ்வழித்தடம் மிகப் பாதுகாப்பானது. எனவே தெற்குடனான வணிகம், உயரிய பொருள்களில் இருப்பினும் மௌரியர் காலத்தில் நன்கு நிறுவப்பட்டிருந்தது; அத்துடன் பாதுகாப்பான தட்சிணபாதத்தின் வழியே உயரிய கருத்துகளும் தீபகற்பத்திற்குப் பயணித்தன.

இவை பற்றியும் தென்னகம் குறித்த மற்றவை பற்றியும் தமிழ்க் கவிதைத் தொகுதிகளிலிருந்தும் தொன்மையான இலக்கண நூலிலிருந்தும் தெரிந்துகொள்கிறோம். இவற்றில் மிகத் தொன்மையானது கிறித்துவின் காலத்தைச் சேர்ந்தது; இக்கவிதைகள் இயற்றப்பட்டு முதலில் பெரும் கலைவிழாக்களிலும் சங்கத்திலும் பாடப்பட்டன. இவை சங்கப் பாடல்களாகத் தொகுக்கப்பட்டு, பின்னரே எழுதிவைக்கப்பட்டன. சமஸ்கிருத காவியங்களைப் போல இவை கூடுதலாகச் சேர்க்கப்பட்டிருக்கலாம், திருத்தப்பட்டிருக்கலாம். ஆனால், சமஸ்கிருதக் காவியங்களைப் போலின்றி, குறிப்பிட்ட சாதிக்குரியனவாயில்லை, எந்தவொரு சடங்கிலும் பயன்படுத்தப்படவில்லை. மேலும் சமூக நிலவரம் குறித்த நம்பகமான விபரங்களைத் தருகின்றன. சங்க இலக்கியம் குறித்து எழுதும் அமெரிக்க ஆய்வாளர் ஒருவர், 'இதைப் பெரிதாக எடுத்துக்கொள்ள இயலாது' என்கிறார். 'பழந்தமிழ் இலக்கியம் பரந்துபட்ட வர்க்கங்களின் துல்லியமான சித்திரத்தைத் தருவது மட்டுமல்லாது, ஆரியர் தென்னகம் வருவதற்கு முந்தைய தமிழ்நாட்டுச் சமூக நிலைமைகளையும் விவரிக்கின்றது.'[11]

எதிர்காலத்தில் நிகழ்ந்த பெருந்திரள் ஆரியப் புலப்பெயர்தலை இது உணர்த்துகிறது, அதற்கான சான்றுகள் சொற்பமே. அத்துடன், சங்க இலக்கியம் ஆரிய-சமஸ்கிருத லட்சியங்களை அறிந்திருந்தது. தமிழ்க் கவிஞர்கள் இதிகாசங்களை நன்றாக அறிந்திருந்தனர், மகாபாரத வீரர்களுடன் தம் புரவலர்களைத் தொடர்புபடுத்திக் காட்டுவதில் முனைப்பாயிருந்தனர். 'மதுரா'வின் திரிபான

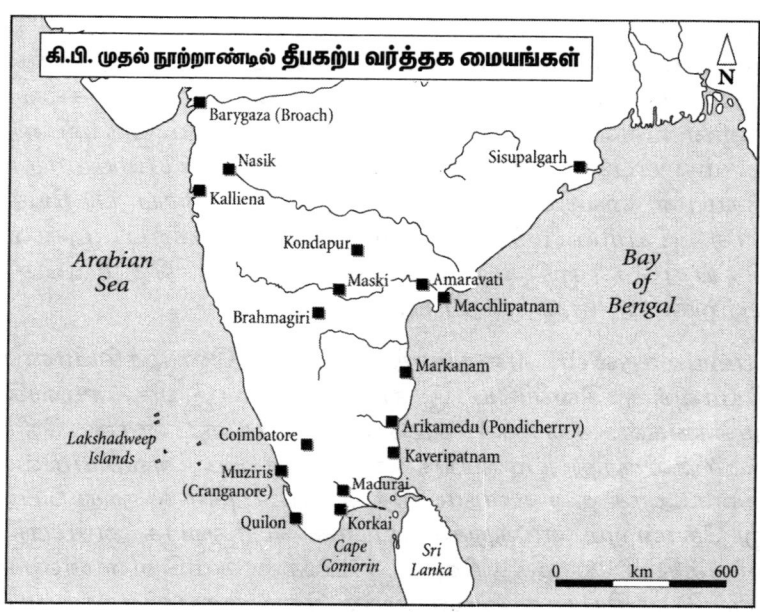

'மதுரை' போன்ற இடப்பெயர்கள், இதிகாசங்களின் புனிதப் புவியியலை மேற்கொண்டு விடுவதைப் பிரதிபலிக்கின்றன. 'அயோத்யா' தாய்லாந்திற்கும் மத்திய ஜாவாவுக்கும் பயணித்தது போல, 'மதுரா/மதுரை' கிழக்கு ஜாவாவின் நெருக்கடிமிக்க தீவு மதுராவில் கால்பதிக்கும். நந்தர்களின் அதியற்புத செல்வம் குறித்தும் கர்நாடகத்தில் ஒருமுறை மௌரியர் இருந்தது குறித்தும் சங்கக் கவிஞர்கள் தெரிந்திருந்தனர். தெற்கில் நிலைகொண்டிருந்த பிராமணர் நிலமானியங்கள் பெற்றனர்; பௌத்தமும் சமணமும்கூட பரிச்சயமாய் இருந்தன; தமிழகக் குகைக் கல்வெட்டுகளில் பயன்படுத்திய மொழி, வடஇந்திய பிராமியின் ஒரு வடிவமாயிருந்தது.

சாதிப் பாகுபாடுகளும் தெற்கில் நிலவின. ஆனால், அது சமஸ்கிருத வடக்குடனான தொடர்புக்கு முந்தையதாகலாம். அவை நிச்சயமாகப் படிவரிசையிலான நான்கடுக்கு வர்ணாஸ்ரம தர்மத்துடன் ஒத்துப்போகவில்லை; உள்ளூரைச் சேர்ந்த சத்திரியரும் வைசியரும் இன்றளவும் தெற்கில் அறியப்படாதவர்களே. சாதியச் செயல்பாடுகளில், இறந்தோரின் வீரவழிபாட்டில், பாலின உறவுகளுக்குத் தரப்பட்ட முக்கியத்துவம் மற்றும் விலக்குகளில், ஆரியத் தொடர்பில்லாதவை நிறைய உள்ளது. சங்ககாலத்தின்

ஆனந்தமான கொண்டாட்ட உணர்வும் முன்னிருந்திராததே-சேரர், பாண்டியர், சோழர்களுக்கிடையிலான முடிவுறாத போர்களில் அது பரவியுள்ளது; அதுபோன்றே அமைதிமிக்க செல்வமும் அரசனின் வள்ளண்மையும் சார்ந்த காட்சிகளும் இக்கவிதைகள் தரும் மனப்பதிவு. தவிர்க்கமுடியாத ஆரியமயமாதலின் இறுக்கமான வைதிகத்தை மீறுகின்ற சமூகத்தைப் பற்றியதல்ல மாறாக, உயரிய புதிய விழுமியங்களுக்கேற்ப முன்வந்து சரிசெய்துகொள்கின்ற, அவற்றிலிருந்து தெரிவுசெய்து பின்பற்றுகின்ற சமூகத்தைப் பற்றியதே.

ஆரியமயமாதலின் வகைமாதிரிகள் தன்னெழுச்சியானவை; இந்தியாவுக்கு வெளியே இருந்ததுபோல இங்கு, சமஸ்கிருத புத்தாக்கங்கள், கங்கைச் சமவெளி மக்களுடனான நேரடித் தொடர்பிலிருந்து பரவியிருக்க வேண்டிய அவசியமில்லை. தென்னக அரசு தன் உள்நாட்டுத் தொடர்புகளிலிருந்து பெற்றது என்று தோன்றும். எடுத்துக்காட்டாக, பொதுவாக ஆரம்பநிலை நாகரிகத்தின் எழுத்தறிவு[12], கங்கைச் சமவெளியிலிருந்து தெற்கு நோக்கியதாக இல்லாமல், இலங்கையிலிருந்து வடக்கு நோக்கிப் பரவியதாகத் தெரிகிறது. அசோகரின் மதப் பணிக்குக் கடன்பட்டிருந்த இலங்கை இதில் ஓரடி முன்னே சென்றுவிட்டது. சங்கக் கவிதைகளில் குறிப்பிடப்படும் எந்தவொரு மன்னனது காலத்தினையும் சரிபார்த்திட துணை நிற்பவை பௌத்தச் சரிதங்களே. பிராமி எழுத்து இலங்கையிலிருந்து பாக் நீரிணையைத் தாண்டி பாண்டிய நாட்டின் அண்டை அயல்பகுதிகளுக்கு வந்து, அங்கிருந்து கேரளத்திற்கும் சோழநாட்டிற்கும் சென்றிருக்கும் என்றெண்ணப் படுகிறது. இச்சுற்றுவழியில் இதர ஆரியமயமாதலின் பண்புகள் பின் தொடர்ந்திருக்கலாம்.

கடல்சார் பரிமாணம் தொடர்ந்து முக்கியமாய் இருக்கிறது. வர்த்தக வாழ்க்கை-அந்நிய வர்த்தகத்தின் விலாவரியான விவரிப்புகளிலிருந்து சங்கக் கவிதைகள் தம் அசல் தன்மையைப் பெறுகின்றன. மும்முரமாயிருந்த சந்தைகள், பெரிய கிட்டங்கிகள், பல நாடுகளிலிருந்து வந்த கப்பல்கள், விரிவான இறக்குமதி/ஏற்றுமதி நடைமுறைகள், யவனர் (பாக்ட்ரிய கிரேக்கர் மட்டுமின்றி அயல்நாட்டவரை எல்லாம்)- 'ஒருபோதும் செல்வம் குன்றாதவர்'- தொடர்பான குறிப்புகளிலிருந்து, கி.பி. முதலாம் நூற்றாண்டில் தென் இந்தியா குறித்து நாம் அறிந்துள்ளதற்கு-தொல்லியலில் இருந்தும் ரோமானியப் பேரரசின் இலக்கியத்திலிருந்தும்-கச்சிதமான தமிழ்சாட்சியம் கிடைக்கும்.

இது ரோமின் வர்த்தக விரிவாக்கக் காலம். புதிய பேரரசின் அந்நியப் பொருள் மோகம் திருப்தியடையாததாக இருந்தது; அது கி.மு. 30இல் எகிப்தைச் சேர்த்துக்கொண்டது கிழக்கிற்கும் ரோமானிய முதலீட்டாளர்களுக்குமான கடல் வழித்தடத்தைத் திறந்துவிட்டிருந்தது. கி.பி. முதலாம் நூற்றாண்டைச் சேர்ந்த கிரேக்கப் பிரதி *periplus of the Erythraean sea,* இந்தியப் பெருங்கடல் துறைமுகங்களின் கடல்வழி, வணிகம், அரசியல் சார்ந்து விரிவான விபரங்களைக் கொண்டுள்ளது-இத்துறைமுகங்களில் பல, இந்தியக் கடற்கரையின் கடல்சார் மையங்களுடன் அடையாளப் படுத்தப்பட்டுள்ளன. டாலமியின் இரண்டாம் நூற்றாண்டு 'புவியியல்' மேலும் சில விபரங்களைத் தருகின்றது; 17ஆம் நூற்றாண்டு ஐரோப்பாவின் பல்லவியாய் இருந்த ஒரு விவாதத்தை மூத்த பிளைனி முன்வைத்தார்-கிழக்கின் ஆடம்பரப் பொருள்களை வாங்குவதால் ரோமானிய வெள்ளி வீணாகின்றது என அவர் கூறினார். காந்தாரம், பாண்டிய அரசு எனத் தொலைதூரத் தேசங்களின் தூதுவர்கள் அடிக்கடி வந்து போனதாகச் சக்கரவர்த்தி அகஸ்டஸ் கூறிக்கொள்கிறார்; இவரது ஆட்சிக் காலத்தே (கி.மு.31-கி.பி.14), கிழக்கின் விசித்திரமான பொருள்களுக்கான ஐரோப்பாவின் தேவையை ஒட்டி, செங்கடலிலிருந்து கப்பல்கள் ஆண்டுதோறும் சென்று வந்தன. கிரேக்க-எகிப்திய மாலுமியரைக் கொண்ட இக்கப்பல்கள், பருவக்காற்றுகளுடன் பரிச்சயமுள்ளனவாக, இந்தியாவின் கொங்கண மற்றும் மலபார் கடற்கரைகளின் ஆவி பறந்திடும் துறைமுகங்களுக்கு நேரே சென்றன.

ஒயின் கலயங்கள் உள்ளிட்ட ஏராளமான ரோமானிய மட்பாண்டங்கள் தெற்கிலும் மேற்குக் கரையிலும் கண்டெடுக்கப்பட்டுள்ளன; தமிழ்நாடு, கேரளா மற்றும் இன்னபிற இடங்களில் ரோமானிய நாணயங்கள் கிடைத்துள்ளன. பாண்டிச்சேரி அருகே கிழக்குக் கடற்கரையின் அரிக்கமேட்டில் (மெட்ராஸுக்குத் தெற்கே) 'இந்திய-ரோமானிய வணிக மையங்களின் வரிசையில் ஒன்று' அகழ்ந்தெடுக்கப்பட்டுள்ளது. '5000 மைல்களுக்கு அப்பால் எண்ணிப் பார்க்க முடியாத இடத்திலிருந்து அரிக்கமேட்டுக்கு விசித்திரமான ஒய்ன்களும், உள்ளூர்த்திறன்களுக்கு அப்பாற்பட்ட மேசைச் சாதனங்களும் விளக்குகளும் கண்ணாடியும் மணிக்கற்களும் வந்துள்ளன.'[13]

அதே காலத்தில் அருகிலுள்ள ஒரு துறைமுகத்திற்கும் 'சந்தேகிக்கும் தாமஸ்' வந்தார். அவரது இரண்டாம் ஊழியத்தில் மிக அதிகமானோரை மதமாற்றினார். ஆனால்,

இறுதியில் உயிர்த்தியாகம் என்னும் விலைகொடுத்தார். இப்போது மெட்ராஸின் புறநகர்ப் பகுதியான மைலாப்பூரில் கொல்லப்பட்டார்; அங்கு அவர் வசித்த குகை, அவர் மடிந்த குன்றம், அவரை அடக்கம் செய்த கல்லறை எல்லாம் அவர் பெயரிடப்பட்டு, இன்னும் வணங்கப்படுகின்றன.

கேரளத்தின் தென்னங்கடற்கரையில் தென்னை மண்டிய துறைமுகங்கள் ஒன்றில் தாமஸ் வந்திறங்கினார். அங்கே அவரால் மதமாற்றம் செய்யப்பட்டவர்களில் சில பிரிவினர் சிரிய கிறித்தவ சமுதாயத்தினராக, அவர் வழியினராகக் கூறிக்கொள்கின்றனர். 'முஸிரிஸ்' (கொச்சி அருகே) எனப்படும் ரோமானியத்துறைமுகமான கிரங்கனூரிலிருந்து அரிக்கமேட்டுக்கும் காவிரி முகத்துவாரத்திற்கும் தீபகற்பத்தினூடே, ரோமானியக் கண்டுபிடிப்புகள் விரிந்து போகின்றன. ஆகவே, ரோமின் கப்பல்கள் கன்னியாகுமரியைச் சுற்றிவரவில்லை என்று தோன்றுகிறது. கேரளத்தின் மிளகும் மலபத்ருமும் (ஒருவகை லவங்கப் பட்டை) பிரதான ரோமானிய இறக்குமதிகள், இதன்பொருட்டு குமரியின் எதிர்காற்றை எதிர்த்து வந்திடும் அபாயம் அவசியமற்றதாயிருந்தது. ஆனால் டஸ்கன் ஒயின் கலயங்களில் சிலவும் கண்ணாடியில் கொஞ்சமும் மேசைச் சாதனங்களும் யவன வணிகரில் சிலரும் கோயம்புத்தூர் இடைவெளி (மேற்குத் தொடர்ச்சி மலையில்) மற்றும் காவேரியின் கீழ்ப்பகுதியினூடே மாட்டுவண்டிகளில் கடமுடவென்று போயிருக்க வேண்டும். கிழக்குக் கடற்கரையின் அரிக்க மேட்டிலும் பிற இடங்களிலும் இன்னொரு முக்கிய வணிகத்தையும் அவர்கள் தக்கவைத்துக்கொள்ள வேண்டியிருந்தது-மொலுக்கன் வாசனை திரவியத் தீவுகளின் கிராம்பு மற்றும் சாதிக்காய்; மலேயா, பர்மா, கிழக்கு இமயமலைகளின் மணிகளும் பசையும் சார்ந்த வணிகம் அது.

போக்குவரத்தும் குடியேற்றங்களும்

இவ்வாறு கிழக்கு-மேற்கு வணிகத்தில் ஒரு வகைமாதிரி எழுகின்றது. இதில் இந்தியத் துறைமுகங்கள் நுழைவுப் புள்ளியாகவும் இறுதி இடமாகவும் விளங்கின; அரபுக் கடலினூடேயான பயணம், இன்னும் விரிவான வலைப்பின்னலின் ஒரு பிரிவாக மட்டும் இருந்தது. இம்முதலாவது உலகப் பரிவர்த்தனை மற்றும் இதில் இந்தியக் கப்பல்- இந்திய வர்த்தகம் வகித்த ஆதாரப் பாத்திரம் குறித்த கூடுதல் தகவல், இருவேறு ஆதாரங்களிலிருந்து கிடைக்கின்றன; மேற்கு தக்காணத்தின் பெரிய குகைக்

கோவில்களின் கல்வெட்டுகளும் தென்கிழக்கு ஆசியாவில் கண்டெடுக்கப்பட்ட தொல்லியல் பொருள்களும் அவற்றில் அடங்கும்.

ஆனால் சீனா செல்லும் பாக்ட்ரிய-காரகோரம் வழித்தடங்களுக்கான தரவுகள் போல, இவை எதுவும் புவியியல் ரீதியில் வெளிப்படையாய் இல்லை. இந்திய நினைவுச் சின்னங்களின் பிந்தைய பாரம்பரியத்துடன் ஒப்பிடுகையில், தென்கிழக்கு ஆசியாவின் தொல்லியல் கண்டுபிடிப்புகள் ஈர்ப்பதாக இல்லை. மத்திய பர்மாவில் இந்திய பௌத்த முன்மாதிரியில், அரண்மனை, தூபிகளுடன் அமைந்த நகரம் கண்டறியப்பட்டு, கி.பி. முதலாம் நூற்றாண்டைச் சேர்ந்ததாகக் கணக்கிடப்பட்டுள்ளது. தாய்லாந்திலும் வியட்னாமிலும் ரோமானிய நாணயத்தைப் போன்றே, பாசி மணிகள், மாணிக்கக் கற்கள், மட்பாண்டங்கள், உலோகப் பொறிப்புகள், இந்தியாவைச் சேர்ந்த உலோகப் பொருள்கள் கண்டறியப்பட்டுள்ளன. அரிக்கமேட்டில் கிடைத்தவை போன்றே இந்திய-ரோமானிய பீங்கான் சில்லுகள், ஜாவாவின் புதைகுழிகளில் கிடைத்துள்ளன. வெண்கலப் பாத்திரங்கள், மாணிக்கத்தில் உருவான சிங்கம் என்பன மேற்கு-மத்திய தாய்லாந்தின் டோன் டா பெட்டில் கிடைத்துள்ளன; இவை பௌத்தத்தைச் சார்ந்தவையாகக் கூறப்படுகின்றன; கிறித்துவ சகாப்தத்திற்கு முன்னரே தென்கிழக்கு ஆசியாவில் பௌத்த மத நிறுவனங்கள் நன்கு நிலைபெற்றிருந்ததை வலுவாக உணர்த்துகின்றன. கடலில் பயணிக்கும் கப்பல்கள், 'சுவர்ணபூமி'க்குப் போகும் வணிக நடவடிக்கைகள், 'செரிஸே', செர்ஸனீஸ்' குறித்து ரோமானிய அறிவிப்புகள் ('பொன்னிலம்' என்னும் பொருள்படும் இம்மூன்று வார்த்தைகளும் பர்மா, சுமத்ரா, அல்லது மலாய் தீபகற்பத்துடன் பல்வேறாக அடையாளப்படுத்தப்படுகின்றன) ஆசிய இந்தியக் குறிப்புகளைக் கணக்கில் கொண்டால், 'போதுமான சான்றுகள் கைவசமுள்ளன... தென்கிழக்கு ஆசியா, மத்திய தரைக்கடல் படுகை மற்றும் ஹான் சீனாவின் நாகரிகங்களை இணைத்திடும், உலக வணிக அமைப்பின் அங்கமாயிருந்ததை இவை எடுத்துக்காட்டும்.'[14]

வணிக-மதமாற்ற நடவடிக்கைகள் காரணமாக, தென்கிழக்கு ஆசியாவில் இந்தியமயமாக்கப்பட்ட பண்பாடுகளின் முதல் அடையாளங்களும் உள்ளன. 'மலாய் தீபகற்பத்தில், கி.பி. இரண்டாம் நூற்றாண்டிலிருந்து அழகிய இந்திய அரசுகள்'[15] இருந்ததை ஆரம்பக் கால சீனப் பிரதிகள் சுட்டிக்காட்டுகின்றன. சீனர்களால் டுன்-ஸூன் என்றழைக்கப்படும் இத்தகைய ஒன்று,

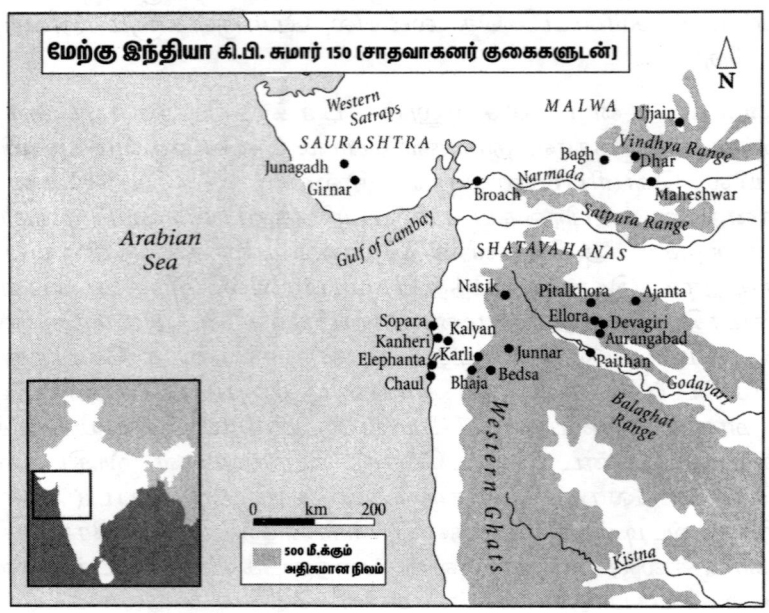

மேற்கு இந்தியா கி.பி. சுமார் 150 (சாதவாகனர் குகைகளுடன்)

இந்தியாவின் 500 குடும்பங்களைக் கொண்டிருந்தது-இவர்களுடன் இருந்த ஆயிரம் பிராமணர்களுக்கு உள்ளூர் மக்கள் தம் மகள்களை மணமுடித்துத் தந்தனர். 'இதனால் பிராமணரில் பலர் வெளியேறவில்லை. புனித நூல்களை வாசிப்பதும், மணப்பொருள்-மலர்கள் சேர்ந்த நீரில் நீராடுவதும், இரவு பகலாக ஓய்வில்லாது பக்தி செலுத்துவதும் தவிர்த்து அவர்கள் வேறெதுவும் செய்யவில்லை.[16]

வர்த்தகர்கள், மலாக்கா நீரிணையில் நேராகச் செல்லாமல், இந்தியத் தீபகற்பத்தில் செய்தது போன்றே, மலாய் தீபகற்பம் வழியே குறுக்குவழியில் சென்றனர். மலாயாவின் இந்தியக் குடியேற்றங்கள் இக்கப்பல் நடவடிக்கைகளில் ஈடுபட்டிருந்ததாகத் தெரிகிறது; இச்சமுதாயங்களில் ஒன்றைச் சேர்ந்த, கவுண்டின்யன் என்னும் பிராமணன், தாய்லாந்து வளைகுடாவின் கிழக்கே தொடர்ந்து சென்று, மேகாங் முகத்துவாரத்தை அடைந்திருக்கவேண்டும். அங்கே அவன் எதிர்ப்பை எதிர்கொண்டிருக்க வேண்டும் என்கின்றன சீன ஆதாரங்கள். உள்ளூர் அரசி லியு-யே (வில்லோ இலை) அவனது கப்பலைக் கைப்பற்ற விரும்பினாள். ஆனால்,

கவுண்டின்யன் எய்த அம்பு அரசியின் கலனில் துளையிடவே, தன் மனதை மாற்றிக் கொண்டாள்.

> பீதியுற்ற அவள் பின்வாங்கவே, கவுண்டின்யன் அவளை மனைவியாக்கிக் கொண்டான். அவளை அம்மணமாகப் பார்க்கப் பிடிக்காமல், ஒரு துணியை ஆடையாக அணிவிக்கச் செய்தான். பிறகு நாட்டை நிர்வகித்துத் தன் சந்ததியரிடம் விட்டுச் சென்றான்.[17]

சீன ஆதாரங்களின் படி இவ்வாறு, சுமார் கி.பி. 100இல் ஃபுனான் எனப்படும் இந்திய அரசு நிறுவப்பட்டது. வியட்னாமிய கடற்கரையில் (சம்பா, லின்-இ) மற்ற இந்து-பௌத்த வணிக அரசுகளுக்கு உந்துவிசை அளித்து, ஐந்து நூற்றாண்டுகள் நீடித்தது- இது அங்கோர் கேமர்களின் புகழ்வாய்ந்த 'இந்துமயமான' அரசுடன் இணைக்கப்படும் முன் நடந்தது.

கி.பி. 300க்கு முற்பட்ட காலத்திற்கு ஃபுனான் எந்தப் புனிதச் சின்னத்தையும் விட்டுச் செல்லவில்லை. மேகாங் படுகையில் லாங்-ஸு யென்பது மாகாணத்து ஆக்-எவோவில் அகழ்ந்தெடுக்கப்பட்ட துறைமுக நகரமான அது கி.பி, இரண்டாம் நூற்றாண்டைச் சேர்ந்தது; அது விஷ்ணுவின் கற்சிலை, இந்து வழிபாட்டுப் பொருள்கள், ஒரு கோயிலின் சிதைவுகளைத் தந்துள்ளது. ன்ஹா ட்ராங் மண்டலத்தின் வோ-கான் கடற்கரையிலுள்ள நினைவுச் சின்னத்தின் சமஸ்கிருதக் கல்வெட்டு மூன்றாம் நூற்றாண்டைச் சேர்ந்ததாக இருக்கலாம். அது குறிப்பிடும் ஆட்சியாளர் இன்னும் அடையாளம் காணப்படவில்லை; இந்தியாவிலிருந்து தென்கிழக்கு ஆசியாவுக்கு எழுத்து அறிமுகமானதை இது பலமாக ஆதரிக்கின்றது. எனினும் இவையெல்லாம் ஆரியமயமாதலுக்கான குறிப்புகள் மட்டுமே; கி.பி. முதல் நூற்றாண்டுகளிலேயே அது தொடங்கி இருந்தாலும், இந்தியப் பண்பாடே குப்தர்களின் பொற்காலத்தில் தெளிவாக வரையறுக்கப்பட்ட பின்னரே, பண்பாட்டுப் புலப்பெயர்தலின் பண்பைப் பெற்றது.

மேற்கு தக்காணத்துக் குகைக் கோவில்களிலிருந்து கிடைக்கும் தகவல், யவனர் (பிரதானமாக ரோமானியர்) வணிக நடவடிக்கைகளை மட்டுமின்றி, மத நிறுவனங்களுக்கும் வர்த்தக முன்னோட்டங்களுக்கும் இடையிலான முக்கியப் பிணைப்பையும் உறுதிப்படுத்துகிறது. கி.மு. 100–கி.பி.170க்கிடையே செதுக்கப்பட்டும் அகழ்ந்தெடுக்கப்பட்டதுமான, மேற்கு தக்காணத்தின் ஆரம்பக்கட்ட குகைகள் சுமார் 1000 இருக்கும். இவற்றில் பாஜா, கார்லே, நாசிக், அஜந்தா-எல்லோராவின் சில

குகைகள் அடங்கும். தூண்கள், ஸ்தூபிகள், சைத்திய வளைவுகள், மாட்சிமைமிக்க முகப்புகளைக் கொண்ட பல குகைகள், 'குகைகள்' என்னும் அடையாளத்தைத் தகர்க்கின்றன; அவை பெரும்பாலும் பௌத்தம் சார்ந்தவை.

இவற்றின் எண்ணற்ற கல்வெட்டுகள், நாணயங்களிலிருந்து மராட்டியத்தின் முதல் வம்சத்தைத் தெரிந்துகொள்கிறோம்; புராணங்களிலுள்ள பட்டியல்களிலிருந்து அதன் மன்னர்களுக்கான வாரிசுத் தொடர்ச்சி கட்டமைக்கப்பட்டுள்ளது. இவர்கள் சாதவாகனர்கள் அல்லது ஆந்திரர்கள். மகதத்தின் கண்வ வம்சத்திடம் எஞ்சியிருந்த அதிகாரத்தை இழக்கச் செய்தவர்களாகக் கூறப்படுகின்றனர்; கச்சிதமாக இணைக்கப்படாது போனாலும் பரந்துபட்டதாக மத்திய இந்தியா-தக்காணமெங்கும் ஒரு மேலாதிக்கத்தை நிச்சயமாக நிறுவினர். இதன் செல்வச் செழிப்பைக் குகைக் கோயில்களால் மட்டுமின்றி, இந்தியாவில் கட்டமைப்பிலும் சிற்ப வகையிலும் விரிவான மாட்சிமை மிகு அமராவதி ஸ்தூபியாலும் மதிப்பிட முடியும். சாதவாகனர் ஆட்சியில் வணிகர்களால் நிறுத்தப்பட்ட இது முதலில் ஆந்திரப் பிரதேசத்தில் அமைந்திருந்தது. ஆனால் 19ஆம் நூற்றாண்டில் கலைக்கப்பட்டு, இப்போது பிரித்தானிய அருங்காட்சியகம் உள்ளிட்ட பல அருங்காட்சியகங்களில் சிதறிக் கிடக்கின்றது- பிரித்தானிய அருங்காட்சியகத்தில் ரோஸெட்டா ஸ்டோன் எல்கின் மார்பில்ஸ் வரிசையில் உயரிய உடைமையாக இது உள்ளது.

சாஞ்சி, பர்ஹுத் ஸ்தூபிகளின் புடைப்புச் சிற்பங்களைப் போல, அமராவதியிலுள்ளவை, புத்தரின் வாழ்க்கையை ஒட்டிய புராணத்திலிருந்து எடுக்கப்பட்ட நிகழ்வுகளாகும். அத்துடன் அக்காலத்து மும்முரமான சமூக வாழ்வு சார்ந்து அகப்பார்வைகளை முன்வைப்பவை. எழுச்சிமிக்க காட்சிகளில் தலைப்பாகை அணிந்த கூட்டத்தினர் நிரம்பியுள்ளனர். இசைவாணர்கள் தம் கருவிகளை இசைக்க, மெல்லிடை கொண்ட யுவதியர் நடனமாடுகின்றனர். வசீகரமிக்கக் கூரையின் கீழுள்ள உப்பரிகையிலிருந்து ஆரங்களும் வளையங்களும் அணிந்த பெண்கள் ஆர்ப்பரிக்கின்றனர். குதிரைகள் வீதியில் ஆட, காளைகள் பொறுமையுடன் வண்டியை இழுக்க, ஒரு யானை மதங்கொண்டு போகிறது. அந்த அமளியை ஒருவர் கேட்கமுடியும், புழுதியை நுகரமுடியும். பாரம் நிறைந்த வண்டிகளும் பாய்மரக் கப்பல்களும் வணிகத்தின் முக்கியத்துவத்திற்குச் சான்றளிக்கின்றன. மேஸ்திரிகளும் சித்தாள்களும் ஒரு ஸ்தூபியின் நிர்மாணத்தில்

ஈடுபட்டுள்ளனர். இலக்கிய ஆதாரங்களிலிருந்து வணிகக் குழுக்களிடமிருந்த சமூக, நிதி, அரசியல் செல்வாக்கினை அறிந்துகொள்கிறோம். இவை ஒவ்வொன்றும் தமக்கான பதாகையினைப் பெற்றிருந்ததையும், பௌத்த நிறுவனங்களின் பிரதான புரவலர்கள் என்பதையும் தெரிந்துகொள்கிறோம்.

இதுபோன்ற நிறுவனங்கள் சாதவாகனர் அரசெங்கும் இயங்கின; தென்கிழக்கு ஆசியாவுடனும் ரோமானியப் பேரரசுடனும் கொண்டிருந்த கடல்கடந்த வணிகப் பெருக்கத்துடன் சாதவாகனரின் ஏற்றம் இருந்ததொன்றும் தற்செயலானவை அல்ல. பெரிப்ளூஸ் நூலின் பெயர் தெரியாத ஆசிரியர், சாதவாகன மன்னர்களில் சிலரைக் குறிப்பிடுகிறார், அவர்தம் துறைமுக நகரங்களை நன்கறிந்திருந்தார்: 'எதனையும் உறுதியாகப் பார்க்கமுடியாத' நர்மதை முகத்துவாரத்தில் கடலில் செல்லும் கலங்களை வழிநடத்திடும் முன்னோடிப் படகுகளை உடைய ப்ரோச் (பருகச்சா, பரிகஸா); சொபாரா மற்றும் கல்யாண் (கல்லியெனா) இரண்டும் பம்பாய்க்கு அருகில் உள்ளவை. பெரிய துறைமுகங்கள்-இவற்றில் கல்யாண்சாதவாகனரின் எதிரிகளான குஜராத் ஆளுநர்களால் சமீபத்தில் கைப்பற்றப்பட்டிருந்தது; எனவே அதன் வணிகம் பெரிதும் பாதிக்கப்பட்டிருந்தது. கி.பி. 170க்குப் பிறகு ரோமானிய உலகெங்கிலுமான பொருளாதார வீழ்ச்சி, ஒட்டுமொத்த இந்திய வணிகத்தைப் பாதித்தது, இது மேற்கு தக்காணத்தில் மீண்டும் பிரதிபலித்தது; குகைக்கோவில்களின் அகழ்வாய்வு அப்படியே நின்றுபோனது-சாதவாகனர் கிழக்கே விலகிக்கொள்ளும்வரை, இன்னொரு இருநூறு ஆண்டுகள் புதுப்பிக்கப்படாமல் இருந்தது.

மேலும், வணிகத்திற்கும் ஆட்சியதிகாரத்திற்கும் இடையிலான நெருக்கம் காலம் சார்ந்தது மட்டுமல்ல. 'வணிகத்தால் வந்த செழிப்பும் வணிக வழித்தடங்களைக் கட்டுப்படுத்தும் தேவையும், தம் ஆரம்பக் கட்ட கல்வெட்டுகளுக்காக சாதவாகனர் தெரிவுசெய்த இடங்களில் வெளிப்படையாய்த் தெரியும்.[18] உஜ்ஜயினியிலிருந்து கங்கைச் சமவெளி வரையிலுமுள்ள சாதவாகனர் மேற்குக்கரை துறைமுகங்களைப் போன்றே, தக்காணத்தின் பைத்தானிலுள்ள சாதவாகனர் தலைநகரிலிருந்தும் உள்நாட்டு வணிக வழித்தடங்கள் வந்து சந்தித்தன. இரு நேர்வுகளிலும் மேற்குத் தொடர்ச்சிமலையின் பாறைகள் மண்டிய பாதைகளில் அவை செல்லவேண்டி இருந்தன. சாதவாகனரின் ஆரம்பக்கட்ட கல்வெட்டுகள், இக்கணவாய்களுடனும் தொடர்புடைய குறைகளின் இருப்பிடங்களில் இருந்தன.

ஆரம்பக்கட்ட சாதவாகன குகைகளின் இருப்பிடங்களில் இருந்தன. ஆரம்பக்கட்ட சாதவாகன மன்னன் ஒருவன் தன்னை தட்சிணபாத-பதி தட்சிணபாதத்தின் (தெற்கு வழித்தடம்) பிரபு என்று அழைத்துக்கொண்டதற்குக் காரணம் இல்லாமல் இல்லை.

சடாமாஞ்சி மூலிகை, குங்குமப் பூ, தந்தம், பிசின், மஸ்லின் துணி, பட்டுத்துணி, ரத்தின-மாணிக்கக் கற்கள், தேக்கு என குஷாணர் ஆட்சிப் பகுதியிலும் அதனைத் தாண்டியும் கிடைத்த அந்நியப் பொருள்களுடன் வாகனங்களின் வரிசை உஜ்ஜயினியிலிருந்து புறப்பட்டதை பெரிப்ளூஸ் விவரிக்கிறது. சொபாரா துறைமுகத்தில் அசோகரின் பாறைக் கல்வெட்டின் துண்டு கிடைத்துள்ளதால், இவ்வணிகம் மௌரியர் காலத்திலும் நடந்திருக்க வேண்டும். ஆனால் இதனை வளர்த்தெடுத்தவர்கள் சாதவாகனர்களே. அவர்கள் வணிக வழித்தடங்களைக் கட்டுப்படுத்தியதுடன், துறைமுகங்களையும் வணிக மையங்களையும் கொண்டுள்ள நிலக்குடியேற்றங்களை ஊக்குவித்தனர். சாதவாகன வம்சம் வேள்விகள் செய்தல், வழிபடுதலில் வைதிகமாயிருந்தாலும். பிராமணருக்கு நிலக்கொடை வழங்குவதுடன் பௌத்த அமைப்புகளை ஆதரிக்கவும் ஊக்குவிக்கவும் செய்தது. இக்குடியேற்றம் கேந்திரக் கட்டுப்பாட்டினை முன்னெடுத்துச் செல்வதற்காகவே அமைக்கப்பட்டது.

பௌத்தம் வணிகத்துடனும் உற்பத்தியுடனும் தன்னை அடையாளப்படுத்திக் கொண்டிருந்தது. நிதி ஆதாரங்கள் யாகங்கள் செய்து வீணாக்கப்படுவதைத் தவிர்க்க, முதலீடு செய்வதை ஊக்கப்படுத்திய பௌத்தம், உணவு-பயணம் மீதான சாதியத் தடைகளை நிராகரித்தது-அத்தடைகள் வைதிகர்களுக்குச் சிக்கல்களைத் தந்தன. இவ்வகையில் மடாலயங்கள் உள்நாட்டு வணிகத்தின் மையங்களாகின. பெரும் குகைக்கோயில்களின் அருகேயும் கீழேயும் கடைவீதிகளும் தங்கும் இல்லங்களும் லாயங்களும் நீண்டு கிடந்தன. மடாலயங்கள் சத்திரங்களின் நடவடிக்கைகளை நிறைவேற்றின. ஆரம்பத்தில் மானியங்களை நம்பியிருந்த அவை. சீக்கிரமே தனிநபர் நன்கொடைகளையும் வணிகரின் ஆதரவையும் ஈர்த்தன. நெசவாளர், தானிய வணிகர், கூடை முடைவோர், தோல் பணியாளர், கப்பல் தரகர், தந்தக் கலைஞர், கொல்லர், உப்பு வணிகர், மற்ற கைவினைக் கலைஞர், வர்த்தகர் என வணிக அமைப்புகளாகவோ தனிநபர்களாகவோ குகைக்கோவில் கல்வெட்டுகளில் இவர்கள் நன்கொடையாளர்களாகப் பதிவு பெற்றனர். பலர் தொலைதூர இந்தியப் பகுதிகளைச் சேர்ந்தவர்கள்; சிலர் தம்மை யவனர்

என்றே அழைத்துக்கொள்கின்றனர்; பெருகிவரும் வர்த்தகத்தில் ஆர்வம் கொண்டிருந்ததால், அது மத நிறுவனங்களை நிறுவுவதைச் சாத்தியமாக்கியது.

துணைக் கண்டத்திற்குள்ளேயான ஆரியமயமாதலின் தன்மை இன்னும் விவாதிக்கப்படுகிறது; அதுபோலவே துணைக்கண்டத்திற்கு வெளியே இந்தியாவின் வளர்ந்து வந்த செல்வாக்கும். தென்கிழக்கு ஆசியாவிலிருந்த ஃபுனான் மற்றும் இந்தியமயமான ஏனைய அரசுகள், வணிகப் பிணைப்புகள், மத ஊழியங்கள், புலம்பெயர்தல் அல்லது வெற்றி கொள்ளுதலின் விளைவா? அவற்றைக் 'குடியேற்றங்கள்' என அழைக்கவேண்டுமா? அல்லது ஆட்சியுரிமை, பண்பாட்டு நளினம், சமூகப்பாடு சார்ந்து இறக்குமதி செய்யப்பட்ட கருத்துகளை உள்ளூர் மேட்டுக்குடியினர் வற்புறுத்தியதால் விளைந்ததா அவற்றின் இந்திய நாணயத் தன்மைகள்? காவுல் மற்றும் பிரித்தனில் ரோமின் சமகால வெற்றிகள் போன்றவற்றை ஒதுக்கிவிடலாம். தென்கிழக்கு ஆசியாவில் இந்தியக் கருத்துகள் புலம்பெயர்ந்தமைக்குக் காரணமான நிகழ்வுப் போக்குகள், மேற்கு தக்காணத்தில் இயங்கியதைப் பிரதிபலித்தன எனலாம்-மேற்கு தக்காணத்தில் வணிகம், மத நிறுவனங்கள், அரச அதிகாரம் என்பன பாதுகாப்பை முன்னெடுக்கவும் வேளாண் குடியேற்றத்தை நீட்டிக்கவும் அரசு உருவாக்கத்தைத் தூண்டிவிடவும் சேர்ந்து இயங்கின.

7

குப்தரின் பொற்காலம்

கி.பி. சுமார் 300-500

ருத்ரதாமனால் மீட்கப்படுதல்

குஜராத்தின் சௌராஷ்ட்ரா தீபகற்பத்திலுள்ள ஜூனாகத் நகருக்கு வெளியே, தாழ்ந்து கிடக்கும் வயல்கள்-மேய்ச்சல் நிலங்களிலிருந்து தனியொரு மலைத்தொடர் தலைகாட்டுகிறது. இது 'கிர்னார்' அல்லது 'கிரி-நகர்' (குன்றின் மீதுள்ள நகர்)- சில ஆயிரம் மீட்டர்களுக்கும் மேல் உயரமுள்ள, பல சிகரங்களுமுள்ள மிகக் குறிப்பிடத்தக்க இந்திய மலைகளுள் ஒன்றான அது[1] சமணர்களின் அபிமானமிக்க ஆலயங்களின் மாலையை அணிந்துள்ளது. ஆண்டு முழுவதும் குஜராத், ராஜஸ்தானின் யாத்ரிகர்கள் ஜூனாகத்தில் குவிந்து மலையேறி அதன் ஆலயங்களில் சுற்றிவந்து தரிசனம் பெறுகின்றனர்.

அவர்களது வழித்தடம் நகரின் மேற்கு வாயிலிலிருந்து ஏமாற்றந்தரும் லகுத்தன்மையுடன் தொடங்கி, சட்டென்று ஒரு பாலத்தை எட்டுகிறது. அங்கிருந்து குறுக்கு வழிகளில் கிர்னாரின் அதிகமும் பார்க்கப்படாத காட்சியைக் காணலாம். தோராயமாகப் பத்துக்கு ஏழு மீட்டருள்ள, அசோகரின் பாறைப் பொறிப்பினைத் தாங்கியுள்ள கருங்கல் குவியல், முன்னேயுள்ள பெரும்பாறைகளுக்கும் காற்றோட்டமான வேலிகளுக்கும் ஈடுதர முடியாதது. வழக்கமாக யாத்ரிகர்கள் இதனை நழுவவிடுவார்கள். ஊன்றுகோலைத் தாங்கியோ டூலியில் தொங்கியபடியோ வருவோர் தம் உள்ளூர் ஒலிம்பஸ் மலைகளின் சிகரங்கள் மீதே கவனம் கொண்டிருப்பர்.

துணைக்கண்டத்தின் தொலைதூரக் கோடியில் தனிமைப் படுத்தப்பட்டும் புறக்கணிக்கப்பட்டுமுள்ள அசோகர் பாறை, ஜேம்ஸ் டோட் குறிப்பிட்டுள்ளது போல, 'இரும்புப் பேனாவால் புத்தகமாக மாற்றப்பட்டு' இருந்தாலும், இந்தியவியலாளரின் தூசுபடிந்த உணர்ச்சிகளைக் கிளறிவிடும் திறனைக் கொண்டுள்ளது. தொல்கால இந்தியப் பேரரசுகளின் வீச்சு சார்ந்து, இதன் சாத்தியமற்ற இருப்பிடம் நிறையவே பேசுகிறது. புதுடெல்லியின் தேசிய அருங்காட்சியகப் பிரதான வாயிலுக்கு வெளியே, புறக்கணிக்கப்பட்ட நிலையிலுள்ள, மிகவும் சுருக்கப்பட்டு சரிந்துள்ள அதன் பிரதியை விடவும் கச்சிதமாயுள்ளது. மேலும் தகவல் நிறைந்ததாயும் இருக்கிறது. நெருங்கிப் பரிசீலிக்கையில், மழைக்கறை படிந்த பாறை, அசோகரின் பிராமி லிபியாலும் பிந்தைய இரு பதிவுகளாலும் செதுக்கப்பட்டிருக்கிறது. ஜூனாகத்திற்கு அருகே மேற்கொள்ளப்பட்ட பாசன வசதி குறித்து இரண்டும் விவரிக்கின்றன; அது மறைந்து நீண்ட காலமாகிவிட்டது. இவற்றில் ஒன்று, ஐந்து பெரும் குப்த சக்கரவர்த்திகளில் கடைசியில் வந்த ஸ்கந்த குப்தரின் ஆட்சிக்காலத்தை, அதாவது கி.பி. 5 ஆம் நூற்றாண்டின் மத்தியைச் சேர்ந்ததாகும்; முக்கியமானதும் வண்ணமயமானதுமான இச்செய்யுளைப் பின்னர் காணலாம். இன்னொன்று முந்தையதாகவும் (கி.பி.150) இன்னும் மேலதிகத் தகவல் மிக்கதாகவும் உள்ளது. சந்திரகுப்த மௌரியரின் ஆளுநரால் ஓர் அணை எப்படி நிர்மாணிக்கப்பட்டது, (குஜராத்தில் முதல் மௌரிய வெற்றிகளுக்கான ஒரே சான்று), அசோகரின் ஆளுநர் ஒருவரால், யவனராக இருக்கவேண்டும், எப்படிப் புதிய கால்வாய்கள்/மதகுகள் கட்டப்பட்டன என்னும் வரலாற்றைத் தெரிவிக்கின்றது. இந்த அபிவிருத்திகளால், மேலும் நிலம் பண்படுத்தப்பட்டது; மேலும் குடியமர்வோர் ஜூனாகத்தில் குவிந்தனர்; அதன் மண், இரட்டைச் சாகுபடியாலும் அதிக மகசூலாலும் பொறியாளரின் திறன்களுக்கு வெகுமதி அளித்தது.

ஆனால் கெடுவாய்ப்பாக, இந்த ஒட்டுமொத்தச் சாகுபடி அமைப்பு, கடுமையான புயலால் பாதிக்கப்பட்டதை இரண்டாம் கல்வெட்டு தெரிவிக்கிறது. அது சரிசெய்யமுடியாதது என்றெண்ணப்பட்டது. அப்போது மகா-சத்ரபா ருத்ரதாபன் வேறுவிதமாகக் கட்டளையிட்டான். தனது அமைச்சர்கள் சுவிசாகாவின் (பார்த்திய பஹ்லவன்) வழிகாட்டுதலின்படி, மறுநிர்மாணம் செய்யப்பட்டு, கி.பி.150இல் மீண்டும் பயன்பாட்டுக்கு வந்தது. இக்கல்வெட்டின்படி, மகா சத்ரபா ருத்ரதாபன், நகர மக்களையோ மாகாண மக்களையோ வரிவசூல், கட்டாய உழைப்பு, நன்கொடை போன்றவற்றால் அடக்குமுறைக்குள்ளாக்காமல்,

இவற்றையெல்லாம் மேற்கொண்டான். தொகை முழுவதும் அவனது கருவூலத்திலிருந்து வழங்கப்பட்டது.

ருத்ரதாமனின் ஆற்றல்மிக்க ஆளுமைக்குச் சான்றாக இது முன்வைக்கப்பட்டாலும், அவனது மீட்கும் தன்மைக்கு அடையாளமாகவும் எடுத்துக்கொள்ளப்படலாம்-இதுகுறித்து இக்கல்வெட்டு முழுமையாகவே குறிப்பிடுகிறது. ருத்ரதாமன் சுவீகரித்திருந்த அரசு, ஜுனாகத் ஆணை போலவே, ஒவ்வொரு பகுதியும் திருத்தி அமைக்க வேண்டியதாய் இருந்தது. மாவெஸ் ஆஸெஸ், ஸ்பாலிரைஸஸ் ஆகியோரால் காந்தாரத்திலும் பஞ்சாபிலும் நிறுவப்பட்ட சாகர் அரசின் கிளைகளான மேற்கு சத்ரப்களில், சித்தியராக இருக்கவேண்டும், அதில் ஒருவனாக அவனிருந்தான்; பாக்ட்ரிய கிரேக்கர்களுக்கு அடுத்து இடம்பெற்றது இவ்வரசு. பஞ்சாபில் சாகர்களை இடம்பெயர வைத்தவர்கள் குஷாணர்கள் எனில், குஜராத்தில் மேற்கத்தைய சத்ரப்கள் நிர்வகித்தனர். கி.பி. முதலாம் நூற்றாண்டு முழுவதும், முதலில் கனிஷ்கர் போன்று குஷாண தளகர்த்தர்களின் சத்ரப்களாக ஆட்சிபுரிந்தனர். அடுத்து கனிஷ்கருக்குப் பின்வந்த முக்கியத்துவம் குறைந்த வாரிசுகள் என்ற வகையில், சுதேச்சையான மகா சத்ரப்களாக ஆண்டனர். குஜராத்திலுள்ள அவர்களது ஆட்சிப் பகுதிகளுடன் இப்போதுள்ள ராஜஸ்தானின் பகுதிகள் சேர்க்கப்பட்டன; நர்மதைக்கு வடக்கே மால்வாவில் (இப்போது மத்தியப் பிரதேசத்தில்) துணை ஆளுநர் நிர்வாகம் நிறுவப்பட்டது. மால்வாவின் பழைய தலைநகர் உஜ்ஜயினியிலிருந்து சத்ரப்கள், மேற்குத் தக்காணத்திலுள்ள தம் செல்வந்த வணிகர்களான சாதவாகன அண்டை வீட்டாருடன் சச்சரவுகளில் சிக்கியிருந்தனர். ப்ரோச்சை சத்ரப்கள் ஆக்கிரமித்திருந்தது, நாகபானா என்பவன் தலைமையில் கல்யாண் முற்றுகையிடப்பட்டதையும் பெரிப்ளூஸ் பதிவுசெய்கிறது; ஜுன்னார் மற்றும் நாசிக்கின் குகைக் கோயில்களிலுள்ள கல்வெட்டுகள், சாதவாகனர் பிரதேசத்தில் சாகர்களின் இருப்புக்கு மேலும் சான்றாகும்.

சாதவாகனர் இந்த அவமானத்தை நீண்டநாள் அனுபவிக்கவில்லை என்றே தோன்றுகிறது. மகா கௌதமி புத்ர சதகர்ணி தலைமையில் அவர்கள் சத்ரப்களை வெற்றிகரமாக முறியடித்து, மால்வாவில் சாகர் ஆட்சியை முற்றிலுமாகக் கெல்லி எறிந்தனர். நாசிக் அருகே சாகர் நாணயக்குவியல் கிடைத்துள்ளது-இவற்றில் மிகுதியும் சாதவாகன மன்னனால் திருத்தியமைக்கப்பட்டிருப்பது, இவ்வெற்றியை உறுதிப்படுத்துகிறது. குஜராத்திற்கு விரட்டியடிக்கப்பட்ட சத்ரப்கள், தம் பழிவாங்கலுக்கு உடனே

திட்டமிட்டனர். தனது நாணயங்களில் தந்திரசாலியாகத் தோன்றும் சாஸ்தானா என்பவன், சாகர் படையினருக்குத் தலைமை தாங்கிடத் தெரிவு செய்யப்பட்டான்; அவன் தனது ஆளுநர் வம்சத்தை நிறுவினான். அப்போது மேற்கத்திய சத்ரப்களின் அதிகாரத்தை மீட்டிடும் நடவடிக்கை ஆரம்பித்தது; ஜூனாகத் கல்வெட்டின்படி, கி.பி. 150இல் ருத்ரதாமனின் மாபெரும் ஆளுநரான சாஸ்தானாவின் பேரனால் வெற்றிகரமாக அது நிறைவு செய்யப்பட்டது.

உண்மையில் ருத்ரதாமன் அதனைவிடச் சிறப்பாகவே செய்திருந்தான். சாதவாகனரை இருமுறை தோற்கடித்தும் ஒட்டுமொத்த மால்வாவை வெற்றிகொண்டும், ராஜஸ்தானிலும் சிந்துவிலும் விரிவான பிரதேசங்களைக் கைப்பற்றியதாகக் கூறிக்கொண்டான்; யவ்தேயர்களை வீழ்த்தியதாகவும் கூறிக்கொண்டான். பிந்தையவர்கள் சத்ரியர்களாக இன்னும் தொழில்முறை வீரர்களாக உள்ளனர்; டெல்லிக்கு மேற்கிலுள்ள தம் பிரதேசத்தில், குடியரசு ரீதியிலான அரசாங்க வடிவைத் தக்கவைத்திருந்தனர். ருத்ரதாமன் அவர்களைத் தெற்கில் ஓரிடத்தில், அது ராஜஸ்தானாக இருக்கலாம், எதிர்கொண்டிருக்க வேண்டும்; அவர்களின் தாயகத்தை அவன் நிச்சயம் ஆக்கிரமிக்கவில்லை. கலிங்கத்தின் காரவேலனது வெற்றிகள் எனப்படுபவை சந்தேகத்தை வரவழைக்க, ருத்ரதாமனுடையவை ஏற்கும்படியாய் உள்ளன. கடலிலிருந்து இமயமலை வரையிலான பேரரசு குறித்த அர்த்தமற்ற கூற்றுகளை அவன் தவிர்க்கிறான்; அவனது யானைகளுள் ஒன்று கங்கையில் நீர் அருந்தவில்லை. அவனது நாணயங்கள், மிகுதியும் வெள்ளியால் ஆனவை, அவனை 'மகாசத்ரபா' என்றே குறிப்பிடுகின்றன; அவனது உருவச் சித்திரங்கள், 'எழுச்சியும் உற்சாகமும் மிக்க மனிதனை' எடுத்துக்காட்டுகின்றன.[2]

ஜூனாகத் கல்வெட்டு, இவ்வுற்சாகமிக்க தோற்றத்தைக் குறிப்பிடாது போனாலும், தனிப்பட்ட விபரங்களைத் தரவே செய்கின்றது. அசோகரைப் போல, ருத்ரதாமன் தர்மத்தை வலுவாக அங்கீகரித்தான்; அசோகரது பாறைப் பொறிப்புகளுடன் இடத்தைப் பகிர்ந்து கொள்வதில் மகிழ்ச்சியடைந்தான். சிறந்த வால்வீச்சுக்காரன், குத்துச் சண்டை வீரன், அற்புதமான குதிரைவீரன், தேரோட்டி, யானைச் சவாரியாளன், தன் தாராளத்திற்காகவும் செல்வத்திற்காகவும் போற்றப்பட்டவன் அவன். இலக்கணம், இசை, தர்க்கம் மட்டுமல்லாமல் இன்ன பிற அறிவியல்களின் தேர்ச்சிக்காகவும்

புகழ்பெற்றவன். சாராம்சத்தில் மன்னராட்சி உரிமையில் இந்திய லட்சியத்தின் மீது அபிலாஷை கொண்டிருந்தான்; அதன்பிறகு அவனுடைய பெயர் (மாவெஸ், ஆஸெஸ் எனத் தீர்மானகரமாக இந்தியாவினுடையதைப் போலன்றி) தீவிர படிப்பும் மதிப்பும் கோரி, மதிப்புமிக்க கனியை வழங்கிடும் இன்னொரு வேதத்தைப் போல,[3] வணங்கத்தக்கவரால் மீண்டும் மீண்டும் உச்சரிக்கப்பட்டது. அவனது கல்வெட்டுகள் கூறுவதுபோல, 'தெளிவான, ஏற்கும்படியான, இனிதான, வசீகரமான, அழகான, சரியான வார்த்தைப் பிரயோகம் மிக்கதாய், போற்றப்படக் கூடியதான உரைநடை-செய்யுள் இரண்டையும் எழுதினான். மேலும் தன் கருத்தினை நிரூபணம் செய்வது போல், தன் நினைவுச் சின்னத்தைச் செவ்வியல் சமஸ்கிருதத்தில் எழுதிவைக்க முடிவு செய்திருந்தான். ருத்ரதாமனின் ஜுனாகத் கல்வெட்டு செவ்வியல் சமஸ்கிருதக் கல்வெட்டுகளில் மிக முன்னரே அறியப்பட்டதாகும்'.[4]

அசோகர், காரவேலன், கனிஷ்கர், சாதவாகனரின் கல்வெட்டுகள் எல்லாம் ஒருவித பிராகிருத-மகதி அல்லது பாலி வடிவில் உள்ளன. இவை அன்றாடப் புழக்கத்திலிருந்த மொழிகள்; ஆரம்பக்கால பௌத்த-சமண விரிவுரையாளர்கள் இவற்றை மேற்கொண்டிருந்ததால், பதிவுசெய்வதில் இயல்பான சாதனமாகி இருந்தது. செவ்வியல் சமஸ்கிருதத்தின் மிகவும் எளிமைப்படுத்தப்பட்ட வடிவங்களான பிராகிருத மொழிகள், கலவை மொழியுடன் ஒப்பிடப்பட்டன; அடுத்த கட்டத்தில் இந்தி, மராத்தி, குஜராத்தி, பஞ்சாபி போன்ற இன்றைய இந்திய-ஆரிய மண்டல மொழிகளை அதன் காரணமாக முன்னுக்குக் கொண்டுவந்துள்ளன; மறுபுறத்தே சமஸ்கிருதம், புனித ஆற்றல்கள் நிரம்பியதாக, பெரிதும் மத-இலக்கிய நோக்கங்களுக்கு உரியதாக, பொறாமையுடன் பாதுகாக்கப்பட்டும் பிரதானமாகப் பிராமணரால் புரிந்துகொள்ளக் கூடியதாக, பெருமிதமிக்க மொழியாகவும் விளங்கியது. கி.பி. இரண்டாம் நூற்றாண்டில் உடனிகழ் காலப் பதிவு மொழியாக எதிர்பாராத எழுச்சிகொண்ட அதனை, நீதிமன்ற-அறிவார்த்த சொல்லாடலுக்கான சாதனமாக இந்தியாவெங்கிலும் ஏற்றுக்கொண்டது என்பதால் பிராமணிய மறுமலர்ச்சிக்கான நிச்சயமான அடையாளமாக எடுத்துக் கொள்ளப்படலாம்.

குப்தர்களின் கீழான நிலைமை இப்படித்தான் இருக்கும். இந்திய இலக்கியம், கலை, அறிவியல் காவியத்தன்மையுடையதாகக் கருதப்படும் சகாப்தம் இப்போது புலர்ந்து கொண்டிருந்தது.

படைப்புத்திறன் மற்றும் புலமையின் ஏற்றம், சீரற்றவகையில் ஆவணப்படுத்தப்பட்ட குப்தர்களின் அரசியல் சாதனைகள் என எல்லாம் சேர்ந்து, அவர்கள் காலத்தைப் பொற்காலமாக ஆக்கியது; சமஸ்கிருதத்தின் பரவலான பயன்பாடும் எண்ணற்ற நுணுக்கங்களைத் தேடி ஆராய்தலுமே இவ்விழிப்புணர்வுக்கு அடிப்படை.

'மொழிகளின் வளர்ச்சிக் கட்டத்தில் செவ்வியல் காலம் உள்ளூர் மொழிகளின் பெருக்கத்திற்கு முந்தையதாகும்; இவ்வகையில் சிசரோ, விர்ஜில், ஹோரேஸின் லத்தீன், ரோமானிய மொழிகள் பிறந்த, கொச்சையான உள்ளூர் மொழிகளுக்கு முந்தையதாகும். சமஸ்கிருதம் ஒருவாறு இதனைத் தலைகீழாக்கியது; அது மடிந்துகொண்டிருக்கும் வேளையில், பெரிய அளவில் எழுச்சி பெற்றது. ஏன் இது நிகழ்ந்தது என்பது புதிராய் உள்ளது. அதற்கு முற்றிலும் பண்பாட்டு ரீதியில் பதிலளிக்க இயலாது' என்கிறார் டி.டி. கோசாம்பி. மார்க்சியவாதியும் பிராமணருமான கோசாம்பி, இந்தியாவின் உற்பத்தி அமைப்புகளின் வளர்ச்சி மற்றும் 'பிராமண சாதிக்குத் தனிச்சிறப்பான இடம் கிடைத்தது'[5] என்பவற்றில் அதன் விளக்கத்தைத் தேடினார். குப்தர் பண்பாட்டின் பளபளக்கும் முகப்பின் பின்னே, இந்திய வடிவிலான நிலப்பிரபுத்துவத்துடன் தொடர்புடைய ஆழ்ந்த மாற்றங்களை அடைவதாய்ச் சமூகம் இருந்தது. பரபரப்பின்றி நிகழ்ந்த படிப்படியான நிகழ்வுப் போக்கில், பிராமணருக்கும் அவர்தம் மொழிக்கும் ஆரியமாதலின் பிரதானத் தன்மைக்குப் புது உந்துதல் அளிக்கும்.

இன்னொரு மொழியியல் கேள்வி எஞ்சியிருக்கிறது. இத்தகைய சாராம்சத்தில் செவ்வியல் தன்மையிலான போக்கை, இரு நூற்றாண்டு சமஸ்கிருத வெற்றியாகவும், தொலைதூரக் கல்வெட்டு ஒன்றில் ஒருசில படித்தவர்களாலேயே காணக் கூடியதாகவும் இருக்குமென, ருத்ரதாமனும் அவனது அமைச்சரும் எதிர்நோக்கியது எப்படி?சத்ரப் சமஸ்கிருதத்தைப் பயன்படுத்தியது, 'அந்நிய வம்சாவளி ஆட்சியாளரைப் பூர்வகுடி ஆளும் வர்க்கத்தினராக ஏற்றுக் கொள்வதற்கான நடைமுறை' என்கின்றனர்; இப்படி, ருத்ரதாமனின் விஷயத்தில், அவன் சாகராகவும் அவனது தளபதி சுவிசாகராகவும், பார்த்தியனாக இருக்க, சமஸ்கிருதத்தை மேற்கொள்வதும் அதனைப் பிரியமாகக் கொண்டிருந்தோரை ஆதரிப்பதும், அந்நிய ஆட்சியாளரிடத்தே பிராமண அபிப்பிராயத்தைச் சமரசம் செய்யும் பொருட்டு வகுக்கப்பட்டிருக்கும்-அல்லது கோசாம்பி குறிப்பிடுவது போல, 'சத்ரப் மற்றும் ஆளுநர் இருவரிடத்தேயும் பெற்றோரைப்

பரிதாபமாகத் தெரிவு செய்ததைத் தணிவிப்பதாகும்.'[6] இது ஏற்கக்கூடியதாயும் பொதுவாக ஒத்துக்கொள்ளப்பட்டதாயும் தோன்றுகிறது-சீக்கிரமே உருவாக்கப்படவுள்ள சமஸ்கிருதக் கல்வெட்டுகளைப் பொறுத்து, அல்லது சுமத்ரா, ஜாவா, இந்தோசீனா மற்றும் இந்தியமயமான தென்கிழக்கு ஆசியாவின் இதரப் பகுதிகளின் இந்திய அபிமானமிக்க ஆட்சியாளருக்குப் பெருமிதம் மிகுந்த ஒரு மொழியை மேற்கொண்டது, இந்தியாவைச் சாராத வம்சங்களுக்குத் தனித்துவத்தையும் அதிகாரத்தையும் அளித்தது. சமஸ்கிருதம் இத்தகைய உரிமையை வழங்கியிருக்க, ஆரம்பக்கட்ட சாகர்களாலும் உடனிகழ் கால குஷாணர்களாலும் ஏன் மேற்கொள்ளப்படவில்லை என ஒருவர் வியப்புறுவார்.

வடஇந்தியப் பெருமிதத்திற்கு என்னதான் ஆட்சேபகரமாய் இருந்தாலும், துணைக்கண்டத்தின் பொருட்படுத்தப்படாத மண்டலத்தின் நீண்டகாலமாக இந்தியமயமான வம்சங்கள், அந்நிய மண்ணைச் சார்ந்ததாயினும், செவ்வியல் இந்திய மரபின் பிரதான அம்சங்களை முன்னெடுத்திருக்கவும் செல்வாக்குப் பெற்றிடச் செய்யவும் முடிந்திருக்கும். ஆரியமயமாதல் இருவழி நிகழ்வுப் போக்கினதாக இருந்தது, இருக்கும்; குப்தர்காலத்துடன் தொடர்புடைய வேறுபல பண்பாட்டுச் சாதனைகள், உடனே குப்தர் ஆட்சிக்குரியதாகக் கொண்டுவிட முடியாது. இந்து மதத்தின் எழுந்து வரும் 'மாபெரும் மரபுக்கு, துணைக்கண்டத்தின் தொலைதூரத்து உள்ளூர் சம்பிரதாயத்திலிருந்தும் புத்தாக்கத்திலிருந்தும் இரவல் பெறுவது, கங்கைச் சமவெளியின் இந்திய-ஆரிய வைதிக அமைப்புகளைச் சார்ந்திருப்பது போல அவ்வளவு இயற்கையானதே.

ஆனால் இந்தியாவின் 'மண்டலங்கள்' (குஜராத், வங்காளம், தமிழ்நாடு முதலியன) எனப்படுபவற்றின் வரலாறு இன்றைக்கும் கைக்குழந்தையாகவே உள்ளது. பிளவுபடுத்துவது என ஒதுக்கித் தள்ளப்படும் மண்டல வரலாறு, அதிகாரத்தின் மூத்தோர் அறைகளில் யாரையும் பெற்றிருக்கவில்லை. குஜராத்தின் ருத்ரதாமன் இத்தகைய தெளிவான, ஏற்கும்படியான, இனிய, வசீகரமான, அழகான, ஒட்டுமொத்தத்தில் அற்புதமான சமஸ்கிருதம் எழுதினார்; அல்லது சத்ரப்களின் ஆதரவில் செவ்வியல் சமஸ்கிருதம் துடிப்புடன் முன்னெடுக்கப்பட்டது (சத்ரபால் பிறப்பினையுடைய சாதவாகன அரசியின் மான்யக் கல்வெட்டில் மேலும் உணர்த்தப்படுவது போல); அல்லது 'தம் கல்வெட்டுகளில் சமஸ்கிருதத்தைப் பயன்படுத்தி சாகர்கள் வழிகாட்டியிருந்தனர்... குப்தர்கள் ஆட்சிக்கு வந்ததும் இம்மரபினை

நீட்டிக்கச் செய்தனர் அவ்வளவே"[7] என்று வற்புறுத்தும் அறிஞர்கள் தீரமானவர்கள், வகைமாதிரியைச் சேராதவர்கள்.

குப்தர்களின் கை

அளவுகோல்கள் எதுவாயினும் வரலாறு தன்னைத் திரும்பவும் நிகழ்த்திக்கொள்கிறது. ஆனால் பழங்கால இந்தியாவின் இருபெரும் வம்சங்களை உருவாக்கியவர்களின் விஷயத்தில் அப்படியில்லை. சுமார் 320இல் குப்த வம்சத்தை ஒரு சந்திரகுப்தர் நிறுவினார். இது குழப்பமானது. முதலாவது கி.மு., இரண்டாவது கி.பி; குப்தர்களின் சந்திரகுப்தர் ஒலிப்புமுறையில் சந்திர-குப்தர் அல்லது சந்திர குப்தா எனப்படுவார். கெடுவாய்ப்பாக இன்னொரு குப்தர்களின் சந்திர-குப்தர் இருக்கிறார். இதனால் குப்த வம்சத்தை நிறுவியவர் முதலாம் சந்திர-குப்தர் எனப்படுகிறார். அது இயற்கையாகவே மௌரிய சந்திரகுப்தரை நினைவுக்குக் கொண்டுவரும் [இங்கே குப்த நிறுவனர் முதலாம் சந்திர-குப்தர்

ஏகாதிபத்திய குப்தரின் ஆட்சி வரிசையாக இருக்கக்கூடியது

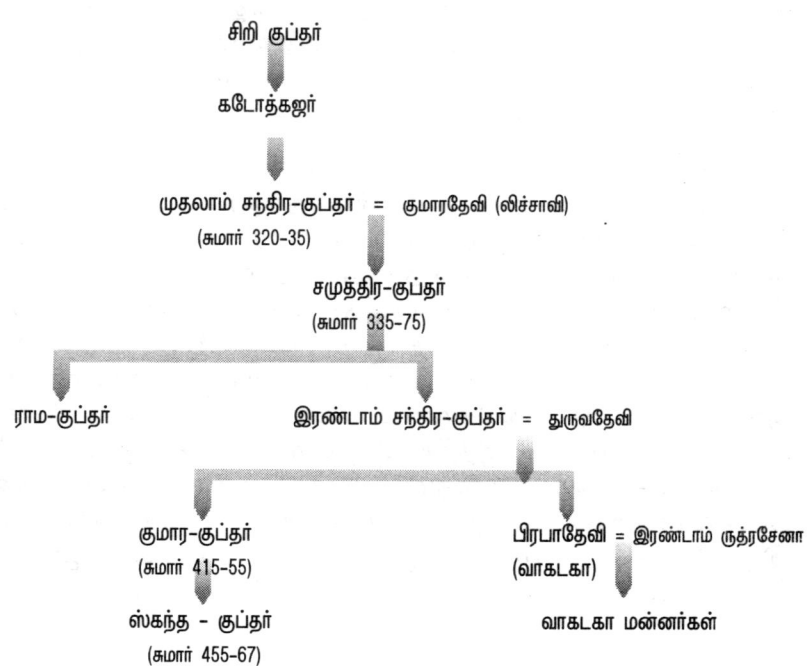

எனவும், மௌரியரைச் சார்ந்தவர் சந்திரகுப்த மௌரியர் எனவும் அழைக்கப்படுவர்.] எனினும் தற்செயல் பொருத்தம் தொடர்கிறது. பெயரைப் போலவே, குப்த நிறுவனர் ஒரு நிழல்படிந்த தன் விபரக் குறிப்பினை மௌரிய முன்னவருடன் பகிர்ந்துகொள்கிறார்-முக்கியமான ஆனால் சந்தேகத்திற்குரிய வெற்றிகளுக்கான புகழையும் மிகவும் புகழ்வாய்ந்த வாரிசையும் பெற்றிருக்கும் கெடுவாய்ப்பு-சந்திரகுப்த மௌரியர் விஷயத்தில் அசோகரும், முதலாம் சந்திர-குப்தர் விஷயத்தில் சமுத்திர-குப்தரும் இருப்பார்கள்.

ஆரம்பக்கால குப்தரைப் பொறுத்தவரை, முதலாம் சந்திர-குப்தரும் ஒரு சிறி குப்தரும் ஒரு கடோத்கஜ குப்தரும் பட்டியலிடப்படுவர். பீகாரில் சீன பௌத்தர்களுக்கு வழிபாட்டிடம் ஒதுக்கியமைக்காகவே முன்னவர் நினைவுகூரப்படுவார். கி.பி. மூன்றாம் நூற்றாண்டில் முதல் சீனப் பிக்குகள் காரகோரம் வழித்தடத்தில், புத்தரின் வாழ்வில் தொடர்புடைய இடங்களைப் பார்த்துவர புறப்படத் தொடங்கினர். இவ்வந்நிய யாத்ரிகர்களுக்காக 'பௌத்த புனித நாட்டில்' சிறி குப்தர் ஓர் ஆலயத்தை நிர்மாணித்தார்-ஐந்தாம் நூற்றாண்டில் அது சிதைந்து காணப்பட்டது. பௌத்தரல்லாதவரான சிறி குப்தர், முந்தைய மகதத்திற்குள்ளேயான அல்லது அருகிலுள்ள சிறிய அரசின் மன்னர். அவரையடுத்து மகன் கடோத்கஜன் ஆட்சிக்கு வந்தான். அவர்களின் தோற்றம் தெரியவில்லை என்றாலும் அவர்கள் வைசியராகவும் இருக்கலாம்.

முதலாம் சந்திர-குப்தர் கடோத்கஜனின் மகன். புதிய விருதுப் பெயரைப் பெற்றுக் கொண்டதாலும், அவர் ஆட்சிப் பொறுப்பேற்றதிலிருந்து (கி.பி.320/321) பிந்தைய குப்தர்கால வரிசை கணக்கிடப்படுவதாலும், திருமணத்தாலோ பெற்ற வெற்றியாலோ தான் சுவீகரித்திருந்ததை விடவும் அதிகப் பரப்பளவைப் பெற்றிருந்தாலும் வம்சத்தின் நிறுவனராகக் கருதப்படுகிறார். இப்புதிய விருதுப் பெயர் 'மகாராஜாதிராஜா'; குஷாணர்கள் இட்டுக்கொண்ட 'மன்னர்களின் மன்னர்' என்னும் பாரசீகத் தொடரின் இந்திய வடிவம். முதிர்ச்சி இல்லாமலேயே இட்டுக்கொண்ட விருதுப்பெயர், ஆனால் குப்தர்களுக்கு படாடோபமான விருதுகளிலும் அடை மொழிகளிலும் மோகம். இது சீக்கிரமே பரமஹாராஜாதிராஜா என்றும், ராஜாதிராஜா என்றும்கூட உயரும்.

இவ்விருதுப் பெயர்கள், பெருகிவந்த அவர்தம் பேராசைகளைப் பிரதிபலிக்கலாம். முதலாம் சந்திர-குப்தரே முதலில் நாணயங்களில் இடம்பெற்றார். புராணங்களின்படி அவரது பிரதேசம் மகதத்திலிருந்து (தெற்கு பீகார்) கங்கை வழியே பிரயாகா (உ.பி. யில் அலகாபாத் அருகே) வரையிலும் நீண்டிருந்தது. கங்கைச் சமவெளியின் செல்வத்தை அவர் வெற்றி கொண்டாரா, அப்படியானால் அது யாரிடமிருந்து என்பது தெரியவில்லை. எடுத்துக்காட்டாக, மகதம் அல்லது அதன் ஒரு பகுதி, திருமணத்தின் வாயிலாக வந்து சேர்ந்திருக்கும். தலைமை அரசி குமாரதேவி லிச்சாவிப் பிரிவினள்; 700 ஆண்டுகளுக்கு முன் அஜாதசத்ருவால் வீழ்த்தப்பட்ட 7707 லிச்சாவி அரசர்களின் கொடிவழியினள். குப்தர்கள் போன்று அறியப்படாதவர்களாக இல்லாது, தனித்துவமான பரம்பரையைச் சேர்ந்தவர்கள் லிச்சாவிகள். ஆனால் இப்பிணைப்புக்கு குப்தர் அளித்துள்ள முக்கியத்துவம் அலாதியானது. முதலாம் சந்திர-குப்தரின் வாரிசு 'குப்த தந்தையின் மகன்' என்று தன்னைக் குறிப்பிடாமல், 'லிச்சாவி வம்ச மகளின் மகன்' என்று குறிப்பிட்டான். முன்னெப்போதும் இருந்திராதபடி மன்னனும் அரசியும் சேர்ந்துள்ள நாணயங்களும் இருந்தன; 'குமாரதேவி லிச்சாவியஹ்' என்று மன்னன் பெயரையும் பெற்றிருந்தன. லிச்சாவிகள் நேபாளத்தில் இடங்களைப் பெற்றிருந்தது தெரியும்; அமைதியுறாத அவர்தம் உணர்வைக் கட்டுப்படுத்தும் பொருட்டு, பல நூற்றாண்டுகளுக்கு முன்னர் நிறுவப்பட்டு அரண் செய்யப்பட்டிருந்த பாடலிபுத்திரத்தை அவர்கள் கைப்பற்றி இருக்கலாம்'[8] குப்தர்களும் லிச்சாவிகளும் அடுத்தடுத்த பகுதிகளை ஆண்டனர். அத்துடன் 'குமாரதேவியை முதலாம் சந்திர-குப்தர் மணம் செய்ததன் மூலம் இரு அரசுகளும் இணைந்தன என்பது நிச்சயமே.'[9]

அவர்களின் மகன் சமுத்ர-குப்தர் காலத்தில்தான் இவ்வம்சம் இருண்மையிலிருந்து எழுந்து வந்தது. ஒரு கல்வெட்டின் மூலமே இது தெளிவாகிறது. காரவேலனைப் போன்று படாடோபமாகக் கூறிக்கொண்டாலும், ருத்ரதாமனுடையவை போல இவர்தம் கூற்றுகள் மற்ற கல்வெட்டு-நாணயங்களின் சான்றால் நிரூபணம் செய்யப்படுகின்றன. இக்கல்வெட்டு இந்தியாவெங்கிலும் புகழ்பெற்றது. குப்த பிராமி லிபியில், (அசோகரின் பிராமியை விடவும் விரிவானது) செவ்வியல் சமஸ்கிருத செய்யுள்-உரைநடையில் எழுதப்பட்ட இதனை ஜேம்ஸ் பிரின்ஸெப் மொழிபெயர்த்தார்-முந்தைய அறிஞர்களாலும் கண்டறியப்பட்டு, ஒருபாதி மொழிபெயர்க்கப்பட்டதே. இதன் மரபுத் தொடரும் மொழியும் ருத்ரதாமனை எதிரொலிக்கின்றன. அதுபோலவே

சமுத்திர-குப்தன் தெரிவு செய்த இடமும்; மௌரிய மேலாதிக்கத்தின் அபிலாஷையும் மிகுந்திருந்தவரைப் போல, மிகவும் மெருகேற்றப்பட்ட அசோகர் தூண்களில் ஒன்றின் மீதுள்ள அசோகர் பாறைப் பொறிப்புடன் இது கூடுதலான ஒன்றாகத் தெரிகிறது.

இத்தூண் அலகாபாத்தில் நிற்கின்றது; பிரின்ஸெப் இறந்ததுமே, இன்னொரு தூண் அல்லது அதன்பாதி, ஒரு குத்தகைதாரரிடமிருந்து கண்டெடுக்கப்பட்டது-அவர் அதனை சாலையை நிரவப் பயன்படுத்திக்கொண்டிருந்தார். பிரித்தானிய தொல்பொருள் சேகரிப்பாளர்கள் அதிர்ந்து போயினர். சமுத்ரகுப்தரின் கல்வெட்டுள்ள தூணின் மீது இதே விதி அநேகமாக வீழ்ந்திருந்தது. பதினெட்டாம் நூற்றாண்டில் அகழ்ந்தெடுக்கப்பட்டிருந்த அதை, நிலத்தில் புதையுண்டிருந்ததைக் கண்டறிந்தவர்கள் பிரின்ஸெப்பின் சகாக்கள். புதிய பீடமொன்றில் அதனை நிறுத்திய அவர்கள், இல்லாத தலைப்பகுதிக்கு அச்செமெனிட் பாணியில் ஒன்றை வடிவமைத்தனர். 'கவிழ்த்துவைக்கப்பட்ட பூச்சாடி மீதுள்ள செல்ல நாயைவிட அது வேறெதனையும் ஒத்திருக்கவில்லை' எனப் பத்தொன்பதாம் நூற்றாண்டில் இந்தியத் தொல்லியலின் தந்தை அலெக்ஸாண்டர் கன்னிங்ஹாம் எழுதினார்-அவர்கள் வடிவமைத்திருந்ததாகக் கருதியது சிங்கத்தை.

அலகாபாத் தூண் முன்னர் ஒருமுறை நகர்த்தப்பட்டிருந்ததாகவும் கன்னிங்ஹாம் கருதினார். பிற்கால இஸ்லாமிய ஆட்சியாளர் தம் இறையாண்மைக்கும் தகுதிக்கும் ஒரு சவாலாக இவ்வற்புதமான கல் நினைவுச் சின்னங்களைக் கண்டனர். எனவே இவற்றைத் தம் அரண்மனைகளின் கோடியில் விலக்கப்பட்ட அடையாளங்களாக வைத்திட முயன்றனர். இப்போது டெல்லியில் ஃபெரோஸ் ஷாவின் அரண்மனையில் தலைகீழாக உள்ள தூண், முதலில் யமுனை நதிக்கரையின் கிஷ்ராபாத் அருகே நின்றது. அது பெரும் தலையணையாகச் சாய்க்கப்பட்டு, 42 சக்கர வண்டியில் ஏற்றப்பட்டு, 8400 பேரால் ஆற்றுக்குக் கொண்டு செல்லப்பட்டதைச் சமகாலப் (பதிமூன்றாம் நூற்றாண்டு) பதிவு ஒன்று விவரிக்கின்றது. கடைசியில் அது வெற்றிகரமாக டெல்லிக்குக் கொண்டுவரப்பட்டது என்பது வரலாறு.

அப்படியே, அலகாபாத் தூண், முதலிலிருந்த கௌசாம்பியிலிருந்து ஆற்றின் கீழ்ப் பகுதிக்குக் கொண்டுவரப்பட்டது. பதினாறாம் நூற்றாண்டின் பிற்பகுதியல் மொகலாயப் பேரரசர் அக்பரால் மறுநிர்மாணம் செய்யப்பட்ட அலகாபாத் கோட்டையை

அலங்கரிக்கக் கொண்டுவரப்பட்டது. அசோகர்-சமுத்திர-குப்தர்களின் கல்வெட்டுகளுடன் அக்பரின் மகன் ஜஹாங்கிரின் கல்வெட்டும் சேர்ந்துகொண்டது; மௌரியர், குப்தர், மொகலாயர் என்னும் வடஇந்தியாவின் மிகப்பெரும் வம்சங்களது சந்ததியர், அலகாபாத்தின் மையத்தில் இப்படி அருகருகே கல்வெட்டு வாசகங்களைப் பகிர்ந்துகொள்கின்றனர்; அது மட்டும் இல்லாமல் நேரு-காந்திகளின் நான்காவது பெரிய வம்சத்தை உடையது என்றும் பெருமைப்படுவது இந்நகரம்.

அற்புதமான வகையில் அலகாபாத் தூண் இவ்வளவு இழுபட்டும் சிறிதும் சேதமுறவில்லை. சமுத்ர-குப்தரின் கல்வெட்டு அவரது ஆட்சியாண்டின் இறுதியைச் சேர்ந்தது- என்றாலும் அது நீண்ட காலமாயிருந்தது. சுமார் 335இல் மஹாராஜாதிராஜாவாக ஆட்சிப் பொறுப்பேற்றார் அல்லது தன் தந்தையால் நியமிக்கப்பட்டார் என்பதுடன் சுமார் 380இல் இறந்தார் எனப்படுகிறது. இக்கல்வெட்டு சுமார் 375 னைச் சேர்ந்ததாக இருக்கலாம், 40ஆண்டுகள் சாதனை இருப்பதால், சொல்லுவதற்கு நிறையவே இருக்கிறது. மிக முக்கியப் பகுதிகள் மன்னர்களின் நீண்ட பட்டியல்களையும் ‘போரில் அவரது கரத்தின் திறனால்’ அடக்கப்பட்ட பிரதேசங்களையும் விவரிக்கின்றன அல்லது ‘எல்லைகளையெல்லாம் கடந்து செல்வதற்கு எழுந்த கை’யாக உள்ளது என்கிறது; உண்மையில் இத்தூணே ‘பூமியின் கரமாக’க் கட்டளையிடும் சமிக்கையாக நீண்டது.[10] சில வரலாற்றாளர்கள் இந்த வலிய கரத்தின் வெற்றிகள் காலவரிசைப்படி நிரல்படுத்தப்பட வேண்டும் என்று கருதி, இவற்றைத் தனித்தனிப் படையெடுப்புகளாகக் கொண்டுள்ளனர். இதன்படி முதல் படையெடுப்பு சமுத்திர-குப்தரை மேற்கில் இட்டுச் சென்றது, அங்கே தன் கரத்தின் வலிமையால், இப்போதுள்ள உத்தரப் பிரதேசம் மற்றும் அண்டையிலுள்ள ராஜஸ்தானின் பரெய்லி-மதுரா மண்டலங்களின் அரசுகளை வீழ்த்தினார். இவை, குப்த அரசுக்குள் இணைக்கப்பட்டன.

அடுத்து தெற்கு நோக்கி வந்து கிழக்குக் கடற்கரையை ஒட்டிய பல படையெடுப்புகளில், ஒரு டஜனுக்கும் மேற்பட்ட எதிரிகளைத் துரத்தியடித்தார். காஞ்சிபுரத்தின் (மெட்ராஸ் அருகில்) பல்லவ அரசன் விஷ்ணுகோபனைச் சிறைப்படுத்திய பிறகே அவர் திரும்பினார். வடக்கில் மேலும் மேற்கொள்ளப்பட்ட படையெடுப்புகளில் வங்காளத்தின் பெரும்பகுதியையும் குப்தப் படையினர் வென்றனர்-டெல்லியின் மேற்கிலுள்ள யாவ்தெயாஸ் போன்ற சுயேச்சையான குடியரசு போன்றவற்றை அழித்தொழித்தனர்-பழமையான ஆரிய-வர்த்தம் (ஆரியரின்

குப்தரின் வெற்றிகள்
N
SASANIAN EMPIRE
KUSHANAS & SHAKAS
MADRAS KARTRPURA
YAUDHEYAS
PUNDRA-VARDANA
NEPAL
KAMARUPA
Mathura
Ayodhya
Vaisali
LICCHAVIS
Pataliputra
Padmava
Mandasor
Licron
Ujjain
Sanchi
SHAKAS
Girnar
SAMATATA
Ajanti
VAKATAKAS
Arabian Sea
Bay of Bengal
SALANKAYANAS
Vengi
KADAMBAS
PALLAVAS
GANGAS
Lakshadweep Islands
PANDYA
LANKA
முதலாம் சந்திரகுப்த பேரரசு
சமுத்திர குப்தனால் இணைக்கப்பட்டவை
2ஆம் சந்திர குப்தனால் இணைக்கப்பட்டவை
சார்நிலை பழங்குடிகளும் அரசுகளும்
கி.பி. 380-410இல் குப்தரின் செல்வாக்கின் கீழ்
இந்தியக் குடியரசின் எல்லை
0
km
600

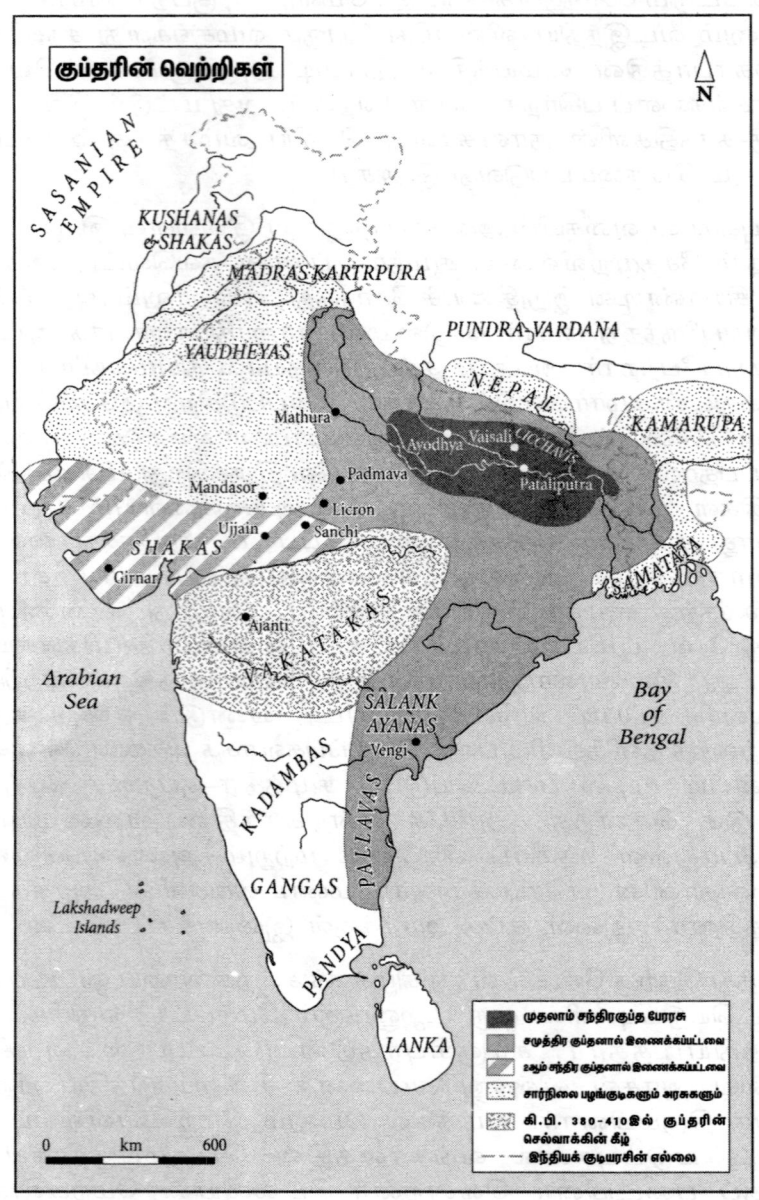

தாயகம்-தோராயமாக மேற்கு வங்காளம், பீகார், உ.பி., ம.பி., ராஜஸ்தான்-பஞ்சாபின் கிழக்குப் பகுதிகளைக் கொண்டது) முழுவதும் குப்தர் ஆட்சியை நிறுவின. இது குப்தர் ஆட்சியின் மையமானது, அதற்குள்ளே எண்ணற்ற பழங்குடியினர் தம் சுயாட்சியை இழந்திருந்தனர். அத்துடன் ஆரம்பகால குப்தரின் மிக விரிவான கல்வெட்டுகளும் கிடைத்துள்ளன. மேலும் காந்தாரத்தின் குஷாணரும், குஜராத்-மல்வாவில் மாபெரும் சத்ரப் ருத்ரதாமனின் சந்ததியினரும், அஸ்ஸாம்-நேபாளத்தின் பல்வேறு மன்னர்களும், இலங்கை-மற்ற தீவுகளின் மன்னர்களும் சமுத்திர-குப்தரின் இறையாண்மையை ஏற்றுக்கொண்டதாகவும் கூறப்படுகிறது; கணிசமான அன்பளிப்புகள், கவர்ச்சியான யுவதிகளுடன் பல்வேறு நோக்கங்களை நிறைவேற்றிட அவரது ஆதரவைக் கோரினர்.

'வெல்லமுடியாத மன்னரை வென்ற வெல்லமுடியாதவரான' சமுத்திர-குப்தர் இப்போது அனைத்திந்திய பேரரசின் வாயிலில் நின்றார். 'பூமியின் நான்கு திசைகளையும் வென்றவர்', 'பூமியில் உள்ள கடவுள்' என்பன பிற அடைமொழிகள். அஸ்வமேத யாகம் செய்தார். தன் பிராமண ஆதரவாளர்களுக்கு *1,00,000* பசுக்களைத் தானம் செய்தார். அவரது நாணயங்கள் வைணவச் சார்பை வெளிப்படுத்துகின்றன, ஆனால் உலக வெற்றியாளர் என்ற அளவில் விஷ்ணுவின் பக்தராக மட்டுமின்றி, அத்தெய்வத்தின் அவதாரமாயும் விளங்கினார். அவருடையது உலகளாவிய ஆட்சிப்பகுதியில் அவரின் நாணயங்களில் விஷ்ணுவின் கருட அடையாளத்துடன் சாம்ராட்டின் ஒரு குடையும் இடம்பெற்றுள்ளன. அவர் உலக ஆட்சியின் சக்கரவர்த்தியின் சக்கரத்தைச் சுழற்றவும், குடைநிழல் அரசியல் வெளியை வளைத்துக்கொண்டதாகவும் பார்க்கப்பட்டது.

ஆனால், இது எத்தகைய பேரரசாக இருந்தது? குப்தரின் அடுக்குமொழி யதார்த்தத்தைத் தாண்டியதாக இருந்தது; அவர்தம் அலங்காரமொழி தவறாக விளக்கப்பட்டிருக்கலாம். சமுத்திர-குப்தரின் ஆட்சி, மௌரியப் பேரரசுடன் தொடர்புடைய நிர்வாகத் தலையீடு பற்றி எதனையும் வெளிப்படுத்தவில்லை; தேசியவாத ஆய்வுகள் என்னதான் முயன்றாலும், அவரது 'ஒன்றிணைந்த இந்தியா' குறித்த வெறிகொண்ட தேசியவாதிகளின் கூற்றுகள் நிலைத்து நிற்க முடியாதவை. 'இந்திய நெப்போலியன் என்னும் விருதுக்குரியவராகத் தன்னைக் கூறிக்கொள்ளும் மேதையாக' அவர் இருந்திருக்கலாம்;[11] அந்நியரே இந்தியாவை வென்றுள்ளனர் என்பதை அலகாபாத் கல்வெட்டு மறுதலிக்கிறது.

ஆனால், வம்சத்தின் திருப்தி தவிர்த்து வேறெந்த அரசியல் குறிக்கோளும் இல்லாதது இவ்வெற்றி. 19ஆம் நூற்றாண்டில் அலகாபாத் கல்வெட்டு மொழிபெயர்க்கப்பட்ட பிறகே குப்தர்களின் கீர்த்தி உணரப்பட்டது போன்றே, இருபதாம் நூற்றாண்டில்தான் அதன் ஆழமான வடிவம் கண்டறியப்பட்டது. 'குப்தர்கள் தேசியவாதத்தைப் புதுப்பிப்பதற்குப் பதிலாக, தேசியவாதம் குப்தர்களைப் புதுப்பித்தது' என்றார் கோசாம்பி.[12]

இந்நிலையில் இந்திய தேசியவாதம் தன் ஊசலாட்டங்களை வெளிப்படுத்தும் அளவுக்கு, குப்தர்களின் ஊசலாட்டங்களையும் வெளிப்படுத்துகிறது. வெல்லுவதன் பொருட்டே சமுத்திர-குப்தர் 'வெறியுடன் இயங்கவில்லை என்றறிகிறோம். வன்முறை, யுத்தம், ஆக்கிரமிப்பை அகற்றி, சகோதரத்துவம்-சமாதானம் நிறைந்த உலகளாவிய அமைப்புக்காக அவர் பணியாற்றினார்'.[13]

வெறியற்ற சத்யாகிரஹி என்றும் காந்திய லட்சியத்திற்குப் பொருத்தமான இன்னொருவரைக் காண்பது அரிது. சமுத்திர-குப்தர் தன் வெற்றிகளைத் திடப்படுத்திக்கொள்ள முடியாதமைக்கு இது திருப்திகரமான விளக்கமில்லை. தக்காணத்திலும் தனது கங்கையின் ஆரிய வர்த்த எல்லைப்பகுதிகளுக்கு அப்பாலும் அவர் ஆக்கிரமிப்பை மேற்கொள்ளவில்லை. தூக்கியெறியப்பட்ட மன்னர்கள் மீண்டும் அரியணைகளில் அமர்த்தப்பட்டனர், அவர்தம் பிரதேசங்கள் புதுப்பிக்கப்பட்டன, குப்தர் படை விலக்கிக்கொள்ளப்பட்டது. ஒருமுறை வசூலிக்கப்படும் கப்பம் பெறப்பட்டது; இதனடிப்படையில் குப்த அரசரவை செழிப்புற்றது; கலைகள் தாராளமாக ஆதரிக்கப்பட்டன; அழகாக அச்சிடப்பட்ட தங்கக் காசுகள் அவர்தம் 'பொற்கால'ப் புகழுக்குக் கட்டியம் கூறின. மௌரியரின் நேரடியாக நிர்வகிக்கப்பட்ட பேரரசு போலன்றி, இது அதிகபட்சம் சிற்றரசு ஏற்பாடுகளின் வழியாக இருந்தது-நிர்வாகக் கட்டமைப்பு இல்லாமல், சிற்றரசுகளின் இறையாண்மை பெரிதும் குலையாதிருந்தது.

கி.மு. நான்காம் நூற்றாண்டில் மௌரியர், அரசு உருவாக்கம் தன் குழந்தைப் பருவ நிலையில் இருந்த பகுதிகளில் தம் ஆட்சியை நீட்டிக்கக் கூடியவர்களாய் இருந்தனர். அசோகர், தன் கல்வெட்டுகளில் அந்நிய மன்னர் பலரைக் கவனத்துடன் குறிப்பிட்டிருந்தார். ஆனால் இந்தியாவிற்குள் குறிப்பிடும்படியாக யாரும் அவரால் கருதப்படவில்லை; 'சோழர்' மற்றும் 'கேரள புத்ராஸ்' குடும்பங்கள் அல்லது நிலங்களாயிருந்தன; கலிங்கம் கூட வெறுமனே ஓரிடமும் மக்களுமே. இத்தகு வெற்றிடத்தில்,

மௌரியப் பேரரசு முன்னோடிப் பண்பைப் பெற்றிருந்தது; வேளாண் குடியேற்றம், நிர்வாகக் கட்டளை மற்றும் நிதியமைப்பு உடையதாயிருந்தது.

அறுநூறு வருடங்களுக்குப் பின், குப்தர்கள் வங்காளத்தில் இதே நிலவரத்தைக் கண்டிருக்கலாம், இதே கொள்கைகளை அங்கு பின்பற்றியிருக்கலாம். தம் அரசுகளை நிர்வகித்து, மக்களிடமிருந்து வரிவசூலித்த மேலும் திறமைமிக்க எதிரிகளை அவர்கள் எதிர்கொண்டனர். இவர்களெல்லாம் பணிந்தனர், முன்னர் வெற்றிகொள்ளப்படாதோர் எல்லாம் அடங்கினர், ‘கடவுளுக்குப் பிரியமானவர்’ வெறுமனே ‘ராஜா’தான்; குப்தர்கள் மஹாராஜாதிராஜாக்கள். மறுபுறத்தே இத்தகு தொலைதூர-திடமான அரசுகளை நிரந்தரமாக அடக்கிவைப்பதின் சிரமத்தை அடையாளம் காணவும் செய்தனர். வெற்றிகளில் கிட்டிய வளமான செல்வத்துடன் திருப்தியடைவதும் தக்கவைத்துக்கொள்வதும் சரியானதாக இருந்தது.

சக்கரவர்த்தி என்னும் தகுதிநிலையுடன் தொடர்புடைய அளவுகோல், நீடித்த அரசாங்கத்தை அல்லது நேரடிக் கட்டுப்பாட்டை உள்ளடக்கியதில்லை. தொலைதூர ஆட்சியாளரைப் பொறுத்தவரை, பெயரளவிலான பணிதல் போதுமானதாயிருந்தது; அருகிலிருந்தோரைப் பொறுத்தவரை, சக்கரவர்த்தியைச் சீராக வந்து பார்ப்பது அவசியமானது. உலக ஆட்சியில் உண்மையில் உலகை ஆளவேண்டிய தேவையில்லை; உலகம் அவரை அப்படி அங்கீகரித்தால் போதுமானது. உண்மையில், ஆரியவர்த்தத்தின் உள்ளேயும் வெளியேயும் ராஜாக்களின் நீட்டிப்பைப் பொறுத்தது அவருடைய மஹாராஜாதிராஜா விருதுப்பெயர்- அதனை நியாயப்படுத்தும் அளவுக்கு அவர்கள் ஆற்றல் பெற்றிருந்தனர். ‘இங்கே நோக்கம் இத்தகு மன்னர்களை இல்லாமலாக்குவதல்ல, ஒட்டுமொத்த இந்தியாவுக்கும் பெரியதொரு தெய்வத்தால் ஆசீர்வதிக்கப்பட்ட, அறுதியான மன்னர் உரிமையுள்ள, தனியொரு அரசரை உருவாக்குவதுமல்ல.’ கப்பங்கட்டும் மன்னர்கள், நியாயப்படுத்தும் பூதாகரமாக்கும் முகவர்களாக அவசியமானவர்கள். அதேபோன்று உள்ளூர் வழிபாடுகளும் சிறு தெய்வங்களும் விஷ்ணு/சிவனுடன் இணைக்கப்பட்டன-சின்னஞ்சிறு மன்னர்கள் ‘உலக ஆட்சியாளருடன்’ நெருக்கமான உறவில் கொண்டுவரப்பட்டனர். நிர்வகித்தலோ ஒருங்கிணைப்போ அல்லாமல் முந்தைய நிகழ்வும் உயரிய தன்மையுமே பொருட்படுத்தப்பட்டன. ‘அரசியல் ரீதியில் ஏகாதிபத்திய அரசவையைச் சிறப்பித்துக்காட்டி, இந்தியாவில்

உலகளாவிய அரசனாகத் தன்னைக் கூறிக் கொள்வதுதான், அதிலும் பிரதானமாக அது மன்னர்களின் சமூகமாக இருப்பதே.'[14]

சமுத்திர-குப்தரின் உடனடி வாரிசுகள் அதன் உயர்த்தப்பட்ட தகுதியைப் பராமரித்து, அவரது கொள்கைகளைத் தொடர்ந்து பின்பற்றினர். இவர்கள் யாருக்கும் அலகாபாத் கல்வெட்டு போன்ற ஒன்று கிட்டவில்லை; ஆனால் சிறு கல்வெட்டுகள், நாணயங்கள், இலக்கிய ஆதாரங்களிலிருந்து குப்தப் பேரரசு தன் பேராசைமிக்க உச்சத்தை எட்டியிருந்தது என்பது தெளிவாகும். பின்னடைவுகளும் சமரசங்களும் இருக்கவே செய்தன. சமுத்திர-குப்தருக்குப் பின் சிறிது காலம் ஆட்சிசெய்து, மால்வாவின் மேற்கு சத்ரப்களை ஒழிக்க முயன்ற ராம-குப்தர் பற்றி ஆறாம் நூற்றாண்டு நாடகம் கூறுகிறது.[15] அம்முயற்சி மோசமாகிப் போனது. ராம-குப்தர் தோற்கடிக்கப்பட, தப்பிக்க முற்பட்டார்; தப்பிப்பதற்கான விலை, தன் அரசியை ஒப்படைப்பது என்றானது. மிகவும் பிந்தைய வாழ்க்கை வரலாற்றின்படி, சக சத்ரப் இந்த இனிய அரசி துருவதேவியை விரும்பினான். இலக்கியங்களில் அழகான பெண்டிர் வர்ணிக்கப்படுவது போலவும் மதுரா-சாஞ்சி சிற்பங்களில் உள்ள யட்சி போலவும் தாமரைக் கண்களுடன், வாழைமரத் தொடைகளுடன் இருந்ததாக இவள் சித்திரிக்கப்பட்டிருந்தாள். மோகமுற்ற சக மன்னன் தன் ஆசையில் பிடிவாதமாயிருந்தான்; இத்தகு துணைக்குத் தகுதியற்ற ராம-குப்தர் தோல்வியை ஏற்று, மனைவியை ஒப்படைக்க இசைந்தார்.

ஆனால், இந்த அவமானம் ராம-குப்தரின் தம்பிக்குச் சகித்துக்கொள்ள முடியாததாக இருந்தது. துருவதேவி போல வேடமிட்டு எதிரியின் முகாமுக்குள் நுழைந்து சத்ரபைக் கொன்றுவிட்டான். இப்போது அண்ணன் ஆட்சிப் பொறுப்பில் நீடிப்பது சரியில்லாததால், தம்பி இரண்டாம் சந்திர-குப்தராக முடிசூட்டிக் கொண்டான். இந்நிகழ்வுப் போக்கில் ராம-குப்தரைக் கொன்றிருக்கலாம்; கடைசியில் துருவதேவியின் கைப்பிடித்ததும் அவனே.

இரண்டாம் சந்திர-குப்தனின் பிரதானநோக்கம், சகா சத்ரப்களுக்கு எதிரான இப்போராட்டத்தைத் தொடர்வதே. சாஞ்சியிலும் அதையொட்டியுமுள்ள கல்வெட்டுகளின்படி, கிழக்கு மால்வாவில் சில ஆண்டுகள் அவன் இருந்திருக்கவேண்டும் என்று தோன்றுகிறது. பொறுமைக்குத் தகுந்த வெகுமதி கிட்டியது. 409ஆம் ஆண்டில் இரண்டாம் சந்திர-குப்தன்

சத்ரப்களின் நாணயங்களுக்குப் பதிலாக வெள்ளி நாணயங்களை வெளியிட்டான். மேற்கு இந்தியாவிலுள்ள சாகர் பிரதேசங்கள் குப்தர்களுடன் இணைக்கப்பட்டது, என்றாலும் மேற்கு சத்ரப்புகள் பற்றிய பேச்சே இல்லை.

இவ்வாறு குப்தர்கள் தம் மேற்கு எல்லைப் புறத்தைப் பெற்று, சமஸ்கிருத அபிமானமுள்ள ருத்ரதாமனும் அவனது வாரிசுகளும் நிறுவிய பண்பாட்டு மரபுகளில் எஞ்சியவற்றைச் சுவீகரித்தனர். 375னைச் சேர்ந்த, வடக்கு குஜராத்திலுள்ள (தேவ்னிமோரி) பௌத்த தலத்தின் சான்றின்படி, குப்தர் சிற்பமும் கட்டடக்கலையும் பல கருத்திழைகளுக்கும் வடிவமைப்புகளுக்கும் மேற்கத்திய இந்தியாவுக்குக் கடன்பட்டுள்ளது என்று உணர்த்தப்பட்டிருக்கின்றது. குப்தர்களைச் சார்ந்ததாகக் கூறப்படும் பண்பாட்டுச் சாதனைகள் நான்காம் நூற்றாண்டில் இல்லை, மேலும் இரண்டாம் சந்திர-குப்தன் சத்ரப்களை வென்ற பிறகே பெறப்பட்டவை என்பதும் குறிப்பிடத்தக்கதே.

சத்ரப்களை வென்றதன் மூலம் குப்தர்கள் குஜராத் துறைமுகங்களை அடைந்திட வழிவகை ஏற்பட்டதுடன் சர்வதேசக் கடல் வணிகத்தின் ஆதாயங்களும் கிட்டின. அங்கும் மத்திய இந்தியா முழுவதும், ஒருமுறை சத்ரப்கள், அண்டை அயலிலுள்ள சாதவாகன ஆட்சியாளர்களுடன் பிரச்சினைகளில் சிக்கியிருந்ததுபோல, குப்தர்கள் வாகடகாக்களுடன் மாட்டியிருந்தனர்-இவர்கள் தக்காணத்தில் சாதவாகனரை அடுத்து இடம்பெற்றவர்கள்.

ஒருமுறை யுத்தம் விளைவாக இருக்கவில்லை; சத்ரப்களுக்கு எதிரான படையெடுப்புகள் தம் இழப்புகளைக் கொண்டிருந்தன. மாறாக குப்தர்கள், வம்சம் சார்ந்த அணிச் சேர்க்கையை விரும்பினர்-அதன்படி இரண்டாம் சந்திர-குப்தனின் மகள் வாகடகா மன்னன் இரண்டாம் ருத்ரதாமனுக்கு மணமுடித்து வைக்கப்பட்டாள். இம்மன்னன் சீக்கிரமே இறந்துவிட, இடைப்பட்ட ஆட்சிக்காலத்தில் (சுமார் 390-410) குப்த அரசி பிரபாவதி, ஆட்சிப் பொறுப்பாளராக, குப்தர்களின் நடைமுறைப்படி வாகடகா அரசைக் கட்டுப்படுத்தி வந்தாள். அதன் பின்னர் ஏகாதிபத்திய குப்தரின் அணியினராகவும் சகாக்களாகவும் வாகடகாக்கள் தொடர்ந்தனர்.

மஹாராஜாதிராஜாவின் படுக்கை அறைக்குள்ள பெருமிதத்தைக் குப்தர்கள் புத்திசாலித்தனமாகப் பயன்படுத்தினர். பிரபாவதி இரண்டாம் சந்திர-குப்தனின் மகளாக இருந்தது, துருவதேவி மூலமாக அல்லாமல், நாகவம்சத்து இளவரசி மூலம்தான்.

இதுவொரு பழமையான மேற்கு-தெற்கிலும், குஷாணரின் பின்வாங்கலையொட்டி மீண்டும் காலூன்றியதாகத் தோன்றுகிறது. முன்னதாகச் சமுத்திரகுப்தர் நாக அரசனை மூர்க்கத்துடன் அழித்துவிடவே, நிலவுகின்ற பிரதேசங்களைத் திடப்படுத்திக் கொள்ளவும், புறப்பகைவர்களை நடுநிலைப்படுத்திக்கொள்ளவும், திருமணம் பயன்படுத்திக் கொள்ளப்பட்டது.

இரண்டாம் சந்திர குப்தன், தன் முன்னவர் சமுத்திர-குப்தரைப் போலவும், அடுத்துவந்த குமார-குப்தர் போலவும் ஏறக்குறைய நாற்பது ஆண்டுகள் ஆட்சி புரிந்தார். மூன்று தலைமுறைகளுக்கு நீடித்த இந்நீண்ட காலம் அசாதாரணமானது. மேலும் இது குப்தர் ஆட்சியின் திடத்தன்மையில் இன்னொரு முக்கிய அம்சமாகும். மற்ற குப்தர் சாதனைகளுக்குச் சான்றில்லை; இதில் விதிவிலக்குகள் இரண்டாம் சந்திர-குப்தன் மேற்கொண்டதாகக் குறிப்பிடப்படும், சந்தேகத்திற்குரிய தொலைதூரப் படையெடுப்பானது குமார-குப்தரின் ஆட்சியின்போது மேற்கொள்ளப்பட்ட முக்கியத் தற்காப்பு நடவடிக்கையே.

சிலவேளைகளில் இரண்டாம் சந்திர-குப்தனுக்குரியதாகக் கூறப்படும் படையெடுப்புகள், மெஹ்ராவ்ளியிலுள்ள தூணில் சிறிய கல்வெட்டாகப் பொறிக்கப்பட்டுள்ளன-டெல்லியின் எல்லைப்புறங்களில் ஒருகாலத்தில் கிராமமாயிருந்தது மெஹ்ராவ்ளி, இந்தக் கல் தூண் கிராமம்; 12ஆம் நூற்றாண்டு டெல்லி சுல்தான்கள் குதுப்மினாரையும் மசூதியையும் நிர்மாணித்த இடமாக நன்கறியப்பட்டது. துருப்பிடிக்காத இந்த இரும்புத்தூண், இப்போது மசூதியின் பிரதான முற்றத்தில் இடம்பெற்று, பயணியர் கூட்டத்தை ஈர்க்கின்றது-இத்தூணின் அடிப்பகுதியைத் தழுவிடும் அளவுக்கு நீளமுள்ள கைகளை உடையவர்கள் நினைத்தது நிறைவேறும் என நம்புகின்றனர். அடிக்கடி இப்படி நிகழ்ந்திருந்தால் அழிக்கப்பட்டிருக்கும்; ஆனால் யாரும் நெருங்க முடியாது இருப்பதால் இதன் கல்வெட்டு அப்படியே இருக்கிறது-உன்னத விஷ்ணுவின் நினைவாக இத்தூண் நிறுவப்பட்டதை நினைவூட்டுகிறது. இதற்கு நன்கொடை வழங்கியவர் மாட்சிமைமிகு உலக வெற்றியாளர் ‘சந்திரா’; ‘வாங்கா நாடுகளில் நடந்த சண்டையில் வாளினால் கீர்த்தியைத் தோளில் பொறித்துக்கொண்டனர்’; சண்டையில் சிந்து நதியின் ஏழு நுழைவாயில்களைத் தாண்டிச் சென்று ‘வாஹ்லிக்கா’க்களைத் தோற்கடித்தவர். தன் திறனால் தென்றலுக்கு மணமூட்டியவரும் கூட. கெடுவாய்ப்பாக எந்த ஆண்டு என்று குறிப்பிடப்படவில்லை, அதிலும் மோசமானது,

'குப்தர்' என்ற பெயருக்கான அடையாளமே இல்லை. எனவே 'சந்திரா' என்பது சந்திர-சேனா அல்லது சந்திர-வர்மனாக இருக்கக்கூடும்- இருவரும் இக்காலகட்டத்து மன்னர்கள். சந்திர-குப்தராக இருப்பின், எந்தச் சந்திர-குப்தர்? தெளிவுபெற முயன்ற அறிஞர்களும் தொல்லியலாளர்களும்கூட வெற்றிபெறவில்லை. மணம்வீசும் இந்த 'சந்திரா' மர்மமாய் இருக்கிறார்; அதுபோலவே தொழில்நுட்பமும்-துருப்பிடிக்காத தூய இரும்பை வார்த்து, 1600 வருடப் பருவக்காற்றுகள் அதன் மேற்பரப்பை மாசுபடுத்தாமலும் கல்வெட்டைச் சிதைக்காமலும் செய்துள்ளது.

பட்டியலிடப்பட்டுள்ள இச்'சந்திரா'வின் வெற்றிகள் குறித்தும் சந்தேகங்கள் உண்டு. அங்காவைப்போல 'வாங்கா' மேற்கு வங்காளத்திலுள்ள தொன்மையான ஞனபாதா ஆகும்; 'சிந்து' வழக்கம் போல இண்டுஸ்; விஹ்லிக்காக்கள் பாக்ட்ரியன்களைக் குறிப்பதாக எடுத்துக்கொள்ளப்பட்டிருக்கிறது. ஆனால் இந்தியத் துணைக் கண்டத்தின் இத்தகு தொலைதூரத் துருவங்களின் ராணுவ வெற்றிகள் நம்பகத்தன்மையைக் குறைக்கின்றன. மேற்கில், இந்துகுஷ் மலைகளுக்கு அப்பால் என்பது ஒருபுறமிருக்க, சிந்துவைத் தாண்டிய குப்தர் தலையீட்டுக்கான துணை ஆதாரமில்லை. எனினும் பெரும்பாலான வங்காளமும் குப்தர் பரப்புக்குள் இருந்திருக்கும். கங்கை-பிரம்மபுத்திரா படுகையாயிருந்த சதுப்புகளும் கால்வாய்களும் கொண்ட காடுகள் மண்டிய வலைக்குள்ளும் அதற்கு அப்பாலும் தம் ஆட்சியை முதலில் நீட்டித்த வடஇந்திய வம்சம் குப்தர்களினுடையதே. இதுவரை, அதன் மேற்குக்கரை தவிர்த்து ஆரியமயமாதலுக்கு எதுவும் இடமளிக்கவில்லை, இப்போதே அநேகமாக வங்காளம் முழுவதும் குப்தர் கைகளுக்கு வந்து சேர்ந்தது; துரிதமான கழிவு நீர் வெளியேற்றம், நிலத்தைச் சீர்படுத்திக் குடியேற்றம் எல்லாம் நிகழ்ச்சிப் போக்கில் இருந்திருக்கும் என்று கருதுவது சரியானதே. குப்தப் பேரரசின் சிதைவுகளிலிருந்து கிழக்கு-மத்திய வங்காளத்தின் முதலாவது வரலாற்று அரசுகள் எழுந்திருக்கும்- இவற்றில் வாங்கா தலையாயது.

சுமார் 415லிருந்து 455வரை அரசாண்ட குமார-குப்தர் வேறுபட்ட சவால்களை எதிர்கொண்டார். அவரது ஆட்சிக்காலத்தில் புஷ்யமித்திரன் என்பவனால் மால்வாவில் பெரிய கிளர்ச்சி நடந்து. இதனைக் குறிப்பிடும் ஒரேயொரு கல்வெட்டின் வார்த்தைகளில் கூறுவதானால், 'அது குப்தர் குடும்பச் சொத்துக்களை நாசமாக்கியது.' சீக்கிரமே இந்திய அரங்கில் முதலில் தென்பட்டனர் ஹூணர்கள்-புதுவிதமான மிலேச்சர்களாக-புரிந்துகொள்ள இயலாத

அந்நியர்கள் என்று பொருள்படும்-விவரிக்கப்பட்டனர். இவர்கள் சீன வரலாற்றின் ஹியுங்-னு மற்றும் ஐரோப்பிய வரலாற்றின் ஹூணர்களின் கிளைப் பிரிவினர். இக்கூட்டத்தினரின் ஒரு கிளையான எப்தாலிட்டுகள் அல்லது வெள்ளை ஹூணர்கள், மத்திய ஆசிய இடப்பெயர்ச்சியின் புதிய அலையில், நான்காம் நூற்றாண்டின் பிற்பகுதியில் பாக்ட்ரியாவில் நிலை கொண்டனர். (அங்கே குப்தர் வெற்றி கொள்ளும் சாத்தியமில்லை). ஐந்தாம் நூற்றாண்டின் மத்தியில் யுயெஹ்-சி/குஷாண முன்னவர்களை இந்துகுஷ் வழியே கந்தாரத்திற்குள் பின்தொடர்ந்து அங்கிருந்து குப்தர்களுக்கு எதிராகக் கிழக்கில் நுழைந்தனர்.

நல்வாய்ப்பாக குப்தர்கள் சந்தர்ப்பத்திற்குத்தக்க நாயகனை உருவாக்கினர். ஒரு கல்வெட்டில் குமார-குப்தரின் மகன் ஸ்கந்த-குப்தரைப் பற்றி, 'தந்தையின் பாதங்களாயிருந்த, பரந்துபட்ட அல்லிமலர்கள் மீது தேனீயைப் போல வாழ்ந்து கொண்டிருந்ததாக' விவரிக்கப்படுகிறார். என்றாலும் தேனீக்குக் கொடுத்து இருந்தது. கலகக்காரன் புஷ்யமித்ரனை எதிர்த்து வெற்றிகரமாக குப்தர்களை நிறுத்தியவர் ஸ்கந்த-குப்தரே. அதன்பிறகு தன் தந்தைக்கு அடுத்து சந்தேகத்திற்குரிய ஆட்சி உரிமையைக் கோரினார். இறுதியில்', தற்காலிகமாக என்றபோதும், ஹூணர்களைத் துரத்தியடித்தார். 'நான்கு பெருங்கடல்களால் சூழப்பட்டும் எல்லைகளில் செழித்தோங்கிய நாடுகளுடனும் சேர்ந்த முழு பூமியையே தன் ஆட்சிக்குரியதாய் ஆக்கிய' ஸ்கந்த-குப்தர் ஆட்சியின்போது, சௌராஷ்டிர தீபகற்பத்தின் ஜூனாகத்திற்கு வெளியிலுள்ள பெரும்பாறையில் கடைசி கல்வெட்டு சேர்க்கப்பட்டது. அசோகர், ருத்ரதாமனின் கல்வெட்டுகளைப் பின்தொடரும் மூன்றாவது கல்வெட்டு, குஜராத்திலுள்ள ஸ்கந்த-குப்தரின் ஆளுநரையும் மகனையும் பற்றிப் பேசுகிறது. சீலத்தின் முன்மாதிரிகளான இருவரும், ருத்ரதாமனின் அணை வெள்ளத்தால் நிரம்பிவழிந்தபோது பெரும் தடுப்பணை கட்டினர், அத்துடன் ஒரு கோயிலையும் நிர்மாணித்தனர்.

ஆனால், அணையின் பாதுகாப்புக்கான உத்தரவாதமாகக் கருதப்பட்ட ஆலயம் கைவிட்டுவிட்டது. ஆகவே தனிச்சிறப்புமிக்க இக்கல்வெட்டுகளுக்கு உத்வேகமாயிருந்த பாசன அமைப்பின் தடயமே இல்லாது போயிற்று. இன்னொரு பெரும் வெள்ளத்திற்குப் பின் சௌராஷ்ட்ர ஆட்சியாளர்கள் சீக்கிரமே ஜூனாகத்தைக் கைகழுவினர்; 500 வாக்கில் தீபகற்பத்தின் கிழக்கில் வல்லபியில் புதிய தலைநகரை உருவாக்கினர். இரும்புப் பேனாவால்

புத்தகமாக உருமாற்றப் பெற்ற திமிலுடைய பாறையே, ஜுனாகத்தின் தனிச்சிறப்பான கொடையாளரது மாட்சிமைக்கு இன்னும் நிசப்தமாக ஆதரவு தெரிவிக்கிறது.

மரபின் பிடிவாதத்தால் மட்டுமே மீட்கப்பட்ட இதே போன்ற விதி, குப்தப் பேரரசு மேல் இப்போது விழுந்தது. சுமார் 467இல் ஸ்கந்த-குப்தர் இறந்த பிறகு அவரது மருமகன் பூத-குப்தர், இன்னொரு மருமகன், அவரது மகன், அதன்பிறகு பேரன் என ஆறாம் நூற்றாண்டுகள் வரை உலக மேலாதிக்கத்தைப் பெற பேராசை கொண்டிருந்தனர். ஆனால் அவர்களின் ஆட்சிக்காலம் குறுகியதாகவே இருந்தது, 510இல் மற்ற குப்தர்கள்-அவர்களுடன் தொடர்புடையவர்களாக இருக்கலாம்/ இல்லாது போகலாம்- முந்தைய பேரரசன் மையத்திலேயே சுதந்திர அரசர்களாக விளங்கினார்கள். அந்த ஆண்டில், டோரமனா என்ற வல்லமை வாய்ந்த தலைவனின் கீழ் ஹுனர்கள் திரும்பவும் தாக்கினர். காஷ்மீரையும் பஞ்சாபையும் வென்று, க்வாலியர் அருகே குப்தர் படையினைத் தோற்கடித்து, தம் ஆட்சியை மால்வா வரை நீட்டித்தனர். இத்தகு களேபரத்தில், குப்தரின் உலகளாவிய இறையாண்மைக் கற்பனை தாக்குப்பிடிக்க முடியாமல் போனது. புகழ்பெற்ற அவர்களது தங்க நாணயங்கள் ஸ்கந்த-குப்தரின் ஆட்சியில் மதிப்பிழந்து, நயமின்றி வார்க்கப்பட்டதாக, வகைமாதிரியினதாக மாறி, அரிதானதாகி அதன்பின் இல்லாது போனது போல, அவர்தம் பொற்காலக்கீர்த்தி வரலாற்றிலிருந்து மங்குகிறது.

குப்தரின் லட்சிய சமூகம்

ஜுனாகத்தின் மூன்று கல்வெட்டுகளில் மூன்றாவது, 'பரிபூரணம் எட்டப்பட்டிருக்கிறது. அவரது [ஸ்கந்த-குப்தர்] ஆட்சிக் காலத்தில் அவரது மக்களில் யாரும் தர்மத்திலிருந்து விலகிச் செல்லவில்லை; வறுமையிலும் துயரிலும் யாரும் கவலைப்படவில்லை; தண்டனைக்குரியோர் சித்திரவதை செய்யப்பட்டனர்' என்று அறிவிக்கின்றது. குப்த சமூகம் குறித்த இத்தகைய போற்றிப்பனுவல் எதிர்பார்க்கக் கூடியதே. எனினும் அயலகத்தைச் சேர்ந்த, பாரபட்சமற்றதாகக் கருதப்படும் நேர் சாட்சியால் இது உறுதிப்படுத்தப்படுகிறது.

தேர்தல் வரி அல்லது நிர்வாகக் கட்டுப்பாடுகள் இன்றி மக்கள் நலமாய் உள்ளனர்... தண்டனை தராமல் அரசர்கள்

ஆளுகின்றனர்; குற்றவாளிகள் சந்தர்ப்பத்திற்குத்தக லேசாகவோ கடுமையாகவோ, தண்டிக்கப்படுகின்றனர். திரும்பத் திரும்ப மேற்கொள்ளப்பட்ட கலகத்திற்குக் கூட வலது கையைத் துண்டித்தனர். மன்னனுக்கு இடம் வலமாக இருந்து காக்கும் மெய்க்காவலர்களுக்கு நிர்ணயித்த ஊதியம் தரப்பட்டது. நாடெங்கிலும் மக்கள் உயிருள்ளவற்றை புசிக்கவுமில்லை மது அருந்தவுமில்லை பூண்டையோ வெங்காயத்தையோ சேர்த்துக் கொள்ளவில்லை-சண்டாளர்கள் தவிர.[16]

சுமார் 400-410இல் சீனத்திலிருந்து இந்தியா வந்த பௌத்த யாத்ரிகர் ஃபாஹியானுக்கு இரண்டாம் சந்திர-குப்தர் அரசு ஒருவித லட்சிய சமூகமாக இருந்தது. காரகோரம் வழித்தடத்தில் இந்தியாவுக்கு வந்த ஃபாஹியான் கங்கைப் படுகை எங்கிலும் கச்சிதமான பாதுகாப்புடன் பயணித்தார்; அப்படியே புத்தரது வாழ்வுடன் தொடர்புடைய இடங்களுக்கெல்லாம் அவர் சென்றுவந்தார். சண்டாளர்கள் மட்டுமே அருவருக்கத்தக்கவர்களாய் இருந்தனர்; பிரேதங்களைச் சுமந்து சென்றதன் காரணமாக அவமதிக்கப்பட்ட அவர்கள், எங்கு பார்த்தாலும் ஒதுக்கித் தள்ளப்பட்டனர், சாதி இந்துக்களை நெருங்கும்போது உஷார்படுத்த வேண்டும், அப்போதுதான் அவர்கள் தம்மைத் தீட்டிலிருந்து மறைத்துக்கொள்ள முடியும். மற்ற சாதிப் பிரிவினர் யாரும் அவ்வளவாகப் பாதிக்கப்படவில்லை, வேறெந்தச் சாதிப் பாகுபாடுகள் குறித்தும் அவர் விமர்சிக்கவில்லை. மற்ற ஒடுக்குமுறையான சாதி 'அமைப்பு' அவரின் நிந்தனையைப் பெறவில்லை. அமைதியும் ஒழுங்கும் நிலவிற்று. இவ்வமைதி கடந்தகால வெற்றிகளின் அமைதியாயின், இவ்வொழுங்கு, வர்ணத்தின் இறுக்கமான சமூகப்படிமுறை மற்றும் சாதியின் தொழில்முறை விலக்கு காரணமாக இருப்பின், யாரும் புகார் செய்யவில்லை.

உழைப்புமிக்கதாயும் மனநிறைவுள்ளதாயும் சமூகம் இருந்ததை இதர ஆதாரங்களிலிருந்து அறிந்துகொள்கிறோம். பெரிதும் சொல்வாக்குள்ள வணிகக் கூட்டமைப்புகள் தரக்கட்டுப்பாடு, விலை நிர்ணயம், விநியோகம், ஒவ்வொரு கைவினைத் தொழிலுக்குமான பயிற்சியை அவை ஒழுங்குபடுத்தின. அரசவைக்கும் அவை வங்கிகளாகச் செயல்பட்டன; அவற்றின் மூத்த உறுப்பினர் கூட்டுக் குழுக் கூட்டத்தில் சீராகச் சந்தித்தார்-அது ஒரு வர்த்தக சபை போன்றிருந்தது. இந்தியாவிலும் கடல்கடந்தும் வணிகம் தழைத்தோங்கியது. ஃபாஹியான் சீனாவுக்குத் திரும்பியது நீண்ட சாலை வழியாக அல்லாமல்,

வங்காளத்தின் தம்ரலிப்டி துறைமுகத்திலிருந்து கப்பல் வழியாக. பர்மிய கடற்கரையை ஒட்டி கப்பல் விபத்துக்குள்ளாக, எ-போ-டியை- அது ஜாவா, சுமத்ரா அல்லது மலேயாவாக இருக்கும்- அடைந்தார். அங்கே, இந்தோ சீனா போலவே, 'புத்தரின் தருமம் நன்கறியப்படாமல், பிராமணர் செழித்தோங்கினர்' என்கிறார். இன்னும் சில சிக்கல்களைக் கடலில் எதிர்கொண்ட பின், கப்பலில் பிராமணர் சகிதம் சீனா சென்று சேர்ந்தார்.

ஃபாஹியானின் இந்திய விவரிப்பில் மகதம் கச்சிதமாக உள்ளது. அதன் நகரங்கள் மிகப்பெரியவை, மக்கள் செல்வச் செழிப்புடன் நல்லொழுக்கம் மிகுந்திருந்தனர். சில பௌத்த இடங்களில் தொல்லியல் ஆய்வுகள் நிகழ்ந்தன. சாக்கியரின் பழமையான தலைநகரும் ஞானமடைந்தவரின் பிறப்பிடமுமான கபிலவஸ்து, மன்னனோ மக்களோ இன்றி, 'பெரிய பாலைவனம் போன்றிருந்தது;' பாடலிபுத்திரத்தின் அசோகரது அரண்மனை சிதைந்து கிடந்தது. ஆனால், ஒரு பௌத்தர் கொண்டாட இன்னும் நிறையவே இருந்தது. பிரம்மாண்டமாயும் பல அடுக்குகள் நிறைந்ததாயும் ஆயிரக்கணக்கிலான ஸ்தூபிகள் நாடெங்கும் இருந்தன- இன்றைக்கு இந்தியாவுக்கு வெளியில் பர்மாவின் பாகனில் இருப்பது போலவே. ஆனால், இப்போது உள்ளது போலன்றி, பௌத்தம், இந்திய மக்களில் பெரும்பகுதியினரது ஆதரவைப் பெற்றிருந்தது. மடாலயங்கள் நன்கு நிறுவப்பட்டிருந்தன; அங்கு பிக்குகள் ஆயிரக்கணக்கில் இருந்தனர். புத்தருக்கு எட்டு நூற்றாண்டுகளுக்குப் பின் இலங்கை மட்டுமே பௌத்தம் நிறைந்து காணப்பட்டது. புத்த கயாவில் புத்தர் ஞானமடைந்த இடத்தில் மடாலயம் ஒன்று நிறுவிட அனுமதி கேட்டுப் பரிசுப் பொருள்களுடன் இலங்கைத் தூதுக்குழு சமுத்திர-குப்தரைச் சந்தித்தபோது, அதைக் கப்பத்தின் வடிவமென்று எடுத்துக் கொண்டார் மன்னர்.

அரசியல் விவகாரங்களில் ஆர்வங்காட்டாத ஃபாஹியான், குப்தர் அரசவை பற்றியோ அப்போதைய மஹாராஜாதிராஜா, இரண்டாம் சந்திர-குப்தர் பற்றியோ ஒன்றுமே கூறவில்லை. வறண்ட காலங்களில் வழமையிருப்பதன்படி, அரசவை காணிக்கைகளைப் பெற்றும் அடிமை அரசர்கள் அளித்த விளைச்சலை நுகர்ந்தும் சத்ரப்களுடனான விரோதங்களைத் தீர்த்துக்கொண்டுமிருந்தது. உஜ்ஜயினியுடன் சேர்ந்து பாடலிபுத்திரம், குப்தர் தலைநகராக விளங்கிற்று. அங்கு நடந்த ஆண்டுத் திருவிழா சீனப் பயணியை வெகுவாகக் கவர்ந்தது. பொன்-வெள்ளியால் அலங்கரிக்கப்பட்ட புத்த

உருவங்களும் துணை நிற்கும் போதிசத்துவர்களும் உள்ள, இருபது சக்கர ஸ்தூபிகள் கலந்துகொண்ட பிரம்மாண்ட ஊர்வலம் நடந்தது. ஊர்வலம் நகரினை நெருங்கியதும், 'பிரம்மச்சாரிகள் முன்வந்து வரவேற்றதையும், ஸ்தூபிகள் ஒவ்வொன்றாக நகரில் நுழைந்ததையும்' சீன யாத்ரிகர் கண்டார்.[17]

வைதிக மற்றும் இறையியலற்ற பிரிவுகளுக்கிடையே உலகளாவிய தன்மையே இன்னும் நெறியாக விளங்கியது. குப்தர்கள் தம்மைக் கடவுள் விஷ்ணுவுடன் அடையாளப்படுத்திக் கொண்டு, யாகங்கள் செய்து வந்தாலும், தாராளமான மானியங்களுடன் பௌத்த-பிராமண நிறுவனங்கள் இரண்டையும் ஆதரித்தனர். இருந்தும் ஃபாஹியானின் குறிப்பு உணர்த்துவது போல, இரு சமுதாயங்களின் உடலியல் பிரிவினை முக்கியமாயிருந்திருக்கலாம். பௌத்த மடாலயங்கள், செல்வாக்குள்ள பிரதான மையங்களுக்கு வெளியே பிச்சை எடுக்கவும் புதியவர்களுக்குப் போதிக்கவும், அருகிலும், அமைதிக்கும் தனிமைக்கும் ஏற்ற தொலைவிலும் இருந்தன. மறுபுறத்தே, பிராமண மாணவர்களைப் பொருள்படுத்தும் -பிரம்மச்சாரிகள், இங்கே ஒட்டுமொத்த பிராமணக் கல்வி அமைப்பு- நகருக்குள்ளே, அரசவைக்கு அருகே தங்கியிருந்தனர்.

ஏற்றுக்கொண்ட சித்தாந்தங்களுடன் ஒரு மதமாக இந்துமதம் இல்லை. பத்தொன்பதாம் நூற்றாண்டுவரை அப்படி இருந்ததாக வாதிடலாம். வைதிகத்தின் அளவுகோல், நம்பிக்கையை விடவும் நடைமுறையில் இருந்தது-இருக்கிறது. பிராமணர்களுக்கு ஆதரவு-பிராமணர்களிடம் வேறுபாடு, ஒருவரின் சாதியை ஒப்புக்கொள்ளுதல், மரபுவழிச் சடங்குகளில், திருவிழாக்களில் யாத்திரைகளில் பொதுமக்கள் பங்கேற்பு, குடும்ப/உள்ளூர் தெய்வங்களை வழிபடல் அதன் சாரமாக இருந்துள்ளது. ஏற்கெனவே குறிப்பிட்டவாறு, தர்மம், கர்மம், ஆன்மாக்கள் கூடுவிட்டுக் கூடு பாய்தல் என்பன உபநிடதங்களில் சொல்லப்பட்டிருப்பினும், இப்போது சாராம்சத்தில் இந்து சமயமாகக் கருதப்படினும், பௌத்தர்களால் இதுவரை கவனமாக முன்னெடுத்துச் செல்லப்பட்டிருக்கின்றன. ஸ்தூபிகளை நிறுவி அழகுபடுத்தல், கல்லாலான கட்டடக் கலையிலும் சிற்பக் கலையின் பக்திப் பயன்பாட்டிலுமான முதல் பரிசோதனைகளாகவும் அவை அறியப்பட்டுள்ளன. புத்தரின் உருவம், விலங்கு-மனித உருக்கள்-பிரதானமாகப் பெண் உருக்களை வடிவமைப்பதில் குறிப்பிடத்தக்க தேர்ச்சியை அடைந்த பின்னரே, மதுராவிலும் பிற

இடங்களிலும் கல்தச்சர்கள் வைதிக 'இந்து' புராண தெய்வங்களை உருவாக்கத் தொடங்கினர்.

விஷ்ணு, சிவன் மற்றும் வெவ்வேறான தாய்த்தெய்வங்கள் சார்ந்த உருவங்கள் எப்படி எழுந்தன அல்லது ஒன்றிணைந்தன (அனைத்தும் கூட்டு வடிவங்கள்), இவை எப்படி வேதகாலத் தெய்வங்களை இடம்பெயர வைத்தன என்பது சரிவர ஆவணப்படுத்தப்படவில்லை. அஸ்வமேதம் போன்ற வேள்விகள் குப்தர்காலத்திலும் அதற்குப் பின் நீண்ட காலமும் அரசுரிமைக்கு அத்தியாவசியமானதாயிருந்தன. ஆனால், இக்கால கட்டத்திலிருந்து 'தன் பெருமைக்கு/நல்வாய்ப்புக்குக் காரணம் வேதகாலத் தெய்வம்' என்று கூறும் நபரை நாம் பார்த்ததேயில்லை.[18] பீகாரிலும் உ.பி.யிலும் காணப்பட்ட தனிப்பட்ட முத்திரைகள் சிவன்/விஷ்ணு சின்னங்களைக் கொண்டுள்ளன; இக்காலத்து அனைத்து வம்சங்களுடைய கல்வெட்டுகளெல்லாம், இதே இரு தெய்வங்களின் ஏதேனும் ஒரு வடிவத்திற்குத் தம் பக்தியைச் செலுத்துகின்றன. பல்வேறான சைவ-வைணவ உருவங்களின் ஒருங்கிணைவும் வளர்ந்துவரும் அவற்றின் செல்வாக்கும் ஒரு பாதி குப்தர்கள் போன்ற மேலோங்கிய வம்சங்களின் விளைவாக-வெற்றிகொண்ட சிற்றரசுகளின் தெய்விக-இயற்கை தாண்டிய வளங்களுடன் அரசியல்-பொருளாதார வளங்களும் உள்வாங்கப்பட்டதால் இருக்கக்கூடும்.

மதுரா மண்டலத்திலும் மேற்கு இந்தியாவிலும் தோன்றியன்வாகத் தெரியும், கிருஷ்ண (யாதவர் தெய்வம்), வாசுதேவன் மற்றும் நாராயணன் வழிபாடுகளுடனான விஷ்ணுவின் அடையாளப்படுத்தல் உள்ளிட்ட பழங்கதைகள், அவதாரங்கள், துணைகள், உறவினர்கள் விஷயத்தில் இதுதான் நிச்சயமாகத் தோன்றுகிறது. மால்வாவிலும் மத்திய இந்தியாவிலும் அக்காலத்தில் செல்வாக்கு பெற்றிருந்த வைணவ வழிபாடு-பிரம்மாண்டமான காட்டுப் பன்றியாக வராக அவதாரம் எடுத்தது- விஷ்ணுவினுடையது. ஹிங்காங் போலவே, பூமியைப் பிரதிநிதித்துவப்படுத்தும் சிறிய, நிர்வாண அணங்கை உயர்த்தி நிற்கும் அவதாரம். உதயகிரியின் ஏரானிலும் கிழக்கு மால்வாவிலும் இத்தொன்மத்தின் ஐந்தாம் நூற்றாண்டு புகழ்பெற்ற சிற்பங்கள், விஷ்ணுவின் கதைக்குள் உள்ளூர் பன்றி வழிபாட்டை இணைத்துக் கொண்டதைக் கொண்டாடுவதாக இருக்கக்கூடும்-இரண்டாம் சந்திர-குப்தர் இப்பகுதியில் சத்ரப்களுடன் சண்டையிட்டு நீண்டகாலம் தங்கியிருந்தபோது இது நிகழ்ந்தது.

இவற்றின் தோற்றுவாய் எதுவாயினும், குப்தர்களின் காலத்திலும் அதற்குப் பின்னரும், புராணங்களும் இதிகாசங்களும் மாற்றியமைத்து விரிவாக்கப்பட்டபோது, இவ்வழிபாடுகளின் இணைப்புக்கும் ஒன்றிணைவுக்குமான அனுமதி தரப்பட்டது. இவ்வாறு பிராமணிய அதிகாரம் படிப்படியாகப் புதிய கூட்டுத் தெய்வங்களுக்கு அளிக்கப்பட்டது; அவற்றிற்குப் பருண்மையான வடிவம் தந்து சிற்பி எதிர்வினை புரிந்தார். பழமரபுக் கதைகளின் பிரம்மிக்கத்தக்க உருவங்கள், இருண்மையான உள்ளூர் தெய்வங்கள், பல்வேறான வளப்பம்-காவல் தெய்வங்கள் உரியவழியில் வழிபடும் படிமங்களாக மாற்றப்பட்டன. வைதிகத் தெய்வங்கள், பெண் தெய்வங்களுடனான அவற்றின் அடையாளம் அவற்றிற்குப் பெருமிதம் சேர்த்தன; அதேவேளையில், இப்போது இந்து மதத்தின் 'மாபெரும் மரபு' எனப்படும் பிராமணிய பிரதான நீரோட்டத்திற்குள் இது அவற்றைக் கொண்டு வந்தது.

புதிய தலைமுறை தெய்வங்களுடனான மனிதனின் உறவைப் பண்படுத்தவும், அதற்குப் பொருத்தமான வழிபாட்டு முறைகளை வளர்த்தெடுக்கவும் அது இருந்தது. இந்நிகழ்வுப்போக்கு பௌத்தத்தின் செல்வாக்கிற்கு உட்பட்டிருக்கலாம்-வேதங்களில் இல்லாமல், பௌத்த போதிசத்துவர்களுடன் தொடர்புடைய பழங்கதைகளுக்கு அடிப்படையானது-இப்புதிய உறவு தெய்விக நெருக்கம் மற்றும் கருணையைப் பெற்றுக்கொண்டது. வேண்டுதலை விடவும் பக்திக்கு அழுத்தம் தந்திடும், பக்தனின் தனிப்பட்ட எதிர்வினை, புகழ்வாய்ந்த பகவத்கீதையில் வெளிப்படுகிறது-அது மகாபாரதத்தில் செருகப்பட்டது கி.பி. மூன்றிலிருந்து நான்காம் நூற்றாண்டாயிருக்கும். தென்னிந்தியாவிலும் வங்காளத்திலும் நிலவிய பக்தி நடைமுறைகளிலிருந்து உத்வேகத்தையும் ஆவேசத்தையும் பெற்றிருந்த, பிந்தைய பக்தி இயக்கமே, கடைசியில் இந்து மதத்திற்கு மக்களின் தீவிரத்தையும் பக்தியின் சமிக்ஞையையும் வழங்கிற்று. அபாயகரமான வேதச் சடங்குடனும் உபநிடதங்களின் அப்பாலைத் தத்துவத்தின் திகைக்கவைக்கும் நுட்பங்களுடனும் தொடர்பற்றதாகத் தோன்றினும், இப்புதிய பக்தியின் அழுத்தம், இப்போது நாம் இந்துமதம் என்றழைப்பதன், மிகவும் தனித்துவமான, நீடித்து நிற்கும் பண்பாக மாறும்.

'இந்து மதம்' என்பதற்குப் பதிலாக அறிஞர்கள் சில வேளைகளில் 'பிராமணியம்' என்னும் தொடரைப் பயன்படுத்துகின்றனர்-பௌத்தம்-சமணம் போன்ற இறையியலற்ற பிரிவுகளின் தத்துவத்திலிருந்து, வேதத்திற்குப் பிந்தைய சகாப்தத்தின் பக்திக்கு முந்தைய வைதிகங்களைப் பிரித்துக் காட்டுவதற்காக, 'இந்து

மதத்தைப் பின்பற்றுவோராகக் கருதப்படுவோருக்கு, 'பிராமணியம்' அர்த்தமற்றதாக இருந்திருக்கும்; பிராமணச் சாதிக்கு ஒதுக்கப்பட்ட அதிகாரம், பிராமணிய ஏற்பு நீட்டிக்கப்பட்ட எண்ணற்ற வழிபாடுகள், உருவமற்ற ஏகமான ஒன்றாகப் பிரம்மத்தைக் கருதும் சிக்கலான தத்துவ அணுகுமுறை-அது கிறித்தவத்தில் இடம்பெறும் வார்த்தை போல, மானுட ஆன்மா அதுபோன்றே தெய்விக அம்சம், படைப்பு அனைத்தையும் உள்ளடக்கிக்கொள்ளும்-உள்ளிட்ட பலவான வைதிகப் பண்புகளுக்கு இடமளிக்கும் நன்மையினை இத்தொடர் பெற்றுள்ளது.

வேதங்களில் பிரும்மம் என்பது பாசுரம், பிரார்த்தனை, புனித வார்த்தை, உண்மை உருவமேற்றல், அடித்தளம் முதலியவற்றைக் குறிக்கிறது; நடைமுறையில், இக்கருத்துகளால் தொடர்புறுத்தப்படும் பண்புகளைப் பெற்றுள்ள நபருக்கு, பிரும்மம் என்னும் விருதினை அடையாளப்படுத்திடும், மாற்றமுடியாத உலகக் கொள்கையாக அவற்றின் சூக்கும தொகுப்பு குறிக்கிறது.[19]

பிராமணருக்கு பிரும்மத்தின் ஆற்றலை பிரமாணங்கள் உரித்தாக்குவதாக அறிந்துகொள்கிறோம்-இது தகர்க்க முடியாத ஒரு பார்வை, ஆனால் சொல்லெச்சமாக நின்று, சமஸ்கிருதம் அறியாதவர் மேலும் விசாரணை செய்வதைத் தடுக்கும்-இதில் அப்போது போலவே இப்போதும் பெரும்பாலான இந்தியரும் இந்தியர் அல்லாதவரும் அடங்குவர். 'பிரும்மா' போன்ற சூக்குமத் தொடர்கள் மொழிபெயர்ப்பானது எதிர்கொள்ள முடியாத பிரச்சினைகளைத் தரும். அவற்றின் உணர்த்தல்கள் நூற்றாண்டுகளின் போக்கில் மாறும்; அவற்றின் தொடர்புகள், இலக்கியக் கவிதை வழியே கொடியெனக் கிளைத்து, பிற மொழிகளில் இணையான வார்த்தைகளைத் தேடும் அகராதி அறிஞரை மீறும். தர்மம் (மதம், கடமை, கட்டளை), அர்த்தம் (சொத்து, அரசியல், குறிக்கோள்), தண்டம் (அதிகாரம், அரசாங்கம், மிரட்டல்) போன்ற முக்கியத்துவமிக்க கருத்தமைவுகள் நழுவிச் செல்லும் தன்மையானது குறைந்தவை அல்ல. அப்படியே, *divinity, sovereignty, power* போன்ற ஆங்கிலச் சொற்களுக்குச் சரியான சமஸ்கிருதச் சொற்கள் இல்லை. தீப்பந்தமின்றி, வெளிச்சமற்ற குகையினூடே தேடிப்போகும் பண்பாட்டு ஆய்வாளர், விரல்நுனிகளால் தடயமறியப்படும் குகைச் சிற்பங்களின் பரிச்சயம் கொண்டிருப்பினும், அடையாளம் காணமுடியாது இருப்பதை உணர்வார்.

கோட்பாடுகளும் கனவுகளும்

'இனிய முகம் இதோ-மடோன்னாவின் முகம். எத்தகு விழிகள்!... இக்கதையைச் சொல்லமுடியும் என ஆசைப்படுகிறேன்; நிச்சயமாக ஒரு கதை இருக்கிறது. இதெல்லாம் வேறென்ன?'

'எவ்வளவு குறைவாகக் கோட்பாடுகளை உருவாக்குகிறாயோ, அவ்வளவு குறைவான தவறுகளையும் கனவுகளையும் உருவாக்குவாய்'

'ஆனால் நாம் கோட்பாடுகளை உருவாக்கியாக வேண்டும்-விழித்திருக்க முடியாது, என்றாலும் அவ்வாறு செய்யாது இருக்கவும் இயலாது'[20]

பரபரப்புமிக்க கேப்டன் கிரெஸ்லேயும் எச்சரிக்கைமிக்க திரு ரால்பும் என இரண்டு ஆங்கிலேய விளையாட்டு வீரர்கள், 1836 இல் வடக்கு தக்காணத்தில், பழங்காலத்தில் விதர்ப்பாவாயிருந்த பேரரில், கோதாவரி நதியின் ஒரு தோற்றுவாயான வாகா ஆற்றின் மேலுள்ள குகைகளின் கூடத்தில் பாதுகாப்பின்றித் தங்கினர். இப்போது புகழ்பெற்றுள்ள அஜந்தா குகைக் கோயில்களின் செதுக்கப்பட்ட முகப்புகளுக்கும் சைத்திய கூடங்களுக்கும் தூண்கள் நிறைந்த விஹாரைகளுக்கும் இந்த ஆங்கிலேயர் ஒப்பீட்டளவில் அலட்சியமாயிருந்தனர். பம்பாய்க்கு அருகிலுள்ள கார்லி மற்றும் கான்ஹோ போன்ற இடங்களால் ஐரோப்பியருக்கு இத்தகு அதிசயங்கள் பரிச்சயமாயிருந்தன. கேப்டன் கிரெஸ்லேயை இத்தகைய ஆனந்தப் போற்றுதலுக்கும் ரால்பை அவரது விமர்சனப்பூர்வ இறுக்கத்திலிருந்து கிளர்ச்சிக்கும் தூண்டிவிட்டவை ஓவியங்கள். மோசமாகப் பாழ்படுத்தப்பட்டிருந்த அவை, சுவரிலும் மேற்கூரையிலும் பெரும்பகுதிகளில் வியாபித்திருந்தன; நம்பமுடியாத அளவுக்கு வண்ண-வடிவ தேர்ச்சியை அவை எடுத்துக்காட்டின; சமஸ்கிருத ஆய்வாளர்களால் யூகிக்கப்பட்ட அல்லது தொல்லியலாளரால் சேகரிக்கப்பட்டதை விடவும் மிகவும் நிறைவளிக்கின்ற அரசவையின் செல்வச் செழிப்பு-பவிசுக் காட்சிகளைப் பாதுகாத்து வைத்திருந்தன. வேறெங்கையும்விட அஜந்தாவில் குப்தரின் பொற்காலம் வெளிப்படுகிறது. கலை மேன்மை காலத்திற்கு இத்தகு அதிசயமான சான்றாயிருப்பதுடன், கல்வெட்டின் நிச்சயமின்மைகள், வாக்கிய நெளிவு சுழிவுகள் போல, கோட்பாடுகளும் கனவுகளும் பொருத்தமற்ற புழுதியாக நொறுங்கிப் போகின்றன. உருவச் சித்திரம் தீட்டுதலின் வரைதலின் உறுதிப்பாடு, உருவாக்கத்தின் ஆற்றல், நுணுக்கம், வண்ணத்தின்

தேர்ச்சிமிக்க பயன்பாடு எல்லாமும் சேர்ந்து, போர்க்கள, பக்தி, உயரிய புலனின்பக் காட்சிகளில் குறிப்பிடத்தக்க காலத்தின் மறுக்க இயலாத நிரூபணத்தைத் தொடர்புறுத்துகின்றன.

வாகடகா பிரதேசத்தில் இருக்கும் அஜந்தா, குப்தரின் ஆதரவுடன் தொடர்பற்றது. இந்த ஓவியங்களின் கருத்திழைகள் பிரத்யேகமாக பௌத்தம் சார்ந்தவை, இவற்றின் எடுத்துரைப்புகள், சாஞ்சி-அமராவதியின் ஆரம்பக்கட்ட ஸ்தூபிகளைப் போல, அல்லது ஜாவாவின் போரோபுதூரிலுள்ள பிற்கால தூபிகளைப் போல, ஜாதகக் கதைகளிலிருந்து பெறப்பட்டவை. இருப்பினும் அஜந்தாவைப் போன்ற சுவரோவியங்கள் இல்லற-பொதுவாழ்வுச் சூழல்களுக்குச் சாட்சியமளிப்பவை; குப்த சமூகம் ஓவியத்தை மதிப்புமிக்க தொழிலாகவும் விரும்பத்தக்க சமூகச் சாதனையாகவும் கருதியதை இலக்கியத்திலிருந்து அறிந்துகொள்கிறோம். அஜந்தாவின் கலை விதிவிலக்கானதல்ல. அதன் தெளிவும் செவ்வியலும் தனிச்சிறப்பானதல்ல. சுடுமண்ணிலும் கல்லிலும், அதுபோல மொழியிலும் இலக்கியத்திலும் குப்தர்காலக் கலைஞர்கள், இத்தகு ஒழுங்கமைக்கப்பட்ட-ஈர்க்கும் காட்சிகளைத் தொடர்புறுத்துவதில் தேர்ச்சி பெற்றிருந்தனர்-அலகாபாத் கல்வெட்டில் குப்த ஏகாதிபத்தியம் அறிவித்துள்ள காட்சிகள்-லட்சியப்படுத்தப்பட்ட சூக்கும நிலை மீதான பக்தியுடன் நம்பகமான யதார்த்தத்திற்கான உறுதிப்பாட்டுடன் சமநிலைமிக்க மரியாதையைக் கொண்டிருப்பது.

குப்தர் சிற்பங்கள் வலுவான அறிவார்த்த அம்சத்துடனும் அழகியலாகத் திட்டமிடப்பட்டும் உருக்கொண்ட தனிச்சிறப்புள்ளதாகவும் ஆக்கப்பட்டுள்ளன.[21] சுருள்முடிகள் அடர்ந்தும் பெரிய-நுணுக்கமான ஒளிவட்டத்துடனும் உள்ள சட்டகத்தில் நிறுத்தப்படும் புகழ்வாய்ந்த புத்தர் தோற்றங்களின் மிருதுவான பரிசுத்தம் அதிகரிக்கின்றது; ஒளிரும் அங்கியின் கடினமான வெளிவரிக் கோட்டால் அல்லது அதன் மடிப்புகளின் சமநிலையால் கருணை கூடுகின்றது; இடுப்புப் பட்டையின் இறுக்கத்தால் அல்லது உலோகத் துணைப்பொருட்களின் அறிமுகத்தால் உடலின் விளிம்புகள் சதைப்பிடிப்பு கொண்டு விடுகின்றன. பவித்திரம் கட்டுக்குள் இருக்கிறது; அடக்கி வாசித்தல் விரும்பப்படுகிறது. குப்தர்காலச் சிற்பி, ‘உலகில் எங்கேனும் எப்போதேனும் உருவாக்கப்பட்டுள்ள மாபெரும் சிற்பங்களில் சிலவற்றை’[22] உருவாக்கிடும் பொருட்டு, ஆச்சரியப்படும்படியான தரிசனப் பக்குவத்துடன் தன் கலைத் தேர்ச்சியை இணையாகக் கொண்டிருந்தான். மதுராவின் பட்டறைகளிலிருந்து வெளியாகி,

சாரநாத்தின் மாபெரும் கலைப் பாணிக்கு உத்வேகமளித்து, குப்தரின் ஆரியவர்த்தம் எங்கிலும் ஏராளமான மையங்களில் செல்வாக்கு செலுத்திய இந்த அழகியல், தேர்ச்சியின் தரநிலையை முன்னிறுத்தி, படிமவியல் சம்பிரதாய மரபினை நிறுவியது-அது ஹெல்லனியக் கலைபோல நீண்டகாலம் நீடித்தது, தொலைதூரம் பயணித்தது. இதனைச் சுருக்கமாயும் உறுதியுடனும் 'செவ்வியல் தன்மையானது' எனலாம்.

மதுரா-சாரநாத்தின் சிற்பங்கள் இந்தியச் சிற்பத்திற்கு உள்ளது போல, அஜந்தாவின் சுவரோவியங்கள் இந்திய ஓவியத்திற்குச் சான்றாக உள்ளன; அப்படியே காளிதாசனின் கவிதைகள். சமஸ்கிருத இலக்கியத்திற்கு. குப்தர்காலத்தின் பிற நாடகாசிரியர்கள் பெரிதாகக் கருதப்படுகின்றனர்-மிகக் குறிப்பாக சூத்ரகரின் 'சிறுமண்வண்டி' நாடகம் சம்பவங்களும் அபாயங்களும் நிரம்பி, அதிக அளவில் பார்வையாளரை ஈர்க்க, பெரிதும் புதுப்பிக்கப்பட்டது. அதுபோலவே பிற கவிஞர்கள் துல்லியமானதும் ஆற்றலுமிக்கதுமான சமஸ்கிருதத்தில் காவியம் படைத்தனர். சமுத்திர-குப்தரின் பிரதான அமைச்சர்களுள் ஒருவரான ஹரிசேனாவால் உருவான அலகாபாத் கல்வெட்டு, மிகப்பெரும் நாடக நேர்த்தி வாய்ந்த பத்திகளைக் கொண்டுள்ளது; ருத்ரதாமனைப் போலச் சக்கரவர்த்தியே பெரிய பாணியைக் கொண்டவராகக் கூறப்படுகிறார். ஆனால் காளிதாசன் மட்டுமே நாடகங்களையும் கவிதைகளையும் தேர்ச்சியுடன் எழுதினார்; அது ஏகோபித்த வகையில் சேக்ஸ்பியருடன் ஒப்பிடுமாறு செய்கிறது. சர் வில்லியம் ஜோன்ஸின் காளிதாசரின் புகழ்வாய்ந்த சாகுந்தலத்தின் ஆங்கில மொழிபெயர்ப்புதான், சமஸ்கிருத நாடகத்தின் சிறப்புகளை மேற்கில் முதன்முதலில் உணர்த்தியது; மேகதூதத்தைத் தழுவிய படைப்புகளே பத்தொன்பதாம் நூற்றாண்டு தொகுப்புகளில் இடம்பெற்று சமஸ்கிருதக் கவிதைக்கு இயற்கை சார்ந்த உயரிய பதிவு என்னும் பாராட்டினைப் பெற்றுத் தந்தது.

கெடுவாய்ப்பாக சமஸ்கிருத இலக்கியம், உருவகங்கள், ஒரு பொருள் பல சொற்கள், தொனி, இரட்டை அர்த்தங்கள் மற்றும் இலக்கணம்-ஒலியியல் சார்ந்த புலமையெல்லாம் நிறைந்து, நிறைவு தந்திடும் மொழியாக்கத்தைச் சாத்தியமற்றதாக்குகின்றது. வார்த்தை விளையாட்டு, செய்யுள் சம்பிரதாயங்கள், அர்த்த வேறுபாடுகள் சேர்ந்து குறுக்குவெட்டுப் புதிரின் மர்மத்தை அளித்துவிடுகிறது. ஆனால், நம் சம்பிரதாயங்கள் குறித்த அறியாமை குழப்பத்தை உண்டாக்கலாம். ஏ.எல். பாஷாமைப்

பொறுத்தவரை, மொழிபெயர்ப்புகள் அசலின் அழகைக் 'கறைப்படுத்து'கின்றன; இன்னும் மோசமானது, காம விளையாட்டு-பட்டவர்த்தனத்திலிருந்து வெட்கி ஒதுங்கிவிடுகின்றன. சிவன்-பார்வதியின் காதல் விளையாட்டை விவரிக்கும், காளிதாசனின் நீண்ட கவிதை குமாரசம்பவத்தின் மொழிபெயர்ப்புகள், 'மேற்கத்திய ரசனைக்கு அருவருப்பானது' என இறுதிப் பகுதியை ஒதுக்கிவிடும்-அதில்தான் தெய்வீகச் சங்கமம் நிகழ்கிறது-நேர்த்தி-தேர்ச்சியுடன் தொடர்புறுத்தும் ஆர்வமிக்கது-அது கஜுராஹோவின் புகழ்பெற்ற சிற்பத்திற்கு உத்வேகமளித்திருக்கும்-இதில் காளிதாசன் சரியாக நியாயம் செய்திருப்பதாகக் கூறப்படுகிறது. காளிதாசனின் வரிகளை ரசிக்கின்ற சமஸ்கிருத ஆர்வலரைப் பார்க்கும்போது, நீண்ட காலத்திற்கு முன்னே மடிந்துபோன இந்திய மொழியொன்றைக் கற்பதில் கணிசமான நேரத்தை ஒதுக்கியுள்ளது ஒன்றும் வீணில்லை என்று தோன்றும்.

'காளிதாசனை அசல்மொழியில் வாசிக்கும் யாரும், ஒரு கவிஞன் மற்றும் நாடகாசிரியனாக அவன் உலகின் மாபெரும் மனிதரில் ஒருவனாக இருந்தான் என்பதைச் சந்தேகிக்கமாட்டார்கள்.'[23]

காளிதாசன் எங்கே எப்போது வாழ்ந்தான் என்பது மர்மமாய் உள்ளது. குப்தருடனான எந்தத் தொடர்பினையும் அவன் ஏற்றுக்கொள்ளவில்லை; அவர்களுடன் தற்செயல் பொருத்தமாகக்கூட இருந்திருக்க முடியாது. உஜ்ஜயினியுடனான பரிச்சயமும் செழித்த நர்மதை பள்ளத்தாக்கின் கச்சிதமான விவரிப்புகளும், மகதத்தை விடவும் மால்வாவுடன்தான் சேர்ந்தவன் என உணர்த்துகின்றன. கால வரிசைப்படி கி.மு. ஐந்தாம் நூற்றாண்டைச் சேர்ந்த விக்கிரமாதித்திய மன்னனின் நிழல் அரசவையை அலங்கரித்ததாக மரபு தெரிவிக்கின்றது. எனினும் அகச்சான்றின்படி, அவன் குப்தருக்கு முந்தையவனாக இருக்க இயலாது; சமுத்திர-குப்தரின் அடைமொழிகளுள் விக்கிரமாதித்தியன் ஒன்றாயிருந்ததும் குறிப்பிட வேண்டியதாகும். ரகுவம்சம் என்னும் இன்னொரு நீண்ட கவிதையில், அயோத்தி மன்னன் ராமனின் வம்சாவளியை ஆராய்கின்றான்; ராமனின் தாத்தா ரகுவின் பேரரசை நிறுவும் சாதனைகளுக்கு அழுத்தம் தருகின்றான். ரகு நாலா திசைகளிலும் படையெடுத்தான். போலவே வங்காளத்தை வென்றான், கங்கை வழியே வெற்றித் தூண்களை நிறுவினான், கலிங்கரை வீழ்த்தினான், காவேரியைத் தாண்டினான், பாண்டியரின் முத்துக்களைக் கப்பமாகப் பெற்றான்; அவனது படைவீரர் எழுப்பிய புழுதியால் கேரளப் பெண்டிரின் கூந்தல் மாசுற்றது; அவனது குதிரைகள் சிந்துவின்

மணலில் புரண்டன; மலைவாழ் மக்கள் அவன் தாக்குதலில் நடுக்கமுற்றனர்; நாணல் வழியே பாய்ந்த இமாலயக் காற்று அவன் வெற்றிகளைப் பாடியது. இக்கவிதையில் இந்தியாவின் பிரம்மாண்டத்தைப் போற்றும் போதே, சமுத்திர-குப்தரின் அலகாபாத் தூணின் கல்வெட்டினை விரித்துரைப்பது போலுள்ளது. 'இந்த எழுச்சிமிக்கதும் போர்ப்பரணி பாடுவதுமான காவியத்தில், சமுத்திர-குப்தரின் மாபெரும் வெற்றிகள் கவிஞன் மனதில் பிரதிபலிப்பதைக் காணலாம்.'[24]

வெற்றிகள் மட்டுமில்லாமல், ஒட்டுமொத்தத் துணைக் கண்டத்தின் பரப்பைப் பற்றிய கவிஞரின் தெளிவான விழிப்புணர்வும் குப்தர் ஆட்சி சார்பில் வாதிடுகின்றது. அரசியல் ரீதியில் குப்தப் பேரரசு துண்டு துண்டாக இருப்பினும், அதன் பண்பாடு பரந்துபட்டதாய் இருந்தது. காளிதாசன் பெரும்பயணியாக இருந்திருக்க வேண்டும்; குப்தர்காலப் போக்குவரத்து-வணிகத்தால் நன்மையடைந்தவராக இருக்கவேண்டும்-அது ஃபாஹியான் போன்ற அந்நியரை, இந்தியாவின் ஒரு கோடியிலிருந்து இன்னொரு கோடிக்கு பாதிக்கப்படாது போய்வரச் செய்திருக்கும்-அதன் காரணமாகத் தென்பகுதியை ஆராயும் தூண்டுதல் அவருக்கு வந்திருக்கும். குப்தர்கால லட்சியங்கள் எல்லைகளையும் கடல்களையும் தாண்டியவை. குப்தர் பாணியிலான புத்தர்கள் மலேயா, ஜாவா, போர்னியோவிலும் கண்டறியப்பட்டுள்ளனர். அங்கும் இந்தோசீனாவிலும் சமஸ்கிருதக் கல்வெட்டுகள், மூன்று-நான்கு நூற்றாண்டுகளில் தோன்றத் தொடங்கி, எழுத்தறிவின் ஆரம்பங்களை அடையாளப்படுத்தின-அநேகமாகத் தென்கிழக்கு ஆசியாவின், இஸ்லாத்திற்கு முந்தைய லிபிகளெல்லாம் குப்த பிராமியிலிருந்து வந்தவையே. இந்தியா முழுவதிலும் இருந்தது போல இவ்விடங்களிளெல்லாம், சமஸ்கிருதம் இப்போது, புலமை, பதிவு, அரசவைச் சொல்லாடலின் மொழியாக வெற்றிகொண்டது. குப்தர்காலத்தின் மிக முக்கியச் சாதனைகளில் ஒன்றான புராணங்களைத் திருத்தியமைத்து பதிந்து வைத்ததும் பொருத்தமான இலக்கியக் கருத்துகளுக்கு இதிகாசங்களில் இடமளித்ததும் சமஸ்கிருதம் மொழிக்காக மட்டுமின்றி, உலகச் செலாவணி ஆவதற்கும்-இப்பனுவல்கள் பதித்து வந்த பிராமணச் சாதியினரின் செல்வாக்கிற்கும் லட்சியங்களுக்கும் ஏற்றவாறு வழிவகை செய்தது.

இந்த சமஸ்கிருதம் சார்ந்த மத, பண்பாட்டு, சமூக-அரசியல் லட்சியங்களின் இசைவில், இஸ்லாத்திற்கு முந்தைய இந்திய தேசிய ஒருமைப்பாடு தங்கியுள்ளது. இது மேட்டுக்குடி

பாவனையே அன்றி வேறொன்றுமில்லை எனப் பலர் வாதிடுவர். மக்களில் சொற்பமான விகிதாச்சாரத்தினராலேயே சமஸ்கிருதம் புரிந்துகொள்ளப்பட்டது-அவர்தம் மெருகேறிய ரசனைகளும் ஆடம்பர வாழ்க்கைப் பாணியும் அஜந்தா சுவரோவியங்களில் தெளிவுடன் சித்திரிக்கப்பட்டுள்ளன. இந்தப் பொழுதுபோக்கும் நேரமுள்ள உயர்குடிச் சமூகத்திற்காகவே காளிதாசன் கவிதை புனைந்தான்-இதற்கேற்ப அவனது நாடகங்களில் இடம்பெறும் வேலையாட்கள், கீழ்ச் சாதியினர், பெண் பாத்திரங்களெல்லாம் பிராகிருதம் மட்டுமே பேசினர், புரிந்துகொண்டனர்; சமஸ்கிருதம் 'இருபிறப்பாளர்'களாகிய மேன்மக்களுக்கே.

சமஸ்கிருத மொழியிலான அரிதான பயிற்சிகள் இச்சமூகத்திற்குச் சுவையான பொழுதுபோக்கை அளித்தன. அது ஒருபாதி மொழியின் குறையே. இரண்டாம் நூற்றாண்டு எழுத்தாளர் பதஞ்சலி குறிப்பிட்டிருந்தது போல, ஒரு குயவனிடம் குறிப்பிட்ட வடிவமைப்புள்ள குடம் வேண்டுமென்று கேட்கலாம் ஆனால் எனக்கு 'இப்படியொரு வார்த்தை வேண்டும்' என ஓர் இலக்கணக்காரரிடம் கேட்க முடியாது. சொற்கோவை சீரானது, இலக்கணம் உறைந்துபோனது. பாணினியால் பரிபூர்ணமாக்கப்பட்டு, அனைவராலும் உயர்த்தப்பட்டு, யாராலும் பேசப்படாத சமஸ்கிருதம் தன் பெருமிதத்தாலேயே பலவீனமானது. ஒருகாலத்தில் கணிசமாயிருந்த இரவல்கள் அரிதாயின. மேலும் மேலும் சுருக்கிச் செறிவாக்குவதன் மூலமும் திரும்பக் கூறுதலாலும் எதிர்நிலைப் படுத்தலாலும் கூடுதல் அர்த்தத்தைப் பெற எழுத்தாளர்கள் முயல்வதன் மூலமும் புத்தாக்கத்தினை சூழ்ச்சித்திறன் இடம்பெயரவைத்தது. கூட்டுவார்த்தைகள் பல வரிகளுக்கு நீட்சிகொள்ள, வாக்கியங்கள், சமயங்களில் பல பக்கங்கள் செல்ல, நீண்டுகொண்டே சென்றன. சமுத்திர-குப்தரின் குறுநில அரசர்களின் மீதான அதிகாரவீச்சை விவரிக்க, 54 அசைகளையுடைய 20 உறுப்புகள் சேர்ந்த வார்த்தை அலகாபாத் கல்வெட்டில் பயன்படுத்தப்படுகிறது. இதுவொரு நேர்த்தியான கட்டமைப்பு என்பதில் சந்தேகமே இல்லை, ஆனால் வரலாற்றாளர்கள் கொள்கையின் தெளிவான வாசகத்தையே விரும்புவர்.

அவை அதிரவைக்கும் ஞாபகசக்தியின் வளர்ச்சி நிலைகள், ஆனால் அவை மிகவும் எளிமைப்படுத்தல் மற்றும் ஒவ்வொரு துறைக்கும் குறிப்பிட்ட தொழில்நுட்பச் சொற்களை உருவாக்குதல் என்பதற்கே பங்களித்தன. தனியொரு அட்சரத்திலோ தொனிக் குறிப்பிலோ பிசகின்றி,

ஒட்டுமொத்தமாக ஒரு வேதத்தை முன்னோக்கியோ/ பின்னோக்கியோ எவ்வடிவிலும் கூறிடும் சாஸ்திரிகள் இன்னும் இருக்கின்றனர். பாணினி இலக்கணத்தை முழுதாயும் அமரகோஷ அகராதியையும் அறிந்தவர்கள் உண்டு. இருந்தும் ஒட்டுமொத்தமாக சமஸ்கிருத மொழியை அறிந்துள்ளவர் யாருமில்லை.[25]

வானியல் மற்றும் குறைந்த அளவுக்கு மருத்துவம் மீதான முக்கிய நூல்கள், குப்தர் ஆட்சியில் அறிவியல் ஒதுக்கப்படவில்லை என்பதைச் சுட்டிக்காட்டுகின்றன. சூரிய ஆண்டின் நீளமும் துல்லியமாய்க் கணக்கிடப்பட்டது, இதனை கிரேக்கர்கூட சாதித்திருக்கவில்லை; இந்திய கணிதம் உலகிலேயே மிக முன்னேறியதாய் இருந்தது. 'சாதனையின் கீழ்மட்டத்தில் தசம அமைப்பின் பூரணத்துடன், உயர்நிலையில் தீர்மானிக்க முடியாத சில சூத்திரங்களுக்கான தீர்வும்' உள்ளது; *pi* நான்கு தசம இடங்களுக்குச் சரியாகக் கணக்கிடப்பட்டது; இக்காலத்தை ஒட்டியேதான் பூஜ்ஜியத்தின் கருத்தமைவு கல்வெட்டில் ஆங்கில எழுத்தான *o* வடிவில் இடம்பெற்றது.

ஆனால், இக்கண்டறிதல்களைப் பொதிந்துவைத்துள்ள நூல்கள், நயமிக்க சமஸ்கிருதத்தில் இருப்பதால், பரிச்சயமற்றவர்களால் புரிந்துகொள்ள இயலாது இருக்கும். கைவினைக் கலைஞர்கள் இவை பற்றித் தெரியாமலிருந்தனர், கணித நூலார் பொறாமை கொண்டிருந்தனர். படிமவியல், கட்டடக்கலை, ஓவியம் சார்ந்த பிற்காலப் படைப்புகள், தொழில்நுட்ப அறிவியலுக்குச் சமஸ்கிருதத்தின் பங்களிப்பாக எடுத்துக்காட்டப்படும். ஆனால் அறிவியலாளரும் வரலாற்றாளருமான கோசாம்பியைப் பொறுத்தவரை, 'அவர்தம் புள்ளி விபரங்கள்/கணக்கீடுகள் உண்மையான அளவீடுகளுடன் பொருந்திப் போகவில்லை, நிறங்களின் வேதியியல் பகுப்பாய்வுக்கு ஒத்துவரவில்லை.' கலைஞர்களும் மேஸ்திரிகளும் தத்தமது வழிகளில் சென்றனர். மெஹ்ராவலியின் இரும்புத்தூணை வார்த்தெடுத்தது யாராயினும் அவர் ஆட்சேபணைக்கு இடமின்றி தேர்ந்த உலோகவியலாளர்தான்; இருந்தும் உலோகவியல் குறித்த ஆய்வுநூல் இல்லை.

சமஸ்கிருதம் புலமையை ஏகபோகமாக்கிக் கொண்டது, படைப்பாற்றலுக்கோ உற்பத்தித் திறன்களின் வளர்ச்சிக்கோ பாதகமாக இல்லை. குறிப்பாகக் கட்டடக்கலை சார்ந்த பெரும் வளர்ச்சிகள், குப்தர் காலத்தில் முகங்காட்டி, சீக்கிரமே

வளர்ந்தன. அதன் புராணங்கள்-கருத்தமைவுகளைப் பரப்புவதில், அதன் பிரத்யேகத்தன்மை தடையாக இல்லை. குப்தர் காலத்திலும் அதன் சாத்தியமற்ற கருத்துகளும் லட்சியங்களும் சமூகத்தின் வழியே தொடர்ந்து கசிந்து வந்தன; பழங்குடியினர் சாதிப் படி வரிசையில் தொடர்ந்து உள்ளீர்க்கப்பட்டு வந்த, பழங்குடித் தலைவர்கள் மன்னர்களின் சமூகத்தில் உள்ளீர்க்கப்பட்டு வந்த மலைகளிலும் வனங்களிலும் கூடக் கசிந்து வந்தன.

தவறுதலாயும் விதிவிலக்காயும் இருந்த அளவுக்கு, பின்பற்றுதலாலும் இசைவாலும், ஓரளவுக்கு நாணயம் சாதிக்கப்பட்டது. அது உயர்சாதி பாவனைக்கு மேலானதாக இருந்தது. தனித்துவமானதும் பொதுவானதுமான மத-பண்பாட்டுப் பாரம்பரியம் சேர்ந்த பிரதேசமாக இந்தியா குறித்த விழிப்புணர்வு வெளிப்படை. ஆனால் தேசியப் பிரக்ஞைக்கு இன்னும் தொலைதூரத்தில் இருப்பது கிறித்தவ உலகம் என்பது பற்றிய உடனிகழ்கால ஐரோப்பிய பிரக்ஞையுடன் ஒப்பிடுவது இயல்பானது. சமுத்திர-குப்தரைப்போல ஒரு சார்லிமாகன் அரசியல் ஒருமைப்பாட்டினை ஒத்திருக்கும் ஒன்றினைக் கொண்டுவந்திருக்க முடியும்; இவ்விரு பெரும் பண்பாட்டு உலகங்களும் வகைமாதிரியாக, மன்னரும் இளவரசரும் மேலாதிக்கத்திற்குப் போட்டியிடுவதும், துரிதகதியில் வம்சங்கள் உயர்ந்து வீழ்ந்ததுமான பகைமைகளால் மண்டியிருந்தன.

8

பிரபஞ்சத்தின் கடவுளர்கள்

சுமார் 500-700

தாமிரச்செப்பேடு பிரகாசிக்கிறது

History and culture of the Indian people என்னும் பிரம்மாண்டமான தொகுதிக்கு ஆறாம் நூற்றாண்டின் அரசியலை எடுத்துரைக்கும் பணியில், டி.சி. சர்கார் என்னும் தலைசிறந்த தொல்லியலாளர் வரலாற்றாளர், பதினேழு பெரிய வம்சங்கள் ஒவ்வொன்று பற்றியும் விரிவாக எழுதுகிறார். அதில் எண்ணற்ற சிறு வம்சங்களும் அவரின் கவனத்தை ஈர்க்கின்றன; விவாதத்திற்குரிய இந்த அத்தியாயம் தக்காணத்தை மட்டுமே எடுத்துக்கொள்கிறது. மேற்கு இந்தியா, பஞ்சாப், வடமேற்கு, காஷ்மீர், வங்காளம், தெற்கு, பெரும் கங்கைச் சமவெளி ஆரியவர்த்தம் சேர, ஆறாம் நூற்றாண்டு வம்சங்களின் எண்ணிக்கை எளிதாக இரு மடங்காகிவிடும். எல்லாம் சேர்ந்து 'தொழிற்துறை வரலாற்றாளர்களுக்குச் சந்தோஷமான வேட்டையாகிவிடும்.'[1] ஒரே நேரத்தில் மூன்று டஜன் அரசியல் வம்சங்களைத் தேடி அறியும் வாய்ப்பு, நிபுணர்களாயில்லாதவர்களை ஊக்கமிழக்கவைக்கும்-அடுத்த ஐந்து நூற்றாண்டுகளில் நிலைமை மோசமாகிவிடும். வம்சங்கள் பெருகும், பிரதேசங்கள் (தீர்மானிக்க முடிந்தமட்டில்) சுருங்கும், அதிகாரம் பலவீனமாகும். ஹேமசந்திரரேயின் *Dynastic History of Northern India* இன்னுமொரு முப்பது வம்சங்களின் எழுச்சி-வீழ்ச்சியை, 900-1100ஆம் ஆண்டுகளுக்கு இடையே பட்டியலிடுகிறது-இவற்றில் தக்காணம், தெற்கு, மேற்கு இந்தியாவின் பகுதிகள் சேராது. 'இடைக்கால இந்தியா' என்றழைக்கப்படுவதன் வரலாற்றில் முக்கிய சொற்களாயிருப்பவை 'துண்டாகுதல்' மற்றும் 'மண்டலமயமாதல்'.

இது புதிய விவகாரங்களைப் பிரதிநிதித்துவப்படுத்தியதா இல்லையா என்பது விவாதிக்க வேண்டியது. ஆனால் புதுவித சாட்சியத்தின் பெருக்கத்தால் அது முற்போக்கான விதத்தில் வெளிப்படையாகிறது. இதுவரையிலும் இந்தியாவின் கடந்த காலத்தை மறுகட்டமைப்பு செய்துவருவது, புதிர்த்தன்மையான தொல்லியல், நிச்சயமற்ற தொல்காலத்தின் மதப் பனுவல்கள், தப்பிப் பிழைத்திருக்கும் மரபின் துண்டுத் துணுக்குகள், ஐரோப்பிய-சீனப் பயணிகளின் ஒட்டுப்போடப்பட்ட விவரிப்புகள், நாணயங்கள், கல்வெட்டுகள் போன்றவற்றைச் சார்ந்திருந்தது. இவையெல்லாம் தொடர்ந்து பொருத்தம் உடையனவாக உள்ளன, இவற்றுடன் இப்போது அதிகாரப்பூர்வ ஆவணங்கள் அல்லது உரிமைச் சாசனங்கள், வாழ்க்கை வரலாறுகளைச் சேர்க்கவேண்டும்.

உரிமைச் சாசனங்கள் அதிக தகவல் உள்ளவை. அவை இந்தியாவெங்கும் கிடைத்துள்ளன; அலகாபாத் கல்வெட்டு போன்ற அரசியல் மெய்க்கீர்த்திகளுடன் சேர்ந்து அவை வம்சத்தின் முடக்கத்திற்குப் பெரிதும் பொறுப்பாகின்றன. பல அரச வம்சங்கள், அவர்கள் ஆண்ட, ஆளும் இவ்வுரிமைச் சாசனங்களில் ஒன்றோ அல்லது அதற்குக் கூடுதலாகவோ கிடைத்திருப்பதாலேயே அறியப்பட்டுள்ளன. இவை வழக்கமாக நிலமானியங்களைப் பேசும். முதலில் பனை ஓலையில் எழுதப்பட்டவை, அதன் பிறகு சொத்தின் பத்திரத்திற்குரிய மதிப்பைப் பெற்றுவிட, குகைச் சுவரிலோ கோயில் சுவரிலோ எழுதப்பட்டன; பொதுவாகத் தாமிரத் தகடுகளில் பொறிக்கப்பட்டன, பின்னர் அவை மறைத்துவைக்கப்பட்டன அல்லது பத்திரப்படுத்தப்பட்டன. அதிக எண்ணிக்கையிலான சாசனங்கள், மானியம் பெற்ற குடும்பங்களின் வீடுகளிலுள்ள சுவர்கள் அல்லது அடித்தளங்களில் மறைக்கப்பட்டன அல்லது அம்மானியம் குறிப்பிடும் நிலத்தில் செங்கல் அல்லது கல்லால் ஆன சிறு ஒதுக்கிடத்தில் பதுக்கினர்.[2] இவற்றில் சில ஒரு தடவைக்கு மேல் பயன்படுத்தப்பட்டன-ரத்து செய்யப்பட்ட சாசனம் அழிக்கப்பட்டு இன்னொன்று எழுதப்படும்; பெரிதும் அரசின் பித்தளை முத்திரையைப் பெற்றிருக்கும்; மோசடிகளும் நிலவின; பல சாசனங்கள் பல தகடுகளில் நீண்டு, பின் அவை சாவிக்கொத்துபோல, தாமிர வளையத்தில் கோக்கப்படும். இத்தகு ஆவணங்கள் கிறித்தவ சகாப்தத் தொடக்கத்திலிருந்தே பயன்பாட்டில் இருந்துள்ளதாகத் தெரிகிறது. ஆரம்பக்கட்ட அசல் சாசனங்கள் தென்னிந்தியாவிலிருந்து கிடைத்துள்ளன, இவை கி.பி. நான்காம் நூற்றாண்டில் காஞ்சிபுரத்தின் பல்லவ வம்ச அரசர்களால் வெளியிடப்பட்டவை. இவற்றில் சில, தன் சமகாலப் பல்லவ மன்னனைச் சமுத்திர-குப்தர் வீழ்த்துவதற்கு

முந்தையனவாகத் தோன்றுகின்றன, பிராகிருதத்தில் உள்ளன. அதன்பின் சமஸ்கிருதத்திற்கு நகர்கின்றன; 350-375களுக்கு இடையே ஆரம்பகாலப் பல்லவ மன்னர்கள் 16 பேர் பற்றி அளவான தகவல்களைக் கொண்டுள்ளன. தோற்றுவாய் உறுதிப்படாத பல்லவர், பிந்தைய மெட்ராஸ் நகரின் மேற்கே, தொண்டை மண்டலம் எனப்பட்ட பகுதியில் நிலைகொண்டனர். அவர்கள் காஞ்சிபுரத்தை ஏற்கெனவே முக்கியமான மத-அறிவார்த்த மையமாக மேம்படுத்தி இருந்தனர்; ஆனால் இச்சாசனங்களின்படி, தம்மை நிலைநிறுத்திக் கொள்ளுவதில் பெரும் சிக்கல்களைக் கொண்டிருந்தனர். 375களுக்குப் பிறகே முதலாவது பெரும் தென்னிந்திய வம்சமாக எழுந்தனர்; ஏழிலிருந்து எட்டாம் நூற்றாண்டு வரையிலும் அவர்களால் காஞ்சியையும் மாமல்லபுரத்தையும் சிற்பங்களாலும் கோயில்களாலும் உயர்த்தி இருக்க இயலாது.

இதுபோலவே வடஇந்தியாவில் வம்ச நடவடிக்கைகளின் காட்சிகள் அரிதான குப்தர்காலத்து தாமிரச் சாசனங்களால் தரப்படுகின்றன-என்றாலும் உதவிகரமாக இல்லை. பின்னர் இவை அதிக எண்ணிக்கை கொண்டதாகி, வரப்போகும் பல நூற்றாண்டுகளுக்குப் பிரதான ஆதாரமாகின. இஸ்லாமிய வரலாற்றாளர்கள் அவற்றைக் கவனித்துள்ளனர், பதினெட்டாம் நூற்றாண்டில் இன்னும் பயன்பாட்டில் இருந்தன-அப்போது ஐரோப்பிய வர்த்தக நிறுவனங்கள் போல புதிதாய் வந்தவர்கள், சில வேளைகளில் இவற்றைத் தம் கடற்கரைக் குடியேற்றத்திற்குச் சொத்துப் பத்திரங்களாகச் சார்ந்திருந்தனர். அதே வேளையில் வரலாற்றுப் பிரக்ஞையுள்ள கம்பெனி ஊழியர்கள் இவற்றை ஆய்வுக்காகச் சேகரித்தனர்.

சட்ட ஆவணங்கள் அசலான தன்மைக்கோ புதுமையான மொழிக்கோ பெயர்பெற்றவை அல்ல; ஏராளமான மண்டல மொழிகளிலும் சமஸ்கிருதத்திலும் எழுதப்பட்ட சாசனங்கள் ஒரே சூத்திரத்தையே பின்பற்றின. வாழ்த்தாக ஒரு சொல்லையோ பத்தியையோ தந்துவிட்டு, அவரது முன்னோரின் பெருமைகளைக் குறிப்பிட்டு, மானியம் தருவோரின் சாகசங்களையும் பண்புகளையும் அது விவரிக்கும். பின் மானிய விபரம், மானியம் பெறுபவர், அதற்கான சந்தர்ப்பம், சந்ததியர் அதனை மதிக்கவேண்டும் என்பது போன்ற செய்திகள் தொடரும். மதிக்காது மீறல், வாராணசியின் 10,000 பசுக்களைக் கொன்றதற்கு ஈடாகும்; புனித நகரில் அது கொடூரமாகும்; 84,000 ஆண்டு

ஆயுளை உடைய சாண வண்டாகப் பிறக்கவேண்டும் என்னும் தண்டனை கிடைக்கும்.

ஒரு சாசனத்தின் பொதுவான அம்சங்களில், மானியம் வழங்குபவரையும் அவரது கொடிவழியையும் போற்றுவது மிகப் பயனுள்ளதாயிருக்கும். சந்தர்ப்பவசமாகக் கிடைத்த ஒரு சாசனத்திலிருந்து ஒட்டுமொத்த வம்சங்களையும் அவற்றின் வரலாறுகளையும் கட்டமைத்துள்ளனர். இருப்பினும் அவற்றின் படாடோபமான மொழி ஓர் எச்சரிக்கையைத் தரும். தாமிரத்தில் இருந்தாலும் கல்லில் பதித்தாலும் கல்வெட்டுகள் தவறாக இட்டுச் செல்லக்கூடியவை.

ருத்ரதாமனின் ஜூனாகத்திற்குப் பிறகு சௌராஷ்ட்ரத்தின் தலைநகரான வல்லபியில் 571இல் வெளியிடப்பட்ட இரு பட்டய சாசனம், ஆட்சிபுரியும் மன்னன், 'அசாத்தியமான ஞாபகத்திறனுடைய மகாராஜாவின் மகன். மகாராஜா குகசேனர் தன் எதிரிகளின் மதங்கொண்ட யானைகளது கன்னக் கதுப்புகளைப் பிய்த்தெறிந்தார்; எதிரிகள் அவர் பாதங்களில் விழுந்தபோது, அவரது இடதுபாத விரல்நகங்கள், எதிரிகளின் தலைப்பாகைகளில் உள்ள மணிகளைப் போல ஒளிவீசிப் பிரகாசித்தன; அழகில் மன்மதனை விஞ்சினார், ஆழத்தில் கடலினை விஞ்சினார், ஞானத்தில் கடவுளரின் பாதுகாவலரை விஞ்சினார், செல்வத்தில் குபேரனை விஞ்சினார். தன் ஆதரவாளர்கள் மீது அநாயாசமாகப் பரிசுகளைக் கொட்டிக் கொண்டிருக்கும் அவர், பூமிக் கோளத்தின் சுற்றளவினுடைய ஆனந்தத்தின் உருவத்தைப் போல உள்ளார் என்கிறது.'[3]

வல்லிபியின் ஆட்சியாளர்கள் ஒருவித தனித்துவம் பெற்றிட விதிக்கப்பட்டிருந்தனர், அவர்தம் தலைநகர் வல்லபி, பல்ஹாரா எனச் செவிமடுக்கப்பட்டு, இஸ்லாமிய சரிதக்காரர்களால் கவனிக்கப்பட்டவற்றில் முதலாவதாயிருந்தது. ஆனால் இவ்வரலாற்றாளர்கள் 'பல்ஹாரா' என்றழைத்திடும் அனைத்திந்திய ஆட்சியாளர்கள், வல்லபியின் மைத்ரிகா மன்னரில்லை மாறாக 'வலப-ராஜா' வாகும்-பிந்தைய மற்றும் மிகவும் முக்கியத்துவம் பெற்ற ராட்டிரகூட வம்சத்தால் இவ்விருதுப் பெயர் பயன்படுத்தப்பட்டது. மேலும் 571இல் மைத்ரிகர்கள் வல்லபியில் நிலைகொண்டிருந்தனர்; குப்தரின் தளபதி ஒருவரின் சந்ததியினரான அவர்கள், அப்போதுதான் குப்தரின் இறையாண்மையை நிராகரிக்கத் தொடங்கியிருந்தனர். குப்தரின் ஆட்சிப் பிரதேசத்திற்குள் அடுத்துவந்த வம்சங்களின் தன்மைப்படி,

மதங்கொண்ட யானைகளின் கன்னக் கதுப்புகளைப் பிடுங்குதல் என்னும் மர்மமான வேலையைத் தொடங்கி இருந்தாலும், ஒட்டுமொத்த இந்தியாவில் அரசியல் ரீதியில் முக்கியத்துவம் பெறவில்லை.

இந்தியாவுக்கு வெளியிலான சம்பவம் என்ற அளவில் இந்த ஆண்டு மிகவும் குறிப்பிடத்தக்கது. 571இல் அரபிக்கடல் தாண்டி இருண்மையான சூழலில், குரேயிஷ் பழங்குடியைச் சேர்ந்த வறிய வணிகனின் மனைவி ஒரு மகனைப் பெற்றெடுத்தாள்: நாற்பதுஆண்டுகளுக்குப் பிறகு இப்போது முகம்மது என்றறியப்படும் அவருக்குத் தெய்வீகச் சொல் வெளிப்படுத்தப்படும்; அவரால் இவ்வுலகம் மாற்றமுடியாதபடியும் துரிதமாயும் மாற்றப்படும். ஆனால், தீர்க்கதரிசியின் ஆதரவாளர்கள் இந்தியாவிடத்தே தாக்கத்தை ஏற்படுத்துமுன் ஒரு நூற்றாண்டு கழிந்துவிட்டது. அப்போது ஆறாம் நூற்றாண்டு வம்சங்களில் பல, மைத்ரிகர்கள் இல்லாதபோதும், நிலவை விஞ்சிட முடியாது போயும் உலகின் ஆனந்தத்தை உருவகப்படுத்தியும் நீண்ட காலமாகி இருந்தது.

குப்தரை அடுத்துவந்த பல வம்சங்கள் புறக்கணிக்கப்பட்டதற்கு வருத்தம் தெரிவிக்கப்படவில்லை; அவர்தம் சாசனங்களின்படி குப்தரை விஞ்சியிருப்பதாகவும் தோன்றலாம். ஒரு சில பின்னர் குறிப்பிடப்படும். இவற்றில் பல ஹூணர் நுழைவு அலையை நிராகரிக்கின்றன. சுமார் 500லிருந்து ஹூணர்கள் காந்தாரத்திலிருந்து பஞ்சாப் எங்கிலும் படையெடுத்து, மால்வா வரை வந்ததாகக் கூறப்படுகிறது. வடமேற்கில் தட்சசீலம், பெஷாவர், ஸ்வாட்டிலிருந்த பௌத்த நிறுவனங்கள், சிலை வணக்கம் இல்லாததால் பெரிதும் பாதிப்புக்குள்ளாயின. ஐந்தாம் நூற்றாண்டில் ஃபாஹியான், நிறைந்த விஹாரகைகளையும் உயர்ந்த கோபுரங்களையும் கண்ட இடத்தே, ஏழாம் நூற்றாண்டின் மத்தியில் வந்த இன்னொரு சீனப் பயணி யுவான்-சுவாங் அழிவையே கண்டார். தட்சசீலத்தின் மடாலயங்கள் சிதைந்து ஆளரவமின்றிக் காணப்பட்டன, பிக்குகளும் அதில் இல்லை. அரச குடும்பம் இல்லாதுபோக, உயர் குடும்பத்தினர் அதிகாரத்திற்குப் போட்டியிட்டனர். ஸ்வாட்டில் 1400 பௌத்த நிறுவனங்கள் இப்போது கைவிடப்பட்டுக் கிடக்க, 1800 பிக்குகளில் இப்போது கையளவே காணப்பட்டனர்.[4] இந்தியாவில் பௌத்தம் இந்த அடியிலிருந்து எழவேயில்லை; இஸ்லாம் வரும் வரையிலும் சீனாவுடனும் மேற்குடனுமான வணிகமும் எழவேயில்லை. யுவான் சுவாங் காபூலில் சில வர்த்தக நடவடிக்கைகளைப் பார்த்தாலும், தட்சசீலம் மற்றும் பெஷாவரில் சந்தை/வர்த்தகம்

பற்றிக் குறிப்பிடாதது முக்கியமாகும். இம்மண்டலத்தின் குருதியோட்டம் வற்றிப்போயிருந்தது, மத்திய ஆசியாவிலிருந்து இந்தியாவுக்கு முக்கியமாயிருந்த குதிரைகள் சப்ளையும் நின்று போயிருந்தது. அதன்பிறகு குதிரைகள் கடல்வழியே அரேபியாவிலிருந்து பெரிதும் இந்தியாவை வந்தடைந்தன. இவ்வணிகம் சீக்கிரமே இஸ்லாமியரின் ஏகபோகமானது. பௌத்தத்தின் போக்குவரத்து கிழக்கில் திபெத்திய பீடபூமிக்கு நகரவும், காரகோரமாயிருந்த யாத்ரிகரின் குதிரைவழித் தடம் போல, மற்ற எல்லைப்புற வழித்தடங்களும் புழக்கத்தில் இல்லாது போயின.

மால்வாவின் யசோதர்மன் காரணமாக, இந்தியாவின் எஞ்சிய பகுதி ஹூணர்களிடமிருந்து தப்பித்தது. குறிப்பிடத்தக்க வம்சத்தைச் சேர்ந்தவராக இல்லையெனினும் வெற்றிகரமான சாகசக்காரனான யசோதர்மன் சுமார் 530இல் ஹூணர்கள் மீது தாக்குதல் தொடுத்ததாகக் கூறிக்கொள்கிறான். டோரமணாவின் மகன் மஹிராகுலா தலைமையில் ஹூணர்கள் காஷ்மீருக்குச் சென்றனர்.துயரமான ஆனால் ஈடிணையற்ற அழகுள்ள அந்நாட்டில், சித்திரவதை, அவமதிப்பு, சொல்லமுடியாத கொடூரங்களுக்குப் பெயர்பெற்ற தமது புகழ் பளபளப்பு பெறுவதற்குக் காரணாமாயின.

பிந்தைய குப்த மன்னன் பாலாதித்யா, மௌகாரிகளும் வர்த்தனரும் ஹூணர்களை வென்றதாகக் கூறிக் கொள்கின்றனர். ஒன்று அல்லது அதற்கு மேற்பட்ட வம்சங்களையுடைய மௌகாரிகள், மேல் கங்கையின் (கான்பூர் அருகில்) கனோஜில் தலைநகரை நிறுவி, மத்திய உத்தரப்பிரதேசத்தில் நிலைகொண்டனர். குப்தரின் ஒரு காலத்திய ஆரியவர்த்தத்தின் முக்கியமான பகுதியில் மேலாதிக்கம் செலுத்திய அவர்கள், அதற்கடுத்த மற்றும் கடைசி வடஇந்திய சக்கரவர்த்தி என வாதிடப்படக் கூடியவருக்கு நியாயத்தின் நூலிழையை விட்டுச் சென்றனர். இவர் டெல்லிக்கு அருகிலுள்ள தானேஸ்வரத்தின் வர்த்தனர் குடும்பத்தைச் சேர்ந்த மாபெரும் ஹர்ஸர். வர்த்தனர்களும் மௌகாரிகளும் ஏற்கெனவே நெருங்கி இருந்ததால், ஒன்றிணைந்து ஹூணர்களைத் துரத்தியடித்திருக்கலாம். அவர்தம் பிரதேசங்களும் ஒவ்வொன்றாக ஒன்றிணைந்து, சீக்கிரமே ஹர்ஸரின் மகா பேரரசின் அணுக்கருவாகியிருக்கும்.

வம்சத்தின் விவகாரத்திற்குள் திரும்புமுன்னர், ஆறாம் நூற்றாண்டு சாசனங்களைத் தாமிரச் சிவப்பு மீன்களென்று

ஒதுக்குவதற்கு முன்னர், தம் கொடையாளர்களை மட்டுமின்றி நன்மையடைந்தவர்கள்-மானியத்தின் தன்மை பற்றியும் அவை தரும் விபரத்தைப் பரிசீலிப்பது நல்லது. வம்சம் சார்ந்ததற்கு எதிராகப் பொருளாதாரம் சார்ந்த வரலாற்றாளனுக்கு இவை பெரும் முக்கியத்துவம் வாய்ந்தவை. ஏனெனில், 'இனிய ஆனால் அர்த்தமற்ற வம்ச வழிபாடு' எனக் கோசாம்பி குறிப்பிடுவதை விடவும் கேடான, நிதியாதாரங்கள் சிதறுவதையும் வெளியேறுவதையும் முன்னுணர்த்தின.

வள்ளல்தன்மை எந்த ஆட்சியாளருக்கும் அவசியமானது, அது அரசாட்சியின் அத்தியாவசியப் பண்பாகும்; பொதுவாகத் தாராளமான மன்னன், களஞ்சியம் தீருமளவுக்கு மானியங்கள் வழங்குபவன் என்று விவரிக்கப்படுகிறான். நிலக்கொடை என்பது ஆதரவாளர்களுக்குத் தரும் வெகுமதி மற்றும் பெருமிதம்; அது பொருளாதார நோக்கங்களையும் உள்ளடக்கியது. ஏற்கெனவே குறிப்பிடப்பட்ட *571* இன் வல்லபி சாசனத்தில், நன்மையடைபவன் ருத்ரபூதி என்னும் பிராமணர் எனச் சொல்லப்பட்டிருக்கிறது. அநேகமாக இக்காலத்து சாசனங்களெல்லாம் பிராமணர்களுக்கு அல்லது மடாலயங்களுக்கு அளிக்கப்பட்டுள்ளன. இந்நேர்வில் குறிப்பிட்ட நிலங்களின் வருவாயினையும் பிற உரிமைகளையும் ருத்ரபூதி பெற்றான்-பல்வேறான யாகங்களை நடத்த இது பயன்படுத்தப்பட வேண்டும். ஒரு காலத்தில் பிராமண ஆதரவுக்கும் சட்டங்களைச் செய்வதற்கும் சிலநூறு கால்நடைகளால் வெகுமதி செய்யப்பட, இப்போது வருவாயினால் அது ஈடு செய்யப்பட்டது.

இவ்விதம் வழங்கப்பட்ட உரிமைகளும் நிலங்களும் விபரமாகக் குறிப்பிடப்பட்டுள்ளன. பல தொழில்நுட்பச் சொற்களின் பொருள் ஆட்சேபிக்கப்பட்டாலும்[5], இந்நேர்வில், வழங்கப்பட்டுள்ள நிலங்கள் சிலபேருக்கு உரித்தான மேய்ச்சல் நிலங்கள். ருத்ரபூதி இந்நிலங்களின் விளைச்சலையும் வரியையும், தாது உப்பு மீதான உரிமையையும் பெற்றுக்கொள்ளலாம். ராணுவ வரியிலிருந்து விலக்குண்டு; இப்போது நிலத்தை வைத்திருப்போரின் கட்டாய உழைப்பைப் பெறலாம். நிலங்கள் கைமாற்றப்படவில்லை; அரசின் கருவூலத்திற்கு இவற்றின் வருவாய் கிட்டாது.

பல்வேறு குற்றங்களுக்கான அபராதங்கள், அரசுப் படையினருக்கும் சட்டத்தை அமல்படுத்துவோருக்கும் விலக்களிக்கும் உரிமை என்பன இதர மானியங்களில் அடங்கும்; நீதிபரிபாலனமும் மாற்றித்தரப்பட்டது. ருத்ரபூதியும் அவரைப் போன்றவர்களும் நில உரிமை உடையவர்களானார்கள். மானியங்கள் இன்னும்

பிராமணர்களுக்கும் மதநோக்கங்களுக்கும் வழங்கப்பட்டு வந்தாலும், ஐரோப்பிய நிலப்பிரபுத்துவத்தில் இணைந்துள்ள பரஸ்பர ராணுவ சேவைக்கான விதிமுறை இடம்பெறாதிருந்தாலும், அரைபாதி நிலபிரபுத்துவ உறவுமுறைக்கான அடிப்படை இருந்தது. ஃபாஹியானின் கூற்றுப்படி, அரசு ஊழியர்கள் சீக்கிரமே, குப்தர் காலத்தில்கூட, ஊதியம் பெற்றிருந்தும், இதுபோன்று நிலம், கிராமங்கள், மாவட்டங்கள் என மானியங்களைப் பெறலாயினர்; மானிய உரிமைகளை முகவர்களுக்கும் ஆதரவாளர்களுக்கும் திருப்பிவிடுவதுண்டு.

'கீழிருந்தான நிலப்பிரபுத்துவம்' சிலவேளைகளில் 'மேலிருந்தான நிலப்பிரபுத்துவத்திலிருந்து மாறுபட்டு இருக்கும்; அதிக எண்ணிக்கையிலான சிற்றரசர்கள் அல்லது பெரும் அண்டை வீட்டார் சூழ்ந்துள்ள மகாராஜாதிராஜாவின் அரசுப் படி வரிசையில் பிந்தையது சுருக்கப்பட்டிருக்கும்; இரண்டும் துண்டுதுண்டாவதன் நிகழ்ச்சிப் போக்கிற்குப் பங்களித்தன; அதிகாரத்தைப் பிரயோகித்த அதிகாரத்தை மண்டல அளவினதாக்கி, தம் உலகளாவிய இறையாண்மையைக் கீச்சுக் குரலில் அறிவிக்கின்றதாயிருக்கும் 'மேலிருந்தான நிலப்பிரபுத்துவம்.' எல்லா அதிகாரமும் சார்ந்துள்ள விசுவாசங்கள்-ஆதாரங்களின் மோசமான அரிமானத்தால் கீழிருந்து நிலப்பிரபுத்துவம் அமையும்.

ஹர்ஷ-வர்த்தனர்

இத்தகைய கோட்பாடாக்கத்துடன் முரண்படுவதுபோல, புதிய 'மன்னர்களின் மன்னர்', மின்னிமறையும் பிரகாசத்துடன் ஒளிவீச இருந்தார். புதிய காலக்கிரமத்திலான சகாப்தம், எப்போதும் முக்கிய அடையாளமாயிருப்பது, வரவழைக்கப்படும்; 'பூமியின் நான்கு திசைகளது (திக்விஜயம்) இன்னொரு வெற்றிகரமான சுற்று' கொண்டாடப்படும். ஏழாம் நூற்றாண்டின் ஆரம்பத்தில் எதிரி வம்சங்கள், திரண்ட மேகங்களைப்போல, மாபெரும் குப்தர்கள் நலிவுறத் தொடங்கியதிலிருந்து, ஆரியவர்த்தத்தின் மேல் கவிந்திருந்தன. பருவமழை தாமதித்திருந்ததாகத் தோன்றியது; இஸ்லாத்திற்கு முந்தைய பேரரசின் கடைசி வதங்கிய தோற்றத்தை வடஇந்தியா அனுபவிக்க இருந்தது.

தானேஸ்வரத்தின் ஹர்ஸ வர்த்தனர் வெளியிட்ட பல சாசனங்களில் எதுவுமே இல்லை. தாமிரத் தகட்டுடன் சேர்ந்திருந்த ஒரு தனிமுத்திரை, ஹர்ஸரின் உடனடி முன்னிகழ்வுகளைப்

பட்டியலிடுகிறது. அவர் நான்காவது வர்த்தனர் தலைமுறையைச் சேர்ந்தவர்; அவரது தந்தை முதலாவது மகாராஜாதிராஜாவாக விளங்கினார்; அவரது சகோதரர் தன்னைப் புத்தரைப் பின்பற்றுபவராக அழைத்துக் கொண்டார். முதன்முதலாக. அவரது பௌத்த அனுதாபம் ஆவேச நடைமுறைகளையோ வைதிக தெய்வங்களைத் தொழுவதையோ விலக்காத போதும் இரு பாணிகளையும் பின்பற்றியதாகத் தோன்றுகிறது. பிரச்சினைக்குரிய இம்முத்திரையில் மேலும் விபரமில்லை; ஹர்ஸரின் ஒரே சான்றாயுள்ள நாணயங்கள் இல்லாவிடில், இன்னொரு நிழல்படிந்த வம்சத்தினராகி இருப்பார்.

சாசனங்களால் தரப்பட்டுள்ள வறண்ட சாட்சியத்திற்குத் துணை நிற்பதாக இன்னும் இரு விபரமான சாட்சியங்கள் உள்ளன. ஒருவர் சீனத் துறவியும் அறிஞருமான யுவான் சுவாங்; இருநூறு ஆண்டுகளுக்கு முன் பௌத்தப் புனித மண்ணுக்கு வந்த ஃபாஹியானின் யாத்திரையால் உத்வேகம் பெற்றவர்; 630-44இல் இந்தியாவில் இருந்தவர். புனிதச் சின்னங்கள் சுவடிகள், இதர ஆதாரங்களை இருபது குதிரைகளில் ஏற்றிக்கொண்டு சீனா திரும்பினார்; இந்தியா குறித்து விரிவாக எழுதினார்; தென்கோடியினைத் தவிர்த்து, அவர் தனிப்பட்ட கவனிப்பை அடிப்படையாகக் கொண்டதாகத் தோன்றும்.

இன்னொரு சாட்சியம் பாணன். தலைசிறந்த எழுத்தாளன். புலனின்ப வேட்கைமிக்க பிராமணன். பல்வேறான நண்பர் கூட்டம், தன் போக்கில் திரிந்த இளமைக்காலம் என இருந்தவன். 'படித்தவனிடத்தே சாதி விதிகள் எவ்வளவு லேசான அழுத்தம் தந்தன.'[6] என்று காட்டும். பாணனின் இருநூல்களில் மிக முக்கியமானவை. ஹர்ஸர் ஆட்சிக்கு வந்ததை விவரிக்கும் உரைநடைநூல் ஹர்ஸ சரிதம், விளக்கம் தருவதை விடவும் விவரிப்புமிக்கதாய், மொழியியல் வசீகரமும் மிக நீண்ட பெயரடைகளும் நிறைந்திருந்தாலும், சமஸ்கிருதத்தின் முதலாவது வரலாற்று வாழ்க்கை வரலாறு மற்றும் தலைசிறந்த இலக்கியப்படைப்பு என்னும் தனித்துவம் வாய்ந்தது. நிறைந்து காணப்படும் மொகலாய நுண்ணோவிய அம்சங்களுடன், முகாம் மற்றும் அரசவையின் பரபரப்பு தொடர்புபடுத்தப்பட்டிருக்கும். கிராமியச் சூழலின் ஒவ்வொரு அம்சத்தையும் நுட்பமாகக் கவனித்து, இயற்கையின் ஒவ்வோர் உயிரினத்தையும் அடையாளங்கண்டு, வனமும் சாலையோரமும் உயிரோட்டம் பெற்றிருக்கும். இந்தியாவின் ஏறி இறங்கும் ஆற்றலையும் அதன்

மக்களுடைய ஆயுட்கால உழைப்பையும் கிப்ளிங்கோ அல்லது ரஷ்டியோ ஒருவரும் சிறப்பாக எடுத்துக்காட்டியதில்லை.

தவிர்க்கமுடியாதவாறு யுவான் சுவாங், பாணன் இருவருமே சுவாரஸ்யமிக்கவர்கள். முந்தையவர் ஹர்ஸரின் பாதுகாப்பைச் சார்ந்திருக்க, பிந்தையவர் அவரின் ஆதரவைச் சார்ந்திருந்தார். இவர்களில் யாருடைய பதிவும் விமர்சனப்பூர்வமான மதிப்பீடில்லை. பௌத்தத்தில் தீவிரம் மிகுந்திருந்த யுவான் சுவாங், அதனை வீணே ஹர்ஸர் மீது ஏற்றிக்கூறினார்; பாணனோ, ஹர்ஸரும் வரலாறும் சேர்ந்து வரலாற்றுப் புனைவுக்கான விஷயத்தை முன்வைப்பதாகக் கண்டான். இருப்பினும் ஒருவிதத்தில் ஒருவரையொருவர் இட்டு நிரப்புகின்றனர், சீனத்துறவி வெளிவரிக் கோட்டையும் இந்திய எழுத்தாளர் விவரணத்தையும் தருகின்றனர்; பௌத்த பிக்கு நாடகப் பிரதியையும் பிராமணன் இசையையும் தருகின்றனர்.

கால வரிசையிலும் அவர்கள் ஒருவரையொருவர் இட்டு நிரப்புகின்றனர். ஹர்ஸரது வாழ்வின் உச்சகட்டத்தில் யுவான் சுவாங் கவனக்குவிப்பு செய்கிறார்; ஹர்ஸர் சுமார் 590இல் பிறந்து சுமார் 606இல் ஆட்சிப் பொறுப்பேற்று, முதல் படையெடுப்பு மேற்கொள்ளும் வரை பாணன் பதிவு செய்கிறான். இக்காலக் கட்டம் குறிப்பிட்ட ஆர்வம் நிறைந்தது ஏனெனில் இரண்டாவது மகனான ஹர்ஸர் இயல்பான வாரிசு இல்லாதவர். அவரது தந்தை மகாராஜாதிராஜா பிரபாகர வர்த்தனர், ஹர்ஸரும் அண்ணனும் இல்லாதபோது இறந்தார்-அண்ணன் ஹூனர்களுடன் போரிட்டுக் கொண்டிருக்க, ஹர்ஸர் வேட்டையாடிக் கொண்டிருந்தார். முதலில் வீடுவந்த ஹர்ஸர் தந்தை மடிந்துகொண்டிருப்பதைப் பார்த்தார்; அதனால் அப்போது அரசவையைக் கூட்டிய மன்னர், ஹர்ஸரை தன் வாரிசாக அறிவித்தார். அப்போது அண்ணன் வெற்றிகரமாகத் திரும்பினார். தந்தையின் இறுதிவிருப்பம் குறித்து ஹர்ஸர் எதுவும் சொல்லாதிருக்கவே அண்ணன் அடுத்த வாரிசாக இருந்துவிட்டார்.

ஹர்ஸர் ஆட்சிப் பொறுப்பேற்றதற்குப் பாணன் இன்னொரு காரணத்தைத் தருகிறான். அண்ணன் ராஜ்ய-வர்த்தனர் தந்தை மரணத்தின் துயரம் மீதூரப் பெற்று, அரியாசனத்தை நிராகரித்து, ஆசிரம வாழ்வைத் தேர்வு செய்துவிட்டார். எனவே ஹர்ஸரே ஆட்சியில் இருப்பதை அவரும் வற்புறுத்தி இருக்கவேண்டும். ஆனால், யுவான் சுவாங் உள்ளிட்டோரது பிற ஆதாரங்களின்படி, ராஜ்ய வர்த்தனரே ஆட்சிப் பொறுப்பேற்றிருக்கிறார். பாணன்

மிகவும் உறுதிப்படுத்திவிடுகிறான். ஹர்ஸரே நேரடி வாரிசு என்று அந்நியாயத்தை வலுப்படுத்த விரும்பியிருக்கலாம். அல்லது நம்பகத்தன்மை குறைந்த நோக்கம் இருந்திருக்கும். சமீபத்திய வாழ்க்கை வரலாற்றாளர் ஒருவர் கூறுவது போல, 'கதையிலுள்ள எதிர்பாரா திருப்பங்கள் தவிர்க்க முடியாதவையாகத் தரப்பட்டுள்ளன. ஏனெனில் அது பாணனின் நாயகனுக்குப் புகழ் சேர்க்காத ஒரு சம்பவமாயிருக்கும் என்ற முடிவுக்கு வராமல் இருக்க இயலாது"[7]. பாணன் எழுதுகின்ற காலத்தில் இன்னும் உலவிய சந்தேகங்களைப் போக்க முயன்றுகொண்டிருந்தான், ராஜ்யவர்த்தனரின் உடனடி நீக்கத்தில் ஹர்ஸருக்கு நோக்கம் இருந்திருக்கவேண்டும் என்று குறிப்பாகச் சொல்லலாம்.

'வழக்கத்திற்கு மாறான திருப்பங்களால்' இது ஏற்பட்டது. இளவரசனின் சகோதரி ராஜ்ய சிறி, அண்டை நாட்டாரும் சகாவுமான கனோஜின் மௌகாரி மன்னனுக்கு மணம் செய்து கொடுக்கப்பட்டிருந்தாள். தானேஸ்வரத்தில் வாரிசுச் சிக்கல் நிலவிய சூழலில், மௌகாரி மன்னன் 'மாலவ' (மால்வாவாக இருக்கவேண்டும்) மன்னனால் திடீரென்று தாக்கப்பட்டான். போரில் மௌகாரி மன்னன் இறந்துபோனான்; ராஜ்ய-சிறி பிணைக்கைதி ஆனாள்; வெற்றிபெற்ற மாலவ அரசன் தானேஸ்வரத்தைத் தாக்க இப்போது விரைந்தான். இந்நெருக்கடியிலும் முன்முயற்சி மேற்கொண்டது ஹர்ஸர் அல்ல, மாறாக அவரது அண்ணனே. ஆசிரம வாழ்விலான ஈடுபாட்டை விட்டுவிட்டு, இப்போது பழிவாங்க முற்பட்டான் அண்ணன். அவன் உடன் செல்லும் ஹர்ஸரின் விருப்பத்தை ஒதுக்கித் தள்ளிவிட்டு, 10,000 குதிரைப்படையினருடன், தார்மீக ஆவேசத்துடன் போரிட விரைந்தான்.

பிரமிக்கவைக்கும் ராஜ்ய-வர்தன் மால்வா வீரர்களை வீழ்த்தினான். அப்போது உண்மையான வில்லன் எழுந்தான். வங்காளத்தின் கவுட மன்னன் சஸாங்கன் மால்வா படையினருக்கு உதவிக் கொண்டிருந்தான். சஸாங்கனுடன் சமாதானம் பேசவந்த ராஜ்ய-வர்தன் வஞ்சகமாகக் கொல்லப்பட்டான். கடைசியில் தம்பிக்கு மேடை கிடைத்தது, ஒருவாறு அடங்கியிருந்த ஹர்ஸர் வெடித்தெழுந்தார்.

> அண்ணனின் கொலைச் சம்பவத்தைக் கேட்ட மாத்திரத்தில், அவரது ஆவேசம் துயரப் புயலாகச் சீறியது, சீற்றத்தின் பிழம்புகளால் எரிந்தது. பயங்கரத் தோற்றத்தில் ஹர்ஸர் காணப்பட்டார். தலையை ஆட்டியபோது அவரது நெஞ்சின்

ஆபரணங்கள், சீற்ற நெருப்பின் கங்குகளாக வெளிப்பட்டது. கோபத்துடன் சுழித்த உதடு அனைத்து மன்னர்களின் உயிர்களையும் விழுங்கியதாகத் தோன்றியது. சிவந்த கண்கள் விண்வெளியில் பெரு நெருப்பைப் பற்றவைத்தன. பிறவியிலிருந்தே நீடித்து வரும் தீரத்தின் தாங்க முடியாத அனலால் பற்றியெறிவது போல, அவரது சினத்தின் நெருப்பு, அவர்மீது வியர்வையை மழையாகக் கொட்டியது. இந்த அசாதாரணச் சீற்றத்தில் அவரது அவயங்களே நடுங்கின...

வீரத்தின் முதல்வெளிப்பாட்டையும், கர்வத்தின் வெறியையும் பெருமிதத்தின் பின்பற்றலையும், சீற்றத்தின் இளம் அவதாரத்தையும், செருக்கின் அதீத முயற்சியையும் ஆண்மை நெருப்பின் புதுயுகத்தையும் போர்போன்ற வேட்கையின் அரச பவித்திரத்தையும் அவர் பிரதிநிதித்துவப்படுத்தினார்.[8]

அவரது ஆதரவாளர்கள் ஈர்க்கப்பட்டனர். தலைமைத் தளபதி, யானைப் படைத் தலைவர்களால் ஊக்குவிக்கப்பட்ட ஹர்ஸர், 'உலக அளவிலான வெற்றிக்குப் படை திரட்டினார். இதற்கிடையே அவரது எதிரிகள் தீச்சகுணங்களால் நிலைகுலைந்தனர்: நரிகள், மொய்க்கும் தேனீக்கள், பாய்ந்து வரும் ராஜாளிகள் அவர்தம் நகரங்களுக்குத் திகிலூட்டின; படைவீரர்கள்

தம் மனைவியருடன் பிணக்குற்றனர்; கண்ணாடி பார்த்த சிலர் தம்மை தலையிழந்தவர்களாகக் கண்டு பீதியுற்றனர். இறந்தோரை எண்ணிட ஆட்காட்டி விரலை அசைப்பது போலப் பூங்காக்களினூடே ஒரு பெண் நிர்வாணமாகத் திரிந்துகொண்டிருந்தாள்.

கவுடாக்களில் கேடான சஸாங்கனே, ஹர்ஸரின் பிரதான நோக்கம்; ஆனால், அவன் தானேஸ்வரத்தின் கிழக்கே ஆயிரக்கணக்கான கி.மீ. தொலைவில் இருந்ததால், வேறுபல மன்னர்கள் முதலில் சரணடைய வேண்டியிருந்தது. கவுடாக்களின் பரம்பரை எதிரியாக இருந்த ஒருவர், சமாதானம் ஏற்படுத்தி, ஹர்ஸருக்கு அடங்கியவர் ஆனார். இவர் கவுடாவின் வடக்கு எல்லையிலுள்ள காமரூபத்தின் (அஸ்ஸாம்) அரசர் பாஸ்கரவர்மன். இதனால் சஸாங்கன் இருமுனைகளிலிருந்து சண்டையிட வேண்டியிருந்தது. ஹர்ஸர் இப்போது மௌகாரிகளின் படையினரையும் தன் பக்கம் ஈர்த்துக்கொள்ள முடிந்தது.

இப்போது கன்னோஜியிலிருந்து ராஜ்ய சிறி தப்பிவிட்ட செய்தியும் ஹர்ஸரிடம் வந்து சேர்ந்தது. கெடுவாய்ப்பாக அவள் விந்திய மலைப்பகுதிகளில் மறைந்திருந்தபோது, உடன்கட்டை ஏற இருந்த விதவையாகக் கருதப்பட்டாள். ஹர்ஸரிடம் வேறு திட்டங்கள் இருந்தன. ராஜ்ய சிறியை மீட்பதில் நன்மையும் பெருமையும் இருப்பதை அவர் உணர்ந்துகொண்டார். எனவே மத்திய இந்தியாவின் காடுகளுக்குள் படையுடன் தேடினார். வனப் பொருள்களைச் சேகரிப்பதிலும் மரங்களை வெட்டுவதிலும் மும்முரமாயிருந்த ஒரு கூட்டத்தினர் அவள் இருப்பிடத்தை அறியாது இருந்தனர். ஆனால், இன்னொரு குடியேற்றத்திலிருந்த பௌத்தர், பிராமணர், மற்ற துறவிகளிடமிருந்து, துயரம் மீதுறப் பெற்ற பெண்டிர் அருகில் மறைந்திருந்ததைத் தெரிவித்தனர். ராஜ்ய சிறி அவர்களில் ஒருத்தி. சரியான தருணத்தில் சிதையேறுவதிலிருந்து மீட்கப்பட்டு, அவள் சகோதரனிடம் சேர்க்கப்பட்டாள்.

இப்போது ராஜ்ய சிறியின் ஒரே விருப்பம் பௌத்த பிக்குவாக ஆவது. அதைக் கேட்கப் பொறுக்காத ஹர்ஸர், அவள் தன்னுடன் வரவேண்டும், ஒத்துழைக்கவேண்டும் என வற்புறுத்தினார். மௌகாரியின் அரசியாக, ஹர்ஸரின் திட்டங்களுக்கு ஆதாரமாயிருந்தாள்; அவள் வாயிலாக மௌகாரி அரசைக் கட்டுப்படுத்தினார். அதன்பின் தன் தலைநகரை தானேஸ்வரத்திலிருந்து, மையமானதும் முக்கியத்துவமிக்க

நகரமுமான கன்னோஜுக்கு மாற்றினார். கன்னோஜ் வடஇந்தியாவின் ஏகாதிபத்திய தலைநகரான பாடலிபுத்திரத்திற்கு எதிரியானது-பல மாற்றங்கள் பிரச்சினைகளைத் தாண்டி பன்னிரண்டாம் நூற்றாண்டு வரையிலும் அப்படியே நீடித்தது.

இதற்கிடையே படையெடுப்பு புதுப்பிக்கப்படும். ராஜ்ய சிறி மற்றும் ஆலோசகராக விளங்கும் ஒரு பௌத்தத் துறவி சகிதம், கங்கையருகே முகாமிட்டிருந்த தன் படையினருடன் இணைந்திட, ஹர்ஸர் விரைந்தார். அங்கே அவர் தன் வெற்றிகரமான மீட்புப் பணியை விவரிக்க, நிழல்கள் நீண்டன, கோரமான சகுணங்களுடன் சூரியன் மறைந்தான்-வரவிருக்கும் வெற்றிக்கு ஒவ்வொன்றும் கட்டியம் கூறின. 'அஸ்தமிக்கும் சூரியனால் பிரகாசமாயும் புள்ளிகள் நிறைந்தும் உள்ள மேகங்களின் மீது சாய்ந்து, கடலின் அஸ்தமனம் போன்றிருந்து' என்கிறான் பாணன். பிறகு, இருள் கவியவும் இரவின் ஆன்மா, மரியாதையுடன் நிலவை ஹர்ஸருக்குப் பரிசளித்தது; அவருடைய கீர்த்தியின் தீராத தாகத்தைத் தீர்க்கும் குவளையாக நிலவு இருந்தது போல் தோன்றியது. அல்லது ஏழு விண்ணகங்களையும் வென்று, பொற்காலத்தை மீட்டிட, மனுவால் ஹர்ஸருக்கு வழங்கப்பட்ட வெள்ளிச் சாசனம் போலிருந்தது.' ஆக, ஒருபக்கம் நீளும் பெயரடைகளும், தொலைதூர எதிர்காலத்தில் நீளும் வெற்றியின் வழித்தடங்களும் நிறைந்திருக்க, எதிர்பாராதபடி திடீரென முடிவுறுகிறது பாணனின் கதை.

அதிகமாக இருந்திருந்தாலும், கிடைக்கவில்லை. மாறாக ஒரு விசித்திரமான கல்வெட்டும் யுவான் சுவாங்கின் சாட்சியமுமே உள்ளன-சுவாங்கின் வருகையின் போது, பதின்பருவக் கலகத்தாக இருந்த ஹர்ஸர், நடுத்தர வயது ஆர்தராகினார்; யமுனை ஆற்றங்கரையில் இருந்த அவரது சிறிய அரசு, 'ஐந்து இந்தியாக்கள்' மீதான உலகளாவிய ஆட்சிப் பிரதேசம் ஆனது. இத்தொடர் எதனைக் குறிக்கிறது என்பது தெளிவாகவில்லை. 'கீழ்ப்படியாதவர்களை அடக்கிக் கிழக்கிலிருந்து மேற்கே சென்றார்; யானைகள் விலங்கிடப்பட்டிருந்தன, வீரர்கள் இடைவார் அணிந்திருந்தனர். ஆறு ஆண்டுகளுக்குப் பிறகு 5 இந்தியாக்களை அடக்கினார்[9]' என்கிறார் சுவாங். வடக்கு (உத்தரபாதம்) தெற்கு (தட்சினபாதம்) கிழக்கு, மேற்கு மத்திய (மத்தியதேசம் அல்லது ஆரியவர்த்தம்) என இந்தியாவை ஐந்தாகப் பிரித்திருந்தது மிகவும் தரமானது; யுவான் சுவாங் இதனையே 'ஐந்து இந்தியாக்கள்' என்று குறிப்பிட்டிருந்தால், அது பெரிதும் மிகைப்படுத்தலே. வட இந்தியா நெடுகிலும் ஹர்ஸர்

வென்றிருந்தார், ஆனால் அவ்வெற்றிகள் தற்காலிகமானவை, குறுகிய காலத்தவை; என்றாலும் அவற்றைப் பெற ஆறு ஆண்டுகளுக்கும் மேல் பிடித்திருக்கும்; அவற்றில் தக்காணமோ தெற்கோ இடம்பெறவில்லை என்பது குறிப்பிடத்தக்கது.

வரப்போகும் வெற்றிகளின் களிப்பில் கங்கையருகே இருந்த முகாமில் ஹர்ஸரைத் திளைக்கவிட்டு பாணன் கிளம்ப, ஹர்ஸர் கிழக்கில் தொடர்ந்தார் என்று தோன்றுகிறது. பிரயாகை (அலகாபாத்), அயோத்தியா, சிராவஸ்டி, மகதம் மற்றும் உ.பி., பீகாரிலுள்ள குட்டியரசுகளின் கூட்டம்-இவற்றில் பல சசாங்கனின் அதிகாரத்தில் இருந்திருக்க வேண்டும்-குறிவைக்கும் முன்பே சரணடைந்திருக்கும். பிந்தைய ஆதாரம் ஒன்றின்படி, கவுடரின் சஸாங்கனுடனான பெரும் சந்திப்பு வடக்கு வங்காளத்தின் புண்ட்ராவில் நிகழ்ந்தது. சஸாங்கன் தோற்றது வெளிப்படை, ஆனால் அது தீர்மானகரமானது அல்ல, ஏனெனில் அவன் தொடர்ந்து ஆட்சிப் பொறுப்பில் இருந்தான், ஒரிஸ்ஸா-மகதத்தின் பகுதிகள் சிலவற்றை மீட்டிருந்ததாகத் தோன்றுகிறது. சுமார் 620-30இல் சஸாங்கன் மரணமடைந்த பின்னரே, இவ்வரசுகளை ஹர்ஸர் வெற்றிகரமாகத் தம்முடையதாக்கி, தன் அஸ்ஸாமிய சகாவுடன் பகிர்ந்துகொண்டார்.

அவரது பிற படையெடுப்புகளும் வெற்றிகளும் ஊசலாட்டம் மிக்கவையே. காஷ்மீரிலிருந்து அரபிக்கடல் தொடர்ந்து வங்காள விரிகுடா வரையிலான வடஇந்தியா முழுவதையும் அவர் வென்றார் என்பது உண்மையே. தொலைதூரத்திலுள்ள குஜராத்தின் வல்லபியின் மைரகாக்கள் தம் தலைநகரிலிருந்து ஓடுமாறு செய்யப்பட்டனர், புத்தரின் புனிதச் சின்னத்துடன் காஷ்மீர் விலகிப் போகுமாறு கட்டாயப்படுத்தப்பட்டது, சிந்துவும் ஒரிஸ்ஸாவும் கூட படையெடுக்கப்பட்டதாகத் தெரிகிறது. இவ்விடங்களை அடைந்திட, இவற்றிற்கு அருகிலுள்ள/வழியிலுள்ள அரசுகளும் சரணடைந்தாக வேண்டும். காஷ்மீரைப் பொறுத்தவரை, பஞ்சாபின் பெரும்பாலான மலையரசுகள் உள்ளிட்ட, ஹர்ஸரின் புதிய அடிமையரசுகளுக்குக் கட்டுப்பட்ட அரசுகள் சரணடைய வேண்டும். இவை முற்றிலும் சுதந்திரமானவை என்று யுவான் சுவாங் சுட்டிக்காட்டத் தவறியதும் மேற்கண்ட சான்றின்படியும், கிழக்கு பஞ்சாபிலிருந்து ராஜஸ்தான்-ம.பி. வரை நீண்டுள்ள எண்ணற்ற பிற அரசுகள்-பழங்குடிகள் ஹர்ஸரது பேரரசைச் சேர்ந்தவை என்று கருதப்படுகின்றன. ஆனால் இவற்றையெல்லாம் ஒரே நேரத்தில் வைத்திருந்தாரா, அது எவ்வளவு காலத்திற்கு, எந்த அடிப்படையில்

என்பனவெல்லாம் தெளிவாயில்லை. எடுத்துக்காட்டாக சௌராஷ்டிரத்தின் மைத்ரிகாக்கள், வல்லபியின் தலைநகருக்குச் சீக்கிரமே திரும்பிவிட்டனர்; திருமண பந்தத்தின் மூலம் ஹர்ஸர் குடும்பத்துடன் ஒன்றுபட்டிருந்தாலும், சுயேச்சையான கொள்கைகளைப் பின்பற்றியதாகத் தோன்றுகிறது.

ஆனால் ஹர்ஸப் பேரரசின் தோன்றிமறைந்திடும் தன்மைக்கான காரணம், அது திடீரென்றும் முழுதாயும் மறைந்துபோனதில் உள்ளது. காத்திருந்த பிரச்சினைகள் பற்றிய குறிப்பினை சுவாங் விட்டுச் சென்றுள்ளார்-ஹர்ஸரைக் கொல்ல முயற்சி நடந்தபோது அவர் சாட்சியமாக இருந்தார். அதற்குப் பொறுப்பானவர்கள் 'துரோகிகள்'-வைதிக பிராமணரைக் குறிக்கும் பௌத்தத் தொடர். ஏழாம் நூற்றாண்டில் மத சச்சரவுகளெல்லாம் நட்பார்ந்த விவாதம் மூலம் தீர்க்கப்பட்டுவிடவில்லை. சசாங்கன் பௌத்தரை இம்சித்ததாகக் கூறப்படுவது, புத்தர் ஞானமடைந்த போதிமரத்தை வெட்டியது என்பவற்றுடன் தொடர்புடையதாக இருப்பது சாசங்கனின் 'வஞ்சனை'. ஆரிய வர்த்தத்தில் நிலைமை நேர்மாறானது-பௌத்த சங்கத்தின் மீது ஹர்ஸரின் நாட்டம் அதிகரித்து வந்ததால் எழுந்த வைதிகத்தின் பகைமையான அபிப்பிராயம்.

காமரூபத்தின் மன்னரைச் சந்தித்ததைக் கொண்டாட ஹர்ஸர் ஏற்பாடு செய்திருந்த பிரம்மாண்ட விருந்தில், புத்தரின் படிமம் இருந்த கோபுரத்திற்குத் தீவைத்து, இந்த அதிருப்தியாளர்கள் சதிச் செயல்களில் ஈடுபட்டனர். இத்தீயினை ஊதி அணைக்காமல், நேராக அதில் பாய்ந்து ஹர்ஸர் அணைத்ததாக சுவாங் கூறுகிறார். விரக்தியுற்ற 'துரோக' வெறியர்கள் ஹர்ஸரைக் கொல்லுமாறு ஒருவரைத் தூண்டிவிடுகின்றனர். அந்நபர் கத்தியுடன் பாய, ஹர்ஸர் தந்திரமாக விலகியதுடன், அவனைப் பிடித்து, கத்தியைப் பிடுங்கிவிடுகிறார். பிற்பாடு இதற்குப் பொறுப்பானவர்கள் மீது இறக்கம் காட்டப்பட்டதை வெகுவாக விதந்துரைக்கிறார் சுவாங். அவர்களின் தலைவன் மட்டுமே 'தண்டிக்கப்பட்டான்'-அதாவது அவன் தூக்கிலிடப்பட்டான்; எஞ்சியோர் மன்னிக்கப்பட்டனர். இருப்பினும் ஐநூறு பிராமணர்கள் நாடு கடத்தப்பட்டனர். இது கலகமில்லையெனில், சூதுவாதுக்கும் மேலானது.

கடைசியில் ஹர்ஸர் எவ்விதம் இறந்தார் என்று தெரியவில்லை. 647இல் அவரது நீண்ட ஆட்சிக்காலம் முடிவுறவும் அவரது பேரரசும் முடிவுற்றது; அதனால் அப்படியே சிதறியது. தன் வெற்றிகளைத் திடப்படுத்திட எந்த இரண்டாம் சந்திரகுப்தரும்

அடி யெடுத்துவைக்கவில்லை, தன் ஆட்சிப் பகுதிகளை ஒன்றிணைத்திட எந்த அசோகரும் எழவில்லை. கூட்டு அரசாங்கங்கள் தம் விசுவாசத்தை அப்படியே விட்டுவிட்டன; அதற்கேற்ப அடிமைப்பட்டிருந்த வம்சங்கள் தம் பகைமைகளைப் புதுப்பித்துக் கொண்டன.

ஹர்ஸரின் பிராமண அமைச்சர் ஒருவர் அரியணை ஏறினார்-சீனத் தூதரகத்தை நன்றாக நிர்வகிக்காது அவப்பெயர் பெற்றவர் அவர். புதிய டாங் பேரரசுடன் ஹர்ஸர் நல்லுறவுகளை வளர்த்திருந்தார்; அவரது பௌத்த அனுதாபத்தாலும் யுவான் சுவாங் போன்ற பயணிகளைத் தாராளமாக உபசரித்ததாலும், பல தூதுக்கள் பரஸ்பரம் போய்வந்தன. ஆனால் சீன ஆதாரங்களின்படி, ஹர்ஸரின் இறப்புக்குப்பின்னே இங்கு வந்த டாங் தூதுவர், இந்தியா குழப்பத்தில் இருந்ததாகத் தெரிகிறது என்றார். அரசியல் பகைமை என்பதை விடவும் குறுங்குழுவாத எதிர்ப்பால் ஒரு சம்பவமாகத் தோற்றமளிப்பது, சீனர்களிடம் கொள்ளையடித்து அவர்களையே சிறைப்பிடிக்கவும் காரணமாகியது; சீனத் தூதுவர் திபெத்திற்குத் தப்பியோட நேர்ந்தது. அவர் பழிவாங்கல்களுக்குத் திட்டமிட்டார், பெரும் வெற்றியை சீனர் சாதித்தனர், 'இந்தியா திகைத்துப் போனது.'

இமாலயத்தைத் தாண்டி இந்தியாவில் சீனர் முதலாவதாக நுழைந்தது பற்றி இந்திய ஆதாரங்களில் குறிப்பில்லை என்றாலும், வடக்கு வங்காளத்தில் நடந்த கொள்ளைக்கு மேல் ஒன்றில்லை என்றாலும், ஹர்ஸரால் விட்டுச் செல்லப்பட்ட வெற்றிடத்தைச் சுட்டிக்காட்டுகிறது. ஹர்ஸரின் புகழ் நீடித்து நிற்கும்; அவர் மத விவாதத்தை நடத்தினார், ஆராய்ச்சியை முன்னெடுத்தார், அவரே நாடகங்கள் எழுதினார். அக்பருடன் அடிக்கடி ஒப்பிடப்பட்டார் என்பன பாணனின் மூலம் தெரியவருகின்றது. ஆனால், அடுத்தடுத்த தலைமுறைகளின் போது இந்தியாவைக் கட்டுப்படுத்த 'ஹர்ஸரின் இல்லம்' இல்லை, வடஇந்தியாவின் கடைசி சக்கரவர்த்தியின் நினைவைப் போற்றி வளர்த்திட 'வர்த்தனர் யுக'மில்லை, நாளந்தா போன்ற பல்கலைக்கழகங்களையும் பாணன் போன்ற அறிஞர்களையும் அரவணைத்திட 'கன்னோஜ் பிரிவு' இல்லை. ஆவேசமிக்க ஹர்ஸரால் உமிழப்பட்ட செங்கங்குகள், வடஇந்தியாவின் ஆரியவர்த்தத்தின் மீது அரசியல் பருவக்காற்று இறுதியில் அடித்ததும், நீராவியின் சீற்றத்தில் அணைந்துபோயின.

மண்டலத்தைச் சுற்றிச் சுற்றி

வேறெங்கிலும் இப்படி இருந்ததில்லை. உலகளாவிய அல்லது அனைத்திந்திய இறையாண்மை லட்சியம் அப்படியே இடம்பெயர்ந்தது என்பதற்குப் போதுமான சான்றுகள் உள்ளன. வட இந்தியாவால் நீண்டகாலம் வைத்திருக்கப்பட்ட மேலாதிக்கம் ஹர்ஸருடன் முடிவுக்கு வந்தது. அவர் இறந்து 60 ஆண்டுகளுக்குப் பின், அரேபியர் சிந்துவில் ஒரு இஸ்லாமிய அரணை நிறுவினர்; அப்பகுதிக்குள் ஹர்ஸர் நுழைந்திருந்ததால் அவர்கள் வேலை எளிதாயிருந்தது. வடமேற்கு, அதாவது இப்போது பாகிஸ்தானில் எஞ்சியிருப்பதில் பெரும்பகுதி, ஹூணர்களால் பணியவைக்கப் பட்டிருந்தது; அப்போது அரசியல் ரீதியில் பொருத்தமற்றதாய் இருந்தது. கங்கைச் சமவெளிக்குள்ளேயே, காஷ்மீர், வங்காளம், தக்காணத்தின் சாகசமிக்க வம்சங்கள் படையெடுத்துக் குறுகிய காலத்திற்கு எதிர் விளைவுகளுடன் ஆட்சிபுரிந்தன. நொய்மையான, தோன்றிமறைந்திடும் கூட்டாட்சி என்பதற்கு மேலாக, குப்த மரபிலான பேரரசை நிறுவுவதில் ஹர்ஸர் தோற்ற இடத்தில், தக்காணம்-தெற்கு போன்ற மற்ற பெரும் வம்சங்கள் இதனை மெருகேற்றித் தம்முடையதாக நிறுவிட முற்பட்டன.

இந்தியாவைச் சுற்றிவந்த யுவன் சுவாங், மேற்குத் தக்காணத்தில் ஓரிடத்தை மோ-ஹோ-லா-சா' என்கிறார். சீனத்திலிருந்து சமஸ்கிருதத்திற்குப் பெயர்ச்சொற்கள் மொழிபெயர்க்கப்படுகையில் நீண்டுவிடும்; இதில் சுவாங் அர்த்தப்படுத்துவது மகாராஷ்ட்ராவை. இதுதான் மேற்குத் தொடர்ச்சி மலைத்தொடரின் இரு புறங்களிலும் இருப்பது. ஒருகாலத்தில் வணிகம் புரிந்த சாதவாகனரின் பாரம்பரியச் சொத்தாக இருந்தது; அதன் பிறகு குப்தருக்கு விசுவாசமாயிருந்த வாகடகர்களுடையதாயிருந்தது; இப்போது ஏறக்குறைய நவீன மராட்டிய அரசு பம்பாயை மையங்கொண்டுள்ளது. அதன் மண் வளமாயும் வளப்பத்துடனும் இருக்க, மக்கள் நேர்மையானவர்களாகவும் எளிதில் இணங்கவைக்க முடியாதவர்களாகவும் இருக்கக்கண்டார்; அவர்களில் தேர்ச்சி பெற்றவர்களுக்கும் யானைகளுக்கும் போதையேற்றிவிட்டால் யாராலும் கட்டுப்படுத்த இயலாது. 'எந்த எதிரியும் அவர்களின் முன்னே நிற்க இயலாது, ஆதலின் அவர்களது அரசன் தன் அண்டை அயலாரை வெறுப்புடன் நடத்தினான்.'[10] என்கிறார் சுவாங்.

வெறுப்புக்குரிய இம்மன்னன் பு-லோ-கி-ஸி என்கிறார். அவர் குறிப்பிடுவது இரண்டாம் புலிகேசியை. சுவாங்கைப்

பொறுத்தவரை, அவனது பேராசைகள் விரிவானவை. அப்போது, சுமார் 630இல் எப்போதும் ஹர்ஸரை அலட்சியம் செய்துவந்தான். தனது ஐந்து இந்தியாக்களின் தளபதிகள், படையினரைத் திரட்டித் தானே தலைமை தாங்கியும் ஹர்ஸரால் இரண்டாம் புலிகேசியை அடக்க இயலவில்லை.

யுவான் சுவாங்கும், சந்தேகமின்றி ஹர்ஸரும், இதனைத் தேக்க நிலையாகவே பார்த்தனர்; புலிகேசி இதனை வெற்றியாகவே கொண்டாடினான். அவன் சாளுக்கிய வம்சத்தவன்; நீண்டு நிலைத்த தாக்கங்களாலும் எண்ணற்ற கிளைகளாலும் (அதனால் 'மேற்கு சாளுக்கியர்கள்' எனத் தனித்துக்காட்டப்பட்டனர்) தனிச்சிறப்பாகக் குறிக்கப்பட வேண்டிய வம்சம். கர்நாடகத்தின் தெற்கிலிருந்து வந்த சாளுக்கியர்கள், இருதலைமுறைகளிலேயே, கடம்பர்கள் உள்ளிட்ட பல்வேறு அண்டை அரசுகளிடையே முதன்மை பெற்றனர். வம்சத்தை நிறுவி, முதலில் அஸ்வமேத யாகம் செய்துள்ள முதலாம் புலிகேசியால் அவர்கள் தலைநகரம் அரண் செய்யப்பட்டது; அன்றைய வாதாபியில் உள்ளது. இப்போது பாதாமி என்று அதற்குப் பெயர். வடக்கு கர்நாடகத்தில், பாறைமுகடுகளுள்ள பள்ளத்தின் இருபுறங்களிலுமுள்ள சின்ன நகரம் அது.

அங்கே அல்லது அதனையொட்டி, சாளுக்கியர் நம் வெற்றிகளைத் தொடர்ந்து கொண்டாடினர்; குறிப்பிடத்தக்க ஆலயங்களை நிர்மாணித்தனர்-முதலில் குகைக்கோயில்களாகவும் பின்னர் வெளியில் நிற்கும் கோயில்களாகவும் இருந்தன. செங்கல்-மரம் கொண்டு முதலில் நிர்மாணிக்கப்பட்டவை அல்ல, கிறித்துவுக்கும் முன்னரே இவை இருந்தன. முதலில் நிர்மாணிக்கப்பட்ட கல்லால் ஆன ஆலயங்களும் இல்லை; சாஞ்சி, நாளந்தா, புத்தகயா ஆகிய இடங்களிலும், கிழக்கு மத்தியப் பிரதேசம், உ.பி., பீகாரிலுள்ள வேறுபல இடங்களிலும் குப்தர் காலத்தைச் சேர்ந்த இக் கோயில்கள் வெவ்வேறு நிலைகளில் சிதைந்துபோயுள்ளன. ஆனால் பாதாமியிலும் அதன் அண்டையிலுள்ள இடங்களிலும் (ஐயஹோல், மகாகுட, பட்டடக்கல்) கட்டடக்கலை-சிற்பத்தின் விருந்து, வம்சத்திற்கும் நிர்வாகத்திற்குமிடையே புது அடையாளத்தை வரவேற்கின்றது-இதில் ஆலய நிர்மாணம், ஒரு மன்னரது அதிகாரத்தின் வெளிப்பாடாய், அளவுகோலாய் மாறுகின்றது.

ஐயஹோலில் சமணத்துறவி ஒருவருக்காக எடுப்பிக்கப்பட்ட ஆலயங்களில் ஒன்றில், இரண்டாம் புலிகேசியின் வெற்றிகளைக்

கவிஞர் ரவிகீர்த்தி பதிவுசெய்துள்ளார். சமுத்திரகுப்தரின் மாபெரும் அலகாபாத் கல்வெட்டை நினைவூட்டும் இப்பதிவு, 636னைச் சேர்ந்ததாக, ஆண்டினையும் வெகுமதியாய் வழங்குகிறது. 'இந்தியாவின் பழமையான ஆலயங்களுள் ஒன்று'[11] என்கிறது; மனுவையும் ஊழிப் பெருவெள்ளத்தையும் எட்டிடும் காலவரிசைக் கணக்கீடுகளுக்கு ஓர் ஆதார அடிப்படையை முன்வைத்துள்ளது. தன் இலக்கியத்திறனை காளிதாசனுடன் ஒப்பிட்டுக் கொள்ளும் ரவிகீர்த்தி, 'சமஸ்கிருதத்தின் சேக்ஸ்பியர்' சார்ந்து மிக ஆரம்பக்கட்ட குறிப்பைத் தருகிறார்-காளிதாசன் வாழ்ந்தது எந்தக் காலகட்டமாயினும் அவர் இறந்தது 636இல்தான்.

இரண்டாம் புலிகேசியின் விரிவான வெற்றிகளது பட்டியல் மிகவும் பொருத்தப்பாடு உடையது. உள்நாட்டு சச்சரவுகளுக்குப் பின் அரியணையில் அமர்ந்த அவன், தன் அடித்தளமான பாதாமி மண்டலத்தைத் திடப்படுத்த வேண்டியிருந்தது; அடுத்து கர்நாடகத்தில் கடம்பர், கங்கர் ஆகியோருடன் இன்ன பிற மன்னர்களையும் அடக்கவேண்டியிருந்தது. இச்சாதனைக்குப் பிறகுதான் அவன் மகாராஜாதிராஜா, பரமேஸ்வரா போன்ற விருதுப் பெயர்களைத் தாங்கியிருப்பான். கோவாவிலிருந்து இப்போதுள்ள பம்பாய் வரையும் அதனைத் தாண்டியும் உள்ள மேற்குக் கடற்கரையும் (கொங்கண) அடக்கப்பட்டது; எலிபண்டா உள்ளிட்ட அதன் பல தீவுகளும் சாளுக்கிய கடற்படையால் தாக்கப்பட்டன. இன்னும் வடக்கில் மால்வாவின் மாலவரும் தெற்கு ராஜஸ்தானின் குஜராக்களும் அடிபணிந்தனர்; குஜராத்தில் சாளுக்கியரின் துணை நிர்வாகப் பிரிவு நிறுவப்பட்டது. சாளுக்கியப் படை தப்தி-நர்மதை ஆகிய இரு நதிகளையும் தாண்டிச் சென்றன, அதனால் ஹர்ஸரையும் அவரது கூட்டாட்சியினரையும் மிரட்டியது.

அய்யஹோல் பட்டியலில் அடுத்து இடம்பெறுவது ஹர்ஸர். தன் அதிகாரத்திற்குப் பணிந்துள்ளோரின் ஆபரணங்களால் மின்னும் தாமரைப் பாதங்களுடையவர் என அவர் தகுநிலை ஏற்றுக்கொள்ளப்படுகிறது. ஆனால் பலமான சவால்காரரை அடையாளப்படுத்துகையில், கவிஞர் ஒரு சிலேடையை முன்வைக்கின்றார். 'ஹர்ஸா' என்னும் பெயர்ச்சொல் 'ஆனந்தம்' எனப் பொருள்படும்; 'பயத்தினால் எதிரியின் ஹர்ஸா எப்படி உருகி ஓடிவிட்டது' என்ற தொடர்மூலம் புலிகேசியின் வெற்றியை அடையாளப்படுத்தினார். இன்னொரு ஆதாரத்தின்படி, தட்சிணபாதத்தின் கடவுள் உத்தரபாதத்தின் கடவுளைத் தோற்கடித்துவிட்டார்.

அதன்பின் புலிகேசியின் வெற்றிவாகை கிழக்கில் தொடர்ந்தது-மேலும் எதிரிகளை வீழ்த்தி, ஒரிஸ்ஸாவில் வங்காள விரிகுடாவை அடைந்தது. இப்போதுள்ள ஆந்திரப் பிரதேசத்தின் கிருஷ்ணா-கோதாவரிப் படுகையின் பெருவாரியான வளமிக்க நிலங்கள் அவனது தம்பியிடம் ஒப்படைக்கப்பட்டது; அவனது சந்ததியர் 'கீழை சாளுக்கியர்' எனப்பட்டனர்-பதினொன்றாம் நூற்றாண்டு வரை இவ்வம்சம் நீடித்திருந்தது. அப்போது தமிழ்நாட்டின் தனது சோழ சகாக்களுடன் இணைந்தது, கிழக்கு சாளுக்கிய அரசான வேங்கியிலிருந்து தொடங்கிய இரண்டாம் புலிகேசியின் வெற்றி ஊர்வலம், கிழக்குக் கடற்கரையில் பல்லவர் பிரதேசம் வரை சென்றது. அப்போது காஞ்சிபுரத்தின் மதில்களுக்குள் பாதுகாப்பு தேடுமாறு பல்லவ மன்னன் நிர்ப்பந்திக்கப்பட, அவனது தளபதியரும் போதையேறிய யானைகளுடன் சேர்ந்து முழங்கினர். பல்லவனை அங்கே விட்டுவிட்டு, புலிகேசி தெற்கில் சென்றான். காவேரியைத் தாண்டிச் சென்று, தென்கோடியின் தொன்மையான அரசுகளின் நட்பின் சமிக்ஞைகளை ஏற்றுக்கொண்டான்-காவேரிப் படுகையின் சோழர்கள், மதுரையின் பாண்டியர்கள், கேரளக்கரையின் சேரர்களினுடையவை இத்தொன்மையான அரசுகள்.

இப்போது கிழக்கு-மேற்கு இரு கடல்களின் மன்னனாக, விந்திய மலைகளுக்குத் தெற்கிலுள்ள இந்தியாவின் ஆட்சேபமிக்க முடியாத நாயகனாக, இரண்டாம் புலிகேசி பாதாமி திரும்பினான். யுவான் சுவாங் அவனைச் சத்ரியன் என்கிறார்; இருந்தும் தாராளம், முன்னுணர்வு என்னும் பண்புகளுடையவன் எனப் பாராட்டுகிறார்-துரோகி என பௌத்தர்களால் பழிக்கப்பட்டவனுக்கு அளிக்கப்படும் அரிதான பண்புகள் இவை. வேறெந்த சீன ஆதாரங்களிலும் இவன் குறிப்பிடப்படவில்லை; ஆனால் 625இல் பாரசீகத்தின் இரண்டாம் குஸ்ரு இந்திய தூதுக் குழுவைச் சந்தித்தபோது, அது சாளுக்கிய மன்னனிடமிருந்து சென்றிருக்க வேண்டும்.

எனினும் அவனது புகழ் தொலைதூரம் பரவி நிற்க, ஐயஹோல் கல்வெட்டில் பட்டியலிடப்பட்டுள்ள இரண்டாம் புலிகேசியின் மாபெரும் சாதனைகள், இந்திய உயர்நிலை சார்ந்த கோட்பாட்டை விளக்குவதாகும். அலகாபாத் தூணில் பதியப்பட்டுள்ள சமுத்திர குப்தரின் வெற்றிகளைப்போல, அவனது வெற்றிகள் காலக்கிரமப்படி ஒழுங்கமைக்கப்பட்டுள்ளன என்பது வழமையாக முன்வைக்கப்படும் கருத்து. இதனை நிரூபிக்க இயலாது; காலக்கிரமப்படி இருக்கின்றதோ இல்லையோ,

அவை தர்க்க ரீதியிலானவை என்பது வெளிப்படை. புலிகேசி தன் அண்டையிலுள்ள அரசுகளைப் பார்த்துவிட்டு வந்து கொண்டிருந்தான். தெற்கு, மேற்கு, வடக்கு, கிழக்கு மறுபடியும் தெற்கு என சாளுக்கிய மன்னன் சுற்றிவந்து கொண்டிருந்தபோது-அல்லது சுற்றி வந்ததாகப் பார்க்கப்பட்ட போது-காளிதாசனின் ரகுவம்சத்தில் ரகுவைப் போல, தன் பிரதேசப் பிரபஞ்சத்தின் எல்லைகளைப் பார்த்து வந்தான். இரு மன்னர்களும் விரிந்தகலும் மன்னர்களின் வட்டங்கள் ஆகிய ராஜ-மண்டலத்தை வரையறுத்துக் கொண்டிருந்தனர்-இது கௌடில்யரின் அர்த்தசாஸ்திரத்திலும் அரசியல் கோட்பாடு சார்ந்த பிறநூல்களிலும் விவாதிக்கப்படுகிறது.

இந்தியாவின் அண்டவியலில் மண்டல வடிவம், பொதுவாக ஒரு வரைபடமாக விளங்கும். மையத்தில் இருப்பது உலகின் அச்சாகிய புனிதமான மேருமலை, அதற்கு அடுத்துள்ள உள்வட்டம் நான்கு நிலங்களாகப் (த்வைபா) பிரிக்கப்பட்டிருக்கிறது; இந்நான்கில் ஒன்றான, ஜம்பு-த்வைபா (நாவலின் நிலம்) பூமியாகும். இதற்கு வெளியிலுள்ள வட்டம் கடல், அடுத்தது மேலும் நிலம், அடுத்தது மேலும் கடல் அத்துடன் இன்னபிற. கடல்கள் பரிச்சயமான பொருட்களால் நிரம்பியுள்ளன அல்லது அவற்றின் பெயர்களைக் கொண்டுள்ளன-முதலாவதைப் பொறுத்தவரை உப்புநீர், அதன்பின் கரும்புச்சாறு, ஒயின், வெண்ணெய் மற்றும் இதர சமையலறைப் பொருட்கள். தாமஸ் பாபிங்டன் மெக்காலே போன்ற அறிவியல் உறுதிப்பாடுகள்-ஐரோப்பிய அறிவு விளக்க காலத்தின் பகுத்தறிவு வாதத்தில் பழகிவந்த மனங்களுக்கு 'கரும்புச்சாறு மற்றும் வெண்ணெய்' கடல்கள் அருவருத்திடும் அபத்தங்களாக இருந்திருக்கும்; இத்தகு அபத்தத்தை உதறி எறிவதில்தான் முன்னேற்றத்திற்கான இந்திய நம்பிக்கை உள்ளது என்றார்; இதனையொட்டி 1830களில் இந்தியக் கல்வி குறித்த புகழ்வாய்ந்த தீர்மானத்தில், இந்தியப் பள்ளிகள் சமஸ்கிருதத்தைக் கைவிட்டு, மேற்கத்திய பாடத்திட்டத்தை மேற்கொள்ளவேண்டும் என்று குறிப்பிட்டார்-இது இன்றளவும் இந்தியப் பண்பாட்டினை நிந்திப்பதாக உள்ளது.

இந்திய வரலாற்றினை மறுகட்டுமானம் செய்திடும் பல பத்தொன்பதாம் நூற்றாண்டு முயற்சிகளில் இதற்குச் சற்றும் குறைந்திடாத அணுகுமுறையைக் கண்டறிய முடியும். தாமரைப் பாதங்களுடைய மூதாதையர் மற்றும் நட்சத்திரமாக மின்னும் விரல் நகங்கள் குறித்த கல்வெட்டுகள்-சாசனங்களின் அலங்கார அடைமொழிகள், நம்பகமான அரசியல்/வம்சாவளி விபரத்தைப்

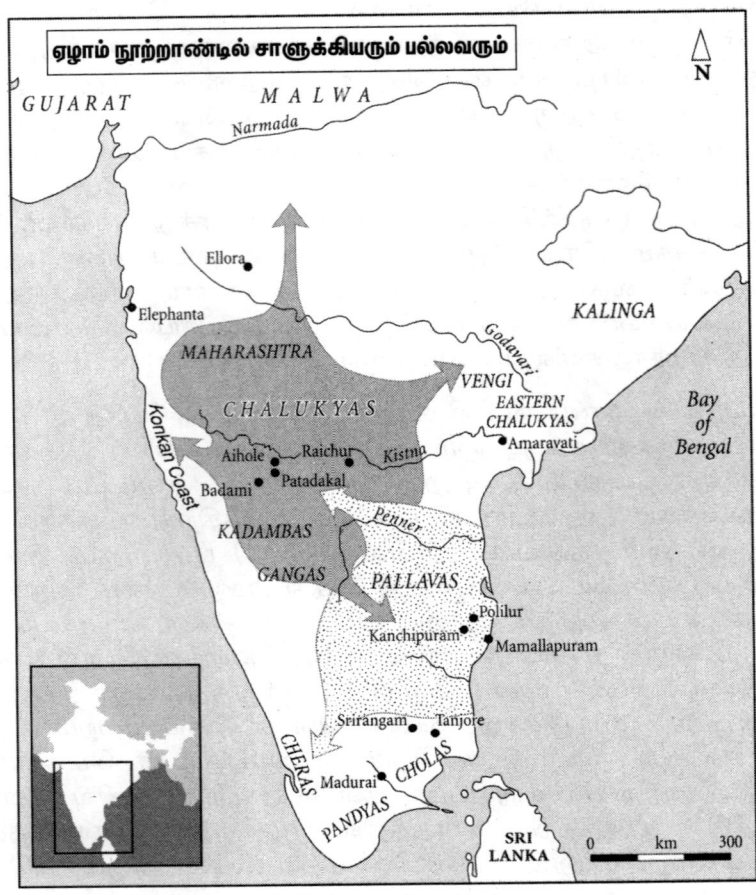

பெற்றிட, ஈவிரக்கமின்றி ஒதுக்கித்தள்ளப்பட்டன. அரசியல் உறவுகளின் பயனுள்ள குறியீடான ராஜ-மண்டலம் இதே கதியைப் பெற்றது. மேலோட்டமாகப் பார்த்தால் இக்கருத்து, தர்மத்தின் வெற்றியில் துடிப்பாகப் பங்கேற்றுள்ள கடவுளர், மனிதரின் படிவரிசையைப் பிரபஞ்ச இணக்கம் சார்ந்திருப்பது போல, அரசியல் இணக்கம், ஒழுங்கமைக்கப்பட்ட மன்னர் படிவரிசையினூடாகத் தர்மத்தின் வெற்றியைச் சார்ந்திருக்கிறது என்கிறது. பூமி சார்ந்த இப்படி-வரிசை மத்ஸ்ய-நியாயத்தில் (பெரிய மீன் சின்ன மீனினைத் தின்னும் என்னும் நியதி) மிரட்டலில் சதா இருப்பதால் அடிக்கடியான சமரசங்கள் அவசியமாகும்.

அச்சு/மையத்திலுள்ள மேருவின் இடத்தை மகாராஜாதிராஜா எடுத்துக்கொள்ளும் ராஜ-மண்டலம், இச்சமரசங்களின் அடிப்படை நெறியை எடுத்துக்காட்டும். இவ்வகையில் அச்சிலுள்ள மன்னர்களின் மன்னரது உடனடி அண்டை வீட்டார், அதன் காரணமாக முதல் வட்டத்தில் இருப்பதால், அவரின் இயற்கையான எதிரிகளாகக் கருதப்பட வேண்டும்; அடுத்த வட்டத்திலுள்ளவர்கள் ஆற்றல்மிகு சகாக்கள்; மூன்றாம் வட்டத்திலுள்ளவர்கள் அவரது எதிரிகளின் ஆற்றல்மிகு சகாக்கள், நான்கிலுள்ளவர்கள் அவரது சகாக்களின் இயற்கையான சகாக்கள் மற்றும் இன்னபிற. கௌடில்யரைப் பொறுத்தவரை, இதுவே வெளிப்புற உறவுகள் மற்றும் எந்தவொரு உலக முறைமையின் அடிப்படையாகும்.

ராஜமண்டலம், வரைபடமாக முன்வைக்கப்படுகையில், செங்குத்தான-கிடைமட்டமான ஆரங்கள் நான்கு கால் பகுதிகளாகப் பிரிக்கப்படும். இவை மண்டல வரைபடத்தின் நான்கு த்விபா/நிலங்களுடன் தொடர்புடையனவாகக் காணப்படும். எனவே ஹர்ஸரின் திக்விஜயம் (நான்கு திசைகளின் வெற்றி) உலகளாவிய ஆட்சிப் பரப்புக்கான முயற்சியே. இதேபோன்று, சக்கரவர்த்தியாகப் போகும் மகாராஜாதிராஜா, வெற்றி மற்றும் அணிசேர்க்கையின் ஆரங்களால் விளிம்பினை மையத்துடன் பிணைக்கவேண்டும்; மண்டல-ராஜாவின் ஒவ்வொரு வட்டத்திலுமுள்ள மன்னர்களுக்கு, தன்னை மையமிட்ட உலக அமைப்புடன் தனது புதிய இணக்கத்தை ஏற்படுத்த வேண்டும்.

பேரரசின் இப்புவியியல், உண்மையில் வடிவியல் முக்கியத்துவமுடையது. ஹர்ஸர்-புலிகேசியின் நேர்வுகளில் தொடர்ந்து ஆட்சிப் பரப்பினைச் சுற்றிவருவதை அவசியமாக்கியது. அது மோதலை வம்சவிவகாரமாக்கி, அடிக்கடி நிகழ்ந்தாலும், தீவிரம் குறைந்ததாக்கியது. ஈடுபட்ட வீரர்கள் தொழிற்துறை வீரர்களாகத் தோன்றினர்; உள்ளூரில் கிடைக்கும் பொருள்களைப் போக்குவரத்தைச் சார்ந்து நின்று மெகஸ்தனீஸ் காலத்தில் இருந்ததுபோல, வேளாண் வர்க்கங்களை விட்டுவிட்டனர். குறியீட்டுத் தன்மையிலான பணிதல்கள் மதிக்கப்பட்டன; அப்படியே திரண்ட செல்வத்தை, போர் யானைகளை, இசைச் கருவிகளை, ஆபரணங்களை, பிற இறையாண்மை அடையாளங்களைப் பெற்றுக்கொள்வதும். மறுபுறத்தே அழித்தொழித்த பீற்றல்களால் உணர்த்தப்படும் பெரும் உயிரிழப்புகளும் பரந்துபட்ட நாசங்களும் நிரூபிக்க இயலாதவை

சாளுக்கியரும் பல்லவரும்–போட்டியாளர்களின் வாரிசுரிமைகள்

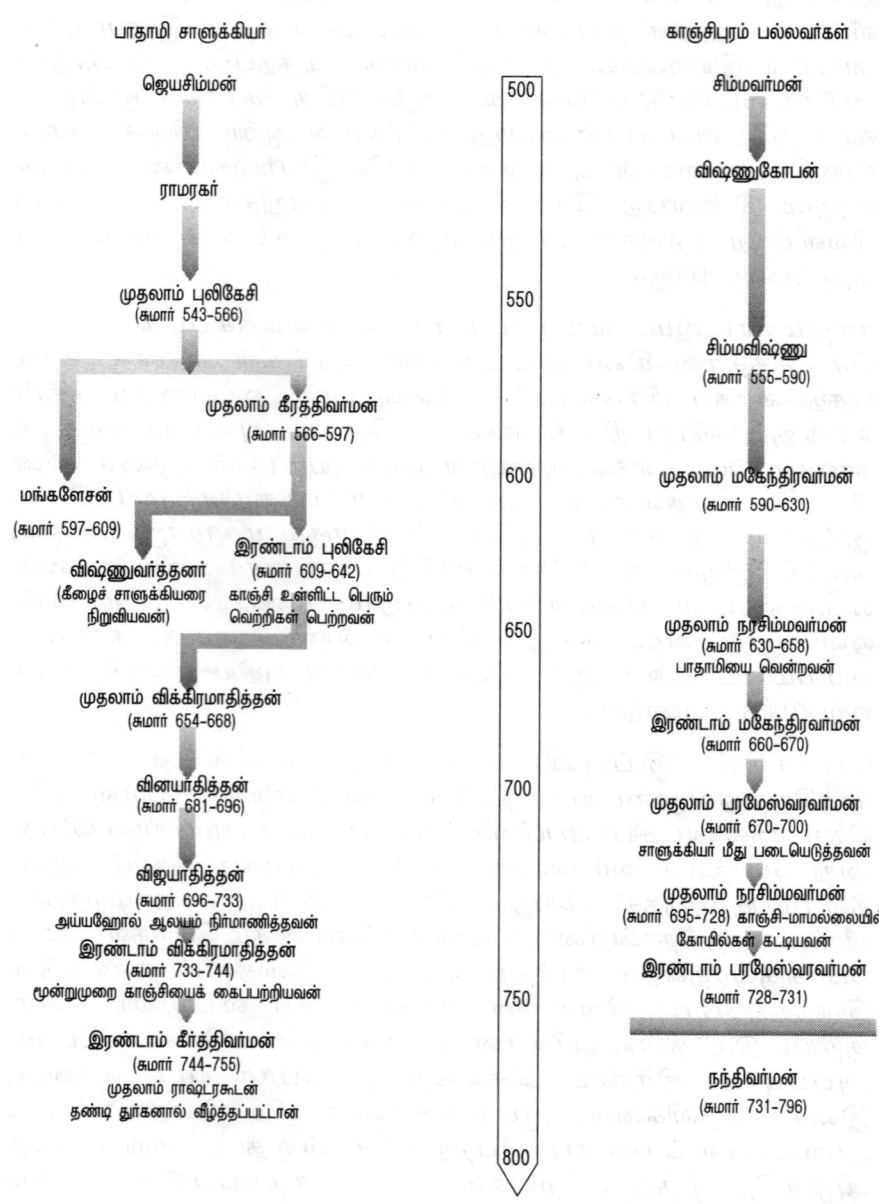

அல்லது எந்தவொரு பொருளாதார வீழ்ச்சியின் சான்றும் இல்லாதவை. மாறாக, தூக்கியெறியப்பட்ட மன்னர்கள் மீண்டும் வேரூன்றுவது அநேகமாக சடங்காக்கப்பட்ட யுத்தமுறையினையே உணர்த்தும்.

ஏழாம் நூற்றாண்டின் தென்னிந்தியவுக்குத் திரும்புவோமாயின், தமிழ்நாட்டின் வளமான பல்லவ அரசினை வென்றதினை இரண்டாம் புலிகேசி கொண்டாடிக் கொண்டிருந்தபோது, பல்லவ மன்னன் திரும்பிவந்திட ஆயத்தமாயிருந்தான். இந்தியாவில் பிரித்தானியர் தமது மிக மோசமான தோல்வியைச் சந்தித்த, காஞ்சிபுரத்திற்கு அருகிலுள்ள பொலிலூரில், பல்லவ மன்னன் தன் எதிரிகளை-சாளுக்கியராக இருக்கவேண்டும்-அழித்தொழித்ததாகக் கூறிக்கொள்கிறான்; 642இல் பாதாமியிலுள்ள அவர்கள் தலைநகரில் படையெடுத்துச் சென்றான். அப்போது பாதாமி அழிக்கப்பட்டதாகவும், பல்லவ மன்னன் முதலாம் நரசிம்ம வர்மன், இரண்டாம் புலிகேசியை வீழ்த்தியதாகவும் பல்லவ ஆவணங்கள் கூறுகின்றன-தன் எதிரி தப்பியோடுகையில் அவனது முதுகில் 'வெற்றி' என்னும் சொல்லை வாசிக்க முடிந்ததாகக் கற்பனை செய்துகொண்டான். நிச்சயமான வகையில் நரசிம்ம வர்மன் பாதாமியிலுள்ள ஒரு பாறையில் தன் வெற்றியைப் பொறித்துள்ளான்; அதன்பின் 'வாதாபிகொண்ட' என்னும் விருதுப் பெயரை மேற்கொண்டான்.

சாளுக்கியர் இவ்வாழ்த்தினைத் திருப்புவர். இத்தோல்விகளின் களேபரத்தில் புலிகேசி இறந்துவிட்டதாகத் தெரிகிறது; வாரிசுரிமைச் சிக்கலில் சாளுக்கிய அரசு பழைய நிலையில் நீடித்தது. ஆனால் 655இல் புலிகேசியின் மகன்களில் ஒருவனான முதலாம் விக்கிரமாதித்தியன் ஆட்சிப் பொறுப்பேற்றான், சாளுக்கிய இறையாண்மையைச் சீக்கிரம் நிலைநாட்டினான், பல்லவருடன் மோதிக்கொண்டிருந்தான். இப்போது காஞ்சி சரணடைந்தது. மீண்டும் பல்லவர் பதிலடி தந்தனர். இதற்கிடையே பல்லவர் தெற்கில் பாண்டியருடன் மோதினர் அல்லது இலங்கையிலுள்ள தம் சகாக்களுக்கு உதவச் சென்றனர்; சாளுக்கியர் குஜராத்தில் முதலாவதாக நுழைந்த அரேபியர் உள்ளிட்ட, தம் எதிரிகளையெல்லாம் துரத்தி அடித்தனர்; வறண்ட தக்காணத்தின் தலைசிறந்த அரசுகளுக்கும் வளமிக்கத் தமிழகக் கடற்கரையின் அரசுகளுக்கும் இடையிலான போராட்டம் ஒரு நூற்றாண்டுக்கும் மேல் தொடர்ந்தது. கௌடில்யரின் ராஜ-மண்டலத்தை இது நன்கு எடுத்துக்காட்டியது. தெற்கிலுள்ள அண்டை வீட்டாரான பாண்டியர், இயற்கையான பல்லவ

எதிரிகள் என்ற விதத்தில், சாளுக்கியருக்குத் துணை நின்றனர்; பாண்டியர்களின் அண்டை வீட்டார்களான மற்றும் இயற்கை எதிரிகளான கேரளத்துச் சேரரும் இலங்கை வேந்தனும் பல்லவருக்கு உதவினர்.

சுமார் 740இல் இரண்டாம் விக்கிரமாதித்தியன் என்னும் சாளுக்கியன் காஞ்சியைக் கைப்பற்றி, தன் வெற்றிப்பதிவை விட்டுச் சென்றான். அப்போதுதான் நிர்மாணிக்கப்பட்டிருந்த கைலாசநாதர் ஆலயத்தின் ஒரு தூணின் மிருதுவான மணற்கல் மீதுள்ள அவனது கல்வெட்டு, இன்னும் வாசிக்கத் தெளிவாயுள்ளது; அவனது வெற்றியைப் பறைசாற்றுவதுடன், நகரை ஒன்றும் செய்யாதுவிட்ட தாராளம் மற்றும் கோயிலின் நகைகளைத் திருப்பியளித்த பெருமிதத்தையும் அது பேசுகிறது. பாதாமியிலுள்ள பல்லவர் கல்வெட்டுபோல, பல்லவர் தம் தலைநகரினை மீட்டபோது இதனை அழிக்க முயலாதது முக்கியமானது.

அடிக்கடி அழித்தொழிப்புகள் சேர்ந்த தொடர்ச்சியான இந்த யுத்தமுறை, எந்தவொரு வம்சத்திலும் ஆட்சி உரிமையைப் பிரயோகிப்பதில் தயக்கங்களைக் கொண்டு வந்ததாகத் தெரியவில்லை. அவர்தம் போராட்டங்களை நாம் அறிய வழிவகுக்கும் சாசனங்கள் தொடர்ந்து வழங்கப்பட்டன; இருவம்சங்களும் நினைவுகூரப்படுவதற்குக் காரணமான மாபெரும் ஆலயங்கள் தொடர்ந்து நிர்மாணிக்கப்பட்டன. இரண்டாம் புலிகேசியை இறுதியில் வென்ற முதலாம் நரசிம்ம வர்மன் மாமல்லன்/மகாமல்லன் என்றும் அழைக்கப்பட்டான்; மாமல்லபுரத்திலுள்ள (மகாபலிபுரம்) பல்லவரின் முக்கியத் துறைமுகம் அவன் பெயர்கொண்டது. அங்குள்ள கற்கோயில்கள் அல்லது ஒரேபெரும் கல்லில் செதுக்கப்பட்ட தேர்கள், இரண்டாம் நரசிம்மவர்மனுடையவையாக (ராஜசிம்மன்) இருக்கவேண்டும்; 250 விருதுப் பெயர்களுடைய[12] அவன் சுமார் 695-728வரை ஆட்சியிலிருந்தான். மாமல்லபுரத்தின் கடற்கரைக் கோயிலையும் கட்டிய அவன் காஞ்சியில் கைலாசநாதர் ஆலயத்தையும் ஆரம்பித்திருந்தான்.

அவனது சமகால சாளுக்கிய மன்னன் விஜயாதித்தன்; முதலாம் விக்கிரமாதித்தனின் பேரன்; இவனும் பல விருதுகளுடன் திகழ்ந்தவன், பல ஆலயங்களை எழுப்பியவன். பட்டடக்கல்லின் முதல் ஆலயம் அவனால் தொடங்கப்பட்டு முடிவுறாதிருந்தது. பாதாமி-ஐயஹோல் என்னும் இரட்டை நகரங்களுக்கு இடையிலுள்ள பட்டடக்கல், விஜயாதித்தனது வாரிசுகள்

காலத்தில், சாளுக்கியரின் சம்பிரதாயமான தலைநகரமாக அவை விளங்கிட வழிவிட்டுநின்றது. இங்கே எட்டாம் நூற்றாண்டின் முதல் பாதியில் இச்சாளுக்கியக் கோயில், காஞ்சிபுர ஆலயங்கள் தவிர்த்து, உடன்நிகழ்கால இந்தியாவின் எந்த ஆலயமும் அலங்கார வேலைப்பாடுகளிலும் அளவிலும் இணையாக இருக்க முடியாத தன்மையில் நின்றது. ஆனால், இன்றோ பட்டடக்கல் நகரமாக இல்லாது ஓரிடமாக உள்ளது; கரும்பு வயல்களின் மத்தியில் தலைகாட்டும் கோபுரங்களைக் கொண்டுள்ளது; அங்கே சிறியதொரு கிராமமும் பால் சேர்ந்த தேநீர்க் குவளையும்தான் நவீன முக்கியத்துவமுள்ளவை.

இவற்றிலுள்ள இரு கோயில்கள், இன்னொரு கிரகத்திலிருந்து வந்த வாகனங்கள் அருகருகே நிறுத்தப்பட்டுள்ளதுபோல் நிற்கின்றன; இரண்டாம் விகிரமாதித்தனின் அடுத்தடுத்த மனைவியராயிருந்த இரு சகோதரிகள் நிர்மாணித்தவை; இந்த விக்கிரமாதித்தனே காஞ்சி கைலாசநாதர் ஆலயத்தில் தன் கல்வெட்டினைப் பொறித்தவன். இவ்வெற்றியைக் கொண்டாடும் இச்சகோதரியரின் இரட்டைக் கோயில்கள் கைலாசநாதர் ஆலயத்தை ஒத்திருப்பவை-ஆட்சேபிக்க முடியாதபடி திராவிடப் பாணியில் இருப்பவை (பதினோராம் நூற்றாண்டின் சோழரின் தஞ்சைப் பெரிய கோயிலில் அது உச்சமடைகிறது). இங்கும் ஐயஹோலிலும் உள்ள மற்றவை சிகரா அம்சங்களை உடையவை-நாகரா பாணியிலானவை அல்லது வடக்கத்தைய பாணியிலானவை என்று கூறப்படும் (சிறந்த எடுத்துக்காட்டுகள் கஜுராஹோ கோயில்கள்).

பின்னர் ஒரிஸ்ஸா ஆலயங்கள், குறிப்பாக புவனேஸ்வர ஆலயம் சார்ந்த, பிரமிட்பாணியிலான கோபுரங்களுக்கும் எடுத்துக்காட்டுகள் உண்டு. இவ்வேறுபாடுகளெல்லாம் சாளுக்கிய சிற்பிகளால் வளர்த்தெடுக்கப்பட்டனவாகத் தெரியவில்லை. சிற்பமும் படிமவியலும் குப்தர் செல்வாக்கினைக் காட்டுகின்றன; தம் கட்டடக்கலையில், பேரரசில் செய்தது போலவே, சாளுக்கியர்கள் வடக்கிற்கும் தெற்கிற்கும் இடையிலான பாலம் என்னும் மாபெரும் தக்காணத் தடுப்பினைச் செய்தனர்.

இந்தியத் துணைக்கண்டத்திற்கும் தென்கிழக்கு ஆசியாவின் இண்டிக் அரசுகளுக்குமிடையே பண்பாட்டு ரீதியில் அதே இணைப்பு வேலையைப் பல்லவர்கள் நிகழ்த்தியுள்ளனர். தென்கிழக்கு ஆசியத் தொடர்புகளில் இந்தியாவின் எந்த மண்டலமும்/வம்சமும் ஏகபோகம் கொண்டிருந்ததில்லை.

இந்தியாவும் தென்கிழக்கு ஆசியாவும்

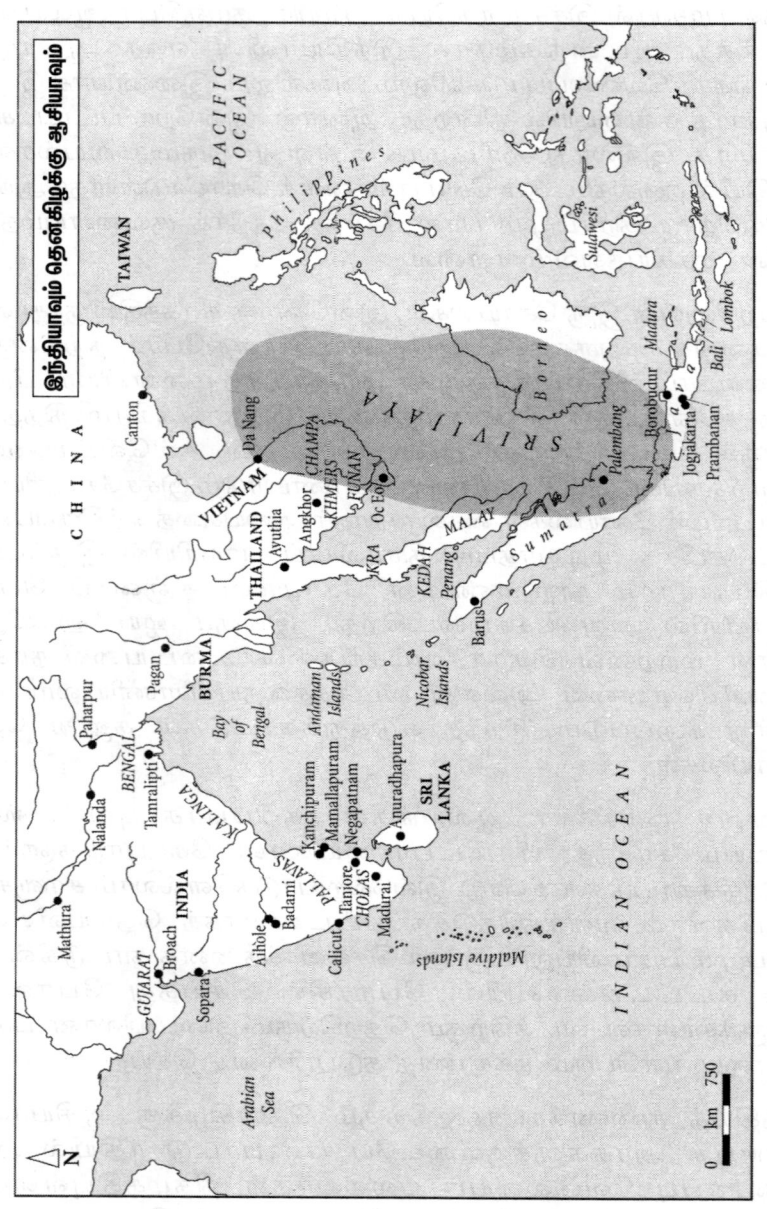

தென்கிழக்கு ஆசியாவின் தரைப்பகுதியுடனும் அதன் தீவுக் கூட்டங்களுடனும் வங்காளம் சீரான தொடர்பைக் கொண்டிருந்தது; ஃபாஹியான் வங்காளத்துறைமுகம் தாம்ரலிப்டியிலிருந்து இந்தோனேஷியாவுக்கு அல்லது மலேசியாவுக்குக் கப்பலில் சென்றார்; பல சீன தென்கிழக்கு ஆசிய பௌத்தர்கள் பீகாரின் நாளந்தா பல்கலைக்கழகத்திற்கு அதே துறைமுகத்தின் வழியே வந்தனர். பர்மாவிலும் இந்தியத் தீவுகளிலும் ஒரிஸ்ஸாவின் செல்வாக்குகளைக் கண்டறிய முடிந்துள்ளது. சுமத்ராவிலும் மலேயாவின் சில பகுதிகளிலும் இந்தியாவைச் சேர்ந்தவர்களைக் குறிக்கின்ற ‘கிலிங்’, ‘கலிங்கா’விலிருந்து வந்திருக்கலாம்- கலிங்கம் பழைய ஒரிஸ்ஸா அரசு. அதுபோன்றே கேரளமும் குஜராத்தும் தென்கிழக்கு ஆசியாவுடன் சீரான தொடர்புகளைக் கொண்டிருந்ததாகத் தோன்றுகிறது-இந்தியப் பெருங்கடலின் வணிகம் அரபுகளின் நுழைவால் அதிகரித்தது.

எனினும், ஐந்திலிருந்து ஏழாம் நூற்றாண்டு வரையில் தென்கிழக்கு ஆசியாவில் மிகுந்திருந்த செல்வாக்கு, காஞ்சி பல்லவர்களினுடையதே. தென்கிழக்கு ஆசியாவின் தரைப்பரப்பில் ஆறாம் நூற்றாண்டில் புதியதொரு அரசு எழத் தொடங்கியிருந்தது. கம்போடியாவில் அமைந்த அது சீக்கிரமே ஃபுனானை உள்ளீர்க்கும்-மேகாங்கின் கீழ்ப்பகுதியில் இருந்த இண்டிக் அரசு அது; அதனின்றும் பிரிந்துபோய், கடைசியில் அங்கோரின் பெரிய கேமர் அரசாக எழும். ஃபுனான் மற்றும் சம்பாவின் (வியட்னாமின் இன்னொரு இண்டிக் அரசு) பல மன்னர்களைப் போல, அதன் மன்னர்கள் ‘வர்மன்’ என்று முடியும் பெயர்களைப் பெற்றிருந்தனர்-பல்லவர்களைப் போல. ‘கம்புஜாஸ்’ என்றறியப்பட்ட சந்ததியினரையுடைய ஒரு கம்புவுடன் உள்ளூர் இளவரசி இணைந்ததால் வந்தவர்கள்தாம் என அவர்கள் கூறிக்கொண்டது மிக முக்கியம்.

இச்சொல்லிலிருந்து வந்தவை ‘கம்போடியா’ மற்றும் ‘கேமர்.’ ஆனால் மக்களாகவும் இடமாகவும் கம்புஜாஸ் முதலில் இதிகாசங்களிலும் புராணங்களிலும் இடம்பெற்றது; கம்போடியாவிலிருந்து 3000 கி.மீ. தொலைவிலுள்ள, இந்திய துணைக் கண்டத்தின் வடமேற்குக் கோடியில் அவை உள்ளன. சமஸ்கிருதக் காவியங்களின் புனிதப் புவியியல், புதிய மண்டலங்கள் சமஸ்கிருதமயமாகவும் (மதுரா- மதுரை என்றும் இந்தோனேஷியாவில் மடுரா என்றும்) நகலெடுக்கத் தலைப்பட்டது என ஏற்கெனவே கூறப்பட்டுள்ளது. சிந்துவின் மேல் பகுதியிலிருந்து கீழ் மேகாங்கிற்கு கம்பூஜம் அகற்றப்பட்டது இன்னொரு அம்சம். மேலும், கம்புவைப் பொது

மூதாதையாகக் கொள்வது, இத்தகைய மாற்றங்கள் எப்படி நிகழ்ந்திருக்கும் என்று எண்ணத்தோன்றும். இந்தோ-சீனா எனத் தொலைதூரத்திலுள்ள மன்னர்கள், தத்தெடுக்கப்பட்ட சமஸ்கிருத முன்னோரால் முன்வைக்கப்பட்ட நியாயத்தைக் கோருவது வியப்புறச் செய்யும். இக்குறிப்பிட்ட தொன்மம், பிராமணன் கௌண்டியனின்-அரைகுறை ஆடையணிந்த அரசி 'வில்லோ இலை' கதையைத் திருத்தியமைத்ததன் வடிவமாகத் தோன்றுகிறது. 'காஞ்சிப் பல்லவர்களின் வம்சாவளி தொன்மத்துடன் குறிப்பிட்ட உறவுமுறையை இது காட்டுவது'[13] ஆச்சரியப்படும் விதத்தில் அதனை ஒத்திருக்கிறது.[14]

இந்தோ-சீனா ஒருபுறமிருக்க, இலங்கையின் வம்சப் போராட்டங்களில் பல்லவர் ஈடுபட்டதாகத் தோன்றுகிறது; மாமல்லபுரத்தைத் தொலைதூர வணிக நிலையமாக வளர்த்து, சீனத்துடன் ராஜதந்திர உறவுகளைக் கொண்டிருந்தனர். இன்னும் நேரிடையான பல்லவர் செல்வாக்கினைத் தென்கிழக்கு ஆசிய தீவுக்கூட்டங்களில் முன்னெடுத்துச் செல்வதில், வர்த்தக, மத, அரசியல் காரணிகள் பங்கேற்றன என்பதில் சந்தேகமே இல்லை. ஜாவாவில் கண்டறியப்பட்ட ஒரு கல்வெட்டு பல்லவர் லிபியினைப் பயன்படுத்துகிறது; டையெங்-ஜெடோங் ஸோங்கோவின் பனிமூட்டமிக்கப் பீடபூமிப் பகுதிகளெங்கிலும் சிதறிக் கிடக்கும், சிறுகற்களாலான, தீவின் ஆரம்பக் காலத்திலிருந்து இருந்து வரும் இந்து ஆலயங்கள், மாமல்லபுரக் கட்டடக் கலையுடன் தெளிவான நெருக்கங்களைப் பெற்றுள்ளன.

இந்தோ-சீனாவில் போலவே இந்தோனேஷியாவில் முக்கிய அரசியல் மாற்றங்கள் நடந்துகொண்டிருந்தன. எட்டாம் நூற்றாண்டு, இனந்தெரியாத சிறிவிஜய அரசின் எழுச்சியைக் கண்டது-கடல்சார் சக்தியாயும் ஒரு வம்சமாயும் இருக்கக்கூடிய அது கடல்சார் பேரரசைக் கட்டுப்படுத்துவதாகத் தோன்றும்; அப்பேரரசு சுமத்ராவிலிருந்து மலேயா, தாய்லாந்து, கம்போடியா, வியட்னாம் வரை நீண்டிருந்தது. தேசிய ஆன்மா என்ற வகையில், சிறிவிஜயத்தின் நீர் சார்ந்த ஏகாதிபத்தியம், மௌரியப் பேரரசு இந்தியாவை மையமாகக் கொண்டிருந்தவர்களுக்கு விளங்கியது போல, நவீன இந்தோனேஷியாவுக்கு-அதுவே ஒரு கடல்சார் அரசு-முக்கியமானதாயிருந்தது. சாம்-பா, கம்போடியா போல, சிறிவிஜயா தீர்மானகரமான விதத்தில் இந்தியமயமான அரசியலமைப்பைப் பெற்றிருந்தது; ஆனால் அதில் பிராமணரை விடவும் பௌத்தர் அதிகம் இடம் பெற்றிருந்தனர். தென்கிழக்கு சுமத்ராவின் பாலெம்பாங் அருகிலுள்ள அதன் தலைநகரம், இன்னொரு சீன

அறிஞர் அய்-ட்ஸிங்க், ஏழாம் நூற்றாண்டில் தழைத்தோங்கிய துறவுச் சமுதாயத்தைக் கண்டறிந்த இடமாகத் தெரிகிறது. வங்காளத்திற்கும் நாளந்தாவிற்கும் அவர் புறப்படும் முன்னர், அத்துறவிகளிடம் போதனைகள் கேட்டுள்ளார். திரும்புகையில், இந்தியாவிலிருந்து எடுத்துவந்த பிரதிகளை மொழிபெயர்ப்பதில் பல ஆண்டுகளை சிறிவிஜய பௌத்தர்களுடன் கழித்தார்.

ஏழு-எட்டாம் நூற்றாண்டுகளிலும் மத்தியஜாவாவில் போட்டி அரசுகளாக, இணையானவையாக, சைலேந்திரா மற்றும் சஞ்சயனின் அரசுகள் எழுந்தன. இவ்வம்சங்களின் தோற்றுவாய்களும் சிறிவிஜயத்துடனான தொடர்புகளும் பெரும் விவாதத்திற்குரியன-இந்தியாவுடனான தொடர்புகள் ஒருபுறமிருக்கட்டும்; சுமார் 780இல் தொடங்கியிருந்த ஜாவாவின் ஆலய நிர்மாணம், இவர்களில் ஒருவரது முதலாவது கீர்த்திமிக்க கட்டத்திற்குரியதாக இருக்கவேண்டும். தக்காணம்-தென்னிந்தியாவில் உள்ளது போலவே, ஜோக்ஜாகர்த்தா நகரில் மையமிட்டபடி, கோயில்கள் சிறிய வளாகத்திற்குள் குவிந்து கிடக்கின்றன. மேலும் விவரணங்கள் தவிர்த்து, திட்ட ஒழுங்கு, முகப்புத் தோற்றம் என அனைத்தும் பல்லவ-சாளுக்கிய கோயில்களின் அம்சங்களுடன் ஒத்துள்ளன.

ஒரே விதிவிலக்கு போரோபுதூரின் பிரம்மாண்ட ஆலயம்-தென்கிழக்கு ஆசியாவில், இந்தியப் பண்பாட்டுப் பரவலுக்கான தலைசிறந்த புதிர்மிக்க எடுத்துக்காட்டு. முன்னெப்போதும் இருந்திராத வீதாச்சாரத்தில் படிவரிசை கொண்ட ஸ்தூபியாக, இதன் மூலமுன் வடிவங்கள், யுவான் சுவாங்கின் விவரிப்புகளிலிருந்து பெறப்பட்டிருக்க வேண்டும்; இப்போது மறைந்துபோன வடஇந்திய ஸ்தூபிகள் மற்றும் வங்காளத்திலுள்ள நந்தன்கர், பஹ்ராபூர் போன்ற இடங்களிலுள்ள பெரும் சிதைபாடுகள்-அடிக் கட்டுமானங்களின் தொல்லியல் சான்றுகள் இவ்விவரிப்புகளில் உள்ளன. மறுபுறத்தே, இந்த ஸ்தூபி முதலில் ஒரு குன்றாயிருந்து, பின் அது அடுக்குகளாக வெட்டப்பட்டு, கற்கள் பதிக்கப்பட்டிருந்தால், ஜாவா மற்றும் முன்-இண்டிக் மலைத் தெய்வங்களின் விரிவான அடுக்குகளையுடைய நிலவியலூடான உள்ளூர் இணையம்சங்கள் மிகப் பொருத்தமாயிருக்கும்.

கட்டடத்தின் தொல்லியல் இம்முரண்பாடுகளைத் தீர்ப்பதாய் இல்லை. சுமார் 775இல் தொடங்கி, 840இல்தான் இறுதி வடிவை எட்டியிருக்க வேண்டும்; அப்போது அடிக்கடி மாற்றியமைக்கப்பட்டு மறு விளக்கமும் தரப்பட்டது. ‘குறைந்தது

நான்கு வெவ்வேறு கட்டங்களில் இந்நினைவுச் சின்னம் எழுப்பப்பட்டது... இந்து ஆலயமாகத் தொடங்கி, இரண்டாம் கட்டத்திற்குப் பிறகு பௌத்த வழிபாட்டிடமாக அது உருமாறியது.'[15] எதுவாக இருந்தாலும், முதலில் கருதியதும் இறுதியில் ஈடேறியதுமான, போரோபுதூரின் நிலவரைபடம், ஒரு செவ்வியல் மண்டலத்தைப் பிரதிநிதித்துவம் செய்கிறது. கால்பந்தின் மையத்தைப் போன்ற அளவில் நான்கு பக்கங்களும் இருக்க, மூலைகளைச் சுற்றிவருவதாக, நீள்சதுரமாக அது அமைந்துள்ளது. அடுத்தடுத்துள்ள அடுக்குகளும் நிலத்தின் மீதான உள்வட்டங்களும், மிக உயரமான/உள்ளார்ந்த மூன்றும் வட்டமாக அமையும்வரை, அதே வகைமாதிரியைப் பின்பற்றுகின்றன. மேலும் ஒவ்வொரு அடுக்கையும், ஒவ்வொரு புறத்தின் மத்தியிலுள்ள படிக்கட்டுகள் வழியாகவே அடையமுடியும்; நான்குபுறப் படிவரிசைகள் நான்கு கால்பகுதிகளாக நினைவுச் சின்னத்தைப் பிரிக்கின்றன.

ஜாவா-இந்தியா இரண்டிலுமே ஸ்தூபிகளுக்கு மாறான வகையில், உடன் நிகழ்கால கோயில்களின் அடித்தளத் திட்டத்தில் இதனையொத்த வடிவமைதியை அறியமுடியும். இக்குறியீட்டியலுக்கு மேலும் முக்கிய பரிணாமம் அளிப்பதாக உள்ளன உயர்த்திய அம்சங்கள்; தக்காணத்தில் சாளுக்கிய வாரிசுகளின் ஆர்ப்பரித்து வரும் பேராசைகளிலிருந்து தோன்றும். ஆலய நிர்மாணம் இப்போது அரச முன்னுரிமையாகி இருந்தது என்று இங்கே குறிப்பிட்டால் போதுமானது. துணைக் கோயில்கள் தவிர்த்த அனைத்தும், மக்களை ஈர்க்கவும், அடிமைகளுக்கு நினைவூட்டவும் எதிரிகளுக்கு சவால் விடுக்கவும், வடிவமைக்கப்பட்ட அரச உன்னதத்தின் வெளிப்பாடுகளாகவும் உத்தேசிக்கப்பட்டவை.

ஆதலின், 'பௌத்த அல்லது இந்துக் கோயிலை நிர்மாணித்தல், முக்கியமானதொரு அரசியல்[16] நடவடிக்கையாய் இருந்தது, அமைதி நடவடிக்கையாய் இருந்த அளவு போர் நடவடிக்கையாய் இருந்தது'[17] இது தவறாகக் கருதப்படலாம். இஸ்லாமியப் படைகள் சிந்துவின் பாலைவனங்கள், இந்துகுஷ் மலைகளைத் தாண்டி வந்தபோது, இந்திய வம்சங்கள் அலட்சியம்காட்டி, தம் செல்வங்களையெல்லாம் கோட்டைகளை அரண் செய்வதிலோ குதிரைப்படையை அதிகரிப்பதிலோ செலவழிக்காது, கட்டடக்கலை புனைவுகளில் ஈடுபடுத்தின. உண்மையில் தமது உயரிய இறையாண்மையில் தன்னம்பிக்கை மிக்கவர்களாய், அலட்சியத்துடன் இப்புதிய ஆபத்தை அவர்கள் எதிர்கொண்டனர்.

9

தர்மமும் அலட்சியமும்

சுமார் 700-900

விடியலின் பாங்கோசை

தீர்க்கதரிசியின் ஆதரவாளர்கள் அரேபியாவிலிருந்து அவசர உணர்வுடன் அவருடைய போதனைகளை எடுத்துவந்தது, உலக வரலாற்றின் படையெடுப்பு அதிசயங்களில் புதிதாக ஒன்றை நிகழ்த்தியது. 632இல் அவர் இறந்த 20 ஆண்டுகளுக்குள் அரபுப் படை, ராணுவப் பரம்பரை இல்லாமலும் முற்றுகையிடுவது குறித்த முன்னனுபவம் இன்றியும், சிரியாவிலும் எகிப்திலுமுள்ள பைஸாண்டியப் பேரரசின் பெரும்பகுதியையும், ஈராக் மற்றும் ஈரானிலுள்ள சஸானிய பேரரசையும் தோற்கடித்தது. நாற்பது ஆண்டுகளுக்குப் பிறகு, வடக்கு ஆப்பிரிக்கா, ஸ்பெய்ன், ஆஃப்கானிஸ்தானின் பெரும்பகுதி, மத்திய ஆசியாவின் பரந்த பகுதிகள் அனைத்தும் சேர்ந்து அரேபியரின் ஆட்சிப் பகுதிகள், வெற்றிவாகை கண்டு மூன்று கண்டங்களை அளந்தன; அது அட்லாண்டிக்கிலிருந்து சிந்துவுக்கும், நைலின் மேல் பகுதியிலிருந்து ஆரல் கடல்வரையும் நீண்டிருந்தது. அலெக்ஸாண்டர் மேடையின் ஓரத்திற்குத் தள்ளப்பட்டிருந்தார், சீஸர் முக்கியத்துவம் இழந்திருந்தார். சரிதங்களாலும் புவியியல் நூல்களாலும் பயண நூல்களாலும் இஸ்லாமிய எழுத்தாளர்கள் இவ்வெற்றியைக் கொண்டாடினார்கள்; இவை அந்தக் காலகட்டத்தின் முக்கிய ஆதாரங்களாயுள்ளன. எனவே இதில் ஆச்சரியப்பட ஒன்றுமில்லை. இஸ்லாமிய வெற்றியின் சான்று இஸ்லாமிய உண்மைக்கு நிரூபணம். 700இல் சீனாவும் இந்தியாவும் நிச்சயமற்ற எல்லைப்புறங்களை இஸ்லாமிய அண்டை வீட்டாருடன் கொண்டிருந்தன-மேற்கு ஐரோப்பாவில் பிராங்கிய அரசு செய்தது

போலவும் அனடோலியாவில் பைஸாண்டியப் பேரரசிலிருந்து என்ன எஞ்சியிருந்தது என்பது போலவும் அது.

விரிவாக்கத்தின் அலாதியான வேகம் தாக்குப்பிடிக்க முடியாததாய் இருந்தது. புற எதிர்ப்பு கடுமையாகியது, அக நெருக்கடிகள் விளிம்போரப் பிரதேசங்களைப் பிரிந்துபோகச் செய்திருந்தன. 750இல் டமாஸ்கஸின் உமய்யாத் கலீபா அரசை அடுத்து பாக்தாதின் அப்பாஸிட் கலீபா அரசிடம் அதிகாரம் வந்ததும், நீண்டகாலத் திடப்படுத்தலும் பண்பாட்டுத் தனித்துவமும் மேற்கொள்ளப்பட்டன. கிழக்கில் நூறு ஆண்டுகளுக்கு முன்னரே அரேபியர் சிந்துவை அடைந்திருந்தனர், இருப்பினும் அதனைத் தாண்டி அரிதாகவே முயன்றனர். ஆஃப்கானிஸ்தானிலுள்ள அவர்தம் துருக்கிய வாரிசுகள், தயக்கமிக்க ஆட்சியாளர்களாக, அடக்கம் குறைந்த படையெடுப்பாளர்களாக, இந்தியாவின் வடக்கு நகரங்களைக் கொள்ளையிடவே நீண்டகாலம் காத்திருந்தனர்.

எனவே இஸ்லாத்தின் இந்திய எல்லைப்புறம் ஏறக்குறைய நிரந்தரத்தன்மையைப் பெறலாயிற்று. இப்போதுள்ள பாகிஸ்தானின் சிந்துவிலிருந்து ஆஃப்கானிஸ்தானின் காபூல்வரை, சிந்துவின் மீது ஓடி, மூன்று நூற்றாண்டுகளுக்கு முன்னேறிச் செல்வது அரிதே. கன்னோஜும் இந்தியாவின் பிற முன்னணி அரசுகளும், கான்ஸ்டாண்டி-நோபிள் போல, தம் அண்டைவீட்டாரின் நம்பிக்கைகள், அவர்கள் பயன்படுத்திய தந்திரங்களுடன் பரிச்சயம் பெறுவதற்குப் போதுமான நேரம் இருந்தது. எதுவும் வெல்லப்பட முடியாததாகத் தோன்றவில்லை. மேலும் நிறைவேற நூற்றாண்டுகள் பிடிக்கின்ற பேரழிவு, தன் இம்சையில் ஒருபகுதியை இழந்துவிடும். வெற்றிகரமான எதிர்ப்பின் மாயைகள் வளர்க்கப்பட்டன; சகவாழ்விற்கான வாய்ப்புகள் அலசி ஆராயப்பட்டன. பதிமூன்றாம் நூற்றாண்டில் இஸ்லாமிய அதிகாரத்திடம் பணிந்த இந்தியா, எப்போதையும்விட அரசியல் ரீதியில் பிளவுபட்டிருந்தாலும், எட்டாம் நூற்றாண்டின் நொய்மையான வம்ச கட்டமைப்புகளை விடவும், மிகுந்த உறுதியும் திறனும் பெற்றிருந்தது. அதுபோன்றே, இறுதியில் டெல்லியில் தத்தமது கொடிகளைப் பறக்கவிட இருந்த இஸ்லாமிய வெற்றியாளர்கள், அரேபிய முன்னவர்களைவிட; சிலை வழிபாட்டினை சகித்துக்கொள்ளக் கூடியவர்களாக இல்லாதபோதும், இந்திய ஆட்சி உரிமையைப் பெற்றிடும் எதிர்பார்ப்புகள் தவிர்த்து இந்தியாவின் மக்கள் கூட்டத்தினரைத் திரளாக மதமாற்றும் மயக்கங்களைக் கொண்டிருக்கவில்லை.

தீர்க்கதரிசியுடனேயே பிரார்த்தித்திருந்த நரைத்த முடி சீடர்கள் சிலர் உள்ளிட்ட அரேபியப் படையினர், சுமார் 663இல் போலன் கணவாயைப் (பாகிஸ்தானின் பலுசிஸ்தான் மாகாணத்தின் க்வெட்டா அருகில்) கடந்து இந்திய மண்ணில் அடியெடுத்து வைத்தனர். சிந்துவின் மேல்பகுதியில் சிந்துவினை அடையும் பள்ளத்தாக்குகளுக்குள் தெற்கு ஆஃப்கானிஸ்தானிலிருந்து, ஒப்பீட்டளவில் எளிதான வழியை இக்கணவாய் தரும். கீழ் சிந்துவின் கரைமீது, இன்னும் தெற்கே, இத்தாக்குதலுக்கு முன்னர் கடற்படைத் தாக்குதல் நிகழ்ந்திருந்தது. கடல்சார் நோக்கங்கள் முக்கியமானவையாக நீடித்திருக்கும். உண்மையில் இருபதாண்டுகளுக்கு முன்னர், இந்தியா வந்து சேர்ந்திருந்த முதலாவது முஸ்லீம்கள், அரபிக் கடலிலிருந்து இந்தியாவின் மேற்குக் கரைக்கு வந்து வணிகம் செய்த, புதிதாய் மதமாற்றம் செய்யப்பட்ட அரபு வர்த்தகராவர். அவர்தம் இலக்குகளில், சௌராஷ்ட்ரத்தின் மைத்ரகாக்களின் துறைமுக நகரங்கள், மகாராஷ்ட்ரத்தின் சாளுக்கியர்கள், கேரளத்தின் சேரர்கள், இலங்கை வேந்தர்களும்கூட அடங்குவர். ஏழாம் நூற்றாண்டின் மத்தியில் இத்துறைமுகங்களில் பெரும்பாலானவற்றில் கணிசமான இஸ்லாமிய சமுதாயத்தினர் இருந்தனர். ஏற்கெனவே உலகளாவிய குடிமக்களாய் உள்ளவர்கள் மத்தியில் இது தேவையற்ற விரோதங்களைத் தூண்டிவிடலாம், புதியவர்கள், இந்தியாவில் அரபுக் குதிரைகளை விற்பதும், தென்கிழக்கு ஆசிய வாசனைத் திரவியங்களை அரேபியாவில் விற்பதுமாக வணிகத்தில் முனைப்பு காட்டினர். இவ்வழித்தடம் மற்றும் இதில் பயணித்தோரின் பாதுகாப்பு ஆரம்பக்கட்ட அரபு முன்னுரிமையாய் இருந்தது; இது, சிந்துவின் கடற்கரை மண்டலங்களின் மீதான கவனத்தையும் ஈர்த்தது. காட்டுமிராண்டித்தனமான கடல்வாழ் மக்களுக்கும் பாரம்பரிய கொள்ளைக்காரர்களுக்கும் அலையாத்திக் காடுகளுக்கு மத்தியில் புகலிடமாக இருந்தன சிந்துவின் சின்னஞ் சிறு தீவுகள்.

சிந்துவை, இந்தியா மீதான படையெடுப்புக்கான விசைப்பலகையாகப் பயன்படுத்துவது அரபிகளின் உத்தேசமா என்று நிச்சயமாகக் கூற இயலாது. இவ்வெண்ணம் எட்டாம் நூற்றாண்டில் எழும், ஆனால் ஏழாம் நூற்றாண்டில், காபூல்-கைபர் கணவாய் வழியாக இந்தியாவுக்குச் செல்லும் வழமையான வழித்தடமாக இது விரும்பப்பட்டிருக்கிறது, காபூல் பள்ளத்தாக்கைக் குறிவைத்த அரைகுறையான அரேபியத் தாக்குதல்களாக அது முடிந்திருந்தது. மறுபுறத்தில் சிந்து ஒரு முட்டுச் சந்தாகவும் காயலாகவும் இருந்தது. கிழக்கு நோக்கிய எந்த நகர்வும், மாபெரும் இந்தியப் பாலைவனம் தாரினால்

தடுக்கப்பட்டது; இப்போது அங்கே செல்கிறது இந்திய எல்லை. ஹரப்பா கண்டுபிடிப்புகளுக்குப் பிறகு, கீழ்ச் சிந்துப்பகுதி தன் பங்குக்கும் கூடுதலான வாய்ப்பைப் பெறும் என்பதை உணர்ந்துள்ளது போன்று வரலாறு அலெக்ஸாண்டரும் அவரது வீரர்களும் கப்பலில் வந்தபிறகு ஆயிரம் ஆண்டுகளில், அப்பகுதி பற்றிக் கூற ஒன்றுமில்லாதது போல் இருந்தது. பிரமாணச் சமுதாயங்களிடமிருந்தே மாசிடோனியப் படையினருக்குக் கடும் எதிர்ப்பு வந்ததிலிருந்து, அது ஏற்கெனவே ஆரியமயமாகியிருந்தது தெளிவாகும்.

அதனையடுத்து பௌத்தமும் சிந்துவில் நிறைய ஆதரவாளர்களைக் கொண்டிருந்ததுடன் மேலோங்கிய தத்துவமாக மாறியிருந்தது. முன்னர் எழுதிய யுவான் சுவாங், எண்ணற்ற ஸ்தூபிகளைக் கண்டார்; பதிமூன்றாம் நூற்றாண்டுகளுக்குப் பின்னர் ஹரப்பா முன்வரலாற்றில் தொல்லியல் அக்கறையின் முதல் கதிரொளியை ஈர்த்த, மொகஞ்சதாரோவுக்கு அருகிலுள்ள ஸ்தூபிகள் இருந்தன. 10,000 துறவியர் இருந்த சிந்துவின் நூற்றுக்கணக்கிலான சங்காரமங்கள் பற்றியும் குறிப்பிட்டுள்ளார். சீன மகாயனப் பிரிவினரால் மனதார வெறுக்கப்பட்ட, ஹுனயானப் பிரிவின் பிக்குகளாக அவர்கள் இருக்கவேண்டும்; இப்பிக்குகள் ‘சோம்பேறிகளாகத் தின்று கொழுத்திருந்ததாக’ப் பேசினர். ஆனால் ஒட்டுமொத்தத்தில் மக்கள் கடுமையும் தூண்டுதலும் பெற்றிருக்க, அப்போது ஹர்ஸரின் கூட்டரசுகளில் ஒன்றாக இருந்த அவர்களின் அரசு, அதன் தானிய உற்பத்திக்கும் கால்நடைகளுக்கும் உப்பு ஏற்றுமதிக்கும் பெயர்பெற்றிருந்தது.[1]

கெடுவாய்ப்பாக, யுவான் சுவாங்கின் பொதுவாக நம்பகமானதான ஆனால் ஒருதலைப்பட்சமான விவரிப்பு, அரசியல் நிலவரம் குறித்து ஏதும் சொல்லவில்லை; சிந்துவின் பெயரில்லாத மன்னன் சூத்திர வகுப்பினன் என்று மட்டும் தெரிவிக்கின்றது. நேர்மையும் விசுவாசமும் உள்ளவனான அவன் புத்தரின் நெறியை வணங்கினான். அவன் ராய் வம்சத்தவனாக இருக்கவேண்டும், அவ்வம்சத்தின் கடைசி நபராக அவன் இருத்தல்கூடும்; சுமார் 640இல், இஸ்லாமிய ஆதாரங்களின்படி, ராய்வம்ச அரியணையில் சாச் என்னும் பெயருடைய பிராமணன் வீற்றிருந்தான். அவன் இஸ்லாமிய எழுத்தாளர்களால் பெரிதும் மதிக்கப்பட்டான். பதிமூன்றாம் நூற்றாண்டில் தொகுக்கப்பட்டு ஆனால் உடனிகழ்கால விபரங்களால் எழுதப்பட்டதாகக் கருதப்படும், சிந்துவின் இஸ்லாமிய வரலாறான சாச்நாமாவில்,

தன் அரசின் எல்லைப்புறங்களை வரையறுத்திட உடனே புறப்பட்டதாகக் கூறப்படுகிறான்.[2]

அவனது ஆட்சிக் காலத்திய சாசனம் எதுவும் இல்லை, ஆனால் எல்லை வரையறையாக இஸ்லாமிய வரலாற்றாளர்கள் கண்டதை, மரபார்ந்த திக்விஜயமாக சாச் பார்த்தான். வடக்கில் காஷ்மீரை அவன் அடைந்ததாக அறிகிறோம். அவன் குறிப்பிட்டது காஷ்மீர் பள்ளத்தாக்கில்லை மாறாக காஷ்மீர் பிரதேசம் என்றாலும், அது அப்போது பஞ்சாப் சமவெளிகள் வரை நீண்டிருந்தது; அவன் குறைந்தபட்சம் இமாலய அடிவாரத்தில் நுழைந்திருக்க வேண்டும். ஏனெனில் செனார்/தேவதாரு மரக்கன்றினை நட்டு, தன் எல்லைப்பகுதிக்கு அடையாளமிட்டான். மேற்கில் மக்ரா என்னும் பலுசிஸ்தானத்துக் கடற்கரை மண்டலம் சென்று, அங்கே பேரீச்சைக் கன்றுகளை நட்டுவித்தான்; தெற்கில் சிந்து முகத்துவாரத்தை அடைந்தான். காந்தார அரசினை மூலப்படிவ பாகிஸ்தான் என்று சொல்லமுடியாதபடிக்கு அது இருந்தது, வடமேற்கில் முந்தைய காந்தாரம் இல்லாததே. அஞ்சத்தக்க தார்ப்பாலையின் மணல் உள்ள, மண்டலத்தின் கிழக்குக் கால்பகுதி தொடர்பாகவே, ஒரு திக்விஜயமாக அவனது வெற்றிகள் முழுமையுறாது இருந்தன.

இதனைச் சரிசெய்வது போல, சாச் அல்லது அவனது ஆளுநர், மேல் சிந்துவிலிருந்து 663இன் அரேபியர் தாக்குதலை போலன் கணவாய் வழியே வெற்றிகரமாகத் துரத்தி அடித்தார். அதற்கு மேலும் தாக்குதல்கள் நிகழவில்லை, சந்தேகத்திற்கிடமின்றி ஒரு புகழ்மிக்க ஆட்சிக்குப் பிறகு, சுமார் 674இல் 'சாச் இறந்து நரகம் சென்றார்'-இஸ்லாமிய வரலாறுகளில் மிகவும் உன்னதமான துரோகியைக் குறித்தும் இதுவே மாறாத விதியாயிருந்தது. அவரது மகன் தாஹர் (தாஹிர்) இன்னும் தீர்மானகரமானதும் அடுத்ததுமான அரபுப் படையெடுப்பினை எதிர்கொண்டான்.

இப்போதைய பிரச்சினை அப்பட்டமான அந்தரங்கச் செயல். ஒரு கன்னியர் கூட்டம் அடங்கிய, பஸ்ரா செல்லும் பயணிகளைக் கொண்ட கப்பல் இலங்கையிலிருந்து செல்லும்போது, தேபல் துறைமுக நகருக்கு (நவீன கராச்சிப் பகுதி) அருகே மெட்களால் கொள்ளையடிக்கப்பட்டது. மெட்கள் கொள்ளையர்கள்; இக்கன்னியர், இறந்துபோன இஸ்லாமிய வணிகர்களின் மகள்கள்-கிழக்கத்திய பேரரசின் வைஸ்ராயும் கலீபாவின் மகள்கள்-கிழக்கத்திய பேரரசின் வைஸ்ராயும் கலீபாவின் ஆளுநருமான அல்-ஹஜ்ஜாஸ் இபின் யூஸுஃப்புக்காக இலங்கை

மன்னனால் அனுப்பப்பட்டவர்கள். அரபுக் கடலின் பாதுகாப்பு குறித்து பதினெட்டாம் நூற்றாண்டின் பிந்தைய பகுதியில் இடம்பெற்ற, எட்டாம் நூற்றாண்டின் ஆரம்பக்கட்டத்து சச்சரவுகளின் வடிவமாகக் காணப்பட்ட அதில், சிந்துவின் தாஹர் விரும்பினால்கூட, நிறைவேற்றிட முடியாதவனாயிருந்தான். 'இப்பெண்களைச் சிறைப்பிடித்திருப்பது கொள்ளையர்கள், அவர்களை நான் கட்டுப்படுத்த முடியாது'[3] என்று விளக்கினான். இப்பதிலில் திருப்தியுறாத அல்-ஹஜ்ஜாஜ் ஒரு கடற்படையை தேபலுக்கு அனுப்பினான். அது தோற்கடிக்கப்பட்டு, அதன் தளபதி கொல்லப்பட்டார். இன்னொரு படையும் இதே விதியைச் சந்தித்தது. இவ்விவகாரங்களில் தாஹர் ஈடுபாடு காட்டியதோ இல்லையோ, தன் கடற்கரை மக்களைக் கட்டுப்படுத்த ஒன்றும் செய்யவில்லை. எனவே அல்-ஹஜ்ஜாஜ் அவனைப் பொறுப்பாக்கி, சுமார் 708இல் பெரிய தாக்குதல்கள் தொடுக்கத் தீர்மானித்தான்.

அல்-ஹஜ்ஜாஜின் ஒன்றுவிட்ட சகோதரனும் திறமையான தலைவனுமாகிய முகம்மது இபின் காசிமிடம் கலீபா படையினரின் தளபதி பொறுப்பானது ஒப்படைக்கப்பட்டது; கடல் வழியே வந்து முற்றுகை இடும் சாதனைகளும் மகரான் வழியே அணிவகுத்துச் செல்ல 600 சிரியத் துருப்புகளும் காசிமிடம் அளிக்கப்பட்டன. ஆரம்பக்கட்ட இஸ்லாமிய சரிதக்காரர்களுள் ஒருவரான அல்-பிலதுரியின்படி, இபின் காசிமிடம் 'ஊசி-நூல் உட்பட எதுவும் விட்டுவிடாது தேவையானவையெல்லாம் தரப்பட்டன'. இயல்பான வாசகமாயினும், தையல் சார்ந்த குறிப்பு, முகம்மது இபின் காசிமுக்கு ஒருவித முக்கியமானதாகும்.

உடனடியாக முற்றுகை இயந்திரங்கள் வந்து சேர்ந்தன. தரைப்படையினர் தேபலுக்கு வெளியே கடற்படையினரைச் சந்தித்தனர், ஆனால் நகருக்குள் நுழைய முடியாதிருந்தனர். இயக்குவதற்கு 500 நபர்கள் தேவைப்படக்கூடிய பிரம்மாண்டமான தாக்குதல் சாதனம் இருந்தும், தேபலின் கடினமான சுவர்களைத் தகர்க்கத் திராணியின்றிப் போனது. விடாப்பிடியான தாக்குதல் முயற்சிகளில் ஒருவாறு அரபுப்படையினர் வென்றனர். சிலை வழிபாட்டாளர்கள் அதிகம் பாதிக்கப்பட்டனர். பழிவாங்கும் முயற்சியிலும் தோற்கடிக்கப்பட்டனர். மூன்று நாள்களுக்குத் தாக்குதல்கள் நீடித்தன. ஆலயத்தின் ஒருபாதி சிதைக்கப்பட்டது; பூசாரிகள் படுகொலை செய்யப்பட்டனர்; தேபலில் நிறுத்திவைக்கப்பட்ட நான்காயிரம் வீரர்களது பாசறைக்காக ஒரு மசூதியும் எழுப்பப்பட்டது.

எட்டாம் நூற்றாண்டில் சிந்துவை அரேபியர் வெல்வது

இதற்கிடையே இபின் காசிம் உள்நாட்டில் நுழைந்து, அதன்பிறகு சிந்துவின் மேற்குக் கரைக்குச் சென்றான். நேருனின் (பாகிஸ்தானின் ஹைதராபாத்தாக இருக்கலாம்) சிராமண/பௌத்தத் துறவிகளில்- சாமனிஸ்-சிலர் அஹிம்சை வாக்குறுதியை நினைவில்கொண்டு, படையெடுப்பாளருடன் சமரசம் செய்தனர்.[4] இபின் காசிமினால் வெள்ளத்தைத் தாண்டிச் செல்லமுடியாததால்/விருப்பமில்லாததால் ஆற்றின் மறு கரையிலிருந்த தாஹர் பாதுகாப்பாய் இருந்தான். கடைசியில் அதனையே மேற்கொள்ளுமாறு, பாக்தாதின் ஆளுநர் அல்-ஹஜ் ஜாடமிருந்து கட்டளைகள் வந்தன. மேற்குக் கரையில் கயிறால் பிணைக்கப்பட்ட படகுகள் நிறுத்தப்பட்டன. ஒரு நுனி நீரோட்டத்தில் விடப்படவும் அரேபியர் சட்டென்று தாண்டத் தொடங்கினர்.

'அடுத்து நிகழ்ந்த பீதிமிக்க மோதல் ஒருபோதும் கேள்விப்பட்டிராதது' என்கிறார் அல்-பிலதுரி. போரஸுடன் அலெக்ஸாண்டர் மேற்கொண்ட பிரம்மாண்ட போராட்டத்தை நினைவுக்குக் கொண்டு வருகிறது. இந்தியப் படையினர் தம் அசாதாரண தீரத்தை வெளிப்படுத்தினர். முடிவு மீண்டும் தராசில் ஆடியது, -பீதியுற்ற யானைகளின் சமாளிக்க முடியாத நடத்தையால் தீர்மானிக்கப்படும் வரை. தாஹரால்-

பாண்டு நோய்க்கு ஆட்பட்டவர்-இயக்கப்பட்ட யானை, நெருப்பினையுமிழும் அம்பால் தாக்கப்பட்டு ஆற்றில் மூழ்கியது. அங்கே தாஹர் எளிதாக இலக்கானான். மார்பில் பாய்ந்த அம்புடன் போராடிக்கொண்டிருந்தான்; இறங்கிய மாத்திரத்தில் மண்டையைப் பிளக்கும் வாள்வீச்சால் வீழ்த்தப்பட்டான். அல்-பிலதுரியைப் பொறுத்தமட்டில், மாலை நெருங்கிய வேளையில் தாஹர் 'இறந்து, நரகம் சென்றான்;' சிலை வழிபாட்டாளர் பறந்தோட முஸல்மான்கள் படுகொலையில் திருப்தியுற்றனர்.

முகம்மது இபின் காசிம் அடுத்து தன் படையெடுப்பைத் தொடர்ந்தான். அதன்படி 710-13இல் பிரமணாபாத் (பின்னாளில் மன்சூரா), அடுத்து அலோர் (ரோஹ்ரி), இறுதியில் முல்டான் என்னும் சிந்துவின் மூன்று பிரதான நகரங்களும் கைப்பற்றப்பட்டன/சரணடைந்தன. இறந்தோர் எண்ணிக்கை அதீதமாகத் தெரிகிறது, இருப்பினும் இபின் காசிம் சொன்னதை நிறைவேற்றுபவன் என்பதை அல்பிலதுரியும் சச்-நாமாவும் அங்கீகரிக்கின்றன. அமைதியாகச் சரணடைந்தால், மனிதரைக் கொல்லாமல் கோயிலைத் தாக்காமல், தன் வாக்குறுதியை நிறைவேற்றினான். இந்து-பௌத்த அமைப்புகள், 'கிறித்தவரின் தேவாலயங்களைப் போல, யூதரின் யூதாலயங்களைப் போல ஜொராஸ்ட்ரியரின் நெருப்புக் கோயில்களைப் போல மதிக்கப்பட்டன.' மாற்று மதத்தோருக்கான தேர்தல் வரி ஜஸியா விதிக்கப்பட்டது; இருப்பினும் பிராமண-பௌத்தத் துறவிகள் தர்மம் வாங்க அனுமதிக்கப்பட்டனர்; நன்கொடைகள் பெற ஆலயங்களுக்கு இடமிருந்தது. இபின் காசிம் ஈவிரக்கமற்ற கசாப்புக் கடைக்காரன் இல்லை. அவனது புரவலர் அல்-ஹஜ்ஜாஸ் இறந்ததையடுத்து, பொறுப்பிலிருந்து விலக்கப்பட்டு அவமானமுற்றதும் 'இந்து மக்கள்' அழுதனர்.

புதிய ஆளுநருடனான குடும்பத் தகராறினால், முகம்மது இபின் காசிம் கைதியாக ஈராக்கிற்கு அனுப்பப்பட்டு, அங்கே சித்திரவதையில் மடிந்தான் என்று மட்டுமே அல்-பிலதுரி விளக்குகிறார். சச்-நாமா வேறொரு கதையையும் இன்னும் விவரணத்தையும் தருகிறது. முன்னதாக தாஹரின் கன்னிப் பெண்களில் இருவரைக் கைப்பற்றியிருந்த இபின் காசிம், அவர்களை கலீபா வாலித்தின் அந்தப்புரத்தை அலங்கரிக்க, பாக்தாத்திற்கு அனுப்பினான். இரு இளவரசிகளில் சூரியதேவி காலிபாவால் ஈர்க்கப்பட்டாள். 'சிந்துவில் முகம்மது இபின் காசிமால் தானும் தன் சகோதரியும் அனுபவிக்கப்பட்டதால், தாங்கள் அரச கட்டிலுக்குத் தகுதியானவர்களில்லை' என

மரியாதையுடன் விளக்கினார். ஆத்திரமுற்ற கலீபா, காசிமை ஒரு சாக்குப் பையில் கட்டி, தலைநகருக்கு அனுப்புமாறு ஆணையிட்டிருந்தார்.

கட்டளை அப்படியே நிறைவேற்றப்பட்டது; ஊசியும் நூலும் நன்றாகப் பயன்படுத்தப்பட்டன. மூட்டை கட்டப்பட்ட காசிம் பாக்தாத்திற்கு அனுப்பப்பட்டான். இரண்டு நாள்கள் நீடித்த இந்நீண்ட, வதைத்தெடுக்கும் பயணத்தில் 'தன் ஆன்மாவைக் கடவுளிடம் அளித்து, நித்திய உலகம் சென்றான்.' இறுதியில், உவப்பற்ற இந்த மூட்டை வாலித்திடம் ஒப்படைக்கப்பட்டதும், பாரபட்சமற்ற தன் நீதியுணர்வைத் தெரியப்படுத்தும் வகையில், இளவரசியர் சாட்சியமாக இருக்க அழைக்கப்பட்டனர். பிரேதத்தைக் கண்ணுற்றவர்கள், முகமது இபின் காசிம் தங்களிடம் சரியாகவே நடந்துகொண்டதாகக் கூறினார்கள்.

> "ஆனால் அவன் ஹிந்த்-சிந்துவின் மன்னனைக் கொன்றான், எமது மூதாதையரின் ஆட்சிப் பகுதியை நாசப்படுத்தினான், எம்மை அரச கண்ணியத்திலிருந்து அடிமை நிலைக்குக் கீழிறக்கி அவமதித்தான். எனவே இவற்றிற்குப் பழிதீர்க்கவும் பதிலடி கொடுக்கவும் பொய் சொன்னோம், எமது நோக்கம் நிறைவேறியது."

எனவே முகம்மது இபின் காசிம் ஒன்றுக்கு மேற்பட்ட தடவைகள் வதைக்கப்பட்டிருந்தான். மீண்டும் கலீபாவுக்கு அதிருப்தி, 'அதீத வருத்தத்தில் தன் கையின் பின்புறத்தைக் கடித்துக்கொண்டார்.' அதன்பின் இளவரசியரை ஆயுட்கால சித்திரவதைக்கு உள்ளாகுமாறு செய்தார்.[5]

பெரும்பாலான நல்ல கதைகளைப் போல, இது ஒருபோதும் தொழில்முறை வரலாற்றாளர்களால் ஏற்கப்பட்டதில்லை-மிகவும் நம்பகமானதொரு கதையை ஒரு துரோகியிடம் ஒரு முஸ்லீம் ஏன் புனைந்துரைக்கவேண்டும் என்பது விளக்கப்படவில்லை. மேலும், சிந்துவின் மதிக்கப்பட்ட, வெற்றிகரமான வெற்றியாளரின் சரிவுக்கான ஏற்கத்தக்க காரணத்தை இது அளிக்கவே செய்கிறது. அவரைப் போன்றவரைக் காண்பது அரிது.

அப்பிரதேசத்தின் அரேபிய ஆளுநர் வந்து சேர்ந்ததும் இறந்துவிட்டார், அடுத்து வந்தவர் ஏற்கெனவே சரிந்துபோயிருந்த நிலவரத்தில் எந்தத் தாக்கத்தையும் ஏற்படுத்த முடியாதவராக இருந்தார்-பிரமணாபாத் தாஹரது மகனின் கட்டுப்பாட்டில் இருந்தது. சுமார் 720இல் பின்னவர் பாக்தாத்தின் மன்னிப்பை

ஏற்றுக்கொண்டார்; அதன்படி இஸ்லாத்தைத் தழுவி அரசாங்கத்தில் பங்கேற்றார். இதுவொரு தந்திரமிக்க முடிவாகவே தோன்றுகிறது, ஏனெனில் உமய்யாத் கலீபா அரசினை வாரிசுரிமைச் சிக்கல் வளைத்துக்கொண்டதும், சிந்துப் பகுதியினர் தம் விசுவாசத்தையும் புதிய மதத்தையும் சந்தோஷத்துடன் கைவிட்டனர்.[6] கடைசியில் தாஹரின் மகன், ஜுனைத் இபின் அப்துர் ரஹ்மான் அல்-மர்ரியால் சிறைப்பிடிக்கப்பட்டு, கொல்லப்பட்டான்; 720களின் மத்தியில் இப்பிரதேசத்தின் பெரும் பகுதியையும் இன்னும் பிரதேசங்களையும் இவன் மீட்டதாகத் தெரிகிறது. இவனுக்கு அடுத்து வந்தோர் அவ்வளவாகச் சோபிக்கவில்லை; சுமார் 870 வரையிலும் ஒட்டுமொத்தப் பிரதேசத்தினுடைய பாக்தாதின் கட்டுப்பாடு அரிதான நிகழ்வாகவே இருந்தது; உள்ளூர் ஆளுநர்கள் அல்லது அமீர்கள் படிப்படியாக கலீபாவிடத்தேயான தம் விசுவாசத்தைத் தூக்கியெறிந்து, தாமாகவே நிர்வகித்துக்கொண்டனர்.

பத்தாம் நூற்றாண்டையொட்டி இப்பிரதேசம் இவ்விரு அரபுக் குடும்பங்களிடையே பிரிக்கப்பட்டது; ஒன்று தெற்கில் மன்சுராவிலிருந்து ஆட்சிசெய்ய, இன்னொன்று வடக்கில் முல்டானிலிருந்து ஆண்டது. முல்டானில் இன்னும் அதிக எண்ணிக்கையிலிருந்த இஸ்லாமியர் அல்லாதவர்களின் சீற்றம், பிரச்சினை எழும்போதெல்லாம் அல்லது படையெடுப்பு மிரட்டல் வரும்போதெல்லாம், நகரின் முக்கிய ஆலயம் நாசப்படுத்தப்படும் என்ற முஸ்லீம் ஆட்சியாளரின் எச்சரிக்கையாலேயே அடக்கப்பட்டது. வெற்றிபெறுவது சிரமமாயிருந்தால், மதமாற்றம் இன்னும் சிரமமாயிருந்தது. இருப்பினும் சிலை வழிபாட்டினரின் பிடிவாதத்திற்கு இடமளிக்கப்படுகையில், ஒருவித ஆதாயம்; நிர்பந்திக்கப்பட்டால், கொள்ளை-அபகரிப்புக்கான அற்புத வாய்ப்பாக அது இருக்கும். சிந்துவில் அப்படி இருந்தது, ஹிந்தில் (இந்தியாவில்) அப்படி இருக்கும். தங்களுக்கு முன் என்ன இருந்தது என்னும் முன்னுணர்வை சிந்துவின் ஆளுநர்கள் பெற்றிருந்தனர். முகம்மது இபின் காசிம் கிழக்கை கன்னோஜை நோக்கித் தள்ளியிருக்கலாம், ஜுனைத் நிச்சயமாக மேற்கு இந்தியாவில் தன் நல்வாய்ப்பைப் பரிசோதித்துப் பார்த்தார்; பிந்தைய ஆளுநர்கள் அதனைப் பின்பற்றி இருக்கலாம்.

சொற்பமான சான்றிலிருந்து அவர்தம் அனுபவங்களைப் பரிசீலித்தால் அது ஊக்கமளிப்பதாக இல்லை. குஜராத்தின் ப்ரோச்சிலிருந்து மால்வாவின் உஜ்ஜயினி வரை ஜுனைத்திற்கு வெற்றிகள் கிட்டியதாக அல்-பிலதுரி கூறுகிறார். ப்ரோச்சிற்கு

தெற்கே நவ்சாரியில் கிட்டிய தாமிரச் சாசனத்திலிருந்து, அரபிகள் சௌராஷ்ட்ரத்தைத் தாண்டி, கட்ச் வளைகுடா வழியே அல்லது அதனைச்சுற்றி வென்றிருக்கலாம் என்று தெரியவருகின்றது. சாளுக்கிய வம்சத்தின் ஓர் அடிமைப் பிரிவினால் கடைசியில் தடுத்து நிறுத்தப்பட்டது இப்படையெடுப்பு. ஆண்டு சுமார் 736 என்று கருதப்படுகிறது.

ராஜஸ்தான் வழியாக அடுத்த தாக்குதலுக்கான இலக்காக உஜ்ஜயினியும் மால்வாவும் இருந்திருக்கும்.[7] குர்ஜார்கள் என்று அறியப்பட்டு பின்னர் கணிசமான முக்கியத்துவம் பெற்ற குடியினரால் இதுவும் தோற்கடிக்கப்பட்டது. இஸ்லாத்தின் சவாலைத் துணைக்கண்டம் முதலில் எதிர்கொண்டபோது, பத்தொன்பதாம் நூற்றாண்டில் பிரித்தானிய வரலாற்றாளர்கள் கருதியதுபோல, மீட்கமுடியாதபடி சோம்பிக் கிடக்கவுமில்லை. நம்பிக்கையிழந்து பிளவுபட்டிருக்கவுமில்லை.

ராஷ்ட்ரகூடர்களின் உதயம்

உடனிகழ்கால இந்திய ஆதாரங்களில், இஸ்லாத்தின் முதல் கொள்ளைக் கும்பல் அவ்வப்போது யவனர் (கிரேக்கர்), டுருக்ஸாக்கள் (துருக்கியர்) அல்லது தஜிகாஸ் (பாரசீகர்) என்றழைக்கப்படும். ஆனால் வழக்கமாக மிலேச்சர் என்று அது கூறப்படும். சரிவர பேசத்தெரியாத, இந்தியச் சமூகத்தில் இடமற்ற புறச்சாதியினராக, தர்மத்தை மதிக்காத தாழ்த்தப்பட்ட நிலையில் இருந்த அந்நியரே மிலேச்சர். எல்லா மிலேச்சர்களையும் போலவே, இஸ்லாமியர்கள் சாராம்சத்தில் விளிம்புநிலையினராக, எதிர் மறையினராக நாசகரமானவர்களாகப் பார்க்கப்பட்டனர். அவர்கள் பிரதிநிதித்துவப்படுத்திய உலக மிரட்டலை இந்தியர் பாராட்டியமைக்குச் சான்றில்லை; ராணுவ வெற்றியாலும் அரசு ஆட்சியுரிமையாலும் ஓரிறை சார்ந்த வைதிகத்தைத் திணித்திடும் அவர்களது விசித்திரப்பணி இந்திய மரபுக்கு அந்நியமானது, புரிந்துகொள்ளப்படாதது.

இந்த அலட்சியத்திற்கு ஒருவித மெத்தனமே காரணம் என்பதில் சந்தேகமே இல்லை. 11ஆம் நூற்றாண்டின் மாபெரும் இஸ்லாமிய அறிஞர் அல்பெருனி இப்படிக் கூறுவார்; 'தம்முடைய நாடு போன்று அது இல்லை, தம்முடைய மன்னர் போன்று அவர் இல்லை, தம்முடைய மதம் போன்று இல்லை, தம்முடைய அறிவியல் போன்று இல்லை என்று நம்புபவர்கள் இந்துக்கள்.

அவர்கள் இன்னும் பயணித்து அவர்கள் மற்ற நாடுகளுடன் கலக்கவேண்டும். இந்தத் தலைமுறையினர் போன்று அவர்களுக்கு முன்னிருந்தவர்கள் அவ்வளவு குறுகிய மனத்தினராயில்லை'[8] எட்டாம், ஒன்பதாம் நூற்றாண்டுகளில் இந்தியா எப்படிக் கருதப்பட்டாலும் பின்தங்கியதாகக் கருதப்படவில்லை என ஆரம்பக்கட்ட இஸ்லாமிய எழுத்தாளர்களால் தரப்பட்ட மனப்பதிவை அல்பெருனி உறுதிப்படுத்துவதாகத் தோன்றும். அதன் அறிவியல்-கணிதக் கண்டுபிடிப்புகள், தொடரியல் பாசியில் அமிழ்ந்து, நடைமுறைக்குக் கொண்டுவரப்படாத போதும், இஸ்லாமிய விஞ்ஞானிகளால் பாராட்டப்பட்டன, அதன்பின் துரிதமாக அவர்களுடையதாக ஆக்கப்பட்டன. அல்பெருனி இதற்குச் சிறந்த எடுத்துக்காட்டு: அரபுலகில் அவரது அறிவியல் பிரபலம், சமஸ்கிருதப் புலமையும் இந்திய ஆராய்ச்சி அறிவும் மிக்கவர்.

அல்பெருனியின் விமர்சனப் பட்டியலில் இருந்து ஒதுக்கப்படும் பதினொன்றாம் நூற்றாண்டின் இந்திய அம்சங்கள் அந்த அளவிலும் வளத்திலும் இருந்தன. அலெக்ஸாண்டரின் கிரேக்கர்களைப் போலன்றி, இஸ்லாமியப் படையெடுப்பாளர்கள் இந்தியாவின் பிரம்மாண்டத்தை அறிந்திருந்தனர். அதன் வளங்களைக்கண்டு அதிசயித்தனர். வாசனைத் திரவியங்கள், மயில்கள், முத்துக்கள், வைரங்கள், தந்தம், தேவதாரு போன்றவை அளவுக்கு, 'இந்து தேசம்' தேர்ந்த உற்பத்தியாளருக்கும் மும்முரமான வணிகத்திற்கும் புகழ்பெற்றிருந்தது. இந்தியப் பொருளாதாரம் உலகில் மிகவும் நாகரிகமிக்கதாக இருந்திருக்கும். வணிக-தொழில் கூட்டமைப்புகள் உற்பத்தியைச் சீர்படுத்திக் கடன் வழங்கின; சாலைகள் பாதுகாப்பானவை, துறைமுகங்களும் சந்தைகளும் கவனத்துடன் கண்காணிக்கப்பட்டன, வரிகள் குறைவாயிருந்தன. முதலீடுகள் தாராளமாகக் கிடைத்தன. குறைந்தது ரோமானியர் காலத்திலிருந்து அந்நியச் செலாவணி இருப்பு சாதகமாக இருந்துவந்தது. குப்தரின் பொற்காலத்திற்கு முன்னரே பொன்னும் வெள்ளியும் குவிக்கப்பட்டன. சாஞ்சி-அமராவதி புடைப்புச் சிற்பங்களைப் போலவே, மாமல்லபுரம் சிற்பங்கள்-அஜந்தாவின் சுவரோவியங்களிலுள்ள உருவங்கள் அவ்வளவு ஆபரணங்கள் அணிந்துள்ளன. தங்கத்தினாலான தெய்வ உருவங்கள் பாதுகாக்கப்பட்டன, அரசரின் ஆலயங்கள் விரைவாகக் கருவூலங்களாகிக்கொண்டிருந்தன. அடுத்தடுத்து வந்த வம்சங்கள் தம் வெற்றிக் கனிகளை அங்கே இட்டுவைத்ததால், இந்துக்களை மதமாற்றுவதில் குறியாயிருந்த பக்திமிக்க இஸ்லாமியர் தம் உத்வேகம் கணிசமாக வெகுமதி பெற்றதைக் காண்பர்.

சாதியமைப்பின் விசித்திரங்களால் அதீதமாகப் பாகுபாடு செய்யப்பட்டிருப்பினும், இந்தியச் சமூகம் போற்றத்தக்க விதத்தில் திடமாயும் இருந்தது. கொள்கையளவில் சடங்கு-தீட்டின் அடிப்படையிலான வர்ணம், நடைமுறையில் தொழில் அடிப்படையிலான ஜாதியாக, சமூக இயக்கத்தை வெளித்தள்ளிற்று. இஸ்லாமிய எழுத்தாளர்கள் நான்கு வர்ணங்களைச் சரியாக அடையாளங்கண்டதில்லை அல்லது எண்ணற்ற ஜாதிகளின் வகைமையை உணர்ந்ததில்லை. அப்போது 'அமைப்பு' முறையானதாக இல்லை என்பது வெளிப்படை. சிந்துவில் உள்ளதுபோல, சூத்திர மன்னர்கள் அல்லது பிராமண தோற்றுவாயுள்ள மன்னர்கள், அரச மற்றும் வீரமிகு சத்திரிய வர்ணத்தினராக விளங்கினர் அல்லது பாவனைகள் செய்துகொண்டனர்.

சாதி முற்றிலும் விலக்குவதாகவும் ஒடுக்குவதாகவும் இல்லை. சாதி உறுப்பினர் என்பது, பொருளாதார-அரசியல் நிகழ்வுப் போக்குகளிலும், அதேபோலச் சமூக ஏற்பின் கட்டுப்பாடுகளிலும் பங்கேற்றிடும் முக்கிய உரிமைகளை அளித்தது என வாதிடப்பட்டுள்ளது. அதாவது ஒரு குடிமகனாக இருக்கும் அளவுக்கு ஆட்சிக்குக் கட்டுப்பட்டவரும் ஆவார். பல்வேறான கிராமிய-நகரச் சாதி மன்றங்கள் மற்றும் செயல் குழுக்களின் மூலம், குறிப்பிட்ட தலைமையை ஏற்பது, அரசின் பல்வேறு சம்பிரதாயங்களில் கலந்துகொள்வதால் நிகழ்த்திக் காட்டப்படும். 'இந்திய அரசியலமைப்புகளின் வாழ்விலிருந்து விலக்கப்படுவதற்கு மாறாக, (சாதிகள்) அதில் துடிப்புடன் பங்கேற்றன. அப்படிச் செய்து அவை ஒருபாதி அதனைக் கட்டமைத்தன.'⁹ எடுத்துக்காட்டாக, புதிய மன்னரை அரியணையில் அமர்த்தும் விரிவான சம்பிரதாயங்களில் அல்லது திக்விஜயத்தைத் தொடங்குவதிலான சம்பிரதாயங்களில் இப்படிப் பங்கேற்பதன் மூலம், இத்தகு தலைவருக்கு மரபார்ந்த நிதி-ராணுவ அம்சங்களில் சம்மதத்தை அடையாளப்படுத்திற்று. ஆனால் தயக்கமிக்க சிற்றரசர்கள்-அடிமை அரசர்களிடம் நிகழ்வது போலச் சாதி மன்றங்களில், அரசியல் அமைப்பிலான இத்தகு உடந்தை நிலை எப்போதும் நுட்பமாக ஒதுக்கப்படும் அல்லது இடமாற்றம்பெறும்.

அரசியல் பங்கேற்புக்கும் பொருளாதார முன்னேற்றத்திற்கும் உள்ள வாய்ப்புகளை அகற்றிட, மதப்பாகுபாடும் ஒடுக்கும் தன்மையதான வரிவிதிப்பும் சதிசெய்தபோது, இஸ்லாமிய வெற்றிக்குப் பிறகே, சாதி தனது அடங்கிய-தேக்கமான உணர்த்துதல்களைக் கொண்டிருந்தது என இன்னொரு வாதம்

இருக்கிறது. செல்வாக்கிழந்த நிலையில் சாதி உறுப்பினர் தகுதி, வைதிக இந்தியத்தன்மை அல்லது 'இந்து மத'த்தின் தனித்துவமான பண்பாகிறது. முந்தைய பிறவிகளிலான ஒருவரது நடத்தையைக் கொண்டும், அடுத்த பிறவிகளில் இதனை மேம்படுத்திக் கொள்வதைக் கொண்டும் ஒருவரின் தகுதிநிலையைத் தீர்மானித்திடும் கர்மம் எனும் கருத்து, இவ்வமைப்புக்கான பகுத்தறிவு சார்ந்த விளக்கத்தையும், அதேபோல இதனால் பெரிதும் பாதிக்கப்பட்டோருக்கு ஆறுதலையும் அளிக்கிறது; இப்போது அவர்தம் வாய்ப்புகள் சாதி உரிமைகளைப் பிரயோகிப்பதனைச் சார்ந்து அல்லாமல், சாதிக் கடப்பாடுகளிலிருந்து ஒதுங்குவதனைச் சார்ந்துள்ளது. முதலில் உபநிடதங்களில் வைக்கப்பட்டு, பௌத்தத் தத்துவங்களில் விரிவாக்கப்பட்ட கர்மவினைக் கோட்பாடு, சாதியைப் போல, இந்து வைதிகத்திற்கு அடிப்படையானதாகப் பார்க்கப்படலாயிற்று.

அரசியல் ரீதியில் இஸ்லாமியப் பார்வையாளர்களுக்கு, இந்தியா பலம் வாய்ந்த ராணுவத்தையுடைய பல அரசுகளைக் கொண்டிருந்தது. அல்பெருனி மேற்கோள் காட்டும் பாக்தாத் பழமொழியின்படி, குதிரைகளுக்குப் பெயர் பெற்றவர்கள் துருக்கியர், யானைகளுக்குப் பெயர் பெற்றது கந்தகார், படைகளுக்குப் பெயர்பெற்றது இந்தியா. அதிகப் பயணம் செய்துள்ள வணிகரும் சுலைமான் என்று மட்டும் நமக்கு அறிமுகமாயுள்ளவருக்கு, உலகின் நான்கு பெரும்/பிரதான மன்னர்களில் ஒருவர் இந்தியாவின் 'பல்ஹாரா.' (பாக்தாத், பைஸாண்டியம்-கான்ஸ்டாண்டிநோபிள், சீனா ஆகியவற்றின் மன்னர்கள் மற்றவர்கள்). ஒன்பதாம் நூற்றாண்டின் முதல் பாதியில் இந்தியாவுக்கு வந்துபோன சுலைமானுக்கு, அப்போது இந்தியாவில் பெரும் கொந்தளிப்புகள் இல்லை என்பது மனப்பதிவு. இந்தியா மோதலைக் கட்டுப்படுத்தவும் அதன் தாக்கங்களைக் குறைந்தபட்சமாக்கவும் கற்றிருந்தது.

> இந்தியர்கள் சமயங்களில் போரிடச் செல்வதுண்டு, ஆனால் அச்சந்தர்ப்பங்கள் அரிதானவை. மிளகு தேசத்திற்கு (மலபார் கரை) அடுத்துள்ளது தவிர்த்து, ஒருநாட்டு மக்கள் இன்னொரு நாட்டினரிடம் சரணடைய வந்ததாக நான் பார்த்ததே இல்லை. ஒருவர் அண்டை நாட்டை வெல்லும்போது, தோற்ற மன்னன் குடும்பத்தைச் சேர்ந்த ஒருவரிடம் பொறுப்பினை ஒப்படைத்து, வென்றவர் சார்பாக அரசாங்கத்தை நடத்துமாறு செய்யப்படும். மற்றபடி மக்கள் வருந்தமாட்டார்கள்.[10]

அடுத்த வயலில் ராணுவத்தினர் சண்டையிட்டுக் கொண்டிருக்கையில், முழுப் பாதுகாப்புடன் உழவர்கள் உழுதுகொண்டிருந்தனர் என்னும் மெகஸ்தனீஸின் விவரிப்பு நினைவுக்கு வரும். போரின் விளைவில் உழவர்களுக்குப் பங்கு இருப்பினும் அல்லது ஒரு வீரனைத் தயார்படுத்துவதில் பங்களிப்பு செய்திருப்பினும் அவர்கள் போரில் ஈடுபடவேண்டுமென்று எதிர்பார்க்கப்படவில்லை. வீரர்கள் வீரர்களுடன் போரிட்டனர்; உழவரின் தர்மம் உழுவதாயிருந்தது.

எட்டிலிருந்து பதினோராம் நூற்றாண்டுகளில் நடந்த வம்சப் போராட்டங்களுக்கு இதனை மனதில் கொண்டு திரும்புவோம். 760ஐ ஒட்டி தக்காணத்தில் ஒன்றரை நூற்றாண்டுகளாகக் கீர்த்தியுடன் மேலோங்கியிருந்த பாதாமி சாளுக்கியரின் ஆட்சி முடிவுக்கு வந்தது. தெற்கில் காஞ்சிப் பல்லவர்களுடன் தீராத யுத்தங்களில் ஈடுபட்டு ஓய்ந்துபோகாவிட்டாலும் கவனம் பிசகியிருந்த சாளுக்கியர், பேரரில் மேல் கோதாவரி ஆற்றுப் பகுதியில் தமது வடக்கு அதிகாரிகளில் ஒருவர் கணிசமான பிரதேசத்தை வளைத்து வைத்திருக்க அனுமதித்திருந்தனர்-அது இந்தியாவின் மையமாக இருக்கக்கூடிய இடத்திற்கு அருகிலுள்ளது, இப்போது நாக்பூர் நகரத்தின் மேலாதிக்கத்தில் இருந்தது. சுமார் 735-56 லிருந்து இக்குடும்பத்தின் மூத்த உறுப்பினராக இருந்து வந்தவர் தண்டிதுர்கா; சாளுக்கிய பேரரசுக்குள்ளே அவரது பணி ஒரு ராஷ்ட்ரகூடருடையது அல்லது மண்டலத் தலைவருடையதாக இருந்ததால், அவர் நிறுவிய வம்சம் ராஷ்ட்ரகூடர்கள் என்றறியப்படலாயிற்று.

பல்லவருடனான யுத்தங்களிலும் சிந்துவின் அரேபியர்களுடனான யுத்தங்களிலும் இரண்டாம் விக்கிரமாதித்தனுக்கு விசுவாசமாகச் சேவை புரிந்திருந்த தண்டிதுர்கா, 747இல் விக்கிரமாதித்தனின் மரணத்தைப் பயன்படுத்தி, தன் பிரதேசங்களை விரிவாக்க முற்பட்டார். கர்நாடகத்தின் சாளுக்கியப் பிரதேசத்தைக் கவனமாகத் தவிர்த்துவிட்டு, நடுத்தரமான திக்விஜயத்தில், மத்தியப் பிரதேசத்தின் பெரும்பகுதி, தெற்கு குஜராத்-வடக்கு மராட்டியத்தின் பகுதிகளுக்குத் தன் அதிகாரத்தை விரிவுபடுத்தினார். எல்லோராவில் (அவரின் சம்பிரதாயமான தலைநகர்) கிடைத்த தாமிரச் சாசனங்களின்படி, பிரித்வி-வல்லபா என்னும் விருதுப் பெயரைச் சூடிக்கொண்டார். வல்லபா என்றால் 'கணவன்'/'காதலன்', பிரித்வி என்றால் 'பூமி'-விஷ்ணுவின் மனைவியருள் ஒருவரான பூமி தெய்வமும் ஆகும். எனவே, தண்டிதுர்காவும் அவரது வாரிசுகளும்

பூமியின் கடவுளராகவும் விஷ்ணுவின் அவதாரங்களாகவும் ஏற்றுக் கொள்ளப்படவேண்டும் என்னும் பேராசையுடன் முன்னேறிக் கொண்டிருந்தனர். சந்தர்ப்பவசமாக, வல்லபா என்று சுருக்கப்பட்ட வடிவில் இஸ்லாமியப் பார்வையாளரிடம் தங்கி, 'பல்ஹாரா' என அவர்களது எழுத்தில் இடம்பெற்றது.

பைஸாண்டிய பேரரசர்களுடன் அல்லது உலகின் நான்கு பெரும் மன்னர்களுடன் ஒப்பிடுகையில், 'பல்ஹாரா' கீர்த்தியில் உயர்ந்தது துரிதமானது, ஒப்பீட்டளவில் வலியில்லாதது. மிகத் தாமதமாகச் சாளுக்கிய மன்னனை எதிர்கொண்டு, தண்டிதுர்கா தன் திக்விஜயத்தை நிறைவுசெய்தார்-தன் வடக்கு எல்லைப் புறத்தேயான தன் எதிரியின் ஆபத்தை மிகத் தாமதித்தே சாளுக்கிய மன்னனும் உணர்ந்திருந்தான். மர்மமான முறையில் நடந்தாலும், வென்றது ராஷ்ட்ரகூடரே: 'செயல் தந்திரத்தினால் வெற்றி கிட்டியதாகத் தோன்றுகிறது, வெறுமனே புருவச் சுழிப்பால் கர்நாடகப் படையைத் தூக்கியெறிந்தார்-ஆயுதங்களின்றியும் முயற்சி மேற்கொள்ளாமலும்' என்கிறார் அவரின் அரசவைக் கவிஞர். இவ்வெற்றியின் கனிகள், விகிதாச்சார அளவில், அளவானவையே. சாளுக்கியர் சீக்கிரமே களமிறங்க, தண்டிதுர்காவால் புருவத்தைச் சுழிக்க முடியாது போயிற்று. சுமார் 756இல் அழகிய யுவதியரின் அழுத்தங்களால் அற்பாயுளிலேயே இறந்து போனார்.[11]

குழந்தையில்லாததால், அவரின் மாமா முதலாம் கிருஷ்ணன் ஆட்சிக்கு வந்தார். சாளுக்கியருடனான விவகாரங்களை முடித்துவைத்தவர் அவரே. ஆவேசமான யுத்தமாகத் தோன்றும் ஒன்றில்-மிளகு தேசத்திற்கு அடுத்ததாக வரும் நாட்டுடனான போரில் என சுலைமான் குறிப்பிடுவது இதுவாக இருக்கலாம்-கிருஷ்ணன் தன் குடும்பத் தீரத்தைத் தீர்மானகரமாக வெளிப்படுத்தினார்-சாளுக்கிய ராணுவம் என்னும் கடல் நன்கு கடையப்பட்டு, 'அரச கீர்த்திக் கடவுள்' எழுந்தது. பாதாமி வீழ்ந்தது, ராஷ்ட்ரகூடர்களின் ஆட்சிப் பரப்பில் கர்நாடகம் சேர்ந்தது, அடுத்தடுத்த படையெடுப்புகளில் கொங்கண கடற்கரையும் கங்கர் வம்சமும் (மைசூர்ப் பிரதேசம்) பணிந்தன. கிழக்கில் பாதாமி குடும்பத்தின் துணைக்கோள் கிளையான வேங்கி சாளுக்கியரை கிருஷ்ணரின் மகன்கள் வெற்றி கண்டனர். இக்கீழைச் சாளுக்கியர்கள் ஒரு திருமண பந்தத்தின் வாயிலாக இப்போது ராஷ்ட்ரகூடர்களுடன் இணைந்தனர்.

சுமார் 773இல் முதலாம் கிருஷ்ணர் மடிந்தபோது, ராஷ்ட்ரகூடர்கள் ஒட்டுமொத்த தக்காணத்தின் ஆட்சேபிக்க முடியாத நாயகர்களாக விளங்கினார்கள். தென்கோடியில் உள்ள அரசுகளுடன் போரிட்டோ விந்திய மலைகளைத் தாண்டி கங்கைச் சமவெளியில்தான் மேலும் வெற்றிகள் பெற முடியும். தக்காணம் சார்ந்த எந்த வம்சமும் இதுவரை ஆரியவர்த்தத்தில் தன் நல்வாய்ப்பைப் பரிசோதித்ததில்லை; சுமார் 780இல் துருவன் தலைமையில் ராஷ்ட்ரகூடர்கள் அதையே செய்தனர். முதலில் கங்கருடன் மோதியும், அடுத்து பல்லவரைக் கலகலக்கச் செய்தும் துருவன் தெற்கில் கால் பதித்தான். அடுத்து சுமார் 786இல் தன் சீரிய வீரர்களுடன் வடக்கே படையெடுத்தான். மால்வா உடனே பணிந்தது. தட்சிணபாதா என ஒருகாலத்தில் அழைக்கப்பட்ட வழித்தடத்தில் சம்பல் நதியை ஒட்டிச் சென்று, கங்கைப் படுகையில் கன்னோஜை நோக்கிப் போனான்.

கன்னோஜ் முக்கோணம்

மையமாக அமைந்து புனித கங்கைக்கு அருகிலுள்ள கன்னோஜ், ஹர்ஸர் காலத்திலிருந்து வடக்குப் பேரரசினுடையதாக இருந்துள்ளதாக ஒப்புக் கொள்ளப்பட்டிருக்கிறது. ஒன்பதாம் நூற்றாண்டில் அரசு என்பதாக எதுவுமின்றி தலைநகரமாயிருந்தது, வடக்கின் மேலாண்மைக்காகப் போட்டியிட்டுக் கொண்டிருந்த இரு அரசுகளில் ஒன்றின் கைப்பாவையாக அது இருந்தது. இவ்வரசுகள், கிழக்கிந்தியாவின் பாலர்கள் மற்றும் மேற்கு இந்தியாவின் குர்ஜரா-பிரதிஹரர்கள் ஆவர். சுமார் 786இல் தக்காணத்தின் ராஷ்ட்ரகூடர்கள் களத்தில் இறங்கவும் இது மும்முனைப் போட்டியாகியது. இது இரு நூற்றாண்டுகளுக்கு நீடிக்கும், ஆனால் இதன் விபரங்கள் தெளிவாயில்லை; புகழ்பெற்ற இடைவேளைகளில் ஏதேனும் ஒரு தரப்பு, ஒரு திக்விஜயத்தை வெற்றிகரமாக நிகழ்த்தியது, மேலும் அது கன்னோஜைக் கைப்பற்றியதாகக் கூறியதுடன், உலகளாவிய தன் பரிதாபத்தைப் பீற்றிக் கொண்டது. எனவேதான் இக்காலம் கன்னோஜின் ஏகாதிபத்திய காலம் என்று சிலவேளைகளில் அழைக்கப்படுகிறது. ஆனால் காலவரிசை தெளிவின்றி இருப்பதால், யூகம் சார்ந்ததாகவே அது உள்ளது; கன்னோஜின் ஆலயங்கள்-அரண்களில் மறுகட்டமைப்புக்கு உத்வேகமூட்டுவதாக எதுவும் எஞ்சியிருக்கவில்லை.

அதிகாரப் போராட்டத்தைவிடவும் சுவையானதாக இருப்பது, பங்கேற்பாளர்களின் வேறுபட்ட தோற்றுவாய்களே. இம்மூவரும்

இஸ்லாமிய எழுத்தாளர்களால் கவனிக்கப்பட்டுள்ளனர்; ரஷ்மா, ரஷ்மி, ரூஹ்மி எனப்படும் தொலைதூர நபர் குறித்துச் சொல்ல இம்மூவரிடமும் ஏதுமில்லை. இச்சொல் சுமார் 775-810இல் ஆட்சிபுரிந்த தர்மபாலா என்பதிலிருந்து வந்திருக்கவேண்டும்; இது அவரது வம்சத்தை அதாவது வங்காளத்தின் பாலர்களைக் குறிப்பதாகத் தோன்றுகிறது. பாலர் நாடு கடற்கரையில் இருந்தாலும் தரைப்பகுதியில் நீண்டிருந்தது; அங்கு நேர்த்தியான பருத்தியும் சோற்றுக் கற்றாழையும் விளைந்தன; மற்ற போட்டியாளர்களைவிடவும் இம்மன்னரிடத்தே 50,000 யானைகளும் இன்னும் அதிகமான சிப்பாய்களும் இருந்தனர். தர்மபாலா கோபாலனின் மகன்; சுமார் 750இல் கோபாலன் இவ்வம்சத்தை நிறுவினார். பல்லவர்களிடத்தேயும் காஷ்மீரிலும் நடந்தது போலவே, கோபாலன் உயர்ந்தது, தேர்தல் முறையினால் அல்லாமல், தெரிவு செய்யப்பட்டமையால்தான். ஏற்கெனவே வடக்கு வங்காளத்தின் சிற்றரசனாக இருந்த அவர், வாங்கா முழுவதற்கும் அல்லது கிழக்கு வங்காளத்தின் இறையாண்மையை ஏற்க அழைக்கப்பட, அதன்பின் துரிதமாக வங்காளம்-பீகார் எங்கிலும் தன் ஆட்சியைத் திடப்படுத்தினார்.

தர்மபாலர் தன் தந்தையின் விரிவாக்கக் கொள்கையைத் தொடர்ந்தார். ஹர்ஸர் காலத்தே சஸாங்கனின் சுருக்கமானதும் நிச்சயமற்றதுமான சவாலைத் தவிர்த்து, ஆரியவர்த்தத்திற்கான முதல் வங்காள முயற்சி இதுதான்; அது மோசமாகத் தொடங்கியது. ஆனால் இறுதியில், முதலாவது ராஷ்ட்ரகூடப் படையெடுப்பால் எழுந்த சலசலப்பைச் சாதகமாக்கிக் கொண்ட தர்மபாலர், கன்னோஜை அடைந்து, அவர் நடத்திய வைபவத்தில் தன்னால் தெரிவு செய்யப்பட்டவரை, கப்பம் கட்டும் மன்னராக்கினார். இதற்கு அடிப்படையாகச் செய்யவேண்டிய புனித நீராடலுக்குத் தேவையான புனிதக் கலயம் தர்மபாலரிடமிருந்து இரவல் பெற்றது அவரின் முக்கியத்துவத்தை எடுத்துக்காட்டிற்று. ஒரு யவனன் (சிந்துவிலிருந்து வந்த முஸ்லீமாக இருக்கலாம்) உள்ளிட்ட வடஇந்திய மன்னர்கள் நிகழ்வைக் கண்ணுற்று, தலைவணங்கி அஞ்சலி செலுத்தினர்.[12]

வெற்றிகளின் அளவில் கிடைத்த தோல்விகளுடன் பாலர்கள் நாட்டின் மிகச்சிறந்த பகுதியின் ஆட்சியில் ஒட்டிக் கொண்டிருந்தனர். குப்தர்களைப் போல இது அவர்தம் ஆயுளால் ஒருபாதி சாத்தியமானது. தர்மபாலர் 40 ஆண்டுகள் ஆட்சி புரிந்திருக்க, அவரது மகன் தேவபாலர் அந்த அளவுக்கு (சுமார் 810-50) நீடித்ததாகத் தெரிகிறது. அவர்களின்

‘நடுங்கும் மகுடங்களின்’ சேகரிப்புடன், காமரூபம் (அஸ்ஸாம்), உத்கலா(ஒரிஸ்ஸா அரசு) மற்றும் தொலைதூர தெற்கு மற்றும் வடமேற்கு நாடுகளது மன்னரின் மகுடங்கள் சேர்க்கப்பட்டன. உலகியல் மேலாதிக்கத்திற்கான பாலர்களின் ஆசையினை இது தற்காலிகமாகத் தீர்த்தது. பதினொன்றாம் நூற்றாண்டில் சுருக்கமான புதுப்பித்தல் இருப்பினும், அவர்தம் பணி, எதிரிகளுக்குச் சவுக்கடி தருபவனுடையதாகவே இருந்தது. ‘பெருமிதமிழந்த பாலர் பேரரசு தள்ளாடிற்று’ என்றெழுதுகிறார் இந்திய வரலாற்றாளர் ஒருவர்.[13] ‘சமாதானத்துடன் மத ஈடுபாடுமிருந்த’ ஆட்சியாளர் வரிசையில் அது சிதைந்து போனதாகத் தோன்றுகிறது.[14] பீகார்-வங்காளத்தின் பாலர்களது மையப்பகுதியில் இன்னும் செழித்தோங்கிய மடாலயங்களின் நலனுக்காக, பல மன்னர்கள் ஆன்மிகத் துறவிகளின் ஆலோசனையை நாட, சிலர் துறவியாகிட அரியணையைத் துறந்தனர்.

உண்மையில் பௌத்தர்களான பாலர்களே, பௌத்தத்தைப் பரப்பிய கடைசிப் பெரும் இந்திய வம்சத்தினர். அவர்தம் அறக்கொடைகளுள் நாளந்தா பல்கலைக்கழகத்தைப் புதுப்பித்ததும் இப்போது வங்காள தேசத்தின் பஹார்பூரின் சோமபுராவில் பிரம்மாண்டமான கட்டட நிர்மாணமும் அடங்கும்-செங்கல்லால் கட்டப்பட்டு சிதைவுகளும் அடித்தளங்களுமாயுள்ள இவை, ‘இமாலயத்திற்குத் தெற்கே மாபெரும் பௌத்தக் கட்டடங்களுக்குச் சான்றுகள் பகிர்கின்றன.[15] பீகாரின் கங்கைச் சமவெளியிலுள்ள விக்ரமசீலாவில் முக்கியமான கல்வி நிலையத்தையும் நிறுவினர். இவ்விடங்களின் கீர்த்தி பரவி, உலக மதமாக பௌத்தத்தின் எதிர்காலத்திற்குப் பாலரின் புரவலர்தன்மை எவ்வளவு முக்கியமாயிருந்தது என்பதை உணர்த்தியது. சிந்து, காஷ்மீர், நேபாளம், திபெத், சீனா, பர்மா, கம்போடியா, சிறிலங்கா, இந்தோனேஷியாவிலிருந்து மாணவர்கள் பாலர் அரசுக்கு வந்தனர். பாலரின் கட்டடக்கலை, போரோ புதூரின் இறுதி வடிவமைப்பில் செல்வாக்கு செலுத்தியிருக்கும் மற்றும் பாகன் (பர்மா)-பிரம்பணம் (ஜாவா) கோயில்கள், ஸ்தூபிகளில் எதிரொலித்திருக்கும். பெரிதும் மெருகேறிய கல்-வெண்கலத்திலான பாலர் படிமங்கள், திபெத்-நேபாளத்தின் தனித்துவமான படிமக் கலையை எதிர்நோக்கியது, உத்வேகமளித்தது. இவ்விரு நாடுகளது மகாயான பௌத்தம், பாலரின் ஆதரவில் விசித்திர அம்சங்களையும் சித்தாந்தங்களையும் வளர்த்தெடுத்தது.

ஞானம் பெற்றவரால் போதிக்கப்பட்டதிலிருந்து தொலைதூரத்து-புதிய ஏற்பாட்டிலிருந்து இடைக்காலத்து கிறித்தவம் காலவெளியில்

எவ்வளவு தொலைதூரத்ததாக இருந்ததோ அவ்வளவு பௌத்தமாயிருந்தது இது. முதலில், மானுட நிலையின் பகுத்தறிவு வாதமாகவும் அறிநெறிகளின் சட்டமாகவும் இருந்த இரண்டும், சம்பிரதாய மதத்தின் சடங்குகளையும் தெய்வங்களையும் பெரிதும் புறக்கணித்தன. புத்தரின் மரணத்திலிருந்தே பௌத்தம், வைதிக மத நடைமுறைகளைச் சீராக மேற்கொண்டு வந்தது. போதி சத்துவர்களில் சிவனுடனும் விஷ்ணுவுடனும் போட்டியிடும்படியான தொன்மங்களையும் பண்புகளையும் பெற்றிருந்தது; அதன் எண்ணற்ற தாரா உருவங்களில் அல்லது இணையர்களில் பார்வதி-லட்சுமிக்கு இணையான பகட்டான பெண் உருவங்களை வைத்துள்ளது. உண்மையில் பாலர் காலத்து பௌத்தத் திரு உருவங்கள் உடற்கூற்றியல்பில் மிகைப்படுத்தப்பட்டதாயும், கூடுதலாகத் தலை கால்களை உடையனவாயும் இருந்தன; பழகிய வழியே இவை பௌத்தம் சார்ந்தவை என்பதை அடையாளம் காணும்.

கிழக்கிந்தியாவில் மந்திரங்கள், யந்திரங்கள், முத்திரைகள் மற்றும் தாந்திரிகம் சார்ந்த எண்ணற்ற பிற நடைமுறைகளை பௌத்தமும் பௌத்தம் அல்லாதவையும் மேற்கொள்ளுவதால், இரண்டுக்கும் இடையிலான பிரிவினைக்கோடு மங்கிவிடும் தெய்வீகத்துடன் தொடர்பு கொள்ளவைத்தும் இயற்கையை மீறிய ஆற்றல்களையும் நிலைகளையும் பயிற்சியாளன் மேற்கொள்ளுமாறு செய்யத் துணை நிற்கும் ரகசியப் பனுவல்களை உடையது தாந்திரிகம். இதன் சடங்குகளும் சாதகப் பயிற்சிகளும் சிக்கலானவை, ரகசியமானவை. தெய்வமும் அதன் சக்தி அல்லது பெண் துணையும் ஒன்றிடும் தொன்மங்களின் பாலியல் படிமத்தைச் சிலர் போலி செய்தனர். மாய ஆற்றல்கள் நழுவிப் போயினும் சாதி, உணவுமுறை, உடை, பாலியல் விசுவாசம் ஆகியவற்றின் தடைகளை மீறிப் பயிற்சியாளர்கள் விடுவிக்கும் தன்மையிலான களிப்பாட்டத்தையும் உயரிய புகழ்ச்சியையும் அனுபவித்தனர்.

ஆனால் இந்த மர்மமான கிசுகிசுப்புகள், இருண்மையான சித்தாந்தங்கள், வெறியாட்டங்கள் புத்தரின் மத்திய பாதையிலிருந்து மிகவும் விலகியவை என்பது சொல்லாமலே தெரியும். பௌத்தத்திற்கு, சமரசம் செய்துகொண்டது எதிர்மறையாகி, இன்னும் மோசமானது. மக்கள் ஆதரவை வேண்டியும் இணையான மதமாகப் பிற வழிபாடுகளுடனும் போட்டியிடும், குப்தர் காலத்திலிருந்து இந்தியாவெங்கிலும் சங்கம் செல்வாக்கினை இழந்துகொண்டிருந்தது. தெற்கிலிருந்து எழுந்த வழிபாடுகள், பிராமண அதிகாரத்திலிருந்தும் சாதிய

மாச்சர்யத்திலிருந்தும் புகலிடமாக விளங்கிய தனது மரபார்ந்த பாத்திரத்தைக் காலிசெய்துகொண்டிருந்தன. அதேவேளையில், கேரளத்து பிராமணரான சங்கரரால் (788-820) தொடங்கப்பட்ட ஓர் சீர்திருத்த இயக்கம், உன்னத எண்மடங்குப் பாதையால் முன்னர் அனுபவிக்கப்பட்ட, உயரிய தார்மீக-சித்தாந்தப் பாதையான, வேத தத்துவத்தின் சாராம்சத்தை முன்னிறுத்திற்று. இதனால் பௌத்தம், சிந்து, காஷ்மீர், நேபாளம் மற்றும் கிழக்கு இந்தியாவின் பாலர் மையப்பகுதியுடன் பெரிதும் கட்டுண்டிருந்தது.

பாலர் பேரரசு ஏதேனும் ஒரு விதத்தில் பௌத்த அரசாக இருந்ததா என்று கூறுவது சிரமம். ஆனால் அதன் நிறுவனரான கோபாலரைத் தெரிவு செய்ததில், அரசுரிமை குறித்த ஆரம்பக்கட்ட பௌத்த நெறிமுறைகளின் எதிரொலி இருந்திருக்கும். அவரது வாரிசுகள், மகாராஜாதிராஜா, பரமேஸ்வரா போன்ற சம்பிரதாயமான விருதுப் பெயர்களைப் பூண்டு, தம் மத ஆலோசகர்களைக் கலந்து ஆலோசித்தனர்; அஜாதசத்ரு, பிம்பிசாரர், அசோகர் என்னும் மதத்தின் புகழ்வாய்ந்த முன்னவர்களின் தொன்மத்தைப் புதுப்பித்துக் கொண்டிருந்தனர் எனக் கற்பிதம் செய்வது புனைவாய் இருக்க முடியாது. பௌத்த நிறுவனங்களைப் பாலர் ஆதரித்தது, தர்மபாலர்-தேவபாலர் ஆட்சியில் இந்தியாவின் மிகப்பெரும் மத-பண்பாட்டு ஏற்றுமதியின் உச்சத்தை அளித்தது; அவர்களது வாரிசுகளின் ஆட்சியில் கடைசிப் புகலிடத்தைத் தந்தது.

எனினும், வடஇந்தியாவில் மேலாதிக்கம்பெற போட்டியிட்ட அவர்களது எதிரிகளே, இந்திய வரலாற்றாளர்களை ஈர்த்தவர்கள். ஆரியவர்த்தத்தின் எதிர்கோடியான மேற்கைச் சேர்ந்த குர்ஜர-பிரதிஹாரர்கள், ஹர்ஸரை விடவும் பெரிய ஏகாதிபத்திய அதிகாரத்தையும், காங்கிரஸ் கட்சிக்குரிய தேசிய முக்கியத்துவத்தையும் பெற்றிருந்தனர். 'அவர்கள் மக்களோடு இணைந்தவர்களாய், அவர்தம் நம்பிக்கைகள், அபிலாஷைகள், மரபுகளிலிருந்து விலகாமல் இருந்தனர்'[16] மத-பண்பாட்டு எழுச்சியின் ஈட்டிமுனையாயிருந்த குர்ஜர-பிரதிஹாரர்கள் இஸ்லாமிய முன்னனிப்படைக்கு எதிராகத் தற்காப்பு அரணாய்[17] இருந்தன்ர். போலவே தர்மத்தின் பாதுகாவலராய் விளங்கினர். இருப்பினும், இத்தகு நம்பிக்கைமிக்க வாசகங்கள் இருந்தும், இஸ்லாமிய எழுத்தாளர்களின், ஒப்பீட்டளவில் அதிக குறிப்புகள் இருந்தும், நன்மதிப்பு பெற்ற ஆட்சியாளர் வரிசை இருந்தும், குர்ஜர-பிரதிஹாரர்கள் அவர்களது கூட்டு விருதுப்பெயர் உணர்த்துவது

போலப் புதிராகவே இருந்தனர். ஒன்பதாம் நூற்றாண்டின் வணிகர் சுலைமான், ஜூர்ஸின் மன்னர் எண்ணற்ற வீரரைப் பராமரிக்கின்றார். வேறெந்த ஆட்சியாளரிடமும் இவ்வளவு நேர்த்தியான குதிரைப்படை இல்லை என்கிறார். இஸ்லாத்திற்கு எதிராகப் பெரிய எதிரியும் இல்லை. மேலும் ஜூர்ஸின் பிரதேசம் 'நிலத்தின் நாக்கை'க் கொண்டுள்ளது-குஜராத்தின் சௌராஷ்ட்ரமாக இருக்கவேண்டும்-அது சரியென்றால், அதன் மன்னரது அடையாளத்திற்கு ஒரு குறிப்பினைத் தருவதாக அது இருக்கிறது. ஜுர்ஸ் சமயங்களில் 'ஜூஸ்ரூ' என உச்சரிக்கப்படும், குர்ஜரா/குர்ஸரா என்பதன் திரிபாக எடுத்துக்கொள்ளப்படும்-யுவான்சுவாங் வருகைபுரிந்த ஓரிடம் அல்லது மக்கள்; அய்யஹோலில் இரண்டாம் புலிகேசியால் ஒரு கல்வெட்டில் குறிப்பிடப்பட்டுள்ளது. இதே சொல்தான் இன்றைய 'குஜராத்', 'குர்ஜன்வாலா', வேறுபல இடப்பெயர்கள் மற்றும் 'குர்ஜர்கள்' என்பதில் காணப்படுகிறது. வடமேற்கு எல்லைப் புறத்திலிருந்து உத்தரப்பிரதேசத்திற்கும் பஞ்சாபின் பல பகுதிகளுக்கும் செல்கின்ற மேய்ச்சல் தொழிலிலுள்ளவர்கள் குர்ஜர்கள். 'குஜ்' என்பது குர்ஜரர் அல்லது ஜுர்ஸ் மக்கள் நகர்ந்துகொண்டே இருந்ததை உணர்த்தும். வடமேற்கில் தோற்றுவாயினையுடைய அவர்கள், பஞ்சாபிற்கு வந்து, அதன்பின் ஹுணர்கள் படையெடுப்பின்போது மேற்கு இந்தியாவுக்கு வந்தவர்கள் எனச் சிலர் கருதுகின்றனர். வேறு சிலரே இப்புலப்பெயர்தல் நேர் எதிராக, மேற்கு இந்தியாவிலிருந்து வடக்கிற்கு நடந்திருக்க வேண்டும் என்கின்றனர்.

பத்தாம் நூற்றாண்டின் ஆரம்பத்தில் எழுதும் அல்-மன்ஸுடி, ஜுர்ஸ் பற்றி ஒன்றும் குறிப்பிடாது, கன்னோஜ் மன்னன் பௌரா பற்றி அதிகம் சொல்லுகிறார். அவரின் படை வீரர்கள் 30லட்சமாகக் கணக்கிடப்பட்டு, நான்காகப் பிரிக்கப்பட்டிருந்தனர்; ஒன்று முல்டானின் அரேபியரை எதிர்கொள்ள, இன்னொன்று பல்ஹாராவுடன் (ராஷ்டிரகூடர்கள்) மோத, மற்ற இரண்டு எந்தத் திசையிலும் வரும் எதிரிகளுடன் போரிட என்கிறார். இது பிரதிஹராவுக்கே பொருந்தும்; எட்டிலிருந்து பத்தாம் நூற்றாண்டு வரை நீடித்த இவ்வம்சம், பாலர்களிடமிருந்து கன்னோஜைக் கைப்பற்றியது, அவ்வப்போது ராஷ்டிரகூடர்களுக்கு அடிபணிந்தது. பிரதிஹரர்கள் ராஜஸ்தானில் தோற்றுவாயுடையவர்கள், அவர்களின் ஒரு கிளை குஜராத்தில் ஓர் அரசை நிறுவியது; ஜுர்ஸ்களும் குர்ஜார்களும் பௌரர்கள்-பிரதிஹரர்களுடன் நெருக்கமாயிருந்த அரசுகளையே குறிப்பிடுகின்றனர் என்பது இப்போது ஏற்கப்பட்டிருக்கிறது. உண்மையில் குர்ஜரா குலங்களில்

ஒன்றினைச் சேர்ந்தவர்களான பிரதிஹாரர்கள், அதன் காரணமாக குர்ஜர-பிரதிஹாரர்கள் எனப்படுகின்றனர்.

பிரதிஹாரர்களும் அவர்தம் சந்ததியினரும், புகழ்பெற்ற ரஜபுத்திர குலங்களிடையே எண்ணப்படுபவர்கள். இஸ்லாமியரின் இந்தியப் படையெடுப்புக்கு உடனடியாக முன்னரும் பின்னருமான நூற்றாண்டுகளில் தீரமானதும் முக்கியமானதுமான பங்கினை ஆற்ற இருந்தவர்கள் ரஜபுத்திரர்கள். அவர்தம் பிரதேசங்கள் ரஜபுதனம் அல்லது ராஜஸ்தானிலிருந்து நீண்டு பிரித்தானிய ஆட்சியின் கீழிருந்த பல எண்ணற்ற மன்னர்களது அரசுகளைப் பெற்றிருந்தன. பிரித்தானியரைப் பொறுத்தவரை இந்தியாவின் வீர மரபுகளில் மிகச் சிறந்தவற்றின் சாராம்சத்தைப் பிரதிநிதித்துவப்படுத்துபவர்களாக ரஜபுத்திரர்கள் விளங்கினர். 'ரஜபுத்திர வீரனிடம் எப்போதும் ஒரு சிநேகிதனை அடையாளம் காண்கிறேன்' என்றெழுதினார் கர்னல் ஜேம்ஸ் டோட்.

பத்தொன்பதாம் நூற்றாண்டின் ஆரம்பத்தில் இன்னும் சுயேச்சையாயிருந்த ரஜபுத்திரரிடையே அரசியல் முகவராக டோட் பத்தாண்டுகளைக் கழித்தார். பிரித்தானிய இந்திய ஆய்வின் ஆதார அடிப்படையிலானதும் உரத்து ஒலிக்கின்றதுமான நூல்களில் ஒன்றான, *Annals and Antiquities of Rajastan* இல் 'ராஜஸ்தான் மற்றும் தொன்மையான ஐரோப்பாவின் பழங்குடிகளது பொதுத் தோற்றுவாயினை' நிறுவியுள்ளதாகக் கூறிக்கொள்வார். பொதுக்கண்ணியாக அவர் குறிப்பிடுவது இந்தியப் பழங்குடிகளை; ஜோன்ஸ் போன்ற மொழியியலாளர்கள் முன்வைத்த இந்திய-ஆரிய கருதுகோளின் ஒரு வடிவமே அது. பல்வேறு ரஜபுதன இல்லங்களும் இதிகாசங்கள்-வேதங்களின் நாயகர்களிடமிருந்து வந்த சந்ததியினராகத் தம்மைக் கூறிக்கொள்வதை டோடும் ஆராய்ந்துள்ளார். ஒவ்வொரு குலத்தின் அசலான தாயகத்தையும் தேடிக் கண்டிட அவர் தீரத்துடன் முற்பட்டார். ஆனால் பெரும் மர்மத்தினை விளக்குவதில் அவர் தோற்றுவிட்டார்: கி.பி. இரண்டாவது ஆயிரத்தின் முழுவதிலும் இந்திய வரலாற்றில் பிரதானமாயிருக்கும் ரஜபுத்திரர்கள், முதலாவது ஆயிரத்தில் ஒருமுறைகூட இடம்பெறாதது ஏன்? ரஜபுத்திரர் எங்கிருந்து வந்தனர்?

இம்மர்மம் இன்னும் அவிழ்க்கப்படவில்லை. பிரதிஹாரர் போன்ற ரஜபுத்திர குலத்தினர் குர்ஜரர்களாக இருந்ததாலும், சுமார் 500 வரையே அடையாளங்காணப்பட இயலும்; அப்படியானால் குர்ஜரர் எங்கிருந்து வந்தனர்? குர்ஜரர்-ரஜபுத்திரர் என்னும்

கன்னோஜ் முக்கோணம் சுமார் 750–900
ராஷ்ட்ரகூடர்கள், பலாஸ் [ம] குர்ஜர-பிரதிவாஹர்கள்

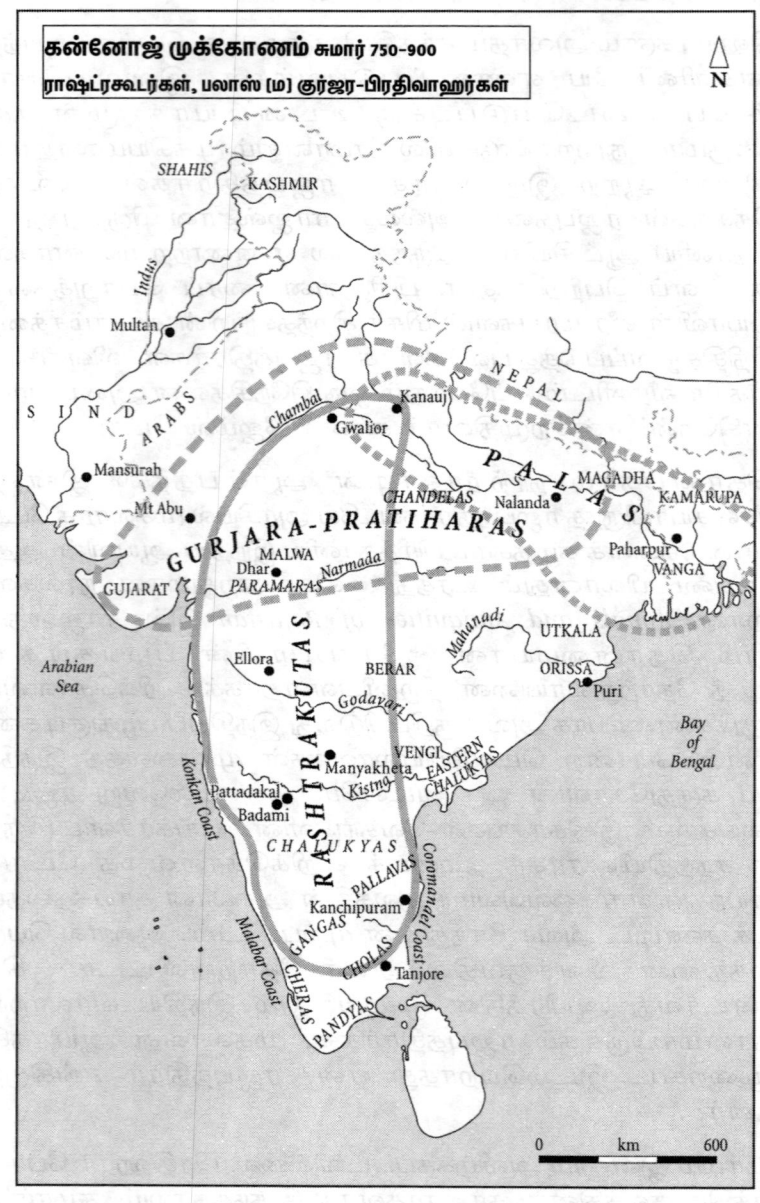

இரு குடும்பங்களுக்கும் பொதுவான பழமரபுக் கதைகள், ஆபு மலைப்பகுதியை ஒட்டிய பிரதேசத்துடன் அவற்றைத் தொடர்புபடுத்துகின்றன. தெற்கு ராஜஸ்தானின் பனி கவிந்த இப்பீடபூமியில் மாபெரும் நெருப்பு வேள்வி நிகழும்; அதில் இக்குலங்களின் மூதாதையர் சத்ரியர் அந்தஸ்து பெற்று, ராமன்-கிருஷ்ணனைச் சென்றடையும் அரச வம்சாவளிகளுக்குள் சேர்த்துக்கொள்ளப்படுவார்கள்-ராமனும் கிருஷ்ணனுமே சூரிய-சந்திரரிடமிருந்து வரும் வம்சாவளியினரைச் சேர்ந்தவர்களே. அவ்வளவு தொலைதூரமல்லாத கடந்த காலத்தில் இக்குலங்களின் நல்வாய்ப்புகள், ஏதோவொரு நாடகப்பூர்வ உருமாற்றத்தால் கணிசமாக வளர்ந்துள்ளன. ஆனால் அவர்கள் முன்னர் பூர்வகுடிப் பாலைவனப் பழங்குடியினராய் இருந்து, அரேபியப் பழங்குடியினரைப் போல, இன்னும் சாதகமான நிலங்களில் ராணுவ சாகசங்களை மேற்கொள்ளச் சட்டென்று உத்வேகம் பெற்றனரா அல்லது யவ்தேயாக்கள் போல, குடியரசுவாத-பழங்குடி அமைப்புகளின் சூழலில் வைத்துப் பார்க்கப்பட வேண்டியவர்களா; அலகாபாத் கல்வெட்டின் சமுத்திர குப்தனுக்கும் ஜுனாகத் கல்வெட்டின் ருத்ரதாமனுக்கும் பலத்த எதிர்ப்பை முன்வைத்த, மேற்கு இந்தியாவின் அதே பகுதிகளைச் சேர்ந்தவர்களா; இன்னும் முன்னதாக இந்தியாவுக்கு வெளியிலிருந்து வந்தவர்களா-இம்மர்மங்களெல்லாம் நீடிக்கின்றன.

குர்ஜரா-பிரதிஹாரர்கள், பாலர்-ராஷ்ட்ரகூட எதிரிகளிடமிருந்து வேறுபட்ட சமூக-அரசியல் பிரிவினை பிரதிநிதித்துவப் படுத்தியவர்கள் என்பதே நிச்சயமானதாகும். அவர்கள் முதலில் எழுந்தபோது, ஏராளமான குர்ஜர அரச குடும்பங்களுக் கிடையே மிகவும் வெற்றிகரமாயிருந்தனர். அவர்தம் விரிவான வெற்றிகளும் பின்னர் கட்டுப்படுத்தப்பட்டதும் அவர்களின் உறவினர்களாயிருந்த சிற்றரசர்களால்தான்; அவர்தம் 'பேரரசு' சிதைந்ததும், இதே சத்ரியர் தகுதியும் இதே குர்ஜர-ரஜபுதனத் தன்மையுடைய, குடும்பங்களால் ஆளப்பட்ட உள்ளூர் அரசுகளாகப் பிரிந்தன. இறுக்கமற்ற, உறவுமுறையிலான தொடர்புகள், குர்ஜர-பிரதிஹாரர்களுக்குப் பழங்குடி-குலம் என்பன இன்னும் முக்கியமாயிருந்ததை உணர்த்தும். பௌத்த பாலர்களைப் போலின்றி, அவர்தம் விசுவாசம் மாறுபடக் கூடியதாயிருந்தது: சிலர் விஷ்ணுவின் பக்தர்களாயிருக்க, மற்றவர்கள் சிவன், பகவதி அல்லது சூரியனின் பக்தர்களாயிருந்தனர். சடங்கு சம்பிரதாயங்களில் கறாராயிருந்த ராஷ்ட்ரகூடர்களைப் போலன்றி, அவற்றில் கீர்த்தி பெற்றவர்களாக அவர்கள் தோன்றவில்லை. கடந்த காலத்து மண்டல சம்பிரதாயங்களிலிருந்து

விலகி, முன்னேயிருந்த நூற்றாண்டுகளுக்கேற்ப நெகிழ்ச்சியான உறவுமுறைகளை எதிர்நோக்கினர்.

இருந்தபோதும் குர்ஜர-பிரதிஹரர் சம்பிரதாயங்களை மேற்கொண்டனர், அரச விருதுப் பெயர்களைச் சூடிக்கொண்டனர். உஜ்ஜயினைச் சேர்ந்த வத்ஸராஜா 780களில் ராஜஸ்தானின் பெரும்பகுதியுடன் மால்வாவை ஆட்சிபுரிந்தார்; முதல்முறையாக மகாராஜாதிராஜா, பரமேஸ்வரா என்னும் விருதுப் பெயர்களை வைத்துக்கொண்டார். கன்னோஜை முதலில் தாக்கிய ராஷ்ட்ரகூட மன்னன் துருவனால் தோற்கடிக்கப்பட்டாலும், வத்ஸராஜாவின் மகன் தொடர்ந்து இவ்விருதுப் பெயர்களைச் சேர்த்துக்கொண்டான். இரண்டாம் நாகபாதாவாகிய இவன், பாலர் கைப்பாவையிடமிருந்து கன்னோஜை முதலில் கைப்பற்றி, ஆரியவர்த்தத்தில் விரிவான வெற்றிகள் பெற்றதாகக் கூறிக்கொண்டான். அவனது வெற்றி குறுகிய காலத்ததே, ஆனால் அவனது பேரன் போஜன் அதைச் சரி செய்தான். குறைந்தது ஐம்பது ஆண்டுகள் (சுமார் 836-886) அரசாண்ட போஜன் (அதன்பின் அவனது மகன் மகேந்திரபாலன்) எந்தவொரு சமகால மன்னனையும்விட அதிகமான சிற்றரசுகளை வெற்றி பெற்றதன் இணைப்பின் மூலமும் அடைந்தான். தேவபாலனின் வாரிசுகள் ஆட்சியில் பாலர் பேரரசு பின்வாங்கவும், ராஷ்ட்ரகூடர்கள் அடங்கிப் போகவும், சௌராஷ்ட்ரத்திலிருந்து குஜராத், மகதம், வங்காளம் வரை நீண்டிருந்த பிரதேசங்களில் போஜன் தம்முடைய அதிகாரத்தைச் செலுத்தினான்.

போஜனின் தலைநகரம் கன்னோஜ் எனில், ஆக்ராவுக்குத் தெற்கே தட்சிணபாதத்தின் இரு புறங்களிலும் பெரும் கேந்திர மதிப்புடைய இயற்கையரணாக விளங்கிய குவாலியர், அவரது பேரரசின் உந்துவிசையாக இருந்தது. பிரதிஹரரின் முக்கியக் கல்வெட்டு அதனையொட்டி கண்டறியப்பட்டது; அதிலிருந்து வடஇந்திய விவகாரங்களில் குவாலியரின் அரண்களும் பாறைகளும் முக்கியத்துவம் பெறலாயின, நடப்பு ஆட்சிப் பகுதியின் அளவு கருவியாயின. சுமார் 950இல் பண்டெல்கண்டின் சந்தேலர்கள் கைக்கு அது மாறியது; சந்தேலர்கள் கஜுராஹோவை நிர்மாணித்தவர்கள் எனச் சீக்கிரமே அமரத்துவம் பெற்றனர்; பிரதிஹரரின் ஆட்சிப் பகுதியின் சிதைவை அது அடையாளப்படுத்திற்று. பின்னர் குவாலியர் கச்வஹாக்களிடமும் பின்னர் ஜெய்பூரிடமும் டோமர்களிடமும் இறுதியில் டெல்லியிடமும் போய்ச் சேர்ந்தது. டோமர்களில் ஒருவனே குவாலியரின் தகிக்கும் பாறைகள் மீது

ஈடிணையற்ற மான்சிங் அரண்மனையை நிர்மாணித்தது. ரஜபுத்திர திறனைப் பிரதிநிதித்துவப்படுத்தும் இவ்வம்சங்களெல்லாம், முதலில் பிரதிஹரரின் சிற்றரசுகளாயும் தொடர்புடையனவாயும் எழுந்தவைதான்.

ராஷ்ட்ரகூடரை எதிர்த்துத்தான் போஜன் சற்று முன்னேற்றம் கண்டான். துருவன் (*சுமார் 780-93*), அதன்பின் மூன்றாம் கோவிந்தன் (*சுமார் 793-814*), பின்னர் மூன்றாம் இந்திரன் (*சுமார் 814-28*) ஆகியோர் தலைமையில் ராஷ்ட்ரகூடர்கள் மீண்டும் மீண்டும் வடக்கில் தலையிட்டனர். போஜனுக்கும் ஜூலியஸ் சீசருக்குமிடையே இருந்த இணையான அம்சங்கள் போன்றே, மூன்றாம் கோவிந்தனின் தலைமை அலெக்ஸாண்டர்/அர்ஜுனனுடன் ஒப்பிடப்பட்டது[18]. தெற்கில் வெற்றிகள் பெற்றதும், வடக்கில் அதிரவைக்கும் திக்விஜயம் மேற்கொண்டு, குவாலியர் அருகே ஓரிடத்தில் இரண்டாம் நாகபாதா தலைமையில் குர்ஜர-பிரதிஹரரைத் தோற்கடித்து, கன்னோஜ் மற்றும் பாலர் ஆட்சியாளரின் சரணடைதலை ஏற்றுக்கொண்டான். தெற்கிலுள்ள அரசுகள் அவன் இல்லாததைச் சாதகமாக்கிக்கொண்டன. 805இல் கோவிந்தன் கங்கர், சேரர், பாண்டியரைப் பணியவைத்து, காஞ்சிபுரத்தின் மேல் படையெடுத்துக் கைப்பற்றினான். தக்காண முரசங்கள் இமாலயக் குகைகளிலிருந்து மலபார் கடற்கரை வரை ஒலித்ததாகக் கூறப்படுகிறது, உண்மையிலேயே கோவிந்தன் வெல்லப்பட முடியாதவனாகத் தோன்றினான். இருந்தும் அவனோ அவனுடைய வாரிசுகளோ தம் பேரரசை வளர்த்தெடுப்பதில் ஆர்வங்காட்டவில்லை. தொலைதூர வம்சங்களின் பெயரளவிலான விசுவாசத்தைவிடக் கூடுதலாகத் தக்கவைத்துக் கொள்வது ராஷ்ட்ரகூடர்களின் தன்மையில்லை.

ராஷ்ட்ரகூடரின் நோக்கம் இன்னும் நுட்பமானது என வாதிடப்பட்டிருக்கிறது. ஆரியவர்த்தத்தை மேலாதிக்கம் செய்வதைவிடவும், அதனை அபகரிப்பதே அவர்தம் பேராசை; வரலாற்றை உருவாக்குவதுடன் நிறைவடையாமல், ஆரியரின் புனிதமான மையப்பகுதியைத் தக்காணத்திற்கு இடமாற்றுவதே அவர்களின் நோக்கமாய் இருந்தது. அவர்களது தலைநகரம் இறுதியில் (மால்கெட்) மான்யகேடாவில் நிலைகொண்டது. மராட்டியம், கர்நாடகம், ஆந்திரப் பிரதேசத்தில் எல்லைப்புறங்கள் இப்போது சந்தித்துக்கொள்ளும் இடத்தில் இந்தத் தலைநகரம் இருக்கிறது. தக்காணத்தின் இருபெரும் நதிகளான கோதாவரி-கிருஷ்ணாவுக்கிடையே அது இருப்பதுதான் அதன் முக்கியத்துவமாக ராஷ்ட்ரகூடருக்கு இருந்தது. குருவம்சத்தவரும்

பாண்டவ வம்சத்தவரும் போரிட்ட யமுனைக்கும் கங்கைக்கும் இடைப்பட்ட நிலத்தில் மகாபாரதப் போர் ஒருமுறை நிகழ்ந்தது; இதுதான் புதிய ஆரியவர்த்தமாக, தக்காணத்தின் தோவாபாக இருக்கவேண்டும். அதுபோலவே, மான்யகேடா புதிய அஸ்தினாபுரமாக அல்லது தக்காணத்தின் கன்னோஜாக இருக்கவேண்டும். அங்கே, பெரிய கூடத்தில், தெய்வத்தின் தங்கத்தினாலான பிரம்மாண்டமான சிலையின் முன்பு, ராஷ்ட்ரகூடர்கள் தர்மத்தின் வெற்றியை நிலைநாட்டுவார்கள்.

ராஷ்ட்ரகூடர்கள் மான்யகேடாவைத் தலைநகராக ஆக்கு முன்பு, வடக்கு மராட்டியத்தில் கோதாவரியின் துணை நதிக்கு மேலே, எல்லோராவிலுள்ள, இன்று நன்கறியப்பட்டுள்ள இடத்தை ஆதரித்தனர். இந்திய குகைக் கோயில்களில் மிகப் பிரம்மாண்டமானதாக இரண்டு கி.மீ. நீளமுள்ள பாறையில், அப்போதே கட்டி முடிக்கப்பட்டிருந்த பௌத்த அடித்தளத்தைக் கைப்பற்றி மீண்டும் அர்ப்பணித்தனர். அரண்மனையின் விகிதாச்சாரத்தில் கூடங்களும் முற்றங்களும் நிறைந்து மூன்று மாடி உயரம் கொண்டிருந்தது. அருகிலுள்ள தசாவதாரக் குகைக்குத் தண்டிதுர்கன் மானியம் அளித்ததை ஒரு கல்வெட்டுப் பதிவு செய்துள்ளது. முதலாம் கிருஷ்ணன் சம்பிரதாயமானதாகத் தோன்றும் புதிய கோயிலை ஆரம்பித்திருந்தான். கட்டடக்கலை ரீதியில், பட்டடக் கல்லிலுள்ள சாளுக்கியரின் பிற்காலக் கோயில்களைப் போல் இருந்தாலும், அது கட்டடக் கலையில்லை, மாறாகச் சிற்பம். கிருஷ்னேஸ்வரம் என்னும் அது கைலாசநாதர் என்றும் அழைக்கப்பட்டது. முகப்பு, அறைகள், சந்நிதிகள், வாயில், தூண்கள் எல்லாம் ஒரே பாறையில் கதீட்ரலின் பிரம்மாண்டமுடைய கோயிலாகச் செதுக்கப்பட்டது. சமகாலத் தாமிரச் சாசனத்தின்படி, கடவுளரும் நெகிழ்ந்து மானுடக்கலையால் இத்தகு அழகைப் படைக்க இயலுமா என வியந்து பாராட்டுவர். அதனை உருவாக்கியவர் இன்னும் வியப்புடன் 'இதனை எப்படி நான் உருவாக்கினேன்' என்பாராம்.

உலகின் பிரம்மாண்டமான குடைவரைக் கோயிலான கைலாசநாதர் கோயில், 'உலகின் நான்கு பெரும் மன்னர்களுள் ஒருவர்' என்னும் தகுதியை பல்ஹராவுக்கு உறுதிப்படுத்துகிறது. ஆரியவர்த்தத்தின் புனிதப் புவியியலை அபகரித்திடும் ராஷ்ட்ரகூடரின் முயற்சிக்கு மேலும் எடுத்துக்காட்டை அளிக்கிறது. இமாலயத்தின் கைலாசமலை பூமியிலுள்ள சிவனின் உறைவிடம். எல்லோராவிலுள்ள புதிய கைலாசநாதர் ஆலயமும் பாறையில் வெட்டப்பட்டு, சிவனுக்கு அர்ப்பணிக்கப்பட்டுள்ளது;

தக்காணத்தில் கைலாசமலையை நிறுத்தும் வகையில் வடிவமைக்கப்பட்டிருக்கிறது; கண்ணியமிக்க விந்திய மலைகளைத் தக்காணத்து இமாலயமாக ஆக்கியுள்ளது-புதிய ஆரியவர்த்தத்தின் வடக்கு எல்லைப்புறமாகத் தக்காணத்தை அது நிறுத்தும். அதுபோலவும் குறியீட்டு ரீதியிலும், ஆரியவர்த்தத்தின் மூன்று நதித் தெய்வங்களான கங்கை, யமுனை, சரஸ்வதியரின் படிமங்கள் உள்ள கோயில் இப்புதிய கைலாசநாதர் ஆலயத்துடன் சேர்க்கப்பட்டிருக்கிறது. வடக்கில் படையெடுத்திருந்த துருவ மன்னன், 'தன் எதிரிகளிடமிருந்து அவர்தம் ஆறுகளை எடுத்துவந்தான்' என்னும் குறிப்பு இவைகளைக் குறிக்கலாம்; உண்மையில் ராஷ்ட்ரகூடர்கள் பெரிய கலயங்களில் இவ்வாற்று நீரைக் கொண்டு வந்திருக்கலாம். 'ஆக தம் ஆட்சிப் பகுதிக்கு வடக்கிலுள்ள மலைத்தொடரில் கைலாச மலையைத் தோன்றச் செய்திருந்த ராஷ்ட்ரகூடர்கள், அங்கே தோற்றம்கொண்ட ஆறுகளையும், இந்தியாவின் மத்திய மண்டலத்தை வரையறுத்திடும் ஆறுகளையும், தக்காணத்திலுள்ள தம் பேரரசில் தோன்றச் செய்தனர்.'[19]

பூமியை மறுவடிவமைப்பு செய்வதுடன் அதனை ஆளும் பேரரசுகளெல்லாம், கடந்து போயாக வேண்டும். பத்தாம் நூற்றாண்டின் பிற்பகுதியில், தெற்கில் வளர்ந்து வரும் சோழரின் ஆற்றலால் தாக்கப்பட்டும், வடக்கில் குர்ஜர-பிரதிஹரர்களின் முந்தைய சிற்றரசுகளான பரமராஸ்களால் தாக்கப்பட்டும், ராஷ்ட்ரகூடர்கள் முக்கியத்துவம் இழந்து போயினர். இன்னும் தென்கோடியில் இதுபோன்ற ஒன்றினைத் தஞ்சை சோழர்கள் முயன்று பார்க்க இருப்பினும், தக்காணத்து ஆரியவர்த்தக் கனவு அவர்களுடன் மடிந்தது. அவர்களும் கங்கையை அடைந்து, அதன் நீரை எடுத்துவந்து, காவேரி முகத்துவாரத்திலுள்ள தம் ஆரியவர்த்தத்தைப் புனிதப்படுத்தினர்.

இதற்கிடையே, முதலாவது இஸ்லாமியப் படையெடுப்பால் வடஇந்தியா சிதைக்கப்பட்டிருந்தது. அதன் புனிதப் புவியியலை இடம்பெயரச் செய்திடும் எந்த முயற்சியும் இப்போது நகலெடுப்பை விடக் குறைந்ததாக, பாதுகாத்திடும் முயற்சியாகவே தோன்றியது. உண்மையான ஆரியவர்த்தம் மீறப்பட்டிருந்தது, கம்பீரமான கங்கையில் தம் குதிரைகளைக் குளிப்பாட்டியதாகச் சோழர்கள் பீற்றிக்கொண்டது, பலமிக்க எதிரியின் எதிரொலியாகவே இருக்கும்-ஆரம்பக்கால இந்தியாவின் ஏகாதிபத்திய உருவாக்கங்களின் மெருகேறிய புனைவுகளையும் குடைவரைக் கோயில்களையும் பற்றிய கவலையே இல்லாதிருந்தவன் அந்த எதிரி.

10

நட்ராஜ், நாட்டியத்தின் விதி

சுமார் 950–1180

கஜினியின் சிங்கம்

எட்டாம் நூற்றாண்டின் ஆரம்பத்தில் சிந்துவை அரேபியர் கைப்பற்றினர். குஜராத்திலும் ராஜஸ்தானிலும் நடந்த அவர்தம் படையெடுப்புகள் தவிர்த்து பத்தாம் நூற்றாண்டின் பிற்பகுதிகள் வரையிலும் எந்தவொரு பெரிய இஸ்லாமிய அத்துமீறலும் நடந்ததாகத் தெரியவில்லை. உண்மையில் இந்து-இஸ்லாமிய உறவுகள் இணக்கமாகவே கூட இருந்திருக்கலாம். ராஷ்ட்ரகூட மன்னன் இஸ்லாமிய வணிகர்களுக்குத் தாராளமான பாதுகாப்பளித்ததாகக் கூறப்படுகிறது. 'பல்ஹாராவைப் போல அரேபியரிடம் பாரபட்சமாக நடந்துகொண்டதாக யாரையும் பார்க்கமுடியாது, அவரது மக்கள் அவரைப் பின்பற்றினர்'[1] என்றெழுதினார் அவர்களில் ஒருவர். ராஷ்ட்ரகூடர்கள் தமது உடனடி அண்டை வீட்டாரான மேற்கு இந்தியாவின் குர்ஜர-பிரதிஹரர்களைத் தமது பகைவர்களாகப் பார்த்தனர் என்பதே மண்டலக் கொள்கையின் நேரடி அர்த்தமாயிற்று; இவ்வெதிரியின் உடனடி அண்டை வீட்டாரான சிந்துவின் அரேபியர், இயற்கையான சகாக்களாயினர். சம்பிரதாயமான அணிசேர்க்கை பதிவாகாமல் இருப்பது, மன்சுரா-முல்டானின் அமீர்கள் இஸ்லாமியராக இருந்ததால் அல்ல, மாறாக இந்தியாவின் மன்னர்களின் மன்னருக்கு எந்தவொரு பயனுள்ள உதவியையும் செய்திடும் நிலையில் இருந்ததால்தான்.

அதுபோன்றே குர்ஜர-பிரதிஹரர்கள் அரேபியரால் சந்தேகத்திற்கிடமின்றி விரோதமானவர்களாகக் கருதப்பட்டாலும், அவர்களை அகற்றவோ அடக்கவோ எந்தப் படையெடுப்பையும்

மேற்கொள்ளவில்லை. 'பிரதிஹரர்' என்ற விருதுப்பெயருக்கு 'வாயில் காப்பாளர்' என்று பொருள். ஆனால் இப்படிப் பெயர்கொண்ட வம்சம், ராமனின் அயோத்தி நகரின் பிரதிஹரரிடமிருந்து வந்தது என்னும் முக்கியத்துவத்தை அடையாளப்படுத்துகிறது. மறுபுறத்தே, ராஷ்ட்ரகூட மன்னனைப் பொறுத்தவரை, இடப்பெயர்ச்சி செய்யப்பட்ட தனது ஆரியவர்த்தத்தின் வாயில்காப்பாளராக இருக்கவே பொருத்தமானவர்கள் என்று கொள்ளப்பட்டது.

வெளியே நிறுத்திவைக்கப்பட வேண்டியவர்கள், சிந்துவின் ஆட்சியாளர் மட்டுமல்லாமல், காஷ்மீர் மன்னன் போன்ற இந்துக்களை உள்ளடக்கிய, விரோதமுள்ள அண்டை வீட்டார் யாரும், 900ஐ ஒட்டி பஞ்சாபிலிருந்த ஒரு குர்ஜர சிற்றரசன், சீன நதிப் பிரதேசத்தில் ஒரு துண்டு நிலத்தை காஷ்மீருக்கு விட்டுக்கொடுக்க வேண்டியிருந்தது. பேரரசினை நிர்மாணிப்பவரான போஜனால் முன்னர் பெறப்பட்டிருந்த இது, எஞ்சிய குர்ஜர-பிரதிஹரர் பேரரசைக் காப்பாற்றுவதற்காக, ஒப்படைக்கப்பட்டது வெளிப்படை; காஷ்மீரின் முக்கிய சரித நூலின் ஆசிரியரான கல்கணரால் இச்செயல், எஞ்சிய உடலைக் காத்திட ஒரு விரலைத் துண்டித்துக்கொள்வது போன்றது என வர்ணிக்கப்பட்டது. பஞ்சாபின் கிழக்கே, ஆரியவர்த்தத்தின் தலைமைக்குப் போட்டியிட, எந்தவொரு முஸ்லீம் அரசும் இல்லை; மேற்கில், பாக்தாதின் உலகளாவிய பேராசைகளின் முனைப்பு, ஆஃப்கானிஸ்தானத்திற்குள்ளும் துருக்கிஸ்தானத்திற்குள்ளும் திருப்பிவிடப்பட்டிருந்தது. 'இஸ்லாத்தின் முன்னணிப்படைக்கு எதிரான தற்காப்பு அரண்' என ஒன்று இருப்பின், அது கங்கைக்கு அருகிலுள்ள கன்னோஜில் அல்லாமல் சிந்துவுக்கு அப்பாலுள்ள காபூலில் தேடப்படவேண்டும்.

அங்கே, குஷாணரின் கந்தகாரை நினைவூட்டிடும் அரசில், -வடக்கு-மேற்கு எல்லைப்புறங்களின் இருமருங்கிலும் அமைந்து, ஆஃப்கானிஸ்தான் வரை நீண்டிருந்தது- 'சாஹி' என வரலாற்றில் அறியப்படும் இந்திய வம்சம் ஒன்று, ஒன்பதாம் நூற்றாண்டின் மத்தியில் முன்னுக்கு வந்திருந்தது. 'சாஹி' 'சா-இன்-சாஹி' எனப்படும் மன்னர்களின் மன்னன் விருதுப் பெயரிலிருந்து வந்தது. அச்செமினிட்களின் நடைமுறையை நகல் செய்து குஷாணரால் மேற்கொள்ளப்பட்டது. அல்பெருனி சாஹிகளைக் குஷாண சக்கரவர்த்தி கனிஷ்கருடன் தொடர்புபடுத்துகிறார்; ஏனெனில் ஏழாம் நூற்றாண்டில் யுவான் சுவாங், காபூல் மண்டல மன்னர்கள் இன்னும் பௌத்தத்தில் பக்தி கொண்டிருந்ததாகப் பார்த்தார். பிற்பாடு சிந்துவில் சாச்சினால் திட்டமிடப்பட்டது போன்ற

அரண்மனைப் புரட்சியால், சிந்துவின் கடைசி பௌத்தரின் வீழ்ச்சி நடந்தது, அவரது பிராமண அமைச்சர் லல்லியா அடுத்து ஆட்சிப் பொறுப்பில் அமர்ந்தார். லல்லியாவும் அவரையடுத்து வந்தவர்களுமே இந்து சாஹிகள், 9ஆம் நூற்றாண்டின் பிற்பகுதியில் இத்தொலைதூரத்து இந்திய வம்சங்களின் கீர்த்தி பெரிதாய் இருந்தது.

கல்கணரைப் பொறுத்தவரை, 'நட்சத்திரங்களை விஞ்சிடும் சூரியனைப் போல, அவர்தம் வல்லமையின் புகழ் வடக்கு மன்னரை விஞ்சியது.' அவர்களது தலைநகரை ஆரியவர்த்தத்துடன் ஒப்பிட்டார்- அது இமயமலைகளாலோ விந்திய மலைகளாலோ அல்லாமல் துருக்கியராலும் அவர்களுக்குச் சம பலத்தில் உள்ள காட்டுமிராண்டிகளாலும் சூழப்பட்டிருந்ததால்தான்; எனினும் எல்லைகளுக்குள்ளே மன்னரும் பிராமணரும் சரணாலயத்தை உணர்ந்தனர். பஞ்சாபில் சாஹிகள், குர்ஜரர், காஷ்மீரிகள், சிந்தி ஆகிய அண்டை சமஸ்தானங்களுடன், சமயங்களில் சகாக்களாகவும், சமயங்களில் எதிரிகளாகவும் மோதிக்கொண்டனர்; ஆஃப்கானிஸ்தானிலுள்ள அவர்களின் சிற்றரசுகள், காபூலுக்குத் தெற்கிலும் கிழக்கிலும் உள்ள கணிசமான பிரதேசங்களுடன் ஒட்டிக்கொண்டன. பிந்தையவையே முதலில் வெளியேறின, 870இல் காபூலே கைப்பற்றப்பட்டது. ஆஃப்கானிஸ்தானில் சாஹிகள் லாம்கன்னை அல்லது லாப்மன்னை மட்டுமே தக்கவைத்திருந்தனர்-அது ஜலாலாபாத்திற்கு மேற்கிலுள்ள காபூல் ஆற்றுப் பள்ளத்தாக்கின் பகுதியாய் இருந்தது. ஆனால் பஞ்சாப்பில் தம் அரசைத் திடப்படுத்திக்கொண்ட அவர்கள், சிந்துவின் மீதுள்ள அட்டோக்கின் அருகில் ஹுண்ட் அல்லது ஓஹிண்டில் புதிய தலைநகரை நிறுவினர், அதுவே பின்னர் லாகூராயிருக்க வேண்டும்.

இதற்கிடையே ஆஃப்கானிஸ்தானில் இஸ்லாத்தின் பெயரால் சாஹிகளிடமிருந்து கைப்பற்றப்பட்ட பிரதேசங்கள் வரப்போகும் சாகசக்காரரின் ஆர்வத்தை ஈர்த்தன. கிழக்கு ஈரானிலும் துருக்கிஸ்தானிலும் பெற்ற இஸ்லாமிய வெற்றிகள், நிறைய துருக்கி மக்களை இஸ்லாத்திற்குள்ளும் கொண்டுவந்தன. அங்கே அரேபியச் செல்வாக்கு ஏற்கெனவே தேய்ந்துகொண்டிருந்தது, மத்திய ஆசியாவில் பாக்தாத்தின் அதிகாரம் புகாராவின் அதிகாரத்தால் மறைந்துகொண்டிருந்தது; அதன் ஸஃபாரித்-ஸமானித் வம்சங்கள், இந்துகுஷ்ஷிற்கு வடக்கே இஸ்லாமியப் பேரரசுகளைச் செதுக்கின. 963 இல் பேராசை மிக்க ஆனால் செல்வாக்கற்ற ஸமானித் தளபதி ஆல்ப்டிஜின், பால்கிலிருந்து

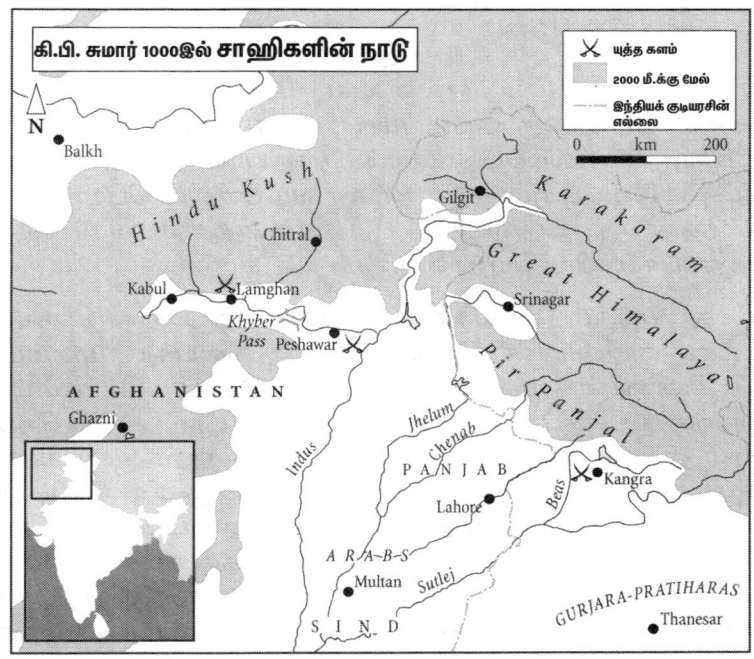

இந்துகுஷ்ஷைத் தாண்டிவந்து கஜினியைக் கைப்பற்றினான். அது காபூல்-கந்தகார் சாலையில் இருந்த கேந்திர முக்கியத்துவமுள்ள நகரம். ஒருகாலத்தில் அடிமையாய் இருந்த ஆல்ப்டிஜினியடுத்து 977இல் சபுக்திஜின் இடம்பெற்றான்-அவனும் முன்னாள் அடிமை, முன்னாள் துருக்கித் தளபதி; அரசினை உருவாக்கும் பேராசையால் சாஹிகளுடன் மோதினான். சுமார் 986இல் 'மார்க்கப் போரின் பொருட்டு வரிஞ்சி கட்டிக்கொண்ட சபுக்திஜின் காபூல்-பஞ்சாப் மாகாணங்களை நாசப்படுத்தினான்' என்கிறார் இஸ்லாமிய வரலாற்றாளர் ஃபெரிஷ்டா.

சாஹி மன்னன் ஜயபாலன் (ஜய்பால்) மிகுந்த தயக்கத்துடன் எதிர்வினையாற்றினான். 'தன் அரசுகளில் ஒவ்வொரு கணமும் நிகழ்ந்த அளவிடமுடியாத காயங்களையும் இழப்புகளையும் கண்டு... ஆறுதல்படுத்திக்கொள்ள முடியாத அளவுக்குச் சஞ்சலப்பட்ட அவன், வேறுவழி இல்லாததால் களத்தில் இறங்கி ஆயுதங்கள் தாங்கினான்.' பெரும்படையைத் திரட்டிக்கொண்டு, வடமேற்கு எல்லைப்புறத்தில் நடத்திச்சென்று, லாப்மன்னின் பெரும்பாறைகளுக்கிடையே அரண்செய்யப்பட்ட நிலையிலிருந்து ஸபுக்திஜின்னை எதிர்கொண்டு ஓரளவு வெற்றிகண்டான்.

அப்போது இந்து-இஸ்லாமியப் படையினர் போரில் இணைந்துகொண்டனர்.

ஒவ்வொரு அரசின் எல்லைப்புறங்களிலும் சேர்ந்தே வந்தனர். ஒவ்வொரு படையும் பரஸ்பரம் ஒன்றையொன்று தாக்கின, கொல்லப்பட்டோரின் குருதியால் பூமியின் முகம் சிவப்புக்கறை படியுமட்டும், எல்லா வழிகளிலும் போராடின, எதிர்த்தன; இரு படையினரது யானைகளும் வீரர்களும் ஓய்ந்துபோய் விரக்தியுற்றனர்.²

அதாவது யுத்தம் தீர்மானிக்க முடியாத தேக்கநிலையை எட்டிற்று. கஜினியின் சிங்கங்களில் தலையாய முகம்மது-சபுக்திஜின்னின் மூத்த மகனான இவன் பெரும்புகழ் பெற்றுவந்தான். எதிர்காலத்தில் ஆயிரம் கோட்டைகளை வென்ற சக்கரவர்த்தியாக இருக்கப்போகின்ற அவனாலும் ஜயபாலனை விஞ்சமுடியாதிருந்தது. அப்போது இஸ்லாமிய சூனியவித்தையால் தட்பவெப்பம் குறுக்கிட்டது என்று சொல்லப்படுகிறது; அது ஆஃப்கனின் குளிர்காலத் தொடக்கம். சமகாலச் சரிதையாளர் ஒருவர் அது உலகின் இறுதியைப் போன்றிருந்தது என்கிறார்: 'துரோகியர் மீது ஆகாயத்திலிருந்து நெருப்பு விழுந்தது, இடிமுழக்கத்துடன் புயல்மழை அடித்தது; மரங்கள் வேருடன் சாய்க்கப்பட்டன; கரும்புகை எழுந்தது'³ ஜயபாலன் தன் வேளை வந்துள்ளதாக எண்ணினான். உடனே சமாதானத்தை நாடினான், குளிருக்குப் பழக்கமின்றியும் அதனைத் தாங்கிக்கொள்ள வசதியின்றியும் இருந்த அவனது துருப்புகள், உடனடிப் பின்வாங்குதலை அரவணைத்துக் கொண்டன. இதனால் வியப்புற்ற சபுக்திஜின் ரொக்கம், யானைகள், தெரிவுசெய்யப்பட்ட கோட்டைகளுடன் உடன்பட்டான். இறுதியாக, பத்தொன்பதாம் நூற்றாண்டின் ஏகாதிபத்தியவாதிகளுக்கும் இருபதாம் நூற்றாண்டின் வல்லரசுகளுக்கும் அறிவுரைகள் நிரம்பிய ஒரு காட்சியில், சபுக்திஜின்னின் ஆரவாரிக்கின்ற முஜாஹிதீன்கள் தம் பாறைகளிலிருந்து பார்த்துக்கொண்டிருக்க, செயலிழந்து, அவமானமுற்ற துரோகியர், காபூல் நதியின் அஞ்சத்தக்க பாறைகளினூடே இந்தியாவுக்குத் திரும்பினர்.

ஜயபாலன் இதனைத் தோல்வியாகக் கருதவில்லை என்பது வெளிப்படை. அவனது வீரர்கள் சிறப்பாகவே போராடினர். அவனது யானைகளை விடவும் இயற்கை சக்திகளே அவனை வெற்றிபெற முடியாது செய்தன. பஞ்சாபுக்குத் திரும்பியதும், சபுக்திஜின்னின் தூதர்களைப் பிணைக்கைதிகள் போல

நடத்தினான். கஸ்னாவித் மீண்டும் ‘உத்தேசத்தின் வாளைக் கூர்தீட்டி’, லாப்மன்னின் நல்வாய்ப்பற்ற, ஆதரவற்ற மக்கள்மீது பாய்ந்தான். இஸ்லாமியத் துருப்புகள் சிலை வழிபாட்டாளரைப் படுகொலை செய்தன, ஆலயங்களைக் கொளுத்தின, கொள்ளையிட்டன; குவிந்த செல்வத்தை எண்ணிப் பார்த்த கைகள் குளிரில் வீங்கின.

இதற்குப் பழிவாங்கத் துடித்த ஜயபாலன் மீண்டும் ஆயுதமேந்தினான். இளைஞனான (மகமதுவின் செயலர்) அல்-உத்பி ஒரு லட்சம் வீரரை சஹி மன்னன் திரட்டியிருப்பதாகத் தெரிவிக்கின்றான்; ஆனால் கன்னோஜ், அஜ்மீர், டெல்லி, கலிஞ்சாரின் படையினரே அவர்கள் என்கிறார் வரலாற்றாளர் ஃபெரிஷ்டா. அப்படியானால் குர்ஜர-பிரதிஹரர்களின் முந்தைய சிற்றரசுகளைக் கொண்டிருக்கும், இவை ரஜபுதன வம்சத்தவை. கன்னோஜ் இன்னும் பிரதிஹரர் கைகளிலேயே இருப்பதாகத் தோன்றுகிறது; அஜ்மீர் (ராஜஸ்தான்) சஹமனா ரஜபுத்திரரால் ஆட்சி செய்யப்பட்ட பிரதேசத்தில் இருந்தது; 736இல் நிறுவப்பட்ட டெல்லி, இன்னும் முக்கியத்துவம் பெறாமல், ஹரியானாவின் டோமரா ரஜபுத்திரர்களுக்கு உரியதாயிருந்தது; கலிஞ்சார் (மத்தியப் பிரதேசத்தில் கஜுராஹோவுக்கு மேற்கில்), வளர்ந்துவரும் சந்தேல ரஜபுத்திரரின் வலுவிடமாயிருந்தது. ஜயபாலனே பட்டி குலத்து ரஜபுத்திரனாக இருக்கவேண்டும் ஏனெனில் அவனது பெயரும் அடுத்து வந்தவர்களின் பெயர்களும் ‘பால’ என்று முடிகின்றன, அது ஆரம்பக் கட்டத்து பிராமணராயிருந்த சஹிகளிடமிருந்து மாறுபட்டிருப்பதை உணர்த்தும்.

சபுக்திஜின் ஒரு மலையுச்சியிலிருந்து நோட்டம் விட்டபோது இது அவனை அவ்வளவாக ஈர்க்கவில்லை. ‘ஆட்டு மந்தையை தாக்கவிருந்த ஓநாயைப் போல உணர்ந்தான்’ என்கிறார் அல்-உத்பி. ஒவ்வொன்றும் 500 வலுவான கூட்டமாகப் பிரிக்கப்பட்ட கஸ்னா வித்தின் குதிரைப்படை எதிரியை அடுத்தடுத்துச் சுற்றிவளைத்துப் பாய்ந்தது. இப்போது யுத்தம் லாப்மனின் திறந்த வெளியில் ஈவிரக்கமற்ற ஆகாயத்தின் கீழ் நடந்திருக்கும். சபுக்திஜின்னின் குதிரைப்படையினரை விட மோசமான நிலையிலிருந்த இந்தியக் குதிரைப்படையால் ஒன்றும் செய்திட இயலவில்லை என்கிறார் ஃபெரிஷ்டா. அடுத்தடுத்த தாக்குதல்களில் குழம்பியும் தமது இரும்பு அடுப்பிலிருந்தே எழுந்த நெருப்பினால் வருந்தியும் இருந்தது அப்படை என்கிறார் அல் உத்பி. கனகச்சிதமாய்ப் பிசையப்பட்டு சுட்டெடுக்கப்பட்டிருந்த எதிரிக்கு எதிராக சபுக்திஜின்னின் படையினர் திரட்டப்பட்டு,

ஒருமித்த தாக்குதலுக்கு ஆயத்தமாயினர். 'எழுந்த புழுதியின் அடர்த்தியில் வாட்கள் எவை ஈட்டிகள் எவை என்று பிரித்தறிய இயலவில்லை, யானைகளிலிருந்து மனிதரை இனங்காண இயலவில்லை, கோழைகளிலிருந்து வீரர்களை அடையாளம் காண இயலவில்லை.' சண்டை ஓய்ந்ததும் தெளிவாகிவிட்டது. சஹிகளின் படையினர் தோற்கடிக்கப்பட்டனர். களத்தில் முடியாதவர்கள் காட்டில் படுகொலை செய்யப்பட்டனர் அல்லது ஆற்றில் மூழ்கடிக்கப்பட்டனர். கருணை காட்டப்படவில்லை. 'துரோகிகள் கொல்லப்பட வேண்டும், ஆண்டவனின் நியதி மாற்றப்படலாகாது' என விதிக்கப்பட்டிருந்தது.

200 யானைகள், 'அளப்பரும் கொள்ளைப்பொருள்,' புதிய ஆஃப்கன் பிரதேசங்கள், கைபர் கணவாய் உள்ளிட்ட பெஷாவரின் தெற்கு மண்டலத்தையெல்லாம் சபுக்திஜின் பெற்றான். இந்திய மண்ணில் அவன் கால்பதித்த பிரதேசம், மேலும் பல படையெடுப்புகளுக்கான விசைப்பலகையாய் இருந்தது. ஆனால் தாமதமாகியது. சபுக்திஜின் அடுத்து தன் துருப்புகளை இந்து குஷினூடே வடக்கில் இட்டுச் சென்று, ஹேரட் மண்டலத்தில் பல வெற்றிகரமான தாக்குதல்களைச் செய்து, பாக்தாத் கலீஃபாவால் ஆஃப்கானிஸ்தானின் அனைத்து மண்டலங்களுடன் கிழக்கு ஈரானின் கோரஸ் உள்ளிட்ட பிரதேசத்தின் ஆளுநராக அங்கீகரிக்கப்பட்டான். 997இல் பால்கில் அவன் இறந்துவிட, அவனுடைய மகன் முகம்மது பொறுப்பேற்றான்; மத்திய ஆசியாவில் தந்தையின் வெற்றிகளை உறுதிப்படுத்தினான்.

முகம்மது ராணுவ மேதையாக இருந்தபோதும், இந்தியாவில் அபிமானிகள் யாரும் கிடையாது. இந்தியக் கடவுளரில் ஒரு சாத்தான் இருக்கமுடியுமானால், அவன் சந்தேகத்திற்கு இடமின்றி அந்த அவதாரத்தை மேற்கொள்ள இயலும். தோற்றத்தில் குறைபாடுள்ளவன். ஒருமுறை கண்ணாடியைப் பார்த்து இப்படி வருத்தப்பட்டான்: 'மன்னனின் தோற்றம் பார்வையாளர் கண்களைப் பிரகாசிக்கச் செய்யவேண்டும், ஆனால் இயற்கை என்னிடத்தே குரூரமாக இருந்துள்ளதால், கெடுவாய்ப்பின் சித்திரமாக இருக்கிறது என் தோற்றம்'[4]. இப்போது அவனது பேரரசு, காஸ்பியன் கடலிலிருந்து சிந்து வரை நீண்டு, மேலும் ஊக்கமளித்திடும் வாய்ப்பை அளித்தது; இதனைத் திடப்படுத்திக்கொள்ள முடியுமானால், கெடுவாய்ப்புகளைப் புறக்கணித்துவிடலாம். சிலை வழிபாட்டைத் தூக்கியெறிதல் என்னும் ஒவ்வொரு முஸ்லீமினுடைய தெய்விகக் கடமையைத் தொடர்ந்தபடி, பெரியதொரு ராணுவத்தைப்

பராமரித்து வெகுமதி அளிக்கவேண்டியிருந்தது; கஜினியைத் தகுதியுடைய தலைநகரமாக, விசுவாசத்தின் குவிமையமாக, இஸ்லாமிய வைதிகத்தின் கொத்தளமாக ஆக்க வேண்டியிருந்தது. தன் அண்டையிலுள்ள துரோகிகளை வீழ்த்தி அவர்தம் செல்வங்களை அபகரித்தால்தான் இதனை நிறைவேற்ற முடியும். எனவே கடவுளுக்கும் கஜினிக்கும் சேவை புரிந்திட ஏதுவாக, ஆண்டுதோறும் மேற்கொள்ள வேண்டிய படையெடுப்புகளைத் திட்டமிட்டான். 'மதத்தின் தரநிலையை உயர்த்தி, உரிமையின் பரப்பை விரிவுபடுத்தி, உண்மையின் சொற்களுக்கு ஒளியேற்றி, நீதியின் அதிகாரத்தை வலுப்படுத்திட வேண்டும்' என்னும் உத்தேசத்துடன் இந்தியா மீது தன் முகத்தைத் திருப்பினான். ஆயிரமாவது ஆண்டின் பருவமழைக்குப் பின்னான மாதங்களின் போது, எல்லைகளைத் தாண்டிவந்து, குருதி சொட்டும் பதினாறு கொள்ளைகளில் முதலாவதை நிகழ்த்தினான்.

அல்-உத்பியின் செயலர் மற்றும் ஃபெரிஷ்டா போன்றவர்களின் பதிவுகளிலிருந்து, அலெக்ஸாண்டருக்குப் பின் நிகழ்ந்த வேறெந்த படையெடுப்பை விடவும், கஸ்னாவித்தின் படையெடுப்புகள் பற்றி விரிவாகத் தெரிந்துகொள்கிறோம். அல்-ஹஜ் 392 முகரம் 8 அன்று வியாழக்கிழமை (27.11.1001) நடந்த முகம்மதுவின் அடுத்த மோசமான தாக்குதல் ஜயபாலனை வீழ்த்தி ஒரு மைல்கல்லாக விளங்கியது; இந்த நாள் துல்லியமாயிருப்பதால் நம்பகமாயிருக்கிறது. இத்தாக்குதல் பெஷாவர் அருகே நடந்தது; இம்முறை 'கேடுகெட்ட துரோகியும்' 'கறைபடிந்த சிலை வழிபாட்டாளனுமான ஜயபாலன் சிறியதொரு படையையே வைத்திருந்தான். 1500 வீரரை இழந்த அவனும் குடும்பத்தினருடன் சிறைப்பிடிக்கப்பட்டான். ஐம்பது யானைகள் தந்து விடுவித்துக்கொண்ட ஜயபாலனுக்கு அது பெருத்த அவமானமாயிற்று. மகன் அனந்த பாலனை ஆட்சிப் பொறுப்பில் அமர்த்தி முடிதுறந்தான்; காலனஸ் போலத் தன் சிதையேறினான்.

1004இல் முகம்மது மீண்டும் இந்தியாவுக்கு வந்தான். இப்போது சிந்துவைத் தாண்டி வந்து, கடுமையாகச் சண்டையிட்டுப் பாடியா நகரை (ஜீலம் நதிக்கரையில் இருக்கவேண்டும்) கைப்பற்றினான். பின்னர், முன்னரே தொடங்கிய பருவமழையாலும் எதிரியின் தாமதித்த தாக்குதலாலும் அபகரித்ததில் பெரும்பகுதியை இழந்தான். அடுத்த ஆண்டு முல்டானைத் தாக்கத் தீர்மானித்தான்- அமீர் முஸ்லீமாக இருந்தாலும் இப்போது துரோகமிக்க இஸ்மைலி ஷியவாக இருந்தான். தன் ஆட்சிப் பகுதிகளின் வழியே முகம்மதின் ராணுவத்திற்கு அனந்தபாலன் அனுமதி மறுக்கவே, திரும்பவும்

‘படுகொலை, சிறைப்பிடித்தல், கொள்ளை, நெருப்புக்கு’ உள்ளாக நேர்ந்தது. அதன்பின் முல்டான் வீழ்ந்தது, கலகமும் பகைமையும் ஒடுக்கப்பட்டன. முகம்மதின் புகழ் எகிப்துவரை எட்டியது. இப்போது அப்புகழ் அலெக்ஸாண்டரையும் விஞ்சியதாக அல்-உதிப் பெருமைபட்டுக்கொள்கிறார்.

படையெடுப்புகள் தொடர்ந்தன. 1008இல் முகம்மது ஒட்டுமொத்த பஞ்சாபை வீழ்த்தி, காங்ராவின் (இமாசலப்பிரதேசம்) பெரிய கோட்டையையும் கோயிலையும் கைப்பற்றிட அனந்தபாலன் மிகப்பெரும் தோல்வி அடைந்தான்-காங்ராவின் பெட்டகங்களில் தான் சாஹிகளது செல்வம் சேமிக்கப்பட்டிருந்தது. இங்கிருந்து முகம்மது எடுத்துச் சென்றது 180 கிலோ தங்கம், இரண்டு டன் வெள்ளி, 700 லட்சம் திர்ஹாம் பெறுமான நாணயங்கள். அத்துடன் வெள்ளியால் கட்டப்பட்ட ஒரு வீடும் அவன் பொறுப்புக்கு வந்தது. கஸ்னாவித்தின் பசி இன்னும் அடங்கவில்லை. 1012இல் அது, டெல்லியின் வடக்கிலுள்ள, ஹர்ஸரின் முதல் தலைநகரான தானேஸ்வரத்திற்கு இட்டுச்சென்றது. கிழக்கு பஞ்சாபின் சிறிய மூலையாகக் குறைக்கப்பட்டிருந்த அரசையும் கஸ்னாவித்தின் சிற்றரசனை விடவும் சற்று உயர்ந்த தகுதியினையும் இப்போது பெற்றிருந்த அனந்தபாலன் குறுக்கிட முயன்றான். யானைகளையும் ஆபரணங்களையும், நிர்ணயித்த கப்பத்தையும் வழங்க முன்வந்தான். ஆனால் அது நிராகரிக்கப்பட்டது. தானேஸ்வரம் வீழ்ந்தது. கணக்கிடுவதற்குச் சாத்தியமற்ற செல்வத்துடன் சுல்தான் தாயகம் திரும்பினான். ‘இஸ்லாத்தின் மீதும் முஸல்மான்கள் மீதும் வழங்கிய கண்ணியத்திற்காக அல்லாவுக்கு கீர்த்தி உண்டாகட்டும்’, என்றெழுதுகிறார் அல்-உத்பி.

1018இல் மதுராவின் தருணம். யமுனையின் அருகேயுள்ள யாத்திரைத் தலமான அது, கிருஷ்ணனுக்குப் புனிதமானது, குப்தரின் சிற்பத்திற்கு ஆதாரமாயிருப்பது. இங்குள்ள பிரதானக் கோயில் முகம்மதுவையும் ஈர்த்தது. மதுரா ஆலயம் ஒன்றினை நிர்மாணிக்கக் குறைந்தது இருநூறு ஆண்டுகள் பிடிக்கும், நூறு மில்லியன் திர்ஹாம் ஆகும் என்று கணக்கிட்டான். அது ‘விவரிக்க முடியாதது’ என்கிறார் அல்-உத்பி. ‘சிலைகளிலிருந்து டன் கணக்கிலான பொன்னும் வெள்ளியும் விலையுயர்ந்த கற்களும் பறிக்கப்பட்டதும், நகரிலுள்ள மற்ற ஆலயங்களைப் போல அதுவும் தீக்கிரையாக்கப்பட்டது.’

முகம்மது கடைசியில் கங்கையை அடைந்தபோது கன்னோஜும் தகர்க்கப்பட்டது. ஏழு கோட்டைகள், பத்தாயிரம் ஆலயங்களுள்ள

தன் தலைநகரைப் பாதுகாப்பின்றி பிரதிஹாரா ஆட்சியாளர் விட்டுச்சென்றதாகத் தோன்றுகிறது. விட்டுக்கொடுக்காத காஸ்னாவித் மற்றும் வெறிகொண்ட படையினரின் கீர்த்தி அவர்களுக்கு முன்னதாக வந்து சேர்ந்தது.

> 'இந்துஸ்தானின் அரசர்கள் போன்றவரில்லை சுல்தான் முகம்மது... அவரது பெயரையும் தந்தை பெயரையும் கேட்ட மாத்திரத்தில் ராணுவமே பயந்தோடுவதால், பாதுகாப்பான புகலிடம் தேடிக்கொள்வது நல்லது. அவர் தனது வாள் வீச்சில் ஒருமுறையுடன் திருப்திகொள்வதில்லை என்பது போல, மலைத்தொடரில் ஒரு மலையுடன் அவரது ராணுவம் திருப்தியடைவதில்லை என்பது போல உங்களுடையதை விட அவரது வேட்கை கூடுதலானது...'[5]

இப்படையெடுப்பை முடித்த முகம்மது, 200 மில்லியன் திர்ஹாம், 53000 அடிமைகள், 350 யானைகளுடன் திரும்பினான். அங்கிருந்து தொடர்ந்த படையெடுப்பு மத்தியப் பிரதேசத்திற்குள்ளும் நுழைந்து, சந்தேள ரஜபுத்திரரை வளைத்தது. இதில் கிடைத்த வெகுமதி சொற்பமானதே. அடுத்த இலக்கு சோமநாதபுரம். இன்னொரு கோயில் நகரம், யாத்திரைத் தலம். சௌராஷ்ட்ர தீபகற்பக் கரை மீதுள்ள இப்புனித நகரை அடைவது எளிதானதல்ல; முல்டானிலிருந்து ஜெய்சல்மர் வரையிலான ராஜஸ்தானின் வெளியைத் தாண்டி, அதன்பின் குஜராத்தில் நுழையவேண்டும். இது புதுப்பிரதேசம், இது பேராசை மிக்க படையெடுப்பு. குதிரைப்படை மற்றும் ஒட்டகப் படையுடன் மட்டுமே வந்த முகம்மதுவைக் கண்டு அனைவரும் வியப்புற்றனர்.

சோமநாதபுரம் கோட்டை மிகப் பலம் வாய்ந்ததாக இருந்தது. அது வீரர்களால் அல்லாமல் பிராமணர் கூட்டத்தாலும் பக்தர்களாலும் அரண்செய்யப்பட்டதாகத் தோன்றுகிறது. ஆயுதங்களின்றி இருந்த அவர்கள் ஆலயத்தின் மிகப் புகழ்பெற்ற லிங்கத்திடம் முறையிட்டனர். முகம்மதுவின் பயிற்சிபெற்ற வீரர்கள் ஏணிகளையும் கயிறுகளையும் கொண்டு மதில்களில் ஏறிக் கொள்ளையிட்டனர். கோயிலுக்கு வெளியே நடந்த அதிக்கிரமம் இன்னும் குரூரமானது.

> 'மந்தை மந்தையாக ஆலயத்தில் நுழைந்தோரின் கைகளைப் பிணைக்க, அவர்களோ சிவலிங்கத்திடம் மன்றாடினர். படுகொலை செய்யப்பட்டனர், யாரும் பிழைக்கவில்லை... இறந்தோர் எண்ணிக்கை 50,000னைத் தாண்டியது.[6]

20 மில்லியன் திர்ஹாம் மதிப்பிலான பொன், வெள்ளி, மணிகள் கோயிலிலிருந்து கொள்ளையிடப்பட்டன. ஆனால் கொள்ளையினை விடவும் படுகொலைகளை விடவும் முகம்மதுவுக்குத் திருப்தியளித்தது, தங்கமுலாம் பூசப்பட்ட பெரும் லிங்கத்தைச் சிதைத்ததுதான். லிங்கத்தின் மேற்பூசப்பட்ட தங்கத்தை அகற்றிய பிறகு, முகம்மதுவே அதனை நொறுக்கினான். அதன் துண்டுகள் கஜினிக்கு அனுப்பப்பட்டன. புதிய ஜாமி மசூதியின் படிக்கட்டுகளாகப் பதிக்கப்பட்டன, இஸ்லாமியரால் திரும்பத் திரும்ப மிதிக்கப்பட்டன.

இத்தகு குரூரத்தால் அல்லது உயரிய பக்தி சமிக்ஞையால், முகம்மதுவின் கீர்த்தி உச்சம் தொட்டது. இன்னும் ஒரு படையெடுப்பை மேற்கொண்டு தெற்கு சிந்துவில் கடுமையாகத் தாக்கினான்; ஆனால் 1030இல் அவன் இறந்தான். அவன் மறக்கப்பட முடியாதவன். 'உலகின் மீது மகிழ்ச்சியை கவித்த மன்னன் முகம்மது, முகமதிய மதத்தின் மீது கீர்த்தியைப் பிரதிபலித்தவன்' என்கிறார் ஃபெரிஷ்டா. சில சமயங்களில் பேராசைக்காரன் என்று குற்றஞ்சாட்டப்பட்டதை ஒத்துக்கொள்கிறார். ஆனால் இவையெல்லாம் 'உன்னத லட்சியத்திற்காக, வேறெந்த மன்னனின் அரசவையிலும் இவ்வளவு கற்றறிந்தோர் இருந்ததில்லை,

யாரும் இத்தகு ராணுவத்தைப் பராமரித்ததில்லை, இவ்வளவு தாராளத்தைக் காட்டியதில்லை'[7] என்று முடிக்கிறார். மாபெரும் அறிஞர் அல்பெருனி அவனது ஆதரவில் இருந்தார்; கஞ்சத்தனமாக இருந்தான் என்று குறிப்பிட்ட, கவிஞர் ஃபிர்தவ்ஸியும் இருந்தார். அவர்கள் அலங்கரித்த கஜினி தகுதிமிக்கத் தலைநகரமாய் உருமாறியது. இருப்பினும் இந்துக்களைப் பொறுத்தவரை, வீரம்-பக்தியின் அடையாளமான இவன் குரூரம்-அவமதிப்பின் அரக்கனே தவிர வேறு யாருமில்லை.

எதுவாயினும், இவ்வளவு நன்றாக ஆவணப்படுத்தப்பட்டுள்ள வாழ்க்கையின் விவரணங்கள் விளைவுகளை இருண்மையாக்கிவிடக் கூடும்; வரலாற்றாளர்களின் பாரபட்சமிக்க உற்சாகம் சரிவுகளைப் பூசி மறைக்குமாறு இட்டுச் செல்கிறது. பரபரப்பினை ஏற்படுத்தி கொள்ளையடித்தவன், பிரதேசங்களைப் பெறவில்லை. காஸ்னவித் ஆட்சியில், பஞ்சாபின் சஹி பகுதிகளே தக்கவைத்துக் கொள்ளப்பட்டன. காஷ்மீர், மத்திய இந்தியா, குஜராத்தில் தன் வெற்றிகளைத் திடப்படுத்தவோ கப்பம் பெறவோ வழிவகை செய்ததில்லை. தன்னை விடுவித்துக்கொள்வதிலும் அவனுக்கு அடிக்கடி பிரச்சினைகள் இருந்தன. குவாலியர்-கலிஞ்ஞாரின் ரஜபுதனக் கோட்டைகள் தாக்கப்பட்டாலும், அவன் கைக்கு வந்துசேரவில்லை. இஸ்லாத்தினைத் தழுவிக்கொண்டதாகக் கருதப்பட்ட இந்திய மன்னர்களை, சிற்றரசர்களாக்கிட அவன் செய்த முயற்சிகள், அம்மதமாற்றங்கள் போன்றே குறுகிய காலமே நீடித்தன.

எதிரிகளுடையதை விடச் சிறப்பாக நடத்தப்பட்டும், மத்திய ஆசிய குதிரைகள் கிடைத்ததால் சாதகமாயிருந்தாலும் முகம்மதுவின் வீரர்கள் செயல் தந்திரத்தில் கெட்டிக்காரர்களாயிருந்தனர். மதவெறியாலும் இவ்வுலகில் பெண்களும் பொருளும் கிடைக்கும் வாய்ப்பாலும் அல்லது அவ்வுலகில் உயரிய நிலை கிட்டும் என்பதாலும் உத்வேகம் மிகுந்திருந்தனர். மறுபுறத்தில் இந்தியப் படையினரோ, போரில் ஈடுபடத் தயங்கினர். அதிகம் அவர்கள் எதிர்பார்த்தது, ஒரு தப்பியோடும் குதிரையும் உயிர்பிழைக்கும் சந்தர்ப்பமுமே. இந்துக்களைப் பொறுத்தவரை, மிலேச்சரைப் படுகொலை புரிவதில் எந்தச் சிறப்புமில்லை. இஸ்லாமிய வீரர்களுக்குக் கிட்டிய மேன்மையான வாய்ப்புகள், காஸ்னவித்களுக்காகப் போரிடும் பொருட்டு, மதத்தையும் விசுவாசத்தையும் மாற்றிக்கொள்ளுமாறு வடஇந்தியாவின் இந்துக்கள் சிலரைத் தூண்டிவிட்டன.

அவர்களைக் குற்றம் சொல்ல இயலாது. சாஹிகள் வெளிப்படுத்திய அதியற்புதத் தீரம், அவர்தம் சக அரசர்கள் பலரிடமும் இல்லை. இக்காலகட்டம் குறித்த, இஸ்லாம் சாராத ஒரே ஆதாரமான கல்கணரின் ராஜதரங்கிணி சுவைமிக்க எடுத்துக்காட்டினைத் தருகிறது. 1013இல் அனந்தபாலனின் மகனும், முகம்மதுவுக்கு எதிர்ப்பைக் காட்டக்கூடிய கடைசி சாஹியுமான திரிலோசன பாலன், காஷ்மீர் பிரதேசத்தில் புகலிடம் கோருமாறு நிர்ப்பந்திக்கப்பட்டான். பெரிதும் நெருக்கப்பட்டு, பீர்பாஞ்சலிலுள்ள அபாயகரமான பள்ளத்தாக்கினை அடைந்த அவன், காஷ்மீர் மன்னன் சம்கிரமராஜாவிடம் உதவி கோரினான். மாறாக அம்மன்னன் தன் தளபதி துங்காவை அனுப்பிவைத்தான். ஆடு மேய்ப்பவனாக இருந்த துங்கா மீது ஒரு காஷ்மீர் அரசி மையல் கொண்டதால் தளபதி ஆனவன். எந்த முன்னெச்சரிக்கை நடவடிக்கைகளையும் மேற்கொள்ளாமல் இருக்க திரிலோசன பாலன், நிதானமாக இருக்குமாறு ஆலோசனையும் கூறினான். 'துருக்ஸா போர்முறை பரிச்சயமாகும் வரை இக்குன்றிலேயே இருந்து நிதானம் கொண்டிருக்கவேண்டும்.' துங்கா அப்படியில்லாமல், காஸ்னவித்தின் சிறுபடைப் பிரிவுடன் மோதவும் செய்தான். அப்போது ஆத்திரம்-ஆவேசம் பீறிட முகம்மது வந்து சேர்ந்தான். துங்காவின் துருப்புகள் சிதறியோட, துங்காவும் தப்பியோடினான்.

எனினும் சாஹி யுத்தத்தில் அங்கங்கே தென்பட்டான். கடைசியில் ஆட்சிப்பொறுப்பை இழந்த திரிலோசன பாலன், காஷ்மீரில் அகதியானான். தன் சுதந்திரத்தைத் தக்கவைத்துக்கொண்ட சம்கிரம ராஜாவின் லோகரா வம்சம் இன்னொரு மூன்று நூற்றாண்டுகள் இந்து ஆட்சியை நீடிக்கச் செய்தது. 'எண்ணற்ற எதிரிகளால் தோற்கடிக்கப்பட முடியாத திரிலோசன பாலனின் பெருமையை யாரால் விவரிக்க இயலும்?' என்று வினவுகிறார் நாட்டுப்பற்று மிக்க கல்கணர். ஆச்சரியப்படும் வகையில், முகம்மதுவின் ஆதரவாளர்களில் ஒருவன்தான் பதிலளித்தான். தன் காலத்தின் பெரிய அறிஞரான அல்பெருனிக்கு சாஹிகள் தம் கல்லறை வாசகத்தையும் முன்வைத்தனர்.

> இந்து சாஹிகளின் வம்சம் இப்போது அழிந்துபோயுள்ளது, ஒட்டுமொத்த இல்லத்தில் எஞ்சியிருப்பது ஏதுமில்லை. மாட்சிமை மிகுந்திருந்த அவர்கள், நல்லதையும் சரியானதையும் செய்வதில் சுணங்கியதே இல்லை என்பதுடன் உன்னதமும் சகிப்புத்தன்மையும் மிகுந்திருந்தனர்.[8]

தஞ்சைப் புலிகள்

மறுபிறவி சார்ந்த இந்து சுழற்சியில் மரணம், வாழ்க்கைக்கான முன்னுரையே. நடராஜனாக சிவன் மேற்கொண்ட அவதாரத்தில் விநாசத்தின் செயல்பாடுகள் படைப்பின் செயல்பாடுகளாகின்றன; உலகை அழிவுக்குச் சுழற்றியடிக்கும் அவனே புத்துயிர்ப்புக்குக் காரணமாயுள்ளான். நெருப்பின் ஒளிவட்டத்திற்குள் சடைமுடி, கை-கால்கள் பின்னிக் கிடக்க ஆடிக்கொண்டிருக்கும் தெய்வப் படிமம், பத்தாம் நூற்றாண்டில் தமிழ்நாட்டில் வெண்கல உருவங்களாக முதலில் தென்படுகிறது. இக்கருத்தும் படிமத்தின் புகழைச் சிக்கல்கள் நிறைந்த காலகட்டங்களும் அதிகப்படுத்தின என்று கருதலாம். இருப்பினும் தென்தமிழகத்தில் அது பிரச்சினைகள் மிகுந்த காலம் என்பதை விடவும் பொற்காலத்தைச் சேர்ந்ததாக இருந்தது. அசோகர் காலத்திலிருந்து வந்துள்ள எந்தவொரு ஆட்சியாளரது பதிவுசெய்யப்பட்ட மெய்க்கீர்த்திகளைப் பரிசீலித்தால், ஒழுங்கமைவு-சிதைவு, நிர்மாணித்தல்-அழித்தல், விரிவாக்குதல்-சுருங்குதல் என்னும் சுழற்சிகள் இந்தியாவில் நிரந்தரமாகியுள்ளது தெரியவரும்.

இன்னும் வம்சங்களுக்கு வழிவிட்டு நிற்கவே அவை மடிந்தன, மேலும் தெய்வங்களுக்கு வழிவிடவே அவை உள்ளடங்கின; முகம்மது புதுப்பிக்கும் பொருட்டே நாசப்படுத்தினான் என்று தோன்றுகிறது. வடஇந்தியாவின் மாபெரும் கோயில்கள் சிலவற்றை அவன் அழித்துக்கொண்டிருந்தபோதே, மற்றவை நிர்மாணிக்கப்பட்டன; அவற்றின் செல்வத்தை அவன் எடுத்துச் சென்றபோதே, மற்ற இடங்களில் அது குவிந்தது. அவன் ஒரு சிலையைத் தூக்கி எறிந்தது மேலும் இரண்டு எழுந்து நிற்கக் காரணமாயிற்று. ஹெராக்ளீஸ் இரக்கப்பட்டிருப்பார். படுகொலைக்குள்ளான ஒவ்வொரு 50,000 சிலை வழிபாட்டாளருக்கும், இன்னொரு யாத்திரைத் தலத்தில் அல்லது அரசியல்-மத முக்கியத்துவமிக்க இடத்தில் அதற்கு சமமானோர் குவிந்தனர். மதுராவும் கன்னோஜும் தகர்க்கப்பட, மற்ற வம்சங்களின் ஆலயங்கள் கட்டடக்கலை கீர்த்தியுடன் எழுந்தன. இஸ்லாமியப் படையெடுப்புகள் இந்தியாவை நிலைகுலையச் செய்தன என்னும் பரவலான அபிப்பிராயத்துடன் இது முரண்படுகிறது. எழுந்துயரும் நினைவுச் சின்னங்கள், பேராசைமிக்க வம்சங்கள், திகைக்கவைக்கும் செல்வம், அபரிமிதமான பக்தியை உருவாக்கிடும் ஒரு சமூகத்தை இயங்காற்றல் மிக்கது என்று விவரிப்பதே மேலானது.

ஒரிஸ்ஸாவின் தலைநகரம் புவனேஸ்வரத்தில் பெருமளவில் திரண்டுள்ள கோயில்கள், பல நூற்றாண்டுகளிலும் தொடர்ந்து வந்த வம்சங்களின் வரிசையாலும் நிர்மாணிக்கப்பட்டவை. அன்னாசிப் பழ வடிவிலான சிகரங்கள்-வலுவான கிடைமட்டச் சிறகுகளுடன், குறிப்பிடத்தக்க பாணியில் அவை இருப்பினும், சில ஏழாம் நூற்றாண்டைச் சேர்ந்ததாயும் வேறுசில பதிமூன்றாம் நூற்றாண்டைச் சேர்ந்ததாயும் இருக்கும். ஆனால் நேர்த்தியான முக்தேஸ்வரர், ராஜாராணி, பிரம்மாண்டமான லிங்கராஜா ஆலயங்கள் பத்தாம் நூற்றாண்டின் பிற்பகுதியிலிருந்து பதினொன்றாம் நூற்றாண்டின் பிற்பகுதியைச் சேர்ந்தவை. மேற்கே மதுரா-சோமநாதபுர ஆலயங்கள் தரைமட்டமாக்கப்பட, கிழக்கிலோ 'விவரிப்புக்கு அப்பாற்பட்ட' சின்னங்கள் நிர்மாணிக்கப்பட்டன.

இதற்கிடையே மத்திய இந்தியாவில் சந்தேளரின் விழாக்களின் தலைநகரமான கஜுராஹோவில் கால வரிசையிலான கோயில்கள் இன்னும் குறிப்பிடத்தக்கவை. கச்சிதமாயுள்ள இருபது ஆலயங்களில் எதுவும், பத்தாம் நூற்றாண்டின் ஆரம்பத்தையோ ஆரம்பக்கட்ட பன்னிரண்டாம் நூற்றாண்டுக்குப் பின்னரோ உரியவை இல்லை. எல்லோராலும் விரும்பப்படும் நந்தியைக் கொண்டுள்ள விஸ்வநாத ஆலயம், முகம்மது முதலில் இந்தியாவைக் கொள்ளையிட்டபோது ஆட்சியிலிருந்த மன்னன் தங்காவின் கல்வெட்டைக் கொண்டிருக்கிறது. மிகப் பெரியதும் சிற்பங்கள் நிறைந்ததுமான அருகிலுள்ள கண்டரிய மகாதேவர் கோயில், கலிஞ்சாரிலுள்ள சந்தேளரின் அரணை கஸ்னாவித் தாக்கிய 10 ஆண்டுகளுக்குள் கட்டப்பட்டது. ஆலய நிர்மாணம் 'அரசியல் நடவடிக்கை'யாயின், தமது முந்தைய பிரதிஹர ஆட்சியாளரையும் இஸ்லாமியப் படையெடுப்பாளரையும் சந்தேளர்கள் அலட்சியம் செய்ததை விடவும் விரிவான சான்றுகள் இருக்க இயலாது.

கோரி முகம்மது-டெல்லி சுல்தான்களின் தலைமையில் நடந்த பிந்தைய சிலை வழிபாட்டு ஒழிப்பின் அலைகள், 10-12ஆம் நூற்றாண்டுகளைச் சேர்ந்த வடஇந்தியக் கோயில்கள் பலவற்றின் மறைவுக்குக் காரணமாயின. புவனேஸ்வரும் பூரி-கோனார்க் போன்ற பிற ஒரியத் தலங்களும் விட்டுவைக்கப்பட்டதன் காரணம், இஸ்லாமியரின் கவனத்தை ஈர்க்காத வகையில் தொலைதூரத்ததாக இருந்ததுதான். மறுபுறத்தே, சரிந்துகொண்டிருந்த அதிகார அச்சு கிழக்குப் பக்கம் திரும்பியபோது சந்தேளர்கள் அங்கிருந்து அகன்று விட்டதால், கஜுராஹோ தப்பியதாகத் தோன்றுகிறது. ஐநூறு ஆண்டுகளுக்குப் பின் பிரித்தானிய தொல்பொருள்

சேகரிப்பாளர் கேப்டன் பர்ட், ‘அனைத்து இந்தியாவிலும் காணக்கூடிய கோயில்கள் கூட்டமாகக் குவிந்துள்ள’ ஓரிடமான இங்கே வந்தபோது, பெரிய ஏரிகளும் கால்வாய்களும் நிறைந்து, மரங்கள் மண்டி, மீட்க முடியாதபடி இருந்ததாகக் குறிப்பிட்டார். கம்போடியாவின் அங்கோர்வாட் சற்றுப் பின்னர் பிரெஞ்சு ஆய்வுக் குழுவினரால் கண்டறியப்பட்டது போல, நூற்றாண்டுகளாக ஆளரவமின்றி இருந்து வந்த இதன் புனித அடையாளம் காட்டினால் மறைக்கப்பட்டுக் கிடந்தது. இவை இருந்ததற்கான ஞாபகங்களும் எஞ்சி இருக்கவில்லை. கஜுராஹோவைக் கண்டு அதிசயித்தும் திடுக்கிட்டும் போன கேப்டன் பர்ட், ‘நேர்த்திமிக்கத் தொன்மையான நினைவுச் சின்னங்களை நிறுவிய மக்கள் இவ்வளவு காட்டுமிராண்டித் தனமான அறியாமையுடன் தொடர்ந்து வாழமுடியுமா’ என்று குறிப்பிட்டதை, அப்படியே வார்த்தைக்கு வார்த்தை எதிரொலிப்பதாக இருந்தது அங்கோரில் ஹென்றி மவ்ஹோத் குறிப்பிட்டது.[9]

சந்தேளர்களின் கல்வெட்டுகள் அவர்தம் வம்சத்தின் தனிச்சிறப்பான வரலாறு பற்றி ஓரளவு வெளியிட, கஜுராஹோவின் தயக்கமற்ற இனிய சிற்பக்கலை குறித்த ஆய்வு சைவ வழிபாட்டுத்தலமாக அது பெற்றிருந்த முக்கியத்துவத்தை நிறுவியுள்ளது.[10] ‘காட்டுமிராண்டித்தனமான அறியாமை’யை இப்போது கைவிட்டுவிடலாம். ஆனால் கஜுராஹோ சாட்சியமாயிருந்த சடங்குகள், அதன் நிர்மாணம்-பராமரிப்பு, அதன் பொருளாதார-வம்சச் செயல்பாடுகள் குறித்து, நன்கு ஆவணப்படுத்தப்பட்டுள்ள இடங்களைக் கவனித்து ஓர் அபிப்பிராயத்தை உருவாக்கிக்கொள்ளலாம். தென் தமிழகத்தில் இஸ்லாமிய ஆக்கிரமிப்புக்கு அப்பால் இத்தகையவற்றைக் காணமுடியும்.

தொன்மையான ஆரியவர்த்தத்தின் மேற்குக் கோடியில், கங்கை-யமுனையின் தோவாபில் முகம்மது மேற்கொண்ட படையெடுப்பு, ஆரியவர்தத்தின் கிழக்குக் கோடியில் நடந்த இன்னொரு படையெடுப்புடன் தற்செயலாகப் பொருந்திப் போயிருந்தது. சாகசம் குறைந்திராத இத்திடீர் தாக்குதல் தீபகற்பத்தின் தென்கோடியில் நிகழ்ந்திருந்தது. வடஇந்தியாவின் முடிவுறாத சமவெளி மற்றும் ஹர்ஸர் ஒருகாலத்தில் தன் விதவைச் சகோதரியைத் தேடிக்கொண்டிருந்த காடுகள் அடர்ந்த விந்திய மலைகளுக்குத் தொலைதூரத்தில், ‘ஏகாதிபத்திய’ கன்னோஜுக்கான தம் சவாலை ராஷ்ட்ரகூடர்கள் ஏவியிருந்த நர்மதை நதிக்கும் பல்லவரை விடாது சாளுக்கியர் சவாலுக்கிழுத்த

தட்டையான தக்காண பீடபூமிக்கும் அப்பால், கிழக்குத் தொடர்ச்சி மலைகளின் தேக்குக் காடுகள்-மேய்ச்சல் பகுதிகளுக்குக் கீழே, குளிர்காலமின்றி காவேரி வளமிக்கப் படுகையில் பாய்கின்ற தென்கோடி தமிழ்நாட்டில், முதலாம் ராஜேந்திர சோழனால் முகம்மதுவின் சிலை வழிபாட்டு ஒழிப்புக்கான பதிலடி தொடுக்கப்பட்டிருந்தது.

அந்த ஆண்டு 1021ஐ ஒட்டியதாக இருக்கவேண்டும், முகம்மது சோமநாதபுரத்தின் மீது தன் கவனத்தைப் பதிப்பதற்குச் சற்று முன்னர் அது நிகழ்ந்திருக்க வேண்டும். தக்காணத்தின் ராஷ்ட்ரகூடரையும் வென்று, மௌரியர்-குப்தரால் முடுக்கிவிடப்பட்டிருந்த வெற்றியின் போக்கைத் தலைகீழாக்கி, வடக்கில் தலையிட்ட முதல் தென்னிந்திய வம்சம் சோழர்களுடையதே. அவர்களது பேராசைமிக்க அயலகச் சாதனைகளைவிட இது ஒன்றும் பெரியதில்லை. வடஇந்தியாவின் மேலாதிக்கத்தைத் தலைகீழாக்கியவர்களில் வெற்றிகரமானவர்கள் எனில் குப்தர்களுக்குப் பின் சோழர்களே. இலக்கியம், கட்டடக்கலை, சிற்பம், ஓவிய ரீதியில் அவர்களுடையது சமஅளவில் தனிச் சிறப்பானதே, ஏராளமாகக் கிடைக்கும் அவர்தம் கல்வெட்டுகள், பட்டயங்கள் அடிப்படையில் சோழ அரசு குறித்த விரிவான சித்திரமானது கட்டமைக்கப்பட்டிருக்கிறது. மற்ற சமகால அரசுகளை முற்றிலும் பிரதிநிதித்துவப்படுத்துவதாக அது இல்லாது போகலாம்; இன்னொரு வகையில் சான்றுகள் அதிகம் இருப்பதே சர்ச்சைக்குக் காரணமாகிவிடுகிறது. வம்சவிரிவாக்கத்தின் இயங்காற்றலும் அதன் வீச்சுக்கான குறிப்புகளும் குறைந்தபட்சம் இங்கு உள்ளன.

அசோகர் கல்வெட்டுகளில் முதலில் குறிப்பிடப்பட்டிருந்த திராவிடர்களான சோழர்கள், வரலாற்றுக்கு முந்தைய காலத்திலிருந்து காவேரிப் படுகையை ஆக்கிரமித்திருந்ததாகத் தோன்றுகிறது. ஆறிலிருந்து ஒன்பதாம் நூற்றாண்டுகள் வரை தென் தமிழ்நாட்டில் பல்லவரின் நீண்ட ஆதிக்கத்தின் போது, வடக்கிலுள்ள அண்டை வீட்டாரின் கப்பம் செலுத்தும் சிற்றரசர்களாக இருந்து வந்தனர். ஆனால் கர்நாடகத்தின் சாளுக்கியரிடமும் ராஷ்ட்ரகூடரிடமும் மதுரையின் பாண்டியரிடமும் வீணே தம் பழிவாங்குதலை நிறைவேற்றிட பல்லவர் முனைந்ததால், சோழரின் பேராசைகள் புதுப்பித்துக் கொண்டன. சுமார் 897இல் சோழ மன்னன் ஆதித்தன், பாண்டியர் படையெடுப்பை எதிர்கொண்டு, பல்லவரின் வாரிசுரிமைச் சிக்கலில் தலையிட்டபோது, தீர்மானகரமான யுத்தம்

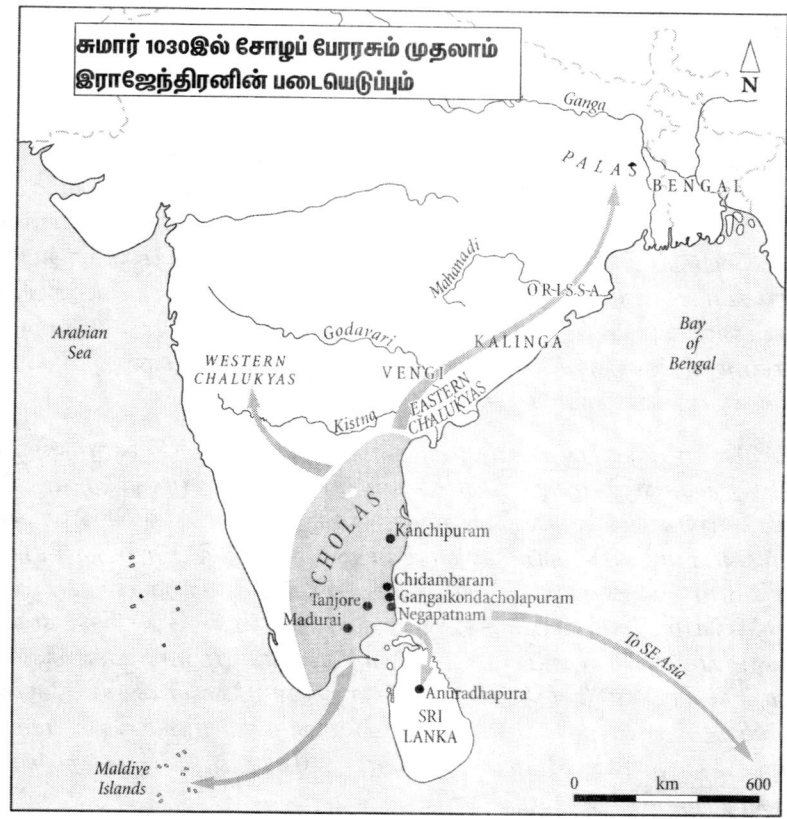

நிகழ்ந்திருந்ததாகத் தோன்றுகிறது. காஞ்சிபுரம்-மாமல்லபுரத்தை உள்ளடக்கிய, பல்லவரின் மையப் பிரதேசமான தொண்டை மண்டலத்தைப் பெற்று வலிமை மிகுந்த பல்லவரை வீழ்த்தியது இது. அடுத்து பாண்டியர் மீது பெற்ற இன்னொரு வெற்றி, 'மதுரை கொண்ட' என்று தன்னை அழைத்துக்கொள்ளுமாறு ஆதித்தனைத் தூண்டியது; அவன் காவேரியின் இரு கரைகளிலும் கற்கோயில்களை நிறுவினான் எனப்படுகிறது. முதலில் அவனது மகன் பராந்தகன் இந்த திக்விஜயத்தை மேம்படுத்தினான்; ஆனால் 949இல் மாபெரும் ராஷ்ட்ரகூட மன்னரில், கடைசியாக வந்த மூன்றாம் கிருஷ்ணனிடம் பெருந்தோல்வியுற்றான். இப்போது 'காஞ்சியை வென்றவன்', சோழரின் தலைநகரம் 'தஞ்சாவூரை வென்றவன்' என்று கூறிக்கொண்டான் இந்த ராஷ்ட்ரகூடன். அடுத்த 40 ஆண்டுகளில் சோழரின் முயற்சிகள், இழந்த பிரதேசங்களை மீட்பதில் திருப்பப்பட்டிருந்தன.

985இல் முதலாம் ராஜராஜன் அரியணை ஏறியதும் சோழ அதிகாரத்தின் காவிய விரிவாக்கம் தொடங்கிற்று. தெற்கில் மேற்கொண்ட படையெடுப்புகள் பாண்டியருக்கும் அவர்களின் கேரளத்து சகாக்கள் சேரருக்கும் எதிரான வெற்றிகளைக் குவித்தன; இவ்விரு அரசுகளும் இப்போது சோழரின் சிற்றரசுகளாயின. இவற்றையடுத்து அல்லது இவற்றுடனே பௌத்த இலங்கையில் மேற்கொள்ளப்பட்ட வெற்றிகரமான படையெடுப்பில், பழமையான தலைநகரம் அனுராதபுரம் தகர்க்கப்பட்டது, முகம்மதுவின் அளவுக்கு அதன் ஸ்தூபிகள் கொள்ளையிடப்பட்டன. பின்னர் ராஜராஜன் 12,000 பழைய தீவுகளை வென்றதாகக் கூறப்படுகிறது; இத்தீவுகள் மாலத்தீவுகளாக இருக்கலாம் என்றும் கருதப்படுகிறது.

வடக்கில் ராஷ்ட்ரகூடரை அப்போதுதான் தூக்கி எறிந்திருந்த வம்சத்திற்கு எதிராகச் சோழர்கள் நின்றனர். ராஷ்ட்ரகூடரின் முதல் சிற்றரசர்களின் வழிவந்தவர்களாகத் தம்மைக் கூறிக்கொண்ட இவர்கள், பாதாமி-அய்யஹோலின் ஒரு காலத்திய சாளுக்கியரின் இன்னொரு கிளையாகத் தம்மைக் கருதினர். பிற்கால மேலைச் சாளுக்கியர் (கர்நாடகத்தின் கல்யாணைச் சேர்ந்த) என்று வழமையாக அறியப்பட்ட இவர்களை, முற்காலக் கீழைச் சாளுக்கியருடன் (ஆந்திரப் பிரதேசத்தின் வேங்கியைச் சேர்ந்த) குழப்பிக் கொள்வதுண்டு. ஆனால் கீழைச் சாளுக்கியர் பக்கம் நின்று சோழர்கள் போராடியபோது, வேங்கி மற்றும் தக்காண விவகாரங்களில் ஈடுபட்டனர்.

பல படையெடுப்புகளில் சோழர்கள் நிறைய வெற்றிகள் பெற்றனர், மேலும் செல்வத்தைக் குவித்தனர், முகமதிய அட்டூழியங்கள் குற்றம் சாட்டப்பட்டன. பீஜப்பூரில் உள்ள மேலைச் சாளுக்கிய கல்வெட்டின்படி, சோழர் படை பெண்கள், குழந்தைகள், பிராமணரைப் படுகொலை செய்தும் உயர்சாதி யுவதியரை வல்லுறவு செய்தும் மோசமாக நடந்துகொண்டது. பழைய ராஜஸ்தானி தலைநகரம் மான்ய கேடாவும் கொள்ளையிடப்பட்டது, மேலதிகமாகத் தகர்க்கப்பட்டது. ஆனால் சோழர்களின் முயற்சிகளெல்லாம் மேலைச் சாளுக்கியரைச் சிற்றரசர்களாக்காமல், தீராத பகைவர்களாக்கின. மேல் கர்நாடகத்திற்கும் தென் தமிழகத்திற்கும் இடையிலான தொன்மையான பகைமை, ஒருமுறை பாதாமி சாளுக்கியருக்கும் காஞ்சிப் பல்லவருக்கும் இடையிலான போராட்டமாக வெளிப்பட்டு, சோழர்களுக்கும் புதிய மேலைச் சாளுக்கியருக்கும் இடையிலானதாகப் புதுப்பிக்கப்பட்டது. மறுபுறத்தே பழைய

கீழைச் சாளுக்கியர் விசுவாசமிக்கவர்களாகிவிட, சோழர்கள் அவர்களுடன் மண உறவு கொண்டனர்.

சோழரின் இவ்வட புல படையெடுப்புகள் முதலாம் ராஜராஜனின் மகனால் நடத்தப்படவில்லையெனில் திட்டமிடப்பட்டிருக்க வேண்டும் என்று தோன்றுகின்றது. 1014இல் இம்மகன் முதலாம் ராஜேந்திரனாக முடிசூடினான். ராஜராஜனின் ஆட்சி முடிவுக்கு வருகையில் இவன் அடுத்த வாரிசுரிமையைப் பெற்றதுடன், ராஜராஜனின் குறிப்பிடத்தக்க சாதனைகளை நினைவுச் சின்னங்களாக்கிவிடவும் முற்பட்டான். தஞ்சாவூரில் ஒரு கோயிலை நிறுவி அதனை நிறைவேற்றினான். பதினைந்து ஆண்டுகளுக்குள் கட்டப்பட்டு அதன் பிறகு மாற்றப்படாமல், இந்தியாவிலேயே மிகப்பெரியதும் உயரமானதாகவும் கூறப்படுகின்ற,[11] கச்சிதமான ஆலயமாக அது இருந்து வருகிறது. அத்துடன் சமகாலக் கல்வெட்டுத் தொகுதிகளும் அரைபாதி சிதைந்த சோழர்கால ஓவியங்கள் நிறைந்த கூடமும் கொண்டிருக்கிறது. 65 மீ சிகரத்தின் கீழே பிரதான ஆலயத்திலுள்ள பிரம்மாண்ட லிங்கம், சிவபெருமானுக்குப் புனிதமானது என்பதை அறிவிக்கின்றது- இதன் தற்போதைய பெயரான ‘பிருஹதீஸ்வரா’ முதலில் ‘ராஜராஜேஸ்வரா’ அல்லது ‘ராஜராஜ சிவனின் கோயில்’ இருந்ததை உறுதிப்படுத்தும். பிந்தைய பெயர் முக்கியக் கருத்தினை முன்வைக்கின்றது: மன்னரின் கடவுளைப் போலவே தஞ்சையின் பெரிய கோயிலும் அவ்வளவு பெரியது.

முகம்மதுவின் வெற்றிகளைப் பதிவு செய்த முஸ்லீம் எழுத்தாளர்கள் இந்தியக் கோவில்களில் இருந்த இசைவாணர்கள், நாட்டிய மாதர்கள், வேலைக்காரர்கள் பற்றி அதிர்ந்து போயினர். மதுரா அல்லது சோம்நாத்தில் குறிப்பிடப்பட்டுள்ள 500 பிராமணர்களின், அநேக நாட்டியமாதர்களின் எண்ணிக்கை மிகைப்படுத்தப்பட்டிருக்கலாம்; தஞ்சையின் ராஜராஜேஸ்வரம் இன்னும் அதிக எண்ணிக்கையைத் தருகிறது. ஆலய நிர்மாணம்-அலங்காரத்திற்கு வழங்கிய மன்னரும், அரசவையும் மற்ற ராணுவ-மத அமைப்புகள் சார்ந்தோரும் நிலமானியங்களாலும் விளைபொருளாலும் செல்வத்தாலும் ஆலயத்தை நிறைத்து, ஆண்டு முழுதும் சடங்கு-சம்பிரதாயங்கள்-விழாக்கள் நிகழ உதவினர். சோழ அரசெங்கிலும், இலங்கை போன்ற தொலைதூரப் பிரதேசங்களிலும் கிராமங்களின் விளைச்சல் கோயிலுடன் பிணைக்கப்பட்டிருந்தது; தன்னிடம் திரண்டுள்ள செல்வத்தைக் கோயில் இத்தொலைதூரக் குடியிருப்புகளுக்குக் கடனாக வழங்கியது. அதாவது ‘சொத்தின் மறு விநியோகத்திற்கும் சோழ

அரசின் ஒருங்கிணைப்புக்குமான மையமாகி, பெருநகரச் சமுதாயம் போல கோயில் விளங்கியது. கோயில் பொருளாதாரத்தின் கண்காணிப்பை அரச அலுவலர்கள் மேற்கொண்டதால், உள்ளூர் விவகாரங்களில் மன்னர் தலையிடுவதற்கான வாய்ப்பையும் தந்தது.'[12]

ராஜராஜனே பிரதான நன்கொடையாளராக இருந்துள்ளதைப் பல கல்வெட்டுகளிலிருந்து அறிந்துகொள்கிறோம். அவரது பல நன்கொடைகள் கொள்ளையிட்டவற்றிலிருந்து தரப்பட்டவை. 230 கிலோ அளவுக்குப் பொன்னும் வெள்ளியும் சாக்கு நிறைய ஆபரணங்களுமாக இருந்தன. மற்ற ஆலயங்களும் இக்கொடைகளால் நன்மையடைந்தன. காஸ்னவித்களுக்குப் போலவே சோழருக்கும், கொள்ளை அவசியமானதாயும் ராணுவச் சாகசங்களில் பிரதான நோக்கமாயும் இருந்தது. சோழ அரசினை ஒருங்கிணைத்து வைத்திருந்ததே இதுதான் என்று வாதிடப்பட்டிருக்கிறது. அண்டை அரசுகளுக்குள்ளும் இன்னும் அப்பாலும் 'விசித்திர' படையெடுப்புகள் மூலம் ஊடுருவும் அதன் பரபரப்புமிக்க விரிவாக்கம், தாயகத் தேவையால் தூண்டப்பட்டதாகவே இருந்தது; மேலும் அது எதேச்சைமிக்க மேலாண்மை என்பதை விடவும் அரச பலவீனத்தின் அளவுகோலாக எடுத்துக்கொள்ளப்பட வேண்டியதாகவே இருந்தது.

ஆரம்பக்கட்ட இடைக்கால ஐரோப்பாவின் ஃபிராங்கிய அரசுடன் அடிக்கடி ஒப்பீடு செய்யப்படுகிறது. தனித்துவமுடைய பிரெஞ்சு வரலாற்றாளர் ஜார்ஜஸ் டுபி எழுதுகிறார்: 'இம்மன்னர்களைப் பொறுத்தவரை, தம் தாராளத்தின் பிரதிபலிப்பே தம் பெருமிதம்; திருப்தியுறாத பேராசையுடன் கொள்ளையடிப்பது, இன்னும் தாராளமாக வழங்கவே.'[13] 'ஒவ்வொரு அரச சந்தர்ப்பமும் சுதந்திரப் பரிவர்த்தனையின் சீரான அமைப்பினுடைய சிகரமாகி, ஒட்டுமொத்தச் சமூக அமைப்பிலும் பரவி, அரச உரிமையைப் பொருளாதாரத்தின் உண்மையான ஒழுங்குபடுத்துபவராக ஆக்குவதே.' இது குறித்துப் பேசும், ஆரம்பக்கட்ட தென்னிந்தியா குறித்த அமெரிக்க வரலாற்றாளர், 'சார்லஸ் மார்டெல்லும் சார்லிமாகனும் பக்தி நடவடிக்கைகளுக்கு ஒதுக்கீடு செய்த செல்வங்கள், முதலாம் ராஜராஜன் சேர-பாண்டியரிடமிருந்து கொள்ளையடித்து, தஞ்சைப் பெரியகோயிலுக்குக் கொடையாகத் தந்தது போன்றதாகும்'[14] என்கிறார்.

எடுத்துக்காட்டாக, பிராமணர்களுக்கு நிலமானியங்கள் வழங்கும் நடைமுறை, பிராமணர் ஆதரவுக்கும் அதனைத் தொடர்வதற்குமான வெகுமதியை விடக் கூடுதலாக இருந்திருக்கும். அரச கட்டளையால் நிறுவப்பட்டு அரசப் பாதுகாப்பில் செழித்தோங்கிய இம்மானியங்கள், பிராமணர் அல்லாதவர் மீது பிராமணரது மேலாதிக்கத்திற்கும் வழிவகுத்தன. இவ்வாறு பிரம்மதேயம் அரசியல் ஒருங்கிணைப்பைத் தொடர்வதற்கான வழிமுறையானது; பாசனவசதி போன்றவற்றில் பிராமணர் நன்கு அறிந்தவர்களாக இருந்தமையால், உற்பத்தித் திறனை அதிகரிக்கக் கூடியவர்களாயும் இருந்தனர். இம்மானியங்களை முறையாகப் பயன்படுத்தத் தெரிந்திருந்த சோழர்கள், தம் அரசின் ஒவ்வொரு மாவட்டத்திலும் இரண்டு அல்லது மூன்று பிராமண குடியேற்றங்கள் நிகழுமாறு பார்த்துக்கொண்டனர். 'நடைமுறையில் பிரமதேயம், சோழ அதிகார அமைப்பின் உள்ளூர் அணுக்கருவானது, சுற்றியுள்ள பிரமதேயமல்லாத கிராமங்களை ஒருங்கிணைப்பதும் கட்டுப்படுத்துவதும் அதன் பணிகளாயின.'[15]

இதுபோலவே தென்னிந்தியாவில் மக்கள் செல்வாக்குள்ள பக்தி இயக்கம் சார்ந்த பல்வேறான வழிபாடுகளைச் சோழர் வெற்றிகரமாகக் கட்டுப்படுத்தி அமைப்பாக்கினர். பிரதான ஆலயத்திற்கும் தியாகராஜ ஆலயத்தின் வெளிப்புறச் சுவர்களுக்கும் இடைப்பட்ட இருண்ட வெளியில் உள்ள ஓவியங்கள் நடராஜன் மற்றும் திரிபுராந்தகன் அவதாரங்களில் மட்டும் சிவனைச் சித்திரிப்பதில்லை; சுந்தரமூர்த்தி மற்றும் அவரின் தோழர் சேரமான் பெருமாள் ஆகியோரின் வாழ்க்கைக் காட்சிகளையும் ஆனந்தமாக வடித்துள்ளன. இருவரும் நாயன்மார்கள். சிவ வழிபாட்டுடன் தொடர்புடைய தமிழ் முனிவர்கள். வைணவ துறவிகளான ஆழ்வார்களும் இருந்தனர். தமிழக மற்றும் கேரளாவின் இத்தகு முனிவர்கள் எண்ணிக்கை கணிசமானது. சிலர் பெண்கள், சிலர் பறையர், பலர் பிராமணரல்லாதார். ஆலய நுழைவு சார்ந்து அவ்வப்போது எழும் சமத்துவ கோரிக்கைகளைப் பரிசீலிக்கையில், பிராமண பிரத்யேகத்திற்கு எதிராக எழுந்த எதிர்ப்பினை பக்தி இயக்கம் கொண்டிருந்தது என்று முடிவு கட்டலாம். இதன்வழி சமண பௌத்தத்துடன் ஆதரவாளர்களுக்காகவும் புரவலர்களுக்காகவும் அது போட்டியிட்டது; சமணருடன் பிணக்கு கொண்டு மோதியது. பக்தனுக்கும் தெய்வத்துக்கும் இடையே நேசமும் சரணடைதலும் சார்ந்த நேரடி உறவுக்கு அழுத்தம் தந்து பிராமணியச் சடங்கினை ஓரங்கட்டியது.

மக்கள் செல்வாக்குமிக்கதும் எளிமையானதுமான இவ்வழிபாட்டு வடிவத்தில், பக்தியின் எழுச்சி, ஒட்டுமொத்த துணைக் கண்டத்திலும் பரவியது; மதுராவில் கிருஷ்ணன் மீதான தீவிர பக்தியைக் கிளறிவிட்டது அல்லது பூரியில் ஜகந்நாதன் மீதான பக்தியைப் பரவவிட்டது; யாத்திரை மற்றும் கோயில் விழாக்களை ஊக்குவித்தது. ஆனால் பக்தி கால ஞானியர் நிகழ்வு, விசித்திரமானது இல்லையெனில், தெற்கில் வலுவானதாயிருந்தது; அங்கே சங்க காலத்தைச் சேர்ந்த உள்ளூர் மரபுகளிலிருந்து அது நிறைய எடுத்துக் கொண்டிருந்தது. அரசியல், சாதி, தொழில்முறைப் பாகுபாடுகள் தாண்டி, 'தமிழ்ப் பாரம்பரியத்திற்குக் கணிசமாகப் பங்களிப்பு செய்துள்ள, புதிய தமிழ் பிரக்ஞையை அது முன்னெடுத்துச் சென்றது.'[16] பத்தாம் நூற்றாண்டில் இவ்வியக்கம் தன் பெருந்திரள் ஈர்ப்பைத் தக்கவைத்திருந்தாலும், ஞானியரது அற்புதமான நிகழ்வுகள்- பரவசமிக்க பக்தி சார்ந்த பாடல்கள், பாசுரங்கள், உள்ளூர் மரபைக் கொண்டாடுவதில் மையம் கொண்டன. சோழர்கள் தம் தஞ்சை ஓவியங்களில் இருப்பது போல, இம்மரபை அறிந்தே வளர்த்தெடுத்ததாகத் தோன்றுகிறது. 'பக்திப் பாடல்களைத் தொகுத்தல், கோயில் விழாக்கள் வாயிலாக அவற்றைப் பரவச் செய்தல், இத்தகு சடங்குகளுக்கு மானியங்கள் அளித்தல், பக்திப் பாடல்களுடன் தொடர்புடைய இடங்களிலெல்லாம் ஆலயங்கள் கட்டுதல் போன்ற பல்வேறு நடவடிக்கைகள் மூலம், அவர்கள் இச்சித்தாந்தத்தை மேற்கொண்டனர், விரிவுபடுத்தினர், வேட்கையுடன் நடைமுறைப்படுத்தினர்.'[17]

சோழர் நிர்வாக அமைப்பு இருந்தது குறித்த உண்மை எதுவாயினும், ராஜராஜனுக்கும் சமகாலத்தைச் சேர்ந்த இதர வம்சங்களுக்கும், அரச அதிகாரத்தை நிலைநாட்டவும் பரந்துவிரிந்த அரசை ஒருங்கிணைக்கவும் மாற்றுச் சாதனங்கள் இருந்தன என்பது தெளிவாகிறது. இத்தகைய தாராள ஆதரவு கணிசமான வருவாய்க்கு வழிவகை கோரியது. வரிவிதிப்பு மூலம் ஓரளவு ஈடுகட்ட, எஞ்சியதற்குக் கொள்ளையிடுவதே எந்தவொரு புதிய மன்னனுக்கும் வெற்றிகரமான திக்விஜயம் அவசியமாயிருந்தது. ஆகவே, ராஜராஜனையடுத்து முதலாம் ராஜேந்திரன் 1014இல் ஆட்சிப் பொறுப்பேற்றதும், அவனது முன்னுரிமை தெளிவாயிருந்தது. இலங்கை மீண்டும் படையெடுக்கப்பட்டது, மேலும் செல்வமும் பொருளும் கொள்ளையடிக்கப்பட்டது; 'குருதியுறிஞ்சிடும் யட்சர்களைப் போல இலங்கையின் செல்வங்களையெல்லாம் கொள்ளையிட்டனர்' என்கிறது இலங்கைப் பதிவொன்று. அடுத்து சேர-பாண்டிய அரசுகள் இன்னொரு வெற்றிகர முன்னேற்றத்தைக்

கண்டன; பின்னர் மீண்டும் பிறப்பெடுத்த மேலைச் சாளுக்கியர், தமது பெயருடையவர்களின் கிழக்குப் பிரதேச விவகாரங்களில் தம் தலையீடு விரும்பப்படாததையடுத்துப் படையெடுத்தனர்.

சுமார் 1020இல் வேங்கி (ஆந்திரம்)யில் படையெடுப்பை முடித்த ராஜேந்திரனின் தளபதி, புவனேஸ்வரத்தின் கிழக்கு கங்கை வம்சத்திற்கு எதிராகக் கலிங்கத்திற்குள் (ஒரிஸ்ஸா) நுழைந்ததாகக் கருதப்படுகிறது-அவ்வம்சம் எதிரிக்கு உதவியிருக்க வேண்டும். சோழ தேசத்தைப் புனிதப்படுத்திட கங்கையிலிருந்து நீர் எடுத்துவருமாறு அவருக்கு அறிவுரைகள் வந்திருக்கவேண்டும். இவ்வாறு சந்தர்ப்பவசமாக ராஜேந்திரனின் மாபெரும் வடதிசை சாகசம் முடுக்கிவிடப்பட்டது. இவ்வழித்தடம் கிழக்குக் கடற்கரையாகத் தோன்றினாலும் தளபதியின் பெயரோ வழித்தடமோ தெரியவில்லை. அவன் நிறைய ஆறுகளைத் தாண்டியிருக்க வேண்டும், அவற்றின் நீரோட்டத்தை எதிர்த்துச் செல்ல யானைகள் சிரமப்பட்டிருக்க வேண்டும், காலாட் படையினர் கடந்துபோகப் பாலங்களையும் அமைத்திருக்க வேண்டும். அவன் தோற்கடித்தவர்களில் சிலர் தோராயமாக அடையாளங் காணப்பட்டுள்ளனர். அவனிடமிருந்து பயந்து ஓடிய 'வலுவான மகிபாலன்; முதலாம் மகிபாலன்; பதினோராம் நூற்றாண்டின் ஆரம்பத்தில் வங்காளத்தில் பௌத்த பால வம்சத்தின் நல்வாய்ப்புகளைச் சுருக்கமாகப் புதுப்பித்தவன் அவன். அடர்ந்த காடுகளால் பாதுகாக்கப்பட்ட ஒட்ட-விசயா, ஒரிஸ்ஸாவாக இருக்கவேண்டும்; மழை நிற்காத வங்கள தேசா வங்காளமாக இருக்கவேண்டும். பால மன்னனிடமிருந்து அவன் வலுவான யானைகளையும் பெண்களையும் செல்வத்தையும் பெற்றான். இதர கொள்ளைப் பொருள் இருந்திருக்கும் என்பதில் சந்தேகமில்லை. எந்தவொரு பிரதேசத்தையும் தக்கவைத்துக்கொள்ளவேண்டிய பிரச்சினை இல்லை. முகம்மது மேற்கொண்டது போன்ற, சுருக்கமானதும் அபாயமிக்கதுமான முயற்சி அது; சோழ வரலாற்றின் விற்பன்னரான பேரா. நீலகண்ட சாஸ்திரி நயமாகக் குறிப்பிடுவதுபோல, இதில் எந்தவொரு சரிவும் 'பூசிமெழுகப்பட்டுவிடும்.'

ஆனால், பிரதான வெற்றிக்கோப்பை, கங்கையின் புனித நீரே என்கின்றன கல்வெட்டுகள்; 'நறுமணப் பூக்களுடன் வரும் வெள்ளம், புனித யாத்திரைத் தலங்கள் மீது அலையடித்து வந்தது' எனப்படுகிறது. கோதாவரி நதிக்கரையில் காத்திருந்த ராஜேந்திரனிடம், கலயங்களில் கொண்டுவரப்பட்ட நீர் ஒப்படைக்கப்பட்டது. அங்கிருந்து அவன் வெற்றிகரமாகத்

தஞ்சை சோழரின் எழுச்சியும் வீழ்ச்சியும்

விஜயாலயன்
(சுமார் 846-871. தஞ்சையைக் கைப்பற்றினான்)

முதலாம் ஆதித்தன்
(சுமார் 871-907.மதுரையை வென்றவன்)

முதலாம் பராந்தகன்
(சுமார் 907-953. ராஷ்ட்ரகூடன் மூன்றாம் கிருஷ்ணனால் தோற்கடிக்கப்பட்டான்)

அரிஞ்சயன்
(இ.சுமார் 957)

கண்டராதித்தன்
(இ. சுமார் 957)

இரண்டாம் பராந்தகன்
(சுமார் 957-973)

உத்தமன்
(சுமார் 973-985)

ஆதித்தன்
(இ.சுமார் 969)

முதலாம் ராஜராஜன்
(சுமார் 985-1014 சோழ அரசை நிலைநாட்டுபவன்,
இலங்கை மீது படைஎடுத்தவன், தஞ்சைக் கோயிலை நிர்மாணித்தவன்)

முதலாம் ராஜேந்திரன்
(சுமார் 1014-1044. கங்கை - தென் கிழக்கு ஆசியா மீது படையெடுப்பு,
கங்கைகொண்ட சோழபுரத்தை நிர்மாணித்தல்)

ராஜராஜன்-அம்மங்க தேவி
(கீழைச் சாளுக்கியன்)

முதலாம் ராஜாதிராஜன்
(சுமார் 1044-1054. சாளுக்கிய தலைநகர்
கல்யாணியைக் கைப்பற்றினான்)

இரண்டாம் ராஜேந்திரன் (சுமார் 1054-1063)

வீரராஜேந்திரன்
(சுமார் 1063-1069)
தெ.கி.ஆசியா மீது
இரண்டாம் படையெடுப்பு)

மூன்றாம் ராஜேந்திரன்
(முதலாம் குலோத்துங்கள்) சுமார் 1070-1122.
இலங்கையிலிருந்து சோழர் வெளியேற்றம்.
சுமார் 1077 இல் சீனாவுக்கு தூதுக்குழு.

விக்கிரம சோழன்
(இ. சுமார் 1135)

இரண்டாம் குலோத்துங்கன்
இ. சுமார் 1150

மகள்

இரண்டாம் ராஜராஜன்
(இ. சுமார் 1173)

இரண்டாம் ராஜாதிராஜன்
(இ. சுமார் 1178)

மூன்றாம் குலோத்துங்கன்
(சுமார் 1178-1216. பாண்டியரைத் தோற்கடித்தல்,
பாண்டியரால் தோற்கடிக்கப்படல். சோழப் பேரரசின் வீழ்ச்சி.)

குறிப்பு:

1. ஒரு மன்னனையடுத்து வரும் ஆண்டுகள் ஆட்சிக் காலத்தைக் குறிப்பவை.
2. இ. – இறப்பு

தாயகம் கொண்டுவந்தான். தன் தந்தையைப் போல ஒரு ஆலயத்தை நிர்மாணிக்கும் எண்ணம் கொண்டிருந்தான்; தஞ்சை ராஜராஜேஸ்வரத்தின் அளவுக்கு உயரமில்லையென்றாலும், ஏகாதிபத்திய அடையாளத்துடன் இன்னும் வளமாயிருக்க வேண்டும், புதிய சோழர் தலைநகரின் குவிமையமாக இருக்கவேண்டும் என்று உத்தேசித்திருந்தான். சோழ கங்கை என்ற பெயரிலான 5 கி.மீ. தொலைவுள்ள ஏரிக்கு அந்நீர் கொண்டுவரப்பட்டது. அதுபோலவே இம்மாபெரும் சாதனையின் நினைவாக நகரத்திற்குக் கங்கைகொண்ட சோழபுரம் எனப் பெயரிடப்பட்டது. ஆரிய வர்த்தத்தைத் தக்காணத்தில் இடப்பெயர்ச்சி செய்த ராஷ்ட்ரகூடரின் முந்தைய திட்டத்தை ராஜேந்திரன் அறிந்திருந்தானா என்று தெரியவில்லை. ஆனால் இது புராணங்களின் புனிதப் புவியியலைத் தனதாக்கிக்கொள்ளும் இன்னொரு முயற்சிதான்; அனைத்தையும் வெல்லும் சோழர்களைச் சுற்றி அதனை மையமாக்குவதுதான்.

கங்கைகொண்ட சோழபுரம் குறித்த முர்ரேயின் *Handbook* 'போய்வரத் தக்கது' என்கிறது. ஆனால் யாரும் செவி மடுக்கவில்லை, சோழரின் பேராசைமிக்க படைப்பைக் கொண்டுள்ள இடம், கைவிடப்பட்ட நினைவூட்டலாக எஞ்சியிருக்கிறது. நகரம் கட்டப்பட்டிருந்தால் மறைந்துவிட்டது. சோழகங்கை வற்றிவிட்டது, மாட்சிமை மிக்க ஆலயம் நெல்வயல்கள்-கருவேல மரங்களுக்கு மத்தியில், தன் தனித்துவத்தால் தர்மசங்கடத்திற்கு உள்ளாவது போல நிற்கிறது.

இன்னும் கொள்ளையிடவேண்டும் என்பதற்காகவும் சோழரின் வணிகத்தை ஆதரிக்கவும், ராஜேந்திரன் தென்கிழக்கு ஆசியாவுக்கு ஒரு கடற்படையுடன் சென்றான். சோழரிடம் கடற்படை இருந்ததா என்பதே ஆட்சேபிக்கப்பட்டுள்ளது. ஆனால் அது துருப்புகளைக் கொண்டுசெல்வதுதான், எந்தக் கப்பலும் அதற்குத் துணை புரியும்; இந்தியக் கப்பல்கள் இந்தியமயமாக்கப்பட்ட கிழக்கின் அரசுகளுடனும் சீன அரசுடனும்கூட முறையான வர்த்தக உறவுகளைப் பராமரித்து வந்தன என்பதில் சந்தேகம் இல்லை; சோழர்கள் அங்கு பலமுறை சென்றிருந்தது பதிவாகியுள்ளது. இலங்கையின் ஒரு பாதியை வென்றிருப்பது சோழரின் கடற்படைத் திறனை எடுத்துக்காட்டி, இன்னும் கடல்தாண்டிச் சென்று தன் வீரர்களைக் கொண்டு சேர்ப்பதில் எந்தப் போக்குவரத்துப் பிரச்சினையும் இல்லை என்பதை உணர்த்தியது. ராஜேந்திரனது படையெடுப்பில் இருந்த புதுமை, இத்தகைய சாகசத்தை நிகழ்த்த விரும்பியதுடன் இதற்கு முன் இந்தியத் துருப்புகள் அங்கு

கால் பதித்ததாகப் பதிவேதும் இல்லை என்பதுதான். இந்தியத் துணைக் கண்டத்தின் எல்லைகளுக்கப்பால் இந்திய ஆக்கிரமிப்பு நிகழ்ந்ததற்கான அரிய எடுத்துக்காட்டுகளில் இதுவும் ஒன்றாக இருந்தது.

ராஜராஜனின் பெரிய கோயிலின் மேற்கு மதிலிலுள்ள கல்வெட்டிலிருந்து இப்படையெடுப்புக்கான ஆதாரம் முழுதாகக் கிடைக்கின்றது. ஏனெனில் கங்கைகொண்ட சோழபுரத்தில் ராஜேந்திரனின் புதிய கோயில் முழுமையாகாததால், இது அங்கே பதிவு பெற்றது. துல்லியமான நாள்தான் விவாதிக்கப்படுகிறது! கங்கைப் படையெடுப்புக்கு முன் அது நிகழ்ந்திருக்கலாம், ஆனால் சுமார் 1025இல் இருக்கக்கூடும்; ஒன்றுக்கும் மேற்பட்ட படையெடுப்புகளும் நிகழ்ந்திருக்கலாம். வெற்றிகொண்ட இடங்களின் நீண்ட பட்டியலை இக்கல்வெட்டு கொண்டிருக்கிறது, அவற்றினை அடையாளம் காண்பதில், தென்கிழக்கு ஆசிய அரசியல் அமைப்புகள் குறித்துப் பெரிய கோட்பாடுகள் கட்டமைக்கப்பட்டுள்ளன. ‘அடையாளங் காணப்பட்டவற்றில் ஆறு மலாய் தீபகற்பத்தில் இருக்கிறது அல்லது டெனாஸ்ஸெரிமில் உள்ளது. நான்கு சுமத்திராவிலும் நக்கவரத்திலும்-நிச்சயமாக நிகோபார் தீவுகளைக் குறிக்கும்-உள்ளன.’[18] ஆனால் பட்டியலில் முதலில் இருப்பதும் முக்கியமானதும் ‘கடாரம்’, அல்லது ‘கெடா’, தாய்லாந்தாக ஒருகாலத்தில் இருந்து, அதன்பின் மலாய் ஆகி, இப்போது பினாங்கின் வடக்கிலுள்ள மலேசிய அரசு; இரண்டாவது குறித்து வரலாற்றாளர்களிடையே சர்ச்சை உள்ளது, அது ‘சிறிவிஜயா’ மலாக்கா நீரிணையைக் கட்டுப்படுத்திய கடல்சார் அரசு, ஏழாம் நூற்றாண்டில் இந்தியாவுக்கு வரும்வழியில் பௌத்த பிக்குகள் அங்கே அறிவுரைகள் பெற்றவகையில் நன்கறியப்பட்டது.

நீரிணைகள் மீதான சிறிவிஜயாவின் கட்டுப்பாட்டை நொறுக்கவே சோழர் முயன்று கொண்டிருந்தனர் என்பது ஒரு கோட்பாடு. இது ஆட்சேபிக்கப்படுகிறது, ஆனால் வணிக அக்கறைகள் இதில் பங்கு வகித்திருக்கலாம். இந்தியாவிலும் இலங்கையிலும் சோழர்கள் வெற்றிகள் பெற்றதை அடுத்து, ஐயாவோலின் ஐநூறு சுவாமிகள் எனக் கல்வெட்டுகளில் காணப்படும் அமைப்பு அங்கே செழித்தோங்கியது. சாதாரணக் கூட்டமைப்பு என்பதை விடவும் துடிப்பான வர்த்தக அணியாக இருந்துள்ளது. ஐயாவோல் 500 அல்லது ஐஹோல் ஐநூறு (அங்கே தோன்றியது) தொலைதூரப் போக்குவரத்தையும் பரிவர்த்தனையையும் அமைப்பதிலும் பாதுகாப்பதிலும் நிபுணத்துவம் பெற்றுள்ளதாகத் தெரிகிறது.

அரண் செய்யப்பட்ட வர்த்தக மையங்களைப் பராமரித்துத் தனது துருப்புகளைப் பயன்படுத்தியுள்ளது. இருப்பினும், இம்மண்டலத்தின் நலனிலும் தற்காப்பிலும் தெளிவாகச் செல்வாக்குச் செலுத்தியுள்ளது. ராஜேந்திரனின் தென்கிழக்காசிய சாகசத்தில், குறிப்பாக இந்நூற்றாண்டின் பிற்பகுதியில் ஐயாஹோல் சுவாமிகள் சுமத்ராவின் மேற்குக் கடற்கரையில் பாருஸில் ஒரு துணை நிலையம் வைத்துக்கொள்வதில் முக்கியப் பங்கு வகித்திருப்பது மேலும் சுவாரஸ்யமானதாகும்.

மதமும் அதில் பங்குவகித்திருக்கும். தஞ்சையின் நாகப்பட்டினத் துறைமுகத்தில் கடாரத்தின் மன்னர் ஒரு பௌத்த விஹாரை நிறுவ ராஜராஜன் உதவியிருக்கிறான். இது கடாரத்து பௌத்தர்கள் இந்தியா வந்துபோக உதவும் வகையில் இருந்தது. ஆனால் இலங்கை மடங்களின் குருதியை உறிஞ்சிய ராஜேந்திரனின் செயல்பாடும் வங்காளத்தில் பௌத்த பாலரை வீழ்த்தியதும் கடாரத்து பௌத்தருடனான உறவு விரிசல் கண்டிருக்கும் என்று யூகிப்பது சரியானதாகவே இருக்கும். இவ்விரு அரசுகளுடனும் சிறிவிஜயனின் துறைமுகங்களில் சோழ வணிகர்களுக்கு எதிரான பதிலடிகள் நடந்து ராஜேந்திரனின் படையெடுப்பைத் தூண்டிவிட்டிருக்கும்.

தஞ்சைக் கல்வெட்டில் பக்தி சார்ந்தோ வர்த்தகம் சார்ந்தோ இல்லாமல், பலத்த தற்காப்புகளை எதிர்கொண்டதும் பெரும் செல்வங்களைக் கொள்ளையிட்டதுமான ராணுவக் குறிப்புகளே உள்ளன. சிறிவிஜயத்தின் அலங்கரிக்கப்பட்ட வாயில்களும் கடாரத்தின் குவிந்துள்ள செல்வங்களுமே பேசப்படுகின்றன. சோழரின் விரிவாக்கத்தின் பின்னே சீராக இடம்பெறுவது கொள்ளையே.

ராஜேந்திரனின் ஆட்சி 33 ஆண்டுகள் நீடித்தது; அதில் அவன் 'சோழப் பேரரசைத் தன் காலத்தின் மிகப் பரந்துபட்டதும்[19] மிகப் பாராட்டப்பட்டதுமான இந்து அரசாக உயர்த்தியிருந்தான். பேராசைமிக்க அவன் வெற்றிகள் கொள்ளைப் பொருளையும் பெருமிதத்தையும் அவாவிய அவசரகதி பாய்ச்சல்களே, தக்காணத்தின் உடனடி அண்டை வீட்டாரை அடக்கி வைக்கத் தவறிவிட்டான், அவனுக்கு அடுத்து வந்தோர் இலங்கையிலிருந்து வெளியேற வேண்டியிருந்தது என்பதும் உண்மையே, இப்படிச் சந்தேகத்திற்குரிய அடித்தளங்கள் மீதுதான் பரந்துபட்ட பேரரசு, இஸ்லாமுக்கு முந்தைய இந்தியாவில் வம்சப் பெருமை போன்ற பிற பிரதாபங்கள் இருந்தன.

மீன் நிறைந்த நீர்

தெற்கில் சோழரின் மேலாதிக்கம் பதிமூன்றாம் நூற்றாண்டின் ஆரம்பம் வரை நீடித்தது. சுமார் 1070இல் இலங்கையை இழந்தது, ஏறக்குறைய அதே காலகட்டத்தில் பாண்டியர் தம் இறையாண்மையை நிலைநாட்டியமை, பிற்கால மேலைச் சாளுக்கியர் மற்றும் பிற தக்காண அரசுகளுடனான தொடர்ந்த பகைமைகளில் ஏற்ற இறக்கம் கொண்டிருந்த நல்வாய்ப்புகளால் பிரதேசங்களின் பரப்பு குறைந்துபோனது. ஆனால், சோழரின் சர்வதேசப் பெருமை அப்படியே நீடித்தது. 1077இல் 72 பேர் கொண்ட தூதுக்குழு சீனா சென்றது. 1090இல் நாகப்படினத்தில் பௌத்த மடாலயப் பணிகள் தொடர்பாகக் கடாரத்திலிருந்து இன்னொரு தூதுக்குழு சோழ மன்னனைச் சந்தித்தது; அடுத்தடுத்த ஆண்டுகளில் அங்கோரின் கேமர்களும் பாகனின் பர்மியர்களும் எனத் தென்கிழக்கு ஆசியாவின் இருபெரும் வம்சங்களுடன் அரசு ரீதியிலான உறவுகள் பதியப் பெற்றுள்ளன.

நிதியாதாரங்கள் குறைந்து வேகம் தணிந்து பிரதேசங்கள் சிலவாயினும் சோழர் தொடர்ந்து நிர்மாணித்தனர். இதற்குச் சிறந்த எடுத்துக்காட்டு சிதம்பரத்தின் நடராஜர் ஆலயம். சுமார் 1150லிருந்து 1250வரை நீடித்தது அதன் நிர்மாணம். பிரம்மாண்டமான கோபுரங்கள் அல்லது வாயில்கள் கொண்ட பிந்தைய தென்னிந்திய கட்டடக் கலையின் முக்கிய அம்சங்களுடன் ஒட்டுமொத்த சோழர் பாணியைக் கொண்டது. இவ்வம்சத்தின் குறியீட்டுக் குவிமையமாகச் சிதம்பரம் ஆலயம், தஞ்சை-கங்கைகொண்ட சோழபுரம் கோயில்களை இடப்பெயர்ச்சி செய்துள்ளதாகத் தெரிகிறது; வெவ்வேறான படிமவியலும் மிகவும் குழம்பிய திட்டவரைவும் ('இதன் முதல் வடிவமைப்பைத் தீர்மானிப்பது சாத்தியமற்றதாகும்'[20]), பிற்காலச் சோழரின் நிச்சயமற்ற அபிலாஷைகள் மீதான வர்ணனையாகக் கொள்ளவைப்பவை.

ஆனால் அவை குறைந்தபட்சம் உயிர்தப்பின; இத்தகைய இருண்ட குழப்பத்தில் எந்தவொரு தொடர்ச்சியும் வரவேற்கத் தக்கதே. புராணங்களில் மிகவும் அஞ்சப்படுவதான பெரிய மீன் சின்ன மீனைத் தின்னும் மத்ஸ்ய-நியாயத்தின் அராஜக நிலைக்கு எடுத்துக்காட்டினைத் தேடிடும் வரலாற்றாளன், 11லிருந்து 12ஆம் நூற்றாண்டு வரை இந்தியாவை விடவும் வேறெங்கும் தேடவேண்டியதில்லை. பஞ்சாபில் ஒளிந்திருந்த சுறா போன்ற இருப்பினை பரிதாபமாக ஒதுக்கித் தள்ளிவிடும்

தீவிர அலட்சியத்துடன் சிறிய சிற்றரசுகள் பெரியவற்றைக் கில்லி எறிந்தன, அரசுகள் அரசுகளை விழுங்கின, வம்சங்கள் வம்சங்களைத் தின்றன.

முகம்மதுவின் இஸ்லாமிய வாரிசுகள் தம் சுவீகரிப்புடன் அரிதாக ஒட்டிக்கொண்டிருந்தாலும், அறிவற்ற காலத்தின் உணர்வுக்கு இணங்கிப் போனதாகத் தோன்றியது: பெரும் வாரிசுரிமை நெருக்கடியோ கொடூரமான ரத்தக் களறியோ இல்லாமல் எந்த சுல்தானும் ஆட்சிப் பொறுப்புக்கு வந்ததில்லை. முகம்மதுவின் இருமகன்கள் ஒரேநாளில் பிறந்தாலும் இருவேறு தாய்மாருக்குப் பிறந்தனர். கஸ்னாவித்களின் பஞ்சாப் அரசு உள்ளார்ந்த நெருக்கடிகளால் சிக்கலில் இருந்தது. அண்டையிலிருந்த இந்தியப் பிரதேசங்களின் மீது அவ்வப்போது மேற்கொண்ட படையெடுப்புகளில் செல்வம் கிடைத்தாலும், அரசியல் ஆதாயம் இல்லை. முகம்மதுவின் உடனடி வாரிசு மஸூதின் ஆட்சியில், இந்தியாவுடனான அவரது உறவைப் பொறுத்தவரை, 'முழுவதும் கேந்திர முக்கியத்துவமுள்ள குழப்பத்தின் அடையாளத்தைப் பெற்றிருந்தது.'[21] அவர்கள் தொலைதூரமும் செல்லவில்லை, நீண்டகாலமும் நீடிக்கவில்லை; அரண்மனைப் புரட்சியில் மஸூத் தூக்கி எறியப்பட்டு, கொல்லப்பட்டான். இதற்கிடையே, இந்து குஷ்ஷிற்கு அப்பால், ஒருகாலத்தில் பரந்து விரிந்திருந்த கஸ்னாவித்களின் பிரதேசங்கள், ஸெல்ஜூக் துருக்கியர் இன்ன பிறரது ஆக்கிரமிப்புகளுக்கு உள்ளாயின. சுமார் 1040இல் கோரஸானை இழந்ததுடன் பேரரசு சுருங்கிவர குவிமையம் ஆஃப்கானிஸ்தானிலிருந்து இந்தியாவுக்கு நகர்ந்தது. கஜினியை இடம்பெயரச் செய்தது லாகூர், தலைநகரமாக; ஒருகாலத்தில் வம்சத்தின் பெருமையாயிருந்த லாகூர், இப்போது, பல நாசகரமான படையெடுப்புகளுக்குப் பிறகு, சுமார் 1157இல் மீட்க முடியாதவாறு போயிற்று. சில ஆண்டுகளுக்குப் பிறகு திரும்பவும் கைமாறிற்று. பேரரசின் ஈர்ப்பாக இல்லாதுபோய், இப்போது சிந்துவிலும் பஞ்சாபிலும் உள்ள முஸ்லீம் அரசுகளுக்கு கேந்திர முக்கியத்துவமிக்க வாயிலாக விளங்கியது.

பெரிதும் சுருங்கிப்போன கஜினியின் இப்போதைய அதிபர்கள் முற்றிலும் அந்நியர்கள்; மத்திய ஆஃப்கானிஸ்தானின் தொலைதூர மண்டலத்தைச் சேர்ந்தவர்கள். பாரசீகத்தைச் சேர்ந்த போர்த்தலைவர்களான அவர்கள், தம் ஆக்கிரமிப்புகளில் நீடித்து வந்தனர். வடமேற்கு எல்லைப்புறத்தின் மீது பல படையெடுப்புகளுக்குப் பிறகு 1186இல் முகம்மதுவின் கடைசி வாரிசைத் தூக்கி எறிந்தனர். இவ்வாறு லாகூர் கோரித்களின்

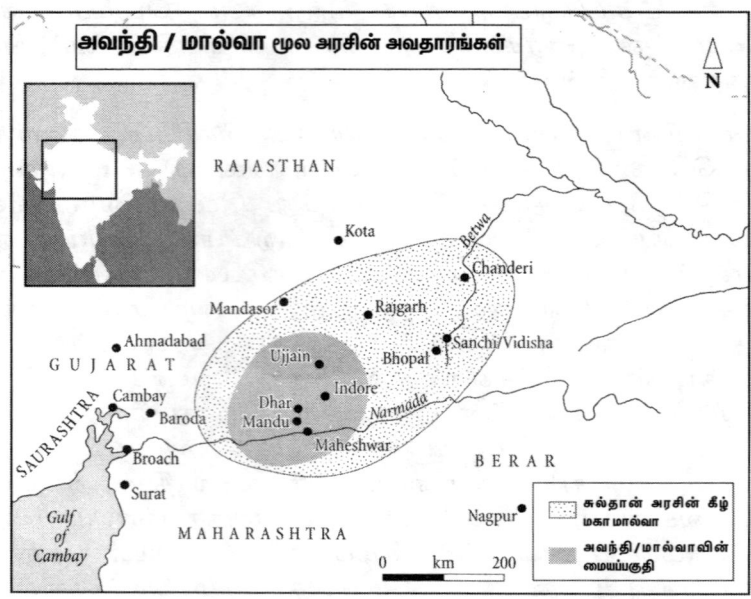

கைக்கு வந்தது; அவர்தம் தலைவன் மியுஜுஉத்தின் முகம்மது பின் ஸாம் அங்கே நின்றிடக் காரணம் இல்லாது இருந்தான். அலெக்ஸாண்டரும் முகம்மதுவும் தோற்றிருந்த இடத்தில் வெற்றிபெறும் தீர்மானத்துடன் 'கோரின் முகம்மது', கிழக்கிலும் தெற்கிலும் அழுத்தமளித்து, இந்திய மட்த்ஸய-நியாயத்தின் மீன் நிறைந்த நீரில் நாசகரமான விளைவை உண்டாக்கிச் சென்றான்.

இது வெறுமனே இந்தியா துண்டாடப்பட்டதான விஷயமாயில்லை. அரசியல் வரலாற்றாளனை ஊக்கமிழக்க வைத்திடும் இவ்வாய்ப்பு, பதினொன்றிலிருந்து பன்னிரண்டாம் நூற்றாண்டுகளில், சமூக-பொருளாதார வரலாற்றாளர்களிடமிருந்து மேலும் அருவருக்கத்தக்க விமர்சனத்தைப் பெற்றது.

> சமயம் சாராதவர்களுக்கும் சமயம் சார்ந்தவர்களுக்கும் இந்த அளவு நிலமானியம் வழங்கப்பட்டதில்லை; பரவலான நிலமானியங்களால் வேளாண்-சமுதாய உரிமைகள் நிறுத்தப்பட்டதில்லை; குடியானவர்கள் இந்த அளவு வரிவிதிப்புக்கு உள்ளானதில்லை; உயர்நிலையிலானதும் தாழ்நிலையிலானதுமான சேவைகள், இப்போதுபோல அதிக எண்ணிக்கையில் வெகுமதி பெற்றதில்லை;

அவந்தி / மால்வா மூல அரசின் அவதாரங்கள்

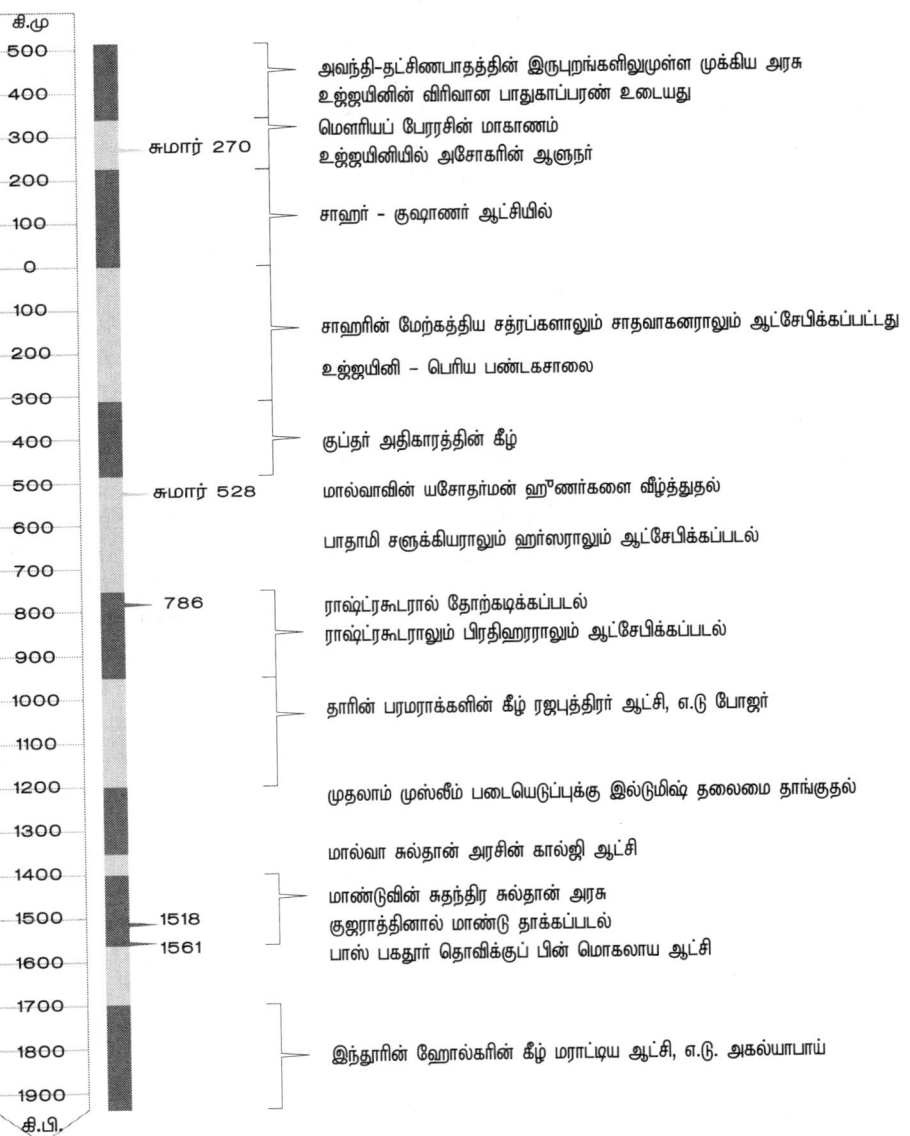

0
சுமார் 270
சுமார் 528
786
1518
1561
அவந்தி-தட்சிணபாதத்தின் இருபுறங்களிலுமுள்ள முக்கிய அரசு
உஜ்ஜயினின் விரிவான பாதுகாப்பரண் உடையது
மௌரியப் பேரரசின் மாகாணம்
உஜ்ஜயினியில் அசோகரின் ஆளுநர்
சாஹர் - குஷாணர் ஆட்சியில்
சாஹரின் மேற்கத்திய சத்ரப்களாலும் சாதவாகனராலும் ஆட்சேபிக்கப்பட்டது
உஜ்ஜயினி – பெரிய பண்டகசாலை
குப்தர் அதிகாரத்தின் கீழ்
மால்வாவின் யசோதர்மன் ஹூணர்களை வீழ்த்துதல்
பாதாமி சளுக்கியராலும் ஹர்ஸராலும் ஆட்சேபிக்கப்படல்
ராஷ்ட்ரகூடரால் தோற்கடிக்கப்படல்
ராஷ்ட்ரகூடராலும் பிரதிஹரராலும் ஆட்சேபிக்கப்படல்
தாரின் பரமராக்களின் கீழ் ரஜபுத்திரர் ஆட்சி, எ.டு போஜர்
முதலாம் முஸ்லீம் படையெடுப்புக்கு இல்டுமிஷ் தலைமை தாங்குதல்
மால்வா சுல்தான் அரசின் கால்ஜி ஆட்சி
மாண்டுவின் சுதந்திர சுல்தான் அரசு
குஜராத்தினால் மாண்டு தாக்கப்படல்
பாஸ் பகதூர் தோவிக்குப் பின் மொகலாய ஆட்சி
இந்தூரின் ஹோல்கரின் கீழ் மராட்டிய ஆட்சி, எ.டு. அகல்யாபாய்

> இறுதியாக, வர்த்தக-தொழில்துறை வருவாய்கள் ஏராளமான மானியங்களாக இதற்கு முன்னர் மாற்றப்பட்டதில்லை.[22]

இது புரட்சிக்கான பரிந்துரையாக இல்லாவிடில், நிச்சயமாக சீர்திருத்தத்திற்குரியதாக இருந்தது. இப்பகுப்பாய்வின்படி, பொருளாதாரச் சீர்குலைவு, சமூக ஒடுக்குமுறை, சாதிப்பாகுபாடு என்பன அரசியல் துண்டுபடுத்தலுடன் சேர்ந்தே இயங்கின. நிதியாதாரங்களைச் செலவிட்டும், மக்களை ஒடுக்கியும் எந்தவொரு எதிர்ப்பும் சார்ந்திருக்க வேண்டிய அதிகாரத்தைத் தவிடுபொடியாக்கியும், இஸ்லாமியச் சவாலின் புதுப்பித்தலுக்கு இந்தியா தன்னை ஆயத்தப்படுத்திக் கொண்டிருந்தது. இஸ்லாத்தினுடையது போன்ற மாற்று சக்தியின் வெற்றியானது சமூக நீதி, தனிநபரின் சமத்துவத்திற்கு உறுதியளித்தது; திடமான அரசாங்கமும் உறுதியளிக்கப்பட்டதாகத் தோன்றும். சிறுபான்மையினரின் ஏற்புக்காக நூற்றாண்டுக் கணக்கில் போரிட்டுக் கொண்டிருப்பதை விடவும், இஸ்லாம் தன்னெழுச்சியான ஏற்பினை வென்றிருக்க வேண்டும்.

நிலவரம் அந்த அளவுக்குச் சிக்கலானதில்லை என அது உணர்த்தவில்லை. பொருளாதார நடவடிக்கை வீழ்ச்சியடைந்திருக்கலாம், ஆனால் அரசியல் எதிர்ப்புக்கான சான்றுகள் இல்லை. மாறாக சமகாலத்து ஆட்சியாளர்கள் பலர் தம் காலத்தில் பெரும் புகழடைந்து, மக்களின் புனைவுக்குரியவர்களாக இருந்துள்ளதற்கு எடுத்துக்காட்டுகள் உண்டு. வட மற்றும் மத்திய இந்தியாவில் போட்டியிட்டுக் கொண்டிருந்த வம்சங்களின் மோசமான சூழலிருந்துகூட, சில ஆளுமைகள் எழுந்தன-தார் பாலைவனத்தின் மாபெரும் தத்துவவாதி-மன்னர் போஜனை விடவும் மதிக்கப்பட்டவர் யாருமில்லை.

ஒன்பதாம் நூற்றாண்டின் பிரதிஹர மன்னன் போஜுடனோ, கன்னோஜின் போஜுடனோ குழப்பிக் கொள்ளாமல், பதினோராம் நூற்றாண்டு போஜ்ஜினைக் குறிக்கும் - ஒருகாலத்தில் குஜராத்தின் ராஷ்ட்ரகூடர்களது சிற்றரசர்களாயிருந்த பரமராக்களின் ஒரு குலத்தைச் சேர்ந்தவர் இவர். பத்தாம் நூற்றாண்டின் மத்தியில் ராஷ்ட்ரகூடர்களும் பிரதிஹரர்களும் இறுதி முடிவுக்குள் போய்க்கொண்டிருக்க, சமகாலத்தவர் பலரையும் போலச் சத்திரிய அந்தஸ்து கோரி, மால்வாவில் தம் சுதந்திர அரசைப் பரமராக்கள் திடப்படுத்தியிருந்தனர்.

இப்போது உஜ்ஜயினிக்கும் மத்தியப் பிரதேசத்தின் மாண்டுவுக்கும் இடையே இப்போது சிறிய நகரமாயுள்ள தாரினைத் தம்

தலைநகரமாகத் தெரிவுசெய்தனர். சிப்ரா நதிக்கருகிலுள்ள உஜ்ஜயினி, மால்வாவின் பழமையான மையமாயிருந்தது- அசோகர் தன் இளமையை விருப்பம்போல் செலவிட்ட இடமாய் இருந்தது; நர்மதைக்கு மேலே பெரும் அரணமைந்த ஆனால் எளிதில் கைவிடப்பட்டுள்ள மாண்டு, மால்வாவின் அடுத்த ஆட்சியாளர்களது புற அரணாகும். சிறியதொரு பகுதியில் மண்டல மையங்கள் சிதறிக்கிடப்பது வழக்கத்திற்கு மாறானதல்ல. தற்காப்பற்ற உஜ்ஜயினியிலிருந்து மேட்டுநிலம் தாருக்கும் ஊடுருவமுடியாத மாண்டுவுக்குமான முன்னேற்றத்தில் மாறுகின்ற காலத்திற்கான எதிர்வினையை ஒருவர் கண்டறிய முடியும்.

1010இல் அல்லது அதனையொட்டி தாரின் ஆட்சிப்பொறுப்புக்கு வந்த போஜ் சுமார் 50 ஆண்டுகள் ஆட்சியிலிருந்ததாகத் தெரிகிறது. எனவே, அவர் முதலாம் ராஜேந்திர சோழனின் சமகாலத்தவர். அவரது மாமா மற்றும் தந்தை என்னும் இரு ஈவிரக்கமற்ற ஆட்சியாளர்களிடமிருந்து, ராஜஸ்தான், மத்திய இந்தியா, தக்காணமெங்கிலும் சிதறிக் கிடந்த எதிரி மன்னர்கள்- சிற்றரசர்களின் அரசுகள் மீதெல்லாம் ஆட்சி உரிமையை சுவீகரித்திருந்தார். என்றாலும் அவற்றில் கேரளமும் சோழதேசமும் சேரவில்லை.

சர்ச்சைக்குரிய இந்த ஆக்கிரமிப்பு கொண்டிருந்த, இளமையான போஜ் தன் பங்கிற்கு திக்விஜயம் புறப்பட்டார். அவரது வெற்றிகள் பெரிதும் மறுதலிக்கப்பட்டன. தோல்விகள் சீக்கிரமே சரிசெய்யப்பட்டன. பொதுவாகச் சொல்லுமிடத்து குஜராத்திலும் ராஜஸ்தானத்திலும் தன்னுடையதாக்கிக் கொண்டிருந்தார், ஆயினும் தக்காணத்தில் முன்னேற்றம் காணவில்லை. சோழர்களுடன் சேர்ந்து சாளுக்கியருக்கு எதிராக அணி சேர்ந்திருந்தும்; அவரது மாமா சாளுக்கியரால் பிடிபட்டு, சிறைவைக்கப்பட்டு, தூக்கிலிடப்பட்டதும் நேர்ந்தது. 'அரண்மனை முற்றத்திலுள்ள கம்பத்தின் மீது அவர் தலை மாட்டப்பட்டு, சாளுக்கியன் தன் கோபம் தீருமட்டும் தொடர்ந்து புளிப்புக் கரைசலில் வைத்திருந்தான்.'[23] சாளுக்கியரைத் தண்டித்த போஜின் பீடிப்பையும் இது விளக்கும்.

இதில் அவர் தோற்றது மட்டுமல்ல, ஒரு சாளுக்கிய படையெடுப்பில் திடுக்கிட்டு, தப்பியோடவும் நேர்ந்தது. தலைநகரம் நாசமாக்கப்பட்டிருந்ததாகக் கூறப்பட்டாலும், சீக்கிரமே மீட்கப்பட்டது, புதுப்பிக்கப்பட்டது; அறிவார்த்த வித்தகர், தாரின் கடவுள் என்ற பொருளில் 'தாரேஸ்வரா' என

ஞாபகப்படுத்தப்பட்டார். சோழருடன் அல்லது பிரதிஹரருடன் ஒப்பிடப்படும் அவரது வீரதீரங்கள் உள்ளீடற்றவையே. ராணுவ வெற்றி அரசனின் சாராம்சப் பண்பெனில், அப்படியே அறிவார்த்த தேர்ச்சியும் புரவலர் தன்மையும் சிறப்பாகக் கருதப்பட்டது. பாணனின் ஹர்ஸசரிதத்தில் விவரிக்கப்பட்டுள்ள ஹர்ஸனின் அறிவார்த்த மேதைமையை விடவும் போஜ் பிரகாசிக்கிறார்; 'உண்மையில் ஹர்ஸன் எழுதாத நூல்கள் அவனுடையதாகக் கூறப்பட, பல்துறை வித்தகராயிருந்த போஜின் கூற்றினை நிராகரித்திட நம்மிடம் ஆதாரமில்லை.'[24]

அவரது பல்துறை பரிச்சயத்தில் தத்துவம், கவிதை இயல், விலங்கியல் மருத்துவம், ஒலியியல், வில்வித்தை, யோகம், மருத்துவம் முதலானவை அடங்கும். 'போஜனைப் படித்திட, உலகின் ஒட்டுமொத்தப் பண்பாட்டையும் படிக்கவேண்டும்.' தார் மெய்யான ஆக்ஸ்ஃபோர்டாக மாற்றப்பட்டிருந்தது; அரண்மனைகள் அறிவார்த்த விவாதக் கூடங்களாயும், ஆலயங்கள் கல்லூரிகளாகவும் விளங்கின. சமகால மற்றும் அடுத்து வந்த மன்னரால் தம் பாராட்டைத் தெரிவிக்காமல் இருக்க முடியவில்லை. 'போஜ் அத்தகைய பல்துறை மேதையாய் விளங்கினான். 'கவிஞர்களில், காதலர்களில், வாழ்க்கையை அனுபவிப்போரில், அறவழியில் நன்மை செய்வோரில், வில்வித்தைக்காரர்களில், தர்மத்தைத் தம் சொத்தாகப் பாவிப்போரில் போஜ்ஜுக்கு இணையானவர் இவ்வுலகில் இல்லை' என்கிறது சாளுக்கிய ஆதரவுச் சரிதம் பிரபந்த சிந்தாமணி. மற்ற ரஜபுத்திர மன்னர்கள் தம் சத்திரிய தகுதிக்குரிய வீரமரபின் நாயகர்களாகப் புகழடைவார்கள். போஜரோ 'சாதித்தார், கட்டுவித்தார், வழங்கினார், யாரும் தெரிந்திராததை அறிந்துகொண்டார். கவிஞன்-மன்னன் போஜருக்கு வேறென்ன கீர்த்தியைத் தரமுடியும்?'[25]

11

சுல்தான்களின் வெற்றி

சுமார் 1180-1320

நண்பர்கள், ரஜபுத்திரர்கள், வெற்றியாளர்கள்

ரஜ்புத் (ரஜபுத்ர) என்றால் 'ராஜனின் மகன்' என்று பொருள். ஆதலின் அது சத்திரிய அந்தஸ்தை உணர்த்தி, அதனை அர்த்தப்படுத்தி-சத்திரிய சாதியைச் சேர்ந்த ஒருவன்- குறிப்பிட்ட இனவரைவியல் அல்லது மண்டல உணர்த்துதல்கள் இல்லாதது. கன்னோஜின் குர்ஜர-பிரதிஹர மன்னர்களது முந்தைய சிற்றரசர்களைக் குறித்தது. இஸ்லாமை எதிர்த்த பிற எதிரிகளுக்கு அவ்வப்போது நீட்டிக்கப்பட்டு இருந்தது; மற்றபடி அது படாடோபமான கௌரவ விருதுப் பெயரானது. மொகலாயர் காலம் வரையிலும், குறிப்பிட்ட வர்க்கம் அல்லது பழங்குடியைச் சேர்ந்தவரைக் குறிக்கப் பயன்படுத்தப்படவில்லை; ஔரங்கஸீப் ஆட்சியின் காழ்ப்புணர்வால் அதன் உணர்த்தல்கள் சிக்கல் மிகுந்திருந்தன: ஆங்கில மொழிபெயர்ப்பில் 'ரஷ்பூத்' என்றெல்லாம் தோன்றி, கடற்கொள்ளையர், பிரச்சினைகளை எழுப்புவோர், வழிப்பறியாளர் என்றெல்லாம் ஆகினர். எப்போதும் புறச்சமயத்தினராக/சிலை வழிபாட்டாளராக (இந்துகளைக் குறிக்கும் சமகாலத் தொடர்), குஜராத்திலும் ராஜஸ்தானிலும் காணப்படுபவர்களாக, ஆயுதங்கள் வைத்திருப்போராக, பரம்பரையாகப் போர் வீரர்களாக இருந்தனர்.

ராஜஸ்தானுக்கு முதலில் வருகை புரிந்த பிரித்தானிய அலுவலர் கர்னல் ஜேம்ஸ் டோட், 1820களில் பெரும்பகுதியும் அவர்தம் அரசியல் சாத்தியப்பாட்டை ஆராய்ந்து, ரஷ்பூத்கள் குறித்து மாறுபட்ட கருத்தினை உருவாக்கினார். 'ஒரு ரஜ்பூத்தில் எப்போதும் ஒரு நண்பனை அடையாளங்காண்கிறேன், நண்பனாகத்

தோன்றுபவனிடம் ஒரு ரஜ்பூத்தை அடையாளங்காண்கிறேன்' என்று பெருமைப்பட்டார். அவர்களது இறையாண்மையையும் அப்போதைய நாசகரமான மராட்டியரிடமிருந்து அவர்கள் அளித்த பாதுகாப்பையும் ஏற்றுக்கொண்டோருக்கு அவர்களது விருந்தோம்பல் அபரிமிதமாய் இருந்தது. ராஜஸ்தான் எங்கிலும் அவர்கள் காணப்பட்டனர் என்றார் டோட். அதனால், அந்த ஒட்டுமொத்தப் பிரதேசமும் பிரித்தானியருக்கு 'ரஜ்புதனா' ஆனது. அத்தொடர் ஒருவித அசலான தன்மையை ஒலித்தது; இதனால் 1829இல் ஃபெரிஷ்டாவின் ஆரம்பக் கால இந்திய வரலாற்றினை மொழிபெயர்த்த ஜான் பிரிக்ஸ் 'இந்திய இளவரசர்கள்' என்பதை ஒதுக்கிவிட்டு, 'ரஜ்பூத் இளவரசர்கள்' என்று பயன்படுத்தினார். 'ரஜபுதன வரலாற்றினோடு தொடர்புடைய எல்லா அம்சங்கள் குறித்தும் தயக்கமின்றி தொடர்புறுத்திய என் நல்ல நண்பர் கர்னல் டோட்'[2] என்று ஒப்புக்கொண்டார்.

எங்கணும் காணப்பட்ட இந்த 'ரஜ்பூத்கள்' வழிப்பறிக்காரர்கள் இல்லை என்பது டோடுக்குப் புலப்பட்டது. அவர்கள் இறையாண்மை மிக்க இளவரசர்கள், தலைவர்கள், உயரிய இனச் சந்ததியினர். இஸ்லாமிய மேலாதிக்கத்தின் நூற்றாண்டுகளில் அவர்கள் இம்சிக்கப்பட்டு வந்தபோதும், உண்மையில் இந்தியாவின் உயர்குடியினர்; ஐரோப்பாவின் ஆரம்பநிலைப் பழங்குடியினரைப் பொது மூதாதையராகக் கொண்டிருந்தவர்களிடமிருந்து அவர்தம் இனவரைவியல் தோற்றம் பிறக்கிறது; புராணங்களிலுள்ள அவர்தம் வம்சாவளி, இதிகாசங்கள்-வேதங்கள் வரை செல்கிறது.

அவர்தம் வரலாற்றை மறுகட்டமைப்பு செய்து டோட் தந்துள்ள கதை எவ்வளவு அற்புதமானது. 1829இல் வெளியான அவரின் மாட்சிமைமிக்க *Annals and Antiquities of Rajasthan* நூலில் கேம்லாட்டினை அவமானம் கொள்ளவைக்கும் வீரத்தையும் கான்யூட்டிற்கு நிகரான உறுதிப்பாட்டையும் எடுத்துக்காட்டியுள்ளார்; ரஜபுத்திரர்களின் குல அமைப்பு முறை, அவர்களின் பெருங்குடி மக்களுக்கே உரித்தான பொறுப்புணர்வு பற்றி நிறையவே குறிப்புகளைத் தந்துள்ளார்; ரஜ்புத் சமூகத்தின் நிலபிரபுத்துவ அமைப்பில், ஆங்கிலேய-நார்மானிய காலத்திற்கு இணையானதைக் காண்கிறார். ரஜபுத்திரர்களுக்கே உரித்தான விசித்திரமிக்க வீரமரபு, ராணுவச் சேவை-போர்வீரர்களை வழங்குதலின் அடிப்படையில் பண்ணை அடிமை முறையையும் நிலமானியங்களையும் உருவாக்கியது.

ரஜபுத்திர வீரர்களுக்கு நிலப்பிரபுத்துவம் குத்தகை காலப் பிரச்சினை என்பதை விடவும் முடிவுறாத சிக்கல்களாக இருந்தது. பல்வேறான ரஜபுத்திர குலங்களுக்கு இடையிலான பகைமை தீவிரமாயும் நாசகரமானதாயும் இருந்தது.

> அவர்களின் வரலாற்றினைக் கூர்ந்து கவனித்தால், தம்முடைய பாதுகாப்பிற்கேகூட ஒன்றுபட முடியாதவர்களாக இருந்தனர்; ஒரு மூச்சு கூட, ஒரு பாணனின் பத்தி கூட அவர்தம் கூட்டாட்சிகளைத் துண்டித்தது. அவர்களிடையே தேசியத் தலைமை இருக்கவில்லை... ஒவ்வொரு தலைவனும் தன் குலத்து எஜமானனாக, தன் ஆதரவாளர்களைக் கொண்டவனாக இருந்தான். தனிநபர் ரீதியில் பலவீனர்களாக இருப்பதால் நமக்கு [பிரித்தானியருக்கு] ஆபத்தில்லை.[3]

இருப்பினும், முஸ்லீம் ஆக்கிரமிப்பின்போது தீரமிக்க அணியை நிறுத்தினர். மானுடச் சரிதங்களில் ஈடிணையற்றதான விடாப்பிடித் தன்மையால், தம்மிடம் இல்லாத இணக்கத்தை ஈடுசெய்தனர்.

இதனை அரண் செய்திட, நாட்டுப்பற்று மிக்க வீரர்கள் பட்டியலையும் 12லிருந்து 18ஆம் நூற்றாண்டு வரையிலான வீரம் சார்ந்த காதல் கதைகளையும் டோட் இணைத்துள்ளார். இதில் பழமையானது 'பிரிதிவிராஜின் வீரவரலாறு.' இதற்கு நிறைய பக்கங்களை ஒதுக்கியுள்ளார். இவ்வீரர் சௌஹான் வம்சத்தைச் சேர்ந்த மூன்றாம் பிரிதிவிராஜன். சுமார் 1177லிருந்து வடக்கு ராஜஸ்தானிலும் கிழக்கு பஞ்சாபிலும் பெரிய அரசனை ஆண்டவர்; லாகூரில் கஸ்னாவித்களுடன் அணிவகுத்துச் சென்றது இவரது அரசே; 1186இல் அந்நகரம் கோரிமுகம்மதுவிடம் வீழ்ந்தபோது, கோரி அரசுக்கும் எஞ்சிய இந்தியாவுக்கும் இடையில் நின்றது இவரே. பிரிதிவிராஜ் வரலாற்றை எழுதிய 'சுந்த்' சமகால சாட்சியம் எனத் தவறாகக் குறிப்பிட்டுள்ளார்; 'அழகியல் சார்ந்த வரலாறுகளை' நம்பத்தக்க சாட்சியமாக எடுத்துக்கொண்டார். ஆனால் பிரிதிவிராஜுக்கு மறுவாழ்வு அளிப்பதில், ரஜ்பூத்களின் ராஜஸ்தானத்து சத்திரிய வம்சங்களை நிலை நிறுத்துவதில் டோட், வரலாற்றுக்கும் இந்திய தேசியத்திற்கும் பயனுள்ள சேவை செய்துள்ளார்.

பிரதிஹரர் மற்றும் போஜனின் பரம்ஹராக்களைப் போல சௌகான்கள், ஆபு மலையில் ஒரு சமயம் நிகழ்த்திய யாகத்திலிருந்து தம் சத்திரிய அந்தஸ்தினைப் பெற்றதாகக் கூறிக்கொள்கின்றனர். நவீன ஜெய்பூருக்கு மேற்கே, சாம்பர் ஏரியைச் சுற்றியுள்ள பிரதேசத்திலிருந்து வந்த பாலைவனப்

பழங்குடியினராகத் தெரிகின்றனர்; தொலைதூரங்களிலுள்ள எண்ணற்ற மற்றவர்களைப் போல, நூற்றாண்டுகளின் போக்கில் ஆரியமயமாதலுக்கு உள்ளாகி இருக்கவேண்டும். ஹேமச்சந்திர ரேயின் *Dynasty History of Northern India*, இளவரசர் நிலையிலான எட்டு சௌஹான் குடும்பங்களைப் பட்டியலிடுகிறது; அவற்றில் ஒன்றான சாம்பர் கிளை, சாம்பர்-புஷ்கர் ஏரிகளை ஒட்டிய தாயகப் பகுதியில் தங்கி இருந்தது. மண உறவுகள் மூலம் குர்ஜர-பிரதிஹரப் பேரரசில் சேர்ந்திருந்த அவர்கள், அதிலிருந்து விலகி, பன்னிரண்டாம் நூற்றாண்டின் ஆரம்பத்தில், அஜயராஜா தலைமையில் புதிய தலைநகரை நிறுவினர். 'அஜயமேரு' என அவரால் அழைக்கப்பட்டது அஜ்மீர் என்றானது.

அஜயராஜாவின் வாரிசுகளில் ஒருவரான விக்ரஹராஜா பன்னிரண்டாம் நூற்றாண்டின் மத்தியில், வம்சத்தின் ஆட்சிப் பரப்பை-இப்போதைய ஹரியானாவுக்குள்ளும் கிழக்குப் பஞ்சாபில் கஸ்னாவித் ஆட்சிக்கு வெளியிலும் விரிவாக்கினார். டெல்லியும் இவரின் கைகளுக்குப் பின்னர் வந்தது. அசோகரது கல்தூண்களின் ஒன்றில் அவருடைய கல்வெட்டுடன் சேர்ந்துள்ள இவரது கல்வெட்டில் தன் தீரமிகு படையெடுப்பினைப் பதிவு செய்துள்ளார். யமுனைக்கு மேலே நிறுத்தப்பட்டு, இரு நூற்றாண்டுகளுக்குப் பின்னர், டெல்லியில் நிறுத்தும் பொருட்டு கொண்டுவரப்பட்ட அதே தூண்தான் இது. இமாலயம் வரையிலான பிரதேசங்களை வென்றதையும் மிலேச்சர்களை அடிக்கடி அழித்தொழித்ததையும் இதில் குறிப்பிடுகிறார்; சரிந்து கொண்டிருந்த கஸ்னாவித்களுடனான பிணக்கினை உணர்த்தும் அம்சம் அதில் இருக்கும். ஆரியவர்த்தத்தை மீண்டும் ஒருமுறை 'ஆரிய'ரின் இல்லமாக மாற்றியிருப்பதை இன்னொரு கல்வெட்டு பேசுகிறது.

விக்ரஹராஜா சுமார் 1165இல் இறந்தார். பன்னிரண்டு ஆண்டுகளுக்குப் பிறகு அஜ்மீர் அரியணையில் மூன்றாம் பிரதிவிராஜன் அமரும்வரை சௌஹானின் வாரிசுரிமை திருகல் மறுகலாய் இருந்தது. அப்போது மைனராக இருந்த அவன், கன்னோஜ் மன்னனின் மகளுடன் ஓடிச் சென்றதன் மூலம், தான் வயதுக்கு வந்ததைக் கொண்டாடி இருக்க வேண்டுமென்று தோன்றுகிறது. நம்பகமற்ற சந்தினால், மிகவும் விரும்பப்பட்ட இக்காதல் கதை விரிவாகக் கூறப்படுகிறது. மறுபுறத்தே, சுமார் 1182இல் நடந்த இளம் லோசின்வாரின் பேராசைமிக்க திக்விஜயம் உறுதிப்பாடின்றி மூடப்பட்டுள்ளது. சந்தேலருடனும் அவர்தம் சகாக்களுடனும் குஜராத்தின் சோளங்கி ரஜபுத்திரர்களுடனும்

அது மோதலை ஏற்படுத்தியிருக்க வேண்டும் என்று தோன்றுகிறது. இக்காலகட்டத்தைச் சேர்ந்த இன்னொரு ஆதாரத்தின்படி, இப்படையெடுப்புகளிலெல்லாம் இவன் சிறந்து விளங்கினான், அடுத்து பஞ்சாபிலிருந்த மிலேச்ச அண்டை வீட்டாரை வீழ்த்தும் அளவுக்கு அவன் வலுவானான்.

கஸ்னாவித்களின் சரிவாலும் கோரிமுகம்மதுவின் இதுவரையிலான படையெடுப்புகள் சோபிக்காததாலும் அவன் தைரியம் கொண்டான். கஜினியிலிருந்து முதலில் சிந்துவின் மீது கவனத்தைத் திருப்பிய கோரி, முல்டானின் இஸ்மயிலி ஆட்சியாளரைத் தோற்கடித்து, மன்ஸுரா மற்றும் தேபல் வரை வந்தான். சோமநாத்தின் மீது முகமது படையெடுத்ததை நகலெடுப்பதுபோல தார் பாலைவனத்தைத் தாண்டி, குஜராத்தின் சோலங்கிகளைத் தாக்க முற்பட்டான். இதில் தனக்குத் துணை நிற்குமாறு இளையவனான பிரிதிவிராஜையும் அழைத்தான். மறுதலித்துவிட்டு பிரிதிவிராஜ், துருக்ஷாக்களை வெளியேற்ற சோலங்கியின் எதிரியுடன் இணைவது பற்றி எண்ணினார். ஆனால் கோரி குஜராத்தில் முழுதாகத் தோற்கடிக்கப்பட்டதால், இது அவசியமின்றிப் போனது. தார் பாலையைத் தாண்டித் தாக்கும் கருத்தினைக் கைவிட்ட முகம்மது தன் கவனத்தை வடகிழக்கில் லாகூர் மீது திருப்பினான். 1186–87இல் அதனைப் பெற்றிருந்த அவன், பிரதிவிராஜின் சவாலைச் சந்திக்க ஆயத்தமாயிருந்தான். இன்றுள்ளதைப் போன்றதான பஞ்சாப் எல்லைப்புறத்தின் இந்திய-பாகிஸ்தான் எல்லையில் 'கோரியும் சௌஹானும் நேருக்கு நேர் மோதினர். டெல்லியின் வாயிலுக்கான சாவியை வைத்துள்ள இந்து அரசை அழித்தால்தான் கங்கை-யமுனைப் பள்ளத்தாக்கிலும் அதற்கு அப்பாலுமிருந்த செழித்த நகரங்கள்-ஆலயங்களின் செல்வத்தைப் பெற முடியும் என்பதை இஸ்லாமியர் அறிந்தனர்.'[4]

சிந்துவும் குஜராத்தும் மதத்தால் பிரிந்திருப்பது, இஸ்லாமிய-இந்து ஆட்சியாளர்களுக்கிடையே பஞ்சாப் பிரிக்கப்பட்டிருப்பது போன்ற இருபதாம் நூற்றாண்டின் இணை நிகழ்வுகளைக் கவனிக்காமல் இருக்க இயலாது. பஞ்சாப் விஷயத்தில் சுமார் இருநூறு ஆண்டுகளாயும் சிந்து/குஜராத்தில் நானூறு ஆண்டுகளுக்கு மேலாகவும் இப்பிளவு இருந்து வந்திருந்தது என பாகிஸ்தானியர் திருப்தியடையக் கூடும். இந்தியரைப் பொறுத்தவரை காலக்கிரமத்தை விட விளைவே முக்கியமானது.

இந்நீண்ட அரசியல் பலப்பரிட்சையின் போது சம்பிரதாயமற்ற வகையில் சில தொடர்புகள் இருந்ததற்கு அழுத்தம் தந்தே ஆகவேண்டும். பல்ஹாராக்களின் சீரான ஆதரவில் தொடர்ந்த வர்த்தக உறவுகள் ஒருபுறம் இருக்க சிந்து-பஞ்சாபில் இந்துக்கள் அனுபவித்தது போன்றே, வட இந்தியாவில் இஸ்லாமியப் புலம்பெயர்ந்தோரும் இறைப் பணியாளரும் சுதந்திரத்தை அனுபவித்தனர். சமகாலத்து அறிஞர் இபின் ஆஸிர் வாராணசி மண்டலம் பற்றி எழுதுகையில், ‘இஸ்லாமிய நெறிமுறைக்கு விசுவாசமாயும், பிரார்த்தனை-நற்செயல்களில் சீராகவும் விளங்கிய முகமதுபின் சபுக்திஜின் (கஜினி முகமது) ஆட்சியிலிருந்து அந்நாட்டில் முஸல்மான்கள் இருந்து வருகின்றனர்.’[5] இந்தியாவில் கோரிக்கு முந்தைய முஸ்லீம் சமுதாயங்கள் ஏராளமாக இருந்துள்ளது குறிப்பிடப்பட்டுள்ளது.[6] அதுபோலவே துருக்ஷா வரியும் குறிப்பிதத்தக்கது. கஸ்னாவித்களிடமிருந்து வந்த கப்பத் தொகை சார்ந்த வரியாக அது இருக்கக்கூடும்; இந்தியாவிலிருந்த முஸ்லீம்கள் மீதான தேர்தல் வரி என்பது இன்னும் சரியாயிருக்கும்; முஸ்லீம்களின் ஜிஸ்யாவுக்கு இணையான இந்துவரி. ஆனால் கோரிக்கு முந்தைய முஸ்லீம் சமுதாயங்களின் இருப்பு பற்றி அஜ்மீரிலிருந்தே தெரிய வருகிறது. அங்கே கோரிமுகம்மதுவின் தாக்குதலுக்குச் சற்று முன்னர், மூன்றாவது பிரிதிவிராஜின் காலத்தில், ஷேக் மொய்னுத்தீன் சிஸ்டி மிகவும் புகழ்பெற்ற இந்தியாவின் சூஃபி இயக்கங்களைத் தோற்றுவித்தார் எனப்படுகிறது.

பிரிதிவிராஜும் கோரி முகம்மதுவும் முதலில் சந்தித்துக் கொண்டபோது அவர்களுடைய மனங்களில் மதம் எந்த அளவுக்கு நிறைந்திருந்தது என்பது விவாதிக்கப்பட வேண்டியதாகும். 1191இல் பாடியாலா அருகே ஸிர்ஹிந்த்தினுடைய அல்லது இப்போதைய இந்திய- பாகிஸ்தானிய எல்லையருகிலுள்ள பாடின்டாவினுடையதாகக் கருதப்படும், பஞ்சாப் கோட்டையைத் தகர்த்து, முகம்மது தாக்குதலைத் தொடங்கினான். கோட்டையை மீட்கச் சென்ற பிரித்விராஜ் தானேஸ்வரம் அருகிலுள்ள டாரய்னில் கோரியின் ராணுவத்தால் தடுத்து நிறுத்தப்பட்டார்.

கோரிமுகம்மதுவுக்கும் பிரிதிவிராஜின் கட்டுப்பாட்டிலிருந்த டெல்லியின் கோவிந்த ராஜாவுக்கும் இடையே நடந்த தனிப்பட்ட போட்டியால் தீர்மானிக்கப்படுவதாக இருந்தது அதற்கடுத்து நடந்த போர். கோரியின் ஈட்டி பாய்ந்து முன் பல்லை இழந்த கோவிந்தன், தான் எறிந்த ஈட்டியால் கோரியின் கையைத் தாக்கினான். குதிரை மீது சமநிலையில் இருக்க முடியாத கோரியைச் சிங்க

இதயமுள்ள வீரன் ஒருவன் தாங்கிக்கொண்டான்; அவன் பின்னே தாவியமர்ந்து யுத்த களத்தில் வழிநடத்தினான். இதனைக் கண்ட பல இஸ்லாமிய வீரர்கள் இன்னும் மோசமானது வர இருப்பதை எண்ணி பீதியுற்றனர்; தம் தலைவன் இறந்துவிட்டதாக நம்பி மோதலை நிறுத்தினர். இந்நிலவரத்தைத் தமக்குச் சாதகமானது எனச் சௌகான் படையினர் எடுத்துக்கொண்டிருந்தால் அது தோல்வியாகி இருக்கும். ஒருமுறை பீம்பால் தந்திருந்த அறிவுரையை மறந்தவனாகப் பிரிதிவிராஜ், ஒரு குன்றினைக் கைப்பற்றியதில் அகமகிழ்ந்து, எஞ்சியதைப் பற்றி கவலைப்படாதிருந்தான். இஸ்லாமியப்படை வீரர்கள் பின்வாங்கிச் செல்ல அனுமதிக்கப்பட்டனர். அதன்பின் ஸிர்ஹிந்த்/பாடிண்டா கோட்டையின் சிரமமிக்க முற்றுகைக்காக பிரதிவிராஜ் தன் வீரர்களை நடத்திச்சென்றான்.

சிகிச்சை பெறவும் மேலும் துருப்புகளைத் திரட்டவும் முகம்மது, கஜினிக்குத் திரும்பினான். கோரியின் படைவீரர்களில்

ஆஃப்கானியர், பாரசீகர், அரேபியர் முதலானோர் இருந்தனர்; அதிக எண்ணிக்கையிலும் திறமைசாலிகளாகவும் இருந்தோர் துருக்கியர். இதற்கிடையே டாரெய்ன் போர்க்களத்திலிருந்து தப்பியோடியவர்கள் குதிரை முகக்கூடு அணிந்து பராமரிக்குமாறு தண்டிக்கப்பட்டனர். 1192இன் மத்தியில் 1,20,000 குதிரை வீரருடனும் ஆஜ்மீர் மன்னனுக்கு இறுதி எச்சரிக்கையுடனும் பஞ்சாபிற்கு வந்தான்: 'மதமாறுதல் அல்லது போரிடுதல்.' பிரிதிவிராஜ் சூடான பதிலை அனுப்பினான்: 'சரணடையப் போவதில்லை, இஸ்லாமில் சேரவும் போவதில்லை; ஆனால், முகமதுவுக்கு வேறு எண்ணங்கள் இருந்தால், ஒரு போரைப் பரிசீலிக்க ஆயத்தமாக இருக்கிறேன்.'

முந்தைய வெற்றியிலிருந்து சந்தோஷமாயிருந்து வந்த பிரிதிவிராஜ் 3 லட்சம் குதிரை வீரர்களுடன் டாரெய்ன் போர்க் களத்திற்குத் திரும்பிக்கொண்டிருந்தான். அப்போது அவன் இருபதுகளின் மத்தியில் இருந்தான். கோரியின் சவாலை முறியடிக்கும் சிறந்த நிலையிலும் காணப்பட்டான். ஃபெரிஷ்டா கூறுவது சரியானால், பலம் வாய்ந்த ராஜ்புத் கூட்டாளியாக, 150 சிற்றரசர்களுடன் நின்றான். தீராது ஒன்றுபடாதிருந்ததற்கான ரஜபுத்திரர்களிடம் அதிருப்தி கொண்டிருந்த டோடும் இதனை ஏற்றுக்கொள்வதாகத் தோன்றுகிறது. 'பிருதிவிராஜ் இப்போது ராஜஸ்தானின் ஆட்சியாளராக இருந்தான்; தெற்கு ராஜஸ்தானின் தொலைதூர மேவாரின் ஆட்சியாளர் பிரிதிவிராஜின் பக்கம் இருந்ததாக டோட் கருதுகிறார்.

சமாதான உடன்படிக்கையை ஏற்று முகம்மது ஒரு கடிதம் அனுப்பிவைத்தான். அதில் ஒரு தந்திரம் கையாளப்பட்டிருந்தது. இந்தியர்கள் கொண்டாடுவதற்கு ஏற்றவகையில் கடிதம் பூடகமாயிருந்தது. முகமது மிரட்டப்பட்டுவிட்டதாக எண்ணி இந்தியத் துருப்புகள் வெற்றிப் பெருமிதத்தில் திளைத்தன. காலையில் எழுந்த அவர்கள் கண்டது, கோரியின் துருப்புகள் தம் வரிசைக்குள் வந்துகொண்டிருந்தது என இப்படிக் குழப்பத்தின் மத்தியில் யுத்தம் தொடங்கியது. முகம்மதுவிடம் மட்டும் ஒரு திட்டம் இருந்தது: மாபெரும் முகமம்தைப் போன்றே, குதிரை வீரர்களை அலையலையாக ஏவி, இந்தியத் தரப்பினை நிர்பந்திக்காது இருத்தல்; உண்மையில் இந்திய யானைப்படை நெருங்கியதும் விலகி நிற்றல்; வெளிப்படையாகத் தெரிந்த இவ்வெற்றியில் அகமகிழ்ந்த பிரிதிவிராஜ் முன்னேறிச் சென்றான். ஆனால் இரவில் களிப்படைந்தோரைத் துருக்கிய குதிரை வீரர்கள்

தாக்கிக் கொன்று குவித்தனர்; அஸ்தமன வேளையில் முகம்மது திருப்பித் தாக்கிட ஆயத்தமானான்.

தன் எதிரியை ஓய்ந்து போகுமாறு செய்துவிட்டதாகக் கருதி, தனது சிறந்த 12000 குதிரை வீரர்களுடன் முகம்மது சென்றான். வீரர்கள் கவச உடைகள் அணிந்து, மரணத்தையும் அழிவையும் நிகழ்த்தினர். நேரம் ஆக ஆகப் பீதி அதிகரித்தது. மாபெரும் கட்டடம் நடுங்கி நொறுங்கி விழுந்தது போல பிரிதிவிராஜின் ராணுவம் சிதைந்து காணாது போயிற்று.[7]

டாரெய்னில் நடந்த முதல் போரில் நாயகனான, டெல்லியின் கோவிந்த ராஜன் கொல்லப்பட்டான்; ஒரு பல் இல்லாததைக் கொண்டு அவனது உடல் அடையாளம் காணப்பட்டது. டோட் 'ரஜபுத்திரரின் யுலீஸஸ்' என்று கூறும் குஹில மன்னன் சமத சிம்மனும் கொல்லப்பட்டான். ஒட்டுமொத்தமாக ஒரு லட்சம் பேர் மடிந்ததாகக் கூறப்படுகிறது. கைதியாக இட்டுச் செல்லப்பட்ட பிரிதிவிராஜ் பின்னர் இறந்துபோனான்.

இந்திய வரலாற்றில் 1192இல் டாரெய்னின் ரஜபுத்திரரின் தோல்வி மிகவும் தீர்மானகரமான யுத்தமாகும். குறைந்த பட்சம் சில ரஜபுத்திர இளவரசர்களை ஒன்றிணைப்பதிலும் பஞ்சாப் இஸ்லாம் மயமாவதைத் தடுப்பதிலும் பிரிதிவிராஜ் வெற்றி பெற்றிருந்தான். குருதி-கொள்ளை சார்ந்த படையெடுப்புகள் நின்றிருந்தன. ஆனால் இவ்விடைவேளை, இன்னும் தீர்மானகரமான மோதலுக்கான அழுத்தத்தை அதிகரிக்கவே பயன்பட்டது. சமகாலத்து இந்திய வரலாற்றாளர்களைப் பொறுத்தவரை கொள்ளையிடுவது இஸ்லாமியருக்குத் தேவைப்பட்டதால், சவாலை ஏற்கக் கோரி முன்வந்தான்.

பிரிதிவிராஜ் உரிய விலையைத் தந்தான். சௌகான் ராணுவம் சரணடைந்ததும், அவனது ஆரம்ப வெற்றிகள் அவனின் இறுதித் தோல்வியை மேலும் நாசகரமானதாக்கின. டெல்லியின், உண்மையில் ஒட்டுமொத்த ஆரியவர்த்தத்திற்குமான சாவி, இப்போது கோரி முகம்மதுவிற்கும் வெற்றிகரமான துருக்கியருக்கும் உரியதாயிருந்தது.

பல காலங்கள் நீடித்து வந்த அழிவு, கொள்ளை, படுகொலைக் காட்சிகள் அரங்கேறின; மதத்தில் புனிதமாயிருந்தவையெல்லாம் கலையில் கொண்டாடப்பட்டவையெல்லாம் இந்த ஈவிரக்கமற்ற, காட்டுமிராண்டிப் படையெடுப்பாளரால் அழிக்கப்பட்டன.

கர்னல் டோடின் எழுத்து ரோமானியப் பேரரசின் வீழ்ச்சியை விவரிப்பதாக இருந்தது. எட்வர்ட் கிப்பனின் இதிகாச வரலாற்று ஆய்வினை அப்போது வாசித்து முடித்திருந்த அவர், இன்னொரு பேரழிவை உணர்ந்தார். இந்துப் பேரரசின் சிதைவையும் வீழ்ச்சியையும் கண்டார்.

சீரான தன்மையும் நீடித்த தீரமுமுடைய உயரிய ரஜபுத்திரன். ஒவ்வொரு சந்தர்ப்பத்தையும் தன்னை ஒடுக்குபவனுக்கு எதிரிடையாகப் பயன்படுத்தினான். தன் விடாமுயற்சியாலும் வீரத்தாலும் ஒட்டுமொத்த வம்சங்களை அழித்தான்-தன் விதியிடம் சரணடைவான் அல்லது வெற்றி வளையத்தைக் கட்டுப்படுத்திக்கொள்வான். ராஜஸ்தானின் ஒவ்வொரு சாலையும் கொள்ளையிட்டவன் -கொள்ளையிடப்பட்டவனின் குருதித் தாரையால் ஈரமாகியிருந்தது. ஆனால் பயனில்லாது போயிற்று; புதிதாய் ஆயுதங்கள் குவிந்துகொண்டிருந்தன, வம்சத்தைத் தொடர்ந்து வம்சம் வந்தது, வருத்தமற்ற உணர்வின் வாரிசு கொலைகளைப் புனிதப்படுத்திற்று, கொள்ளையை நியாயப்படுத்திற்று, அழிவைப் போற்றிற்று. இம்மோதல்களில் ஒட்டுமொத்தப் பழங்குடிகள் அடித்துச் செல்லப்பட்டு, அவற்றின் இருப்புக்கும் புகழுக்கும் அடையாளமாகப் பெயர்கள் மட்டுமே உள்ளன. பல நூற்றாண்டுகளாக நீடித்து வந்த ஒடுக்குமுறையின்போது, நாகரிகம், முன்னோரின் சம்பிரதாயங்களின் உணர்வை, தனித்துவமிக்க ரஜபுத்திரனைத் தவிர்த்து, பூமியில் வேறு யார் பராமரித்திருக்க முடியும்?[28]

அடிமை அரசர்கள்

டாரெய்னில் வெற்றிபெற்ற ஓராண்டிற்குள் முகம்மது கோரியின் படையினர் மீரட், கோல் (அலிகார்), பரண் (பூலாந்சஹர்), தேவாபுடன் டெல்லியைக் காப்பாற்றிவிட்டனர். ஆஜ்மீரும் கோரியின் கட்டுப்பாட்டில் இருந்தது; அடுத்த மூன்றாண்டுகளில் ஆரிய வர்த்தத்தின் பெரும்பகுதி தன் விதியைப் பகிர்ந்துகொண்டது. ராஜஸ்தானையும் தெற்கு வழித்தடங்களையும் மறைத்திட்ட இயற்கை அரண்கள் மூன்றில், ரந்தாம்போர் வெற்றிகொள்ளப்பட்டது, குவாலியர் தாக்கப்பட்டது. நார்வார் இலக்காகியது. இன்னொரு தீர்மானகரமான சண்டைக்குப் பிறகு, கிழக்கில் கங்கைப் பகுதியில் கன்னோஜ், அஸ்னி, வாராணசியும் கைப்பற்றப்பட்டன; ஆபு மலையில் மேற்கத்தைய ரஜபுத்திர

அணியை வென்றபிறகு, தென்மேற்கில், குஜராத்தின் தலைநகரம் அன்ஹில்வரா (பதான்) தகர்க்கப்பட்டது. பதிமூன்றாம் நூற்றாண்டு பிறந்ததும், இஸ்லாமிய வீரர்கள் பீகார், வங்காளம், அஸ்ஸாம் என இன்னும் கிழக்கில் நுழையப் போக இன்னும் பரபரப்பான வெற்றிகள் கிட்டின; மற்ற வீரர்கள் கங்கையின் தெற்கிலுள்ள சந்தேளர் நாட்டில் நுழைந்து, வலுவிடமான கலிஞ்சாரையும் பிறவற்றையும் கைப்பற்றினர். இந்தியாவில் கோரியின் பேரரசு, ஹர்ஸரின் பேரரசையும் விஞ்சியதாக வரைபடங்கள் காட்டின.

எனினும் இவ்வெற்றிகளில் பல தற்காலிகமானவை. எடுத்துக்காட்டாக அஜ்மீரும் ரந்தாம்போரும் பலமுறை கைமாறின; குவாலியரும் கலிஞ்சாரும், அவை வெல்லப்பட்டதுமே கைநழுவின; அன்ஹில்வரா, அது தகர்க்கப்பட்டதுமே காலிசெய்யப்பட்டது. பல இடங்களில் துருக்கியப் படையினர் கிளம்பியதும் அல்லது மேலும் ஆதரவு கிடைக்கப்பெற்றதும் ஆட்சியாளர்கள் விலகினர். வங்காளம் போன்ற இடங்களில் வெற்றிகரமான துருக்கித் தளபதியர், சீக்கிரமே டெல்லியினிடத்தேயான தம் விசுவாசத்தைத் துறந்துவிட்டனர். தம் விதி இறுதியாகத் தீர்மானிக்கப்படும் முன்பு, பெரும்பாலான நகரங்களும் கோட்டைகளும் கைப்பற்றப்பட்டன, இடைவெளியில் மீண்டும் கைப்பற்றப்பட்டன, அதுவும் நான்கு அல்லது ஐந்துமுறை என்பது இஸ்லாமியரின் பண்பாயிருந்தது.

இவ்வெற்றிகளில் பலவற்றை கோரிமுகம்மதுவுக்கே ஏற்றிக் கூற முடியாது. டாரெய்னில் இரண்டாம் யுத்தம் முடிந்ததுமே அவன் கஜினிக்குத் திரும்பிவிட்டான்; மத்திய ஆசியாவின் மிகவும் நெருக்கடி தந்த விவகாரங்களின் பொருட்டே அவன் இந்தியா வந்தான். பாக்தாத் கலீபாவின் தூண்டுதலால், *1201*இல் இன்னொரு பேரரசை வென்றான். அது காஸ்பியன் கடலினை மேற்குப் பகுதியில் எட்டியது; கோரஸானின் பரந்த வெளிகள், வெல்வதை விடவும் கைக் கொண்டிருப்பதற்குச் சிரமமாயிருந்தன. சில மாதங்களுக்குள்ளாகவே, க்வாரஸம் அல்லது ஜிவாவின் (ஆக்ஸஸின் கீழ்ப்பகுதியில்) துருக்கிய ஆட்சியாளர்களால் வெளியேற்றப்பட்டான்-செங்கிஸ்கான் தலைமையிலான இன்னொரு வலிமையான, அந்நியக் கூட்டத்தால், அவர்களே சீக்கிரம் வெளியேற்றப்பட இருந்தனர்.

வடகிழக்கு ஆஃப்கானிஸ்தானில் பெருந்தோல்விகளடைந்த முகம்மது, தன் கோரியே ஆபத்தில் இருந்ததை, கஜினியிலிருந்து லாகூருக்கான செய்தித் தொடர்பு, கக்கார் எனப்படும் நன்கறியப்பட்ட பஞ்சாப் மலைவாழ் மக்களின் மிரட்டலுக்கு

உள்ளாகி இருந்ததைக் கண்டான். 1206இல் இக்கலகத்தை வென்றான்; ஆனால் இருளும் புழுக்கமும் சேர்ந்த ஓர் இரவில், பழிவாங்கும் வெறிகொண்ட கக்கார் கூட்டம், ஜீலம் நதிக்கரையிலிருந்த அவனது முகாமிற்குள் ஊடுருவி, மன்னன் மீது குறுவாட்களைப் பாய்ச்சியது. 32 ஆண்டுக்கால ஆட்சிக்குப் பிறகு, சுல்தான் மோயிஸ்-உத்தீன் முகம்மது கோரி இப்படி வீழ்ந்தான் என்கிறார் ஃபெரிஷ்டா.

இந்தியாவில் முகம்மது கண்ட பெரும்பாலான வெற்றிகள் துருக்கியத் தளபதிகளால் கிட்டியவை; இவர்களில் மிகவும் வெற்றிகரமானவன் குதுப் உத்தீன் அய்பக் (அய்பக், எய்பக்). முகம்மதுவுக்குப் பிள்ளைகள் இல்லாததால், மிகவும் நம்பகமான இவனே அடுத்த வாரிசாகக் கருதப்பட்டான். டெல்லி சுல்தானின் வாரிசுரிமைப் போட்டி வழமையாக முடிவது போன்ற ரத்தக் களறிக்குப் பிறகு, ஐபக் இந்தியாவில் தன் பொறுப்பைப் பெற்ற பிறகு, பெரிய மன்னனாக விளங்கினான். நான்கு ஆண்டுகள் அரியாசனத்தில் இருந்துவிட்டு, 1210இல், போலோ விளையாடிக் கொண்டிருந்தபோது அவனது மட்டக் குதிரை தலைகீழாக விழ சேணத்தின் நுனி நெஞ்சில் பதிய இறந்துபோனான். 'டெல்லியின் அடிமை வம்சம்' எனச் சில சமயங்களில் அழைக்கப்படுவதன் நிறுவனரும், டெல்லியில் நீடித்துள்ள ஆரம்பக்கால நினைவுச் சின்னங்களில் ஒன்றான குதுப்மினாரையும் மசூதியையும் உருவாக்கியவனுமாக நினைவு கூரப்படுகிறான்.

எகிப்தின் ஆட்சியாளர்களான மமேலுக் அல்லது ஏறக்குறைய சமகால அடிமை போல டெல்லியின் 'அடிமை அரசர்கள் அடிமைகளில்லை. ஒருகாலத்தில் கைதிகளாக, அடிமைகளாக இருந்ததால் அவர்களுக்கு இப்பெயர். ஒருவிதத்தில் இந்நிலை அவர்களுக்குச் சாதகமாய் இருந்திருக்கவும் கூடும். சூதுவாதும் சந்தர்ப்பவாதமும் பொதுவாக அரசவையில் நிறைந்திருக்க, துருக்கியின் வெற்றியாளர்கள் தம் உறவினரை விடவும் டெல்லியின் அடிமையை நம்பகமானவனாகக் கருதினர். விலைக்கு வாங்கப்பட்டு, துரிதமாகப் பதவி உயர்த்தப்பட்டுக் கடைசியில் விடுதலை செய்யப்பட்டு, இன்னும் உயர்வுடன் நம்பப்பட்டு வந்த, அரசப் புலவரின் முன்னாள் அடிமை, அதிகாரத் தரகனாக அல்லது பாவனையாளனாக அமர்த்தப்பட்டான். குழப்பமான ஒரு இடைவேளைக்குப் பிறகு, துருக்கியரின் இன்னொரு முன்னாள் அடிமை சம்சுத்தீன் இல்டுமிஸ், ஐபக்கிற்குப் பின் ஆட்சிக்கு வந்திருக்க வேண்டும். ஐபக்கினை சுல்தானாக

கஜினியின் ஆட்சியாளர் அங்கீகரித்ததாலும், இல்டுமிஸை கலீபாவே அங்கீகரித்ததாலும் இருவருக்கும் அவப்பெயரில்லை.

இருவரது நினைவுச் சின்னங்களால் இவர்களின் உயரிய தகுதி சம அளவில் பிரகடனமாகிறது. டெல்லியின் குதுப் மசூதி வெற்றிக் கோபுரமாகப் பெருமிதம் கொள்கையில், இந்தியாவின், ஒருவேளை இஸ்லாத்தின் பிரம்மாண்டமான மினாராகவும் விளங்குகிறது. 27 இந்து-சமண ஆலயங்களில் தூண்களாக, தூண் தலைப்பகுதிகளாக நுழைவாயில் மேல் சட்டங்களாக இருந்தவற்றை ஒன்றிணைத்து உருவாக்கப்பட்ட இம்மினார், முதல் சுல்தான்களால் தம் கட்டடக்கலை. சாதனையைப் பறைசாற்றுவதாக அல்லாமல், வழிபாட்டிற்கான மசூதியாகவே உத்தேசிக்கப்பட்டிருந்தது. பிரிதிவிராஜின் பெயர்கொண்ட சௌகர் கொத்தளம் ராய் பித்தவ்ராவில் கோயில்கள் இருந்த இடத்தில் அது உள்ளது. லால்கோட் என்று மறுபெயரிடப்பட்ட இச்'செங்கோட்டை'ப் பகுதி (இப்போதுள்ள பழைய டெல்லியான மொகலாய நகரிலுள்ள ஷாஜகானின் செங்கோட்டையுடன் குழம்பிக் கொள்ளத் தேவையில்லை), இல்டுமிஸும் அவனது வாரிசுகளும் ஆண்டபோது ஒரு 'வெள்ளை மாளிகை'யையும் கொண்டிருந்தது. இம்மாளிகை இப்போதில்லாத நிலையில் இல்டுமிஸின் கல்லறையின் சிதைவுகள் (ஐபக் புதைக்கப்பட்டது லாகூரில்) குதுப் மசூதியருகே உள்ளன-இம்மசூதி இந்திய-இஸ்லாமிய கட்டடக் கலையின் நீண்ட-உன்னதமான தொடர்ச்சியில் முதலாவது ஆகும். ஹுமாயூன் கல்லறை, தாஜ்மஹால் ஆகிய பிந்தைய கீர்த்திகளுக்குச் சம்மதம் தெரிவிப்பது போல, இல்டுமிஸின் ஓய்விடத்தின் உட்புறத்தே வெள்ளைப் பளிங்குகள் அலங்கரிக்கின்றன.

ஃபெரிஷ்டாவைப் பொறுத்தவரை, வாராணசியில் கோரி முகம்மதுவும் ஐபக்கும் நாசப்படுத்திய ஆயிரக்கணக்கான ஆலயங்களின் சிலைகள், 'உண்மையான கடவுள் வழிபாட்டிற்காக' மீண்டும் அர்ப்பணிக்கப்பட்டன. தாம் கொள்ளையிட்டதை 1400 ஒட்டக-வண்டிகளில் ஏற்றியும் சென்றனர். ஒட்டுமொத்த சமுதாயமாகத் திரண்டு தொழுகையிடும் இஸ்லாமிய சம்பிரதாயத்திற்குப் பொருத்தமற்றவையாக, பெரும்பாலான வாராணசி கோயில்கள் சிறியனவாகக் காற்றோட்டமற்ற அறைகளாக, இப்போதிருப்பது போல் இருந்திருக்கலாம். மிகவும் நெருங்கிய தொடர்பிற்காக, கூட்டமாகக் கூடுவதற்காக அல்லாதபடி கோயில்கள் வடிவமைக்கப்பட்டிருக்கலாம். பக்தியும் கொள்ளையும் சிலைகளை நொறுக்குவதை அவசியமாக்கி

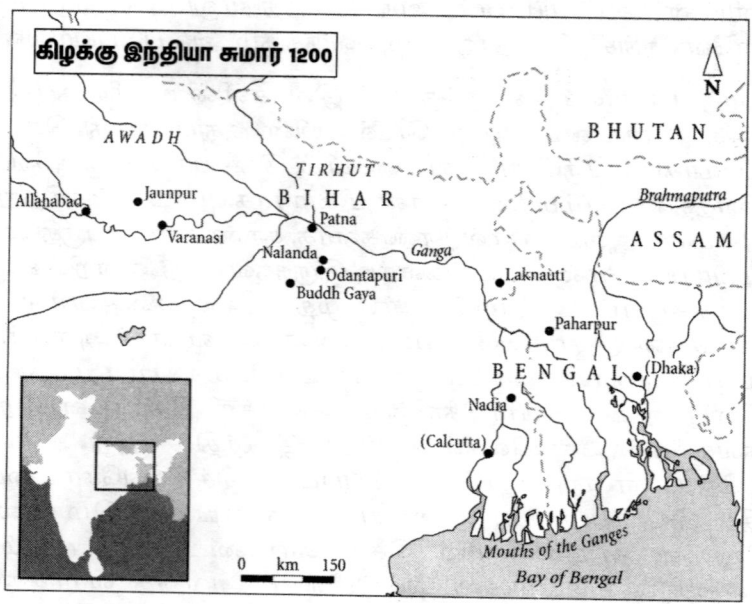

கிழக்கு இந்தியா சுமார் 1200

இருந்தால், மெருகேற்றிய கற்களுக்காகக் கோயில்கள் சிதைக்கப்பட்டிருக்கலாம். ஐபக்கால் ஆஜ்மீரில் இன்னொரு பெரும் மசூதிக்குத் திட்டமிட்டபோது, மூன்று கோயில் தூண்களின் ஒட்டுமொத்த உயரத்தில் தொழுகைக் கூடாரத்தைக் கட்டினர்.

ஆரம்பக்கால சுல்தான்கள் எல்லா இடங்களிலும் சிலைகளை நொறுக்கவில்லை. தென்மேற்கில், ஆபு மலையில் வெற்றியும் அருகிலுள்ள அன்ஹில்வராவில் அழிவையும் மேற்கொண்டிருந்தாலும், ஆபு மலையிலேயே தில்வாராவின் அற்புதமாக அலங்கரிக்கப்பட்ட ஆதிநாத் சமணர் கோயிலை இஸ்லாமியப் படையினர் தொடவில்லை. வெள்ளைப் பளிங்கில் கருப்பைப் போன்று, நுண் சிற்பங்களால் மிளிர்கிறது ஆலய உட்பகுதி. 1032ஐச் சேர்ந்தது-கஜினி முகம்மதுவின் படையெடுப்பு முடிந்ததுமே இதன் நிர்மாணப் பணி தொடங்கியிருக்க வேண்டும். குஜராத்தின் ரஜபுத்திர வம்சத்துச் சோலங்கியின் அமைச்சர் ஒருவரால் இப்பணி ஆரம்பிக்கப்பட்டது; அது இருந்த இடம் தொலைதூரமாக மறைவாக இருந்ததால் படையெடுப்பாளரால் கவனிக்கப்படாது இருந்திருக்கும்.

இஸ்லாமிய வெற்றி இந்தியப் பாரம்பரியத்திற்கு எவ்வளவு நாசகரமானது இஸ்லாமிய வெற்றி இந்திய மக்கள் மீது எவ்வளவு அழுத்தியது, எவ்வளவு தீர்மானகரமாக அது எதிர்க்கப்பட்டது என்பன விவாதத்திற்குரியன. 'இக்காலகட்டத்து ராணுவ நடவடிக்கைகளின் பகுப்பாய்வு, விரோதமிக்க மக்களுக்கு எதிராக நடந்துகொள்ளுமாறு துருக்கிய ராணுவம் ஒருமுறையேனும் கேட்டுக்கொள்ளப்படவில்லை, பெருமளவில் இந்துக்களின் கலகம் ஒன்றினைக்கூட நாங்கள் கண்டதில்லை,'[9] என்கிறார். சிறப்புமிக்க இஸ்லாமிய வரலாற்றாளர் ஒருவர். அதே வேளையில் சிறப்புகள் குறைந்திடாத இந்து ஆய்வாளர் ஒருவர் குறிப்பிடுகிறார்: 'விடாப்பிடியான தீரத்துடன் ஓய்வொழிச்சலற்ற எதிர்ப்பு இருந்தது; பதின்வயதுச் சிறுவர்கள், ஒருகால் கல்லறையில் இருந்த ஆண்கள், ஆயிரக்கணக்கிலான பெண்கள் படையெடுத்து வருவோரின் வேகத்தையும் திராணியையும் நொறுக்கும் விதத்தில் சண்டையிட்டு மடிந்தனர்.'[10] சுமார் 1220இல் அவாத்தில் (உ.பி. யின் அவுத்) நடந்த நாசகரமான கலகத்தில் '1,20,000 இஸ்லாமியர், சபிக்கப்பட்ட பார்டுஹின் கைகளாலும் வாளினாலும் உயிர்த் தியாகம் புரிந்தனர்'[11] என்பது குறித்து யாரும் பேசவில்லை. பார்டுஹ் இந்து என்பது தெளிவு, யாரென்பது தெரியவில்லை. மர்மமிக்க 'எதிர்ப்பு நாயகர்'களைப் பொறுத்தமட்டில் பஞ்சாபின் கக்கர்கள் அல்லது ராஜஸ்தானின் ம்ஹெர்ஸ்-மெவெய்ட்ஸ் போலத் தீர்மானகரமான எதிர்ப்பு பழங்குடியினரிடமிருந்து வந்தது அல்லது குறைந்தபட்சம் ரஜபுத்திரர் அல்லாதவரிடமிருந்து- இவர்கள் பற்றி இந்து வம்சாவளி ஆவணங்களும் டோடும் மௌனம் சாதிக்கின்றனர்- வந்ததாகத் தோன்றுகிறது.

இந்தியா மீதான இஸ்லாமிய வெற்றி பல நூற்றாண்டுகளில் கிடைத்தது என்பதால், எல்லாப் பொதுமைப் படுத்தல்களையும் சந்தேகிக்கவேண்டும். 14ஆம் நூற்றாண்டின் மத்தியிலான முகமதுபின் துக்ளக்கின் ஒடுக்குமுறையினை அவருக்கு முன்னவர்கள் அல்லது பின்னவர்களுடையது என வெறுமனே கருதிவிட முடியாது. அதுபோன்றே சுல்தான் பாபனின் ஆட்சியில் இருந்த பாதுகாப்பு-செல்வத்தைப் பற்றிப் புகழும் சுமார் 1280ஆம் ஆண்டு கல்வெட்டினை, திடமான இஸ்லாமிய அரசாங்கத்தை ஆதரிப்பதாக அப்படியே எடுத்துக்கொள்ள முடியாது. பல ஆலயங்கள் நாசப்படுத்தப்பட்டாலும் எல்லா ஆலயங்களும் அழிக்கப்படவில்லை. ஃபெரோஷ் ஷா துக்ளக் (1351-88) ஆட்சிக்காலம் வரை பிராமணர்கள் மீது இஸ்லாமியர் அல்லாதவருக்கான ஜிஸ்யா வரி விதிக்கப்படவில்லை;[12] கறாராகவும் கெடுபிடியுடனும் வசூலிக்கவும்பட்டிருக்காது,

சிலை வழிபாடு பழிக்கப்பட்டது இருப்பினும் தங்கள் மதத்தைப் பின்பற்றுவதிலிருந்து இந்துக்கள் தடுக்கப்படவில்லை. படைவீரர்கள்-பொதுமக்கள் மரணங்கள் ஆவணங்களில் பிரித்துக் காட்டப்படாததால் வன்முறையின் வீச்சை மதிப்பிடுவது சிரமம்.

மற்ற இந்திய வம்சங்களைப் போல, சுல்தான்கள் மதத்தை விடவும் அதிகாரத்திலும் கொள்ளையிலுமே ஆர்வம் கொண்டிருந்தனர் என்று பலர் வாதிடலாம். இஸ்லாமியச் சரிதங்கள் வடஇந்திய ஆக்கிரமிப்பை மதத்தாக்குதலாகவும், அதன் வீரர்களை மத நாயகர்களாகவும் சித்திரிக்கின்றன; 'ஆனால் இத்தகைய பார்வை வரலாற்றுக் கூராய்வின் சோதனைக்குத் தாக்குப்பிடிக்காது.'[13] தகவல்கள் அதிகமளித்திடும் சரிதங்கள் இந்துக்கள்-முஸ்லீம்கள் உறவுநிலை பற்றி ஏதும் சொல்லுவதில்லை. வெற்றியாளர்களுக்கிடையிலான அதிகாரப் போராட்டம் பற்றியே அதிகமும் வெளிப்படுத்துகின்றன; இந்தச் சிக்கல்களுடன் மங்கோலியப் படையெடுப்பினால் எழுந்த குழப்பமும் சேர்ந்து, இந்து எதிர்ப்பின் எந்தவொரு புதுப்பித்தலையும் போன்றே வெற்றியின் வேகத்தை மந்தப்படுத்தியிருக்கும். ஒரு வரலாற்றாய்வின்படி, ஆளும் துருக்கி மேட்டுக்குடியினரது ஒட்டுமொத்த வரலாற்றினையும் இவ்வார்த்தைகளில் தொகுத்துரைத்திடலாம்: 'தம் எதிரிகளை அழித்திட ஒன்றுபட்டனர், தம்மை அழித்துக்கொள்ள ஒன்றுபடாது போயினர்.'[14]

தனது 26 ஆண்டுக்கால ஆட்சியின்போது இல்டுமிஷ், அநேகமாகத் தொடர்ந்து களத்தில் இருந்தான், இருந்தும் மால்வாவுக்குள் படையெடுப்புகள் செய்ததற்கு அப்பால், புதிய பிரதேசம் எதனையும் தன்னுடன் இணைத்துக்கொள்ளவில்லை; இந்திய 'சிலை வழிபாட்டாளர்'களைப் போலவே சக முஸ்லீம்களுக்கு எதிராக சச்சரவிட்டுக் கொண்டிருந்தான். 1222இல் செங்கிஸ்கான் சிந்துவை நெருங்கி அதன்பின் தாண்டிவர, மேற்கில் சிந்துவும் பஞ்சாபும் சதா கொந்தளிப்பில் இருந்தன. மங்கோலியர்களால் மட்டுமே இக்கொந்தளிப்பு நிகழவில்லை மாறாக துருக்கிஸ்தான், கோரசான், ஆஃப்கானிஸ்தானைச் சேர்ந்த ராணுவங்கள், இளவரசர்கள், அறிஞர்கள், கைவினைக் கலைஞர்களால் ஏற்பட்டன-இவர்கள் மங்கோலியப் படையெடுப்பாளர்களால் உருட்டி விடப்பட்டவர்கள். கஸ்னாவித் மற்றும் கோரித் ராணுவங்களின் வீரர்களை விடவும் கூடுதலான இஸ்லாமியர்கள் மங்கோலியப் படையெடுப்புகளிலிருந்து அகதிகளாக இந்தியாவுக்குள் நுழைந்தனர் என்று தோன்றுகிறது.

டல்லி சுல்தான் அரசுகள் (1) 'அடிமை வம்சம்' 1206-90

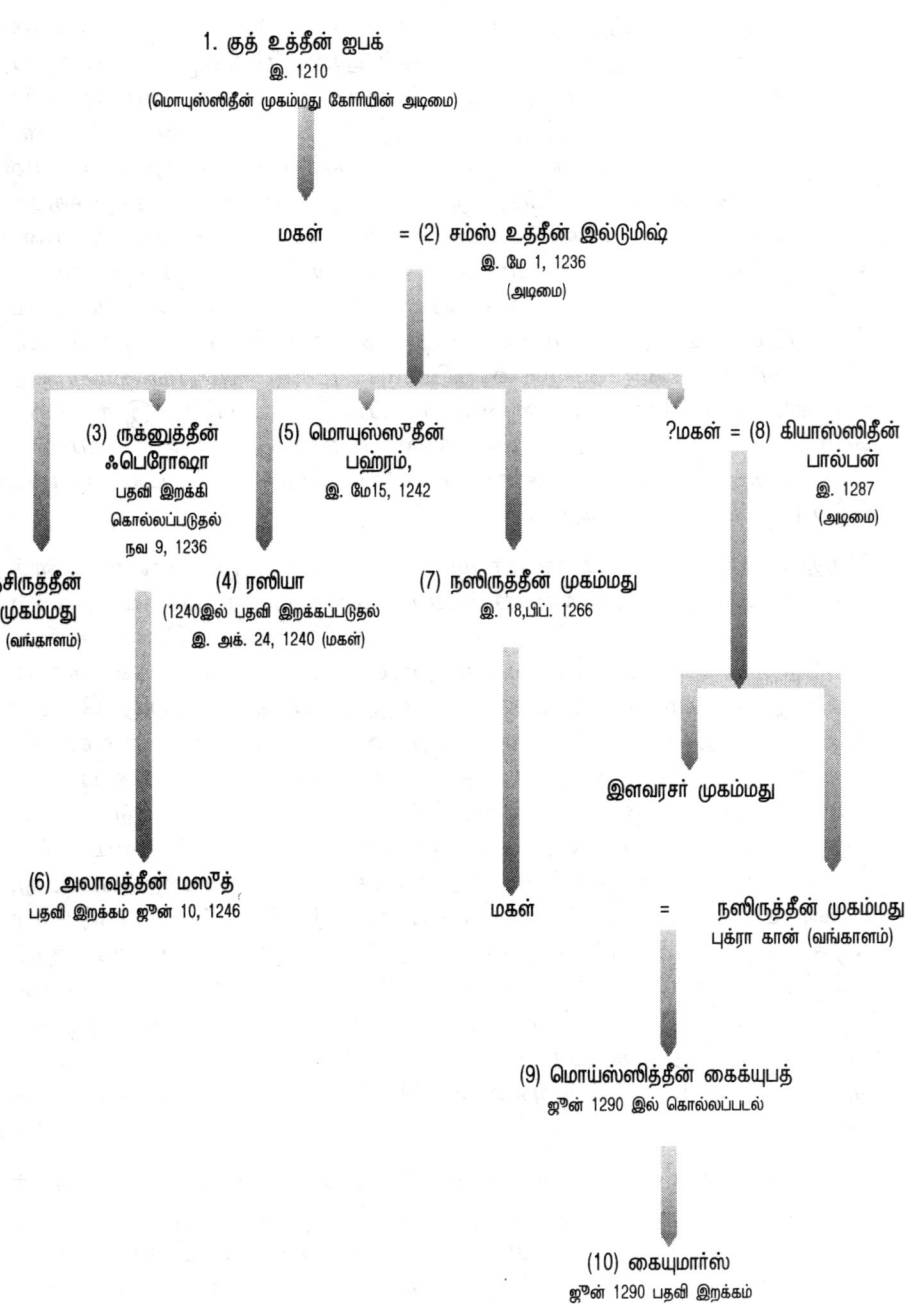

டெல்லியின் கிழக்கில், இப்போது உத்தரப் பிரதேசத்திலுள்ள அதிகமான பகுதிகளை மீண்டும் வெற்றிகொண்டு, பின்னர் பீகார்- வங்காளத்திலுள்ள எதிரிகளை இல்டுமிஷ் சந்திக்க வேண்டியிருந்தது. இவர்கள் கல்ஜிகள் அல்லது கில்ஜிகள்; மத்திய ஆஃப்கானிஸ்தானின் பழங்குடி மரபு அண்டைவீட்டினர்; கோரி முகமதுவைப் பின்தொடர்ந்து இந்தியா வந்தவர்கள். கல்ஜி ஆட்சியை நிறுவிய முகம்மது பக்தியாருக்கு கஜினியிலும் டெல்லியிலும் உரிய பொறுப்பு வழங்கப்படாமலிருந்தது. இதனால் அவன் பீகாரில் அடிக்கடி கொள்ளையடித்தான்; இதில் மிகவும் பாதுகாப்பரண் உள்ள நகரம் என கல்ஜிகளால் கருதப்பட்டது எளிதில் சிக்கியது. அங்கிருந்தவர்களெல்லாம் மொட்டையடித்தவர்களாய்த் தோன்றிற்று, அவர்கள் கொல்லப்பட்டனர், கொள்ளையிடப்பட்டனர். நூலகங்களிலிருந்த நூல்களெல்லாம் கொள்ளையிடப்பட்டவற்றில் இருந்தன. கோட்டையும் நகரமும் ஆய்வு-நூலகம் சார்ந்தவை. உண்மையில் அது புகழ்வாய்ந்த ஓடண்டபுரியின் பௌத்த மடாலயமும் பல்கலைக்கழகமும் ஆகும்.[15]

இத்தகு அச்சமற்ற சாகசங்கள் ஐபக்கை ஈர்த்து, ஆதரவாளர்களைக் கொண்டுவந்து சேர்த்தன. பின்னர் தெற்கு பீகார் பக்கம் சென்ற பக்தியார், இன்னொரு துணிகரமான செயலில், சேனர்களின் தலைநகரம் நடியாவைக் கைப்பற்றினான்; பௌத்த பாலர்களை அடுத்து வங்காளத்தில் மிக முக்கிய வம்சமாக இருந்தது சேனர் வம்சம், பதினெட்டு வீரர்களுடன் மட்டும் சேனர்களின் அரண்மனையில் நுழைந்த பக்தியார், உணவருந்திக் கொண்டிருந்த மன்னர் லட்சுமண சேனரைத் திடுக்கிட வைத்தான். இப்போது இந்திய-வங்காளதேச எல்லைப்புறத்திலுள்ள கௌர் எனப்படும் லக்னாட்டி என்ற இன்னொரு தலைநகரமும் கைப்பற்றப்பட்டது. லக்னாட்டியைத் தன் தலைமையகமாகக் கொண்டு பக்தியார் கிழக்கில் அஸ்ஸாம், அதன்பின் திபெத் சென்றான். எனினும் கல்ஜியின் வீரர்களுக்கு இமாலயம் உடல்ரீதியில் சவால் மிக்கதாயிருந்தது. பெரும்பாலோர் ஆற்று வெள்ளத்தில் மூழ்கிப் போயினர். நொந்துபோனவனாகத் திரும்பிய பக்தியார், ஒன்று இறந்திருக்கவேண்டும் அல்லது சீக்கிரமே கொல்லப்பட்டிருக்க வேண்டும்.

இது 1205இல் நடந்தது, அதன்பிறகு வங்காளம்-பீகாரின் ஆளுநர் பொறுப்புகளுக்குப் பல்வேறு கல்ஜிகள் போட்டியிட்டனர்; சுல்தானின் ஆதரவு தனிப்பட்ட முறையில் சாதகமாயிருந்தபோதே, அவர்கள் டெல்லியின் மேலாதிக்கத்தை ஏற்றுக்கொண்டனர்.

*1225*இல் வங்காளத்தின் மீது படையெடுத்து இந்நிலவரத்தைச் சரிசெய்திட இல்டுமிஷ் முற்பட்டான். அப்போது அங்கிருந்த கல்ஜி சரணடைந்து, கணிசமான தொகையைக் கப்பமாகச் செலுத்தினான்; அதன்பிறகு தனது பழைய மோசமான வழிகளுக்குத் திரும்பிவிட்டான். ஓராண்டு கழித்து சுல்தான் தன் மகன் கஸ்ுருத்தீனை அனுப்பி, திரும்பவும் சீர்படுத்த முற்பட்டான். இம்முறை கல்ஜிகள் தோற்கடிக்கப்பட்டனர், அவர்களின் ஆட்சியாளர் கொல்லப்பட்டார், அவர்களின் தலைநகரும் கைப்பற்றப்பட்டது; அவர்தம் பிரச்சினைகள் தீர்க்கப்பட இருந்ததாகத் தோன்றிற்று. ஆனால், இந்தக் கணக்கீடுகள் வங்காளத்தின் மோசமான தட்பவெப்பநிலையைக் கணக்கில் கொள்ளவில்லை. திடீரென நோய்வாய்ப்பட்ட நஸிருத்தீன் இறந்துபோனான். மொகலாயரால் 'நல்லனவற்றின் நரகம்' எனப்பட்ட வங்காளம் மீண்டும் நழுவிட, *1229*இல் இல்டுமிஷ் திரும்பவும் படையெடுக்க வேண்டியிருந்தது. அவன் இறப்புவரைகூட நீடித்திடாத உடன்பாடு காரணமாக வங்காளம், பீகார், சில சமயங்களில் அவாத் கூட சுதந்திரமாயின. அடுத்த நூற்றாண்டில் இந்நிலவரம் மிரட்டப்பட்டும் சுருக்கமாகப் பின்னோக்கியும் சென்றாலும், '*1338-1538* வரை இருநூறு ஆண்டுகளுக்கிடையே வங்காளம் இடையீடு இன்றி சுதந்திரமாயிருந்தது.'[16]

இல்டுமிஷிற்குப் பிறகு தன் அதிகாரத்தை மீளவும் அங்கேயோ வேறெங்கிலுமோ நிலைநாட்டிடும் டெல்லியின் சந்தர்ப்பங்கள் சரிந்துபோயின. இயற்கைக் காரணங்களால் இறந்து போகுமுன், திறமையற்ற மகன் மற்றும் பாலினத் தடையும் உத்வேகமிக்க மகளுக்கிடையே, யாரை அடுத்த வாரிசாக்குவது என்பதில் இல்டுமிஷ் ஊசலாடினான். மகனை விரும்பினாலும் அவனுக்கிருக்கும் சிக்கல்கள்-அருவருப்பானதாய்; உல்லாச வாழ்வில் அவன் திளைத்தது ஏமாற்றமாய் இருந்தது. ஏழு மாத காலத்தில் தாயும் மகனும் தத்தமது வேட்கைகளில் ஈடுபட்டனர். பின் மகள் ரஸியாவால் இருவரும் கவிழ்க்கப்பட்டனர்.

> சுல்தான் ரஸியா மாபெரும் அரசியாயிருந்தாள். புத்திசாலியாக, நேர்மையும் நியாயமும் நிறைந்தவளாக, மக்களுக்கு நன்மை புரிபவளாக, மக்களைக் காப்பவளாக ராணுவத்தின் தலைவியாக விளங்கினாள். ஓர் அரசனுக்குரிய அனைத்துப் பண்புகளையெல்லாம் பெற்றிருந்தாள், ஆனால் ஆணாக இல்லை, அதனால் ஆண்களின் மதிப்பீட்டில்

அவையெல்லாம் பயனற்றவை. (ஆண்டவன் அவளிடத்தே கருணை புரியட்டும்!)[17]

'சுல்தான் ரஸியாவின் கீழ் நாடு அமைதியாய் இருந்தது, அரசின் அதிகாரம் வெளிப்பாடு கண்டது' எனத் தொடர்ந்து எழுதுகிறார் மின்ஹாஜூஸ் சிராஜ்; வங்காளம் கூட கசப்புணர்வுடன் பணிந்தது. இது குறுகிய காலமே நீடித்ததுடன், இவ்வமைதிப் புயலை முன்னுணர்த்திற்று. ரஸியாவின் ஆட்சி நான்காண்டுகளே (1236-40) நீடித்தது. பர்தாவை விலக்கி, கோட்-தொப்பி சகிதம் ஆண்களைப் போல ஆடைகள் உடுத்தி, மக்களின் முன்னே அவர் தோன்றியது, முஸ்லீம்களின் நுண்ணுணர்வுகளைத் தேவையின்றி சீண்டிவிட்டிருக்கலாம். ஒருகாலத்தில் அடிமையாயிருந்து, நிச்சயமாக ஆப்பிரிக்க நாட்டினனான ஜமாலுத்தீன் யாகூட் என்ற அபிசீனியனைத் தனி உதவியாளராக அவள் நியமித்துக் கொண்டதும் காரணமாயிருக்கலாம். இதனை மனதில்கொண்டு வரலாற்றாளர் இஸாமி குறிப்பிட்டார்: 'ஒரு பெண்ணுக்குரிய இடம் சர்க்கா, உயரிய பொறுப்பு அவளைத் தடுமாறச் செய்யும், பருத்தியைத் தன் சகாவாகவும் வருத்தத்தைத் தன் ஒயின் குவளையாகவும் ரஸியா கொண்டிருக்க வேண்டும்.'

இந்தியாவின் தனித்துவமிக்கப் பொருளாதார வரலாற்றாளர் இர்ஃபான் ஹபீப்பைப் பொறுத்தமட்டில், 'நூற்பியந்திரம் சார்ந்த இந்தியாவின் ஆரம்பக்கட்ட குறிப்புகளை இவ்வரிகள் கொண்டுள்ளன; 1350இல் எழுதப்பட்டவை இவ்வரிகள். இதற்கு முன்னரே ஈரானில் நூற்பியந்திரத்தால், அது முஸ்லீம்களுடன் இந்தியாவுக்கு வந்தது என்பது இதில் உணர்த்தப்படுகிறது.'[18] அப்படியே இஸாமி தன் வரிகளை எழுதிய காகிதமும்; அதற்கு முன்னர் பனையோலையே எழுதப் பயன்பட்டது. இரண்டின் அறிமுகமும் மதிப்பிட முடியாதவை. உடனே தொகுத்துவைக்கவும் கட்டி வைக்கவும் பொருத்தமான எழுதுபொருள் கிடைத்தது. இலக்கியம், ஆராய்ச்சி, வரைகலையைப் புரட்சிகரமாக்கியது, நிர்வகித்தலும் வரிவிதிப்பும் துரிதமாகின. பதினைந்தாம் நூற்றாண்டின் மத்தியில் டெல்லியின் இனிப்பு தயாரிப்போர், அல்வாவை மறுசுழற்சிக் காகிதத்தில் சுற்றித் தந்தது மிகப் பரவலாகியது; பாலித்தீன் பை வரும்வரை இது நீடித்தது; சுற்றுச்சூழல் சீர்கேட்டுப் பிரச்சினை எழவும் மீண்டும் புழக்கத்திற்கு வந்தது.

அப்படியே, சர்க்கா நூல் உற்பத்தியைப் பெரிதும் அதிகரிக்கச் செய்து, மேலும் பல நெசவாளருக்கு வேலை வாய்ப்பளித்தது

என்பதில் சந்தேகமில்லை. உயர்ரக பருத்தி ஆடை நீண்ட காலமாக முக்கிய எற்றுமதியாயிருந்து வந்தது; சர்க்கா மற்றும் இதர புத்தாக்கங்கள் காரணமாக, இந்தியாவில் பருத்தி சார்ந்த தொழில், தேசியப் பெருமிதத்தின் அளவுக் கருவியானது. சர்க்காவை இந்திய சுதந்திரத்தின் அடையாளமாக ஏற்றுக்கொண்டபோது மகாத்மா காந்தியும் காங்கிரஸ் கட்சியும் இஸ்லாமிய வாக்குகளை நாடிச் செல்லவில்லை. மேலாதிக்கம் செலுத்தும் இந்து இந்தியா, இஸ்லாமியச் சார்புள்ள தேசிய திரு உருவை ஏற்றது கவனிக்கப்படாது போயிற்று.

துருக்கியின் ராணுவக் கும்பலால், ஆண் வெறியர்களால் ரஸியா ஓரங்கட்டப்பட்டாள். கோடையின் உச்சத்தில் பாடிண்டாவில் கிளர்ச்சியை எழுப்பிவிட, பஞ்சாப் வழியே ரஸியா தீரமாகச் சென்றபோது, சதிகாரர்களால் தனிமைப்படுத்தப்பட்டாள், அவளது அபிசீனிய நண்பன் கொல்லப்பட்டான்; தான் மீட்க வந்திருந்த கோட்டையில் சிறைவைக்கப்பட்டாள். அங்கே சதிகாரர்களில் ஒருவனது ஆதரவையும் அன்பையும் அவளால் பெறமுடிந்தது. மணமுடித்துக்கொண்ட அவர்கள் மேலும் ஆதரவைப் பெற்று, டெல்லிக்கு அணிவகுத்துச் சென்றனர். அவர்களது படைவீரர்களது பொறுப்பு அனுபவமிக்க ரஸியாவிடம் விடப்பட்டிருந்தால், அவர்கள் வென்றிருக்கலாம். ஆனால் ஒரு மனைவியாகக் கணவனிடமிருந்து மாறுபட்டாள், அவர்கள் மோசமாகத் தோற்றனர். மறுநாள் யுத்தகளத்திலிருந்து தப்பியோடியபோது புதுமணத் தம்பதியர், இந்துக்களின் கைகளில் சிக்கவும் கொல்லப்பட்டனர்.

‘நாற்பது பேர்’ அல்லது ‘நாற்பது பேர் குடும்பம்’ என்றறியப்பட்ட துருக்கி ராணுவக் கும்பல், டெல்லி விவகாரங்களில் இப்போது மேலாதிக்கம் செலுத்தியது; ஒருவர் மற்றவருக்கு எதிராயும் இஸ்லாமுக்கு மதமாறிய இந்தியக் கும்பலுக்கு எதிராயும் ஆஃப்கனிலிருந்தும் அதற்கு அப்பாலிருந்தும் வந்த மேட்டுக்குடி அகதிகளுக்கு எதிராகவும் சதி செய்தது. இந் நயவஞ்சகக்காரர்களின் விருப்பு-வெறுப்புகளுக்கேற்ப, ஆற்றலற்ற இளம் சுல்தான்கள் வரவழைக்கப்பட்டனர், அனுப்பியும் வைக்கப்பட்டனர்.

ரஸியாவின் இறப்புக்குப் பின் உடனடியாக இன்னொரு மங்கோலிய படையெடுப்பு இருந்தது. 1241இல் படையெடுப்பாளர்கள் லாகூரைத் தகர்த்தனர்; அதன் சிதைபாடுகளைக் கக்கர்கள் ஆக்கிரமித்தனர். டெல்லியைப் போலன்றி, லாகூர் கஸ்னாவித்-கோரித்தின் இறந்தகாலத் தடயங்களையெல்லாம் இழந்தது,

டெல்லி சுல்தான் அரசுகள் (2) 'கல்ஜி வம்சம்' 1290-1320

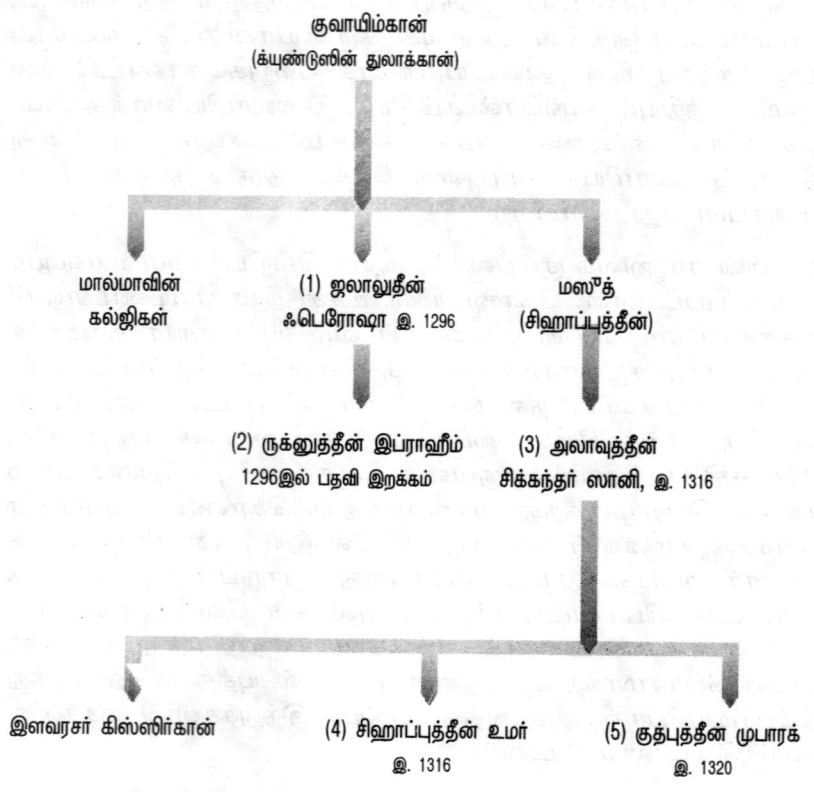

மொகலாயருக்கு முந்தைய எந்த நினைவுச் சின்னமும் இன்றி இருந்தது. டெல்லியின் சிக்கலான நிலவரத்தை மங்கோலியர் சாதகமாக்கிக்கொள்ளவில்லை; இதற்குக் காரணம் இன்னொரு துருக்கி அடிமை கியாஸுத்தீன் பால்பன்-திறமையற்ற சுல்தான் நஸிருத்தீனை வழிநடத்திக் கொண்டிருந்தபோது அவமானத்திற்குள்ளானான்; கடைசியில் சுல்தானுக்கு நஞ்சூட்டிவிட்டு, ஆட்சிப் பொறுப்பேற்றான் எனப்படுகிறது.

1246-65 மற்றும் *(1265-87)* என *40* ஆண்டுகள் ஆட்சியிலிருந்த, கடுமையும் ஈவிரக்கமற்றவனுமான பால்பன், அதிகாரத்தாலும் அரசியல் தந்திரத்தாலும் மங்கோலியரைத் தொலைவிலேயே நிறுத்தியிருந்தான். இப்போது செங்கிஸ்கான் இறந்துபோயிருக்க, அவனது வாரிசுகள், சுல்தான் நஸிருத்தீன் சகோதரர்கள் மற்றும் டெல்லி அரியாசனத்துக்கு உரிமை கோரியவர்கள்

சார்பாக நின்றனர்; சிந்துவின் விவகாரங்களில் தலையிட்டனர்; அதன்பின் பஞ்சாபிலுள்ள பியாஸ் நகரை நோக்கி முன்னேறினர். சுல்தானின் சிறந்த துருப்புகளையும் நம்பகமான தளபதிகளையும் புதிய எல்லைப்புறத்தைக் கண்காணிக்குமாறு செய்யவேண்டிய நிர்ப்பந்தத்தை இது ஏற்படுத்தியது. 'முஸல்மான்களின் பாதுகாவலனாயும் காப்பாளனாயும் இருக்கின்ற பதற்றம் இல்லாமலிருந்தால், என் தலைநகரில் ஒருநாள் கூட இருக்கமாட்டேன், செல்வங்களையும் மதிப்புமிக்கவைகளையும் யானைகளையும் குதிரைகளையும் கைப்பற்றிட என் படையை நடத்திச் செல்வேன், ரைஸ்களையும் ராணாக்களையும் (ரஜபுத்திரரையும் இதர இந்துக்களையும்) நிம்மதியாயிருக்க விடமாட்டேன்'[19] என்று பால்பன் கூறியதாகச் சொல்லப்பட்டது. சுல்தான் அரசின் இருப்பே மங்கோலியரால் மிரட்டப்பட்டிருக்க, வெற்றிகள் ஒருபுறமிருக்க, இந்து இந்தியாவுக்குள்ளேயான கொள்கைகளும் அந்தரத்தில் விடப்பட்டன.

பல மங்கோலியப் படையெடுப்புகள் உண்மையில் பிசுபிசுத்துப் போயின; ஆனால் 1260இல் பால்பன், செங்கிஸ்கானின் பேரன் ஹுலாகுவிடமிருந்து வந்த தூதுவரை உபசரித்து அனுப்பினான். துருக்கிஸ்தான், கோரசான், ஈரான், ஈராக்கைச் சேர்ந்த 15 முன்னாள் ஆட்சியாளர்கள் டெல்லியில் புகலிடம் கொண்டிருந்ததாக பால்பன் பெருமைப்பட்டிருந்தாலும், இரு அண்டை வீட்டாரிடையே ஒருவித உறவு நிலவியதாகத் தெரிகிறது. பால்பன் இப்போது சுல்தான் அரசின் தகுதிநிலையினைத் தக்கவைப்பதுடன் இருக்கின்றதன் பிரதேசங்களைப் பாதுகாப்பது என்பதில் தன் கவனத்தைக் குவிக்க முடிந்தது. வடமேற்கிலிருந்து வந்த அரச அகதிகளின் செல்வாக்கால், பாரசீக நடைமுறையில் அமைந்த விதிமுறைகளைத் தன் அரசவையில் கொண்டுவந்தான். 'கடவுளின் நிழலாயும்' பூமியில் அவனது துணை ஆட்சியாளராயுமுள்ள சுல்தான், அப்படிக் கண்ணியப்படுத்தும் தகுதி உடையவனே. உருவிய வாள்களின் முன்னே அஞ்சிய சிற்றரசர்கள், மன்னன் அவையில் இருந்தனர். மன்னனைச் சந்திக்க வருவோர் தரையை, மன்னனின் பாதங்களை முத்தமிடவேண்டும். இதில் எந்த விதிமீறலும் உடனடித் தண்டனைக்குள்ளாகும்.

கங்கை-யமுனை-தோவாபில் பால்பனின் படை, கலகங்களை ஒடுக்கி, டெல்லியையொட்டியிருந்த மேவட்டிஸ்களையும் அவர்களின் சரணாலயமான காட்டினையும் அழித்தது. ஆளுநர் மீண்டும் கலகத்தில் குதித்திருந்த வங்காளத்தின் மீதான பெரிய படையெடுப்பு மூன்றாண்டுகள் நீடித்தது, ஆவேசமான

பதிலடிகள் தந்தது. ஆனால் சுல்தான் திரும்பியபோது அவனது மகனும் வாரிசாக இருந்தவனுமான இளைஞன் மங்கோலியருடனான மோதலில் கொல்லப்பட்டான். தனது எண்பதுகளிலிருந்த பால்பன், இந்த அடியிலிருந்து மீளவே இல்லை. உயிர்த்தியாகம் புரிந்த இளவரசனை நினைத்து இரவுகளிலெல்லாம் புலம்பிக்கொண்டிருந்ததாகக் கூறப்படுகிறது. 1287இல் வந்த இறப்பு சுல்தானுக்கு விடுதலையைத் தந்தது.

பால்பன் நியமனம் செய்திருந்த நபரை சீக்கிரமே இடம்பெயரவைத்த ஒரு பேரன், முந்தைய ஆட்சியின் எளிமைகளையெல்லாம் கைவிட்டு, தன் ஆட்சிப் பொறுப்பேற்பினை ஆடம்பரமாகக் கொண்டாடினான். 'வெள்ளி போன்ற உடல்களையுடைய நங்கையருடன் திளைத்திருந்தான்.' இம்மாற்றத்தை டெல்லி வரவேற்றது; 'ஒவ்வொரு நிழலிலும் இன்பமளிக்கும் யுவதியர் நிறைந்திருக்க, ஒவ்வொரு வீதியிலும் இசையும் ஆனந்தமுமாய் இருந்தது'[20] இப்படித் திளைத்த சுல்தான் மூன்றாண்டுகளில் கெட்டழிந்தான். இதற்கிடையே பால்பனின் நம்பகமான தளபதிகள், புதிய சுல்தானின் உதவியாளரால் நீக்கப்பட, அவ்வுதவியாளரே எதிரிகளால் நஞ்சூட்டப்பட்டார். அரசாங்கத்தில் பராமரிக்கப்பட்டுவந்த சிறிதளவு ஒழுங்கும் இப்போது இல்லாது போனது என்கிறார் ஜியாவுத்தீன் பரானி- இவர் முக்கியமான வரலாற்றாளர். அவர் இந்நிகழ்வின்போது சிறுவனாக டெல்லியருகே இருந்தார். இளமையிலேயே பக்கவாதம் கண்டுவிட்ட சுல்தானின் இடத்தில், மூன்று வயதான அவன் மகன் இருந்தான். அவனது பெயர்சூட்டு விழாவில் அதிகாரப் போட்டியால் அமளியாய் இருந்தது.

1290ஆம் ஆண்டின் நெருக்கடியின் தீர்வில் துருக்கி 'நாற்பது பேரின்' எச்சங்கள் காணப்பட்டன- முன்னதாக பீகாரையும் வங்காளத்தையும் வென்றிருந்த அதே கல்ஜி பழங்குடியைச் சேர்ந்த எதிரிகளால் 'நாற்பது பேர்' வீழ்த்தப்பட்டனர். பக்கவாதம் பீடித்த தந்தையும் மோசமான மகனும் ஆகிய இரு சுல்தான்களையும் அடுத்தடுத்து அழித்த கல்ஜிகள் 'அடிமை வம்ச'த்திற்கு முடிவு கட்டினர்; அவர்களது மூத்தவர்களில் ஒருவரான ஜலாலுதீன் ஃபெரோஸ் கல்ஜியைப் புதிய சுல்தானாக அறிவித்தனர். டெல்லி அரியாசனத்தில் முப்பது ஆண்டு காலத்தைத் தொடங்கிய கல்ஜி வம்சத்தின் தாடி நரைத்த மூதாதையால் பால்குடிக்கும் குழந்தை இடம்பெயர வைக்கப்பட்டது.

சில வேளைகளில் முதலாம் ஃபெரோஸ்ஷா என்றழைக்கப்பட்ட ஜலாலுதீன் ஃபெரோஸ் புரட்சிக்கான நபரில்லை. சுல்தான் அரசில் கேள்விப்பட்டிராத இரக்கத்தை வெளிப்படுத்தினார். அது அவருக்குச் செல்வாக்கையும் பெற்றுத் தந்தது. போட்டியாளர்களை இணக்கம் கொண்டவர்களாக்கியும் எதிரிகளை மன்னித்தும், டெல்லியின் குடிமக்களைப் பழைய குடும்பத்தின் மீதான பிணைப்பிலிருந்து விலக்கினார் என்கிறார் ஃபெரிஷ்டா. இத்தகு கொள்கைகள் மங்கோலிய இதயங்களையும் உருக வைத்தன. மங்கோலிய அதிகாரத்திலிருந்து வெளியேறி இஸ்லாத் மார்க்கத்தைத் தழுவுவதற்குக் கசிந்து வந்தவர்கள் சீக்கிரமே வெள்ளமாக மாறினர். ஆனால் இத்தகைய சலுகைகள் அவரது கல்ஜி ஆதரவாளர்களின் விசுவாசங்களைக் கடுமையாகப் பரிசோதித்து, எதிராளிகளுக்குப் பெரும் ஊக்கத்தைத் தந்தது. எதிராளிகளில் இருந்த சுல்தானின் மருமகன், வங்காளத்தில் முன்னர் நிகழ்ந்த கல்ஜி படையெடுப்பினை உற்றுநோக்கிய இளைஞனாவான்.

இவன்தான் அலாவுத்தீன் கல்ஜி. இந்து இந்தியாவைப் பாதிப்பதான கொள்கையும் படையெடுப்பும், சுல்தான் அரசு மீதான உரிமையில் தனக்குள்ள சவாலை கணிசமாக அதிகரிக்கும் என்பதே இவன் வங்காள அனுபவங்களிலிருந்து கற்றுக்கொண்ட பாடம். அநேகமாக ஒரு நூற்றாண்டுக்குப் பிறகு, இந்தியாவில் முஸ்லீம் வெற்றி அலை சற்று தணிந்திருந்ததையொட்டி, இன்னொரு பிரம்மாண்ட அலை தீபகற்பத்திற்குள் வெகுதூரம் நுழைந்தது.

அலாவுத்தீனின் குகை

இப்போது, பதிமூன்றாம் நூற்றாண்டின் இறுதியில், நிசப்தமாயிருந்த இந்து தக்காணமும் தெற்கும் மேலதிக வம்ச மாற்றங்களைக் கண்டது. இருப்பினும் மண்டலச் சமநிலையினை முன்மாதிரியாகக் கொண்டு, திக்விஜயத்தின் திசைகாட்டிப் பெட்டியில் நிறைவுற்ற வகைமாதிரி அப்படியே இருந்தது. அப்படியே அதுகுறித்த நமது நோக்கு நிலையும். இந்து இந்தியாவின் சமகால வரலாறு, அரச மெய்க்கீர்த்திகளில் ஆதரிக்கப்பட்ட வறட்டுத் தொடர்களிலிருந்தும் நன்னம்பிக்கை சார்ந்த பட்டியல்களிலிருந்தும், சிலவாகிய இலக்கியப் பிரதிகளிலும் எண்ணற்ற கல்வெட்டுகளிலும் பட்டயங்களிலும் பாதுகாக்கப்பட்டு உள்ளவற்றிலிருந்தும் இன்னும் விடுவிக்கப்பட வேண்டியுள்ளது. இத்தகு ஆதாரங்களின் சம்பிரதாயம் உள்ளடக்கத்தின் ஆதார ஆற்றலை வடித்துவிடுகிறது;

அலாவுத்தீன் (ம) மாலிக்கா:பூரின்
தீபகற்ப ஊடுருவல்கள் 1296-1312
N
Delhi
1299 Conquest of Gujarat
Ala-ud-din 1303
Malik Kafur 1307
Kara
Jalor
Chitor
RAJASTHAN
PARAMARAS
Bhilsa
BENGAL
GUJARAT
Dwarka
SOLANKIS
MALWA
Ala-ud-din 1296
Repulsed in Telingana 1302–03
Somnath
Devagiri
ORISSA
(Bombay)
YADAVAS (SEUNAS)
Malik Kafur 1311
Malik Kafur 1310–11
TELINGANA
Warangal
KAKATIYAS
Western Ghats
Eastern Ghats
Arabian Sea
Bay of Bengal
HOYSALAS
Halebid
Belur
Malik Kafur 1311
Coorg
CHOLAS
Chidambaram
Srirangam
Tanjore
Madurai
PANDYAS
SRI LANKA
0 km 300

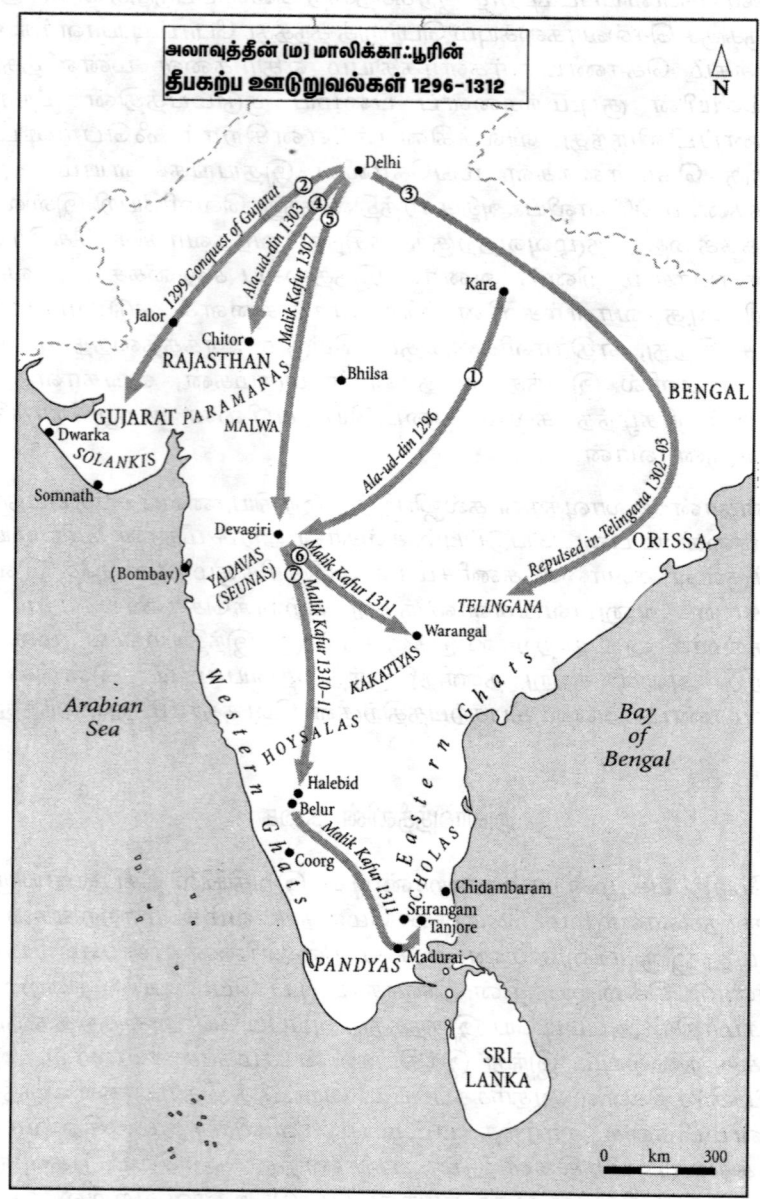

ரஜபுத்திரர்களிடத்தே டோட் செலுத்திய உழைப்பு இல்லாமல், தக்காண வரலாறு அதன் புவியியல் போன்றே வறண்டும் குழம்பியும் இருக்கும்.

மேலைச் சாளுக்கியரின் மேற்குத் தக்காணத்தில் தஞ்சைச் சோழர்களின் வலுவான எதிரிகள், இரண்டு முன்னாள் சிற்றரசுகளின் அதிகரித்துவந்த அதிகாரத்திடம் ராஷ்ட்ரகூடர்கள் பணிந்தது போலப் பணிந்திருந்தனர்- இரண்டில் ஒன்று இப்போது கர்நாடகத்தில் மேலாதிக்கம் செலுத்த, இன்னொன்று மராட்டியத்தில் மேலாதிக்கம் செலுத்திற்று. யாதவர்கள் என்ற வகையில், இப்புதிய இரண்டு வம்சங்களும், ஒரு காலத்தில் மதுராவிலும் சௌராஷ்ட்ரத்தின் துவாரகாவிலும் இருந்த, வேத யாது வம்சாவளியிலிருந்து வந்தவை. டோட் பயன்படுத்திய புவியியல் ரீதியிலான குறிப்பிட்ட அர்த்தத்தில் அவர்கள் 'ரஜபுத்திரர்கள்' இல்லை, அதே சமயத்தில் சத்திரியரும் இல்லை- தீபகற்ப இந்தியாவில் அறியப்படாதிருந்த சாதி அது. இருப்பினும் கிருஷ்ணனை யாதவனாகக் கூறிக்கொள்ளும் ஒரு வம்சாவளிக்குப் பொருந்துவதாக அவர்களும் வீர நெறியை மதித்தனர்.

இவ்விரு யாதவ வம்சங்களில் ஹளபேடின் ஹொய்சாளர்கள் நிறைய கல்வெட்டுகளைப் பதிந்துள்ளனர். கூர்கின் வடக்கிலுள்ள மேற்குத் தொடர்ச்சி மலைகளின் மலைவாழ் மக்களான அவர்கள் பத்தாம் நூற்றாண்டில் பேலூரைச் சுற்றி (தெற்குக் கர்நாடகத்தில் நவீன பெங்களூருக்கு மேற்கே 200 கி.மீ. தொலைவில் உள்ளது) சிறியதொரு அரசினை உருவாக்கிக்கொண்டனர். பதினோராம் நூற்றாண்டில் 'சாளுக்கிய மன்னனின் வலது கையிலுள்ள கோலாக' ஹொய்சாள வீரர்கள், ராஜராஜன்-ராஜேந்திரன் என்னும் சோழ மன்னர்களுக்கு எதிராகவும் சிறப்பாகவும் செயல்பட்டதுடன் மேலும் பல பிரதேசங்களைச் சேர்த்தனர். அதிக அறிஞர்களும் சாகசக்காரர்களும் ஹொய்சாள அரசவையால் ஈர்க்கப்பட்டனர்; பேலூரிலிருந்து 12 கி.மீ. தொலைவிலுள்ள துவாரசமுத்திரத்தில் (இப்போது ஹளபேட்) புதிய தலைநகரை அமைத்துவிடவும், வம்சங்களின் வழமையான திரட்சி நடந்துகொண்டிருந்தது. 'எதிரி மன்னர்களை விளையாட்டின் பந்துகளாக அடித்து விரட்டிய புகழ்பெற்ற மன்னன் வினயாதித்தன் புவிக்கோளம் 'சபாஷ்!' என்று போற்றும் மட்டும் மேற்கில் தலக்காடு வரையிலும் இந்திரனைப் போல அரசாண்டான்'[21] என்கிறது பதினோராம் நூற்றாண்டின் மெய்க்கீர்த்தி ஒன்று.

பன்னிரண்டாம் நூற்றாண்டின் ஆரம்பத்தில், பேலூரில் சென்ன கேசவர் ஆலயமும், துவாரசமுத்திரம் ஹளபேட்டில் ஹொய் சாளேஸ்வரர் ஆலயமும் வடிவமைக்கப்பட்டபோது, ஏகாதிபத்தியப் பேராசைகள் ஹொய்சாளரிடம் முதலாவதாக வெளிப்பட்டன. கர்நாடகமெங்கும் மேலாதிக்கம் செலுத்தும் இம்முயற்சி முதிர்ச்சியற்றவையாக முடிந்தன, ஆனால் நூற்றாண்டின் இறுதியில், டாரெய்னில் கோரி முகம்மதுவிடம் பிரிதிவிராஜ் அடிபணிந்த அதேவேளையில், மேலைச் சாளுக்கியரை எதிர்த்தும் மத்தியப் பிரதேசத்தின் காலச் சூரிகளின் படையெடுப்பை எதிர்த்தும், வாழ்வா-சாவா போராட்டத்தை வெற்றிகரமாக நடத்தினர். ஹொய்சாள மன்னரில் மிகப் பெரியவனான இரண்டாம் வல்லாளன், பெரும்பாலான கர்நாடகத்தின் வடபுலத்தைத் தன் மூதாதையர் அரசுடன் இணைத்தான்; தமிழ்நாட்டில் சோழருக்கும் பாண்டியருக்கும் இடையிலான இத்தகு மோதலைப் பயன்படுத்தி, ஸ்ரீரங்கத்தை (திருச்சி) ஒட்டிய முக்கியமான காவேரி நிலப்பகுதியினை ஆக்கிரமித்தான். வல்லாளனின் அரசவைப் புலவர்களால் புதிய கால வரிசையிலான சகாப்தம் பின்பற்றப்பட்டது; அதுபோன்றே வழமையான ஏகாதிபத்திய விருதுப் பெயர்களும். சிறிதுகாலமே ஆயினும் கீர்த்திமிக்க ஹொய்சாளர்கள், கன்னடம் பேசிடும் தக்காணமெங்கும் மேலோங்கி இருந்தனர்; கிழக்குத் தொடர்ச்சிமலைகளுக்குக் கீழேயிருந்த வளமான நிலப்பகுதியில் நடுவர்களாகத் தம்மை நிறுத்திக்கொண்டனர்.

தமிழ்நாட்டில் அவர்களது பிரதான எதிரிகள் மதுரைப் பாண்டியர்கள்-அவர்கள் 1250களில் மாபெரும் சுந்தரபாண்டியனின் கீழ் சோழரைத் தூக்கி எறிந்து, ஹொய்சாளரை மடக்கினர். தெலுங்கு பேசிடும் ஆந்திரப்பிரதேசத்திற்குள்ளும் ஆதிக்கம் செலுத்தினர்-அங்கே காகதீயர்கள் எனப்படும் முக்கிய வம்சத்தினர் வேங்கியின் கீழை சாளுக்கியரை இடப்பெயர்ச்சி செய்திருந்தனர். இவ்வாறு, மதுரைப் பாண்டியரும் கர்நாடகத்து ஹொய்சாளரும் வாரங்கல்லின் இக்காகதீயரும் சேர்ந்து தத்தமது சிற்றரசர்களுடன் தெற்கின் பெரும்பகுதியை ஆண்டனர்; அப்போது பதிமூன்றாம் நூற்றாண்டின் இறுதியை நெருங்கியதும், அலாவுத்தீன் தன் திட்டங்களை வகுக்கத் தொடங்கினான்.

மேற்குத் தக்காணத்தின் வழியே தெற்கிற்குச் செல்லும் வழிவகைகள் தவிர்த்து, ஹொய்சாளரின் வடக்கே, சாளுக்கிய வீழ்ச்சியால் பலனடைந்தோர் ஆட்சிபுரிந்தனர்-இவர்களும் யாதவ வம்சாவளியினராகக் கூறிக்கொண்டனர். உண்மையில்

அவர்களைப் பெரிதும் ‘தேவகிரியாதவர்கள்’ என்றழைத்தனர். மகாராஷ்டிரம் அவர்களின் தாயகமாதலால், மராட்டியர் என்றும் அழைக்கப்பட்டனர்-இவ்வம்சத்தின் சரியான பெயர் சேவ்னா/செவுனா. முன்னர் ராஷ்ட்ரகூடர்கள், பின்னர் சாளுக்கியரின் சிற்றரசர்களாக விளங்கிய இவர்கள், சுமார் 1190இல் சாளுக்கியரின் தலைநகர் கல்யாணியைக் கைப்பற்றினர். தெற்கில் ஹொய்சாளரும், கிழக்கில் காகதீயரும், வடக்கில் மால்வாவின் பரமரா ரஜபுத்திரரும் மேற்கில் குஜராத்தின் சோலங்கி ரஜபுத்திரரும் என அனைத்துத் திக்குகளிலும் வளைக்கப்பட்டிருந்தாலும், இப்போதுள்ள மகாராஷ்ட்ர அரசின் பெரும்பகுதியைக் கொண்டதொரு அரசினைத் தமக்காக உருவாக்கிக்கொண்டனர். தோராயமாக, தொன்மையான சாதவாகனர் மற்றும் ஆரம்பக்கட்ட ராஷ்ட்ரகூடரின் பிரதேசத்துடன் தொடர்புடையதாக சேவ்னா அரசு இருந்தது.

அண்டை நாடுகளின் அத்துமீறல்களால் நிலைகுலைந்திருந்த சேவ்னாக்கள், தம் தலைநகரத்தை மேற்கு இந்தியாவில் ஊடுருவ முடியாத கொத்தளத்தின் அடிவாரத்தில் புத்திசாலித்தனமாக நிறுவினார்கள். செடிகொடிகள் இன்றி பாறைகள் மண்டி, குகைகளின் புதிர்வழிப் பாதைகள் வழியாக மட்டுமே நெருங்கக் கூடியதாக, நெடிதுயர்ந்த மதில்களும் அகழிகளும் சேர்ந்து, 300 மீ உயர்ந்து தேவகிரியில் (தேவோகிர்) அமைத்தனர்- பாறை நகரான எல்லோராவுக்கும் தோட்ட நகரான ஔரங்காபாத்திற்கும் இடையே, பின்னாட்களில் தௌலதாபாத் என்றழைக்கப்பட்டது. வருவாய், கொள்ளை, வணிகம் மூலம் சேவ்னாக்களுக்குக் கிடைத்த செல்வம் இங்கே பத்திரமாயிருந்தது. மேல் கோதவரியிலிருந்து தன் அரசை நோட்டமிட்ட மன்னன் ராமச்சந்திரனுக்கு, தன் வீரர்கள் எப்படி இருப்பினும், தன்னையும் தன் உடைமைகளையும் கவிழ்த்திட வாய்ப்பே இல்லையென்று திடமாக நம்பினான்.

1296இல் அவனது மகனால் கர்நாடகத்தின் ஹொய்சாளருக்கு எதிரான வறட்சிகாலத் தாக்குதல் நடந்தது. இதனால் தேவகிரி சொற்ப வீரர்களாலேயே பாதுகாக்கப்பட்டது. ஆனால் 25 ஆண்டுகளை ஆட்சிப் பொறுப்பில் கழித்திருந்த மன்னன் ராமச்சந்திரன், தேவையற்ற பதற்றமடையாது இருந்தான். சில முஸ்லீம் துருப்புகள் கூலிப்படையினராக ஏற்கெனவே தக்காணத்தில் இருந்தனர். இஸ்லாத்தின் இறுக்கம் நூற்றாண்டுக் கணக்கிலான தொடர்பிலிருந்து பரிச்சயமாகி இருந்தது; நர்மதையின் மேற்கில் டெல்லி சுல்தான்கள் நடத்திய அத்துமீறல்களில் குரூரம் பேசு பொருளாய் இருந்துள்ளது.

மூன்றாண்டுகளுக்கு முன்னர் இளைஞனான அலாவுத்தீன் கல்ஜி, மத்தியப் பிரதேசத்தின் போபால் அருகிலுள்ள பில்சா வரை தெற்கில் ஒரு கொள்ளைக்கான படையெடுப்பினை அலஹாபாத்திற்கு அருகிலிருந்த கராவிலிருந்து நடத்திச் சென்றான். இத்தொன்மையான நகரிலிருந்தும் அருகிலுள்ள பௌத்த மையத்திலிருந்தும் கணிசமாகக் கொள்ளையடித்து எடுத்துச் செல்லப்பட்டது. பில்சாவுக்கும் தேவகிரிக்கும் இடையேயான சாலைகள் கரடுமுரடுமாக 300 கி.மீ அதிகமாக இருக்கும். தொலைதூரத்தில் இருப்பவரும் சமாதானத்தை விரும்புபவருமான முதலாம் ஃபெரோஷாவின் அறியப்படாத மருமகனிடமிருந்து வரும் சாகசம் அவரின் எச்சரிக்கைக்குரியதாகவே இல்லை. எனவே 1296ஆம் ஆண்டு வசந்தத்தில் அலாவுத்தீன் அவரது வாசலில் திடீரென்று நிற்கவும் திகைத்துவிட்டார்.

இதில் வியப்படைந்தது ராமச்சந்திரன் மட்டுமல்ல. அவனது மாமா சுல்தானுக்கும் தெரியாமல் ரகசியமாக வைக்கப்பட்டிருந்தது. ஆனால் உண்மையான இலக்கு தேவகிரியில்லை, டெல்லி என்பது பின்னரே தெரியவந்தது. அலாவுத்தீன் அனுமதியின்றி சிலவான வீரர்களுடன் செயல்பட்டான். பில்சா வழியாக கராவிலிருந்து சென்ற அலாவுத்தீன் தடுமாறித்தான் சென்றான். நகரங்களைத் தவிர்த்து, காடுகளில் முகாமிட்டு மறந்துபோன பாதைகளில் சென்றான். சாராம்சத்தில் செல்வத்திற்கும் பெருமிதத்திற்குமான தேடல், துரிதமான சரணடைதலும் கெடுவாய்ப்புள்ள ராமச்சந்திரனிடமிருந்து அளப்பரிய செலவமுமாக முடிந்தது.

தேவகிரியை அடைந்த மாத்திரத்தில் கல்ஜியின் துருப்புகள் அதனைத் தகர்த்துக் கொள்ளையிட்டன. தன் அரணுக்குள் ராமச்சந்திரன் புகுந்துகொள்ளவும், அது முடிவின்றி நீடிக்கும் போலும் என்று தோன்றிற்று. ஆனால் ஒரு வாரத்திற்குள்ளாகவே உணவுப் பொருட்கள் தீர்ந்துவிட்டன. அவசரகதியில் ஒரு ஒப்பந்தம் மேற்கொள்ளப்பட்டது-சேவ்னா ராணுவம் எதிர்பாரா வகையில் திரும்பி வந்தும், சமரசம் காணமுடியாது போயிற்று. வாரங்கள் என்பதை விடவும் சில தினங்களிலேயே, அலாவுத்தீனும் ராமச்சத்திரனும் நல்லபடியாகப் பிரிந்தனர்; படையெடுத்துவந்தவனின் ஒரு சேவ்னா மணப் பெண்ணுடனும் அவன் கனவு கண்டிராத செல்வத்துடனும் புறப்பட்டான்; படையெடுக்கப்பட்டவனின் நாடு அப்படியே இருந்தது, அவனது ராணுவம் தோற்கடிக்கப்படவில்லை, அவனது நம்பிக்கைகள் சமரசத்திற்கு உள்ளாகாமல் அப்படியே இருந்தன, புதிய ஆற்றல் வாய்ந்த துருக்கிச் சகா ஒருவன் கிடைத்தான்.

அலாவுத்தீனின் குறிப்பிடத்தக்க சாதனைகளைப் பற்றிய செய்தி முன்கூட்டியே, திட்டமிட்டபடி டெல்லிக்கு வந்து சேர்ந்தது. இப்போது எல்லாம், மன்னிக்கப்படாது போயினும் புரிந்துகொள்ளலுக்கு அப்பாலிருந்தது. இந்தியாவில் துருக்கியரின் ஆட்சிக்குப் பின்னே இருந்த கொள்ளை நோக்கத்தை அலாவுத்தீன் மீண்டும் கண்டறிந்தான்; தன்னை நல்வாய்ப்புள்ள திறமைசாலியாக நிறுவினான்; தன் பங்காகக் கணிசமான செல்வம் பெற்றான். அவனுக்கு வாழ்த்துகளை அனுப்பிய சுல்தான், மருமகன் வரும்வழியில் அவனை வீழ்த்த வேண்டும் என்னும் யோசனையைப் புறந்தள்ளி, கொள்ளைப் பொருளுடன் டெல்லி திரும்புமாறு கூறினார். உண்மையில் அலாவுத்தீன் கங்கைப் பகுதியிலுள்ள கராவின் நில உரிமையைக் காக்கவே திரும்பினான். அங்கே தன் மாமாவைப் பார்க்க வருவதாகக் கூறி மோசடி செய்தான். வயதான ஃபெரோஸ் போன்ற வஞ்சனையற்றோரே இத்தகு அழைப்பையேற்று, ஒரு சிலரான வீரர்களுடன், தப்பிடும் நம்பிக்கையின்றி சந்திக்கும் பொருட்டு ஆற்றில் வரமுடியும். கரையில் கால்வைத்துமே வெட்டப்பட்டார். 'கொலை செய்யப்பட்டவரின் தலை இன்னும் குருதி சொட்டிக் கொண்டிருக்க, ஆவேசமிக்க சதிகாரர்கள் வெண்கொற்றக் குடையைத் தருவித்து, அல்லாவுத்தீனின் மீது நிறுத்தினர்.[22]

அதன்பிறகு ஆதரவாளர்களைத் திரட்டிக்கொண்டு டெல்லி சென்று, சாலையோரங்களில் காசுகளைச் சிதறியபடி சென்றுகொண்டிருந்தான். சக சதிகாரர்கள் உடனே வெளியேற்றப்பட்டனர்; இத்தகையோரை நிச்சயமாக நம்பக்கூடாது. ஆனால் இருபதாண்டு கால *(1296-1316)* ஆட்சிக் காலத்தில் அல்லாவுத்தீன் சுல்தான் அரசின் ஆதரவாளர்களிடையே நிலவிய உயர்ந்த எதிர்பார்ப்புகளை பொய்த்துப் போக வைக்கவில்லை. அசாத்தியமான உடல்வாகும் மனச்சாட்சியற்ற உள்ளுணர்வும் சேர்ந்து படிப்பறிவின்றி தன் அரசின் மீது புத்தார்வமிகு அக்கறை மிகுந்திருந்தான். அலாவுத்தீனின் நினைவாற்றல், பின் வந்த ஆட்சியாளருக்கு ஓர் அளவுகோல் ஆனது. டெல்லி சுல்தான்களில் வெற்றிகள் மிக்கவனும் மன்னிக்காதவனுமான அவன்தான் இப்போது இந்தியாவெங்கிலும் வெற்றிகரமான முன்னேற்றத்தை வழிநடத்திக்கொண்டிருந்தான்.

அதில் நீடித்து நிற்பதான நோக்கமும் இல்லை. குஜராத், ராஜஸ்தான்-மால்வாவின் பகுதிகள் தவிர, கல்ஜியின் நேரடி ஆதிக்கத்திற்கு வேறெந்தப் பிரதேசமும் கொண்டுவரப்படவில்லை. துருக்கியர்/இஸ்லாமியர் பெயரில் அனைத்திந்திய பேரரசு

நிறுவப்படவில்லை. இருக்கின்ற ஆட்சியாளர்கள், டெல்லியின் இறையாண்மையை ஏற்றுக்கொண்டால், மீளவும் சேர்த்துக் கொள்ளப்பட்டனர். மிரட்டல் இருந்தாலொழிய அவர்கள் சீராகப் பணம் கட்டுவதில்லை. அலாவுத்தீனின் வெற்றிகள் அவனது ஆதரவாளர் மனங்களிலே, இந்தியாவெங்கிலும் இஸ்லாமிய மேலாதிக்கத்தை உணர்த்தும் காட்சிகளை எழுப்பின. சக்கரவர்த்தி என்னும் கருத்தமைவுடன் தொடர்புடைய உலகளாவிய இறையாண்மையின் பூர்வகுடி மரபுகளின் இந்து குடிமக்களுக்கும் நினைவூட்டியது. ஆனால் இக்கருத்துகள் திறம்பட்ட யதார்த்தத்துடன் பிணைந்திட இன்னொரு இருநூறு ஆண்டுகள் பிடிக்கும்; இதன் சிறப்பு துருக்கிய கல்ஜிகளுக்கும் அவர்தம் ஆஃப்கன் வாரிசுகளுக்கும் போய்ச்சேராது. டெல்லி சுல்தான் அரசின் இருப்பினையே தொடர்ந்து மிரட்டிக் கொண்டிருந்த கூட்டத்தின் சந்ததியினருக்கு உரியது- ஐரோப்பியர் 'மங்கோலியர்' என்றழைத்த அவர்களை, பாரசீக-இந்திய ஆதாரங்கள் 'மொகல்கள்' என்றன.

1297லிருந்து 1303வரை அலாவுத்தீன் அநேகமாக ஆண்டுதோறும் மங்கோலியத் தாக்குதல்களை எதிர்கொண்டான். டெல்லியே இருமுறை வளைக்கப்பட்டது. தோவாப் சிதைக்கப்பட்டது, இப்போதுள்ள பாகிஸ்தான் தொடர்ந்து மங்கோலிய ஆக்கிரமிப்புகளுக்கு உள்ளானது. கடுமையான பால்பனால் கூட எதிரிகளைத் தொலைவில் நிறுத்த முடிந்ததா என்பது சந்தேகமே. ஆனால் பதிமூன்றாம் நூற்றாண்டின் ஆரம்பத்தில் பெற்ற பெரும் வெற்றியும் எண்ணற்ற சிறு சிறு வெற்றிகளுக்கும் பிறகு, அலாவுத்தீன் அலையைத் தடுத்ததுடன் பின்னோக்கியும் ஓடவைத்தான். சிந்துவும் பஞ்சாபும் மீண்டும் பெறப்பட்டன, அவனது ஆட்சியின் இறுதியில் கல்ஜியின் வீரர்கள் ஆஃப்கனிலுள்ள கஜினி, காபூல், கந்தஹாரை கொள்ளையிட்டுக் கொண்டிருந்தனர். அதுவொன்றும் மொகலாய மிரட்டலின் முடிவில்லை. ஆனால் அலாவுத்தீனின் வெற்றிகள் தற்காலிகத் தடுப்பரணாக உதவின; துருக்கிய குதிரைப்படையின் சாமர்த்தியமும் திடமான இந்திய யானைப் படையின் தீரமும் சேர்த்து ராணுவத் தேர்ச்சியை எடுத்துக்காட்டின.

குஜராத், ராஜஸ்தான், மால்வா, தக்காணம் தெற்கின் தென்கோடியில் மேலும் இந்த ராணுவத்திறன்கள் வெளிப்பட்டன. உடனிகழ்காலப் பதிவுகளில் பூசி மறைக்கப்பட்டாலும் சரிவுகளும் இருக்கவே செய்தன. குறிப்பாக வங்காளத்திலும், ஆரம்பத்தில் ஆந்திராவிலும். நீண்ட முற்றுகைகள், அவ்வப்போதான

உயிரிழப்புகள் இருந்தும், ரந்தாம்போர், ஜாலர், சித்தூர் என்னும் மாபெரும் மலைக் கோட்டைகளுடன் ரஜபுத்திரர் சிறந்து விளங்கினர் என்பது தெளிவு; வருங்காலச் சந்ததியருக்கு உத்வேகமூட்டினர்-தம் வீரமரபு ஜௌகார்களால், எட்டாம் நூற்றாண்டில் சிந்து முதலில் படையெடுப்புக்குள்ளானதிலிருந்து மற்ற தீரமிகு தேசபக்தர்களால் இந்த ஹர-கிரி மேற்கொள்ளப்பட்டு வந்தது; ஆனால் இப்போது ராஜஸ்தானத்தின் ரஜபுத்திரர் விசித்திரமான வகையில் தம்முடையதாக்கிக் கொண்டனர். எல்லாவற்றையும் இழந்ததும் கடைசிக் கவள உணவு தீர்ந்ததும், கடைசி அம்பினைப் பாய்ச்சியதும், இறுதித் தண்ணீர்ப் பை காலியானதும், சிதை மூட்டப்படும், பெண்கள் சிதையில் பாய்ந்துவிடுவார்கள், ஆண்கள் தாம் கொல்லப்படும்வரை இன்னும் பிரகாசமான நெருப்பில் நுழைந்து செல்வர். வெறி, இஸ்லாமியருக்கே உரித்தானதில்லை. வேளாண் ரீதியில் பலவீனமாயிருந்த சிற்றரசுகளும் அவ்வளவு செல்வமில்லாத கோட்டைகளும் இத்தகைய எதிர்ப்பைக் காட்டியது கண்டு கல்ஜி படைகள் ஆச்சரியப்பட்டன.

கவிஞரும் மன்னருமான போஜன் பரமராவின் வாரிசுகள் இறுதியில் தோற்கடிக்கப்பட்ட மால்வா, குஜராத்தின் வெற்றிகள் சிரமம் குறைந்ததாயும் வெகுமதிகள் மிகுந்ததாயும் இருந்தன. ஜவுளிகளுக்கும் கால்நடைகளுக்கும் பெயர்பெற்று, வளப்பமாயிருந்த குஜராத், காம்பேயின் கடல் வணிகத்தால் மேலும் செழிப்புற்றது; அரபிக் கடலின் வடஇந்தியாவின் முக்கியத் துறைமுகமாக, காம்பே இப்போது ப்ரோச்சை விஞ்சிற்று. புத்தமைக்கப்பட்ட சோமநாதபுரத்தின் தங்கம்-விலையுயர்ந்த கற்கள் உள்ளிட்ட அபரிமிதமான கொள்ளைப் பொருட்கள் 1298இன் படையெடுப்பில் கிட்டின; இடப்பெயர்ச்சி செய்யப்பட்டிருந்த லிங்கமும் நொறுக்கப்பட்டு, டெல்லியில் இஸ்லாமிய பக்தர்களின் காலடி பதிய ஒதுக்கப்பட்டிருந்தது. காம்பேயில் கைப்பற்றப்பட்டவற்றில் முக்கிய இந்து கைதி இருந்தார்-அவர் கல்ஜி சுல்தான் அரசுக்குப் பிரகாசத்தை அளித்தார். திருநங்கையும் அடிமையுமான அவர், இஸ்லாத்தைத் தழுவினாலும் ‘ஆயிரம் தினார் காஃபூர்’ என்னும் பட்டப் பெயரைத் தக்கவைத்திருந்தார். அவரது அழகால் மயங்கிய அல்லாவுத்தீன், உள்ளூர அவரை நம்பி மாலிக்-நைப்பாக-மூத்த தளபதியாக-நியமித்தான்.[23]

இதற்கிடையே குஜராத்தின் மன்னன், தேவகிரிக்கோட்டையில் அடைக்கலம் புகுந்திருந்தான்-அவன் ராமச்சந்திரனாக இல்லாது

போனால் ராமச்சந்திரனின் மகன், சேவ்னா-கல்ஜி அணிசேர்க்கை பற்றிய பரிசீலனையில் இருந்தான். 1307இல், சேவ்னாவின் கப்ப நிலுவை ஏறிக்கொண்டே போனதால், மகனை நிந்தித்து அரசினை ஆக்கிரமிப்பு செய்யுமாறு, அலாவுத்தீன் ஒரு படையை அனுப்பினான். ஆயிரம் தினார் காஃபுரால் தலைமை தாங்கப்பட்ட அப்படை, சேவ்னா வீரர்களை வீழ்த்தித் தலைநகரை மீண்டும் கொள்ளையிட்டது. சேவ்னா வாரிசு சங்கமன் ஓடிவிட்டான். எனினும் ராமச்சந்திரன் டெல்லிக்குக் கொண்டு செல்லப்பட்டு, சுல்தானால் கண்ணியப்படுத்தப்பட்டு, தன் அரியணையில் அமர்த்தி, மாட்சிமையுடன் பெருமைப்படுத்தப்பட்டான். இதன் விளைவாக, சேவ்னா மன்னன் சுல்தானுக்குத் தொடர்ந்து 'விசுவாசமாக இருந்ததுடன், தெற்கின் இந்து அரசுகளை அடக்கிட சுல்தானால் அனுப்பப்பட்ட வீரர்களுக்கு மதிப்புள்ள உதவிகளையும் செய்தார்.'[24]

இவ்வீரர்களில் பிரதானமானவர் உத்வேகமிக்க மாலிக் நைப் காஃபூர். 1309இல் இரண்டாம் முறை தெற்குநோக்கிச் சென்றார், தேவகிரியிலிருந்து ஆந்திரத்தின் காகதீயர்கள் மீது படையெடுத்து வந்தார். சுமார் 18 ஆண்டுகளுக்கு முன்னர் சீனத்திலிருந்து கடல் வழியே தமிழ்நாட்டிற்கு வந்த மார்கோபோலோ, ஆந்திர தேசத்தில் கண்டறியப்பட்ட ஏராளமான வைரங்கள் பற்றிக் குறிப்பிட்டுள்ளார்; அப்போது சேவ்னா வம்ச அரசியின் கட்டுப்பாட்டில் ஆந்திரம் இருந்தது. தன் காகதீய கணவனை இழந்திருந்த அவள், தன் பேரனுக்கு நிர்வாக அலுவலராக விளங்கினாள். இப்பேரனின் பெயர் பிரதாப ருத்ரன், இவன் வயதுக்கு வந்ததும், காகதீய அரியணை ஏறினான்; மாலிக் காஃபுர் நெருங்கி வர, வாரங்கல் கோட்டைக்குள் ஒதுங்கினான். முற்றுகை நீண்டகாலம் நீடித்தது, இறுதியில் பிரதாப ருத்ரன் அடிபணிந்தான்; குதிரைகளும் யானைகளும் செல்வப் பேழைகளும் கொண்டு செல்லப்பட்டன; ஆண்டுதோறும் கப்பங்கட்ட இசைந்ததும் மீண்டும் அரியணை ஏறினான்.

அடுத்த ஆண்டு தக்காணத்திற்கு மீண்டும் வந்த காஃபுர் தேவகிரியிலிருந்து தொடர்ந்து தெற்கில் சென்றான். சேவ்னாக்கள் அடிபணிந்து, காஃபுரின் படைவீரர்களுக்கு உணவுப் பொருள்களையும் வழிகாட்டிகளையும் கூடுதல் வீரர்களையும் அளித்தனர். பசிய மேய்ச்சல் நிலங்களுக்கு மத்தியிலிருந்த ஹளபேட் முற்றுகைக்குள்ளானது. ஆனால் ஹொய்சாள மன்னன் இரண்டாம் வல்லாளன் சேவ்னாக்களின் இதே வழியைப் பின்பற்றினான்.

ரஜபுத்திர ஆட்சியில் இந்துவாகப் பிறந்த காஃபுரால் நடத்தப்பட்ட, 'தெற்கின் மீதான முஸ்லீம் வெற்றி' ஜிகாத்தை விடவும் திக்விஜயத்தை ஒத்திருந்தது. மாலிக்காஃபுர் ஹளபேட்டில் ஒரு மசூதி கட்டினான், கர்னாடகமெங்கும் இஸ்லாத்தை நிறுவினான் எனப் ஃபெரிஷ்டாவும் பிறரும் கூறுவதெல்லாம் ஆசை சார்ந்த புனைவுகளே. 'அலாவுத்தீன் என்னும் பெயருடைய எஜமானனுக்குச் சேவை புரிந்தாலும், இரண்டு வாரங்களுக்குள், இத்தகு அற்புதங்களை அதிசய விளக்கின் உதவியின்றி நிகழ்த்தியிருக்க முடியாது'[25]

ஹொய்சாளர் உதவியுடன் கல்ஜிப் படையினர் ஹளபேட்டிலிருந்து தமிழ்நாட்டில் இறங்கி, சலசலக்கும் தேக்கிலைகள் மீது நடந்து, செழித்த பள்ளத்தாக்கினூடே வந்தனர். தமிழ்நாட்டின் வளமான நெல் வயல்கள் மத்தியில் ஒரு மாதமே தங்கினர். சண்டைகள் ஏதும் நிகழாமல், பிடிபடாத பாண்டியனைத் தேடி, நேரம் பயனின்றிக் கழிந்ததாகத் தோன்றுகிறது. என்றாலும் மதுரை, ஸ்ரீரங்கப்பட்டணம், சிதம்பரம் கோயில்களின் பொற்சிலைகளையும் அளவற்ற செல்வங்களையும் கொள்ளையிட்டு ஆயிரம் தினார் காஃபுர் திருப்திகரமாகவே திரும்பினான்.

டெல்லியில் காஃபுருக்கு அளிக்கப்பட்ட அமளி நிறைந்த வரவேற்பை நேரில்கண்ட பாரணி, கொள்ளையிடப்பட்டவை, *612* யானைகள், *20,000* குதிரைகள், *96,000* தங்க வீரர்கள், எண்ணற்ற முத்துக்களும் ஆபரணங்களும் நிறைந்த பேழைகள் என்கிறார். இந்த *96, 000* தங்க வீரர்கள் என்பது *241* டன்களுக்குச் சமம்.[26] இவ்வளவு தங்கம் இதற்கு முன் டெல்லிக்குக் கொண்டுவரப்பட்டதில்லை என்றனர் டெல்லியின் வயதானோர். 'இதுபோன்ற ஒன்றினை யாரும் நினைவுபடுத்த இயலாது, வரலாற்றில் பதிந்திடவும் இதுபோன்ற ஒன்று இருந்ததில்லை'[27]

இருப்பினும் அலாவுத்தீனின் ஆட்சிக்காலத்தை சிந்தனையுடன் எண்ணிப்பார்க்கும் ஜியாவுத்தீன் பாரணி, சுல்தானின் மிகமுக்கியச் சாதனைகளில் வெற்றிகளின் வரிசையை இரண்டாம் இடத்திலும், மொகலாயரைத் துரத்தியடித்ததை மூன்றாம் இடத்திலும், மசூதிகளைச் சீர்செய்ததை எட்டாம் இடத்திலும் வைக்கிறார்; சிலைவழிபாட்டை ஒழித்ததோ உண்மையான மதத்தைப் பரவச் செய்ததோ குறிப்பிடப்படவே இல்லை. சுல்தான் இஸ்லாமிய வெறியன் இல்லை. சிலர் இந்துக்கள் என்பதன் பொருட்டு அலாவுத்தீன் அவர்களை ஒடுக்கியதாகவோ, முஸ்லீம்கள் என்பதன் பொருட்டு மற்றவர்களுக்குச் சலுகைகள் புரிந்ததாகவோ

எந்த நிகழ்வும் இல்லை.[28] புதியதொரு மதத்தை நிறுவிடும் அவரது ஆர்வத்தில் வைதிகமாக இருக்கவில்லை. அலாய் தர்வாஸாவை (அலாவுத்தீனின் நுழைவாயில்) கட்டி, ஐபக் குவ்வாத்துல் இஸ்லாம் மசூதியை டெல்லியில் விரிவுபடுத்தினார். குதுப்பின் மினாரை குள்ளமானதாக்கிடும் அளவு உயரமான மினாருக்குத் திட்டமிட்டார். ஆனால், அது அரைபாதியிலேயே நின்றுபோனது. தன் நாணயங்களில் 'இரண்டாம் அலெக்ஸாண்டர்' எனத் தன்னை அழைத்துக்கொண்ட அவர், தன்னை உயர்வாகக் கருதிக் கொண்டவர், இஸ்லாத்தின் மேன்மையைப் பெற்றுக்கொண்டார்.

அலாவுத்தீனின் முதலாவதும் மிகப்பெரியதுமான சாதனையாக பாரணியின் பட்டியலில் இடம்பெறுவது, உணவு தானியங்கள், உடை, அத்தியாவசியப் பொருள்களின் விலை குறைவுதான். பெரிதும் வறுமையில் உழன்ற தன் முதுமையில் எழுதிய பாரணி, இத்தகைய விஷயங்களுக்குக் குறிப்பிட்ட கவனம் செலுத்தினார். வயதானவரின் ஞாபகங்களாக அவரின் பதிவு இருப்பினும், அது இந்தியப் பொருளாதாரத்தின் நிர்வாகம் குறித்த முதலாவது விரிவான விவரிப்பாகத் திகழ்கிறது. அவருக்கு முந்தையவர்கள் செய்திருந்த நிலமானியங்கள்-வருவாய் ஒதுக்கீடுகளையெல்லாம் ரத்து செய்து, மது விற்பனை-நுகர்வைத் தடைசெய்தார் என்பதை அவ்விவரிப்பிலிருந்து அறிந்துகொள்கிறோம். இந்நடவடிக்கைகள் பிரதானமாக இஸ்லாமிய அரசவையினரையே பாதித்தன; அதிருப்தியைத் தணிக்கவும் சதியை ஒடுக்கவுமே இவை உத்தேசிக்கப்பட்டன. அவரது மங்கோலிய-தக்காண படையெடுப்புகளுக்கான நிதியின் பொருட்டும், டெல்லி மக்களின் துயரைத் துடைக்கவும் அவர் அடுத்து கொண்டுவந்த அடக்குமுறைச் சட்டங்கள், இந்துக்களை நேரடியாகப் பாதித்தன. இவை டெல்லியின் எல்லைகளை அதன் உடனடிச் சுற்றுப்புறங்களைத் தாண்டி நடைமுறைப்படுத்தியதா என்பது சந்தேகமே. மறுபுறத்தே, நிர்வகித்தல் சார்ந்து இக்கவனக் குவிப்பு நிலவிய நிலையில், நாடகப்பூர்வமாக அவை நடைமுறைக்கு வந்திருக்கவேண்டும்.

தெற்கில் 'அலாவுத்தீனின் குகை'யிலிருந்து எதிர்பார்க்கப்பட்ட வருவாய் கிடைத்தாலும், விலைவாசி உயர்வாலும் தடம் பிறழாத விசுவாசத்தாலும் புதிய வீரர்களுக்குக் கணிசமான ஊதியம் தர இயலாத நிலையில், விலைகளைக் குறைக்க சுல்தான் எண்ணினார். அதாவது முதலாவதும் முதன்மையானதுமாக தானியச் சந்தையைக் கட்டுப்படுத்துதல், உணவு தானிய இருப்பு கணக்கிடப்பட்டது, அதன்வழி விலைகள் நிர்ணயம் செய்யப்பட்டன. சந்தைகள்

கவனமாயும் கறாராயும் கண்காணிக்கப்பட்டன. சப்ளையில் உள்ள ஏற்ற இறக்கங்களைப் பாதுகாத்திட, அரசு நிலங்களின் மகசூல் நகரின் களஞ்சியங்களில் சேமிக்கப்பட்டன, போக்குவரத்துகள் நாட்டுடமையாக்கப்பட்டன, மண்டல அலுவலர்களுக்கு கறாரான கொள்முதல் இலக்குகள் நிர்ணயிக்கப்பட்டன.

சாகுபடியாளரே பதுக்கி வைத்தாலும், உளவாளிகளின் சித்திரவதையாளர்களின் வலைப்பின்னலுக்குள் கொண்டுவரப் பட்டனர். விளைவுகள் ஆச்சரியகரமாயிருந்தன என்கிறார் பாரணி. ‘தானிய விலைகள் சரிந்தன, வறட்சிக் காலங்களிலும் மாறாதிருந்தன. காலத்தின் அதிசயமாயிருந்த இதனை வேறெந்த மன்னனாலும் நிகழ்த்த முடியாது.’[29]

இவ்விலை நிர்ணயக் கொள்கை டெல்லி சந்தையின் இதர சரக்குகளுக்கும் நீடிக்கப்படலாயிற்று. ஜவுளிகள், மளிகைப் பொருள்கள், அடிமைகள், வேசியர், கால்நடை எனத் ‘தொப்பிகளிலிருந்து செருப்புகள் வரை, சீப்புகளிலிருந்து ஊசிகள் வரை’ விலை நிர்ணயமாயின. திட்டமிட்டப் பொருளாதார மேலாண்மையில் முதலாவதான எடுத்துக்காட்டாய் மட்டுமின்றி, மிகவும் பரந்துபட்டதாயும் அது இருந்தது. ஆனால், அது பிரச்சினையையும் வரவழைத்தது. விலைகள் அளவுக்கு வாங்கும் திறனும் குறைந்துபோனது; நகரின் நிறைவு கிராம அளவில் தேய்வினைக் கொண்டு வந்தது. மகசூலை அதிகரிக்க ஊக்கத்தொகை இல்லை.

அலாவுத்தீன் நோய்வாய்ப்பட்டு மடியவும், சந்தைகளும் விலைகளும் பழைய நிலைக்குத் திரும்பிவிட்டன. அவரது வெற்றிகளைப் போன்றே அவரது பெரும்பாலான சீர்திருத்தங்களும் தற்காலிகமானவையே. நான்காண்டுகளுக்குள்ளாக அவரின் மகன்களில் இருவரும் இந்துவாக மாறிய ஒருவரும் அரியணை ஏறி, அதன் விலையைத் தந்தனர்-அது நிர்ணயிக்கப்படாதபோதும் நாசகரமானதாயிருந்தது. ஆயிரம் தினார் காஃபூர் குறுகிய காலம் அரசனை நியமிப்பவனாயிருந்தான்; அரை டஜனுக்கும் மேலான மற்ற பாவனையாளர்கள் குருடாக்கப்பட்டனர் அல்லது கொல்லப்பட்டனர். நீண்ட காலம் ஆட்சியிலிருந்த முபாரக் என்னும் அலாவுத்தீனின் மகன், ஃபெரிஷ்டா குறிப்பிடுவது போல, மனித வடிவிலான அரக்கனாயிருந்தான். பெரும்பாலான அவனது அக்கிரமங்கள் சொல்ல முடியாதவை. ‘அரண்மனையின் மொட்டை மாடியில் அருவருக்கத்தக்க வேசியரை அம்மணமாக

வைத்திருந்தான்; அரசவையில் நுழைவோருக்கு அவர்கள் பன்னீர் தெளித்து வரவேற்கவேண்டும்.'[30]

இவ்வாறு கல்ஜிகள் அடிமை மன்னர்களைப் போன்றே முடிந்து போயினர். 1320இல் பால்பனின் அடிமைகளுள் ஒருவனின் மகனான கியாயுஸ்ஸுத்தீன் துக்ளக், புதிய வம்சத்தைத் தோற்றுவித்தான். குறுகிய காலம் சுல்தான் அரசைப் புதுப்பித்து, அதன்பின் நாசமாக்கினான்; டெல்லியின் மேலாதிக்கத்தை ஆற்றல்மிக்க புதியவர்களிடம் இழந்தான். இந்தியாவை ஒன்றுபடுத்துவதற்குப் பதிலாக இஸ்லாத்தின் வரலாற்றுப் பாத்திரம், துணைக்கண்டத்தின் 'மண்டல அடையாளங்கள்' எனப்படுபவற்றை வளர்த்தெடுத்தது.

12

மற்ற இந்தியாக்கள்

1320-1525

துக்ளக்குகள்

தெற்கு டெல்லியின் புறநகர்ப்பகுதி புதருக்குள் நுழைகின்ற, குதுப்மினாரின் கிழக்கே, பிரமிக்கத்தக்க வெளியானது ஆறு ச.கி. மீட்டர் அளவுக்கு உள்ளது. பிசாசுகள் போன்ற கொத்தளங்களும் பாழடைந்த மண்டபங்களும் உள்ள கானகமே துக்ளகாபாத்; ஒரு சுல்தானின் புதுடெல்லியாயிருந்த, விநோதமான ஒரு டஜன் அரண்களையுடைய தொலைதூரப்பகுதி; பின்னர் அவனது வாரிசுகளின் பழைய டெல்லி; இப்போதோ இவை தீர்மானகரமாக இறந்துபோன டெல்லிகள்; இரவில் ஊளையிடும் நரிகளும் பகலில் கூடக் கிறீச்சிடும் பருந்துகளும் பெரும் பேய்களாக இருக்கக்கூடும்.

1320களின் ஆரம்பத்தில் சுல்தான் கியாஸ்ஸுத்தீன் துக்ளக்கால் நிர்மாணிக்கப்பட்ட துக்ளகாபாத்தின் மதில்களும் அரண்களும், ஆடுகள் மேயும் கருவேலமும் குப்பையும் மண்டிய தரிசு நிலத்தைப் பார்த்துள்ள ஒரு சரிவையொட்டி விரைந்து ஏகும். விமான நிலையத்திற்குள் நுழையும் ஜெட் விமானங்கள் சன்னமாக அலறும்; தொலைவில் பல அடுக்குமாடி வீடுகள் தீவுக்கூட்டங்களாய்த் தெரியும். இன்றைய டெல்லி, அங்கங்கே எழுகின்ற கட்டடங்களுடைய புதர்கள், இணைப்புச் சாலைகளாக மாறும் ஆட்டுத் தடங்களைக் குடியேற்றமாக்கிக் கொண்டிருக்கிறது. நவீனமிக்க பெருநகரம் ஏற்கெனவே குதுப்புதீன் ஐபக் மசூதியையும் இல்டுமிஷின் லால்கோட்டையையும் கல்ஜிகளின் சிறிகோட்டையையும் தனதாக்கிக் கொண்டதுபோல துக்ளகாபாத்தையும் சேர்த்துக்கொள்ளும்.

தனது துக்ளகாபாத்தின் மதில்களின் கீழே சுல்தான் கியாஸ்ஸுத்தீன் துக்ளக், அலாதியானதொரு கல்லறைக்குள் புதைக்கப்பட்டு இருக்கிறான். நன்கு அரண்செய்யப்பட்டுள்ள அதன் உட்புறம் சரிந்த மதில்கள் ஜேம்ஸ் ஃபெர்கூஸனை நினைவுபடுத்தும். பத்தொன்பதாம் நூற்றாண்டின் கலை இலக்கிய பாவனையாளரான ஜேம்ஸ், இந்தியாவின் கட்டடக்கலையை எகிப்திய பிரமிடின் முறையான ஆய்வுக்கு உட்படுத்தினார்; திண்மையான வடிவத்தைப் பாராட்டி 'ஒரு வீரனின் கல்லறைக்கு ஈடிணையற்ற வடிவம்' என்றார். பிரம்மாண்டமான கரடுமுரடான கற்கள் ஓரிடத்தே அழகாகப் பொருந்தியுள்ள மாபெரும் சாம்பல் நிறக் கொத்தளத்தைப் போலன்றி, தாழ்வான விதானத்தையுடைய கல்லறை, மணற்கல்லும் சலவைக்கல்லும் சேர்ந்து, எண்ணற்ற பருவமழைகளால் கருத்துப் போயுள்ளது. ஒட்டுமொத்த வடிவும் தூசுபடிந்த கிண்ணத்தில் அமர்ந்துள்ளது-ஒருகாலத்தில் செயற்கை ஏரியாயிருந்த சதுப்பு நிலம்தான் அது. ஏராளமான வளைவுகளையும் ஒரு பாலத்தையும் தாண்டினால் அதையடைந்து விடலாம். துக்ளக்கின் கல்லறை, தங்குமிடத்தை விடவும் தடுப்பிடத்தினையே ஒத்திருக்கும்.

டெல்லியின் இன்னொரு துண்டுப்பகுதியின் பெயராய் உள்ளவரும், சூஃபி ஞானியும் அனுபூதியாளருமான ஷேர் நிஜாமுத்தீன் அவுலியா, இத்தகு பாதுகாப்பான காவலில் உள்ள முதலாவது துக்ளக் சுல்தானின் ஆவியைக் கண்டு குதூகலித்திருக்க வேண்டும். மதச் சம்பிரதாயங்களில் கியாஸ்ஸுத்தீன் காட்டிய அலட்சியத்தால், அவர் துக்ளகாபாத்தைச் சபித்தது இன்றைக்கும் அப்படியே இருக்கிறது: 'ஒன்று இது மேய்ப்பவனுக்குச் சொந்தமாகும் இல்லாவிடில் ஆளரவமின்றிக் கிடக்கும்'. நீண்டதொரு படையெடுப்பை முடித்து சுல்தான் நகரத்தை நெருங்கியதும், பாதுகாப்பான இடத்திற்குப் போய்விடுமாறு எச்சரித்தபோது, அந்த ஞானி 'டெல்லி இன்னும் தூரத்தே இருக்கிறது' என்று பதில்கூறி இருக்கிறார். இது துல்லியமான முன்னறிவிப்பாக இருந்துள்ளது: சுல்தான் டெல்லிக்கு வரவே இல்லை. ஷேக் நிஜாமுத்தீனின் ஆதரவாளர்களுக்கு இது அவரது அசாதாரண ஆற்றல்களுக்கு ஆதாரமாயிற்று. ஆனால் சந்தேகிக்கின்ற சில மனங்கள் இத்தீர்க்கதரிசனத்தைச் சதியின் நிரூபணமாக எடுத்துக்கொள்ளவே, ஞானிக்கும் சுல்தானுக்கும் இடையில் விரோதம் வளர்ந்தது. சுல்தானின் வருகை நிறுத்தப்பட்டது தற்செயலாகவா/திட்டமிட்டபடியா? இதில் வரலாற்றாளர்கள் இன்னும் கடுமையாகப் பிளவுபட்டுள்ளனர்.

அலாவுத்தீன் கல்ஜியின் மரணத்தைத் தொடர்ந்து நடந்த ஐந்து ஆண்டுகள் அதிகாரப் போராட்டத்திலிருந்து 1320இல் வெற்றிகரமாய் வெளிப்பட்ட கியாஸ்ஸுத்தீன் துக்ளக், ஆதரவாளரிடத்தேயும் உறவினரிடத்தேயும் தாராளம் காட்டி, எதிரிகளிடத்தே இணக்கத்தை ஏற்படுத்தினான். உறவினரில் பிரதானமாயிருந்தவன், மூத்தவனும் வாரிசுரிமை உள்ளவனுமான முகம்மதுபின் துக்ளக்; எப்போதும் கலகம் புரிந்துகொண்டிருந்த காகதீய மன்னன், வாரங்கல்லின் பிரதாப ருத்ரனைச் சமாளிக்கும் பொருட்டு தக்காணத்திற்கு அனுப்பப்பட்டான். கியாஸ்ஸுத்தீன் கிழக்கே செல்ல, 1323இல் டெல்லிக்கு வரவழைக்கப்பட்ட முகம்மது துணை நிர்வாகியாக நியமிக்கப்பட்டான். எதிர்பாராமல் வங்காளத்தில் எழுந்த விவகாரங்கள், சுல்தானின் அதிகாரத்தை அங்கே நிலைநாட்டிடும் வாய்ப்பை அளித்தது; அப்போது வடக்கு பீகாரின் டிர்குட் மாவட்ட இந்துக்களும் கவனத்தை ஈர்த்தனர். 1324-25இல் ரத்தம் சிந்தாமலேயே இவ்விரு பிரச்சினைகளும் தீர்க்கப்பட்டன. தன் வெற்றிகரப் படையெடுப்பினை முடித்துவிட்டு டெல்லியை நெருங்கியபோதே, கியாஸ்ஸுத்தீனுக்குப் பிரச்சினை ஆரம்பித்தது.

துக்ளகாபாத்தின் புதிய அரணுக்குள் தான் நுழைவதற்கான சம்பிரதாயத்திற்கு ஏற்பாடு செய்திட, யமுனைக் கரைகளின் அருகிலிருந்த, ஆஃப்கன்பூர் என்னுமிடத்தில், தற்காலிகமாக ஓர் அரங்கத்தை நிர்மாணிக்குமாறு தன் மகன் முகம்மதுவுக்கு கியாஸ்ஸுத்தீன் ஆணையிட்டிருந்தான். நிர்மாணிக்கப்பட்டவுடன் தந்தையும் மகனும் மீண்டும் சேர்ந்துகொண்டனர். அவர்கள் விருந்துண்டதும், முகம்மதுவும் இதர முக்கிய நபர்களும் கைகழுவச் சென்றபோது, பூமி மீது இடி விழுந்தது, சுல்தானுக்கு மேலிருந்த கூரை சரிந்தது, சுல்தானையும் அவருடன் இருந்த ஐந்து அல்லது ஆறு பேரையும் அது நசுக்கிக்கொண்டுவிட்டது'[1] என்று மட்டும் குறிப்பிடுகிறார் பாரணி. அது புயலடிக்கும் ஜூலை மாதமாகத் தோன்றுகிறது, அந்த அரங்கம் சந்தேகத்திற்கு இடமின்றி மின்னல் கடத்திதான். ஆனால் பெரிய விவகாரங்களில் பாரணி இவ்வளவு சிக்கனம் காட்டுவதில்லை. ஒருவேளை நேரில் பார்க்காததால் அதிகாரப்பூர்வமானதைத் தந்திருப்பார்; அல்லது அதனைக் கூறியவர்களது நினைவு புறக்கணிக்க முடியாததாக இருந்திருக்கும்.

மொராக்கோவிலிருந்து வந்த இஸ்லாமிய அறிஞர் இபின் பதூதா உள்ளிட்ட இதர எழுத்தாளர்கள் வேறுபட்ட பதிவைத் தந்துள்ளனர்-மூன்று கண்டங்களில் 28 ஆண்டுகள் அவர் செய்துள்ள பயணங்கள், அக்காலகட்டத்தின் பயணியாக மட்டுமின்றி,

அவரை அடுத்து வந்த காலங்களுக்கும் உரியவராக ஆக்கின. ஆஃப்கன்புர் துன்பியல் நாடகத்திற்கு எட்டாண்டுகளுக்குப் பிறகு, இபின் பதூதா இந்தியாவில் தன் நீண்டகால வாழ்வைத் தொடங்கினார். ஆனால் தனது பாதுகாப்புள்ள சொந்த ஊர் ஃபெஸுக்குத் திரும்பிய பிறகே அவரது *Travels* ஐ

முஸ்லீம் வெற்றியிலிருந்து மொகலாயப் பேரரசுக்கு

டெல்லி சுல்தானிய அரசுகளின் வம்சங்கள்

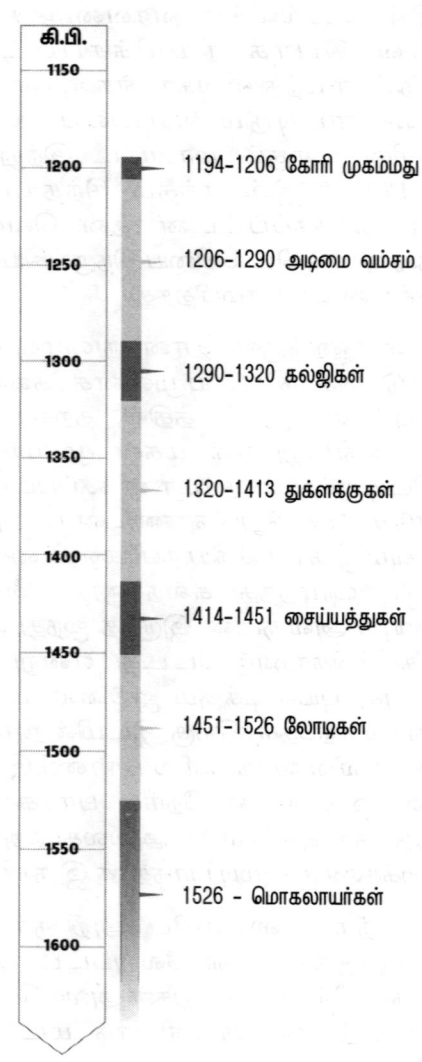

கி.பி.
1194-1206 கோரி முகம்மது
1206-1290 அடிமை வம்சம்
1290-1320 கல்ஜிகள்
1320-1413 துக்ளக்குகள்
1414-1451 சைய்யத்துகள்
1451-1526 லோடிகள்
1526 - மொகலாயர்கள்

எழுதினார்-அங்கே பயமோ சலுகையோ அவரைப் பாதித்திருக்க இயலாது. மேலும், அங்கேயே இருந்த ஒருவரின் பதிவாக அவருடையது இருந்தது-உண்மையில் இன்னொரு தனித்துவமான டெல்லி சூஃபியிடமிருந்து. நிஜாமுத்தீன் அவுலியாவைப் போலவே இவருக்கும் துக்ளக்குகளிடம் பிரியமில்லை; எனவே அவர்களைப் பழிப்பதில் மகிழ்ச்சியடைந்திருக்கலாம். மறுபுறத்தே மிகவும் ஏற்புடைய பதிவினை அவர் தந்தார்-ஆஃப்கன்புர் அரங்கம் விழும் வகையிலேயே நிர்மாணிக்கப்பட்டது என்றார்; யானைகள் தரையை மிதித்து அது விழுவதை உறுதிப்படுத்துமாறு முகம்மது கட்டளை இட்டிருந்தான்; எஞ்சிய கூட்டத்தினர் வெளியேறிய நிலையில் தொழுகை நேரத்தில் கூரை சரியுமாறு திட்டமிடப்பட்டது; இடிபாடுகளில் சிக்கியவர்களை மீட்க உதவிடும் வாரியல்களும் கடப்பாரைகளும் தாமதித்து வருமாறு செய்யப்பட்டது. அத்துடன் இறந்தவர்களுள் ஒருவன், சுல்தான்களின் ஒரு மகனும் அவனுக்குப் பிரியமானவனாகவும் இருந்தான்.

இதில் எதுவும் வரலாற்றாளர்களைத் தொந்தரவு செய்வதில்லை. சமகால மன்னர் யாரும் அற்ப ஆயுளில் மடிவது தொழில்முறைச் சிக்கலே, தாய்/தந்தையைக் கொல்லுவது சாதாரணமானதே; ஓர் ஆட்சியாளர் படுக்கையில் இறந்தாலும் நஞ்சு என்பது தவறாமல் சந்தேகிக்கப்படும். கியாஸ்ஸுத்தீன் துக்ளக்கின் எதிர்பாரா மரணம், அடுத்து வந்த ஆட்சியாளரின் குணநலத்தின் மீது வீசும் வெளிச்சத்தால் இன்னும் சலசலப்பை ஏற்படுத்துகிறது.

இவன் முகம்மது பின் துக்ளக், மிகவும் சிக்கலான சர்ச்சைக்குரிய நபர். முகம்மது குனி, ரத்தவெறியுடைய முகம்மது, டெல்லியின் நீரோ, இந்தியாவின் கொடூர இவான், எதேச்சதிகாரமிக்கவன், ஈவிரக்கமற்றவன், அதிகாரவெறி மிக்கவன், சுல்தான்களில் மிக நாசகரமானவன் எனப்பட்ட அவனே மிகத் திறமைசாலியாக, பண்பட்டவனாக அறச்செயல்கள் செய்பவனாகப் பிரியம் மிக்கவனாக விளங்கினான். *'அவன் மேதையா பைத்தியமா? லட்சியவாதியா தீர்க்கதரிசனமிக்கவனா? ரத்தவெறிமிக்க கொடுங்கோலனா, நன்மை செய்யும் மன்னனா? புறச்சமயத்தவனா, ஆசார முஸ்லீமா?'*[2] மதம் சார்ந்தும் சித்தாந்த விசுவாசங்கள் சார்ந்தும் இந்திய வரலாற்றாளர்கள் பிளவுபட்டிருப்பதால், அவன் புதிராக இருக்கிறான். இந்து அபிமானிகள் முகம்மதுவின் அக்கிரமங்கள் மன்னிக்க முடியாதவையாக இருப்பதைக்கண்டு, இபின் பதூதாவின் பதிவை ஏற்றுக்கொள்கின்றனர். இஸ்லாமிய அபிமானிகள் பாரணியின் பதிவை ஏற்றுக்கொண்டு, முகம்மதுவை

டெல்லி சுல்தானிய அரசுகள் (3) 'துக்ளக் வம்சம்' 1320-1413

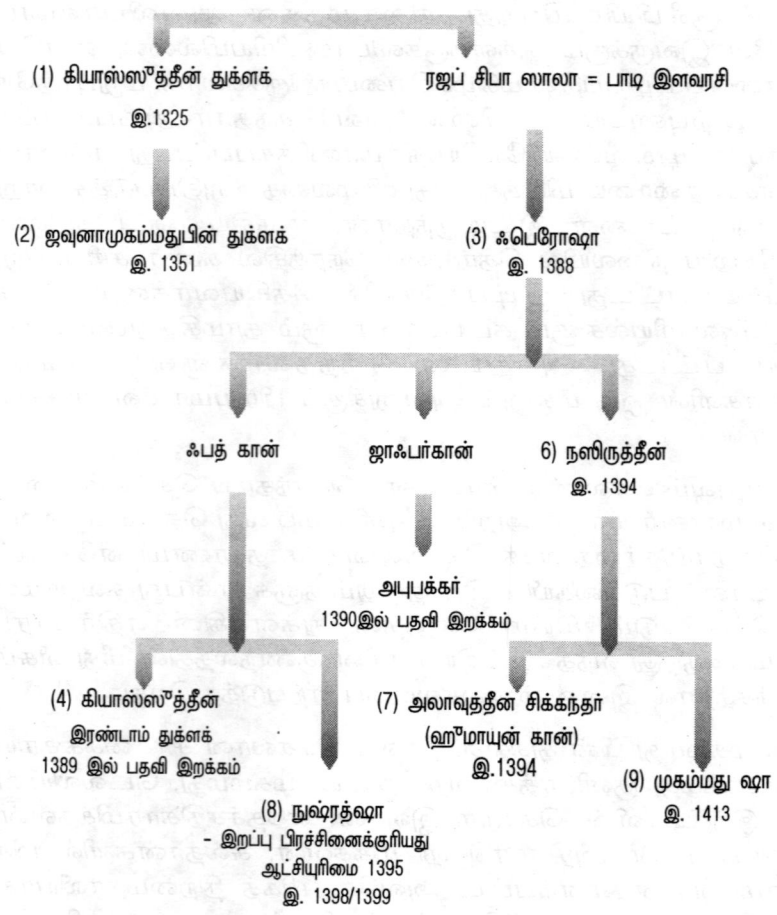

நல்வாய்ப்பற்றவனாகப் புரிந்துகொள்ளப்படாத தத்துவவாதி மன்னனாகக் கருதுகின்றனர்-அவர் செய்த மாபெரும் தவறு இஸ்லாமிய உலெமாக்களைப் பகைத்துக்கொண்டதுதான்.

இச்செல்வாக்குள்ள பிரிவினரே பதூதா. முகம்மது அவரை டெல்லியின் தலைமை நீதிபதியாகவும், அதன்பிறகு தன் தூதுவர்களில் ஒருவராகவும் நியமிக்கின்றான். இதற்கிடையே அவரை அவமதித்து உயிருக்குப் பயப்படும்படியும் செய்கிறான். இருப்பினும் மதிப்பதா/வெறுப்பதா என்று தீர்மானிக்க

முடியாமலும், அரச தாராளத்தால் மயக்கப்பட்டும், அரச அகங்காரத்தால் திகைத்தும் இருந்த பதூதா, தன் நாயகனின் ஆளுமையில் வசீகரிக்கப்பட்டிருந்தார். ‘அன்பளிப்புகள் வழங்குவதிலும் ரத்தம் சிந்துவதிலும் பெயர் பெற்றவன்’ என்கிறார்.

> அவனது நுழைவாயிலில் செல்வந்தனாகும் ஏழையோ மரணதண்டனை விதிக்கப்பட்டவனோ எப்போதும் இருக்கக்கூடும். அவனது தாராளமிக்கதும் தீரமிக்கதுமான செயல்களும், குரூரமும் அடாவடியுமான நடவடிக்கைகளும், மக்களிடையே அவப்பெயரைத் தந்துள்ளன. இருப்பினும், அவனே மிகப் பணிவானவன், சமத்துவத்தை வெளிப்படுத்துபவன்.[3]

கொடுங்கோலனான முகம்மதுவின் வாழ்க்கைமுறை எளியது, அவனது ஆசை கட்டுப்படுத்தப்பட்டது. வழக்கத்திற்கு மாறாக, மனச்சாட்சி உறுத்துகின்ற சுல்தான்களின் மத்தியில், அவன் மதுவுக்கு இணங்குவதுமில்லை, கடுமையாக விலக்குவதுமில்லை. அசாதாரண முறையில் கற்றவன், அறிவுத்திறன் மிக்கவன், தன் ஆலோசகர்களை சீக்கிரமே அனுப்பிவிடுவான். தலைசிறந்த செய்யுள்களை எழுதியுள்ளான்; மருத்துவம், கணிதம் இரண்டிலும் தேர்ந்தவன்; இஸ்லாமின் நேர்த்தியான எழுத்துக் கலைஞர்கள் பொறாமைப்படக் கூடியவனாக விளங்கினான்; மாபெரும் மொகலாயர் வரும்வரை வள்ளல் தன்மையில் அவனுக்குப் போட்டியாளனே இல்லை. ‘அவனைப் போன்ற தாராளத்துவம் உடையவனாக யாரும் இருந்ததில்லை என்பது அவனின் தனிச்சிறப்பு.’

அவனது ஆட்சிக்கால சம்பவங்களின் வரிசை நிச்சயமற்றதாயினும், அவனின் அதீதக் கடுமை போன்றே தாராளத்துவத்திற்கும் போதுமான வாய்ப்பு இருக்கும். அவற்றின் தர்க்க நியதியைத் தேடியறிவது எப்போதும் சிரமமானது. சுல்தான் விடாப்பிடியான படையெடுப்பாளன், ஆரம்பத்தில் இஸ்லாமிய ஆட்சியை நிலைநாட்டுவதில் சில வெற்றிகள் பெற்றதாகத் தெரிகிறது. முன்னர் டெல்லியின் இறையாண்மை வெறுமனே ஏற்றிருந்தவை அப்பகுதிகள். கல்ஜிகளின் ஆட்சியில் ஒருபோதும் கண்டிராததை, அவனது ஆரம்பக்கால ஆட்சியின்போது, இந்தியப் பேரரசு என்னும் தகுதியை-அநேகமாக சுல்தானிய அரசு நெருங்கியிருந்தது. எனினும் இதுவே இன்னும் வேண்டும் என்று முகம்மதுவை ஊக்கப்படுத்திற்று. கோரசான் அனைத்துடனும் (ஆஃப்கன், ஈரான், மற்றும் இப்போதுள்ள உஷ்பெகிஸ்தான் உள்ளிட்டது)

ஈராக்கையும் வெற்றிகண்டு, அலெக்ஸாண்டரின் மாபெரும் படையெடுப்பை விஞ்சவேண்டும் என்னும் பெரும் திட்டத்தை, அதிகரித்து வந்த செலவினங்களால் கைவிட வேண்டியதாயிற்று. இத்திட்டத்தைக் கைவிடும் முன்னர், இந்நாடுகளின் உதவி பெறவேண்டி பெருந்தொகை செலவானது, *3,70,000* குதிரைகள் கொண்ட படை ஓராண்டுக்காலம் பராமரிக்கப்பட்டது என்கிறார் பாரணி.

கோரஸான் முயற்சிக்கு ஆதரவு தருவதற்காக வடிவமைக்கப் பட்டதாகக் கூறப்படும் இன்னொரு திட்டம் சென்றுகொண்டிருந்தது. இம்முறை, 'இந்தியாவின்-சீனாவின் பிரதேசங்களுக்கிடையிலுள்ள மலைகளை இஸ்லாமிய ஆதிக்கத்தின் கீழ் கொண்டு வருவது நோக்கம்' என்கிறார் பாரணி. சுமார் அறுபதாயிரம் பேர்கொண்ட படை மேற்கு இமாலயத்திற்கு விரைந்தது. குலு அல்லது குமோவான் தொடர்களைத் தாண்டு முன்னரே இந்துக்களால் தோற்கடிக்கப்பட்டது. 'அச்செய்தியைத் தெரிவிக்க பத்து குதிரை வீரர் மட்டுமே டெல்லி திரும்பினர்.'[4]

இதற்கிடையே, இந்தியாவுக்குள்ளேயான கலவரங்கள் தொடர்ந்துகொண்டிருந்தன; முகம்மதுவின் கொள்கைகள் நாசகரமான விளைவை ஏற்படுத்த, கலவரங்களின் வீச்சும் வேகமும் அதிகரித்தன. இந்துக்களிடையில் என்றாலும் இஸ்லாமியரிடையில் என்றாலும் அதிருப்தியை ஒடுக்குவது சுல்தானின் பிரதானக் கடமை என அவன் எண்ணினான். அதற்குப் பெரும் ஆற்றலும் பணமும் தேவைப்பட்டது; உள்நாட்டுப் போரைத் தடுப்பதற்கான ஒரேவழி, அரசின் நாணயத்தைப் பாதுகாப்பதே என்று கருதப்பட்டது; அவனிடம் தனித்துவமாயிருந்த கடமையுணர்வுடன் பாரபட்சமின்றி இதனை மேற்கொண்டான். கலகக்காரர்கள் மடியவேண்டும், அவர்தம் மரணம் எந்த அளவுக்கு ஏற்க முடியாததாய் இருந்ததோ, அந்த அளவு அதன் தடுப்பாற்றல் இருந்தது. இப்படியான நபர்களில் அவனிடம் சிக்கிய முதலாவது ஆள் உயிருடன் தோலுரிக்கப்பட்டான்; அதன்பின் அவன் தோலைத் தொங்கவிட்டு பார்வைக்கு வைத்து, அவன் உறுப்புகளை உணவுடன் சமைத்து அவனது குடும்பத்தினருக்கே பரிமாறப்பட்டது. 'இந்த அருவருப்பான குரூரம் சுல்தானின் காட்டுமிராண்டித்தனமான உணர்வுக்கு முன்னோட்டமாய் இருந்து, சீக்கிரமே பெருகியது.'[5] இந்துக்களின் அளவுக்கு இஸ்லாமியரும் துன்புற்றனர், குற்றமிழைத்தவர்களுடன் அப்பாவியரும் பாதிக்கப்பட்டனர். விதிவிலக்காக சுல்தான் யாரையும் விடவில்லை. போகப்போக அதிருப்தி அரசியல்

சவால் என்பதை விடவும் தனிப்பட்ட அவமதிப்பானது. பாரணியுடனான சுல்தானின் உரையாடலில் புதிரான உணர்வு தென்பட்டது. அவனது நடவடிக்கைகளின் கடுமை அதிருப்தியை ஏற்படுத்தும் என்பதை ஒரங்கட்டினாலும், தனது ஆட்சியால் நன்மையடைந்த பலரது பிடிவாதம், நன்றியின்மையால் மனம் புண்பட்டான்.

அலாவுத்தீன் செய்தது போன்றே, அதிகப்படியான செலவினம் அடக்குமுறைமிக்க நிதி நடவடிக்கைகளை அவசியமாக்கியது. கங்கை-யமுனை தோவாபின் சாகுபடியாளர்கள் மீதான கூடுதல் வரி செல்வந்தரைக் கலகத்திற்கும் ஏழையரைக் காடுகளுக்கும் இட்டுச் சென்றது. கடும் தண்டனைகள் நிலைமையை மோசமாக்கவே செய்தன. நிலம் சாகுபடியின்றிக் கிடந்தது, மழை பொய்த்துவிட்டபோது டெல்லி உள்ளிட்ட ஒட்டுமொத்த இந்தியாவின் மேல்பகுதியைப் பஞ்சம் பாதித்தது, சில ஆண்டுகள் அது நீடிக்க, ஆயிரக் கணக்கிலான மக்கள் வறுமையில் மடிந்தனர்.[6]

பாரணி உள்ளிட்ட விமர்சகர்கள் குற்றத்தை முழுதாக சுல்தான் மீது சுமத்தினர். மற்றவர்களோ கூடுதல் வரிகளால் பெரிய பிரச்சினை இல்லை, அல்லாவுத்தீனுடைய வரிகளைவிட மோசமானவை அல்ல. இப்பஞ்சம் வறட்சியால் உண்டானது என்றனர். அதனைத் தணித்திட சுல்தான் மேற்கொண்ட முயற்சிகள் அழிவின் உச்சமாய் இருந்தன. நிலவரத்தில் அக்கறைகொண்ட மன்னன், இருக்கின்ற தானியத்தைப் பகிர்ந்தளித்தும் தொலைதூரங்களிலிருந்து இறக்குமதிக்கு ஏற்பாடு செய்தும் பணியாற்றியதை பாரணியும் இபின் பதூதாவும் குறிப்பிடுகின்றனர். எதிர்காலப் பஞ்சங்களைத் தவிர்க்க, தரிசு நிலங்களில் சாகுபடி செய்வதில் ஈடுபட்ட முகவர்களுக்குப் பெருந்தொகைகள் விநியோகிக்கப்பட்டன. இப்பாராட்டத்தக்க முயற்சி முற்றிலுமாகத் தோற்றது. முகம்மதுவின் ஆட்சி களேபரமாகி நிற்க, முகவர்கள் பணத்தைச் சுருட்டிக்கொண்டனர். அவனை அடுத்து வந்தோர் அவற்றை விலக்கிக்கொள்ள வேண்டிய நிலை வரும்.

அலாவுத்தீன் போன்றே, முகம்மது பின் துக்ளக் தீவிர பொருளாதாரத் தீர்வுகளை நாடினான். சந்தையைப் புதுப்பிப்பதில் ஈடுபடாமல், நாணயத்தைக் கடந்துபோகும் புத்தாக்க முயற்சியை எண்ணிப் பார்த்தான். பிரச்சினை, கருவூலம் காலியானதால் அல்லாமல், வெள்ளியின் பற்றாக்குறையால் ஏற்பட்டதாகத் தோன்றுகிறது. தங்கம் குவிந்துகிடந்தது, கொள்ளைகள் மூலம்; ஆனால் அது

சுழற்சிக்கு வந்தபோது, தங்கத்திற்கும் வெள்ளிக்கும் இடையிலான நிலைத்த பண விகிதாச்சாரத்தைப் பாதித்தது. எந்தவொரு மத்திய கிழக்கு அல்லது ஐரோப்பிய நாட்டு நாணயத்தை விடவும் திறமையாகக் கட்டுப்படுத்தப்பட்டதால், பெரிதும் கலப்பிலுள்ள வெள்ளி நாணயங்களுடன் புதிய எடைகளில் தங்க நாணயங்களை வெளியிட வேண்டியவனாக சுல்தான் இருந்தான்.[7] சீனாவின் காகித நோட்டு அறிமுகத்தால், வெள்ளி நாணயப் பற்றாக்குறையைச் சமாளிக்க, பித்தளை-தாமிர நாணயங்களை அடையாளமாக வெளியிட்டான். 'இத்திட்டம் சீரியதாயும் புத்திசாலித்தனமான அரசியல் நடவடிக்கையாயும் இருந்தது.'[8] இவ்வடையாள விநியோகத்தை சுல்தானால் கட்டுப்படுத்த முடிந்திருந்தால், சுல்தான் அரசு கடன்பெறும் தகுதி உடையதாகக் கருதப்பட்டிருந்தால், அது செயல்பட்டிருக்கும். நாட்டின் கருவூல நிலையைவிடவும் சுல்தானின் அதிக்கிரமங்களால் அரசு நம்பிக்கை இழந்து நிற்க, பொற்கொல்லர்களும் கைவினைக் கலைஞர்களும் கள்ள நாணயம் அடிப்பது எளிதாயிருக்கக் கண்டனர். துக்ளகாபாத்தின் மதில்களுக்குள்ளே மலைபோல நல்ல நாணயங்களும் கள்ள நாணயங்களும் குவியும் வரை இரண்டாண்டுகளுக்குள் சுல்தான் வாங்கி, விலக்கும் நிலை உண்டானது.

அவனது ஆட்சியின் ஆரம்ப வருடங்களில் இந்நாசகரமான திட்டம் மேற்கொள்ளப்பட்டு, அதனைத் தொடர்ந்து இன்னொன்று மேற்கொள்ளப்பட்டதாகத் தோன்றுகிறது-அது தலைநகரை டெல்லியிலிருந்து மாற்றியது. சேவ்னா மன்னன் ராமச்சந்திரன் அலாவுத்தீனை மீறமுடியாது போயிருந்த, பாம்பின் படம் போன்ற கோட்டையினை உடைய மராட்டிய நகரம் தேவகிரி, இனி தன் மையமாக இருக்கும் என்று அறிவித்தான். தன் தந்தையுடைய ஆட்சியின் போது, வாரங்கல்லின் காகதீய மன்னனுக்கு எதிராகச் சண்டையிட்ட வேளையில், இதனைத் தன் தலைமையகமாகக் கொண்டிருந்ததால், நன்கறிவான். தௌலதாபாத் என்று பெயர் மாற்றப்பட்டு, செல்வம் நிறைந்த ஆனால் பிரச்சினைக்குரிய குஜராத்-மால்வா பகுதிகளைக் கட்டுப்படுத்த முடிவதாயிருந்தது; தீபகற்ப அரசுகளில் சுல்தானின் அரசாட்சி திறம்படவும் இருக்கமுடிந்தது.

ஆனால் தேவகிரி/தௌலதாபாத் டெல்லியிலிருந்து 1400 கி.மீ தொலைவில் இருந்தது; 'பிரபஞ்சத்தின் மாபெரும் நகரங்களுள் ஒன்றான' டெல்லியின் உரிமைகள் பெற்ற குடிமக்கள் அங்கிருந்து வெளியேற மறுத்தனர். தமது டெல்லி சொத்துக்களுக்காக

வழங்கப்பட்ட தாராளமான இழப்பீடுக்கோ, பயணத்திற்காகச் செய்யப்பட்டிருந்த விரிவான ஏற்பாடுகளுக்காகவோ, தௌலதாபாத்தில் காத்திருந்த உற்சாக வரவேற்புக்கோ அவர்கள் ஆர்வங்காட்டவில்லை. சுல்தான் மீண்டும் வன்முறையில் இறங்கவேண்டியவனாய் இருந்தான்.

மங்கோலியரின் தாக்குதலில் இருந்து தௌலதாபாத் பத்திரமாயிருக்கும் என்பது போன்ற, தலைநகரை மாற்றுவதற்கான செயல்தந்திரக் காரணங்கள் போல, முகம்மதுவுக்கு வேறு காரணங்களும் இருந்தன என்கிறார் இபின் பதூதா. பஞ்சத்திற்குள்ளாகும் நிலை இருப்பது போன்று தனிப்பட்ட நோக்கமும் இருந்தது. இஸ்லாமிய விஷமிகளைக் கடுமையாக நடத்தியது, ஆலோசனைகளைச் செவிமடுக்க மறுத்தது, புதியவர்களையும் தாழ்த்தப்பட்ட சாதியைச் சேர்ந்த இந்திய இஸ்லாமியர்களையும் முன்னெடுத்துச் சென்றது என நகரின் துருக்கிய, பாரசீக, ஆஃப்கானிய இஸ்லாமிய அறிவார்த்த மேட்டுக்குடியினரை முகம்மது அந்நியப்படுத்தி இருந்தான். அவன் சந்தேகித்த உலெமாக்களின் வெறுப்பும் கூட பாரணி போன்ற சரிதையாளரின் எதிர்மறை விமர்சனத்திற்குக் காரணமாகலாம். இந்த எதிர்ப்பை நிலைகுலையச் செய்ய, டெல்லியிலிருந்து அகற்றுவதும், எதிர்த்தால் தண்டிப்பதும் வசதியான வழிமுறையாய் இருந்தது.

நகரத்தைச் சிதைத்து எரித்தது, எண்பது வயதானவர் மரணப்படுக்கையிலிருந்து எறியப்பட்டது, குருடனைக் குதிரைவாலில் பிணைத்துச் சாலையில் ஓடவிட்டது, ('அவனது ஒரு காலே தௌலதாபாத்தை அடைந்தது')[9] முடமானவனைத் தெற்கு நோக்கி கவணில் செலுத்தியது மிகைப்படுத்தல்களாகத் தெரிகின்றன. அப்படியே 'ஏராளமானோர் சாலையில் மடிந்தனர்' என்பதும். ஆனால் டெல்லி ஆளரவமின்றி கிடந்தது என்பதும் உண்மையே. மக்கள் போய் குடியமரவேண்டிய இதர பிரதேசங்கள் குறித்த கட்டளையை இபின் பதூதா குறிப்பிடுகிறார். மேலும் இத்திட்டம் சீக்கிரமே கைவிடப்பட்டது; தௌலதாபாத்தைச் சென்று சேர்ந்தோரில் பலர் அல்லது சாலையில் தூக்கி எறியப்பட்டோர், விரைவில் திரும்பிக்கொண்டிருந்தனர். 1333இல் இபின் பதூதா முதலில் பார்த்தபோது, டெல்லியில் மக்கள் ஒருவாறு குடியமர்ந்திருந்தனர். இவ்வளவு பெரிய நகரில் மக்கள் கொஞ்சமாகக் குடியமர்ந்திருந்தாலும் இந்நகர் மாட்சிமை பெற்றிருந்தது. எனினும் இந்தச் சிக்கல் மறக்கப்பட முடியாததாய், மன்னிக்கப்பட முடியாததாய் இருந்தது. இந்த இரண்டாவது

தப்புக் கணக்கால், அரச ஆதரவாளரது நம்பிக்கையையும் மன்னன் இழந்தான். அதிருப்தியின் எழுச்சி பெரிதும் தன்னெழுச்சியான கலவரங்களில் வெளிப்பட்டது.

முகம்மதுவின் அவப்பெயருக்கு ஏராளமான சான்றுகள் இருப்பினும், 1351 வரை, 26 ஆண்டுக்காலம் ஆட்சியிலிருந்தான். வங்காளம் முழுவதுமாகக் கைவிடப்பட்டிருந்தது; ராஜஸ்தானின் ரஜபுத்திர மன்னர்கள் தம் சுயாட்சியை நிலைநாட்டிக் கொண்டிருந்தனர்; தமிழகத்திலும் ஆந்திரத்திலும் இஸ்லாமிய தளகர்த்தர்கள் தன்னிச்சையான வம்சங்களை நிறுவிக்கொண்டிருந்தனர். பிற இடங்களில், பெரிதும் மங்கோலிய-ஆஃப்கன் தோற்றுவாயுடைய சாதாரண நிர்வாகிகள், திரும்பத் திரும்பக் கலகம் புரிந்தனர்; மால்வாவும் குஜராத்தும் அதிருப்தி கொண்டிருந்தன; தெற்கு தக்காணம் இந்து புதுப்பித்தலை நிகழ்த்திக்கொண்டிருந்தது; அது போன்ற ஒன்று ஆந்திரக் கடற்கரையில் நடந்துகொண்டிருந்தது; சிந்து கலகம் புரிந்தது; கங்கை-யமுனை தோவாபெங்கும் உள்நாட்டுப் போர் வெடித்துக்கொண்டிருந்தது. 24 பெரும் கலகங்களைப் பாரணி பட்டியலிடுகிறார். முகம்மது தன் ஆட்சியாரம்பத்தில் இந்தியப் பேரரசுக்கான சுல்தானிய வாய்ப்பைப் பெற்றிருக்க பிற்காலங்களில் அதனை மீட்கமுடியாதபடி இழந்தார்.

இருப்பினும் டெல்லியில் அவரது அதிகாரம் ஒருபோதும் சவாலுக்குள்ளானதில்லை என்றே தோன்றுகிறது, மற்ற சுல்தான்களைப் பின்தொடர்ந்து கொண்டிருந்த சதிகள் பற்றிய பேச்சில்லை. பைத்திய நிலை ஒருபுறமிருக்க, திறமையில்லாதவன் என்று அவனைக் கூறிவிட முடியாது; கொந்தளிப்பான காலகட்டத்தில்-அதற்கு அவன் காரணமில்லை-ஆட்சேபிக்க முடியாத அவன், அதிகார ஏற்றத்திற்கான சிறப்புடையவனே நீண்டகால நினைவிலுள்ள பரிசோதனைகளை விடவும் போர்க்களத்தில் தோற்கடிக்கப்பட முடியாத தளபதியாகவும், சிறுசிறு சீர்திருத்தங்கள்-வழிநடத்தல்களால் தாக்கத்தை ஏற்படுத்திய திறமைசாலியான நிர்வாகியாகவும், மத-இனவரைவியல் வெறியற்றவனாகவும் விளங்கினான். வேறெந்த சுல்தானை விடவும் இந்திய-இஸ்லாமிய இணைவிலுள்ள சாத்தியங்களை நன்கறிந்தவன். அவனது ஒடுக்கும் தன்மையிலான கடுமைகூடத் தன் விளைவைக் கொண்டிருந்தது. சிந்துவின் பாழ் நிலங்களில் கலகக்காரர்களைத் துரத்திச் சென்றபோது அவன் இறந்தான். பின்னர் நஞ்சூட்டப்பட்ட வதந்தி நிலவினாலும், சமகாலத்து ஆதாரங்கள், அவனது ஆர்வங்கள்-அக்கறைகளாலேயே அரிதான

ராஜமரியாதை எனப்படும் இயற்கை மரணத்திற்குரிய சிறப்புடையவனாகவே அவனைக் காட்டுகின்றன.

ஒப்பீட்டளவில், அடுத்துவந்த இயல்பான வெற்றிகள் முக்கியத்துவம் குறைந்தவையல்ல என்று தோன்றுகிறது. முகம்மதுபின் துக்ளக்கிற்கு பிள்ளைகள் இல்லையெனினும், அவனது மகன் எனப்பட்ட ஒருவன் அவனது வாரிசாக முன்னெடுத்துச் செல்லப்பட்டான். இவன் சீக்கிரமே வளர்ப்பில்லத்திற்கு அனுப்பப்பட, முகம்மதுவின் ஒன்றுவிட்ட சகோதரனும் ஆட்சியுரிமையாளனுமாக அறிவிக்கப்பட்டிருந்த ஃபெரோஸ் ஷா அடுத்து அரியணை ஏறினான். அவன் தன் நாற்பதுகளில் இருந்தபோதும் 37 ஆண்டுகள் ஆட்சியில் நீடித்தான் (1351-1388). மத விஷயங்களில் பழமைப் பற்றுதல் உள்ளவனாக, அரசு விஷயங்களில் நிலை நாட்டுபவனாக, சுல்தானிய அதிகாரத்தில் எஞ்சியிருந்தவற்றைப் பாதுகாத்து அமைதியை நிலைநாட்டிட, தன் வயதான காலத்தில் முயன்று கொண்டிருந்தான். உலெமாக்களிடமிருந்து அவன் அசாதாரண பாராட்டுதலைப் பெற்றான்; தக்காணத்திலோ தெற்கிலோ சுல்தானிய அதிகாரத்தை நிலைநாட்டிட அவன் முயலவில்லை, வங்காளத்தின் மீது நிகழ்ந்த இரு படையெடுப்புகள் பயனின்றிப் போயின, குஜராத்திலும் சிந்துவிலுமான ஆறாண்டுப் படையெடுப்பு விபரீதமானது என்பவற்றை மறைத்திட அவனது அபிமானிகளே அக்கறைப்படுவதில்லை.

1361இல் ஒரிஸ்ஸாவில் யானைகளைத் தேடிச் சென்றதாகக் கூறப்பட்ட பயணமே வெற்றிகரமானது என்று கூறப்படக்கூடியது. கங்கை வம்சத்தினைத் தோற்கடித்து, பூரி ஜெகந்நாதர் ஆலயத்தைத் தகர்த்தபோது இந்த நாடு அதிர்ந்துபோனது-இதுவரை இது பொருட்படுத்தப்படாது இருந்தது. உள்ளூர் மக்கள் மீது நிகழ்ந்த படுகொலைகள் என்பதில் உண்மை இருக்கலாம். ஆனால் இப்போது மகிழ்ச்சி குறைந்தும் வளம் குறைந்தும் 72 யானைகள் மட்டும் எஞ்சியிருக்க நாடு அதன் இந்து ஆட்சியாளரிடம் ஒப்படைக்கப்பட்டது. மற்ற அரசுகளைப் போலவே, அது நாளடைவில் டெல்லிக்கான கப்பத்தை நிறுத்திவிட்டது.[10]

ஃபெரோஸின் பதிவில், ராணுவ விபரங்கள் சார்ந்து திரிபுகள் இருப்பினும், சரியான கூராய்வுடன் இடம்பெற்றிருக்கும். தனக்கு முந்தையவர்களின் குரூரத்தைக் கைவிட்டு, தன் மக்களிடத்தே உண்மையான அக்கறை செலுத்தி, அவர்களின் ஆதரவைப் பெற்றான். இன்னும் சுல்தானால் நிர்வகிக்கப்பட்டிருந்த இடங்களின் நில வருவாய் விலக்கப்பட்டு, சம விகிதம் என்பதாக

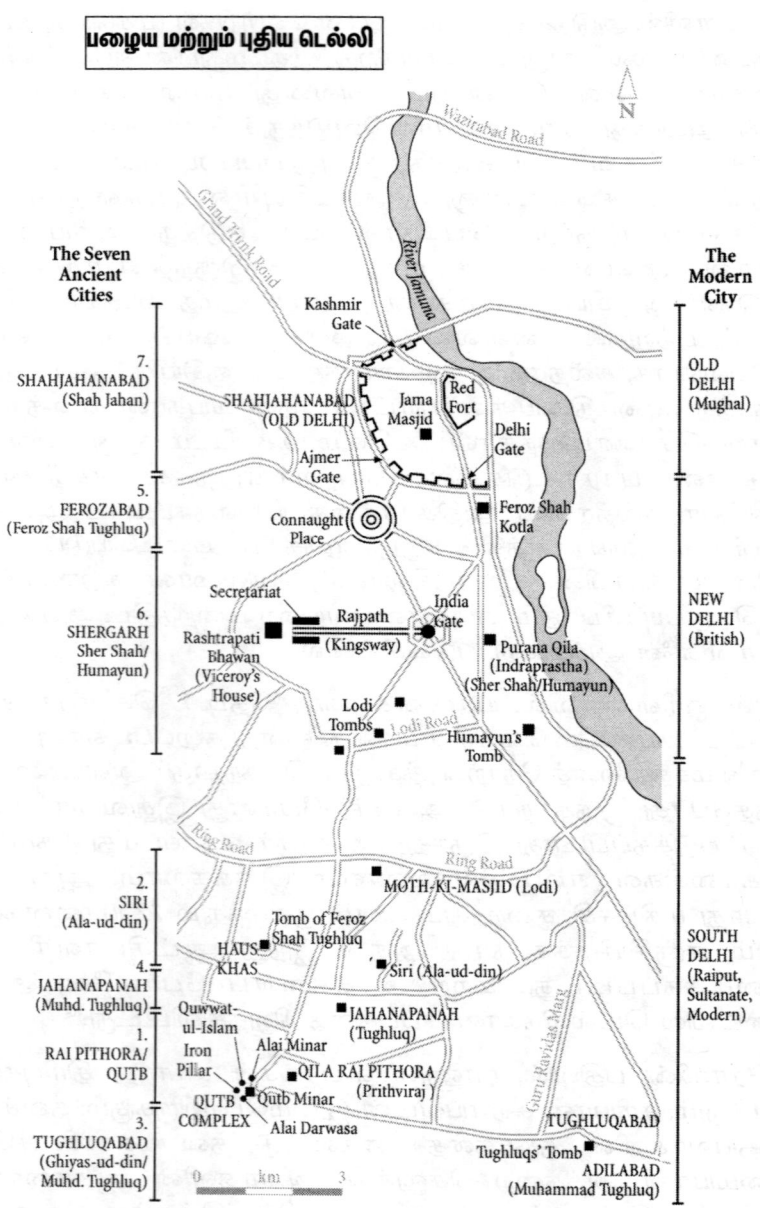

பழைய மற்றும் புதிய டெல்லி

நிர்ணயிக்கப்பட்டது, ஜிஸ்யா வரி, பிராமணர் உள்ளிட்ட இஸ்லாமியரல்லாதவர் அனைவருக்கும் விரிவுபடுத்தப்பட்டது. ராணுவத்தினருக்கு ரொக்கமாக வழங்குவது நிறுத்தப்பட்டு, நில மானியங்கள் மூலம் சரிக்கட்டிடும் பழைய முறைக்குத் திருப்பப்பட்டு, பட்ஜெட் நெருக்கடிகள் குறைக்கப்பட்டன. இம்மானியங்கள் பாரம்பரியமாக மாறிவிட, நாட்டுக்கு வெளியிலான குழப்பத்தில் உடனடிப் புகழ்ச்சி கிட்டியது. மறுபுறத்தே, பெரிதும் இந்துக் கைதிகளாயிருந்த ஏராளமான அடிமைகள், வறுமையிலிருந்து வெளிக் கொணரப்பட்டு, மெய்க்காவலர்களாக அமர்த்தப்பட்டனர் அல்லது உற்பத்தி சார்ந்த வேலைகளில் ஈடுபடுத்தப்பட்டனர். ஒருசில அமைப்புகள் ஆயிரக்கணக்கான உழைப்பாளர்களைக் கொண்டதாகவுள்ள இவை, ஃபெரோஷால் நிர்வகிக்கப்பட்டன; உயர்ரக ஆயுதங்கள், மணிகள், ஆடைகள், வாசனைத் திரவியங்களை அரசவைக்கு வழங்கவும், சுல்தானின் பெரும் கட்டட நிர்மாணங்களில் பணியாற்றவும் இவை துணைநின்றன.

இக்கட்டடங்கள் தவிர்க்க இயலாதபடி இன்னொரு டெல்லியைக் கொண்டிருந்தன. துக்ளகாபாத்தின் வடக்கே பல கி.மீ. தொலைவில் நிறுவப்பட்ட ஃபெரோஸ் ஷாவின் நகரமும் கோட்டையும், சமீபத்தைய டெல்லிகளால் சுற்றி வளைக்கப்பட்டிருந்தன; ஒருகாலத்தில் தூய யமுனை ஓடிய, அதன் கொத்தளங்களுக்குக் கீழே, இப்போது போக்குவரத்து நெருக்கடி மிகுந்திருந்தது. அங்கே இரு அசோகத் தூண்களில் ஒன்று நின்றது-ஃபெரோஸின் ஆணையால் அது சிரமப்பட்டு அனுப்பப்பட்டது. அதிலுள்ள கல்வெட்டு வாசகங்கள் பற்றி பிராமணரிடம் சுல்தான் விசாரித்தபோது, பிராமணரும் விழித்தனர்.

எளிமையான, சாம்பல் நிற மணற் கல்லாலான சுல்தானின் கல்லறை ஹாவுஸ்காஸின் நகரச் சோலையில் உள்ளது;[11] அலாவுத்தீன் கல்ஜி நிறுவிய நீர்த்தேக்கத்தின் அருகில் அது இருக்கிறது. ஃபெரோஸ் அங்கே தோட்டங்களையும் முக்கிய மதரஸாக்களில் ஒன்றையும் கட்டினான். யமுனை-ஸட்லெஜிலிருந்து வரும் கால்வாய்களை நிறுவி முதலாவது பெரும் பாசனத் திட்டத்தை மேற்கொண்டதற்காகப் புகழப்பட்டான். ஃபெரோபாத் என்னும் பெயரிலேயே பல நகரங்கள் அமைய, பிரதேச நகரங்களை நிர்மாணித்தான்-அவற்றில் ஒன்று பின்னர் ஜுவான்புர் ஆனது. ஜுவான் என்பது முகம்மதுபின் துக்ளக்கின் இயற்பெயர்.

ஜௌன்புர், கிழக்கு உ.பி.யின் அவாத் மண்டலம், பீகார் என்பன மாலிக் சோவாருக்கு ஒதுக்கப்பட்டன; ஃபெரோஸ் ஷாவால் மீட்கப்பட்ட திருநங்கை-அடிமையான மாலிக் அசாதாரணத் திறமை மிகுந்து, சுல்தான்-உஸ்-ஸர்க் என்னும் விருதுப் பெயர் பெற்றான். ஃபெரோஸின் சாவையடுத்த குளறுபடிகளைப் பயன்படுத்திக்கொண்டு, ஜௌன்புரின் ஸர்கி அரசை நிறுவினான்; ஆப்பிரிக்கத் தோற்றுவாய்களுடன் தத்தெடுக்கப்பட்டவர்களாகத் தோன்றிய அவன் வாரிசுகள், கங்கைச் சமவெளியில் சுல்தானிய அரசை மறையச் செய்தனர்.

பிற்காலத் துக்ளக்குகள், சுருங்கிவந்த டெல்லி சுல்தான் அரசுக்குத் தலைமை வகிக்க, ஏராளமான மற்ற அரசுகள் வளர்ந்தன. 1388இல் ஃபெரோஸின் மரணம் இன்னொரு மோசமான வாரிசு நெருக்கடியைத் தந்தது; அது டெல்லியில் எஞ்சியிருந்த அதிகாரத்தைக் கவிழ்த்தது. பத்தாண்டுகளுக்குப் பின்னர் 1398இல், நகரமே கவிழ்ந்தது. அப்போது டேம்பர்லேனின் தலைமையிலான மங்கோலியப் படையினர், ஃபெரோஸின் கோட்லாவுக்குக் கீழேயிருந்த யமுனையைத் தாண்டி வந்தனர்; அப்போதுதான் பாரசீகம், பாக்தாத் மீது படையெடுப்பை நிகழ்த்தியிருந்தது.

அதிகச் சிரமமின்றி அப்போதைய சுல்தானை வீழ்த்திய மங்கோலியர், மூன்று நாள்கள் வல்லுறவுக் கொள்ளையின் வெறியாட்டத்தில் திளைத்தனர். தைமூரின் பதிவுப்படி, கொள்ளையிடப்பட்ட தங்கம், வெள்ளி, ஆபரணங்கள், காப்புகளின் மதிப்பு நிர்ணயிக்க முடியாததாக இருந்தது. நகரின் இஸ்லாமியக் குடியிருப்புகள் தவிர்க்கப்பட்டன; மற்ற இடங்களெல்லாம் சூறையாடப்பட்டன. ஒட்டுமொத்த இந்துக்களும் படுகொலை செய்யப்பட்டனர் அல்லது அடிமைப்படுத்தப்பட்டனர். 'அவர்களை விட்டுவிட நான் எண்ணினாலும், என்னால் வெற்றிபெற முடியவில்லை, ஏனெனில் இந்நகர் மீது விநாசம் விழவேண்டுமென்பது கடவுளின் சித்தமாய் இருந்தது' என்றெழுதினார் தைமூர்.[12]

மேல்கோட்டும் இடையாடையும்

அது டெல்லி சுல்தான்களின் இறுதி இல்லை. தைமூர் சீக்கிரமே விலகிக் கொண்டான்; துக்ளக் சுல்தான், நாசமாக்கப்பட்ட தலைநகருக்குத் திரும்பினான்; சைய்யித்கள் 1414லிருந்தும் லோதிகள் 1451லிருந்துமாக, ஆஃப்கானிய தோற்றுவாயுடைய இவ்விரு

வம்சங்களும் அடுத்தடுத்து பதினைந்தாம் நூற்றாண்டெங்கிலும் சிதைபாடுகளிடையே தொடர்ந்து ஆட்சிபுரிந்தனர். ஒருகாலத்தில் துணைக்கண்டத்தின் பெரும்பகுதியையும் தழுவியிருந்த சைய்யித்களின் கீழ் டெல்லியின் முதல் சர்வதேச விமான நிலையமுள்ள பாலம் என்னும் கிராமத்தைத் தாண்டியிராத அளவுக்குச் சுருங்கிப்போனது. ஜௌவான்புரைச் சமாளித்து, நிர்வாகத்தைத் திருத்தியமைத்து, சிறிது மரியாதையை லோதிகள் புதுப்பித்துக்கொண்டாலும், அந்த அதிகாரத்தை மீட்டெடுக்கவே இல்லை. முந்தைய பிரதேசங்களைக் கட்டுப்படுத்தும் அதிகாரமின்றி, அவற்றிடமிருந்து அடிக்கடி படையெடுக்கப்படும் மிரட்டலுக்குள்ளாகி, பல அதிகார மையங்களில் ஒன்றாக மட்டும் இருந்தது-சற்றுப் புத்தாக்கமும் புகழும் கொண்டிருந்தது. வம்சாவளி, மொழி, வம்ச மரபு, பொருளாதார ஆர்வம் ஆகிய தொன்மையான அடையாளங்களின் மீதமைந்த வலுவான சுதந்திர அரசுகளாக, இஸ்லாத்திற்கு முந்தைய காலங்களில் துணைக்கண்டம் பிரிக்கப்பட்டிருந்தது எனில், அப்போது இந்தியா அதை நோக்கித் திரும்பிக்கொண்டிருந்தது.

வடக்கு-மேற்கு இந்தியாவில் இரு நூற்றாண்டுகளுக்கு மேலாக ஆதிக்கம் செலுத்தியும், சுல்தான் அரசு, அனைத்திந்திய இறையாண்மையைப் பெறத் தவறியது; இந்திய-இஸ்லாமிய ஒருங்கிணைவுக்கு அது முயன்று பார்க்கவும் இல்லை. நகரங்களில் இந்துக்கள் தம் இஸ்லாமிய பிரபுக்களுடன் இணக்கத்திற்கு வந்திருந்தனர்; அரசின் நாணயச்சாலை போன்ற சில நிறுவனங்கள் இந்துக்களிடமே பிரத்யேகமாக இருந்தன; பல இஸ்லாமியர் இந்து மனைவியரைப் பெற்றனர்; இந்துக் கைதிகள் பெரிதும் இஸ்லாத்திற்கு மாற்றப்பட்டனர்; மதம் மாறிய சிலர் உயரிய பொறுப்புகளைப் பெற்றனர். இருப்பினும் டெல்லியில், சுல்தானிய அரசின் பிரதேசத் தலைநகரங்களில் இருந்தது போல, நீதிமன்றம் பெரிதும் துருக்கி, பாரசீகம், ஆஃப்கானிய மேட்டுக் குடியினரின் புகலிடமாக இருந்தது. அதுபோலவே உலெமாக்கள், நிர்வாகத்தின் முதுநிலைப் பொறுப்புகள், ராணுவத்தின் உறுப்பினர்களைப் பொறுத்தும் இருந்தது. இனவரைவியல் மற்றும் மதப் பிரத்யேகம் சேர்ந்து, டெல்லி நிர்வாகத்தைப் பெரும்பாலான இந்திய மக்களுக்கு முற்றிலும் அந்நியமானதாக்கியது.

அப்போது முகம்மது பின் துக்ளக் அரசின் எல்லைப் பகுதியான முல்டானுக்கு 1333இல் வந்துசேர்ந்த இபின் பதூதா, மேற்கு மற்றும் மத்திய ஆசியாவிலிருந்து புதிதாக வந்தோர் சுல்தானின் சேவையில் சேர முற்பட்டதைக் குறிப்பிட்டுள்ளார்.

ராணுவத்தில் சேரு முன்பு அவர்கள் குதிரைப்படை சார்ந்த சில திறமைகளை எடுத்துக்காட்டவேண்டும். மற்றவர்கள் கைவினைக் கலைஞர்களாக, அறிஞர்களாக, வர்த்தகர்களாக அல்லது நிர்வாகிகளாக அரசின் புரவலர் தன்மையை நாடினர். பெரும்பாலான வணிகமும் தொழிலும் நிதிச் சேவைகளும் இந்துக்களின் கைகளில். ஆனால் பதினெட்டாம் நூற்றாண்டின் ஆங்கிலேய 'நவாப்கள்' கண்டறிந்தபடி, இது பரஸ்பரம் சாதகமாயிருந்திருக்கும். முல்டானிலிருந்த இந்து வங்கி இல்லங்கள், மத்திய ஆசியாவிலிருந்து வந்த பணமில்லாதவர்களுக்கு முன்பணம் தந்து எப்படிச் செல்வம் சேர்ந்தன என்பதை இபின் பதூதா குறிப்பிட்டுள்ளார்-குதிரைகள், அடிமைகள், ஆபரணங்கள் போன்றவற்றை சுல்தானுக்கு அன்பளிப்பாக அளித்தன. விலை மதிப்புள்ள அன்பளிப்புகள் - அது வட்டியுடன் டெல்லி முகவர்களுக்குத் தரப் பயன்படும் என்று - பலவற்றை சுல்தான் திருப்பிவிடுவான். புலம்பெயர்தலின் நீரோட்டத்தை ஊக்குவிப்பது அதிகாரப்பூர்வ கொள்கையாயிருந்தது; இந்தியா தந்த வாய்ப்புகள் இப்படியிருந்ததுடன் இஸ்லாமிய உலகெங்கிலுமிருந்து வரும் சாகசக்காரர்களின் வெள்ளம் வற்றிவிடாதபடி, ஆசியாவின் பிற பகுதிகளில் கொந்தளிப்புகள் இருந்தன.

டெல்லியில் பெரும்பாலான புதியவர்கள் செல்வம் சேர்த்து தம் நாடுகளுக்குத் திரும்புவதை எதிர்பார்த்தனர்[13]-பதினெட்டாம் நூற்றாண்டின் ஆங்கிலேய 'நவாப்கள்' போல-என்கிறார் இபின் பதூதா. டெல்லியின் அதிகாரம் சரியவும், வங்காளம், குஜராத், மால்வா, தக்காணத்தின் இந்தியா சார்ந்த இஸ்லாமிய எல்லைப்புறத்தின் அதிகார வெறிமிக்க புதிய சுல்தான்கள், ராணுவத்தில் சேர்பவர்களுக்கான சந்தையைப் பெருக்கினர்; கொள்ளை, பதவி உயர்வு, ஊதிய வருவாய்க்கான நல்ல வாய்ப்புகளையும் அளித்தனர். உண்மையில் இச்சுதந்திரமான சுல்தானிய அரசுகள் பதினைந்தாம் நூற்றாண்டில் சந்தர்ப்பத்தின் நிலங்களாயின. அறிஞர்களும் நீதித்துறையினரும், கைவினைக் கலைஞர்களும் இவற்றை நோக்கி ஈர்க்கப்பட்டனர். தீபகற்பத்தின் மேற்குக்கரை துறைமுகங்களிலிருந்து வணிகர்கள், கவர்ச்சிகரமான அரபிக்கடல் வணிகத்திற்கு வழங்கவும் சேவை புரியவும் முன்வந்தனர். அரபிக்கடலிலிருந்து கப்பல் போக்குவரத்து வாயிலாகவே குஜராத் ஆஃப்ரிக்க இஸ்லாமியரின் பெரும் சமுதாயத்தைப் பெறலாயிற்று. இதற்கிடையே தக்காணத்தின் பாரசீகர்களும் ஆஃப்கானியரும் நுழைந்தனர், பாமினி சுல்தான் அரசுக்கும் அதற்கு அடுத்து இடம் பெற்றவர்களுக்கும் வலுமிக்க பாரசீக-ஷியா மனத்தைத் தந்தது. அதற்கடுத்து இடம்பெற்றதில்

ஒன்றான ஹைதராபாத்தில் இது இருபதாம் நூற்றாண்டில் உயிர்பிழைத்திருந்தது.

பதினான்காம் நூற்றாண்டில் இபின் பதூதா டெல்லி பற்றிப் பேசுகையில், பல முஸ்லிம் செல்வம் தேடுவோர் தம் தாயகத்தில் வளமான ஓய்வுக் காலத்தை எதிர்பார்த்திருந்தனர் என்பார்; பதினைந்தாம் நூற்றாண்டில் நிலைமை இப்படி இருக்கவில்லை. அதில் பெரும்பாலோர் தங்கிவிட்டனர், செழித்தனர், மணம் புரிந்துகொண்டனர். மங்கோலியாவிலிருந்து ராணுவத்தில் ஆட்கள் சேர்ந்து, இந்தியாவில் மதமாற்றம் செய்துகொண்டோரும் கணிசமாக இருக்க, இஸ்லாமியர் வளர்ந்துவந்ததுடன், தொடர்ந்து தன்னைப் புதுப்பித்துக் கொண்டிருந்தது; குதிரைகளைப் போன்றே மனிதர்களும்-சீரான வகையில் மத்திய ஆசிய இறக்குமதிகள் முஸ்லீம் ஆட்சியின் திறனுக்கு ஆதாரமாயிருந்தன.

இஸ்லாமிய மேல் தட்டினர் அவ்வப்போதான ஒத்துழைப்புக்கும் அதிகமின்றி, முழு அடிபணிதலுக்குக் குறையாமலும் இந்தியச் சிலை வழிபாட்டினர் இருக்கவேண்டும் என்று கோரினர். இந்துக்கள் ஜிஸ்யா (இஸ்லாமியர் அல்லாதார் மீதான வரி) வரி செலுத்தியே ஆகவேண்டுமா என்பது குறித்தல்லாமல், அதனைச் செலுத்துமாறு அனுமதிக்கலாமா என்பது குறித்து இஸ்லாமியச் சட்ட வல்லுநர்கள் வாதித்தனர். சிலை வழிபாட்டாளருக்குப் பெரும்பாலான இஸ்லாமிய சட்டப் பிரிவினர் விதித்த ஒரே தண்டனை மரணமே; ஹனாஃபி பிரிவினர் மட்டுமே ஜிஸ்யா ஏற்புடைய மாற்று என்றனர். இந்துக்கள் அவ்வப்போது சேவை செய்யக்கூடியவர்களாயும் கவனத்தைத் திருப்புபவர்களாயும் இருந்ததால், வெறுப்புக்கு உரியவர்களாயில்லை. ஐரோப்பிய நாகரிகத்தின் வெள்ளை சாஹிப்கள் போல, சுல்தானிய அரசின் உண்மையான நம்பிக்கையாளர்கள், செல்வத்தின் ஆதாரமாக, சாகசக் களமாக, காமப்புனைவு குறுக்கிடும் தார்மீகக் கோபத்திற்குரிய விஷயமாக இந்தியாவைப் பார்த்தனர். அவர்களும் காலனியவாதிகளே. உள்ளூர்க்காரர்களுடன் சமரசம் என்பது எண்ணிப்பார்க்க முடியாதது என்பதுடன் கேடானதுமாகும்.

'மாபெரும் இடைக்காலத்துப் பயணி' என்ற விதத்தில் இபின் பதூதாவிற்கு இருந்த ஒரு போட்டியாளர் மார்கோ போலோ. சுமார் 1290இல் சீனாவிலிருந்து வரும் வழியில் தமிழ்நாட்டின் துறைமுகங்களுள் ஒன்றில் இறங்கியபோது, 'கோட்' தைத்துக் கொள்வது பற்றிப் பேசுகிறார். தீபகற்ப இந்தியாவில் அதற்கான

தையல்காரர்களே இல்லை என்று வியப்புறுகிறார். உண்மையில் ஆடைகளே இல்லை, வெட்டுவதும் தைப்பதும் இல்லை. நீண்ட ஒரு துணி வெறுமனே இடுப்பில் கட்டப்பட்டிருக்கும் அல்லது சுற்றப்பட்டிருக்கும்-இது இன்றளவும் நீடிக்கின்ற சேலை, சால்வை, லுங்கி, வேட்டி அணிவதான வழக்கமாகும். கணிசமான ஆடைகள் இஸ்லாமிய புத்தாக்கமாக இல்லாதிருக்கலாம், ஆனால் அது தாமதமாக, குளிர் நிறைந்த வடக்கிலிருந்து வந்தது. உண்மையில் இந்தியாவின் பல பகுதிகளில் தையல், இஸ்லாமியரின் உரிமைப் பகுதியாகும்.

இந்து மன்னர்கள் தம் மக்களைப் போன்றே சொற்பமாக உடுத்துகின்றனர் என்கிறார் மார்கோ போலோ; படைவீரர்கள் போருக்குச் செல்லும்போதுகூட, அநேகமாக ஏதும் அணிவதில்லை, 'கருப்பாயுள்ள ஆண்களும் பெண்களும் இடையில் அணிந்துள்ள ஒரு துணி தவிர்த்து, வேறெதனையும் உடுத்துவதில்லை? கிழக்கிலிருந்து வருபவருக்குக்கூட, வெற்று நெஞ்சுகளும் மறைக்கப்படாத மார்புகளும் புதுமைக்காட்சியே. 1930களில் தென்கிழக்கு ஆசியாவில் இந்து சமூகத்தின் கடைசி துணைக் காவல் நிலையமான பாலி தீவுக்கு வந்த சர்வதேச அணியினர், அங்கும் கூட இன்னும் மேலுடை அணியாத வழக்கத்தைக் கண்டு வசீகரிக்கப்பட்டனர்-'தசையின் எந்தப் பாவத்தையும் பாவமாக அவர்கள் பார்க்கவில்லை' என்றார் போலோ.[14]

இஸ்லாம்-கிறித்தவ உலகம் இரண்டினுடைய எளிய ஒழுக்கவியலுக்கு இந்துச் சமூகம் பதினைந்தாம் நூற்றாண்டு வரையிலும் சவால் விடுத்துக்கொண்டிருந்தது என்பது ரஷ்ய வர்த்தகர் அதனேஷியஸ் நிகிடினின் பதிவிலிருந்து தெரிகிறது; வோல்கா நதிப் பகுதியின் ட்வெரைச் சேர்ந்த அவர், வாஸ்கோடகாமாவுக்கு 30 ஆண்டுகளுக்கு முன்னரே, சுமார் 1470இல் இந்தியா வந்தார். ஆப்பிரிக்காவைச் சுற்றாமல், பாரசீக வளைகுடாவிலிருந்து கடல் வழியே வந்தார், மற்ற பெரும் வளைகுடா வர்த்தகர்களைப் போல குதிரைகளைக் கொண்டுவந்தார். போலோவைப் பொறுத்தவரை, மதுரையின் பாண்டிய மன்னன் ஆண்டுக்கு 2000 குதிரைகளை இறக்குமதி செய்தான்; அப்படியே அவனது நான்கு சகோதரர்களும். தட்பவெப்பத்தாலும் பொருந்தாத உணவாலும் பல குதிரைகள் மடிந்துவிடுவதால் இது அவசியமாயிற்று; வடக்கில் தரைவழியாயும் தெற்கில் கடல் வழியாயும் குதிரை இறக்குமதி இந்தியாவின் பிரதான பகட்டாயிருந்தது.

நவீன பம்பாய்க்கு (மும்பை) தெற்கில் சுமார் 50 கி.மீ. தொலைவில் சவுல் துறைமுகத்தில் வந்திறங்கினார் நிகிடின். தன் நினைவுக் குறிப்பில் அவர் இவ்வாறு எழுதுகிறார்:

> 'இதுவொரு இந்திய நாடு... தலை-மார்பை மறைக்காமல், தலைமுடியை முடிச்சிட்டு, பருமனான தொந்திகளுடன் மக்கள் நடந்து திரிகின்றனர். ஆண்டுதோறும் குழந்தைகளைப் பெற்றுவிடுகின்றனர், பல குழந்தைகள் அவர்களுக்கு... நான் வெளியே செல்லும்போது மக்கள் என்னைப் பின்தொடர்ந்து வருகின்றனர், வெள்ளை மனிதனை உற்றுநோக்குகின்றனர். வெள்ளை ஆண்களைப் பெண்கள் விரும்புவதால், தம் இணக்கத்தைத் தெரிவிக்கின்றனர்.'[15]

பதினைந்தாம் நூற்றாண்டில் தக்காணம் வந்த இன்னொரு வருகையாளரான அப்துர் ரஸாக்கைப் பொறுத்தமட்டில், முஸ்லீம்கள் மட்டுமே டிரவுசர்களும் நீண்ட கோட்களும் அணிந்தனர். தைமூரின் மகனும் வாரிசுமான, சாமர்கண்டின் ஷாருக்கிடமிருந்து வந்துள்ள தூதுக் குழுவிற்குத் தலைவரான அப்துர் ரஸாக், இந்தியாவில் அரச குடும்பத்தினரைச் சந்திப்பது கடுமையான சோதனை. கேரளாவின் இன்னொரு பெரிய துறைமுகமான காலிகட்டின்ஜமோரின், அல்லது விஜயநகர மன்னர், முத்துக்களும் பிரகாசிக்கும் தங்க ஆபரணங்களும் மட்டுமே அணிந்து நிதானமாக அமர்ந்திருப்பார்கள்; 'அவரோ வெப்பத்தாலும் அணிந்துள்ள பல உடைகளாலும் வியர்வையில் மூழ்கியிருப்பார்.'[16] பேளூரிலுள்ள மாபெரும் ஹொய்சாள ஆலயத்தின் நுண்ணிய சிற்பங்களைப் பாராட்டுவதாயினும் சரி, விஜயநகர அரசவையினரைக் காமம் மீதூரப் பார்ப்பதாயினும் சரி, அப்துர் ரஸாக் வழக்கத்திற்கு மாறான கத்தோலிக்க ரசனைகளை வெளிக்காட்டினார்.

இது வெறுமனே இனவரைவியல் அல்லது சித்தாந்த வேறுபாடுகளின் பிரச்சினையில்லை. இரு நேரெதிரான சமூக நடத்தை விதிகள் மோதியிருந்தன: ஒன்று உலகளாவியது, நெகிழ்ச்சியற்றது, எதேச்சதிகாரமிக்கது, கட்டாயப்படுத்துவது; தனிப்பட்ட நம்பிக்கையாளர்களின் சமத்துவத்தை ஏற்று, கோட்பாட்டு ரீதியில் வலுவான சமுதாய உணர்வை முன்னெடுத்துச் செல்வது; இன்னொன்று, இந்தியாவுக்குரியது, பாகுபாடு சார்ந்தது, படிவரிசையிலானது, சமத்துவத்தை மறுத்து, பன்முகத் தன்மையைக் கொண்டாடுவது. சமூக-பண்பாட்டு வேறுபாடுகள், இயல்பானவையாய் இருந்தது போன்றே அடிப்படையானவையாக

இருந்தன. ஓர் இந்துவுக்கு மேல்கோட்டும் இறுக்கமான டிரவுசரும் ஒருவிதமான சிறைப்படுத்தலாகத் தோன்றியிருக்கவேண்டும்; ஓர் இஸ்லாமியனுக்கு, சிலந்தி வலை போல் நெய்யப்பட்ட, பருத்தித் துணியிலான, இடையில் கட்டும் ஆடை கண்ணியக் குறைவானதாக அருவருக்க வைத்திருக்கும். முகத்திரையும் அங்கியும் இஸ்லாமியப் பெண்டிரை மறைத்தன; நிறைய ஆபரணங்களும் ஆடைகளும் சேர்ந்து இந்துப் பெண்மையை வெறுமனே விளம்பரப்படுத்தின.

டெல்லியின் துக்ளகாபாத்தின் கொத்தளங்களுக்குக் கீழே 'துக்ளக்'குகளின் இருண்ட 'வீரர் கல்லறை' நிர்மாணிக்கப்பட்ட போது, ஆயிரக்கணக்கான மைல்களுக்கு அப்பால் கோனார்க்கின் வங்காள விரிகுடா கடற்கரையில் ஒரிஸ்ஸாவின் கங்க மன்னர்கள், நினைத்துப் பார்த்திராத அளவில் விரிவானதும் பிரம்மாண்டமானதுமான ஆலயங்களில் ஒன்றினை நிறுவி முடித்திருந்தனர். சூரியனுக்கு எழுப்பப்பட்ட அந்தக் கோயில், ரதத்தால் இழுக்கப்படும் சூரியன் என்னும் அப்பல்லோவுடன் தொடர்புடைய கருத்தினையும் இணைத்துக்கொண்டது. நுணுக்கமாக வடிக்கப்பட்ட பிரம்மாண்டமான கல் சக்கரங்களும் கம்பீரமான குதிரைகள் இழுத்துச் செல்வதுமான தேர் ஓட்டத்தில் இருப்பதாகத் தோன்றுகிறது. ஒருபாதி புதுப்பிக்கப்பட்ட நிலையிலும் அதன் அசலான மையக்கருத்து அவ்வளவு வீச்சைப் பெற்றிருப்பது பிரமிப்பைத் தருகிறது; அதுபோன்றே சிற்ப அழகும்; பல மிதுன விவரிப்புகளும் சேர்ந்தது. முஸ்லீம்களுக்கு எந்தவொரு பிரதிநிதித்துவக் கலையும் அபத்தம், அருவருப்புகளின் அருவருப்பு. ஆனால் இந்துக்களுக்கு, சரிந்த பக்கங்கள், ராணுவப் பாவனைகள் சேர்ந்த துக்ளக் கல்லறை, பரிதாபமிக்க வகையில் புராதனமாகத் தோன்றியிருக்கும். அவர்களின் அழகியல் இணக்கம் காணமுடியாததாக இருந்தது. தகவமைப்பு ஒருபுறமிருக்க, பரஸ்பரப் புரிந்துகொள்ளல் இல்லாமை இணக்கத்தை விலக்கியது.

இருப்பினும், புகழ்மிக்க ஒருங்கிணைவுக்கு இட்டுச் செல்வதான, படிப்படியான ஏற்பு, நிகழ்ச்சிப் போக்கில் இருந்தது. அது எடுத்துரைக்கப்படவில்லை. இஸ்லாமிய எழுத்தாளர்கள், சிலை வழிபாட்டாளர்கள் படுகொலை செய்யப்பட்டதையும் ஆலயங்கள் நாசமாக்கப்பட்டதையும் பற்றித் தொடர்ந்து பேசிக்கொண்டிருக்க, இந்துக்களோ மிலேச்ச எதிரிகள் வீழ்த்தப்பட்டதையும் ஆரிய நாயகர்கள் மெச்சப்பட்டதையும் பற்றி விதந்துகொண்டிருந்தனர். சான்றுகள் உணர்ந்துகொள்ளக் கூடியனவாக, துண்டு துணுக்காக, சிதறிக் கிடந்தன. இந்திய முஸ்லீம்களோ தாழ்ந்த

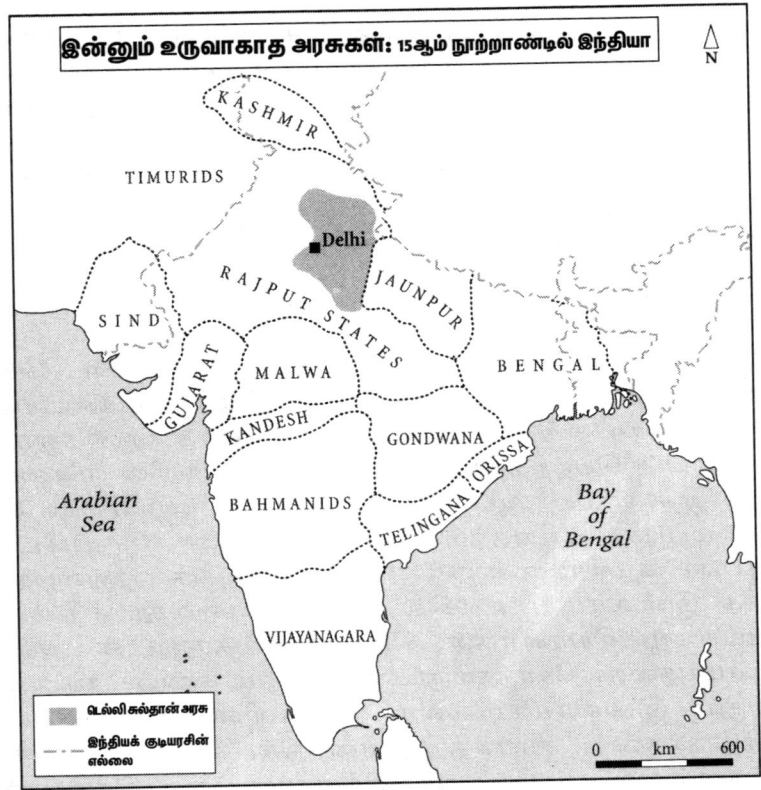

சாதி இந்துக்களோ, அந்நிய உலெமாக்கள் மற்றும் வைதிக பிராமணர்களான கலைஞர்கள், சாகுபடியாளர்கள், வணிக மற்றும் நிர்வாகப் பணியாளர்களிடையே தேடவேண்டியிருந்தது. இந்துக்களும் இஸ்லாமியரும் சேர்ந்து வாழ்ந்து பணிபுரிந்த இடங்களிலெல்லாம் சமூகப் பரிவர்த்தனை வெளிப்பட்டது. இந்துக்கள் தம் பெண்டிரை மறைத்துவைக்க பர்தாவின் ஒரு வடிவமான முகத்திரையை அணிவிக்கச் செய்தனர்; இந்துக்களின் சாதிப் பாகுபாட்டினை ஒட்டிய ஒன்றினை இஸ்லாமியர் மேற்கொண்டனர். சடங்கு-பக்தி அம்சங்களும் பகிர்ந்துகொள்ளப்பட்டன. இஸ்லாமிய ஷேக்குகளும் பீர்களும் (சூஃபி ஞானிகள்) இந்துக்களை ஈர்த்தனர்; இந்துத் துறவியரும் நர்த்தகியரும் இசைவாணரும் கைவினைக் கலைஞரும் இஸ்லாமிய ஆதரவை ஈர்த்தனர். கலைகளில் குறிப்பாகக் கட்டடக் கலையில் இதன் தாக்கங்கள் வெளிப்பட்டன.

இங்கேயும் சான்றுகளை டெல்லியின் இடிபாடுகளிடையேயும் அதன் சுல்தான்களது சரிதங்களிலும் காண இயலாது; துணைக் கண்டமெங்கும் சிதறிக் கிடக்கும் மற்ற ஒரு டஜன் தலைநகரங்களில் எஞ்சியிருப்பவற்றிலும் பதிவுகளிலும் காணவேண்டும். ஜுவான்புர், அகமதாபாத், மாண்டு, குல்பர்கா, சித்தூர், விஜயநகர், கௌர் முதலான இவ்விடங்களிலிருந்து எண்ணற்ற சுல்தான்களும் மன்னர்களும் ஆண்டனர்; துக்ளக்கின் வீழ்ச்சியைத் தொடர்ந்து தைமூரின் படையெடுப்பு காலத்தில் அவாத், வங்காளம், குஜராத், மால்வா, தக்காணம், ராஜஸ்தான் முதலான மண்டலங்கள் மீது தம் அதிகாரத்தை நிலைநாட்டுவதில் வெற்றிகண்டனர்.

மதச் சார்பினைத் தாண்டிய சமூகப் பிணைப்பை இம்மண்டலங்களே ஊக்குவித்தன. ஒவ்வொன்றும் நீண்ட வம்சாவளியை உடையதாக, பொருளாதார ரீதியில் முக்கிய மையமாக, தனித்துமான மொழியைப் பெற்றதாக உள்ள பிரதேசங்களின் மீதமைந்த அவை, இஸ்லாமிய ஆட்சியின் கீழே இந்து ஆட்சியின் கீழே, அரசமைப்புக்கு ஆயத்தமானதாக இருந்தன. இருப்பிடமும் சந்தர்ப்பச் சூழலும் உள்ளூர் ஒருங்கிணைவுக்கு ஒத்துழைத்தன. இங்கே இஸ்லாமிய உலகிலிருந்து தொலைதூரத்திலிருந்த முஸ்லீம் ஆட்சியாளர்கள், டெல்லி சுல்தானுடன் அல்லது மற்ற சமயத்தைச் சேர்ந்தவருடன் பெரிதும் சண்டையிட்டனர்; பெரிதும் இஸ்லாமியரல்லாத மக்களின் விசுவாசத்தைச் சார்ந்திருந்தனர்; சமரசத்திற்கான நிர்பந்தத்தில் அவர்கள் இருந்தனர். அப்படியே அதிகரித்து வருகின்ற இந்தியாவின் விளிம்புகளுக்கு ஓரங்கட்டப்பட்ட இந்துக்கள், இஸ்லாமிய சகாக்களுடன் ஒத்துழைக்கவும், இஸ்லாமிய துருப்புகளைச் சேர்த்துக் கொள்ளவும் சம்மதம் தெரிவித்தனர்; அறவழியிலான மீறலிலோ இந்து மறுமலர்ச்சியிலோ ஈடுபாடுகாட்ட முடியாது இருந்தனர்.

உருவாக இருந்த அரசுகள்

டெல்லி சுல்தானிய அரசின் வீழ்ச்சியிலிருந்து எழுந்த அரசுகளின் எண்ணிக்கை-அவற்றினிடையிலான பரஸ்பர உறவுகளின் சிக்கலைப் பற்றிச் சொல்லவேண்டியதில்லை- அது மொகலாய இந்தியாவின் மண்ணுக்குள் நீண்டதொரு விவரிப்பைக் கோரும். ஆனால் பதினைந்து, பதினாறாம் நூற்றாண்டுகளின் ஆரம்பத்தின் அரசியல் முக்கியத்துவத்தைக் குறைத்திடச் செய்வது தவறாகும். ஐரோப்பாவில் இக்காலகட்டம், வலுவான,

மையப்படுத்தப்பட்ட, பெரிதும் முடியாட்சிகளான அரசுகளின் எழுச்சியைக் கண்டது-அவை ஐரோப்பிய வரலாற்றின் அடிப்படை அலகுகளாயின. இதுபோன்றதொன்று இந்தியாவில் நிகழ்ந்துகொண்டிருந்ததாகத் தோன்றிற்று: வங்காளம், குஜராத், காஷ்மீர், ஒரிஸ்ஸா, தெற்கு, மத்திய இந்தியாவின் பல்வேறு பகுதிகள், தேச-அரசுக் கருத்தமைவுடன் தொடர்புடைய, பிரதேச, அரசியல், பண்பாட்டு அடையாளங்களை ஒன்றிணைத்திட முயன்றன. மிகவும் பொறுப்புள்ள ஐரோப்பிய கூட்டாட்சி அமைப்புகூட ஸ்காட்லாந்தையோ நெதர்லாந்தையோ, பிரான்ஸ் அல்லது ஸ்பெயின் ஒருபுறமிருக்கட்டும், 'மண்டல' விவகாரங்கள் என ஒதுக்கிவிடாது; துணைக்கண்ட மேலாதிக்கங்களைச் சார்ந்து இந்தியாவின் தொடர்ச்சியான அனுபவம் இத்தகையதாயிருந்தது; பிளவுத் தன்மையிலான இயக்கங்கள் குறித்து இன்றைய டெல்லி மற்றும் இஸ்லாமாபாத்தின் அச்சம் இத்தகையதாயுள்ளது; இவ்வமைப்புகளுக்கு 'மண்டலங்கள்' எனப் பெயரிடப்படுகிறது. அவற்றின் சுதந்திர நிலையை மீட்டுப் பார்ப்பது அவ்வளவாக முன்னெடுத்துச் செல்லப்படுவதில்லை. காலனியத்திற்கு முந்தைய இந்தியாவில் தேச-அரசு இன்னும் உருக்கொள்ள வேண்டியதாய் இருந்தது; இருப்பினும் அது பிறந்துள்ளது முக்கியமானதே.

தக்காணத்தில் பாமினி அரசும், அதற்கும் தெற்கே விஜயநகரமும், தீபகற்பத்தில் கல்ஜி வெற்றிகளின் எச்சங்களின் மீது எழுந்தன. 1330களின் பிற்பகுதியில் விஜயநகரம் நிறுவப்பட, பாமினி அரசு சுமார் 10 ஆண்டுகளுக்குப் பிறகு உருவானது. விஜயநகரத்தின் மன்னர்கள் இந்துக்கள்; தீபகற்பத்தின் இஸ்லாமியமயமாதலுக்கு இந்து எதிர்ப்பை முன்னெடுத்தவர்கள் என்ற சிறப்புக்குரியவர்கள். மறுபுறத்தே பாமினி சுல்தானியர் முஸ்லீம் சுல்தான்கள்; விஜயநகரத்துடன் அவர்கள் அடிக்கடி போரிட்டது, டெல்லி சுல்தான் அரசால் ஆரம்பிக்கப்பட்ட, இஸ்லாமியமயமாதலின் தொடர்ச்சியாகவே பொதுவாகப் பார்க்கப்படுகிறது. எனினும் இது முழுக் கதையல்ல, பெரிதும் பிந்தைய காலத்தைச் சேர்ந்த, வெறிகொண்ட எழுத்தாளர்களால் தரப்பட்ட பூசிமெழுகுதலே தவிர்த்து வேறொன்றாக இருக்காது.

பெரிதும் ஊசலாட்டமான தோற்றுவாய்களுடையதாக இவ்விரு அரசுகளையும் விவரிக்கும் கதைகளால் சந்தேகங்கள் எழுப்பப்படுகின்றன. ஹரிஹரர்-புக்கர் என்னும் இரு சகோதரர்களால் எதிர்காலத்தில் நிறுவப்பட இருந்தது விஜயநகரம்; இவர்கள் ஹொய்சாள மன்னருக்கோ காகதீயருக்கோ சிற்றரசர்களாயிருந்தனர். சுமார் 1327இல் இஸ்லாமியப்

படையினரால் பிடிக்கப்பட்டதாகக் கூறப்படும் இச்சகோதரர்கள், டெல்லிக்குக் கொண்டு செல்லப்பட்டனர். முகம்மதுபின் துக்ளக்கின் சிற்றரசர்களாகத் திரும்புவதற்கு அனுமதிக்கப்படும் முன்னர், அவர்கள் இஸ்லாத்தில் சேர்ந்ததாகக் கதைகள் சொல்லுகின்றன. பிற்பாடுதான், புகழ்வாய்ந்த இந்து முனிவர் ஒருவர், அவர்களை விருபாட்ச கடவுளின் அவதாரங்களாக அற்புதமான வகையில் அடையாளங்கண்ட போது, அவர்களது நம்பிக்கை இழப்பும் பாவமும் அகற்றப்பட்டு, தர்மத்தின் மீதான அரசினை அமைத்திடும் அவர்களது உரிமை ஏற்கப்பட்டது. இது உண்மையோ பொய்யோ, விஜயநகரத்தின் நிறுவனர்களது தகுதிநிலை, விலாவாரியான கதைகளாலும் தெய்வீகக் குறுக்கீட்டாலுமே நியாயப்படுத்தக் கூடியதாய் இருந்தது.

இதுபோன்றே, தக்காணத்து பாமினி சுல்தான்கள், டெல்லியில் சாத்தியமாகாத அணி சேர்க்கையிலிருந்து வந்தனர். முதல் பாமினி சுல்தானாகிய ஹாஸன், ஒருகாலத்தில் டெல்லி பிராமணன் குங்குவின் சேவகனாய் இருந்தவன் என்கிறார் ஃபெரிஷ்டா. சந்தர்ப்பவசமாக அவன் தன் நிலத்தை உழுதுகொண்டிருந்த போது, தங்க நாணயங்களைக் கண்டெடுக்க, சோதிடர் என்ற வகையில் குங்கு, அவனுக்கு நல்ல எதிர்காலம் இருப்பதாகக் கணித்துரைத்தார். அத்துடன் தன் ஒருகாலத்து எஜமானனை மறந்துவிடலாகாது என்று வாக்கு தத்தம் பெற்றுக்கொண்டார். இத்தகு கணிப்புகளாலும் நல்வாய்ப்புகளாலும் ஊக்கம் பெற்ற ஹாஸன், தக்காணத்தில் அவ்வாய்ப்புள்ள இடத்தைத் தேடிப் போனான். அங்கே முகம்மது பின் துக்ளக்கின் சேவையில் நீடித்து உயர்வடைந்தான்; துக்ளக் ஆட்சியின் இறுதியில், குஜராத்தும் தக்காணமும் டெல்லி அதிகாரத்தை மீறின; தக்காண அரசிலிருந்து பிரிந்துபோன சுல்தான் அரசின் பொறுப்பேற்கும், சக தளபதியரின் தெரிவாக ஹாஸன் விளங்கினான். இப்போது பாமினி ஷாவாக அறியப்படும் தௌலதாபாத்தில் அரியணை ஏறிய அவன், தன் வாக்குறுதியை மறந்துவிடாது, தனது பிராமண ஆதரவாளரைத் தெற்கே வரவழைத்து புதிய அரசின் நிதியமைச்சராக்கினான்.

இக்கதையிலுள்ள பொருந்தா அம்சங்களை ஃபெரிஷ்டா உணர்ந்திருக்க வேண்டும். ஹாஸன் ஆப்கானில் பிறந்திருக்கவேண்டும், ஆஃப்கானத்தின் முஸ்லீம் ஒருபோதும் பிராமணனிடம் சேவை செய்திருக்க இயலாது என்று தோன்றுகிறது. 'முகம்மதிய மன்னனின் அரசவையில் இருக்க ஒப்புக்கொண்ட முதலாவது பிராமணன் குங்கு'[17] என்று ஃபெரிஷ்டா குறிப்பிடுவது நிச்சயம் தவறு. இருப்பினும் பிராமணனைக் கௌரவிக்கும்

வகையில், குங்கு என்னும் பெயரைத் தன் விருதுப் பெயராக ஹாஸன் வைத்துக்கொண்டான்; பிறகு அவ்வம்சத்தின் இறுதிவரைக்கும் அதன் அரச முத்திரைகளிலும் ஆவணங்களிலும் அப்பெயர் பயன்படுத்தப்பட்டது. 'பாமன்' என்னும் பெயரே 'பிராமணன்' என்பதன் தோராயமான வடிவமாக இருக்கக்கூடும் என்கிறார். மற்றவர்களோ இப்பெயர் பாரசீகத்தின் தொல்கால பாமன மன்னனின் பெயரிலிருந்து வந்தது என்கின்றனர்- அம்மன்னன் வழியில் வந்தவர்களாக பாமினி சுல்தான்கள் கூறிக்கொண்டனர். பாமினி அரசு மறைந்த ஒரு நூற்றாண்டுக்குள் எழுதிய தனித்துவமிக்க இஸ்லாமிய வரலாற்றாளர், இத்தகு சிறப்புகளை ஏற்க விருப்பம் காட்டுவது முக்கியமானது. டெல்லி உலெமாவின் பார்வையில், குங்கு பாமன் ஷா எனப்படும் ஹாஸன் இல்லத்தின் வைதிகம், சமரசத்திற்குட்படுத்தப்பட்டது ஆகும்.

பாமினி சுல்தான்கள் ஆரம்பத்தில் தம் இந்து அண்டை வீட்டாருடன் அடிக்கடி சண்டையிட்டு வந்தனர் என்கிறார் ஃபெரிஷ்டா. குறிப்பாக ஆந்திரம் மற்றும் விஜயநகர மன்னர்களுடன். சகோதரன் ஹரிஹரனை அடுத்துவந்த விஜய நகரத்து புக்கருடன், புக்கரை அடுத்து வந்த இரண்டாம் ஹரிஹரன், முதலாம் தேவராயன், இரண்டாம் தேவராயனுடனான பெரும் சண்டைகள், பாமினி சுல்தான்களுக்கு வெற்றிகளாகப் பார்க்கப்பட்டன-பாமினி சுல்தான்கள் விஜயநகரத்திற்கே மீண்டும் மீண்டும் மிரட்டல்கள் விடுத்துக்கொண்டிருந்தனர். அவர்களும் கொள்ளையிட்டு பெட்டி பெட்டியாகக் கொண்டு சென்றனர். சிலை வழிபாட்டாளரைக் கொன்று குவித்தனர். 'இந்து-பாரசீக சரிதங்களின்படி, கொல்லப்பட்டவரைக் கணக்கிட்டால், தக்காணத்தில் யாரும் உயிருடன் விடப்பட்டிருக்க முடியாது.'[18] 'உயிர்த் தியாகத்தின் சர்பத்தை அருந்திய முஸ்லீம் வீரர்கள் யாருமில்லை' என்கிறார் ஃபெரிஷ்டா. பாமினி சுல்தான்களின் ஆட்சியில் இறுதி வரையிலும் பெருந்திரள் மதமாற்றம் குறிப்பிடப்படவில்லை. இந்து குடிமக்கள் மீது ஜிஸ்யா வரிவிதிக்க பாமினி சுல்தான்கள் நிராகரித்துவிட்டனர்.

விஜய நகரத்தின் மாபெரும் நகரம் (கர்நாடகத்தின் ஹம்பி) அடிக்கடி மிரட்டலுக்கு உள்ளானாலும், ஒருபோதும் கைப்பற்றப்பட்டதில்லை. பார்வையாளர்களின் பதிவுகளின் படியும் எஞ்சியுள்ளவற்றின் மாட்சிமையின் படியும் அதன் அரண்கள் வலிமை பெற்றிருந்தன. ஃபெரிஷ்டாவைப் பொறுத்தவரை, 14-15ஆம் நூற்றாண்டுகளிலான இச்சண்டைகளில்தான் பீரங்கிப்படை இந்தியாவில் முதலாவதாக

இறக்கப்பட்டது. இஸ்லாமிய-கிறித்தவ கூலிப்படையினரால் இயக்கப்பட்டது; கிறித்தவர்களைப் பொறுத்தவரை, இது அவர்களது முதல் பணி. வெடி மருந்துத் தொழில்நுட்பம் மத்திய தரைக்கடல் பகுதி மற்றும் மத்திய கிழக்குடனான தீபகற்ப இந்தியாவின் கடல்வணிகத் தொடர்பால் கிடைத்தது எனில், குண்டு தயாரிப்பது இந்தியாவின் திறமைசாலிகளான பணியாளர்களுக்குச் சிரமமிக்கதாக இருந்திருக்காது. உண்மையில் இத்தகு தாக்கும் திறன் இருந்திருந்தால் விஜயநகர அழிப்பு சாத்தியமாகி இருக்கும். அழித்தொழித்தல் இதன் நோக்கமல்ல. பாரதூரமான ஆசைகளைப் பற்றி அவ்வப்போது குறிப்பிடப்பட்டாலும், இன்னொரு அரசனை நிரந்தரமாகத் தன் கட்டுப்பாட்டுக்குள் வைத்திடவேண்டும் என்கிற எதிர்பார்ப்பு இருந்ததில்லை. குஜராத்-மால்வா, மால்வா-பாமினி சுல்தான் அரசு, மால்வா-சித்தூர் ரஜபுத்திரர்கள் என்னும் அக்காலகட்டத்து சண்டையிடும் அண்டை வீட்டார் விஷயத்தில் இருந்தது போலவே வெற்றி பெற்றால் போதும் என்ற நிலைதான். கைதான அரச குடும்பத்தினர் விடுவிக்கப்பட்டனர், தோற்கடிக்கப்பட்ட மன்னர்கள் திரும்பவும் அமர்த்தப்பட்டனர். வென்றவர் அடித்த கொள்ளையின் மதிப்பானது ஆண்டுதோறும் செலுத்தவேண்டிய கப்பமாக இல்லாமல், ஒரு தடவை பெற்றதுடன் நின்றது.

பதினைந்தாம் நூற்றாண்டின் 'மண்டல' அரசுகளிடையேயான மோதல், இறையாண்மை சார்ந்ததாக அல்லாமல், ஒருபாதி கொள்ளையிடவும், பெரிதும் எல்லைப்புற பிரிவினைக்காகவும் இருந்ததாகத் தோன்றுகிறது. பாமினி சுல்தானிய அரசுக்கும் விஜய நகரத்திற்குமிடையிலான மோதலுக்குக் காரணமாயிருந்தது, கிருஷ்ணாவுக்கும் துங்கபத்திரைக்கும் இடையில், ராய்சூர் தோவாப் எனப்படும் நிலப்பகுதியே. இதனைக் கட்டுக்குள் வைத்திட பாமினி சுல்தான்கள், பல நூற்றாண்டுகளுக்கு முன் ராஷ்ட்ரகூடர்கள் செய்தது போல, தம் தலைநகரை தௌலதாபாத்திலிருந்து (ராஷ்ட்ரகூடர்களின் எல்லோராவுக்கு அருகே) குல்பர்காவுக்கும் அங்கிருந்து பிடாருக்கும் (ராஷ்ட்ரகூடர்களின் மான்யகேதாவுக்கு அருகே) மாற்றினர். தீபகற்பம் தாண்டிய அரசை நிறுவிட அது கச்சிதமானதாய் இருந்தது; அதன்பின் பம்பாய்க்கும் கோவாவுக்கும் இடையே மேற்குக் கரையை எட்டிடவும், கோதாவரிக்கும் மெட்ராஸுக்கும் இடையே கிழக்குக் கரையை எட்டிடவும், பாமணி சுல்தான்கள் தம் ஆட்சிப் பகுதிகளை விரிவுபடுத்தியபோது, ராய்சூர் தோவாபைக் கையில் வைத்திருந்ததன் முக்கியத்துவம் எவ்வளவு பெரியது என்பது தெரிந்தது. இத்தகு கேந்திர முக்கியத்துவத்தினை அடையாளங்கண்டு கொண்ட வகையில், மதத்தை மீறியும் இவ்விரு

அரசுகளும் அப்பாவிகளையும் கைதிகளையும் கொல்லுவதற்கு முற்றுப்புள்ளி வைத்தன.

1440களின் பிற்பகுதியில், ராய்சூர் தோவாபின் பிரச்சினை உடன்பாட்டின் மூலம் தீர்ந்தது, ஆகவே நேரடியான பகைமைகள் ஓய்ந்தன. கோவா உள்ளிட்ட மேற்குக்கரை துறைமுகங்கள் சார்ந்த முரண்தன்மையிலான கோரிக்கைகள் தொடர்ந்தன. என்றாலும் ஒன்றையொன்று தாக்கிக் கொள்வதை இரு தரப்புகளும் நிறுத்தின, ஒரு சந்தர்ப்பத்தில் பொது எதிரிக்கு எதிராக இரண்டும் சேர்ந்து நின்றன.

ஒரு தேச-அரசின் உருவாக்கத்திற்குப் பிரதேச வரையறுப்பு அடிப்படையானது. பாமினி சுல்தான்களுக்கும் புதிய மால்வா சுல்தான்களாகிய வடக்கு எதிரிகளுக்கும் இடையிலான இதுபோன்ற ஆனால் குறுகியகால மோதல்கள்கூட, ஆட்சேபணைக்குரிய நிலப்பகுதி சார்ந்ததாக இருந்தது. அது தீர்ந்ததும் இரு அண்டை வீட்டாரும் நட்பார்ந்த உறவுகளைப் புதுப்பித்துக்கொண்டனர். அக்காலகட்டத்து இதர அரசுகளிடையே, முக்கியத்துவம் வாய்ந்த பிரதேசப் பிரச்சினை தீர்க்கப்பட்டதும், இணையான பகைமை அடங்கியது. 1490களில் உள்நாட்டுப் பூசலால் திடீரென பாமினி அரசு அதிகாரத்திலிருந்து சரிந்ததும், விஜயநகரம் அதனை சாதகமாக்கிக் கொண்டது; ராய்சூர் தோவாப் சிக்கல் மீண்டும் எழுந்தது. தக்காண அரசுகளிடையே விஜயநகரம் ஆற்றல்மிக்கதாக விளங்கிய போதும் சிறிய, பலவீனமான, பிரதேசப் பேராசைமிக்க சுல்தானிய அரசுகளைவிடவும், அவற்றுக்குள்ளேதான் பாமினி சுல்தான் அரசு கரைந்து போயிற்று-வலுவான, பிரதேச ரீதியில் பாதுகாப்பான முஸ்லீம் அண்டை வீட்டாரைச் சிறந்ததாகக் கருதிற்று. விஜயநகரத்தின் உயரிய நிலையின் கீர்த்திமிக்க வேளை குறுகிய காலமே நீடித்தது.

1470இல் பிடாரிலும் குல்பர்காவிலும் சில மாதங்களைக் கழித்திருந்த ரஷ்ய நிகிடினுடைய பதிவுகள் காரணமாக, உச்சத்திலிருந்த பாமினி சுல்தான் அரசின் திகைக்க வைக்கும் சித்திரம் பாதுகாக்கப்பட்டுள்ளது. தரைப்படையினரும் குதிரைப் படையினரும் சேர்ந்து சுமார் பத்து லட்சம் பேர் இருப்பார்கள் என்னும் நிகிடின் மதிப்பீடு, கட்டற்ற யூகமாயிருக்க வேண்டும்; ஆனால் நீண்ட பழைய துப்பாக்கிகள் கனத்த துப்பாக்கிகள் சார்ந்த நேரடி சாட்சியம் யூகமாயிருக்க முடியாது. கற்பிதம் செய்யமுடியாத அபரிமிதமான செல்வச் செழிப்பும். கோரசானி பிரபுக்களின் தலைவனாக இருந்த, இருபது வயதேயான, சிறிய

மனிதனாகிய சுல்தான் சம்ஸுத்தீன் முகமது, பைராமைக் கொண்டாடக் குதிரையில் சென்றான்; தலைப்பாகையில் வைரம் பதிந்திருக்க, நீலக்கற்கள் பதித்த ஆரம் அணிந்து, பொன்னாலான சேணத்தில் கால் பதிய விரைந்தான்; நீலக்கற்கள் பதிந்த தங்கக் கவச உடையினையும் தங்கம் பதிந்த மூன்று வாள்களையும் வைத்திருந்தான். அவனுக்கு முன்னே பட்டு முகப்படாம் அணிந்த யானை, தும்பிக்கையிலுள்ள சங்கிலியை ஆட்டிப் பாதையை ஒழுங்குபடுத்திப் போனது. அவனுக்குப் பின்னே, விலையுயர்ந்த கற்கள் பதிந்த வெல்வெட்டாலான தங்கத் திண்டில் சாய்ந்தபடி சுல்தானின் தம்பி இருக்கும் பல்லக்கை இருபது பேர் சுமந்து வந்தார்கள். அவனையடுத்துப் பிரதான அமைச்சரும் அடுத்தடுத்து இடம் பெற்ற சுல்தான்களிடம் ஆலோசகராக இருந்து வந்தவருமான மஹ்முத் கவான் வந்தார்; பலநூறு பாடகியர், ஆடல் மகளிர் சூழக் குதிரைப்படை வீரரின் கூட்டம் அடுத்து இடம்பெற்றது. சிலர் எதுவுமே உடுத்தவில்லை ஆனால் கவசம், சவுக்கு, வாள், ஈட்டி, வில் முதலானவற்றை வைத்திருந்தனர். டமாஸ் எஃகுக் கவசம் பூண்ட முன்னூறு யானைகளுடன் நிறைந்திருந்தது ஊர்வலம். ஒவ்வொரு யானை மீதிருந்த அம்பாரியிலும் துப்பாக்கிகள் ஏந்திய ஆறு வீரர்கள் இருந்தனர்; பிற்காலத்திய பல்ஹாராவைப் போன்ற தகுதியுடன், இந்திய முகம்மதிய சுல்தானாக இருந்த மன்னனின் ஊர்வலத்தில் கலந்துகொண்ட சித்திரம் நிகிடினது மனதில் இருந்திருக்க வேண்டும்.[19]

காற்றில் ஊஞ்சலாடுதல்

குஜராத், மால்வாவின் சுல்தான்களால் பாமினி அரசின் இத்தகு சீர்மையை ஏற்றுக்கொள்ள இயலாது. விஜயநகர் அல்லது பாமினி அரசுடன் ஒப்பிடுகையில் பிற்காலத்ததான குஜராத், இஸ்லாத்திற்கு மதமாறிய ரஜபுத்திரனின் மகனாகிய அதன் ஆளுநர், பதினைந்தாம் நூற்றாண்டின் ஆரம்பத்தில் தைமூரின் படையெடுப்புக்குப் பிறகு, இறையாண்மையை மேற்கொண்டதும் சுதந்திரமானது. அதே வேளையில், மால்வா தனது முன்னாளைய ஆளுநர் தில்வார் கான் கோரியுடன் இதனைப் பின்பற்றியது. தில்வார் கான் துருக்கிய-ஆஃப்கானிய கோரியாக இருக்கவேண்டும்; ஆனால் இஸ்லாமிய-ரஜபுத்திர கூட்டுத் தலைமையாட்சியை ஏற்படுத்தியும் ரஜபுத்திர குடியேற்றத்தை ஊக்குவித்தும் ஓர் இணக்கமான அணுகுமுறையை சீக்கிரமே மேற்கொண்டான்.

அதிக வைதிகமும், ஜிஸ்யா வரிவிதித்தும் இந்து ஆலயங்களை நாசப்படுத்தினாலும், குஜராத் சுல்தான்களும் ரஜபுத்திர இளவரசியரை மணந்துகொண்டனர், இந்தியக் கலைஞர்களையும் சமஸ்கிருத அறிஞர்களையும் ஆதரித்தனர், அரசின் உயர் பொறுப்புகளில் இந்துக்களை அமர்த்தினர். இரு சுல்தான் அரசுகளிலும், குறிப்பாக வருவாய்ப் பிரிவுகளில், சமணர்கள் இடம்பெற்றனர்-துணைக்கண்டத்தின் இதர பகுதிகளில் அநேகமாக அவர்கள் இல்லாதுபோனதை, மேற்கு இந்தியாவில் அவர்கள் தப்பிப் பிழைத்தது நம்பமுடியாததாக்கியது.

மால்வாவின் தில்வார் கானும் (அல்லது பின்னர் அமித்ஷா தாவுத் எனப்பட்டவர்) குஜராத்தின் அகமத் ஷாவும் (1411இல் சுல்தான் ஆனவர்) புதிய தலைநகரங்களை நிறுவி சிறப்படைந்தனர். நகரமயமாதலுக்கு இஸ்லாம் ஊக்கமளித்தது. ஆகவே பெரிதும் அரச ஆதரவைச் சார்ந்திருந்த, மேட்டுக்குடிச் சிறுபான்மையினரான, இந்திய முஸ்லீம்கள், மசூதிக்குப் போவதும் தொழுகை செய்வதுமான சமுதாயக் கடமைகளால் ஒன்றிணைக்கப்பட்டு, இயல்பாகவே நகர வாழ்க்கைக்குள் ஈர்க்கப்பட்டனர். அலகாபாத்திலிருந்து ஃபைஸாபாத்திலிருந்து ஹைதராபாத்திற்கு, ஔரங்காபாத்திற்கு விரியும் வரைபடம், எண்ணற்ற இஸ்லாமிய நகர அடித்தளங்களை அடையாளம் காட்டுகிறது. குஜராத்தில் அகமத் ஷாவின் தெரிவு, சபர்மதி ஆற்றின் அருகிலுள்ள ஓர் இடமாயிருந்தது. அங்கே அவர் அலகாபாத்தை நிறுவி அரண் செய்தார்; குஜராத்தின் தேர்ந்த கைவினைக் கலைஞர்கள் அங்கு குடியேறினர்; பம்பாய் வளைகுடாவுக்கு நெருக்கமாயிருந்ததால், வணிகரீதியில் சாதகமாக்கிக்கொண்டு, பதினாறாம் நூற்றாண்டின் இறுதியில், இந்தியாவின் மிகப் பெரியதும் செல்வம் நிறைந்ததுமான நகரங்களுள் ஐரோப்பியப் பார்வையாளர்களின் பதிவின்படி உலகிலுள்ள நகரங்களுள் ஒன்றானது. அது இன்னும் குஜராத்தின் தலைநகராயிருந்தது; குளறுபடியான கூட்ட நெரிசலுக்கிடையே, மசூதிகளும் கல்லறைகளும் சுல்தான்களின் அவர் தம் ரஜபுத்திர இளவரசியரின் நுழைவாயில்களும் நிறைந்து காணப்பட்டன.

குஜராத்தின் பன்மைத்துவமான சூழலுக்கு வேறெந்தச் சான்றுகளும் தேவையில்லை என்னும் படிக்கு, அது தனித்துவமான கட்டடக்கலை பாணியிலிருந்தது. டெல்லியின் குவ்வத்துவ் இஸ்லாம் மசூதியில் உள்ளதுபோல, சமண-இந்து மரபிலான அம்சங்களும் கருத்திழைகளும் இணைக்கப்படாதிருந்தது; ஏனெனில் சிதைக்கப்பட்ட ஆலயங்கள் மசூதிகளாக மாற்றியமைக்கப்பட்டன. தேர்ந்த கொத்தனார்களுடன்

ஆலயங்களை நிர்மாணித்திடும் குஜராத்தின் வலுவான மரபு, அப்படியே இஸ்லாமியக் கட்டடக்கலை மரபுக்கு மாற்றப்பட்டது; மிஹ்ராப்களும் மினாரட்களும் அலங்கார வேலைப்பாடுகள் மிகுந்தவையாகின. அகமத் ஷாவின் ஜாமி மசூதி, 'ஒட்டுமொத்த இந்தியாவிலும் அழகியல் ரீதியில் மிகவும் நிறைவு தருவதான மசூதியாக வரவேற்கப்பட்டது.'[20]

மால்வாவின் புதிய தலைநகரம் மாறுபட்டிருந்தது. குஜராத் சுல்தான்களின், வணிக வாய்ப்பும் அழகிய சூழலுமிக்க நகருக்குச் சவால் விடுவதாக, மால்வாவின் தில்வார்கானும் அவனது வாரிசுகளும் மாண்டுவின் கரடுமுரடான மேட்டுப்பகுதிகளை ஒளிர வைத்தனர். நல்லவரான போஜ மன்னரின் ஒரு காலத்திய தலைநகரம் தாரின் அருகிலிருந்து, நர்மதைப் பள்ளத்தாக்கின் மேலே, ஊடுருவ முடியாத அரண்களுடன் நிர்மாணம் தொடங்கிட, முயற்சிகள் மேற்கொள்ளப்பட்டது. அதே வேளையில் மேல்பகுதி புல்வெளிகளை மசூதிகள், இஸ்லாமியக் கல்லறைகளால் மட்டுமின்றி காற்றோட்டமான அரண்மனைகளாலும் எதிரொலிக்கும் முற்றங்களாலும் ரஜபுத்திரருக்கும் மொகலாயருக்கும் பிடித்தமான தாமரைப் பொய்கைகளாலும் நிறைத்தனர். மாண்டுவிலும் குவாலியரின் மான்சிங் அரண்மனையிலும் கோயில், கல்லறை, மசூதி என்னும் மத மரபுக்குப் போட்டியாக இந்தியாவின் சமயச்சார்பற்ற கட்டடக்கலை நிலைகொள்ளத் தொடங்கிற்று.

மாண்டுவின் இடத்தில் எந்தப் பெருநகரமும் வரவில்லை. இந்தியாவின் புனைவியல் பாங்கான இடங்களில் ஒன்றான மாண்டு பதினேழாம் நூற்றாண்டில் கைவிடப்பட்டு அதிலிருந்து அப்படியே இருந்து வருகிறது. நிச்சயமான எல்லைப் புறங்களற்ற மால்வா, பேராசைமிக்க அண்டை வீட்டாருடன் இருந்தது; தம் தலைநகரைப் பராமரிப்பதில் கணிசமாகச் செலவிட்டுள்ள சுல்தான்கள் தம்மைப் பாராட்டிக்கொள்ள நியாயம் இருந்தது. மீண்டும் மீண்டும் குஜராத் ராணுவத்தால் முற்றுகையிடப்பட்டும், அவ்வப்போது பாமினி சுல்தான்களாலும் மேவாரின் ரஜபுத்திரராலும் படையெடுக்கப்பட்டிருந்த மாண்டு, பதினைந்தாம் நூற்றாண்டெங்கிலும் திடமாய் நின்றது. சுல்தான் மஹமுத் கல்ஜி (1431-69 ஆட்சிக் காலம்) தலைமையில் மால்வா தாக்கிற்று, குஜராத், தக்காணம், ராஜஸ்தானத்திற்குள் அதன் படையினர் ஊடுருவினர்.டெல்லி மீதும் படையெடுத்தனர். இதனால் மாண்டு செல்வத்தில் திளைத்தது. ஃபெரிஷ்டாவைப் பொறுத்தவரை, மஹமுத்தின் வாரிசு, 10,000 யுவதியரைக்

கொண்ட அந்தப்புரத்தைப் பராமரித்து வந்தான். அவர்களைக் கவனித்திட, எல்லா வசதிகளும் நிறைந்த 'பெண்கள் நகரம்' ஒன்று நிறுவப்பட்டது; அப்பெண்கள் தமக்கான நிர்வாகத்தைத் தாமே மேற்கொண்டனர், ராணுவத்தைப் பராமரித்தனர், சந்தைகளை ஏற்படுத்தினர், உற்பத்தியாளர்களை முன்னிறுத்தினர்.

இப்பெண்ணிய குடியரசுக்கு என்ன நேர்ந்தது எனத் தெரியவில்லை. ஆனால் பதினாறாம் நூற்றாண்டின் ஆரம்பத்தில் மால்வா அரசு அமைந்திருந்த, இஸ்லாமிய-ரஜபுத்திர அச்சு தூக்கி எறியப்பட்டது. ரஜபுத்திரர் சாதித்த அதிக எண்ணிக்கையை நிலைகுலையச் செய்திட, பொறுப்பிலிருந்த சுல்தான் குஜராத் ராணுவத்தை வரவழைத்தான்; அப்போது ரஜபுத்திரர் மேவாரிலுள்ள தம் மதத்தினரை எதிர்பார்த்தனர். 1518லும் 1531லும் குஜராத் ராணுவம் மாண்டுவைக் கைப்பற்றியது. அதன் வீழ்ச்சி சுல்தான் அரசின் வீழ்ச்சியை முன்னுணர்த்தியது.

அரசு உருவாக்கத்தில் மால்வா தோல்வியாக முடிந்ததென்றால், குஜராத் வலிமை பெற்றுக்கொண்டே வளர்ந்தது. மஹமுத் ஷா (1459-1511) அசாதாரணத் திறமையுடன் நீண்டகாலம் ஆட்சி புரிந்து, தன் அரசினை நிலைநாட்டினான். மஹமுத்கள், முகமத்துகள் என்ற பெயர்களில் நிறையபேர் இருக்க, அவன் மஹமுத் 'பெகார்ஹா' என நினைவுகூரப்படுகிறான்- இப்பட்டப் பெயருக்குப் பல பொருள்களைக் கற்பிக்கின்றனர். அவனது மீசையை அது குறிப்பிடலாம். ஐரோப்பியப் பதிவுகளின்படி, அவனது தாடி இடுப்புக்குக் கீழே வந்தது; அவனது மீசை, எருமை (பெகாரா)யின் கொம்புகளைப் போல நீண்டதாயும் சாம்பல் நிறத்திலும் இருந்தது; அவனது மகுடத்தில் முடிச்சாகப் படிந்தது. அல்லது இருகோட்டைகளை (கர்) அவன் கைப்பற்றியதைக் குறிப்பிடலாம். அவற்றில் ஒன்று கிழக்கு குஜராத்தின் பரோடாவுக்கு அருகிலுள்ள சாம்பனர் கோட்டை-அது துணைத் தலைநகரமானது; இன்னொன்று சௌராஸ்ட்ரத்தின் கிர்நார் - அங்கே அசோகர் தன் புகழ்வாய்ந்த பாறைக் கல்வெட்டினை விட்டுவந்தார், சத்ரப் ருத்ரதாமன் ஒரு தடவை பாசனத்தையும் சமஸ்கிருதத்தையும் முன்னெடுத்தான். 'மஹமுத்தின் இரு கோட்டைகள்' தரைப்பகுதி குஜராத்தை சௌராஷ்ட்ர தீபகற்பத்துடன் இணைத்து, இந்தியாவின் மேல்பகுதி சேவை புரிந்த மேற்குக்கரை துறைமுகங்களின் ஏகபோகத்தைப் பெற்று ஆற்றல்மிக்க கடல்சார் அரசை உருவாக்கின. பதினேழாம் நூற்றாண்டில் அது நன்கு செழித்தோங்கியது; நிலத்தில்

மொகலாயப் படையும் கடலில் போர்த்துகீசியரின் படையும் இணைந்து இறுதியில் வீழ்த்தின.

இயல்பான எல்லைப்புறங்கள் இல்லாத நிலையில், ராஜஸ்தானில் பிரதேச வலிமைபெற, அரணமைப்பதே அடிப்படையானதாக இருந்தது. மாண்டுவின் உச்சங்களுக்கு மேவாரின் இணையாக இருந்த சித்தூரின் மாபெரும் பீடபூமி, ஸெஸோடியா ரஜபுத்திரரால் மறு அரண் செய்யப்பட்டது-அலாவுத்தீன் கல்ஜியால் ஒருபாதி அழிக்கப்பட்டதினையடுத்து. 1433லிருந்து 1468 வரை அரசாண்ட ரானா அல்லது மகாராணா (ராஜா, மகாராஜாவின் வேறுவடிவங்கள்) கும்பன் ஆட்சியில் இன்னொரு கோட்டைக் கொத்தளங்களுடன் நிறுவப்பட்டது கும்பல்களில் ஸெஸோடியாக்கள் இவ்விரு கோட்டைகளிலிருந்து ராஜஸ்தானின் சிறுசிறு ரஜபுத்திர அரசுகள் மீது அதிகாரம் செலுத்தினர்; அத்துடன் குஜராத்திற்குள்ளும் மால்வாவிற்குள்ளும் ஊடுருவினர். ‘மேவார் இப்போது தன் கீர்த்தியின் மத்தியப் பாதையில் இருந்து, தன் மத எதிரிகளைத் தன் அதிகாரப் பாறை மீது கைதிகளாக்கி நியாயமான வெற்றிகண்டது’ என்கிறார் கர்னல் டோட்.

ராஜஸ்தானின் இன்னொரு கோடியில், ரதோர் குலத்து ரஜபுத்திரர் ராஜா ஜோதா (1438-89) ராணா கும்பனின் அரியணையைக் கைப்பற்றுவதில் முக்கியமானவராக விளங்கி, பின்னர் ஜோத்பூர் ஆன மலையுச்சிக் கோட்டையை நிறுவினார். ‘தம் பாதுகாப்புக்கே கூட ஒன்றுபடும் ஆற்றலற்ற ரஜபுத்திரர், ஓர் அரசை உருவாக்கியதே இல்லை’ என்கிறார் கர்னல் டோட். மொகலாயரின் வல்லமைக்கு அடிபணியாதவர்கள் தாங்கள் மட்டுமே என மேவாரின் ஷெஷோடியாக்கள் பெருமைப்பட்டுக் கொண்டனர்.

ஒரிஸ்ஸாவிலும் வங்காளத்திலும் அவாத்திலும் பிரதேச வரையறுப்பின் இதே நிகழ்வுப்போக்கையும் அரசியல் நிலைநாட்டுதலையும் தேடியறிய வேண்டும். அவாத்தில் ஜௌவான்பூர் சுல்தான்கள் துக்ளக் பாணியிலான மசூதிகளைக் கட்டினர், டெல்லி சுல்தான்களுடன் சண்டையிட்டனர்; ஒரிஸ்ஸாவில் சூரியவம்ச ராஜாக்கள் ஆலயங்கள் நிறுவினர், ஆந்திர-விஜயநகர மன்னர்களுடன் போரிட்டனர். ஆட்சியாளரின் வெற்றியும் தாராளமும், அப்பகுதியின் பண்பாடும் மொழியும் சேர்ந்து, மதத்தைத் தாண்டிய பந்தங்களை உருவாக்கின. 1418இல் வங்காளத்தில் ஓர் இந்து சுல்தானாகிவிட்டான். வங்காளத்து உலெமாக்களுக்கு இது அதிகபட்சமாகிவிட, ஜௌவான்பூர் உதவியை

நாடினர். சுல்தான் ராஜ கணேஷ் கவிழ்க்கப்பட்டு, அவனது மகன் இஸ்லாத்திற்கு மாறி, ஜாடுசென் என்ற பெயரை ஜலாலுதீன் என்று மாற்றிக்கொண்டு, 1431 வரை தந்தையின் வழிகாட்டுதலில் ஆட்சிபுரிந்தான். அடுத்து இடம்பெற்ற அலாவுத்தீன் ஹுஸைன் ஷா (1493-1519) வங்காள மொழிப்புலமையின் தலைசிறந்த ஆதரவாளராகப் போற்றப்படுகிறான்; முஸ்லீமாக, அரபியாக இருந்தாலும், வங்காளத்தின் வைணவ பக்தி இயக்கத் தலைவர் சைதன்யரைக் கண்ணியப்படுத்தியதாகக் கூறப்படுகிறது. இந்துக்கள் பதிலுக்கு சுல்தானை கிருஷ்ணனின் அவதாரமாகவே கண்ணியப்படுத்தினர்.[21]

ஹுஸைனின் சகிப்புத்தன்மைக்கு எல்லைகள் இருந்தன. குஜராத்-மால்வா சுல்தான்களைப் போல, போர்க் காலங்களில் ஆலயங்களைச் சிதைத்தவனாக, குறிப்பாக ஒரிஸ்ஸா மீதான தாக்குதலின் போது-கூறப்படுகிறது. ஆனால் ஆலயங்கள் ஒருபோதும் பிரத்யேக வழிபாட்டிடங்களாக இருந்ததில்லை. களஞ்சியங்களைக் கொண்டவையாக, அரசர்களின் பேராசை நோக்கங்களுக்கு ஆதரவளிப்பவையாக, தேவைப்படும்போது ராணுவத்தின் கோட்டையாக இருந்துள்ளன. மதவெறியால் மட்டும் நாசம் ஏற்படுத்தப்படவில்லை.

இஸ்லாமியக் குடியமர்வும் மதமாற்றமும் 1399இல் ஒரு முஸ்லீம் வம்சத்தை நிறுவிய காஷ்மீரில், இந்து-முஸ்லீம்களின் இணக்கமான உறவுநிலை, பதினைந்தாம் நூற்றாண்டின் தொடக்கத்தில் ஒரு குறுக்கீட்டைக் கண்டது. மார்டாண்டின் மாபெரும் சூரியக் கோயில் நாசமாக்கப்பட்டது, பிராமண இந்துக்கள் மீது அதிக அபராதங்கள் விதிக்கப்பட்டன. ஆனால் இவ்வொடுக்குமுறை குறுகிய காலமே நீடித்தது. சுல்தான் ஜய்னுல் அபிதின் தனது ஐம்பது ஆண்டு கால (1420-70) ஆட்சியில், இத்தகு பாகுபாடான கொள்கைகளை அகற்றினார்; ஆராய்ச்சியையும் புதுவகைகளிலான கைவினைத் தொழில்களையும் ஊக்குவித்து, தன் இமாலய அரசை நிலைகொண்டதும் செழிப்பானதுமான அரசாக ஆக்கினார். கால்வாய்-பாசனவசதிகள் மேற்கொள்ளப்பட்டன; லடாக்-பல்டிஸ்தான் மீது அதிகாரத்தை நிலைநாட்டி, இறையாண்மை பெறும் அபிலாஷையும் கொண்டிருந்தது; அதன் தனித்துவமான வரலாறு உறுதியளித்ததும் இந்தியாவில் நேர்த்தியான இயற்கை எல்லைப்புறங்களுக்கு உத்தரவாதம் அளித்தது.

அண்டையிலுள்ள பஞ்சாபின் கதை வித்தியாசமானது. இங்கே தேச-அரசு நிர்மாணத்திற்கான சான்றுகள் இல்லாதிருந்தன.

தைமூரின் மங்கோலிய வம்சாவளியினர், 1398இல் டெல்லிக்குச் செல்லும் வழியில், வெற்றிகொள்ளப்பட்டிருந்த நிலங்கள் மீது தொடர்ந்து உரிமைகோரி வந்தனர். இதற்கிடையே ஆஃப்கானிய சாகசக்காரர்கள் அதிக எண்ணிக்கையில் பஞ்சாபுக்கும் பஞ்சாபின் வழியேயும் தொடர்ந்து புலம்பெயர்ந்தனர். பதினைந்தாம் நூற்றாண்டின் இறுதியில் ஆஃப்கானிய லோதிகள் டெல்லியிலிருந்து கட்டுப்படுத்தினர். எதிரிகளைச் சமாளிப்பதில் சுல்தான் மும்முரமாயிருக்கவே, அவரது பஞ்சாப் ஆளுநர் அநேகமாக சுதந்திரமாக விளங்கினார். தற்காப்பற்ற வடமேற்கு எல்லைப்பகுதிக்கும் இந்தியா மீதான தூண்டுதல்களுக்கும் இடையே, சாஹிகள் போன்ற எந்தவொரு மூர்க்கமான வம்சமும் நிற்கவில்லை. பிற்கால ரஞ்சித் சிங் போன்ற எந்த வீரனும் பஞ்சாபியரின் விசுவாசத்தை ஒன்றிணைக்க முன்வரவில்லை. ஹிந்தின் நுழைவாயில்கள் காற்றில் அசைந்தாடிக் கொண்டிருந்தன.

இடது: மொகஞ்சதாரோ 'நாட்டிய மங்கை'; பாகிஸ்தானின் சிந்து மாகாணத்தில் கிடைத்த வெண்கலச் சிற்பம். நாட்டியமாடவில்லை எனினும், இச்சிறிய புகழ்பெற்ற உருவம், ஹரப்பாவைச் சேர்ந்ததாக, சுமார் கி.மு. 2000-த்தினைச் சேர்ந்ததாகக் கூறப்படுகிறது.

கீழது: 'இறந்தோர் மேடு' என்று பொருள்படும் மொகஞ்சதாரோ. ஹரப்பாவின் நகர மையங்களில் அகழ்வாய்வு செய்யப்பட்டவற்றில் மிகப் பெரியது; வகைமாதிரியான செங்கல் கட்டுமானங்களை உடையது; முகப்பிலுள்ள 'களஞ்சியமு'ம் பின்புல 'அரணும்' யூக அடிப்படையிலான வடிவங்களே.

வாராணசி(பெனாரஸ்)யின் கங்கைக் கரையிலுள்ள தசாஸ்வமேதகாட்டில் சூரிய உதயம். ஞானி போ
மன்னன் திவோதாசரின் பத்து மடங்கு அஸ்வமேத யாகத்தை நினைவூட்டுவது இப்பெயர்– இது சிவ
கலக்கத்தில் ஆழ்த்தியது.

பத்தொன்பதாம் நூற்றாண்டைச் சேர்ந்த ஓர் ஓவியரின் இராமாயணக் காட்சி. இந்த சமஸ்கிருத இதிகா
தீபகற்ப இந்தியாவுடன் கொண்டுள்ள அதிக பரிச்சயத்தைக் காட்டுகிறது – கடவுள் ராமனுக்கும் அரக்க
ராவணனுக்கும் இடையிலான போரினை விவரிக்கிறது.

ஒது: டெல்லியின் ஃபெரோஸ் ஷா
தியின் கோட்டை மீதுள்ள அசோகர் தூண்.
மூன்றாம் நூற்றாண்டில் உருவாக்கப்பட்டு,
ான்காம் நூற்றாண்டில் கப்பல் மூலம்
லிக்கு எடுத்துச்செல்லப்பட்டது.
கள் வரை இதன் கல்வெட்டு
த்தறியப்படாதிருந்தது.

மேலது: சாரநாத் (வாராணசி அருகே) திலிருந்து கிடைத்த சிங்கமுகப்பு. இப்போது இந்தியக் குடியரசின் தேசியச் சின்னம். முதலில் புத்தரது முதல் பேருரை நிகழ்ந்த இடத்தில் நிறுவப்பட்ட அசோகர் தூணின் உச்சியில் இருந்தது.

து: அசோகர் பொறிப்புகளைத் தாங்கிய ஷாபாஸ்கர்ஹி (பாகிஸ்தான் பஞ்சாப் மாகாணம்)யிலுள்ள
றை. மௌரிய சக்கரவர்த்தியின் பாறைப் பொறிப்புகளுள் ஒன்று. பௌத்தம் சீனத்திற்குப் பரவிய
கோரம் நெடுஞ்சாலையின் ஒருபுறமிருக்கிறது.

த்தில்: மாபெரும் குஷான மன்னன் கனிஷ்கர் கிமு இரண்டாம் நூற்றாண்டு பாக்ட்ரிய மன்னரின் பாக்ட்ரிய நாணயங்கள். கிமு ம் நூற்றாண்டிலிருந்து கிபி மூன்றாம் ண்டுகள் வரையிலான வடமேற்கின் ு, இத்தகு நாணயங்களின் அடிப்படையில் மக்கப்பட்டுள்ளது.

மேலது: சாஞ்சி வாயில்கள் ஒன்றில் யட்சி உருவம். புலனின்ப எழுச்சிமிக்க, விருட்சத்துடன் பின்னிப் பிணைந்துள்ள யட்சி போன்ற வளப்ப அடையாளங்களைச் சேர்த்துக் கொண்டது. பௌத்தத்தின் ஈர்ப்பினை விரிவாக்கியது.

இடது: கி.மு. முதலாம் நூற்றாண்டைச் சேர்ந்த சாஞ்சியின் பெரும் ஸ்தூபியின் வாயில்கள் ஒன்றிலுள்ள சிற்ப வரிசை. இவ்விரிவான ஊர்வலக் காட்சி புத்தரின் வாழ்க்கையிலிருந்து இடம்பெறுகிறது.

இடது: கி.பி. இரண்டாம் நூற்றாண்டைச் சேர்ந்த, காந்தாரக் கலையின் அமர்ந்த புத்தர். உடையும் தோற்றமும், வடமேற்கு காந்தாரம் மற்றும் பிற அரசுகளுடனான கிரேக்க – ரோமானிய தொடர்புகளை எடுத்துக்காட்டுகின்றன.

எதிர்புறத்தில்: கி.பி. ஐந்தாம் நூற்றாண்டை சேர்ந்த மகாராட்டிரத்தின் அஜந்தாவின் குகை (1)யிலுள்ள போதிசத்துவர் சுவரோவியம். சாதவாகனர் ஆட்சியில் மத–வணிக மையமாயிருந்த அஜந்தா, 'பொற்கால குப்தர்களின் சகாக்களான வாகடகா மன்னர்கள் ஆட்சியில், உலகப் புகழ்பெற்ற சுவரோவியங்களால் விரிவுபடுத்தி அலங்கரிக்கப்பட்டது.

வலது: கி.பி. ஐந்தாம் நூற்றாண்டைச் சேர்ந்த சாரநாத்தின் அமர்ந்த புத்தர். குப்தர் காலத்திய இத்தகு புத்தர்கள் உயரிய படைப்புகள். தொலைதூர போர்னியோ மற்றும் வியட்னாமில் கண்டெடுக்கப்பட்டுள்ள இவை, இந்திய – ஐரோப்பிய மொழிப் பண்பாட்டின் தொன்மையான பரவலுக்குச் சான்றுகள்.

மேலது: எட்டாம் நூற்றாண்டின் ஆரம்பத்தைச் சேர்ந்த, மெட்ராஸ் அருகிலுள்ள மாமல்லபுரக் கடற்கை
கோயில். தென்னகத்தில் முதலில் வடிவமைக்கப்பட்ட ஆலயங்களுள் ஒன்றான இது, இரண்டா
நரசிம்மவர்மனால், அவனது பிரதான துறைமுகத்தில் நிறுவப்பட்டது.

கீழது: எட்டாம் நூற்றாண்டைச் சேர்ந்த, மகாராட்டிரத்தின் எல்லோராவிலுள்ள கைலாசர் ஆலய
ராட்டிரகூட மன்னன் முதலாம் கிருஷ்ணனால் நிர்மாணிக்கப்பட்ட இது கட்டடக்கலை சார்ந்ததில்லை
வெட்டுவிக்கப்பட்ட குடைவரைக் கோயில். வடிவமைத்தவர் 'இதனை நான் எப்படி உருவாக்கினே
என்று வியந்தாராம்.

மேலது: 1486–1516–ஐச் சேர்ந்த மத்தியப்பிரதேசத்திலுள்ள குவாலியர் கோட்டையிலிருக்கும் மான் ிங் அரண்மனை. வட இந்தியாவின் மிகவும் கம்பீரமான அரணாகிய இது பல கைகளுக்கு மாறிற்று. இவர்களில் எண்ணற்ற ரஜபுத்திர வம்சாவழியினர், டெல்லி சுல்தான்கள், முகலாயர், பிரித்தானியர் மற்றும் 358இல் ஜான்ஸியின் லட்சுமிபாய் அடங்குவர்.

கீழது: டெல்லியின் குதுப்மினார். உலகின் மிக ஈர்க்கும் தன்மையிலான இப்பிரம்மாண்டக் கோபுரம், டெல்லியின் முதல் மசூதி அருகே குதுப்–உத்–தீன் ஐபக்கால் தொடங்கப்பட்டு, இல்டுமிஸால் தொடரப்பட்டு, ெபெரோஸ் ஷா துக்ளக்கால் முடிக்கப்பட்டது.

மேலது: சுமார் 1100–னைச் சேர்ந்த ஒரிஸ்ஸாவின் புவனேஸ்வரத்திலுள்ள லிங்கராஜா ஆலயட
புவனேஸ்வரத்திலும் காஜிராஹோவிலும் பிற இடங்களிலும் நிகழ்ந்த அதியற்புத ஆலய நிர்மாணங்க
இஸ்லாம் வெற்றியுடன் பொருந்திப்போனது. அதற்கு எதிர்வினையும் இருக்கக் கூடும்.

கீழது: 11–12ஆம் நூற்றாண்டைச் சேர்ந்த ராஜஸ்தானின் மவுண்ட் ஆபுவிலுள்ள ஆதிநாதர் (விமல் வாஸ
ஆலயத்தின் விமான உட்புறம். வெண்பளிங்கில் நேர்த்தியாகச் செதுக்கப்பட்ட ஆபுவின் சமண ஆலயங்க
இஸ்லாமிய வெற்றியாளர்கள் எல்லாக் கோயில்களையும் தகர்த்தனர் என்பதைப் பொய்யாக்கின.

லது: 1321–5தைச் சேர்ந்த டெல்லியின் துக்ளகாபாத் கோட்டை... தனது புது டெல்லியை பிரம்மாண்டமாக ண்செய்ய கியாஸ்–உத்–தின் மேற்கொண்ட முயற்சி மோசமான மகன் முகம்மது பின் துக்ளக்கால் த்தப்பட்டது.

து: மகாராட்டிரத்தின் தௌலதாபாத் (தேவகிரி, தேவோ செவ்னா மன்னர்களின் வலுவிடமான தௌலதாபாத் கற்ப இந்தியாவுக்குள் இஸ்லாமியப் படையெடுப்புகளுக்கான விசைப்பலகையானது. முகமது பின் ளக்கால் தலைநகரமாகச் சிறிதுகாலம் வைக்கப்பட்டிருந்தது.

மேலது. பன்னிரண்டாம் நூற்றாண்டின் நடுவில் கர்நாடகத்தின் துவார சமுத்திரத்திலுள்ள (ஹலபேட்) ஹொய்சாலேஸ்வரர் ஆலயம். 1310இல் மாலிக் காஃபூர் தலைமையிலான முஸ்லீம் படையினரால் முதலில் ஆக்கிரமிக்கப்பட்ட ஹொய்சாளரின் தலைநகரமான இது, 1326இல் நாசப்படுத்தப்பட்டதாகக் கூறப்பட்டது.

இடது: பதினாராம் நூற்றாண்டைச் சேர்ந்த, பாபர் மற்றும் அவரது மகன் ஹுமாயுனின் வண்ணவோவியம். மாபெரும் மொகலாயரில் முதலாமவரான பாபரால் வெல்லப்பட்ட இந்தியப் பேரரசு இழக்கப்பட்டது; ஆனால் இரண்டாவது மாபெரும் மொகலாயர் ஹுமாயுனால் மீட்கப்பட்டது.

மேல் இடது: அக்பர் புலிகளை வேட்டையாடும் காட்சி. சுமார் 1590ஐச் சேர்ந்த அக்பர்நாமாவில் இடம்பெறுவது. மூன்றாவது மாபெரும் மொகலாயரும், அச்சமற்ற படையெடுப்பாளரும் வேட்டைக்காரருமான அக்பருக்கு வாசிக்கவோ எழுதவோ தெரியாது. கற்றல் குறைபாடுள்ளவராக அவர் இருந்திருக்கலாம்.

மேலது: அக்பர் பார்வையாளர்களைச் சந்தித்தல், அக்பர் நாமாவிலிருந்து. ஒருவர் பேரரசருக்கு உடைகள் உள்ளிட்டவற்றைப் பரிசளிக்கிறார்.

இடது: ஃபதேபூர் சிக்ரியில் சலீம் (ஜஹாங்கிர்) பிறந்ததையடுத்து அக்பர் மகிழ்தல். அக்பர் நாமாவில் இடம் பெருவது. வாரிசு பிறந்ததற்கு நன்றி பாராட்டுதலாக அக்பர், சிக்ரியை புதிய ஃபதேபூரின் (வெற்றி நகரம்) இடமாகத் தெரிவு செய்தார்.

இடது: 1630–52–யைச் சேர்ந்த யமுனையின் குறுக்கே தோன்றும் ஆக்ராவின் தாஜ்மஹால். புனைவியல்தன்மையதான இருதயம் நொறுங்காமல், வம்சப் பெருமிதம், இஸ்லாமிய குறியீட்டுவாதம் தந்த உத்வேகத்தால் எழுப்பப்பட்டது. 14ஆம் குழந்தையைப் பெற்றெடுத்து மடிந்த மும்தாஜ் மஹால் நினைவாக.

கீழ் இடது: 17ஆம் நூற்றாண்டைச் சேர்ந்த ஷாஜஹான் குதிரையில் சவாரி செய்யும் உருவச் சித்திரிப்பு. ஷாஜகான் பெற்ற மொகலாய மேன்மையின் பரவசம், பளிச்சிடும் கட்டடக்கலை நிர்மாணங்கள், அரைபாதி தெய்விக அடையாளங்களை– கிறித்தவ ஒளிவட்டம் போல– உருவாக்க காரணமாயிற்று.

கீழது: பீதப்பூரின் இரண்டாம் அலி அடில் ஷா. சுமார் 1660–யைச் சேர்ந்த தக்காண வண்ணோவியம். உருவச்சித்திரம் போலவே கட்டடக் கலையிலும், பீஜப்பூர்-கோல்கொண்டாவின் தக்காண சுல்தான் அரசுகள், மாபெரும் மொகலாயருடன் போட்டியிட்டன. தாஜ்மஹாலுக்குப் போட்டியாக அலி அடில் ஷாவால் உருவாக்கப்பட்டது கோல்கும்பஸ்.

அடுத்தபக்கம்: பதினெட்டாம் நூற்றாண்டு மற்றும் அதன் பின்னரைச் சேர்ந்த அமிர்தசரசிலுள்ள பொற்கோயில் (ஹரிமந்திர்) – சீக்கியக் கோயில்களில் மிகப் புனிதமான இது அசலான கிரந்த் சாஹிப்பைக் கொண்டுள்ளது. 1984இல் இது தாக்கப்பட்டதிலிருந்து மிகவும் புதுப்பிக்கப்பட்டிருக்கிறது.

மது: 1679யைச் சேர்ந்த ட்ராஸின் புனித ஜார்ஜ் ட்டையிலுள்ள புனித மேரி பாலயம். மெட்ராஸிலுள்ள கிலேயக் கிழக்கிந்திய கம்பெனி ட்டை. 1640ஐச் சேர்ந்ததாகும். தாஜ்மஹாலின் காலத்தது.)–கள் வரை கம்பெனி பிரதேசப் ாசைகள் கொண்டிருந்ததில்லை.

து: 1857இல் லக்னோவில் றுகையிடப்பட்டிருந்த ந்தானியரை சர் ஹென்றி)வ்லக் விடுவித்தல் – சுமார்)–னைச் சேர்ந்த ஹோவார்ட் பி தீட்டிய விளக்கப்படம். பெரும் கலகத்திற்கான ந்தானிய எதிர்ப்பு வலிமை ாள்ள, லக்னோவும் அவாத்தும் நம் எழுச்சியைக் கண்டன.

இடது: கர்நாடகத்தின் சிரவண பெலகோலாவிலுள்ள சமணத்துறவி கோமதீசுவரரின் சிலை. ஒரே கல்லில் வடிக்கப்பெற்ற உலகின் மிகப் பெரிய சிலை – மௌரியப் பேரரசை நிறுவிய சந்திரகுப்தர், தன் கடைசி ஆண்டுகளைக் கழித்திருக்கக் கூடிய மலையைப் பார்த்தவாறு உள்ளது.

கீழது: மத்தியப் பிரதேசத்தின் பர்கூத் ஸ்தூபியிலுள்ள புடைப்பு விவரிப்பு. புத்தர் ஜாதகக் கதைகளிலிருந்து இடம் பெறுவது. கி.மு. இரண்டாம் நூற்றாண்டின் உடைகள், கட்டடக்கலை, போக்குவரத்து சாதனங்களை வெளிப்படுத்துவது.

மேலது: மத்தியப் பிரதேசத்தின் வித்
அருகிலுள்ள சாஞ்சி ஸ்தூபி (எண்
1). கி.மு. முதலாம் நூற்றாண்டைச்
சேர்ந்த இக்கல் ஸ்தூபி, பௌத்த பு
எச்சத்தைக் கொண்டுள்ளது. தூண
நுழைவாயில்களுடன் செங்கல்லா
ஸ்தூபியைக் கொண்டுள்ளது.

இடது: கி.பி. 2–3 ஆம் நூற்றாண்டு
சேர்ந்த ஆந்திராவின் அமராவதி
ஸ்தூபியிலுள்ள புடைப்புச்
சிற்பவரிசை. மூலப்படைப்பின் இத்
எடுத்துக்காட்டுகளிலிருந்து மறுஉரு
பெற்ற அமராவதி ஸ்தூபி, பௌத்த
ஆசியாவின் மாபெரும் நினைவுச்
சின்னமாய் இருக்கக்கூடும்.

இடது: அமராவதி ஸ்தூபியிலுள்ள புடைப்புச் சிற்பவரிசை. ஆரம்பக்கட்ட பௌத்த விவரிப்புகளில் புத்தர் மனித வடிவில் விவரிக்கப்படுவதில்லை; சிம்மாசனம், பகாவடி (அ) இங்கே போதிமரம் போல 29. அடையாளங்களால் சுட்டிக் காட்டப்படுவார்.

கீழது: கி.பி. இரண்டாம் நூற்றாண்டைச் சேர்ந்த அமராவதி ஸ்தூபியின் புடைப்புச் சிற்ப வரிசை. புத்தரின் ஓர் அவதாரம் (அ) போதிசத்துவர் பூமிக்கு வருவதை இசைவாணர்களும் நர்த்தகியரும் கொண்டாடுகின்றனர்.

இடது: கர்நாடகத்தின் பாதாமி குகைக்கோயிலின் (எண் 2) வெளிப்புறம். ஆறாம் நூற்றா பிற்பகுதி. ஏழிலிருந்து எட்டாம் நூற்றாண்டு வரையிலான தக்காணப் பேரரசின் மையமா சாளுக்கிய வம்சத்தவரால் வா என நடைமுறைப்படுத்தப்பட்ட பாதாமி.

கீழது: கர்நாடகத்தின் ஐயஹோலிலுள்ள ஜோதிர்லிங்க வரிசை ஆலயங்கள். ஹர்சவர்தனரின் வல்லமைக்குத் தாக்குப் பிடித்த சாளுக்கிய மன்னன் இரண்டாம் புலிகேசியின் வெற்றிகளைப் பேசுகிறது இங்குள்ள ஒரு கல்வெட்டு.

: பதினோராம் நூற்றாண்டின்
த்தைச் சேர்ந்த, தமிழ்நாட்டின்
ூரிலுள்ள ராஜராஜேஸ்வர
ம். சோழ மன்னன் முதலாம்
ஜனின் தீபகற்ப (ம) இலங்கை
களின் கொள்ளைப் பொருள்களால்
பெற்றது, ஆலயங்களில் மிகப்
தும் நேர்த்தியானதுமான
ாயில்.

பன்னிரண்டாம் நூற்றாண்டின்
கத்திலுள்ள பேலூரின் சென்ன
ர கோவிலின் சிற்ப வரிசை.
சாள வம்சத்தின் இரட்டைத்
கரங்களான துவார சமுத்திரம்
பெட்) மற்றும் பேலூரில் தந்த
ப்பாட்டு மரபு புலப்படும்.

வலது: பதினைந்தாம் நூற்றாண்டின் பிற்பகுதியைச் சேர்ந்த, மத்தியப் பிரதேசத்தின் மாண்டுவிலுள்ள ஜகாஸ் மஹால் (கப்பல் மாளிகை). மாண்டுவின் பீடபூமியில் மால்வா சுல்தான்களால் கட்டப்பட்ட அழகிய மாளிகை. அகழி நீரால் நிறைந்திருக்க, மரப் பலகைப் படிகளின் வழியாகவே நுழைய முடியும் என்பதால், மிதப்பதாகத் தோன்றியது.

கீழது: 1457–68–ஐச் சேர்ந்த, ராஜஸ்தானின் சித்தூரிலுள்ள வெற்றிக் கோபுரம். மேவாரின்(பின்னர் உதய்பூர்) ரஜபுத்திர மன்னன் ராணா கும்பன், மால்வாவின் முஸ்லீம் சுல்தான் மஹமுத் கல்ஜி மீது பெற்ற வெற்றியைக் கொண்டாடுவதற்கு எழுப்பப்பட்டது.

எதிர்புறத்தில்: 1565இல் நிர்மாணிக்கப்பட்ட, டெல்லியிலுள்ள ஹுமாயுன் கல்லறை. மாபெரும் மொகலாயரில் இரண்டாவதான அவன், நாடு நீங்கியிருந்த ஆட்சிக் காலத்தில் பெரிதும் ஆப்கனிலும் பாரசீகத்திலும் இருந்தான்– அவனது கல்லறையின் கட்டடக் கலையாளரும் அதற்கான உத்வேகம் பெற்று அங்கிருந்து வந்தனர்.

மேலது: 1628இல் பூர்த்தியான இதிமத்-உத்-தௌலாவின் கல்லறை. இவன் ஜஹாங்கீரின் அமைச்சர் நூர்ஜஹானின் (ஜஹாங்கீரின் மனைவி) தந்தை (ம) ஷாஜஹான் – மும்தாஜ் மஹாலின் தாத்தா.

கீழது: சுமார் 1659-ஐச் சேர்ந்தது, கர்நாடகாவின் பீஜப்பூரிலுள்ள இரண்டாம் முஹமத் அதில் ஷா II வின் கோல்கும்பஸ் (மாபெரும் கல்லறை). தாஜ்மஹாலின் காலத்தது. ரோமின் புனித பீட்டர் ஆலயத்திற்கு அடுத்த நிலையிலான விமானத்தைப் பெற்றது. பீஜப்பூர் சுல்தான் அரசுகளின் பேராசைகளுக்கு அடையாளமாய் விளங்கியது.

இடது: ஜே. ட்ரும்மோண்ட் வரைந்த உருவப்படத்திலிருந்து பொறிக்கப்பட்ட ராபர்ட் பேரன் கிளைவ். வங்காளத்தில் பிரித்தனின் வெற்றிக்கு அடிகோலி, பிரம்மாண்டமான எதிர்காலத்தை எய்தினாலும், 'தன் மிதவாத நிலைகண்டு வியப்புற்றவர்.'

கீழது: முதல் பிரித்தானிய தலைமை ஆளுநர் வாரன் ஹேஸ்டிங்ஸ். சர் ஜோஸூவா ரெனால்ட்ஸின் ஓவியத்தை அடிப்படையாகக் கொண்டது. விருப்பமில்லாத ஏகாதிபத்தியவாதியான அவர், இந்தியாவில் பிரித்தனின் இருப்பை உச்சத்திற்குக் கொண்டு போனவர்.

முன்பக்கம்: 1567ஐச் சேர்ந்த ராஜஸ்தானின் உதய்பூரிலுள்ள நகர மாளிகை. அக்பர் சித்தூரைத் தகர்த்தபிறகு, மேவாரின் மாஹாராராணாவால் உருவானது உதய்பூர். ரஜபுத்திர வம்சத்தவரின் விபரங்களை ஜேம்ஸ் டோட் சேகரித்தது இங்கேதான்.

ஜான்ஸியின் ராணி லட்சுமிபாய். இந்தியாவின் ஜோன் ஆஃப் ஆர்க். மாபெரும் கலகத்தின் போதான அவரது சாகசங்கள் 'கலகக்காரரிடையே இருந்த ஒரே ஆண்' என பிரித்தானியரையே மலைக்க வைத்தது.

எதிர்புறம் மேலது: டிசம்பர் 1888இல் அலகாபாத்தில் நிகழ்ந்த இந்திய தேசிய காங்கிரஸ் மாநாடு. தலைவர் ஜார்ஜ் யூல் (மத்தியில் அமர்ந்துள்ளவர்), உள்ளூர் அமைப்பாளர் பண்டிட் அயோத்திய நாத் (வலப்புறம்). வில்லியம் வெட்டர்பர்ன் மற்றும் செயலர் ஏ.ஓ.ஹியூம் (இடப்புறம்).

எதிர்புறம் கீழது: ஜார்ஜ் நத்தானியல், கர்ஸான் பிரபு (மத்தியில்)– புலித்தோல் மீது. பிரித்தானிய வைஸ்ராய்களில் புத்திசாலியான கர்ஸான், தவறான வங்கப் பிரிவினையுடன், முதலாவது பெரும் தேசிய எதிர்ப்பலையைப் பிசுபிசுக்கச் செய்தவர்.

மேலது: லாலா லஜபதிராய், பால கங்காதர திலகர், விபின் சந்திர பால். 'லால் – பால் – ப்பால்' எனப்பட்ட பஞ்சாபி ஆரிய சமாஜத் தலைவர், மாபெரும் மராட்டிய நெருப்பு (ம) தீவிரமான வங்காளி பத்திரிகை ஆசிரியர் ஆகியோர் 1907இல் சுதேசி எதிர்ப்பை முன்னெடுத்துச் சென்றனர்.

ஏப்ரல் 1930, உப்பு சத்தியாகிரகத்திற்கு மகாத்மா காந்தி தலைமை தாங்குதல். ஒத்துழையாமை இயக்கத்தி வழிகோலிய இதில் காந்தி, வரியில்லாது உப்பினைப் பயன்படுத்திடும் பிரித்திட முடியாத மனித உரிமையை நிலைநாட்டினார்.

மேலது: 1945இல் நடந்த சிம்லா மாநாட்டில் ஜவஹர்லால் நேருவும் முகமது அலி ஜின்னாவும். பிரித்தானிய இந்தியாவை ஜின்னாவின் பாகிஸ்தான் (ம) நேருவின் இந்தியக் குடியரசாகப் பிரித்தது, இருபதாம் நூற்றாண்டின் மாபெரும் துயரங்களில் ஒன்றினைத் தூண்டிவிட்டது.

எதிர்புறம்: 1942, வெள்ளையனே வெளியேறு இயக்கத்தின் போது கல்கத்தா வீதிகளில் எதிர்ப்பாளர்கள். இப்போர்க்கால எதிர்ப்பில் பிரித்தானியர் விடுதலைப் போராட்டத்தின் மிக ஆவேசக் கட்டத்தைக் கண்டு அதற்கேற்ப எதிர்வினையாற்றினர்.

இடது: பிரதமர் இந்திரா காந்தி – நேரு – காந்தி வம்சத்தில் மிக சர்ச்சைக்குரியவரான திருமதி காந்தி, சுமார் 20 ஆண்டுகள் அரசியலில் மேலாதிக்கம் செலுத்தினார் – ஆனால் அதற்கு அடிப்படையான கருத்தொற்றுமையைக் குலைத்தார்.

கீழது: இந்திரா காந்தியின் தகனத்தின் போது ராஜீவ் காந்தி (இடப்புறம் மூன்றாவதாக). 1984இல் சீக்கியத் தீவிரவாதிகளால் திருமதி காந்தி படுகொலை செய்யப்பட்டதும், பதிலடியாக டெல்லியில் சீக்கியர் படுகொலையானதும், இந்தியாவை நெருக்கடிக்குள் ஆழ்த்தி, ராஜீவின் உயர்வைப் பிசுபிசுக்கச் செய்தன.

13

மொகலாயப் பேரரசின் உருவாக்கம்

1500-1605

பாபர் இந்தியா செல்கின்றார்

ஜூலை 5, 1505இல் பலமான நிலநடுக்கம் ஆக்ரா நகரைத் தாக்கிற்று. ஃபெரிஷ்டாவைப் பொறுத்தவரை 'அவ்வளவு கடுமையான நிலநடுக்கம் இந்தியாவில் அதற்கு முன்னரும் பின்னரும் உணரப்பட்டதில்லை... பிரம்மாண்டமான கட்டடங்கள் தரைமட்டமாகின. பல்லாயிரம் மக்கள் இடிபாடுகளில் புதைந்தனர்'[1] உயிர்பிழைத்தோருக்கு அது தீச்சகுனமாய் இருந்தது. டெல்லியின் மூன்று லோதி சுல்தான்களில் இரண்டாவதாக வந்தவரும் மிகப்பெரியவருமான சிக்கந்தர், ஆக்ராவைத் தனது மாற்றுத் தலைநகராக ஆக்கி, முந்தைய சுல்தானிய அரசின் சில பிரதேசங்களை மீட்டு, தன் வெற்றியைக் கொண்டாடினார். ஆகவே முந்தைய காலத்தில் முக்கியத்துவமின்றி சிறிய நகரமாயிருந்த அதனை உயர்த்தியது. யமுனைக்குத் தெற்கிலிருந்த எதிரிகளை அடக்குவதற்கான லோதியின் பேராசைகளை அது அடையாளப்படுத்திற்று. மாபெரும் கோட்டையைச் சுற்றி மறுதிட்டமிடப்பட்டது, நகரில் 'நவீன ஆக்ரா'வுக்கான அடித்தளம் போடப்பட்டது.'[2]

பாபர் அல்லது 'புலி' என்றறியப்பட்ட ஜாகிருத்தீன் முகம்மது, பஞ்சாபின் நெருக்கடிமிக்க விவகாரங்களில் ஆரோக்கியமற்ற அக்கறை செலுத்தியிருந்தார்; அவரது ஆஃப்கானிய அரசை அது ஒட்டியிருந்தது. மேலும் பெயரளவில் லோதியின் ஆட்சியிலிருந்தது. நிலநடுக்கம் உலுக்கியெடுத்த 1505இல் வடமேற்கு எல்லைப்புறத்தினூடே தன் முதல் படையெடுப்பை அவர் மேற்கொண்டார். லோதி சுல்தான் புறக்கணித்த இன்னொரு தீய

சகுனமாயிருந்தது. பாபர் தன் முடிவுகளையும் எடுத்திருந்தார். லோதியின் வாழ்க்கை வரலாற்றாளர் கூறுவது போல, டோமர்களை (குவாலியரின் ரஜபுத்திரர்கள்) எதிர்த்துப் போரிட்ட சிக்கந்தர் லோடி, வடமேற்கு எல்லைப்புறத்தையும் பஞ்சாப்பையும் மோசமாகப் புறக்கணித்துக்கொண்டிருந்தார்.[3]

லோதிகள் தமக்குள்ளே பூசலிட்டுக் கொண்டிருந்ததால், விவகாரங்கள் மோசமடைந்தன. இருபது ஆண்டுகளுக்கும் ஐந்து படையெடுப்புகளுக்கும் பிறகு, பாபர் படையெடுத்து வந்து சிக்கந்தரின் வாரிசைக் கவிழ்த்து, டெல்லி-ஆக்ராவைக் கைப்பற்றி, இந்தியாவில் மங்கோலிய அல்லது மொகலாயப் பேரரசை ஆரம்பித்து வைத்தார். மாபெரும் மொகலாயர் எனச் சம்பிரதாய ரீதியில் அறியப்பட்ட அது அடுத்த இரு நூற்றாண்டுகளில் வளர்ந்து, துணைக்கண்டத்தின் பெரும்பகுதியைச் சுற்றி வளைத்தது. மாபெரும் மொகலாயரில் முதலாமவரான பாபரின் மூலம், இந்தியத் துணைக்கண்டத்தின் பல அடுக்கு வரலாறு, இந்தியாவின் பிரம்மாண்ட வரலாற்றுக்குள் திடப்பட்டது.

பாபரின் வெளிப்படைத் தன்மையிலான நினைவுக் குறிப்பு-நாட்குறிப்பான பாபர்நாமா, எல்லாக் காலத்து இலக்கியத்திலும் மிக வசீகரிக்கும் புனைவியல் பாங்கான நூலாகக் கருதப்படுகிறது[4]. அதில் சேணத்தில் கால்பதித்து ஏறும் படைவீரரின் உற்சாகத்துடன் பக்கத்திற்குப் பக்கம் தாவிச் செல்கிறார். நாடோடித்தனத்தை எட்டும் அளவுக்கு, பிறவிச் சாகசக்காரரான அவருக்கு, வெற்றி அறுதியானதாயும், தோல்வி தற்காலிகத் தொந்தரவாயும் இருந்தது. அவர் ஒருபோதும் தயங்கியதில்லை. யோசனை தீர்மானத்திற்கு உத்வேகமூட்டியது; தீர்மானம், செயலுக்கு உத்தரவாதமளித்தது. கூடி மகிழ்கின்ற, வசீகரமிக்க அவர் தன் தோழர்களின் போற்றுதலில் அகமகிழ்ந்தார்-அவரால் போற்றப்பட்ட அவரின் சமகாலத்தவரான இளவரசர் ஹால் போல, எட்டாம் ஹென்றியிடமிருந்த மனச்சாட்சியின் உறுத்தலை அவரது பேராசையும் உடல் பருமனும் ஒடுக்கிவிட, பாபரோ கூருணர்வுள்ள துடிப்பையும் முரட்டு மனச்சாட்சியையும் தொடர்ந்து வளர்த்து வந்தார். அவரது தீரத்திற்கும் மேதைமைக்கும் தீராது பேசப்படும் அவரது வாழ்வில், இந்த உணர்வார்த்த நொய்மை குறிப்பிடத்தக்கது. நன்கு திட்டமிடப்பட்ட குதிரைச் சாகசத்தின் அளவுக்குக் கச்சிதமான செய்யுளை எழுதுவதும் அவ்வளவு திருப்தி தந்தது. சுகவீனம் என்பது கடந்தகாலப் பகட்டுக்கான அபராதம்; மது அருந்துபவர் ஆனாலும் போதைப் பொருள்களின் பாவகரத்தன்மைக்காக அவர் அடிக்கடி

வருந்தியுள்ளார். பெரிய படையெடுப்பு எனில் மதுவைக் கைவிட்டு, மதுவிலக்கை முன்னெடுப்பார். அவரது மத்திய ஆசிய இல்லத்தினை நினைவூட்டிடும் கஸ்தூரி எலுமிச்சையின் வாசனை அவரைக் கனவில் ஆழ்த்திடாது.

இத்தகைய சாதனையாளர், விதியின் அளவுக்கு முன்னோர்களாலும் திருப்பிவிடப்படுகிறார். தாய்வழியில் செங்கிஸ்கானின் தொலைதூரச் சந்ததி, தந்தை வழியில் தைமூரின் ஐந்தாம் தலைமுறைச் சந்ததி ஆவார்-1398இல் துக்ளக்கின் டெல்லியைத் தகர்த்தவர் தைமூர். இப்பிந்தைய வெற்றி, வடஇந்தியாவில் சட்டப்பூர்வ இறையாண்மைக்கான ஒரு கோரிக்கையாய் இருந்தது, ஆனால் அது ஒரு தினுசானதே. அவரது முதல் தேர்வு இந்தியாவாக இல்லை. காபூலும் இல்லை. நவீன நகரம் டாஷ்கெண்டுக்குக் கிழக்கிலுள்ள சிறிய அரசு, ஃபெர்கானாவின் ஆக்ஸஸுக்கு அப்பால் வடக்கில் தொலைதூரத்தில் இருந்தது அவரது சுவீகாரப் பிரதேசம். அங்கு 1484இல் பிறந்தவர். மங்கோலியக் குருதியைப் பெற்றிருந்தாலும், தைமூரின் முந்தைய பேரரசிலிருந்த இத்துணை அரசின் துருக்கி-இஸ்லாமியச் சூழலில்தான் அவர் பயின்றது. துருக்கி அவரது முதல்மொழி, தன்னையும் தன் ஆதரவாளர்களையும் துருக்கியர் என்றே குறிப்பிடுவார். அவரது இஸ்லாம், இறையியலின் அம்சங்களை விடவும், சந்தப்பச் சூழல், படையெடுப்பு அனுபவங்களால் உருக்கொண்ட, எழுச்சிமிக்க நடைமுறை நம்பிக்கையாய் அது இருந்தது. தைமூரின் தலைநகர் சாமர்கண்ட் மற்றும் மத்திய ஆசியாவின் பண்பாட்டுக் குவிமையம்தான் அவரின் அபிலாஷை. பதினைந்தாம் வயதில் அதனை அவர் ஆக்கிரமித்தபோது, உஷ்பெகிஸ்தானில் இருந்த அவரது எதிரியால் இழக்க நேர்ந்தது. மேலும் இருமுறை அந்நகரைக் கைப்பற்றி மேலும் இருமுறை இழந்தார். மறுபுறத்தே காபூல் ஒரு திசைவிலகலே. இருந்தும் மெய்நிகர் நிலையில் அகதியாய் இருந்தவருக்கு அது ஆறுதலளித்தது. ஆஃப்கனிலிருந்து சாமர்கண்ட் மீதான தன் முயற்சியை மேற்கொண்ட தைமூர், அதன்பிறகு ஆசியா முழுவதையும் வென்றார். 1504இல் ஆக்ஸஸ், அதன்பின் இந்துகுஷினைத் தாண்டி காபூலைக் கைப்பற்றினார்.

1505இல் இந்திய எல்லைப் புறத்தினூடே மேற்கொண்ட ஒரு படையெடுப்பைத் தவிர்த்து, அடுத்து பதினான்கு ஆண்டுகள் ஆஃப்கனில் தன் நிலையைப் பாதுகாத்துக் கொள்வதிலும், சாமர்கண்டில் இறையாண்மை பெற்றிடும் கனவு காண்பதிலும் செலவழித்தார். அவரது ஆட்சிக் காலத்தின் இறுதியில் எழுதப்பட்ட நினைவுக்குறிப்பில், ‘இந்துஸ்தானத்தின் மீதான

எனது ஆசை அப்படியே இருக்கிறது' என்று வற்புறுத்துகிறார். இருப்பினும், 1519 வரையிலும் அத்தேடலைத் தொடராதும், 1525 வரையிலும் தனது வெற்றிகர முயற்சியை மேற்கொள்ளாதும் இருந்தார். அவரிடம் 12,000 பேர்கொண்ட படையிருந்தது. அவரது நோக்கத்தை நிறைவேற்றிடப் போதாத படை அது. இந்த இடைவெளியில் நடந்த இரு விஷயங்கள் அவரைப் பெரிதும் பலப்படுத்தின.

அதிலொன்று பீரங்கிப் படை. லோதி மன்னர்களுக்கு இது இல்லாதிருந்தது. வில்வித்தையில் தேர்ச்சி பெற்றிருந்தாலும், மத்திய ஆசியாவில் பீரங்கிப் படையைப் பயன்படுத்துவது பற்றி ஆராய்ந்திருந்தார்; துருக்கி வீரர்களைச் சேர்த்திருந்தார்; இப்போது முற்றுகையிடும் பீரங்கியிலும் கனரகத் துப்பாக்கிகளை எடுத்துச் செல்வதிலும் அக்கறை காட்டினார். பஞ்சாப்பில் மேற்கொண்ட முந்தைய தாக்குதலில் கண்ணிவெடிகளைப் பயன்படுத்தியதும் அவரை ஈர்த்தது. போர் வீரர்கள் எண்ணிக்கை குறைந்திருந்தாலும், போர்ச் சாதனங்களின் பலத்தால் மனிதரையும் குதிரையையும் யானையையும் அதிரவைத்தார்.

இரண்டாவதாக, அவரது எதிரிகளுக்கிடையிலான உட்பூசல். சிக்கந்தர் லோதிக்கு இரு வாரிசுகள்-அவர்கள் சுல்தான் அரசை இரண்டாகப் பிரித்துக்கொண்டனர். டெல்லியை சுவீகரித்துக்கொண்ட இப்ராஹீம், ஜௌவான்புரில் தம்பியை வென்று, முதுநிலையிலிருந்து பிரபுக்களை அந்நியப்படுத்தி, மேவாரின் ரஜபுத்திரத் தலைவன் ராணா சங்கன் போன்ற இந்திய எதிரிகளைப் பீதிக்குள்ளாக்கினான். இந்த ரஜபுத்திரத் தலைவன், லோதிகளுக்கு எதிராக ஒத்துழைப்பதாகக் கூறி பாபரை ஊக்கப்படுத்தினான்; 1523இல் பஞ்சாபிலிருந்த லோதியின் ஆளுநரே, லாகூரைக் கைப்பற்றுமாறு பாபரை வரவேற்றான். தௌலத்கானாகிய இவன் இப்போது தன் மனதை மாற்றிக்கொண்டு, படையெடுப்பை எதிர்ப்பதாக மிரட்டல்கள் விடுத்தான்-அவனது மகன் உள்ளிட்ட இதர லோதிகள் பாபரை ஆதரித்து வந்தனர்.

இந்நிகழ்வில் 12,000 மொகலாயர்கள் எதிர்ப்பின்றி பஞ்சாப்பின் நதிகளைத் தாண்டி முன்னேறிச் சென்றனர். லாகூரின் அருகே தௌலத்கான், முதிய வயதிலும் படையெடுப்பாளரை நிற்கவைத்திடும் தோரணையில் இரு வாள்களைச் சுழற்றினான். 'இத்தகைய கரடுமுரடான முட்டாள் இருப்பது சாத்தியமா! நிலவரம் இப்படி இருக்கையில் இன்னும் இவன் பாவனைகள்

செய்கின்றானே!"⁵ என்றார் பாபர். வயதான இவன் அதன்பின் கோழைத்தனத்துடன் சரணடையவும், அவனை மண்டியிடச் செய்து, அவனது வாள்களை அவன் கழுத்தைச் சுற்றித் தொங்குமாறு செய்திட ஆணையிட்டார் பாபர். பழிவாங்குதலை விடவும் ஆனந்தத்திற்காக இத்தருணத்தை ரசித்துவிட்டு ரூபர், அம்பாலா, டெல்லி நோக்கி பாபர் விரைந்தார்.

தீர்மானத்தின் சேணத்தில் பாதத்தைப் பதித்து, கடவுளிடத்தேயான நம்பிக்கையின் கடிவாளத்தில் கைவைத்து, சுல்தான் இப்ராஹிமிற்கு எதிராக விரைந்தேன்... அப்போது அவனது பொறுப்பில் தலைநகர் டெல்லியும் இந்துஸ்தானத்தின் ஆட்சிப் பகுதிகளும் இருந்தன; அவனது படைவீரர்கள் 1,00,000 பேர், யானைகள் 1000 பேர் என்று மதிப்பிடப்பட்டுள்ளது.⁶

டெல்லியிலிருந்து பாபரை எதிர்க்கப் புறப்பட்ட இப்ராஹிமிடம் இதே அளவு படையினர் இருந்தது உறுதிப்படுத்தப்பட்டுள்ளது. பஞ்சாபைத் தாண்டிச் சென்றபோது தன் படையினரின் எண்ணிக்கை சுருங்கிப் போனது என பாபர் குறிப்பிட்டாலும், லோதியைக் கைவிட்டு வந்தவர்கள் சேர்ந்துகொள்ளவே செய்தனர். ஏப்ரல் 1526இல் இரு படையினரும் பாணிபட்டில்- டெல்லிக்கு வடக்கே 80கிமீ தொலைவில் சந்தித்தபோது, இப்ராஹிமிடமிருந்த படைவீரர் எண்ணிக்கை பத்துக்கு ஒன்று என்ற விகிதத்தில் இருந்ததாகக் கூறப்படுகிறது.

பாபர் ஊக்கமிழக்கவில்லை. லோதிகள் மீது அவரிடம் வெறுப்பைத் தவிர வேறொன்றுமில்லை, இப்ராஹிம் யுத்தமுறை தெரிந்திராத கத்துக்குட்டி -'எப்போது நிற்கவேண்டும், நகரவேண்டும், சண்டையிடவேண்டும்' என்று அறியாதவன். ஒருவார காலத் தேக்கநிலைக்குப் பிறகு, மொகலாயப் படையெடுப்பாளரால் சண்டையிடுமாறு தூண்டப்பட்டான்; அப்போது செயல்தந்திரமோ சாமர்த்தியமோ இன்றி முன்னேறினான். ஒருபுறம் மதில்கள் உயர்ந்திருக்க இன்னொரு புறம் மறைந்து ஒளிந்து கொள்வதற்கான இடமுமிருக்க, பாபர் கவனமாகக் காத்திருந்தார். அண்டை அயலிலிருந்து திரட்டப்பட்டிருந்த 700 வண்டிகளில் பழையரகத் துப்பாக்கி தாங்கிய வீரர்கள் ஆயத்த நிலையில் இருந்தனர். ஒவ்வொரு நூறு மீட்டர் இடைவெளியிலும் குதிரைவீரர்கள் பாய்ந்து செல்ல நிறுத்தப்பட்டிருந்தனர். கூடுதல் படையினரும் அபாய நிலைக்குத் தயார்படுத்தப்பட்டிருந்தனர். சண்டை தொடங்கியதும் எதிரியின் பின்புறமிருந்து இக்கூடுதல் படையினர்

நெருக்கினர். சாகசம் நிகழ்த்திட இப்ராஹீமுக்கு இடமில்லை. என்னதான் முயன்றாலும் அவ்வண்டிகளின் பாதுகாப்பு வளையத்தை அவனால் தாண்ட முடியவில்லை. முன்னேறவோ பின்வாங்கவோ முடியாத சிக்கல். மொகலாயரை வீழ்த்தியிருக்க வேண்டிய அதிக எண்ணிக்கையிலான படை, லோதிகளை வீழ்த்தியது. 'இச்சிக்கலான பிரச்சினை கடவுளின் கருணையாலும் அன்பாலும் எங்களுக்கு லகுவாக்கப்பட்டது. பாதிப்பகல் நேரத்தில் அப்படை வீரர்கள் மண்ணில் சாய்ந்தனர்' என்று நினைவுகூர்கிறார் பாபர். கொல்லப்பட்டவர்கள் 15,000 பேர் என்கிறது புள்ளிவிபரம், அதில் இப்ராஹிமும் அடக்கம்.

தப்பிப்பிழைத்தோரை விரட்டி டெல்லிக்கு பாபர் விரைந்து செல்ல, அவரது மகன் ஹுமாயுன், லோதிகளின் தலைநகரம் கருவூலத்தையும் கைப்பற்ற, ஆக்ராவுக்கு விரைந்தான். ஆக்ராவில் இப்ராஹிமின் தாயையும் குவாலியர் மன்னர் விக்கிரமாதித்தனின் குடும்பத்தையும் கண்டுபிடித்தான். குவாலியர் 1519இல் லோதிகளுடன் இணைந்திருந்தது; மான்சிங்கை அடுத்துப் பொறுப்பேற்ற விக்கிரமாதித்தன், இப்படிச் சிற்றரசனாகி, பாணிபட்டில் இப்ராஹிமின் கீழ் சண்டையிட்டபோது, 'நரகத்திற்கு அனுப்பப்பட்டான்' வெற்றியாளனின் சலுகையைப் பெறும் பொருட்டு, அவனது குடும்பம் ஹுமாயுனிடம் தன் கருவூலத்தை ஒப்படைத்தது-அவற்றில் அலாவுத்தீன் எடுத்து வந்திருக்கக்கூடிய புகழ்பெற்ற வைரமும் இருந்தது. அந்த வைரத்தின் எடை 186 கேரட்களாக இருக்கும், அதன் மதிப்பு ஒட்டுமொத்த உலகின் இரண்டரை நாள் உணவுக்குச் சமமாகும். இந்த அலாவுத்தீன் கல்ஜி சுல்தானாக இருப்பின், அலாவுத்தீனின் அந்தத் தக்காண படையெடுப்புகளின் போது, இந்த வைரம் பெறப்பட்டிருக்கும், ஏனெனில் பிரதான வைரச் சுரங்கங்கள் கோல்கொண்டாவில் (ஹைதராபாத்) இருந்தன. அது குவாலியர் மன்னர்களிடம் எப்படி வந்தது என்பது தெரியவில்லை; ஆனால் 'ஒளியின் மலை' எனப்படும் கோஹிநூர் முதலில் பாபர் நாமாவில் இடம்பெறுகிறது; அதன் குளறுபடியான வரலாறு வாசிக்கப்படும் விதத்தில் அதனை வைத்திருப்பவன் உலகையாளுவான். அல்லது சட்டென்று அழிந்துவிடுவான். சிலவேளைகளில் 'பாபரின் வைரம்' எனவும் அழைக்கப்படும்-ஆனால் முதலாவது மொகலாயரான அவர் அதனைப் பார்த்ததே இல்லை. ஹுமாயுன் அவரிடம் அதனைத் தரவே செய்தான், ஆனால், அவரே மறுதலித்துவிட்டிருக்கலாம்: 'அப்படியே திருப்பிக் கொடுத்துவிட்டேன்.'[7]

உலகின் ஆட்சியாளர் என்பதற்குத் தொலைதூரத்தில் இருந்தாலும், பஞ்சாப், டெல்லி, ஆக்ராவைக் கொண்டவராக இப்போது சிக்கலான நிலைமையில் பாபர் இருந்தார். வெறுப்புக்குள்ளான இப்ராஹிமைத் தோற்கடித்தது ஒரு விஷயம், லோதி சுல்தான்களின் அழைப்பின் பேரில் இந்தியாவுக்குள் குவிந்த, வரன்முறையற்ற ஆஃப்கானிய பிரபுக்களின் சரணாகதியைப் பெறுவது வேறுவிஷயம்-அவர்களிடையே இப்போது லோதிப் பிரதேசங்கள் பிரித்துக் கொள்ளப்பட்டன. ஆக்ராவின் மக்கள்கூட வெளிப்படையாகப் பகைமை காட்டினர், டெல்லி-ஆக்ரா தவிர்த்து, வேறெந்த கோட்டை நகரும் அடிபணியவில்லை. ஒட்டுமொத்த தோவாபும் எதிரியின் கைகளில்; அதுபோலவே அலிகாரும் பாயணாவும் தோல்பூரும்-எல்லாம் ஆக்ராவிலிருந்து தாக்கிடும் தூரத்தில் இருந்தன.

பாபரின் படையினருக்குள்ளேயான அதிருப்தியால், அவரது நிலைமை மேலும் மோசமானது. இறைவனுக்கு அஞ்சிடும் மொகலாய மன்னனை ஈர்த்திட இந்தியாவில் வசீகரங்கள் இல்லை. இந்தியாவிடமிருந்து கிடைக்கும் வருவாய் அளவுக்கு இந்தியாவின் பறவைகள் மீது அபிமானம் கொண்டிருந்த பாபர், அதன் குறைபாடுகளைப் பட்டியலிடுகிறார்; 'நல்ல நாய்கள் இல்லை, நல்ல திராட்சைகள் இல்லை, கஸ்தூரி எலுமிச்சைகளோ முதல்தரப் பழங்களோ இல்லை, ஐஸ்கட்டியோ குளிர்ந்த நீரோ இல்லை, கடைவீதியில் நல்ல ரொட்டியோ உணவோ இல்லை; வெந்நீர் குளியலிடங்களோ கல்லூரிகளோ மெழுகுவர்த்திகளோ, டார்ச்சுகளோ மெழுகுவர்த்தித் தாங்கிகளோ இல்லை.' ஒருவேளை அவரது நபர்கள் மெழுகுவர்த்திகளின்றி சமாளித்திருக்கலாம். ஆனால் நயமற்ற கரடுமுரடான சமூக விரோதப் போக்குடைய எண்ணற்ற இனத் துரோகிகளால் லகுவாக அவர்கள் இயல்பாக வாழ முடியாதிருந்தது. அலெக்ஸாண்டரின் மாசிடோனியரைப் போல, பாபரின் மொகலாயர்களுக்குப் போதும் போதும் என்றிருந்தது. மிக வெப்பமும் புழுதியும் நிறைந்த வடஇந்திய ஆண்டின் மே மாதமாகவும் அது இருந்தது. கௌரவங்கள் வெல்லப்பட்டிருந்தன, கொள்ளையிட்டது பாதுகாக்கப்பட்டிருந்தது, கருவூலத்தில் பெரும்பகுதி விநியோகிக்கப்பட்டிருந்தது. இன்னும் வெற்றிகரமான கொள்ளையினை எதிர்பார்த்திருக்க முடியாது. இப்போது அவர்கள் விரும்பியதெல்லாம் தம்தாயகங்களுக்கும் இல்லங்களுக்கும் திரும்புவது, காபூலின் குளிர்க்காற்றை அனுபவிப்பது, உரிய வேளையில் சாமர்கண்டிற்கான போராட்டத்தைப் புதுப்பிப்பது.

அலெக்ஸாண்டரினைப் போல அவர்கள் மீது பாபர் ஆத்திரம் கொண்டார். நிதியாதாரங்களை வருவாய்களை, தங்கியிருப்பவர்களைப் பெற்றிருப்பதைப் பொறுத்தே இறையாண்மை என்றார். நீண்டகாலப் போராட்டத்திற்குப் பிறகு உயிரைப் பணயம் வைத்து அவர்கள் இவற்றையெல்லாம் பெற்றிருந்தனர். பரந்துவிரிந்த நிலங்களும், முடிவில்லாத செல்வமும் எண்ணற்ற நபர்களும் அவர்தம் கட்டளைக்குக் காத்திருக்க, யாரோ இவற்றை ஒதுக்கிவிட்டு காபூலின் கடும் வறுமையை நாடுவார்? நெருங்கிய சிநேகிதனும் மூத்த தளபதியரில் ஒருவனுமானவன் அதைச் செய்தான். பாபர் அவனைப் போகுமாறு விட்டுவிட்டார் – 'பாதுகாப்பாயும் நல்ல நிலையிலும் சிந்துவைத் தாண்டிவிட்டால், ஹிந்துவை ஆசைப்படுமுன் என் முகம் கருத்துவிடும்' என்று மட்டுமே செய்யுள் புனைந்தார். எனினும் அதிகப்படியானோர் தங்கிவிட்டனர்; அவரின் நியாயமான அறிவுக்குப் பொருத்தமான வார்த்தைகளின் வசியத்திற்குக் கட்டுப்பட்டனர். அவரின் தீர்மானத்தினால் வெட்கப்பட்டனர். சில வாரங்களிலேயே பருவமழை தொடங்கி வெப்பத்திலிருந்து விடுவித்தது. அடுத்து வந்த படையெடுப்புகளில் ஹுமாயூன் அவாத் மற்றும் ஜௌன்புருக்கு ஒரு படையை இட்டுச்சென்று, லோதிகளின் குரூர சிற்றரசுகளைக் கைப்பற்றிப் பெரும் நிலங்களையும் செல்வங்களையும் தனதாக்கினான். கொள்ளையிட்டவையும் பிணயமும் பேராசைகளுக்கு ஈடுகட்டின, அலுவல் பொறுப்புகள் ஒப்பந்தங்கள், வருவாய் ஈட்டும் பணிகள், நிலமானியங்கள் விசுவாசத்திற்கு ஈடாயின.

வடக்கில் மொகலாயர் மேலாதிக்கத்திற்கு இன்னுமொரு தடை இருந்தது. இந்தியாவின் உள்ளூர் அரசுகளை, பிரதேசம்-படையின் அடிப்படையில் விஜயநகர மன்னரை முதலில் பட்டியலிட்டார். அவர் விஜயநகர மன்னரில் மிகப்பெரியவரான கிருஷ்ணதேவராயர்; அவரது அரசு ஆக்ராவிலிருந்து 1000 கி.மீ. க்கும் அப்பால் இருந்ததால் ஆபத்தில்லை. இப்பட்டியலில் இரண்டாவதாக இருப்பது மேவாரின் ராணா சங்கன். தன் வீரத்தாலும் வாளாலும் அந்நாட்களில் வளர்ந்துகொண்டிருந்தான். ரஜபுத்திரரின் சிலைவழிபாட்டை வெறுத்தபோதும், பாபர் ராணா சங்கன் மீது சற்று மரியாதை வைத்திருந்தார். அது, படையெடுத்து வருமாறு ராணா சங்கன் ஊக்கப்படுத்தியதால் அல்ல. எந்த ஒப்பந்தமும் கையெழுத்தாகாத நிலையில், ரஜபுத்திரர் லோதிகளின் தோல்வியையும் மொகலாயரின் பின்வாங்கலையும் ஏற்படுத்தி, தனது பேராசைகளுக்குக் கடற்கரை இடமளிக்கும் என்று ராணா நம்பியதால் அந்தச் சந்தர்ப்பத்தைப்

பயன்படுத்திக்கொண்ட ராணா, ராஜஸ்தான் மீதான தன் பிடியை வலுப்படுத்தினான்; இப்போது, 1527இன் ஆரம்பத்தில் லோதிகளை விரட்டியடித்திருந்த படையெடுப்பாளர் சென்றுவிட்டனரா என்று கவனிக்க ஒரு ரஜபுத்திரப் படையை இட்டுச் சென்றான்.

பிப்ரவரி வாக்கில் ஆக்ராவின் தென்மேற்கில் 70 கி.மீ தூரத்திலுள்ள பாயனாவில் ரஜபுத்திரர் இருந்தனர்; சமீபத்தில் அது மொகலாயரால் ஆக்கிரமிக்கப்பட்டிருந்தது. பாபரின் ‘பாயனா பாசறை மோசமாகத் தோற்கடிக்கப்பட்டு, ஆயிரம்பேர் கொண்ட கூட்டுப்படை, ரஜபுத்திரரின் கடுமையாலும் தீரத்தாலும் வீழ்த்தப்பட்டது’ என்னும் செய்தி கிடைத்த மாத்திரத்தில் போரிட பாபர் விரைந்தார். இது தீய சகுனமாகித் தோன்றி மொகலாயப்படையினரிடையே சோர்வை வரவழைத்தது. சோதிடம் கணிப்பவர் ஒருவர் விநாசத்தை உறுதிப்படுத்தினார்; துணையரசுகள் கைகழுவிவிட்டன. இந்தியாவிலிருந்து சேர்க்கப்பட்டிருந்த ராணுவ வீரர்கள் வெளியேறிவிட்டனர். ஒவ்வொரு நாளும் ஒவ்வொரு பக்கமிருந்தும் மோசமான செய்திகள் வந்தன. பாபர் மீண்டும் தன் படையினரிடம் மார்க்கக் கடமையை வற்புறுத்தினார். இந்தச் சண்டையை ஜிகாத் என்றார்; மரணம், வரவேற்கத்தக்க உயிர்த்தியாக வேடம் புனைய, கோழைத்தனம் சமய எதிர்ப்பானது. ‘இத்திட்டம் கச்சிதமாயிருந்தது. பாராட்டத்தக்கதாக இருந்தது’ என்றார் பாபர். தாம் சாய்ந்து விழும்வரை போரிடுவோம் என்று குரான் மீது சத்தியம் செய்தனர். பாபரே மதுவை விலக்கிச் சூளுரைத்தார். வடிகலன்களும் கிண்ணங்களும் நொறுக்கப்பட்டன, ஒயினுள்ள தோல் பைகள் காலிசெய்யப்பட்டன. சமீபத்திய மது உப்பிட்டு வினிகராக்கப்பட்டது. இப்போது தனது வீரமும் மனச்சாட்சியும் ஒரு புள்ளியில் நிற்க புதுப்பிறப்பெடுத்த பாபர் சண்டைக்கு ஆயத்தமானார்.

கெடுவாய்ப்பாக, கனுவாவில் (நவீன ஃபதேபூர் சிகிரிக்கு மேற்கில்) நடந்த மோதல் விபரங்கள் தெளிவாக இல்லை. ராணா சங்கனிடமும் அவனது கூட்டுப் படையிலும் இருந்தவர்கள் இரண்டு லட்சமாகக் கணக்கிடப்பட்டது. ஆனால் இதில் பாதிப்பேரைக் கூட அவன் தலைமைதாங்கி இட்டுச் சென்றதில்லை. மறுபுறத்தே பாபரிடம் பாணிப்பட்டில் இருந்ததை விடவும் அதிக துருப்புகள் இருந்தனர்; காபூலிலிருந்து ஒரு படைப்பிரிவு வந்து சேர்ந்திருந்தது; இப்ராஹிமின் மகன் உள்ளிட்ட லோதி படையினரும் அணிசேர்ந்துகொண்டனர். ஒருநாள் நீடித்த சண்டை கடுமையாக நடந்தது. வரிசையாக வரும் வண்டிகளின் இருபுறங்களிலும் பள்ளங்களும் குழிகளும்

அமைத்து, அங்கங்கே கனத்த துப்பாக்கி ஏந்திய வீரர்களும் குதிரைப் படையினரும் வருமாறு பாபர் தந்திரத்துடன் வியூகம் அமைந்திருந்தார். ஒருங்கிணைப்பு இல்லாத போதும் ரஜபுத்திரர் தீரத்துடன் போரிட்டனர். இறுதியில் ஏற்பட்ட தோல்விச் செயல் தந்திரத்தால் அல்லாமல் துரோகத்தால் நிகழ்ந்தது. ரஜபுத்திர வாகனத்தை இட்டுச் சென்ற தோமர், நேராக பாபரிடம் சென்றுவிட ராணா சங்கன் பின்வாங்க வேண்டியதாயிற்று.[8]

1527 பருவமழைக்குப் பிறகு ஜுவான்புருக்கு இன்னொரு படை அனுப்பப்பட்டது. இதற்கிடையே பாபரே மால்வா பிரதேசத்தைத் தாக்கி, அரண்மிகுந்த சந்தேரியைக் கைப்பற்றினார்; அங்கிருந்த ரஜபுத்திரப் பாசறை தற்கொலைத் தாக்குதலை மேற்கொண்டது. தெற்கில் படையெடுப்பை நீட்டிக்க பாபர் எண்ணியபோது கிழக்குப் படையெடுப்பு, லோதி ஆதரவாளர்களாலும் ஆஃப்கன்களாலும் தோற்கடிக்கப்பட்ட செய்தி கிடைத்ததும் சட்டென்று முடிவை மாற்றினார்.

உ.பி.யிலும் பீகாரிலுமுள்ள அதிருப்தியாளரை எதிர்த்து நடந்த படையெடுப்புகள் 1528-29 வரை பாபரை மும்முரமாக வைத்திருந்தன... 'எந்தத் திசையிலிருந்து சாதகங்கள் வருவதாயினும் ராணுவம் சென்றாக வேண்டும்; வங்காளத்திற்குச் செல்வது பொருத்தமற்றது, ஆனால் வங்காளத்தின் மீது இல்லாவிடில், கருவூலம் வேறெங்கு உதவிகரமாக இருக்கும்?'[9] என்றெழுதுகிறார் பாபர். மத்திய ஆசியாவுக்குத் திரும்பிடும் ஆசை எல்லையற்றதாகவும் தீராததாகவும் இருக்க, இந்தியாவிலிருந்து கிளம்புவது எளிதானதாய் இல்லை; பரந்து விரிந்த நிலங்களும் அபரிமிதமான வருவாயும் கிளர்த்திவிட்ட வேட்கை திருப்திசெய்ய முடியாததாய் இருந்தது. இப்போது அவரிடமிருந்த கணிசமான படையினரையும் சிற்றரசர்களையும் மேலும் கிட்டும் வெற்றிகளும் செல்வமும்தான் பிணைத்து வைத்திருக்கும். தன்னை அடுத்துவந்த ஆட்சியாளர்கள் எதிர்கொண்ட அதே சவாலை பாபரும் எதிர்கொண்டார்; மேலும் வெற்றிகளின்றி ஒரு பேரரசை எப்படித் தக்கவைத்திருப்பது? 1530இல் ஆக்ராவில் அவர் இறந்தபோது இக்கேள்வி பதிலளிக்கப்படாது நின்றது.

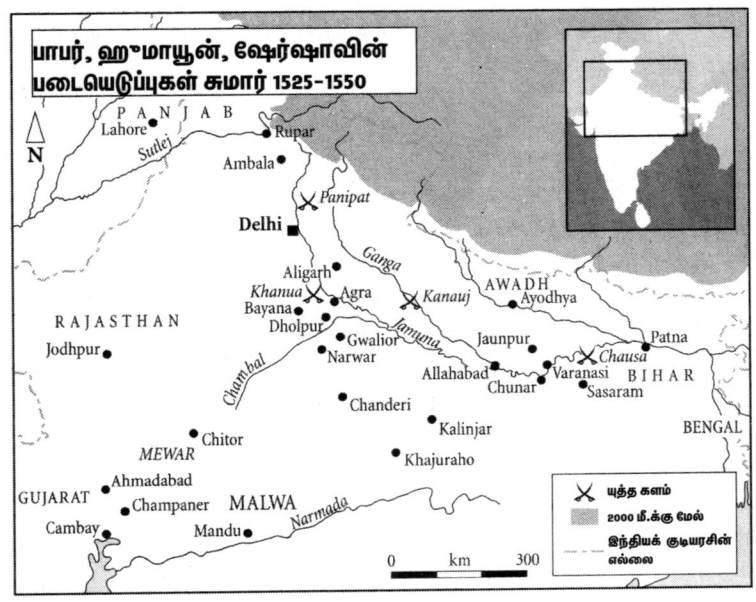

பாபர், ஹுமாயூன், ஷேர்ஷாவின் படையெடுப்புகள் சுமார் 1525–1550

இடைவேளை அல்லது உத்வேகம்

பாபரின் மூன்று மகன்களில் மூத்தவனும் அவருக்குப் பிரியமானவனுமாகிய ஹுமாயுன் அவரது வாரிசாக அறிவிக்கப்பட்டிருந்தான். பாணிப்பட்டிலும் கனுவாவிலும் வென்றிருந்த ஹுமாயுன், சாமர்கண்டைக் கைப்பற்றும் இன்னொரு முயற்சியில் ஆஃப்கனுக்கு அனுப்பப்பட்டான். இது தோற்றது-தோல்விக்கு ஹுமாயுன் காரணமில்லை; 1529இல் தந்தையின் உடல்நிலை நலிந்து வருவதையறிந்து இந்தியாவுக்குத் திரும்பினான். ஆனால் ஹுமாயுன் உடல்நிலை சீர்கெட்டு, அவன் இறக்கும் நிலையில் இருந்ததாகத் தோற்றமளித்தான். வருத்தம் மீதூரப்பெற்ற தந்தை, ஹுமாயுன் மீண்டுவர தன் ஆரோக்கியத்தை விலையாகத் தரவும் சித்தமாயிருந்தார். கனுவாவின் வெற்றியின் பொருட்டு மது அருந்தாதிருந்த அவருக்குத் தெய்வத்துடனான இந்தப் பேரங்கள் இரண்டாம் இயற்கையாயிருந்தது; மீண்டும் அவரது பக்திக்கு வெகுமதி கிட்டியது; மகன் குணமடையவும் தந்தை சுகவீனமானார். பாபரை ஆக்ரா தோட்டத்தில் அடக்கம் செய்தபோது ஹுமாயுனுக்கு 22 வயது- பாபர் வடிவமைத்துப் பராமரித்து வந்த தோட்டங்களில் அதுவும் ஒன்று.

(பிற்பாடு, அவரது கடைசி ஆசைப்படி, காபூலின் எலுமிச்சைத் தோட்டத்திற்கு அந்த அஸ்தி எடுத்துச்செல்லப்பட்டது.)

மத்திய ஆசியாவைக் குறிவைத்திருந்த பாபர், இந்தியாவில் ஒரு பேரரசை வென்றார்; மத்திய ஆசியாவை மதிக்காத ஹுமாயுன் இப்போது இந்தியாவில் பேரரசை இழந்தான். அவன் 26 ஆண்டுகள் ஆட்சி புரிந்தாலும், பத்து ஆண்டுகளே அதிகாரத்தில் இருந்தான். 'புத்திக் கூர்மையும் நாகரிகமும் மிகுந்திருந்த ஹுமாயுன் பெரிதும் சமூக உறவாடலிலும் உல்லாசத்திலும் நேரத்தைச் செலவிட்டான்'[10]. தந்தையைப் போல பலம் வாய்ந்த படையெடுப்பாளனாக இருக்க முடிந்தாலும், அவன் உல்லாசத்திலும் சோம்பலிலும் கழித்து, தோல்வியை எதிர்கொள்ள முடியாமல், வெற்றியை ஆதாயமாக்கத் தெரியாமல் இருந்தான். தந்தையைப் போலத் தனது நடவடிக்கைகளை விளக்கும் பதிவு எதனையும் அவன் மேற்கொள்ளவில்லை. அவனின் படையெடுப்புகளில் பாதிப்புகளை ஏற்படுத்திய அவனின் நீண்டநேர செயல்படாமை அபின் காரணமாக விளைந்தது எனப்படுகிறது-பல்வேறு வடிவங்களில் கிடைத்த போதை மருந்து அது. பாபரும் அதைப் பயன்படுத்தியிருந்தார். ஹுமாயுனும் அதனைச் சார்ந்திருந்தான்.

அவனது முதல் தவறு தன் 3 தம்பியரை நம்பியது; அதைத் தொடரக் கூடாது என்பதில் பிந்தைய மொகலாயர் கவனமாய் இருந்தனர். அவர்களை வெளியேற்றுவதற்குப் பதிலாக, ஒவ்வொருவரையும் பேரரசின் ஒரு பகுதிக்குப் பொறுப்பாக்கினான். காபூலைப் பெற்றிருந்த இளவரசன் காம்ரன், பஞ்சாபை அதனுடன் இணைத்தான்; ஹுமாயுன் அதனை அப்படியே ஏற்றுக்கொண்டதால், அஸ்கரி, ஹிண்டால் என்னும் இரு தம்பியரும் துணிச்சல் பெற்றனர். தங்களுக்கு இசைவாயிருக்கும் போதே அவர்கள் அவனை ஆதரித்தனர்; அப்படியில்லாத போது, ஒவ்வொருவரும் அரியணை ஏற முயன்றனர்.

கிழக்கின் நிலவரம் ஹுமாயுனுக்கு மிகவும் அழுத்தம் தருவதாய் இருந்தது. லோதி ராணுவத்தினர் மீண்டும் ஜுவான்புரைக் கைப்பற்றினர்; கஜுராஹோவின் சந்தேளரது மாபெரும் அரண் கலிஞ்ஜார், கஜினி முகம்மதுவை வீழ்த்தி, ஒவ்வொரு டெல்லி சுல்தானையும் தோற்கடித்து இருந்த நிலையில் மொகலாயரின் தாக்குதலுக்காகக் காத்திருந்தது; ஸுர் குலத்தைச் சேர்ந்த ஆஃப்கானியனான வாராணசியின் அண்டையிலிருந்த ஷேர்கான், இந்தியா வந்தடைந்த லோதிகளைப் பின்தொடர்ந்து, சுனார்

கோட்டையில் தனக்கு ஒரு தளத்தை அமைத்துக்கொண்டான். ஜுவான்புர் நிலவரத்தைச் சமாளிப்பதற்காக, ஹுமாயுன் கலிஞ்சார் முற்றுகையைக் கைவிட்டிருந்தான்; குஜராத்தின் சுல்தான் அகமத்ஷாவிடமிருந்து ஆக்ராவுக்கு மிரட்டல்கள் வந்துள்ள செய்தி கிடைத்தபோது, அவன் ஷேர்கானிடம் குவிமையம் கொள்ளவே இல்லை. இதனால் கிழக்கில் நடவடிக்கைகள் நிறுத்திவைக்கப்பட்டன, அது ஷேர்கானுக்குச் சாதகமாயிருந்தது. புதுடெல்லியின் இன்னொரு அணுக்கருவாக விளங்கப்போகும் அரண்மனையினை ஏற்பாடு செய்துவிட்டுத் தெற்கிலும் மேற்கிலும் தன் படையினரை அவன் நடத்திச் சென்றான்.

அடுத்துவந்த இரண்டாண்டுகளில் (1534-36) ஹுமாயுன் பெற்ற ராஜஸ்தான், மால்வா, குஜராத் வெற்றிகள் கண்டு அவனது தந்தை பெருமைப்பட்டிருப்பார்; அவனது மகன் (அக்பர்) பின்பற்றிப் புகழடைந்திருப்பான். பலமிக்க பீரங்கிப் படையைப் பெற்றிருந்த குஜராத் சுல்தான், முற்றிலுமாகத் தோற்கடிக்கப்பட்டான்; மாண்டு, சாம்பனெரின் ஊடுருவ முடியாத உயரங்களைக் கொண்ட கோட்டைகள் தகர்க்கப்பட்டன. சாம்பெனரில் ஹுமாயுனே படையினரை நடத்திச் சென்று, சுத்தியல்கள்-கம்பிகளைக்கொண்டு, கோட்டையைத் தாக்கி, ஊடுருவ வைத்தான்; 'வரலாற்றில் பதிவான எந்தவொரு ராணுவத்தினரின் குறிப்புக்கும் இணையானது என்கிறார் ஃபெரிஷ்டா.[11] மேற்கு இந்தியாவில் வளமான நகரும் துறைமுகமுமான முறையே அகமதாபாத்தும் காம்பேயும் அடுத்தடுத்துக் கைப்பற்றப்பட்டன. இது திகைக்கவைக்கும் வெற்றியே; இதனைக் கவனமாக நிலைநாட்டியிருந்தால், ஹுமாயுனது பேரரசுக்கான பொருளாதார அடித்தளத்தை அளித்ததுடன், அதன் அளவையும் இரு மடங்காக்கியிருக்கும். மரபார்ந்த வழியில் தோற்கடிக்கப்பட்ட அகமது ஷாவைக் கப்பம் கட்டும் மன்னராக்காமல், உபயோகமற்ற இளவரசன் அஸ்காரியை அதற்குப் பொறுப்பாக்கினான். அதன்பின் மாண்டுவுக்கு ஓய்வெடுக்கச் சென்றான். தனக்குப் பிரியமானவர்களுடன் அபின் புகைத்துப் பல மாதங்களைக் கழித்த பிறகு ஆக்ரா திரும்பினான். அவன் செய்தது போன்றே அவனுடைய வெற்றிகள் அவன் பின்னே உருண்டோடின. அரியணை ஏறுவதற்கான தளமாக குஜராத்தைக் கண்ட அஸ்காரி, அகமது ஷாவை அவனது அரசின் பொறுப்பேற்குமாறு அனுமதித்துவிட்டு ஆக்ராவுக்கு விரைந்தான்.

அங்கே அவனை ஹுமாயுன் தடுத்துநிறுத்தி, சகோதரப் பாசத்தில் மீண்டும் மன்னித்து விட்டான்; பின்னர் ஹுமாயுன் தனது வழக்கம் போல அபின் புகைப்பதிலும் சகாக்களுடன் இருப்பதிலும் ஆறுதல் தேடினான். 'நிர்வாகம் புறக்கணிக்கப்பட்டது; சுற்று முற்றுமிருந்த மாவட்ட ஆளுநர்கள், நிலவரத்தைச் சாதகமாக்கிக் கொண்டனர்... ஷேர்கான், சூருக்கு ஆதரவாக மாறினார்' என்கிறார் ஃபெரிஷ்டா. கடைசியில் 1537இல் உஷாரான ஹுமாயுன் ஆஃப்கானியனுக்கு எதிராகப் படையெடுத்தான்; நீண்ட சண்டைகளுக்குப் பிறகு சுணார் வீழ்ந்தது; ஆனால் ஷேர்கான் அங்கில்லை; ஜுவான்புரிலோ அவாத்திலோ எங்குமில்லை. ஹுமாயுன் குஜராத்தை வென்று கொண்டிருந்த வேளையில், ஆஃப்கானியன் பீகாரிலும் வங்காளத்திலும் வென்று கொண்டிருந்தான்; வென்ற பிரதேசங்களை நிலைநாட்டிக் கொண்டிருந்தான். நன்கு ஆயத்தமாயுள்ள போட்டியாளனையே எதிர்கொண்டுள்ளோமே தவிர, அவன் வெறுமனே இன்னொரு ஆஃப்கானியனில்லை என்பது ஹுமாயுனுக்குப் புரிந்தது.

வங்காளத்தில் பெரும் இழுபறிக்குப் பிறகு 1539இல் வாராணசிக்கும் பாட்னாவுக்கும் இடையில் செளஸாவில் கடைசியில் போட்டிப் படைகள் சந்தித்தன. ஒரு தந்திரத்தில் ஹுமாயுன் சிக்கவைக்கப்பட்டு வீழ்த்தப்பட்டான். அவன் உயிருடன் தப்பிவிட அவனது படையினர் அழிக்கப்பட்டனர், வெல்ல முடியாத மொகலாயர் என்னும் தொன்மமும் உடைபட்டது.

ஓராண்டுக்குப் பின் அது முற்றிலும் வெடித்தது. ஒரு காலத்தில் குர்ஜரா-பிரதிஹரர் அனாமதேயமாக ஆட்சிபுரிந்த மேல் கங்கையின் முக்கிய நகரம் கனோஜ் அருகே குறுகிய காலமே நீடித்த மொகலாயப் பேரரசின் விதி தீர்மானிக்கப்பட்டுள்ளதாகத் தோன்றியது. பாணிப்பட்டில் நடந்ததற்கு நேர்மாறாக வியப்பூட்டும் வகையில் 40,000 வீரர்களுடன் துப்பாக்கி சகிதமாயிருந்த ஹுமாயுன் ராணுவம், ஷேர்கானின் 15000 ஆஃப்கன் குதிரைப்படையினரால் வீழ்த்தப்பட்டது. ஹுமாயுன் மீண்டும் தப்பியோடினான்-பாரிய வைரத்துடன் நன்றிகெட்ட தன் சகோதரர்களிடம் உதவியோ புகலிடமோ கிடைக்கப் பெறாத நிலையில் சிந்து-ராஜஸ்தான் பாலைகளில் அகதியாகி அதன்பிறகு ஈரானின் ஷஃபாவித் ஆட்சியாளரின் அரசவையில் நாடு நீங்கி வந்தவனாக இருந்தான். நல்வாய்ப்பாக ஷா தமஸ்ப் வைரங்களை விரும்புபவனாக விளங்கினான். ஹுமாயுனின் செல்வங்கள் இன்னும் மீள இருந்தன. இதற்கிடையே ஷேர்கான் சூர் மிக உயர்ந்த மன்னனாக இருந்தான்.

வம்சரீதியில் மிகப்பெரிய மற்றும் பெருமிதத்துடன் ஆவணப்படுத்தப்பட்ட மொகலாயரிடையே மாட்டிக்கொண்ட ஆஃப்கானிய சூர்கள், தமக்குரிய சிறப்பிலிருந்து லகுவாக நழுவிவிடுகின்றனர். 15 ஆண்டுக் கால இறையாண்மை, கீர்த்தி மிக்க மொகலாயர் தொடர்ச்சிக்கான பிற்போக்கான இடைவேளையாக அல்லது பொருத்தமற்ற குறுக்கீடாகச் சிலவேளைகளில் அது சித்திரிக்கப்படுகிறது. இருந்தபோதும் இவ்விடைவேளை நிறைய உத்வேகமளித்தது. சௌஷாவின் வெற்றியைப் பின்தொடர்ந்த ஷேர்கான், ஷேர்ஷா என்னும் விருதுப்பெயர் பூண்டு எந்த மொகலாயரையும் போன்றே திறமைசாலியாயிருந்தான். பாபர் என்னும் மொகலாயரின் சாகசங்களில் புனைவு வளையம் இருக்க, ஷேர்ஷா சூரின் கடுமையானதும் ஒரு தினுசானதுமான நடவடிக்கைகளில் இப்புகார் இல்லாதிருந்தது. பாபரின் மேதைமை யுத்தத் தொழில்நுட்பத்தில் இருந்தால் ஷேர்ஷாவினுடையது நுணுக்கமிக்க அரசு நிர்வாகத்தில் காணப்பட்டது. பாபரின் குறுகிய ஆட்சிக்காலத்திற்குரிய பவித்திரமான பிரதிக்குச் சீக்கிரமே இந்தியா முழுமையையும் தழுவிடப் போகும் பேரரசு, பாபரின் வண்ணமயமான சாகசங்களின் உயிரோட்டமான பரபரப்பு அளவுக்கு நன்றிக்கடன் பட்டது.

ஆஃப்கானிய அபிமானிகளால் மெருகேற்றப்பட்டிருந்தாலும், வாராணசியருகே இரு துண்டு நிலங்களை வைத்திருந்த, முக்கியத்துவமில்லாத லோதிப்படை வீரன் உயர்வு பெற்றது அதனளவிலே குறிப்பிடத்தக்கதே. அதற்குச் சற்று காலம் பிடித்தது. ஒரு வழியாக அவன் அரியணை ஏறியபோது, தனது ஐம்பதுகளில் இருந்தான். தனது துண்டு துணுக்கான ஆஃப்கன் போட்டியாளர்களைச் சமாளிப்பதே அவனுக்குப் போதுமானதாய் இருந்தது. வங்காளத்தின் வெற்றியும் அதனை நிலைநாட்டிக் கொண்டதும், பிரச்சினைக்குரிய-முன்னதாக சுதந்திர அரசாக இருந்ததை, துணை நிலைக்குத் தள்ளிவிட்டது -பதினான்காம் நூற்றாண்டின் துக்ளக் இடையீடுகளுக்குப் பிறகு இது அறியப்படாதிருந்தது.

மேலும் பஞ்சாப், சிந்து, மால்வாவில் சூர் மேற்கொண்ட படையெடுப்புகள், ஹுமாயுனின் தோல்வியைப் பின்தொடர்ந்து நிகழவே உரியமுறையில் அப்பிரதேசங்களைப் பெற முடிந்தது. ஷேர்ஷா பெரிதும் போற்றிய சுல்தான் அலாவுத்தீன் கல்ஜியுடையதைப் போன்ற தக்காணத்தின் மீது படையெடுப்பும் முன்மொழியப்பட்டது. ஆனால் இஸ்லாமிய வெறியனல்லாமல் பக்திமிக்க ஷேர்ஷா, நிலவுகின்ற ஆட்சிப் பகுதிகளின் துரோக

ஆட்சியாளரை அகற்றுவதே மிகவும் முன்னுரிமை கொண்டது என்று வாதிட்டான். இஸ்லாமியத் தாய்மாரும் பணிப் பெண்களும் ரஜபுத்திர இல்லங்களில் கொடுமைப்படுத்தப்படுகின்றனர் என்னும் சாக்கில், ஜோத்பூர், சித்தூர், கலிஞ்ஜார் போன்ற இந்துக்களின் எதிர்ப்புக் கொத்தளங்களை முதலில் தகர்க்க விரும்பினான்; அங்கும் பலர் தோற்றிருக்க, அவன் வென்றான்; ஆனால் அதற்காகத் தன் உயிரைக் கொடுக்கவேண்டியிருந்தது. கோட்டையைக் குறிவைத்த ஏவுகணை அதன் சுவர்களிலிருந்து திரும்பி வந்து வெடிக்க, அது குவிந்துகிடந்த ஏவுகணைகளைப் பற்றவைத்துவிட்டது. இவற்றை இயக்கிக் கொண்டிருந்த ஷேர்ஷா எரிந்து போனான். கோட்டை சரணடைந்த செய்தி வந்து சேர்ந்த சில நிமிடங்களிலேயே இறந்துபோனான்.

அவ்வளவு குறுகிய ஆட்சிக் காலத்தில் (1540-5) அரசாங்க இயந்திரத்தை முழுதாகச் சரிசெய்வது சாத்தியமற்றதாக இருந்திருந்தது. இருந்தாலும் குறுகிய காலத்தில் வருவாய் மதிப்பீட்டிலும் ராணுவ அமைப்பிலும் மையப்படுத்திடும் நடவடிக்கைகள் பலவற்றை அவனது ஆற்றல்மிக்க நிர்வாகம் முன்னுரைத்தது-அவற்றை மொகலாயர் முழுமைப்படுத்தினர்.[12] வங்காளத்தைத் திடப்படுத்தியதில் இவை குறிப்பாக வெளிப்பட்டன. முதல் சந்தர்ப்பத்திலேயே தன் விசுவாசத்தைத் தூரப் போட்டுவிடும் சக்திவாய்ந்த ஆளுநரை நியமிப்பதற்குப் பதிலாகத் தன் பிரதேசங்களை மாவட்டங்களாகப் பிரித்தான்; ஒவ்வொன்றும் அவனுக்கு நேரிடையாகப் பொறுப்பானது; மக்கள் நிர்வாகம், ராணுவம், மத அலுவலர்கள் ஆகியோரிடையே அதிகாரம் பிரித்தளிக்கப்பட்டது-அவர்களும் சுழற்சி முறைக்கு உள்ளாகினர். வருவாய் மதிப்பீட்டையும் வசூலையும் நியாயமானதாக்க முயற்சிகள் மேற்கொள்ளப்பட்டு, சாகுபடியாளருக்குக் குறைந்தபட்சப் பாதுகாவல் தரப்பட்டது; குற்றங்கள் தடுக்கப்படாது போனால் கிராமத் தலையாரிகள் பொறுப்பாக்கப்பட்டனர்; ஊழல் புரிந்த அலுவலர்கள் நீக்கப்பட்டனர்.

ராணுவத்திற்குள்ளேயான ஊழலும் அகற்றப்பட்டது. பிரதேசங்கள் எங்கிலும் ராணுவப் பதவியிடங்கள் ஏற்படுத்தப்பட்டன; சாலைகளும் சத்திரங்களும் நிறுவப்பட்டன; வணிகத்தை அதிகரிக்கச் செய்ய வரிகள் அகற்றப்பட்டன. இந்திய நாணயத் தயாரிப்பில் ஷேர்ஷாவுக்கு முக்கிய இடமுண்டு- முதலாவது வெள்ளி ரூபாய் நாணயங்களை வெளியிட்டான்; கூடவே

தங்க, தாமிர, நாணயங்களும் புழக்கத்தில் இருந்த மொகலாய நாணயங்களுக்கு அடிப்படையாக விளங்கின.[13]

அவனது கட்டடக்கலை நிர்மாணங்கள் குறித்து இதுபோன்று சிலவற்றைக் குறிப்பிட முடியும். இந்திய நினைவுச் சின்னங்களில் பாபரின் பங்களிப்பாக இருப்பது, தனித்துவமற்ற மூன்று சிறிய மசூதிகளே. அவை பாணிப்பட்டில் உள்ளன. லோதிகளை அவர் வென்றதைக் கொண்டாடுவது; இன்னொன்று அயோத்தியின் பாப்ரி மசூதி. ராமர் பிறந்த இடத்தை அடையாளப்படுத்தும் இந்துக் கோயிலை அது இடப்பெயர்ச்சி செய்ததா? அம்மசூதியைக் கட்டியதில் பாபரின் பங்கு என்ன? 1992இல் இந்து வெறியர்கள் ஆயுதங்களுடன் அங்கு நுழைந்து, நவீன இந்தியாவின் சமயச் சார்பற்ற உறுதிப்பாடுகளை நிலைகுலைய வைத்ததிலிருந்து, இந்தியாவிலுள்ள வேறெந்த நினைவுச் சின்னத்தை விடவும் சாதாரண இம்மசூதி பற்றி நிறையவே எழுதப்பட்டிருக்கிறது. இன்னும் எழுதினால் முரண்பாட்டையே வரவழைக்கும்.

சந்தோஷப்படும் வகையில், ஷேர்ஷாவின் பாணிகள் சேர்ந்த நினைவுச் சின்னங்கள் சிறப்பாக விளங்குகின்றன. மகாபாரதத்தில் பாண்டவரின் தலைநகராக வரும் இந்திரபிரஷ்டம் இருந்த இடத்தில் ஹுமாயுனால் தொடங்கப்பட்ட வளாகத்தை, இப்போது புராண க்விலா எனப்படுவதை முழுமை செய்தார். அங்கு ஒரு மசூதியையும் நிறுவினார். இதன் (க்விலா இ குஹ்னா) பகுதிகளே எஞ்சியுள்ளன; ஆனால் இந்தியாவின் எந்த ஆலயமும் கச்சிதமான ரசனையில் கண்ணியமாக நிறுவப்படவில்லை. *Pelican History of art* இல் அதன் ஆசிரியர் ஜே.ஸி. ஹார்லே, பதினைந்தாம் நூற்றாண்டு ஃப்ளாரென்ஸின் தலைசிறந்த கட்டடக்கலையாளர் ப்ரூனெல்லெஸ்ஸியுடன் அவனை ஒப்பிட்டு, இங்கே மொகலாயச் சாதனைகளைத் தாண்டிய வலிமையையும் அழகையும் வளத்தையும் காண்கிறார்.[14]

அரிதாகப் பார்வையாளர்கள் வரினும், இன்னும் மனதை ஈர்ப்பது, வாராணசிக்கும் கயாவுக்கும் இடையில் நடுவழியிலுள்ள சஸாரத்தின் (சஹஸரம்) 5 அடுக்குக் கல்லறை; இங்கு அடக்கம் செய்யும் பொருட்டு கலிஞ்சாரிலிருந்து எடுத்துவரப்பட்டது ஷேர்ஷாவின் கருகிய உடல். பெரும்பாலான லோதி கல்லறைகள் போல், எண்கோண வடிவில், கியாஸுத்தீன் துக்ளக்கினுடையது போல, ஏரியின் மத்தியில் படிகளுள்ள பீடத்தின் மேலுள்ள ஷேர்ஷா கல்லறை முற்றிலும் அசலானது. அதன் மூன்றடுக்கு மூலைகளிலுள்ள தூண்களுடைய சிறிய கூடங்கள், கோபுர

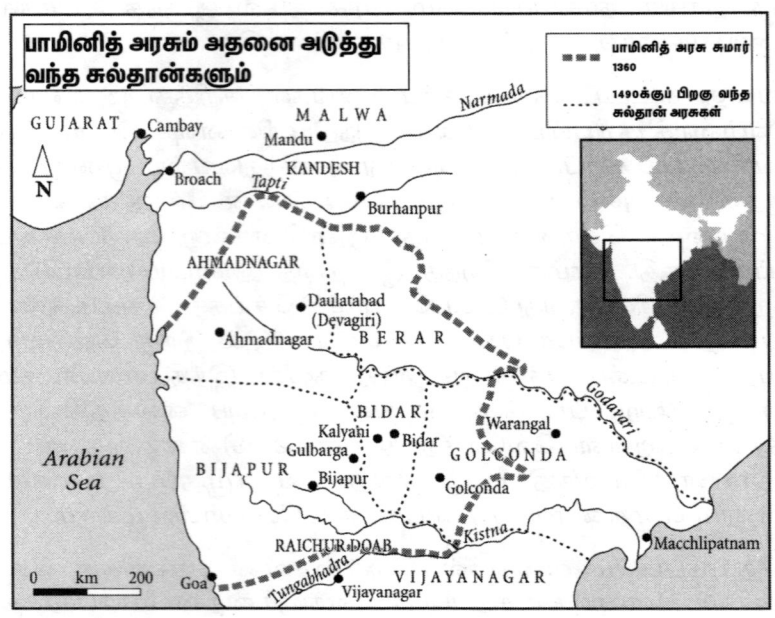

நிலைகளை நினைவூட்டித் திகைக்க வைக்கும் அழகில் உள்ளன. கல்லறையின் அளவுக்கு அரண்மனையையும் படிமமாகக் கொண்டிருப்பது. பாபர் பெரிதும் பாராட்டியதும் ஷேர்ஷா தங்கியிருந்ததுமான மான்சிங் நிறுவிய குவாலியரின் மிகப்பெரும் வளைவிலிருந்து அவர்கள் உத்வேகம் பெற்றிருக்கலாம்.

சுமார் 50 கி.மீ. உயரத்தில் மாபெரும் வீச்சுடனுள்ள ஷேர்ஷாவின் கல்லறையும் குறிப்பிடத்தக்கதே. இந்தியாவின் முந்தைய இஸ்லாமியக் கல்லறைகளைச் சாதாரணமாக்கி, அக்பர், ஜஹாங்கீர், ஷாஜகான் போன்ற மாபெரும் மொகலாய நிர்மாணகர்த்தாக்கள் அடைய முற்பட்ட இன்னொரு தரநிலையை அது முன்னிருத்திற்று. இதுமட்டும் அவர்களது சவாலாயில்லை, பதினேழாம் நூற்றாண்டின் பிரம்மாண்டமான கட்டடம், ஆக்ராவிலோ டெல்லியிலோ அல்லாமல் தக்காணத்தின் பீஜப்பூரில் அடையாளப்படுத்தப்படும். தொலைவில் அல்லாமல், இந்தியாவின் அங்கோர் எனப்படும் விஜயநகரின் பரந்துவிரிந்த கல்லால் ஆன பெருநகரம், மொகலாயருக்கும் சூர்களுக்கும் இணையான போட்டியாளராக நிறைவுதரும் சான்றாக உள்ளது.

விஜயநகரத்தின் எழுச்சியும் வீழ்ச்சியும்

ஹிந்துஸ்தான் என்றழைக்கப்பட்ட உள்ளூர் அரசுகளை பாபர் பட்டியலிட்டபோது முதலாவதாக 'பிஜநகரின் ராஜா'வைக் குறிப்பிட்டார்- அது விஜயநகரம். வட கர்நாடகத்தில் துங்கபத்திரை ஆற்றினருகே உள்ள பெரிய நகரிலிருந்து பதினைந்தாம் நூற்றாண்டெங்கிலும் இந்து மன்னர் வரிசை செல்வாக்குடன் விளங்கியது. ஆந்திரப் பிரதேசம், கேரளம், கர்நாடகம், தமிழ்நாட்டின் பெரும் பகுதிகளைக் கொண்டிருந்த விஜயநகர மன்னர், துணைக்கண்டத்தின் விரிந்த அரசின் அதிகாரம் பெற்றிருந்தார் என்கிறது பாபர் நாமா. அவரது படைவீரர்களும் அதிக எண்ணிக்கையில் இருந்தனர். மற்றபடி இந்தத் தொலைதூர அரசு பற்றிக் குறிப்பிட பாபரிடம் வேறெதுவும் இல்லை.

தக்காணத்தில் ஒரு காலத்தில் விஜயநகரத்தின் எதிரிகளாயிருந்த பாமணி சுல்தான்கள் பற்றிப்பேச அவரிடம் விஷயங்கள் நிறையவே இருந்தன. 'தற்போது அவர்களிடமிருந்து சுதந்திரமான அரசு எதுவும் எஞ்சியிருக்கவில்லை. அவர்கள் ஒட்டுமொத்த தேசமெங்கிலும் தம் கைகளைப் பதித்துள்ளனர். தேவைப்படுவதை அவர்களிடமே கேட்க வேண்டும்'[15]. பாமினி அரசைச் செதுக்கிவரும் நிகழ்வுப் போக்கில் அதன் சுல்தான்கள் ஈடுபட்டிருந்தனர். கடைசி சுல்தானாக ஆட்சிசெய்த (1482-1518) முகமது ஷா, நான்கு அதிகார மையங்களை-ஒவ்வொன்றும் தனக்கான முஸ்லீம் வம்சத்தை உடையதாயிருந்தது-கைக்கொண்டு, பாமினி அரசுப் பிரதேசங்களுக்கு உரிமை கோரினான். அகமது நகரில் இருந்த ஒரு மையம் (மராட்டியத்தின் பம்பாய்க்குக் கிழக்கே 200 கி.மீ. தொலைவில்) முந்தைய சுல்தான் அரசின் வடமேற்கு மூலையைக் கொண்டிருந்தது; பாபரின் வாரிசுகளின் கவனத்தை அது ஈர்ப்பதாய் இருந்தது. இன்னொன்று பாமினிகளின் தலைநகரம் பிடாரைத் தக்கவைத்துக் கொண்டது; மூன்றாவது தென்கிழக்கில் கோல்கொண்டாவில் (ஹைதராபாத்) நிலைகொண்டிருந்தது; பீஜப்பூரிலிருந்த நான்காம் மையம், தெற்கினை அல்லது கர்நாடகத்தைச் சுவீகரித்து, பாமினி சுல்தானரசின் ஒரு பகுதியைப் பெற்று, விஜயநகர மன்னர்களைப் பொறுத்த அளவில் முன்னணி தகுதிநிலையைக் கொண்டிருந்தது.

தனது பழைய எதிரியின் படிப்படியான இப்படியான துண்டு துண்டாகுதல், விஜயநகரத்திற்கு காலத்தே நிகழ்ந்ததாய் இருந்தது. சங்கம வம்சத்தின் திறமைசாலியான கடைசி மன்னர் இரண்டாம் தேவராயர் 1446இல் இறந்ததையடுத்து, விஜயநகரமும் உட்பூசல்

நிறைந்து காணப்பட்டது. ஆனால் ஆந்திரப்பிரதேசத்திலும் தமிழ்நாட்டிலும் இழக்கப்பட்ட பிரதேசங்களை நரசிம்மன் மீட்டுவிட்டான்-மன்னர் பொறுப்பில் அமர்ந்த இத்தளபதி, சாளுவ வம்சத்தை நிறுவினான். அவன் 1491இல் இறந்துவிடவும் அது இன்னொரு வாரிசு நெருக்கடிக்கு இட்டுச்செல்லவும் துளுவ வம்சத்தை நிறுவிய இரண்டாம் நரசிம்மன் எழுந்தான். இந்நரசிம்ம துளுவனையடுத்து 1509இல் இவனது மாற்றாந்தாய் மகன் ஆட்சிப் பொறுப்பேற்றான்-பாபரின் சமகாலத்தவரான அவர்தான் மாபெரும் அரசர் கிருஷ்ண தேவராயர்.

இவரது இருபதாண்டு ஆட்சிக் காலத்தில் விஜயநகரம் அதன் அலாதியான உச்சத்தைத் தொட்டது. கிருஷ்ண தேவராயரின் ராணுவம் கேந்திர முக்கியத்துவமிக்க தோவாபை வென்றது, புது தக்காண சுல்தான் அரசுகளை இம்சித்தது, ஒரிஸ்ஸாவின் கஜபதி மன்னர்களையும் தோற்கடித்தது, ஆந்திராவில் புதிய விசாலமான பிரதேசங்களைக் கைப்பற்றியது. கப்பமும் கொள்கைப் பொருளும் விஜயநகரத்தில் குவிந்தன. அரச விருந்துகளில் கல்வித் திட்டங்களில் கட்டடக் கலை படாடோபங்களில் இவை ஈடுபடுத்தப்பட்டன. அறிஞர்களை ஆதரித்தமைக்காக கிருஷண தேவராயரை இன்னொரு போஜ மன்னராகப் போற்றினர். 30 ச.கி.மீ. உடைய அந்நகரத்தின் மீது குவிந்த பாராட்டுரைகள், நூறாண்டுகளுக்குப் பிறகு ஆக்ரா-டெல்லி ஆகிய மொகலாய நகரங்கள் மீது கொட்டப்பட்டன. ‘ரோமைப் போல அவ்வளவு பெரியதாக அழகியதாக அது இருக்கிறது’ என 1520களில் எழுதினார் டோமிங்கோ பயஸ் என்னும் போர்த்துகீசியப் பயணி. அதன் சந்தையைக் கவனித்துவிட்டு ‘உலகில் அனைத்தும் கிடைக்குமிடம்’ என்றார். மன்னரிடம் தொடர்ச்சியாக 10 லட்சம் படைவீரர் இருந்து வந்தனர் என்று குறிப்பிட்டதும், கிருஷ்ண தேவராயரின் உருவச்சித்திரம் ஒன்றை அவர் முன்வைக்கிறார்.

> ‘நடுத்தர உயரத்தில் நல்ல நிறத்துடன், சற்றுத் தடிமனாகப் பொலிவுடன் இருந்தார்; முகத்தில் அம்மைத் தழும்புகள் காணப்பட்டன. மிகவும் அஞ்சப்படக் கூடியவராயும் முழுமையான மன்னராயும் அவர் தோன்றினார், கலகலப்புடன் உற்சாகமாயிருந்தார்; அந்நியரை அன்புடன் விசாரித்து, அவர்தம் பிரச்சினைகளைக் கேட்டறிந்து கௌரவிக்கக் கூடியவர். பெரிய ஆட்சியாளரும் நீதியை நிலைநாட்டுபவரும் ஆவார். ஆனால் திடீரென ஆத்திரப்படுவார். ‘சக்கரவர்த்தி, இந்திய பிரபுக்களின் பிரபு, மூன்று கடல்கள் மற்றும் நிலத்தின் பிரபு.’ இது அவரது

தகுதிநிலையால் வந்த விருதுப் பெயர். வீரதீரமான அவர் அனைத்திலும் கச்சிதமானவர்.'[16]

இந்த அரசப் பண்புகளால் அவரின் பெருநகரது மாட்சிமையால், இவ்விரண்டும் திடீரென மறைந்ததால், விஜயநகரம் அறிஞர்களின் கவனத்தைப் பெரிதும் ஈர்த்தது. மரபுவழி இந்திய மன்னராட்சியின் முன்னுதாரணமாக, இந்துப் பேரரசின் 2000 ஆண்களுக்கான பிரம்மாண்ட நிறைவாக அது இருந்துள்ளது. 'நாட்டின் பழமையான மதம்-பண்பாட்டின் பக்கம் அது நின்றது, புதிய கருத்துகள்-சக்திகளின் விரைந்த வருகையால் இவை விழுங்கப்படாதிருக்குமாறு காப்பாற்றியது.'[17] இந்து மதத்தின் கடைசி கோட்டை முகப்பாகவும் இருந்தது; அது வீழ்ந்ததும் தெற்கு மடிந்தது. நகரின் நினைவுச் சின்னங்கள், கடைவீதிகள், தெருக்கள், ஆலயங்கள், மாளிகைகள் கற்களால் நிர்மாணிக்கப்பட்டவை; அவை எல்லாம் வெட்டியெடுக்கப்பட்ட பெரும் பாறைகள் அவற்றைச் சுற்றிலும் நின்றன. இடையிடையே உள்ள குன்றுகளும் இப்பெரும் பாறைகளால் ஆனவையே. ஒன்றன் மீது இன்னொன்று அடுக்கப்பட்டதாக, சமநிலை பிசகாத கட்டடக் கலைத் திறன் மிக்கவையாக நகரின் நினைவுச் சின்னங்களாக உள்ளன; அவை இயற்கை பெற்றிருந்ததின் உத்வேகமிக்க விரிவாக்கமாகத் தோன்றின. சாதவாகனர்கள், வாகடகாக்கள், சாளுக்கியர்கள், ராஷ்ட்ரகூடர்கள் ஆகியவர்களின் கற்களின் முழக்கமும் யானையின் பிளிறலும் மிகுந்த தக்காண வம்சங்களது லட்சியங்களைச் சாதனைகளை இயற்கையாயும் தட்பவெப்ப ரீதியிலும் மறு ஒழுங்கு செய்ததாகப் பார்க்கப்படுகிறது. ஆரம்ப காலச் சாளுக்கியர் விஜயநகர மன்னர்களுக்கு உத்வேகமூட்டியதாகத் தோன்றுகிறது-பாதாமி-அய்ஹோல் கோயில்களின் முன்மாதிரியால் தம் ஆலயங்களை நிர்மாணித்திருக்க வேண்டும்.

மிகச் சமீபமாக, சமூக-பொருளாதார ரீதியில் கொந்தளிப்பான காலகட்டத்தில், அரசியல்-ராணுவ அமைப்பில் தீவிரப் பரிசோதனையே தவிர மரபார்ந்தது அல்ல என விஜயநகர அரசு விளக்கப்படுகிறது. பயஸ் போன்றோரின் பதிவுகள், இலக்கிய ஆதாரங்கள், ஆயிரக்கணக்கான கல்வெட்டுகளின் சிரமமிக்க பகுப்பாய்விலிருந்து, பதினாறாம் நூற்றாண்டில் விஜயநகர மன்னர்களின் மனங்களிலே இந்து தர்மத்தைக் காப்பது தலையானதாக இருக்கவில்லை. சிற்றரசர்களின் ஆதரவையோ மதங்கொண்ட யானைகளையோ அவர்கள் சார்ந்திருக்கவில்லை. மாறாக 'இஸ்லாமிய குதிரைப்படை வீரர்களைச் சார்ந்திருந்தனர்; பிராமணத் தளபதியரின் கட்டுப்பாட்டிலிருந்த கோட்டைகள்

உள்ளிட்ட விதவிதமான ராணுவக் கட்டமைப்புகளை ஓரளவு சார்ந்திருந்தனர்... துப்பாக்கி ஏந்திய போர்த்துகீசிய-இஸ்லாமியக் கூலிப்படையினரை... குடியானவரல்லாமல் வனப்பகுதி சாராமல் இருந்தவர்களிடமிருந்து தெரிவு செய்யப்பட்ட காலாட்படையினரை... முற்றிலும் ராணுவச் சேவையை நம்பியிருந்த (பாளையக்காரர்) சிற்றரசர்களின் புதிய பிரிவைச் சார்ந்திருந்தனர்.'[18]

இந்த அமைப்பின் தலைமையிலிருந்த விஜயநகர மன்னர்கள், ஆற்றல்மிக்க ராணுவத் தளபதியரின்அரை-நிலபிரபுத்துவ அமைப்பை மேற்கொண்டனர். 'நாயக்கர்' எனப்பட்ட இத்தளபதியர் ஏராளமாய் இருந்தனர். அரசின் பெரும்பகுதி இவர்களுக்காகப் பிரிக்கப்பட்டு ஒதுக்கப்பட்டிருந்தது. அவர்கள் மன்னர்களால் நியமிக்கப்பட்டனர், பெரிய படையைப் பராமரிப்பதும் வரி வசூலிப்பதும் அவர்களது பொறுப்புகள். அதாவது வடக்கில் ஆஃப்கானிய சிற்றரசர்களின் பணியை மேற்கொள்ளுமாறு எதிர்பார்க்கப்பட்டனர்; இந்த ஆஃப்கானியர் மொகலாயருக்கு சூர் பிரபுக்களுக்கு அடிபணியுமாறு மேலும் மேலும் நெருக்கடிக்கு உள்ளாகி வர, தெற்கின் நாயக்கர்களோ, சார்நிலை தளபதியர் என்ற தகுதியில், மன்னரை உருவாக்குவோராக இருந்தனர்; உள்ளூர் மத-வர்த்தக நிறுவனங்களுடனான அவர்தம் தொடர்பு மன்னரின் அதிகாரத்தில் நிழலாடச் செய்தது.

கிருஷ்ண தேவராயரும் அடுத்து வந்தோரின் கட்டுப்பாட்டைத் தாண்டிய காரணிகளும் அரசின் அதிகரித்து வந்த திடமின்மைக்கு இட்டுச் சென்றன. அவர்களில் புதிய போர்த்துகீசியரின் இருப்பு காணப்பட்டது. 'இந்தியப் பெருங்கடலில் அரசியலை அறிமுகப்படுத்தியோர் என்னும் ஒரு தினுசான தனித்தன்மை போர்த்துக்கீசியருக்கு உண்டு'[19]. இதுவரை கடல்சார் வணிகம் அனைவருக்கும் உரியதாகத் திறந்திருந்தது; போட்டியின் அழுத்தங்களுக்கும் உள்ளூர் ஊக்கத் தொகைக்கும் மட்டுமே அது கட்டுப்பட்டது. முஸ்லீம் வர்த்தகர்களும் இஸ்லாமிய கடல் போக்குவரத்தும் மேற்கு-கிழக்கு கடல்வழிகளின் ஏகபோகத்தை அநேகமாகப் பெற்றிருந்தது. எச்சரிக்கைக்கான காரணமாக அது இருக்கவில்லை. ஆனால் ஆரம்பக்கட்ட பதினாறாம் நூற்றாண்டில், கடல்கள்-பருவக்காற்றுகளின் சுதந்திரம் கேள்விக்குள்ளானது. கடல் போக்குவரத்து-பாதுகாப்பு சார்ந்த வளர்ச்சிகளால் கடல் வாணிபம், அரசின்-ராணுவத்தின் கட்டுப்பாட்டுக்குரியதாக மாறியது. கடல் வணிகப் பேரரசு வருவாய் ஈட்டுவதாய் நடைமுறை சார்ந்ததாய் இருந்தது; உண்மையில் போர்த்துக்கீசியர்

இந்தியப் பெருங்கடலை அரசியல்படுத்தியிருந்தனர். நிலத்தின் மீதான பேரரசுகள் ஏதேனும் ஒருவிதத்தில் கடல்தாண்டிய வணிகச் சார்பு கொண்டிருந்ததால், அதனுடன் இணங்கிப் போக வேண்டியிருந்தது.

1498இல் கேரளக் கரையின் கோழிக்கோட்டில் வாஸ்கோட காமாவின் வருகை, வாசனைத் திரவியங்களை உற்பத்தி செய்யும் இந்தியத் தீவுகளுக்கு ஆப்பிரிக்காவைச் சுற்றிவரும் கடல் வழி காண்பதிலான ஒரு நூற்றாண்டு காலப் போர்த்துக்கீசிய முயற்சிகளின் உச்சமாயிருந்தது. இந்திய மிளகுடன் அவர் லிஸ்பன் திரும்பினார்; அவரது தடத்தில் ஆயுதம் தாங்கிய போர்த்துக்கீசிய கப்பல்கள் அணிவகுக்கத் தொடங்கின. 1503இல் முதலாவது போர்த்துக்கீசிய கோட்டையானது கொச்சியில் நிறுவப்பட்டது; அதன் மன்னர் அதன்பிறகு போர்த்துக்கீசியரின் கைப்பாவை ஆனார். இரண்டாண்டுகளுக்குப் பின்னர் 'இந்திய அரசுக்கு' ஒரு வைஸ்ராய் நியமிக்கப்பட்டது, போர்த்துக்கீசியரின் இயல்பைக் காட்டிக்கொடுத்துவிட்டது. 1510இல் கோவா கைப்பற்றப்பட்டது-அது விஜயநகரத்திடமிருந்து அல்லாமல் பீஜப்பூர் சுல்தானிடமிருந்து; அதுவும் சீக்கிரமே இந்தியக் கடலில் போர்த்துக்கீசிய கடல்சார் பேரரசின் மையமாக அரண் செய்யப்பட்டது.

போர்த்துக்கீசியருக்கு குஜராத் சுல்தானிடமிருந்து கடும் எதிர்ப்பு கிளம்பியது; குஜராத் வர்த்தகர்கள் மரபுவழியில் வணிகம் செய்துவந்த, எகிப்தின் மேலுக் ஆட்சியாளர்கள் சுல்தானின் தொலைதூர சகாக்கள் என்ற வகையில் எதிர்த்தனர். ஆனால் 1530களில், பாஸ்ஸியென் (பம்பாய்க்கு அருகில்), டையு (சௌராஷ்ட்ராவில்) துறைமுகங்கள் 'இந்திய அரசுக்குள்' இணைக்கப்பட்டன; பம்பாய், சூரத், ப்ரோச்சின் குஜராத்திற்குரிய விநியோக மையங்களுக்குச் செல்லும் பாதைகளைத் திறம்படக் கட்டுப்படுத்தின. போர்த்துக்கீசிய கப்பல்களும் துப்பாக்கிகளும் இந்திய/அரபு நாட்டினருடையதை விடவும் உயர்தரத்தில் இருந்ததால், ஒட்டுமொத்த மேற்குக்கரை கப்பல் போக்குவரத்தைக் கட்டுப்படுத்தியதாகக் கூறும் லிஸ்பன் கூற்று திறம் பெற்றது.

கடல்கடந்த வணிகத்திலிருந்து விஜய நகர ஆட்சியாளர் எந்த அளவு நன்மையடைந்தனர் என்பது விவாதத்திற்குரியது. ஆனால் மேற்குக்கரை துறைமுகங்களிலிருந்து விஜயநகரம் வரையிலான நிலவழித்தடங்கள் முன்னுரிமை பெற்றவை, அந்நகரம் அந்நிய இறக்குமதியின் முனைப்பான நுகர்வோராக இருந்தது; அந்நியப்

பொருள்களின் விநியோகத்திற்கான பெரிய சந்தையாக விளங்கியது. இவ்விறக்குமதிகளில் ஒவ்வொரு இந்திய ராணுவமும் மிக விரும்பிய, குதிரைகள் இடம் பெற்றன-இவை பெரிதும் பாரசீக வளைகுடாவைச் சேர்ந்தவை; கூடவே துப்பாக்கிகளும் இறக்குமதியாயின. குதிரைகளின் இறக்குமதியை ஊக்கப்படுத்தும் பொருட்டு விஜயநகர மன்னர்கள் இறந்தவற்றிற்கும் பணம் தந்தனர் எனப்படுகிறது. குதிரை வணிகத்தில் போர்த்துக்கீசியர் பெற்றிருந்த புது ஏகபோகம், முக்கிய வருவாயினை அரசு இழக்குமாறு செய்தது; புதிய குதிரைகளைப் பெறுவதில், குறிப்பாக கிருஷ்ண தேவராயருக்குப் பின்வந்தவர் ஆட்சிக் காலத்தில், போர்த்துக்கீசியருடன் போர் நடந்ததால், பிரச்சினைகள் எழுந்தன.

இந்தச் சண்டை நீண்டகாலம் நீடிக்கவில்லை. மாபெரும் அரசர் கிருஷ்ண தேவராயரின் சகோதரனும் வாரிசாகப் பரிந்துரைக்கப்பட்டவனுமான அச்சுத தேவராயனுக்கும், தேவராயரின் சக்திமிக்க மருமகன் ராமராஜாவுக்கும் இடையிலான பகைமை பெரும் தாக்கத்தைக் கொண்டிருந்தது. 1529இல் ஆட்சியுரிமை பெறமுடியாதுபோன ராமராஜா, 1542இல் அச்சுதன் மடிந்த போது மீண்டும் முயன்று பார்த்தான். உதவிக்கு பீஜபூர் சுல்தானையும் நாடினான். விஜயநகர ஆட்சி உரிமைப் பிரச்சினைகளில் சுல்தான் அரசுகள் ஈடுபட்டதற்கு நிறையவே சான்றுகள் உண்டு. தந்திரமிக்க ராமராஜா தக்காணத்தின் திரவ நிலையிலான, சந்தர்ப்பவாத பகைமைகளைச் சாதகமாக்கிக் கொண்டான். இதனடிப்படையில் பாதுகாப்பாக ஆட்சிப் பொறுப்பில் அமர்ந்து பீஜப்பூர், கோல்கொண்டா மற்றும் பிற பாமினி வாரிசுகளுக்கு இடையிலான பகைமையைப் பயன்படுத்திக்கொண்டு விஜயநகரத்தின் எல்லைப்புறங்களை விரிவுபடுத்தினான்.

இதில் ராமராஜா வெற்றிபெறவே செய்தான். தனது 20 ஆண்டு ஆட்சிக் காலத்தில் சுல்தான் அரசுகளை மிகவும் சீண்டிவிட, அவை உயிர்த்திருக்கவே அஞ்சின. அவற்றின் இஸ்லாமிய நுண்ணுணர்வுகளையும் அவை புண்படுத்தியிருக்கவேண்டும். ஃபெரிஷ்டா இக்குற்றச்சாட்டை அடிக்கடி சுமத்தி, பக்திசார்ந்த சம்பிரதாயமாக்கி விடுகிறார்; மறுபுறத்தே அண்டையிலிருந்த போர்த்துக்கீசியர் ரகசிய விசாரணையின் அதீதங்களால், சிலுவைப் போர்களின் இஸ்லாமிய எதிர்ப்புணர்வை வளர்த்துக் கொண்டிருந்தபோது, மத நுண்ணுணர்வும் பிரிவினை ஒருமைப்பாடும் உச்சமடைந்திருக்கலாம்.

நிச்சயமாயும் விதிவசமாயும் ராமராஜா, விஜயநகரத்தின் இணக்கம் சார்ந்திருந்த, நைந்துபோன விசுவாசங்களை அதிகம் நீட்டித்திருக்கவும் கூடும். 1564இல் நான்கு சுல்தான்களும் தம் வேறுபாடுகளைச் சரிசெய்து ஒன்றிணைந்தபோது இது வெளிப்படையானது. இந்த எதிர்ப்பை ஈடுசெய்ய அவன், மதுரையிலிருந்து கூடத் தன் நாயக்கர்களை வரவழைத்தான். பெரும்பாலோர் வந்தனர்; ஆனால் ஜனவரி 1565இல் தலைக்கோட்டை யுத்தத்தில் விஜயநகரப் படையினர் நாசகரமாக வீழ்த்தப்பட்டனர். ராமராஜாவின் தலையே துண்டிக்கப்பட மரணங்கள் அதீதமாயிருந்தன. ஏழு பெரிய மதில்களுடன் தனித்துவமாக வடிவமைக்கப்பட்ட நுழைவாயில்கள் கொண்ட விஜயநகரம் தற்காப்பின்றி கைவிடப்பட்டிருந்தது; நாயக்கர்களும் பாளையக்காரர்களும் தத்தமது பிரதேசங்களுக்குள் சென்றுவிட்டனர். அவசரக் கோலத்தில் நகரிலிருந்து மீட்கப்பட்டிருந்த செல்வங்கள் 550 யானைகளில் எற்றப்பட்டிருந்ததால் கொள்ளையிலிருந்து தப்பின.

விஜயநகரத்திலிருந்து கிழக்கே சுமார் 120 கி.மீ தூரத்தில் கிருஷ்ணா நதிக்கரைகள் மீது யுத்தம் மூண்டது. ஆனால் வெற்றியாளர்கள் உடனே நகரத்தின் மீது பாயவில்லை; முதலில் சென்றவர்கள் நகரசுத்தித் தொழிலாளர்களே. முஸ்லீம்களின் உத்தேசம் அவ்விடத்தை அழித்தொழிப்பதும் இல்லை. ஒட்டுமொத்தப் படுகொலை, காட்டுமிராண்டித்தனமான சிலையுடைப்பு, அழிபாடுகளின் குவியல் தவிர்த்து வேறெதுவும் மிஞ்சிடாத அழிப்பு[20] என இருப்பினும், இது திட்டமிட்ட அழிப்பு என்பதைவிடவும் புறக்கணிப்பால் ஏற்பட்டதே என்ற மனச்சித்திரமே கிடைக்கிறது; அங்கங்கே சில கொள்ளைகளும் கட்டடப் பொருட்களை எடுத்துச் சென்றதும் நிகழ்ந்துள்ளன. மத வெறியனின் பிரதான இலக்காகிய கோயில்கள், குறைந்தபட்சம் தாக்குதலுக்கு உள்ளானவையாய் இருந்தன; சுருக்கமாகச் சொல்வதானால், அந்த அரசைப் போலவே நகரமும், வெறியர்களை விடவும் தீவிர உட்பூசல்களாலேயே அதிகம் பாதிக்கப்பட்டிருக்கிறது.

விஜயநகரின் கண்காணிப்பிலிருந்து விடுபட்டதும் நாயக்கர்கள் தெற்கின் பல பகுதிகளில், தக்காணத்தின் பூசல் நிறைந்த சுல்தான்கள் போல ஆட்சி செய்யத் தொடங்கினார்கள். தென்கோடியிலுள்ள மதுரை நாயக்கர்கள் மொகலாய ஆட்சியிலிருந்தும் நழுவிப் போயினர். மற்றவர்கள் அப்படியில்லை. விஜயநகர் (சமஸ்கிருதத்தில் வெற்றி நகரம்) வரைபடத்திலிருந்து மறைந்துகொண்டிருந்தபோது, ஆக்ரா அருகே சிக்ரியில்

‘ஃபதேபூர்’(பாரசீகத்தில் வெற்றி நகரம்) நிர்மாணிக்கப்பட்டுக் கொண்டிருந்தது. நகர வெற்றிவாகை தக்காணத்திலிருந்து வடக்கே பரவிக் கொண்டிருந்தது. விஜயநகரத்தின் வீழ்ச்சி, தனித்துவமான அரசியல் களம் என்னும் தென்னகத்தின் இறுதியைக் குறித்தது. காலம் வெளிப்படுத்த இருந்தது போலத் தலைக்கோட்டையின் உண்மையான வெற்றியாளர்கள் கோல்கொண்டா/பீஜபூர் சுல்தான்கள் அல்ல மாறாக மாபெரும் மொகலாயரே.

அல்லாஹு அக்பர்

இருபதாண்டுகளுக்கு முன்னர், 1544 கோடையில் வட இந்தியாவில் ஷேர்ஷா சூர் இன்னும் ஆட்சியிலிருந்தபோது, வடமேற்கு ஈரானின் சுல்தானியா அருகே மொகலாயப் புத்துயிர்ப்பு தொடங்கியிருந்தது. அங்கே இந்தியாவிலிருந்து அகதியாக வந்திருந்த ஹுமாயுன், ஷா தமஸ்ப்பால் அரவணைக்கப்பட்டிருந்தான். முத்து மாலைகள் தொங்க, பொன் தையல் வேலைப்பாடுள்ள வெல்வெட்டால் அலங்கரிக்கப்பட்டுள்ள பட்டுக் கூடார நகரில் இரு மன்னர்களும் சந்தித்தனர். ட்யூடரும் வலோய்ஸும் பிற்பாடு சந்தித்த பொன் துகில் காலத்தைப் போலின்றி மத வேறுபாடுகளால் இச்சந்திப்பு மோசமானது. விருந்தளித்தவரின் ஷியா நெறிமுறைகளை ஹுமாயுன் குறுகிய காலத்திற்கு அங்கீகரித்தான். சகோதரத்துவ ஒற்றுமை நிறுவப்பட்டு, கூட்டு நடவடிக்கை ஏற்கப்பட்டது, விலையுயர்ந்த பரிசுகள் பரிவர்த்தனை செய்யப்பட்டன. பல நாடுகளின் வருவாய் சேர்ந்த மதிப்புடைய வைரம் மொகலாயரிடமிருந்து ஷாவின் கைகளுக்கு மாறியது. அது ஈரானில் ஹுமாயுன் அனுபவித்த விருந்தோம்பலை விட நான்கு மடங்கு கூடுதலாகும். அதுவரை அவன் பெற்றுவந்த ராணுவ உதவியை ஈடுகட்ட அது போதுமானது. 12,000 பாரசீகத் துருப்புகளுடன் தன்னிடம் எஞ்சியிருந்த வீரர்களையும் சேர்த்து, அப்போது மொகலாய அரசவையில் செல்வாக்கு செலுத்திவந்த பாரசீக அறிஞர்கள்-கலைஞர்களுடன் தன் பேரரசை மீட்டிட ஹுமாயுன் கிழக்கே அணிவகுத்துச் சென்றான்.

மீண்டும் தனது தம்பியரால் எதிர்க்கப்பட்டான். அவர்களில் ஒருவன் கந்தஹாரையும் இன்னொருவன் காபூலையும் வைத்திருந்தான். ஆஃப்கனை மீட்டெடுக்க அவனுக்கு எட்டு ஆண்டுகள் ஆயிற்று. எனினும் இதன் தாமதம் நாசகரமானதாயில்லை. 1545இல் ஹுமாயுன் ஆஃப்கனில் நுழையவும், இந்தியாவில் ஷேர்ஷாவின் குறுகியகால ஆனால் குறிப்பிடத்தக்க ஆட்சியானது முடிவுக்கு

வந்தது. அவ்வளவு திறமையற்ற ஷேர்ஷாவின் மகன் இஸ்லாம் ஷா சூர், அரியணை ஏறி 1553இல் இறந்துபோக, சூர்களின் ஆட்சிப் பகுதிகள் அரை பாதி சுதந்திரமுடைய பிரதேசங்களாகப் பிரிந்து போயின-பஞ்சமும் பிளவும் ஷேர்ஷாவின் சீர்திருத்தங்களை ஒன்றுமில்லாது ஆக்கின. பாபரின் படையெடுப்புக் குழப்பத்தில் இருந்த லோதிகள் போல ஹுமாயுனின் தாக்குதலின் போது சூர்கள் இருந்தனர்.

அத்துடன், இந்தியாவிலிருந்து ஹுமாயுன் தப்பியோடியிருந்தபோது பிறந்திருந்த அவனது மகன் இந்த எட்டாண்டுகளில் அந்தப்புரத் தனிமையிலிருந்து வெளிவந்திருந்தான். அக்பர் அல்லது அவரது வாழ்க்கை வரலாற்றாளர் அழைப்பது போல 'தெய்வீக ஒளியின் குழந்தை'க்கு இப்போது 12 வயது; அவர் அளவிட முடியாத புரிதலும் துடிப்பும் திறமையும் கொண்டிருந்தார். இவ்வளவுக்கும் இளம் 'உலக வெற்றியாளரான' அவர் எழுதவோ வாசிக்கவோ கற்றுக் கொள்ளவில்லை. ஆயுளெல்லாம் அவரிடம் கற்றல் குறைபாடு இருந்தது. ஒரு விளையாட்டுக்காரராக வீரராக நம்பிக்கையூட்டினார்; எதிர்கால மொகலாய ஆட்சியின் தாயத்தாக, இந்தியாவுக்குள்ளேயான படையெடுப்பில் தந்தையுடன் வந்தார். அக்பர் நாமாவின் ஆசிரியர் அப்துல்-பாஸல் எழுதுகிறார்: 'நவம்பர் 1554இல் மாட்சிமை மிக்கவன் (ஹுமாயுன்) தெய்விகக் கருணையின் வலிய கரத்தைத் திடமாக வைத்தான், விண்ணகச் செய்திகளைப் பற்றிக்கொண்டான், சிலபேருடன் புறப்பட்டான்-3000 பேர்கூட இருக்கமாட்டார்கள்-அறிவார்த்த கணக்காளர்களால் கணக்கிட முடியாத, கடவுளின் படையிலிருந்து பெரும் உதவிகள் கிட்டின.'[21]

மேலும் துருப்புகள் சேர்ந்துகொண்டன. சிற்ஹிந்தில் பஞ்சாபின் சூர் ஆட்சியாளன் தோற்கடிக்கப்பட்ட போது ஒருமுறை சோதித்து எடுக்கப்பட்டவை அவை. மற்றபடி அது எளிதான படையெடுப்பே. ஆகஸ்டு 1555இல் ஹுமாயுன் டெல்லியை மீண்டும் கைப்பற்றி, பழச்சாற்றின் நதியால் இறையாண்மையின் ரோஜா தோட்டத்திற்கு சந்தோஷமாக நீர்ப்பாய்ச்சிக் கொண்டிருந்தான்; ஷேர்ஷாவின் நிர்வாகச் சீர்திருத்தங்களைப் புதுப்பித்திட அவன் திட்டமிட்டுக் கொண்டிருந்தான். அண்டையிலிருந்த பகுதிகளும் ஆக்ராவும் இணைக்கப்பட்டன. ஆனால் ஜனவரி 1556இல் வெற்றி, துன்பியல் நாடகமானபோது, அவர்களுடையதும் பஞ்சாபினுடையதுமான அரசாங்கம் அமையப் பெற்றிருக்கவில்லை. தீவிர வானியல் ஈடுபாடுள்ள ஹுமாயுன், ஷேர்ஷாவின் டெல்லி அரண்மனை மேற்கூரையிலுள்ள, கோளரங்கத்திலிருந்து இறங்கியபோது

தடுமாறிப் படிகளில் விழுந்து இறந்துபோனான். இப்படி அவன் 'வாழ்வினுள் தடுக்கி விழுந்திருந்தது போன்றே தடுமாறி வெளியேறினான்.'[22]

மொகலாயர் ஆட்சி மீண்டும் சிதறிக் கிடந்தது. அப்போது அக்பருக்கு 13 வயதே ஆகியிருந்தது. அவர் இருந்தது பஞ்சாபில், டெல்லியில் அல்ல. மொகலாய வாரிசுரிமையை மட்டுமின்றி, ஒட்டுமொத்த மொகலாய இருப்பையும் முறியடித்திட பலம் வாய்ந்த ஒருவன் அணிதிரட்டிக் கொண்டிருந்தான்.

பல்வேறு இந்திய நாயகர்களைப் போலத் தன்னை 'ராஜா விக்கிரமாதித்தன்' எனச் சிலவேளைகளில் பாவனை செய்துகொண்ட இவன் பெயர் ஹேமு; சாதி ரீதியில் இழிவு செய்யப்பட்டும் குள்ள உருவமும் பெற்று, மாவட்டக் கடைவீதியில் பொட்டாஸியம் நைட்ரேட் விற்றுக்கொண்டிருந்த இந்து மதத்தவன். குதிரைச் சவாரிகூட செய்யமுடியாதவன் ஆச்சரியப்படும் வகையில் தளபதி ஆனான். பல்வேறான பகைவர்களை எதிர்த்துப் போரிட்டு, தொடர்ந்து 22 வெற்றிகள் பெற்றான். இப்போது பெற்றது 23வது வெற்றி: ஹுமாயுன் இறந்ததுமே டெல்லியைத் தாக்கி, அதன் மொகலாயப் பாசறையினரை ஓடுமாறு செய்தான். அவனது பிரதானமான ஆஃப்கானிய-இஸ்லாமிய வீரர்கள் தம் ஷா ஹேமுவை உத்வேகமுள்ள தளகர்த்தராகக் கருதி பஞ்சாபில் பிரதான மொகலாயப் படையை எதிர்கொள்ளச் சென்றனர்.

எண்ணிக்கையில் குறைந்த வீரர்களைப் பெற்றிருந்த மொகலாயத் தளபதிகள் சீக்கிரம் காபூலுக்குப் பின்வாங்குவதை விரும்பினர்; ஆனால் இளமையான பேரரசரின் பாதுகாவலரும் மெய்நிகர் ஆட்சியாளருமான பைராம்கான் திடமாக நின்றான். ஹேமுவின் யானைகள் உள்ளிட்ட போர்த்திறன்கள் குறித்து அபுல்ஃபாஸல் பின்வருமாறு எழுதுகிறார்: 'எப்போதும் பார்த்திராத வகையில் பெரியதும் சாதுர்யமிக்கதுமான 1500 யானைகள் அணிவகுத்து நின்றன. விரைந்தேகும் மலைகளின் பண்புகளை மெலிதான சொற்களினிழையில் எப்படிக் கேட்பது?' பந்தயக் குதிரைகளை விடவும் துரிதமாக ஓடின. ஓடின என்று கூடச் சொல்லமுடியாதபடி, டிராகனின் வாய்களுடன் மலைகள் போன்றிருந்த அவை, பெரும் கட்டடங்களை அசைத்தன, மரங்களை வேருடன் பிடுங்கியெறிந்தன.'[23] யானைகளை விவரிப்பதில் அபுல்ஃபாஸலின் பாரசீகம், பழைய இந்திய வம்சங்களின் கவிகளுடைய சமஸ்கிருதத்திற்கும் சவால் விடுகிறது.

பாபர் மாபெரும் வெற்றிபெற்ற பாணிபட்டில், இரு ராணுவங்களும் நவம்பர் 5, 1556இல் சந்தித்தன. ஒருமுறை வெற்றி யானைகளின் போக்கில் இருந்ததாகத் தோன்றியது. குதிரைகளால் யானைகளுடன் மோதமுடியவில்லை, யானைகள் இட-வலப் பிரிவுகளை உலுக்கி எடுத்தன. உயரிய ராணுவத்தின் வீரர்கள் பலரையும் அவை விழச்செய்தன. 'ஹவாய்' (காற்று போன்ற அல்லது ராக்கெட்) எனப்படும் மாபெரும் யானையிலிருந்து ஹேமு நடவடிக்கைகளை இயக்கிக் கொண்டிருந்தான். ஆற்றலுடன் முன்னெடுத்துச் சென்று பல வீரதீரங்களை நிகழ்த்தினான். மொகலாயர்கூட ஊசலாட்டம் கொண்டனர். அப்போது 'தெய்வீகச் சீற்றத்தின் வளைக்கப்பட்ட வில்லிலிருந்து பறந்து வந்த அம்பு, ஹேமுவின் கண்ணில்பட்டு, துளைத்துச் சென்று அவன் தலையின் பின்னே வெளியேறியது'[24]. அம்பாரியிலிருந்து அவன் சரிந்து விழவும் அவனது வீரர்கள் தைரியத்தை இழந்தனர். இப்போது வாள்கள் மின்ன, முழக்கங்கள் எழ, உயரிய ராணுவம் மூர்க்கமானது. ஹவாய் பிடிபட்டது; இளம் வெற்றியாளனின் முன்னே இழுத்துவரப்பட்ட ஹேமுவின் தலை துண்டிக்கப்பட்டது. மறுநாள் ஒரு மொகலாயப்படைவெற்றிகரமாக டெல்லியில் நுழைந்தது-தைமூரின் தாக்குதலையும் சேர்க்க, இது மூன்றாவது நல்வாய்ப்பாகும். அடுத்த இருநூறு ஆண்டுகளுக்கு மொகலாய ஆட்சியிலிருந்து டெல்லி நழுவிட முடியாது போனது.

இத்தகைய திகைக்கவைக்கும் அறிகுறிகளுடன் ஆரம்பித்த அக்பரின் ஆட்சி இந்திய மன்னர்கள் அனைவரையும் விஞ்சியது. அரை நூற்றாண்டுகள் நீடித்த அவ்வாட்சியின் போது, சக்கரவர்த்தியின் ஆற்றல் தளரவே இல்லை. அது அசாதாரண முறையில் ஆவணப்படுத்தப்பட்டது. அக்பரின் சமகாலத்தவரான முதலாம் எலிஸபெத்கூட இந்த அளவுக்குச் சரிதம் எழுதுவோராலும் கலைஞராலும் பதிவு பெறவில்லை. மாபெரும் மொகலாயரின் எல்லாச் சரிதங்களையும் அது விஞ்சிவிடுகிறது அக்பருடையது-அவரில்லாமல் மொகலாயப் பேரரசு இருந்திருக்க இயலாது என்பதால் அல்ல, மாறாக அவரில்லாமல் மிக இருண்மையான, சர்ச்சைக்குரிய விவகாரமாயிருந்திருக்கும் என்பதால்தான் அலெக்ஸாந்தரும் அசோகரும் மட்டுமே எதிர்பார்த்திருக்கக் கூடிய வகையில் வரலாற்றை உருவாக்கிடும் உணர்வைத் தீவிரமாக அவர் கொண்டிருந்தார். அவரது ஆட்சியின் ஒவ்வொரு திருப்பத்திலும், கீர்த்தி நன்மையுடன் போட்டியிட்டது; வேடுவனைப்போல நிகழ்வுகளின் போக்கை நுகர்ந்தார், தனது இறையான அழியாமையை உணர்ந்தார்.

‘கீர்த்திமிக்க நிகழ்வுகள், ஆட்சிப் பகுதியை விரிவாக்கும் வெற்றிகள் குறித்து நேர்மையின் பேனாவால் எழுதவும்’[25] என்று அபுல் ஃபாஸலிடம் கூறினார். ஓவியர்கள், எழுத்தாளர்களிடம் அதனையே கூறினார், தாராள வெகுமதி வழங்கினார். ஆண்டு வாரியாக ஆட்சிக்கால நிகழ்வுகளை அடிக்குறிப்புகளுடன் ஆங்கிலத்தில் 2500 பக்கங்களுக்கு மேல் நீளும் வகையில் உள்ள அக்பர் நாமாவை மட்டும் எழுதவில்லை; ஒரு பஞ்சாங்கத் தொகுதி, பேரரசின் இறுதிநாள் பேரேடு என்னும் அய்னிஅக்பரி-1500 பக்கங்கள் கொண்டது- ஆகியவற்றையும் எழுதியுள்ளார். பேரரசரின் ஆணையால் எழுதப்பட்ட இந்நூல்களில் ‘வெளிப்படையான விசுவாசம்’, பிரத்யேகமாகப் போற்றிப் புகழ்தலின் மையினால் பதிவு செய்துள்ளது. அக்பர் தவறு செய்ய முடியாதவர், அவரின் எதிரிகள் தவறாக வழிநடத்தப்பட்ட போக்கிரிகள், அவரின் கொள்கைகள் அசலானவை. அவரின் வெற்றி முன்னரே தெரிந்த முடிவுதான். இருப்பினும் அபுல்ஃபாஸல் அகப் பார்வையுடனும் உறுதிப்பாட்டுடனும் எழுதுவதால் விமர்சனப்பூர்வ நூல்களால் ஏற்கப்படுகிறது.

இளமையிலேயே பொறுப்பேற்ற அக்பரின் ஆரம்ப ஆண்டுகள் பயிற்சிக் காலமாயிருந்தது. 155-60இல் பேராம்கான், ஆட்சிப் பொறுப்பாளனாக பஞ்சாப், அவாத், குவாலியரிலிருந்த சூர் எதிரிகளின் வீழ்ச்சிக்காக இயங்கினான். இவன் முன்னதாக ஹுமாயுனுடன் ஈரான் சென்றவன், பாரசீக ரசனையுள்ள ஷியா பிரிவினன். இது ஸன்னி பிரிவினரிடையே ஆத்திரத்தைக் கிளப்பிற்று; பேராம்கான் முதலில் விலக்கப்பட்டான், பின்னர் கலகத்தில் கொல்லப்பட்டான்.

அக்பரின் ஒரு காலத்திய செவிலியும் அவளது மகனும் ஆதம்கானைச் சுற்றி இயங்கிய கும்பலே இதற்குப் பொறுப்பாயிருந்தனர். கடைசியில் வந்தவரும் மிக நினைவுகூரப்படுபவருமான பாஸ் பகதூர் இருந்த முஸ்லிம்-ரஜபுத்திர இணக்கத்தின் மால்வா மரபினைப் புதுப்பித்திருந்த மால்வா மீது படையெடுக்குமாறு 1561இல் ஆதம்கான் உத்தரவிட்டான். தலைசிறந்த இசைக்கலைஞனும் பல பாடல்களின் நாயகனுமாகிய அவன், ரஜபுத்திர இளவரசி ரூப்மதியைக் காதலித்து, மாண்டுவின் மலைகளிலுள்ள மாளிகைகளைச் சுற்றிவந்துகொண்டிருந்தான். இந்த மயக்கம் இப்போது முடிவுக்கு வந்தது. பாஸ் பகதூர் தோற்று ஓடினான், ஆதம்கானின் ஆசைகளுக்கு இசையாமல் ரூப்மதி நஞ்சை அருந்தினாள்; அவர்தம் ஆதரவாளர்களான முஸ்லீம்களும் இந்துக்களும் படுகொலை செய்யப்பட்டனர்.

மொகலாயப் பேரரசின் விரிவாக்கம் 1530–1707

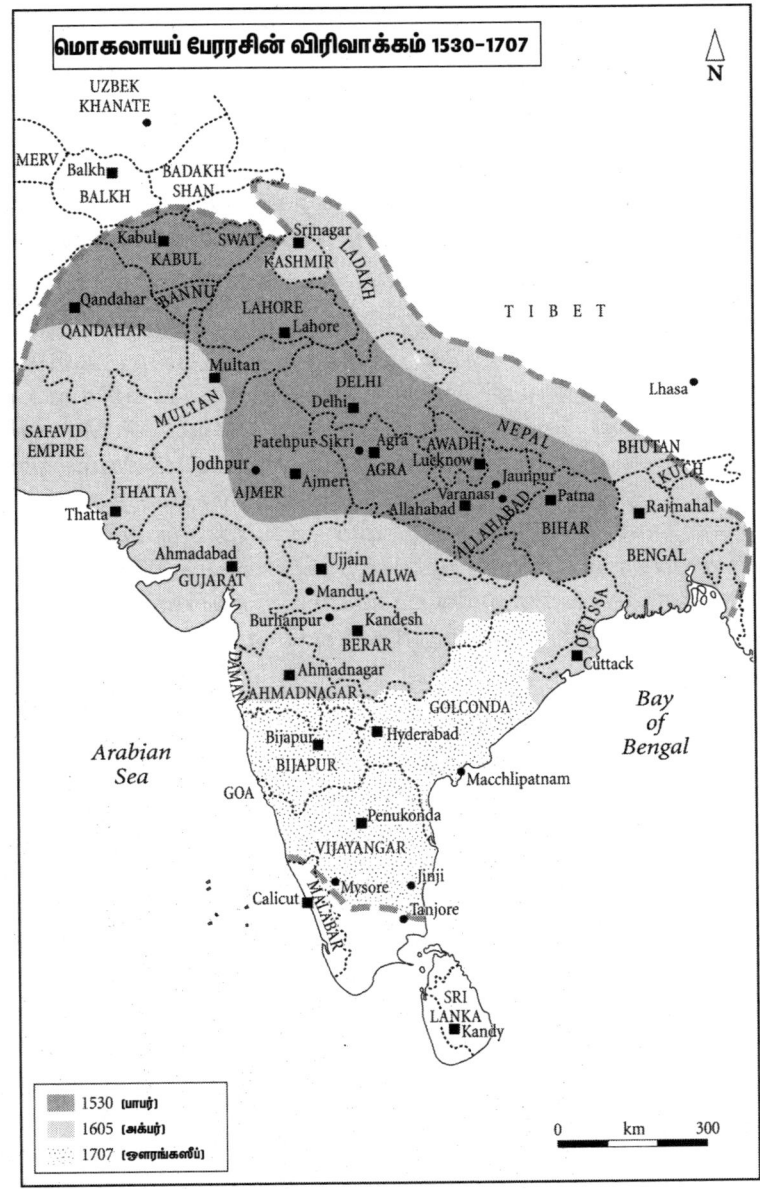

இப்படுகொலையினை விடவும், கொள்ளைப் பொருளை ஆதம்கான் வைத்துக்கொண்டது அக்பரின் சீற்றத்திற்கு உள்ளாகியது. அவாத்திலிருந்த தளபதிகளும் இதே பிரச்சினைக்கு உள்ளாகினர். அக்பர் நேரடியாகச் சென்று பேசவும் சமரசமாகியது. மே 1562லும் ஆதம்கான், பிரதான அமைச்சரைக் கொல்ல முயன்றான். அப்போது சக்கரவர்த்தி பகல் தூக்கத்தில் இருந்தார். 'சீற்றம் கொண்ட அவர் அரண்மனை முகப்பிலேயே ஆதம்கானின் முகத்தில் தாக்க, அக்கொடூரன் தலைகீழாய் விழுந்து உணர்விழந்தான்'[26]. புறாவைப் போல நசுக்கப்பட்டான் என்கிறது இன்னொரு பதிவு. அதன்பின் அரண்மனையின் உச்சியிலிருந்து தூக்கி எறியப்பட்டான்.

இந்த 'உன்னத நீதி'யுடன் இப்போது 19 வயதுள்ள அக்பரின் ஆட்சிக்காலம் தொடங்கியுள்ளதாகக் கூறலாம். கிழக்கில் அவ்வப்போது அதிருப்திகொண்ட தளபதிகளுக்கு எதிராகக் கடும் படையெடுப்பை மேற்கொண்டு, பிரதான அமைச்சர் பொறுப்பை அகற்றி பகைமைக்கான வாய்ப்பை இல்லாமலாக்கியும் குடிமை-ராணுவ அதிகாரத்தின் உயர் பொறுப்பை வகித்தார். இதே நேரத்தில்தான் தன் மக்களிடமும் அவர்தம் நம்பிக்கையிலும் சம்பிரதாயத்தை மீறிய அக்கறை கொள்ளத்தொடங்கினார். 'தூசுபடிந்த குடியானவரிடையேயும் சந்நியாசிகள், துறவிகள், பிக்குகள், அலைந்து திரியும் நாடோடிப் போக்குடையோரிடமும் ஆலோசித்தார்.'[27]

சில சமயங்களில் அரண்மனை வளாகத்திலிருந்து கிளம்பி, அடையாளம் தெரியாதபடி கடைவீதியில் உள்ளோருடனும் கிராமத்தினருடனும் கலந்துவிடுவார். எழுதியதை மற்றவர் வாசித்துக்காட்டவேண்டிய நிலையில் இருந்த ஒருவருக்கு இது தகவல்பெறவும் சரிபார்த்துக்கொள்ளவும் வழிவகையாய் இருந்தது. ஆன்மிக-மதம் சார்ந்த விஷயங்களில் அவரிடமிருந்த ஆயுட்காலத் தேடலின் தொடக்கமாகவும் அவை இருந்தன. தன் மக்களின் பல்வேறான அம்சங்களை உணர்ந்துகொள்ளவும் அந்நிய ஆட்சியாளரை அவர்களிடமிருந்து பிரித்த பிளவை அறிந்துகொள்ளவும் அவை உதவி செய்தன. பாபரையோ ஹுமாயுனையோ போலன்றி, அக்பர் இந்தியாவில் பிறந்திருந்தார், அதுவும் இந்திய கிராமத்தில், இந்துக்களின் பாதுகாப்பில். (அந்த இடம் இப்போது பாகிஸ்தானிலுள்ள உமர்கோட்; மாபெரும் தார் பாலையிலுள்ள ரஜபுத்திர கோட்டை; ஹுமாயுனும் அவனது படையினரும் 1542இல் ஷேர்ஷாவிடமிருந்து தப்பியோடியபோது புகலிடம் கொண்ட இடம்.) பாபருக்கு அருவருக்கத்தக்க துரோகக்

கூட்டமாகத் தெரிந்த இந்தியர்கள், அக்பருக்கு அப்படியில்லை. அவர்கள் மதம் எதுவாயினும், அவர்களை அடக்கி வைப்பது கூடாது. யாத்ரிகர் வரி, ஜிஷ்யா போன்ற இந்துக்களைப் பாகுபடுத்தும் வரிகள் நீக்கப்பட்டன. தீபாவளி, தசரா போன்ற இந்துக்களின் திருவிழாக்களையும் அவர்கள் கொண்டாட வேண்டும் என்றார்.

இச்சமயத்தில்தான், 1562இல் அம்பரின் (ஜெய்பூர் அருகில் உள்ளது, பிற்பாடு கச்வகாக்கள் அதனை நகரமாக்கி ஜெய்பூர் மகாராஜாக்கள் ஆயினர்) ரஜபுத்திர ராஜா கச்வகாவின் மகளை மணந்துகொண்டார். ஹுமாயுனிடம் அக்குடும்பம் கொண்டிருந்த விசுவாசத்தின் அடையாளமாயும், அக்பருக்கும் அவரது வாரிசுகளுக்கும் அவ்விசுவாசத்தினைப் பாதுகாத்திடும் அடையாளமாயும் இத்திருமணம் விளங்கிற்று. அத்துடன் இம்மன்னர், இவரது மகன், பேரன் என அனைவரும் மொகலாய அதிகாரப் படிவரிசையில் அமீர்களாக (பிரபுக்கள்) விளங்கினர்; தம் மூதாதையர் நிலங்களை வைத்துக்கொள்ளவும் இந்துமத நம்பிக்கைகளைப் பராமரித்துக்கொள்ளவும் குலக் கண்ணியத்தைப் பேணி வரவும் அனுமதிக்கப்பட்டதால், சக்கரவர்த்திக்கு விசுவாசம் காட்டினர். மன்னரின் மகன் பகவந்த் தாஸ் மற்றும் பேரன் மான்சிங் இருவரும் அக்பரின் மிக நம்பிக்கைக்குரிய தளபதிகள் மத்தியில் இருந்தனர். உண்மையில் இச்சூத்திரம், அரச குடும்பத் திருமணத்துடனோ இல்லாமலோ, வேறுபல ரஜபுத்திரத் தலைவர்களுக்கு நீட்டிப்பதாக, நன்றாகச் செயல்பட்டது.

நீண்டகாலமாகக் குறைந்தபட்ச வெகுமதிகளுடன் சீற்றமிகு எதிர்ப்பைக் காட்டிவந்த ராஜஸ்தான், ஏகாதிபத்திய அமைப்புக்குள் துண்டு துணுக்காக இணைந்தது-அப்போது அவ்வமைப்பு இன்னும் விசாலமானது. 1555இல் மொகலாய பிரபுக்கள்/ஓம்ராக்கள் 51ஆக இருந்தனர்-அநேகமாக அனைவரும் இந்தியரல்லாத முஸ்லீம்கள் (துருக்கியர், ஆஃப்கன்கள், உஸ்பெகிஷ்தியர், பாரசீகர்). 1580இல் இது 222 ஆனது-அதில் சுமார் பாதிப்பேர் இந்தியர்-43 ரஜபுத்திரர் உட்பட. இந்த ஏற்பாட்டில் அனைவரும் பயனடைந்தனர்: மரியாதை மிக்க மேட்டுக்குடியினர் மற்றும் அவர்களது போர்க்குணமிக்க ஆதரவாளர்களின் சேவைகளை மொகலாயர் பெற, ரஜபுத்திரர், அனைத்திந்திய பேரரசுக்குள்ளே உயர் பொறுப்புகளையும் செல்வாக்கையும் பெற்றனர்.

எல்லா ரஜபுத்திரத் தலைவர்களும் இதனை ஆதரிக்கவில்லை. சிலர் வெற்றியின் கரடுமுரடான வழியை மேற்கொள்ள,

மேவாரின் செஸோதியா ராணா, உதய்சிங் போன்றவர்கள் தோல்வியிலும் சமரசத்திற்குத் தயாராயில்லை. கனுவாவில் பாபரின் எதிரியாயிருந்த ராணா சங்கனின் வாரிசாகவும் மூத்த ரஜபுத்திரகுல வம்சாவளியினருமான உதய்சிங் அதிருப்தியின் குவி மையமாய் இருந்தார். மால்வாவின் காதல் நாயகன் பாஸ் பகதூருக்கு ஏற்கெனவே புகலிடம் தந்திருந்த அவர், கச்வகாக்களின் சரணடைதலை வெளிப்படையாகவே விமர்சித்தார். மொகலாய அரசவையில் பிணைக் கைதியாயிருந்த உதய்சிங்கின் மகன் திடீரென்று தெற்கில் தப்பியோடியதும் இறுதித் துரும்பு சோர்ந்தது. 1567இல் அக்பரே தெற்கில் படையெடுத்தபோது, விஜயநகரின் மீது தக்காண சுல்தான்கள் சாதித்ததற்குப் போட்டியிடுவதான வெற்றியினை உத்தேசமாகக் கொண்டிருந்தவர், அத்துடன் சித்தூரை முற்றுகையிட்டார்.

மிகப்பெரிய ஸெஸோடிய கோட்டையை நெருங்குவது சிரமமாயிருந்தது: வல்லமைமிக்க தளபதியர் அலாவுத்தீன் கல்ஜி, ஷேர்ஷா போன்றோரைச் சவாலுக்கிழுத்திருந்தது. அக்பரைப் பொறுத்தவரை 1568 க்குள்ளும் நடவடிக்கைகள் நீடித்தன; சித்தூர் முற்றுகை தண்டனையை விடவும் கூடுதலாயிருந்தது; ஹெர்குலஸின் உழைப்பாயிருந்தது; அதில் கௌரவம் சேர்ந்திருந்தது. உதய்சிங்கும் அவரது மகனும் மலைகளுக்குத் தப்பிச் சென்று நீண்டகாலமாகியிருந்தது- அது ஒரு ரஜபுத்திரனுக்குரிய செயலல்ல; ஸெஸோடியா ஒரு புறமிருக்க, கர்னல் டோடுக்கே இது ஆத்திரத்தை ஏற்படுத்துகிறது- 'மேவாராக இருந்திருந்தால்... தன் இளவரசர்களின் சரிதங்களில் உதய்சிங்கின் பெயரைப் பதிவு செய்யாது இருந்திருந்தால்.'[28] எதிரி இல்லாதபோதும் முற்றுகையை வற்புறுத்தினார். ஆர்வத்துடன் கவனிக்கப்பட்டு கீர்த்தியுடன் ஆவணப்படுத்தப்பட்டிருந்த இம்முற்றுகை மோசமாக முடிந்தது. பெண்கள் தீயால் சுற்றிவளைக்கப்பட்டிருக்க, தற்காத்தவர்கள் இன்னொரு தற்கொலை முயற்சியில் இருந்தனர். அக்பர், ஈவிரக்கமின்றி இருபது அப்பாவி மக்களைக் கொன்று குவித்தார்.

அபதன்பின் சித்தூரை யாரும் ஆக்கிரமிக்கவில்லை. விஜயநகரம் பதினாறாம் நூற்றாண்டில் விடப்பட்டிருந்தது போன்று அப்படியே இருந்தது. ஆனால் மேற்கே 100 கி.மீ தொலைவில், முக்கியத்துவமற்ற சூழலில், ஏற்கெனவே ஸெஸோடியாக்கள் ஓர் ஏரியை நிர்மாணித்திருக்க உதய் சிங், புன்னகைக்கும் புது தலைநகரை உருவாக்கினார். 1572இல் அவர் இறந்துவிட அதற்கு உதய்பூர் எனப் பெயரிடப்பட்டது; அங்கிருந்து மேவார் குடும்பம்

மொகலாயரின் அதிகாரத்திற்குள் கட்டுப்படாதிருந்தது; ரஜபுத்திர புனைவியலின் ரசிகர்களை மகிழ்வித்தது.

இதற்கிடையே அக்பரும் புதிய தலைநகரை நிறுவிக்கொண்டிருந்தார். இதுவரை நீதிமன்றம் ஆக்ராவில் அமைந்திருந்தது; யமுனையின் வலக்கரையை ஒட்டி செங்கோட்டையின் மதில்கள் 1562இல் முடிக்கப்பட்டிருந்தன. லாகூர், அலகாபாத், அஜ்மீரில் இதர அரண்மிக்க வளாகங்கள் நிர்மாணத்தில் இருந்து வந்தன. ஆக்ராவுடன் சேர்ந்து அவை, வடஇந்தியாவில் மொகலாயப் பேரரசின் மையமாகின.[29] ராஜஸ்தானின் மொகலாய ஆளுநரின் தலைமையகமாக இப்போதுள்ள அஜ்மீர், ஒரு காலத்தில் பிரிதிவிராஜ் சஹமனாவின் தலைநகரமாய் அவரது சமகாலத்து சூஃபி ஞானி மொய்னுத்தீன் சிஸ்டியின் தர்காவைக் கொண்டிருந்தது. சித்தூரில் தான் பெற்ற வெற்றிக்கு நன்றி பாராட்டும் பொருட்டு அக்பர் இங்கே புனித யாத்திரையை மேற்கொண்டார். அதன்பின் சிஸ்டி சமுதாயத்தின் வாழும் உறுப்பினர் ஷேக் சலீம் சிஸ்டியை ஆக்ரா அருகிலுள்ள சிக்ரியில் சந்தித்தார். 26 வயதான சக்கரவர்த்தி இப்போது ஆட்சியுரிமை பற்றிய கவலையில் இருந்தார். மணப் பெண்டிர் பற்றாக்குறை இல்லாதபோதும், இன்னும் வாரிசு இல்லாதிருந்தார்; தேவைப்பட்ட நம்பிக்கைக்கு ஷேக் உறுதியளித்து மூன்று மகன்கள் பிறப்பார்கள் என்றார். 1569இல் சிக்ரியில் இருந்தபோது அக்பரின் ரஜபுத்திர மனைவி முதல் குழந்தையைப் பெற்றெடுத்தாள். எனவே ஷேக்கின் பெயரால் குழந்தைக்கு சலீம் (பிற்பாடு ஜஹாங்கீர்) என்று பெயரிடப்பட்டது; ஷேக் கௌரவிக்கப்பட்டார், சிக்ரி-ஃபதேபூர் சிக்ரி என்றானது - புதிய தலைநகருக்குப் பொருத்தமாயிருந்தது.

அக்பரின் கட்டற்ற படாடோபமும் ஆயாசமளிக்கும் தவறுமான அதன் நிர்மாணம் 1571இல் ஆரம்பித்தது; டெல்லியில் அதே ஆண்டில் அவரது தந்தையின் பெரும் கல்லறை நிர்மாணம் முடிவடைந்தது. இரண்டுமே மணற்கல்லில் கலைநயத்துடன் பிரம்மாண்ட அளவில் மாட்சிமையுடன் கட்டப்பட்ட, மொகலாயக் கட்டடக் கலையின் காவியங்களாகக் கருதப்படுகின்றன. ஹுமாயுனின் கல்லறை பாரசீகச் சிற்பியால் வடிவமைக்கப்பட்டது; அவர் முன்னதாக புகாராவில் பணியாற்றினார். அதுவரை துணைக்கண்டத்தில் அப்படி வடிவமைக்கப் பெற்றிராத அப்பெரும் வெண்பளிங்கு விதானம் சிறிய கழுத்திலிருந்து விரிந்து போவதாகக் காணப்படும்; திமூரிட் சாமர்கண்ட்-ஸஃபாவித் ஈரானின் அரைக்கோளப் பாணியில் இருக்கும். மொகலாயச் சக்கரவர்த்தி பாரசீகத்துடன்

நெருங்கிய தொடர்பு கொண்டிருந்ததால் அது முற்றிலும் பொருத்தமானதாய் இருந்தது,

இந்தியாவில் பெரிதும் அக்கறை கொண்டிருந்த சக்கரவர்த்திக்கு ஃபதேபூர் சிக்ரி சம வாய்ப்பினை அளித்தது. மசூதியும் கம்பீரமான நுழைவாயிலும் ஒருபுறமிருக்க அக்பரின் மாளிகை வளாகம் பாரசீக வடிவமைப்பின் படாடோபத்தைக்கொண்டிருக்கிறது; அதேவேளையில் இந்திய பாணிகள்-கருத்திழைகளின் பாடநூல் போல அதன் விவரணைகள் உள்ளன. குவாலியரின் மான்சிங் டோமாரின் அரண்மனை போல ரஜபுத்திர நிர்மாணங்களில் சில எதிர்நோக்கப்பட்டிருந்தன. ஆனால் இந்து மற்றும் சமணக் கோயில் கட்டடக் கலையிலிருந்து, அதிலும் குறிப்பாக குஜராத்திலிருந்து நிறையவே பெறப்பட்டன. ஹுமாயுனால் வென்று இழக்கப்பட்ட குஜராத், மறு வெற்றிகண்டு மொகலாயப் பேரரசுக்குள் இணைக்கப்பட்டது-அந்நகரம் நிர்மாணிக்கப்பட்ட போதே அது நிகழ்ந்தது.

இத்தகைய அப்பட்டமான சிறந்தவற்றின் கதம்பமான கட்டடக்கலை பின்புலத்தில், தம் மக்கள் மற்றும் அவர்தம் நம்பிக்கைகள் சார்ந்த அக்பரின் குறுகுறுப்பும் சிறந்தவற்றின் கதம்பமாகவே இருந்தது. ஒருசில இந்து நடைமுறைகளை ஆதரித்த அவர், நிலவிய மதங்களின் ஒட்டுமொத்தச் சித்தாந்தங்களையும் முழு விசாரணைக்கு உட்படுத்தினார். ஃபதேபூர் சிக்ரியில் பல்வேறு மதங்களுக்கிடையிலான வாத-பிரதிவாதங்களுக்கு ஏற்பாடு செய்து, யானைச் சண்டைகளை ரசிப்பது போல மகிழ்ந்தார். ஸன்னி, ஷியா, இஸ்மயிலி என்னும் குரான் சார்ந்த வாதங்களுடன் மேலும் மர்மமும் மக்கள் செல்வாக்குமுள்ள சூஃபி பிரிவுகள், சைவ-வைணவ பக்தர்களின் பக்தி இயக்கம், திகம்பர சமணரின் கடுமையான தர்க்கம், எண்ணற்றுத் திரிந்த துறவிகள் ஞானிகள், கவலையற்ற பக்கிர்களின் பல்வேறான அகப் பார்வைகளும் சேர்ந்துகொண்டன.

புதிய சித்தாந்தங்களின் பிரதிநிதிகளும் வரவேற்கப்பட்டனர். பதினைந்தாம் நூற்றாண்டின் பிற்பகுதியைச் சேர்ந்த கவிஞரும் சீர்திருத்தவாதியுமான கபீரும் பதினாறாம் நூற்றாண்டின் ஆரம்பத்தைச் சேர்ந்தவரும் சீக்கிய மதத்தை நிறுவியவருமான குருநானக்கின் சீடர்களும் இதில் இடம் பெற்றனர். தன் ஆயுளின் பெரும் பகுதியை வாராணசியை ஒட்டிய பகுதியில் கழித்திருந்த கபீர், பக்தி வேட்கையினையும் சூஃபி பக்தியினையும் உயரிய அப்பாலைத் தெய்வ உருவினை நோக்கித் திருப்பிவிட்டார்-

அவ்வுருவில் இஸ்லாமின் அல்லாவும் இந்து மதத்தின் பிரம்மனும் இணைந்திருந்தனர். தன் சொந்தப் பிரதேசமான பஞ்சாப் திரும்புமுன் இந்தியாவெங்கும் பயணித்திருந்த குருநானக், இந்து-முஸ்லீம் இணக்கம், ஒருங்கிணைவு குறித்த கருத்துகளை ஆராய்ந்தார்; பஞ்சாபில் அவர் ஒரு சமயம் தவுலத்கான் லோதியின் இல்லத்தில் கணக்காளராகப் பணிபுரிந்தார்-இந்த லோதிதான் 1526இல் பாபர் படையெடுப்பை எதிர்த்து நின்ற, இரு வாள்கள் இந்திய 'முட்டாள்'.

கபீரைப் போலவே குருநானக் கடவுளின் ஒருமைப்பாட்டையும் சாதி சமூகப் பேதமின்றி எல்லா நம்பிக்கையாளரது சமத்துவத்தையும் வற்புறுத்தினார். மக்களை முஸ்லீம்கள், இந்துக்கள், ஷியாக்கள், ஸன்னிகள், வைணவர்கள், சைவர்கள் என்று பிரிப்பது போலவே, பிரிக்கமுடியாத எல்லையற்ற அறியமுடியாத ஆண்டவனை உலெமாக்களும் பிராமணரும் பிரிக்கவும் தமதாக்கிக்கொள்ளவும் சதி செய்தனர். குருவுக்கு வெளிப்பாடுகள் காட்டியபடி, இந்த அப்பாலைத் தெய்வம், அதன் பெயர், அதன் வார்த்தை மீது குவிமையம்கொண்டு, தார்மிக நடத்தை-உண்மையிடம் நவபௌத்த கவனத்தைச் செலுத்தி, கர்மவினையை வென்று விடுதலையை அடைய தெய்விகக் கருணையைப் பெறமுடியும். பஞ்சாபின் வணிக-வேளாண் பிரிவுகளைச் சேர்ந்த ஏராளமானோர் இதனால் ஈர்க்கப்பட்டு, நானக்கை அடுத்து வந்த ஒன்பது குருக்களின் கீழ் ஒரு சகோதரத்துவ அமைப்பை உருவாக்கினர். இவர்களில் மூன்றாவதான குரு அமர்தாஸுக்கு, அமர்தசரஸில் அக்பர் அளித்த நிலத்தில் சீக்கியரின் பொற்கோயில் நிர்மாணிக்கப்பட்டதாகச் சொல்லப்படுகிறது. ஆனால் அது இன்னும் அரசியல்/ராணுவப் பரிமாணமின்றி மத-சமூக இயக்கமாகவே இருந்தது.

அக்பரின் இறையியல் விவாதங்களில் போர்த்துக்கீசியர் நிச்சயமாக இடம்பெற்றிருந்தனர். 1580இல் கோவாவிலிருந்த பாதிரியார்கள் மன்னரிடமிருந்து வந்த அழைப்பை ஏற்று, பெருந்திரகளை மதமாற்றம் செய்யமுடியும் என்னும் எதிர்பார்ப்பில் வந்தனர். மற்ற பங்களிப்பாளர்கள் போன்றே அவர்களும் ஏமாற்றமுற்றனர். அக்பரின் ஆன்மிகத் தெளிவுக்கான தேடல் நேர்மையானது, என்றாலும் அது பற்றற்றதாக இல்லை. தன் ஆட்சிப் பிரதேசம் மற்றும் தன் மனசாட்சியின் தேவைகளை நிறைவு செய்திடும் ஒரு மார்க்கத்தைத் தேடினார்; மறுதலிக்க முடியாத தர்க்கத்தின் மீதமைந்து நடைமுறையிலுள்ள சீரிய அம்சங்களால் உருவாகி (ஃபதேபூர் சிக்ரிபோல), உலகளாவிய

ஈர்ப்புமிகுந்து, பிரிவினை ரீதியிலான பேதங்களையெல்லாம் தாண்டி திண்மையானதும் உன்னதமானதுமாகப் பிரிந்து கிடக்கும் தன் மக்களை ஒற்றுமைப்படுத்துவதாக அது இருக்கவேண்டும். அது அதிகபட்சமாகக் கடைவீதி முழுக்க நிரம்பிய இறையியலாளரால் நிறைவேற்ற முடியாததாக இருந்தது.

அதனிடத்தே படிப்பறிவற்ற மேதையின் வெகுளித்தனத்துடனும் தற்சார்புடனும், தான் முழு நம்பிக்கை கொண்டிருந்த தன் மாட்சிமைமிக்க ஆளுமை மீது ஒரு சித்தாந்தத்தை நிறுவினார். அதில் விளைந்ததே தீன்இலாஹி (தெய்விக நம்பிக்கை)- அது தெளிவுபட உருவாக்கப்படவுமில்லை, எழுச்சியுடன் நடைமுறைப் படுத்தப்படவுமில்லை. இது அவரை மையமிட்டிருந்தது-அது தெய்வமாகவோ அல்லது தெய்வத்தின் பிரதிநிதியாகவோ என்பது உறுதிப்படவில்லை; அவரின் தெய்வீகத் தனித்துவத்தை அடையாளம் காணும் தகுதியினடிப்படையில், மூத்த-விமர்சனமற்ற அரசவையினரான சீடர்கள் பிரிக்கப்பட்டிருந்தனர். இப்புது சித்தாந்தத்தின் பிரதான ஆதரவாளரானஅபுல்ஃபாஸல், இத் தனித்துவத்தைக் கண்ணாடியிலிருந்து வருவது போல, அரசரின் நெற்றிப் பொட்டிலிருந்து பிரகாசித்த மர்மமான ஒளியாகக் குறிப்பிட்டார். இந்நிகழ்வின் வரலாற்றுப் பூர்வீகத்திற்கு அக்பர் நாமா முழு அத்தியாயங்களையே ஒதுக்கியுள்ளது.

அல்லாஹு அக்பர்! (இறைவன் பெரியவன்) என்னும் இஸ்லாமிய மந்திரத்தைப் போலத் தோன்றும் வகையில் அந்நூல் ஆரம்பிக்கின்றது. ஆனால் அக்பருடைய பெயருடன் தற்செயலாகப் பொருந்திப் போவதால் 'அக்பர் இறைவன்' என்று தெய்வத் துரோகமாக வாசிக்கப்படக் கூடும். அவரது நாணயங்களில் இதே வாசகம் இடம்பெற்றபோது, நெறியற்ற அர்த்தம் ஏதும் உத்தேசிக்கப்படவில்லை என்றார். ஆனால் தவறிழைத்திடாத சித்தாந்தவாதி என்று சிலரால் கருதப்பட்டது உள்ளிட்ட, பிற மதம் சார்ந்த விருதுகளைச் சூடிக்கொண்டு, 'தெய்விக சகாப்தம்' என்னும் புதிய காலக் கணக்கை அறிவித்து, தான் ஆட்சிப் பொறுப்பேற்றதிலிருந்து அது தொடங்குவதாகப் பிரகடனப்படுத்தி இருப்பதால் அவரது கூற்று சந்தேகிக்கப்பட வேண்டும்.

அவரின் விமர்சகர்களுக்கு இப்படித்தான் தோன்றுகிறது. வைதிகர்களுக்கு, அவரால் ஒதுக்கப்பட்ட உலெமாக்களுக்கு -அரசவை ஆமாம் சாமிகள் தவிர- இஸ்லாம் ஆபத்தில் இருந்ததாகத் தோன்றியது. இவ்வாறு 1579-80இல் ஒட்டுமொத்த ஆட்சிக்கும்

கடுமையான சவால் எழுந்தது. மூத்த இஸ்லாமிய அலுவலர்கள் புதிய ஆணைகளை வெளிப்படையாகவே நிந்தித்தனர், அதன்வழி கலகத்திற்கு வகை செய்தனர்-அது பெரிதும் வங்காளம்-பீகாரிலிருந்த ஆஃப்கானிய வீரர்களையும் அக்பரின் மாற்றாந்தாய் சகோதரனும் காபூலின் ஆளுநர் பொறுப்பிலிருந்தவனுமான ஹக்கீமின் வீரர்களையும் கொண்டிருந்தது. பிந்தையவர் வம்சாவளி ஆசைகள் கொண்டிருக்க முந்தையவர் ராணுவக் குறைபாடுகளைக் கொண்டிருந்தார்; அது முற்றிலும் மத எதிர்ப்பாக இல்லை. அனைத்து முஸ்லீம்களையும் கலகம் செய்யுமாறு ஜௌவான்புரில் ஆணை வெளியிடப்பட்டு, ஹக்கீம் மன்னராக அறிவிக்கப்பட்டார்-வெள்ளிக் கிழமை தொழுகையின்போது வந்த இந்தப் பிரகடனம் பேரரசின் அதிகாரத்தை நிந்திப்பதாய் இருந்தது.

நல்வாய்ப்பாக அக்பரின் ஏற்றம் இப்போது ஆட்சேபிக்கப் படாதிருந்தது; ஹக்கீமோ பிறரின் கைப்பாவை என்பதற்குமேல் ஒன்றுமில்லாதவனாய் இருந்தான். நிர்வாகம்-ராணுவம் சார்ந்த அக்பரின் சீர்திருத்தங்கள், அவரது இருப்பில் அக்கறை கொண்டிருந்த பிரபுக்களை ஏற்படுத்தி இருந்தது. ஹக்கீமின் படையெடுப்பை எதிர்த்து லாகூரை வைத்திருந்துள்ள கச்வகா ரஜபுத்திரன் மான்சிங், ஒரு வகைமாதிரியானவன்; அப்படியே தோடர்மாலும்; அவர் வங்காளத்திலிருந்த ஆஃப்கானியருடன் போரிட அனுப்பப்பட்ட இன்னொரு இந்துத் தளபதி. அக்பரே பஞ்சாபுக்கும் அடுத்து காபூலுக்கும் விரைந்தார்; தன் குழந்தைப் பருவத்தின் நகரான அதற்குள் 1581இல் வெற்றிகரமாக நுழைந்தார். வங்காளம் தொடர்ந்து பிரச்சினை தருவதாக இருந்தபோதும், கலகம் அநேகமாக முடிந்தது.

நான்காண்டுகளுக்குப் பிறகு அக்பர் மீண்டும் ஃபதேபூர் சிக்ரியைக் கைவிட்டார், இம்முறை நீதிமன்றமும் அரசாங்கமும் லாகூருக்கு மாற்றப்பட்டதால் நன்மையாக இருந்தது. அவரது ஆட்சி முழுவதும் ஆட்சிப் பரப்பை விரிவுபடுத்திடும் வெற்றிகள் தருமாறு இருந்தது; ராஜஸ்தான் அடிபணிந்தது, 1573இல் குஜராத்தை மீண்டும் வெற்றி கண்டது, 1575இல் ஒரிஸ்ஸாவை இணைத்துக் கொண்டது, வங்காளத்தைக் கட்டுப்படுத்த மேற்கொண்ட கடும் முயற்சிகளால், முந்தையவர்களிடமிருந்த பிரதேசங்கள் பாதுகாப்பாய் இருந்திட, அக்பரின் பார்வை வடமேற்கில் திரும்பிற்று. 1580களின் பிற்பகுதியில் லாகூரிலிருந்து வெற்றி முழக்கம் தொடர்ந்தது. எல்லைப்புறத்து நிம்மதியற்ற பழங்குடிகள் மீது அதிகாரத்தை நிறுவி, பின் காஷ்மீரையும் சிந்துவையும்

வென்று, அவ்விரண்டையும் பேரரசுடன் இணைத்தார். மீண்டும் காபூல் கைப்பற்றப்பட்டது; அதைத் தொடர்ந்து ஹுமாயுனை மீட்கும் பொருட்டு பாரசீக ஷாவிற்கு வழங்கப்பட்டிருந்த கந்தகார் மீட்கப்பட்டது.

முகமதுபின் துக்ளக்கைப் போல சீனா மீதும், மத்திய ஆசியா மீதும் மேற்கொண்ட முட்டாள்தனமான சாகசங்களைத் தவிர்த்து தக்காணமும் தெற்குமே எஞ்சியிருந்தன. ஆகவே 1598இல் ஆக்ராவுக்கு அக்பர் திரும்பி, தக்காண சுல்தான் அரசுகளுக்கு அருகிலுள்ள அகமது நகர் மீது தாக்குதலைத் தொடுத்தார். ஆட்சியுரிமைப் போராட்டம் மற்றும் மூத்த மகன் சலீமின் தந்திரங்களால், மோதல் விடுபடமுடியாத சிக்கலானது. சலீமால் முன்வைக்கப்பட்ட மிரட்டல் காரணமாகவே, ஃபதேபூர் சிக்ரியின் தனிமைப்படுத்தப்பட்ட நிலை-பலவீனம் ஆகியவற்றுடன் ஒப்பிடுகையில், ஆக்ராவின் செங்கோட்டையைப் பாதுகாத்திட அக்பர் தீர்மானித்தார். செயற்கை நீர்த்தேக்கங்கள் அமைக்கப்பட்டிருந்தாலும், தண்ணீர்ப் பற்றாக்குறையாலேயே ஃபதேபூர் சிக்ரி கைவிடப்பட்டிருந்தது. ஃபதேபூர் சிக்ரியைத் தெரிவு செய்யக் காரணமாயிருந்த சிஸ்டி ஞானியரின் பக்தியை விடவும் அக்பரின் சித்தாந்தம் வளர்ந்துவிட்டிருந்தது இன்னொரு காரணம் எனப்படுகிறது. இஸ்லாமிய பக்தியை வெளிக்காட்டுவது பொருத்தமானதாக இல்லாது போயிற்று.[30] மேலும் தன் அரச வாரிசுகளிடம் விரக்திகொண்டு தீர்க்க தரிசனம் உரைத்த ஷேக்கிடம் நம்பிக்கை இழந்துபோயிருந்தார்.

உலகளாவிய நோக்கிலான கடைவீதிகளுடன், யமுனை மீது கேந்திர முக்கியத்துவமுள்ள இடத்தில் அமைந்துள்ள ஆக்ரா, ஒரு பேரரசின் குவிமையத்திற்குப் பொருத்தமானதாக இருந்தது. பாபர் போலச் சிலர் பிரதேசங்களைச் சேர்ந்திருந்தனர்; கல்ஜிகள்-துக்ளக்குகள் போல மற்றவர்கள் தொலைதூரச் சிற்றரசுகளை விரும்பினர். ஆனால் அக்பரோ ஒரு பேரரசை வடிவமைத்தார். தன் வாரிசுகளுக்கு அவர் விட்டுச் சென்ற ஏகாதிபத்திய கட்டமைப்புகள், அவரது வெற்றிகளைவிடவும் வரலாற்று ரீதியில் முக்கியமானவை ஆகும்.

14

மொகலாயப் பகட்டு, இந்திய சந்தர்ப்பங்கள்

1605-1682

தலையாய தனித்துவம்

வேறெங்கிலும் போன்றே இந்தியாவில் முன்-நவீன காலத்திற்குரிய பொருளாதார விபரங்கள் அரிதாயுள்ளன. ஆனால் அபுல்ஃபாஸலின் அக்பர்நாமா, அந்நியப் பயணிகள் மொகலாயப் பேரரசு குறித்து எழுதியுள்ள பதிவுகள், சமீபத்தில் இர்ஃபான் ஹபீப்[1] போன்ற அறிஞர்கள் சிரமப்பட்டு மேற்கொண்டுள்ள பகுப்பாய்வுகள் காரணமாக, பதினாறாம் நூற்றாண்டின் பிற்பகுதியிலிருந்து அடிப்படைப் புள்ளி விபரங்கள் கிடைக்கின்றன. வெவ்வேறு கணக்கீடுகளை ஒன்றிணைக்கும் போது 1600இல் இருந்த இந்தியத் துணைக் கண்டத்தின் மக்கள் தொகை 14 கோடி; இதில் 10 கோடி பேர் இமாலயத்திற்கும் தக்காண சுல்தான் அரசுகளுக்குமிடையே வாழ்ந்தனர்-அதுதான் அக்பரின் பேரரசைக் கொண்டிருந்தது. அப்போது பிரிட்டீஷ் தீவுகளின் மக்கள்தொகை 50 லட்சமாயும், மேற்கு ஐரோப்பாவினுடையது 4 கோடிக்கும் குறைவாகவும் இருந்தது- ஆக இந்தியாவில் மனித உழைப்புக்குக் குறைவில்லை. ஆசிய-ஐரோப்பியப் பயணியர், கிராமங்களின் எண்ணிக்கையிலும் நகரங்களில் நெருக்கியடித்த கூட்டத்தைக் கண்டும் வியந்தனர். இந்தியாவின் கைவினைக் கலைஞரது திறன்களால் ஈர்க்கப்படாத பாபர் கூட, அவர்களின் எண்ணிக்கை கண்டு திகைத்தார். தைமூர் சாமர்கண்டில் 200 வைரக்கல் வடிவமைப்பாளர்களைக் கொண்டிருந்தான்; பாபர் ஆக்ராவில் சுமார் 1500 பேரைக் கொண்டிருந்தார். ‘ஒவ்வொரு தொழிலிலும் தேர்ச்சியிலும் எண்ணற்றோர் இந்தியாவில் இருந்தனர்.’[2]

இவ்வளவு பெரிய மக்களுக்குத் துணை நின்றும் நாடு எவ்விதத்திலும் வறுமைப்படவில்லை. மாறாக, இந்த அபரிமிதமான உழைப்பாளர் ஆற்றலே உபரியை உற்பத்திசெய்து, மாபெரும் மொகலாயரை அவ்வளவு வலுவானவர்களாக ஆக்கியது. 'மத்திய ஆசியாவுடன் ஒப்பிடுகையில், இந்துஸ்தானின் தனித்துவம் அது பெரிய நாடு, தங்கத்தையும் வெள்ளியையும் அபரிமிதமாகப் பெற்றுள்ளது' என்றார் பாபர். ஆனால் இந்தியாவில் எந்த இடத்திலும் தங்கமோ வெள்ளியோ கணிசமாக எடுக்கப்படவில்லை; அந்நிய வர்த்தகம் மூலமே இத்தகு செல்வத்தைக் குவிக்க முடியும். விலையுயர்ந்த உலோகங்களின் அபரிமிதத்தைவிடவும், நாட்டின் பெரிய அளவே, அதன் உண்மையான 'தனித்துவத்தை' பிரதிநிதித்துவப்படுத்தியது. பெரிய நாடு எனும்போது நிறைய நிலம், சராசரி மழை இருந்துவிட்டால், நிறைய நிலம் எனும்போது அளப்பரிய மகசூல்.

நிலமும் உழைப்பும் இந்தியச் செல்வத்தை உற்பத்தி செய்தன; அது இவ்வளங்களைப் பெறுவதிலும் இவற்றின் உபரியைச் சேகரித்து விநியோகிப்பதிலுமுள்ள வெற்றியையும் ஒவ்வொரு வம்ச ஆட்சியின் திடத்தன்மையையும் பொறுத்தது. ஆகவே நிலமும் உழைப்பும் பொருளாதாரத்தின் அடிப்படை அலகுகளாகக் கருதப்பட்டன என்பது தவறாகிவிடும். அவை எப்போதும் ஒப்பீட்டளவில் அதிகம் கிடைப்பவை. அவற்றின் கூட்டு மகசூலைக் கணக்கீடு செய்யும்போது, நில உரிமையும் உள்ளீடும் உள்ளடக்கப்பட்டுவிடும். இந்தியாவில் மகசூலின் ஒருபகுதி சடங்கு சம்பிரதாயங்களுக்கு ஒதுக்கப்பட்டு வந்துள்ளதே தவிர மக்களோ சொத்தோ அல்ல. எந்த வயல், கிராமம், மாவட்டம்/ பிரதேசம் விளைவிக்கும் அல்லது அதன் மதிப்பு என்ற அடிப்படையில் மானியங்கள், வரிகள், இதர வருவாய் உரிமைகள் தீர்மானிக்கப்படும்.

இந்த உரிமைகளின் அடிப்படையில் குடியானவனிடமிருந்து உபரி எடுத்துக்கொள்ளப்பட்டும், அது நாட்டின் ஒரு பகுதியிலிருந்து இன்னொன்றிற்கு, ஒரு காலகட்டத்திலிருந்து இன்னொன்றிற்கு, ஒரு பயிரிலிருந்து இன்னொன்றிற்கு வேறுபடும். ஒரேயொரு கிராமத்தில்கூட எந்தக் காலத்திலும் மூன்றல்லது நான்கு விதமான வகையில் உபரியைச் சாகுபடியாளரிடமிருந்து பெறுவதுண்டு; இவ்வகையில் சில நிலங்களின் மகசூல் பெரிய பிரபுவின் ஜாகீரைக் (வருவாய் ஒதுக்கீடு) கட்டமைக்கும்; மற்றவை மதம் சார்ந்த அமைப்புக்கு வருவாயாக வழங்கப்படும், மற்றவை மன்னருக்கு உரியவை. அத்துடன், மகசூலில் உரிமை கோருகின்ற

உள்ளூர் தரகர்களும் இருப்பார்கள். அவர்கள் தலையாரியிலிருந்து ஜமீன்தார் வரை.

இப்படிப் பயனடைவோர் மகசூலின் குறிப்பிட்ட சதவீதத்திற்கு உரிமையுடையவர்கள் எஞ்சியதைச் சாகுபடியாளருக்கு விட்டு விடுவார்கள். என்றாலும், சாகுபடியாளனது பிழைப்புக்கு அவசியமானதுபோக எஞ்சியது முழுவதும் அபகரிப்புக்கு உரியதாக இருந்ததே உண்மை. 'வருவாயை மதிப்பீடு செய்வதிலும் வசூலிப்பதிலுமான ஏற்பாடுகளில் உள்ள சிக்கல்களின் மத்தியில், மொகலாய நிர்வாகத்தின் ஒரே குறிக்கோள், குடியானவரின் பெரும்பகுதி உபரியைப் பெற்றுவிடுவதே.'[3]

இதனால் நல்ல விளைச்சல் காலங்களிலும் குடியானவன் மகிழ்ச்சியாயில்லை. 1660களில் இந்தியாவில் பரவலாகப் பயணித்து, தன் அறிக்கையை பதினான்காம் லூயியின் முதலமைச்சரிடம் சமர்ப்பித்த மருத்துவர் ஃபிராங்கோய் பெர்னியர், இந்தியக் குடியானவன் 'இழிவான அடிமைநிலையில்' இருந்ததாகக் குறிப்பிடுகிறார். ஜாகீர்தாரர்களும் ஜமீன்தார்களும் குடியானவனையும் கைவினைக் கலைஞனையும் அவனது அத்தியாவசியத் தேவைகளை இழந்திடும் வகையில் அதீதமாக ஒடுக்குவதால், வறுமையிலும் விரக்தியிலும் இறந்து போகின்றனர். இக் கொடுங்கோன்மையானது சாகுபடியாளரை அண்டை மாநிலத்திற்கு அனுப்பிவைக்கிறது அல்லது சிப்பாயாக்குகிறது.

> நிர்ப்பந்தம் இருந்தாலன்றி நிலம் உழப்படாதிருக்க, பாசன வசதிக்காகக் குளம் குட்டைகளை கால்வாய்களைத் தூர்வார யாரும் முன்வராததாலும் ஒட்டுமொத்த நாடே சரிவர சாகுபடி செய்யப்படாமலும், பாசன வசதி இல்லாமையினால் உற்பத்தியின்றியும் இருக்கிறது.[4]

தனிநபருக்குச் சொத்துரிமை இல்லாததே இப்பிரச்சினைக்குக் காரணம் என பெர்னியர் கருதினார். பெரும்பாலான ஐரோப்பியரைப் போலவே, அவர் வருவாய் உரிமைகளை வழங்கும் மன்னரே நிலத்தின் உரிமையாளரும் என்று தவறாகப் புரிந்துகொண்டார். இத்தகு உரிமைகள் அல்லது பெர்னியரின் வார்த்தைகளில் நிலமானியங்கள், பாரம்பரியமானவை அல்லாததால், மன்னர் தன் விருப்பப்படி புதுப்பிக்கப்படக் கூடியவை. அல்லது மாற்றிக்கொள்ளக் கூடியவை; அவற்றை வைத்திருந்த ஜாகீர்தாரர்களுக்கு மகசூலை மேம்படுத்தும் அக்கறை இல்லை; கிணறு வெட்டுவதில் பாசன வசதியில் செலவிட விருப்பம் இல்லை. 'எந்த நேரத்திலும் நாங்கள் இழந்துவிடக்

கூடியதை, எங்களுக்கோ எங்கள் பிள்ளைகளுக்கோ நன்மை செய்யாததை மேம்படுத்த நாங்கள் ஏன் பணத்தையும் நேரத்தையும் செலவிடவேண்டும்?' என்றனர். இதுபோலவே, குடியானவனால் இக்கேள்வியைக் கேட்காமல் இருக்க முடியவில்லை என்கிறார் பெர்னியர்- 'நாளைக்கே வந்து என்னிடமிருந்தவற்றைப் பறித்துக்கொள்ளும் கொடுங்கோலனுக்காக நான் ஏன் உழைக்க வேண்டும்?'

பெர்னியர் பொதுமைப்படுத்தினார் என்பதில் சந்தேகமில்லை. அவரின் 1660களின் இந்தியா, உள்நாட்டுப் போருக்கிணையான ஆட்சியுரிமைச் சிக்கலிலிருந்து மீண்டுகொள்ள வேண்டியிருந்தது. அவர் பயணித்த தக்காணத்தின் பெரும்பகுதி கொந்தளிப்பில் இருந்தது. நேர்மையான பார்வையாளரான அவர், சரியாக நிர்வகிக்கப்படாத நீதிக்கதையாக இந்தியாவைப் பார்த்து, அது முதலமைச்சர் ழீன்-பாப்டிஸ்ட் கோல்பெவுக்குப் பயனுள்ளதாயிருக்கும் என்று அறிக்கையிட்டார்; கோல்பெ 14ஆம் லூயியின் நிதித்துறையில் தீவிரச் சீர்திருத்தங்களை மேற்கொண்டார். அக்பர் ஆட்சிக் காலத்தின் பிற்பகுதியிலும், அவரது உடனடி வாரிசுகளாயிருந்த ஜஹாங்கீர் (1605-27), ஷாஜகான் (1627-58) ஆகியோரது ஆட்சிக் காலத்திலும், வடக்கு மற்றும் மத்திய இந்தியாவின் பெரும்பகுதிகள் முன்னெப்போதும் இருந்திராத அரசியல் திடத்தன்மை கொண்டிருந்தன என்பதை பெர்னியர் கவனிக்கத் தவறிவிட்டார். மகசூலைக் கைப்பற்றுவதும் ராணுவ நோக்கங்களுக்காகப் போக்குவரத்து மற்றும் உழைப்பாளரைக் கோருவதும் நடைமுறையில் நின்றுபோனது. சந்தைகள் நன்கு செயல்பட்டன, எடைக் கற்களும் அளவைக் கருவிகளும் தரப்படுத்தப்பட்டன, பணம் லகுவாக சுழற்சியில் இருந்தது. மக்கள்தொகை படிப்படியாக அதிகரித்தது, அப்படியே உற்பத்தித்திறனும்தான். பெர்னியர் கண்ட ஆளரவமற்ற கிராமங்கள், சாகுபடியாளர்கள் புதிய நிலங்களைப் பண்படும் பொருட்டுக் கிளம்பியிருந்ததால் இருந்திருக்கும்-அந்நிலங்களில் வரி எளிதானதாயிருந்திருக்கும். 17ஆம் நூற்றாண்டில் இத்தகைய ஊக்கப்படுத்தல்கள், தரிசுநிலங்களைப் பெருமளவில் சாகுபடிக்குக் கொண்டுவந்திருக்கும்.

திடமான நிலவரங்கள், பாதுகாப்பான செய்தித் தொடர்புகளால் தொழிலும் வணிகமும் செழித்தோங்கின. சாலைகள் பிரதேசத் தலைநகரங்களையும் ஆக்ரா-டெல்லி-லாகூரின் ஏகாதிபத்திய அச்சுடன் வணிக மையங்களையும் இணைத்தன. இம்மூன்று நகரங்களின் ஏகாதிபத்திய நீதிமன்றங்களைச் சுற்றிலும், ஆடை

வடிவமைப்பாளர், வாசனைப் பொருள் தயாரிப்பாளர், பொன்-வெள்ளி கைவினைஞர், ஆபரணம் தயாரிப்போர், தந்தத்தில் செதுக்குவோர், துப்பாக்கி தயாரிப்போர், சேணம் தயாரிப்போர் மற்றும் கட்டடக் கலைஞர், நிர்மாணப் பொறியாளர், மேஸ்திரி என இந்தியாவின் மாபெரும் கட்டடத் திட்டத்திற்குத் தேவையான நிபுணர்கள் உள்ள விரிவான சேவையளிக்கும் வளாகங்கள் எழுந்தன. அகமதாபாத் போன்ற பிரதேசத் தலைநகரங்களிலுள்ள பிரபுக்களுக்குத் தேவைப்படும் இச்சேவைகள் இஸ்லாமிய ஆதரவுடன் பெரும் நகரங்களில் வளர்ந்தன. குதிரை மருத்துவர் ஆயுத வணிகர் யானை பராமரிப்பாளர், கூடாரம் நிறுவுவோர், தானிய வணிகர் ஆகியோர் கொண்ட நடமாடும் கடைவீதி ஏகாதிபத்தியப் படையுடன் சென்றது.

புதிய ஐரோப்பிய வர்த்தகக் கம்பெனிகளின் வருகையும் தொழில்துறைத் தேவையை- அதிலும் குறிப்பாக, குஜராத், வங்காளம், கோல்கொண்டா, தமிழ்நாட்டின் மஸ்லின், டஃபேட்டா, பத்திக், அச்சிட்ட துணி, சித்திர வேலைப்பாடுள்ள துணி ஆகிய பருத்தி துணிகளுக்கான தேவையைத் தூண்டிவிட்டது. முறையே 1600 மற்றும் 1602இல் நிறுவப்பட்டிருந்த லண்டன் மற்றும் நெதர்லாண்ட்ஸின் கிழக்கிந்தியக் கம்பெனிகள், பெரிதும் இந்தோனேஷிய வாசனைத் திரவிய வணிகத்தில் போர்த்துக்கீசிய ஏகபோகத்துடன் போட்டியிடும் உத்தேசம் கொண்டிருந்தன. அவர்கள் சீக்கிரமே இந்தியத் தயாரிப்பாளரிடம் ஆர்வங்காட்டினர். அக்பரின் உடனடி வாரிசு ஜஹாங்கீர் ஆட்சிக் காலத்தில் இரு கம்பெனிகளும், குஜராத்தின் முக்கியத் துறைமுகமயிருந்த சூரத்தில் வணிக மையங்களை நிறுவின. இந்தியாவின் கிழக்குக் கடற்கரைத் துறைமுகங்களுக்கும் தென்கிழக்கு ஆசியாவுக்கும் இடையிலான தொன்மையான வணிகத்தில் ஈடுபடவும் தொடங்கின. அரசியல் ரீதியில் இக்கம்பெனிகள் பொருத்தமற்றவை, அப்படியே நீண்டகாலம் இருந்தன. ஆனால் 1640இல் கிழக்குக் கடல் வழித்தடங்களில் போர்த்துகீசியரின் ஏகபோகத்தை அவை முடிவுக்குக் கொண்டுவந்தன; ஐரோப்பாவின் உள்நாட்டுச் சந்தைகள், மலிவான மிருதுவான மேசை-நாற்காலிகள், மேலும் மேலும் சலவை செய்யக்கூடிய பருத்தி ஆடைகளின் ஆனந்தங்களை அறிந்துகொண்டிருந்தன; கப்பல் போக்குவரத்துக்கு இந்தியாவில் நிறையத் தேவைகள் இருந்தன. பொன்/தங்கத்தில் பணம் செலுத்த வழிவகை இருந்ததால் வெள்ளி நிறையவே வந்து சேர்ந்தது.

இவையெதுவும் சாகுபடியாளரின் துயரைத் தணிக்கவில்லை. உண்மையில் நிலவிய அனைத்து மொகலாயர் ஆட்சியால் அவனது நிலைமை மோசமாகி இருக்கக்கூடும். விஜயநகரப் பேரரசின் நாயக்கர்களைப் போலின்றி, மொகலாய ஆட்சியின் கீழிருந்த அலுவலர்களும் ஜாகீர்தார்களும், தம் மானியங்களை-கிராம நிலவரங்களுடன் பரிச்சயம் பெறும் பொருட்டோ, உள்ளூர் விசுவாசத்தைப் பெறும் பொருட்டோ நீண்ட காலம் வைத்திருக்கவில்லை. எனவே ஏகாதிபத்திய உத்தரவுகளை மீறுவது அரிதானது; ஏகாதிபத்திய உரிமை உள்ளவர் தவிர, பிரபுக்கள் கலகம் புரிந்திடும் நாட்டமில்லாது காணப்பட்டனர். வலுவான மையப்படுத்தப்பட்ட அரசியல் கட்டமைப்பாகத் துணைக் கண்டத்தின் பெரும்பகுதியை ஒன்றிணைப்பதை நோக்கி நிறைய பங்களிப்பு செய்தன. ஆனால் இது உற்பத்தியாளரைப் புறக்கணித்து, மேலிருந்து கொணரப்பட்ட ஒருங்கிணைப்பு; அதிகரிக்கும் சுரண்டல்கள் மூலம் அதிகரிக்கும் உற்பத்தித் திறனை வேண்டியது. மொகலாய அரசு திருப்திப்படுத்தமுடியாத விலங்காக இருந்தது, பொருளாதாரத்தில் அதன் தாக்கம், எல்லாவற்றுக்கும் மேலாக, இயற்கை வளங்களிடத்தேயான அதன் கட்டற்ற வேட்கையால் வரையறுக்கப்பட்டது' என *The Cambridge Economic History of India* நூலில் தபன் ராய்சௌத்ரி எழுதினார்.[5]

மையப்படுத்தப்பட்ட நிர்வாகம், ராணுவத் தரப்படுத்தல் அமைப்பு ஆகிய இரண்டினை உருவாக்குவதில் அக்பர் கவனத்தைக் குவித்தார். தனித்தனிப் படிவரிசையில் சென்ற அவை உச்சியில் ஒன்று மற்றதன் மீது படிந்தது. தலைமையமைச்சர் பொறுப்பை ஒழித்ததால் நிர்வாக இயந்திரம் எழுந்தது. அதில் நான்கு துறைகள் இடம்பெற்றன, நான்கு துறைத் தலைவர்கள் இருந்தனர். நிதி-வருவாய்க்கு ஒன்று ராணுவம் உளவுக்கு ஒன்று, மத விவகாரங்கள்-நீதித்துறைக்கு ஒன்று மற்றும் அரச குடும்பத்தினர்-பொதுப்பணிகளுக்கு ஒன்று என நான்கு துறைகள். பிரதானப் பிரதேசங்களின் தலைநகரங்களிலும் இந்தத் துறை அலுவலகங்கள் இருந்தன-பஞ்சாபிற்கு லாகூரிலும் ராஜஸ்தானுக்கு அஜ்மீரிலும் என. மற்ற மண்டலங்கள் பேரரசுடன் இணைக்கப்படவும் அங்கும் விரிவுபடுத்தப்பட்டன. எல்லாத் துறைகளும் தணிக்கைக்கு உள்ளாயின. மூத்த அலுவலர்களுக்கு ஜாகீர்களும் ராணுவப் படிவரிசையில் பொறுப்பும் அளிக்கப்பட, மற்றவர்களுக்கு ஊதியம் தரப்பட்டது.

அக்பரின் இன்னொரு கட்டுப்பாட்டு பொறியமைவான ராணுவ வரிசைப்படுத்தும் அமைப்பு, மூத்த ராணுவத் தளபதி

ஒவ்வொருவருக்கும் அலுவலகப் பொறுப்பாளருக்கும் தரப்பட்ட எண்ணிக்கை சார்ந்த தரம், அவரின் அந்தஸ்து-ஊதியத்தை அடையாளப்படுத்துவதாயிருந்தது. அத்துடன் ஆயுதந்தாங்கிய குதிரை வீரர் அல்லது ஸோவார்ஸ் (படைவீரர்) எண்ணிக்கையைக் குறிக்கும் விதத்தில் அறிமுகப்படுத்தப்பட்டது-ஏகாதிபத்திய ராணுவச் சேவையின் பொருட்டு அது ஒவ்வொருவராலும் பராமரிக்கப்பட வேண்டியது; மூத்த அலுவலர்களுக்குக் கூடுதலான குதிரைகள், போக்குவரத்து வசதி, யானைகள் ஒதுக்கப்பட்டன. இவ்வாறு அனைத்து அமீர்களும் குறைந்த ராணுவத் தகுதி பெற்றவர்களும் தனிப்பட்ட தரநிலையும் படைவீரர் தரநிலையும் பெற்றிருந்தனர். இத்தரநிலைகள், பதவி உயர்வு, பதவி இறக்கம், பதவி நீக்கம் எல்லாம் மன்னரின் கைகளில் இருந்தன. ஊக்கத்தொகைகள் கொண்டிருந்த இவ்வமைப்பு, அலாதியான திறமையுள்ள தளபதிகளையும் நிர்வாகிகளையும் உருவாக்கியது. இது சக்கரவர்த்தியிடம் தனிப்பட்ட விசுவாசத்தை ஊக்குவித்ததுடன் துருக்கியர், பாரசீகர், ஆஃப்கானியர், ரஜபுத்திரர், இந்திய முஸ்லீம்களாகிய பிரபுக்கள் எனப்படும் பலதரப்பட்ட தனியொரு அதிகார அமைப்புக்குள் ஒன்றிணைந்தது.

சக்கரவர்த்தி தன் இல்லப் பாதுகாப்புக்கு என்று படைவீரரை வைத்திருந்தார். படைவீரர் சேர்க்கை-பராமரிப்பு ஒப்பந்த அடிப்படையில் இருந்தது. மூத்த ராணுவ நிலைகளில் இருந்தவர்களுக்கு ஊதியம் வாயிலாக ஜாகீர்கள் வழங்கப்பட்டது, பெரும்பாலான வரிவசூல் ஒப்பந்த அடிப்படையில் இருந்தது.

அக்பரின் ஆட்சிக்காலத்தின் இறுதியில் மன்ஸப்தார்களும் அவர்களின் ஆதரவாளர்களும் தம் ஊதியங்களுக்கான பேரரசின் ஆண்டு பட்ஜெட்டில் 82%னைப் பெற்றனர்.[6] சுமார் 2000 மன்ஸப்தார்கள் இருந்தனர், தமக்கிடையே 1,50,000-2,00,000 குதிரை வீரர்களை அவர்கல் பராமரித்தனர். சக்கரவர்த்தி தனிப்பட 7000 அதிரடி வீரர்களையும் 8000 காலாட்படையினரையும் துப்பாக்கி இந்திய வீரர்களையும் வைத்திருந்தார்-இவர்கள் பட்ஜெட்டில் 9% பெற்றனர். அத்துடன், உள்ளூர் ஜமீன்தார்கள் பெரும்பாலும் காலாட்படையினரைக் கொண்ட 45 லட்சம் பேரை திரட்டக்கூடியவர்களாய் இருந்தனர். ஜமீன்தார்களிடம் சொற்ப ஊதியம் பெற்ற இவர்கள், அரசின் பட்ஜெட்டில் இடம்பெறவில்லை. இவ்வீரர்கள் எண்ணிக்கையுடன் போரில் ஈடுபடாத உணவுப் பொருள் வழங்குவோர், வேலைக்காரர்கள், குடும்ப உறுப்பினர்களையும் கணக்கிட்டால், ராணுவத்தை நம்பி

வாழ்வோர் சுமார் 2,60,000,00 நபர்கள் ஆவர். இது ஒட்டுமொத்த மக்கள்தொகையில் கால்பகுதி.

நிர்வாகப் படிவரிசையிலான தந்தைவழி நிர்வாக யந்திரப் பண்பை அல்லது தரப்படுத்தும் அமைப்பின் மையப்படுத்தப்பட்ட எதேச்சதிகாரப் பண்பைப் பெற்றிருந்தாலும் மொகலாயப் பேரரசு, சாராம்சத்தில் கரடுமுரடான ராணுவ யந்திரமாயிருந்தது.

தக்காண சுல்தான் அரசுகளின் பிடிவாதமான அண்டை வீட்டார் மீதான படையெடுப்புகளில் இக் கரடுமுரடான தன்மை பிரயோகிக்கப்பட்டது. செயல்துடிப்பான சேவை அல்லது அரசவைப் பணியிலிருக்கும் வீரர் தவிர்த்து, பல படைப்பிரிவுகள் பேரரசின் பல்வேறு பகுதிகளில் நிறுத்தப்பட்டிருந்தன-அங்கே அவை சட்டம் ஒழுங்கைப் பராமரிக்கவும் வரிவசூலிக்கவும் பயன்படுத்தப்படலாம். நடைமுறையில் பல வீரர்கள் மற்றும் ஜமீன்தாரின் பராமரிப்பில் இருந்தோர், தமக்கு ஊதியமளித்த வேளாண் உபரியைப் பெறப் பயன்படுத்தப்பட்டனர். 'வன்முறை இயந்திரத்தைப் பராமரிப்பதற்கான வன்முறையின் ஒரு நச்சு வளையமாக அது இருந்தது' என்கிறார் ராய்சௌத்திரி.[7]

உள்ளூர் ஜமீன்தாரி ஆதரவாளர்களின் எதிர்ப்பைச் சமாளிப்பதற்கான இத்தகைய எதேச்சதிகாரக் குறுக்கீடு மத்திய அரசாங்கத்திற்குத் தேவைப்பட்டது; பேரரசர் அல்லது அவரின் ஜாகீர்தாரர்களுக்குரிய வருவாயை அதிகப்படுத்த வேண்டியிருந்தது; இதற்கான இன்னொரு வழி, மகசூல் மதிப்பீட்டிலும் வருவாய் கணக்கீட்டிலும் இருந்தது. தனது குறுகிய ஆட்சிக் காலத்தின் போது ஷேர்ஷா, புதிய நில அளவை, மகசூல் மதிப்பீட்டில் புதிய கணக்கீடுகள், பொருளுக்குப் பதிலாகப் பணமாக வசூலித்தல் மூலம் இவ்வழியைக் காட்டினார். ஆனால் அக்பரின் 14ஆம் ஆட்சியாண்டு... அக்பரின் 14ஆம் லூரியிக்கு கோல்பெர்ட்டாக இருந்த ராஜா தோடர் மால், 1560லிருந்து ஒட்டுமொத்த வருவாய் அமைப்பைச் சீர்படுத்தினார். தரப்படுத்தப்பட்ட எடைகளும் அளவைகளும் அறிமுகப்படுத்தப்பட்டன, ஒத்த மண்ணும் தட்பவெப்பமுடைய புதிய வருவாய் மாவட்டங்கள் பிரிக்கப்பட்டன; இத்தகு ஒவ்வோர் அலகுக்கும் வருவாய் அதிகாரிகள் நியமிக்கப்பட்டனர், மேலும் நில அளவைகள் மேற்கொள்ளப்பட்டன, மகசூல்-விலைகள் சார்ந்து அதிகத் தரவுகள் திரட்டப்பட்டன, ஒவ்வொரு பயிருக்கும் பகுதிக்கும் புதிய மதிப்பீடுகள் மேற்கொள்ளப்பட்டன. எழுத்துப்பூர்வமான கேட்புகள் வழங்கப்பட்டு தலையாரிகளால்

ஏற்கப்பட்டன, ஏராளமான பதிவுகள் கோக்கப்பட்டு, பராமரிக்கப்பட்டன.

இச் சீர்திருத்தங்களின் அறிமுகத்தால், 5 ஆண்டு கால நேரடி நிர்வாகம் தேவைப்பட்டு, ஜாகீர்கள் எல்லாம் விலக்கிக்கொள்ளப்பட்டனர். 1585இல் அவை மீண்டும் அறிமுகமானபோது விளைவுகள் பெரிதும் திருப்திகரமாய் இருந்தன. வருவாய் ரசீதுகள் அதிகரித்து, கிராம உற்பத்தித் திறனில் பெரும்பங்கினை அரசு அனுபவித்தது- 'தானிய உற்பத்தியில் மூன்றிலொரு பங்கும் பிற மகசூலில் ஐந்திலொரு பங்கும்' என்பது பெரிதும் சாத்தியமானது-இதனால் 'ஜமீன்தார்களுக்குக் கிடைக்க வேண்டியது இல்லாமல் போனது.'[8]

யாரும் அவருக்கு உறவில்லை

பெர்னியரின் பதிவை அடிப்படையாகக் கொண்டு 1675இல் ஜான் ட்ரைடனால் புனைவியல் செய்யுள் இதிகாசமாக எழுதப்பட்ட *Aureng-zebe* முதலில் லண்டனில் நிகழ்த்தப்பட்டது. இத்தகைய நூல்கள் மூலம் மாபெரும் மொகலாயர் எதேச்சதிகார ஆட்சி மற்றும் கற்பிதம் செய்ய முடியாத செல்வத்துடன், ஆங்கிலேயருக்கு ஒத்தவர்களாக இருந்தனர். பாபர், ஹுமாயுன், அக்பர், ஜஹாங்கீர், ஷாஜஹான், ஔரங்கஸீப் ஆகிய ஆறுபெரும் மொகலாயரைப் பார்க்க வந்த அயலகப் பயணியரெல்லாம், பிரம்மிக்கத்தக்க அதிகாரத்தைக் கண்டனர், ஏகாதிபத்திய அமைப்பின் மாட்சிமையில் அதிசயித்தனர். இதில் பெரும்பகுதி கட்டடக்கலை சார்ந்தது. கண்ணைப் பறித்திடும் தங்கம், வெள்ளி, விலையுயர்ந்த பட்டு, அலங்கார வேலைப்பாடுள்ள ஆடை, பெரிய ஆபரணங்கள், விலைமதிப்பற்ற தரைவிரிப்புகள், பளிங்குக் கற்கள், வரலாற்றில் ஈடிணையின்றி காணப்பட்டன. இங்கிலாந்தின் முதலாம் ஜேம்ஸிடமிருந்து தூதுவராக வந்த சர் தாமஸ் ரோ, தன் கண்ணியத்திலேயே பெரிதும் அக்கறைமிக்கவராக இருப்பினும், சம்பிரதாய உடையில் ஜஹாங்கீரைப் பார்த்ததும் மலைத்துவிட்டார். பேரரசரின் இடைவார் தங்கத்தில் இருக்க, அதன் பிடிகளும் அவரது வாளும் வைரங்கள்-பவளங்கள் பதித்துக் காணப்பட்டன.

> 'மயிற்பீலி செருகிய தலைப்பாகை இருந்தது; ஒருபுறம் பவளம், வால்நட் அளவில் தொங்கியது; மற்றொரு புறம் பெரிய வைரம் பிரகாசித்தது; மத்தியில் ஒரு மரகதம், கழுத்தில்

அற்புத முத்துமாலை. கைகளில் வைரம் பதித்த காப்புகள். இடுப்பில் மூன்று வரிசைப் பட்டைகள்.'[9]

பெரினியர் சம அளவிலேயே ஈர்க்கப்பட்டிருந்தார். 'வேறெந்த மன்னனும் இவ்வளவு செல்வத்தைக் கொண்டிருப்பது சந்தேகமே (தங்கம், வெள்ளி, நகைகள் என)... பொன், அலங்கார வேலைப்பாடுகள், பட்டு, பின்னலாடை, முத்துக்கள், கஸ்தூரி, அம்பர், மணமூட்டும் பிழிவுகள் என்பவற்றை அதிகம் உபயோகிப்பது கற்பனைக்கு எட்டாதது.'[?]

இவ்வளவு பகட்டு இருந்தும், மொகலாயச் சக்கரவர்த்திகளின் உண்மையான செல்வம் குறித்து சிறிது சந்தேகம் நிலவுகிறது. ஓட்டோமான் சுல்தான், பாரசீக மன்னன் இருவரது வருவாயினையும் தாண்டியதாயிருந்திருக்கும் ஔரங்கஸீப்பின் வருவாய் என 1660களில் பெர்னியர் குறிப்பிட்டார். அதே வேளையில் அவனது செலவினங்களும் அந்த அளவுக்கு இருந்தன என்றார். அக்பர் காலத்திற்குப் பின் வருவாய் இரு மடங்கான போதும், செலவும் அந்த அளவுக்கு உயர்ந்தது. ஒரு கையில் வாங்கும் பெரும் தொகையை இன்னொரு கையால் வழங்கிடும் கருவூலப் பணியாளர் போலச் சக்கரவர்த்தியைச் செல்வந்தராகக் கருதலாம்.[10] விலையுயர்ந்த கற்கள், தங்கம் என்பவை பிரதிநிதித்துவப் படுத்துவது அன்பளிப்புகள், கப்பம், கொள்ளைப் பொருள்களையே தவிர வருவாயினை அல்ல. இவை மதிப்புள்ளவை என்றாலும் உற்பத்தித்திறனுள்ளவை அல்ல. இந்தியா நீண்டகாலமாக பொன், வெள்ளியின் அதலபாதாளமாக விளங்கி வந்துள்ளது; உலகின் தங்கத்தையெல்லாம் ஈர்த்து, அவற்றை உருக்கிக் கைக்காப்புகளாக, பிற ஆபரணங்களாக்கி, அதன் பொருளாதார ஆற்றலை ஒன்றுமில்லாததாக்கியது.

ஏகாதிபத்திய படையின் அளவு பற்றிச் சந்தேகம் இல்லை. ஔரங்கஸீப்பின் அரசவைக்கு வருகை செய்த இன்னொரு பிரெஞ்சுக்காரர் ழீன் தெ தெவெனோட், சக்கரவர்த்தியும் அவரது மன்சப்தார்களும் 3,00,000 குதிரை வீரரை நிறுத்தக் கூடியவர்கள் என்றார். இது பதிவேடுகளின்படி. ஆனால் நடைமுறையில் மன்சப்தார்கள் தமக்கு ஒதுக்கப்பட்டதில் பாதி வீரர்களையே வைத்திருந்தனர். எனவே எந்தச் சமயத்திலும் மாபெரும் மொகலாயரின் படையெடுப்பில், 1,50,000 குதிரை வீரர்களுக்கு மேல் இருந்ததில்லை.[11]

இன்னும் மோசமானது, செல்வத்தைப் போல ராணுவம் எப்போதும் உற்பத்தியைத் தருவதாக இல்லை. அக்பரின்

நீண்டகால ஆட்சி (1556-1605) பெருமை தருவதும் வெகுமதி தருவதுமான வெற்றிகளால் நிறைந்துள்ளது, ஆனால் அவை ஒரு முடிவை எட்டும்போது, பகைமையாலும் கலகத்தாலும் நிழல் படிந்தன. 1600இல் அக்பர் தக்காணத்தில் இருந்தபோது, எதிர்கால ஜஹாங்கீரான இளவரசன் சலீம் ஆக்ராவைக் கைப்பற்ற முயன்றான்; 1602இல் தன்னைப் பேரரசனாகப் பிரகடனப்படுத்தினான்; 1605இல் அக்பரின் இறப்புக்குச் சில வாரங்களுக்கு முன்னர், மௌரியரின் கல்வெட்டு மற்றும் சமுத்திரகுப்தனின் கீர்த்தியை ஒட்டித் தன் வம்சாவளியைப் பதிவுசெய்து, இந்திய இறையாண்மையின் பெயரில், அலகாபாத்தின் அசோகத் தூணை மீண்டும் நிலைநாட்டினான். இப்போது மூத்த தளபதியும் அக்பரின் நினைவுக் குறிப்பாளருமான அபுல்ஃபாஸல், இளவரசனை எதிர்கொள்ளுமாறு அனுப்பப்பட, அக்பரின் ஆணையால் கொல்லப்பட்டார். தந்தையுடனான சமரசத்திற்குப் பிறகு சலீம்/ஜஹாங்கீரின் ஆட்சியுரிமை பிரச்சினை தீர்ந்ததாகத் தோன்றினாலும், சலீமின் மூத்த மகன் இளவரசன் குஸ்ருவை விரும்பிய பிரபுக்கள் கூட்டத்தால் எதிர்க்கப்பட்டான். ஆனால் ஜஹாங்கீர் பேரரசராக நியமிக்கப்பட்டதும், குஸ்ரு வடக்கே சென்று, லாகூரை முற்றுகையிட்டான்; யுத்தத்தில் அடக்கப்பட்டு, கைதாகி, தந்தையின் அறிவுரைப்படி குருடாக்கப்பட்டான்.

அறிவு விளக்கம் தருவதும் ஆனால் வெகுளித்தனம் மிக்கதுமான தன் நினைவுக் குறிப்பில் ஜஹாங்கீர் விளக்குகிறார்: 'இறையாண்மை, தந்தை-மகன் உறவு நிலையை எண்ணிப் பார்ப்பதில்லை. ஒரு மன்னன் யாரையும் தன் உறவினராகக் கருதலாகாது.[12] சகோதரர்களுக்கிடையே இருப்பது போல, தந்தை-மகனுக்கு இடையிலான அவநம்பிக்கை, மொகலாயக் காலகட்டத்தில் அடிக்கடி நிகழ்வதாய் இருந்தது; வெளியூரிலிருந்து வரும் வேறெந்த அச்சுறுத்தலை விடவும் மிகவும் தீவிரமானதும் செலவு பிடிப்பதுமாக உள்நாட்டு நெருக்கடிகள் இருந்தன. 'மனிதனுடன் சேர்த்து வளர்க்கப்பட்டாலும் ஓநாயின் குட்டி ஓநாயாகவே வளரும்.' இது பொருத்தமானதாய் இருந்தது. 1622இல் ஜஹாங்கீரின் அபிமானத்திற்குரிய இரண்டாவது மகனும் ஷாஜஹானாக ஆட்சிப் பொறுப்பேற்றவனுமாகிய இளவரசன் குர்ரம், தன் அண்ணனை (குருடாக்கப்பட்ட குஸ்ரு) கொன்று, பின் தந்தைக்கு எதிராகக் கலகம் செய்தான். குட்டி, ஓநாய்க்குத் தகுதியானதாயிருந்தது. நான்காண்டு காலம் களத்திலோ பின்வாங்கும்போதோ ராணுவத்தினரை ஆனந்தமாக ஆடுமாறு செய்தான் ஷாஜகான். 1627இல் ஜஹாங்கீர் இறப்பதற்கு 18 மாதங்கள் இருக்கும்போதே தந்தையும் மகனும் சமரசத்திற்கு

மாபெரும் மொகலாயர்

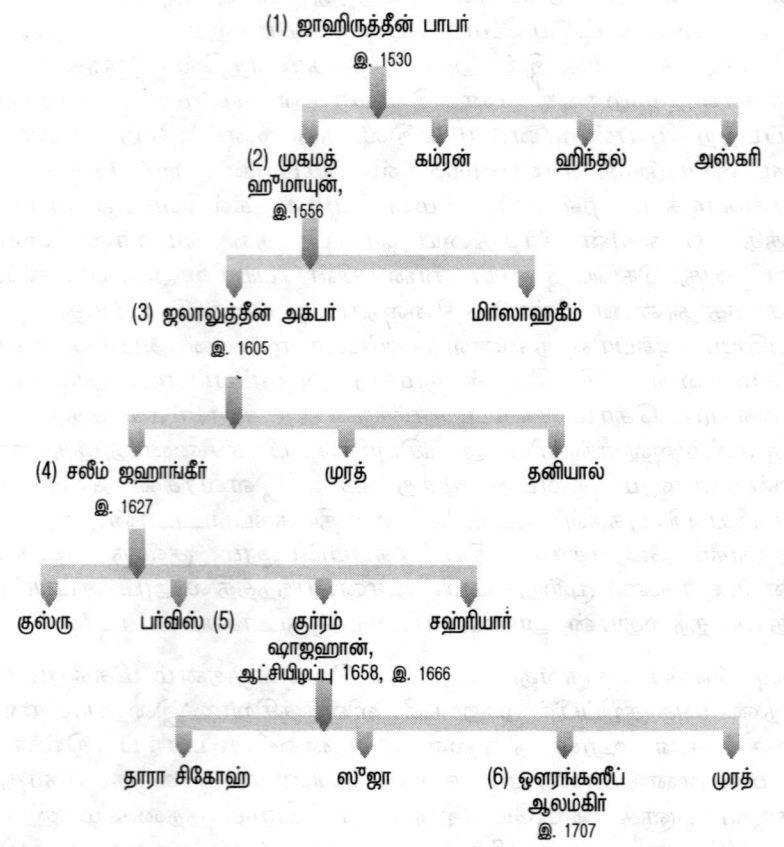

வந்தனர். எஞ்சியிருந்த ஒரு சகோதரனையும் எண்ணற்ற ஒன்றுவிட்ட சகோதரர்களையும் கொல்லுமாறு உத்தரவிட்டு ஷாஜஹான் ஆட்சியுரிமை கோரியபோது ரத்தக்களரி ஏற்பட்டது.

அப்படியே போய்க்கொண்டிருந்தது இது. குறைந்தது தந்தையைக்கூட உறவினராகக் கருதாமல், ஷாஜஹானின் நான்கு மகன்களும் தனித்தனியே அவரை எதிர்த்தது போன்றே தமக்குள்ளும் ஒருவரையொருவர் எதிர்த்துக் கொண்டனர். ஔரங்கஸீப் இப்போட்டியில் வென்று, 1658இல் தந்தை ஷாஜஹானைப் பதவியிலிருந்து இறக்கி, ஆக்ரா கோட்டையில் எஞ்சிய காலத்திற்கும் சிறைவைத்தான்-ஷாஜஹான் ஜஹாங்கீரை

நடத்த முற்பட்டது போல, ஜஹாங்கீர் அக்பரை நடத்த முற்பட்டது போல அவன் நடத்தையை நியாயப்படுத்தியது போன்றிருந்தது. ஔரங்கஸீபே தன் சந்ததியால் சவாலுக்குள்ளாக்கப்பட்டதில் ஆச்சரியமில்லை.

பதினேழாம் நூற்றாண்டின் பெரும் பகுதியும் மொகலாய ஆட்சியை இருண்மைப்படுத்துவதாக விரிவாக்கம் செய்யும் முயற்சிகளையும் குழப்புவதாக அகப்பூசலின் தீவிரம் இருந்தது. இளவரசன் குர்ரம் (ஷாஜஹான்) அப்போது 'பிரியத்திற்குரிய மகனா'க இருந்து, மேவாரின் ரஜபுத்திரர்களை அடிபணியச் செய்ததுதான், தன் ஆட்சிக் காலத்தின் போது ஜஹாங்கீர் செய்த ஒரே உருப்படியான வெற்றியாகும். ராணா உதய்சிங் சித்தூரிலிருந்து வெளியேறி, அக்பர் அதனைக் கைப்பற்றியதிலிருந்து, மேவாரின் ஸெஸோடியாக்கள் தம் படையினரைத் திரட்டி, ராணா அமர்சிங் தலைமையில் தம்மை அடக்க முயன்ற மொகலாய முயற்சிகளை முறியடித்தனர். இப்போது பெரும்படையின் தலைமையிலிருந்த குர்ரம்-ஷாஜஹான் பெரும் முற்றுகைகளை விடவும் அடிபணிய வைப்பதிலேயே கவனமாயிருந்தான். பெரும் யுத்தம் நிகழவில்லை; 'ராணா வெல்லப்பட்டதை விடவும் விலைக்கு வாங்கப்பட்டான் அல்லது ஆயுதத்தை விடவும் அன்பளிப்புகளால் சரிசெய்யப்பட்டான்' எனப் பரிகாசத்துடன் குறிப்பிட்டார் ஆங்கிலேயத் தூதுவர் ரோ.[13]

இருப்பினும், அரசவையில் ராணா அமர்சிங்கின் மகன் வருகை செய்தது, மேவாரின் அவமானத்திற்கு நிரூபணமாயிருந்தது. பாபரும் அக்பரும் தோற்றிருந்த இடங்களிலேயே வெற்றி பெற்றதுடன் திருப்தியுற்ற ஜஹாங்கீர், வெற்றியில் மாட்சிமையுடன் நடந்துகொண்டான்; இளம் மேவார் இளவரசனோ தனிப்பட அடிபணிந்து தன் மானத்தைக் காப்பாற்றிக்கொள்ள முற்பட்டான். அமர்சிங்கை அடுத்துவந்த ஆட்சியாளர்கள், குர்ரம்-ஷாஜகானுடன் இணக்கமாயிருந்தனர்; அதிகாரத்தில் இருந்தபோது கலகம்-ஆதரவின்போது அவர்களிடம் புகலிடம் பெற்றவன் ஷாஜஹான்.

ஷாஜஹான் பேரரசனாகவும் ஜகத்சிங் ராணாவாகவும் இருந்தபோது, ஜகத்சிங் உதய்பூர் ஏரியைத் தீவுடன், வெண் பளிங்குக் கற்களால் கட்டினான்; பிற்பாடு அது புகழ்மிக்க ஜக்நிவாஸ்/ஏரி அரண்மனையாகப் புனரமைக்கப்பட்டது.

ஆனால், அடுத்த மொகலாய ஆட்சியுரிமை பிரச்சினையின்போது ராணாவின் நிலை மோசமானது. வெற்றிகரமான ஔரங்கஸீபுக்குத்

தந்தையின் சகாக்களையோ அல்லது இந்து இளவரசரின் அரைபாதி விசுவாசங்களைக் கவனிக்கவோ நேரமில்லை. ஒவ்வொரு ரஜபுத்திரரும் அடிபணியும் மொகலாய அமீராக (பிரபுவாக) இருக்கவேண்டும்: இல்லாது போனால் துரத்தியடிக்கப்படுவார்.

இதற்கிடையே எல்லைப்புறங்களில் ஜகாங்கீரும் ஷாஜஹானும் அக்பரைப் பின்பற்றிட முயன்றனர். அரிதாகவே வென்றனர். இப்போது வங்காள தேசமாயுள்ள கிழக்கில், மொகலாய ஆட்சியின் கீழ், அஹோம் மக்கள் அஸ்ஸாமில் மொகலாய விரிவாக்கத்தை முறியடித்தனர், இமாலய அடிவாரத்திலுள்ள வடக்கில், 1618இல் குர்ரம்-ஷாஜஹான் காங்ராவின் (இப்போது இமாசலப் பிரதேசத்தில்) மாபெரும் கோட்டையைக் கைப்பற்றினான். அப்போது இன்னும் பேரரசனாக இருந்த ஜஹாங்கீர், இவ்வெற்றியைத் தன்னுடையதாகக் கூறிக்கொண்டான்: 'இஸ்லாத்தின் வாளும் முகமதிய மதத்தின் கீர்த்தியும் இந்துஸ்தானத்தை ஆண்டு வருவதிலிருந்து, யாராலும் இதனைத் தோற்கடிக்க இயலவில்லை.'[14] 600 ஆண்டுகளுக்கு முன் கஜினி முகம்மது நாகர்கோட்டின் கோட்டையைத் தகர்த்திருந்தான் என்பது அவனுக்குத் தெரியாது. காஷ்மீரின் எல்லைப் புறங்களில் சிறுசிறு வெற்றிகள் தொடர்ந்தன. அதன் வில்லோ மரங்கள் சூழ்ந்த ஏரிகளும் இதமான தட்பவெப்பமும், தந்தையின் ஆட்சிக்கால இறுதியில் பெற்றிருந்த வெற்றியும் ஜகாங்கீரை வசீகரித்த நிலையில், உ.பி.யிலுள்ள சிறு மலை நகரமான கார்வாலின் ராஜா அடிபணிந்தான்.

இவற்றில் எந்த இடமும் அவற்றைக் கைப்பற்றியதற்கான செலவை ஈடுசெய்யவும் இயலாது, மேலும் அவை எவ்விதக் கேந்திர முக்கியத்துவமும் இல்லாதவை. வணிகரீதியிலும் கேந்திரத் தன்மையிலும் முக்கியத்துவம் வாய்ந்த, தெற்கு ஆஃப்கானின் தலைநகரம் கந்தகார், ஹுமாயுனால் பாரசீகர்களுக்குப் பிரித்தளிக்கப்பட்டு அக்பரால் மீட்கப்பட்டிருந்தது; மீண்டும் இழக்கப்பட்டது. 1622இல் பாரசீகத்தின் மாபெரும் ஷா அப்பாஸ் அந்நகரின் மீது முன்னேறி வந்தபோது, அதன் தற்காப்பிற்காகப் படையை அனுப்புமாறு குர்ரம்-ஷாஜஹானுக்கு ஆணையிட்டான் ஜஹாங்கீர். தான் ஓரங்கட்டப்படுவதாக ஏற்கெனவே சந்தேகம் கொண்டிருந்த ஷாஜஹான் அந்த உத்தரவைச் சரிவர நிறைவேற்றாததால், கந்தகார் ஷாவின் பிடிக்கு வந்தது. இந்நகரைக் கைப்பற்றிட ஷாஜஹான் மீண்டும் மீண்டும் முயன்றும் பலனில்லை. அதுபோலவே வடக்கு ஆஃப்கனுக்குள் இருமுறை நுழைய முயன்ற ஷாஜஹானின் படையெடுப்புகளும்.

பால்ஜ் மற்றும் படாஷ்கான் என்ற இரு இலக்குகளும் நழுவின, சாமர்கண்டில் ஒரு திமுரித்தை அமரவைக்கும் கனவும் பொய்த்தது.

சற்று மிருதுவானதாயும் அதிக வெகுமதியளிப்பதாயும் தக்காணம் இருந்திருக்கவேண்டும். பதினேழாம் நூற்றாண்டின் ஆரம்பத்தில், இப்போது அகமது நகர் (மராட்டியத்தில்), கோல்கொண்டா (பிற்பாடு ஹைதராபாத்), பீஜபூராக (கர்நாடகத்தில்) உள்ள பாமினி சுல்தான்களின் வாரிசுகளுடைய-இன்னும் பிரிந்து கிடந்தது-விஜய நகரத்தை வெற்றிகொள்ளும் பொருட்டுச் சிறிதுகாலம் ஒன்றுபட்டிருந்தன. அக்பர் தன் ஆட்சிக்கால இறுதியில், அகமது நகர் மீது பல தாக்குதல்கள் தொடுத்து தன் முதல் நகர்வை மேற்கொண்டார்; 1600இல்தான் அந்நகரையே கைப்பற்ற முடிந்தது. பீஜப்பூருடனான பகைமையால் நலிவுற்றிருந்த அகமது நகரை அது நிலைகுலைய வைத்தது. இக் குழப்பத்தில் மிகத் திறமைசாலியான மன்னரை உருவாக்குபவன் எழுந்தான். ஆப்பிரிக்க நீக்ரோவான மாலிக் அம்பர், பாக்தாத்தில் அடிமையாக விற்கப்பட்டு, தக்காணம் கொண்டுவரப்பட்டு, எண்ணற்ற ராணுவ சாகசங்கள் நிகழ்த்தித் துரிதமாக முன்னேறி, இப்போது, தளபதி மற்றும் கொள்கையை உருவாக்குபவன் என்ற அளவில் அகமது நகர் சுல்தான் அரசைப் புதுப்பிக்க முற்பட்டான். நிர்வாகியாக இந்துக்கள், முஸ்லீம்களுக்கிடையே பாரபட்சமின்றி நடந்து, மொகலாய அரசில் ராஜா தோடர்மால் மேற்கொண்டிருந்த பல சீர்திருத்தங்களைப் பின்பற்றினான். தளபதி என்ற நிலையில் அவருக்கு எஜமானரோ இணையானவரோ யாருமில்லை. கொரில்லா போர்த் தந்திரங்களில் பரிச்சயமிகுந்திருந்த அவன், குதிரைப்படை வீரரைப் பெரிதும் சார்ந்திருந்தான். மேல் மகாராஷ்ட்ராவின் வீரமரபு இந்து உயர் வகுப்பினரிடமிருந்து உருவானவர்கள் இக்குதிரைப்படை வீரர்கள்-இப்போது மராட்டியர் எனப்பட்டனர். மற்ற மராட்டியர் பீஜப்பூர், கோல்கொண்டா படைகளில் பணியாற்றினர். தக்காணத்தின் குளறுபடியான விவகாரங்கள் அதிகரித்துவந்த நிலையில், இம்மராத்தியத் தலைவர்கள் மாலிக் அம்பரைப் பின்பற்றித் தாமாகத் தாக்குவர்.

ஜஹாங்கீர் ஆட்சிக்காலம் முழுதும், 'கரியமுகமுடைய அம்பர்' தனக்கு எதிரான மொகலாயப் படையெடுப்புகளில் பலவற்றைத் தோற்கடித்தான். ஒரு கட்டத்தில் வடக்கில் மால்வாவின் மாண்டுவரையும் படையெடுத்துச் சென்றான், இன்னொரு கட்டத்தில் பீஜப்பூரை முற்றுகையிட்டான். தோல்விகளிலிருந்து

மீண்டான், இழப்புகளைச் சரிக்கட்டினான், சரணடைவதை விலக்கினான். 1624இல் அகமது நகர் அருகே பட்வாடியில் மாலிக் அம்பர், மொகலாய-பீஜப்பூரின் கூட்டுப்படையை அவ்வளவு கடுமையாகத் தோற்கடித்தான். இறுதி நகைமுரண் என்னவென்றால், தான் பாதிக்கப்படக் காரணமாயிருந்த தளபதி குர்ரம்-ஷாஜஹானால் அணிசேர அழைக்கப்பட்டதுதான். அது 1625இல் ஷாஜஹான் தன் தந்தைக்கு எதிராகக் கலகம் செய்தபோது, ஆப்பிரிக்காவின் முன்னாள் அடிமை 'உலகின் மன்னரை வரவேற்க', இருவரது படையினரும் புர்ஹான்பூரிலுள்ள மொகலாயரின் தக்காணத் தலைமையகத்தை முற்றுகையிட்டனர்.

மாலிக் அம்பரைப் பொறுத்தமட்டில், தோல்வியென ஒன்றில்லை; 1626இல் அவனது இறப்பு மட்டுமே மாற்றமுடியாததாயிருந்தது. அதன்பின் அகமது நகரின் வாரிசுகள் தடுமாறினர்; சற்றுத் திறமைமிக்க மராத்திய தலைவன் சாஜி முயன்றுபார்த்தும் பயனில்லை; 1630களின் மத்தியில் மொகலாய ஆட்சிப்

இதிமத்தௌளலா குடும்பத்துடன்
மாபெரும் மொகலாயரின் பரஸ்பரத் திருமணம்

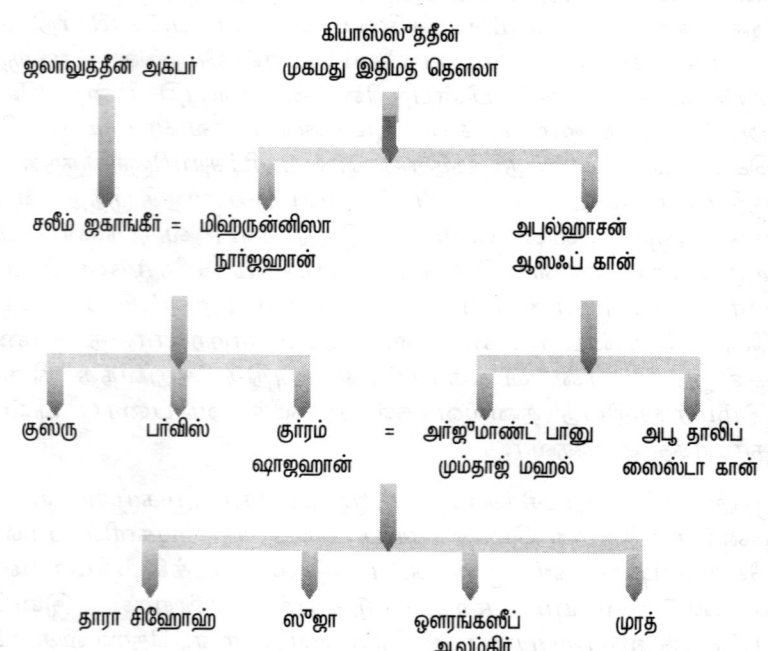

பகுதிகளுடன் அதனை ஷாஜஹான் இணைத்துக்கொள்ளும் வரை அவ்வரசு உயிர்பிழைத்திருந்தது. இவ்வெற்றியைத் தொடர்ந்து 50,000 படைவீரர்களைக் கொண்டு வலுவாயிருந்த கோல்கொண்டா-பீஜப்பூர் அரசுகளை அடிபணியுமாறு வற்புறுத்த, அவை இணங்கின. இது சந்தேகத்திற்கிடமின்றி பெரும் வெற்றிதான்; மொகலாய இறையாண்மையைத் தீபகற்பத்திற்குள் ஆழமாக நீட்டித்தது.

ஆனால் இது நகைமுரணாக சுல்தான் அரசுகளை உருவாக்குவதாயும் இருந்தது. மொகலாயர் அதிகாரத்தை ஏற்றுக்கொண்டதால், அது அவர்தம் செயல்பாட்டுச் சுதந்திரத்தை வரம்புக்குட்படுத்தவில்லை; இப்போது அவர்தம் வடக்கு எல்லைப்புறங்கள் பாதுகாப்பாயிருக்க, விஜயநகர நாயக்கர்களின் ஆட்சிப் பகுதிகள் உள்ள தெற்கில், பீஜப்பூரும் கோல்கொண்டாவும் படையெடுக்கத் தொடங்கின. சாந்தோமிலுள்ள போர்த்துக்கீசிய குடியிருப்பு மற்றும் மெட்ராஸிலுள்ள-கிழக்கு இந்தியக் கம்பெனியின் ஃபிரான்ஸிஸ் டே அங்கே கட்டட அனுமதிக்காக உள்ளூர் நாயக்கரிடம் விண்ணப்பித்தார்- ஆளரவமற்ற கடற்கரை உள்ளிட்ட இப்போது வடக்குத் தமிழ்நாடாக இருப்பதன் பெரும்பகுதி கோல்கொண்டா ஆட்சியின் கீழ் இருந்தது. பீஜப்பூர் தெற்கு கர்நாடகத்தை (நவீன மைசூர்/பெங்களூர் பகுதி)யும் சோழர் ஆட்சிப் பகுதியைச் சேர்ந்த தெற்குத் தமிழ்நாட்டையும் கொண்டிருந்தது.

காவேரியின் முகத்துவாரத்திற்கு முஸ்லீம் ஆட்சியை விரிவுபடுத்திய தக்காண சுல்தான் அரசுகள் கல்ஜி-துக்ளக் சுல்தான்களின் வெற்றிகளைப் புதுப்பித்தன. இம் முன்னவர்களைப் போல, அவையும் வளம்பெற்றன; மராட்டியருடன் சேர்ந்து அவையும் அவற்றின் வளமும் வலிமைமிக்க ஔரங்கஸீப்பை உறுத்தின. மொகலாய தக்காணத்தில் ஷாஜஹானின் ஆளுநராகவும் போலவே பேரரசராகவும் ஔரங்கஸீப் நீண்டகாலம் தக்காணத்தைத் தன் இல்லமாகக் கொண்டிருந்தார். உண்மையில் அவரது அதிகார முயற்சியில் முக்கிய அம்சமாகத் தக்காணம் விளங்கியது.

தகுதியுள்ளதே பிழைக்கும் என்ற நம்பிக்கை கொண்டிருக்க முடியும் என்று குளறுபடியான மொகலாய வாரிசுரிமை குறித்துச் சொல்லமுடியும். இதில் மிகத் திறமைசாலிகளான, வசீகரமிக்க, நீண்டகாலம் வாழ்ந்த ஆட்சியாளர் சிலர் வந்தனர். அபினுக்கு அடிமையான ஒருவரும் மதுவுக்கு அடிமையான ஒருவருமாகிய முறையே ஹுமாயுனும் ஜஹாங்கீரும்கூட, திறமைசாலிகளான

மனைவியரையும் ஆலோசகரையும் தெரிவு செய்தனர். 1611இல் ஜஹாங்கீர், ஆஃப்கானிய அமீர்களில் ஒருவரது விதவையான 30 வயதுப் பெண்ணை மணந்துகொண்டான். அவளது தந்தை, பாரசீகத்தைச் சேர்ந்தவரான இதிமத்தௌலா, அவனது ஆலோசகராயும் அமைச்சராயும் விளங்கினார்; அவளது சகோதரன் ஆஸஃப்கான், அவனது வெற்றிகரமான தளபதியரில் ஒருவன்; பின்னர் நூர்ஜஹான் (உலகின் ஒளி) எனப்பட்ட அவள், மன்னன் நலிவுற்றிருந்தபோது இணை ஆட்சியாளராக விளங்கினாள். 'அவனை (ஜஹாங்கீர்) நிர்வகித்து, தன் விருப்பப்படி அழுத்தம் தந்தாள்'[15] அவளது பெயரில் நாணயங்களும் வெளியாயின. இன்னொரு உதாரணம், முதலாம் சந்திரகுப்தனின் லிச்சாவி அரசியின் பெயரில் நாணயங்கள் வந்திருந்தது.

நூர்ஜகானின் செல்வாக்கு அடுத்த ஆட்சிக் காலத்திற்கு நீடித்திருக்க வேண்டும். அவளது சகோதரன் ஆஸஃப்கான், கலகத்தின் போது ஷாஜஹானுக்குத் துணை நின்று, ஷாஜஹான் ஆட்சிக்கு வந்தபோது நெருங்கிய ஆலோசகரானான். மேலும் ஆஸஃப்கானின் மகள், புகழ்வாய்ந்த மும்தாஜ் மஹல், ஷாஜஹானின் அபிமானத்துக்குரிய துணைவிதான். இருப்பினும் தன் சகோதரன் மகளது கணவனைக் கட்டுப்படுத்துவதில் சந்தேகமிக்க நூர்ஜஹான், இன்னொரு எண்ணம் கொண்டிருந்தாள். ஷாஜஹானின் சகோதரரில் ஒருவனும் எதிரியுமான இளவரசன் சஹ்ரியருக்கு, நூர்ஜஹானின் முதலாவது திருமணத்தின் வாயிலாகப் பிறந்த மகளை மணம் செய்து தந்தாள். ஜஹாங்கீர் இறந்தபோது, நூர்ஜஹானின் உதவியுடன் ஆட்சிக்கு வர சஹ்ரியார் முயன்றான். அவன் ஆஸஃப்கானால் வெற்றிகொள்ளப்பட்டதுடன் தோற்கடிக்கப்பட்டுக் கொல்லப்பட்டான். நூர்ஜஹானின் செல்வாக்கு முடிவுற்றது. மாறாக அவள், ஜஹாங்கீருக்கு சற்றுமுன் இறந்த தன் தந்தை இதிமத் தௌலாவுக்குக் கல்லறை எழுப்புவதில் ஈடுபட்டாள்.

கற்கள் பதித்து வெண்பளிங்கால் ஆன ஆக்ராவின் கம்பீரமான இதிமத்தௌலா கல்லறை, மொகலாயக் கட்டடக் கலையின் காவிய காலத்தை வரவழைக்கின்றது. மொகலாய ஓவியத்தைத் தீவிரமாக ஆதரித்தவராக நினைக்கப்படும் ஜஹாங்கீர், நினைவுச் சின்னங்களை எழுப்புவதிலும் சளைத்தவரில்லை-சிக்கந்தரா (ஆக்ரா அருகே) விலுள்ள அக்பரின் ஐந்தடுக்கிலுள்ள விமானமற்ற கல்லறை அவரது மேற்பார்வையில் நிர்மாணிக்கப்பட்டது. ஷேர்ஷாவின் சஸ்ஸாராம் போல, இதன் பாணி இஸ்லாமின் இறுதிச் சடங்கு சம்பிரதாயங்களை விடவும் இந்திய-

இஸ்லாமிய மாளிகை கட்டடக் கலையைச் சார்ந்ததாகும். நுழைவாயிலின் மினாரெட்கள் மட்டுமே இஸ்லாம் சார்ந்தவை; முப்பதாண்டுகளுக்குப் பிறகு ஷாஜஹானின் தாஜ்மஹாலை அலங்கரிக்கும் வெண்பளிங்குக் காவலாளிகள் ஆயின.

லாகூர், அலகாபாத், ஆக்ராவில் ஜஹாங்கீர் நிர்மாணிக்கவே செய்தான்; காஷ்மீரிலும் பஞ்சாபிலும் தோட்டங்கள், நீர்நிலைகளுடன் நினைவுச் சின்னங்களை எழுப்பினான். ஆனால் அவனது மகன் ஷாஜஹானின் பெரும் ஆதரவால்தான் வடஇந்தியாவின் அற்புதமான கற்பனையின் படைப்புகள் உருவாயின. மொகலாயரின் மாட்சிமை-வல்லமை, அதுபோன்றே அவர்களது படாடோபம்-ஒடுக்குமுறைக்கு இன்னும் பெரிய சாட்சியம் இருக்க முடியாது.

ஷாஜஹான் காஷ்மீரின் ஷாலிமார் தோட்டத்திலுள்ள கருப்புப் பளிங்குக் கூடத்தையும் அஜ்மீர் அரண்மனையிலுள்ள வெண்பளிங்குக் கூடத்தையும் நிர்மாணித்தான்-இரண்டுமே கவனிப்பாரின்றிக் கிடக்கின்றன. லாகூரில் மசூதிகளையும் அவன் கட்டினான்; மேலும் லாகூரின் ஜஹாங்கீர் கல்லறைக்கும் அவனே பொறுப்பாவான். ஆனால் அவன் தன் நினைவைக் கீர்த்தியுடன் விட்டுச் சென்றிருப்பது ஆக்ராவிலும் டெல்லியிலுமே. தெய்வீகத்தைச் சந்தித்த இறையாண்மையின் வெளிப்பாடுகளாய் இரண்டிலும் காணப்பட்டன. சம்பிரதாயமற்ற பாபரின் அலைந்து திரியும் அணியும் அக்பரின் பட்டவர்த்தனமான கலந்துரையாடலும் பிரம்மாண்டமான, குறியீட்டுத் தன்மையிலான நினைவுச் சின்னங்களை முன்வைத்தன. இப்போது ‘உலகின் மன்னர்’ வெண்பளிங்கினாலான வெயில் படியும் முற்றத்தில் தலைமை தாங்கினார்; பிரகாசிக்கும் ஒளி வட்டத்திற்குள் அவரது உருவச் சித்திரங்கள் நிமிர்ந்து நின்றன-இது கிறித்தவ மரபின் உத்வேகம் பெற்றது. பத்து மில்லியன் ரூபாய் மதிப்பில் வைரங்கள் பதித்த மயில் சிம்மாசனத்திலிருந்து அவர் தர்பார் நடத்தினார். அரசவை-ஆலோசனைக் குழுவின் சடங்குகள், உடைகள்-பேச்சு சார்ந்த சம்பிரதாயங்களெல்லாம் கல்லில் வடிக்கப்பட்டன. கட்டடக்கலை போல மாபெரும் மொகலாயரின் சாத்தியமற்ற மாட்சிமையை உயர்த்திக் காட்டவும் மாட்சிமைப்படுத்தவும் அவை வடிவமைக்கப்பட்டன.

ஷாஜஹானின் பேராசைமிக்க படைப்புதான் இன்னொரு டெல்லி. ஏகாதிபத்தியத் தலைநகராக இருக்கும் ஆக்ராவை ஒதுக்கிவிட்டு, துக்ளகாபாத் போல வெறுமனே கோட்டையாக

இருந்துவிடாமல், ஃபதேபூர் சிக்ரி போல மணற்கல் புனைவாக இருந்துவிடாமல், ஊர்வலத்திற்கான சாலைகள், கடைவீதிகள், கேளிக்கை விடுதிகள், மூடிய கால்வாய்கள், விசாலமான சதுக்கங்கள், பெரும் மதில்கள் சேர்ந்த முழு நகரமாய் அது இருந்தது. புதிய மதில்கள் 27 கோபுரங்களையும், 7 வாயில்கள் என 6400 ஏக்கர் நிலத்தில், 4 லட்சம் பேர் வசிக்கக் கூடியதாக இருந்தது.[16] 1639-48இல் நிர்மாணிக்கப்பட்டு, ஷாஜஹான்பாத் என்றழைக்கப்பட்ட இப்புதுடெல்லி, கல்ஜி-துக்ளக் நகரின் வடக்கே கட்டப்பட்டு, இப்போது பழைய டெல்லியாக விளங்குகிறது. அதன் கறாரான வடிவியல் மங்கி, கம்பீரமான நிழற்சாலைகள் அழித்தொழிக்கப்பட்டன. செங்கோட்டை எனப்படும் ஏகாதிபத்திய வளாகமும் மாபெரும் ஜமா மசூதியும் இருப்பதைப் போல, சில சுவர்களும் வாயில்களும் எஞ்சியுள்ளன. இம்மசூதியே அப்போது இந்தியாவின் மிகப்பெரிய மசூதியாகத் திகழ்ந்தது. மக்கள்தொகை மிக்க இந்தியாவின் உட்புற நகரங்களில் ஒன்றாக இன்னும் தலைமை தாங்கி நிற்கின்றது. பிரித்தானியர் உள்ளிட்ட அடுத்துவந்த ஆக்கிரமிப்பாளரால் சிதைக்கப்பட்டாலும், கோட்டை கம்பீரமாக நிற்கிறது; அரசு விழாக்களுக்கும் அரசியல் பிரகடனங்களுக்கும் இன்னும் குவிமையமாகவே அது இருக்கிறது.

ஆக்ராவிலுள்ள இன்னொரு செங்கோட்டை, அக்காலத்தின் ரசனையாகத் திகழ்கின்றது. பெரும் பகுதி ஷாஜஹான் கட்டியது போலவே உள்ளது-திவானி ஆம் எனப்படும் பெரும் தூண்கள் கொண்ட மண்டபமும் வெண்பளிங்கு அறைகளும், கோட்டையின் மேல் தளத்துக்குக் கூடங்களுடன் அமைந்துள்ளது. அங்கே ஷாஜஹான் தன் இறுதி ஆண்டுகளை ஔரங்கஸீப்பின் கைதியாகக் கழிக்க நேர்ந்தது. காலைநேரச் சூரிய ஒளியில், ஆற்றங்கரை மேல் பளிங்கில் பதுங்கியுள்ள பெரிய மேகத்திட்டு வரை, யமுனையை உற்றுநோக்கியபடி இருந்தான்; அங்கே அவனது அபிமானத்துக்குரிய துணைவியின் கல்லறை இருந்தது; அவனே பின்னர் அவளருகில் அடக்கம் செய்யப்படலானான்.

மும்தாஜ் மஹாலுக்காக (அரண்மனைக்குப் பிரியமானவள்) தாஜ்மஹால் எழுப்பப்பட்டது- மும்தாஜ் அஸஃப்கானின் மகளும் நூர்ஜஹானின் சகோதரர் மகளும் ஆவாள். பிரச்சினைக்குரிய காலகட்டத்தில் பேரரசருக்குத் துணை நின்று, இணை ஆட்சியாளராக விளங்கியவள். 1631இல் 14ஆம் குழந்தையை அவள் பெற்றெடுக்கையில் இறந்துவிடப் பேரரசன் துயரத்தில் ஆழ்ந்தான். அடுத்த ஆண்டு அவளது கல்லறைப் பணி

ஆரம்பித்தது. 'மற்றவையனைத்தையும் அது விஞ்சி நிற்கும். அதிகப்படியான உழைப்பும் செலவும் அதற்குப் பிடித்தது. அசாதாரண மதிநுட்பத்துடன் வடிவமைக்கப்பட்டது. பளிங்குக்கு அடுத்தபடியாகப் பொன்னும் வெள்ளியும் மிகுதியாகப் பயன்படுத்தப்பட்டன'[17] என்கிறார் 1630களில் அங்கு வந்த பீட்டர் முண்டி- இவர் ஆங்கிலேய கிழக்கிந்தியக் கம்பெனியின் ஊழியர். 1643இல் கட்டி முடிக்கப்பட்டதுமே தலைசிறந்த படைப்பாக அது ஏற்கப்பட்டது. உலகின் அதிசயங்களுள் ஒன்று எனக் கருதினார் பெர்னியர். இந்தியாவில் கட்டடக்கலை ஆய்வில் முன்னோடி ஜேம்ஸ் ஃபெர்கூஸன், அதன் அழகு இணைவுகளை 'விஞ்ச முடியாதது' என்றார். 'கனவுகளெல்லாம் கடந்துபோகும் தந்த நுழைவாயில்' என்றார் கிப்ளிங். 'நித்தியத்தின் முகத்திலுள்ள கண்ணீர்த்துளி'யாகத் தாகூருக்கு அது இருந்தது. ஹுமாயுன் கல்லறையிலுள்ள பல்பு போன்ற விமானம், இதிமத் உத்தெளலாவின் பளிங்குக் கல் பதிப்பு, அக்பரின் அரங்க வடிவமைப்பு, ஜஹாங்கீரின் நிலவியல் சேர்ந்த தோட்டங்களுடன், மொகலாய ரசனையின் வெற்றிகரமான தொகுப்பை அது பிரதிநிதித்துவப்படுத்திற்று, சொர்க்கத்தை நினைவூட்டும் பின்புலம், கடவுளின் அரியணைப் படிமமாக மாபெரும் வெள்ளைக் கல்லறையுடனுள்ள அதன் குறியீட்டியல் முற்றிலும் இஸ்லாம் சார்ந்தது. ஆனால் அதன் சிற்பக் கருத்தமைவிலும் வேலைப்பாட்டிலும், சாராம்சத்தில் இந்திய அழகியலையும் தொன்மையான இந்தியத் திறன்களையும் பலர் அடையாளங் கண்டுள்ளனர்.

தாஜ்மஹால் நிற்கும் இடம் ராஜா ஜெய்சிங்கிடமிருந்து வாங்கப்பட்டது; ஆம்பரின் மான்சிங் என்னும் ரஜபுத்திர அமீரின் கச்வாகா வாரிசு அவர். ராஜஸ்தானின் மக்ராணாவிலுள்ள கச்வாகா குவாரிகளிலிருந்து வெள்ளை மார்பிள் கற்கள் வந்தன. பேரரசை நிர்மாணிப்பதில் போலவே, கட்டடக் கலையிலும் மொகலாயரின் மேதைமை, இந்திய-இஸ்லாமிய மரபுகளை ஒன்றிணைப்பதில் ஆர்வங்கொண்டது; இந்துக்கள், ரஜபுத்திரர்கள், சக முஸ்லீம்களின் ஆதரவையும் சேர்த்துக்கொண்டனர். அதுபோலவே, மொகலாய அரசவையின் ஆட்சிமொழி பாரசீகமாக இருந்தாலும், பேரரசின் ராணுவ முகாம்களில் வளர்ந்துவந்த கலப்பு மொழி உருது ('முகாம்' என்பது நேர்பொருள்) பரவலான புழக்கத்தில் இருந்தது. பாரசீக-அரபி லிபியில் எழுதப்பட்ட, பெரும்பாலான தொடரும் சொற்கோவை வடஇந்தியாவின் சமஸ்கிருத சார்பு மொழிகளிலிருந்து பெறப்பட்டவையாகும். கவிதை, ஓவியம்,

இசை ஆகியன இதே ஒருங்கிணைப்பால் நன்மைபெற்று, இதே ஆதரவால் செழித்தோங்கின.

இவ்வம்சத்தில் ஔரங்கஸீப் ஒத்திசையமாட்டார். இந்துக்களுக்கு எதிரான பாகுபாடும் இஸ்லாமிய விழுமியங்களை முன்னெடுப்பதும் புதுப்பிக்கப்படலாயின. அதே வேளையில் மொகலாயக் கட்டடத்தின் பெரும் மரபு நின்றுபோனது. தனக்கு முந்தையவர்களின் உலகியல் படாடோபங்களால் ஔரங்கஸீப்புக்குப் பயனில்லை. கட்டடக்கலை சார்ந்து ஷாஜஹான் செலவிட்டது 29 மில்லியன் ரூபாய் எனப்படுகிறது. போர்ச் செலவினங்களுடனும் ராணுவப் பராமரிப்புக்கான வருவாய் ஒதுக்கீட்டுடனும் ஒப்பிடுகையில் இது கணிசமானதில்லை.[18] தனது ஆட்சியுரிமை சிக்கலாலேயே பிரச்சினைக்குள்ளான பேரரசை சுவீகரித்திருந்த ஔரங்கஸீப், இன்னும் பெரிய ராணுவ முன்னுரிமைகளால் நிலைகுலைந்துபோய், தன் அசுரத்தனமான வருவாயில் நினைவுச் சின்னங்களுக்காகச் சிறுதொகையை ஒதுக்கக்கூட விருப்பமின்றி இருந்தார்.

பிரபஞ்சத்தின் வெற்றியாளர்

16 மற்றும் 17ஆம் நூற்றாண்டுகளில் கட்டடக்கலை அம்சமாக செல்வாக்கு பெற்றிருந்த விமானம், மொகலாய இந்தியாவுக்கு அப்பாலும் நீட்சிகொண்டது. தாஜ்மஹால், மைக்கேல் ஆஞ்சலோவின் ஆரம்பகட்ட புனித பீட்டராலயத்திற்கு மட்டும் இரண்டாம் நிலையினதான, சர் கிறிஸ்டோபர் ரென்னின் சற்றுப் பிந்தைய புனித பால் ஆலயம் ஆகியவற்றை விஞ்சக்கூடியது பீஜப்பூரின் கோல்கும்பஸ். கச்சிதமான பண்பாட்டு ஒத்திசைவு பெற்ற இது போற்றப்படாது போயிற்று.

மொகலாயரின் மசூதிக்கு மசூதி, கல்லறைக்குக் கல்லறை எனக் கட்டிக் கொண்டிருந்தனர் பீஜப்பூரின் தக்காண சுல்தான்கள்; சற்றுக் குறைந்த அளவிலே மேற்கொண்டனர் கோல்கொண்டாவின் அண்டைவீட்டார்; 1570களிலிருந்து இதில் மும்முரமாய் இருந்தனர்; ஆக்ராவின் கட்டடக்கலை தாஜ்மஹாலில் உச்சம் தொட்டதுபோல, பீஜப்பூருடையது கோல் கும்பஸில் உச்சம் கண்டது. பகோடா போன்ற கோபுரங்களுடன் நான்கு சதுரம், ஏழு அடுக்குகள், ஒவ்வொரு மூலையிலும் அசாதாரணமான தேர்ச்சியுடன் கோல் கும்பஸ் திகழ்கின்றது. வெளிறிய பூச்சு ஒருவித வெதுவெதுப்பைத்

தர, வலிமையில் அழுத்தம் காணப்படுகிறது. அரசியின் கல்லறையாக தாஜ் ஒரு பெண்மையின் நளினத்தைப் பெற்றிருக்க, சுல்தானின் கல்லறையான கோல்கும்பஸ் ஆண்மையின் வீச்சைக் கொண்டுள்ளது.

36 ஆண்டுகளின் ஆட்சிக் காலத்திற்குப் பிறகு இரண்டாண்டுகளில் இறந்த சுல்தான் முகமது அடில்ஷா-வுக்காக 1659இல் கட்டி முடிக்கப்பட்டது அது. அவரது தந்தை, இரண்டாம் இப்ராஹிம் அடில்ஷா 47 ஆண்டுகள் (1580-1627) ஆட்சிபுரிந்தார்-பூசல் மண்டிய பீஜப்பூர் அதுவரை அத்தகைய நீண்ட ஆட்சிக் காலத்தைக் கண்டிருந்தது இல்லை. கலைகளின் புரவலராகவும் சகிப்புத்தன்மைமிக்க ஸன்னி முஸ்லீமாகவும் இருந்து, தனது ஷியாக்கள் மற்றும் இந்துக்களை அவர்தம் விருப்பப்படி வழிபட அனுமதித்து, இப்ராஹீம் மாட்சிமைமிக்க ஆட்சிக்காகத் தக்காண சுல்தான்களின் கீர்த்தியை உயர்த்தினார். 'அவர் தேவையற்ற போரினை விரும்பவும் இல்லை' என்கிறார் ஃபெரிஷ்டா; அவர் இப்ராஹிமின் பாதுகாப்பில் *History of the Rise of Mohammedan power*-ஐ எழுதினார். 1600இல் அக்பர் அகமது நகர் மீது படையெடுத்ததுடன் அப்படியே நின்று போகிறது இவ்வரலாறு. இப்போராட்டத்திலும் அவசியமான போரிலும் இழுக்கப்பட்டிருந்தார் இப்ராஹீம். முகம்மது அடில்ஷாவின் கீழ், பீஜப்பூர் மொகலாய உயர்வினை ஏற்கக் கடமைப்பட்டிருந்தது; மைசூர், தமிழ்நாட்டு வெற்றிகளில் இழப்பீடு பெற்றது. நாளடைவில் பீஜப்பூரின் ஆட்சி, மேற்கில் கொங்கண-மலபார் கடற்கரைகளிலிருந்து கிழக்கில் தெற்கு சோழமண்டலக் கடற்கரை வரை தீபகற்பத்தில் பரவியிருந்தது. அங்கே செஞ்சியின் மூன்று கோட்டைகள் கைப்பற்றப்பட்டன. மதுரை மற்றும் தஞ்சையின் நாயக்கர்கள் முகம்மது அடில் ஷா தலைமையை ஏற்றனர்.

எனினும் அதுவொரு நொய்மையான பேரரசே. தென்னக வெற்றிகள் ஷாஜி போன்ஸ்லே போன்ற மராட்டியரின் செயல் தந்திரத் திறன்களால் அடையப்பெற்றவையாகும்; ஷாஜி, அகமது நகர் சுல்தான் அரசின் பிற்கால ஆதரவாளனாக விளங்கி, அதன்பின் தன் விசுவாசத்தை பீஜப்பூரிடம் காட்டியவர்; தெற்கில் விரிவான வெற்றி பெற்றிருந்தும், பீஜப்பூருக்கு விசுவாசமாய் இருந்தார். ஆனால் மராட்டிய அரசை நிறுவிய அவரது மகன் சிவாஜி அப்படியில்லை. 1647லேயே 17 வயதான சிவாஜி, அரசின் வடமேற்கில் பீஜப்பூரின் அதிகாரத்தை நலிவடையச் செய்தார். திறமைசாலியான அவர் ஈவிரக்கமின்றி, மேற்குமலைத்

தொடர்களின் மராட்டியத் தாயகத்தில் அண்டையிலுள்ள தேஷ்முக்குகளின் (நிலப்பிரபுக்கள்) கோட்டைகளுக்குள் அனாயாசமாக நுழைந்தார்-பூனேயைச் சுற்றி சுதந்திரமான மராட்டிய மண்டலத்தை உருவாக்குவது அவரின் நோக்கம். அது கரடுமுரடான நிலப்பகுதி. முன்னர் அகமது நகரின் பகுதியாக இருந்தது, பீஜப்பூர் மொகலாய இறையாண்மையை ஒப்புக் கொண்டதும், அதனிடம் மாற்றப்பட்டது. தக்காணத்தின் நேரடியாக நிர்வகிக்கப்பட்ட மொகலாயப் பிரதேசத்திற்கு அருகிலும் அது இருந்தது. எனவே மராத்தியரின் நடவடிக்கைகள் மொகலாயப் பேரரசருக்கும் பீஜப்பூர் சுல்தானுக்கும் கவலைக்குரியனவாக இருந்தன. இஸ்லாமிய எஜமானரையும் எதிரிகளையும் ஒருவருக்கு எதிராக மற்றவரை விளையாடவிட்டு வேடிக்கை பார்ப்பவர் சிவாஜி.

1652இல் இன்னும் பேரரசனாக இருந்த ஷாஜஹான், தன் மூன்றாவது மகன் ஔரங்கஸீப்பைத் தக்காணத்தின் ஆளுநராக நியமித்தான். சிறந்த நிர்வாகியும் அனுபவமிக்க தளபதியும் தனது முப்பதுகளில் இருந்தவருமான ஔரங்கஸீப், தக்காண சுல்தான்கள் தொடர்பாக நேரிய கொள்கைகளை உருவாக்கினார். சுல்தான் அரசுகளின் மீதான இருபதாண்டு மொகலாயக் கட்டுப்பாடு, தொந்தரவையும் அலட்சியத்தையுமே ஏற்படுத்திற்று. அத்துடன் ஔரங்கஸீப் போன்ற வைதிக ஸன்னி முஸ்லீமுக்கு, அதிகப்படியான ஷியா சமுதாயத்தினரும் இந்து மயமான சம்பிரதாயங்களும் ஏற்க முடியாதனவாக இருந்தன. இணைப்பை விடவும் கண்காணிப்பே தீர்வாய் இருந்தது, இதனை நோக்கி ஔரங்கஸீப் நகர்ந்தார்-வடதமிழகத்தின் வெற்றியாளராக அளப்பரும் அதிகாரத்திற்கு உயர்ந்திருந்த, கோல்கொண்டா சுல்தான் அரசின் சேவையில் இருந்த பாரசீக சாகசக்காரர் மீர் ஜூம்லாவுடன் சதியாலோசனை செய்தார். இந்நிகழ்வுப் போக்கில் வர்த்தக-இளவரசராக மாறியிருந்த மீர் ஜூம்லாவை கோல்கொண்டா சுல்தான் சந்தேகித்தார். மொகலாயரின் அங்கீகரிப்பால் தன் செல்வமும் அதிகாரமும் பாதுகாப்பாக இருக்கும் என்ற உறுதிப்பாடு அமீருக்கு இருந்தது. தனது பிரதேச உரிமையின் உத்தரவாதம் மற்றும் மொகலாய ராணுவப் படிவரிசையில் உயரிய அந்தஸ்திற்குப் பதிலாக கோல்கொண்டா மீது இருமுனைத் தாக்குதலாக, இளவரசன் ஔரங்கஸீப்புடன் இணைந்து கொள்ளச் சம்மதித்தார்.

இது 1656இல் நடந்தது. ஹைதராபாத் கைப்பற்றப்பட்டது, கோல்கொண்டா கோட்டை மதில்களுக்குள் இருந்த சுல்தான்

முற்றுகைக்கு உள்ளானர். அப்போது மொகலாயரை விலகிக் கொள்ளுமாறு ஷாஜஹானிடமிருந்து கட்டளை பிறந்தது. கோல்கொண்டா சுல்தான் டெல்லியிடம் முறையிட, ஔரங்கஸீப்பின் அண்ணனும் பரம வைரியுமான தாரா சிகோஹ், முற்றுகையை விலக்குமாறு ஷாஜஹானிடம் வற்புறுத்தினார். பெரிதும் ஏமாற்றமுற்ற ஔரங்கஸீப் கப்பத்தையும் பிரதேசத்தையுமே பெறமுடிந்தது.

அடுத்த வருடம் ஔரங்கஸீப் பீஜப்பூர் மீது படையெடுத்ததும் இதே நிலவரம் எழுந்தது. கோல்கும்பஸில் முகமத் அடில்ஷா அடக்கம் செய்யப்பட்டதைச் சாதகமாக்கிக்கொண்டு, மொகலாய மீர் ஜூம்லாவின் படையினர் பீஜப்பூரின் வடநகரங்களை நாசப்படுத்தினர். அடுத்து பீஜப்பூரையே கைக்கொள்ள இருந்தபோது, விலகிக் கொள்ளுமாறு கட்டளை பிறந்தது. தன் சகோதரனது வெற்றி வாய்ப்புகள் பொய்த்திட வேண்டும் என்று தாரா விகோஹ் மீண்டும் தலையிட்டான்; ஔரங்கஸீப் மீண்டும் பிரதேசத்துடனும் கப்பத்துடனும் திரும்ப நேரிட்டது. மராட்டியத் தாயகமும் கொங்கணக் கடற்கரையின் ஒரு பகுதியும் அப்பிரதேசத்தில் அடங்கும். இப்போது சிவாஜி நிச்சயமாக, மொகலாயரின் பிரச்சினையாக இருந்தார்.

ஆனால் இப்பிரச்சினை சற்று காத்திருக்கவேண்டி இருந்தது. 1657 செப்டம்பரில் டெல்லியில் ஷாஜஹான் தீவிர மலச்சிக்கலால் உடல்நலம் குன்றினார். அவயங்கள் வீங்கி, மேலண்ணம் உலர்ந்துபோய், காய்ச்சல் அதிகரித்தது.[19] ஒருபாதி தேறி வருவதாயிருந்தும், அவரின் மரணம்/இயலாமை குறித்த வதந்தி பரவிற்று; அதன் காரணமாக ஆட்சியுரிமையுள்ளவர்கள் ஆயுதபாணியாகினர். ஆனால் வங்காள ஆளுநரான இளவரசன் ஸுஜா, இன்னொரு சகோதரன் ஆதலால், அவசரகோல முடிசூடலுக்குப் பின் களமிறங்கினான். குஜராத்திலிருந்த நான்காவது சகோதரன் அடுத்துக் களமிறங்கினான். ஸுஜாவும் முரத் பக்ஸியும் அந்நியராகக் காணப்பட்டனர். கங்கையை நோக்கிச் சென்ற ஸுஜாவின் படை, வாராணசி அருகே, கச்வகா ரஜபுத்திரன் ஜய்சிங் தலைமையிலான ஏகாதிபத்தியப் படையால் தோற்கடிக்கப்பட்டது. இதற்கிடையே, இளையவனும் திறமையில்லாதவனுமான முரத், ஔரங்கஸீப்புடனான கூட்டு நடவடிக்கையில் நம்பிக்கை வைத்திருந்தான். படைவீரரைத் திரட்டி சூரத் துறைமுகத்தைப் பணத்திற்காகக் கொள்ளையிட்டு, தக்காணத்திலிருந்து வடக்கே ஔரங்கஸீப் வருவதற்காகப் பொறுமையின்றிக் காத்திருந்தான்.

இக்கட்டத்தில் முதலில் சென்றது சந்தேகத்திற்கிடமின்றி தாராசிகோஹ்தான். ஷாஜஹானின் அபிமானத்திற்குரிய மூத்த மகனும், ஆட்சியுரிமை பெற்றுள்ள வாரிசும், ஏகாதிபத்திய ஆதரவு-அதிகாரத்தின் கடிவாளத்தைக் கொண்டு டெல்லியில் இருந்த ஒரு போட்டியாளரான அவரே வெல்லமுடியாதவராகத் தோன்றினார். அக்பரைப் போல அவரிடமிருந்த ஒரே தவறு, வைதிக முஸ்லீம்களிடையே, அதிலும் குறிப்பாக உலெமாக்களிடையே சந்தேகங்களை ஏற்படுத்தியிருந்ததுதான். ஒரு விதத்தில் புகழ்பெற்ற அறிஞரான அவர், சூஃபிகள், இந்துக்கள், கிறித்தவர்களுடன் கலந்துறவாடினார்; உபநிடதங்களைப் பாரசீகத்தில் மொழிபெயர்த்தார்; 'இந்துமதத்தின் சாராம்சம் இஸ்லாத்துடன் ஒத்திருக்கிறது' என்ற கருத்தினைக்கூட முன்வைத்தார்.[20] இது ஆசாரவாதப்படி துரோகமானது. தான் ஆயுதமேந்தியதன் நோக்கம், சிலைவழிபாட்டிலிருந்து பேரரசைக் காப்பாற்ற வேண்டும் என்பதே, கொள்கை எதிர்ப்பு புனிதத்தன்மையின் பாசாங்கற்றது என ஔரங்கஸீப் வாதிட்டார். மாசற்ற வாழ்க்கை முறை, நேரிய உறுதிப்பாடு, எளிய பழக்கவழக்கங்களுடைய பக்திமிக்க முஸ்லீமாகிய அவருக்குத் தாராவின் சுதந்திரச் சிந்தனை தொந்தரவாக இருந்தது. எனவே போட்டி எந்த அளவுக்குச் சித்தாந்தம் சார்ந்ததோ அந்த அளவுக்கு அதிகாரம் சார்ந்ததுமாகும். ஔரங்கஸீப்பின் நோக்கம் தார்மிகமானது, எனவே மிக நியாயமானதும் என்கின்றனர் பலர்.

பிப்ரவரி 1658இல் ஐரோப்பியரின் வழிநடத்துதல் கொண்ட பீரங்கிப் படை உள்ளிட்ட மீர் ஜும்லாவின் படைக்குத் தலைமை தாங்கும் ஔரங்கஸீப், கோல்கொண்டா, பீஜப்பூரிலிருந்து வரவேண்டிய கப்பங்களில் ஒரு பாதியை வசூலித்துக்கொண்டு, 30,000 வீரர்களுடன் வடக்கில் மால்வாவுக்குள் நுழைந்தார். அங்கே முரத்துடன் மோதினார்; உஜ்ஜயினி அருகே அவரை இடைமறிக்க ஷாஜஹானால் அனுப்பப்பட்டிருந்த படைகளைத் தோற்கடித்தார். ஷாஜஹானின் ராணுவத்திலிருந்த ரஜபுத்திரர் நிறைய பேர் மடிந்தனர்; ஆனால் முஸ்லீம் வீரர்கள் சொற்பமாகவே இறந்தனர்- ஔரங்கஸீப்பின் லட்சியத்திற்கு அனுதாபம்/ஆதரவு இருந்தது என்பதன் வெளிப்பாடுதான் இது. வென்றவர்கள் வடக்கில் தொடர்ந்தனர். தாராவை எதிர்கொள்ளுமுன் ஆக்ராவுக்கு எட்டு மைல் தொலைவில் அவர்கள் இருந்தனர்.

தன் சகோதரரைவிடவும் கச்சிதமான ராணுவத்தைப் பெற்றிருந்த தாராவின் நிலை சாதகமானதாகவே தோன்றிற்று. ஆனால் சீரிய மொகலாய வீரர்களைக் கொண்ட பிரிவுகள் ஷுஜாவை

எதிர்க்க கிழக்கே அனுப்பப்பட்டிருந்தன; ஆச்சரியப்படவைக்கும் தாராவின் ராணுவத்தில் ரஜபுத்திரரே முனைப்புடன் இருந்தனர்; அத்துடன் அரசவையிலிருந்து நழுவியவர்களும் கடைவீதிகளில் திரிந்தவர்களும் இருந்தனர்-இவர்களெல்லாம் மே மாத வெயிலின் உக்கிரத்தில் துவண்டுபோயினர். போரில் ரஜபுத்திரர் தம் வீர சாகசங்களை நிகழ்த்தினாலும், ஔரங்கஸீப்பின் தக்காண ராணுவம் களத்தில் நின்றது, அதைத் தொடர்ந்து பீரங்கிப்படை தாக்கியது. தாரா அவசரப்பட்டு ஓடவே வெற்றி தோல்வியானது. 1605இல் ஜஹாங்கீரிடமிருந்து தப்பியோடிய குஸ்ரு போலவே, ஆக்ராவில் சற்று நின்ற தாரா பணத்தையும் குடும்பத்தையும் சேர்த்துக்கொண்டு டெல்லி வழியே லாகூரை அடைந்தான். ஔரங்கஸீப் ஆக்ராவைக் கைக்கொண்டதுடன் போட்டியில் வென்றார். துரோகியான தாராவின் செல்வாக்கிலிருந்து மீட்டெடுத்தல் என்னும் பாசாங்கினை விட்டொழித்து, உடல்நலம் குன்றியிருந்த ஷாஜஹானை ஆக்ரா கோட்டையின் மார்பிள் தளங்களில் முற்றுகையிட்டு, அதன்பின் சிறைவைத்தார். எட்டு வருடங்கள் கழித்து அங்கே மடியும் வரை முந்தைய கீர்த்தியின் ஆவியாக ஷாஜஹான் இருந்து வந்தார்.

தன் எதிரிகளை அழித்தொழிக்கும்போதே ஔரங்கஸீப்பின் வெற்றி முழுமையுறும். இப்போது ஒவ்வொருவரும் வேட்டையாடப்பட்டனர். இதுவரை அவரது அணியினராக இருந்து வந்த சாமர்த்தியமற்ற முரத் சுலபமாக இல்லாமலாக்கப்பட்டான். தாராவைத் தேடி வடக்கில் செல்கையில் மதுராவில், முரத்தைத் தன் முகாமிற்கு வரவழைத்து கைதியாக்கி, பிற்பாடு தலையைத் துண்டித்தார். வங்காளத்தின் ஸுஜா இரண்டாம் முறை தோற்கடிக்கப்பட்டு கிழக்கில் தப்பியோடினான். ஆனால் பஞ்சாபிலிருந்து சிந்து, சிந்துவிலிருந்து குஜராத் என்று தப்பியோடிச் சென்றுகொண்டிருந்த தாரா பிடிபடாது நழுவினான். குஜராத்திலிருந்து வடக்கே சென்ற ராணுவத்தின் தலைமையில் இருந்த தாரா அஜ்மீர் அருகே சண்டையிட்டான். மீண்டும் தப்பித்தாலும், காட்டிக்கொடுக்கப்பட்டு, ஔரங்கஸீப்பிடம் ஒப்படைக்கப்பட்டான். டெல்லியின் இஸ்லாமியரல்லாதவரிடையே புகழ் பெற்றிருந்த அவனது அவமானம் கருணைமிக்க வகையில் சுருக்கமாயிருந்தது. சங்கிலியிட்டு வீதிகளில் இழுத்து வரப்பட்டு கண்ட துண்டமாக வெட்டப்பட்டான். 'ஆக ஒருமுறை உயிருடனிருந்து ஒருமுறை மடிந்த அவன் அனைவரது பார்வைக்கும் கொண்டுவரப்பட அவனது விதியைக் கண்டு பலர் அழுதனர்.'[21]

இதற்கிடையே கோல்கொண்டாவைச்சேர்ந்த ஔரங்கஸீப்பின் சகா வல்லமைமிக்க மீர் ஜூம்லா பின்தொடர, வங்காளத்தின் வழியே கிழக்கே தப்பியோடினான் ஸுஜா. 1660இல் ஸுஜா ஆரகான் கடற்கரை (இப்போது வட பர்மாவில்) செல்லும் கப்பலில் தாக்காவில் ஏறினான். ஆரகானின் மன்னன் ஔரங்கஸீப்பின் கட்டளைப்படி ஸுஜாவின் தலையைத் துண்டித்துவிட்டான் என வதந்தி நிலவினாலும், பிறகு அவன் என்னாவாகினான் என்பது தெரியவில்லை.

வங்காளத்தின் (பீகார், ஒரிஸ்ஸா உள்ளடங்கிய) புதிய ஆளுநராக மீர் ஜூம்லா, தலைநகரைக் கிழக்கிலிருந்து தாக்காவிற்கு மாற்றி, அப்பிரதேசத்தின் பொருளாதார வாழ்வைப் புதுப்பித்ததாகக் கூறப்படுகிறது. படையெடுப்புகளையும் அவன் தொடர்ந்தான். இப்போது அவரது இலக்கு அஸ்ஸாம்; அதன் அஹோம் ஆட்சியாளர்கள், சமீபத்தைய குழப்பத்தைச் சாதகமாக்கிக்கொண்டு, பிரமபுத்ராவை மொகலாயப் பிரதேசத்திற்குள் பாயவிட்டனர். 1662இல் மீர்ஜூம்லா திருப்பிவிட்டார்; 300 படகுகளுடன் சென்று அஹோம் தலைமையகத்தை அடைந்தார். நவீன ஜோர்ஹத் மற்றும் திப்கருக்கு இடையே, மேகங் கவிந்துள்ள நாகாலாந்துக்கு அருகே ஹர்கோவனில் அது உள்ளது. மீர் ஜூம்லா 500 கி.மீ. க்கும் கூடுதலான பிரம்மபுத்திரா பள்ளத்தாக்கை மொகலாய ஆட்சிப் பகுதியில் சேர்த்தார். ஆனால் அஸ்ஸாமின் விடாத பருவமழை அவரைத் தடுத்தது. நோயும் பட்டினியும் நிறைய பேரை காவு கொண்டது. 1205இல் முஸ்லீம் படை முதலில் அஸ்ஸாமை அடைந்தபோது இருந்த முகமது பக்தியார் கல்ஜியின் வீரர்களை ஒத்திருந்தனர் மொகலாயப் படையினர். ராணுவத்தில் எஞ்சியோரும் படகுகளில் நிறைந்திருந்த செல்வமும் அபகரிக்கப்பட மீர் ஜூம்லா, கல்ஜியின் விதியையே அடைய நேரிட்டது; டாக்கா திரும்பும் வழியில் காசநோயால் அவன் இறந்தான். நான்காண்டுகளுக்குப் பிறகு அஹோம்கள் தம் அரசின் பெரும்பகுதியை மீட்டனர்; வங்காளத்தில் மொகலாய ஆட்சி நீடிக்கும் மட்டும் அதனைத் தக்கவைத்திருந்தனர்.

இதற்கிடையே ஔரங்கஸீப் இருமுறை பேரரசராக முடிசூட்டிக் கொண்டார். 1658இல் தாராவை விரட்டிச் செல்கையில் அரைகுறையான சம்பிரதாயத்துடன் ஒருமுறையும், 1659இல் டெல்லியின் திவானியே அம் இல் நடந்த பெரும் வைபவத்தில் இன்னொரு முறையும். இரு சந்தர்ப்பங்களிலும் அவர் ஆலம்கிர் என்ற விருதுப் பெயரைச் சூடிக்கொண்டார். 'பிரபஞ்ச வெற்றியாளர்' என்று பொருள் அதற்கு-ஜஹாங்கீர் (உலக

வெற்றியாளர்) என்பதற்கு ஒருபடி மேலானவர். அஸ்ஸாம் விவகாரங்கள், வடமேற்கு எல்லைப்புறப் பழங்குடிகளை இணைத்ததையடுத்து, 1666இல் 'பிரபஞ்ச வெற்றியாளர்' திபெத்தை அடிபணியவைத்தார். காஷ்மீரிலிருந்து அங்கே அனுப்பப்பட்டிருந்த மொகலாய முகவர்களுக்கு அது இன்னொரு கோளாக இருந்திருக்கவேண்டும்-உண்மையில் அது, திபெத் பீடபூமியின் மேற்குக் கோடியிலுள்ள லடாக். பீஜப்பூர் தவிர, மொகலாயப் பிரதேசம் எதனையும்விட பெரிதாயிருப்பினும், பெரிதும் பாழ்நிலமே என்கிறார் சமகாலத்து சரிதம் எழுதுகின்ற ஒருவர்; சராசரி பர்காணா தரும் வருவாயை விடக் கூடுதலாகத் தராதது. 'வேறெந்த பயனற்ற இடத்தையும் இதனுடன் ஒப்பிடமுடியாது'. ஆலம்கீரின் பெயரில் நாணயங்கள் வெளியிடுமாறும் பேரரசரின் பெயரில் குத்பா ஓதப்படும் மசூதியை கட்டுமாறும் அதன் தலைவர் நிர்ப்பந்திக்கப்பட்டார், மற்றபடி அது ஒன்றும் பெரிய வெற்றி இல்லை. செலவிட விருப்பமற்ற மற்ற மன்னர்கள், நாணயம் வெளியிடுவது, மசூதியில் குத்பா ஓதுவது குறித்து கவலைப்படவில்லை.[22] அர்த்தமுள்ள வெற்றிகளாக்கிட ஔரங்கஸீப் இன்னும் செய்ய வேண்டியிருந்தது; செல்வம் நிறைந்து, பிரச்சினைகள் மண்டிய தீபகற்பத்திலன்றி அதனை வேறெங்கு செய்யமுடியும்? தக்காணம் அவரை அழைத்தது.

அங்கே தனிப்பட்ட முறையில் தலையிடுவதற்கு முன், நிறைவேற்றிட அவரிடம் சில முக்கிய சீர்திருத்தங்கள் இருந்தன. அரசாங்கப் பணியில் வாரிசுரிமைச் சிக்கல் குறுக்கிட்டது. பல பகுதிகளில் ஏகாதிபத்திய அதிகாரத்தை நிலைநாட்டவும், வருவாயின் சீரான போக்கை மீட்கவும், விசுவாசமிக்க ஊழியருக்கு வெகுமதி வழங்கவும், நம்பகமான ஆதரவாளரைச் சேர்த்துக்கொள்ளவும் வேண்டியிருந்தது. ஆதரவாளரில் பலரை மத-நீதித்துறை சார்ந்த உலெமாக்களின் வரிசையிலிருந்து எடுத்துக்கொள்ள முடியும். மொகலாய ஆட்சியின் இஸ்லாமிய நம்பகத்தன்மையை மீட்பதும், இஸ்லாத்தின் உலகச் சமூகத்தில் இந்தியாவைச் சேர்ப்பதும் ஔரங்கஸீப்பின் முன்னுரிமையாய் இருந்தது. கடவுளால் அருளப்பட்ட இந்த லட்சியமே, அரியணைக்குப் போட்டியிட்ட அவருக்கு வெற்றியை ஈட்டித் தந்தது, இதுமட்டுமே மேலும் அவர் பெரும் வெற்றிக்கு உத்தரவாதமளிக்கும்.

அவரின் இரண்டாம் முடிசூட்டுதலின் போது அவர் செய்த ஒரு புதுமை, 'முத்தாஸிப்' என்பவரை நியமித்தது. இவர் மக்களது ஒழுக்கவியலின் தணிக்கையாளர்/பாதுகாவலர்; கடைவீதிகளைக் கண்காணிப்பதும் சூதாட்டம், தேசத்துரோகம், மது அருந்துதல்

போன்ற இஸ்லாமுக்கு விரோதமான நடவடிக்கைகளை ஒடுக்குவதும் அவரது கடமைகள். அபினும் மதுவும் முழுமையாகத் தடைசெய்யப்பட்டன. அதே தீவிரத்துடன் நர்த்தகியர், இசைவாணர்கள், கலைஞர்கள் அரசின் ஆதரவிலிருந்து விலக்கப்பட்டனர். அவர்களிடத்தே அமர்த்தப்பட்ட சட்ட வல்லுநர்களும் குரானில் புலமைமிக்கவர்களும் தரப்படுத்தப்பட்ட ஹனாஃபி விதிகளைத் தொகுக்க முற்பட்டனர். சூரிய உதயத்தின் போது அரண்மனை உப்பரிகையில் காட்சி தரும் நடைமுறையைக் கைவிட்டார் பேரரசர். அவரது ஆட்சியின் பத்தாம் ஆண்டில் அதிகாரப்பூர்வ சரிதையாளர்களுக்கும் பேனாவைக் கீழே வைக்குமாறு உத்தரவிடப்பட்டது. பகட்டும் இஸ்லாமுக்கு விரோதமானதே. தன் நம்பிக்கை சார்ந்த நெறிகளின்படி தன் அரசவையை மாற்றியமைக்க முயன்ற அவர், போலித்தனத்தின் கறைபடியாத நேரிய நம்பிக்கையாளராக எழுந்தார்.

சீக்கிய குருக்கள்: குருநானக்கின் தெரிவுசெய்யப்பட்ட வாரிசுகள்

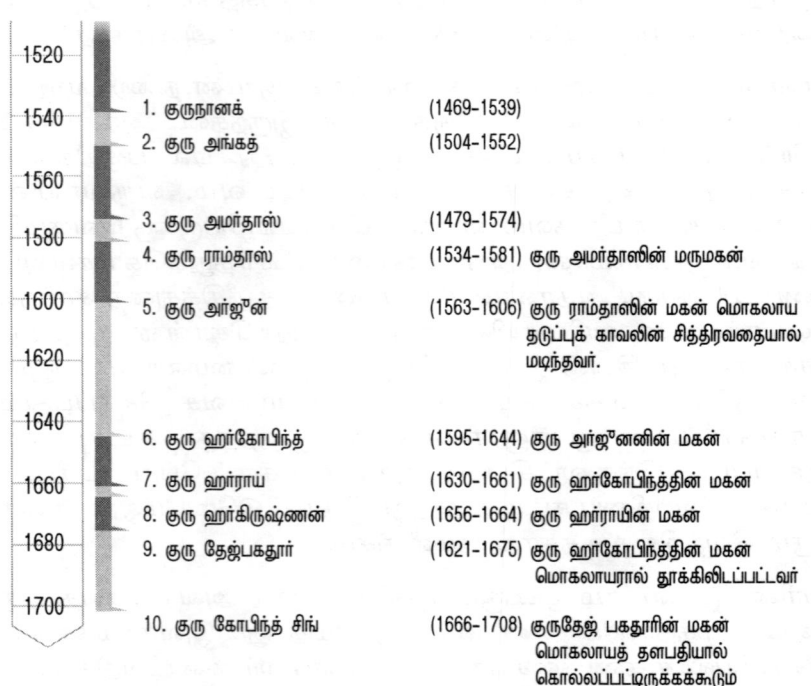

1520
1540
1560
1580
1600
1620
1640
1660
1680
1700

1. குருநானக்	(1469–1539)	
2. குரு அங்கத்	(1504–1552)	
3. குரு அமர்தாஸ்	(1479–1574)	
4. குரு ராம்தாஸ்	(1534–1581)	குரு அமர்தாஸின் மருமகன்
5. குரு அர்ஜுன்	(1563–1606)	குரு ராம்தாஸின் மகன் மொகலாய தடுப்புக் காவலின் சித்திரவதையால் மடிந்தவர்.
6. குரு ஹர்கோபிந்த்	(1595–1644)	குரு அர்ஜுனனின் மகன்
7. குரு ஹர்ராய்	(1630–1661)	குரு ஹர்கோபிந்த்தின் மகன்
8. குரு ஹர்கிருஷ்ணன்	(1656–1664)	குரு ஹர்ராயின் மகன்
9. குரு தேஜ்பகதூர்	(1621–1675)	குரு ஹர்கோபிந்த்தின் மகன் மொகலாயரால் தூக்கிலிடப்பட்டவர்
10. குரு கோபிந்த் சிங்	(1666–1708)	குருதேஜ் பகதூரின் மகன் மொகலாயத் தளபதியால் கொல்லப்பட்டிருக்கக்கூடும்

மறுபுறத்தே, மதவெறிக் குற்றச்சாட்டுகளை எதிர்கொள்வது சிரமம். அவை இஸ்லாமியரல்லாத எழுத்தாளர்களிடமிருந்து வந்தபோதும், 20 ஆண்டுகளுக்கும் கூடுதலான காலகட்டத்தில் அறிமுகப்படுத்தப்பட்ட நடவடிக்கைகள் மீது குவிமையம் கொள்கின்றனர்-அவை அப்பட்டமாகப் பாகுபாடு செய்பவையே. அக்பரால் அகற்றப்பட்டிருந்த இந்து யாத்ரிகர்களுக்கு வரி திரும்ப விதிக்கப்பட்டது; ஆலயங்களும் பிராமணர்களும் அனுபவித்துவந்த மானியங்கள் விலக்கிக்கொள்ளப்பட்டன; இந்து வணிகர்களுக்குக் கடுமையான வரிகள் விதிக்கப்பட்டன; பிரதேச நிர்வாகங்களில் இந்துக்களின் இடத்தே இஸ்லாமியர் அமர்த்தப்பட்டனர்; எல்லாவற்றையும்விட மோசமானது, புதிதாகக் கட்டப்பட்ட/ புதுப்பிக்கப்பட்ட கோயில்கள் இடிக்கப்படவேண்டும். அப்படித் தகர்க்கப்பட்ட இடத்தில் எழுந்த மசூதிகளுக்கு மிகுந்த ஆதரவும் வழங்கப்பட்டது. வாராணசி விஸ்வநாதர் ஆலயத்தில் இன்னும் ஔரங்கஸீப்பின் பெரும் மசூதி உள்ளது; மதுராவில் புது கேசவதேவ் ஆலயம் உள்ள இடத்தே இன்னொரு ஔரங்கஸீப் மசூதி இருக்கிறது. இறுதியாக 1679இல் இஸ்லாமியர் அல்லாதவர் மீது கடுமையான ஜிஷ்யா வரி விதிக்கப்பட்டது.

ஒருவரின் மதவெறியன் இன்னொருவரின் ஞானி. இஸ்லாமியரல்லாதவரை ஷாஜஹானும் பாகுபடுத்தி, கோயில்களை இடித்தார் என்பர் ஔரங்கஸீப்பின் ஆதரவாளர்; ஒப்பீட்டளவில் ஔரங்கஸீப் இடித்தவை சில கோயில்களே என்றும் மற்றவர்களுக்கும் ஜாகீர்களை வழங்கினார் என்பர்.[23] அவமதிக்கப்பட்டவை/தகர்க்கப்பட்டவை இருந்த இடங்கள், அரசியல்/சித்தாந்த சவால்களை முன்வைத்தன. எனவே, பெர்னியரைப் பொறுத்தவரை, இந்தியாவின் ஏதென்ஸ் ஆகிய வாராணசி, பிரதான இலக்காயிருந்தது. ஏனெனில் அது இந்துக்களின் பொதுவான பள்ளியாய் இருந்தது;[24] மிக அருவருப்பான சிலை வழிபாடாகிய லிங்க வழிபாடாக முஸ்லீம்கள் கருதும் பெரிய மையமாயும் விளங்கியது. ஜிஷ்யா கூட பொருத்தமற்ற வரிவிதிப்பில்லை. வழமையாகத் தேர்தல் வரியாக விளக்கப்படும் இது, ஆண்களுக்கே பொருந்தும் பயண வரியாகும்-அவர்கள் இஸ்லாமியராக இருந்திருப்பின் ராணுவச் சேவைக்கு உரியவர்களாக இருந்திருப்பார்கள்; அது ஜிகாத். இஸ்லாமியரல்லாதவராக இவ்வரி அவர்களுக்கு இல்லை ஆனால் ஜிஷ்யா செலுத்தியாக வேண்டும்-அதுவும் தாம் பெறும் பாதுகாப்பின் பொருட்டு. வரி செலுத்துபவரின் திறமைக்கு ஏற்ப இது வேறுபட்டது. மிக ஏழைகள் இதிலிருந்து விலக்கு பெற்றனர்-

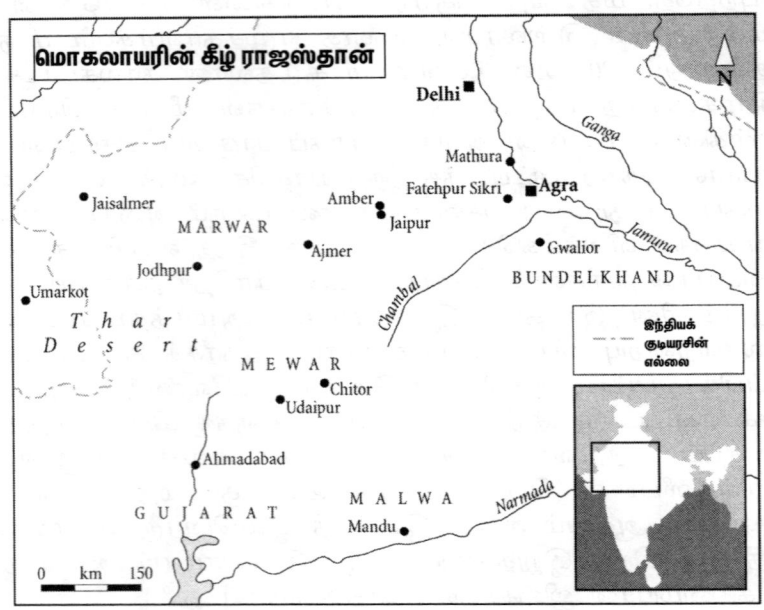

பேரரசின் தொலைதூர இடங்களில் இது வசூலிக்கப்பட்டதா என்றே தெரியவில்லை.

மிக மோசமாகப் பாதிக்கப்பட்டவர்கள், வரிவசூலிக்க எளிதாய் இருந்தவர்கள், குறிப்பாக நகரங்களின் வர்த்தக-கைவினைஞர் வர்க்கங்களைச் சேர்ந்தவர்கள். அவர்கள் மிகவும் எதிர்க்கக் கூடியவர்களாயும் இருந்தவர்கள். இவ்வுத்தரவு முதலில் வெளியானதும் ஷாஜஹான்பாத் (டெல்லி) எதிர்ப்பைக் காட்டியது. அந்நியச் செலாவணி மாற்றுவோர், துணி வியாபாரிகள், உருது கடைவீதியின் அனைத்து வர்த்தகர்கள், இயந்திரங்கள் சரிசெய்வோர், அனைத்து வகைப் பணியாளர்கள் என இந்துக்களின் கூட்டத்தினர் சாலைகளில் திரண்டனர், செங்கோட்டையிலிருந்து ஜும்மா மசூதி செல்லும் பேரரசரைத் தடுத்தனர்.

> கணந்தோறும் கூட்டம் அதிகரிக்க, பேரரசரின் பரிவாரம் ஸ்தம்பித்துப் போனது. கடைசியில் யானைகளைக் கொணர்ந்து கூட்டத்தின் மீது ஏவி விடுமாறு கட்டளை வந்தது. பலர் விழுந்து மடிந்தனர்... சில தினங்களாக இந்துக்கள் பெரும் கூட்டமாகத் திரண்டு புகார் செய்தனர்; இறுதியில் ஜிஷ்யாவுக்குப் பணிந்தனர்.[25]

மற்ற எதிர்ப்புகள் பதிவாகியுள்ளன, மொகலாய ஆட்சியின் அடுத்தடுத்த எதிர்ப்பாளர்கள் ஜிஷ்யா வரியைப் பிரதானக் குறைபாடாகக் கூறினார்கள். ஆனால் ஔரங்கஸீப் உள்நோக்கத்துடன் இவ்வரிகளை விதித்து இம்சித்தார், கட்டாய மதமாற்றம் செய்தார் என்பது அபத்தமானது. அவர் மிகவும் புத்திசாலி; அவர்கள் எண்ணற்றவர்கள். இஸ்லாமிய நெறிகளின்படி முஸ்லீம்கள் வாழவேண்டும், அதில் இஸ்லாமியரல்லாதவர்கள் தம் சார்நிலை அந்தஸ்தினையும் மதமாறுதல் மூலம் எப்படி அதனை மேம்படுத்த முடியும் என்பதை உணர்ந்துகொள்ளும் விதத்தில் ஒரு தார்மிகச் சூழலை உருவாக்க விரும்பினார்.

அக்பரின் சகிப்புத்தன்மையுள்ள கொள்கைகளிலிருந்து, பிரத்யேக இஸ்லாமியப் பொதுப்போக்கு தீவிர விலகலாயிருந்தது; பேரரசு சார்ந்திருந்த இந்து-முஸ்லீம் ஒத்துழைப்புக்கு நாசகரமாயிருந்தது. நிர்வாகத்தில் பிரதானமாயிருந்த பிராமணரையும் இதர படித்த சாதியினரையும் அந்நியப்படுத்தியது உலெமாக்களுக்கு வெற்றியாயிருந்தது. ஆக்ரா மண்டலத்தின் ஜாட்கள் போன்ற இந்து சமுதாயத்தினரின் வேளாண் அதிருப்திக்கு அது மதப் பரிமாணம் அளித்தது-1660களில் இந்த ஜாட்கள் டெல்லிக்கும் தக்காணத்திற்கும் இடையிலான ஆதார இணைப்பைத் துண்டித்துவிட்டனர். சீக்கியர், ரஜபுத்திரர், மராட்டியர் போன்ற வீரமரபைச் சேர்ந்த, இஸ்லாமியரல்லாத கூட்டத்திற்கு, இது அப்பட்டமான மீறலுக்கான சந்தர்ப்பத்தையும் ஆதரவையும் அளித்தது.

பஞ்சாபில் குருநானக்கை அடுத்துவந்த குருமார்களின் சீக்கிய ஆதரவாளர்கள் கணிசமாக இருப்பினும், இன்னும் பிளவுபட்ட சிறுபான்மையினராகவே உள்ளனர். ஐந்தாவது குரு அர்ஜுன் சிங், அவருக்கு முந்தையவர்களது கீர்த்தனங்கள்-போதனைகளது தொகுப்புடன், தனது கீர்த்தனங்களையும் சேர்த்தார்-இதில் சீக்கியரல்லாத கபீர் போன்ற சூஃபிகள்-ஞானியரது பாடல்களும் இணைந்து ஆதிகிரந்தம் எனப்படுகிறது. பத்தாவதும் கடைசி குருவுமானவரால் திருத்தி விரிவாக்கம் செய்யப்பட்டுப் புனித கிரந்த் சாஹிப் எனப்படுகிறது; மேலும் மானுட குருக்களுக்கு இடமில்லை என்றபடி, ஒரு குருவின் அதிகாரத்தையும் மதிப்பையும் பெற்றிருக்கிறது. ஆனால் ஆதிகிரந்தம் தொகுக்கப்பட்ட அதே வேளையில், 1605ஆம் ஆண்டு வாரிசுரிமைச் சிக்கலில், சீக்கிய சமுதாயத்தினர் இளவரசன் குஸ்ருவை ஆதரித்ததால், ஜஹாங்கீரின் அதிருப்திக்கு உள்ளாயினர். இதன் விளைவாக குரு அர்ஜுன் சிங் ஜஹாங்கீரால் உயிர்த்தியாகி ஆனதாக நம்பப்படுகிறது.

1658ஆம் ஆண்டு வாரிசுரிமை பிரச்சினையில், சீக்கியர் தாரா சிகோஹினை ஆதரித்து, ஔரங்கஸீப்பின் கோபத்திற்கு ஆளாகினர். எட்டாவது குரு அரசவைக்கு வரவழைக்கப்பட, அவரது மகனும் வாரிசாகக் கருதப்பட்டவருமானவர் மொகலாய ராணுவத்தில் சேர்க்கப்பட்டார். இது பெரும்பாலான சீக்கியருக்கு ஏற்புடையதாக இல்லை, மாறாக அவர்கள் குரு தேஜ் பகதூரை ஒன்பதாம் குருவாகத் தெரிவு செய்தனர்-இவர் ஏழாவது குருவின் சகோதரர். வடஇந்தியா முழுதும் பயணித்த இவர், பெரும் ஆதரவாளர்களிடையே போதனை செய்து, இஸ்லாமியர்-இந்துக்களை மதமாற்றம் செய்தார். சீக்கிய குருத்வாராக்கள் இந்துக் கோயில்கள் போல ஏகாதிபத்தியத்தின் சிலை உடைப்புக்கு இலக்கானது. ஆனால் முஸ்லீம்கள் சீக்கியராக மாற்றப்பட்டது ஔரங்கஸீப்பின் ஆத்திரத்தைக் கிளறிவிட்டது. தேஜ்பகதூர் டெல்லிக்கு வரவழைக்கப்பட்டு நேரில் வாக்குமூலம் தர நேர்ந்தது. அதில் பேரரசர் திருப்தியுறாததால், தேசத் துரோகக் குற்றம் சாட்டப்பட்டு, தூக்கிலிடப்பட்டார் (1675). ‘ஒரே வீச்சில் ஔரங்கஸீப், வடஇந்தியச் சமவெளியில் வசிக்கும் ஆயிரக்கணக்கான ஜாட் மற்றும் காத்ரி சீக்கியரின் வெறுப்புக்கு உள்ளானார்.’[26] பத்தாவது மற்றும் கடைசி குரு கோவிந்த் தலைமையில், பஞ்சாபின் மலையரசுகளில் மொகலாய ஆட்சியின் விளிம்புக்குத் தள்ளப்பட்டது. அங்கே, சீண்டலின்றியே, இதுவரை மத-சமூகச் சீர்திருத்த இயக்கமாக இருந்து வந்தது, அரசியல்-ராணுவக் கருநிலை உருவாக்கமாக ஆகியது.

‘இந்தியா இஸ்லாமிய நாடில்லை என்று அங்கீகரித்த அக்பர் இஸ்லாமியச் சமுதாயத்தின் அதிருப்திக்கு உள்ளானார்; இந்தியா இஸ்லாமிய நாடுதான் என்று நடத்திக்காட்டி இந்தியாவின் அதிருப்திக்குள்ளானார்’[27]. சீக்கியர் போன்ற புதிய பிளவுவாத அமைப்பை பகைத்துக் கொள்வது ஒரு விஷயம், -ஏனெனில் அதுகுறித்து இந்து இளவரசர்களும் ஜாகீர்தார்களும் சந்தேகம் கொண்டிருந்தனர்-ராஜஸ்தானின் மாபெரும் ரஜபுத்திர இல்லங்களைக் கிளர்ச்சி கொள்ளவைப்பது இன்னொரு விஷயம். 1678இல் மார்வாரின் (ஜோத்புர்) ரதோர் மகாராஜா வாரிசின்றி இறந்தபோது இப்பிரச்சினை தொடங்கிற்று. வாரிசினை இன்னும் தெரிவு செய்யாத நிலையில், மார்வார் ஜாகீர்களை ஔரங்கஸீப் புதுப்பித்தது இயல்பான நடைமுறையாக இருந்தது. எனினும் இதன் தொடர் நிகழ்வு சீண்டிவிடுவதாய் இருந்தது. பொறுப்பேற்றுக் கொள்வதைக் கண்காணிக்கச் சென்ற படை, மார்வார் ஆலயங்களை நாசப்படுத்திற்று; இதற்கிடையே இறந்துபோன மகாராஜாவின் இரு விதவையர்

ஆண் வாரிசுகளைப் பெற்றெடுத்தனர். அவற்றில் ஒன்று இறந்துவிட்டது. இன்னொன்றான அஜித்சிங், உடனடியாக மொகலாய எதிர்ப்புணர்வின் குவிமையமானது. ஆதலின், ஔரங்கஸீப் மார்வாரில் இறந்துபோன மகாராஜாவின் சிறப்பில்லாத ஒரு மருமகனை அமர்த்தியபோது கலகம் வெடித்தது. ரஜபுத்திர பாணர்களுக்குப் பிரியமான நிகழ்வில், பேரரசரின் பார்வையிலேயே டெல்லியிலிருந்து சிசுவைக் கடத்திவந்து, ராஜஸ்தானின் பாலையில் விடப்பட்டது. அங்கே வல்லமை மிகு மேவாரின் ஸெஸோடியா இளவரசியாக இருக்க நேர்ந்த அதன் தாய், 'அஜித்தின் உரிமைகளது இயற்கையான பாதுகாவலராக, மேவார் ராணாவிடம் முறையிட்டாள்.'[28]

மேவாரின் ராணா சாதகமாக எதிர்வினையாற்றினார். மீண்டும் விதிக்கப்பட்ட ஜிஷ்யா மற்றும் மார்வாரின் சிலையுடைப்பு சார்ந்த அச்சத்திற்கு இந்து எதிர்ப்பை வெளிக்காட்ட இச்சந்தர்ப்பத்தைப் பயன்படுத்திக் கொண்டு, அவர் படை திரட்டி மால்வாவிலும் பிற இடங்களிலும் தாக்கினார். ஔரங்கஸீப் இதனை இன்னும் தீவிரமான துரோகமாகக் கருதினார். 1680இல் பெரியதொரு மொகலாயப்படை மேவரைத் தாக்கி, உதயபூர் நகரைத் தகர்த்து, அதன் ஆலயங்களை நாசப்படுத்திற்று. எனினும், ராணா சுதந்திரமாகவே இருந்தார்; அவரின் படை சில குறிப்பிடத்தக்க வெற்றிகளைப் பெற்றது; அவமரியாதை இன்றி சமாதானம் முடிவாக, பேரரசரிடம் ஒருபோதும் அடிபணியாத மேவாரின் பெருமிதமான சாதனையை நிலைநாட்டினார்.

ஔரங்கஸீப்பின் மகன்களில் ஒருவரான இளவரசன் அக்பரின் எதிர்வினையிலிருந்து மொகலாய தருமசங்கடத்தினைப் புரிந்து கொள்ளலாம். பிந்தைய கட்டத்தில் மேவார் படையெடுப்பில் அக்பர் தலைமை தாங்கினார்; இப்போதோ மார்வாரின் தளபதியாக பதவி இறக்கம் செய்யப்பட்டார். ஆட்சியுரிமைக்குப் போட்டியிடுபவரை அடக்கி வைப்பது நல்லதல்ல. புகழ்வாய்ந்த தன் பெயருடையவர் போல, தாராளவாதக் கருத்துக்களை உடைய இளவரசன் அக்பர், தன் தந்தைக்குச் சவால்விட நீண்ட நாள்களாக யோசித்துக் கொண்டிருந்தார். அதற்கு வரலாறு அனுமதித்தது, உண்மையில் இத்தகு நடத்தையைக் கோரியது, ரஜபுத்திரரின் ஆதரவும் எழுச்சியும் இன்னும் அவருக்குத் துணிச்சலைத் தந்தன. ஆகவே 1681இல் தன்னைப் பேரரசராகப் பிரகடனம் செய்து கொண்டு, ஔரங்கஸீப்புக்கு எதிராகப் படையெடுத்தார். ஔரங்கஸீப் சிலவான துருப்புகளுடன் அஜ்மீரில் இருந்தார். இளவரசன் தீவிரமாக வென்றிருக்க வேண்டிய போட்டி அது.

ஆனால் பேரரசரின் தேர்ந்த சதியாலோசனை அக்பரது ரஜபுத்திர சகாக்களிடம் சந்தேகத்தை எழுப்பி, ஏகாதிபத்திய படை வலுப்பெற இடமளித்தது. ரஜபுத்திர சகாக்கள் இல்லாமல், தனது வீரர்கள் பெரும்பாலும் இல்லாமல், அக்பர் போரிடாமலேயே தெற்கில் தப்பியோடினார். தக்காணத்தை அடைந்து, இன்னும் கடுமையான மொகலாய எதிரியால் வரவேற்கப்பட்டார். இளவரசன் அக்பர் மராத்தியரின் ஆதரவாளன் ஆனார்.

ஔரங்கஸீப் சீக்கிரமே அவரைப் பின் தொடர்ந்தார். கடந்த 20 ஆண்டுகளாக அவர் தலையிட வேண்டிய அளவுக்குத் தக்காண விவகாரங்கள் சிக்கலாகியிருந்தன; இப்போது அறுபதுகளிலிருந்த அவர், காலம் கடந்து போவதை யூகித்திருக்கலாம். மேலும் தக்காணத்திலிருந்துதான் அவரும் வாரிசுரிமையைக் கோரினார்; இளவரசன் அக்பரும் அதையே செய்யக்கூடும்-மராட்டியர் மற்றும் ரஜபுத்திரர் ஆதரவு இருக்கலாம். மறுபுறத்தே ஔரங்கஸீப் ஆட்சிக்காலத்தின் மகுடமாக, தக்காணத்தின் இறுதித் தீர்வு இருக்க முடியும். எப்போதும் வளர்ந்துகொண்டிருந்த மன்ஸப்தார்களின் செலவினங்களைச் சரிக்கட்ட, ஜாகீர்கள் வடிவில் புதிய வருவாய்க்கான ஆதாரங்கள் உள்ள புதிய நிலங்கள் அவசியமாயின. தக்காணத்தின் வெற்றி மாபெரும் அக்பருடன் போட்டியிடும் வகையில் வெற்றிகளைக் கொண்டு வரவும், வளங்களை மீட்கவும் தான் நிறுவியிருந்த ஏகாதிபத்திய அமைப்பைத் தக்கவைத்துக் கொள்ளவும் வாய்ப்புகளை வழங்கும்.

பேரரசர் சென்ற இடத்திற்கு ஒட்டுமொத்த அரசவையும் சென்றது, உடன் ராணுவம் விரைந்தது. 1681-82இல் தெற்கே சென்றது, ஷாஜஹான் பாத்-டெல்லி ஒருபாதி காலியானதைக் குறித்தது. சுல்தான் முகம்மதுபின் துக்ளக் போல, ஔரங்கஸீப் அரசாங்கத்தை ஒட்டுமொத்தமாகத் தக்காணத்திற்கு நகர்த்தினார். இது ஒரு படையெடுப்பே தவிர, புதிய தலைநகரை நோக்கிய நகர்வில்லை. கடைவீதிகள், படைவீரர் குடியிருப்புகள், நிர்வாக அலுவலகங்கள், அடுக்ககங்கள் என அனைத்தும் கொண்ட கூடார நகருக்குள் அனைவரும் வந்து சேர்ந்தனர். தக்காணம் வந்த மாத்திரத்தில் முகாமில் தங்கினர். படையெடுப்பு கால முழுமைக்கும் அங்கிருந்து பேரரசு ஆளப்பட்டது. அக்பரும் ஷாஜஹானும் இதே பாணியில்தான் படையெடுத்தனர்; தமது தைமூர்-மங்கோலிய முன்னவர்களின் அரைபாதி நாடோடி மரபுகளை அது வழங்கியதில் சந்தேகமில்லை.

ஆனால், இது முடிவில்லாத படையெடுப்பு என்பதை யாரும் உணர்ந்துகொள்ளவில்லை. 1682இல் தெற்கே சென்ற பலர், பேரரசர் உட்பட, டெல்லியை மீண்டும் காணப்போவதில்லை; இன்னும் அவர் 26 ஆண்டுகள் வாழ்வதற்குக் காலம் இருந்தது என்றபோதிலும். எண்பதுகளின் பிற்பகுதியிலும் துடிப்பான தளபதியாக, அதில் பெரும்பாலும் வெற்றிகரமானவராக ஔரங்கஸீப், மொகலாய ஆட்சியை அதன் மாபெரும் எல்லைகளுக்குக் கொண்டு சென்றார். எளிய பழக்கங்கள், பக்திபூர்வ வாழ்க்கையால் கிட்டிய வெகுமதியான பேரரசரின் நீண்ட ஆயுள், அவரது பேரரசின் சிதைவுக்குக் கணிசமான பங்களிப்பாக இருக்கப்போகிறது.

15

தாஜிலிருந்து ராஜுக்கு

1682-1750

'மோசடியும் நரிவிளையாட்டும்'

*1682*இல் ஔரங்கஸீப் திரும்பிவந்த தக்காணம், ஒரு மோசமான நிகழ்வைத் தவிர்த்து, *1658*இல் அவர் புறப்பட்ட தக்காணத்திலிருந்து அவ்வளவாக மாறிடவில்லை. வடக்கிலிருந்த மொகலாயப் பிரதேசம், மேல் தீபகற்பத்தினூடே இடுப்புப்பட்டை போல நீண்டிருந்தது. கந்தேஷ்-பேரரின் கிழக்கத்திய பிரதேசங்களுடன், முந்தைய அகமத் நகர் சுல்தான் அரசரைக் கொண்ட அது கந்தேஷின் புர்ஹான்பூரிலிருந்து நிர்வகிக்கப்பட்டது. பிரதேசத்தின் மேற்கிலுள்ள ஔரங்காபாத் நகரமும்-தேவகிரியின் (தௌலதாபாத்) கோட்டை ராஷ்ட்ரகூடரின் எல்லோராவுக்கு அருகில்-மொகலாய அதிகாரத்தின் முக்கிய மையமாயிருந்தது, சீக்கிரமே புர்ஹான்பூரை விஞ்சிவிடும்; 'கரியமுக' அம்பரின் கீழ் அகமது நகர் சுல்தான் அரசின் தலைநகரமாக இருந்திருந்தது; ஔரங்கஸீப்பின் ஆரம்பக்கட்ட ஆளுநர் நிர்வாகத்தில் ஔரங்காபாத் என்று பெயர்மாற்றப்பட்டது.

ஐரோப்பியர் கடற்கரைக்கு வந்து போயினர். போர்த்துகீசியர் தம் பாஸ்ஸியன் துறைமுகத்திலிருந்து, தம் கப்பல் போக்குவரத்திற்குப் பாதுகாப்பிடமளித்த தீவுக் கூட்டங்களைப் பெற்றனர். அங்கிருந்த தீவொன்றின் தென்னந்தோப்புகளிடையே சிறியதொரு கோட்டையைக் கட்டினர். அதனை போன் பாஹியா அல்லது பாம்பே *(BonBahiya / Bombay)* என்றனர். *1660*களில் டச்சு எதிரிக்கு எதிரான ஆங்கிலேய-போர்த்துக்கீசிய உடன்படிக்கையைத் தொடர்ந்து, போர்த்துக்கீசிய மனைவியின் வரதட்சணையாக அத்தீவு இரண்டாம் சார்லஸிடம் வந்து சேர்ந்தது. பம்பாய்

தக்காணமும் ஔரங்கஸீப் ஆட்சியில் தெற்கும்
N
Narmada
Mandu
KANDESH
BERAR
Tapti
Surat
Burhanpur
Devagiri
Aurangabad
Ahmadnagar
Bombay
Pune
Raigarh
Pratabgarh
Satara
Godavari
Konkan Coast
Western Ghats
Bidar
Golconda
Hyderabad
Bijapur
GOLCONDA
Eastern Ghats
Kistna
Vijayadurg
Panhala
Talikota
Macchlipatnam
Goa
Vijayanagar
BIJAPUR
Honavar
Madras
Vellore
Jinji
Bangalore
Mysore
Calicut
Kaveri
Tanjore
Madurai
Cochin
0 km 300
மராட்டிய ஆட்சியின் கீழ் உள்ளவை
500 மீ.க்கும் மேற்பட்டவை

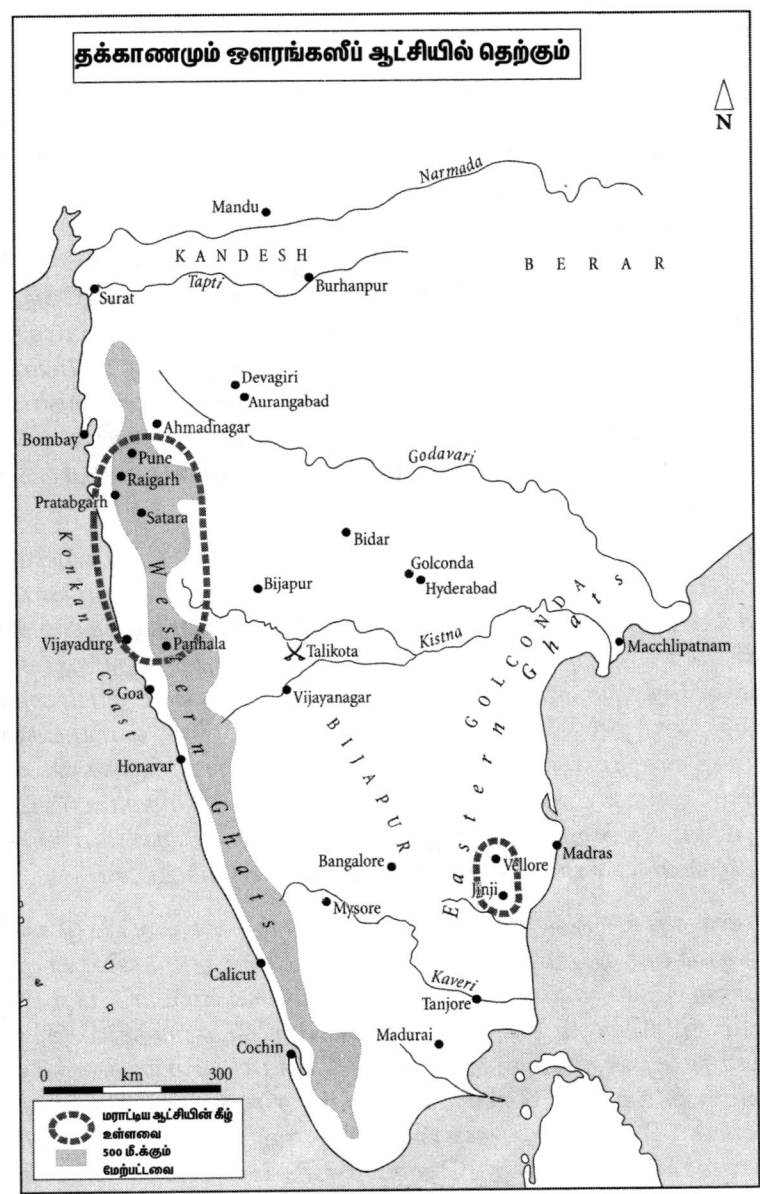

இன்னும் வர்த்தக முக்கியத்துவம் பெற்றிராத போதும், மேற்குக் கரையின் மும்முரமான கப்பல் போக்குவரத்து சந்துகளுக்கு அண்மையில் ஆங்கிலேயர் ஓரிடத்தைப் பெற முடிந்தது இப்படித்தான்.

தெற்கே, போர்த்துக்கீசியரின் கைகளில் கோவா இருந்துவர வாசனைத் திரவிய வணிகத்தில் முக்கிய இடமான கொச்சி, 1660களில் டச்சுக்காரர்களால் அவர்களிடமிருந்து வசப்படுத்தப்பட்டிருந்தது. பம்பாய்க்கு வடக்கே வடஇந்தியாவின் பிரதான கடல் வணிக மையமாயிருந்த, இப்போது மண் அரித்துள்ள காம்பேயை விஞ்சி நின்றது மொகலாயத் துறைமுகமான சூரத்; மும்முரமான டச்சு-ஆங்கில வர்த்தக நிறுவனங்களைப் பெரிதும் அது வரவேற்றது. சூரத்திலிருந்து ஐரோப்பிய வர்த்தக முகவர்கள் குஜராத்தின் நகரங்களுக்கும் நெசவு மையங்களுக்கும் அவற்றிற்கு அப்பாலும் வந்து தேவைப்பட்டதைக் கொள்முதல் செய்தனர். அகமதாபாத், புர்ஹான்பூர், ப்ரோச், பரோடாவிலிருந்து பருத்தி, பட்டுப் பொதிகளும் அவுரியும் ஏற்றுமதிக்காக வேண்டி சூரத்திற்கு வந்தன.

தீபகற்பத்தின் மறுபுறத்தே, மூன்று ஐரோப்பிய அரசுகளுடன் புதிதாக வந்துள்ள பிரெஞ்சுக்காரரும் சேர்ந்து, சோழமண்டல-ஆந்திரக் கடற்கரைகளில் இதுபோன்ற இடங்களைத் தக்கவைத்துக் கொண்டனர். ஜவுளியே பிரதான வணிகமாயிருந்து; ஆனால் இங்குள்ள நெசவாளர்கள் ஐரோப்பிய மையங்களை நாட, அவை ஏற்றுமதி சார்ந்த செழிப்பை அடைந்தன. இம் மையங்களில் எதுவும் இன்னும் அரசியல் முக்கியத்துவம் பெற்றிருக்கவில்லை. ஆனால் அவை அளித்த பாதுகாப்பால் ஈர்க்கப்பட்டன. அத்துடன் அவற்றிடமிருந்த வெடிமருந்து துப்பாக்கிகள் நாட்டிலுள்ள பலரால் ஆர்வத்துடன் வாங்கப்பட்டன.

தக்காணத்தில் ஔரங்கஸீப் இல்லாத 24 ஆண்டுகளில் நிகழ்ந்துள்ள ஒருமாற்றம் முக்கியமானது: பதினேழாம் நூற்றாண்டின் முற்பாதியில் கோல்கொண்டா, பீஜப்பூர் என்னும் இருபெரும் சுல்தான் அரசுகளே தீபகற்பத்தில் இருக்க, இப்போது மூன்றாயிருந்தன. மராட்டியர் வளர்ந்திருந்தனர். மற்றவர்களுக்கான சேவையில் தம் ராணுவத் திறன்களை நிரூபணம் செய்து, அதன்பின் சிவாஜியின் உத்வேகமிக்க தலைமையில், மேற்குத் தொடர்ச்சி மலையில் சுதந்திரத் தாயகத்தை உருவாக்கிய அவர்கள், அத்தாயகத்தை அரசாகவும் சிவாஜியை அதன் மன்னராகவும் ஆக்கியிருந்தனர்.

பயங்கரமானதும் வைதிகமானதுமான முஸ்லீம் மேலாதிக்க காலத்தில், இந்து அரசு புதுப்பிக்கப்பட்டது எதிர்பாராததாக, நாடகப்பூர்வமானதாக இருந்தது. அப்போது பரபரப்பையும் ஏற்படுத்தியது. சிவாஜியின் அசாதாரணமான சாகசங்கள், தம் உடனடிச் சூழலைத் தாண்டியும் அவரது வாரிசுகளைத் திகைக்க வைத்தன, பிரித்தானிய மேலாதிக்கத்தின் சோகமான ஆண்டுகளில் ஆறுதலளித்தன, மேலும் அந்நிய ஆட்சிக்கெதிரான மக்கள் கலகத்திற்கு உத்வேகமளிக்கும் எடுத்துக்காட்டினை இந்திய தேசியவாதிகளுக்கு வழங்கின. பிற்பாடு, அகிம்சை போலவே ராணுவத் திறமையும் தம் மரபைச் சேர்ந்ததே என்னும் நம்பிக்கையை இந்துத் தீவிரவாதிகளுக்கு ஊக்கப்படுத்தவும் துணை நின்றன.

சிவாஜியின் சாதனைகளில் மிகவும் கொண்டாடப்படுவது 1659இல் நிகழ்ந்தது. ஔரங்கஸீப்பின் ஆட்சிக் காலத்தைப் பதிந்த காஃபிகானின் வார்த்தைகளில் கூறுவதாயின், 'சுயமரியாதையின் பெருங்கடலின் முதலைகளை அதாவது, அவரது சகோதரரைப் பேரரசர் வடக்கில் விரட்டியடித்துக் கொண்டிருக்க, சிவாஜி கண்ணியம் மற்றும் வளங்களின் நாயகனாக ஆகியிருந்தார்.' முந்தைய ஆண்டுகளில் மேற்குமலைத் தொடர்களிலும் அடுத்துள்ள கொங்கணக் கடற்கரையிலும் சுமார் 40 கோட்டைகளைக் கைப்பற்றியிருந்தார். ஆனால் வெளிப்படையாயும் அச்சமின்றியும் கலகக் கொடியை உயர்த்தியிருந்த அவர் சவாலுக்குள்ளானபோது, தன் உண்மையான நிறத்தைக் காட்டினார்: 'மோசடியிலும் நரி விளையாட்டிலும் அவர் ஈடுபட்டார்.' பீஜப்பூரின் சிறந்த தளபதி அஃப்ஸல்கான், 'திட்டமிடும் கயவனை' அகற்றிட அனுப்பப்பட்ட நிலையில், பிரதாப்கரின் (மகாபலேஷ்வர் அருகே) மலைக்கோட்டையில் சிவாஜியை எதிர்கொண்டான். இவ்வலுவான நிலையை மேற்கொள்ளப் போதுமான சாதனங்கள் இல்லாமல் பீஜப்பூர் ராணுவம் இருந்தது; மராட்டியர் அவர்களை விரட்டியடிக்கும் நிலையில் இல்லை. எனவே, பேச்சுவார்த்தை மூலம் தேக்கநிலைக்கு முடிவுகட்ட வேண்டியிருந்தது. பீஜப்பூரின் இறையாண்மையை சிவாஜி அடையாள அளவிலே அங்கீகரிக்கவேண்டும்; சிவாஜியின் கோட்டைகளுக்குத் தொந்தரவு செய்யாதபடி அஃப்ஸல்கான் புறப்படவேண்டும். இது ஏற்கப்பட்டிருந்தது, சிவாஜி தனிப்பட அடிபணிவது எஞ்சியிருந்தது.

பிரதாப்கர் குன்றின் அடிவார வெளியில் இருவரும் சந்தித்தனர். இருவரும் துணையாட்களையும் ஆயுதங்களையும்

தவிர்த்திருந்தனர். இருப்பினும், 'இருவரும் ஆயுதங்களுடன் மோதினர்.'[1] சிவாஜி மறைத்து வைத்திருந்த ஆயுதங்களில் ஒன்று நான்கு வளைந்த நகங்களுடனுள்ள சிறிய இரும்பு விரல்பிடி - ஒவ்வொரு நகமும் வெட்டுக் கத்தியென கூரியது.

> அனுபவமிக்கவரும் பெரும் துரோகியுமானவர் (சிவாஜி) அஃப்ஸல்கானை நெருங்கியதும், அவன் பாதங்களில் விழுந்து அவர் அழுதார். அஃப்ஸல்கான் அவரது தலையை உயர்த்தி, அவரைத் தழுவிட தன் அன்புக் கரத்தை வைத்ததும், சிவாஜி சாதுர்யமாக அவனது அடி வயிற்றில் அக்கருவியைச் செருகிவிட்டார்-அவனுக்குப் பெருமூச்சுவிடக் கூட நேரமில்லாதபடி; இப்படி அவனைக் கொன்றார்.[2]

பீஜப்பூர் துருப்புகளில் சிலர் மராட்டியராயும், சிவாஜியின் சில வீரர்கள் முஸ்லீம்களாயும் இருக்கவே, காஃபிகானின் மொழிபெயர்ப்பாளர், 'கண்ணியம்' -அல்லது 'பெருமிதம்'- என்று குறிப்பிடுவது கொள்கையைவிட முக்கியமானது. முஸ்லீமாகிய அதே மொழிபெயர்ப்பாளர், இவ்விவகாரத்தை, 'துணைக் கண்டத்து வரலாற்றில் மிகமோசமான கொலைகளில் ஒன்று' என்கிறார்; இருப்பினும், பெரும்பாலான இந்து வரலாற்றாளர்களுக்கு இருப்பது போல, அவரது சமகாலத்தவருக்கு அது, சிவாஜியின் வளமான மேதைமைக்கும் அதுபோலவே 'திட்டமிட்ட கயமை'க்கும் சான்றாயிருந்தது. உறவுக்காரர்கள்-சகமதத்தினரது விசுவாசங்கள் ஆதாரமாயிருக்க, பல்வேறான அதிருப்தியாளரும் சாகசக்காரர்களும் இப்போது அவரிடத்தே, வெல்லமுடியாத தீரத்தையும் நல்வாய்ப்பையும் உடைய தலைவனை அடையாளங்கண்டனர். 'மசூதிகளை, குரானை நாசப்படுத்துவதையோ பெண்களை இழிவுபடுத்துவதையோ அவர் நோக்கமாக வைத்திருக்கவில்லை என்கிறார் காஃபிகான்.[3] அவரின் கீழே இஸ்லாமியரும் இந்துக்களும் பிரச்சினையின்றி பணிபுரிய முடியும்.

பம்பாய்க்கும் கோவாவுக்கும் இடையே அதிகமான கொங்கணக் கடற்கரையைக் கைப்பற்றி, அஃப்ஸல்கான் மீதான வெற்றியை சிவாஜி கொண்டாடினார். அங்கே சிறியதொரு கடற்படையை நிறுத்தி, சிறு வளைகுடாக்களையும் முகத்துவாரங்களையும் அரண் செய்தார். கோலாப்பூருக்கு வடக்கே, மலைக்கோட்டை என்பதை விடவும் மதில்கள் சூழ்ந்த மலையுச்சியான பன்ஹலாவையும் கைப்பற்றினார். அங்கே பீஜப்பூரின் புதுப்படை

அவரை எதிர்கொள்ள, நம்பகமான சிலருடன் இரவில் தப்பி, எதிரியிடமிருந்து நழுவினார்.

1660களில் ஔரங்கஸீப் 'முதலைகளை'த் தீர்த்துக்கட்டியிருந்தார்; ஷாஜஹானின் அபிமானத்திற்குரிய மும்தாஜ்மஹாலின் சகோதரன் ஸைஷ்டா கானின் தலைமையில் பெரிய படையைத் தக்காணத்திற்கு அனுப்பியிருந்தார். 1657இல் பீஜப்பூரால் பேரரசுக்குத் தரப்பட்டிருந்த பிரதேசங்களை ஸைஷ்டாகான் மீட்க வேண்டியிருந்தது-இப் பிரதேசங்களில் மேற்குத் தொடர்ச்சிமலையிலுள்ள மராட்டியர் தாயகமும் இருந்தது. இவ்வாறு புதிய, பலமிக்க எதிரியைச் சந்தித்தார்-அவனைத் தோற்கடிக்கும் வாய்ப்பே இல்லாதிருந்தது. மொகலாய ராணுவம் விடாப்பிடியாகப் போரிட்டது, ஒவ்வொரு கோட்டையும் கணிசமாக மொகலாயர் குருதியைச் சிந்தவைத்தது; எனினும் சிவாஜியின் தலைநகர் புனே வீழ்ந்தது; அதன்பின் மராட்டிய கோட்டைகள் ஒவ்வொன்றாகப் பணிந்தன. 1663இல் சிவாஜி தோல்வியை சந்தித்துக்கொண்டிருந்தார். ஆகவே இன்னுமொரு சாகசம் அவருக்குத் தேவைப்பட்டது.

இப்போது மொகலாய நகரமான புனேயில் ஸைஷ்டாகான் ஓர் இல்லத்தில் தங்கியிருந்தான். நகர மதில்களுக்குள் மராட்டியர் யாரும் அனுமதிக்கப்படவில்லை; அந்த இல்லத்திற்குப் பலத்த பாதுகாப்பு அளிக்கப்பட்டது. ஒரு திருமண விழாவின் பொருட்டு சிறப்பு அனுமதி இருந்தது, அதே நாளில் மராட்டியக் கூட்டமொன்று கைதிகளாக அழைத்து வரப்பட்டது. நள்ளிரவில் ஏற்பாடு செய்யப்பட்டிருந்தபடி மணமகன், திருமண வீட்டார், கைதிகள் மற்றும் காவலர்கள் சந்தித்தனர். தம் ஆயுதங்களை உருவிய அவர்கள் சமையலறைச் சன்னல் வழியே ஸைஷ்டாகானின் இல்லத்துச் சுற்றுச் சுவர்களுக்குள் ஊர்ந்து சென்று, தூங்கும் அறைகளை அடைய, ஒரு சுவரை இடித்தனர். 'அங்கே விழித்திருந்தோரையெல்லாம் மரணத்தில் தூங்குமாறு வைக்கப்பட, தூங்கியோரையெல்லாம் படுக்கையிலேயே கொன்றனர்.' ஸைஷ்டாகான் நல்வாய்ப்பு பெற்றிருந்தான். பெருவிரலை இழந்து, மயங்கியதாகத் தெரிகிறது; அப்போது அவனது பணிப்பெண்டிர் அவனைக் கைகளில் தூக்கி, பாதுகாப்பான இடத்தில் சேர்த்தனர். அப்போது புனேவில் பணிபுரிந்து கொண்டிருந்த தந்தையை உடைய காஃபிகானின் வார்த்தைகளில், 'மராட்டியர்கள் மொகலாயத் தளபதி என வேறொருவனைக் கொன்றனர். ஸைஷ்டாகானின் மகனும் மனைவியருள் ஒருத்தியும் கொல்லப்பட்டனர். கொள்ளையிடப்படவில்லை; தாக்குதல்காரர்

வந்தது போல கிளம்பிவிட்டனர்; அவர்களிடையே சிவாஜி இல்லாத போதும், இதனை அவரே திட்டமிட்டிருக்க வேண்டும், ஒரு மொகலாயத் தளபதியை உடந்தையாக வைத்திருக்க வேண்டும் என்று தோன்றுகிறது.

மொகலாயப் பெருமைக்குப் பெருத்த அடியாக விழுந்த இவ்விவகாரத்தையடுத்து, மொகலாய களஞ்சியத்திற்கு இழப்பினை உண்டுபண்ணும் இன்னொரு பெரிய நிகழ்வும் நடந்தது. 1664இல் குன்றுகளிலிருந்து வெளிவந்த சிவாஜி, தன் படையினரை குஜராத்திற்கு நடத்திச் சென்று, பெரும் துறைமுகமான சூரத்தை நோக்கிச் சென்றார். நாற்பது நாள்களாக மராட்டியர் அங்கே கொள்ளையிட்டனர். நல்ல பாதுகாவல்மிக்க ஆங்கிலேயரின் 'தொழிற்சாலை' (கிட்டங்கியும் விடுதியும் இணைந்தது) மட்டும் விட்டுவைக்கப்பட்டது. தருமசங்கடமான வகையில், சிவாஜியின் 'கண்ணியம்' பேரரசினுடையதை மறையச் செய்துகொண்டிருந்தது.

இளவரசன் ஸுஜாவை வெற்றிகொண்ட மாபெரும் ஜய்சிங் தலைமையில் 15,000 வீரரைக் கொண்ட இன்னொரு மொகலாயப்படை தக்காணம் சென்றது. ஜய்சிங் கோட்டை மாற்றிக் கோட்டையாக கைப்பற்றிக் கொண்டு வந்தான். 1665 சிவாஜி புரந்தர் அருகே மடக்கப்பட்டு மீண்டும் பேச்சுவார்த்தைக்கு முற்பட்டார். அது சிக்கலாகி நீண்டது. கடைசியில் 20 கோட்டைகளை ஒப்படைப்பது, கணிசமாகக் கப்பம் தருவது, மொகலாய ராணுவச் சேவைக்கு நிலங்களை ஒதுக்குதல், தன் மகனை மொகலாய மன்ஸப்தார் ஆக்குதல் என்பன உடன்படிக்கையில் ஏற்கப்பட்டன. அதன்பிறகு பலத்த பாதுகாப்புக்கிடையே அவர் அடிபணிந்தார்.

ஆனால் புரந்தரின் உடன்படிக்கை சரணாகதி இல்லை.[4] சிவாஜி பன்னிரண்டு கோட்டைகளைத் தக்கவைத்துக்கொண்டார், மராட்டியக் குதிரைகள் இருந்தன-கிராமப்புறத்தில் வசிக்கக்கூடியதாக, எடையற்றனவாக, கனத்த மொகலாயக் குதிரைகளை, நழுவி விடுவனவாகவும் பரந்துபட்டதாகவும் விளங்கின. உண்மையில் இந்த உடன்படிக்கை, சிவாஜியை நடுநிலைப்படுத்தும் அளவுக்கு, பீஜப்பூருக்கு எதிரான தாக்குதலில் மொகலாயப் படையினருடன் மராட்டியர் ஒத்துழைப்பைப் பெறுவதாயும் இருந்தது. ஓராண்டு கழித்து 1666இல் பீஜப்பூரின் தாக்குதலின் போது மராத்தியர் எதிரணிக்குப் போய்விடுவர் என்னும் பயத்தால், பேரரசரை நேரில் பார்க்கும் வகையில் ஆக்ரா வருமாறு சிவாஜி கோரப்பட்டார். அது வெற்றிகரமாக

இல்லை. யானைகள், வெள்ளிப் பல்லக்குகள், பகட்டாக உடுத்திய வீரர்கள் என ஈர்க்கும்படியான வரிசையைப் பேரரசர் முன் சிவாஜி நிறுத்தினார். அப்போது, மரணம்/நாடு கடத்தல் என்னும் வதந்திகளுக்கிடையே தடுப்புக் காவலில் வைக்கப்பட்டார்; அது வீட்டில் கைதாகி இருப்பதைவிடவும் மேலானதாய் இருந்தது. இனிப்புக் கூடையில் மறைந்து தப்பினார் என்னும் மக்களின் புனைவை விடவும் கையூட்டளித்துத் தப்பினார் என்பது சரியானது. கண்டுபிடிக்க முடியாத வகையில் குறுக்கு வழிகளில் மராட்டியம் போய்ச்சேர்ந்தார். ‘அவரது மிக அதிசயமான செயல்களில் மிகவும் சாகசமானது, அவரின் தனித்துவமான ஆளுமைக்கு அதீதப் பிரகாசத்தைச் சேர்த்துள்ளது’ என்கிறார் நடுநிலையற்ற வரலாற்றாளர் ஒருவர்.

> அசாதாரண ஆற்றல்களைத் தெய்விக அருளால் பெற்றவராக, இந்தியா முழுதும் அறிந்த ஆளுமையாக சிவாஜியினை ஆக்கி, நாடெங்கும் எதிரொலிக்க வைத்தது. அதேவேளையில் பேரரசரின் தந்திரம், குரூரத்துடன் அவரது நுணுக்கத்தையும் இது வெளிப்படுத்திற்று. மறுபுறத்தே சிவாஜியின் புகழ், பேரரசர்களால் மிகப் புத்திசாலியும் வல்லமைமிக்கவருமானவரை விஞ்சியதால், உச்சத்தைத் தொட்டது.[5]

ஆக்ராவுக்கு சிவாஜி வந்ததையொட்டிய செலவினங்களை ஈடுகட்டப் பணம் தருமாறு மொகலாயர் கோருவதற்கு மூன்றாண்டு தேக்க நிலைக்கு முன்னர், மராத்தியத் தலைவர் சீண்டுதலுக்கு உள்ளாகி புதிய தாக்குதலில் ஈடுபட்டார். பல முக்கியக் கோட்டைகளை மீண்டும் கைப்பற்றினார்; 1670இல் சூரத் துறைமுகம் இரண்டாம் முறை கொள்ளையிடப்பட்டது; மராத்தா படைப்பிரிவுகள் மொகலாய தக்காணத்தின் கந்தோஷ், பேரர் மாவட்டங்களுக்குள் புகுந்தன. புனே விடுவிக்கப்பட்டது, பன்ஹலா, கொங்கணக் கடற்கரையின் பெரும்பகுதியுடன் கைப்பற்றப்பட்டது. இவற்றிற்குச் சிகரம் வைத்தாற்போல 1674இல் சிவாஜி மன்னரானார்.

மன்னரின் உரிமை பெற்றது, மொகலாயருக்கான பிரகடனம் என்பதை விடவும் உள்ளூர் காரணங்களுக்கே முக்கியத்துவம் பெற்றிருந்தது. இதுவரையிலும் ராணுவ அதிகாரத்தையும் அவரது ஏற்றத்தையும் சார்ந்திருந்த, சக மராட்டியரிடமிருந்தான வருவாய்-சேவைகளைப் பெற்றிட, இது சட்டப்பூர்வ அனுமதியை வழங்கிற்று. அரசாங்கத்தின் அடிப்படைப் பொறியமைவு

ஏற்படுத்தப்பட்டு, அரசின் நிதியினங்கள் மாற்றியமைக்கப்பட்டன. முடிசூட்டு விழாவே பிரச்சினைகளைக் கொண்டிருந்தது- பழைய வம்சாவளியினர் எதிர்கொள்ள வேண்டியிருந்தவை அவை. மராட்டியர் சத்திரியராகக் கருதப்படாததால் போலியான கொடிவழி ஜாபிதா தயாரிக்கப்பட்டு, சிவாஜியின் போன்ஸ்லே முன்னவர்கள் புகழ்பெற்ற மேவாரின் ஸெஸோடியா ரஜபுத்திரர்களுடன் இணைக்கப்பட்டனர். இதுவரை சத்திரியராக அல்லாது வாழ்ந்து வந்த சிவாஜியைச் சத்ரியராக்கும் சடங்குகள் செய்து ஏற்றிட ஒரு புகழ்பெற்ற பிராமணர் தேவைப்பட்டார். அப்படியொருவரை வாராணசியில் தேடிக் கண்டுபிடித்து மராட்டியத்துக்குக் கொண்டுவந்தனர்; நீண்டகாலமாக மேற்கொள்ளப்பட்டிராத இச்சடங்கு விவரங்களைப் பழைய பிரதிகளிலிருந்து துருவியெடுத்து, தற்போதைய சந்தர்ப்பங்களுக்கேற்ப நிறைவேற்றப்பட்டது. புதிய சகாப்தம் ஒன்று பிரகடனமானது, அத்துடன் புதிய காலண்டர் முறை உருவானது. அஸ்வமேத யாகம் இல்லை ஆனால் சடங்கினை நிறைவு செய்திட, சிவாஜி அடையாள திக்விஜயத்தை மேற்கொண்டார்-அது ஒரு மொகலாய முகாம் மீது தாக்குதலையும் கந்தேஷ் மற்றும் பேரர் மீது கூடுதல் தாக்குதல்களையும் கொண்டிருந்தது.

இப்போது சுதந்திர மன்னனாகி, தற்காலிகமாகப் பெரிய அச்சுறுத்தல் இல்லாத நிலையில் சிவாஜி, கோல்கொண்டா சுல்தானுடன் அணிசேர்ந்து, தென்தமிழகத்திலுள்ள தொலைதூர பீஜப்பூர் பிரதேசங்கள் மீது தாக்குதல் தொடுத்தார். அவரது இக்கடைசிப் படையெடுப்பு முற்றிலும் மராத்திய வீரரால் மேற்கொள்ளப்பட்டு, பிடிபட்ட வேலூர் மற்றும் செஞ்சி (மெட்ராஸுக்கு தென்மேற்கே) கோட்டைகளின் மீது புதிதாய் மராத்திய ராணுவ அணுக்கரு அமையக் காரணமானது. 1680இல் சிவாஜி இறக்க, வயிற்றுப்போக்கு 'கண்ணியத்தை'த் தலைகீழாக்கிட, நன்கு வரையறுக்கப்படாத பரப்புடன் மராட்டிய அரசு விடப்பட்டிருந்தது. அதன் பிரதேசங்கள் அடுத்தடுத்து தொடர்ச்சியாக இல்லை, அதன் மக்கள் தம் தலைவர் மீதான விசுவாசத்தைத் தவிர்த்துப் பிற விஷயங்களில் பரிச்சயமில்லாதவர்கள்.

ஆட்சியுரிமைப் பிரச்சினையால், மராத்தியத் தலைவர்களிடையே பிளவுகள் அதிகரித்தன. 1681இல் ஆட்சி உரிமை கோரும் சிவாஜியின் இரு மகன்களில் சாம்பாஜியின் கை ஓங்கியிருந்தது; அவரே முடிசூட்டிக் கொண்டு தந்தையின் விரிவாக்கக்

கொள்கைகளைப் பின்பற்றினார். ரஜபுத்திரருடனான பிரச்சினையில் தோல்வி ஏற்பட்ட பின்னர், ஔரங்கஸீப்பின் கலகக்கார மகன் இளவரசன் அக்பர் வந்து புகலிடம் கோரியது சாம்பாஜியின் அரசவையில்தான். இளவரசனைச் சார்ந்து ரஜபுத்திர-மராத்திய அணிசேர்க்கை எதுவும் உருவாகிவிடக் கூடாது என்பதுடன் தக்காண சுல்தான் அரசுகளுடனான தன் நீண்டநாளைய ஈடுபாட்டைப் புதுப்பிக்கவும், 1682இல் பேரரசரே அரசவை, ஏகாதிபத்திய நிர்வாகம், சுமார் 1,80,000 வீரர்கள் சகிதம் தெற்கே அணிவகுத்துச் சென்றார்.

ஔரங்கஸீப்பின் இறுதி ஆண்டுகள்

தந்தைக்கு எதிராக இளவரசன் அக்பரைக் கொண்ட மராத்திய-ரஜபுத்திர எதிர்ப்பணி ஒருபோதும் நிறைவேறவில்லை. மொகலாய ராணுவம் வடக்கு மராட்டியப் பிரதேசங்களில் நிலைகொண்டிருக்க, சாம்பாஜி அனைத்திந்திய தாக்குதலை உத்தேசித்திருந்த இளவரசரின் கோரிக்கையை நிராகரித்து, தன் கடற்கரையிலுள்ள அண்டைவீட்டாரிடம் குவிமையம் கொண்டான்; கோவாவிலுள்ள போர்த்துகீசியருடன் சிறு சண்டையும் இதில் சேர்ந்திருந்தது.

இதற்கிடையே ஔரங்கஸீப்பின் ராணுவம் தீர்மானகரமானதாக இல்லாதபோதும், இடையறாத வெற்றிகளைப் பெற்றுக் கொண்டிருந்தது. மராட்டியரிடத்தேயான மொகலாய யுத்தத் தந்திரம் நுணுக்கமின்றி அப்பட்டமாய் இருந்தது. மராட்டியப் பகுதிகள் கொள்ளையிடப்பட்டன[6], மராத்திய தேஷ்முக்குகள் தோற்கடிக்கப்பட்டனர், அதன்பின் ஏகாதிபத்தியச் சேவையில் மன்ஸப்தார்களாக இணைக்கப்பட்டனர். ஆனால் இவ்வளவு சிரமப்பட்டு அக்கோட்டைகளைக் கைப்பற்ற வேண்டுமா என்ற நிலையில் அவை தகுதியற்றுக் கிடந்தன; பிரதான எதிரிப் படைப்பிரிவுகள், போரில் இறங்காத அளவுக்குத் தந்திரம் நிறைந்திருந்தன. மராட்டிய அரசை அப்படியே வெல்வது, ஔரங்கஸீப் எண்ணியிருந்ததை விடவும் ஏராளமான செல்வத்தை ஈடுபடுத்த வேண்டியதாய் இருந்தது.[7]

கண்கூடான வெற்றி அவசியமானபோது பேரரசர் பீஜப்பூரின் பக்கம் திரும்பினார். 1684இல் என்பதாயிரம் வீரர்கள் சுல்தான் அரசு மேல் படையெடுத்தனர். ஓராண்டுக்கு மேலாக முற்றுகை நீடித்தபிறகு நகரும் சுல்தானும் சரணடைந்தனர். அரசு மொகலாயப்

பிரதேசமானது, அதன் பிரதானப் பிரபுக்கள் மொகலாயப் படிவரிசையில் சேர்த்துக்கொள்ளப்பட்டனர், சுல்தான் மொகலாயரின் கைதியாகச் சிறைவைக்கப்பட்டார். அங்கே அவருடன் கோல்கொண்டா சுல்தானும் சேர்ந்துகொண்டார். முதலில் படையெடுக்கப்பட்டு, 1685இல் ஆக்கிரமிக்கப்பட்ட கோல்கொண்டா அரசு கடைசியில் கோட்டையுடன் 1687இல் பணிந்தது. அதுவும் பேரரசுடன் இணைக்கப்பட்டது.

அவ்வப்போது துரோகியரான மராட்டியரைத் தூண்டிவிட்டதால், இரு சுல்தான் அரசுகளுக்கும் அவற்றின் விதி உரியதுதான் என ஔரங்கஸீப் வாதிட்டார். குறிப்பாக ஹைதராபாத்தில் பழிவாங்குதல் இனிதாயிருந்தது; பெரும் செல்வம் அபகரிக்கப்பட்டது, கோயில்கள் தகர்க்கப்பட்டன; பிராமணர் கொல்லப்பட்டனர்; அனைத்துச் சாதி இந்துக்களும் ஜிஷ்யா வரி விதித்து தண்டிக்கப்பட்டனர். ஆனால் நிலை பெற்றிருந்த இஸ்லாமிய அரசுகளை இப்படி மோசமாக நடத்தியமை குறித்து, உலெமாக்களிடம்கூட அதிருப்தி நிலவிற்று. அங்குள்ள இஸ்லாமியரல்லாதவர், குறிப்பாக முன்னாள் விஜயநகர நாயக்கர் கீழிருந்த உயர்குடி வீரர்கள் ஒருபோதும் மொகலாய ஆட்சிக்கு உட்படமாட்டார்கள். தக்காணத்துப் பிரபுக்கள், பாரசீகத் தோற்றுவாயினையும் ஷியாப் பிரிவினையும் கொண்டிருந்தாலும், மொகலாய அமீர்களாகப் பதிவு பெற்றனர்; மண்டலப் பண்பாட்டு அடையாளம் சார்ந்த வலுவான உணர்வை அவர்கள் தக்கவைத்துக் கொண்டனர். மொகலாய ராணுவப் படிவரிசைக்குள்ளே, செல்வாக்குள்ள கும்பலாகவும் இருந்தனர்; இவர்களை வடக்கின் 'இந்துஸ்தானி' அமீர்கள் சந்தேகத்துடன் நோக்கினர்.

1688இல் சிவாஜியின் வாரிசு சாம்பாஜி அவரது பிரமாண அமைச்சருடன் பிடிபட்டபோது, தெற்கில் ஔரங்கஸீப்பின் நோக்கம் அதன் உயரிய உச்சத்தைத் தொட்டது. ஏகாதிபத்திய முகாமுக்குக் கொண்டுவரப்பட்ட சாம்பாஜி, பேரரசர் மீதும் நபிகள் மீதும் வசைபாடினார். சித்திரவதை செய்யப்பட்டு கண்ட துண்டமாக வெட்டப்பட்டார். ஔரங்கஸீப் தானே நேரில் மராத்திய அரசை எதிர்கொண்டதாக அடையாளப்படுத்திற்று அந்த நடைமுறை.

சாம்பாஜியின் சகோதரனும் ஆரம்பக்கட்ட எதிரியுமான ராஜாராம், இப்போது மன்னரானார்; ராஜ்கர் கோட்டையில் முற்றுகையிடப்பட்டார். அவர் தப்பிவந்து, தமிழ்நாட்டின்

மராட்டியப் பகுதி நோக்கி விரைந்தார். அங்கே செஞ்சிக் கோட்டையில் முடிசூட்டிக்கொள்ள, சீக்கிரமே இன்னொரு மொகலாயப்படையால் முற்றுகையிடப்பட்டார். இம்முற்றுகை ஆச்சரியப்படும் வகையில் எட்டாண்டுகள் (1689-97) நீடித்து ராஜாராமின் ஆட்சிக்காலத்தில் பெரும்பகுதியை விழுங்கிற்று. சில சமயங்களில், மற்ற இடங்களின் மராத்தியப் படையினர் மொகலாயரைக் கடுமையாக நெருக்கினர், உணவுப் பொருள் வழங்குவதை நிறுத்தினர், முற்றுகையாளரே முற்றுகையிடப்பட்டனர். கடைசியில் கோட்டை வீழ்ந்தபோது, ராஜாராமும் அவரது பெரும்பாலான வீரர்களும் தப்பியோட அனுமதிக்கப்பட்டனர்.

ஔரங்கஸீப் செஞ்சிக்கு வந்ததேயில்லை. தக்காணத்தில் பேரரசர் தங்கியிருப்பதற்குக் காரணமான, ராஜாராமின் தற்காப்புப் படையினரும் வந்ததேயில்லை. உண்மையான பிரச்சினை, மேற்குத் தொடர்ச்சி மலையில் இருந்த மராத்தியக் குழுக்களின் விட்டுக்கொடுக்காத தன்மையே. இங்கே தன் எண்பதுகளிலிருந்த பேரரசர் - செலவு பிடிக்கக் கூடியதும் பயனற்றதுமான கோட்டையைக்-கைப்பற்றுதலுக்குச் சோர்ந்துபோன தன் ராணுவத்திற்குத் தலைமை தாங்கி வந்தார். இப்படையெடுப்பை ஒரு ஜிகாத்தாகக் கருதினார்; குரானைப் படியெடுத்தல், குல்லாய் தைத்துக் கொள்ளல் என்னும் பவித்தரமான பணிகளுடன், சிலைவழிபாடுள்ள சிதைந்த கோட்டைக்குப் போவதை, தன் நாள்களை முடிப்பதற்குப் பொருத்தமானதாகக் கருதினார்.

ஆனால் மராட்டிய எதிர்ப்பின் அற்ப விவகாரங்களில் இப்படிக் குவிமையம் கொள்வது, ஒட்டுமொத்தமாகப் பேரரசுக்கு நல்லதல்ல; மராத்தியர் தொடர்பாக இது எதிர்விளைவையே கொண்டிருந்தது. அதற்கு அந்த நிலப்பகுதி ஒருபாதி காரணம்; மேற்கு மலைத்தொடரில் அது பாறைகளின் மலையாக இருந்தது. வடக்கிலிருந்து தெற்கான செங்குத்துச் சரிவுகள், காடு மண்டிய பாதாளங்களும் வெற்றுவெளிகளுமாய், ஒவ்வொரு குன்றும் இயற்கையான கோட்டையாக, ஒவ்வொரு பள்ளத்தாக்கும் மரணப் பொறியாக இருந்தன. சுட்டெரிக்கும் பாறை சார்ந்த கொங்கணக் கடற்கரைக்கும் வறண்ட துந்திர வெளியுடைய தக்காண மைய நிலத்திற்குமிடைப்பட்ட இந்நிலப்பகுதி நூற்றுக்கணக்கான மைல்கள் நீண்டு கொண்டிருந்தது. இங்கே மொகலாயரின் மென்மையான பீரங்கிப் படையும் கனத்த ஆயுதம் தாங்கிய குதிரைப்படையும் சொத்தாக இன்றி சுமையாக இருந்தன.

சிவாஜி (போன்ஸ்லே சத்திரபதி)யின் அரச இல்லம்

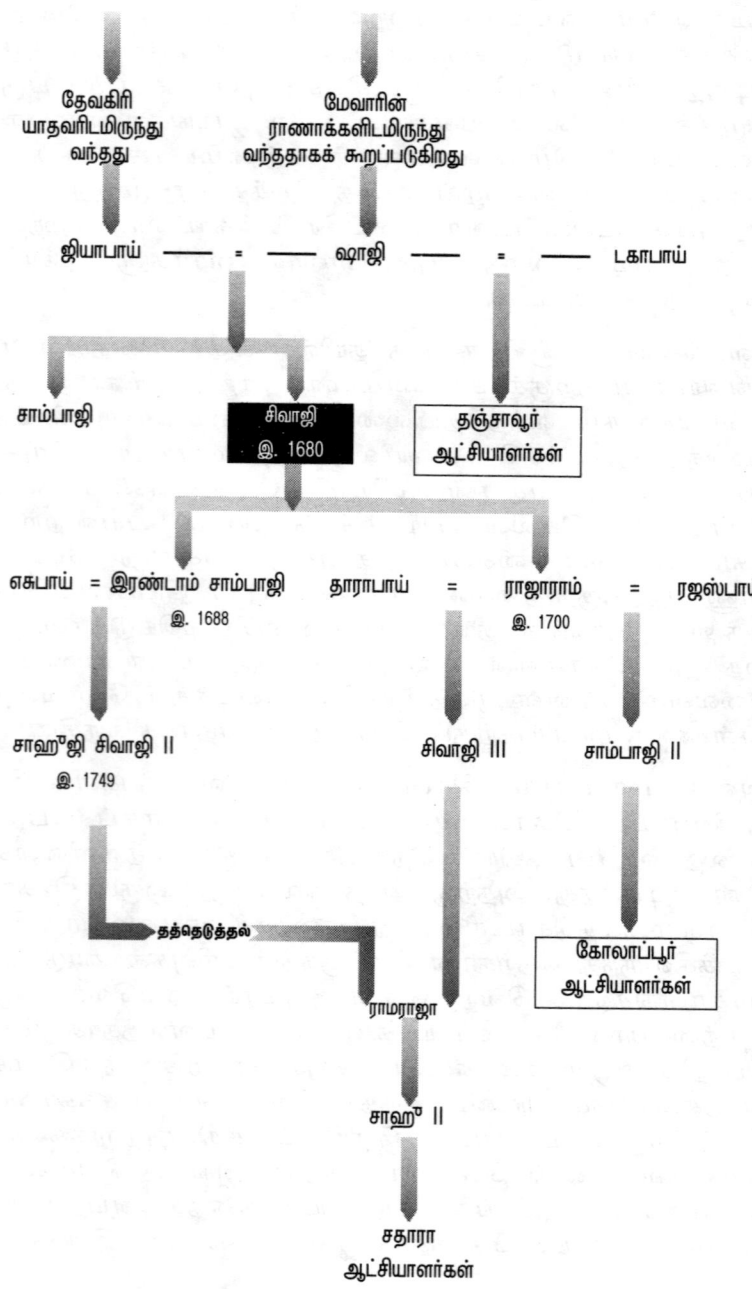

கோட்டைகள் கைப்பற்றப்பட்டது கூடப் பெயரளவில்தான் இருந்தன, படை நகர்ந்ததும் அவை பழைய நிலைக்குத் திரும்பின. சாம்பாஜி மரணமுற்று, ராஜாராம் மடக்கப்பட்ட பிறகு, ஒவ்வொரு தலைவரும் சுதந்திரமாக இயங்கிக் கொண்டிருந்தனர். இவர்களை அடக்குவது அவ்வளவு எளிதாக இல்லை. ஔரங்கஸீப்பின் ராணுவம் தன் திராணியின்மையை வெளிக்காட்டிக் கொண்டிருந்தது; மராத்திய நிலங்களை நசாப்படுத்தி, அதனை நம்பி வாழ்ந்தோரை ஆயுதமேந்தி எதிர்க்க வைத்தது.

1700இல், முன்னதாக சிவாஜி தன் தலைநகரை மாற்றியிருந்த சதாரா, முற்றுகையிடப்பட்டு, மொகலாயரிடம் சரணடைந்தது. அதே வேளையில் ராஜாராம் இறந்தார்; தன் மகன் இரண்டாம் சாம்பாஜி சார்பில், மூத்த விதவை தாராபாய் ஆட்சிப் பொறுப்பேற்றாள்; போரினை முடிவுக்குக் கொண்டுவர பேச்சுவார்த்தைக்கு முற்பட்டாள். சதாராவில் ஆயிரக்கணக்கான உயிர்கள் மடிந்திருந்தாலும்-தவறான ஒரு நகர்வில் 2000 மொகலாய வீரர் இறந்தனர்-பேரரசர் இதனை நிராகரித்தார். அதே ஆண்டில் மராத்திய குதிரைப்படையினர் நர்மதையைத் தாண்டினர். அது மரபார்ந்த ரீதியில் தக்காணத்திற்கும் வடக்கிற்கும் இடையே எல்லைக்கோடாக இருந்தது; மால்வா இப்போது மராத்தியரின் பார்வையில் இருந்தது. இரண்டாண்டுகளுக்குப் பின் ஐம்பதாயிரம் வீரர்களுடன் ஹைதராபாத்தைத் தாக்கினர். தீபகற்பத்தில் இன்னும் செல்வந்த நகரங்களுள் ஒன்றாகிய பெரிய நகரம் தகர்க்கப்பட்டது. 1704இல் மீண்டும் தகர்க்கப்பட்டது, அதே கதி மசூலிப்பட்டிணத்திற்கும் ஏற்பட்டது; வங்காள விரிகுடாவிலுள்ள அதன் துறைமுகத்திற்கும் அதே நிலைதான். மராட்டியரின் நடவடிக்கைகள் இப்போது அநேகமாக தீபகற்பமெங்கும் விரிவடைந்தது.

இதற்கிடையே தாராபாய், தக்காணத்தின் மொகலாயப் பிரதேசத்தில் இணை நிர்வாகத்தை மேற்கொண்டிருந்தாள். தக்காண வருவாயில் 25 சதவீதத்தையும் இன்னொரு 10 சதவீதத்தையும் பரம்பரை மராத்திய சவரனையும் மராட்டியருக்குச் செலுத்த வேண்டும் என்பதாக இருந்தது அந்த நடைமுறை. அதற்கு ஈடாக மொகலாய வரிவசூலிப்பாளர்களிடமிருந்து பாதுகாப்பு கிடைத்தது. மொகலாயப் பிரதேசத்திற்குள் தம் அரண்மிகுந்த மையங்களிலிருந்து இயங்கிய சிற்றரசர், மராத்திய ஆளுநர்களின் நிழல் படிவரிசையை அது நியாயப்படுத்தவும் செய்தது; அம்மண்டலத்தின் ஆதார வணிக வழித்தடங்களின் மீது கூடுதல் வரி விதித்தது. அப்படிக் கட்டாதபோது அபகரிப்பு

நடக்கும் அல்லது கொள்ளை நிகழும். நடைமுறையில் அது ஒரு பாதுகாப்பு மோசடி. ஆனால் அதற்கு எதிர்ப்பு இல்லாதிருந்தது. பேரரசரின் முதுமை, அவரது இறப்பை ஒட்டிய வாரிசுரிமை நெருக்கடி, அவரது மதக் கொள்கைகளால் எழுந்த எதிர்ப்பு, இடைவிடாத மராட்டியப் படையெடுப்புகளால் ராணுவத்திற்கும் கருவூலத்திற்கும் ஏற்பட்ட இழப்பு, மொகலாய மன்ஸப்தார்களிடையே அதிகரித்து வந்த அதிருப்தி-அவர்களது தக்காண ஜாகீர்கள் தம் வருவாயினைப்பெற முடியாதவர்களாக இருந்தனர்-எல்லாம் சேர்ந்து மொகலாயர் அதிகாரத்தைப் பலவீனமடையச் செய்தன.

1705இல் ஔரங்கஸீப் உடல்நலம் குன்றினார். தலைப்பாகை, தாடி சகிதம், மெலிந்த அங்கி போர்த்திய உடலெங்கும் வெண்மையாய் உடுத்திய ஆவியாக, பல்லக்கில் அகமது நகருக்கு எடுத்துச் செல்லப்பட்டார். நீண்ட நாட்கள் படுத்த படுக்கையாய் இருந்தார். தனிமைப்படுத்தப்பட்டு வருத்தம் மேலிட்டிருந்த அவர் கடுமையாகத் தொழுதார், நிலவரங்கள் தன் சந்ததியர் குறித்து நம்பிக்கை இழந்திருந்தார். 'நான் கைவிடப்பட்டவன், அகதி, என் அறுதி நிலை துயரமே.'[8] 1707இல் அவரது 90வது வயதில் அத்துயரம் முடிவுற்றது. அவர் படியெடுத்திருந்த குரான் பிரதிகள், அவர் தைத்த குல்லாய்களிலிருந்து கிட்டிய வருவாயிலிருந்து, அவரின் ஈமச்சடங்கு செலவினங்கள் ஈடுசெய்யப்பட்டன எனப்படுகிறது. அவரது ஆசைப்படி, பேரரசின் மத்தியில் பளிங்கு-மணற்கல் மண்டபத்தின் கீழ் அல்லாமல், தக்காண முஸ்லீம்களுக்குப் பிரியமான கிராமத்து மசூதியருகே எளிய கல்லறையில் அடக்கம் செய்யப்பட்டார். எல்லா மொகலாயர் கல்லறைகளிலும் துளியும் பாவனையற்ற சிறிய மைதானத்தின் அருகே, ஔரங்காபாத்திற்குச் சமீபத்திலுள்ள குல்தாபாத்தில், சிறியதொரு மசூதி நிற்கிறது. யாத்ரிகர்கள் பெருங்கூட்டமாக அங்கு வர இயலாது. மாபெரும் வெண்ணிற விமானத்திற்குப் பதிலாகத் தீர்மானகரமான விருட்சம் கவிகையாக உள்ளது.

புதிய அமைப்பை நோக்கி

ஔரங்கஸீப்பின் மகன்கள், பேரன்கள், கொள்ளுப் பேரன்கள் எனப் பதினேழு பேர் 1707இல் ஆட்சி உரிமை கோரி நிற்க, ஒப்பீட்டளவில் சுமூகமாகப் பிரச்சினை முடிந்தது. அவ்வளவு லகுவாக அல்ல. பணம் வாரி இறைக்கப்பட்டது, ஜாகீர்களுக்கு

கணிசமாகத் தரப்பட்டது, படை திரட்டப்பட்டது, இதில் 10,000 பேர் பலியாயினர்.

ஔரங்கஸீப்பும் அவரது சகோதரன் தாரா சிகோஹுும் மோதிய யுத்தக்களமான, ஆக்ரா அருகிலிருந்த அதே இடத்தில் இருபெரும் போட்டியாளர்கள் மோதினர். முன்னர் காபூல் ஆளுநராக விளங்கிய இளவரசன் முவாஸ்ஸம் (ஷா ஆலம் என்றும் அறியப்பட்டவர்) தக்காண இளவரசன் ஆஸம் ஷாவை வீழ்த்திக் கொன்றார்; பகதூர்ஷாவாக (அல்லது முதலாம் ஷா ஆலம்) அரியணை ஏறினார். மனநிலை பாதிக்கப்பட்டிருந்த இன்னொரு சகோதரன், ஓராண்டு கழித்து, வாரிசுரிமை கோரவும் 1709இல் வீழ்த்தப்பட்டுக் கொல்லப்பட்டார். புதிய பேரரசர் நல்ல வாக்குறுதிகள் அளித்தார். ஔரங்கஸீப்பின் ஆட்சிக்காலம் மிக அதிகமாக நீண்டிருந்தால், பகதூர்ஷாவினுடையது மிகக் குறுகியது. ஐந்து ஆண்டுகளுக்குப் பின் அவர் இறந்தார். ஓர் ஆட்சியுரிமை போர் தீர்வதற்குள் இன்னொன்று தொடங்கியது. இதற்கிடையே ராஜஸ்தான்-பஞ்சாபிலான நெருக்கடிகளுடன் எங்கு பார்த்தாலும் கிராமப்புற அமைதியின்மை சேர்ந்து, மொகலாய அதிகாரத்தின் நொய்மையை அம்பலப்படுத்திற்று.

1678இல் டெல்லியிலிருந்து கடத்திவரப்பட்ட கைக் குழந்தையாயிருந்த, மார்வாரிலிருந்து(ஜோத்பூர்)அஜித் சிங்கால் மொகலாயப்படை வெளியேற்றப்பட்டதுடன் ஆரம்பித்தது ராஜஸ்தான் பிரச்சினை. இப்போது சுமார் 30 வயதினை எட்டியிருந்த அவன், மார்வாரை நாசப்படுத்தியதற்குப் பழிவாங்கிட, ஔரங்கஸீப்பின் மரணத்திற்காகக் காத்திருந்தான். அம்பரின் (ஜெய்பூர்) கச்வகாக்களிடமிருந்தும் உதய்பூரின் ஸெஸோடியாக்களிடமிருந்தும் ஆதரவு கிடைத்தது. ஆனால், சவாலுக்குச் சமமானவராக பகதூர்ஷா இருந்தார். கச்வகாக்களைத் தோற்கடித்து ஸெஸோடியாக்களைப் புறந்தள்ளி, அவர் மார்வார் மீது படையெடுத்து, அஜித் சிங்குடன் சமரசம் செய்துகொண்டார். ஓராண்டுக்குப் பின், அஜித்சிங்கும் ஜய்சிங் கச்வகாவும் மீண்டும் கலகம் செய்து, அஜ்மீரின் பிரதேசத் தலைநகரைத் தாக்கினர். இத்தகைய மீண்டும் மீண்டுமான தாக்குதல்கள் ஒருகாலத்தில் கடுமையான எதிர்வினையை வரவழைத்திருக்கும். ஆனால் இப்போதோ மேலும் இரக்கத்தைத் தருவித்தது. சீக்கியரைச் சமாளித்திட பகதூர்ஷா பஞ்சாப் சென்றுவிட்டதால், ஒரு காலத்தில் வல்லமை மீதமைந்து கொள்கையால் நடத்தப்பட்ட ரஜபுத்திரரின் ஏகாதிபத்திய ஈடுபாடு, இப்போது சந்தேகத்தால் நிலைகுலைந்து சந்தர்ப்பத்தால் வழிநடத்தப்பட்டது. பத்தாண்டுகளுக்குப்

பின்னர், மேலும் ரஜபுத்திர அலட்சியம்-மேலும் அப்பட்டமான மொகலாய சலுகைகளுக்குப் பிறகு, ஜய்பூர்-உதய்பூர் மன்னர்கள், ஜய்சிங்கின் சொந்த நாடு தொடங்குகின்ற, டெல்லியின் 100 கி.மீ.லிருந்து சூரத்தின் கடற்கரை வரையிலான நாடெல்லாம் வைத்திருந்ததாகக் கூறப்படுகிறது.[9]

கடைசி சீக்கிய குரு கோபிந்த் சிங் 1708இல் படுகொலை செய்யப்பட்டதிலிருந்து, மேலும் அழுத்தம் தரும் சீக்கியப் பிரச்சினை எழுந்தது. சமீபத்தில் அனந்தப்பூர் சாஹிப்பில் (இமாசலப் பிரதேசத்தின் பிலாஸ்பூர் அருகே) நிறுவப்பட்ட சீக்கிய மையத்தைப் பெறும் பொருட்டும் சீக்கியரை வேட்டையாடிக் கொண்டிருந்த உள்ளூர் மொகலாய தளபதியிடமிருந்து விடுபடும் பொருட்டும், அந்த குரு பேரரசரைப் பார்க்கப் போயிருந்தார். குருவின் இரு மகன்களையும் கொன்றிருந்த இதே தளபதியே, குருவின் கொலைக்கும் தூண்டிவிட்டதாகக் கூறப்படுகிறது.

சமாதானத்தை விரும்பிடும் குருநானக்கின் சீடர்களால், இத்தகைய சீண்டல்கள் ஒரு காலத்தில் புறக்கணிக்கப்பட்டிருக்கும். ஆனால் குரு கோபிந்தின் கீழ் சீக்கிய பந்த் (சகோதரத்துவம்) தீவிர உருமாற்றமடைந்திருந்தது. 1676இல் குரு தேஜ்பகதூர் ஔரங்கஸீப்பால் தூக்கிலிடப்பட்ட பிறகு, பஞ்சாப் மலைகளில் ஒதுங்கிக்கொண்டே குருகோபிந்த், தன் ஆதரவாளர்கள் ஆயுதமேந்த வேண்டும் என்னும் கடப்பாட்டில் இருந்தார்-அப்போதுதான் மலை ராஜாக்களுக்கு எதிரில் தம்மை நிலைநிறுத்த முடியும் என்பதால் அப்படி ஆனது. வட இந்தியாவெங்கிலும் சிதறிக்கிடந்த சீக்கியரிடமிருந்து ஆதரவு கிட்டியது. தேவைப்படும்போதெல்லாம் மனச்சாட்சியின் உறுத்தலை நிர்ப்பந்தித்துப் பராமரிக்க வேண்டியிருந்தது. மொகலாயப் படையினரைக் கூட முறியடிக்க முடிந்தது. இந்த நிலைநாட்டும் உறுதிப்பாடுடன், வைதிகத்தின் இன்னும் இறுக்கமான ஆசாரவாதத்தையும் குரு கோபிந்த் அறிமுகப்படுத்தினார். உண்மையான சீக்கியர் இப்போதிலிருந்து ஞானஸ்நான சடங்காகிய கால்ஸா (தூய்மை)வுக்குள் உள்ளாக்கப்படலாயினர்; அவர்கள் முடியைக் கத்தரிக்காமல் ஆயுதமேந்தி, 'சிங்' பட்டத்தை (சிங்கம்) உடையவர்களாக இருக்கவேண்டும். தெளிவாக அடையாளங்காணக் கூடியதாக, மிகவும் இணக்கமாக, மேலும் பிரதேச விழிப்புணர்வுள்ள, பெரிதும் போராட்ட குணமிக்க பந்த், பிந்தைய மொகலாயர் காலத்தில் அதிகாரத்திற்கான போட்டியில் இணைந்துகொள்ளத் தயாராயிருந்தது.

குரு இறந்த ஓராண்டுக்குள் தன்னைப் பண்டா பகதூர் என்றழைத்துக்கொண்ட சீடன், கிழக்குப் பஞ்சாபில் ஆயுதங்களையும் ஆதரவாளர்களையும் சேகரிக்கத் தொடங்கினான். பதினேழாம் நூற்றாண்டின் முற்பகுதியில், மற்றப் பிரதேசங்களைப் போல பஞ்சாப், வருவாய் மூன்றில் இருபங்கு அதிகரித்து, லாகூர் பெரும் வர்த்தக மையமாகவும், செழிப்படைந்தது. விலை உயர்ந்தாலும், வேளாண் உற்பத்தியும் வருவாயும் வீழ்ச்சியுற, இப்போக்குத் தலைகீழானது. கிராமப்புறங்களின் துயரம் பண்டா பகதூரின் கோரிக்கையுடன் சேர்ந்து, அவனது எதிர்ப்பை 'புத்தாயிரத்தின் எதிர்ப்பு இயக்கமாக' தாழ்த்தப்பட்ட சாதி கிளர்ச்சி அம்சம் இணைந்ததாக இருந்தது.[10] சிலவான ஆயுதங்களே இருப்பினும், சீக்கிய வீரர்கள் அம்மண்டலத்தில் முஸ்லீம்களே பிரதானமாக இருந்த நகரங்களைத் தாக்க ஆரம்பித்தனர்.

தானே ஒரு அரச விருதுப் பெயரை பண்டா வைத்துக்கொண்டார், புதிய காலண்டரை ஆரம்பித்தான், முதல் சீக்கிய நாணயத்தை வெளியிட்டான். கால்ஸாவின் புதிய சகோதரத்துவத்தின் அபிலாஷைகளுக்கு இப்படி அரசியல் சுயாட்சி சேர்த்து, ரஞ்சித் சிங்கின் சீக்கிய அரசினை ஒரு நூற்றாண்டுக்கு முன்னரே எதிர்நோக்கினார். பகதூர் ஷாவின் பெரும் தாக்குதலால் மலைகளில் பின்வாங்குமாறு உந்திவிடப்பட்ட, பண்டாவும் அவரின் பல ஆதரவாளர்களும் பேரரசருக்குப் பிறகும் வாழ்ந்து, 1715இல் தோற்கடிக்கப்பட்டு, பிளவுவாத ராணுவ குணத்தையும் மீறுகின்ற எதிர்ப்பையும் விட்டுச் சென்றனர். பண்டா பகதூரும் 700 சீக்கியரும் பிடிபட்டு, 1715இல் கொல்லப்பட்டாலும், பதினெட்டாம் நூற்றாண்டின் மத்தியில் அப்பிரதேசம் முற்றிலும் நிலைகுலைந்து போகும் வரை, சீக்கியப் பகைமை மொகலாய அதிகார அடித்தளங்களைத் தொடர்ந்து சிதைத்தது.[11]

இருப்பினும் மொகலாயக் கட்டடம் இன்னும் 150 ஆண்டுகளுக்குத் தாக்குப் பிடித்திருந்தது. இக்காலகட்டத்தில் அதன் நியாயமும் அதிகாரமும் அரிதாகவே கேள்விக்குள்ளாயின. 19ஆம் நூற்றாண்டில் கூடப், பிரித்தானியர் மொகலாய மேலாதிக்கத்தை ஏற்று, அதன் நிறுவனங்களுக்குள் பணியாற்றினர். ஆனால் 18ஆம் நூற்றாண்டின் ஆரம்ப தசாப்தங்களில், அதன் செல்வமும் அதிகாரமும் பலவீனமாகி, அவர்கள் இயங்கிய அமைப்பு அபகரிக்கப்பட்டது உண்மையிலேயே அதிசயமானது. மரபு வழியில் இது வம்சரீதியில் விளக்கப்படுகிறது. பிரச்சினைக்குரிய வாரிசுரிமைகள், முட்டாள்தனமிக்கப் போட்டியாளர்கள், குறுகிய ஆட்சிகள் என்பதை ஏகாதிபத்திய நிதியாதாரங்களைக்

காலியாக்கிட, அது நிர்வாகக் களேபரத்திற்கும் மண்டலப் பிளவுக்கும் இட்டுச் சென்றது. இவற்றுடன் இந்து அனுதாபிகள், ஔரங்கஸீப்பின் மதக் கொள்கைகளால் ஏற்பட்ட அந்நியமாதலைச் சேர்த்துக்கொள்வார்கள்; மார்க்ஸிய அனுதாபிகளோ, குறைந்தபட்ச முதலீட்டில் அதீத சுரண்டலடிப்படையிலான வேளாண் அமைப்பின் தோல்வி காரணமாக விளைந்த குடியானவர் அமைதியின்மையினையும் கிராமப்புறத் துயரத்தையும் இணைத்துக்கொள்வர். வரலாற்றுத் தரவுகள் சேரச்சேர நிச்சயத்தினை உறுதிப்படுத்துவதாக ஒன்றுமில்லை.

உள்ளூர் தொந்தரவுகள் ஔரங்கஸீப் மரணத்துக்கு முன் நிலவியது, அதன்பின் பேரரசு எங்கும் பரவியது, சீக்கிய ரஜபுத்திர பிரச்சினைகள் ஆழமான பிரச்சினையின் அடையாளங்களே என்பதை உணர்த்துகின்றன. ஆனால் பெர்னியரால் சித்திரப்பூர்வமாக விவரிக்கப்படும் கிராமிய ஒடுக்குமுறையால் அது விளைந்தது என்பது சந்தேகத்திற்குரியது, '17ஆம் நூற்றாண்டின் பிற்பகுதியிலும் 18ஆம் நூற்றாண்டின் ஆரம்பத்திலும் டெல்லிக்கு எதிராகக் கலகம் புரிந்தது வறுமைப்பட்ட குடியானவரில்லை, மாறாகச் செல்வந்த விவசாயிகளாயிருந்து, மொகலாயரின் பணம்-சேவைத் தொடர்பில் ஆதாயமடைந்தவர்களே'[12] உண்மையில் இவர்கள் ஜமீன்தார்கள் எனப்படும் உள்ளூரின் மேட்டுக்குடியினரே. தோடர்மால் தன் வருவாய் அமைப்பை நிறுவியது இவர்களைக்கொண்டே. 17ஆம் நூற்றாண்டின் முற்பாதியில் கிட்டிய அதிக மகசூல் மற்றும் சாதக நிலைமைகளால் தம் இழப்பைச் சரிக்கட்டிவிட்டனர். வடஇந்தியாவின் சர்கார்களிலும் (மாவட்டங்கள்) பர்காணாக்களிலும் (மாவட்ட உட்பிரிவு) இப்போது ஜமீன்தார் முறை சற்று நெகிழ்ந்திருந்தது; தாழ்ந்த சாதியினரும் குலமுறையிலான கூட்டத்தினரும் தம் செல்வத்தால் வருவாய் அமைப்புக்குள் நுழைந்தனர் அல்லது துருப்புகளையும் ஆயுதங்களையும் பெற்று, நிலவுகின்ற உரிமைகளைக் காப்பாற்றிக்கொண்டனர். ஏகாதிபத்திய அமைப்பானது மேலிருந்து மாற்றப்பட்டு பிரிக்கப்பட்டது போலவே, கீழிருந்து மோசமானதாகக் கீழறுப்பு செய்யப்பட்டது.

இந்த அமைதியின்மைக்குக் காரணம் ஜாகீர்களின் நெருக்கடி எனப்படுகிறது. மொகலாயர் காலம் முழுவதும் மன்ஸப்தார்கள், அதிகப்படியானவர்களுக்கு மேலும் மேலும் தரநிலைகள் தந்து, தாராளமான பணவீக்கத்திற்கு உள்ளானவர்களாயிருந்தனர். மறுபுறத்தே, இவர்களை ஆதரிக்கவேண்டிய ஜாகீர்களின் சப்ளை குறைந்துவிடத் தனிப்பட்ட மகசூல் குறைந்துபோயிருந்தது.

இதனால் பீதியுற்ற ஜாகீர்தார்கள் தம் ஜாகீர்தார்களை இழந்து, தாம் வழங்க வேண்டியதை வழங்காது நின்றனர்.

அலுவலர்கள் இதேபோன்று தம் அலுவலகங்களைக் கருதினர். மேல்மட்டத்தில் பிரதேச ஆளுநர் பொறுப்பு ஆற்றல்மிக்க பேராசை கொண்டவரிடத்தே ஆயுளுக்கும் நீடித்துப் பாரம்பரியமானது. 1730களில் பஞ்சாப், வங்காளம், அவுத், தக்காணத்தில் இதுதான் நிலைமை. சுயாட்சிக்கான குறுகிய காலடி பின்தொடர்ந்தது- பிரதேச வருவாயை ஏகாதிபத்தியக் கருவூலத்தில் கட்ட மறுப்பது அல்லது அரசவையில் நேரில் ஆஜராக மறுப்பது என்ற வடிவில் இருந்தது. வங்காளத்திலும் அவாத்திலும் பிரதேச ஆளுநரைச் சுயாட்சிமிக்க நவாபாக ஆக்கிட இரு தலைமுறைகள் ஆனது; தக்காணத்தில் தற்போதைய ஆளுநரின் விருதுப் பெயர் 'நிஸாம் உல் முல்க்' நவாபைக் குறிப்பதே.

எனினும் இது அப்பட்டமான பிளவில்லை- மாறாக அதிகாரம் சுருங்குதல் அல்லது தீவிரமாக மையத்திலிருந்து விலகுதலே. உண்மையில் எல்லா அதிகாரமும் பேரரசர்களிடம் குவிந்திருந்ததை விடவும், பகுதிகளின் கூடுதலால் பிரதிநிதித்துவப்படுத்தப்பட்ட பேரரசு, மிகப்பெருமிதம் கொண்டதாயும் வலுப்பெற்றதாயும் விளங்கிற்று. மொகலாய நிர்வாகத்திடமிருந்து சுவீகரித்த அலுவலர்கள், நிறுவனங்கள் வாயிலாக நவாப்கள் தொடர்ந்து இயங்குவார்கள். பேரரசரின் பெயரில் தொழுகைகள் தொடர்ந்தன, நாணயங்கள் தொடர்ந்து அவரின் பெயரில் வந்தன. அவரது ஆளுமையும் அதிகாரமும் புதிய அமைப்புக்கு அதன் ஒரே நியாயத்தை அளித்தது. நடைமுறையில் மொகலாயப் பேரரசர், இஸ்லாமுக்கு முந்தைய மரபார்ந்த மாதிரி மகாராஜாதிராஜா அல்லது ஷா இன்ஷாவுக்கு ஒத்திசைந்தது. பிந்தையது மொகலாய விருதுப் பெயர் ஆனது; 'மன்னர்களின் மன்னர்' என்று பொருள்படும் அது, 'மன்னர்களிடையே மன்னர்' என்றும் அடையாளப்படுத்திற்று. என்னதான் நிலைகுலைந்திருந்தாலும், பிந்தைய மொகலாயர்கள் சிறிய மன்னர்களின் 'படிவரிசை'யின் உச்சத்தில், சவாலின்றி விளங்கினர்-பழங்காலத்து 'மன்னர்களின் சமூகத்தைப் போன்ற ஒன்றிற்குத் தலைமை தாங்கியவர்களாக.

பிற்கால மொகலாயர்

6. ஔரங்கஸீப், ஆலம்கீர் I
இ. 1707
முகம்மது சுல்தான்
இ. 1676
[6] மௌஸ்ஸம்
ஷா ஆலம் I
பகதூர் ஷா I
ஆ.இ. 1707 இ. 1712
முகம்மது ஆஸம்
1707 இல் கொல்லப்படல்
அக்பர்
இ.1704,
பெர்சியா
காம்பக்ஸ்
1708 இல்
கொல்லப்படல்
பிடார் பக்த்
1707 இல் கொல்லப்படல்
முஹியுஸ் ஸுன்னத்
[8] ஜகந்தர்ஷா
1713 இல்
கொல்லப்பட்டார்
அஸிம் உஸ்ஷாண்
ரபி உல்காதிர்
ரபி யுஸ் ஷான்
குஜிஸ்தா அக்தர்
ஜகன் ஷா
[9] ஃபர்ருக்ஸியர்
இ. 1719 இல்
கொலை செய்யப்படல்
[10b] நெகுஸியர்
1719 இல் ஆட்சி
உரிமை கோரியவர்
[12b]
முகம்மது
இப்ராஹீம்
1720 இல் ஆட்சி
உரிமை கோரியவர்
[11]
ஷாஜகான் II
ஆ.இ. - இ.1719
[10a]
ரபியுத்
தாராஜித்
ஆ.இ.-இ.1719
[14a]
ஆலம்கீர் II
ஆ.கி. 1754 கொல்லப்படுதல் 1759
[12a]
முகம்மது ஷா
ஆ.கி. - இ. 1748
[14b]
ஷாஜகான் III
[15 a]
ஷா ஆலம் II
ஆ.கி. 1759 இ 1806
[13]
அகமத் ஷா
ஆ.கி. 1748 1754
[16]
அக்பர் ஷா II
ஆ.இ.இ.1837-1806
[15b]
பிடார் பக்த்
இ.1788
[17]
பகதூர்ஷா ஜாபர் II
ஆ.இ. 1837, விலகுதல் 1858,
இ. 1862

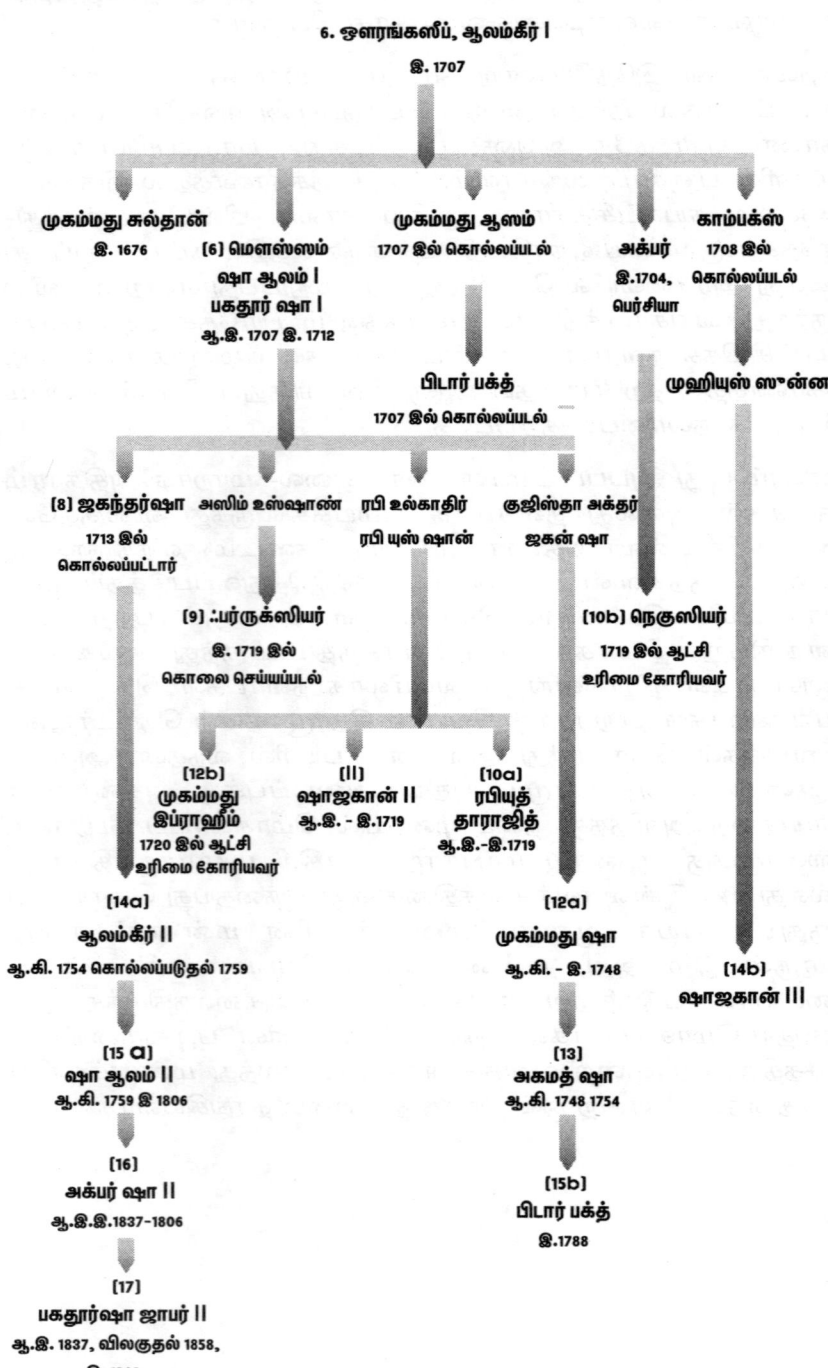

வட்டியைப் பங்கிடுதல்

மராத்தியர் கூட அதன் அனுமதியை நாடவிரும்பினர் என்பதிலிருந்து, மொகலாயப் பேரரசின் அதிகாரம் மேலோங்கியிருந்தது என்பதற்குச் சான்றுள்ளது. மராட்டியரைப் பொறுத்தவரை, ஔரங்கஸீப்பின் மரணத்தால் ஏற்பட்ட மிகமுக்கிய விளைவு, கண்டதுண்டமாக்கப்பட்ட சம்பாஜியின் மகன் சாகுஜியின் விடுதலை. ஏகாதிபத்திய முகாமில் வளர்க்கப்பட்ட அவன் முஸ்லீமாகும் நிர்பந்தமின்றி இருந்தவன்; பகதூர்ஷாவால் விடுதலை செய்யப்பட்டதும் துணிகரமாக மராட்டிய அரியணையினைக் கோரினான். அவனது அத்தை தாராபாய், தன் மகன் சாம்பாஜி பெயரில் போட்டியிட்டாள். இன்னும் படபடத்துக்கொண்டிருந்த மொகலாய-மராத்தியப் போர், மூன்றுமுனை விவகாரமாகியது-சாகுஜியும் மராத்தியத் தலைவர்களின் மீதான விசுவாசங்களுக்குப் போட்டியிட்டான். இதற்கிடையே ஒருவர் சாகுஜியை ஆதரிப்பதும், இன்னொருவர் தாராபாயை ஆதரிப்பதுமாக ஆளுநர்கள் வந்துபோயினர். தேக்கநிலை, தீராத அராஜக நிலையையே கொண்டு வந்தது-வல்லமை மிகுந்த பாலாஜி விஸ்வநாத்தின் ஆலோசனைக் குழுக்களை 1713இல் சாகுஜி கவனிக்கத் தொடங்கும்வரை தொடர்ந்தது.

உப்பளத்தில் உதவியாளராக ஒருகாலத்தில் பணியாற்றிய கொங்கணக்கரை பிராமணனான பாலாஜி, கரடுமுரடான மராத்தியரின் சாமர்த்தியம் இல்லாதிருந்தான். 'குதிரை ஏற்றத்தில் திறமையற்றிருந்த அவனைக் குதிரையின் இரு புறங்களிலும் தாங்கிப்பிடிக்க இருவர் வேண்டியிருந்தது'[13]. இருப்பினும் மராத்தியரின் இன்னொரு முக்கியப் பண்பான பேச்சுவார்த்தையில் வல்லவன். மராத்தியக் கடற்படையின் அட்மிரல் கனோஜி அங்ரியா (பம்பாயிலிருந்த பிரித்தானியர் அங்கிரன் கொள்ளைக்காரன் என்றனர்)வின் ஆதரவை சாஹூஜூக்குப் பெற்றுத்தந்து 1714இல் எதிர்பாரா திடீர் புரட்சியைக் கிளறிவிட்டான்- தாராபாய் கும்பலில் பிரதான நபராக இருந்தவன் கனோஜி அங்ரியா. இதற்கு வெகுமதியாக, பாலாஜிக்கு சாஹூஜியின் 'பேஷ்வா'(முதலமைச்சர்) பொறுப்பு கிட்டியது; அவனது சக பிராமணரும் மராத்திய நிர்வாகத்திற்குப் பொறுப்பேற்று அதன் நம்பகத்தன்மையை உயர்த்தினார்; சாஹூஜியின் நிலைமை உடனடியாக மேம்படத் தொடங்கியது. நாளடைவில் 'பேஷ்வா' பொறுப்பு பாலாஜியின் குடும்பத்தில் பாரம்பரியமானது; அரசின் புரவலர்களை விடவும் பேஷ்வாக்களே

மராத்திய அதிகாரத்தைப் பிரயோகிப்பவர்களாக, அடுத்த 60 ஆண்டுகளுக்குப் புரவலர்களாக விளங்கினர்.

இதற்கிடையே டெல்லியில், 1712இல் பகதூர்ஷாவின் மரணத்தையடுத்து வாரிசுரிமைச் சிக்கல் வந்தது. ஆட்சியுரிமைக்குப் போட்டியிரும் பகதூர்ஷாவின் நான்கு மகன்களை விடவும், மூத்த மொகலாய அலுவலர்களால் நடத்தப்பட்ட அது, குருதி சிந்துவதிலும் செல்வ இழப்பிலும் அவ்வளவு குறைந்ததாயில்லை; விருப்பம்போல் 'சுற்றித்திரிபவனும் குடிகாரனுமாகிய' ஒருவன் ஆட்சிப் பொறுப்பேற்றான். நல்வாய்ப்பாக இந்த ஜஹண்டா ஷா 11 மாதங்களே நீடித்தான். 'அது பாணர்கள், பாடகர்கள், நர்த்தகியர், நடிகர் கூட்டத்தின் காலமாயிருந்தது... தகுதியான திறமையான அறிவார்ந்தோர் துரத்தப்பட்டு, சுவையாகக் கதைப்போரும் அகந்தை மிக்கோரும் நுழைக்கப்பட்டனர்; இந்தக் கதைகளெல்லாம் பேரரசரின் அடங்காப் பிடாரி மனைவி லால் குன்வரை மையமிட்டதாயிருந்தன; அவளது உறவினர்களுக்கு ஜாகீர்கள் மன்ஸப்தார்கள், யானைகள், ஆபரணங்கள் அளிக்கப்பட்டன.[14]

1713இல் ஜகண்டா ஷாவின் வெற்றிபெறாத சகோதரர்களில் ஒருவனது மகனான ஃபர்ருக்ஸியர் பீகாரிலிருந்து கணிசமான வீரர்களுடன் வந்ததும், இந்தக் கூத்தெல்லாம் முடிவுற்றது; தற்காலிகமாக கண்ணியம் மீட்கப்பட்டது. ஜகண்டா ஷாவின் வீரர்கள் மாயமாகிவிட, தன்னைப் பேரரசனாகப் பிரகடனம் செய்திருந்த ஃபர்ருக்ஸியர், தன் ஆறாண்டு கால ஆட்சியை (1713-19) தொடங்கினான். பண்டா பகதூரையும் அவரது சீக்கியரையும் கடுமையாக ஒடுக்கியது அவனே, ஆங்கிலேய கிழக்கு இந்தியக் கம்பெனியின் பேராசைகளுக்கு விதிவசமாக இடமளித்தவன் அவனே.

இப்போது அவனது ஆட்சி இரு திறமைமிக்க சையித்கள் என்னும் சகோதரரைச் சார்ந்திருந்தது; இவர்களில் ஒருவன் அலகாபாத்தின் ஆளுநராகவும் இன்னொருவன் பாட்னாவின் ஆளுநராகவும் இருந்தனர். இருவருக்கும் உயர்ந்த பொறுப்புகள் வெகுமதியாய்க் கிடைத்தன; ஆனால் சீக்கிரமே பேரரசனின் அதிருப்திக்கு உள்ளாயினர். முதலில் அதிகத் திறமைசாலிகளாக, அதபின் அத்தியாவசியமானவர்களாக, பின் சகித்துக்கொள்ள முடியாதவர்களாக சையித்கள் இருந்ததால், ஃபர்ருக்ஸியர், இளையவன் ஹுசைன் அலிகானைத் தக்காணத்திற்கு அனுப்பினான்; தக்காணத்தின் ஆளுநராக, அவன்

இவ்விவகாரங்களிலிருந்து விலகி இருப்பான் என்பதுதான் காரணம். அத்துடன், குஜராத் ஆளுநருக்குத் தரப்பட்ட ரகசியக் குறிப்புகளின்படி போகும் வழியிலேயே அவன் கொல்லப்பட வேண்டும். ஆனால் இந்நிகழ்வில் தன்னைக் கொலைசெய்ய இருந்தவனைத் தீர்த்துக்கட்டிய சையித் பேரரசனைப் பழிவாங்கத் திட்டமிட்டான்.

இப்பழிவாங்களில் மராத்தியர் இழுக்கப்பட்டனர், இந்தப் போர்வையின் கீழ், அவர்தம் படைகள் தக்காணத்திலிருந்தும் குஜராத்திலிருந்தும் பீறிட்டுக் கிளம்பி வடஇந்திய விவகாரங்களில் தம் நீண்ட ஈடுபாட்டினை ஆரம்பித்தன. இதற்கான முன்முயற்சி சையித் ஹுசைன் அலிகானிடமிருந்து வந்ததா அல்லது பேஷ்வா பாலாஜி விஸ்வநாத்திடமிருந்து வந்ததா என்பது தெளிவாக இல்லை; ஆனால் *1716*இல் இவ்விருவருக்குமிடையே பேச்சுவார்த்தைகள் ஆரம்பித்தன-மராத்தியருடனான மொகலாயரின் *30* ஆண்டுகாலப் போரினை முடிவுக்குக் கொண்டுவரும் நோக்கத்துடன் *1665*இல் சிவாஜியைப் போல் சாகுஹி, அதற்கென தக்காணத்தில் மொகலாய ஆட்சியை ஏற்க வேண்டியிருந்தது, ஏகாதிபத்திய ராணுவத்திற்கு வீரர்களைத் தரவேண்டியிருந்தது, ஆண்டுதோறும் கப்பம் செலுத்தவேண்டியிருந்தது. பதிலுக்கு மராட்டியத் தாயகத்தில் சுதந்திரத்திற்கு உத்தரவாதமளித்திடும் ஏகாதிபத்திய ஆணையைக் கோரினான்; அத்துடன், குஜராத், மால்வா, மொகலாய தக்காணத்தின் ஆறு பிரதேசங்கள் (அதாவது தமிழ்நாட்டிலிருந்த பீஜப்பூர்-கோல்கொண்டாவின் முந்தைய பிரதேசங்கள்) முழுவதும் சவுத் மற்றும் சர்தேஷ்முக் (மொத்த வருவாயில் *33%*) பெறும் உரிமையைக் கோரினான். இது மிகக் கணிசமான கோரிக்கையாக இருந்தும், ஹுசைன் அலிகான் ஏற்றுக்கொண்டான்; ஆனால் பேரரசன் ஃபர்ருக்ஸியாரால் நிராகரிக்கப்பட்டது-அத்தகைய ஆணை அம்மண்டலத்தில் மொகலாய அதிகாரத்தை முடிவுக்குக் கொண்டு வந்துவிடுமென்று உணர்ந்திருந்தான்.[15] எனினும் சையித் ஹுசைன் அலிகான் நேரில் இக்கோரிக்கையை வற்புறுத்தத் தீர்மானித்தான். டெல்லியிலிருந்த அவனது சகோதரன், ஊசலாட்டமுள்ள பேரரசனின் தந்திரங்களால் தொடர்ந்து பீதியில் இருந்தான், அவனது இருப்பையும் வேண்டினான். அது போலவே பேஷ்வா பாலாஜி, உடன்படிக்கை ஏற்கப்பட்டமைக்குப் பதிலாக அவனை ஆதரிப்பதில் ஆர்வங்காட்டினான். அதன்படி, மராத்திய-மொகலாயப் படையினருக்கு பேஷ்வாவும் இளைஞனான சையித்தும் தலைமை தாங்கி *1719*இல் டெல்லியை நோக்கி வடக்கில் சென்றனர்.

எதிர்ப்பின்றி நகரையடைந்த அவர்கள் இரண்டாம் ஃபெரோஸாவால் மீண்டும் நிறுத்தப்பட்டிருந்த அசோகத் தூணின் அருகே முகாமிட்டனர். அவர்தம் முரசங்களின் சப்தம் யமுனை மீது பயணித்தது-அக்காலத்தில் அது கொத்தளங்களின் கீழே ஓடியது-ஷாஜஹான்பாத்தின் மாபெரும் செங்கோட்டையிலிருந்து அந்த சப்தத்தைக் கேட்க முடிந்தது. அங்கே ஃபர்ருக்ஸியார் சீக்கிரமே தனிமைப்படுத்தப்பட்டு, அவனது மெய்க்காப்பாளனிடத்தே இன்னொருவன் நிறுத்தப்பட்டு, எளிதில் சையித்களுக்கு இரையானான். குருடாக்கப்பட்டு, சிறைவைக்கப்பட்டு, நஞ்சூட்டப்பட்டு, கழுத்து நெரிபட்டு கடைசியில் குத்திக் கொல்லப்பட்டான்- அவனது வாழ்வின் அம்சமான தீர்மானமின்மையை அவன் மரணம் அடையாளங்காட்டிற்று. அவனிடத்தே அரியணையேறிய, காசநோயாளியான இளைஞன் ஆறுமாதங்களே நீடித்தான், அடுத்து அவ்விளைஞனின் பொருத்தமற்ற சகோதரன், இரண்டாம் ஷாஜஹானாக உல்லாசமாயிருந்து, மடிந்தான்-சுமார் மூன்று மாதங்கள் ஆட்சிபுரிந்ததும் வயிற்றுப் போக்கினாலும் மனநிலை பாதிப்பாலும் இறந்தான். 'நிலவரம் முன்போலவே சென்றது, இரண்டாம் ஷாஜகான் நாட்டின் அரசாங்கத்தின் பொறுப்பில் இல்லை' என்கிறார் காஃபிகான்.[16]இவர்களில் முதலாமவன், மராட்டிய உடன்படிக்கையை ஏற்றான் என சையித் கண்டறிந்தான். பாலாஜி விஸ்வநாத்தும் அவனது ஆட்களும் தம் பணியில் திருப்தியுற்று தக்காணம் திரும்பினர்.

இதற்கிடையில் ஓராண்டில் மூன்றாவது பேரரசனாக முகம்மது ஷாவை சையித்கள் அமர்த்தினர். எதிர்பாரா வகையில் தனது நீண்ட ஆட்சியில் (1719-48) அவனது முக்கியச் சாதனை, 1720இல் இளைஞனாக இருந்தபோது நிகழ்ந்தது; இளைய சையித் கொல்லப்பட மூத்தவன் தோற்கடிக்கப்பட்டான். ஆனால் தன்னை விடுவித்துக்கொண்ட பேரரசன், மற்ற பூசலிடும் கும்பல்களிடம் இரையானான்; ஆட்சியில் விரக்தியுற்றான். இளமை, அழகுடன் அனைத்துவித உல்லாசங்களையும் விரும்பிய அவன் சோம்பலான வாழ்வுக்கு அடிமையானான்.[17] மராட்டியரும் (1737) பாரசீக நாதிர்ஷாவும் (1739) ஆஃப்கானிய அகமதுஷா அப்தாலியும் (1748லிருந்து) டெல்லி மீது நாசகரமான படையெடுப்புகள் மேற்கொண்டும், அவனை உசுப்பிட முடியாது போனது. அவனது ஆட்சிக்காலம் நீண்டதாயினும் கீர்த்திமிக்கதாக இல்லை.

இதற்கிடையே சையித்களின் சகாவான பேஷ்வா பாலாஜி விஸ்வநாத்தும் 1720இல் இறந்துவிட்டான். 'மராட்டிய வரலாற்றில்

சிவாஜிக்குப் பிறகு வசீகரமிக்க இயங்காற்றல் பெற்ற தலைவனாக விளங்கிய; அவனது மகன் முதலாம் பாஜிராவ், [18] பேஷ்வாவின் பொறுப்பை சுவீகரித்துக்கொண்டான். புதிய ஒப்பந்தத்தால் திறந்து விடப்பட்ட திகைப்பூட்டும் வாய்ப்பையும் சுவீகரித்துக்கொண்டு, மொகலாயப் பேரரசின் அதிகாரத்தின் மீதான தந்தையின் வெறுப்பையும் சுவீகரித்திருந்தான். அடுத்த இரு தசாப்தங்களில் மராட்டியர் வடக்கு, தெற்கு, கிழக்கு, மேற்கு எனப் படையெடுத்தனர். 1735இல் ராஜஸ்தானையும் 1737இல் டெல்லியையும் 1740இல் ஒரிஸ்ஸாவையும் வங்காளத்தையும் அடைந்தனர். ஆனால் மராத்திய இறையாண்மையின் கறார்தன்மையற்ற அமைப்பு அப்படியே இருந்தது. பல்வேறு மராத்தியத் தளபதிகளிடையே, பிரிக்கப்பட்ட தக்காண வருவாய்களை பாலாஜி பிரித்தளித்தது, 'வட்டியைப் பங்கீடு' செய்ததானது-மராட்டியரின் முதலாம் வரலாற்றாளரான ஜேம்ஸ் கிராண்ட் டஃப் இப்படிக்

குறிப்பிட்டார்.[19] பிற்பாடு விநியோகங்களும் பிரிவினைகளும் அதே மாதிரியான பொதுச் செல்வத்தை நோக்கமாகக் கொண்டிருந்தன. திசைமாறக்கூடிய இது, ஏகாதிபத்திய உருவாக்கத்திற்குக் குறைவாயிருந்தது. ராணுவத் தலைமையிலிருந்த தனிநபர்களான தலைவர்கள் தன்னிச்சையாகச் செயல்பட்டனர். சில சமயங்களில் ஒத்துழைத்தனர், வேறு சில சமயங்களில் மோதினர், ஆனால் வகைமாதிரியாக, முந்தைய நடவடிக்கைகள்-நிலவுகின்ற துணை மையங்களால் தீர்மானிக்கப்பட்ட அல்லது குறிப்பிட்ட வருவாய்கள் வழங்கப்பட்டு அனுமதிக்கப்பட்ட, தனித்த வெளிக்குள் ஒவ்வொருவரும் இயங்கினர். பாஜிராவின் அசாதாரண திறன்கள் மையக் கட்டுப்பாட்டினை ஓரளவுக்கு உறுதிப்படுத்தின. ஆனால் பதினேழாம் நூற்றாண்டு மராட்டிய 'அரசு' பதினெட்டாம் ஆண்டின் மராட்டியக் 'கூட்டரசு' ஆகியிருந்தது.

மொகலாயப் பேரரசின் பிரதேச அரசாங்கங்கள் சுருங்கிவர, இறையாண்மையே நழுவிச் செல்லும் கருத்தமைவாக முடியும். மராத்திய கோரிக்கைகள் பிரதேசத்தை விடவும் வருவாய் மீது குவிமையம் கொண்டு, மராத்தியக் குதிரையின் பிரமிக்கத்தக்க இயங்காற்றலைப் பிரதிபலித்தது. நிலவுகின்ற வருவாய் அமைப்பு பலவீனமாயுள்ள இடங்களிலெல்லாம் அல்லது வர்த்தகத் தமனிகள் குவிந்த இடங்களிலெல்லாம் மராத்திய ஆட்சி உற்சாகம் மேலிட்டது. சமயங்களில் அது ஆட்சியாளர்களைச் சுற்றிவளைத்துச் சென்றது அல்லது அவர்களுக்கு இடமளித்தது. தேச-அரசின் வரையறுக்கக்கூடிய நிச்சயங்களில் பழகிப்போன எழுத்தாளர்களுக்குப் புரிந்துகொள்ள முடியாததாக இருந்தாலும், மராத்திய ஆட்சிப்பகுதி இணையான அல்லது எதிர் நிர்வாகப் பண்புகளுடன் பெரிதும் மகிழ்வுற்றது.

இக்காலகட்டத்தில் எழுந்த பெரிய கூட்டாட்சிக் குடும்பங்கள், பிரித்தானிய காலச் சிற்றரசுகளாயின. மராத்தியத் தாயகத்தில் மூதாதையரின் நிலங்களையுடைய தேஷ்முக்குகளாக இல்லாது போயினும், 1720களில் ராணுவரீதியில் தம்மை தனித்துவப்படுத்திக் கொண்டனர். எடுத்துக்காட்டாக, பரோடா கெய்க்வாட்களின் மூதாதை டமாஜி கெய்க்வாட், பேஷ்வாவைக் கடுமையாக எதிர்த்த மராத்தியக் குடும்பத்துடன் குஜராத்தில் பணியாற்றினார்; உண்மையில் தக்காணத்து மொகலாய ஆளுநர் நிஸாம் உல் முல்க்கை ஆதரித்து பேஷ்வாவை எதிர்த்துச் சண்டையிட்டார். 1728இல் பால்கெட்டில் நிஜாமின் தோல்விக்குப் பின் சில ஆண்டுகள் கழித்து, குஜராத்தில் முதன்மையாய் விளங்கிய டமாஜி,

பேஷ்வாவுக்குத் தன் ஆதரவை அறிவித்தார். மறுபுறத்தே, மல்ஹார் ராவ் ஹோல்கரும் ராணோஜி சிந்தியாவும் (சிந்தியா, ஷிண்டே) பெரிதும் மால்வாவில், முற்றிலும் பேஷ்வாவின் பணியில் முன்னேறினர். பால்கேட்டில் ஹோல்கர் தனித்துவத்துடன் பணியாற்றி, இந்தூர் உள்ளிட்ட மால்வாவை வெகுமதியாகப் பெற்றார்-அங்கிருந்து அவரது சந்ததியர் இந்தூர் மகாராஜாக்களாக ஆட்சிபுரிவர். தொன்மையான உஜ்ஜயினி சிந்தியாவுக்கு வழங்கப்பட்டது-1766இல் அவரது மகன் மஹாட்ஜியால் க்வாலியர் கைக்கொள்ளப்பட்டது-வருங்கால சிந்தியா அதிகார மையமாகவும் வட-இந்தியாவில் மிகவும் பலம்வாய்ந்த மராட்டியப் பேரரசாகவும் விளங்கியது.

அதுபோன்றே, சாகுஜியின் போன்ஸ்லே ஆதரவாளர்கள் தாராபாயுடனான மோதலில் துணை நின்றதால், பேரரின் வருவாய் உரிமைகளைப் பெற்றனர். இவ்வுரிமைகள் கிழக்கு இந்தியாவில் மராத்திய அதிகாரத்தின் அணுக்கருவாயின; அங்கிருந்து ஒரிஸ்ஸாவுக்குள்ளும் வங்காளத்திற்குள்ளும் படையெடுப்புகள் மேற்கொள்ளப்பட்டன. போன்ஸ்லேக்கள் நாக்பூரைத் தம் தலைநகராகக் கொண்டனர்; மற்ற அரசுகளுடன் இந்த நாக்பூர் அரசை பிரித்தானியர் இணைத்துக்கொள்ளவும், அதிருப்தி உண்டாகி 1857 எழுச்சியாக அல்லது இந்தியக் கலகமாக வெடித்தது. ஓரங்கட்டப்பட்ட தாராபாய்க்கும் அவளது போன்ஸ்லே சந்ததியருக்கும் தெற்கு மராட்டியத்திலுள்ள கோலாப்பூரை வழங்கி விலைக்கு வாங்கிவிட்டனர். தனது மராட்டிய மகாராஜாவின் கீழ், தனியரசாகக் கோலாப்பூர், மொகலாயரையும் பேஷ்வாக்களையும் தாண்டி நீடித்து, பிரித்தானியருக்கும் அப்பால் இந்திய நாட்டு விடுதலையின்போது தன் சுயாட்சியைச் சரணடையச் செய்தது. இதர சமஸ்தானங்களைப் போல 1970களில் இந்திரா காந்தியால் இது இறுதியாகக் கலைக்கப்பட்டது.

இதற்கிடையில், பேஷ்வாக்கள் புனேயில் இருந்தனர். இரண்டாம் பேஷ்வா பாஜிராவ், மொகலாய அதிகாரம் பேரரசின் பிரதேசங்களிடம் சுருங்கவும், மராத்திய விரிவாக்கத்திற்கான பிரதான சவால், வங்காளத்திலும் அவாத்திலும் எழுந்து கொண்டிருந்த அரசுகள் போல மண்டல அரசுகளிடமிருந்து வரும் எனச் சரியாகவே யூகித்திருந்தார். மொகலாய அமீர்களில் மூத்தவர்களில் ஒருவரும் திறமைசாலியுமான நிஸாம் உல்-முல்க், ஏகாதிபத்திய செல்வங்களை மீண்டும் மீண்டும் மீட்டுத் தந்தவர்; அவரும் இதே முடிவுக்கு வந்திருந்தார். டெல்லியில் உபயோகமற்ற பேரரசர்களுக்குத் துணை நிற்காமல், தான்

ஆளுநராயிருந்த தக்காணப் பிரதேசத்தின் மீது தனது அரசை அமைத்துக்கொள்ள 1723இல் தீர்மானித்தார். மராட்டியரும் ஹைதராபாத் மீது அநேகமாகச் சுதந்திர அரசை உருவாக்கியிருந்த, இன்னொரு மொகலாயரான முபாரிஸ்கானும், இரு ஆற்றல்மிக்க எதிரிகளாக இதனை எதிர்த்தனர். 1724இல் அவர் முபாரிஸ்கானை வீழ்த்திக்கொன்றார்; 1728இல் மீண்டும் 1731இல் அவரை மராத்தியர் வென்றனர். கடைசியில் அவர் தன் ஔரங்காபாத் தலைநகரைக் கைவிட்டு, தன் விருதுப் பெயரையும் துருப்புகளையும் அபிலாஷைகளையும் கிழக்கே ஹைதராபாத்திற்கு எடுத்து வந்தார். பேரரசின் துணையரசுகளாக இருந்தவற்றில் வலுவான அரசை அங்கே நிறுவினார். பிரித்தானியருக்கு இடமளித்து, நீண்டகாலம் நீடித்த அரசுகளில் ஒன்றாக அது விளங்கியது.

முதலில் ஃபர்மான்

சையித் சகோதரரின் ஆதரவில் இருந்தவனும் காட்டுத்தனமான வெற்றியாளனும் பலியானவனுமான ஃபர்ருக்ஸியார், 1719இல் பாலாஜி விஸ்வநாத்துடன் எட்டியிருந்த உடன்படிக்கையை நிராகரித்து, 1717இல் ஏகாதிபத்திய அனுமதிக்கு இன்னொரு வேண்டுகோளைப் பெற்றிருந்தான். அது தடுமாறுகின்ற பேரரசனாக எதிர்த்தரப்பிலிருந்து, கல்கத்தாவிலிருந்து வந்தது; பெரிதும் யோசித்துவிட்டுப் பின் இசைவளித்தான். ஆனால் அதன் விளைவின் விதிவசத்தன்மை சற்றும் குறைந்ததில்லை. ஃபர்ருக்ஸியரின் ஏகாதிபத்திய ஃபர்மானின் பலத்தைக்கொண்டு, கிழக்கிந்தியத் தீவுகளில் வணிகம் செய்துகொண்டிருந்த லண்டனின் மாட்சிமைமிக்க வர்த்தகர்களின் கம்பெனி, மராட்டியருடனும் நிஜாமுடனும் சேர்ந்து, மாபெரும் மொகலாயரின் சுருங்கி வரும் அதிகாரத்தில் பங்கு கோரின.

அக்பரின் காலத்திலிருந்து ஐரோப்பிய வர்த்தகக் கம்பெனிகள் மொகலாயப் பேரரசர்களிடம் ஏகாதிபத்திய ஆணைகள் வேண்டி முறையிட்டு வந்துள்ளன. இவை அவர்தம் தகுதிநிலையை, உரிமைகளை, வணிக நிபந்தனைகளைப் பேரரசு எங்கிலும் ஒழுங்குபடுத்தும்; துறைமுகங்களிலும் பிரதேசத் தலைநகரங்களிலும் உள்ளூர் மொகலாயரால் விதிக்கப்பட்ட வரிகள், கோரிக்கைகளை வைத்து ஆட்டம் காட்டும். ஆங்கிலேய மன்னரின் உரிமைச் சாசனம் பெற்ற, கிழக்கத்திய வணிகத்தின் தேசிய ஏகபோகத்தைச் சார்ந்திருந்த, ஆங்கிலேயக் கிழக்கிந்தியக் கம்பெனி போன்ற நிறுவனத்திற்கு, தனது முக்கிய வர்த்தகப் பங்குதாரருக்குச்

சாதகமான வழிவகையை உத்தரவாதப்படுத்திடும் இதுபோன்ற பரஸ்பர அனுமதியின் தேவை வெளிப்படையானதே.

1600இல் ஆங்கிலேயக் கம்பெனி தனது முதல் அரசுரிமை பெற்ற ஒரு தசாப்தத்திற்குள், கேப்டன் வில்லியம் ஹாக்கின்ஸ் இத்தகு ஏகாதிபத்திய அனுமதியினை ஜஹாங்கீரிடம் கோரும் பொருட்டு, சூரத்திலிருந்து ஆக்ரா வந்தார். பகட்டான அன்பளிப்புகள் தரப்பட்டன. அதனையொட்டி வந்தவர்களில் இன்னொருவர், புனித ஜேம்ஸ் அரசவையிலிருந்து வந்த முதல் தூதுவரும், ஜஹாங்கீரின் ஆபரணங்களைக் கண்டு மலைத்துப் போனவருமான சர் தாமஸ் ரோ ஆவார். ஒட்டுமொத்த இந்தியா அவரை ஈர்க்கவில்லை. பாபரைப் போல அவரும் ஒதுக்கித் தள்ளினார். இதில் கம்பெனி வர்த்தகர்களைப் பகைத்துக்கொண்டார். ‘அவர் (இளவரசன் குர்ரம், வருங்கால ஷாஜகான்) பத்துக் கோட்டைகளை எனக்களித்தாலும் ஏற்கமாட்டேன்... ஆதாயமுற வேண்டுமாயின், கடலிலும் அமைதியான வர்த்தகத்திலும் தேடவேண்டும் என்பதை விதியாகக் கொள்ளவேண்டும்.’ இந்த அமைதியான வர்த்தகம் என்பதில், நான்காண்டுகளுக்கு ஒருமுறை மொகலாயக் கப்பல்களைத் தாக்கவேண்டியது அடங்கும். ‘இவர்களைத் தண்டிக்கவேண்டும்’ -கிழக்கிந்தியக் கம்பெனியின் இயக்குநர்கள் சண்டைகளைத் தவிர்க்கவேண்டும் என்பதில் உடன்பட்டனர். சாதகமான வர்த்தக நிலைமைகளுக்கான உத்தரவாதமாக ஒரு மாற்றினை வழங்க முன்வந்தது ஏகாதிபத்திய ஆணை.

ஆனால், ஆணை வராது போகவே யுத்தங்கள் பின்தொடர்ந்தன. 1640இல் உள்ளூர் நாயக்கரிடமிருந்து மெட்ராஸ் வாங்கப்பட்டிருந்தது. அதன் கடற்கரை நாற்சதுக்க புனித ஜார்ஜ் கோட்டையைப் பெறலாயிற்று. போர்த்துக்கீசிய மணப்பெண், பிரகன்ஸாவின் கேதரீனின் வரதட்சணையாக, 1661இல் இரண்டாம் சார்லஸுக்கு பம்பாய் வழங்கப்பட்டது. அரசப் பாசறையினை நிறுவுவது இயலாதுபோக, அது கம்பெனியின் குத்தகைக்கு விடப்பட்டது-அதன் ஊழியர்கள் பம்பாயின் பெரும் பாதுகாப்பினைப் பாராட்டினார்கள்-அப்போது சிவாஜியும் அவருக்கு அடுத்து வந்தவர்களும் சூரத் மீது தம் தாக்குதலைத் தொடங்கியிருந்தனர். 1668இல் மன்னரிடமிருந்து கம்பெனிக்கு அது மாற்றப்பட்டது.

ஔரங்கஸீப்பின் நன்கறியப்படாத யுத்தங்களில் ஒன்றின்போது, இருபதாண்டுகளுக்குப் பின் கல்கத்தா நிறுவப்பட்டது. புனேயில் மராத்தியத் தாக்குதலில் பெருவிரலை இழந்து, தக்காணத்திலிருந்து

1664இல் புதிதாய் வந்திருந்த ஷைஸ்டா கான், அஸ்ஸாமை வென்ற மீர் ஜும்லாவை அடுத்து, வங்காள ஆளுநராக நியமிக்கப்பட்டிருந்தான். 1682 ஔரங்கஸீப் தக்காணத்திற்கு வந்தபோது, ஷைஸ்டாகான் வங்காளத்தில்தான் இருந்தான்; அந்த ஆண்டில் அவனது தலைநகர் டாக்காவிற்கு ஆங்கிலேயக் கிழக்கிந்தியக் கம்பெனியின் ஓர் இயக்குநர் வில்லியம் ஹெட்ஜஸை வரவழைத்தான். இறக்குமதியான பொன், வெள்ளி மீதான புதிய வரியை விலக்கிக்கொள்ளுமாறு ஷைஸ்டாகானிடம் வேண்டினார்- தனது இந்திய ஏற்றுமதிகளுக்கு பொன்-வெள்ளியால் பணம் தந்தது கம்பெனி; ஔரங்கஸீப்பிடம் நீண்ட காலமாக அனுமதி கோரியது. தாஜின் மும்தாஜ் மஹலின் சகோதரனும் ஔரங்கஸீப்பின் மாமாவுமாகிய ஷைஸ்டாகான், கணிசமான செல்வாக்குடையவனாக நம்பப்பட்டான். அனுமதி எதிர்பாக்கப்பட்டிருந்த வேளையில், கம்பெனியின் வங்காளப் பிரிவுகளுக்கும் லண்டனிலிருந்த அதன் மோசமான ஆளுநர் சர்ஜோஸியா சைல்டுக்குமிடையே பூசல்கள் தொடங்கின. ஆங்கிலேயர் மோசமாகச் சண்டையிட்டுக் கொள்பவர்கள், நயவஞ்சக வணிகர்கள் என்னும் அபிப்பிராயம் ஷைஸ்டா கானுக்கு வந்தது. அதைத் தொடர்ந்த பேச்சுவார்த்தைகள் முறிந்தன. இரண்டாண்டுகளுக்குப் பின், 308 கம்பெனி வீரர்களுடன் இரு கப்பல்கள் ஹுக்லிக்கு விரைந்து வந்தன. கம்பெனியின் தரப்பை வற்புறுத்தவும், குறைந்தது ஒரு லட்சம் வீரரைக் களத்தில் வைத்திருந்த பேரரசுக்குச் சவால் விடுக்கவும்தான்.[20]

'குழந்தை யுத்தம்' என்றும் குறிப்பிடப்படும் கம்பெனியின் மொகலாயப் போர், மொகலாய வரலாறுகளை விடவும் பிரித்தானிய வரலாறுகளில் சொற்பமாகவே காணப்படுகிறது. அது யாருக்கும் புகழ் சேர்க்கவில்லை. வங்காளத்தின் ஹுக்லியிலுள்ள மொகலாயத் துறைமுகத்தில் எழுந்த பூசலுக்குப் பின் விலகிக்கொண்ட பிரித்தானியர், பிற்பாடு கல்கத்தா என்றவர்கள் அழைத்துக்கொண்ட இடத்தில் தங்கி, அடுத்த ஆண்டு அங்கிருந்து காலிசெய்து சென்றனர். பிற இடங்களில் 'போர்' தீவிரம் கொள்ளவும் 1688-89இல் இது திரும்பவும் நிகழ்ந்தது. தனது வங்கச் சகோதரனை ஆதரித்த சூரத்திலிருந்த கம்பெனியின் மூத்த அலுவலர் (அவரும் *Child* எனப்பட்டார்) ஒப்பீட்டளவில் பாதுகாப்பான பம்பாய்க்கு மாற்றினார். அங்கிருந்து, தூதுவர் ரோவின் நீண்ட காலம் நினைக்கப்பட்ட சூத்திரப்படி, மொகலாயக் கப்பல் போக்குவரத்தைத் தாக்கத் தொடங்கினார். லண்டனிலிருந்த சைல்ட் இதனைப் பாராட்ட, ஓராண்டிலேயே, நம் வணிகம் இல்லாததால் ஆயிரக்கணக்கிலான

மொகலாய மக்கள் பட்டினியால் மடிவர் என்று அறிவித்தார். தன்னைத் தாக்குவதற்கு ஔரங்கஸீப் கப்பல் படைத் தலைவனை அனுப்பினால் தான் விடும் குசுவால் அவனை எறிந்துவிடுவேன் எனப் பீற்றினார்[21]. ஔரங்கஸீப் அப்படி அனுப்பவே, 'குழந்தை யுத்தம்' அல்லது 'குழந்தைகளின் யுத்தம்' மொகலாயப் பேரரசின் ஒரு கோடியிலிருந்து இன்னொரு கோடிக்குப் பரவிற்று. 1689இன் தொடக்கத்தில் மொகலாயக் கப்பற்படையாகச் செயல்பட்ட மேற்குக்கரை அணிக்குத் தலைமை தாங்கிய ஆப்பிரிக்கரான ஸிடி யாகூப் திடீரென வியப்பில் ஆழ்த்தும்படி பம்பாய்த் தீவுகளைக் கைப்பற்றினார். பம்பாய் கோட்டையில் ஆண்டின் பெரும் பகுதியும் முற்றுகையிடப்பட்டிருந்த ஆங்கிலேயர் கடைசியில் பணிந்தனர்.

1690இல் கம்பெனியின் 'தூதுவர்கள்' மன்னிப்புக்கோர, ஏகாதிபத்திய முகாம் சென்று, தம் கைகள் கட்டப்பட்டிருந்த நிலையில் மன்றாடினர். அத்துடன் கண்ணியம் இழக்கும் வகையில் பேரரசரின் முன்னே விழுந்து வணங்குமாறு செய்யப்பட்டனர். அவர்களது வணிகத்தின் முக்கியத்துவத்தை ஔரங்கஸீப் உணராமலில்லை, மராத்தியருடன் பொதுவான குறிக்கோளில் இணைந்துவிடுவார்கள் என்பதை அறியாமலுமில்லை. எதிர்காலத்தில் சீராக நடக்கும் என்ற வாக்குறுதிகளுடன் அவர்களின் வர்த்தக உரிமைகளை மீட்டுத்தரவும் தன் துருப்புக்களை விலக்கிக்கொள்ளவும் இசைந்தார். 'மறப்போம் மன்னிப்போம்' என்னும் அதே உணர்வுடன் கம்பெனியின் வங்காளப் பிரிவு ஹூக்லிக்குத் திரும்ப அனுமதிக்கப்பட்டது; அங்கே 1690இல் கல்கத்தாவில் நிரந்தரக் குடியேற்றத்தை நிறுவி, வில்லியம் கோட்டையை நிர்மாணிக்கத் தொடங்கிற்று. முதலாவது ஆங்கிலோ-இந்தியப் போர் மொகலாயப் பேரரசால் வெல்லப்பட்டிருக்க ஏகாதிபத்திய அனுமதி (ஃபர்மன்) பற்றிய குறிப்பில்லை.

பதினெட்டாம் நூற்றாண்டின் ஆரம்பத்தில் சூரத்தின் வணிகம் புதுப்பிக்கப்பட, போட்டியிடுவதற்கு பம்பாய் போராடிற்று. சிடி யாகூபுடனும் மொகலாயப் பேரரசருடனும் சமாதானம் ஆனபிறகு, கம்பெனியின் கப்பல் வணிகம், மொகலாயரின் கடும் எதிரியான மராட்டியத் தளபதி கனோஜி அங்கிராவின் இலக்காகிவிட்டது. இந்தியப் போர்களில் பிரித்தானியர் ஈடுபடலாயினர் என்று எண்ணப்படுவதற்கு ஒரு தசாப்தத்திற்கு முன் 1737இல் இங்கிலாந்தில் வெளியான *A History of the Indian wars*-இல் 'குழந்தை யுத்தம்' பற்றிய குறிப்பே இல்லை. மாறாக,

கம்பெனியின் கொடிகள் பறந்த கப்பல்களுக்கு எதிராக கனோஜி அங்கிரா தொகுத்த இடைவிடாத தாக்குதல்கள், கொங்கணக் கடற்கரையில் கனோஜியின் அரண்களின் மேல் பிரித்தானியர் தந்த பதிலடிகள் குறித்த வசீகரப் பதிலாகவே உள்ளது. இந்த 'யுத்தங்கள்' நூற்றாண்டின் நடுப்பகுதி வரை நீடிக்கும். 1720-1730களில் எந்தத் தரப்பும் வென்றதாகக் கூறமுடியாத நிலையில் கனோஜியின் பக்கம் சாதக நிலை இருந்தது. அதற்கேற்ப பம்பாய் வணிகம் பாதிப்புற்றது.

எனினும் பம்பாயும் கல்கத்தாவும் செழித்தோங்கின. கம்பெனி இந்தியாவில் கொள்முதல் செய்த பருத்தி, பட்டு, மொலாஸஸ், வங்காளத்தின் உப்பு, குஜராத்தின் அவுரி எனப் பெரிதும் ஆதாயமளித்தன. அதுபோலவே, அமெரிக்காவின் வெள்ளிக்கும் வழிவகை கிட்ட, வெள்ளியால் இந்தியக் கொள்முதல்களுக்கு ஈடுசெய்தது. இங்கு வந்து சேர்ந்த வெள்ளி ரூபாய்களாக அச்சடிக்கப்பட, மொகலாயப் பொருளாதாரத்தை வலுப்படுத்திற்று—அப்போது மொகலாய அதிகாரம் நலிந்துகொண்டிருந்தது என்பது குறிப்பிடத்தக்கது. நாணய மதிப்பின் உறுதிப்பாட்டாலும் முதலீடு கிட்டியதாலும் இந்திய வங்கியாளர்கள், தொழில் முனைவோர்கள், அலுவலர்கள் நன்மையடைந்தனர். மறுபுறத்தே, வணிக அளவு அதிகரிக்கவும் வரம்பில்லாததாகத் தோன்றிய செல்வ ஆதாரத்தின் மீதான சார்பும் அதிகரித்தது. ஒரு காலத்தில் ஏகாதிபத்திய ரோமில் இருந்தது போலவே லண்டனிலும், இத்தகைய ஒருதலை வணிகத்தில் ஏற்பட்ட இயற்கை வளங்களின் இழப்பு குறித்து வருந்திய மற்ற ஜெரமியாக்கள் இருந்தனர். ஆனால் பட்டு வகைகள், மஸ்லின் ரகங்கள், திரைச்சீலைகள், கலிகோ தினுசுகள் ஐரோப்பாவின் லினன் ஆடை வகைகளை இடப்பெயர்ச்சி செய்தன; இதனால் கம்பெனி விமர்சனங்களை ஒதுக்கித் தள்ளியது; தம் விநியோகிப்பாளரிடம் நம்பிக்கை வைத்திருந்தது; அவர்தம் பொலிவான ஆடை ரகங்கள் கவர்ச்சிகரமான பங்கு ஈவுகளைப் பிரதிபலித்தன.

கம்பெனி இயக்குநர்களுக்கு உடனடிக் கவலைகளாய் இருந்தவற்றில் பிரதானமானது, அவர்களது பணியாளர்களின் தனிப்பட்ட நடவடிக்கைகளே. இந்தியாவில் ஆங்கிலேயரின் முன்னேற்றம் நிகழ்ந்தது, கொள்முதல்-விற்பனையில் காட்டிய விசுவாசமிக்க சேவையால் அல்ல, மாறாகப் பல்வேறான நிதியமைப்புகளில் முதலீடு செய்ததால்தான். அவற்றில் சில வணிகத்துடன் தொடர்புடையவை. இங்கிலாந்துக்கும் கிழக்கிற்குமிடையேதான் கம்பெனியால் தன் ஏகபோகத்தை நடைமுறைப்படுத்த முடிந்தது.

போர்ச்சுகலின் 16ஆம் நூற்றாண்டு *Estado da India* இந்தியப் பெருங்கடல் வணிகத்தில் முதலீடு செய்தபோது தொடங்கியிருந்த, இந்தியர்களால் நடத்தப்பட்ட கப்பல் போக்குவரத்தின் சரிவைக் கம்பெனி சாதகமாக்கிக் கொண்டது. அவர்கள் சொந்தமாகக் கப்பல்கள் வைத்திருந்தனர் அல்லது குத்தகைக்கு எடுத்தனர், சரக்குக் கப்பல்கள் இயக்கினர், காப்பீடு செய்தனர், எல்லாவற்றிற்கும் மேலாகத் தம் எஜமானரின் கொடியின் பாதுகாப்பையும் பத்திரத் தன்மையையும் ஆதாயமாக்கிக் கொண்டனர். அமெரிக்காவில் பிறந்த யேல் சகோதரர்கள், கம்பெனியின் ஊழியர்களாக மெட்ராஸிலிருந்து சயாமுடனும் (தாய்லாந்து) கேண்டனுடனுமான (சீனா) வணிகத்தில் கணிசமாக லாபம் ஈட்டினர்; எலீஹூவின் சம்பாத்தியத்தின் ஒருபகுதி, கனெக்டிகட்டில் உள்ள அவரது பெயரிலான கல்லூரிக்கு-அத்துடன் பல்கலைக்கழகத்திற்குச் சென்றது. கம்பெனியின் சிலர் கப்பல் போக்குவரத்திலேயே முதலீடு செய்தனர். இவர்கள் டச்சு/பிரெஞ்சு ஐரோப்பிய கிழக்கிந்தியக் கம்பெனிகளைச் சேர்ந்தவர்களாக இருக்கக்கூடும். 'இடையில் நுழைந்தவர்களாக'க் கருதப்படும் 'சட்ட விரோத' ஆங்கிலேயக் கூட்டமைப்பினராக இருக்கலாம். அல்லது வசதிக்காக ஒரு கொடியின் கீழ் கப்பல் போக்குவரத்தில் இருந்த ஆங்கிலேயர் இடையில் நுழைந்தவர்களாக இருக்கமுடியும். வங்காள உற்பத்திப் பொருள்களை நாடி, பதினெட்டாம் நூற்றாண்டின் ஆரம்பத்தில் ஹூக்லிக்கு வந்த கப்பல்கள், ஆங்கிலேயரின் முதலீட்டைக் கொண்டிருந்தாலும் ஆஸ்டெண்ட் கம்பெனி, ஸ்வீடிஷ் கம்பெனி, ப்ரஸ்ஸிய கம்பெனி, ராயல் போலிஸ் கம்பெனி, ராயல் டேனிஷ் கம்பெனிகளின் கொடிகளைக்கொண்டிருந்தன.

ஒருகாலத்தில் இடையில் நுழைந்தவராயும் அதன்பின் பாராளுமன்ற உறுப்பினருமான தாமஸ்பிட் 1699இல் புனித ஜார்ஜ் கோட்டை ஆளுநராக மெட்ராஸ் வந்தார். 12 ஆண்டுகள் அங்கிருந்த அவர், பிட் வைரம் (45000 £க்கு வாங்கி 135000 £க்கு விற்கப்பட்டது) உள்ளிட்ட செல்வத்தைத் திரட்டினார். பிரதம வேட்பாளரான அவரது பேரன் மற்றும் கொள்ளுப் பேரனது (இளைய வில்லியம் பிட்) அரசியல் வாழ்வில் அவர்களை நிலைநாட்டிக்கொள்ளும் வாய்ப்பை அளித்தது இச்செல்வம். ஔரங்கஸீப்பின் மரணத்திற்கு முன்னரும் பின்னருமான நிச்சயமற்ற காலத்தில் பிட், கம்பெனியின் நலன்களைப் பாதுகாத்தார். 1701இல் இன்னொரு ஆங்கிலேயத் தூதுவர், ரோவுக்குப் பிறகு முதல் முறையாக, தக்காணத்திலிருந்த பேரரசரைச் சந்தித்து, பீரங்கிகள், குதிரைகள், வண்டி வண்டியாகக் கண்ணாடி-சமையல் சாதனங்களை அன்பளிப்பாக அளித்தார்.

இந்தியப் பெருங்கடலை காவல் காப்பதிலும் ஐரோப்பியர் இடையில் நுழைவோரையும் போக்கிரிகளையும் கொள்ளை நிகழ்வுகளிலிருந்து ஒடுக்குவதிலும் ஆங்கிலேயர் திறம்பட இயங்கினால்தான், ஔரங்கஸீப் ஏகாதிபத்திய அனுமதிக்கு இடமளிப்பார். அத்தகு நடவடிக்கைகள் இல்லாதுபோக, ஏகாதிபத்திய அனுமதியும் தரப்படவில்லை. பிட் கணித்துரைத்தது போலத் தூதுவரகம் செலவுபிடிக்கும் அழிவாயிருந்தது.

1707இல் ஔரங்கஸீப்பின் மரணமும் அதனையடுத்த வாரிசுரிமைச் சிக்கல்களும் புது சாத்தியப்பாடுகளைத் திறந்துவிட்டன. இளவரசன் மௌஸ்ஸம் சார்பில் ஏகாதிபத்திய தரகன் ஒருவன். இளவரசனின் எதிரிகளில் ஒருவனது புகலிடத்தைத் துண்டிப்பதில் ஆங்கிலேயரின் உதவியைக் கோரினான்; பதிலுக்கு, ஏகாதிபத்திய அனுமதிக்கான உடன்பாட்டைத் தயாரிக்க பிட் வரவழைக்கப்பட்டார். இளவரசனின் எதிரி மெட்ராஸுக்கு வந்து சேராதபோதும், மௌஸ்ஸம், பகதூர் ஷாவாக அரியணை ஏறினான்; ஏகாதிபத்திய அரசவைக்குச் செல்லும் தூதுக்குழுவுடன் செல்லப் பொருத்தமான வகையில் யானைகள், குதிரைகள், கடிகாரங்கள், இசைக்கருவிகளைக் கம்பெனி திரட்டியது. 1709இல் பிட் இந்தியாவிலிருந்து கிளம்பியபோது அதன் வாய்ப்புகள் குறித்து இன்னும் நம்பிக்கை கொண்டிருந்தார். 1710இல் இப்போது வங்காளத்தில் நியமிக்கப்பட்டிருந்த அதே இடைத்தரகரிடமிருந்து வந்த சமிக்ஞைகள் புதுப்பிக்கப்பட்டன. கடிகாரங்களும் யானைகளும் கல்கத்தாவுக்குக் கப்பலில் அனுப்பப்பட்டன; 1712இல் மொகலாயரிடத்தே செல்லும் தூதுக்குழு ஆயத்தமாயிருந்தது. அப்போது பகதூர்ஷா இறந்துவிட்டதாகச் செய்தி வந்தது.

அவரையடுத்து வந்தவர் மனோதிடமின்றி கடிதங்களைப் பரிமாறிக்கொள்ளும் அளவுக்கே நீடித்தார்; ஆனால் ஃபர்ருக்ஸியார் அரியணை ஏறியதும் கம்பெனியின் நம்பிக்கைகள் உயர்ந்தன. ஸைஷ்டாகானுக்குப் பிறகு அவரது தந்தை ஆளுநராக இருந்த வங்காளத்தில் வளர்க்கப்பட்டவர் என்பதுடன் கல்கத்தாவிலிருந்த சில ஆங்கிலேயரால் அறியப்பட்டவர். அவரின் மழலையர் பள்ளிக்குக் கம்பெனி பொம்மைகளை விநியோகித்திருந்தது. அத்துடன் வயது வந்தோருக்கான விதவிதமான பொருள்கள் 40டன் அளவுக்கு இறக்குமதிக்காகப் பேரரசரின் அனுமதிக்குக் காத்திருந்ததும் கம்பெனியின் செல்வாக்கை வெளிப்படுத்தியது. தூதுவர் குழுவும் டெல்லி புறப்பட்டது. 1715இல் பரபரப்படைந்திராத ஜான் ஸுர்மன் தலைமையில் சுமார் 600 வீரர்களின் பாதுகாவலுடன் 160 மாட்டுவண்டிகள்,

1200 சுமை தூக்கிகள், பல்வேறு பொருள்களடங்கிய பெட்டிகள், பீரங்கிகள், ஒட்டகைகள் அடங்கிய வரிசை மேற்கே கங்கைச் சமவெளியினூடே பயணித்தது.

டெல்லிக்கு வந்து சேர்ந்த ஸுர்மன், இந்துஸ்தான மன்னர்களது படாடோபம்-தர்பாரை வைத்துப் பார்க்கும்போது 'நாங்கள் நன்றாக வரவேற்கப்பட்டோம்' என்கிறார். ஆடம்பரப் பொருட்கள் கையூட்டுகளாக வழங்கப்பட்டன. இதற்கிடையே தூதுக்குழுவிலிருந்த மருத்துவர், மன்னரின் தொடையிடுக்கு வீக்கங்களுக்குச் சிகிச்சையளித்தார். அவருக்குத் தாராளமாக வெகுமதியளிக்கப்பட்டது, ஆனால் மன்னரின் அனுமதியைப் பொறுத்த அளவில் அலட்சியமாகவே இருந்தார். சூரத்திலிருந்தும் குஜராத்திலிருந்த இதர முகாம்களிலிருந்தும் விலகிக் கொள்வதாக மிரட்டிய பின்னரே மன்னர் இணங்கினார். ஒரு காகிதத் துண்டுக்காகக் கம்பெனியின் தங்கம்-வெள்ளியையும் வர்த்தகத்தையும் இழப்பது எண்ணிப்பார்க்க முடியாதது. கேப்டன் வில்லியம் ஹாகின்ஸ் முதலில் விண்ணப்பித்து ஒரு நூற்றாண்டுக்கும் கூடுதலாகக் கழிந்த பிறகே 1716இல் புத்தாண்டையொட்டி மன்னரின் அனுமதி கிட்டியது.

இந்தியாவெங்கிலும் கம்பெனி அனுமதித்து வந்திருந்த பிரதேச-வர்த்தக உரிமைகளைக் குறிப்பிட்டு, வேறெந்த ஐரோப்பிய தேசத்திற்கும் இத்தகு சலுகைகள் வழங்கப்பட்டிருக்கவில்லை என்றது அந்த ஆணை. கல்கத்தா, மெட்ராஸ், பம்பாயில் கொண்டாட்டங்கள் நடந்தன, விருந்துகள் நிகழ்ந்தன, அந்த ஆவணம் வீதிகளினூடே ஊர்வலமாக எடுத்துச் செல்லப்பட்டு, நகர வாயில்களில் பிரகடனம் செய்யப்பட்டபோது, பீரங்கிக் குண்டுகள் முழங்கின. அது இந்தியாவில் கம்பெனியின் மக்னா கார்ட்டா ஆனது. பேரரசருடன் நேரடித் தொடர்புகொண்டு மொகலாய இந்தியாவின் அரசியல் படிவரிசையில் கம்பெனியைச் சேர்த்தது. அதன் நிபந்தனைகளை மீறுவோர் மீது நடவடிக்கைக்கு வழிவகை செய்தது. முப்பதாண்டுகளுக்குப் பிறகு அதனடிப்படையில் ராபர்ட் கிளைவ், பிளாஸியில் தன் நடவடிக்கையை நியாயப்படுத்தினார், வங்காள நவாபைத் தூக்கி எறிந்தார்.

பேரரசு நலிவடைவதில் கம்பெனியின் நேரடிப் பங்கேற்புக்கு இன்னும் ஒரு தலைமுறை இருந்து; மொகலாயப் பொருளாதாரத்தில் அதன் ஊழியர்கள் பங்கேற்கவோ, 'அனைத்திந்திய ராணுவக் கடைவீதி' என்றழைக்கப்பட்டதில் அதன் துருப்புகள் பங்கேற்கவோ

ஐரோப்பிய வணிக நிலையங்கள் சுமார் 1740

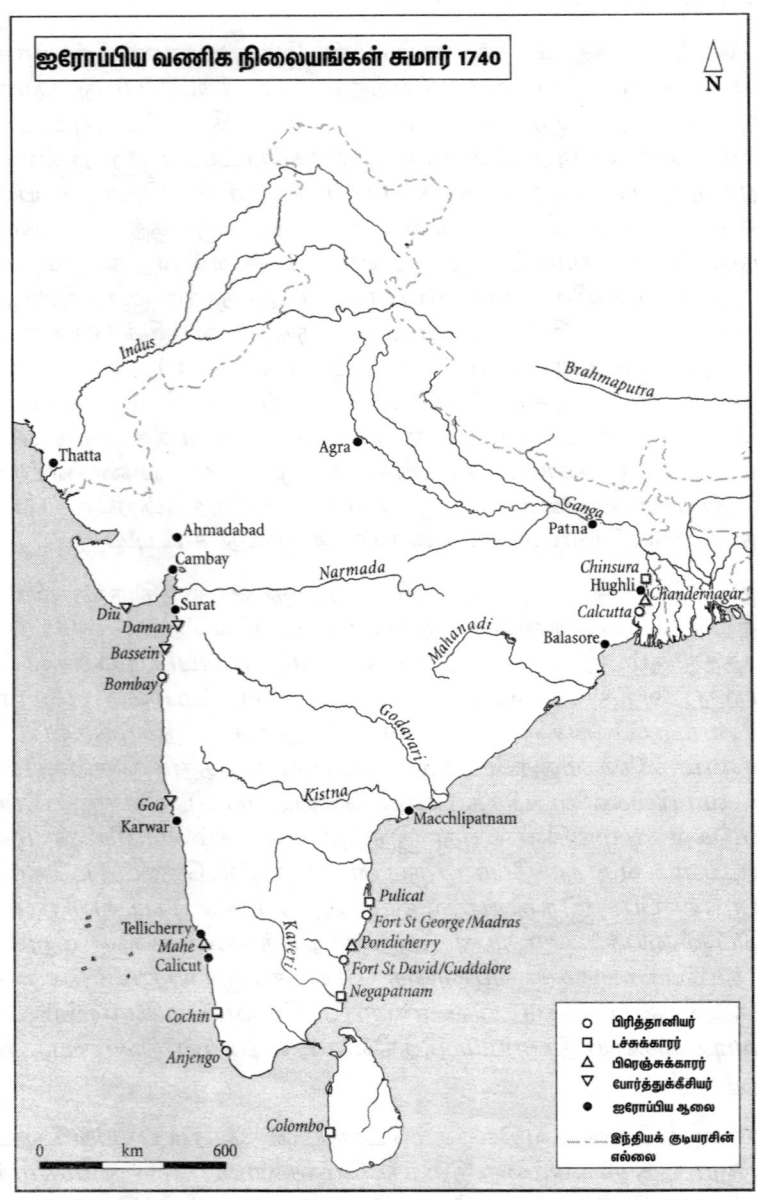

இல்லை.[22] கம்பெனி நபர்கள் தனிப்பட்ட முறையில் கடல் வணிகத்தின் வெவ்வேறு வடிவங்களில் மட்டுமல்லாது, ஏகபோகங்கள், அலுவலகங்கள், கிளைகள், வருவாய் நிறுவனங்கள், வர்த்தகச் சலுகைகளிலும் இவை இப்போது வெளிப்படையாகவே பேரரசுக்குள் சந்தைப்படுத்தப்பட்டன- அது சார்ந்து முதலீடு செய்தனர். எதிர்பார்க்கப்படும் வருவாய் அடிப்படையில் முன்பணம் வழங்க அலுவலகப் பொறுப்பில் உள்ளோரும் ஜாகீர்தார்களும் முன்வந்தனர். ஆனால் இப்போது ஏகாதிபத்திய அதிகாரம் சுருங்கி வர, துணை நிலை அலுவலர்கள் அனைவரது உரிமைகளும் வருவாயும் சுருங்கின. பேரரசின் பிரதேசங்களுக்குள்ளே, ஆளுநர்களோ சுயாட்சி கொண்டிருந்த நவாப்களோ தம் வருவாய் உரிமைகளைப் பெரிய ஜமீன்தார்களுக்குக் குத்தகைக்குவிட்டனர்-அவர்கள் அபிவிருத்தி காட்டும் பட்சத்தில் துணைநிலை நவாப்கள்/ மன்னர்கள் ஆனார்கள். இவ்வாறு வங்காளத்தில் 1728இல் வருவாயில் நான்கில் ஒரு பகுதிக்கும் மேல், பர்த்வான்-ராஜ்சாஹிகளின் ஜாமீன்தார்களைச் சார்ந்திருந்தது. நவாப் ஆட்சியின் முடிவின்போது வருவாயில் 60% குறிப்பிட்ட பதினைந்து ஜமீன்தார்களிடமிருந்து வந்தது.[23]ஆனால் இப்பெரிய ஜமீன்தார்கள் பெரும்பாலான உரிமைகளைச் சிறிய ஜமீன்தார்கள், வர்த்தகர்கள், உள்ளூர் தளபதிகள், பெரிய சாகுபடியாளரிடம் குத்தகைக்கு விட்டனர். வரிவிதிப்பு சார்ந்த இச்சந்தையில் முதலீடு செய்ய, பெரிய இந்திய வங்கிகள், ஆற்றல்மிக்க வணிக அமைப்புகள் துணை நின்றன; அத்துடன் பிரதானமாக நன்மையடைகின்றனவாகவும் இருந்தன. இவ்வருவாயைத் திரட்டுவதும் திரட்டியதை நாணயமாக மாற்றுவதும் அதிகாரத்தைச் சார்ந்திருந்தது; இதில் உயர்குடியைச் சேர்ந்த வீர மரபினரும் ஆங்கிலேயரும் சேர்ந்துகொண்டனர்.

ஒவ்வொரு கம்பெனி நபருக்கும் ஒரு உள்ளூர் முகவர் இருந்தார், அவருக்கு ‘பனியா’/துபாஷ் என்று பெயர். டெல்லியில் ஸுர்மான் பேச்சுவார்த்தை நடத்தியபோது, ஓர் ஆர்மீனியனைச் சார்ந்திருந்தார்; பிட் மிக மோசமான கேடியை அமர்த்தியிருந்தார்-வணிகத்தில் தேர்ந்த கில்லாடியாக இருந்தமையால்.[24]ஏகாதிபத்திய அனுமதியினால் மதிப்பு உயர்ந்திருந்த கம்பெனி மற்றும் அதன் ஊழியர்களது கடன்பெறும் தகுதியை வைத்து இத்தகு முகவர்கள் தம் ஆங்கிலேய வாடிக்கையாளர் மீது உயரிய மதிப்பை வைத்து, அவர்களது நிதி வசதிக்காக முதலீடுகளுக்கும் கடன்களுக்கும் ஏற்பாடு செய்ய முன்வந்தனர். அரசியல் பொருளாதாரத்தின் இயங்காற்றல் அளவுக்கு ஆதாயமடைவதற்கான விடா

18ஆம் நூற்றாண்டில் தீபகற்பம் [ஆங்கிலேய-பிரெஞ்சு மற்றும் ஆங்கிலேய-மைசூர் யுத்தங்கள்]

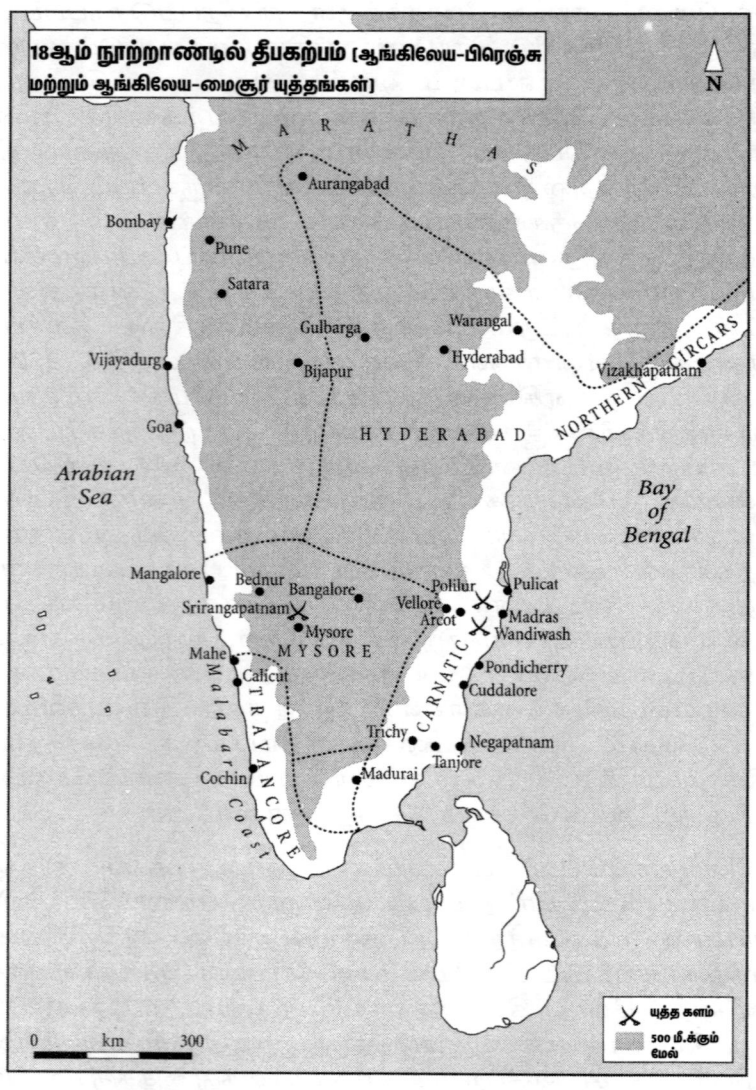

முயற்சியாலும் பிரித்தானியர் இந்தியப் பொருளாதாரத்திற்குள் இழுக்கப்பட்டனர்.[25] காலனிய அதிகாரத்துடன் ஒத்துழைக்க உள்ளூர் மேட்டுக்குடியினர் விரும்பியதாகக் காலனியத்தின் சமீபத்திய ஆய்வுகள் தெரிவிக்கின்றன. துபாஷ்கள் பனியாக்களிடத்தே தரகர்கள் என்ற வகையில், பிரித்தானியர் பிற்காலத்து மொகலாய இந்தியாவின் புதிய தொழில் முனைவோர் வர்க்கத்துடன் சேர்ந்துகொண்டனர்.

மொகலாய அரசியல் பொருளாதாரத்தின் இயங்காற்றல், பணத்தின் அளவுக்குப் படைவீரரையும் சார்ந்தது. தொழில் முனைவோர் முயற்சிகளில் ஈடுபாடுகொண்ட ராணுவத் தலைவர்கள் அவர்தம் நடவடிக்கைகளுக்கு நிதிவசதி செய்தனர்; ராணுவ முயற்சிகளை ஆதரித்து, தொழில் முனைவோர் தம் முதலீடுகளைப் பெற்றனர். இவ்வாறு, 1740களில் பிரெஞ்சுக்காரருடன் யுத்தம் மூளும் முன்பே, ஆங்கிலேயக் கம்பெனி தன் ஊழியர் வாயிலாக, அண்டையிலுள்ள ஜமீன்தார்களாலும் வரிவசூலிப்போராலும் மேற்கொள்ளப்பட்ட படைவீரர் சேர்ப்பு-பராமரிப்புப் பணிகளில் மறைமுகமாக ஈடுபட்டிருந்தனர். சில உள்ளூர் வருவாய் உரிமைகளுக்கு ஏகாதிபத்திய அனுமதி கிடைத்ததில் ஊக்கம் பெற்றிருந்த கம்பெனி, தன் நிறுவனங்களைப் பாதுகாக்கத் தேவையான வீரர் எண்ணிக்கையைக் கணிசமாக அதிகரித்தது. 1717இல் 360 ஆக இருந்த மெட்ராஸ் பாசறை, 1742இல் 1200 ஆனது. பெரிதும் உள்ளூரில் தெரிவு செய்யப்பட்டனர், பலர் இந்திய-போர்த்துக்கீசிய சமுதாயத்தவராக இருந்தனர். ஆனால் ‘பியூன்ஸ்/சிப்பாய்ஸ்’ என்றறியப்பட்ட இந்தியத் துருப்புகளும் சேர்க்கப்பட்டனர்; மொகலாயரால் அந்தரத்தில் விடப்பட்டிருந்த மராட்டிய, தக்காணத்து, ஆஃப்கானிய, ரஜபுத்திர, பக்ஸரிஸ் (அவாத்தைச் சேர்ந்தோர்) வீரர்களின் படைத்தொகுப்பும் ஏற்கெனவே இருந்து.- இவர்கள் துணைக் கண்டமெங்கும் பெரிதும் ஊதியமின்றிக் காணப்பட்டனர். அலுவலகங்களிலுள்ள, வருவாய் அமைப்புகளிலுள்ள இச்சந்தையின் இருப்பு ஐரோப்பியப் பங்கேற்பை வரவேற்றது.

... அதன்பின் திவான்

பிரித்தானியரின் தலையீட்டுக்குச் சட்டப்பூர்வ அடிப்படை தர ஏகாதிபத்திய அனுமதி பயன்படுத்தப்படக்கூடுமாயின், வர்த்தக, நிதி, ராணுவ வாய்ப்புகளிலான உயிரோட்டச் சந்தை இத்தகு தலையீட்டினை ஊக்கப்படுத்தினால், ஆங்கிலேய-பிரெஞ்சு யுத்தம்

அதனைத் துரிதப்படுத்தியது. அவை சந்தர்ப்பத்தை முன்வைத்தன, முறையை நிகழ்த்திக்காட்டின, இந்திய ஆட்சிப் பகுதியை நோக்கிய முதலாவது பிரித்தானிய நகர்வுகளுக்கான நம்பிக்கைக்கு உத்வேகமூட்டின. டச்சு, ஆங்கிலேயக் கம்பெனிகளுடன் ஒப்பிடுகையில் பிரெஞ்சுக் கம்பெனி மிகத் தாமதமாக வந்து சேர்ந்ததே ஆகும். பெர்னியரின் தூதுவர் ழின்-பாப்டிஸ்ட் கோல்பெர்ட்டால் 1660களில் நிறுவப்பட்டு, 18ஆம் நூற்றாண்டில் துரிதமாக விரிவடைந்தது. பிரெஞ்சு தலைமையகமான பாண்டிச்சேரி சோழமண்டலக் கரையில் மெட்ராஸுக்குச் சவால்விட சந்திரநாகூர் வங்காளத்தின் கல்கத்தாவுக்கு ஈடாக அபிலாஷை கொண்டது. ஸ்பானிய ஆட்சியுரிமையை அடுத்து ஐரோப்பாவில் இங்கிலாந்தும் பிரான்ஸும் போரிட்டுக் கொண்டாலும், இப்போட்டி முற்றிலும் வணிக ரீதியிலானதாகவே இருந்தது. 1740களில் ஆஸ்திரிய வாரிசுரிமை தொடர்பான யுத்தத்தைப் புறக்கணிக்க, வங்காளத்தில் இரு கம்பெனிகளும் முடிவெடுத்தன. தெற்கிலிருந்த அவர்களின் சகாக்கள் அப்படியே செய்திருக்க முடியும்-இந்தியப் பெருங்கடலில் பிரித்தானியர், பிரெஞ்சுக்காரரின் கப்பல் போக்குவரத்து இல்லாதிருந்தால். 'ராயல் நேவி'யின் கடல் வெற்றி பிரெஞ்சுக்காரரைப் பதிலடி தருமாறு தூண்டிவிட, அதனால் 1746இல் மெட்ராஸைக் கைப்பற்றுமாறு செய்தது. இரு கப்பல் அணிகளும் கம்பெனித் துருப்புகளைக் கொண்டுவந்து இறக்கின. மேலதிகமாகக் கூடுதல் சிப்பாய்களைச் சேர்த்தன; பயிற்றுவிக்கப்பட்டு, உடற்பயிற்சிக்கு உள்ளாக்கப்பட்டு பாசறைக் கும்பல்களாய் இருந்தவை முறையான ராணுவங்கள் ஆயின.

இரு கம்பெனிகளும் ஆதரவுக்காக உடனடி அண்டை வீட்டாரை நாடின. பெயரளவில் தக்காணத்து மொகலாய ஆளுநராகிய நிஜாம் உல் முல்க், உண்மையில் ஹைதராபாத்தின் சுயாட்சிமிக்க நவாபாக இப்போதுள்ள ஆந்திரப் பிரதேசத்தின் பெரும்பகுதியை ஆட்சிபுரிந்தார். ஆனால் தெற்கே, முந்தைய கோல்கொண்டா சுல்தான் அரசின் தமிழ்நாட்டுப் பகுதிகள், நிஜாம் பிரதேசப் பகுதியாயினும், ஆற்காட்டு நவாப் அல்லது கர்நாடிக் நவாப் என்றறியப்பட்ட துணைநிலை நவாபின் கீழ் அவை இருந்தன.

இந்த கர்னாடிக் நவாபின் பிரதேசங்களே மெட்ராஸ், பாண்டிச்சேரியைச் சுற்றித் தழுவிக் காணப்பட்டன; மெட்ராஸை இழந்த பிரித்தானியருக்கு உதவ வந்த அவர், சீரான ஐரோப்பியத் துருப்புகளின் உயர்வினை வெகுளித்தனமாகக் காட்டிக் கொடுத்தார். 10,000 குதிரை வீரர் கொண்ட அவரது படை

இருமுறை, வெறுமனே 500 பிரெஞ்சுத் தரைப்படையினராலும் துப்பாக்கி வீரராலும் முறியடிக்கப்பட்டனர். மரபார்ந்த இந்தியக் குதிரைப்படை வீரரை முறியடிக்க, பழைய பெரிய துப்பாக்கியை இயக்கத் தெரிந்த ஐரோப்பிய வீரர்களால் போதுமான ஆற்றலைப் பிரயோகிக்க முடிந்தது. அது ஒரு பரபரப்பான வெளிப்பாடாய் இருந்தது. மொகலாயரின் கனத்த கவசமணிந்த குதிரைப்படை இந்திய ராணுவ வலிமையை எடுத்துக்காட்டிற்று. ஐரோப்பிய காலாட்படையால் முறியடிக்கக் கூடியவர்களாக அவர்கள் இருப்பின், அவர்களை ஆதரித்த ராணுவ அமைப்பு அப்படிப்பட்டதுதான், அவற்றைக் கொண்டிருந்த அரசுகளும் அப்படிப்பட்டதுதான். கடலில் நீண்டகாலம் மேலோங்கியிருந்த கம்பெனி இப்போது தரையிலும் மேலோங்கியது.

1748இல் ஐரோப்பாவில் ஏற்பட்ட சமாதானம், மெட்ராஸை பிரித்தானியரிடம் ஒப்படைக்கவைத்தது; அது ஆங்கிலேய-பிரெஞ்சு விரோதங்களில் தற்காலிக தேக்கநிலையினைக் கொண்டு வந்தது. ஆனால் அதே ஆண்டில் நிஜாம் உல் முல்க் இறந்தார், ஹைதராபாத்தின் ஆட்சியுரிமை உடனே ஆட்சேபிக்கப்பட்டது. போட்டியாளரில் ஒருவர் ஆற்காட்டு நவாபை வெளியேற்ற, ஹைதராபாத்தின் அரியணைக்கு உரிமை கோரிய இருவரும் ஆற்காட்டின் துணைநிலை நவாப் பொறுப்புக்குத் தத்தமது நபர்களை நிறுத்தினர். இத்தகைய நிலவரத்தில், ஐரோப்பியக் கம்பெனிகள் ஈடுபடுவது தவிர்க்கமுடியாததாக இருந்தது. அவற்றின் துருப்புகள் தீபகற்பத்தில் தம்மை திறமைமிக்கவர்களாகச் சமீபத்தில் வெளிப்படுத்தி, தற்போது வேலையின்றி, தம் எஜமானர்களுக்குப் பாரமாக இருந்தனர். ஆற்காட்டுப் பொறுப்புக்குப் போட்டியிட்டவர்களில் ஒருவரான முகம்மது அலி சமீபத்தில் பிரித்தானியர் உதவிக்கு வந்திருந்த வீரர்களைத் தலைமை தாங்கி நடத்தினார்; இன்னொரு போட்டியாளர் சந்தா சாகிப், பாண்டிச்சேரியில் தன் குடும்பத்தை வைத்திருந்ததால், பிரெஞ்சு பேசினார், பாண்டிச்சேரியின் பேராசைமிக்க ஆளுநரான ஜோஸப் துப்ளேயுடன் நெருக்கமாயிருந்தார்.

இப்போது துப்ளே சந்தாசாகிப்புக்குத் துருப்புகளை வழங்கியதால் இந்தியாவில் அரசியல் மாற்றுகளை அறிமுகப்படுத்தியவர் எனப்பட்டார். போட்டியிடும் இந்திய மன்னர்களின் தலைமையின் கீழ், பிரித்தானியரும் பிரெஞ்சுக்காரரும் தம் விரோதங்களைத் தொடர்ந்தனர். இதே மன்னர்களின் வாயிலாக, பிரதேசங்களைப் பெறாமலேயே தம் அதிகாரத்தை விரிவுபடுத்தினர். மாற்று விரிவாக்கம் என்னும் கருத்தொன்றும்

புதிதல்ல, அதிலும் இந்தியாவில் 'துணை நிலை அணிசேர்க்கை' பிரெஞ்சுக்காரராலும் பிரித்தானியராலும் வளர்த்தெடுக்கப்பட்ட நல்ல செயல் தந்திரமில்லை, மாறாக 18ஆம் நூற்றாண்டு அரசியலில் மொகலாயருக்குப் பிந்தைய தவிர்க்கமுடியாத அம்சமாய் அது இருந்திருக்கக்கூடும்.[26] மேலும், பிரித்தானியர், தஞ்சையின் மராட்டிய ஆட்சியாளர் சார்பாக, இதுபோன்ற நடவடிக்கையை மேற்கொண்டிருந்தனர். துப்ளேயின் சந்தர்ப்பவாதம் அசலானதல்ல, என்றாலும் முழுமனதுடன் செய்யப்பட்டதே.

ஆற்காடு-ஹைதராபாத் நவாப் பொறுப்புகளுக்கான ஆட்சியுரிமையாக ஆரம்பித்து, தெற்கின் மேலாதிக்கத்திற்கான ஆங்கிலேயர்-பிரெஞ்சுக்காரர் போட்டியால் உந்தித் தள்ளப்பட்ட 'கர்நாடக யுத்தம்' 1749லிருந்து 1754வரை நிகழ்ந்தது. துப்ளேயின் பேராசையும் சார்லஸ் தெ புஸ்ஸியின் ராணுவ மேதைமையும் பிரெஞ்சுக்காரரைச் சீக்கிரமே கர்நாடகத்திற்கு அப்பால் இட்டுச் சென்றன. இப் பின்புலத்தில், எழுத்தரும் ஆங்கிலேயக் கம்பெனியின் பகுதிநேரப்படை வீரருமான ராபர்ட் கிளைவ், ஆரம்பகட்ட பிரித்தானியர் தோல்விகளைச் சரிசெய்தார், பிரித்தானிய வேட்பாளர் முகம்மது அலியை ஆற்காட்டு நவாபாக அமரவைத்தார். ஆனால் அவர்தம் வேட்பாளர் முஸாஃபர் ஜங் நிஜாமாக அமர்த்தப்பட்டதும், ஹைதராபாத் பிரெஞ்சுக்காரர் கைகளுக்குச் சென்றுவிட்டது. இரு கம்பெனிகளும் மறைமுகமாக மேலும் அதிகாரத்தை அனுபவித்துக்கொண்டு, விரோதங்களால் ஆதாயமடைந்தன. தம்முடைய மற்றும் கம்பெனியின் துருப்புகளுக்கு ஊழியம் வழங்கும் பொருட்டு முகம்மது அலி மெட்ராஸுக்குப் பிரதேசத்தைப் பிரித்தளித்தான்; முஸாஃபர்ஜங், ஆந்திரக் கடற்கரையின் பெரும்பகுதியைக் கொண்ட வடக்கத்திய சர்கார்களைப் பிரெஞ்சுக்காரருக்கு வழங்கினார். கூடுதலாகக் கம்பெனி ஊழியர்கள் தனிப்பட்ட முறையில் தத்தமது ஆதரவாளரிடத்தே அதிக முதலீடு செய்தனர். உண்மையில் முகம்மது அலி பெற்ற கடன்கள், ஆங்கிலேயக் கடன் கூட்டமைப்பின் அளவுக்குக் கிழக்கு இந்திய கம்பெனிக்கு கைப்பாவையாக அவரை ஆக்கியிருந்தன.

தெ புஸ்ஸி தலைமையிலான பிரெஞ்சு துருப்புகள், மராட்டியர் போன்ற மற்ற எதிரிகளுக்கு எதிராகப் புதிய நிஜாமுக்கு உதவிசெய்து, தக்காணத்திற்குள் வெகுதூரம் நுழைய, பிரித்தானியரும் புதிய அணியொன்றைத் தொடங்குவதை வெறுக்கவில்லை. இங்கிலாந்தில் நாயகனின் வரவேற்பைப் பெற்றுத் திரும்பிய

ராபர்ட் கிளைவ் 1755இல் பம்பாய் வந்து, தக்காணத்தில் தெ புஸ்ஸி மீது ஆங்கிலேய-மராத்திய தாக்குதலுக்குத் தலைமை தாங்குவார் என எதிர்பார்க்கப்பட்டது. இது விலக்கிக்கொள்ளப்பட்டது. மாறாக, 'ஜெரியாவின் கொள்ளைமயமான கோட்டை' என பிரித்தானியர் அழைத்த இதிகாசத் தாக்குதலுக்காக, அட்மிரல் சார்லஸ் வாட்ஸனின் அரச கடற்படையுடன் இணைந்து கொண்டார். இந்தக் 'கொள்ளையன்' கனோஜி அங்கிரியாவினை அடுத்துவந்த, மெட்ராஸ் கடற்படையின் அட்மிரல்; 'ஜெரியா' என்பது விஜயதுர்கம்-பம்பாய்க்குத் தெற்கே ரத்னகிரி அருகில் இன்னும் அரண்செய்யப்பட்டுள்ள இடமாக உள்ளது. விஜயதுர்கம் கைப்பற்றப்பட்டுக் கொள்ளையடிக்கப்பட்டதும், அது மராத்தியரின் கடல் வலிமையையும், பம்பாய்க்குத் தொந்தரவளித்த, முதிர்ச்சியற்ற 'இந்தியச் சண்டை'களையும் முடிவுக்குக் கொண்டுவந்தது. அதன்பின் கிளைவ் வாட்ஸனுடன் மெட்ராஸ் சென்றார். நான்கு மாதங்களே ஆகியிருந்த நிலையில், ஜூலை 1756இல் வங்காள நவாப் சிராஜ் உத்-தௌலா கல்கத்தாவைத் தாக்கி பிரித்தானியரை வெளியேற்றிய செய்தி மெட்ராஸுக்கு வந்துசேர்ந்தது. வாட்ஸனின் கடற்படைப் பிரிவு, அரச படைப்பிரிவு மற்றும் 1000 சிப்பாய்களுடன் கிளைவ் வங்காளத்திற்குப் புறப்பட்டார்.

அடுத்த ஏழு மாதங்கள் அல்லது 'புகழ்பெற்ற 200 தினங்கள்' மொகலாயப் பிரதேசங்களில் வளமானதும் மிகப் பெரியதுமான பிரித்தானிய வெற்றிக்குச் சாட்சியாக இருந்தன. இந்தியாவில் பிரித்தானிய ஆட்சிக்கான விசைப்பலகையாக, அடித்தளமாக வங்காளம் ஆனது. கல்கத்தாவை மீண்டும் கைப்பற்றி அனைத்து உரிமைகளும் புதுப்பிக்கப்பட்ட பிறகு, கிளைவின் இருப்பினை நியாயப்படுத்திடும் சந்தர்ப்பமாக இருந்தது அவர் எதிர்பார்த்திருந்த, பிரெஞ்சுக்காரருக்கு எதிரான புதிய அணியல்ல மாறாக சந்திர நாகூரில் இருந்த பிரெஞ்சுக்காரரர் இருப்பே. மிகவும் ஆவேசமான வாட்ஸனின் கடற்படைத் தாக்குதலில் சந்திரநாகூர் மிக மோசமாகத் தாக்கப்பட்டது. அதன்பின், பிரெஞ்சுக்காரர்களுடன் நவாப் செய்த சதிகளே பிளாஸ்ஸிக்குள்ளேயான படையெடுப்பை நியாயப்படுத்தின. அதனையடுத்த யுத்தத்தில் சதிகளின் மூலம் நவாப் கவிழ்க்கப்பட ஆற்காட்டின் நடைமுறைப்படி பொம்மை நவாப்களில் முதலாமவர் நியமிக்கப்பட்டார்.

ஒன்பதாண்டுகளுக்குப் பிறகு வங்காளத்தில் மாற்றாள் மூலமான ஆட்சி, திவானியால் விதியானது. முகம்மது ஷாவை அடுத்துவந்த பேரரசர் இரண்டாம் ஷா ஆலம், மொகலாயப்

படிவரிசையில் கிளைவ் வாயிலாக கம்பெனியினை உரியதொரு விழாவில் சேர்த்துவிட்டார். வங்காளத்தின் ஆட்சியாளராக/ திவானாக கம்பெனி, சுயாட்சிமிக்க பிரதேசத்தின் மன்னருக்குச் சமமான விருதுப் பெயரைப் பெற்றது. புகழ்பெற்ற இருநூறு தினங்களின் நாடகமும் விவகாரமும் 'புரட்சியாக'ப் பெரிதும் சித்திரிக்கப்பட்டாலும், பிற்கால மொகலாயப் பேரரசின் கீழ் அதிகாரத்தை நாடும் சம்பிரதாயத்தை கம்பெனி பின்பற்றவில்லை என யாரும் வாதிடமுடியாது. வங்காளத்திலிருந்த பெரும்பாலான அதிகாரத் தரகர்கள் தம் புதிய ஆட்சியாளரை எதிர்த்தனர் என்பதும் தெளிவாகவில்லை. உண்மையில், பிரித்தானியக் குறுக்கீட்டுக்கு ஆதரவாகவே பலர் வலுவாக வாதிட்டனர். இந்தியாவில் அந்நிய ஆட்சி அப்படியே ஆட்சேபகரமானதாக ஒருபோதும் கருதப்படவில்லை.

16

பிரித்தானிய வெற்றி

1750-1820

வங்காளம்

இந்தியாவில் தம் வெற்றிகளை நல்வாய்ப்பிலானவையாகவே பிரித்தானியர் பெரிதும் கருதினர். ஆங்கிலேயரின் தன்னார்வ அப்பாவித்தனத்தின் முனைப்பை அது திருப்திசெய்து இத்தகு ஆக்கிரமிப்பை எப்படி நியாயப்படுத்துவது என்பது போன்ற அருவருப்பான கேள்விகளை எதிர்கொள்ளும் தேவையை அகற்றிற்று. நிதானமோ எச்சரிக்கையோ இல்லாத கிளைவே, 'வங்காளத்தின் ஆட்சியாளர்' என அவர் அழைத்த பொறுப்பை வகிப்பதா என நீண்டநேரம் வருந்தினார். இருபதாண்டுகளுக்குப் பிறகு பல்துறைவித்தகர் சர் வில்லியம் ஜோன்ஸ், வங்காளம் தூங்கிக்கொண்டிருந்தபோது கனிந்த மாம்பழமாக இங்கிலாந்தின் மடியில் எப்படி விழுந்தது என்று ஆச்சரியப்பட்டார். ஜோன்ஸின் புரவலரும் இந்தியாவின் முதலாவது தலைமை ஆளுநருமான வாரன் ஹேஸ்டிங்ஸ்கூட, அனைத்திந்திய ஆட்சிப்பகுதி என்னும் கருத்தில் வெட்கப்படுவார்; 'அது நான் காண விரும்பாதது என்று குறிப்பிடாமல் நான் சொல்லமாட்டேன்!'[1]

பிரித்தானிய அரசின் வரலாற்றாளர்கள் அதன் வெற்றியை, வெற்றியின் ஈர்ப்பு சார்ந்தல்லாமல், குளறுபடிகளின் ஈர்ப்பு சார்ந்தே விளக்கியுள்ளனர். மொகலாயப் பேரரசின் வீழ்ச்சியால் உண்டான அதிகார வெற்றிடத்திற்குள் கம்பெனி உறிஞ்சி இழுக்கப்பட்டது. இக்கருந்துளையை நிரப்பிட எந்தவொரு உள்நாட்டு அரசும் எழவில்லை, அதிகாரம் துண்டுபட்டது, பொருளாதாரச் சதி மிரட்டிக் கொண்டிருந்தது. ஆஃப்கானியர், மராட்டியர் மற்றும் பிற போர் நாயகர்களது 'சட்டமில்லாத

தன்மை' பாதுகாப்பிற்கான அறைகூவலை விடுக்க, அது பிரித்தானியரால் முன்வைக்கப்படும் வேலியை அவசியமாக்கியது-அது பெரும்பாலான துணைக்கண்டத்தைத் தழுவிய, துணை நிலை அணிச்சேர்க்கை மீது அமைந்தது. நிர்வாக-நிதிநிலை சீர்கேடுகளுடன், பிரதேச ஆக்கிரமிப்புகள்-உள்ளூர் எதிர்ப்பு வடிவங்கள் சேர்ந்து அரசியல், நீதித்துறை, வருவாய் குடியமர்வுகளை வரவேற்றன. பிரித்தானியருக்குச் சாதகமாயும் அனைவருக்கும் பாதுகாப்பையும் செல்வத்தையும் தந்திடும் மரபார்ந்த அமைப்பை அது மீட்டெடுக்கும் என்று கருதப்பட்டது.

இத்தகு பார்வைகள் இப்போது திருத்தம் பெற்றுள்ளன. குழப்பமும் வெற்றிடமும் கம்பெனியால் ஆக்கப்பட்டவை. அதன் சார்பாளர்களது கண்டுபிடிப்பு மற்றும் இந்திய வரலாற்றைத் தவறாக வாசித்ததன் விளைவு என்று வாதிடப்படுகிறது. பதினெட்டாம் நூற்றாண்டின் பிற்பகுதிக்கு முந்தையப் பொருளாதார வீழ்ச்சியை நிரூபணம் செய்ய இயலாது. வருவாய் உரிமைகளிலும் வர்த்தகச் சலுகைகளிலுமான சந்தையின் ஆதாரத் திறன், வீழ்ச்சியை விடவும் இயங்காற்றலின் சான்றாகப் பார்க்கப்படுகிறது. மண்டல அரசுகள், இந்தியாவின் அரசியல் பண்பாட்டு மரபுகளுடன் இணக்கமில்லாது இருக்கவில்லை. வங்காளம் ஹைதராபாத் (நிஜாம்), புனே (பேஷ்வா), மைசூர் (ஹைதர் அலி), லாகூர் (சீக்கியர்) போன்ற வெற்றிகரமான வாரிசு அரசுகள், மொகலாய அதிகாரத்தின் கீழ் கச்சிதமாக வளர்ந்து கொண்டிருந்தன-அதுவும் கூட கம்பெனியின் விரிவாக்கப் பேராசைகளால் அணைக்கப்படும் வரை.

உலகளாவிய ஏகாதிபத்தியச் சூழலில் இவ்விரிவாக்கப் பேராசைகள், வெறுமனே பேராசை ரீதியில் பெரிதும் விளக்கப்படும். நவாப்கள் எனப்படும் கம்பெனி நபர்கள் பெற்ற செல்வங்கள் மற்றும் அவர்தம் எஜமானர்கள் பின்பற்றிய கொள்கைகளின் சுரண்டல் தன்மை மீது அதிக அழுத்தம் தரப்படுகிறது. தனிநபர்களின் செல்வங்களுக்கான சாட்சியம் அநேகம்-குறிப்பாக, இங்கிலாந்திலுள்ள அவதூறுக்குள்ளான-பொறாமை மிக்கவரின் நிந்தனைகளுக்கிடையில்; அளவிடச் சிரமமானதாயினும், முறைப்படியான சுரண்டல், எண்ணற்ற இந்திய எதிர்ப்பு உதாரணங்களிலிருந்து பெறப்படும்; வங்காள மக்கள்தொகையில் கால்பகுதியைக் கொண்டிருக்கக்கூடிய 1770ஆம் ஆண்டின் பெரும் பஞ்சாயத்துடன் தொடர்புபடுத்தப்படும்.

ஆனால், வரிவசூல் அரசாங்கத்தின் பிரதானமாயிருந்த, தனிநபரின் செல்வங்கள் அதிகாரப்பூர்வ வசூலிலிருந்து தெளிவாகப் பிரித்தறிய முடியாத இந்தியாவில், பிரித்தானிய கொள்ளை குணம், இங்கிலாந்தை விடவும் இங்கு குறைந்த கவனத்தையே ஈர்த்தது. பிற்காலத்திய மொகலாயரின் கீழே இருந்தது போலவே, அவர்தம் 'மாபெரும்' முன்னவர்களின் கீழும், அதிகாரமும் பெருமையும், வெற்றிகளும் வருவாயின் வழிவகைகளையும் சார்ந்திருந்தன. வர்த்தகத்தைப் போன்றே அரசாங்கத்தின் சாரமும் பேராசையாயிருந்தது. ஆட்சியாளராகிய வர்த்தகர், எந்தவித முரண்பாடுகளுமின்றி, தம் பார்வைகளை சந்தோஷத்துடன் சரிசெய்துகொண்டனர். கம்பெனியோ அதன் ஊழியர்களோ பெரும் லட்சியங்களைக் கொண்டிருந்ததாக நிரூபிப்பது சிரமமாயினும், அவர்தம் இந்திய எதிரிகள் வேறுவிதமான உத்தேசம் கொண்டிருந்தனர் என்று நிரூபிப்பதும் சிரமமே.

பிரித்தானியரின் தனித்துவம் தாம் அந்நியர் என்னும் உணர்வே. இனம், கொள்கை, பண்பாடு, நிறம் என்பன எல்லாமும் அவர்களைத் தனித்துக் காட்டின; அதுபோலவே அவர்தம் நன்கு வளர்ந்திருந்த தேசிய அடையாளப் பிரக்ஞையும்தான். பரபரப்புடன் சண்டையிடுவார்கள், சண்டையிட்டனர். அத்துடன், பிரித்தானிய அரசாங்கக் கொள்கை, கம்பெனியின் லண்டன் இயக்குநர்களுடையதிலிருந்து பெரிதும் வேறுபட்டிருக்கும்-லண்டனின் உத்தரவுகள் கல்கத்தாவிலிருந்த கம்பெனியின் மூத்த நிர்வாகத்தால் புறக்கணிக்கப்படும்; கல்கத்தாவின் நலன்கள் மெட்ராஸிலும் பம்பாயிலும் இருந்த துணை நிர்வாகங்களால் ஒதுக்கித் தள்ளப்படும். இணக்கமான கொள்கைகளைப் பிரித்தறிவது கடினம்; பிரித்தானிய விரிவாக்கத்தின் தற்காலிகமானதும் எதிர்வினையாற்றுவதுமான பண்பே ஆட்சிப்பொறுப்பு எதிர்பாராதது எனப் பலரை என்ன வைத்தது. இசைவுப் பொருத்தம் இல்லாதிருந்தால், ஒட்டி இருத்தல் இருந்தது. தனிப்பட செழித்தோங்கும் சந்தர்ப்பங்கள் இருந்தும், சர் வில்லியம் ஜோன்ஸ் போன்ற 'பிராமணியமயமான' ஆர்வலர்களின் இந்தியா சார்ந்த அக்கறைகள் இருந்தும், அரசாங்கம், சேவை, கம்பெனி, மகுடம், நாடு சார்ந்த விசுவாசங்கள் விட்டுக்கொடுக்க முடியாதனவாயிருந்தன. பிரித்தானிய ஆட்சி, வாரிசுரிமையின் சவாலுக்குள்ளாகாததால், இந்தியாவின் உள்ளீர்க்கும் ஆற்றல்களால் மாற்றப்பட முடியாததாக, துண்டு துண்டாவதால் பாதிக்கப்படாததாக இருக்க முடிந்தது. அதிகாரம் தொடர்ச்சியானதாக, விசுவாசம் சீரானதாக இருந்தது. பொருளாதார சாதகத்தை/ராணுவ ஒழுங்கினை விடவும்

தீர்மானகரமானதாக வலிமையின் தோற்றுவாய் இருந்தது. இந்தியாவில் அதிகாரத்திற்குப் போட்டியிடக்கூட வேறு யாரும் இத்தகைய ஐக்கிய முன்னணியைத் தந்திருக்க இயலாது; வேறெந்த அந்நியப் படையெடுப்பாளரும் இவ்வளவு நீடித்த சவாலைப் பராமரிக்க முடிந்திருக்காது.

1756இன் கடைசியில் கிளைவும் வாட்ஸனும் கல்கத்தாவை மீண்டும் கைப்பற்றியது, 1757இன் ஆரம்பத்தில் அவர்கள் அருகிலுள்ள பிரெஞ்சுக்காரரின் சந்திர நாகூரைத் தாக்கியது, 1757 ஜூலையில் பிளாஸ்ஸியில் கிளைவின் வெற்றி, பிற்பாடு மைல்கற்களாகப் பார்க்கப்பட்டாலும், மொகலாய டெல்லியில் கவனத்தை ஈர்க்கவில்லை. வங்காளம் ஏகாதிபத்தியக் கட்டுப்பாட்டிலிருந்து நழுவி நீண்டகாலமாயிருந்தது, அதனுடன் சச்சரவிட்டுக் கொண்டிருந்த ஐரோப்பிய வர்த்தக கம்பெனிகள், மொகலாயப் படிவரிசையின் பெரும் திட்டத்தில் இன்னும் ஒட்டுண்ணி தொங்கு சதைகளாகவே பார்க்கப்பட்டன. பிரித்தானியரால் கொண்டாடப்பட்ட 'புகழ்பெற்ற 200 தினங்கள்' மொகலாயப் பேரரசருக்கு இன்னும் அபகீர்த்தியாயிருந்த குளிர்காலத்துடன் பொருந்திப்போக நேர்ந்தது; ஏனெனில் ஜனவரியில் அஹமது ஷா அப்தாலியின் வடிவில், இன்னும் மோசமான கொள்ளையனால் ஏகாதிபத்தியத் தலைநகரம் தகர்க்கப்பட்டது. துர்ரானி குலத்தைச் சேர்ந்த ஆஃப்கனாகிய அப்தாலி, கஜினி முகமது-கோரி முகம்மது போல, இந்துகுஷ் மலையோரங்களிலிருந்து வந்த முந்தைய படையெடுப்பாளரின் சுவடுகளைப் பின்பற்றினான். டெல்லி மீதான அவனது தாக்குதல் பஞ்சாப் மீதான நான்காவது தாக்குதலின் உச்சமாகும்-அதன் பெரும்பகுதியை அதன் மொகலாய ஆளுநரிடமிருந்து முன்னர் வென்று அங்கிருந்து காஷ்மீரை அவன் வெற்றி பெற்றிருந்தான்.

தலைநகரை அவன் கொள்ளையிட்டது முன் நிகழ்ந்திராததுமில்லை. பதினேழு ஆண்டுகளுக்கு முன்னர் அப்தாலி, நாதிர் ஷாவின் படையில் பணியாற்றியிருந்தான்; பிற்காலத்திய தைமூரான நாதிர்ஷா, பாரசீக அரியணை ஏறி, கந்தகாரையும் காபூலையும் கைப்பற்றிப் பஞ்சாபில் புயலென வீசி, கர்நாலில் மொகலாயப் படையைத் தோற்கடித்தான். 1739இல் பேரரசரின் விருந்தினராக டெல்லியில் நுழைந்தான். அது 48 மணிநேரம்கூட நீடிக்கவில்லை. சிலவான பாரசீக வீரர்கள் மடிந்த நிலையில் டெல்லி மக்களின் படுகொலைக்கே உத்தரவிட்டான் நாதிர்ஷா. ஒரே நாளில் 20,000 பேர் கொல்லப்பட்டிருக்கலாம், மேலும் படுகொலை தொடர்ந்தது, குடும்பக் கைத்தறிகளும் மறைத்துவைத்திருந்த செல்வமும்

பறிக்கப்பட்டன. மந்தமாயிருந்து நீண்ட காலம் ஆட்சிபுரிந்த முகம்மது ஷாவுக்கு வெற்றியாளன் மீண்டும் மகுடம் சூட்டினான். 58 நாள்கள் நீடித்த அதிக்கிரமங்களுக்குப் பிறகு, எட்டல்லது ஒன்பது மில்லியன் மதிப்பிலான நாணயங்கள் மற்றும் அந்த அளவிலான பொன்-வெள்ளியுடன், நாதிர்ஷா டெல்லியிலிருந்து கிளம்பினான். 'இதில் ஆபரணங்கள் சேரவில்லை, அவை மதிப்பிட முடியாதவை.'[2] ஷாஜகானின் மயிலாசனமும் கோஹினூர் வைரமும் இவற்றில் அடங்கும். (அது ஹுமாயுனின் வைரமாயிருப்பின், பாரசீகத்திலிருந்து எவ்விதம் நழுவிற்று என்று தெரியவில்லை. அது பாரசீக மன்னர் ஷா டமஸ்ட் கோல்கொண்டா சுல்தானுக்கு அன்பளிப்பாகத் தரப்பட்டிருக்கலாம்; அதன்பின் மீர் ஜும்லாவால் ஔரங்கஸீப்புக்குத் தரப்பட்டிருக்கும். எனினும் நாதிர்ஷாவின் பேரனிடமிருந்து அகமது ஷா அப்தாலிக்குக் கைமாறி இந்தியாவுக்குத் திரும்பியிருக்கக்கூடும்.)

1756இல் ஏகாதிபத்தியக் கருவூலம் வெறுமையாயிருக்கக் கண்டான் அப்தாலி; 'டெல்லி கொள்ளையடிக்கப்பட்டு, மக்கள் துயரத்திற்கு ஆளாகி இருந்தனர்.'[3] மதுராவுக்கு இதே கதி கிடைக்க, ஆக்ரா நூலிழையில் தப்பியிருந்தது. சிந்துவைப் போல, காஷ்மீரும் பஞ்சாபும் உடைமையில் இருப்பது உறுதிப்பட்டதும், அப்தாலி ஆஃப்கன் திரும்பினான். 1760-1761இல் மீண்டும் வந்த அவன், பாணிபட்டில் மராத்தியருக்கு பலத்த அடி தந்தான். 1750களின் பிற்பகுதியில் வங்காளத்தில் பிரித்தானியரின் கொள்ளை அசாதாரணமானதில்லை. சமகாலப் பதிவுகளின்படி அது கட்டுக்குள் இருந்திருக்கும். இந்தியாவில் கிளைவின் நடத்தையை விசாரித்த பாராளுமன்றக் குழுவிடம் அவர் உறுதிப்படுத்தியது போல, பிளாஸ்ஸிப் போருக்குப் பின் இந்தியாவில் தனக்காகக் காத்திருந்த சந்தர்ப்பங்கள் கற்பனை செய்ய முடியாதவை.

> 'பெரிய மன்னர் ஒருவர் என் சந்தோஷத்தைச் சார்ந்திருந்தார்; வளமான நகரம் என் தயவில் இருந்தது; அதன் செல்வந்த வங்கியாளர் என் புன்னகைக்காகப் போட்டியிட்டனர்; பொன்னும் நகைகளும் நிரம்பிய அதன் பெட்டகங்கள் எனக்காகத் திறந்துகிடந்தன.!'[4]

கிளைவும் அவரது ஆட்களும் எப்படித் தம் 'புரட்சியை' நிறுவினர் என்பதில் புதுமையானதோ அடாவடித்தனமானதோ ஏதுமில்லை. அப்போது வங்காளம், போரினால் சிதிலமுற்ற இந்தியாவில் பாலைவனச் சோலையாக இல்லாவிடினும், மொகலாயப் பேரரசின் மற்ற பிரதேசங்களை விடவும் திடமானதாய்,

வளமிக்கதாய் இருந்தது. பதினெட்டாம் நூற்றாண்டின் பெரும் பகுதியிலும் நவாப்களும் பிரித்தானியரும், கங்கைச் சமவெளியில், நூற்றுக்கணக்கான மைல் தொலைவுக்கு, குறைந்தபட்சம் பாட்னா வரை, ஒருவித ஒருமைப்பாட்டைப் பராமரித்தனர். அவர்தம் குடையின்கீழ், ஜமீன்தார்கள் சகித்துக்கொள்ளும்படியான நிலைத்த ஒழுங்கினை அமல்படுத்தினர்.[5] அயலக சாகசக்காரர்களுக்கு ஈர்ப்பினைக் கொடுத்தது இது என்றாலும் மாறாக அவர்கள் தொந்தரவு செய்யவேண்டியதாக இருக்கவில்லை. பொருத்தமற்ற ஒரு நவாபை அமர்த்தும் பொருட்டே கிளைவின் 'புரட்சி' திட்டமிடப்பட்டது. நிலவுகின்ற அமைப்பையே சிதைக்காமல் அதனைத் திடப்படுத்தவே இருந்தது.

ஒப்பீட்டளவில் வங்காளத்தின் செழுமையும் அதன் சுயாட்சியும், நூற்றாண்டின் தொடக்கத்திலிருந்தும் மூர்ஸித் க்யுளிகானை நியமித்ததிலிருந்தும் தொடங்கிற்று-சைல்டின் மொகலாய யுத்தத்திற்கு ஒரு தசாப்தத்திற்குப் பிறகு தக்காணத்தில் பிராமணனாகப் பிறந்து, பெயர் மாற்றங்களுக்கு உள்ளான மூர்ஸித் க்யுளிகான் விலைக்கு வாங்கப்பட்டு, மதமாற்றம் செய்யப்பட்டு, தத்தெடுக்கப்பட்டு, தக்காணத்திலிருந்த ஔரங்கஸீப்பின் அமீர்களில் ஒருவரால் மொகலாய அரசுப் பணியில் அமர்த்தப்பட்டான். அவனிடமிருந்த அசாதாரணத் திறமை, ஹைதராபாத்தின் ஆட்சிப் பரப்பைப் பெற்றுத்தர, 1701இல் வங்காளத்தின் வருவாயை அதிகரிக்கும் பொருட்டு அங்கே அனுப்பப்பட்டான். அவனுக்கு முன்னிருந்த ஷேர்ஷோ, தோடர்மால் போல, புது வருவாய் பட்டியல்களைத் தயாரித்தான், இந்துக்களால் திறம்பட வசூலிக்கும் அமைப்பை நிறுவினான், ஈவிரக்கமின்றி அமல்படுத்தினான். அப்போதிருந்த வங்காளத்தின் செல்வந்தப் பகுதிகளின் ஜாகீர்களை ஒரிஸ்ஸாவுக்கு இடமாறுதல் செய்தான். இப்போது மேற்கு வங்காளம்-வங்காளதேசம் என்றுள்ளவை இவ்வாறு கால்சா மேலோங்கியதாக, அவற்றின் நிலவரி, பேரரசரின் புத்திசாலித்தனமிக்க திவான் மூலம், நேரடியாகப் பேரரசருக்கு உரியதாயிற்று.

வரிவசூல் உடனே அதிகரித்தது. தக்காணத்திலிருந்த ஔரங்கஸீப்பிடம் செலுத்தப்பட, மராத்தியருக்கு எதிரான அவரின் பழிவாங்கலுக்கு அது உதவிற்று. இதில் உற்சாகமடைந்த பேரரசர் தன் திவானுக்கு 'மூர்ஸித் க்யுளிகான்' என்று பெயரிட்டார்-ஷாஜகானால் தக்காணப் பிரதேசம் வெல்லப்பட்ட பிறகு, அதன் வருவாயைச் சீரமைத்திருந்த மதிப்புமிக்க அலுவலரின் பெயரது. வங்காளத்தின் ஆளுநரிடமிருந்து வந்த

சவாலையொட்டி, ஔரங்கஸீப் தன் திவானின் அதிகாரத்தையும் அங்கீகரித்தார். நடைமுறையில் மூர்ஸித் க்யுளிகான் இரு அலுவலகப் பொறுப்புகளையும் நிறைவேற்றினான். தலைநகரைத் தக்காணத்திலிருந்து 'முர்ஸிதாபாத்'திற்கு மாற்றினான்; ஔரங்கஸீப் இறந்து 20 ஆண்டுகளுக்கு அரசுக் கருவூலத்திற்கு ஆண்டு தோறும் 10 மில்லியன் ரூபாய் செலுத்திவந்தான். கம்பெனியின் ஏகாதிபத்திய அனுமதிக்குப் பொறுப்பாயிருந்த பேரரசன் ஃபர்ருக்ஸியர், அவனை ஆளுநராக அங்கீகரித்தான்; முகம்மது ஷா அவனது மருமகனை அவனது வாரிசாக உறுதிப்படுத்தினான். மூர்ஸித் க்யுளிகான் வங்காளத்தின் முதல் நவாபாகவும் தன்னாட்சியுடைய அரசை நிறுவியவனாகவும் விளங்கினான்.

கம்பெனி அலுவலர் ஒருவர் கூற்றுப்படி, அவனது மருமகன் 1727லிருந்து 1739 வரையிலும் நல்ல அரசாங்கத்தை நிர்வகித்து வந்தான்.[6] இவ்வரசாங்கம் நவாப் அலிவர்த்திகான் கீழ் (1740-56) நீடித்தது. ஆனால் நாதிர்ஷா மொகலாயப் பேரரசரை வீழ்த்தியதும், வங்காளத்தின் வருவாய் டெல்லிக்கு அனுப்புவது நின்றது. மேலும் அலிவர்த்திகான் அதிகாரத்தை ஆக்கிரமித்துக்கொண்டவனாதலால், மற்ற சவால்களையும், மராட்டியரிடமிருந்து பெரும்பாலும், எதிர்கொண்டான். 1740களில் நாக்பூரின் போன்ஸ்லேக்கள் வங்காளப் பகுதிகளுக்குள் வருடாந்திரக் கொள்ளை என்னும்படியானதை மேற்கொண்டு, முர்ஸிதாபாத் நுழைவாயில் வரை சென்றனர்; கல்கத்தாவிலிருந்த பிரித்தானியர் தம் குடியிருப்பைச் சுற்றிலும் 'மராத்திய அகழி'யைத் தோண்டும்படி ஆனது. இதனால் அகழி ஒருபுறமிருக்க, மராத்தியர் ஹுக்லி நதியைத் தாண்டவே இல்லை; 1751இல் அவர்கள் நவாபினால் காப்பாற்றப்பட்டனர். 1690இல் பிரித்தானியர் குடியமர்ந்த கல்கத்தா, 1750இல் 1,20,000 மக்கள்தொகையுடன் மும்முரமான துறைமுகமாய் விளங்கியது. ஆற்றங்கரையோர மாளிகைகள், தூண்களும் கூடங்களும் நிறைந்த அரசுக் கட்டடங்கள் எனக் கம்பீரமாக இருந்ததை சமகாலத்து ஓவியங்கள் காட்டுகின்றன. பெரும்பாலான மக்கள் வேலை செய்து பிழைத்து வந்த 'ப்ளாக் டவுன்' என மெட்ராஸில் அறியப்பட்ட, ஆரோக்கியக் குறைவான புறநகர்ப்பகுதிகள் அவற்றில் சித்திரிக்கப்படவில்லை.

வங்காளத்தின் நவாப் அலிவர்த்திகானுக்கு, கல்கத்தாவின் வெற்றி எரிச்சல் தருவதாயும் தூண்டிவிடுவதாயும் இருந்தது. ஆனால் பெரிய வெள்ளை வாதத்துக்குப் பதிலாக அது இட்ட பொன் முட்டைகளைப் புத்திசாலித்தனமாகத் தெரிவுசெய்து, பிரெஞ்சு-டச்சு வணிகர்களின் காலனிகளை எதிர்கொண்டது போலவே

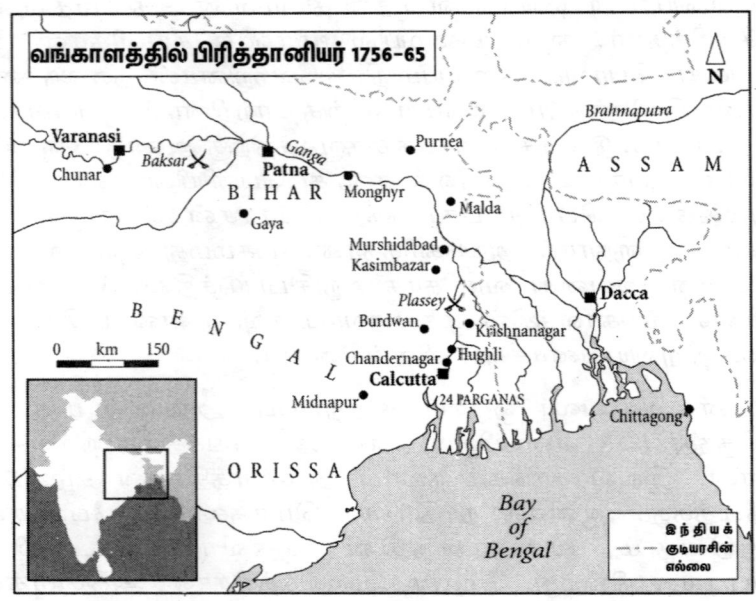

பிரித்தானியரையும் நடத்தினான்; வெறுமனே கூடுதலாக மான்யங்களைக் கோரினான்-ஆனால் அது பேச்சுவார்த்தையில் தீர்த்துக்கொள்ளக்கூடியதே. அவனையடுத்து ஆட்சிக்கு வந்தவனும் அவனது பேரனுமான சிராஜ் உத்தௌலா, மோசமான வகையில் விவேகமின்றி இருந்தான். ஓராண்டுக்குள் அவன் தன் தாத்தாவின் அலுவலர்களையும் பெரும் ஜமீன்தார்களையும் பெரிய வங்கியாளர்களையும் அனைத்து ஐரோப்பிய வர்த்தகக் கம்பெனிகளையும் அந்நியப்படுத்தி இருந்தான். 'ஆங்கிலேயர் தன்னைத் தோற்கடித்துவிடுவர் என வங்காளத்திலிருந்த பிரெஞ்சுக்காரரை நம்பவைத்ததுதான் அவனது பெரும் சாதனையாயிருந்தது.'[7] ஏழாண்டு யுத்தம் ஐரோப்பிய எதிரிகளை உலகளாவிய மோதலில் நிறுத்த இருந்தது என்பது சாதாரண விஷயமில்லை. சிராஜ் சவாலுக்கு இழுத்தது ஒரு கொழுத்த வணிகச் சமுதாயத்தையல்ல மாறாக ஒட்டுமொத்த வணிக சமூகத்தையே என்று தோன்றியது.

இது அவனை தேசிய மறுவாழ்விற்கான வேட்பாளராக ஆக்கியிருக்க வேண்டும். ஆனால் வங்காளத்தின் திருத்தல்வாதிகளிடையே வீர தீரமானவரை சிராஜினால் காணமுடியாது போயிற்று. ஏனெனில் பிரித்தானியரை அவன் வெளியேற்றியது

உத்தேசிக்கப்பட்டதில்லை. கல்கத்தாவில் புகலிடம் கொண்டிருந்த சில அதிருப்தியாளர் சரணடைவது, 'மராட்டிய அகழி' போன்ற அனுமதியற்ற அரண்களைத் தகர்ப்பது, வணிகச் சலுகைகளை விலக்கிக் கொள்வது தொடர்பான அவனது கோரிக்கைகள், ஏகாதிபத்திய அனுமதியில் தெளிவாகக் குறிப்பிடப்படாதவை'- பகுத்தறிவுக்கு ஒவ்வாதவையும் அல்ல, அசலானவையும் அல்ல. அவற்றைத் தீர்த்துவைக்கும் விருப்பமோ அதற்கான இழப்பீட்டுத் தொகையோ அவனைத் திருப்திப்படுத்தி இருக்கும். ஆனால் புதிய நவாப்புக்கும் ஐரோப்பியக் கம்பெனிகளுக்கும் இடையிலான செய்தித் தொடர்பு சாதனங்கள் திறக்கப்படவே இல்லை, மேலும் கல்கத்தாவின் நிர்வாக அமைப்பு அசாதாரண வகையில் மந்தமாயிருந்தது. அது ஆபத்தான விதத்தில் மெத்தனமாயும் இருந்தது. 'தீவிர நடவடிக்கைகள் தேவை என்று கருதாத அளவுக்கு நிலவரம் மோசமாயிருந்தது' என்று நினைவுகூர்ந்தார் ஒரு துணைத் தளபதி.[8] நகரம் நீண்டகாலமாக வில்லியம் கோட்டையின் மதில்களைச் சுற்றி வளைத்திருந்ததுடன் தற்காத்திட முடியாததாயும் இருந்தது. மராட்டிய அகழியின் இன்னொரு புறத்தே சிராஜ் பெரும் படையுடன் நின்றபோது, பிரித்தானியரின் குழப்பம், தாக்குதலை வரவேற்றது.

இச்சண்டை 5 நாள்களுக்கு நீடித்தபோதும், கல்கத்தாவை இன்னும் காப்பாற்றியிருக்கக் கூடிய பேச்சுவார்த்தைகள் தொடங்க முயற்சிகள் மேற்கொள்ளப்படவில்லை. அடுத்தடுத்து பிரித்தானியர் பின்வாங்கியது பீதியை நிலவச் செய்தது; சிராஜ் திடீரெனத் தன்னை நகரின் நாயகனாகக் கருதினான். ஐரோப்பிய ஆண்களும் பெண்களும் குழந்தைகளுமான கூட்டம் கிளம்ப முடியாதிருந்தமைக்குத் தானே பொறுப்பு என்றும் உணர்ந்தான். தீங்கிழைக்கப்படாமல், 'கருந்துளை' எனப்பட்ட கோட்டையின் தடுப்புக் காவல் அறையில் தங்கவைக்கப்பட்டனர். எவ்வளவு பேர் உள்ளே சென்றனர் என்று தெரியவில்லை, ஆனால் மறுநாள் காலையில் 23 பேரே இருந்தனர். மூச்சுத் திணறலும் தாகமும் 55 உயிர்களைப் பலிவாங்கியிருக்கும்.

இத்துயர நாடகம் உத்தேசிக்கப்படாததாகவே தோன்றுகிறது. எனினும் சிராஜ் பொறுப்பாக்கப்பட்டான். தப்பிப் பிழைத்தவர்களால் நாடகமாக்கப்பட்டுப் பெரிதாக்கப்பட்ட கருந்துளை, பிரித்தானியருடனான உறவுகளைப் புதுப்பித்திடும் வாய்ப்புகளைக் குறைத்தது; கிளைவின் பதிலடிக்கு ஒரு தார்மிக நஞ்சினை ஊட்டியது. ஏழாண்டுகளுக்குப் பிறகு, ஹூக்லி நதி வரை சண்டையிட்ட கிளைவும் அட்மிரல் வாட்ஸனும், நகரை

லகுவாகக் கைப்பற்றினர்; சகாக்களின் எதிர்ப்பை மீறியும் கிளைவ் யுத்தத்தைத் தொடர வற்புறுத்தினார். ஏழாண்டு யுத்தம் தொடங்கிவிட்ட சந்தர்ப்பத்தைப் பயன்படுத்திக்கொண்டு, சிராஜுக்குக் குறுகிய கால அவகாசமே தந்தனர். பிரெஞ்சுத் தாக்குதலின் அபாயம் இல்லாது போகவே கிளைவ், நவாபை எதிர்த்து முர்ஸிதாபாத்தை நோக்கிப் படையெடுத்தார். இதற்கிடையே சிராஜின் ராணுவம் பிளாஸ்ஸியில் பாதுகாத்து நின்றது.

பிளாஸிப் போர் உண்மையிலேயே நடந்திருந்தால், சிராஜ தோற்றிருக்க முடியாது என்றே தோன்றுகிறது. 50,000 பேருக்கு 3000 ராணுவ வீரர்கள் என்ற நிலையில் அவனுக்குச் சாதகமாகவே நிலைமை இருந்தது; கம்பெனியிடம் பீரங்கிப் படை இருந்தபோதும், ஆரம்பக்கட்ட காலாட்படை மோதல் ஊசலாட்டமாகவே இருந்தது. கிளைவே நேரடி வெற்றி கிட்டாது என்ற பதற்றத்தில் மீர் ஜாஃபர் மற்றும் நவாபின் தளபதியர் சிலருடன் கொண்டிருந்த ரகசிய ஒப்பந்தப் படியிலான சூழ்ச்சியையே நம்பியிருந்தார். மீர் ஜாஃபர் இதனை மதித்துத் தன் விரோதத்தை சிராஜிடம் வெளிப்படுத்தியதும், சிராஜுவுக்குத் தப்பியோடுவது தவிர்த்து வேறு வழியில்லாது போயிற்று. ராணுவத்திலிருந்து பாதிக்கு மேல் தப்பிவிட்ட பின், அவன் பலியாவது நிச்சயமானது.

மீர் ஜாஃபர் அவனது உறவினனும் படைத் தளபதியும் ஆவான். அடுத்து ஆட்சியுரிமை கோரத் தகுதியானவனும்கூட. அதுவொரு அரண்மனைப் புரட்சியாகவே இருந்தது. டெல்லியில் பேரரசரால் அங்கீகரிக்கப்பட்டு அரியணையில் அமர ஏற்பாடுகள் செய்யப்பட்டன; அவனது அரசாங்கத்தில் கம்பெனி தலையிடாது என கிளைவ் உறுதியளித்தார்.

கிளைவே நேரடியாக அவனை அரியாசனத்தில் இருத்தினார். பிரித்தானிய ஆயுதங்கள் அவனை அங்கே அமர்த்த உள்ளங்கைகளை வருடிவிட வேண்டியிருந்தது. கம்பெனியின் சமீபத்தைய இழப்புகளையும் செலவினங்களையும் ஈடுசெய்யவேண்டும்; கிளைவுக்கும் அவரது சகாக்களுக்கும் தான் வாக்குறுதி தந்திருந்தபடி ரொக்க அன்பளிப்புகளை மீர் ஜாஃபர் தரவேண்டும்; இது புதிய நவாபை பிரித்தானியரிடமே கடனாளி ஆக்கியது. வங்காளக் கருவூலத்திலிருந்து 1,250,000 பவுன்கள் வழங்கப்பட்டது.[9] 'இந்தியாவில் பிரித்தானிய அலுவலர் பெற்ற பெருஞ்செல்வமாக அது இருந்தது.'[10]

பணத்தின் ஒரு பகுதியாகச் சில பிரதேசங்களின் இரண்டு டஜன் மாவட்டங்களின் வருவாய் உரிமை, கம்பெனியிடம் ஒப்படைக்கப்பட்டது-அவை இன்னும் '24 பர்கானாக்கள்' எனப்படுகின்றன. அது வணிக ஆதாயத்தை விட மேலானதாக கிளைவுக்கு இருந்தது. பிரிட்டனிலிருந்து பொன்-வெள்ளியை ஏற்றுமதி செய்து, இந்தியாவிலிருந்தான இறக்குமதிக்கான நிதியை அகற்றிவிடலாம் என்பது திட்டமானது. மிகவும் நன்னம்பிக்கை கொண்டிருந்தது இது-ஏனெனில் கம்பெனி ராணுவச் செலவுகள் உயர்ந்துகொண்டிருந்தன, இந்தியாவின் பிற இடங்களிலான பொறுப்புகளும் இருந்தன. பிளாஸ்ஸியை அடுத்து, கம்பெனி நபர்கள் மேலும் வங்காளத்தில் பீகாரில் நுழைந்தனர். கடல் உப்பு, அவுரி, அபின் போன்ற கவர்ச்சிகர வர்த்தகத்தில் ஏகபோகம் பெற்றனர். தனிப்பட்ட ஆதாயங்கள் அதிகரித்தன; நவாபுக்கோ கூடுதல் வருவாய் இழப்பு அதனால் ஏற்பட்டது.

அத்துமீறுவோரை முறியடிக்க கம்பெனி வீரர்கள் நிறுத்தப்பட்டதால், நவாபின் நிலைமை சிக்கலானது. 1759 மற்றும் 1760-61இல் இன்னும் வங்காளத்தின் பகுதியாயிருந்த பீகார் மீது, மொகலாய ஆட்சியுரிமையுடைய இளவரசன் ஷா ஆலம், தன்னாட்சிகொண்ட அவாத் நவாபின் துருப்புகளின் ஆதரவுடன் படையெடுத்தான். ராணுவச் செலவுகளைச் சரிக்கட்ட மீர் ஜாஃபரிடமிருந்து கம்பெனி மேலும் வருவாய் உரிமைகளைக் கோரியது; அவன் மறுதலிக்கவே குருதி சிந்தாத திடீர் புரட்சியில் கம்பெனி அவனை இடம்பெயரச் செய்தது. மீர் ஜாஃபரின் மருமகன் மீர் காசிம், கீழ் வங்காளத்தின் பெரும்பகுதி வருவாய் உரிமையைத் தருவதாக உறுதியளித்து நவாப் ஆக்கப்பட்டான்.

1760இல் இது நடந்தது. அடுத்த 3 ஆண்டுகளில் அரசின் திறனை மேம்படுத்த மீர்காசிம் முயன்றதுடன் சற்று துணிகரமாயிருந்தான். துரிதமாய்க் காரியத்தில் இயங்கினான். பிரித்தானியருக்கு உடந்தையாயிருந்ததாகச் சந்தேகிக்கப்பட்ட அலுவலர்கள் வெளியேற்றப்பட்டனர், வருவாய் கோரிக்கைகளை அதிகரிக்கச் செய்தான், ஐரோப்பிய பாணியில் ராணுவத்தை மறுசீரமைத்தான். மைசூர், மராட்டியம், சீக்கியரிடையே அது கொண்டுவந்த சீர்திருத்தங்களைத் தனது அரசிலும் எதிர்பார்த்தான். ஆனால் பயனில்லை. அடுத்து வங்காளத்தில் இருந்த பிரித்தானிய வர்த்தகர்கள் எடுத்துக்கொண்ட வணிக உரிமைகளில் உண்டான பிரச்சினையில், மீர்காசிம் தோற்கடிக்கப்பட அவன் அவாத்திற்கு ஓடினான். முதுமையிலிருந்த மீர் ஜாஃபர் மீண்டும் அரியணையில் அமர்த்தப்பட்டான்.

பதவி நீக்கம் செய்யப்பட்டிருந்த மீர் காசிம் 1764இல் மீண்டும் பீகாரில் பொறுப்பேற்றான்; இப்போது புதுப் பேரரசர் ஷா ஆலம் மற்றும் தனது முன்னாள் சகா, அவாத்தின் நவாபுடனான அணிச்சேர்க்கையில் ஈடுபட்டான். அதனையடுத்த யுத்தம், குறிப்பாக பக்ஸர் சண்டை, இந்தியாவில் பிரித்தானிய ஆட்சித் தொடக்கத்தை, பிளாஸ்ஸிப் போரினை விடவும் திறம்பட எடுத்துக்காட்டியது. அப்தாலி ராணுவத்தைச் சேர்ந்த 5000 வலுவான ஆஃப்கானிய குதிரைப்படையினர், மீர்காசிமின் சீரான வீரர்கள், மொகலாயரின் பெருமிதமும் அவாத்தின் ராணுவமுமான 30, 000 வீரர்கள் இருந்தும், பெரிதும் இந்திய வீரர்களான 7500 துருப்புகளைக் கொண்டே மேஜர் ஹெக்டர் மன்றோ தீர்மானகரமான வெற்றி பெற்றார். மன்றோவைப் பொறுத்தவரை பிரித்தானிய ராணுவத்தின் தனித்துவம் சீரான ஒழுங்கும் உத்தரவுகளுக்குக் கறாராக அடிபணிவதுமே. சண்டை தொடங்குமுன் அவர் 24 கலகக்காரரைத் தண்டித்திருந்தார்; நடுங்கும் சகாக்களுக்கு முன்னே அவர்களைச் சுட்டு வீழ்த்தியிருந்தார். மறுபக்கத்திலோ, பிளாஸ்ஸியில் இருந்தது போன்றே பிளவுபட்டிருந்தது ராணுவம், மீர்காசிமின் வீரர்களுக்கு ஊதியம் தரப்படவில்லை; ஓரங்கட்டப்பட்டிருந்த ஷா ஆலமின் வீரர்கள் பிரித்தானியருக்கு சமிக்ஞைகள் செய்திருந்தனர்.

'வடஇந்தியாவில் எஞ்சியிருந்த மொகலாய அதிகாரமெல்லாம் பக்ஸரில் நொறுங்கிப் போனது.'[11] 'தெற்காசியாவில் பிரித்தானியர் பங்கேற்ற யுத்தங்களில் மிக முக்கியமானதாக அது இருக்கக்கூடும்'[12] மீர்காசிம் அடையாளமின்றி காணாமல் போனான், பேரரசர் தன் பெருமிதத்தை பிரித்தானியரிடம் இடமாற்றம் செய்திருந்தார், அடுத்த ஆண்டில் (1765) வங்காளத்தின் திவானியை கிளைவுக்கும் கம்பெனிக்கும் கையளித்தார். இதற்கிடையே அவாத், வாராணசி, சுனார், அலகாபாத் ஆகியன பிரித்தானியர் வசமாயின. அவாத்தின் நவாபிடம் அவரது அரசு ஒப்படைக்கப்பட்டாலும், முடக்கப்பட்டவராக, வருவாய் குறைக்கப்பட்டவராக இருந்தார்-வாராணசி, அலகாபாத் என்னும் மதிப்புமிக்க பிரதேசங்களைப் பிரித்தானியர் பிரித்துவிட்டனர்; அது வங்காள நவாப்களின் வீழ்ச்சியைக் கொண்டுவந்தது.

ஏழாண்டுகளுக்குப் பிறகு, 'திவானாக நிற்கவும்' என்னும் அறிவுரைகள் பெற்றிருந்த வாரன் ஹேஸ்டிங்ஸ், இந்த நிலவரத்தைச் சாதகமாக்கிக் கொண்டார். 1774 வரையிலும் இந்தியாவில் கம்பெனியின் நிறுவனங்களான கல்கத்தா, மெட்ராஸ், பம்பாய் என ஒவ்வொன்றும் ஒரு தலைவர்/ஆளுநரின் நிர்வாகத்தில்

இருந்து வந்தன. கல்கத்தாவின் ஆளுநரான ஹேஸ்டிங்ஸ் வங்காள முழுமைக்கும் பொறுப்பேற்று, மீர் ஜாஃபரின் வாரிசிடம் எஞ்சியிருந்த நீத்துறை அதிகாரங்களையும் ஏற்று, நவாபின் பொறுப்பை முடிவுக்குக் கொண்டுவந்தார். அத்துடன் வங்காளக் கருவூலத்தை மூர்ஸிதாபாத்திலிருந்து கல்கத்தாவிற்கு மாற்றினார், கம்பெனிக்கு நிதிநிலைமையில் நெருக்கடியான காலகட்டத்தில் வருவாயை உயர்த்திட முயன்றார். ஜமீன்தாரர்களிடமிருந்து வசூலித்திட முதலில் கம்பெனியின் மேற்பார்வையாளர்கள், அதன்பின் இந்திய முகவர்கள், இறுதியாகப் பிரித்தானிய தண்டலர்கள் நியமிக்கப்பட்டனர். மொகலாயரின் வருவாய் அமைப்பை இது அங்கீகரிப்பதாக இருப்பினும், வரிகட்டும் பெரும் விவசாயிகளிடையே ஜமீன்தார் உரிமைகளைப் பிரித்தளிப்பதாக இருந்து; நீதிமன்றங்கள், காவல்துறை மூலம் இது நடைமுறைப்படுத்தப்பட்டது. பதினெட்டாம் நூற்றாண்டின் பிற்பகுதியில், பெரிதும் ஒடுக்குமுறையிலானதும் நாசகரமானதுமான இத்தகைய தலையீடுகளால், பிரித்தானிய அரசின் நிர்வாக அமைப்பாக வங்காளம் எழுந்தது.

1773இல் வங்காள வெற்றியை அடுத்து, பிரதேசப் பொறுப்புகளை அங்கீகரித்த கம்பெனி இயக்குநர்கள், தம் மெட்ராஸ்-பம்பாய் நிர்வாகங்கள் கல்கத்தாவின் கட்டுப்பாட்டில் இருக்கவேண்டும் எனவும், கல்கத்தாவின் ஆளுநர் கம்பெனியின் இந்திய நிர்வாகங்களுக்குத் தலைமை ஆளுநராக இருப்பார் எனவும் உத்தரவிட்டனர். 1774இல் இப்பொறுப்பேற்ற ஹேஸ்டிங்ஸ் இன்னொரு தசாப்தம் நீடித்தார்; அக்காலகட்டத்தில் இந்தியத் துணைக் கண்டமெங்கும் பிரித்தானிய ஆட்சி பரவுவதை எதிர்பார்த்திருப்பார். அவாத்தின் பொம்மை அரசு சார்பாகக் கம்பெனி துருப்புகள் டெல்லிக்கு 200 கி.மீ. தூரத்திற்குள் ஊடுருவி, 1774இல் ரோஹில்கண்ட் (பெரய்லி மாவட்டம்) மீது படையெடுத்தன. அதன் ஆட்சியாளர்கள் ஆஃப்கானிய ரோஹில்லாக்கள் தோற்கடிக்கப்பட்டன. அவர்தம் அரசு இணைத்துக்கொள்ளப்பட்டது. அவாத்தின் சுதந்திரம் நீடித்ததாகப் புனைவு நிலவினாலும், நடைமுறையில் கங்கை வெளியெங்கும் பிரித்தானியரே மேலோங்கியிருந்தனர். அவர்களுக்கும் மொகலாயத் தலைநகருக்குமிடையே, ஆக்கிரமித்து வரும் மராத்திய மேலாதிக்கத்தின் புதை மணலே கிடந்தது. ஹேஸ்டிங்கின் காலகட்டத்தின் போது இத்தடையும் ஆராயப்படும். இதற்கிடையே தெற்கில், பிரித்தானிய மேலாதிக்கத்திற்கான நேரடியானதும், இயல்பானதுமான சவால் உடனடிக் கவனத்தைக் கோரியது.

மைசூர் அடக்கியாளப்படுதல்

வங்காளத்தில் கிளைவின் புகழ்பெற்ற 200 தினங்களுக்காக மெட்ராஸ் அதிக விலை தந்திருந்தது. 1756இல் ஏழாண்டு யுத்தம் மூண்டபோது, பாண்டிச்சேரிக்கு அணித்தே இருப்பதால், பிரெஞ்சுத் தாக்குதலுக்கு நகரம் உட்படும் என்ற நிலையில், அதன் தளபதியும் துருப்புகளும் காலாட்படையும் இல்லாதிருந்தது. சோழமண்டலக் கடற்கரையிலிருந்த பிரித்தானிய உடைமைகளெல்லாம் ஆபத்திலிருந்தன; முக்கியத்துவத்தில் மெட்ராஸுக்கு இரண்டாம் நிலையிலிருந்த புனித டேவிட் கோட்டை (கடலூர்) சீக்கிரமே வீழ்ந்தது; அரச கடற்படையின் வருகையால் மெட்ராஸ் காப்பாற்றப்பட்டது.

ஆனால் 1759இல் ஃபிரெஞ்சுக்காரரின் வெற்றி அலை, குறிப்பாக அண்டையிலிருந்த ஹைதராபாத்தில் திரும்பிவிட்டது. கர்நாடிக் போர்களின் ஆரம்ப நிலையில் பிரெஞ்சு ஆதரவை அடுத்து, ஹைதராபாத் நிஜாம், கல்கத்தாவுடனான தொடர்பில், மிர் ஜாஃபர் வைக்கப்பட்டிருந்தது போல பாண்டிச்சேரியுடனான தொடர்பில் வைக்கப்பட்டார். அவரை துப்ளே அமர்த்தினார்; பல படையெடுப்புகளில் தெ புஸ்ஸி துணை நின்றார். ஆனால் துப்ளே பிரான்ஸுக்குத் திரும்பி, யுத்தம் மூண்ட நிலையில் தெ புஸ்ஸி பாண்டிச்சேரிக்கு அழைக்கப்பட்டார். பிரெஞ்சுத் துருப்புகள் இன்னும் நிஜாம் ராணுவத்தில் இருந்தன; நிஜாமால் ஃபிரான்ஸுக்குப் பிரித்தளிக்கப்பட்டிருந்த ஹைதராபாத் அரசின் கடற்கரை மண்டலமான வடக்கத்திய சர்கார்களில் நிறையபேர் இருந்தனர். 1758-59இல் வங்காளத்திலிருந்து கிளைவ் அனுப்பிய சிறிய படையால் வடக்கத்திய சர்கார்கள் சூழப்பட்டிருந்தன. அது மெட்ராஸிலிருந்து பிரெஞ்சு துருப்புகளை ஈர்ப்பதற்காக மேற்கொள்ளப்பட்டு எதிர்பாராத பிரெஞ்சுத் தோல்வியில் முடிந்தது. திடீரென நிஜாம் தான் அம்பலப்படுத்தப்பட்டதாக உணர்ந்தார். இப்போது வடக்கத்திய சர்கார்களின் பகுதியை பிரிட்டனுக்குத் தருவதாக வாக்குறுதியளித்து பிரித்தானிய ஆதரவுக்காக மன்றாடத் தொடங்கினார். 1759இல் இப்பிரச்சினை தொடங்கியிருக்கலாம். ஆனால், ஹைதராபாத்துக்கும் கல்கத்தாவுக்கும் இடையில் நீடித்த உறவு இருந்தது. பிரித்தானியருக்கு இன்னொரு மொகலாய வாரிசு அரசின் ஒத்துழைப்பைப் பெற்றுத் தந்திருக்கும்.

இதற்கிடையே, 1759இல் பிரெஞ்சுக்காரரால் முற்றுகையிடப்பட்டிருந்த மெட்ராஸ் விடுவிக்கப்பட்டது.

கூடுதலான பிரித்தானியத் துருப்புகளின் வருகையும் சேர்ந்து வந்தவாசியில் மோசமான பிரெஞ்சுத் தோல்வியைத் தந்தது; 1761இல் பாண்டிச்சேரியே பிரித்தானியரிடம் வீழ்ந்தது. பிற்பாடு இந்நகரம் பிரெஞ்சு ஆட்சியின் கீழ் கொண்டுவரப்பட்டாலும் ஏழாண்டு யுத்தத்தை முடிவுக்குக் கொண்டுவந்த 1763ஆம் ஆண்டு பாரிஸ் உடன்படிக்கையும் இந்தியாவில் பிரெஞ்சு எதிர்பார்ப்புகளை முடிவுக்குக் கொண்டுவந்ததாகத் தோன்றியது.

பிரெஞ்சுப் படையெடுப்பு ஹைதராபாத்திலிருந்த அதன் முக்கிய சகாவும் மாற்றாளுமாக இருந்தவரை இழக்க வைத்தால், பிரித்தானியர் அதனுடன் இன்னொன்றைச் சேர்த்துவிட்டனர். பாண்டிச்சேரி முற்றுகையின்போது இனந்தெரியாத ஹைதர் அலி கானின் கீழான குதிரைப்படை பிரித்தானியத் துருப்புகளைத் திணறடித்தது. ஆகவே அதிருப்தியுடன் ஒரு மாதத்தில் விலகிச் சென்றனர்; ஆனால் அது வர இருப்பதன் அடையாளமாயிருந்தது. தெற்கு தக்காணத்தின் மைசூர் மண்டலத்திலிருந்து, இரு பலம்வாய்ந்த ஆவேசமிக்க பிரித்தானிய எதிர்ப்பாளர்கள், ஹைதர் அலி மற்றும் அவரது மகன் திப்பு சுல்தான் வடிவில், கர்நாடிக்கில் பிரித்தானிய மேலாதிக்கத்திற்கு நேரடிச் சவால்களை விட்டனர். இவர்களுடன் ஒப்பிடுகையில், ஒருபோதும் ஒன்றுபடாத மராட்டியர் மிரட்டலை விடவும் எரிச்சலூட்டுபவர்களாகவே இருந்தனர்; சந்தர்ப்பம் வருகையில் பயன்படுத்தப்படக் கூடியவர்களாக இருந்தனர். ஆனால் பிரிட்டனின் கண்களில் மைசூர் தீவிர போட்டியாளராக, அரசியல்-ராணுவ பலமிக்கதாக, தீபகற்ப இந்தியாவின் எதிரியாக இருந்தது. பிரான்ஸால் மைசூர் கொம்பு சீவி விடப்பட்டதா இல்லையா என்பதைவிட அது தோற்கடிக்கப்பட வேண்டும்.

மைசூர் அரசு என்பது விஜயநகரப் பேரரசின் சிதைவுகளிலிருந்து உயிர்பிழைத்திருந்த நாயக்க அரசுகளில்/சிற்றரசுகளில் ஒன்றாகும். பதினேழாம் நூற்றாண்டில் தக்காண சுல்தான் அரசுகளின் விரிவாக்கப் பேராசைகளுக்கும், பதினெட்டாம் நூற்றாண்டில் மராட்டியர்களுக்கும் பலியாவதாயிருந்துள்ள போதும், மொகலாயப் பேரரசுடனான அதன் உறவுநிலை பிரச்சினையின்றி இருந்தது. ஆதலின் விதிவிலக்காக மொகலாய அதிகாரத்தின் வாரிசாக அது இல்லை. ஹைதராபாத்/அவாத் போலன்றி மொகலாயப் பிரதேசத்துடன் தொடர்பு கொண்டிருக்கவில்லை; ரஜபுத்திர/மராட்டிய ஆளும் குடும்பங்கள் போலன்றி, இதன் உடையார் ஆட்சியாளர்கள், உயர்நிலை மன்ஸப்தார்களாக இருந்ததில்லை; ஹைதராபாத் நிஜாம், அவாத்தின் நவாப்

அல்லது வங்காளத்து நவாப் போலன்றி, மைசூர் உடையார்களும் வாரிசுகளும் ஏகாதிபத்திய பொறுப்பின் கௌரவமும் சட்ட உரிமையும் இல்லாதிருந்தனர். அவர்களது அரசு அமைந்ததன் உறவு நிலையையும் அதன் விரிவாக்கத்தையும் தீர்மானித்த பொருளியல்-புவியியல் காரணிகளுக்கான பின்புலத்தைத் துருவி ஆராய்ந்தால், தெற்கு கர்நாடகத்தின் ஆரம்பக்கட்ட இந்து வம்சங்களின் வரலாற்றில் பூர்வீகத்தைக் கொண்டுள்ளனர்- பேளூர்/ஹளபேடின் ஹொய்சாளர்களைப் போல அல்லது பாதாமி/ஐஹோலின் சாளுக்கியர்களைப் போல.

இருப்பினும் பிரித்தானியருடன் மோதிய மைசூர், மீண்டும் பிறந்த இந்து அரசல்ல-மராட்டியத்தில் சிவாஜியால் மறுகட்டமைப்பு செய்யப்பட்டது போன்றதல்ல. 1730களில் அப்போதிருந்த உடையார் மன்னர், இரு சகோதரரால் பொறுப்பிலிருந்து விலக்கப்பட்டார்; பீஜப்பூர் சுல்தான்களின் ராணுவங்களில் பணியாற்றியிருந்த முன்னோரைக் கொண்டிருந்த பக்திமிக்க இஸ்லாமியராகிய ஹைதர் அலிகான், உடையார்களின் ராணுவத்தில் முன்னேறி வந்தவர். ஹைதராபாத்தின் நிஜாம் உல் முல்க்கின் மரணத்தையடுத்து வந்த வாரிசுரிமைப் போராட்டத்தில் 1749இல் பங்கேற்று, ஹைதர் அலி கணிசமான செல்வத்தைச் சேர்த்திருந்தார். பிரெஞ்சு ராணுவத்திலிருந்து வெளிவந்த சிலரது ஆதரவையும் பெற்றிருந்தார். முதலாவது அவரது வீரர் எண்ணிக்கையை அதிகரிக்கச் செய்யவும், இரண்டாவது அவ்வீரர்களை ஐரோப்பிய உத்திகளில் தேர்ச்சிகொள்ள வைக்கவும் உதவின. கர்நாடிக் போர்களின்போது ஐரோப்பியச் செயல் தந்திரங்களை மேலும் கற்றுக்கொண்டு, பீரங்கி வீரர்களையும் பிரெஞ்சு துப்பாக்கி வீரர்களையும் பெற்றுக்கொண்டார். 1758இல் மராட்டியரால் மைசூர் தாக்கப்பட்டபோது, மைசூர்ப் படைகளுக்குத் தளபதியாக இருந்திட ஹைதர் அலியே இருந்தார். 1761இல் எதிர்ப்பில்லாத மைசூர் ஆட்சியாளர் ஆனார்.[13]

இதற்கிடையே ஹைதராபாத்தில் பிரெஞ்சுக்காரரால் அமர்த்தப்பட்டிருந்த நிஜாம், அவனது சகோதரன் நிஜாம் அலியால் பொறுப்பிலிருந்து இறக்கப்பட்டான். நிஜாம் அலி மைசூர் மீதான தாக்குதலை முன்மொழிந்தான்; கேரளாவில் சமீபத்தைய மைசூர் வெற்றிகள் கர்நாடிக்கிற்குள் மீண்டும் நிகழ்ந்துவிடலாம் என்னும் பயத்தில் மெட்ராஸிலிருந்த பிரித்தானியர் இசைந்தனர். எண்ணற்ற பல்லவ-சோழ ராணுவங்களின் பழமையான பாதையில் சென்ற ஆங்கிலேய-ஹைதராபாத் படை தக்காணப் பீடபூமியை நெருங்க, 1767 இல் முதலாவது மைசூர் போர் தொடங்கியிருந்தது.

நான்கு போர்களில் இது முதலாவது. இந்தியாவை பிரித்தானியர் வென்றது திட்டமிடப்பட்டது என யாரும் கூற இயலாது. நான்கு மைசூர்ப் போர்கள், மூன்று மராட்டிய யுத்தங்கள், இரண்டு சீக்கியப் போர்கள் என எல்லாம் சின்னஞ்சிறு சண்டைகள் நிறைய இருப்பினும், துண்டு துணுக்கான கொள்கைகளையும் ஒருங்கிணைவற்ற திசைவழியையுமே அவை சுட்டிக்காட்டுகின்றன. ஆக்கிரமிப்பு ரீதியிலான திட்டங்களை மறுதலிக்கவோ மூடி மறைக்கவோ பிரித்தானிய அதிகாரிகளும் அறிஞர்களும் முன்வந்தனர். வெற்றிக்கான நீண்டகால நியாயம் இல்லாத நிலையில் அக்கணத்தின் அவசியங்களே, வரம்புக்குட்பட்ட விஷமத்திற்கான கட்டாய தர்க்கத்தை அளித்தன. மேலும், சில நீண்ட யுத்தங்களை விடவும் பல சிறிய சண்டைகள் குறைந்த கவனத்தையே ஈர்த்தன; லண்டனின் எதிர்மறை எதிர்வினை இந்தியாவில் வந்து சேர்வதற்குள் அச்சண்டைகள் முடிந்து வெற்றி எட்டப்பட்டது. முன்னரே திட்டமிடப்படாது இருப்பினும் வெற்றிக்கான வகை மாதிரி ஆயுதங்களின் அதிகரிப்பு இருக்கவே செய்கின்றது.

கல்கத்தாவிலிருந்த கம்பெனி வங்காளத்தை வென்றது, மைசூரிலிருந்த மெட்ராஸ் பிரிவின் பேராசைகளைத் தூண்டிவிட்டது; மைசூர் வெற்றி மராட்டியப் பிரதேசங்களில் தலையிடும் வழிவகையைத் திறந்துவிட்டது; மராட்டியரை வென்றது, பிரித்தானியரைச் சீக்கியருக்கு எதிராக நிற்கவைத்தது.

முதலாவது மைசூர்ப் போர், ஹைதர் அலியின் ராஜதந்திர-ராணுவத் திறன்களை எடுத்துக்காட்டுவதில் குறிப்பிடத்தக்கது. நிஜாமை அணிமாறுமாறு செய்துவிட்டு, பிரித்தானியரை கர்னாடிக்கிற்குத் திரும்பச் செய்தார். 17 வயதான தன் மகன் திப்புவை மெட்ராஸின் பிரதானச் சாலைகளிலெல்லாம் பறந்து வரும் படையுடன் அனுப்பினார்; அடுத்த ஆண்டு இதனைத் தானே மேற்கொண்டார். 1769இல் சமாதானத்திற்கு வந்தபோது, எந்தப் பிரதேசமும் கைமாறாமல், கப்பம் குறிப்பிடப்படாமலிருந்தது விசித்திரமான வகையில். சைல்டின் மொகலாய யுத்தத்திலிருந்து முதல்முறையாக பிரித்தானியர் ராணுவ ரீதியில் இந்திய அரசு ஒன்றால் தடுத்து நிறுத்தப்பட்டனர்.

1769 சமாதான உடன்படிக்கையில், மூன்றாவது நபரால் மைசூர் தாக்கப்படும் நேர்வில், நிபந்தனையற்ற பிரித்தானிய ஆதரவுக்கு வழிவகை செய்யப்பட்டிருந்தது. இதற்கான சந்தர்ப்பமும் சீக்கிரமே வாய்த்தது. மராத்தியப் படையினர் தெற்குக் கர்நாடகம்

வந்து சிறிரங்கப் பட்டணத்தை முற்றுகையிட்டபோது, அவர் பிரித்தானிய சகாக்களை நாடினார். திரும்பத் திரும்ப முறையிட்டும் பிரித்தானியர் உதவிக்கு வரவில்லை. 'மிகவும் நம்பிக்கை இழக்க வைப்பவர்களாக, ஆக்கிரமிப்பாளர்களாக' இருந்ததால் தந்தை-தனயன் இருவருமே ஆங்கிலேயரை வெறுப்பவராயினர்.

1770களில் ஹைதரின் புகழ் உயர்ந்தது. நிஜாமின் பிரதேசங்கள், பிரித்தானிய மற்றும் அவர்களது ஆற்காடு-தஞ்சாவூரின் பொம்மை நவாப்கள் நீங்கலாக, மராத்தியரெல்லாம் பின்னுக்குத் தள்ளப்பட்டனர்; கிருஷ்ணா-துங்கபத்திரை ஆறுகளுக்குத் தெற்கிலுள்ள தீபகற்பத்தின் பெரும்பகுதியையும் மைசூர் தன் கட்டுப்பாட்டில் வைத்திருந்தது. அமெரிக்காவின் சுதந்திரப் போராட்டச் சூழலில் ஆங்கிலேய-பிரெஞ்சு விரோதங்கள், மெட்ராஸின் கவனத்தைத் திருப்பி, ஹைதரிடம் மேலும் பிரெஞ்சு ஆயுதங்களையும் சிப்பாய்களையும் வரவழைத்தன. இதற்கிடையே தலைமை ஆளுநர் வாரன் ஹேஸ்டிங்ஸ் ஆங்கிலேய-மராட்டிய உறவு நிலைகளில் ஆர்வங்காட்டியிருந்தார். அது தாக்குவதற்கு நல்ல தருணம். எந்தச் சீண்டலும் இல்லாமலேயே 1780இல் கர்நாடிக்கின் மேல் திடீர்த் தாக்குதல் மூலம் இரண்டாம் மைசூர்ப் போரை ஹைதர் அலி ஆரம்பித்துவிட்டார்.

இப்போரில் அதிகத் துருப்புகள் பங்கேற்றன. இரு மடங்கு காலம் (1780-4) அது நீடித்தது. இருமுனைகளில் நடந்தது. ஹைதர் அலி கர்நாடிக்கில் மெட்ராஸ் வீரர்களுடன் போரிட, அவரது மகன் திப்பு 1782இல் பம்பாயிலிருந்து வந்த படையுடன் மோத, மலபார் கரைக்கு அனுப்பப்பட்டான். மீண்டும் மைசூர்ப் படைஓங்கி நின்றது, குறிப்பாக பொழிலூரில் (காஞ்சிபுரம் அருகில்)- அங்கே 1780இல் சுமார் நாலாயிரம் பேர் கொண்ட பிரித்தானியப்படையினர் அழித்தொழிக்கப்பட்டிருந்தனர். ஐரோப்பிய அலுவலர்கள் 86 பேரில் 16 பேரே காயமின்றித் தப்பினர்; பக்ஸரில் வென்றிருந்த ஹெக்டர் மன்றோ கூட, இச்சண்டையில் தன் பீரங்கிப் படையினைக் கைவிடவேண்டியிருந்தது. அது இந்திய அரசு ஒன்று பிரித்தானியர் மீது கொண்ட மாபெரும் வெற்றியாகும். காவேரி ஓடும் சிறிரங்கப்பட்டிணத்து கோடை மாளிகையில் இப்போரினை விவரிக்கும் பெரிய சித்திரத்தைத் தீட்டவைத்து திப்பு கொண்டாடினான். மொகலாயக் கலையை விடவும் ஐரோப்பியப் போர்க்காட்சிகளை நினைவூட்டிடும் விழிப்புணர்வை அது பெற்றிருந்தது.

ஆற்காடு பிடிபட்டு, கர்நாடிக் எங்கிலும் ஹைதர் வெற்றி பெற்றிருக்க, மெட்ராஸை மீட்க வேண்டியது கல்கத்தாவின் பொறுப்பாயிருந்தது. 5000 பேர் கொண்ட ராணுவம் வங்காளத்திலிருந்து மெட்ராஸுக்கு கிழக்குக் கரையில் அணிவகுத்து வர, ஒரு சிறிய படை கடல் மூலம் அனுப்பப்பட்டது. *The British conquest and Dominion of India (1989)* நூலாசிரியர் பெண்டெரல் மூன் குறிப்பிடுவதுபோல ஆதாயமற்றதும் ஆர்வமற்றதுமான மூன்றரை ஆண்டுகாலப் போராக[14] அது இருந்தது. மேற்குக் கரையில் சில ஆதாயங்கள் பெற்ற பிரித்தானியர் அதனை இழந்தனர். அத்துடன் கிழக்குக் கரையில் மைசூர்ப்படையினரது பெரும் தந்திரங்களால் பிரித்தானிய வெற்றிகள் முறியடிக்கப்பட்டன. 1782இல் ஹைதர் அலி இறந்தார், 1783இல் திப்பு அரியணை ஏறினான், 1784இல் மங்களூர் சமாதானம், பகைமைகளின் தொடக்கத்தில் இருந்தது போன்றே நிலவரத்தைக் கொண்டு வருவதற்கும் மேலாக ஏதும் செய்யவில்லை.

இன்னும் திருப்திகரமான வெற்றி பெறாமைக்காகத் திப்பு தன் பிரெஞ்சு சகாக்களைக் குறைகூறினார். இப்போரில் அவர்தம் பங்கு குறிப்பிடும்படியாயில்லை, அவர்தம் தனித்த சமாதானம் துரோக நடவடிக்கையே. அடுத்து பாண்டிச்சேரியிலிருந்து வந்த சாமிக்ஞைகளுக்கு, வெர் ஸெய்ல்ஸுடனான நேரடித் தொடர்புக்கு வற்புறுத்தினான். இந்திய ஆட்சியாளர் ஒருவர் ராஜதந்திர ஆட்டத்தை ஐரோப்பிய மன்னரின் மைதானத்திற்குக் கொண்டுபோனது புதுமையே.

1785இல் ஒரு தூதுக்குழு மைசூரிலிருந்து கான்ஸ்டாண்டிநோபிள் சென்றது. அது, பிரித்தானிய சூழ்ச்சிகள் இந்திய இஸ்லாமிய அரசுகள் மீது கவிந்திருப்பதை இஸ்லாமிய உலகம் அறியுமாறு செய்யவும், அரசியல்-வர்த்தக உடன்படிக்கை ஏற்படுத்திக்கொள்ளவும், கலீஃபாக்களின் வாரிசான ஆட்டோமான் சுல்தானிடமிருந்து நியாயமான இஸ்லாமிய மன்னனாகத் திப்புவுக்கு அங்கீகாரம் பெறவும் மேற்கொள்ளப்பட்டது. இதே தூதுக்குழு பாரிஸ் செல்லவும் உத்தரவிடப்பட்டது. ஆனால் இக்குழுவுக்கு ஈராக்கில் தாமதமானதால், வேறொரு தூதுக்குழு 1787இல் பாரிஸ் புறப்பட்டது.

இச் செலவினங்களெல்லாம் பிரான்ஸால் ஏற்கப்பட்டதுடன் ஒரு கப்பலும் திப்புவுக்கு வழங்கப்பட்டது. மைசூர்க் கொடி பறந்த அக்கப்பல், 1788 ஜூனில் தௌலோன் துறைமுகத்தில் நின்றது. வானவேடிக்கைகளுக்குப் பிறகு அங்கிருந்து திப்புவின்

45 நபர் குழு பாரிஸ் புறப்பட்டது. தூதுவர்கள் பெருநகரில் அமோகமாக வரவேற்கப்பட்டு அவர்களுக்கு உரிய ஆடைகளும் இதர வசதிகளும் அளித்துச் சிறப்பிக்கப்பட்டனர்.

> ஆகஸ்டு 10 அன்று பதினாறாம் லூயி படாடோபத்துடன் தூதுவர்களை வரவேற்றான். வெர் ஸெய்ல்ஸ் அரண்மனையின் விசாலமான கூடங்கள் பார்வையாளர்களால் நிரம்பியிருந்தன. தர்பார் நடந்த ஹெர்குலஸ் அரங்கில் ஆண்களும் பெண்களுமாக கனவான்கள் அமர்ந்திருந்தனர். உடல்நிலை சீராக இல்லாததால் டாபின் கலந்துகொள்ளவில்லை. ஆனால் அரசி மேரி அண்டாய்னெட்டி அரியணை பக்கத்தில் தனி இருக்கையில் இருந்தார்; தூதுவர்கள் அவரைப் பார்க்கவோ வணங்கவோ தேவையில்லை.[15]

அரசவையினரிடம் அனைத்தும் சரியாகக் காணப்பட்டதா என்பது குறித்த மனப்பதிவு தூதுக்குழுவுக்கு இருந்ததா என்பது பதிவுபெறவில்லை. ஆனால் பாஸ்டில் தாக்குதலுக்கு ஓராண்டு இருக்க, லூயியின் ஒவ்வொரு அசைவையும் லண்டன் கவனித்துக் கொண்டிருக்க, அரசியல்-ராணுவ ஆதரவளித்துத் தூதுவர்களைத் திருப்திப்படுத்தும் நிலையில் மன்னரில்லை. உண்மையில் பிரான்ஸின் நிலை, இந்தியா மீது கொண்டிருந்த பேராசைகளைக் கைவிடவேண்டும், துருப்புகளை விலக்கிக்கொள்ள வேண்டும் என்பதாயிருந்தது. ஆனால், பல்வேறு ரக தாவர வித்துகள், தொழில்நுட்பக் கலைஞர்கள், பணியாளர்கள், மருத்துவர்கள் வேண்டும் என்னும் திப்புவின் கோரிக்கை ஏற்கப்பட்டது. ஆண்டின் முடிவில் தூதுக்குழு திரும்பியபோது போர்க்கருவி நிபுணர்கள், துப்பாக்கிக் கைவினைஞர்கள், பீங்கான் தொழிலாளர்கள், கண்ணாடி தயாரிப்போர், கடிகாரம் தயாரிப்போர், தொங்கலாடை பின்னுவோர், லினன் நெசவாளர்கள், கீழைத்தேய மொழிகளில் இரு அச்சிடுவோர், ஒரு மருத்துவர், ஓர் அறுவைச் சிகிச்சையாளர், இரு பொறியாளர்கள், இரு தோட்டக்காரர்கள் உடன் வந்தனர்.

ஹைதர் அலி மைசூர்ப்படையைத் தொழில்துறை ராணுவமாக்கி ஐரோப்பிய ரீதியில் பயிற்சியளித்து ஆயுதங்கள் தந்து ஊதியம் வழங்கினார். அதுபோலவே தன் அரசின் பொருளாதாரத்தையும் நவீனப்படுத்த திப்பு தீர்மானித்திருந்தார். ஹைதர் எழுதப்படிக்கத் தெரியாதவராக இருக்க, திப்பு நல்ல கல்வியும் துருவி ஆராயும் மனமும் பெற்றிருந்தார். சக அரசர்களிடமிருந்து திறனின் பின்னிருந்த இயங்காற்றலை ஒருவகையில் அடையாளங்கண்டார். இயல்பாகவே வணிகம் முக்கியமாயிருந்தது. இதன் பொருட்டு

அரசு வர்த்தக நிறுவனத்தை அமைத்தார், அதில் பங்குகள் வாங்குமாறு முதலீட்டாளர்களை ஊக்கப்படுத்தினார், அரபிக் கடலைச் சுற்றியும் பாரசீக வளைகுடாவிலும் இருந்த, கடல் கடந்த ஆலைகளின் வலைப்பின்னலை நிறுவினார். ஐரோப்பிய வர்த்தகக் கம்பெனிகளை முன்மாதிரியாகக் கொண்டு ஆரம்பிக்கப்பட்ட அவை, வர்த்தக ஊழியரையும் ராணுவப் பிரிவையும் கொண்டிருந்தன. பிரான்ஸில் ஆலையை அமைக்க வேண்டி 16ஆம் லூயிக்கு விண்ணப்பித்ததாகக் குறிப்பில்லை. ஆனால் திப்பு நிச்சயமாக இக்கோரிக்கையை ஆட்டோமான் பேரரசரிடம் முன்வைத்தார்; பர்மாவின் பெகு ஆட்சியாளரை அணுகினார்.

மலபார் துறைமுகங்களின் தளபதி கடலில் செல்வதற்கான அனுமதியையும், மிளகு, மரம் சார்ந்த வெளி வணிகம் மற்றும் வளைகுடாவிலிருந்து குதிரைகள் சார்ந்த இறக்குமதி சார்ந்த கட்டுப்பாட்டினையும் மைசூருக்கு வழங்கினார்; இந்தியாவின் திறன்மிக்க குதிரைப்படை மராட்டியரிடமும் மைசூரிடமும் இருந்தது என்பது தற்செயலான பொருத்தப்பாடில்லை-அவை இரண்டுமே மேற்குக்கரை துறைமுகங்களுக்கான வழிவகைகளைப் பெற்றிருந்தன. மைசூரின் ஏற்றுமதி ரகங்களை அதிகரிக்கச் செய்திட திப்பு, ஆசியாவெங்கிலுமிருந்தும் பிரான்ஸிலிருந்தும் வித்துக்களையும் தாவரங்களையும் வரவழைத்துப் பரிசோதித்து, புதிய பயிர்களின் விளைச்சலுக்கு ஏற்பாடு செய்தார். சிறிரங்கப் பட்டிணத்திலிருந்த அவரது கோடை மாளிகையைச் சுற்றிலும் தாவரங்களின் தகவமைப்புக்கும் பரவலுக்கும் ஏற்ற தோட்டம் போடப்பட்டது. பதினெட்டாம் நூற்றாண்டு 'மேம்பாட்டின்' காலமாயிருக்க, எந்தவொரு 'மேம்பாட்டாளரையும்' போன்றே ஆர்வங்காட்டிய அவர், மைசூரில் பட்டுக் கூடு வளர்ப்பையும் அறிமுகம் செய்தார். பட்டுப் புழுக்கள் பாரசீகத்திலிருந்து பெறப்பட்டன, மல்பரி நடவுக்கு அரசின் ஊக்கத்தொகை தரப்பட்டது, பட்டிழை நூற்புக்கும் நெசவுக்கும் ஆலை நிறுவப்பட்டது. மற்ற ஆலைகள் சர்க்கரை, காகிதம், வெடிமருந்து, கத்திகள், கத்தரிக்கோல்களைத் தயாரித்தன. பெத்தனூரின் ஆயுதக் கூடங்கள், இருபதாயிரம் நீண்ட துப்பாக்கிகளையும் அளவான துப்பாக்கிகளையும் ஆண்டுதோறும் உற்பத்தி செய்தன.[16] ஒரு பிரெஞ்சு நிருபரிடம் திப்பு பெருமைப்பட்டதுபோல, ஆயுதங்களில் மைசூர் தன்னிறைவு பெற்றிருந்தது.

இந்நாட்டின் செழுமைக்கும் ஒப்பீட்டளவில் நீக்குப் போக்கான வருவாய்க் கோரிக்கைகள் இருந்தமைக்குமான

சாட்சியம், பிரித்தானிய அலுவலர்களிடமிருந்தும் அளவையாளர்களிடமிருந்தும் கிடைக்கின்றது-வெற்றியால் பிரித்தானியர் தாராளத்தை வெளிக்காட்டினர். ஆனால் எதிர்ப்புகள் அதிகம் இல்லாததும் திப்புவின் ஆயுட்காலத்தில் சூதுவாதுகள் இல்லாததும், முஸ்லீம்கள்-இந்துக்களாகிய பெரும்பாலான அவரது மக்களுக்கு ஏற்புடையதாக இருந்திருக்கும். அவரது புரட்சிகர பிரெஞ்சுத் தொடர்புகள் அவரை 'சிடோயென் திப்பு' என்றழைக்க, அவரோ மக்களின் மனிதரில்லை. பழிவாங்கும் தன்மையுடன் சமயங்களில் எதேச்சதிகாரியாக நடந்துகொண்டே அவர், இந்தியர்-பிரித்தானியரான தன் எதிரிகளை உடனே பகைத்துக்கொள்வார்; அவர்களால் லகுவாக ராட்சசனாகச் சித்திரிக்கப்படுவார். இருப்பினும் தனது சீர்திருத்தம் நவீனம் சார்ந்த வேட்கையில், பாரிஸ் புரட்சியாளர்களின் தீவிரத்திற்கு இணையானவற்றைச் சிலர் கண்டுள்ளனர். பிற்பாடு மைசூரில் பணியாற்றிவரும் திப்புவின் சரியான சாதனைகளைப் போற்றியவரும் பிரித்தானிய அலுவலர்களில் மிகவும் மதிக்கப்பட்டவருமான தாமஸ் மன்றோ, அவரது அலைபாயும் ஆன்மா ஒவ்வொன்றும் தன்னிடமிருந்தே தோற்றுவாய் கொள்ளவேண்டும் என்னும் ஆசையை பிரதானமாகக் குறிப்பிட்டார்.[17] அவரது தனிப்பட்ட பண்பிலமைந்திருந்த ஆட்சி, அதன் பலத்தையும் பலவீனத்தையும் பெற்றிருந்தது. அவர் வாழ்ந்த மட்டிலும், ஹைதராபாத்/அவாத் ரீதியில், மைசூருடன் பிரித்தானியர் உடன்பாடுகொள்ள இடமில்லாதிருந்தது. திப்புவை, 'மைசூர்ப்புலி'யை அடக்குவது என்பது அவரது ஒட்டுமொத்த வாழ்விடத்தை அழிப்பதாகும்.

அதுவொரு நல்ல கதையல்ல. வங்காள வெற்றி தனிப்பட்ட ஆதாயத்திற்கான ஆசையில் உந்தப்பட்டது எனில், மைசூரின் வெற்றி தனிப்பட்ட கீர்த்திக்கான ஆசையில் உந்தப்பட்டது. மூன்றாவது மைசூர்ப் போர் (1790-92) அறிவிக்கப்பட்டது; அமெரிக்க சுதந்திரப் போரில் யார்க் டவுனில் ஜார்ஜ் வாஷிங்டனிடம் சரணடைந்திருந்த கார்ன்வாலிஸ் பிரபுவால் பெரிதும் நடத்தப்பட்டது. திப்புவை சமாளிப்பதற்கு, நேரிதான தன்மையும் நிதானமுமிக்க கார்ன்வாலிஸ் மூன்றாண்டுகள் காத்திருந்தார். இதற்கு நேர்மாறாக, நான்காம் மைசூர்ப் போருக்கு (1799) பொறுப்பாயிருந்த ரிச்சர்ட் வெல்லெஸ்லி என்னும் தலைமை ஆளுநர் போருக்கு ஆயத்தமாகு முன்பு இந்திய மண்ணைத் தொட்டிருக்கவே இல்லை. சமரசமின்றி பேரரசை நிறுவுபவரான அவரது வெற்றிகள் தற்செயலானவை அல்ல. மெய்யான திக்விஜயத்தில் இறங்கிய வெல்லெஸ்லியிடம்,

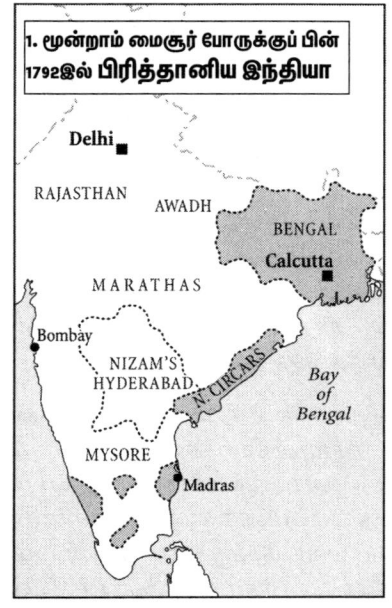
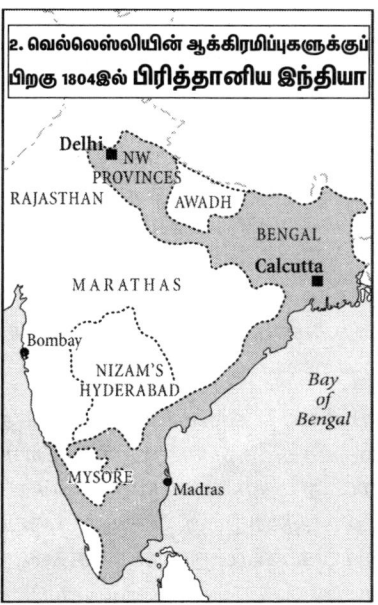

ஊசலாடிய மைசூர் எளிதில் சிக்கிக்கொண்டு வெல்லிங்டனின் எதிர்கால ட்யூக்கும் அவரது தம்பியுமான ஆர்தர் உள்ளிட்ட அடுத்து வந்த அலுவலர்களிடம் இரையானது.

திப்புவுமே அப்பாவியல்ல. தன் அண்டை அயலாரை ஒன்றிணைப்பதும் சீண்டிவிடுவதுமான பிரச்சினைக்குரிய கொள்கைகளைத் தவிர்ப்பதற்கு மாறாக, நிச்சயம் அவற்றைப் பின்பற்றக் கூடியவராக இருந்தார். மலபார் சமஸ்தானங்களில் தென்கோடியிலிருந்த திருவாங்கூர் மீதான 'தாக்குத'லால் தூண்டிவிடப்பட்டது மூன்றாம் போர் என கார்ன்வாலிஸ் கருதினார். அப்பொறுப்பை நிராகரித்த திப்பு, பின்வாங்காமல், திருவாங்கூர் மீது முழு அளவிலான படையெடுப்பை நிகழ்த்தி பிரித்தானியரின் ஆத்திரத்தைக் கிளப்பிவிட்டார். மராத்தியர் மற்றும் ஹைதராபாத் நிஜாமுடன் சேர்ந்து கார்ன்வாலிஸ் தலைமையிலான மும்முனைத்தாக்குதல், அவரைத் தடுத்திருக்கவேண்டும் ஆனால் வெறுமனே பகைத்து நின்றது. அப்போது பிரித்தானியர் சிரமப்பட்டு 20,000 வீரரைத் திரட்டி மைசூர்ப் படையெடுப்புக்கு ஆயத்தமாகினர். கர்நாடிக்கிற்கு யுத்தத்தைக் கொண்டுவந்திருந்த திப்பு, அவர்களை ஆரம்பத்தில் விஞ்சினார். ஆனால் கார்ன்வாலிஸ், போகப்போக தக்காணத்தைக்

கைப்பற்றினார், பெங்களூரைத் தாக்கினார், சிறிரங்கப் பட்டினம் நோக்கி முன்னேறினார். இதற்கிடையே இன்னொரு பிரித்தானிய ராணுவம் மலபார் கடற்கரையிலிருந்து போரிட்டுவர, மராட்டியரும் ஹைதராபாத் அணியினரும் கார்ன்வாலிஸுடன் இணைந்துகொண்டனர். எண்ணிக்கையிலும் ஆயுத அளவிலும் குறைந்திருந்த திப்பு ஓராண்டு காலம் அரும்பாடுபட்டாலும், வெட்ககரமான உடன்பாட்டினை எய்தவேண்டியதாயிற்று. எட்டு இலக்க அளவிலான பிணயம், தன் பிரதேசங்களில் பாதியை ஒப்படைப்பது, எட்டு மற்றும் பத்து வயதாகி இருந்த இரு மகன்களை பிரித்தானியர் காவலில் விடுவது என்பன போன்றவை ஒப்பந்தத்தில் அடங்கியிருந்தன.

எதிர்பாராத வகையில் பிணயத்தொகை தரப்பட்டது, மகன்கள் தந்தையிடம் வந்து சேர்ந்தனர்; திப்புவின் தலைகீழான அரசு மீண்டது. நான்காவது போர் தொடங்கியிருக்க திப்புவின் அதிகாரத்தை இழக்கச் செய்துவிட்டதாக, கார்ன்வாலிஸ் பீற்றிக்கொண்டது பரிகாசத்தையே சந்தித்திருக்கும். உண்மையில் அது அடக்கி வாசித்ததேயாகும். 'கார்ன்வாலிஸின் வெற்றி இந்தியாவெங்கிலுமான பிரித்தானிய மேலாதிக்கத்திற்கு வழி திறந்துவிட்டது.'[18] மேலும் பிரித்தானியருக்குச் சவால்விடும் திப்புவின் ஆற்றலை அது இல்லாமல் செய்திருந்தது; நான்காவதும் கடைசியானதுமான போருக்கான விரோதங்களை மீண்டும் கிளறிவிடும் முடிவு முற்றிலும் தலைமை ஆளுநர் வெல்லெஸ்லியிடமிருந்து வந்ததே.

அப்போது எகிப்து வந்திருந்த நெப்போலியன், இந்தியாவிலிருந்த பிரித்தானியர் மீதான தன் திட்டங்களை வெளிப்படுத்தியது பற்றி நிறையவே பேசப்பட்டிருக்கிறது. இந்தியப் பெருங்கடலின் போர்போன் பிரெஞ்சுத் தளகர்த்தருடன் திப்பு தொடர்பிலிருந்ததும், அங்கிருந்து சில ராணுவ வீரர்களைப் பெற்றதுமான விபரம், வெல்லெஸ்லிக்குத் தேவையான சந்தர்ப்பத்தைத் தந்துவிட்டது. கல்கத்தாவுக்கும் மைசூருக்குமிடையிலான பரஸ்பர இணக்கத்தை எதிர்க்கும் கடிதப் பரிமாற்றத்தைக் காரணமாக்கி, அவர் 40, 000 வீரர்களைத் திரட்டினார்; ஆதரவாளர்கள் அதன் இருமடங்காகச் சேர்ந்துவிட, சுமைகளை ஏற்றிச்செல்ல ஒரு லட்சம் மாட்டு வண்டிகளும் திரண்டன.

இதற்கிடையே, காட்டு மிருகத்தை வெளியேற வைத்திருக்கும் தன் திருப்தியை வெல்லெஸ்லி பதிவு செய்திருந்தார். இத்தகைய படையெடுப்புக்கான ஏற்பாடுகள் இவ்வளவு கனபரிமாணம்

கொண்டிருக்க, சண்டையே சம்பிரதாயமானதாக இருந்துவிட்டது. அதைத் தொடர்ந்து மூன்று மாதத்தில் முடிந்தது. சிறிரங்கப்பட்டணம் தாக்கித் தகர்க்கப்பட்டது. இறந்து கிடந்த 9000 மைசூர் வீரர்களிடையே திப்பு சுல்தான் உடல் இருந்தது; இருமுறை சுடப்பட்டு, துப்பாக்கி முனைகளால் அடிபட்டு, கற்கள் பதித்துள்ள வாளுறை பறிக்கப்பட்டு இருந்தது; பிரித்தானியர் தரப்பில் பாதிக்கப்பட்ட நானூறு பேர், பெரிதும் காயமடைந்திருந்தனர்.

அதனையொட்டி ஏற்பட்ட 'உடன்பாடு,' தீபகற்பம் முழுதும் பிரித்தானியரை ஈடு இணையில்லாதவர்களாக்கியது. ஹைதர் அலியின் வெற்றிகளுக்கு முன்னிருந்த நிலையில் மைசூர் பெரிதும் குறைத்துச் சுருக்கப்பட்டது. அதன்பின் பழைய உடையார் வம்சக் குழந்தையிடம் அது ஒப்படைக்கப்பட்டது; போதுமான பிரித்தானியர் ஒத்துழைப்பு அளிக்கப்பட்டது; கீழ்ப்படிந்திருப்பதை உறுதிப்படுத்திட பிரித்தானியப் பாதுகாவல்கள் போடப்பட்டிருந்தன. பிரித்தானியர் இன்னும் பிரதேசங்களை-கர்நாடகக் கடற்கரை உட்பட-பெற்றுக் கொண்டனர்; நன்மையடைந்த இன்னொரு தரப்பினரான நிஜாம் 1800இல் மேலும் துணை நின்றார். பிரித்தானியப்படை பராமரிப்புக்காகத் தான் தரவேண்டிய தொகைக்குப் பதிலாக, மைசூரில் தனக்குத் தரப்பட்டிருந்த நிலங்களை கம்பெனிக்குக் கொடுத்துவிட்டார். இதற்கு நன்றி பாராட்டும் வகையில், செலவின்றி நிஜாம் பிரித்தானியப் பாதுகாப்பைப் பெறலாம், அடுத்த 150 ஆண்டுகளுக்கு அதிகாரம் இல்லையெனினும் தனிப்பட்ட ஆதாயம் பெற்று வரலாம்.

மராத்தியரை நிர்வகித்தது

வழக்கத்திற்கு மாறாக அரசியல் அணிசேர்க்கையுடன் இந்தியா பத்தொன்பதாம் நூற்றாண்டில் நுழைந்தது. வெளியிலிருந்து பிரச்சினைகள் வந்திராத தெற்கு மற்றும் கிழக்கு மண்டலங்கள் நேரிடையாகவோ மறைமுகமாகவோ அந்நிய ஆட்சியின் கீழ் கொண்டுவரப்பட்டன; வழமையாக பலவீனமாயிருந்த வடக்கு மற்றும் மேற்கு மண்டலங்கள் உள்நாட்டு அரசுகளிலே இருந்தன. அவை ஏராளம். துண்டு துண்டாகப் பிளவுபட்டிருந்த வடக்கில் நிலைமை தலைகீழாகி ஆடுகளமயிருந்தது. ராஜஸ்தானிலும் பிற இடங்களிலும் உள்ள எண்ணற்ற ரஜபுத்திர அரசுகள், ரோஹில்கண்ட் போன்ற பல்வேறு இந்திய-ஆஃப்கானிய

வளாகங்கள், சிந்துவிலும் எல்லைப்புறங்களிலுமிருந்த இஸ்லாமிய அமீர் அரசுகள்-குறுநிலப்பகுதிகள், ஆக்ரா மண்டலத்தில் ஜாட் சாகுபடியாளரால் நிறுவப்பட்ட, சாதிரீதியிலான புதிய அதிகார அமைப்புகள் மற்றும் பஞ்சாபிலிருந்த ஜாட்-சீக்கிய மற்றும் சீக்கியரல்லாத அரசுகள் அவற்றில் அடங்கும்.

அதன்பின் மராத்தியர். கூட்டாக அவர்கள் பெரும் பிரதேசத்தையும் அதிக வருவாயையும் மிகுந்த படைவீரர்களையும் பெற்றிருந்தனர். பதினெட்டாம் நூற்றாண்டின் ஆரம்ப சகாப்தங்களில் சிறிதுகாலம் கூட்டாகவே இயங்கினர். ஆனால் 1740 வாக்கில் பெரும் மராத்தியக் குடும்பங்கள் பிரிந்துபோயின. மொகலாயப் பேரரசில் நிகழ்ந்தது போன்ற மையத்திலிருந்து விலகிச் செல்லும் அதிகாரப் போக்கில், இந்தூரின் ஹோல்கர்கள், குவாலியரின் சிந்தியாக்கள், பரோடாவின் கெய்க்வாட்கள், நாக்பூரின் போன்ஸ்லேக்கள் தொடர்ந்து புனேயின் பேஷ்வாக்களை ஆதரித்தனர்; தனிநபர்களான பேஷ்வாக்களைச் சக தலைவர்களாக நடத்தி, அவர்தம் அனுமதி பெறுவது அவசியமானதாயில்லை.

மராத்திய அதிகாரத்தின் நெகிழ்ச்சியான கூட்டமைப்பு, ஒட்டுமொத்த துணைக்கண்டமெங்கும் மராத்திய நடவடிக்கைகள் பரந்திருந்தமையால், உள்ளூர் வாய்ப்புகள்-சவால்களுக்கு ஏற்ப ஒவ்வொன்றும் எதிர்வினையாற்றும். 1740களில் நவாப் அலிவர்த்திகானை மிகச் சோதித்ததும், கல்கத்தாவின் மராத்திய அகழியைத் தோண்டச் செய்ததுமான, ஒரிஸ்ஸா-வங்காளத்திற்குள்ளேயான மராத்திய ஊடுருவல்கள், நாக்பூரின் போன்ஸ்லேக்களது வேலையாகும். இதனை ஆட்சேபித்து பேஷ்வா தன் படையினரை வங்காளத்திற்கு அனுப்பினார். எனவே நாக்பூர் பெரிதும் புனேயை மீறும், ஒரிஸ்ஸாவிலிருந்து வருவாயைப் பெறுவதில் குறியாயிருக்கும்; நிஜாமுடனான பொது எல்லைப் புறத்தில், மராத்தியரின் கூட்டு நடவடிக்கைகளில் சிறு பங்கினை வகிக்கும்.

அடுத்த தசாப்தத்தில் மற்ற மராத்தியர், குறிப்பாக இந்தூரின் மால்கர் ராவ் ஹோல்கர், குவாலியரின் கயப்ப சிந்தியா ஆகியோர், ரஜபுத்திரரிடையேயான வாரிசுரிமைப் பிரச்சினையைச் சாதகமாக்கிக் கொண்டு, ராஜஸ்தானில் தம் வருவாய்க் கோரிக்கைகளை நீட்டித்தனர். 1752-53இல் மீண்டும் டெல்லியின் குளறுபடிமிக்க விவகாரங்களில் தலையிட்டனர், அப்போதைய பேரரசனைக் குருடாக்கி அரியணையிலிருந்து இறக்கியதில் துணை நின்றனர். மராத்திய விரிவாக்கத்தில், பேஷ்வா பாலாஜி

பாஜிராவின் (முதலாம் பாஜிராவின் மகன்) சகோதரன் ரகுநாதராவ், 1756இல் அகமது ஷா அப்தாலி டெல்லியைக் கொள்ளையிட்ட பிறகு, ஆஃப்கானியர் விலகியதையடுத்து பஞ்சாபுக்குள் ஊடுருவினார். டெல்லியைப் போன்றே லாகூரிலும் மராட்டியரே பிரதான ஆடுகள வீரர்கள்; தொலைதூரத் தக்காணத்தில், 1760இல் நிஜாமின் தோல்வி தம் மராட்டியத் தாயகத்தைப் பத்திரமாகப் பார்த்துக்கொள்ள வழிவகை செய்தது.

1760, மராத்திய அதிகார உச்சமாகக் கருதப்படுகிறது. 19ஆம் நூற்றாண்டின் காவியத் தன்மையிலான *History of the Marathas* நூலில் ஜேம்ஸ் கிராண்ட் டஃப், புகழ்மிக்க அக்கணத்தை நிறுத்திவைத்து, ஆரம்பக்கட்ட காலகட்டம் குறித்த மோசமான வம்ச கல்வெட்டுகளுக்கு உத்தேசமற்ற அஞ்சலியைத் தெரிவிக்கின்றனர்.

> மராத்தியர் பெற்றிருந்த மாட்சிமை உயிரோட்டமிக்கதாயும் கீர்த்தி நிறைந்ததாயும் விளங்கிற்று; தமிழ்நாட்டின் கொள்ளிடக் கரையில் அவர்தம் கப்ப உரிமை அங்கீகரிக்கப்பட்டிருந்தது; சிந்து நதி நீரினால் தக்காணக் குதிரை அவர்தம் தாகம் தணித்தது. தம் நாட்டவரை வென்றிருப்பதில் மராட்டியர் பெருமிதமடைந்தனர்...[19]

அக்கணம் குறுகிய காலத்ததே. ஆண்டு முடிவதற்குள் தலைமை பேஷ்வா, நிஜாம் மீது வெற்றி பெற்றிருந்த நிலையில், மராட்டியப் படையை வடக்கில் செலுத்தி, அப்தாலியின் படையெடுப்பை முறியடிக்கச் சென்றார். தோஹில்லாக்கள் போன்ற சக ஆஃப்கானியரின் ஆதரவைப் பெற்றிருந்த அப்தாலி, வலிமைமிக்க (தன்னிச்சையான) அவாத் நவாப்பையும் வென்றிருந்தார். மறுபுறத்தே, ஹோல்கர், சிந்தியா குடும்பம், மற்ற மராத்தியத் தலைவர்கள் கடமையுணர்வுடன் பேஷ்வா ராணுவத்தில் இணைந்துகொண்டனர். பீரங்கிப்படை, டஃப்பின் அழகிய தக்காணக் குதிரை சேர்ந்து, மராத்தியர் திரட்டியுள்ளதில் மிகப்பெரியதும் மகத்துவமிக்கதுமான படையாயிருந்து. பிளவுவாத விசுவாசங்களானது அரசியல் ஆதாயங்களைத் தாண்டியிராத காலத்தில், ரஜபுத்திரர்-ஜாட் போன்ற சக மதத்தவரின் ஆதரவு கிட்டியிருந்தால், அது இந்து என்று கூடப் போயிருக்கும்.

என்றபோதிலும், டெல்லி மீண்டும் கைப்பற்றப்பட்டது, மராத்தியர் யமுனை வரை சென்றனர். 1761 ஜனவரி 14 அன்று பாணிப்பட்டில், தலைநகரிலிருந்து 100 கி.மீ. வடக்கில், ஏராளமான போர்களைக்கண்ட, அருகிலுள்ள கர்னால் டாரெய்ன்,

குருசேத்திரா போல, பிரதான ஆஃப்கான் ராணுவத்தை ஈடுபடுத்தினர். சிலமணி நேரங்கள் மராத்தியர் தாக்குப் பிடிப்பதாகத் தோன்றியது. அப்போது அப்தாலி தன் பத்தாயிரம் குதிரைப்படை வீரர்களைக் களமிறக்கினார். ஜெய்ப்பூரின் ராஜா மாதோ சிங்கிற்கு எழுதிய கடிதத்தில் அவர் இவ்வாறு குறிப்பிட்டார்: 'திடீரென வெற்றியின் காற்று அடிக்கத் தொடங்கிற்று, தெய்வத்தின் கட்டளைப்படி, மோசமான தக்காணத்தவர் முழுத் தோல்வியடைந்தனர்... எதிரியின் நாற்பதிலிருந்து ஐம்பதினாயிரம் வரையிலான காலாட்படையினர், ஈவிரக்கமற்ற எமது வாள்களின் முன்னே புல்லாகிப் போயினர்.'[20]

தன் வழமைப்படி அப்தாலி சீக்கிரமே விலகிக்கொண்டார்; பஞ்சாபினூடே கருவூலங்களை ஏற்றிச்சென்ற வாகனங்களில் சீக்கியக் குழுக்கள் கைவரிசை காட்டின. இத்தகு தந்திரங்கள் மரபுவழியில் மராத்தியருடையவை; மோதலை விரும்பியிருந்தால் பாணிப்பட்டில் சிறப்பாக அவர்கள் இயக்கியிருக்க முடியும். மராத்தியத் தலைவர்கள் தம் இழப்புகளை உடனே சரிக்கட்டி இருப்பார்கள், தம் கட்டுப்பாட்டிலிருந்த பகுதிகளில் தம் அதிகாரத்தை நிலைநாட்டி இருப்பார்கள், ரஜபுத்திர அரசுகள் போன்ற பிற பகுதிகளில் வருவாய் உரிமைகளை மீண்டும் பெற்றிருப்பார்கள். ஆனால் பேஷ்வாவின் கௌரவம் பாணிபட்டால் பாழாகிப்போனது. அப்போது பொறுப்பிலிருந்த பாலாஜி பாஜிராவ், மனமுடைந்ததால், சில வாரங்களில் சரிந்து விழுந்தார். அடுத்த வாரிசான அவரின் தம்பி மாதவராவ், சிறிது அதிகாரத்தை மீட்ட நிலையில் 1772இல் அகால மரணமடைந்தார்; அப்போது ஆரம்பித்த வாரிசுரிமை சிக்கலாகி ஒரு தலைமுறைக்கும் நீடித்தது; பெரும் அதிகாரம் இழக்கப்பட்டது. தன் அதிகாரத்தை இழந்திருந்த மொகலாயச் சக்கரவர்த்தி அப்படியொன்றும் சீராக விளங்கவில்லை; பாணிபட் அவரை அவாத் நவாபைச் சார்ந்திருக்குமாறு செய்தது. போரில் வெற்றியாளனாக எழுந்த ஒரே இந்திய இளவரசரான அவர், ஐந்தாண்டுகளுக்குப் பிறகு பிரித்தானியரால் பக்ஸரில் பணியவைக்கப்பட்டார்.

மௌண்ட் ஸ்டூவர்ட் எபின்ஸடன் பாணிபட் சண்டை குறித்து இப்படி எழுதினார்: 'ஒருபோதும் தோல்வி இவ்வளவு முழுமையாயிருந்ததில்லை, இவ்வளவு பீதியைக் கிளப்புவதாக அழிவு இருந்ததில்லை. மொகலாயப் பேரரசின் வரலாறு இங்கேதானே முடிவுக்கு வந்தது.' அதனைப் புதுப்பிக்கும் மராத்தியர் முயற்சிகள் தோற்றிருந்தன. டெல்லி ஆளரவமின்றிக் கிடந்தது, பேரரசர் நாடு நீங்கியிருந்தார். இதற்கிடையே,

வெற்றியாளரின் புதியதொரு இனம் தன் இயக்கத்தைத் தொடங்கியிருக்க முன்பைவிடச் சிறப்பானதாகப் பேரரசை ஒன்றிணைக்கலாம்.

மீள்பார்வையில், பாணிப்பட் சண்டையில் உண்மையான வெற்றியாளர்கள் பிரித்தானியரே எனப் பெரிதும் உறுதிப் படுத்தப்படுகிறது. ஆனால் அப்போது இது வெளிப்படையானதாக இல்லை; அடுத்த இரு தசாப்தங்கள் முழுவதும் கம்பெனியின் கொள்கை, வங்காளத்தையும் இதர குடியிருப்புகளையும் பாதுகாப்பதாகவே இருந்தது- மராத்திய ஆற்றலின் பலம்வாய்ந்த தாக்கத்தை உள்ளீர்த்துக்கொள்ளும் வகையில் திறன்மிக்கதாக வைத்திருக்க வேண்டி இருந்தது. வங்காளத்திலும் அவாத்திலும் கிளைவ்-மன்றோ போன்றவர்கள் ஏற்படுத்திய செலவினங்கள் குறித்து கம்பெனியின் லண்டன் இயக்குநர்கள் அதிருப்தி கொண்டிருந்தனர். அத்துடன் நிதிச் சிக்கனத்திற்கு ஆணையிடப்பட்டது. 1770 களில் வாரன் ஹேஸ்டிங்ஸிற்கு மராத்தியம் மீதான கவனத்தைத் தவிர்ப்பது சிக்கலாய் இருந்தது.

முதலாவது ஆங்கிலேய-மராட்டியப் போரினை, ‘பகுத்தறிவற்றது, அரசியல் நுட்பமற்றது, நேர்மையற்றது, அதிகாரபூர்வமில்லாதது’ எனப் பிசுபிசுத்துப் போகச் செய்த 1775ஆம் ஆண்டு உள்ளூர் ஒப்பந்தத்தை, தலைமை ஆளுநரும் நிர்வாகக் குழுவும் ஒருமித்து நிந்தித்தன. கல்கத்தாவிலிருந்த உயரதிகாரிகளுடன் கலந்தாலோசித்து எடுக்கப்படாத முடிவாதலால், அதிகாரப்பூர்வமில்லாதது; பேஷ்வா உரிமை சார்ந்த சிக்கலான வாரிசுரிமைப் பிரச்சினையில் பிரித்தானியர் வேலையில்லை என்பதால் நேர்மையற்றது, அது ஹேஸ்டிங்ஸ் முகத்தில் வீசப்பட்டதால் அரசியல் நுட்பமற்றது; இம்முயற்சியில் தன் பங்கை நிறைவேற்றிட பம்பாயிடம் வழிவகை இல்லாததால், பகுத்தறிவற்றது. அப்போது முதல் மராத்தியப் போர் பாணிபட்டின் தொடர்ச்சியில்லை, மராத்திய மேலாதிக்கத்தின் மீதான இன்னொரு தாக்குதலுமில்லை. யுத்தங்களின் அளவுக்கு உடன்படிக்கைகளைக்கொண்ட சீரற்ற விவகாரமான அது பம்பாய் சில்மிஷத்தின் பகுதியாகவே இருந்தது.

வர்த்தக முக்கியத்துவத்தில் வளர்ந்து வந்தாலும், கல்கத்தா/ மெட்ராஸுடன் ஒப்பிடுகையில் பம்பாய் இன்னும் அரசியல் ரீதியிலும் பிரதேச ரீதியிலும் முக்கியத்துவமின்றியே காணப்பட்டது. இந்நிலவரத்தைச் சரிசெய்யும் விதமாக அடுத்தடுத்து வந்த ஆளுநர்கள், ஸால்ஸெட்டி மற்றும் பாஸ்ஸியன் துறைமுகம் என அண்டையிலிருந்த இரு வளாகங்களை

நீண்டகாலமாக விரும்பி வந்தனர்; ஒரு காலத்தில் இரண்டுமே போர்த்துக்கீசியருடையதாக விளங்கிப் பின்னர் மராட்டியரின் கட்டுப்பாட்டில் வந்தன (இப்போது மாபெரும் பம்பாயின் பரப்புக்குள் உள்ளீர்க்கப்பட்டுள்ளது). பேஷ்வா பொறுப்புக்குப் போட்டியிடுவோரில் ஒருவரான, ரகுநாத் ராய்க்கு பம்பாய் அரசாங்கம் 2500 வீரர்களுடன் உதவியதற்கு ஈடாக, இவ்விரு இடங்களின் வருவாயைப் பெற்றுக்கொள்ளல் என்பது, நழுவவிடக்கூடாதது ஆகும். 1775இல் சூரத்தில் இது தொடர்பாக உடன்பாடு எட்டப்பட்டதும், ஆங்கிலேய-மராத்தியக் கூட்டுப்படை குஜராத்தில் நுழைந்து கல்கத்தாவின் கண்டனத்தால் தடுத்து நிறுத்தப்படுமுன்பு சிறிது வெற்றியைக் கண்டது.

பம்பாய் துருப்புகள் முகாமிற்குத் திரும்புமாறு உத்தரவிடப்பட்டன, புனேயில் பேஷ்வா உரிமை குறித்துப் பேச்சுவார்த்தை நடத்திட ஒரு பிரித்தானிய தூதுவர் அனுப்பப்பட்டார். கப்பம் மற்றும் ஸால்ஸெட்டியின் வருவாய்க்கு ஈடாக ரகுநாத்தை ஆதரிப்பதைக் கைவிட அவர் இசைந்தார். ஆனால், எந்தத் தரப்பும் இவ்வுடன்படிக்கையை மன்னிக்கவில்லை; 1778இல் பம்பாய் மீண்டும் ரகுநாத்தின் உதவிக்கு விரைந்தது. இம்முறை 4000 வீரரைத் திரட்டிட அது பம்பாயிலிருந்து உட்பகுதியில் நுழைந்து புனேயை நோக்கி மேற்குத் தொடர்ச்சிமலையில் ஏறும்போது விசையுடன் தோற்கடிக்கப்பட்டது. இத்தோல்வியையடுத்து கையெழுத்தான வாட்கோன் மாநாடு (1779), சரணடைவது போன்றதே-சைல்டின் மொகலாயப் போரின் போது ஔரங்கஸீப்பிற்கு பம்பாயின் முந்தைய நிபந்தனை காரணமாக பிரித்தானியர் அடைந்தது போலவே புனேயில் வலிமைமிக்க நானா பட்னாவிஸ் (ஃபர்னாவிஸ்) மேலாதிக்கம் கொண்டிருந்த ரீஜென்ஸி கவுன்ஸில் இவ்வெற்றியைப் பெரிதுபடுத்திற்று. அதன் பலத்தில் சிறிதுகாலம் ஹோல்கர், சிந்தியா, கெய்க்வாடின் ஆதரவைப் பெற்றிருந்தது. 1780இல், பிரித்தானியர் பெரிதும் பயந்த மராட்டியர், நிஜாம், மைசூரின் ஹைதர் அலி ஆகியோரின் மாபெரும் கூட்டணி குறித்த பேச்சும் நிலவியது. இரண்டாம் மைசூர்ப் போர், நடந்துகொண்டிருந்த ஆங்கிலேய-பிரெஞ்சு விரோதங்களின் பின்புலத்தில், வாரன் ஹேஸ்டிங்ஸ் வாட்கோன் ஒப்பந்தத்தை மறுதலித்து, புனேயுடன் நேரடிப் பேச்சுவார்த்தைகளைத் திரும்பவும் ஆரம்பித்தார். பட்னாவிஸை ஈடுபடுத்துவதற்கான வாய்ப்பே இல்லை, ஆனால் மற்ற மராட்டியக் கூட்டமைப்புகளைப் பிரித்துவிடும் சாத்தியப்பாடு அதிகரித்திருந்தது-வங்காளத்திலிருந்து தரை வழியே அனுப்பப்பட்ட பிரித்தானியப்படை மேற்குக் கரையில் தென்பட்டதால் அவ்வாறு நிகழ்ந்தது.

இந்தியாவிலுள்ள அனைத்து பிரித்தானிய உடைமைகளுக்கும் தலைமை ஆளுநர் என்ற வகையில் ஹேஸ்டிங்ஸ், அனைத்திந்திய சாகசங்களில் ஈர்க்கப்பட்டார். பம்பாயின் நிலைமை தகுதியுடையதாயினும் புறக்கணிக்க முடியாதது; அதற்கேற்ப 1778இல் துணைக்கண்டத்தினூடே குஜராத்திற்கு அணிவகுத்துச் செல்லுமாறு எட்டுப் படைப்பிரிவுகளுக்குக் கட்டளையிட்டிருந்தார். அவாத்திலிருந்த கம்பெனியின் தொடக்கநிலையிலிருந்து ஆரம்பித்த அவர்கள், மேற்குக்கரையை அடைய ஆண்டின் பெரும்பகுதியை எடுத்துக்கொண்டனர்; பொழிலூரில் ஹைதர் அலியின் வெற்றியைத் தொடர்ந்து மெட்ராஸுக்குத் தரைவழியே அனுப்பப்பட இருந்த வங்காளத் துருப்புகளைப் போல அவர்தம் வருகை அதிகாரச் சமநிலையை நாடக ரீதியில் மாற்றிவிட்டது.

புனேயுடனான பேச்சு வார்த்தைகள் முறிந்துபோகவும், பலவீனமான குஜராத்தினையுடைய கெய்க்வாட் பிரித்தானியருடன் சேர்ந்துகொண்டார். இதற்கிடையே, மால்வாவுக்கு வடக்கே நூற்றுக்கணக்கான கி.மீ. தொலைவிலுள்ள அவரது மையமான பிரதேசங்கள், வங்காளத்திலிருந்து வந்த இன்னொரு படையால் மிரட்டுதலுக்கு உள்ளாகவும், மகாட்ஜி சிந்தியா கடும் அதிர்ச்சி அடைந்தார். வட இந்தியாவின் ஆகப்பெரும் கோட்டை என இன்னமும் கருதப்படுகின்ற குவாலியர் பாறை முகடுகளை, வங்காளத்திலிருந்து வந்த கிராக்ஸ்மென் ஏறிக் கைப்பற்றினார். மராத்தியர்கள் இன்னும் சிறந்து விளங்கினர், 1780இன் தொடக்கத்தில் அகமதாபாத்தில் தோற்கடிக்கப்பட்டாலும், 1781இல் மேற்குத்தொடர்ச்சி மலை வழியே புனேவுக்குச் செல்ல முற்பட்ட இன்னொரு பிரித்தானியப் பிரிவை வெற்றிகரமாக முறியடித்தனர்.

இப்போது சிந்திய சமாதானத் தூதுவராக விளங்க கர்நாடிக்கில் ஹைதர் அலிகானின் வெற்றிகளால் கலகலத்துப் போய் விலகிவிடும் பதற்றத்தில் இருந்தார். எனவே 1781இல் விரோதங்கள் ஓய்ந்துவிட, இறுதி உடன்படிக்கை 1782-83இல் ஏற்பட்டது. முதலிரு மைசூர்ப் போர்களையும் போலவே, முதலாவது மராத்தியப் போர் எந்தத் தரப்புக்கும் பிரதேசத்தைத் தரவில்லை. எனினும் மராத்தியர் தம் செயல்பாட்டுச் சுதந்திரம் பெற்றிருந்தனர், ரகுநாத் ராவை முன்னிறுத்துவதிலிருந்து விலகிக்கொள்ள பிரித்தானியர் இசைந்தனர். மறுபுறத்தே ஹேஸ்டிங்ஸ் பம்பாயை விடுவித்துக் கொண்டமைக்காக, இந்தியாவில் எங்கேயும் தாக்கும் திறன் பிரித்தானியருக்கு இருப்பதை எடுத்துக்காட்டியமைக்காக,

புனே பேஷ்வாக்களின் வாரிசுரிமை

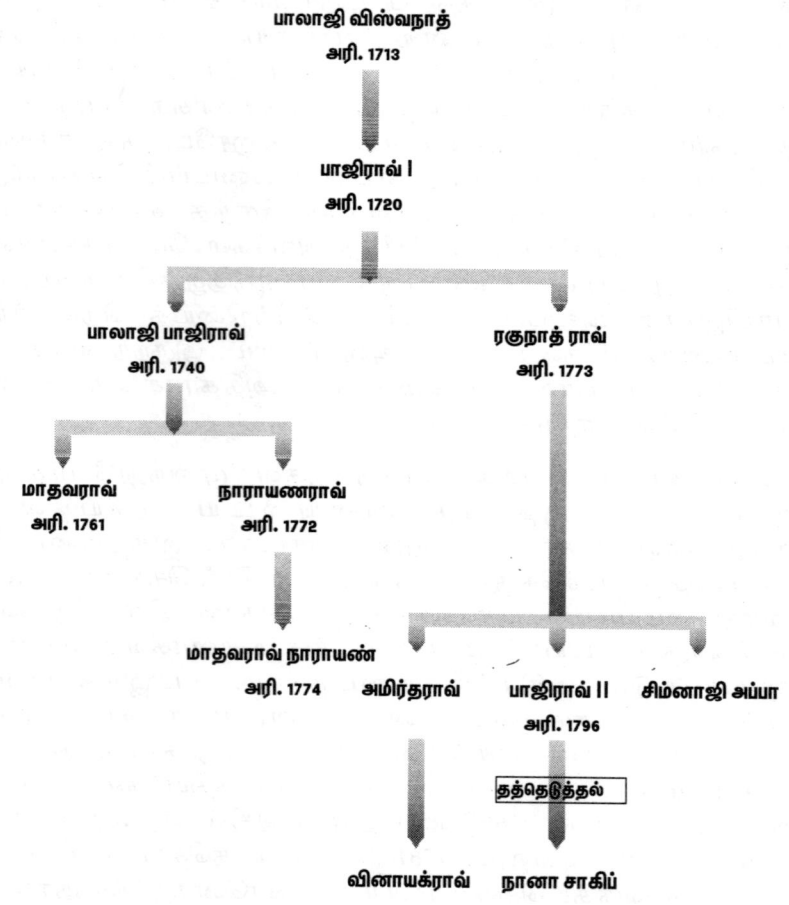

அரி: அரியணை ஏறியது

உடன்படிக்கை; மைசூர், பிரெஞ்சுக்காரர், நிஜாமுடனான பிரித்தானிய-மராத்திய உறவுகளைச் சீர்படுத்தியமைக்காக, தன்னையே வாழ்த்திக்கொள்ளும் நிலையில் இருந்தார்.

கால் நூற்றாண்டுக்காலம் சமாதானம் நீடிக்க ஹேஸ்டிங்ஸின் நம்பிக்கைகள் நிறைவேறின. ஆனால் 1790களின் மத்தியில் மராத்தியத் தலைவர்களது குறிப்பிடத்தக்க தலைமுறையால் இது சாத்தியமானது. அந்நாளைய தேர்ந்த அரசியல் தலைவராகப் பிரித்தானியராலும் அங்கீகரிக்கப்பட்டிருந்த பிராமணனான நானா பட்னாவிஸ், 1796வரை புனேயைத் தன் கட்டுப்பாட்டில்

வைத்திருந்தார். ஒரு குழந்தை சார்பாக ஆட்சிசெய்த அவர், அது வயதுக்கு வந்ததும், அதன் பாதுகாவலர்கள் பலரும் சிறைக் கண்காணிப்பாளர்கள் ஆயினர்; பட்னாவிஸ் கட்டுப்பாட்டைச் செலுத்தினார். மூன்றாம் மைசூர்ப் போரின்போது கார்ன்வாலிஸின் அரைகுறையான ஆதரவுடன், அதிகமாகத் திப்புவுடன் போரிட்டார்; வடக்குக் கர்நாடகத்தில் சில பிரதேசங்களை வென்றார். மிக முக்கியமாக மற்ற மராத்தியத் தலைவர்களின் சவாலைத் தவிர்க்கக் கூடியவராக இருந்தார்.

இவர்களில் இந்தூரின் ஹோல்கர்கள் அடங்குவர்; அவரது மையப் பிரதேசமான மால்வா, மாதவ் ராவ் ஹோல்கரின் மருமகள் அகல்யாபாயின் நிர்வாகத்தில் ஒரு பொற்காலத்தை அனுபவித்துக் கொண்டிருந்தது. மாதவ்ராவ் தன் ஆயுளில் அகல்யாபாயைப் பெரிதும் சார்ந்திருந்தார். 1766இல் அவரது இறப்புக்கு முன்னே, உபயோகமற்ற அவரது மகனும் அகல்யாபாயின் கணவனுமானவன் இறந்துவிட்டான்; அப்படியே உபயோகமற்ற பேரனும் மரணித்தான். இவ்வாறு அகல்யாபாய்க்குப் போட்டியாளர்கள் இல்லாது போயினர். அவளது அசாதாரணத் திறமையால் தன் மக்களிடமும் பட்னாவிஸ் உள்ளிட்ட சக கூட்டரசர்களிடமும் செல்வாக்கு பெற்றிருந்ததால் பெண் என்ற காரணத்தைக் கொண்டு அவரை ஒதுக்கமுடியவில்லை. முப்பதாண்டுக் காலம் அவரது திடமான கருணைமிக்க நிர்வாகம், தெற்கு மால்வாவுக்கு அமைதியையும் செல்வத்தையும் கொண்டுவந்தது. அளவான மதிப்பீடும் கிராம அலுவலர்கள்-உரிமையாளர்களது பூர்வீக உரிமைகள் மீது அநேகமாகப் புனிதமான மரியாதையும் அவரது ஆட்சிப் பண்புகளாய் விளங்கின. 1820களில் அவர் தொடர்பான ஞாபகங்களைச் சேகரித்த சர்ஜான் மால்கம் என்ற பிரித்தானிய அலுவலர் அவரால் ஈர்க்கப்பட்டதாகவே தோன்றுகிறார்:

> மால்வா மக்களைப் பொறுத்தவரை அவளது பெயர் புனிதமிக்கதாகி அவர் அவதாரமாகவே கருதப்பட்டார். நிதானமான பரிசீலனையில், அவரது பண்புகளை அடிப்படையாகக் கொண்டு, தனது வரம்புக்குட்பட்ட அளவிலே, இதுவரையிலான ஆட்சியாளர்களில் மிகத் தூய்மையும் ஆற்றலும் வாய்ந்தவர்களுள் ஒருவராக விளங்குகிறார்.[21]

சமீபத்திய வாழ்க்கை வரலாற்றாளர்கள் அவரை 'தத்துவஞானி-அரசி' என்கின்றனர்-அது 'தத்துவஞானி-அரசன்' போஜனிடமிருந்து வரும் குறிப்பு; போஜனின் தலைநகரம் தார்,

புனிதத்தலம் மகேஸ்வருக்கு அருகே நர்மதையை ஒட்டியுள்ள அகல்யாபாயின் அபிமானத்திற்குரிய இல்லத்திலிருந்து குறுகிய தூரத்தில்தான் உள்ளது. அவரது கோட்டைகளும் சாலைகளும் மால்வாவுக்குப் புதுப் பாதுகாவலைத் தந்தன; வாராணசி, துவாரகா (குஜராத்) எனத் தொலைதூரத்து ஆலயங்களுக்கும் மத நிறுவனங்களுக்கும் அவர் ஆதரவு அளித்தமை, இந்தியாவெங்கும் அவர் புகழினைப் பரவச் செய்து, அது நீடித்து இருந்துள்ளது. 'இன்றைக்கு மால்வாவில் அவரது கீர்த்தி ஒரு ஞானிக்குரியதாய் உள்ளது. நல்ல, நேரிய நிர்வாகத்தின் விளைவுகள் இத்தகையவை' என்கிறார் சமீபத்தைய எழுத்தாளர் ஒருவர்.[22]

நேர் எதிரான வகையில் அகல்யாபாயின் சமகாலத்தவரும் வடக்கிலிருந்த அண்டை வீட்டாருமான மஹட்ஜி சிந்தியா, குதிரையின் சேணத்திலிருந்து இறங்கியதே இல்லை. பாணிப்பட்டில் கால் பாதிப்புற்ற அவரும் 30 ஆண்டுகளுக்கு மேல் ஆண்டார்; அந்த ஆட்சிக் காலத்தில் வேறெந்த மராட்டியரை விடவும், அதிக அளவில் அவர் வடஇந்தியாவைச் சுற்றிவந்தார். சரிவுகள் இருப்பினும், கடைசியில் அவர் குவாலியரை, சிந்தியா கோட்டையாக நிறுவினார், அதைத் தொடர்ந்து டெல்லியையும் ஆக்ராவையும் மீண்டும் கைப்பற்றினார். அப்போதிருந்த பேரரசரை மராட்டிய ஆதரவாளராக்கினார், மராத்தியர் சார்பாக சால்பாய் ஒப்பந்தத்திற்கு உத்தரவாதமளிப்பவராக நின்றார். பிற்பாடு ரோஹில்லா ஆஃப்கானியரைத் தோற்கடித்தார், 1790இல் ஜெய்ப்பூர்-ஜோத்பூர் ரஜபுத்திரரை வெளியேற்றினார்; தாமஸ் மன்றோ மைசூரிலும் ஜான் மால்கம் மத்திய இந்தியாவிலும் செய்ததைப் போல, 1820களில் கர்னல் ஜேம்ஸ் டோட், ராஜஸ்தானத்தில் அதே வகை 'குடியமர்வை'ப் பின்தொடர்ந்தபோது அப்பிரதேசங்கள் அழிவுகளால் துடித்தன.

மகாத்ஜியின் அசாதாரண வெற்றியானது தொழில்முறை ராணுவத்தால் சாத்தியமானது. பிரெஞ்சுக்காரரும் ஆங்கிலேயக் கம்பெனியின் மூத்த அலுவலருமான பிரபு பெனாய்ட் தெ போய்க்னேயிடமிருந்து காலாட்படை-பீரங்கிப்படைப் பிரிவுகள் பலவற்றை வாங்கினான்; அவற்றிற்கு ஐரோப்பியர்கள் தலைமை தாங்கினர்; பெரிதும் இஸ்லாமிய-ரஜபுத்திர வீரர்கள் அதில் நிரம்பியிருந்தனர். இது வெற்றிகரமாயிருந்தது; ஆனால் அதிகச் செலவு பிடிக்கக் கூடியதாகவும் இருந்தது; கடன் ஏற்பட்டபோது, தம் விசுவாசங்களில் தயங்கினர். வடக்கிலும் சக மராத்தியர் மத்தியிலும் அவனது மேலாதிக்கம், அவனது வாரிசுகளால்

தரமுடியாத வகையில், தம்மால் கட்டுப்படுத்தப்பட முடியாத சாதனத்தினால் கிடைத்தது.

தனது சாதனைகளையும் ராணுவப் பராமரிப்புக்கான பங்களிப்புகளையும் பேஷ்வா அங்கீகரிக்கும் பொருட்டு, பட்னாவிஸுடன் புனேவில் பேச்சுவார்த்தை நடத்திக்கொண்டிருந்தபோது *1794*இல் மகாத்ஜி இறந்துபோனான். மராத்தியரின் நல்வாய்ப்புகளில் அது சரிவான காலம். அடுத்த ஆண்டில் அகல்யாபாய் இறந்துவிட, அவளது வாரிசான ஹோல்கர் சிந்தியாக்களுக்குச் சவால்விட்டனர். அடுத்து *1796*இல் அதிகாரமற்ற ஆனால் செல்வாக்குப் பெற்றிருந்த பேஷ்வா தற்கொலை செய்துகொண்டார். அவருக்கு வாரிசு இல்லாததால், ரகுநாத் ராயின் கொடிவழி அவரது மகன்களால் பிரதிநிதித்துவம் பெற்று, உரிமை கோரிற்று. புனேயில் நான்காண்டுக்கால குழப்பத்தின்போது, நானா பட்னாவிஸ் தன்னால் முடிந்தவரை பேச்சுவார்த்தை நடத்தி, ரகுநாத்தின் மூத்தமகன் இரண்டாம் பாஜிராவை பேஷ்வாவாக அமர்த்தமுடிந்தது; மகாத்ஜியின் வாரிசு தௌலத் ராவ் சிந்தியா ஆதரித்தார். ஆனால் *1800*இல் பட்னாவிஸ் மடிந்ததும் புனே அரசாங்கத்தின் ஞானமும் நிதானமும் இல்லாது போயின. புதிய பேஷ்வாவைக் கட்டுப்படுத்துவதில், யஸ்வந்த் ராவ் ஹோல்கருக்கும் தௌலத் ராய் சிந்தியாவுக்குமிடையிலான சண்டை புனேக்கும் பரவிற்று; சண்டையின் முடிவில் ஹோல்கர் வெற்றியாளராக வெளிவந்தார். தன் சுதந்திரத்தைத் தக்கவைத்துக் கொள்ளவேண்டி, புதிய பேஷ்வா இரண்டாம் பேஷ்வா, மேற்குத் தொடர்ச்சிமலைகளினூடே கடற்கரையை அடைந்து பிரித்தானியரிடம் புகலிடம் அடைந்தார்.

பிரித்தானிய உதவியில் பாஜிராவ் கொண்டிருந்த நம்பிக்கைகளை பம்பாய் ஊக்குவித்தது; போராடும் குணமிக்க ரிச்சர்டு வெல்லெஸ்லி தலைமை ஆளுநராயிருக்க, நாடு கடத்தப்பட்டிருந்த பேஷ்வா ஏமாற்றமடையமாட்டார் என்றிருந்தது. பாஸ்ஸியன் உடன்படிக்கை (*1803*) மூலம், பாஜிராவ் தன் பிரதேசங்களில் பிரித்தானியத் துருப்புகளை ஏற்றுச் செலவினை ஒத்துக்கொண்டால், தலைநகரில் ஒரு பிரித்தானியரை வைத்துக்கொள்ள இசைந்தால், 'சிற்றரசு' என்பதுடன் இணைந்துள்ள நிபந்தனைகளை ஒத்துக்கொண்டால், அவர் திரும்பிவர பிரிட்டன் முற்படும். மைசூர் வெற்றிகளிலிருந்து திரும்பிய ஆர்தர் வெல்லெஸ்லி, அவரது சகோதரரின் திக்விஜயத்தை மறித்து, புனேயில் பேஷ்வாவை அமர்த்திவிடும் பொருட்டு மேற்கே அனுப்பப்பட்டார். 'இச்சட்டம் சுதந்திர அரசு என்னும் மராட்டிய அடையாளத்தின்

முடிவினை பிரதிநிதித்துவப்படுத்திற்று. எஞ்சிய கதையெல்லாம் வெற்றிகொள்ளப்பட்ட பிரதேசங்களின் நிதியைப் பெரிதும் கொண்டிருந்த, பிரித்தானிய வெற்றியினுடையதே.'[23]

இறுதிக் கட்டம்

பேஷ்வா அதிகாரத்தைப் பறித்துக்கொள்ளும் மராத்திய எதிர்ப்பை நிசப்தப்படுத்தும் பொருட்டு, பேஷ்வா சார்பாக பிரித்தானியரால் மேற்கொள்ளப்பட்டதே இரண்டாம் மராத்தியப் போர் எனப்படுகிறது. எனினும் மராத்திய அதிகாரத்தின், அதிலும் குறிப்பாக சிந்தியாக்களின் வீச்சு அப்படியிருந்தது; தலைமை ஆளுநரின் வார்த்தைகளில் சொல்வதானால், 'ஆசியாவில் நம் பேரரசின் அடித்தளங்கள்' ஆக இருக்கும் அந்த யுத்தங்கள். முற்றிலும் இந்தியச் சூழலுக்கு எதிரான வகையில், ஆசிய 'ஆட்சிப் பிரதேசங்கள்' அல்லது 'உடைமைகள்' என்பதை விடவும் ஒரு பேரரசினையே முன்னுணர்ந்தார் ரிச்சர்டு வெல்லெஸ்லி என்பதைக் குறிப்பிட வேண்டும்; மேற்கிலும் வடக்கிலும் பிரித்தானியர் மேலும் முன்னேறிச் செல்ல, ஆகூழ் அவர்களை எதுவரை இட்டுச்செல்லும் என்று சொல்ல முடியாதிருந்தது, இரண்டாம் மராட்டியப் போர் மூண்ட நிலையில், தாமஸ் மன்றோ போன்ற முரட்டுத்தனம் குறைந்தோர், 'இப்போது நாம் இந்தியாவின் முழுமையான நாயகர்கள்' என்பதை ஏற்றுக்கொண்டனர்.

இப்போர் ஓராண்டுக்கும் குறைவாகவே (1803-4) நீடித்தாலும், மராத்திய அதிகாரத்தை அழித்து, வடக்கு-மத்திய இந்தியாவில் பிரித்தானியரை வெற்றியாளர்களாக விட்டுச் சென்றது. நர்மதைக்குத் தெற்கிலுள்ள தக்காணத்தில் அஸ்ஸாயேயில் சிந்தியாவின் படையொன்றை ஆர்தர் வெல்லெஸ்லி வென்றார்-வாட்டர்லூவில் தான் பெற்றிருந்த வெற்றியைவிடவும் அது கடுமையான போட்டியாயிருந்தது என்று பிற்பாடு குறிப்பிட்டார். ஆர்கோவனிலும் இதே சாதனையை போன்ஸ்லே படையினரை வீழ்த்தி அடைந்தார். மிகவும் பரபரப்பானதாக, ஜெனரல் ஜெரார்ட் லேக் தலைமையிலான வங்காளத்துப்படை வடக்கில் சிந்தியாவின் வீரர்களுடன் மோதியது. ஐரோப்பியத் தளபதிகள் பெரிதும் கைவிட்டிருந்த நிலையிலும் லாஸ்வரில் சிந்தியாவின் வீரர்கள் சிறப்பாகவே சண்டையிட்டனர். ஆனால் லேக் டெல்லியைக் கைப்பற்றிவிட்டார், ஆக்ராவைத் தகர்த்தார், மொகலாயப் பேரரசரைப் (கிளைவை ஒரு காலத்தில் தன்

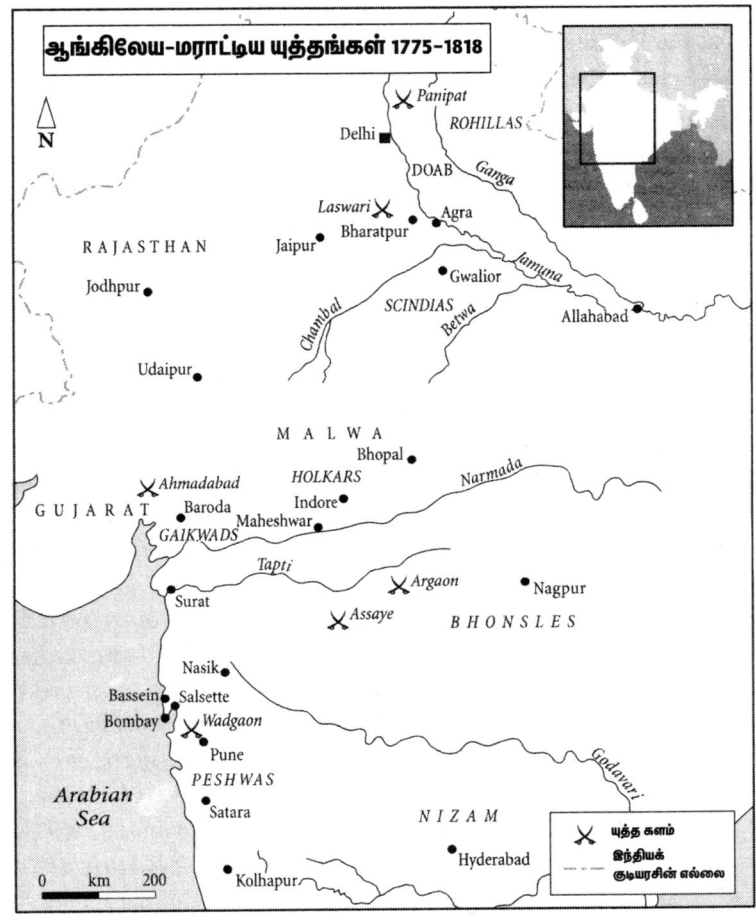

திவானாக வைத்திருந்த துணிகர இளவரசனாயிருந்த ஷா ஆலம், இப்போது அடையாளங் காணமுடியாதபடி, பார்வையற்ற 80 வயதுக்காரராகக் கந்தையான உடையில் இருந்தார்) பணிய வைத்தார். பிற இடங்களைப் பொறுத்தவரை நாக்பூர் போன்ஸ்லேக்களை ஒரிஸ்ஸாவிலிருந்து பிரித்தானியர் விரட்டினர், குஜராத்தின் எஞ்சிய பிரதேசங்களிலிருந்து சிந்தியாவை அனுப்பினர். பின்குறிப்பாக, ஹோல்கரும் பாரத்பூரின் ஜாட் (ஆக்ரா அருகே) மன்னனும், துரத்தப்படுமுன்னர் சரியான சண்டையிட்டனர்.

அது முற்றிலும் மராத்தியரின் இறுதியாகிவிடவில்லை. ரிச்சர்டு வெல்லெஸ்லியின் செலவு பிடிக்கக்கூடிய படையெடுப்புகள், லண்டனிலுள்ள எஜமானர்களுக்குப் பிரச்சினையாய் இருந்தன. அவர் இந்தியாவிலிருந்து திருப்பி அழைக்கப்பட்டார்; மத்திய-மேற்கு இந்தியா குறித்த அவரது திட்டம் நிறைவேற்றப்படவில்லை. இருந்தபோதும், டெல்லியும் ஆக்ராவும் கங்கை-யமுனை தோவாபும், வடமேற்கிலான பிரித்தானியப் பிரதேசத்தில் புதிதாக இணைக்கப்பட்டன.

யமுனைக்கும் சட்லெஜுக்கும் இடையிலான சில தலைவர்கள் தம் விசுவாசத்தை ஜெனரல் லேக்கிற்குத் தெரிவித்திருந்தாலும், புதிய பிரித்தானிய எல்லைப்புறம் யமுனையை ஒட்டிச் செல்வதாகக் கருதப்பட்டது. இது அகமது ஷா அப்தாலியரது வாரிசுகளான ஆஃப்கானியர் தாக்குதல்களை முறியடிப்பதில் முன்னணியில் இருந்த இளம் சீக்கிய வீரர் ரஞ்சித் சிங்குடன் பிரித்தானியரை மோதவைத்தது-இந்த ஆஃப்கானியர் 1799இல் லாகூரைக் கைப்பற்றியதிலிருந்து பிரித்தானியரின் வெற்றி கொண்டு அணிசேர்த்தல் என்னும் கொள்கையைப் பின்பற்றினர். 1805இல் அவர் மத ஆதரவை அரசியல் அதிகாரமாக்கிடும் வாய்ப்புகள் நிறைந்த அமிர்தசரஸின் சீக்கிய மையத்தைக் கைப்பற்றினார். பிரித்தானியரால் 'ஸிஸ்-சட்லெஜ் தலைவர்கள்' எனப்பட்டோர் உள்ளிட்ட பெரும்பாலான பஞ்சாபியரிடத்தே தன் செல்வாக்கினைச் செலுத்தினார். திப்புவினுடைய அரசு போல ரஞ்சித் சிங்கினுடையதும், ஐரோப்பியப் பண்புகள் சிலவற்றை ஏற்று பிரித்தானியருக்குச் சவால்களை விடுத்தது. போரிலுள்ள ஆபத்துகளை உணர்ந்த யதார்த்தவாதியாகவே ரஞ்சித் சிங் இருந்தார். 1809இல் அமிர்தசரஸ் ஒப்பந்தத்தின் மூலம், ஸிஸ்-சட்லெஜ் தலைவர்களிடமிருந்து அவர் விலகிவிடவே யமுனையை விடவும் சட்லெஜ் ஆங்கிலேய-சீக்கிய எல்லைப்புறமானது. அதற்கு ஈடாக, 'லாகூர் ராஜா'வாகத் தன் சுதந்திர நிலையில் பிரித்தானியரால் அங்கீகரிக்கப்பட்டார். நட்பும் தலையிடாமையும் மதிக்கப்பட அடுத்த முப்பது ஆண்டுகளில் லாகூர் ராஜா, பஞ்சாப் மகாராஜாவாக, இந்தியாவில் ஆற்றல் மிக்க என்பது மட்டுமல்லாமல் காலனியமற்ற அரசினை உருவாக்கியவராக விளங்கினார்.

மற்ற இடங்களில் இரண்டாம் மராத்திய யுத்தத்தின் விளைவு சற்றுக் குறைந்த நம்பகத் தன்மையையே கொண்டிருந்தது. கங்கை-யமுனை தோவாபை பிரித்தானியர் கைக்கொண்டது தக்கவைக்கப்பட்டது-துணை நிலை அணிச்சேர்க்கையால்

தன் பேராசைகளைக் கட்டுப்படுத்துமாறு சிந்தியாக்களை நிர்ப்பந்தம் செய்து வந்தனர். ஆனால் மத்திய இந்தியாவிலிருந்தும் ராஜஸ்தானிலிருந்தும் பிரித்தானியர் விலகி அதிகாரத்தை இழந்தனர்; அதிக செலவினத்தின் பீதியால், தம் வெற்றிகளுக்கு எதிராகவே அவர்கள் நின்றனர். விளைவு, முன்னுரைக்கக் கூடிய களேபரமாய் இருந்தது. வறுமைப்பட்டு, நம்பிக்கையிழந்த மராத்தியத் தலைவர்கள் பிரித்தானிய நெருக்கடியில் ஆத்திரமடைந்து கண்டபடி கொள்ளையிட்டனர்; அவர்தம் படையினரோ, ஊதியம் கிடைக்காமல், பிண்டாரிகள் போன்ற சாகசக்காரர்களுடன் சேர்ந்துகொண்டனர். மால்வாவிலிருந்து போன்ஸ்லேக்களின் பேரரிலிருந்து ராஜஸ்தானிலிருந்து தீராத சீர்குலைவுக் குழப்பங்கள் தக்காணம், ஹைதராபாத், பிரித்தானிய தோவாப் வரை பரவிற்று. அராஜக நிலையை உருவாக்கித் தலையிடலைக் கோரும் நிலையை உருவாக்குகின்ற பிரித்தானியக் கொள்கைக்கு அல்லது அப்படியொன்று இல்லாமைக்குச் சிறந்த உதாரணமாக இது விளங்கியது.

இந்த பிண்டாரிக் கும்பல்களைத் துடைத்தழித்திடும் திட்டத்துடன் பெரிய ராணுவ வடிவிலே 1817இல் அது வந்தது. இந்த நடவடிக்கையை ஆதரிக்குமாறு மராட்டியத் தலைவர்களுக்கு அழுத்தம் தரப்பட்டது. ஆனால் அதற்கான ஆயத்த வேலைகள், பெருந்திரளைக் கூட்டமாக்குதல் என்பவற்றைக் கவனித்ததும். பிண்டார்களைப் போன்றே தாமும் இலக்காகியிருந்ததைக் கண்டுகொண்டனர். புதிய பிரித்தானிய உடன்படிக்கையின் நிபந்தனைகள் சமீபத்தில் பேஷ்வாவிடம் திணிக்கப்பட்டதும் சந்தேகங்கள் வலுத்தன. பாஸ்ஸியனை விடவும் கடுமையானதாக உள்ள ஒரு நிபந்தனையின்படி, மற்ற மராத்தியத் தலைவர்கள் மீதான மேலாதிக்கத்திற்கான எந்தக் கோரிக்கையினையும் பேஷ்வா அதிகாரமானது அனைத்து மராத்தியத் தலைவர்களுக்கும், குறிப்பாக இரண்டாம் பாஜிராவுக்கு மதிப்புமிக்கதாயிருந்தது. பிண்டாரிகளுக்கு எதிராக ஒத்துழைக்கப் படையினரைத் திரட்டிய சாக்கில் பாஜிராவ் புனேயில் பிரித்தானியருக்கு எதிராகத் திரும்பினார். பிரித்தானிய ரெஸிடென்ஸி தகர்க்கப்பட ரெஸிடெண்ட்-வருங்கால வரலாற்றாசிரியர்-எல்பின்ஸ்டன்-தப்பினார். அடுத்து பேஷ்வா ராணுவம் அருகிலுள்ள பிரித்தானியப் பாசறை நோக்கிப் புறப்பட்டது. அது முறியடிக்கப்பட்டதுடன் கூடுதல் பிரித்தானியப் படையினர் வரவும் பேஷ்வா தப்பியோடினார். அவரது பிரதேசங்கள் வெற்றிகொள்ளப்பட்டு வரவும் 1818இன் மத்தியில் வரை அவர் அப்படியே இருந்துவிட்டார்.

நாக்பூரில் போன்ஸ்லேக்களால் மேற்கொள்ளப்பட்ட இதுபோன்ற எழுச்சியானது இதுபோன்ற வெற்றியில்தான் முடிவுற்றது. வெற்றிகொள்ளப்பட்ட நாக்பூரில் ஒரு மைனர் மகாராஜாவாக அமர்த்தப்பட்டு எல்லாக் கட்டுப்பாடுகளும் விதிக்கப்பட்டன. பேஷ்வாவின் பிரதேசங்கள் இணைத்துக்கொள்ளப்பட்டு, இறுதியில் பிடிபட்டு, பிரித்தானிய தோவாபில் நிம்மதியான வாழ்க்கைக்கு அனுமதிக்கப்பட்டார். அது கான்பூர் அருகில் உள்ளது. 1851இல் அவர் மடிந்தார்; அவரது வளர்ப்பு மகன் நானாசாகிப் 1857இன் மாபெரும் கலகத்தின்போது பேஷ்வாக்களின் கொடியை உயர்த்திப்பிடித்தான்.

பிண்டாரிச் சண்டையும் மூன்றாம் மராத்தியப் போரும் மராத்தியரின் நீண்ட கால அலட்சியத்தை முடிவுக்குக் கொண்டுவந்தது. சிவாஜியின் அடக்கமான வாரிசுகள் ஆண்டுவந்த கோலாப்பூர், சதாரா என்னும் மராட்டியத்தின் சிறு அரசுகளிலேயே மட்டும் சுயாட்சியின் எச்சம் விட்டுவைக்கப்படிருந்தது. மத்திய இந்தியாவில் மராத்தியரில் எஞ்சியிருந்தோருக்கு அளிக்கப்பட்டிருந்தது போல, ராஜஸ்தானின் ரஜபுத்திரருக்குச் சிற்றரசு சார்ந்த சகாக்கள் அல்லது 'சமஸ்தானங்கள்' என்னும் தகுதிநிலை நீடிக்கப்பட்டது. 'அஸ்ஸாம், சிந்து, பஞ்சாப் தவிர்த்து இந்தியத் துணைக்கண்டமெங்கிலும் பிரித்தானிய அரசியல் மேலாதிக்கம் அங்கீகரிக்கப்பட்டிருந்தது. The Pax Britannica (எங்கும் பிரிட்டன்) தொடங்கியிருந்தது' என்கிறார் பெண்டெரல் மூன்.[24]

எங்கும் பிரிட்டன்

1820-1880

சீக்கியரின் இடைநிலைக்கால கீர்த்தி

எகிப்தில் நெப்போலியனது சாகசத்திற்கு நேர் எதிரான நிலையில் பிரித்தானியரின் இந்திய வெற்றி சுயநிதியாதாரத்தைக் கொண்டது எனப்படுகிறது. 1776க்குப் பிறகு பிரித்தானிய அரசாங்கத்தின் அதிகரித்துவந்த கட்டுப்பாடுகளுக்கும் நிபந்தனைகளுக்கும் உட்பட்டு வந்தாலும் கிழக்கிந்தியக் கம்பெனி வணிக நிறுவனமாகவே இருந்தது; லண்டன் நகரின் லீடன்ஹால் தெருவிலுள்ள அலுவலகங்களால் அது நிர்வகிக்கப்பட்டது; அதன் இயக்குநர்களே அதன் பங்குதாரர்களுக்குப் பொறுப்பானவர்கள். கப்பல்கள், சரக்குகள் போலவே ராணுவ வீரர் சேர்க்கை-பராமரிப்புக்கும் நிதிநிலை அறிக்கைகளைச் சமர்ப்பிக்க வேண்டியிருந்தது. 1760க்கு முன்னர் வணிகத்தில் கிட்டிய லாபம், செலவினங்களை மட்டுமே ஈடுசெய்தது. ஆனால் 18ஆம் நூற்றாண்டின் இறுதித் தசாப்தங்களில் துருப்புகளின் எண்ணிக்கையும், ராணுவச் செலவும் அதிகரிக்க, வர்த்தக வருவாய் கணிசமாய்க் குறைந்துவிட்டது. இப்போதோ, வில்லங்கம், கப்பம், உதவித்தொகை என இந்திய அரசுகளிலிருந்து கிடைப்பவை நேரடி நிர்வாகப் பிரதேசங்களிலிருந்து வரும் வரிவசூல் என்பவையே கம்பெனியின் பிரதான ஆதாரங்களாயின, எங்கும் பிரிட்டன் அச்சாணியாகவும் ஆனது.

நேரத்தே வருவாய் அளிக்கக்கூடியவை என்ற ரீதியில் வெற்றிகளும் ஆக்கிரமிப்புகளும் நியாயப்படுத்தக் கூடியவையே; என்றாலும் அவற்றினளவிலேயே செலவு பிடிக்கக் கூடியவை. இதனால் பிரித்தானிய வெற்றிக் கொண்டாட்ட விருந்துகள் அளவுடன்

நிறுத்திக் கொள்ளப்பட்டன. புதிதாய்ப் பெறப்பட்ட பகுதிகளில் 'வருவாய்த் தீர்வைகள்' அதிகரித்திருந்தன. இவ்வருவாய்த் தீர்வைகளின் தாக்கம் கிராமப் பொருளாதாரத்தில் ஆழமாகவும் இருந்தது. பிரித்தானியர் கொண்டு வந்திருந்த ஒழுங்கும் திடத்தன்மையும் மலிவாக வந்துவிடவில்லை என்று மட்டும் குறிப்பிடலாம். பெரும்பாலான இந்தியரின் அனுபவத்தில் Pax Britannica என்பது பிரதானமாக Tax Britannica என்பதுவே.

இந்தியாவிலோ பரந்துபட்ட பிரித்தானியப் பேரரசிலோ 'எங்கும் பிரிட்டன்' என்பதை உண்மையான அமைதியாக எடுத்துக்கொள்ள இயலாது. வருவாயை அதிகப்படுத்திட, எல்லைப் புறங்களைத் தற்காப்பு செய்யவேண்டி இருந்தது, வன-மலை வாழ்மக்கள் சாகுபடி வரியிலிருந்து விலக்கப்பட வேண்டியிருந்தனர். '1780இல் தொடங்கும் நூற்றாண்டு, துணைக்கண்டத்தில் விரிவான காடழிப்பின் தொடக்கங்களைக் கண்டது.¹ இந்தியாவின் பின் காலனிய கிராமப் பொருளாதாரத்தின் நலிவடைந்த தன்மைக்கு Tax Britannica பெரிதும் காரணமாகும். இப்பொருளாதாரத்திற்கு வெளியில் இருந்தவர்களுடனான ஆயுதப் போராட்டம் பேரரசு சந்தித்தாக வேண்டிய ஒன்றாயிருந்தது. ஒரு கணக்கின்படி, நெப்போலினிய யுத்தங்களுக்கும் முதல் உலகப் போருக்கும் இடையே, உலகில் எங்கேனும் ஓரிடத்தில் பிரித்தானியத் தலைமையிலான படையினர் போரிடாத ஓராண்டு கூடக் கிடையாது.

இந்த இருண்ட சூழலில், பிரித்தானிய இந்தியா கணிசமாகவே பங்களித்தது. அப்போதைய தலைமை ஆளுநர் '1818 ஐ சமாதானப்படுத்தல்' என்றழைத்ததற்கு (அதாவது பிண்டாரி மற்றும் மூன்றாம் மராத்தியப் போர்கள்) முன்பாக, இந்தியாவிலிருந்து பிரித்தானியப் படையெடுப்புகள் கிழக்கு இந்தியத் தீவுகளையும் (இந்தோனேசியா) நேபாளத்தினையும் குறிவைத்தன. கிழக்கு இந்தியத் தீவுகளில், 12000 துருப்புகளையுடைய கம்பெனிப் படை, அப்போது நெப்போலியனின் கட்டுப்பாட்டில், ஜாவாத் தீவின் கீழிருந்த நெதர்லாண்ட்களை விடுவித்தது, அதன் சுல்தானுடைய தொலைதூர ஜோக்ஜாகர்த்தாவான 'அயோத்தி'யை நாசப்படுத்தி, சுல்தானுக்கு வெகுமதியளித்தது. தீவின் துணைநிலை ஆளுநராக நியமிக்கப்பட்ட தாமஸ் ஸ்டாம்ஃபோர்ட் ராஃபிள்ஸ் ஜாவாவைக் கிழக்கிந்தியத் தீவுகளின் வங்காளமாகக் கணித்தார்; அத்தீவின் தொன்மையான இந்தியத் தொடர்புகளை எடுத்துரைக்கும் கல்வெட்டுகள்-நினைவுச் சின்னங்களால் ஊக்கம்பெற்று ஜாவாவை இன்னொரு பிரித்தானிய இந்தியாவுக்கான பாலமாகக்

கண்டார். ஆனால், அது அப்படி ஆகவில்லை. வாட்டர்லூவுக்குப் பின்னர் ஜாவா டச்சுக்காரர்களிடம் திருப்பித் தரப்பட்டது; தென்கிழக்கு ஆசியாவின் தரைமீதான பாலமாகிய சிங்கப்பூருடன் ராஃபிள்ஸ் திருப்தியடைய வேண்டியிருந்தது.

நேபாளத்துடனான கூர்கா யுத்தம் (1814-6), இப்போதுள்ள இமாசலப் பிரதேசம்-உத்தரப் பிரதேசங்களின் உயர்ந்த பிரதேசங்கள் சிலவற்றைப் பெற்றுத் தந்தது. ஜாவாவைப் போலின்றி, இம்மாவட்டங்கள் பிரித்தானியரால் தக்கவைத்துக் கொள்ளப்பட்டன; வருவாய் ஏமாற்றந்தருவதாக இருப்பினும், இமாலய வெளிப்புறங்களின் வசதி சார்ந்த ஈர்ப்பு மதிக்கப்பட்டது. 1820கள் 30களில் மலைவாச ஸ்தலங்களில் தெரிவு செய்யப்பட்டு நைனிடால், முஸ்ஸௌரி, டேராடூன், சிம்லா உள்ளிட்டவை நிறுவப்பட்டன; 'இந்துஸ்தானத்தின் எல்லைகளுக்குள் உள்ள எந்த இடத்தை விடவும், மிகுந்த அரசியல் பைத்தியக்காரத்தனத்தின் தொட்டில்,'[2] ஆயின என்கிறார் ராணுவ வரலாற்றாளரில் முக்கியமானவர்களில் ஒருவர்.

1818 சமாதானப்படுத்தலுக்கு ஆறாண்டுகள் கழித்து, மோதலின் போக்கைத் தொடர்ந்து, அஸ்ஸாமுக்குள் பர்மியர் நுழைவதை எதிர்த்து, முதலாம் பர்மியப் போர் அறிவிக்கப்பட்டது. திசைதிருப்பும் முகமாக ரங்கூனுக்கு ஒரு படையும் அனுப்பப்பட்டது. 1826-1838 காலகட்டத்தில் அஸ்ஸாமே பகுதி பகுதியாக இணைத்துக் கொள்ளப்பட்டது; இதற்கிடையே பிரம்மபுத்ரா பள்ளத்தாக்கில் சின்னஞ்சிறு கலகங்களும் காசி மலைகளில் ஒரு படையெடுப்பும் என மும்முரமாயிருந்தது. 1825-6இல் ஆக்ராவுக்கு அருகிலுள்ள ஜாத்களின் கோட்டை பாரத்பூர் இரண்டாம் முறை முற்றுகையிடப்பட வேண்டியிருந்தது, அதன்பின் தாக்கப்பட்டது; 1830-3இல் ஒரிஸ்ஸாவின் மலைவாழ் மக்கள் தொடர்ந்து கலகம் செய்தனர்; மைசூரில் திறமையற்ற உடையார் மகாராஜாவிடமிருந்து அரசாங்கத்தைத் தக்கவைத்திட, ராணுவத் தலையீடுகள் தேவைப்பட்டது; 1834இல் கர்நாடகத்தின் தென்மேற்கு மூலையிலுள்ள மலைவாச வளாகமான கூர்க்கின் ஊசலாட்டமான தகுதிநிலையை முடிவுக்குக் கொண்டுவரவும் ராணுவத் தலையீடுகள் தேவைப்பட்டது. இவையெல்லாம் எழுச்சிமிக்க பிரித்தானிய அதிகாரத்தின் 20 ஆண்டுகளில் நிகழ்ந்தன-வழக்கமாக இக்காலம் சமாதானமும் நிலைநாட்டலுமான காலமாகக் குறிப்பிடப்படும்.

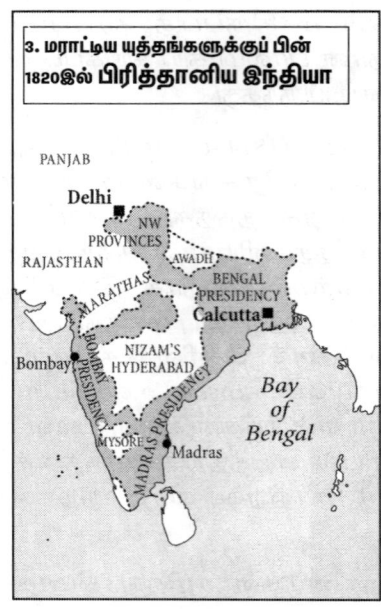

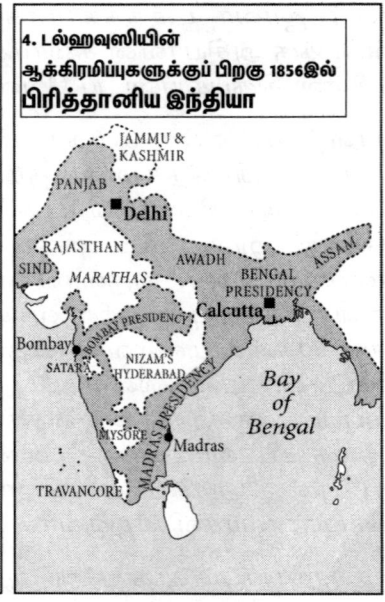

3. மராட்டிய யுத்தங்களுக்குப் பின் 1820இல் **பிரித்தானிய இந்தியா**

4. டல்ஹவுஸியின் ஆக்கிரமிப்புகளுக்குப் பிறகு 1856இல் **பிரித்தானிய இந்தியா**

1840களின் பெரிய யுத்தங்களுடன் ஒப்பிடுகையில், 1830களின் படையெடுப்புகள் சாதாரணமானவையே-1850களின் அநேகமாக ஒருங்கிணைப்பு என்பதனைச் சொல்லவே வேண்டியதில்லை. 1840களில் எல்லாப் போர்களுமே துணைக் கண்டத்தின் வடமேற்கில் நிகழ்ந்தன. இன்றைய இந்தியக் குடியரசில் பெரும்பாலானவை நேரடி/மறைமுகக் கட்டுப்பாட்டில் வந்திருக்க இப்போது பாகிஸ்தானைச் சேர்ந்ததாயுள்ள நிலப்பகுதிகளின் முறையாயிருந்தது.

லாகூரின் சீக்கியராஜா ரஞ்சித் சிங், இரண்டாம் மராத்தியப் போருக்குப் பின் சிஸ்-சட்லெஜ் அரசுகளை இழந்தபோது, பிரித்தானிய விரிவாக்கம் முதல்முறையாக கங்கைக்கும் சிந்துவுக்கும் இடையிலான அடையாளத்தைத் தாண்டிற்று. அது 1809இல்; வடமேற்கில் வெற்றி விருந்து கொண்டாட இன்னும் ஒரு தலைமுறை செல்லவேண்டியிருந்தது. அப்போது, 1840களில் வங்காளம் 90 ஆண்டுகளுக்குப் பிரித்தானியரால் மேலாதிக்கம் செய்யப்பட்டிருந்தது. பஞ்சாப், சிந்து, காஷ்மீர் ஆகியன எல்லைப்புறம் என்பவற்றைப் பிற்சேர்க்கைகளாகக் கொள்ளமுடியாது; ஏனெனில் நூற்றாண்டின் திருப்பத்திலேயே வெல்லெஸ்லி பஞ்சாப் மீது பார்வையைப் பதித்திருந்தார்.

ஆனால் காலனியாட்சி சார்ந்த அவர்தம் அனுபவம் மிகச் சுருக்கமானதாயும் அதிர்ச்சி குறைந்ததாயும் இருக்கும். கிளைவின் வங்காளத்தில் இருந்தது போல ஆரம்பக்கட்ட பிரித்தானியக் கொள்ளையிலிருந்து விடுபட்டு, கம்பெனியும் அதன் ராணுவமும் மராட்டிய அரசு போன்ற பிற மொகலாய வாரிசுரிமை அரசுகளுடன் போட்டியிட்ட மும்முரமான தசாப்தங்களிலிருந்து விடுபட்டு, 1857இல் மாபெரும் பற்றியெரிதலை மூட்டிவிட இருந்த, ராணுவ-மத காட்டிக் கொடுத்தலிலிருந்து விடுபட்டு, வடமேற்கு இந்திய மக்கள் பிரித்தானிய மேலாதிக்கத்தின் மீது வேறுபட்ட பார்வையைக் கொண்டிருப்பர்.

அந்நியப் படையெடுப்பும் குடியமர்வும் அடிக்கடி நிகழ்ந்த வரலாற்று அனுபவத்தால் வடமேற்கு அணுகுமுறை பக்குவப்பட்டிருந்தது. இஸ்லாமிய உலகில் 19ஆம் நூற்றாண்டின் ஐரோப்பிய மேலாதிக்கம் குறித்த விழிப்புணர்வின் மத்தியில், இது நடைமுறை சார்ந்ததாய் இருந்தது. வடமேற்கில், சீக்கியரும் இஸ்லாமியரும் காலனிய ஆட்சியை எளிதாக எதிர்கொண்டனர். எஞ்சிய இந்தியாவில் பிரதானமாயிருந்த இந்துக்கள், பிரித்தானியரிடமிருந்து முன்னுரிமையை எதிர்பார்த்தனர். இது 1840களில் தென்படவில்லை. ஒப்பந்தம்-ஆக்கிரமிப்பு மூலம் இப்போது இந்தியாவாக உள்ள பெரும்பாலான பகுதிகள் பிரித்தானியரிடம் வந்து சேர்ந்திருக்க, இப்போது பாகிஸ்தானாயுள்ளதன் பெரும்பகுதி வெற்றிகொள்ளப்பட வேண்டியிருந்தது. போர்கள் கடுமையாக நிகழ பலிகள் அதிகமாயிருந்தன. இந்த வட-மேற்கிலான பிரித்தானிய வெற்றி மிகவும் குருதி சிந்தப்பட்டதாய், சர்ச்சைக்குரியதாய் இருந்தது.

வர்த்தகப் பேரரசை-கேந்திர முக்கியத்துவத்தின் தூண்டிவிடும் தன்மையிலான கலவையில், 1830இல் பிரித்தானிய அரசாங்கம் அப்போதைய தலைமை ஆளுநர் வில்லியம் பெண்டிங் பிரபுவை நீராவிக் கப்பல் போக்குவரத்திற்குச் சிந்து நதியைத் திறந்துவிடுவது சரியா என்றும் மத்திய ஆசியாவுக்குள் ஜாரின் ரஷ்ய விரிவாக்கத்தால் பிரித்தானிய இந்தியாவுக்கு வரப்போகும் அபாயத்தை மதிப்பிடுமாறும் கேட்டுக்கொண்டது. பஞ்சாப், ஆஃப்கானிஸ்தான், மத்திய ஆசிய கான் அரசுகளைத் தாண்டி ஏராளமான தூதுக்குழு நடவடிக்கைகள் போய்வந்தன. விரிவான அறிக்கைகள் எழுதப்பட்டன, வண்ணமயமான விபரங்கள், வெளியிடப்பட்டன, புதிய புவியியல் 'கண்டுபிடிப்புகள்' கிட்டின. இதுவரையிலுமான சீரற்ற வெள்ளம், நகரும் மண் கரைகள் சார்ந்து, சிந்து நதி ஏற்கெனவே 'திறந்தே' உள்ளது, இந்தியா

மீதான ரஷ்யப் படையெடுப்பு குறித்த கருத்து கெடுவாய்ப்பானது, இத்தகு முயற்சிகள் எழுப்பிடும் விரோதங்கள் முறியடிக்கக் கூடியவையே என நிதானமாகச் சிந்திப்போர் முன்வைத்தனர். ஆனால் ஆஃப்கானிய விவகாரங்களை நெருங்கிக் கவனித்தோர், எச்சரிக்கையுள்ள நிர்வாகத்தினரின் புனைவுகளைக் கிளறிவிட்டு, வரைபட-பைத்தியமிக்கத் தளபதியரின் பேராசைகளுக்குப் பரபரப்பூட்டின.

கொந்தளிப்பு மிக்க இந்திய-பாரசீக எல்லைப்புற மண்டலம் என்பதை விடவும், நீடித்து நிற்கும் சுதந்திர அரசாக ஆஃப்கானிஸ்தானின் இருப்பு உறுதியில்லாதிருந்தது. காபூல் மொகலாய எல்லைப்புற பிரதேசமாயிருந்தது, ஆனால் ஆஃப்கானிஸ்தானாக இருக்கப் போவதன் பெரும்பகுதி உஷ்பெக்-பாரசீக ஆட்சியின்கீழ் இருந்தது. மிகச் சமீபத்தில் அகமது ஷா அப்தாலியின் ஊசலாட்டமான அரசு, பெரிதும் தன் இந்திய வெற்றிகளைச் சார்ந்திருந்தது, எவ்வகையிலும் இடைநிலைக் காலத்ததாயிருந்தது; 1814இல் அவனுடைய பேரன்கள்-ஒருவன் ஏற்கெனவே குருடாக்கப்பட்டவன்-ஆஃப்கனிலிருந்து வெளியேற்றப்பட்டிருந்தனர். முதலில் அவர்கள் லாகூரின் சீக்கிய அரசில் சேர்க்கப்பட்டனர். அங்கே பார்வை சரியாயிருந்த மகன் ஷா ஸுஜாவிடமிருந்து ரஞ்சித் சிங், அவனது விலையாக கோஹினூர் வைரத்தை எடுத்துக்கொண்டார். கெடுவாய்ப்பைக் கொண்டுவரும் என்பதற்கு மாறாக, அது உயிர்காத்திடும் தாயத்தாகியது. 1833இல் ரஞ்சித் சிங் பிரித்தானியருடன் இணைந்து, ஷா ஸு ஜாவின் ஆட்சியை மீட்டிட, ஒரு படையை உருவாக்கிட ஒத்துழைத்தான். அது தோற்கவே, போட்டியிடும் பத்தான் குலத் தலைவன் டோஸ்ட் முகம்மது தன்னைக் காபூலில் நிறுத்திக்கொண்டான்.

1837இல் காபூல் சென்ற இன்னொரு பிரித்தானியக் குழு, டோஸ்ட் முகம்மதுவுக்குச் சாதகமாக அறிக்கையிட்டது. ஆஃப்கன் ஆட்சியிலிருந்து ரஞ்சித் சிங்கால் கைப்பற்றப்பட்ட பெஷாவர் மீதான முகமதுவின் கோரிக்கைகளுக்குப் பிரித்தானியர் ஆதரவளித்தது, வற்புறுத்தப்பட்டது; இதற்குப் பதிலாக டோஸ்ட் முகமது, இந்தியா மீதான பாரசீக/ரஷ்ய படையெடுப்புகளுக்கு எதிராக நிற்கவேண்டும். இதனை ஆதரிக்கும் விதத்தில், ரஷ்யத் தூதுவரின் காபூல் வருகையைப் பெரிதுபடுத்திப் பேசியது தூதுக்குழு; ரஞ்சித் சிங்கிற்கு எதிரான டோஸ்ட் முகமதுவின் விவகாரத்தை எடுத்துக்கொள்ள பிரித்தானியர் மறுதலித்தால், தன்

ஜார் சார்பாகத் தானே நடவடிக்கை மேற்கொள்வதாகத் தூதுவர் வாக்குறுதி அளித்தார்.

1838இல் சிம்லாவில் தங்கியிருந்தபோது, மிகவும் ஊசலாட்டமுள்ள தலைமை ஆளுநர் ஆக்லாந்து பிரபுவைச் சுற்றியிருந்த, அரசியல் ரீதியில் சித்த சுவாதீனமற்ற ஆலோசனைக் கும்பலால் இதுவும் பிற அறிக்கைகளும் கிடப்பில் போடப்பட்டன. டோஸ்ட் முகம்மது ரஷ்ய ஆதரவைப் பெறுகின்றார் என்பதே இப்போது அவனது பகுத்தறிவற்ற பாவனைகளுக்கு நிரூபணமானது; இந்திய எல்லைப்புறங்களின் பாதுகாப்புக்கும் அமைதிக்கும் ஆபத்தான, பேராசைமிக்க திட்டங்களாயின. ரஞ்சித்சிங் மற்றும் நாடுகடத்தப்பட்ட ஷா ஸுஜாவுடன் ஒன்றிணைந்து அவசர கோலத்தில் முத்தரப்பு அணி உருவானது. டோஸ்ட் முகமதுவை வலுக்கட்டாயமாக வெளியேற்றவேண்டும்; அவனிடத்தில் ஷா ஸுஜாவை அமர்த்தவேண்டும்; தேவையான படைவீரரை ரஞ்சித் சிங்கும் ஷா ஸுஜாவும் அளிக்கவேண்டும். அவர்கள் அரைமனதாக இருந்துவிடும் பட்சத்தில், ஒரு பிரித்தானியப்படை திரட்டப்பட்டது; 20,000 வீரர்களுடன் அது 'இண்டஸ் ராணுவமா'ய் இருந்தது. 1839இல் 1500 கி.மீ. தூரத்தைப் பாலையிலும் அறுவடையான வயல்களிலும் கடந்து, போலன் கணவாய் வழியே ஆஃப்கனில் நுழைந்த அது திரும்பவே இல்லை.

முதலாம் ஆஃப்கானியப் போர், கிழக்கில் பிரித்தானியரை வீழ்த்துவதற்காக நடந்த மோசமான நிகழ்வாகும்; ஒரு நூற்றாண்டுக்குப் பின், இரண்டாம் உலகப்போரில் ஜப்பான் மலேயா மீது படையெடுத்து சிங்கப்பூரைக் கைப்பற்றுவதற்கு முன் அது நடந்தது. இரண்டிலும் பெரும்பாலான துருப்புகளும் படிந்த பலரும், பிரித்தானியர் என்பதை விடவும் இந்தியரே-ஏகாதிபத்திய குப்பைமேட்டின் அடியிலான இந்தியாவின் மானுடத் துயரத்தை மறைத்துவிடுகிறது. காபூலில் நடந்த இவ்வீழ்ச்சியில் நல்வாய்ப்பாக உயிர்பிழைத்த வீரர்களும் கூட, இந்தியாவுக்குத் திரும்பியதும் சாதி நீக்கம் செய்யப்பட்டோராகக் காணப்பட்டனர். இந்தியாவுக்குத் தப்பி வந்த பிராமணச் சிப்பாயும் 'நம்பகமான சாட்சியமாக'க் கருதப்படக் கூடியவருமான சீதாராம்,[3] 'இது என்னைப் பெரிதும் வதைத்தது' என்று நினைவு கூர்ந்தார். ஆஃப்கனில் சீதாராம் அடிமைப்படுத்தப்பட்டார், அவரது சகாக்கள் முஸ்லீம்களாக மாற்றப்பட்டனர், சிந்துவைத் தாண்டிச் சென்று பணியாற்றியதால் அவர்கள் தகுதியிழந்தனர், ஏனெனில் இந்தியாவுக்கு வெளியே பயணம் செய்யலாகாது என்னும் உயர்சாதித் தடையை மீறியவர்களானார்கள். 'காபூலில் நான்

மோசமாக நடத்தப்படாததால், அங்கேயே தங்கியிருந்திருக்கக் கூடாதா என்று ஆசைப்பட்டேன்;[4] பர்மிய யுத்தத்தின்போது, கடல்தாண்டிய பணிக்காக நடந்த இந்நிலை, சிறு கலகத்திற்கும் இட்டுச் சென்றது. ஆனால் ஆஃப்கனில் சாதிய மனச்சாட்சி உறுத்தல், வெற்றியின் களிம்பால் ஆறவில்லை, பின்னர் சாதியில் சேர்த்துக் கொண்டமை வெற்றியின் கொள்ளையால் ஈடுசெய்யாது போனது. திடீரென கம்பெனி ராணுவத்தில் சேர்ந்து தன் செல்வாக்கை இழந்து போயிருந்தது. கம்பெனியிடத்தேயான அசையாத விசுவாசம் குறித்து யாரும் பெரிதாக நினைக்கவில்லை, பணியின் நிபந்தனைகளை அலசி ஆராய்ந்தனர்.

இன்னும் மோசமானது, காபூல் நதியின் பிரதேசங்கள் சிக்கிய பாறைகளிலிருந்து, கம்பெனியின் வெல்லப்பட முடியாமை, அதன் ராணுவ ஒழுங்கு, அதன் அலுவலர்களது தீரம் குறித்த தொன்மங்கள் நார் நாராகக் கிழிந்துபோயின. உடனடியான மறுபடையெடுப்பும் கடுமையான பதிலடியும் ஓரளவுக்குப் பிரித்தானியப் பெருமிதத்தை மீட்டெடுத்திருக்கும்; ஆனால் நாட்டிலிருந்து முழுமையாக வெளியேற்றப்பட்டுவிட்டதால், சிம்லா/கல்கத்தாவிலிருந்து இவ்விவகாரங்களுக்கு உத்தரவிடும் 'தகரக்கடவுள்'ரின் அரசியல் ஞானம், உண்மையில் அறிவு குறித்த கேள்விகள் எழுந்தன.

ஆஃப்கன் மீதான மறுபடையெடுப்பை ஒட்டி, 1843இல் வெற்றிகளும் ஆக்கிரமிப்புகளும் இத்தகு சந்தேகங்களைப் போக்க ஏதும் செய்யவில்லை. மேஜர் ஜெனரல் சர் சார்லஸ் நேபியர், 'சிந்துவைக் கைப்பற்ற எங்களுக்கு உரிமையில்லை' என வெளிப்படையாகவே ஒத்துக்கொண்டார்; இருந்தும் சிந்துவில் உள்ளவர்களை விரோதங்களுக்குள் தள்ளி, அதிகபட்ச மிருகத்தனத்துடன், 'மிகச் சாதகமானதும் பயனுள்ளது போக்கிரித்தனத்தின் மனித அம்சம்' என்று தான் அழைத்ததை நடத்தினார். நெருக்கடியில் தாமே கையொப்பமிட்ட உடன்படிக்கைகளை அது மீறியது; முன்னர், சிந்துவின் பல்வேறான ஆட்சியாளர்கள்/அமீர்களுடன் அது ஏற்படுத்தப்பட்டது; பிரிட்டனில் உலகளாவிய நிபந்தனையையும் ஏற்படுத்தியது. இதுவரை அனுப்பப்பட்டதில் மிகச் சுருக்கமானதாக அனுப்பிய தந்தியில் தனியொரு லத்தீன் வினைச் சொல்லால் நேபியர் குறிப்பிட்டிருந்தார்-*Peccavi* என; 'நான் பாவம் புரிந்துள்ளேன்' என்னும் பொருளில்; *Ihavesinned* என்பது *sind*னையும் உள்ளடக்கித் தொனிப்பது. இது பஞ்ச் இதழால் தரப்பட்ட தலைப்பு. அமீர்களால் தரப்பட்ட வாக்குமூலங்களும் அவர்தம் பிரதேசங்களைக் கைப்பற்றியமையும்

இங்கிலாந்தில் அவ்வளவு விமர்சனப் புயலை வீசச் செய்ததால், இத்தலைப்பை பஞ்ச் முன்வைத்தது.[5] கராச்சி பெரிய துறைமுக நகரமாக வளர்ந்தபோதிலும், நேபியர் முன்னிறுத்திய வருவாயை சிந்த் பெறத் தவறிற்று. சீதாராம் போன்ற சிப்பாய்களுக்கு, அது இன்னொரு துயரத்தின் ஆதாரமாய் அமைந்தது. சிந்துவின் எல்லையைத் தாண்டி பெரிதும் இருந்ததால் பாசறைப்பணி அங்கே சாதி இழப்பின் அவப்பெயரைக் கொண்டிருந்தது; இப்போது பிரித்தானியப் பிரதேசமாதலால், 'கடல்தாண்டிய' இழப்பீட்டுத் தொகை இல்லாதிருந்தது. சிந்துவுக்கு அனுப்பப்பட்டிருந்த வங்காளத் துருப்புகள் சீக்கிரமே சிறு சிறு கலகங்களில் ஈடுபட்டன.

1816இல் பேஷ்வா அரசவையில் கடைசி பிரித்தானிய ரெசிடெண்ட் ஆக இருந்தவரும், பிற்பாடு இந்தியாவின் சீர்மிகு வரலாற்றை எழுதியவரும், 1809இல் ஆஃப்கனுக்குப் பிரித்தானிய ராஜதந்திர

தூதுக்குழுவுக்குத் தலைமை தாங்கியவருமான மவுண்ட் ஸ்டூவர்ட் எல்பின்ஸ்டைன், சிந்துவில் ஆஃப்கனுக்குப் பிறகான பிரித்தானிய நடத்தையை 'வீதியில் உதைக்கப்பட்டிருந்த முரடன், வீடுவந்து மனைவியை அடித்ததுடன் ஒப்பிட்டார். ரஞ்சித் சிங்குடனான நிரடலைத் தவிர்க்க, டோஸ்ட் முகம்மது தண்டிக்கப்பட்டான்; பஞ்சாபிலுள்ள அவரது சீக்கிய அரசைத் தாண்டிச் செல்வதைத் தவிர்க்க, 'சிந்துவின் ராணுவம்' சுற்றி வளைத்து ஆஃப்கன் சென்றது; சிந்து-சீக்கிய அணிசேர்க்கையை நிறைவேறாது செய்திட, அமீர்கள் பொறுப்பிலிருந்து இறக்கப்பட்டனர். அது புதுமையாயிருந்தாலும் பிரித்தானியர், இந்திய ஆட்சியாளர் ஒருவரது நுண்ணுணர்வுகளை அடியொற்றிச் சென்றனர். பிரித்தானிய வெற்றி அலை பஞ்சாபி கருங்கல் மீது மோதியதாக ரஞ்சித் சிங்கிற்குத் தோன்றியிருக்கும்.

பிரித்தானியருடன் செய்துகொண்ட அமிர்தசரஸின் 'ஆக்கிரமிப்பில்லா உடன்படிக்கை'யைப் பின்பற்றி, 1830இல் ரஞ்சித் சிங் ஓர் அரசினை அல்ல ஒரு பேரரசினை உருவாக்கியிருந்தார்- அது 'ஒட்டுமொத்த உலகிலும் மிக அதிசயமானது'[6] என்கிறார் ஒரு பார்வையாளர். முஸ்லீம், சிந்து, சீக்கியப் பிரிவுகளுக்குள்ளே பகைமை நிலவினும், தன்னளவிலே பெரும் சாதனையான, பஞ்சாபை ஒன்றுபடுத்தியதுடன், முல்தான் மற்றும் பெஷாவரைக் கைப்பற்றி, 'லாகூரின் ராஜா' பெருமளவிலான பஞ்சாப் மலையரசுகளை வென்று காஷ்மீரை ஆக்கிரமித்தார். 1836இல் அவரது டோக்ரா சிற்றரசர்களில் ஒருவன், திபெத்தியப் பீடபூமியின் மேற்குக் கோடியிலுள்ள, அண்டை அயல் பிரதேசமான லடாக்கை வென்றான்; பின்னர் 1840இல் தன் இயற்கையான எல்லைப்புறங்களுக்கு அப்பால், இந்திய ராணுவ ஆக்கிரமிப்புகளில் அரிதானது எண்ணும்படியான, திபெத்தின் மீதே, டோக்ரா தளபதி ஜோராவார் சிங் படையெடுத்தான். 'சிந்து ராணுவத்தை'ப் போலவும் அதே சமயத்திலும் (1840-1) நடந்த இப்படையெடுப்பு ஆரம்பக்கட்ட வெற்றிபெற்று, பரபரப்பான தோல்வியினை அடைந்தது. கடல் மட்டத்திற்கு மேல் 5000 மீ உயரத்தில் குளிர்கால மத்தியில் ஜோராவாரின் 6000 டோக்ராக்கள், அதுபோல இருமடங்குள்ள, நன்கு துணிமணிகள் உடுத்தியுள்ள சீனர்களை எதிர்கொண்டனர். 'விதிவசமான கடைசி நாளன்று அவனது வீரர்களில் பாதிப்பேரால் கூட ஆயுதங்களைக் கையாள முடியவில்லை.' ஆயுதங்களை எடுத்தவர்கள் தப்பியோடினர்; 'விடாப்பிடியான உறைபனி யாரையும் விட்டுவைக்காது'[7] என்றறிந்திருந்த சீனர்கள் அவர்களைப் பின்தொடரவே இல்லை.

எனினும் இதுவொரு சிறு சறுக்கலே; தட்பவெப்ப நிலையை கணக்கில் கொள்ளவில்லையானால், முப்பதாண்டுகளுக்கு முன்னர் ரஷ்யாவில் நெப்போலியன் அடைந்த தோல்வியுடன் அது ஒப்பிடத்தக்கது. மத்திய திபெத்திலான தோல்வி லாகூர் ராணுவத்தின் தார்மிக திடத்தன்மையைப் பதிவுசெய்யவில்லை; கனிஷ்கரின் நீண்ட காலமான பேரரசைப் போல, சீக்கிய அரசு இன்னும் இமயமலைகளில் சவாரிசெய்கிறது. சமகாலத்தவரைப் போலவே பலமிக்க எதிரிகளான பிரித்தானியருக்கு, ரஞ்சித்தும் போனபார்ட்டும் பல ஒப்புமைகள் உடையவர்களே. ஒரு பிரெஞ்சுப் பயணி சரியான உருவமற்ற சீக்கியரைச் 'சிறிய நெப்போலியன்' என்றார்; இருவரும் 'ராணுவ மேதைமை மிக்கவர்கள்' என்றனர் பிரித்தானியர். திடீர் எழுச்சியிலும் வெற்றியின் சாதுர்யத்திலும் வீச்சின் முழுமையிலும் சீக்கிய முடியாட்சி நெப்போலியத் தன்மைமிக்கது.[8] தனித்துவமான முன்னாள் நெப்போலினிய அலுவலர்களை அமர்த்திக்கொள்வதில் ரஞ்சித் சிங்கியா காட்டிய ஆர்வத்தாலும் இந்த ஒப்பீடு பொருத்தமானதாய் இருந்தது. அவரது வழிகாட்டுதலில் தளபதிகள் அவிடபிள் மற்றும் வெஞ்சுரா, கர்னல்கள் கோர்ட் மற்றும் அல்லார்ட் ஆகியோருடன் பலர் அவரது தரைப்படை-பீரங்கிப் படையைக் கம்பெனியின் திறன்மிக்க ராணுவத்தின் அளவுக்கு உருமாற்றினர். "பயிற்சியிலும் ஆயுதங்களிலும் அமைப்பாக்குவதிலும் செயல்தந்திரங்களிலும் உடைகளிலும் சம்பள விகிதத்திலும் முகாம் இடுவதிலும் அணிவகுத்துச் செல்லுவதிலும், சீக்கிய ராணுவப் பிரிவினர் பிரித்தானிய எதிரிகளுக்கு அவ்வளவு நெருக்கமாய் இருந்தனர்; உண்மையில் சண்டையின்போது இடுப்புவாரின் நிறத்தைக் கொண்டே, ரத்தச் சிவப்பு மேலாடையுள்ள சீக்கியனிலிருந்து ரத்தச் சிவப்பு மேலாடையுள்ள வங்காள ராணுவ வீரனைப் பிரித்தறிய முடியும்."[9] முஸ்லீம்கள், டோக்ரா இந்துக்கள், ரஜபுத்திர பூர்வீகத்தினரைக் கொண்ட சீக்கிய ராணுவம் அனைத்து பஞ்சாபின் ராணுவமாக, ஆனால் சீக்கிய மையம் கொண்டதாக இருந்தது. 'பாதிக்கும் மேற்பட்டவர்கள் சீக்கியர்கள், அவர்கள் சுமார் 50,000 பேர் இருப்பார்கள்'[10] அரசுக் குழுக்கள் வெகுமதிகளில் சீக்கியர் மேலோங்கியிருந்தனர். ரஞ்சித்தின் ஆட்சிக்கு, அதிலும் குறிப்பாக அவரது ராணுவத்திற்கு, சீக்கியம் தனித்துவமான அடையாளத்தையும் குறிக்கோளையும் தந்தது-அது கம்பெனியின் ஆணையிடும் கட்டமைப்பைத் துலக்கமாக்கி பிரித்தானியரை வல்லமை மிக்கவர்களாக்கியது.

ஒருவர் மற்றவரது திறன்களை மதித்து, கல்கத்தாவும் லாகூரும் நேருக்கு நேர் மோதலைத் தவிர்த்திடத் தம்மால் முடிந்ததையெல்லாம்

செய்தனர். பிரித்தானியரை இதப்படுத்திட ரஞ்சித் அவர்தம் ஆட்சியைப் போற்றினார், ரஞ்சித்தை இதப்படுத்திட அடுத்தடுத்து வந்த தலைமை ஆளுநர்கள் லாகூர் சென்று தம் மரியாதையைச் செலுத்துவதும், எல்லைப்புறப் பாதுகாப்புக்கு அவரது உதவியை நாடுவதுமாக இருந்தனர். ஆனால் 1839இல் கூட்டு ஆஃப்கன் முயற்சி ஆயத்தமாகிக் கொண்டிருந்தபோது ரஞ்சித் இறந்துவிட்டார். பல மனைவியரையும் பெண்களையும் கொண்டிருந்த அவருக்கு வாரிசுரிமை கோர நிறைய பேர் இருந்தனர். எனினும் அவரது ஆட்சி தனித்துவமானது, அதிகாரம் அறுதியானது-அடுத்து ஆட்சிப் பொறுப்பேற்பவர் தன்னை நிறுவிக்கொள்வதற்கான, இறையாண்மையும் அரசாங்கமும் சேர்ந்த நிறுவனங்கள் இல்லை. போட்டிக் குழுக்கள் சச்சரவிட அதிகாரம் ராணுவத்திடம் சென்றது.

ரஞ்சித் இறந்த பிறகு வந்த இரண்டாம் மகாராஜா 1843இல் படுகொலை செய்யப்படவும் ரத்தக் களரியாய் இருந்தது. இக்குளறுபடிகளை வளர்த்தெடுத்த பிரித்தானியர்களுக்குத் தலையிடும் தூண்டுதல் இருக்கவே செய்தது. நிச்சயமாகப் படகுகளுடன் 32,000 வீரரைத் திரட்டி சட்லெஜ் எல்லைப்பகுதி ஓரத்தில், பிரித்தானியரின் ஸிஸ்-சட்லெஜ் அரசுகளுக்குச் சிக்கல் பரவுவதைத் தடுக்கும் சாக்கில் நின்றது பெரிதும் சீண்டும் தன்மைமிக்கதே. தனக்கென்று சட்டம் கொண்டிருந்த சீக்கிய ராணுவம் இருக்க அரியணைக்குப் போட்டியிடுவோர் பிரித்தானியர் உள்ளிட்ட அந்நியரின் ஆதரவை எதிர்ப்பார்த்திருக்க அண்மையில் ராணுவம் இருந்ததே அதன் தலையீட்டை உறுதிப்படுத்திற்று. தவிர்க்க முடியாத இம்மோதல் நடந்துகொண்டிருக்க, கிழக்கிலிருந்து இன்னொரு ராணுவம் வருவதாக 1845 இறுதியில் செய்தி வந்தது. அதனைத் தடுத்திட சீக்கிய ராணுவம் சட்லெஜைத் தாண்டிச் சென்றது.

முதலாம் சீக்கியப்போர் ஃபெரோஸ்பூர் அருகில் இரு ஆவேசமான சண்டைகளுடன் ஆரம்பித்தது. தோல்வியின் தடைகளிலிருந்து செலவு மிக்க வெற்றியை நோக்கிப் பிரித்தானியர் வெளிவந்தனர்; தம் ராணுவத்துடனே முரண்பட்டிருந்த, கொடூரமான சீக்கிய அரசவைத் தளபதிகளின் துணையுடன் 1846இல் அலிவால் மற்றும் சோப்ராவோனில் இது நடந்தது. இரண்டாவது சண்டையில் சீக்கிய வீரர்கள் 10,000 பேர் உயிரிழக்க பிரித்தானியர் எண்ணிக்கை 2400 ஆக இருந்தது. லாகூரைக் கைப்பற்றிடும் முடிவானது செலவு பிடிப்பதான முயற்சி. ஆகையால் அது நிராகரிக்கப்பட்டது. ஏனெனில் ஒரு கப்பம், பகுதியளவிலான

இணைப்பு, சீக்கிய ராணுவ பலத்தைக் குறைத்தல், இதர பாதுகாப்பு அம்சங்களையுடைய வழமையான தொகுப்பையே பிரித்தானியர் தெரிவு செய்தனர்.

சட்லெஜிலிருந்து பியாஸுக்குச் செல்லும் பிரித்தானிய எல்லைப்புறத்தை நோக்கிய பஞ்சாபின் இன்னொரு பகுதி இணைக்கப்பட்டவற்றுள் இருந்தது. கூடுதலாகக் கப்பத்தின் ஒரு பகுதிக்கு ஈடாக, பியாஸுக்கும் சிந்துவுக்கும் இடையிலான மலைப்பகுதியனைத்தும் சேர்ந்த காஷ்மீர் பிரித்தளிக்கப்பட்டது. இதன்மீது இறையாண்மை மிகுந்திருந்த பிரித்தானியர் ஜம்முவின் டோக்ரா மன்னன் குலாப் சிங்கிடம் விற்றனர்- அவன் ரஞ்சித் சிங்கின் சிற்றரசர்களில் ஒருவனாக இருந்தவன். சமீபத்தைய பிரச்சினைகளின்போது, லாகூரிலிருந்த தன் எஜமானர்களிடமிருந்து விலகி நின்றும், சமாதானப் பேச்சு வார்த்தைகளில் தரகனாக இருந்தும் வந்த குலாப் சிங் இப்போது சீக்கியரிடமிருந்து பிரித்தானிய சிற்றரசன் ஆனான்.

இவ்வாறு உருவானதுதான் ஜம்மு-காஷ்மீர் சமஸ்தானம்; குலாப் சிங்கின் வாரிசுகள் மகாராஜாக்களாக 1947வரை அதில் நீடித்தனர். ஓர் ஒட்டுமொத்த இந்திய அரசு, மில்லியன் பவுனில் நான்கில் மூன்று பகுதிக்கு விற்கப்பட்டது தொடர்ந்து விமர்சிக்கப்பட்டது; பிரித்தானிய இந்தியாவின் உச்சத்திலிருந்த அதன் கேந்திர முக்கியத்துவம் வெளிப்படையாய்த் தெரிந்த நிலையில் இஸ்லாமியர் நிறைந்த இமாலய அரசை பஞ்சாபின் ஓர் இந்து ஆள்வதன் விசித்திரம் அப்பட்டமானது. அவாத்தில், ஹைதராபாத்தில், பிற இடங்களில் இந்துக்கள் மேலதிகமாக உள்ள இடத்தில் முஸ்லீம்கள் ஆட்சிபுரிந்தனர். இந்து, முஸ்லீம்களை ஆள்வது கொந்தளிப்பைக் கொண்டிருக்கும் என்று அனுமானிக்க நியாயமில்லை. சீக்கியர் ஆட்சியிலோ ஆஃப்கானியர் ஆட்சியிலோ இருந்திராத அமைதியும் வளமும் அப்போது காஷ்மீரில் இருந்தது.

மூன்றாவது மைசூர் போரில் திப்பு மீது கார்ன்வாலிஸ் வெற்றிகண்டது, நான்காவது போரில் வெல்லெஸ்லியின் புலிவேட்டைக்கான முன்னுரையாகவே இருந்தது; ஆக முதலாம் சீக்கியப் போரினை தீர்மானகரமான இரண்டாம் போர் தொடர்ந்தது. ஆனால் சந்தர்ப்பங்கள்தான் வேறாயிருந்தன. முதல் சீக்கியப் போருக்குப் பிறகு, ஒரு பிரித்தானிய ரெசிடெண்டும் துடிப்பான ஓர் ஊழியரும், சில துருப்புகளும், இன்னொரு மைனர் மகாராஜா தாலிப் சிங் பெயரில் இயங்கிய ரீஜன்ஸி கவுன்ஸிலை அங்கீகரித்து நெறிப்படுத்துவதற்காக பஞ்சாபில்

விடப்பட்டிருந்தனர். இப்படித்தான் சீக்கிய ராணுவத்திலிருந்த சஞ்சலமிக்கோரைக் கட்டுப்படுத்தமுடியும் என சீக்கிய அரசவையும் கவுன்ஸிலும் நம்பின-உடன்படிக்கையின்படி, வெளியேற்றப்பட்டிருந்த, அதிருப்திகொண்ட துருப்புகள் பற்றிச் சொல்லவே வேண்டியதில்லை.

இதில் பிரித்தானிய இருப்பானது பீதியை எழுப்பும் அளவுக்குப்போதுமான அளவில் தலையிடும் திறன் கொண்டிருந்தது என்பதால் அதனை அடக்கிடப் போதுமான அளவில் ஆதரித்தது. 1848இல் தெற்கு நகரமான முல்டானில் மகாராஜாவின் பாசறையினர் கலகம் புரிந்தனர், அப்போது அங்கிருக்க நேர்ந்த இரு ஆங்கிலேயரைக் கொன்றனர். அதிக பிரித்தானிய துருப்புகளைத் துரிதமாய் அனுப்பியது, இந்நிலவரத்தைச் சமாளித்திருக்கும் என்பதில் சந்தேகம் இல்லை; ஆனால் 1848இல் இந்தியாவுக்குப் புதிய தலைமை ஆளுநர் வந்தார். அவர்தான் டல்ஹவுஸி பிரபு-சந்தர்ப்பம் கிட்டுமிடங்களிலெல்லாம் பிரித்தானிய ஆட்சியை விரிவாக்கி இந்தியாவின் நலன்களுக்குச் சேவைபுரிய முடியுமெனத் தன் நிலைப்பாட்டைத் தெளிவுபடுத்தியிருந்த அவர், நவீனப்படுத்தலில் ஆர்வமிக்க கடுமையான பணியாளர் ஆவார். முல்டான் விவகாரம் இத்தகைய சந்தர்ப்பமாயிருந்தது. உடனே அடக்கினால் நிலவுகின்ற அரசினை வலுப்படுத்தும்; புறக்கணித்தால் எஞ்சிய பஞ்சாபுக்குப் பரவும். இதற்கிடையே, முழு வீச்சிலான படையெடுப்புக்காகச் சீக்கிய எல்லைப்புறத்தே போதுமான வீரர்கள் திரட்டப்பட்டனர்.

அப்படியே, நான்கு மாதங்களுக்குள் கலகம் பஞ்சாபின் பெரும்பகுதிக்கும் பரவிவிட்டது; கலகக்காரர்கள் ஆஃப்கனின் உதவியை நாடினர்; ஏற்கெனவே பஞ்சாபிலிருந்த வீரர்கள்-ஊழியர்களின் நிலை, இன்னொரு காபூலின் அச்சங்களை எழுப்பும் அளவுக்கு அபாயகரமாயிருந்தது. ஃபெரோஸ்பூரிலிருந்து மீண்டும் பெரிய பிரித்தானியப்படை சட்லெஜைத் தாக்கியது, அடுத்து ரவி, செனாப் எனத் தாண்டியது. 1849இன் ஆரம்பத்தில், ஜீலம் நதிக்கரையில் சில்லியன்வாலாவில் நடந்ததை வெற்றியாகச் சீக்கியரால் வரவேற்கப்பட்டது. பிரித்தானியர் வேறுவிதமாக பாவனை செய்தாலும், இச்சண்டையில் 3000 பேரை இழந்தனர்-இந்தியத் துணைக் கண்டத்தில் கம்பெனித் துருப்புகள் அடைந்த மோசமான தோல்வியாக இருந்த பொழிலூரை இது விஞ்சியது. குஜராத் சண்டையின்போது, ஒரு மாதத்திற்குப் பிறகு திருத்தங்கள் மேற்கொள்ளப்பட்டன. பிரித்தானிய வெற்றி சீக்கிய ராணுவம்

சரணடையுமாறு செய்தது; அவசரக் கோலத்தில் டல்ஹவுஸியின் தூதுவர் வந்துசேர உடன்பாடானது. 'மார்ச் 29, 1849 அன்று மகாராஜா தாலிப் சிங் தன் ஆயுளின் இறுதி முறையாக அரசவையைக் கூட்டி, இணைக்கப்படுவதற்கான ஆவணத்தில் ரோமானிய லிபியில் கையொப்பமிட்டார்; பிரித்தானியரின் ஓய்வுதாரர் ஆனார். 'மகாராஜா ரஞ்சித் சிங் உயர்த்திய கம்பீரமான கொடி கடந்த காலத்து விஷயமானது.'[11]

லாகூர் உடன்படிக்கையின் நிபந்தனைகளுள் ஒன்று; 'ஷாஸுஜா உல் முல்க்கிடமிருந்து மகாராஜா ரஞ்சித் சிங்கால் பெறப்பட்ட கோஹினூர் வைரம், லாகூர் மகாராஜாவால் இங்கிலாந்து அரசியிடம் ஒப்படைக்கப்படவேண்டும்.' இப்போது பஞ்சாப் நிர்வாகத்தை மேற்கொண்ட மூன்று பிரித்தானிய அலுவலர்களில் ஒருவரால் தொலைக்கப்பட்டு, அவரது வேலையாளால் கண்டறியப்பட்ட இவ்வைரம், டல்ஹௌஸியிடம் ஒப்படைக்கப்பட, அவரோ லாகூரிலிருந்து பம்பாய்க்கு அதனைக் கொண்டு சேர்த்தார். 'என் இடுப்பினைச் சுற்றி இரட்டைத் தையலிட்ட இடைவார் இருந்தது, வாரின் ஒரு நுனி என் கழுத்துச் சங்கிலியில் பிணைக்கப்பட்டிருந்தது...'[12] 1850இல் விக்டோரியா அரசி பக்கிங்ஹாம் அரண்மனையில் அதனைப் பெற்றுக்கொண்டார்.

சீர்திருத்தமும் எதிர்வினையும்

மால்வாவின் தத்துவவாதி-அரசி அகல்யாபாய் ஹோல்கர் பரந்துபட்ட அரசியல் களத்தின் தீவிரப் பார்வையாளராக இருந்தார். 1772இல் பேஷ்வாவுக்கு எழுதியதொரு கடிதத்தில், பிரித்தானியருடனான தொடர்பை எச்சரித்துவிட்டு அவர்களின் தழுவல் கரடியின் தழுவலாகும் எனக் குறிப்பிட்டார்:

> 'புலிகள் போன்ற பிற மிருகங்களை வல்லமையாலோ தந்திரத்தாலோ கொல்ல முடியும். ஆனால் கரடியைக் கொல்லுவது சிரமம். நேருக்கு நேராகக் கொன்றால்தான் அது மடியும். இல்லாது போனால், அதன் வலுவான பிடியில் சிக்கிவிட்டால், பிறாண்டியே கொன்றுபோடும். அப்படிப்பட்டவர் ஆங்கிலேயர். இதனால், அவர்களை வெல்வது கடினம்.'[13]

மற்ற எதிரிகள் தம் உத்தேசங்களைத் தம் குடும்பத்தையோ மதத்தையோ நிந்தித்துத் தெளிவுபடுத்தினர்; கிராமங்களை

நாசமாக்கியும் நகரங்களைக் கொள்ளையடித்தும் தெளிவுபடுத்தினர். தம் மொழியில் கட்டுப்பாடும் களத்தில் ஒழுக்கமும் மிகுந்த பிரித்தானியர் பொதுவாக மிக வேறுபட்டவர்கள். அவர்களால் விரோதத்தை நட்பு போன்றும் வெற்றியைச் சலுகை போன்றும் தோன்றச்செய்யமுடியும். இத்தகு தந்திரங்களுக்கு எதிராக ஆதரவைத் திரட்டுவது எளிதாயில்லை.

அகல்யாபாயின் 'பிற மிருங்க்'ளில் ஆஃப்கானியரும் முஸ்லீம்களும் பொதுவாக அடங்குவர். பிரித்தானியரை விடவும் இஸ்லாமிய வெற்றியாளர்கள் தம் உத்தேசங்களில் வெளிப்படையாயிருந்தனர். துரோகிகளை இல்லாமலாக்குதல், சிலைவழிபாட்டிடங்களைத் தகர்த்தல் என்பன தெய்வத்தால் விதிக்கப்பட்டவை. கொள்கை/ கருணையின் பொருட்டு இவை ஒதுக்கிவைக்கப்பட்டன. இஸ்லாமிய ஆட்சியாளரிடம் இவை எதிர்பார்க்கப்பட்டன, ஆதலின் முஸ்லீம் வரலாறு எழுதுதலின் சம்பிரதாயங்களாயிருந்தன.

மறுபுறத்தே, பிரித்தானியர் ஆக்கிரமிப்பை மறுப்பது வழமையாயிருந்தது. மதவெறி-வம்ச வளர்ச்சி சார்ந்து அவர்கள் சுதந்திரமாயிருந்ததாகத் தோன்றியது. உண்மையில் இந்து-இஸ்லாமிய மரபுகள் மீதான அவர்தம் மரியாதை பாராட்டத்தக்கது; இறையாண்மை சார்ந்த நிறுவனங்களை அவர்கள் திருப்திகரமாகக் கையாண்டனர். 'வாடிக்கையாளராக' ஆக்கப்பட்ட இந்திய ஆட்சியாளர், அதிகாரத்தைப் பெருமளவில் இழந்தார், இருந்தும் பெருமிதத்தில் உயர்வடைந்தனர். இந்திய ஆட்சிப் பகுதிகளின் குழப்பமிக்க பெயரிடலிலிருந்து, பிரித்தானிய மன்னர்கள் மற்றும் பிரபலங்களுக்கான விருதுப்பெயர் படிவரிசையைத் தயாரித்தனர். 'ராய்கள்' மற்றும் 'ராஜாக்கள்' என்னும் விருதுகள் பொதுவாக திருப்தி அளித்தன; பிரதான மராத்திய-ரஜபுத்திர வம்சாவளி ராஜாக்கள், மகாராஜாக்கள் ஆகினர். முஸ்லீம்களிடையே, ஓர் இந்திய-ஆஃப்கன் குடும்பம் நவாப்களாக அங்கீகரிக்கப்பட்டது-அல்லது பெரிதும் பேகம்களாக (பெண் நவாப்கள்) விளங்கினர்-பிண்டாரித் தலைவன்களில் மிக மோசமானவன் டோங்கின் நவாப் ஆக விளங்கினான். மைசூரில் இளமையான உடையார், மூன்றாம் கிருஷ்ணதேவராயர் என்னும் ஆட்சிப் பெயரை வைத்துக் கொள்ளுமாறு விடப்பட்டார்; அதன் வாயிலாக முதல் கிருஷ்ண தேவராயருடன் பிணைப்பு வந்தது-முதல் கிருஷ்ணதேவராயர் தீபகற்பத்தின் பெரும் பகுதியை விஜயநகரத்திலிருந்து ஆட்சிபுரிந்தார்.

சீரிய அரசியல் கணக்கீடுகள் இத்தகு சலுகைகளுக்கு முக்கியத்துவம் அளிக்காதபோதும் அது அவநம்பிக்கையானதில்லை. கம்பெனியின் நபர்கள் இந்திய நிறுவனங்களை மதித்தனர், தொன்மையான அவற்றிடமிருந்து என்ன கற்றுக்கொள்ளலாம் எனத் திகைத்து நின்றனர். தேடி ஆராயும் மனங்களும் பழக்கவழக்கங்களும் உள்ள அவர்களை வணிகம், வருவாயிலிருந்து இந்திய மொழிகள்-இலக்கியத்தின் பால் திரும்பவைத்தது; இந்திய வரலாற்றை மறு கட்டமைப்பு செய்தல், அதன் புவியியலை அளந்தறிதல், தாவரங்களை-விலங்குகளை வகைமைப்படுத்தல் என்று ஈடுபட்டனர். அலாதியான அர்ப்பணிப்பும் ஆச்சரிய உணர்வும் இக் கீழைத்தேய ஆய்வுகளை, இந்தியாவை உள்வாங்கிக் கொள்வதில் திருப்திகரமான பயிற்சிக்கும் மேலானதாக ஆக்கின. பெரிதும் பிராமணரும் சமணருமான தகவலாளர்கள், அந்நியரின் ஆர்வத்தாலும் அரவணைப்பாலும் அகமகிழ்ந்தனர்; சர் வில்லியம் ஜோன்ஸ், ஜேம்ஸ் பிரின்ஸெப் போன்றோரின் 'கண்டுபிடிப்புகளிலிருந்து, கல்வி கற்ற பரந்துபட்ட இந்திய வர்க்கம் தம் கடந்தகாலத்தில் புதுப் பெருமிதமடையும் விழிப்புணர்வு பெற்றது. ஜோன்ஸுக்கும் வேறு பல ஐரோப்பிய அறிஞர்களுக்கும் நன்றிக்கடன்பட்டுள்ளதை[14] ஏற்கும் ஏராளமான தேசியவாதிகளில் நேரு ஒருவராக இருப்பார். 1784இல் வங்காளத்தின் *Asiatic society* நிறுவப்பட்டபோது அதன் அடித்தளத்தில் வாரன் ஹேஸ்டிங்ஸின் பங்கு துளிக்கூட இல்லாதிருக்க, ஜோன்ஸின் தலைமைக்கு வருகையில், அது இந்தியா குறித்த அறிவார்த்த விபரங்களுக்கான இல்லமானது. ஜோன்ஸ் போலவே ஹேஸ்டிங்ஸ், இந்தியாவின் தொன்மையால் திகைத்தார், அதன் புனித இலக்கியத்தால், விதிமுறைகளால் ஈர்க்கப்பட்டார். இத்தகைய விபரங்களைக் கொண்டு, தன் நாட்டவர் இந்தியாவை அதன் சம்பிரதாயங்களுக்கேற்ப நிர்வகித்து மக்களின் பாராட்டைப் பெறலாம் என்று நம்பினார்.

இத்தகு லட்சியவாதம் ஹேஸ்டிங்ஸ் சகாப்தத்துடன் நின்றுபோகாது நூற்றாண்டின் தொடக்ககால அறிஞர்-நிர்வாகிகளிடத்தே செல்வாக்குச் செலுத்தியது. தெற்கில் கர்னல் மக்கன்ஸி-தாமஸ் மன்றோ, மத்திய இந்தியாவில் ஜான் மால்கம், மராட்டியத்தில் மவுண்ட் ஸ்டூவர்ட் எல்பின்ஸ்டைன் அவரது உதவியாளர் ஜேம்ஸ் கிராண்ட் டஃப், ராஜஸ்தானில் ஜேம்ஸ் டோட் ஆகியோர் மூத்த அரசியல்/ராணுவப் பொறுப்பினைத் தமது குறிப்பிட்ட பகுதியின் வரலாறு, புவியியல் சார்ந்த பங்களிப்புகளுடன் இணைத்துக் கொண்டனர். அவர்தம் ஆய்வுகள் சிலவேளைகளில் நழுவி, தாம் ஆராய்ந்த மக்களையும் வம்சங்களையும் மேம்படுத்தும்

நடவடிக்கைகள் ஆயின; அவர்தம் வரலாறுகள் இயற்கையாகவே பிரித்தானியத் தலையீட்டை வற்புறுத்தின. உண்மையில், சில இந்தியர் தவிர்த்து அனைவரையும் தம் வெற்றியில் இணைத்துக் கொள்வதாகக் கருதப்படுவது, ஆரம்பக்கட்ட பிரித்தானிய வரலாறு எழுதுதலின் சம்பிரதாயமாகி இருந்தது-முஸ்லீம் எழுத்தாளர்களின் சரிதங்களில் இஸ்லாமிய வெற்றியாளர்கள் செய்த ஒட்டுமொத்த இந்தியர்களின் படுகொலைகள் போல.

இவ்வாறு, 1820களில் மத்திய இந்தியாவில் பெற்ற அனுபவங்களிலிருந்து மால்கம், நம்பிக்கை, ஞானம், வலிமையில் நமது ஒப்பியல் மேன்மை குறித்த உள்ளூர் மக்களின் பொது அபிப்பிராயத்தைத் தம் ஆட்சியாளர்களிடத்தே வற்புறுத்தினார். உண்மையோ பொய்யோ, இந்த அனுமானம், மால்கம் போன்றோரது விஷயத்தில், தன்னிறைவான தாக்கத்தைக் கொண்டிருந்தது. புதிய, ஆசாரவாதத்தால் சவாலுக்குள்ளானபோது, இந்தியரின் நல்ல அபிப்பிராயம், தங்கியிருந்த உயரிய இலட்சியத்தைக் குறிப்பிட்டார்.

> அவர்தம் பழக்கவழக்கங்கள், நிறுவனங்கள், மதங்களிடத்தே நாம் காட்டும் அக்கறையால் முக்கிய மனப்பதிவு மேம்படும்-அளவு, கோபதாபம் அன்புடன் அவர்களிடத்தே எப்படி நடந்துகொள்கிறோம் என்பதைப் பொறுத்து; அவர்தம் நம்பிக்கையை/மூடநம்பிக்கையைப் புண்படுத்திடும் ஒவ்வொரு செயலாலும் பாதிக்கப்படும்; அது தனிநபர்கள்/ சமுதாயங்களைப் புறக்கணிப்பதாக ஆகும். அல்லது வெற்றியாளரின் அகம்பாவத்துடன், இம்மாபெரும் பேரரசு நிறுவப்பட்டதன் நெறிகளை மறந்துவிட்டதாகும்-இதனால் மட்டுமே அதனைப் பாதுகாக்க முடியும்.[15]

மெட்ராஸைச் சுற்றியுள்ள மாவட்டங்களிலான பிரித்தானிய ஆட்சியின் யதார்த்தங்களுடன் பரிச்சயமிக்க தாமஸ் மன்றோ, இத்தகு சுய-திருப்தியுள்ள தன்மை குறித்து முணுமுணுத்தார். மற்ற அந்நியப் படையெடுப்பாளர்கள் இந்தியரை அதிக வன்முறையுடனும் குரூரத்துடனும் நடத்தியது உண்மையே, ஆனால் 'யாரும் நம்மைப்போல அவ்வளவு பரிகாசத்துடன் நடத்தவில்லை, நம்பிக்கை வைக்கத் தகுதியானவரில்லை, நேர்மையாய் இருக்க முடியாதவர்கள், அவர்களின்றி நாம் செயல்பட முடியாது என்னுமிடத்தேதான் வேலைபார்க்கத் தகுதியானவர்கள்.' நீதியும் நிர்வாகமும் உள்ளூர் மக்களைக்கொண்டே செயல்படுத்தப்பட

வேண்டும், ஏன் என்பதைக் கம்பெனி இயக்குநர்களிடம் தெரிவித்தார்.

> ‘உங்கள் ஆட்சி அந்நியமானது, ஆகவே ஒருபோதும் மக்களிடையே அது செல்வாக்கு பெறாது. உங்கள் குடிமக்களுக்கு நிறையவே தரவேண்டியிருக்கும் ஆனால் நன்றியைத் தவிர்த்து வேறெதனையும் எதிர்பார்க்க முடியாது... அவர்களுக்கு எதிராக இல்லாமல், உள்ளூர் அமைப்புகள்- உள்ளூர் வழிமுறைகளினூடேதான் அவர்களுக்குச் சாதகமாகச் செயல்பட வேண்டும்; காலம் கனியும்போது உங்கள் குடிமக்கள் தமக்கென்று தகுதியான அரசாங்கத்தை உருவாக்கிப் பராமரித்துக்கொள்வார்கள்; அப்போது உங்கள் கடமையை நிறைவேற்றியதையே பிரதான வெகுமதியாகக் கருதி வெளியேற வேண்டியதுதான்.’[16]

அரவணைக்கும் தன்மையதா அவநம்பிக்கைமிக்கதா எதுவாயினும், இத்தகைய 19ஆம் நூற்றாண்டின் ஆரம்பக்கட்ட அணுகுமுறைகள், நூற்றாண்டின் மத்தியில் வெறுக்கத்தக்கதானது. பொறுப்புள்ள அரசாங்கம் சார்ந்த பிரித்தானியப் பார்வைகளில் பெரும் மாற்றம் வந்திருந்தது. உள்ளூர் மக்களின் அபிப்பிராயம் பொருட்படுத்தத் தக்கதாயில்லை. அவர்களுக்குச் சாதகமாகச் செயல்படுதல் மங்கிப்போனது. இந்திய மரபுகளுக்கு இயைந்து செல்வதான கீழைத்தேயவாத அரசாங்க இலட்சியம், ஏற்கெனவே கறைபட்டதாகி, ஈவிரக்கமற்ற பயன்பாட்டுவாதத் தர்க்கம், கிறித்தவச் சித்தாந்தம், சுதந்திர வணிகவீச்சு என்பவற்றால் துடைத்தழிக்கப்பட்டது.

சுதந்திர வணிக ஆதரவுக் கும்பல், பிரித்தானிய முதலீட்டுக்கும் வர்த்தகத்திற்கும் இந்தியப் பொருளாதாரம் திறந்துவிடப்பட வேண்டும் என்று வற்புறுத்தி, கிழக்கிந்தியக் கம்பெனி நிறுவப்பட்டிருந்த கிழக்கத்திய வணிகத்தின் ஏகபோகத்தைச் சவாலுக்குள்ளாக்கியது. 1770களின் கடைசியிலிருந்து அதிகரித்து வரும் பிரித்தானிய அரசாங்கக் கண்காணிப்புக்கு உள்ளாகி, 1785லிருந்து அரசாங்கத்தின் கட்டுப்பாட்டுக் குழுவின் நேரடி நிர்வாகத்திற்கு உட்பட்டிருந்த கம்பெனி, தன் அரசியல் சுதந்திரத்தையும் அதன் ஆதரவையும் இழந்துபோயிருந்தது. சுதந்திர வணிகத்தின் பெயரால் அதன் வணிகச் சொத்துக்கள் பறிக்கப்படலாயின. இந்தியச் சந்தைகளில் வழிவகை பெரும் ஆர்வமுள்ள பிரித்தானிய உற்பத்தியாளர்களின் அக்கறையால் ஆதரிக்கப்பட்டு, ஆசியாவின் பிரித்தானிய வணிக அமைப்புகள்

இந்திய வணிகத்திலும் உற்பத்தியிலும் சுரண்டியெடுப்பதில் முனைப்பு கொண்டிருக்க, தன் வர்த்தக உரிமைகளைச் சரணடையும் பட்சத்தில், கம்பெனியின் உரிமைப் பத்திரம் அவ்வப்போது புதுப்பிக்கப்படும். மைசூர் அல்லது மராத்திய அரசுகள் போல, கம்பெனி இப்படி 1793இல் சலுகைகள் தரவும், 1813இல் இந்தியாவுடனான வணிக ஏகபோகத்தைச் சரண் செய்யுமாறும் 1833இல் இன்னும் மதிப்புமிக்கதான சீனாவுடனான வணிக ஏகபோகத்தை விட்டுத்தரவும் நிர்ப்பந்தத்திற்குள்ளானது.

வணிகச் சொத்துக்கள் பறிக்கப்பட்டிருந்த கம்பெனியின் செயல்பாடு, பிரதானமாக அரசியல் அணியாகவும் ராணுவப் பலியாடாகவும் இருந்தது. லண்டனின் அறியாமையும் இந்தியாவின் தூரமும் கம்பெனி நீடித்திருந்ததை அவசியமாக்கி இருக்கும்; அப்படியேதான் அரசாங்கத்தின் துறையைவிடவும் பொறுப்புக் குறைந்ததே என்ற புனைவும்; 'கம்பெனியின் சீரற்ற நிர்வாகம்' என்பது 'அலுவலர்களின் தவறான போக்கினை' விடவும் குறைந்த பாதகத்தையே உணர்த்திற்று. ஆதலால், அதன் ராணுவம் துணைக்கண்டமெங்கிலும் வெற்றிகரமாக வலம் வந்தாலும், கண்ணியமிகு கம்பெனியின் அதிகாரமும் திசைவழியும் வடிந்துவிட்டன. ஆஃப்கானிய, சிந்து, சீக்கியப் படையெடுப்புகள் பிரித்தானிய அரசாங்கத்தால் தூண்டிவிடப்பட்டிருக்க வேண்டும் அல்லது அதன் நிர்வாகிகளால் தூண்டிவிடப்பட்டிருக்கவேண்டும். நடைமுறையில் தேசியமயமாக்கப்பட்டதால் கம்பெனி இசைந்தது. லக்னோவில் பிரித்தானியப் பாதுகாப்பின் கீழ், படாடோபமாக வாழ்ந்து வந்த அவாத் நவாப்களைப் போல, கான்பூரில் ஓய்வூதியத்தில் இருந்த முன்னாள் பேஷ்வா போல, டெல்லி கோட்டையின் காற்றோட்டமில்லா அறைகளில் புழுங்கிக்கொண்டிருந்த மொகலாயர் போல, கண்ணியமிகு கம்பெனி இன்னொரு இந்திய மெழுகுச் சிலை சர்வாதிகாரிகளில் ஒருவராகி, செயலிழந்த இறையாண்மையின் பொறியின் கீழ் சொட்டிக்கொண்டிருந்தது.

1813இல் கம்பெனியின் உரிமைச் சாசன புதுப்பித்தலில் இருந்த நிபந்தனைகளில் ஒன்று, இந்தியாவில் கிறித்தவ மத ஊழியர்களை அனுமதிப்பது. பிரித்தானியரைத் தம் மதங்களுக்கான மிரட்டலாகப் பார்க்கும் இந்து-இஸ்லாமியர்களின் அபாயமிக்க அணுகுமுறை நீண்டகாலமாகப் பாராட்டப்பட்டிருந்தது. ஆனால், லண்டனிலிருந்த மதமாற்ற கிலாபம் செக்ட் ஒரு தலைமை ஆளுநரையும் (சர் ஜான் ஸோர்) முதன்மையான கம்பெனி இயக்குநரையும் மதமாற்றியதுடன், வெஸ்ட் மினிஸ்டாரில் பலத்த

செல்வாக்கு செலுத்தியதும், மதமாற்ற அமைப்புகளிலிருந்து வந்த அழுத்தங்கள் தடுக்க முடியாதனவாக இருந்தன. அடிமைமுறை எதிர்ப்பாளரான வில்லியம் வில்பர் ஃபோர்ஸ், கிலாபம் செக்ட் உறுப்பினர் என்ற வகையில், 'இந்தியாவில் மதமாற்றம் மேற்கொள்வதற்கான வழிவகை மிகப்பெரிய லட்சியமாகும், அடிமை ஒழிப்புக்கும் மேலானதாக அதனை நிறுத்துவேன்'[17] என்று அறிவித்தார். 1813இல் பாராளுமன்றத்தில், 'நமது மதம் உன்னதமானது, தூய்மையானது, நன்மை பயப்பது. அவர்களுடையதோ அற்பமானது, ஒழுக்கமில்லாதது, குரூரமானது' என்று அவர் கூறினார். இஸ்லாமியரின் சிலைவழிபாடு மீதான அருவருப்பை எதிரொலித்து, இந்துத் தெய்வங்கள் காமம், அநீதி, கொடுமை, குரூரத்தின் அரக்கர்கள்' என்றார்; இதனை The History of British India (1820இல் வெளியானது) நூலினை எழுதிய ஜேம்ஸ் மில் ஏற்றார். 'மனிதச் சமுதாயத்தை வதைத்துச் சிறுமைப்படுத்தியதில் மிகவும் பாரியது, சித்திரவதை மிக்கது இந்துமதம்' என்பதால் இந்துக்கள் 'மனித இனத்தில் மோசமாக அடிமைப்படுத்தப்பட்டவர்கள்.'[18] அவர்களை 'இப்பெரும் இழிவி'லிருந்து மீட்பது அடிமைத்தனத்திலிருந்து ஆப்பிரிக்கரை விடுவிப்பது போலப் புனிதமானது.

மதமாற்ற அனுதாபியான வில்லியம் பெண்டிங் பிரபு தலைமை ஆளுநரானதும் (1828-35), உடன்கட்டை ஏறுதல், சாலையில் கொல்லுதல் போன்றவற்றை ஒழிக்கச் சட்டமியற்றி, இந்தியாவின் சீர்திருத்தத்திற்கு ஒரு தொடக்கம் மேற்கொள்ளப்பட்டது. இவை பொதுவனவையோ இந்து வைதிகத்திற்கு மையமானவையோ விசித்திரமானவையோ அல்ல. இச்சட்டமியற்றப்பட்டதால் சில உயிர்கள் காப்பாற்றப்பட்டு இருந்தாலும் முக்கிய நோக்கம் இந்து மதத்திற்கு அவப்பெயர் ஏற்படுத்துவதுதான். கிறித்தவ மனசாட்சிகளுக்கு அவை அருவருப்பாக இருந்ததால்தான். இந்தியாவில் கிறித்தவத்திற்கு மாறியவர்கள் சிலரே ஆயினும், மதமாற்றத்தின் மோசமான வீச்சுகளிலிருந்து பாதுகாக்கப்பட்டிருந்தாலும், இந்தியாவில் பிரித்தானியரிடையே இது ஓரளவு ஏற்பினைப் பெற்றது. அவர்தம் ஆட்சியே தெய்விகப் பணியின் உணர்வைப் பெற்று, இந்திய மதங்கள் சார்ந்த அவர்களது ஆரம்பக்கட்ட சகிப்புத்தன்மையும் ஆதரவும் ஆவியாகிவிட, கிறித்தவத்தின் தார்மீக மேன்மை உயர்ந்து, தம் மக்கள் மீதான அனுதாபம், கவனமின்மையாலும் அறியாமையாலும் இல்லாது போனது. பேராசைமிக்க ராணுவத் தலைவன் அல்லது நல்லெண்ணமிக்க அடித்தள மனிதன், 'கிறித்தவ விழுமியங்கள்' சார்ந்து சிப்பாய்களை ஆதரித்தால், ஒருமுறை அவனில்

ஈடுபாடு கொள்வர். இப்போது மதமாற்ற வதந்தி அல்லது சாதிய அவமதிப்பு வந்துவிட்டால் சந்தேகத்துடன் சஞ்சலப்படுவர்.

வில்பர் ஃபோர்ஸ் இந்தியாவுக்கு வந்ததே இல்லை. ஜேம்ஸ் மில்லும் வந்ததில்லை; ஒரு வரலாற்றாளன், பிறகு லண்டனில் கம்பெனியின் செல்வாக்குமிக்க பணியாளன் என்றிருந்த அவர், இந்தியாவில் அரசாங்கத்தின் கொள்கை நடைமுறையை, பயன்பாட்டுவாத அரசியல் சிந்தனையின் பகுப்பாய்வுக்கு உட்படுத்தினார். இந்தியாவின் ஏமாற்றமளிக்கும் மனிதாயம் மற்றும் திகைக்க வைக்கும் பன்முகத்தன்மை குறித்த அனுபவமின்மை இத்தகு பயிற்சிகளுக்குப் பெரும் தெரிவை அளித்தது. மில், அவரது மகனும் கம்பெனியில் அவரையடுத்து வந்தவருமான ஜான் ஸ்டுவர்ட் மில் ஆகியவர்களுக்கு, அதிகபட்சமானோரின் மாபெரும் சந்தோஷம், சட்டங்கள் வகுப்பதைச் சார்ந்துள்ளது-அவற்றின் பயன்பாடும் ஒழுக்கவியலும், அதிகபட்ச நன்மையின் எளிய அளவீட்டால் முடிவுகட்டப்படவேண்டும். பிரிட்டனில் தொழிற்புரட்சி, இன்னும் வளமும் நலமுமிக்கதை நோக்கிய சீரான முன்னேற்றத்தின் எதிர்பார்ப்புகளை உசுப்பிவிட்டிருந்தது. அதில் சமூக-தேர்தல் சீர்திருத்தம் மூலமாக அனைவரும் பங்கேற்க உரிமை பெறுவர். இந்தியா போன்ற தொழில்துறைக்கு முந்தைய சமூகம் வாக்களிப்புக்கானதில்லை என்றாலும், சீர்திருத்தமும் நவீனமயமாக்கலும் அங்கு அவசியமானதென்று கருதப்பட்டது.

'லேசான வரிகள், நல்ல சட்டங்கள்'-உலகமெங்கிலும் தேசிய-தனிநபர் நலனுக்கு வேறெதுவும் தேவையில்லை.' என்றார் மூத்தவரான மில். பெண்டிங் அதனை ஏற்றார்; அவரது நீண்ட நிர்வாகத்தின்போது செலவினத்தைக் குறைத்தார், வேகத்துடன் சட்டமியற்றினார், ஏராளமான நவீனப்படுத்தும் சீர்திருத்தங்களை முன்னெடுத்தார். செலவினங்களைக் குறைத்தது ராணுவத்தில் அதன் தாக்கத்தை ஏற்படுத்தாமல் இல்லை-படிகள் குறைக்கப்பட்டன; அது மிதமான வரிகளுக்கும் இட்டுச் செல்லவில்லை. வரிகள் பெரிதும் நிலவருவாய்தான்; வங்காளத்தில் கார்ன்வாலிஸ் அறிமுகப்படுத்திய 'நிரந்தர வருவாய்த் தீர்வு'க்கும் தெற்கில் மன்றோவால் ஆதரிக்கப்பட்ட ரயத்துவாரி அமைப்புக்கும் இடையே நிறைய சச்சரவுகள் நிலவிற்று. நிலவுகின்ற வங்காள நடைமுறை மற்றும் சொத்துடைய உயர்குடி சார்ந்த பிரித்தானியக் கருத்தால் ஆதரிக்கப்பட்ட முதலாவது வரிவசூலுக்கும் இருசாலுக்கும் பெரிய ஜமீன்தார்களைப் பொறுப்பாக்கியது; நிலத்தின் பிரபுக்களாக அங்கீகரிக்கப்பட்ட அவர்கள், நடைமுறையில் நிலப்பிரபுக்களாயினர்.

தென்னிந்திய கிராமங்களின் தன்னிறைவுபெற்ற மரபுகளின் செல்வாக்கைப் பெற்றிருந்த மன்றோ அமைப்பு, தனிப்பட்ட விவசாயிகள் அல்லது குடியானவ விவசாயிகளிடமிருந்து நேரடி வரிவசூலைச் சார்ந்திருந்தது; மேல்நிலைத் தரகர்களை எல்லாம் ஒட்டுண்ணிகளாகக் கருதிற்று. பயன்பாட்டுச் சிந்தனை பிந்தையதை ஆதரித்தது; சில திருத்தங்களுடன் அது மராட்டிய மண்ணில் மேற்கொள்ளப்பட்டது; அதன்பின் டெல்லி-ஆக்ராவைச் சுற்றியிருந்த வடமேற்குப் பிரதேசங்களில் நடைமுறைப்படுத்தப்பட்டது.

ஆனால் இரு அமைப்புகளின் தகுதிகள் குறித்த ஆவேசமான விவாதத்தில், இரண்டுமே நூதனமான யூகத்தில் இருந்தது கவனிக்கப்படாது போயிற்று; வசூலிக்கும் பொறுப்பானது நிலத்தை உரிமையாக்கி இருப்பதாகக் கருதப்பட்டது; இருசால் செய்வதிலான தாமதத்தைச் சட்டத்தின் மூலம் நில உரிமையை விலக்கிவிடலாம் என்றெண்ணப்பட்டது; இதில் அதிகபட்ச மதிப்பீடும் குறைந்தபட்ச விதிவிலக்கும் இருந்தது. வரி செலுத்தாத சாகுபடியாளர் வெறும் வாரதாரர் ஆனார்; வாரதாரராலும் நிலப்பிரபுவாலும் குத்தகை காலத்தை அப்படியே எடுத்துக்கொள்ள முடியாது. கடுமையான வரிவிதிப்புகள் ஒன்றும் புதிதில்லை, சலுகை அல்லது குறைப்பு அவ்வப்போது இருக்கும். பிரித்தானிய நிர்வாகத்தில் இது நீக்குப்போக்கின்றி இறுக்கமாயிருந்தது. கடன்கள் திருப்பிச் செலுத்தப்படாதிருந்தால், சொத்துக்கள் நீதிமன்றங்களால் கைக்கொள்ளப்பட்டு வெளிச்சந்தையில் விற்கப்படும். பிரித்தானிய கலெக்டர் இந்தியாவின் வட்டித் தொழில் செய்வோருடன் சேர்ந்துகொண்டு, கிராமப் பொருளாதாரத்தை நலிவடையச் செய்தார் என்னும் குற்றச்சாட்டு எளிமைப்படுத்தலாக இருக்கலாம். தொடர்ச்சியாயும் அவ்வப்போதும் மேற்கொள்ளப்படும் அரசாங்கத் தலையீடு, இத்தகு விமர்சனத்தை வரவழைக்காமலும் பெரும் விரோதத்தை ஏற்படுத்தாமலும் இருக்க இயலாது.

இது 'மில்'லின் நல்ல சட்டங்கள் என்னும் பெயரிலான சட்ட நடைமுறையால் தீவிரப்படுத்தப்பட்டது. இதில் பெண்டிக்கிற்குத் துணைபுரிய, சிறப்புமிக்க கிறித்தவ ஊழியத் தலைவரின் மகனான தாமஸ் பாபிங்டன் மெக்காலே, தலைமை ஆளுநரின் குழுவில் சட்ட உறுப்பினராக இந்தியாவுக்கு அனுப்பப்பட்டார். அவரது முன்மாதிரி தண்டனைச் சட்டம் இன்னும் இரு தசாப்தங்களுக்குப் பிறகே அறிமுகப்படுத்தப்பட இருந்தது, அவரது முக்கியப் பங்களிப்பு கல்வித்துறையின் சீர்திருத்தத்தில்

இருந்தது. கிறித்தவத்தை முன்னெடுத்துச் செல்ல எழுத்தறிவும் கல்வியும் அத்தியாவசியமானது எனக் கிறித்தவப் பணியாளர்கள் அடையாளங்கண்டிருந்தனர். ஐரோப்பிய அறிவியலையும் பண்பாட்டையும் நவீனமாக்கல்-அறிவு விளக்கப்படுத்தலின் சின்னமாகக் கருதிய பயன்பாட்டுவாத நம்பிக்கையுடைய மெக்காலே அது ஆங்கில எழுத்தறிவாக, மேற்கத்தைய பாடத்திட்டமாக இருக்கட்டும் என்றார். அவரது நோக்கத்தை அவரது வார்த்தைகளிலேயே குறிப்பிடுவதானால் 'நிறத்திலும் குருதியிலும் இந்தியர்களாக ஆனால் ரசனைகள், அபிப்பிராயங்கள், ஒழுக்க நியதிகள், அறிவில் ஆங்கிலேயராக இருந்து, நமக்கும் நாம் நிர்வகிக்கும் லட்சக்கணக்கானோருக்கும் இடையே விளக்கவுரையாளர்களாக இருக்கக்கூடிய ஒரு வர்க்கத்தினரை உருவாக்குவது.'[19] கிடைக்கின்ற நிதி சொற்பமாயிருக்கக் கொள்கை ஏற்கப்பட்டது, 1835இல் அரசாங்கத்திற்கும் கல்விக்கும் ஆங்கிலம் அங்கீகரிக்கப்பட்ட மொழியானது. ஆங்கிலேயர்கள் இந்திய மொழிகளைக் கற்றுக்கொண்டு இந்திய நிறுவனங்களிலும் மரபுகளிலும் ஈடுபடுத்திக் கொள்வதற்கு மாறாக, ஆங்கிலமயமாக்கலிலும் அதன்பின் மேற்கத்திய சிந்தனை-அறிவியல் உலகங்களிலும் நுழைய இந்தியர்கள் ஊக்குவிக்கப்பட இருந்தனர்.

இம்முக்கிய முடிவினை இந்திய அபிப்பிராயம் போற்றிப் பாராட்டுவதாய் இருக்க இருந்தது. சுதந்திரத்திற்கான கோரிக்கைகள், மேற்கத்திய தாராளவாதச் சிந்தனையில் பொதிந்திருந்த நெறிகளின் மீதமைந்திருந்தன. சீனாவையும் ரஷ்யாவையும் ஈர்த்த புரட்சிகளிலிருந்து இந்தியாவை அது விட்டுவைத்தது என்று வாதிடப்பட்டது. ஆனால் அது சமஸ்கிருதம்-பாரசீகம் கற்பதற்கான ஆதரவைத் துண்டித்துவிட்டது; இம்மொழிகளைக் கற்றுப் போற்றிய பிராமணரையும் மௌலவிகளையும் அந்நியப்படுத்தி இருந்தது; தொன்மையான இந்தியக் கலை-இலக்கிய மரபுகளைக் கடுமையாக ஒதுக்கித் தள்ளியிருந்தது. 'நல்லதொரு ஐரோப்பிய நூலக அடுக்கு, இந்திய-அரபி மொழிகளின் ஒட்டுமொத்த இலக்கியத்திற்கும் ஈடானது' என்று தன் தரப்பினை மெக்காலே வாதிட்டார். தன் சக நாட்டவரது புலமையினைக் கூடக் காட்டிக் கொடுத்துக்கொண்டிருந்தார். 'ஆங்கிலேய மிருக வைத்தியரைக்கூட அவமதிக்கின்ற மருத்துவம், பள்ளிச் சிறுமியரிடையே நகைப்பை வரவழைக்கின்ற வானியல், 30 அடி உயரத்தில் முப்பதாயிரம் ஆண்டுகள் ஆளும் மன்னர்களுடைய வரலாறு, சர்க்கரை சார்ந்த திரவப்பொருளின் கடலும் வெண்ணெய்க் கடலும் கொண்ட புவியியல்' என்று நிந்தித்தார்.

பிரித்தானியத் தலைமை-ஆளுநர்கள்

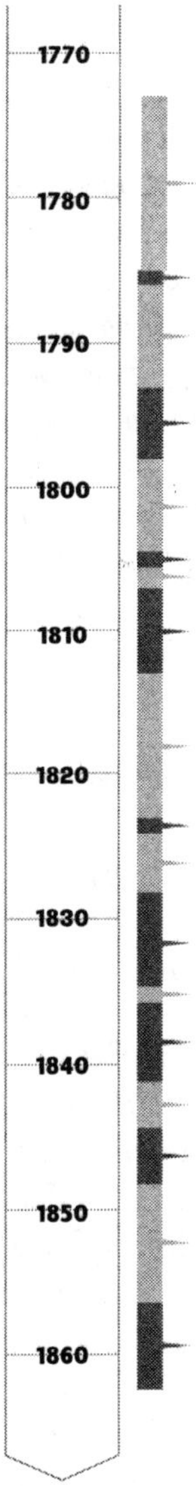

1770		
1780	வாரன் ஹேஸ்டிங்ஸ்	1773-1785
	* சர் ஜான் மக்பெர்ஸன்	1785-1786
1790	சார்லஸ் கார்ன் வாலிஸ், கார்ன்வாலிஸின் இரண்டாம் பிரபு	1786-1793
	சர் ஜான் ஷோர்	1793-1798
1800	ரிச்சர்டு வெல்லெஸ்லி, மார்னிங்டனின் இரண்டாம் பிரபு	1798-1805
	சார்லஸ் கார்ன்வாலிஸ், கார்ன்வாலிஸின் இரண்டாம் பிரபு	1805
	* சர் ஜார்ஜ் பார்லோ	1805-1807
1810	சர் கில்பர்ட் எலியட், மிண்டோவின் முதல் பிரபு	1807-1813
1820	பிரான்ஸிஸ் ஹேஸ்டிங்ஸ், மொய்ராவின் இரண்டாம் பிரபு	1813-1823
	* ஜான் ஆடம்	1823-1824
	வில்லியம் அம்ரெஸ்ட், அம்ரெஸ்டின் முதல் பிரபு	1824-1828
1830	வில்லியம் பெண்டிங் பிரபு	1828-1835
	* சர் சார்லஸ் மெட்கேல்	1835
1840	ஜார்ஜ் ஏடென், ஆக்லாந்தின் முதல் பிரபு	1835-1841
	எட்வர்ட் லா, எல்லன்பரோவின் முதல் பிரபு	1841-1844
	சர் ஹென்றி ஹார்டிங்	1844-1848
1850	சர் ஜேம்ஸ் ரம்ஷே, டல்ஹவுஸியின் பத்தாம் பிரபு	1848-1856
1860	சார்லஸ் கேன்னிங், கேன்னிங்கின் முதல் பிரபு	1856-1862

* தற்காலிகத் தலைமை ஆளுநர்

இந்திய மதங்களை மதமாற்ற ரீதியில் நிந்தித்தது போலவே, இந்திய இலக்கியப் பாரம்பரியம் மீதான இந் நிபந்தனை ஆள்வோரையும் ஆளப்படுவோரையும் பாதித்தது. பிரித்தானியரைப் பொறுத்தவரை பண்பாட்டுப் பிளவு ஒரு சவாலாக இல்லை. தம் அறிவார்த்த சாதனைகள், கலை ரசனைகள், தார்மீக நெறிகள் தீராத வகையில் உயரியவை என்னும் நம்பிக்கையில் திடப்பட்டு, சரியாகச் செயல்படுத்தப்பட்டால் சீக்கிரமே பின்பற்றப்படும்; இந்தியாவுடன் தொடர்பற்ற வாழ்க்கை முறைக்குள் ஒதுங்கிக் கொள்ளமுடியும் என்று இருந்தனர். செய்தித் தொடர்புகள் மேம்படவும், மனைவிகளும் மகள்களும் நகரங்களிலுள்ள தம் ஆடவருடன் மட்டுமின்றி, மாவட்டப் பகுதிகளிலும் வந்து சேர்ந்திட இசைந்தனர். அங்கே பீர் மரப் புதர்களின் பின்னே தோட்டங்கள் மலர்ச்சிகொண்டன, ஆர்வம் சார்ந்து நாடகங்கள் வளர்ந்தன, தையல்காரர் ஆடை தயாரிப்பவர் ஆனார். சீமாட்டியரைப் பொறுத்தவரை, வேலையாட்கள் புற இல்லத்திற்குத் தள்ளப்பட்டனர்; விடுதிகள் இந்தியரை அனுமதிக்கவில்லை; பாதிரியர் அடிக்கடி தேநீர் அருந்த வந்தார். பிரித்தானியர் விலகிப்போயினர், ஆகவே தொடர்பை இழந்தனர், அணுக முடியாதவர்களாயினர்.

ஆஃப்கானிய, சிந்து, சீக்கியச் சண்டைகள் அரசாங்கத்தின் கவனத்தை ஆக்கிரமித்துக்கொள்ள, பெண்டிங்கிற்குப் பிறகு சீர்திருத்தம் தடுமாறிற்று; என்றாலும் பிரித்தானிய ஆட்சி, ஆட்சேபிக்க முடியாதபடி சிறந்ததென்று இருந்தது. ஆகவே கிறித்தவக் கடமை-பயன்பாட்டுவாத தர்க்கத்தின்படி, அதன் நன்மைகள் முடிந்த அளவு இந்தியர்களைச் சென்றடைய வேண்டும் என்பது தலைமை ஆளுநர் டல்ஹவுஸிக்குச் சாத்தியமானதாகத் தோன்றியது. அவரது தீவிர வழிகாட்டுதலில், சீர்திருத்தமும் நவீனப்படுத்தலும் 1850களில் புதுப்பிக்கப்பட்டன. இந்து விதவையர் மறுமணம் செய்துகொள்வதும் மதமாறிய கிறித்தவருக்குச் சுவீகரிப்பினை உரித்தாக்குதலும் குறித்த சட்டங்கள் பகுத்தறிவு சார்ந்தவையே; ஆனால் அவை நிறுவப்பட்டிருந்த நடைமுறைக்குச் சவால்கள் விடுபவை. இதற்கிடையே அளவை செய்தல், சாலைகள், ரயில்வேக்கள், தந்தித் தொடர்புகள், பாசன வசதித்திட்டங்கள் போன்ற சந்தேகத்திற்கிடமற்ற பயனையுடைய பொதுத்துறைப் பணிகள், அரசாங்கத்தை மக்கள் திரளினருடனான நேரடித் தொடர்புக்குக் கொண்டு வந்தன; மாற்றத்தின் கருவியாகத் தன் அதிகாரத்தை நாடகப் பாணியில் நிகழ்த்திக்காட்டின. ஒயர்களும் ரயில்

தண்டவாளங்களுமான உருக்கு வலைப் பின்னலுக்குள் இந்தியா நுழைய இருப்பது போன்று புதிய வரைபடங்கள் காணப்பட்டன.

முன்னேற்றத்தின் அணிவகுப்புக்குத் தடைபோட சாதிய விலக்குகள் அனுமதிக்கப்படவில்லை, சாதியப் பகுப்பு ரயில் பெட்டிகளில் இல்லாதது குறித்து நிறையவே அமளி நிலவியது. டல்ஹவுஸிக்கும் அவரது ஆலோசகர்களுக்கும், உள்ளூர் அரசுகள் அல்லது டல்ஹவுஸி குறிப்பிடும் சின்னஞ்சிறு சமஸ்தானங்கள், ரயில்-தந்தியின் முன்னேற்றத்தில் தலையிடலாகாது என்ற நிலைபாடு, இத்தகைய சூழலில் பிறக்க நேர்ந்த கெடுவாய்ப்புடையோர், இத்தகைய முன்னேற்றம்-நவீனப்படுத்தலிலிருந்து ஏன் விலக்கிவைக்கப்பட வேண்டும் என்பதற்குக் காரணமேயில்லை. இதனால், ஏற்கெனவே நம்முடையதாயிருந்த பிரதேசங்களை ஒருங்கிணைக்க டல்ஹவுஸி வற்புறுத்தினார்.

திறமையற்ற ஆட்சியாளரை உடைய அல்லது வாரிசுரிமை இல்லாத அரசின் இறையாண்மையை மேற்கொள்ளும் உயர்ந்தபட்ச அதிகாரம் பிரித்தானியரிடம் இருந்தது. வாரிசுகள் இல்லாத பட்சத்தில் தத்தெடுத்துக்கொள்ளும் உரிமை உண்டு. மேலும் திறமையற்றவர் என்பது அபிப்பிராயத்தைச் சார்ந்ததே என்பது இதனால் துலக்கமாகவில்லை. ஆனால் இச்சித்தாந்தம் எச்சரிக்கையுடன் அரிதாகவே நடைமுறைப்படுத்தப்பட்டது. இப்போது அது அப்படியே கடப்பாடு ஆனது; தனக்கு உரியதை, நியாயமானதை எடுத்துக்கொள்ள கடமைப்பட்டது அரசாங்கம் என்றார் டல்ஹவுஸி. அப்படிக் கையகப்படுத்தியவற்றில் ஒன்றான, மராட்டியத்தின் மையத்திலிருந்த சதாராவில் சிவாஜியின் நேரடிச் சந்ததியர் நீண்டகாலம் ஆண்டிருந்தனர்; போன்ஸ்லேக்களின் நாக்பூரில் மகாராஜாவின் உடைமைகள் விற்கப்பட்டிருந்தன; இன்னொரு சிறிய அரசான மராத்தியத்தின் ஜான்ஸியின் இளமையான ராணி, அகல்யாபாய் ஹோல்கர் போல நடந்துகொண்டிருந்தும், விதவையானதால் அதிகாரத்தை இழந்தார்.

மற்ற ஆட்சியாளர்கள் பீதியுற்றனர். ஏற்கெனவே மொகலாயப் பேரரசர் 'டெல்லி மன்னராகக்' குறைத்துச் சுருக்கப்பட்டு, அவரது நாணயங்களிலிருந்து அவர் உருவம் அகற்றப்பட்டது. அவரது வாரிசினை இளவரசன் என்று மட்டுமே குறிப்பிடவேண்டும், அவரின் அரசவை நடந்துவந்த செங்கோட்டை பிரித்தானியரிடம் ஒப்படைக்கப்பட வேண்டும் என்றார் டல்ஹவுஸி. பேஷ்வா இரண்டாம் பாஜிராவினால் தத்தெடுக்கப்பட்டிருந்த நானா

சாகிப், கான்பூர் அருகே நாடுகடத்தப்பட்ட நிலையில், அரசினை மட்டுமல்லாது ஓய்வூதியம்-விருதினையும் அவர் இழக்க நேர்ந்தது. ஏமாற்றமுற்ற மற்ற இளவரசர்கள்-இதர ஓய்வூதியர்கள் போல லண்டனிடம் முறையீடு செய்தார், ஆனால் நிறைவான பதிலில்லை. சதாரா-நாக்பூரின் ரெசிடெண்ட்கள் உள்ளிட்ட பல மூத்த அரசியல் அலுவலர்கள், அதிகாரமிழந்த வம்சங்கள் மக்கள் செல்வாக்கைப் பெற்றிருந்தன என்று வாதிட்டுப் பார்த்தனர். ஆனால், கீழமை அலுவலர்களின் ஆலோசனையை ஒருபோதும் வரவேற்றிராத டல்ஹவுஸி இதற்குச் செவி சாய்க்கவில்லை. 1856இல் இந்தியாவிலிருந்து தான் கிளம்புவதையொட்டி அவாத்தினை இணைத்திடும் உத்தரவை அவர் பிறப்பித்தார்.

அநேகமாக மிகப் பெரியதும் வளமானதும், உள்ளூர் அரசுகளில் மூத்ததும் விசுவாசமிக்கதுமான அவாத் இணைக்கப்பட்டது, பிரித்தானியர் பெருமிதம் கொண்டிருந்த நம்பிக்கையைக் கேள்விக்குள்ளாக்கியது. கிளைவ் காலத்திலிருந்து அதன் ஆட்சியாளர்கள், கம்பெனியின் சகாக்களாக இருந்து வந்தனர், பிரதேச-நிதிக் கோரிக்கைகளை வாரிசுரிமையை அப்படியே ஏற்றிருந்தனர்; கம்பெனியின் வங்காள ராணுவத்திற்குப் பெருமளவில் வீரர்களைத் தந்தனர். சமீபகாலமாக நவாப்கள்/ மன்னர்கள், மொகலாயப் பெருமைக்கு இன்னொரு அடியாகப், பொறுப்பற்ற அரசாங்கத்தை முன்வைத்தனர். நூற்றாண்டின் திருப்பத்தில் அவாத்தின் தலைநகரம் லக்னோ, ஸெஹர்ஜாத்தின் பாக்தாதினுடைய வசீகரத்துடன் ஷாஜகானது டெல்லியின் மாட்சிமையைப் பெற்றிருந்தது. இந்திய-சராஸெனிக் கட்டடக்கலையின் இறுதிப் பீறிடலாக, நவாப்கள் தம் நகரங்களில் அரண்மனைகள், நுழைவாயில்கள் மண்டபங்கள், மசூதிகள் என நிறைக்கலாயினர். 50 மீ நீளமும் 15 மீ உயரமுமுள்ள மாபெரும் இமாம்பரா, உலகிலேயே மிகப்பெரும் விதானமுடையக் கூடமாக இருக்கக்கூடும்; 'இந்தியாவின் மிகக் கச்சிதமான கட்டடங்களில் அதுவும் ஒன்று என்பது நிச்சயம்.'[20] அது 1780னைச் சேர்ந்தது எனில், லக்னோவின் தரவரிசைப்படி தொன்மையானதே; பெரும்பாலான அதன் நினைவுச் சின்னங்கள் 19ஆம் நூற்றாண்டைச் சேர்ந்தவை; அவாத் மீதான குண்டுவீச்சுகளாலும் பராமரிப்பின்மையாலும் அவை பொலிவிழந்துள்ளன.

லக்னோவின் ஆடம்பரமான வாழ்க்கைமுறை பரபரப்புக் குறையாததே. கலை ரசனையும் நூதனத்தை விரும்பும் பண்புமுள்ள நவாப்கள், புகழ்பெற்ற உருதுக் கவிஞர்களையும் பாரசீக எழுத்துக் கலைஞர்களையும் ஷியாப் பிரிவு ஞானியரையும் அரவணைத்தனர்.

இந்துக்களின் பாணர்களும் நடனமங்கையரும் கோமாளிகளும் ஆங்கிலேய சவரத் தொழிலாளர்கள், ஸ்காட்லாந்தின் பேக்பைப் கலைஞர்கள், ஐரோப்பியக் கடிகாரத் தயாரிப்பாளர்களுடன் அரசின் ஊதியம் பெற்றனர். திருநங்கையர், அரசவையினர், காமக்கிழத்தியர், தன்பாலின ஈர்ப்பு இளைஞர் கூட்டம் என அரசனை எப்போதும் மொய்த்திருந்தது. கடைசி நவாப்புகள் வரம்புக்குட்பட்ட வாய்ப்புகளில் ஐரோப்பியப் புனைவில் சிதறிப்போன மன்னர்களாக விளங்கினர்.

கம்பெனியின் இயக்குநர்களே 1828இல் ஒத்துக்கொண்டபடி, பிரித்தானிய அரசாங்கமே இதற்குப் பெரிதும் பொறுப்பாகும்; காட்டுத்தனமான அரசாங்கத்தின் தொலைநோக்கின்மையும் தாக்குதலும் ராணுவ வலிமை கொண்டிருக்கையில், இத்தகைய சீர்குலைவு நிரந்தரமடைவது வேறெங்கும் இருக்காது.[21] பிரித்தானியத் துருப்புகள் அவாத்தின் பாதுகாப்புக்கு மட்டும் உத்தரவாதமளிக்கவில்லை; அரசின் வருவாய்க் கோரிக்கைகளை நடைமுறைப்படுத்தவும் உத்தரவாதமளித்தன. அதன் நவாப்கள் கிடைப்பதைச் செலவழிப்பதைத் தவிர வேறு வழியின்றி இருந்தன. அவர்தம் படாடோபமும் எப்போதும் ஆட்சேபிக்கப்படவில்லை. அவாத் அரசாங்கத்திடமிருந்து பெற்ற கடன்கள், கம்பெனியின் பல யுத்தங்களுக்கு ஓரளவு நிதிவசதியளித்தன; 1814-16 கூர்கா யுத்தத்தின் ஒட்டுமொத்தச் செலவினத்திற்கும் அவை ஈடுசெய்தன.

1801ஆம் ஆண்டு உடன்படிக்கையின்படி, நவாப்கள் மக்களின் நலன்களுக்காக ஆட்சிபுரிந்து, பிரித்தானிய ஆலோசனையை ஏற்றுக்கொள்ளவேண்டும். ஆனால் அவர்கள் இரண்டையும் செய்யவில்லை. திரும்பத் திரும்ப வந்த எச்சரிக்கைகள் மற்றும் 'நம் பேரரசுக்கான அவமானம்' என்ற ஆத்திரத்தால் தூண்டிவிடப்பட்டே, இணைத்துக்கொள்வதற்கான டல்ஹவுஸியின் தீர்மானம் வந்தது. அவர் வாதிட்டவாறு இத்தீர்மானம் 'நியாயமானது, கணிக்கக்கூடியது என்றாலும் சரியானதா?' என்பது வேறு விஷயம். சட்டரீதியில் அது சந்தேகத்திற்குரியது; இணைப்பு ஆவணத்தில் கையொப்பம் இட நவாப் மறுத்துவிட்டதால், இச் சந்தேகங்கள் சிக்கலுக்குள்ளாயின. அவாத்தின் விரும்பத்தக்க வருவாய் என்னும் பிரச்சினையும் இருக்கவே செய்தது. பிரித்தானியக் கணக்கீட்டில் எப்பங்கும் வகிக்காதிருந்து, நவாப்களின் தாராளமான செலவினங்கள் இதில் பங்கு வகிக்காமல், இணைப்புக்கான பிரதானக் காரணமாக அது இருந்தால், இந்த வருவாயில் ஒரு பகுதியை அவாத்தில் முதலீடு

செய்யப் பயன்படுத்தி இருக்கவேண்டும். உண்மையில் அது வெறுமனே கம்பெனியின் கல்லாவில் மாயமானது.

அவாத் மக்களுக்கு இவ்விவகாரமே விளக்கமுடியாததாகவும் பரிந்துபேச முடியாததாகவும் இருந்தது.

'பலவீனமான ஆனால் தீங்கற்ற மன்னன், பிரித்தானியருக்கு எந்தக் கேடும் இழைக்காது, தன் மூதாதையர் போல விசுவாசமாக இருந்துவர, ஏன் ஒதுக்கித் தள்ளப்பட வேண்டும் என்பதை யாராலும் புரிந்துகொள்ள இயலவில்லை. அவன் ஒன்றும் குரூரமானவனல்ல. அவனது சுயநலமும் மக்கள் நலனைக் கவனிக்காததும், பிரித்தானியருக்கு மோசமான குற்றங்களாக இருந்தது போன்று, அவனது மக்களுக்கு இருக்கவில்லை.'[22]

கவனிக்காதது மற்றும் சுரண்டலின் இடத்தே பிரித்தானியர், வருவாய் வசூலில் ஒரு சீர்திருத்தத்தைக் கொணர்ந்து, அறிமுகப்படுத்தியதன் வழியே, தம் வருகையைச் சமிக்ஞை செய்தனர். அண்டையிலுள்ள பிரித்தானிய இந்தியாவின் வடமேற்குப் பிரதேசங்களில் பெற்ற அனுபவத்தைக் கொண்டு, சாகுபடியாளருடன் நேரடியாக ஈடுபடவேண்டும் என்னும் விபரத்துடன் அவாத்தின் செல்வாக்குடைய உயர்குடியைச் சேர்ந்த செல்வந்த, பாரம்பரிய விவசாயிகளை அல்லது தாலுக்தார்களை அது உடனே அந்நியப்படுத்திற்று; அது நன்மை செய்வதாகக் கருதப்பட்ட சாகுபடி வர்க்கங்களைப் பீதிக்குள்ளாக்கியதாகத் தோன்றிற்று.

பஞ்சாபில் போலவே, இணைத்தாலும் கூட அவாத் ராணுவத்தின் ஒரு பகுதியை அழிப்பதில் தாக்கத்தைக் கொண்டிருந்தது; அவாத்தில் தெரிவு செய்யப்பட்டிருந்த கம்பெனியின் வங்காள ராணுவத்தின் 40,000 பேர் அனுபவித்த சலுகைகளை இல்லாமலாக்கியது இன்னும் மோசமானது. தமது தாயகம் பிரித்தானியப் பிரதேசமாகக் குறைத்துச் சுருக்கப்படவும், இவர்கள் முன்னதாகப் பிரித்தானியச் செல்வாக்கால் நவாப் அரசாங்கத்தின் பிரயோகத்தில் இருந்த முறையீடு-குறைதீர்ப்பு உரிமைகளை இழந்தனர்-அது அவர்தம் குடும்பத்தினருக்கும் உறவினருக்கும் ஒருவித பாதுகாப்பையும் பத்திரத் தன்மையையும் தந்தது. இப்போது அண்டையிலுள்ள பீகார், வாராணசி, அலகாபாத் ஆகிய பிரித்தானிய மாவட்டங்களிலிருந்து தெரிவு செய்யப்பட்டிருந்த பிராமண, ரஜபுத்திர துருப்புகள் அனைவரிடமிருந்தும் தம் சந்தேகங்களில் வேறுபட்டிருந்தனர். இந்தியாவுக்கு வெளியே

பணிபுரிவது போன்ற விஷயங்களைப் பகிர்ந்துகொண்டனர்; தம் மத நம்பிக்கைகளில் அலட்சியம் காட்டும் அந்நிய ஆட்சியாளரின் உத்தேசம் குறித்த அச்சங்களைப் பகிர்ந்து கொண்டனர்; லக்னோவிலிருந்த தம் பாரம்பரிய மன்னனுக்கு இழைக்கப்பட்ட விசுவாசமற்ற நடவடிக்கையால் உண்டான தேசியத் துயரம் போன்றதான ஒன்றைச் சேர்த்துக்கொண்டனர். இவற்றில் ஏதேனும் ஒன்று கலகத் தன்மையிலான எதிர்ப்பைத் தூண்டிவிட்டிருக்கும்; சில ஏற்கெனவே அப்படிச் செய்திருந்தன. அவை ஒன்று சேர்ந்து கலகத்திற்கான காரணங்களாயின.

1857 மற்றும் அதன் அனைத்தும்

இந்திய வரலாற்றில் 1857இன் நிகழ்வுகள் வேறெந்த 'நிகழ்வை விடவும் உணர்வேற்றமிக்க இலக்கியத்தைத் தூண்டிவிட்டிருக்கின்றன'.[23] அத்துடன் அவை மிகச் சமகால ஆவணப்படுத்தலை ஏற்படுத்தின, பிரித்தானிய ஆட்சியிலும் அதற்கான இந்திய எதிர்வினையிலும் ஓர் அடையாளத்தை ஏற்படுத்தியுள்ளன. ஆனால் இவற்றின் விளக்கங்கள் சர்ச்சைக்குரியனவாய் இருந்துள்ளன, அப்படியே இவற்றின் தலைப்பும்தான். பிரித்தானியருக்குச் சிப்பாய்/வங்காள/இந்தியக் கலகம் எனவும் இந்தியருக்கு தேசிய எழுச்சி/முதல் சுதந்திரப்போர் எனவும் இவ்விரு நாடுகளில் இருதரப்பையும் சாராதவருக்கு மாபெரும் கலகம் எனவும் அறியப்பட்டுள்ளது. 1857இல் என்ன நடந்தது என்பது பகுப்பாய்வை மீறுகின்றது.

எடுத்துக்காட்டாக, கலகத்தினை மரபார்ந்த, நிலப்பிரபுத்துவ வடிவிலான எதிர்வினையுடன்-அதன் தோல்வி தேசியவாதத்தின் ரீதியில் அமைந்த எதிர்ப்பு முற்றிலும் ஏற்புடையதாக இருக்காது. வெவ்வேறான குழுக்கள் வெவ்வேறான துயரங்களுடன் மாபெரும் கலகத்தில் ஏதேனும் ஒரு பக்கத்தில் இணைந்துகொண்டன. பிரித்தானிய ஆட்சியின் சரி-தவறுகள் எப்போதும் தீர்மானகரமாக இருந்ததில்லை; இவ்விரு பக்கங்களுக்கிடையிலான எல்லைப்புறம், வேளாண்-நகர்ப்புறச் சமுதாயங்களினூடே சென்றது; அவை நிலை கொண்டனவும் நாடோடித் தன்மை கொண்டனவும் ஆகும். அவை உயர்ந்ததும் தாழ்ந்ததுமான சாதிகளைச் சேர்ந்தவை, நிலப்பிரபு-வாரதாரர் இருதரப்பையும் சார்ந்தவை, இந்துக்களையும் இஸ்லாமியர்களையும் கொண்டவை. முரணான வகையில் இப்படிக் கலகத்தை எதிர்த்தவர்களும் ஆதரித்தவர்களும் ஒருவிதத்தில் தேசியப் பண்பைப் பெற்றிருந்தனர்.

இக்கலகக்காரரது பல்வேறு குறைகளில் பல நீண்டகாலத்தவை, முந்தைய எதிர்ப்புகளையும் கலகங்களையும் தூண்டியிருப்பவை. இவற்றில் சில குறைபாடுகள் தேசிய ரீதியில் தொடர்ந்து எடுத்துரைக்கப்பட்டு வந்தன. ஆனால், அவற்றிற்கு அனைத்திந்திய பரிமாணம் இல்லை; இந்தியாவின் பிரித்தானிய அரசாங்கத்திடமே ஒருங்கிணைந்த இணக்கம் இல்லாததை அது எடுத்துக்காட்டியது; ஒவ்வொரு ராஜதானியும் (கல்கத்தா/வங்காளம்/மெட்ராஸ், பம்பாய்) தனக்கென்று ராணுவத்தையும் நிர்வாகத்தையும் கொண்டிருந்தது. இவ்வாறு இக்கலகம் வட இந்தியாவின் பெருவாரியான சமுதாயங்களின் ஆதரவைப் பெற்றிருந்தாலும், தேசியவாதம் அதற்குப் பங்களிப்பு செய்திருந்தாலும், எதிர்காலத் தேசத்தின் பெரும்பகுதிகள் பிரித்தானிய ஆட்சியின் முக்கிய மையங்களுடன் இணைந்து பாதிக்கப்படாதிருந்தன. மேலும், எதிர்கால வரலாற்றாளர்கள் தேசியவாதத்தின் உள்ளடக்கத்தை மிகவும் பரந்துபட்டதாக வரையறுத்து, அதன் தோற்றுவாய்களை இன்னும் முன்னதாக்கினால்,[24] பரம்பரையான தலைவர்களது மரபார்ந்த உள்ளூர்த் துயரங்கள் சார்ந்த எதிர்ப்பு வடிவங்கள் 1857க்குப் பின் காண்பது குறைந்திடவில்லைதான். அதாவது, பிரித்தானிய-இந்திய உறவுகளின் மாபெரும் ‘அடையாளம்’ நீரோடைகளின் ஓட்டம் பெரிதும் முரண்பட்டுள்ள விரிவான பீடபூமியாக அது இருக்கிறது.

ஆனால் மாபெரும் கலகம் கம்பெனியின் வங்காள ராணுவத்திற்குள்ளே ஏற்பட்ட எழுச்சி என்பதில் குறைந்தபட்ச ஏற்பு உள்ளது. அது முதலாவதில்லை. அநேகமாக ஒரு நூற்றாண்டுக்கு முன்னர், பக்ஸரையொட்டி கம்பெனியின் இந்தியச் சிப்பாய்கள் உத்தரவுகளுக்குப் பணியாமல் இருந்ததால், ஹெக்டர் மன்றோவால் தூக்கிலிடப்பட்டனர். 1806இல் தமிழ்நாட்டின் வேலூரில், சீருடைகள்-தோல் தொப்பி அணிவது (இந்துக்களுக்கு எப்போதும் அருவருப்பானது) குறித்த புதிய விதிமுறைகள், மெட்ராஸ் ராணுவத்தில் வன்முறை மிகுந்த கலகத்தைத் தூண்டிவிட்டிருந்தது. ஏற்கெனவே குறிப்பிட்டபடி கடல்தாண்டிப் பணிபுரிவதில் சாதி இழப்புக்கு பதிலீடு மறுக்கப்பட்டபோது பர்மிய, சிந்து, பஞ்சாப் சண்டைகளில் சிப்பாய்கள் பல கலகங்களை நடத்தினர்.

கடல் தாண்டிய பணி குறித்து இக்கொந்தளிப்பான அதிருப்தியை டல்ஹவுஸி விசிறிவிட்டிருந்த பிறகு 1857இல், வங்காளச் சிப்பாய்கள், தம் நம்பிக்கைகளுக்கு இழப்பீடு செய்வதான இன்னொரு நிகழ்வை உணர்ந்தனர். ஆகவே புதியதொரு

துப்பாக்கி வாங்கப்பட்டது, அதன் குண்டு போகும்பகுதி பன்றி-பசுவின் கொழுப்பால் பூசப்பட்டிருந்தது; அதனைப் பற்களால் கடித்துத் திறக்க வேண்டும். இது பசுவை வழிபடும் இந்துக்களுக்கும் பன்றியை வெறுக்கும் முஸ்லீம்களுக்கும் அருவருப்பாய் இருந்தது- ஆகையால் மலத்தின் குமட்டலைத் தந்தது; நஞ்சினால் தோய்க்கப்பட்டிருந்தால்கூட இவ்வளவு அபாயகரமானதாய் இருந்திருக்காது.

இப்புண்படுத்தும் குழாய்கள் உடனே விலக்கிக் கொள்ளப் பட்டாலும், நடைமுறையில் இருந்த குழாய்கள் சந்தேகத்திற்கு உள்ளாயின. அதுபோலவே மாவு-சமையல் எண்ணெய் சார்ந்த விஷயங்களும்தான். சிப்பாயின் மதம் சார்ந்த நிலைப்பாட்டில் அது தளர்ச்சியை ஏற்படுத்தி, கிறித்தவத்திற்கு அவன் மாறுவதை முன்னெடுத்திட, எந்தக் கலப்படமும் செய்யக் கூடியவர்களாகப் பிரித்தானியர் இருந்தனர். இக்குழாய் சார்ந்த தீவிரக் கலகம் 1857 பிப்ரவரியில் வங்காளத்திலேயே அடக்கப்பட்டது; ஆனால் வதந்திகளும் விரோதங்களும் பரவிட அவை பெருகின, பெரிதாக்கப்பட்டன.

எந்தவொரு கிளர்ச்சிக்கான சாட்சியமும் திருப்திகரமாக இல்லை. ஒருமித்த நடவடிக்கைக்கு அவநம்பிக்கை போதுமானது. அதனைத் தூண்டிவிட பிரித்தானிய அகந்தை போதுமானது. டெல்லியிலிருந்து சுமார் 60 கி.மீ. தொலைவிலுள்ள முக்கியப் பாசறை நகரம் மீரட்டில், இக்குழாய்களைச் சோதித்துப் பார்க்க மறுத்தமைக்காக 85 சிப்பாய்கள் ராணுவ விசாரணைக்கு உள்ளாகி, ஒட்டுமொத்தப் பாசறையினரின் முன்னே அவமானப்படுத்தப்பட்டனர். மறுநாள் அவர்களது சகாக்கள் அவர்களை விடுவிக்கத் திரண்டனர். ஆயுதக் கிடங்கிலும் நுழைந்து, அங்கிருந்த ஐரோப்பியரைப் படுகொலை செய்யத் தொடங்கினர். வறண்ட பிரதேசத்தில் வெப்பமிக்க மே மாதம் அது. பாசறையினரின் குடில்களும் ஓலைக் கூரைகளும் தீப்பொறிபட்ட மாத்திரத்தில் எரிந்து கருகின.

சமகால பிரித்தானிய விவரிப்பும் பொறியும் கங்கும் உருவகமாகப் பரவலாக இடம்பெற்றன. மீரட் 'நெருப்பினை'ப் பற்றவைக்க, வறண்ட கங்கைச் சமவெளி மற்றும் மத்திய இந்தியாவின் வனங்களுக்குள் 'காட்டுத்தீயாக'ப் பரவியது. அடுத்து கலகத்தின் 'பிழம்புகள்' எங்கே/எப்போது தொடங்கும் என்று அறியமுடியவில்லை; அணைக்கப்பட்டாலும் மீண்டும் 'பற்றியெரிந்தன'. கலகத்தினை இயற்கைப் பேரிடராகக் கண்ட பிரித்தானியர் அதனைத் தீர்க்க முன்வந்தனர். எந்தக்

குறிக்கோளுமின்றி அப்பாவிகளும் பார்வையாளர்களும், பெண்களும் குழந்தைகளும் எனத், தங்களுடைய மற்றும் எதிரியினுடைய மக்கள் வழமையாகக் கொன்று குவிக்கப்பட்டதை எப்படி விளக்குவது?

எனினும், கலகக்காரர்களைப் பொறுத்தவரை நெருப்புக்கு நோக்கமிருந்தது. முதலாவது கிளர்ச்சியாளர்கள் மீரட்டிலிருந்து உடனே டெல்லியை நோக்கி விரைந்தனர், அங்கே மொகலாயப் பேரரசரின் உயர் அலுவலரைத் தேடினர். பகதூர் ஷா ஜாஃபர் (அல்லது இரண்டாம் பகதூர் ஷா) 82 வயதான நிலையில் ஷாஜகானின் செங்கோட்டையிலிருந்து 20 ஆண்டுகளாக ஆண்டு கொண்டிருந்த, மக்களோ படைவீரரோ இல்லாத மன்னர். திடீரென அவ்விரண்டும் கிட்டியது அவரது நிலையை மேம்படுத்திடவில்லை. அவரது பிரித்தானிய ஆதரவாளர்கள் நகரிலிருந்து வெளியேற்றப்பட, அவர்தம் சிப்பாய்கள் மீரட்டிலிருந்து வருவோருடன் இணைந்துகொள்ள, கிளர்ச்சியாளரின் கோரிக்கையை அவர் அங்கீகரிக்கப்பது தவிர்த்து வேறு வழியில்லாதிருந்தது. கிளர்ச்சியாளர்கள் மொகலாயருக்கு எந்த நன்மையும் செய்யாத நிலையில், மொகலாயர்கள் உள்ளீர்த்துக் கொண்டது கலகத்தை உருமாற்றியது. கலகம் வெடித்த சிலமணி நேரங்களுக்குள்ளே, படையினரின் கலகம் அரசியல் புரட்சியின் பண்புகொண்டதாகி, அது சவாலுக்கு இழுத்த அரசின் நியாயத்தை மீறியதானது. 'கலகக்காரர்கள் அந்நிய அரசாங்கத்திலிருந்து விடுபட விரும்பினார்கள் என்பதில் சந்தேகமேயில்லை, என்றாலும் பழைய முறையை மீட்க விரும்பினார்கள்-அதன் உரிமையுள்ள பிரதிநிதி டெல்லி மன்னர்தான்.'[25]

மீரட்டின் எடுத்துக்காட்டு இதர ராணுவக் கலவரங்களை மூட்டிவிட்டதால், மொகலாயரின் அனுமதி குடிமக்களிடமிருந்து பங்கேற்பாளரை வரவேற்றது. கடந்த காலத் துயரங்களிலிருந்து நிவாரணம் தேடியோர் அல்லது எதிர்கால அச்சங்களிலிருந்து உறுதிப்பாடு வேண்டியோர் என அனைவருக்கும், கலகம் ஒரு சட்டரீதியிலான குவிமையத்தை அளித்தது. பிரித்தானியரும் அவர்தம் உள்ளூர் சகாக்களான சீக்கியர், கூர்காக்கள் மற்றும் ஆர்யவர்த்தத்திற்கு அப்பாலிருந்து வருவோர் போன்றோரும் எதிரிகளாக இருந்தனர். குறிப்பாக, நீண்டகாலமாக மொகலாய ஆட்சிக்கு எதிராக இருந்த சீக்கியர், இப்போது கலகக்கார வங்காள ராணுவத்தால் தோற்கடிக்கப்பட்டு, பிரித்தானியர் நலனுக்காக விரைந்தனர். இதற்கிடையே பஞ்சாபிலும் பிற

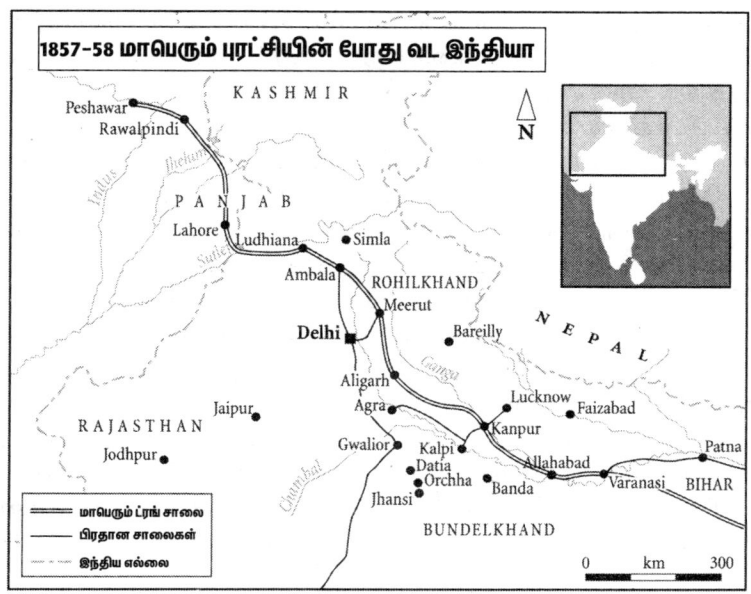

இடங்களிலும் அவசரக் கோலத்தில் ஆயுதங்களைக் கீழே எறிந்ததும் சந்தேகத்திற்குரிய வங்காள ராணுவப் பிரிவுகளைக் கலைத்ததும், நொறுங்கிப் போயிருந்த நம்பிக்கையை மேலும் பலவீனப்படுத்த அதிகாரம் இடமாறிற்று. இப்போது எதிரி பிரித்தானிய அரசாங்கமாக இல்லாமல் ஒட்டுமொத்த பிரித்தானிய இருப்பாக இருந்தது; கூடவே அதனை ஆதரித்தோர் அல்லது அதனால் நன்மையடைந்தோர் இருந்தனர். பழைய முறை மீட்கப்பட்டது, கடிகாரம் திருப்பி வைக்கப்பட்டது; பகதூர் ஷா ஒரு நிர்வாகக் குழுவை நியமித்துக்கொண்டிருந்தார். அவாத்தில் கிளர்ச்சி பீறிட்டது; கான்பூர் வீழ்ந்தது; ஆக்ரா, அலகாபாத், வாராணசி, குவாலியர் அதிருப்தியால் பொறுமின. வறட்சிகால நெருப்புக்குப் பதிலாக, கடவுளால் தரப்பட்ட பருவமழையானது ஜூனின் கடைசியில் அவர்தம் போராட்டத்தை ஆசீர்வதிக்க, அதனால் வரவேற்கப்பட்ட பசுமைப் புத்துயிர்ப்பில் கிளர்ச்சி பங்கேற்றது.

அப்போது பிரித்தானியர், சீக்கியர், கூர்காக்கள் ஆகியோரைக் கொண்ட ஒருபடை, டெல்லிக்கு வடக்கிலுள்ள ரிட்ஜுக்குத் திரும்பியிருந்தது. ரிட்ஜிலிருந்த பிரித்தானியரோ நகரிலிருந்த கலகக்காரரோ முற்றுகையிடப்படாத நிலையில், இரு மாதங்களாக

இரு தரப்பினரும் தாக்கிக்கொண்டனர், குண்டுவீசினர், முற்றுகைச் சூழல் போலக் கூடுதல் படையினரை வரவழைத்தனர். நகருக்குள்ளே ஒரு நிர்வாகத்தை ஏற்படுத்தும் முயற்சி, சிப்பாய்களின் ஒழுங்கற்ற தன்மையாலும் மொகலாய அரசவையினரின் திறமையின்மையாலும் பிசுபிசுத்துப் போனது. செப்டம்பரில் நகரம் பிரித்தானியத் தாக்குதலில் வீழ்ந்தபோது, கலகக்காரரில் பலர் வேறெங்கோ சிதறிக் கிடந்தனர். இருப்பினும் அதிக உயிரிழப்புகளைக் கண்ட பிரித்தானியர் பழிவாங்கத் துடித்தனர். டெல்லியின் துயரங்களுடன் இன்னொரு படுகொலையும் இன்னொரு கொள்ளையும் சேர்ந்துகொண்டன. வீட்டுக் காவலிலிருந்த பகதூர் ஷாவின் இரு மகன்களும் ஒரு பேரனும் தப்பிவிடுவதைத் தவிர்க்கும் பொருட்டு தூக்கிலிடப்பட்டனர். பேரரசரே விசாரணைக்குள்ளானார். 'ரங்கூனுக்கு நாடு கடத்தப்பட்ட கடைசி மொகலாயர், அந்நிய மண்ணில் விதியின் பகடைக்காயாக, மூதாதையரின் தேசத்திலிருந்து தொலைதூரத்தில், கண்ணியம் இழந்து கீர்த்தியிழந்து இறந்துபோனார். ஆனால் அப்படியே அடித்துச் செல்லப்படாது இருந்திருக்கலாம்.'[26]

மொகலாயரைப் போல, டெல்லி அதன் குறிக்கோளுக்கு உதவியிருந்தது. பிரித்தானியருக்கு இருந்ததை விடவும் கலகக்காரருக்குச் சற்றுக் குறைந்த அளவிலேயே பாதகமாயிருந்தது. பிரித்தானியத் துருப்புகளுடன் ஒப்பிடுகையில், சாதாரணமாக ஆயுதங்களை வைத்துக்கொண்டும், கட்டுப்படுத்தும் அமைப்பு இல்லாமலும் பலவீனமான செய்தித்தொடர்புகளாலும், கலகக்காரர்களால் பெருமிதமிக்க கோட்டைகளைக் காக்கவோ கேந்திர முக்கியத்துவமுள்ள இடங்களை அரண் செய்யவோ இயலாதுபோனது. சீரற்ற உள்ளூர் ராணுவக் கும்பல்கள், பாதிக்கப்பட்ட குடியானவரின் ஒழுங்கற்ற கும்பல்கள், பல்வேறான மத-வேளாண் இயக்கங்களின் தீவிரவாதிகளால் இப்போது பெரிதும் நீர்த்துப் போகுமாறு செய்யப்பட்டிருந்த அவர்களின் திறன்களும் கட்டமைப்பும், பரந்துபட்ட இயங்குதலின் செயல் தந்திரங்களுக்கும் குவிமையம் கொள்வதற்கும் சிதறியோடுவதற்கும் பொருத்தமானவை.

செப்டம்பர் 1857இல் நர்மதைக்குத் தெற்கே இக்கலகத்திற்கு ஆதரவில்லை என்பது தெளிவானது; மெட்ராஸ், பம்பாய் ராணுவங்கள் பிரித்தானியருக்கு விசுவாசமாயிருந்தன. வடமேற்கு சிந்து அலட்சியமாயிருக்க, காஷ்மீரின் புதிய மகாராஜா பிரித்தானியரை ஆதரித்தார். பஞ்சாப், சீக்கிய-பத்தான் வீரர்களைச் சீராக அனுப்பிக் கொண்டிருந்தது. சீனாவிலிருந்தும்

பாரசீக வளைகுடாவிலிருந்தும் திருப்பப்பட்டிருந்த பிரித்தானியத் துருப்புகள் சரியான நேரத்தில் வந்துசேரவே, வங்காளமும் பீகாரின் பெரும்பகுதியும் நடுநிலை வகிக்குமாறு தள்ளப்பட்டன. இப்போதுள்ள உ.பி., ம.பி., மற்றும் ராஜஸ்தான்-பீகாரின் அருகிலுள்ள பகுதிகளான, கங்கைச் சமவெளியின் பரந்த மத்தியப் பரப்பிலேயே கலகம் பெரிதும் கட்டுண்டிருந்தது.

கலகக்கார வங்காள ராணுவத்தில் மூன்றிலொரு பங்கினர் தெரிவு செய்யப்படும் மையமும், அதன் தாராளச் செலவு செய்திடும் நவாப் சமீபத்தில் அதிகாரம் இழக்க, இப்போது பிரித்தானியப் பிரதேசமாகி அதன் வருவாய் அமைப்பு மோசமாக மாற்றியமைக்கப்பட்டுள்ள அவாத் கலகத்தின் பிரதானக் களனாயிருந்தது. உண்மையில் அவாத்தில் கலகம் ராணுவக் கலகமாகத் தன் தோற்றுவாயினை மீறி, அரசியல் கலகமாக உருமாறியது. மேலும் அது கிராமிய ஆதரவுடைய மக்களின் எழுச்சியாகி இருந்தது. அவாத், கலகக்காரர்களிடையே ஆயுதந்தாங்கியோரும் கிராமிய ராணுவக் கூட்டத்தினரும் வங்காளக் கலகக்காரர்களை விட அதிக எண்ணிக்கையில் இருந்தனர். எழுச்சியின் ராணுவக் குவிமையம் என்ற அளவில் டெல்லியை மறையச் செய்தது லக்னோ; கடைசி பேஷ்வாவின் தத்தெடுக்கப்பட்ட வாரிசு நானா சாகிப், மொகலாயரை இடப்பெயர்ச்சி செய்து தலைமையாக எழுந்திருந்தான்.

கான்பூரிலிருந்த பிரித்தானியச் சமுதாயத்தினரிடையே, நானா சாகிப் ஒருகாலத்தில் செல்வாக்குள்ளவனாக விளங்கினான். பேஷ்வா ஓய்வூதியம் இழந்தது போன்றவை அவனுக்குப் பிரித்தானிய அரசாங்கத்தின் மேல் பகைமை கொள்ளச் செய்திருந்த போதும், கலகக்காரருக்கு அவனது ஆதரவு மொகலாயர்களைப் போல, வேண்டா வெறுப்பைக்கொண்டிருந்தது; கலகக்காரர் மீதான அவனது அதிகாரம் சந்தேகத்திற்குரியதாயிருந்தது. இருப்பினும் பேஷ்வா பொறுப்பை ஏற்றிருந்த அவன், கான்பூரின் நானூறு பிரித்தானியரின் மூன்று வார முற்றுகைக்குப் பின் சரணடைந்தான். அவ்வீரர்கள் அலகாபாத் செல்ல படகுகளில் ஏறியபோது படுகொலை செய்யப்பட்டதற்கு, அவர்தம் பாதுகாப்புக்கான உத்தரவாதம் அளிக்கவேண்டிய நிலையில் தொழல்நுட்ப ரீதியில் குற்றவுணர்வு கொண்டான். வாராணசியில் பிரித்தானியர் கொடூரமாக அதிக்கிரமங்கள் செய்தனர். படுகொலையில் பங்கேற்காத நானாசாகிப், அக்களேபரத்தில் கடத்தப்பட்டிருந்த பிரித்தானியப் பெண்டிரை மீட்க முற்பட்டான்.

அவர்களும் உயிர்தப்பிய பெண்களும் குழந்தைகளுமாகச் சுமார் இருநூறு பேர், நானா சாகிப்பின் பாதுகாப்பில் வைக்கப்பட்டனர். பழிவாங்கத் துடிக்கும் பிரித்தானியப் படையினர் அலகாபாத்தை நெருங்கிக் கொண்டிருக்க, இக்கைதிகளைப் பிணைக் கைதிகளாகப் பயன்படுத்திடும் உத்தேசம் இருந்திருக்கும் என்று தோன்றுகிறது. அதுதான் திட்டமாயின், அது செயல்படுத்தப்படவில்லை. மாறாக, கலகக்கார தளபதியர் தப்பிப்பது பற்றி விவாதிக்க, பிடிபட்டவர்களைக் கொல்ல உத்தரவு பிறப்பிக்கப்பட்டது. பயிற்சி பெற்ற வீரர்களுக்கு ஆட்சேபகரமாய்த் தோன்றிய இவ்வுத்தரவை, கடைவீதியிலிருந்து சேர்க்கப்பட்டிருந்த ஐந்து வீரர்கள் நிறைவேற்றினர். அவர்கள் உண்மையில் கசாப்புக் கடைக்காரர்கள். அவர்தம் கசாப்புக்கடை வழிமுறைகள் துன்புறுத்தி மகிழ்வது என்பதை விடவும் முட்டாள்தனமானதாக இருந்து, இந்தியாவில் தம் இறுதி நாள்கள் வரை பிரித்தானியரை அலைக்கழித்த அக்கிரமத்தைப் பெற்றிருந்தது. அப்பாவிகளைப் படுகொலை செய்த இக்காட்டுமிராண்டித் தனத்திற்குப் பதிலடியாகப் பிரித்தானியர், டஜன் கணக்கில் அப்பாவி இந்தியர்களைக் கொன்று குவித்தனர்.

முதல் படுகொலையைப் போன்றே இரண்டாவதைப் பொறுத்தும் தனக்குத் தெரியாது என்றுதான் நானா சாகிப் கூறினான். தத்யா தோபி (தந்தியா தோபி) என்னும் பெயரிலான திறமைசாலியான மராட்டியத்தைச் சேர்ந்த தளபதியுடன் கான்பூரிலிருந்து தப்பிய அவன், லக்னோ வந்து நேபாளத்தில் மாயமாகும் வரை ஊடுருவல்காரர்களுடன் இருந்தான். ஆனால் மோசமான வாழ்க்கை முறைக்காகப் பெயர்பெற்றிருந்த அவனது செல்வாக்கிற்குக் காரணம், அவனது சாகசச் செயல்களல்ல, மாறாக, பிரித்தானியரது தேவையான ஒரு பலியாடும், இந்திய தேசியவாதத்திற்குத் தேவையான வீரர்களும் ஆகும். பேரரசர் பகதூர் ஷாவைப்போல் அவனது முக்கியத்துவம் பெரிதும் குறியீட்டுத் தன்மையிலானது.

இதற்கிடையே கான்பூரை மீண்டும் கைப்பற்றியது பிரித்தானியருக்கு ஒரு முன்னோக்கிய தளத்தை அளித்திருந்தது; அதனின்றும் லக்னோவிலிருந்து சகாக்களை விடுவித்திட முற்பட்டனர். 1857 இறுதியில் (ஜூன் முடிவில்) அவாத்தின் அற்புதமான வளமிக்க தலைநகரம் ஊடுருவல்காரரிடம் வீழ்ந்தது; அப்போது நகரின் எல்லைப்புறத்திலுள்ள பிரித்தானிய இல்லத்தில் 750 ஐரோப்பிய வீரர்களும் அதேயளவு பிரித்தானிய இந்தியச் சிப்பாய்களும் சுமார் 1400 வேலையாட்களும் பெண்களும் குழந்தைகளுமாக

அடைக்கலம் புகுந்திருந்தனர். இங்கே அவர்களது மீறல் குறிப்பிடத்தக்க முற்றுகையானது. செப்டம்பர் இறுதியில் மேற்கொள்ளப்பட்ட முதலாவது நிவாரண நடவடிக்கை, தற்காப்பைப் பலப்படுத்தவே துணை நின்றது; முற்றுகை ஐந்து மாதங்கள் நீடித்தது. அது இந்தியாவின் ஒட்டுமொத்த பிரித்தானிய சமுதாயத்தினரின் கற்பனையை ஈர்த்து, கலகத்தின் நுண்ணுலகமாக லக்னோவை மாற்றி, தீரமிக்க செயல்களின் காலகட்டம், மீட்டெடுத்திடும் நம்பிக்கையை நொறுக்கிவிட்டது.

> 'பிரித்தானிய இல்லத்தின் சிறிய குழு வரலாற்றினை ஆக்குவதை விடவும் கூடுதலாகவே இயங்கிற்று. ஒரு விதத்தில் அவர்கள் ஒரு புனித நூலை உருவாக்கினர், அவர்தம் புகலிடம் பிரித்தானிய ஏகாதிபத்தியப் புனிதத் தலங்களில் ஒன்றாகிற்று, செய்யுளிலும் உரைநடையிலும் விளக்கப்பட்டது, மேடையில் திரும்ப அரங்கேறிற்று, தீரத்துடன் மீண்டும் போரிட்டது, ஏகாதிபத்திய நெறிமுறைகளைத் தொகுத்தளித்தது. அற்புதங்கள்-உயிர்த் தியாகிகளின் சாதனங்களை ஏகாதிபத்திய சித்தாந்தத்திற்கு அளித்தது'.[27]

கான்பூர் படுகொலை, பிரித்தானியருக்கு மிகவும் அதிர்ச்சி ஊட்டுவதாய் இருந்தது; வியர்வையில் தோய்ந்திருந்த தீக்கனவுகளின், ஜுரங்களின் உலகத்திற்குத் தள்ளிவிட்டிருந்தது. ஆனால் லக்னோ, ஆன்மாவின் உயர்ந்தெழும் வெற்றியாக, தொன்மமாவதற்குத் தகுதியானதாக, பிரித்தானியக் கொடியால் மாறுபட்ட விதத்தில் அஞ்சலி செலுத்தப்படக்கூடியதாக பிரித்தானிய அரசு எஞ்சியிருந்த தொன்னூறு ஆண்டுகளுக்கும் நீடித்தது.

கலகக்காரர்களுக்கும் லக்னோ முக்கியமாயிருந்தது. பிரித்தானிய இல்ல முற்றுகை, அவாத் கலகத்திற்கு நீடித்த குவிமையத்தை முன்வைத்தது. அது எவ்வளவு காலம் நீடித்ததோ அவ்வளவு கட்டுப்பாடு மிக்கவர்களாக இந்து-இஸ்லாமியர் மாறினர். மாபெரும் கிராமப்புறத் தாலுக்தார்கள் தூண்டிவிடப்பட்டனர். அதிகாரம்-ஆற்றலின் தோற்றுவாயாக லக்னோ திரும்பவும் வளர்ந்தோங்கியது. கடைசி நவாபின் மகனாகக் கருதப்பட்டவன் அரியணையில் அமர்த்தப்பட்டான், நிர்வாகத்தின் சட்டகம் அவன் பெயரில் அமைக்கப்பட்டது. சிப்பாய் ராணுவத்தை எதிர்த்து நின்ற பெரிய பிரித்தானிய ராணுவத்திடம் மார்ச் 1858இல் அந்நகரம் வீழ்ந்தது. அவாத்தின் எஞ்சிய பகுதிகளில் கலகத்தை ஒடுக்கிட மேலும்

ஓராண்டு பிடித்தது; 1856 நிலச்சீர்திருத்தம் மூலம் முழுமையாக மாற்றம் ஏற்பட்டது. லக்னோ வீழ்ந்து, 'இந்தியாவின் இந்த பாபிலோன்' ஈவிரக்கமின்றி தகர்க்கப்பட்டதும், மாபெரும் கலகம் தன் இயக்கத்தையெல்லாம் இழந்தது.

சம்பல்-பேட்வா நதிகளுக்கிடையே, பெரிதும் சமஸ்தானங்களின் ஆட்சியிலிருந்த, யமுனைக்குத் தெற்கிலிருந்த பகுதிகளில், இறுதிக்கட்ட தாக்குதல் நிகழ்ந்தது. அது பண்டில்கண்ட்-அதன் அரசுகளில் ஒன்றாக ஜான்ஸி இருந்தது; சிந்தியாவின் குவாலியருக்குத் தெற்கே உள்ள சிறிய மராத்திய சமஸ்தானமாகிய அது, டல்ஹவுஸியின் 'வாரிசு இல்லாமை சித்தாந்தத்தின்' கீழ் இணைக்கப்பட்டிருந்தது. கடைசி மன்னனின் மனைவி லட்சுமி பாய், தனது அரசினைக் கைக்கொண்டிருந்த பிரித்தானியரிடத்தே வலுவான அபிப்பிராயத்தை ஏற்படுத்தி இருந்தார். மொகலாயரையும் நானா சாகிபையும் போல அவரும் பிரித்தானியருக்கு எதிராக நின்றாலும், ஜான்ஸியில் நிறுத்தப்பட்டிருந்த வங்கத்துச் சிப்பாய்களின் கலகத்தில் பங்கேற்கவில்லை. கான்பூர் நிகழ்வுகளின் அச்சு அசலாக, அங்கேயிருந்த சிறிய பிரித்தானியச் சமுதாயம், உள்ளூர் கோட்டையில் புகலிடம் அடைந்திருந்தது. ஆனால் சீக்கிரமே வெளியேறிவிட ஒத்துக்கொண்டது. ஆனால் அது படுகொலை செய்யப்பட்டது. லட்சுமிபாய் களங்கமற்றவராக இருந்திருக்கலாம். கலகக்காரச் சிப்பாய்களைக் குறைகூறிய அவர், தன் செல்வத்தையும் தன்னிடமிருந்த சில துப்பாக்கிகளையும் இழக்க நேர்ந்ததால், தானும் அவர்களிடம் பலியானதாக விளக்கினார். கலகக்காரர்கள் அவரைத் தற்காப்பற்ற நிலையில் விட்டுவிட்டு, ஆக்ரா-டெல்லிக்குப் படையெடுத்தனர்.

ஒப்பீட்டளவில் இச்சிறு விவகாரத்தைத் தீர்க்க பிரித்தானிய வீரர்கள் இல்லாது போயினர்; ஆனால் ராணி சீக்கிரமே தன் கணவரின் விருதுப் பெயருக்குப் போட்டியாக ஒரு எதிரியையும், டாடியா மற்றும் ஆர்ச்சாவின் ரஜபுத்திர ராஜாக்களையும் கண்டார். ரஜபுத்திர ராஜாக்கள் பிரித்தானியர் சார்பாகப் படையெடுத்ததாகக் கூறப்பட்டபோது, அதனை முறியடிக்க அவரே வீரர்களைத் திரட்டினார். இது செப்டம்பர்-அக்டோபர் 1857இல் நிகழ்ந்தது. அவரது படையினரில் பெரிதும் கலகம் புரிவோருடன் அணி திரண்டு நின்றபோதும், அவர்கள் பிரித்தானியருக்கு எதிராக அல்லாமல் உள்ளூர் எதிரிகளையே எதிர்த்து நின்றனர்; தன் கடிதங்களில் பிரித்தானியரிடத்தேயான விசுவாசத்தை அவர் தொடர்ந்து மறுதலித்து வந்தார். நடைமுறையில் பழைய

வம்சாவளி பிணக்குகள் தீர்க்கப்பட, கலகத்தின் பெயரால் புதிய சந்தர்ப்பங்கள் பயன்படுத்திக்கொள்ளப்பட்டன.

பிரித்தானிய பம்பாய் ராணுவத்தின் ஒரு பிரிவினுடைய வடக்கு நோக்கிய முன்னேற்றத்தால், 1858இன் ஆரம்பத்தில் நிலைமை மாறிற்று. பிரித்தானியருக்குப் பல கடிதங்கள் எழுதியும் ஊக்கம் பெறாத நிலையில் லட்சுமி பாயும் அவரது ஆலோசகர்களும், ஜான்ஸியின் இறையாண்மையும் அவரது பாதுகாப்பும் ஆபத்தில் இருந்ததை உணர்ந்தனர். இப்போது அவர் கலகத்துடன் இணக்கமாகி, யமுனைக் கரை மீதுள்ள கல்பியில் தன்னை நிலைநாட்டிக்கொண்ட, நானா சாகிப்பின் ஆதரவாளன் தத்யா தொப்பியுடன் தொடர்பினை ஏற்படுத்திக்கொண்டார். மார்ச்சில் பிரித்தானியர் ஜான்ஸியை முற்றுகையிட்டதும், உதவிக்கு வந்த தத்யா முறியடிக்கப்பட்டான். லட்சுமி பாயின் ஆவேச எதிர்ப்புக்குப் பின், ஜான்ஸி பணிந்தது; ஆனால் கற்பனைமிக்க ஒரு பிரித்தானிய எழுத்தாளரால், 'இந்தியாவின் ஜெஸிபெல்'[28]லாகக் குறிப்பிடப்பட்ட, அதன் அச்சமற்ற தளகர்த்தர் பற்றி ஒன்றும் தெரியவில்லை. மராத்திய வாய்மொழிக் கதைக்குப் பிடித்தமான ஒரு மயிரிழையில் தப்பித்தலில், மாறுவேடத்தில் தன் ஆதரவாளர்களுடன் அவர் கல்பிக்குச் சென்றார்.

திரும்பவும் கலகக்காரர்கள் தோற்கடிக்கப்பட்டனர், ஆனால் ஜூன் 1, 1858 அன்று முழுமையாகக் கலகம் செய்தனர். பண்டில்கண்டிலிருந்து கடைசிமுறையாக அவர்களை வெளியேற்றி விட்டோம் எனப் பிரித்தானியர் நினைத்தபோது, லட்சுமி பாயும் தத்யா தொப்பியும் குவாலியரைக் கைப்பற்றினர். சிந்தியாக்களின் தலைநகராயும் இந்தியாவின் மிகப் பெரும் இயற்கையரணுமான குவாலியர் இறுதிப் போட்டிக்கான நல்ல தெரிவாக இருந்தது. பிரித்தானியருக்கு விசுவாசமாக இருந்துகொண்டே, குவாலியரில் நிலைகொண்டிருந்த கலகக்கார வீரர்களைத் தடுத்து நிறுத்தும் தந்திரமாகச் சிந்தியா, கலகக்காரரிடம் அனுதாபம் கொள்வதாகப் பாவனை செய்தார். மராத்தியர் படிவரிசையில் ஒரு காலத்தில் சிந்தியாவின் மேலதிகாரியான பேஷ்வாவின் பெயரிலான கோரிக்கை, அவரிடம் மாற்றத்தை உண்டுபண்ணவில்லை;ஆனால் அது அவரது துருப்புகளைப் பிரமையிலிருந்து விடுபடச் செய்தது. லட்சுமியும் தத்யா தொப்பியும் கூட்டாக நகரில் நுழைந்து, அதன் செல்வக் குவியலிலிருந்து படைவீரர்களுக்கு ஊதியமளித்துவிட்டு, மத்திய இந்தியாவின் 'ஆப்ரஹாமின் கொடு முடியில்' அரியணை ஏறினர்.

தேசியவாதச் சொல்லாடலுக்கு அபிமானமிக்கதாக இருந்த இந்த அணி, மூன்று வாரங்களே நீடித்தது-லட்சுமி பாய் வீரநாயகியாக மடிந்ததும் அது முடிவுக்கு வந்தது. அவர் கொத்தளங்களைச் சுற்றிவந்து கொண்டிருந்தபோது, பிரித்தானியரின் முதல் தாக்குதலில் வீசப்பட்ட குண்டுகள் பாய்ந்து இறந்தார். அவரது பிரித்தானிய எதிரிகளில் ஒருவர் குறிப்பிட்டது போல, 'கலகக்காரர் மத்தியிலிருந்த ஒரே ஆணாகிய' அவருடைய உடல் அருகில் தகனம் செய்யப்பட்டது. மூன்று நாட்களுக்குப் பிறகு கோட்டையானது பணியவும், கலகக்காரரது ஒருமித்த முயற்சியும் வீழ்ந்தது. தத்யாவும் அவனது ஆதரவாளர்களும் ராஜஸ்தான்-மத்தியப் பிரதேசத்தினூடே மேலும் ஓராண்டு காலம் சுற்றித் திரிந்தனர்; பின்னர் அவன் காட்டிக்கொடுக்கப்படவே, பிடிபட்டு, தூக்கிலிடப்பட்டான். இதற்கிடையே நானா சாகிபும் அவாத்தின் கலகக்காரரும் நேபாள எல்லைக்கருகே பிடிபட்டனர். 1860 வாக்கில் இந்தக் 'கங்குகள்'கூட அணைக்கப்பட்டன அல்லது கலைக்கப்பட்டன. அவர்தம் நோக்கம் நம்பிக்கையில்லாதிருந்தது; அது படிந்திருந்த குறைகளில் பல அப்போது தீர்க்கப்பட்டதால் அல்ல.

சலுகைகளைப் பொறுத்தவரை கலகக்காரர்களுக்கு மாபெரும் கலகம் விநாசமாக இல்லை. ராணுவரீதியிலான பலவீனம் பிரித்தானிய அரசின் வீழ்ச்சிக்குக் காரணமாக ஒருபோதும் இருக்காது என்று பிரித்தானியர் உறுதிகொண்டனர். 1863இல் வங்காளம் பம்பாய், மெட்ராஸ் ராணுவங்களில் இந்தியரின் பங்கு 40% ஆகக் குறைக்கப்பட்டு, பிரித்தானியரின் பங்கு 50% ஆக அதிகரிக்கப்பட்டது. இது இந்திய-பிரித்தானியர் வீதாச்சாரத்தில் 3:1-க்கும் குறைவாக இருந்தது; அதுவே இனி குறைந்தபட்சமானது; 1857இல் இது 9:1-க்கும் கூடுதலாயிருந்தது. இந்தியத் துருப்பினர் யாருக்கும் பீரங்கிப் பயிற்சி அளிக்கப்படவில்லை; ராணுவத்தில் ஆள் சேர்ப்பு, அவாத்திலிருந்தும் பீகாரிலிருந்தும் பஞ்சாபுக்கும் 'வீரமரபு மக்கள்' குடியிருந்த மலைப்பகுதி அரசுகளுக்கும் நகர்ந்தது; அவர்கள் நம்பத்தக்கவர்களாக இருந்தனர்; அதேவேளையில் எந்தப் பகுதியிலும் வீரர்கள் எண்ணிக்கை குவிந்திடாதபடியும் பார்த்துக் கொள்ளப்பட்டது. ரயில்வே-தந்திப் பிரிவுகளின் துரிதமான விரிவாக்கம், கலகத்தின் அபாயத்தை விலக்கியது. 1856இல் 250கி.மீ. ஆக இருந்த ரயில்பாதை, 1870இல் 6400ஆகவும், 1880இல் 16000ஆகவும் உயர்ந்தது. மேலும் 1869இல் சூயஸ் கால்வாய் திறக்கப்பட்டது, ஐரோப்பாவுக்கும் இந்தியாவுக்கும் இடையிலான பயண நேரத்தைக் குறைத்தது, 1870இல் முடிவுற்ற தந்தி இணைப்புப் பணிகள், ஏகாதிபத்தியக் கொள்கைகளின் நெருங்கிய

ஒத்துழைப்பையும் லண்டனின் அதிகமான கண்காணிப்பையும் கொண்டுவந்தது.

குண்டுகளை மூடியிருந்த மிருகக் கொழுப்பு பிரச்சினைக்கு இப்போது தீர்வு காணப்பட்டது. படைவீரர் தாம் விரும்பிய பசையால் குண்டுகள் மீது பூசிக்கொள்ளலாம்; 1867இல் நவீன கைத்துப்பாக்கிகள் வந்ததும் இந்தத் தேவையும் இல்லாது போனது. மற்ற சலுகைகள் இன்னும் முக்கியமானவை. கிறித்தவ மதமாற்றத்திற்கு உள்ளாவோம் என்னும் கலகக்காரரது பீதியைப் போக்கும் வகையில், மதமாற்றுப் பணி குறைக்கப்பட்டது, மத ஊழியப் பள்ளிகள் குறைக்கப்பட்டன. 'நம் குடிமக்கள் மீது நம் நம்பிக்கைகளைத் திணித்திடும் ஆசை இல்லை,' என்று கூறி, இந்திய நம்பிக்கைகள்-சடங்குகளில் தலையிடாதிருக்குமாறு பிரித்தானிய அலுவலர்களுக்கு உத்தரவிட்டது, 1858ஆம் ஆண்டு விக்டோரியா மகாராணியின் பிரகடனம்.

பெண்டிங் சகாப்தத்தின் சீர்திருத்த வேகமும் மறுதலிக்கப்பட்டது. பிரித்தனில் ஏற்கெனவே காலாவதியாகியிருந்த, எங்கும் நிறைந்திருந்ததாகக் கருதப்பட்ட பயன்பாட்டுவாதமும் பெந்தாம் கொள்கையும் இந்தியாவுக்குப் பொருந்தாதவை எனக் கண்டுணரப்பட்டன; பாகுபடுத்தும் மரபுகளையும் விசித்திர நடைமுறைகளையும் சட்டத்தின் மூலம் நீக்கும் முயற்சியும் கைவிடப்பட்டது. கல்வியில் ஒரு விதிவிலக்கு செய்யப்பட்டது; அரசின் உதவித்தொகை நிறைய பள்ளிகளுக்குத் தரப்பட்டு, ஆங்கிலம் முன்னெடுத்துச் செல்லப்பட்டது. ஆனால் அனைத்து இந்தியருக்கும் பிரித்தானிய ஆட்சியின் நன்மைகளை நீட்டிக்கின்றது ஒரு தார்மீகக் கடமை என்பது ஆதரவை இழந்தது. குறிப்பாக இந்திய அரசுகளை உள்ளீர்த்துக்கொள்வதும் பாரம்பரியமான வருவாய் விவசாயிகளை அகற்றுவதும் என்னும் நிகழ்வுப் போக்கு தலைகீழானது. 1856இல் ஒட்டுண்ணிகளாயும் 1857இல் கலகக்காரர்களாயும் அவப்பெயர் சூட்டப்பட்ட அவாத்தின் தாலுக்தார்கள், 1858இல் நம்பகமான அணிகளாவதற்குப் பிரித்தானியக் குருதி சிந்தவேண்டியிருந்தது. தம் விசுவாசங்களிலும் பயிர்விளைவிக்கும் விவசாயிகளிடமிருந்து பெரும் வரிகளைச் செலுத்துவதிலும் திடமாக இருந்து அங்கீகரிக்கப்பட்ட அவர்கள், தம் உரிமைகளின் பாரம்பரிய நிலையில் உறுதிப்படுத்தப்பட்டனர், பிரித்தானிய நிர்வாகத்திற்குள் உள்ளூர் மாஜிஸ்திரேட்களாக ஈர்த்துக் கொள்ளப்பட்டனர். வங்காளத்தின் ஜமீன்தார்களைப் போலவும் மற்ற கிராமிய உயர்குடியினரைப் போலவும்,

பிரித்தானிய இந்தியப் படிவரிசையில் ராஜாக்கள்-ராய்களாக இணைந்தனர், அதன் சீரிய ஆதரவாளர்களில் சிலராக மாறினர்.

அதுபோலவே இந்திய அரசுகளின் சமஸ்தானச் சகோதரர்களும்தான். அவாத் போல இணைக்கப்பட்டிருந்தவை மீட்கப்படாத போதும், மேலும் இணைப்புகள் இல்லாது போனது. இந்தியாவின் 500 மன்னர்களுடன் நிலவுகின்ற உடன்படிக்கைகள் இப்போது கறாராகப் பராமரிக்கப்பட வேண்டியிருந்தது-வெறுக்கப்பட்ட 'வாரிசு இன்மைச் சித்தாந்தம்' அதனையே செய்தது; அது காலாவதியானது. சிலபேரைத் தவிர்த்து பெரும்பாலானவர்கள் கலகத்தின் போது விசுவாசமாயிருந்தனர்; இத்தகைய விசுவாசம் பிரித்தானியப் பார்வையில், அறிவு விளக்கமிகு ஆட்சியை விடவும் உயரிய மதிப்பினைச் செலுத்திற்று,

மன்னர்களின் தகுதிநிலை, பிரிட்டனுக்கும் இந்தியாவுக்கும் இடையே புதிய அரசமைப்பு உறவுநிலையை மேலும் உயர்த்திற்று. முன்னதாகக் கிழக்கிந்தியக் கம்பெனியால் இந்தியாவில் அனுபவிக்கப்பட்ட உரிமைகளெல்லாம் பிரித்தானிய ராணியால் மேற்கொள்ளப்படுவதாகப் பிரிட்டனின் பாராளுமன்றம் தீர்மானித்ததை, 1858இல் அரசு அறிவித்தது. விக்டோரியா, இந்தியாவுக்கும் இங்கிலாந்துக்கும் அரசியானார், இந்தியாவின் தலைமை ஆளுநர் அவரது வைஸ்ராயாகவும் இந்தியாவில் பிரித்தானிய அரசின் தலைமைச் செயலராகவும் ஆனார். கம்பெனியாட்சி என்னும் கற்பிதம் முடிவுக்கு வந்தது. மொகலாயரைப் போல நீண்டகாலம் பொருத்தப்பாடின்றி இருந்த கம்பெனி, இப்போது கலகத்தின் விளைவால் அவர்களின் விதியை அடைந்தது. ரங்கூனில் ஒதுங்கிவிடாமல், மேலும் சில ஆண்டுகள் லண்டன் அலுவலகம் ஒன்றில், 'கண்ணியம் இழந்தும் போற்றுவாரின்றியும்' உழன்றது-மொத்தமாக வருத்தப்படாமல் போய்விடவில்லை.

ஆக இந்தியாவுக்குப் புதிய தலைமை வந்தது; பிரிட்டனில் முடியாட்சித் தலைவர், பாரம்பரிய பிரபுக்கள் மற்றும் விருதுகள் வழங்கலால் வலுப்படுத்தப்பட்டது போல, இந்தியாவில் அத்தகு கட்டமைப்பு உருவாக்கப்பட்டது. இந்திய உன்னத வீரர்கள் பிரிவு என்னும் *The Star of India* 1861இல் அறிமுகமானது; பிரித்தானிய அரசக் குடும்பத்து உறுப்பினரின் முதலாவது இந்தியச் சுற்றுலா 1869இல் மேற்கொள்ளப்பட்டது. இதற்கிடையே, 'நிலப் பிரபுத்வ' மன்னர்கள், தலைவர்கள், ராஜாக்கள், நவாப்கள் ஆகியோரது இந்திய உயர்குடியினர், பிரித்தானிய படிமுறைக்கு ஏற்ப மேலும்

பிரிக்கப்பட்டனர், குழுக்களாக்கப்பட்டனர். துப்பாக்கிக் குண்டு முழங்குதலின் எண்ணிக்கை, இதர சிறு சிறு சம்பிரதாயங்கள் தகுதியின் அடையாளமாகின-வரலாற்று-பிரதேசச் சான்றுகள், நன்னடத்தை, அறச் செயல்கள், விசுவாசத்தின் வெளிப்பாடுகளின் அடிப்படையில் தகுதியானது மதிப்பிடப்பட்டுள்ளது.

இந்நிர்மாணம் நிறைவடைந்ததும் அடிக்கல் நாட்டப்பட்டது. 1876இல் டிஸ்ரேலியின் ஆலோசனைப்படி, 'இந்திய மக்கள் என் ஆட்சியின் கீழ் மகிழ்ச்சியாயும் என் அரியாசனத்திற்கு விசுவாசமாயும் இருப்பதால், புதியதொரு அரச பாணியினையும் விருதுகளையும் மேற்கொள்ள அத்தருணம் பொருத்தமாக இருப்பதாகக் கருதுவதாக' பிரித்தானியப் பாராளுமன்றத்தில் விக்டோரியா அறிவித்தார். அந்தப் பாணி ஏகாதிபத்தியத் தன்மைமிக்கதாயும், விருதுப் பெயர் ஆங்கிலத்தில் 'இந்தியாவின் பேரரசி' என்றும் இந்தியர்களுக்கு *Kaiser-i-Hind* என்றும் இருந்தன.

இருபது வருடங்களுக்குப் பின்னர் பிரித்தானியத் துருப்புகள் டெல்லியை மீண்டும் கைப்பற்றிய, ஜனவரி 1877இல், ரிட்ஜினைச் சுற்றியிருந்த விரிவான கூடார நகரில், ஏகாதிபத்திய அமைப்பாகப் புதிய ஏகாதிபத்தியம் நிறுவப்பட்டது. கூட்டத்தில் பங்கேற்ற 84,000 பேரில், 63 மன்னர்களும் 300 கௌரவத் தலைவர்களும் உள்நாட்டுக் கனவான்களும் அடங்குவர். எதிர்கால தர்பார்களுக்கெல்லாம் திட்ட வரைபடமாகிப் போகும் ஏற்பாடுகளைச் செய்த வைஸ்ராய் லிட்டன் பிரபு, வந்திருந்தோரின் பட்டியலைத் தயாரித்ததில் பெருமைப்பட்டார். 'தெற்கிலிருந்து ஆற்காடு-தஞ்சாவூர் மன்னர்கள், அவுத்தின் பிரதான தாலுக்தார்கள், சிந்துவின் தலைவர்கள், சீக்கிய சர்தார்கள், மராத்தியர்கள், ரஜபுத்திரர்கள், ஆம்ப்பின் அரைபாதி சுதந்திர மன்னன், பெஷாவரின் அரேபியர், தேரா காஸிகானின் பிலுச் டொம்முயிஸ், இந்துகுஷ் மலைகளின் சிட்ரால்-யாஸ்ஸினின் தூதுவர்கள் ஆகியோர் பங்கேற்ற பிரபலங்கள் ஆவர். திப்பு சுல்தானின் பேரனும் அவாத்தின் கடைசி நவாபினுடைய மகனும் டெல்லியின் முந்தைய அரச குடும்பத்தினரும் பங்கேற்றனர்.

> 'இந்தியாவின் முந்தைய மாபெரும் ஆளும் இல்லங்களின் சந்ததியர் பங்கேற்றது, ரோமானிய வெற்றியின் வாசத்தை அரசுக்கு அளித்தது. இந்திய வரலாறு குறித்த பிரித்தானியக் கருத்தமைவு 'உயிருள்ள அருங்காட்சியக' வகையாக உணரப்பட்டது-ஆங்கிலேயரது அணியினரும் எதிரிகளின்

சந்ததியினர் இருவருமே இந்திய வெற்றியின் காலத்தை எடுத்துக்காட்டினர்.'[29]

பாதுகாத்துப் பராமரித்தல் அன்றாட வேலையானது. ஒருகாலத்தில் பிரித்தானிய ஆட்சியின் குற்றச்சாட்டாகக் கருதப்பட்ட சிறப்புரிமைகள், ஏகாதிபத்திய படாடோபமாகப் பாதுகாக்கப்பட வேண்டியதாயிற்று. இந்தியச் சமூகத்தின் துரிதமான உருமாற்றத்திற்கான திட்டங்களைக் கைக்கொள்ளாமல் பிரித்தானியர் இருக்க, அதற்கான முன்முயற்சி, பழைய வம்சாவளிகளின் பாரம்பரியப் பிரதிநிதிகளிடமிருந்து, புதிய மேட்டுக்குடி சார்ந்த, ஆங்கிலம் கற்ற, நகரத்திலிருந்தோருக்குக் கடந்துபோனது.

தேசத்தைத் தட்டியெழுப்புக

1880-1930

ரயில்களும் வடிகால்களும்

இந்தியாவின் கிராமப்புற நிலவியல், பெரும்பாலான வெப்பமண்டலத்து முன்னாள் காலனிகளிடமிருந்து வேறுபட்டுத் தெரிகிறது. அதிலும் பெரும் அளவிலான வேளாண் வர்த்தகத்துடன் தொடர்புடைய சாகுபடியின் இறுக்கமான வகைப்பாட்டுத் தன்மையின் துணிச்சல் இல்லாதது குறிப்பிடத்தக்கது. வாழை-தென்னை அடர்ந்த நிலப்பரப்புகள், தொடுவானத்தில் சரியும் அன்னாசிப்பழ மரவரிசைகள் அல்லது இருண்ட ரப்பர் மரங்கள் ஒப்பீட்டளவில் அரிது. விதிவிலக்குகள் உண்டு- அஸ்ஸாம்-கேரளத்தின் தேயிலைத் தோட்டங்கள்; அவை பெரிய தொழில்கள்தாம்; என்றாலும் தக்காணத்தில் மைல் கணக்கில் நீண்டு கிடக்கின்ற பருத்தி வயல்கள் முக்கியமானது. மற்றபடி பெரிதும், இயந்திரத்தில் அதிக முதலீடு இல்லாத, விசித்திரமான வயல்களின் கதம்பச் சேர்க்கைதான்.

ஆரம்பக்கட்ட பத்தொன்பதாம் நூற்றாண்டின் சீர்திருத்த வாதிகளுடைய திட்ட வரைபடங்களில், வெள்ளையரின் குடியமர்வும் ஐரோப்பியத் தொழிலும் இந்திய வேளாண்மையை மாற்றியமைக்கும் என்ற எதிர்பார்ப்புகள் இருந்தன. பெரிதும் மதிப்புள்ள கசகசா, அவுரியைப் பொறுத்து இவை ஓரளவு நிறைவேறின. சீனாவின் அபிமான போதைப் பொருளுக்கும் ஐரோப்பியச் சீருடைகளுக்குத் தேவையான சாயத்திற்கும் பதப்படுத்தல் சார்ந்தும் விளைவித்தல் சார்ந்தும், குறிப்பாக வங்காளத்திலும் பீகாரிலும் பிரிட்டன் முதலீடு செய்தது. ஆனால் கிழக்கிந்தியக் கம்பெனி ஐரோப்பியக் குடியமர்வை

எதிர்த்தது. 1859-61இல், மாபெரும் கலகத்தின் அதிர்ச்சியிலிருந்து வங்காளத்தைத் தனிமைப்படுத்தியதற்காக பிரித்தானியர் தம்மை வாழ்த்திக் கொண்டிருக்க, மேற்கு வங்காளத்தின் அவுரி சாகுபடியாளரிடையே தீவிரக் கலவரங்கள் மூண்டன. உரிமையாளர்களாகப் பெரிதும் பிரித்தானியர் இருந்து ஒடுக்கிக் கொண்டிருந்ததை கல்கத்தாவின் ஊடகம் அம்பலப்படுத்த, சாகுபடியாளருக்கு ஒப்பந்ததாரரிடமிருந்து ஆறுதல் கிடைத்தது. இவ்வாறு 1861இல் அவுரி சாகுபடி வங்காள மாவட்டங்களிலிருந்து அநேகமாகத் துடைத்தழிக்கப்பட்டது.[1] பிற இடங்களில் சாகுபடியாளர் தம் குறைகள் தீர நீண்டகாலம் காத்திருந்தனர். அண்டையிலிருந்த பீகாரில் 50 ஆண்டுக் காலம் காத்திருந்தனர்- ஆப்பிரிக்காவிலிருந்து காந்தி வரும்வரை.

'நீலக் கலகம்' முன்னேறிக் கொண்டிருக்க 1861இல், அவுரியில் ஆர்வமிக்க, கல்கத்தாவைச் சேர்ந்த ஆங்கிலேயர் ஜே.டபிள்யூ.பி. மோனி, நெதர்லாந்துகளின் கிழக்கிந்தியப் பகுதிகளுக்குப் போய்த் திரும்பியிருந்தார். இந்தியாவில் காலனிய மேலாண்மை குறித்து ஒரு நூல் எழுதினார். *Jawa, or How to Manage a colony* என்னும் சீண்டும் தன்மையிலான தலைப்பினையுடைய தனது நாவலில், டச்சுக்காரர்கள் தமது கிழக்கிந்தியக் கம்பெனியின் அழிவுக்கு எப்படி எதிர்வினை ஆற்றினார்கள் என்று விளக்கியுள்ளார்- ஒரு சாகுபடி அமைப்பை நிறுவினார்கள், அதன்படி ஒரு சாகுபடியாளர் தன் நிலத்தின் ஒரு பகுதியையும் உழைப்பையும் ஏற்றுமதிப் பயிருக்காக ஒதுக்கவேண்டும். பெரிதும் சர்க்கரை/ காபியாக இருந்த இவற்றின் மகசூல் நிலவாரத்திற்கு ஈடாக அரசாங்கத்திடமோ அல்லது அதன் ஒப்பந்ததாரரிடமோ ஒப்படைக்கப்பட வேண்டும். உள்ளூர்வாசிகள் உரிமைகளையோ சட்ட நிவாரணங்களையோ விரும்பியதாகத் தெரியவில்லை. அவர்கள் செழித்தோங்க வேண்டும் என்பதே நோக்கம். அதற்கு வழிவகையாக உபரியினைக் கொள்முதல் செய்ய உத்தரவாதம் இருந்தது. இது பணச்சுழற்சியை ஊக்குவித்து, உள்ளூரில் வாங்கும் திறனை அதிகரிக்கச் செய்தது என்கிறார் மோனி.[2]

இவ்வமைப்பு நெதர்லாண்ட்ஸுக்குச் சாதகமாக இருந்தது. 1860இல் அரசின் ஆண்டு வருவாயில் மூன்றிலொரு பகுதி அதன் கிழக்கு இந்தியக் காலனியிலிருந்து பெறப்பட்டது. உள்நாட்டு வரிவிதிப்பு குறைந்து, ஒட்டுமொத்த ரயில்பாதைத் திட்டம் இவ்வருவாயில் நிறுவப்பட்டது. மாபெரும் கலகத்தினால் அடக்கப்பட்ட இந்தியா ஏன் இதேபோன்று பரஸ்பர நன்மையை அடையக்கூடாது?

ஆனால் டச்சு அமைப்பை விதந்தோதும் மோனி, பெரும்பாலான ஜாவாத் தீவினர் வளம்பெறவில்லை என்பதைக் கவனிக்கவில்லை. ஒருவித கிராமியக் கொத்தடிமைத் தனத்திற்குத் தள்ளப்பட்டிருந்தனர். முரட்டுத்தனமான குடியானவரை வளர்த்தெடுக்கும் மன்றோவின் லட்சியங்களுடனோ, கருணையுடன் நடந்துகொள்ளும் நிலப் பிரபுக்களை ஆதரிக்கும் கார்ன்வாலிஸ் கொள்கைகளுடனோ இது ஒத்திசைந்து போகவில்லை. ஆங்கிலேயக் கிழக்கிந்தியக் கம்பெனி தன் வர்த்தக ஏகபோகத்தை இழந்து, அதன் காரணமாகப் பொருளாதார மேலாண்மையில் வேறுபல துறைகளிலிருந்து அரசாங்கத்தை விலகச் செய்த சுதந்திர வர்த்தகப் போக்கையும் மோனி கணக்கில் கொள்ளவில்லை. அமெரிக்காவிலும் நெதர்லாண்ட்ஸின் கிழக்கு இந்தியப் பகுதிகளிலும், பேரரசின் துணையின்றியே, பிரித்தானிய ஏற்றுமதியாளரும் வர்த்தக நிறுவனங்களும் நன்கு செழித்தோங்கின; அரசு மேலான்மையல்ல, சுதந்திர வர்த்தகமே திறவுகோலாயிருந்தது.

பிற்காலத்திய மொகலாயர் காலத்தில் தொடங்கியிருந்த 'வேளாண்மை வணிகமயமாதல்', 19ஆம் நூற்றாண்டின் மத்தியில் நிலைகொண்டதாயிருந்தது. புதிய ரயில் வசதி காரணமாக, 1860களில் பருத்தி ஏற்றுமதி பெருக (அமெரிக்க உள்நாட்டுப் போரால்), 1870களில் கோதுமை ஏற்றுமதி பெருக, இடைத்தரகரை வலுப்படுத்தியதுடன், கப்பல் போக்குவரத்து-தரகினைக் கையாண்ட பிரித்தானிய இல்லங்களை ஆதாயமடையச் செய்தன. இவ்வகையில் உண்மையான சாகுபடியாளர் மேலும் கடன்பட்டார். வணிகமயமாக்கல், உண்மையான வளர்ச்சியின்றி வேறுபடுத்தலுக்கே இட்டுச் சென்றது. நடைமுறையில் இந்தியக் கிராமப் பொருளாதாரம், தோட்டப் பயிர் சார்ந்த பொருளாதாரத்தில் மூலதனத்தை ஈடுபடுத்தாமல் உழைப்பினைச் சுரண்டியமையால் சரிவையே கண்டது. ஏராளமான குடியானவர்கள் வருந்தினர் என்பதல்ல, காரணமின்றி வருந்தினர் என்பதே அதில் முக்கிய விஷயம்.[4]

பிரித்தானியர் அகக் கட்டுமானத்தில் குறிப்பாக, ரயில் போக்குவரத்து, பாசன வசதி போன்றவற்றிலான முதலீட்டை விரும்பினர். நாட்டின் நிதிநிலையும் திரும்பிச் செலுத்தும் வகையில் திருப்திகரமாய் இருப்பதைச் சுட்டிக்காட்டினர். இந்தியாவின் கொள்கை ரீதியிலான செழுமை குறித்து விமர்சகர்கள் அவ்வளவாக ஈர்க்கப்படாது போயினும், இந்தியரின் உண்மையான வறுமை குறித்து அதிக அழுத்தம் தந்தபோதும் 1866லேயே, 'எதிர்கால காங்கிரஸின் மாபெரும்

கிழவர்' தாதாபாய் நவ்ரோஜி, ரயில்கள் யாருக்கு நன்மை செய்தன என்றும் வடிகால்கள் எங்கே இட்டுச் சென்றன என்றும் வியந்தார். அவர் வளர்த்தெடுத்த 'வடிகால் கோட்பாடு', தேசியவாத விவாதம் முழுதிலும் நீரோட்டமாக ஓடுவதாயிருந்தது. வளர்ந்து வரும் மக்கள் தொகைக்குத் தேவையான, நவீனமயமாக்கப்பட்ட-தொழில்மயமான பொருளாதாரத்தை உருவாக்குவதற்குப் பதிலாக, இந்தியாவின் உபரி ஆளும் அதிகாரத்தில் வடிந்து போகச் செய்யப்பட்டது என்றது 'வடிகால் கோட்பாடு.' 'வீட்டுச் செலவுகள்' என அரசாங்கம் அழைத்ததன் வெள்ளத்துடன், பிரதான வடிகால் லண்டனில் காலியானது. ஊதியங்கள், அரசு ஊழியர்கள் ராணுவ அலுவலர்களுக்கான ஓய்வூதியங்கள், இந்தியா அலுவலகச் செலவினங்கள், கடன் சேவைகள், இந்திய ரயில்வேயில் முதலீடு செய்துள்ளோருக்கு உத்தரவாதமளிக்கப்பட்ட வட்டி செலுத்தல் ஆகிய 'வீட்டுச் செலவுக'ளில் இது அடங்கும். சாதகமற்ற பரிவர்த்தனை விகிதத்தில் ஸ்டெர்லிங்கில் கணக்கிடப்பட, இந்திய அரசாங்கத்தின் மொத்த வருவாயில் அதற்கு நான்கில் ஒருபகுதி ஆனது. எஞ்சியிருந்ததில் மிகுதியும் நிர்வாகப் படாடோபங்களுக்கும் ராணுவ சாகசங்களுக்கும் (பர்மா, ஆஃப்கனில்) ஊதாரித்தனமாகச் செலவிடப்பட்டதால், இந்தியர்கள் அப்பட்டமான வறுமையில் வாழ்ந்தனர் அல்லது பஞ்சங்கள் அடிக்கடி நிகழ்ந்தன.

வடிகால் உண்மையில் எப்படி இயங்கிற்று என்ற பகுப்பாய்வினையும் இக்கொள்கை கொண்டிருந்தது. இந்தியாவுக்கான அரசுச் செயலர், பிரித்தானிய இறக்குமதியாளரிடம் பரிவர்த்தனை ரசீதுகளை விற்று, 'வீட்டுச் செலவின'ங்களை ஈடுசெய்ய ஸ்டெர்லிங்கைப் பெற்றார். இந்தியாவில் அளிக்கப்பட்ட இந்த ரசீதுகள், அரசாங்க வருவாயிலிருந்து ரூபாய்களாக மாற்றப்பட முடியும்; ஆதலின் இந்திய விளைபொருளை வாங்கப் பயன்படுத்தப்பட்டது. தனியார்துறை இவ்வடிகாலில் முக்கியப் பங்காற்றியது ஏனெனில் இந்தியாவிலிருந்து அது மேற்கொள்ளும் ஏற்றுமதிகள் வடிகாலில் பிரதானமாய் ஓடின. அதே சமயத்தில் ஏற்றுமதி உபரி இந்தியர்களுக்குப் பொருளாதார நன்மையளிப்பதாய் இல்லை; அவை பெரிதும் மூலப் பொருள்களாய் இருந்ததால், இந்தியாவின் தொழில்மயமாக்கலுக்கு ஊக்கமளிக்கவில்லை என்பது இன்னும் மோசம். இதற்குச் சிறந்த எடுத்துக்காட்டு பருத்தி. கம்பெனியின் காலத்தில் பிரித்தானியரின் கொள்முதல் தயாரிக்கப்பட்ட பொருள்களாயிருந்தன. லங்காஸயர் மில்கள் தேர்ச்சி பெறவும் பிரிட்டனின் கொள்முதல் நூலிலிருந்து பருத்திக்கு மாறிற்று. பம்பாயிலுள்ள இந்தியருக்குச் சொந்தமான

புதிய மில்கள் போட்டியிடும் நிலையில் இருந்தாலும், கட்டண மாறுபாடுகளால் விரக்தியடைந்தன- பிரித்தானிய இறக்குமதிக்கு அது சாதகமாயிருந்தது.

ஆனால் பருத்தி, கயிறு, நிலக்கரி சார்ந்த கருநிலைத் தொழில்களுக்குப் பாதுகாப்பு அவசியமானது; பிரித்தானியர் சுதந்திர வர்த்தகத்தை வற்புறுத்தினர். இச்சுதந்திர வர்த்தகக் கொள்கை நில வருவாய்க்கும் நீண்டது; 19ஆம் நூற்றாண்டின் பிற்பகுதியில், நிர்ணயிக்கப்பட்ட வருவாய் மதிப்பீடுகள் சிக்கல் குறைந்தனவாயின என்பதை விலை உயர்வுகள் அர்த்தப்படுத்தின. இத்தகு மதிப்பீடுகளைச் சரிசெய்து கொள்வதைவிடவும், இதர வருவாய் ஆதாரங்களைத் துருவியாராய அரசாங்கம் விரும்பிற்று; வருமான வரியை அறிமுகப்படுத்த எண்ணியது. மோனியால் பரிந்துரைக்கப்பட்ட இறுக்கமான தோட்டத் தொழில்ரீதியில், இந்திய வேளாண் பொருளாதாரத்தை மாற்றியமைப்பதற்குப் பதிலாக, தலையிடுதல் என்னும் அதீத அபாயத்தைப் பிரித்தானியர் மேற்கொண்டனர்.

தோட்டத்தொழில் அனுபவம் இந்தியருக்கு விட்டுவைக்கப் படவில்லை என்பது இதன் பொருளாகாது. குறைந்தபட்ச சாகுபடி மண்டலங்களில், குறிப்பாக 1850களுக்குப் பிறகு, அஸ்ஸாம் மலைகளில் பெருகிய தேயிலைத் தோட்டங்களில் கொத்தடிமைமுறை மேற்கொள்ளப்பட்டது. மறுபுறத்தே அடிமைமுறை ஒழிப்பும் புதிய பயிர்களின் அறிமுகமும் இலங்கை, பர்மா, மலேயா, ஃபிஜி, மொரிஸியஸ், தென்கிழக்கு ஆப்பிரிக்கா, கரிபியனில் இந்தியக் கொத்தடிமை ஊழியருக்கு அதிகத் தேவையை உருவாக்கின. 19ஆம் நூற்றாண்டில் இப்புலம்பெயர்ந்தோரிடையே இறப்பு விகிதம் அதிகமாயிருந்தது; கொத்தடிமை முறையிலுள்ள நிபந்தனைகள் ஒடுக்கும் தன்மையைக் கொண்டிருந்ததால், விமர்சகர்கள் அதனை அடிமை முறையின் வடிவமாகவே பார்த்தனர். குடிபெயர்ந்து சென்ற இந்தியத் தொழிலாளர் நிலைமை ஆரம்பக்கட்ட தேசியவாதத் துயரங்களில் பிரதானமாக இடம்பெற்றது; ஆப்பிரிக்காவில் தன் சத்தியாக்கிரஹத்தின் முதல் அனுபவங்களுக்கான சவால்மிக்க களத்தை காந்தி கண்டுகொண்டார்.

குஜராத்தின் வர்த்தக நிறுவனத்தின் பொறுப்பில் இளைஞரான காந்தி தென்கிழக்கு ஆப்பிரிக்காவின் நேட்டாலுக்குச் சென்றார். பல்லவர்-சோழர் காலத்திலிருந்து, தென்கிழக்கு ஆப்பிரிக்காவுடனான இந்தியக் கடல்வணிக-வர்த்தகத்

தொடர்புகள் நிலைத்து வந்திருந்தன; முஸ்லீம், போர்த்துகீசிய, பிரித்தானியர் காலங்களில் கணிசமாக அவை விரிவாயின. இப்போது ஏடென், ஜான்ஸிபார், கிழக்கு-தெற்கு ஆப்பிரிக்கா, சீனா, ஜப்பான், வட அமெரிக்காவின் பசிஃபிக் கடற்கரை ஆகியவற்றுடன், இந்தியப் பெருங்கடல் மற்றும் பசிஃபிக் விளிம்பைச் சுற்றிவந்து தொடர்பு கொண்டுள்ளன. இந்திய உதவியாளர்கள், போலீஸ், துறைமுகப் பணியாளர்கள் மற்றும் இதர சேவைத்துறையாளர்கள் இவ்விடங்களில் யூனியன் ஜாக் போல பிரித்தானிய அடையாளத்தைக் குறிக்கலாயினர். வான்கூவர், சிங்கப்பூர், காந்தியின் நேட்டால் எனத் தொலைதூர இடங்களிலிருந்து, புலம்பெயர்ந்து அமர்ந்திருந்தவர்கள் இந்திய விடுதலைப் போராட்டத்தில் கணிசமான பங்கேற்றிருந்தனர். மறுபுறத்தே கொத்தடிமைத் தொழிலாளர் திரளினர், சர்வதேச கவனத்திற்கு இந்தியப் பிரச்சினைகளைக் கொண்டுவந்தனர்.

புலம்பெயர்ந்தோருடன் உடன்சென்ற மத-சமூக மரபுகள், சிங்கப்பூரிலிருந்து ஜார்ஜ் டவுன், கயானா வரை 'சிறு இந்தியாக்களை' நிறுவின-இவற்றின் தாய்க் குடியமர்வுகள், ஆங்கிலேயமயமாதலின் குடியேற்றங்களாக இருந்ததுபோல, இவை இந்தியமயமாதலின் குடியேற்றங்களாக இருந்தன. கனிஷ்கர்-காரகோரம் வழித்தடத்தில் மறந்து நீண்ட நாள்களுக்கு முன்பிருந்தது போல இந்தியா, அரசியல் ரீதியில் ஆழ்ந்த கிரகணத்தில் இருந்த வேளையில், தன் பண்பாட்டுத் தாக்கத்தை வெற்றிகரமாக முன்னெடுத்துச் சென்றது. ஆனால், தந்தி-கப்பல் போக்குவரத்தால் இணைக்கப்பட்ட நிலையில், இத்தகைய வெளிப்புறத் தகவமைப்பு அம்சங்கள், உட்புற அரசியல் விழிப்புணர்வுக்கான உணர்கொம்புகளாயின. ஆசிய புத்துயிர்ப்பு குறித்த செய்தி ஜப்பானிலிருந்தும், பிரித்தானிய ஆட்சிக்கு எதிரான அயர்லாந்துப் போராட்டம் குறித்த செய்தி ஐரோப்பாவிலிருந்தும், சுயாட்சி, டொமினியன் தகுதி குறித்த செய்திகள் ஆப்பிரிக்கா-கனடாவின் வெள்ளையர் குடியமர்வு குடியேற்றங்களிலிருந்தும் வந்தன. இந்தியா தனித்திருக்கவில்லை. பிரித்தானிய ஆட்சியானது மாற்ற முடியாததல்ல. அது வெல்லப்பட முடியாததும் அல்ல.

இருபதாம் நூற்றாண்டில் பிரதானமாக ஐரோப்பா, வட அமெரிக்கா, வளைகுடா நாடுகளுக்கு மேலும் புலம்பெயர்தல் அதிகரிக்க, உலக சமுதாயங்களிடையே அதிக எண்ணிக்கையிலும் அடையாளங் காணக்கூடியவர்களாயும் இந்தியப் புலம் பெயர்ந்தோர் துணைக்கண்டத்தவரால் உணரப்பட்டனர். பிரிட்டனில் மட்டும் துணைக்கண்டத்திலிருந்து புலம்பெயர்ந்து

வந்தோர் எண்ணிக்கை, சுமார் 200 ஆண்டுகால பிரித்தானிய ஆட்சியின் போது இந்தியாவில் தங்கியிருந்த பிரித்தானியரைவிட மேலதிகமாகும். 1880-1930க்கு இடையே ஆண்டுச் சராசரியாக 2½ லட்சம் பேர் புலம்பெயர்ந்து சென்றனர்-பிரதானமாக தமிழ்நாடு, கேரளம், குஜராத்திலிருந்து. தாம் குடியமர்ந்த நாடுகளில் இவர்கள் கணிசமான தாக்கத்தை ஏற்படுத்தினாலும் இந்திய மக்களிடத்தே ஏற்படுத்த முடியவில்லை. ஏனெனில் பெரும்பாலோர் தமது ஐந்தாண்டு கொத்தடிமை முறை முடிவுற்றதும் திரும்பிவிட்டனர். அதுபோலவே சீனா, தென்கிழக்கு ஆசியா, பாரசீகம், ஆப்பிரிக்கா என ஏகாதிபத்தியச் சேவையில் ஈடுபடுத்தப்பட்டிருந்த பிரித்தானிய இந்திய ராணுவத்தினரும் அதுபோலவே காந்தி போன்ற பாரிஸ்டர்களும் நிர்வாகிகளும் மருத்துவர்களும் பிறரும்; இந்தியப் பல்கலைக்கழகங்களிலிருந்து அதிக எண்ணிக்கையில் பாய்ந்து வெளியேறினர்-சமயங்களில் தம் படிப்பைத் தொடர அல்லது தொழில்களை/வேலைகளைக் கவனிக்க. கடைசியில் ஒரு சில இந்தியர்கள் மற்ற பண்பாடுகளிலிருந்து நேரடி அனுபவம் பெற்று, குறிப்பிட்ட இந்தியச் சமூகத்தின் உறுப்பினர்களாக அல்லாமல், இந்தியர்களாகத் தம் அடையாளத்தைத் தீர்மானித்திட முடிந்தவர்களாக இருந்தனர். தாதாபாய் நவ்ரோஜியிலிருந்து ஜின்னா, காந்தி, ஜவஹர்லால் நேரு வரையிலான பெரும்பாலான விடுதலைப் போராட்ட ஜாம்பவான்கள் இப்படித் திரும்பியவர்கள் என்பது தற்செயலாகாது.

கடல்கடந்த படிப்பு என்பது சிறப்புரிமைகள் உள்ளவர்களுக்கே. பெரும்பாலான இந்தியருக்கு மேற்கத்தைய சிந்தனை மரபுகளின் பரிச்சயம் பல்கலைக்கழகக் கல்வியைச் சார்ந்திருந்தது-செய்தித்தாள், புத்தகங்கள் அதற்குத் துணை நின்றன. கல்கத்தா, பம்பாய், மெட்ராஸ் ஆகிய மூன்று முக்கிய ராஜதானிகளின் அதிகரித்துவரும் அரசியல் உணர்வு-உலகியல் சூழலில், பட்டதாரிகளின் அளவிலான விவாதத் தரம் நவீனமிக்கதாக, தீவிரமானதாக இருந்தது. பரந்துபட்ட சித்தாந்தம், விவாதம் என மாணவர்கள் ஈடுபட்டனர்; உலகின் மற்ற பகுதிகளில் குறிப்பாக ஜப்பானின் நவீனமயமாக்கலை ஆங்கிலேய-ஐரிஷ் மோதலை உன்னிப்பாகக் கவனித்தனர். பரந்துபட்ட அரசியல்-சமூகப் பிரச்சினைகள் சார்ந்த அவர்தம் பங்கேற்பும் பரஸ்பர ஒத்துழைப்பும் ஈர்க்கும் தன்மையில் இருந்தன. சாதி, தொழில், சமுதாய, மொழிக்குழுக்களின் பிரதிநிதித்துவமுள்ள பெருநகரங்களில் தேசியவாதம், பகுதிகளின் கூடுதலை விடவும் பகுக்க முடியாததாய் இருந்தது. வெளிப்புறத்திலிருந்து

வரையறுப்பதை விடவும் உட்புறத்திலிருந்து சிரமப்பட்டுக் கட்டமைக்க வேண்டியதாய் இருந்தது.

உயர் கல்வி சிறு அளவிலான மேட்டுக்குடியினருக்கு உரியதாய் இருந்தது; புத்தகங்களும் தினசரிகளும் முக்கிய நகரங்களுக்கு வெளியே மந்தமான விற்பனையில் இருந்தன. மாவட்டப் பகுதிகளிலிருந்த தேசியவாதி, தன் அடையாளத்தை அளவிட்டு வரையறுத்திட பிரித்தானியரே எங்கும் காணப்பட்டனர். 1857இல் இருந்தது போல, வெவ்வேறான வரையறைகளெல்லாம் உண்டாகின. அலகாபாத் மற்றும் பிற வடஇந்திய நகரங்களில் கிறிஸ்டோபர் பாய்லி மேற்கொண்டது போன்ற சமீபத்தைய ஆய்வுகள், மரபுவழி நகர்ப்புறக் குழுக்களுக்கும் பிற்கால 'தேசியவாத'க் குழுக்களுக்கும் தேசிய காங்கிரஸை ஆதரிப்போருக்கும் இடையிலான முக்கிய தொடர்ச்சியைக் கண்டறிந்தன. இந்தி பேசுகின்ற வடஇந்தியாவின் முக்கிய மையங்களிலெல்லாம், புதிய மத-அரசியலமைப்புகள், நிலவுகின்ற ஆலயங்கள், சபாக்கள், வர்த்தக அமைப்புகளுடன் தொடர்புகள் கொண்டிருந்தன. எடுத்துக்காட்டாக அலகாபாத்தில் மகா கும்பமேளாவின் நீராடுதலால் ஏற்பட்ட வர்த்தக-பக்தி உறவுகள், பார் லைப்ரரியின் தோழமை அமைப்புகள் போல நவீன அரசியல் சங்கங்களின் எழுச்சிக்குக் கணிசமாகப் பங்களிப்பு செய்தன.[5]

இஸ்லாமியச் சங்கங்களுக்கும் பிற்கால முஸ்லீம் லீக்கிற்குமிடையே இத்தகைய பிணைப்புகள் இருந்தன. மராட்டியத்தில் புனே பிராமணரின் மத விசுவாசங்கள், தம் பண்டிகைகளை அரசியல் எதிர்ப்புக் கூட்டங்களாகவும், தம் சடங்குகளை தேசியவாதப் பரப்புரைகளாகவும் உருமாற்றின. இது கடந்துபோகும் நிகழ்வுப் போக்குமில்லை. 19ஆம் நூற்றாண்டின் பிற்பகுதியிலான கூட்டு நிறுவன நகர்ப்புற வாழ்விலிருந்து எழுந்த இந்து அரசியலின் பாணி, 1930களின் இந்து மகாசபை உருவிலோ, 1970களின்[6] ஜனசங்கத்தின் உருவிலோ வலுப் பெற்றிருந்தது... அல்லது ஜனசங்கத்தின் பிந்தைய அவதாரமான பாரதிய ஜனதா கட்சியின் உருவிலோ இருந்தது. சுருக்கமாகச் சொல்லுவதானால், இங்கே மூன்றாவது பார்வை நிலையிலிருந்து தேசியவாதம் பார்க்கப்பட்டது- பிளக்க முடியாதவாறு முழுமையாக வெளியிலிருந்தோ, பகுதிகளின் கூடுதலாகப் பெருநகரங்களிலிருந்தோ அல்லாமல், வலிமைகொண்ட பிரிவுகளின் முன்னிறுத்தலின் ஆழத்திலிருந்து பார்க்கப்பட்டது; அது வெளிப்புற சித்தாந்தங்களுடனோ அந்நிய மொழிக் கல்வியுடனோ சார்பில்லாதது என்பதில் பெருமிதம்கொண்டது.

ஒவ்வொன்றும் மிதமாக

1877இல் டெல்லியில் லிட்டன் பிரபுவின் ஏகாதிபத்தியக் கூட்டம் வீணான படாடோபமாக இருந்ததால், பல்வேறுபட்ட இந்தியரும் ஆட்சேபித்தனர். தக்காணத்திலும் தெற்கிலும் 55 லட்சம் பேரை பலிகொண்ட, நூற்றாண்டின் கொடிய பஞ்சமும் அப்போது சேர்ந்து ஆத்திரத்தை அதிகரித்தது. எட்டாண்டுகளுக்குப் பிறகு இந்திய தேசிய காங்கிரஸின் முதல் கூட்டத்திற்கு அது வழிவகை செய்தது என்பது ஏற்க முடியாததாக இருக்கலாம். ஆனால் இணையான அம்சங்கள் இருந்தன. 'அனைத்திந்திய காங்கிரஸ் கமிட்டியின் ஆரம்பக்கட்ட கூட்டங்கள், ஊர்வலங்கள், தலைமையாளுமைகளின் மையம், அவர்தம் பேச்சுக்கள் என தர்பார் போன்றிருந்தன...'. வெளிப்படுத்தப்பட்ட உணர்வுகளும் வேறுபட்டிருக்கவில்லை. காங்கிரஸ் தலைவர்கள், வைஸ்ராய் போன்றே, முற்போக்கு அரசாங்கம், இந்திய மக்களின் நலன், மகிழ்ச்சி பற்றிப் பேசினர்; ஆட்சிப் பணி மற்றும் அரசுக் கவுன்ஸில்களில் பெரும் பிரதிநிதித்துவம் சார்ந்த வழிவகையைக் கோரியபோது, ஏற்கெனவே அளிக்கப்பட்டிருந்த, கல்கத்தா அரசாங்கத்தின் வாக்குறுதிகளையே நினைவூட்டினர்; 'தகுதிவாய்ந்த இந்தியரனைவரும் சுதந்திரமாயும் பாரபட்சமின்றியும் நமது சேவையில் ஏற்றுக்கொள்ளப்படுவர்' என்னும் 1858ஆம் ஆண்டு அரசியின் பிரகடனம் தெரிவித்தது. உண்மையில், சிலர் ஏற்றுக் கொள்ளப்பட்டிருந்தனர்; தகுதிவாய்ந்த இந்தியரின் எண்ணிக்கை அதிகரிக்க, இத்தகு வாக்குறுதிகளை நிறைவேற்றுவதிலான அரசாங்கத்தின் தயக்கமும் அதிகரித்தது. எனவே நினைவூட்டல்கள் தேவைப்பட்டன. மாபெரும் டெல்லி தர்பார் பாணியிலான பிரிட்டனில் சட்டகத்தில் உள்ள அவை, தன் ஆரம்பக் கட்டங்களில் தேசிய இயக்கத்தின் சொல்லாடலுக்கான நிபந்தனைகளை விதித்தன. நடைமுறையில், ஆரம்பக்கட்ட தேசியவாதிகள், பிரித்தானிய ஆட்சியாளரை விடவும் இந்தியப் பேரரசின் உண்மையான நோக்கங்களுக்கு மிகவும் விசுவாசமானவர்கள் என்று கூறிக்கொண்டனர்.[7]

இக்கூற்று விஷமமிக்கதாயும் இல்லை. நேட்டாலில் இன ஒதுக்கலுக்கான பிரித்தானிய நிவாரணத்தைக் கோரியபோது, காந்தியே 1858ஆம் ஆண்டு பிரகடனத்தை எடுத்துரைத்தார். இந்தியாவில் முன்னதாக, லிட்டன் வைஸ்ராயாக இருந்தபோது எல்லாம் சரியாயிருந்தது என்னும் அனுமானத்தில், கல்கத்தா அரசாங்கம் பின்வாங்கி, இந்தியரின் அபிலாஷைகளுக்கு பிரித்தானியரை விடவும் குறைந்த அளவிலேயே எதிர்வினை புரிய,

தலைமை வகிக்கும் எதிர்ப்புக் குழுக்கள், லண்டனில் கிளைகள் ஏற்படுத்துமாறு கோர, தம் பிரதிநிதிகளை அங்கே அனுப்பின. இத்தகு ஆரம்பக்கட்ட அமைப்புகளில் ஒன்றினை 1866இல், வெற்றிகரமான வர்த்தகரும் பம்பாயின் சிறிய ஆனால் அளப்பரும் செல்வாக்குடைய பார்ஸி சமுதாய உறுப்பினருமான தாதாபாய் நவ்ரோஜி நிறுவினார். நவ்ரோஜியின் பெரும்பகுதி வாழ்க்கை லண்டனில் கழிந்தது-அங்கே அவர் வெற்றிகரமான இந்தியத் தொழில்துறையினரை ஈர்த்தார்; அவர்கள் இந்தியாவுக்குத் திரும்பி, ஆரம்பித்த அமைப்புகளெல்லாம் காங்கிஸுக்கு ஆதரவளித்தன. அவரே முதல் இந்திய தேசிய காங்கிரஸில் பங்கேற்றார். லண்டனில் இந்திய அபிப்பிராயத்தைப் பிரதிநிதித்துவப்படுத்த, பின்னர் வெஸ்ட்மினிஸ்டர் பாராளுமன்ற உறுப்பினர் ஆனார். 1893இல், நாடாளுமன்றத்தில் உறுப்பினராய் இருக்கையிலேயே, இந்தியா திரும்பி அவரால் காங்கிரஸ் தலைவராகவும் வர முடிந்தது.

லிட்டனின் (1876-80) சமரசமற்ற ஏகாதிபத்தியம் அல்லது டஃபரினது (1884-8) நிதானம், இத்தகு சுற்றிவளைத்துச் செல்வதான தந்திரங்களை ஊக்குவித்தது. இதற்கு மாறாக, அயர்லாந்தினர் கோரிக்கைகளில் அனுதாபம் காட்டிய கிளாட்ஸன் போல, இந்தியரின் கோரிக்கைகளுக்கு ரிப்பன் பிரபு (1880-4) போன்ற தாராளமான வைஸ்ராய் அனுதாபம் காட்டுவார் என எதிர்பார்க்கப்பட்டது. இருப்பினும், லண்டனின் இந்தியா அலுவலகம் தெரிவித்த எச்சரிக்கையாலும், இந்தியாவிலிருந்த அவருடைய அலுவலர்களது எதிர்ப்பாலும், தான் வாக்குறுதி அளித்ததை விடவும் குறைவாகவே நிறைவேற்றினார். உள்ளூர் அச்சு ஊடகத்தைத் தணிக்கைக்கு உட்படுத்தும் லிட்டனின் குரூர முறையை அவர் நீக்கினார்; நகராட்சி-ஊராட்சிக் கழகங்களை அறிமுகப்படுத்தி, உள்ளாட்சி நிர்வாகத்தை ஆரம்பித்துவைத்தார்; ஒருபகுதி தேர்ந்தெடுக்கப்பட்ட உறுப்பினர்கள், சாலைகள், பள்ளிகள், கழிவுநீர் வெளியேற்றத்திற்குப் பொறுப்பாயிருந்தனர். கல்கத்தா, பம்பாய், மெட்ராஸில் இவற்றை நிறைவேற்றுவது மிகச் சிரமமாயிருந்தது-அங்கே சரியாகக் கல்வி பெற்றிருந்த இந்தியர்கள் பெரும் அலுவலகச் சந்தேகத்திற்கு உள்ளாயினர். மேலும், நவ்ரோஜியின் வடிகால் கொள்கையின் அநியாயம் குறித்து வருந்திய, பெரிதும் தகுதியுடைய தேசபக்தர்கள், உண்மையான வடிகால்கள் குறித்துப் பரபரப்புக் கொள்வது சிரமமாயிருக்கக் கண்டனர். எனினும் அவர்கள் ரிப்பனின் கருத்துகளை விரும்பி, அரசியல் தொடக்கத்தைப் பாராட்டினர், அது ஏணியின்

கீழிருந்து ஆரம்பித்தது; அடுத்தபடி ஏறிட வருமாறு அழைக்கப்பட ஆர்வத்துடன் காத்திருந்தனர்.

1883இல் இந்தியாவிலிருந்த பிரித்தானியரிடமிருந்து ‘வெள்ளைச் சரிவி’னை இல்பெர்ட் மசோதா தூண்டிவிட்டபோது, இத்தன்மை வடிந்தது. சிறியதொரு சட்டச் சிக்கலை அகற்றுவதற்காகக் கல்கத்தா அரசாங்கத்தால் அறிமுகப்படுத்தப்பட்ட இம்மசோதா, தீவிர பரிசீலனையில், மாவட்ட நடுவர் நீதிமன்ற நீதிபதிகள்-செசன்ஸ் நீதிபதிகள் அளவில் உயர்ந்துள்ள சில இந்திய பாரிஸ்டர்களைக் கண்டறிந்தது; அவர்கள் பிரித்தானியரைப் போலவே இந்தியக் குடிமக்களையும் விசாரிக்கும் தலைமைப் பொறுப்புக்குத் தகுதி பெற்றிருந்தனர். ஐரோப்பிய சமுதாயத்தில் பெரும்பாலும் தோட்டத்தொழில்-வணிகம் புரிந்தோரால் இதனைத் தாங்கிக்கொள்ள முடியாது போனது. இந்திய நீதிபதி ஒருவர் இருப்பது ஒரு விஷயம், ஆனால் ஓர் இந்திய நீதிபதி ஆளும் இனத்தைச் சேர்ந்த ஒருவர் மீது, அதுவும் ஒரு பெண்ணுக்கு எதிராகத் தீர்ப்புரைப்பது, நடுக்கம் மிக்கதும் அருவருப்பானதுமான இன அமளியைத் தூண்டிவிட்டது. கான்பூர், சிவப்புக் கலக நினைவுகள் புத்துயிர் பெற்றன; ரிப்பன் மிரட்டலுக்குள்ளானார்;1860இன் அவுரி/நீலக் கலகத்தை நினைவில்கொண்டு, ஆத்திரமுற்ற விசுவாசிகள் இப்போது இத்தகைய கொடூர அரசாங்கத்தின் விதிக்கு முத்திரையிடும் ‘வெள்ளைக் கலகத்திற்கு வாக்குறுதி தந்தனர். நெறியற்ற ஆனால் பெரிதும் ஒழுங்கமைக்கப்பட்ட போராட்டத்தில் அவர்தம் போராட்டம் இந்தியருக்கு ஒரு படிப்பினையைத் தந்தது;[8] அது வெற்றிகரமாயும், இல்பர்ட் மசோதாவை’ பலவீனப்படுத்துவதாகவும் ரிப்பனின் பெரும்பாலான சீர்திருத்தங்களைச் சிறப்பற்றனவாகவும் ஆக்கிற்று. தர்பாரை விடவும் கரகரப்பானதும் ஆற்றல் மிக்கதுமான இன்னொரு பிரித்தானிய ‘மரபுத்தொடர்’ வடிவிலான சொல்லாடல் இருந்தது; இதுவும் நாளடைவில் பின்பற்றப்படும்.

இல்பெர்ட் மசோதா மீதான நடுக்கம் பிரதானமாக வங்காளத்திலிருந்து வந்தது; அங்கு பிரித்தானியத் தோட்ட உரிமையாளர்கள், தொழில்துறையினர்கள், வணிகர்கள் ஏராளம். அதேவேளையில் மேற்கத்திய கல்வியைக் கற்றுள்ள எடுப்பாய்ப் பேசும் இந்தியர்களையும் அதிகம் கொண்டிருந்தது. அவர்கள் ரிப்பனின் தற்காப்புக்கு விரைந்தனர், ஒருகாலத்தில் கொள்கை, சாதி, வர்க்கம், இடம் ஆகியவற்றைத் தாண்டியிருந்த லட்சியத்திற்கு ஆதரவாக, அனைத்திந்தியாவிலுமுள்ள சக

செயல்பாட்டாளர்களுடன் அவர்கள் இணைந்துகொண்டனர். ‘அரசாங்கக் கொள்கையை ஆதரிக்கும் அரசமைப்புச் சட்ட ஒருங்கிணைவு’ என வரவேற்கப்பட்ட, அனைத்திந்தியாவின் ஆதரவை எடுத்துக்காட்டும் இக்கண்ணியமான, கவனமாகத் திரட்டப்பட்ட நடவடிக்கை, *1884* இறுதியில் ரிப்பனுக்கு ஏற்பாடு செய்யப்பட்டிருந்த பம்பாய் பிரியாவிடை விழாவில் வெளிப்பட்டது.

> ‘மெட்ராஸ்-மைசூரிலிருந்து, பஞ்சாப்-குஜராத்திலிருந்து ஒன்று திரண்ட குரலாக வந்தனர்; அவர்கள் சாதியும் இனமும் தம் வேறுபாடுகளைக் கரைத்துவிட்ட சமுதாயத்திலிருந்து வந்தனர்... தம் பதாகைகளை ஆட்டியும் வண்டிகளுடன் விரைந்தும் கூரைகளில் நிறைந்தும் மரங்களில் அமர்ந்தும்கூட, தம் நாயகனை உற்சாகப்படுத்தினர்... எல்லாம் அரசாங்கத்தின் புதிய கொள்கைகளைப் பாராட்டும் விதமாக.’[9]

டிசம்பர் *1885*இல், சரியாக ஓராண்டு கழித்து, பம்பாயிலேயே, அனைத்திந்திய நடவடிக்கையால் உத்வேகம்பெற்று, முதலாவது இந்திய தேசிய காங்கிரஸ் கூட்டப்பட்டது. இன்னும் கூட காங்கிரஸ் அப்படித்தான் இருந்தது-ஒரு காங்கிரஸாக, ஒரு கூடுதலாக இருந்து-கட்சி என்பது ஒருபுறமிருக்க, இயக்கமாக இல்லை. அது தனித்துவமாயில்லை; இன்னொரு தேசிய மாநாடு அதே வேளையில் கல்கத்தாவில் கூடியது (அடுத்த ஆண்டில் அவர்கள் இணைந்துவிட்டனர்). அது பிரத்யேகமாக இந்தியத் தன்மையைப் பெற்றிருக்கவில்லை. அதன் நிறுவனரான ஆல்லன் ஆக்டேவியன் ஹ்யூம், கல்கத்தா அரசாங்கத்தில் வேளாண்துறையின் முன்னாள் செயலர்; சிறப்புமிக்க பறவையியலாளரும் ஸ்காட்லாந்துக்காரரும் ஆவார். தாராளவாத தீவிரமிக்க அவரது தந்தை, கற்பனை செய்து பார்க்கக்கூடிய ஒவ்வொரு சீர்திருத்தமும், விலக்குதல் மற்றும் ஒழித்தல் ஆகியவற்றுக்கு ஆதரவாக, வேறெந்தப் பாராளுமன்ற உறுப்பினரையும் விட நீளமாக, அடிக்கடி மோசமாகப் பேசக் கூடியவர். ஏ.ஓ. ஹ்யூம், தான் பணியாற்றிய அதிகாரத்திற்கு நீண்டகாலம் முன்பாகவே இவ்வாறு விளங்கியவர். லிட்டனால் மில்லியன் கணக்கிலான பணம் வீண் செலவு செய்யப்பட்டது குறித்து விமர்சித்தவர்; டெல்லியில் நடந்த ஏகாதிபத்திய கூட்டத்திற்கும், அதன்பின் *1878*இல் முடிவுற்ற இரண்டாம் ஆஃப்கன் யுத்தத்திற்கும் இச்செலவுகள் செய்யப்பட்டிருந்தன-மத்திய ஆசியாவில் பிரித்தானிய-ரஷ்யப் பேரரசுகளுக்கிடையேயான முடிவுறாத ‘பெரும் ஆட்டத்தில் அது இன்னொரு குழப்பமிக்க பகுதியாயிருந்தது.

லிட்டனுக்குப் பிறகு, ரிப்பனின் வைஸ்ராய் பொறுப்பேற்ற ஆனந்தமான நாட்களில், அரசாங்க இல்லத்திற்கும் இந்தியக் குடிமக்களுக்கும் இடையிலான பிணைப்பாக ஹ்யூம் தன்னைக் கண்டுகொண்டார். இப்பாத்திரம் அவருக்குப் பிடித்திருந்தது; இந்து மறுமலர்ச்சியை ஆற்றலுடன் முன்னெடுத்துச் சென்ற சென்னையின் பிரம்மஞான சங்கத்தின் தொடர்பில் இருந்தார்; ஆன்மிகவாதிகளுடன் இணைந்து பரவச நிலைகளைத் தேடினார்; ஹ்யூமின் இனந்தெரியாத இந்தியத் தகவலாளர்க்கிடையே அனுபூதி நாடும் மகாத்மாக்கள் பிரதானமாக இடம்பெற்றதாகத் தெரிகிறது. இத்தொடர்புகளில் சிறப்புக் குறைவானது ஏதுமில்லை. பிந்தைய விக்டாரியன்கள் ஆன்மிகப் பரிசோதனைகளை விரும்பினார்கள்; இந்தியாவில் பிரம்மஞானம் பல மறுமலர்ச்சி இயக்கங்களில் ஒன்றாயிருந்தது; தேசியப் புத்தாக்கம் செழித்தோங்கிடும், சமூகச் சீர்ருத்தம் மற்றும் மத-பண்பாட்டு மறுவாழ்வுச் சூழலுக்குக் கணிசமாகப் பங்களிப்புகள் செய்தது.

இச்சீர்திருத்த இயக்கங்களில் பலவும் ஒன்று மற்றதை விலக்கி விடுவதாகப் பிரித்தானியருக்குத் தோன்றியது. எடுத்துக்காட்டாக, குழந்தைத் திருமணங்களுக்கு முடிவுகாணக் கோரிய சமூகச் சீர்திருத்தவாதிகள், நிலவுகின்ற சம்பிரதாயத்தில் எந்தக் குறுக்கீட்டையும் எதிர்க்கும் மத புத்துயிர்ப்பாளர்களால் எதிர்க்கப்பட்டனர்; வடக்கில், இந்தி மொழி முன்னோடிகள், உருது இலக்கியப் பாரம்பரியத்தின் வாரிசுகளுக்கு எதிராய் நின்றனர்; வன்முறை நடவடிக்கைகளை அனுமதித்திட சிவாஜியின் பெயரை எழுப்பும் மராத்தியர், பிரம்ம சமாஜம் போன்ற இயக்கங்களுடன் முரண்பட்டனர்-இவ்வியக்கத்தினர் மனிதாயத்தையும் இந்து மதத்தின் அஹிம்சையையும் வற்புறுத்தினர். வங்காளத்தில், மராட்டியத்தைப் போன்றே, இலக்கிய-இந்து மறுமலர்ச்சி, பிரித்தானிய ஆட்சியை, அதற்கு முந்தைய முஸ்லீம் பேரரசர்கள்-நவாப்களுக்கு இணையாக்கிற்று-இரண்டுமே சமஅளவில் அந்நியமாகக் கருதப்பட்டன. பங்கிம் சந்திர சட்டர்ஜி இன்னும் மேலே சென்றார். அவரது செல்வாக்குமிக்க ஆனந்தமடம்(1882) நாவலில், இந்து தலைவர்கள் இந்தியாவுக்கு விடுதலையாளர்களாக வந்ததாகக் கருதப்பட்ட, பிரித்தானியருக்கு எதிராக அல்லாமல், இஸ்லாமியக் கொடுங்கோன்மைக்கும் அநீதிக்கும் எதிராகப் போராடுபவர்களாகவே தோன்றினர்.[10]

இத்தகு பல இயக்கங்களின் பிரதானமான இந்துத் தன்மைக்கு எதிராக இருப்பது போன்றே இதற்கும் முஸ்லீம்கள் ஆட்சேபித்தனர் என்று சொல்லத் தேவையில்லை. வடக்கில் எளிய முஸ்லீம்களை

ஈர்த்திடும் அடிப்படைவாத நடவடிக்கையின் எழுச்சியால் அவர்கள் எதிர்வினையாற்றினர்; ஓரளவு மேற்குமயமாதலுக்கு இடமளித்திடும், நெகிழ்ச்சிமிக்கதும் புறவயமாக நோக்கிடுவதுமான வைதிகத்தை நோக்கிய உந்துதல் அதில் சேர்ந்திருந்தது. இப்பிந்தையப் போக்கினை முன்னெடுத்தவர் சர் சய்யித் அகமத்கான்; அவர் 1875இல் ஆங்கிலேய-முகம்மதிய கீழைத்தேய கல்லூரியை நிறுவினார்-பின்னர் இது அலிகார் பல்கலைக்கழகமானது.

இவ்வெல்லா இயக்கங்களும் சங்கங்களும் வலுவான ஆன்மிக, பண்பாட்டு, சமூக நோக்கங்கள் கொண்டதாக, அரசியல் போராட்டத்தை ஆக்கின. உலகப் பார்வையாளரிடம் உரை நிகழ்த்திய இந்திய குருக்களில் முதலாமவரான விவேகானந்தரிடம், சர்வதேச அபிப்பிராயத்தை விழிப்புணர்வு கொள்ளச் செய்ய இவை உதவின. பஞ்சாபில் அதிசயிக்கத்தக்க முன்னேற்றங்களை அடைந்துள்ள, சீர்திருத்தத் தன்மையும் ஆக்கிரமிப்புத் தன்மையும் மிகுந்த, இந்து 'ஆரிய இயக்கமான' ஆரிய சமாஜம், சர்வதேசப் புலமையின் போக்குகளை, குறிப்பாக, ஆக்ஸ்ஃபோர்டின் சமஸ்கிருதப் பேராசிரியர் மாக்ஸ் முல்லரின் அனைத்து ஆரிய உத்வேகங்களையும் கொண்டிருந்தது. அத்துடன் தமது ஆண்டு மாநாடுகளின் பயன்மிகு நிறுவன எடுத்துக்காட்டினை பிரம்மஞான சங்கத்தினர் முன்வைத்தனர். ஆனால் தாதாபாய் நவ்ரோஜி மற்றும் அவரது சகாக்களின் செல்வாக்கிற்கு உட்பட்ட, கல்கத்தா, பம்பாய், புனேயின் மைய நீரோட்டக் கூட்டத்தினரே, தேசிய காங்கிரஸுக்கான தேவையை முதலில் வற்புறுத்தினர். 1884இன் குளிர்காலத்தில் ரிப்பன் பிரபுவின் வழியனுப்பு விழாவின்போது, இத்தகு அமைப்பு வரலாராயிற்று.[11] பிரதானமாகத் தூண்டிவிட்டவராக பிரித்தானியர் ஆலன் ஹியூமைக் கருதினர். அத்துடன், முதல் காங்கிரஸில் பங்கேற்ற 72 பிரதிநிதிகளால் அவர் சாமர்த்தியமிக்க ஏற்பாட்டாளராகக் கருதப்பட்டார்; சாதி-சமுதாயத் தொடர்பற்ற நிலையில், பொருத்தமான செயலராகவும் சார்பாளராகவும் பார்க்கப்பட்டார்.

காங்கிரஸுக்கு எனத் தன் மேலான நேரத்தையும் பணத்தையும் அர்ப்பணிக்கக் கூடியவராகவும் ஹியூம் இருந்தார். அடுத்த தசாப்தத்தில் அது ஆண்டுக் கூட்டமாகியது-தெரிவு செய்யப்பட்ட நகரில் உள்ளூர் கமிட்டியால் ஏற்பாடு செய்யப்பட்டு, அதற்கெனத் தெரிவு செய்யப்பட்ட தலைவரால் தலைமைதாங்கப்படும். 'கட்டணம் செலுத்தும் உறுப்பினர்கள் கிடையாது, நிரந்தரச் சங்கம் இல்லை, பொதுச் செயலர் தவிர்த்து (வழக்கமாக ஹியூம்) அலுவலர்கள் இல்லை, மத்திய அலுவலகங்களோ நிதியோ

கிடையாது.'[12] கிறிஸ்துமஸ் விடுமுறையில் அது நடந்தது, அதனால் கலந்துகொண்ட வழக்குரைஞர்கள், பத்திரிகையாளர்கள், ஆட்சிப்பணியாளர்களின் வேலைகள் பாதிக்கப்படாதிருந்தன. அனைத்துப் பிரதிநிதிகளுக்கும் பொது மொழியான ஆங்கிலத்தில் நிகழ்ச்சிகள் நடந்தன; காங்கிரஸின் அனைத்திந்திய பண்பு காரணமாக, உள்ளூர்/சாதி இனத்திற்கு எதிரான வகையில், பிரதிநிதிகளை ஒன்றிணைப்பதாக எதிர்பார்க்கப்படும் விஷயங்களை மையமிட்டு, தேசிய அளவினதாகத் தீர்மானங்கள் குவிமையம் கொண்டன.

ஆதலின் காங்கிரஸின் ஆரம்ப ஆண்டுகள், எச்சரிக்கையும் அளவான தன்மையும் மிகுந்திருந்தன என்றால் ஆச்சரியப்படுவதற்கில்லை. அது மிக நுண்ணிய சிறுபான்மையையே பிரதிநிதித்துவப்படுத்திற்று என டஃபெரின் பரிகசிப்பார். அதன் அரைபாதி நிரந்தர கமிட்டிகள் இப்போது அதனைக் 'கட்சி'யாக்கியிருப்பதை கர்ஸான் பிரபு (1899-1905 இல் வைஸ்ராய்), தன் வீழ்ச்சியை நோக்கித் தடுமாறிக் கொண்டிருந்தது என்று வற்புறுத்தினார். விரக்தியால் ஆதரவாளர்கூட காங்கிரஸின் 'பிச்சை எடுக்கும் நிலை'யை நிந்தித்தனர்; 1890களில் அரசியல், நிர்வாக, பொருளாதாரச் சலுகைகளுக்காகவும் பரிதாபமான நிதிக்காகவும் எழுந்த கோரிக்கைகள், அதன் லண்டன் துணை நிறுவனம் வழியே திருப்பிவிடப்பட்டன. கருநிலையிலான இந்தியப் பாராளுமன்ற நிலைக்குக் காங்கிரஸ் தொடர்ந்து அபிலாஷை கொண்டிருந்தாலும், வெஸ்ட் மினிஸ்டர் பாராளுமன்றத்திடம் அதன் நம்பிக்கை இருந்தது-மேலும் பிரித்தானிய லிபரல் கட்சியிலிருந்த அதன் சகாக்களிடமும் தாதாபாய் நவ்ரோஜி போன்றோர் லண்டனில் திரட்டிய ஆதரவிலும் இருந்தது.

1892ஆம் ஆண்டு இந்திய கவுன்ஸில்கள் சட்டம் முக்கியமான காங்கிரஸ் வெற்றிக்குக் காரணமாயிருந்தது. சட்டமன்ற கவுன்ஸில்களின் வரம்பினை அது விரிவாக்கிற்று, அது வைஸ்ராய்க்கும் அவரது மாகாண ஆளுநர்களுக்கும் ஆலோசனைகள் கூறிற்று, இந்தியர்கள் அதற்கு நியமிக்கப்பட்டுக் கொண்டிருந்தனர். இக்கவுன்ஸில்களின் உறுப்பினர் எண்ணிக்கையையும் அதிகரித்து, சில உறுப்பினர்களை மறைமுகமாகவேனும் தெரிவு செய்யலாம் என்பதைக் கொள்கையளவில் ஏற்றது. பல காங்கிரஸ் பேச்சாளர்களின் பிரதான நோக்கம் ஸ்வராஜிலிருந்து தொலைதூரத்ததாயினும், அரசியல் மட்டத்தில் அதிக இந்தியப் பிரதிநிதித்துவத்தை உறுதிப்படுத்தவே செய்தது. இந்திய ஆட்சிப் பணிகளுக்கான

பிரித்தானிய வைஸ்ராய்கள்

சார்லஸ் கேன்னிங், கேன்னிங்கின் முதல் பிரபு	**1856-1862**
ஜேம்ஸ் ப்ரூஸ், எல்ஜினின் எட்டாவது பிரபு	**1862-1863**
சர்ஜான் லாரன்ஸ்	**1863-1869**
ரிச்சர்ட் பர்க் மாயோவின் ஆறாம் பிரபு	**1869-1872**
தாமஸ் பேரிங், நார்த்ப்ரூக்கின் முதாலம் பிரபு	**1872-1876**
எட்வர்ட் லிட்டன், லிட்டனின் முதலாம் பிரபு	**1876-1880**
ஜார்ஜ் ராபின்ஸன், ரிப்பனின் முதலாம் கோமான்	**1880-1884**
பிரெடரிக் ப்ளாக்வுட், டஃபெரின்- ஆல்வாவின் முதல் கோமான்	**1884-1888**
ஃபிட்ஸ்மவுரிஸ் பெட்டி, லான்ஸ்டவுனின் 5ஆம் கோமான்	**1888-1894**
விக்டர் ப்ரூஸ், எல்ஜினின் ஒன்பதாம் பிரபு	**1894-1898**
ஜார்ஜ் கர்ஸான், கெட்டில்ஸ்டனின் கோமான் கர்ஸான்	**1898-1905**
கில்பர்ட் எலியட், மிண்டோவின் நான்காம் பிரபு	**1905-1910**
சார்லஸ் ஹார்டிங், பென்ஸர்ஸ்டின் முதலாம் சீமான்	**1910-1916**
பிரெடரிக் தெசிஜெர், செல்ம்ஸ் ஃபோர்டின் முதலாம் கனவான்	**1916-1921**
ரூஃபஸ் அய்ஸக், ரீடிங்கின் முதலாம் கோமான்	**1921-1926**
எட்வர்ட் வுட், இர்வின் பிரபு - ஹலிஃபாக்ஸின் முதலாம் பிரபு	**1926-1931**
தாமஸ் ஃப்ரீமான், வில்லிங்டனின் முதலாம் கோமான்	**1931-1936**
விக்டர் ஹோப், லின்லித்தோவின் இரண்டாம் கோமான்	**1936-1943**
ஆர்ச்சிபால் ட்வேவல், வேவலின் முதலாம் கனவான் - பிரபு	**1943-1947**
லூயி மவுண்ட் பேட்டன், மவுண்ட்பேட்டனின் முதலாம் கோமான் - பிரபு	**1947**

நுழைவுத்தேர்வுகள் இந்தியாவிலும் இங்கிலாந்திலும் நடத்தப்பட வேண்டும் என்னும் காங்கிரஸ் கோரிக்கைகளுக்கு வெஸ்ட்மினிஸ்டர் பாராளுமன்றம் 1893இல் ஒப்புதல் அளித்ததும், நிர்வாகத்தின் உயர் பொறுப்புகளில் அமரும் வாய்ப்பு கிடைத்தது. சுதந்திரமான வழிவகை கிடைக்கும் போட்டியும் பாகுபடுத்தும் என்ற அடிப்படையில் இந்தியாவிலுள்ள அரசாங்கத்தால் இந்நடவடிக்கை ஓரங்கட்டப்பட்டது. கல்வி கற்ற, அதிலும் பிரதானமாக இந்து மேட்டுக்குடியினருக்கு இது சாதகமானது என்றனர்; இந்திய ராணுவமும் அதன் காரணமாகப் பிரித்தானிய அரசும் குறிப்பாகச் சார்ந்திருந்த, வடமேற்கின் முஸ்லீம்கள்-சீக்கியர்கள் போன்ற குறைந்த கல்வியறிவுள்ள சமுதாயங்களை அது அந்நியப்படுத்தியது.

காங்கிரஸில் முஸ்லீம்கள் வருகை குறைந்துகொண்டேயிருந்தது. ஹியூம் விடாப்பிடியாக முஸ்லீம்கள் ஆதரவை நாடினார், ஆனால் 1892இல் அவர் பிரிட்டனில் ஓய்வுகொண்டதும், சர் சய்யித் அகமத் கானின் எதிர்ப்பு வலுத்தது. பாகிஸ்தானின் பிறப்புக்கு இட்டுச் செல்வதான வாதங்களை எதிர்நோக்கி இன, மத, நடைமுறைகள், சம்பிரதாயங்கள், பண்பாடு, வரலாற்று மரபுகள் ஆகிய பந்தங்களால் பிணைக்கப்பட்ட சமூகங்களில் பிரதிநிதித்துவ அரசாங்கம் செயல்படும். ஆனால் அது இல்லாதபோது நாட்டின் நலனையும் அமைதியையும் நிலைகுலையச் செய்யும் என்று கான் வற்புறுத்தினார். தான் குறிப்பிடும் நாடு பிரகாசமான கண்களையுடைய மணப்பெண், ஒரு கண் இந்து எனில் இன்னொன்று முஸ்லீம், இரண்டும் சமஅளவிலே பிரகாசமானவை என்று விவரித்தார். ஒன்றைப் பாதித்து இன்னொன்றிற்குச் சாதகமாயிருக்கும் எந்தவொரு ஒப்பனையும் ஒட்டுமொத்த தோற்றத்தையும் சிதைத்துவிடும்.

காங்கிரஸ் மீதான எதிர்ப்பு, குறிப்பாக மேட்டுக்குடி சார்ந்த பிச்சைப்பாத்திரம் ஏந்தும் தலைமையின் ஆங்கிலேயச் சார்புக் குரலும் முஸ்லீம் அல்லாதவர்களிடமிருந்து வந்தது. 1890களின் பிற்பகுதியில் தொழில்துறை அமைதியின்மை, அதிரவைக்கும் பஞ்சங்கள், பிளேக் நோய் ஆகியவற்றின் பின்புலத்தில், காங்கிரஸ் அணிகளிடத்தேயான துருவநிலைப் படலின் முதல் சமிக்ஞைகள் மராட்டியத்தில் தெரியத்தொடங்கின. அரசமைப்பு முறைகளை ஆதரித்த மிதவாதிகள், கடுமையான பொருளாதார-அரசியல் விமர்சகர்களால் ஆதரிக்கப்பட்டாலும். ஃபெரோஸா மேத்தா, கோபாலகிருஷ்ண கோகலேயுடன் அடையாளங்காணப்பட்டனர்; இவர்களின் அதிகாரத்தனம் பம்பாய் படித்த வர்க்கத்தினரிடையே

இருந்தது. இதற்கிடையே தீவிரவாதிகள் மராத்திய ஜனரஞ்சக வாதத்தை நோக்கி ஈர்க்கப்பட்டனர், புனேயைச் சுற்றியுள்ள தன் அதிகாரத் தளத்திலிருந்து பால கங்காதர திலகர் பரிசோதனைமிக்க முறைகளை வற்புறுத்தினார்.

பம்பாய் பல்கலைக்கழக விரிவுரையாளரான கோகலேவும் பார்ஸி வழக்குரைஞரான மேத்தாவும் பொறுமையின் அவசியத்தை ஏற்று, காங்கிரஸின் தலைமைக்கும் வைஸ்ராய் கவுன்ஸிலின் உறுப்பினர் பொறுப்புக்குமிடையே லகுவாக இயங்கினர். மறுபுறத்தே பேஷ்வாக்களை மராத்திய அரசுக்கு அளித்துள்ள அதே பிராமண சமூகத்தைச் சேர்ந்தவரான திலகர் மராத்தி செய்தித்தாளின் ஆசிரிய அனுபவம் வாயிலாக, பல்வேறான பெருந்திரள் பிரச்சினைகளில் பரிசோதனைகளை மேற்கொண்டிருந்தார். கணபதி வழிபாட்டுடன் தொடர்புடைய விழாக்களையும் கண்காட்சிகளையும் அரசியலாக்குதல், சிவாஜியின் மீறல் மீதமைந்த தேசபக்தி சிலுவைப்போர் என்பன அவற்றில் அடங்கும். தற்காலிகப் புறக்கணிப்புகள், சத்தியாக்கிரஹ போராட்டமும் முயன்று பார்க்கப்பட்டன. 1897இல், சிவாஜி எஃகு நகங்களால் பீஜப்பூர் தளபதி அஃப்சல்கானின் குடலை உருவியதை திலகர் விவரித்துப் பேசியது ஒரு பிரித்தானிய அலுவலரின் படுகொலைக்கு இட்டுச் சென்றதாகக் கூறப்படுகிறது. இம்முதலாவது வெற்றிகரமான பயங்கரவாத நடவடிக்கையால் பலியாடான திலகர் சிறைக்கு அனுப்பப்பட்டு, தேசியவாத லட்சியத்தின் உயிர்த்தியாகி திலகர் ஆனார். 1908இல் இதே நிகழ்வு திரும்ப மேற்கொள்ளப்பட்டதும் பம்பாய் முழுவதையும் திரட்டிற்று. அதீத பேச்சாற்றலின் விளைவுகள் அதன் கோரிக்கையைத் தாண்டிச் செல்லும் என்னும் முக்கியக் கண்டுபிடிப்பைத் திலகர் மேற்கொண்டிருந்தார்.

சமூக-மதச் சீர்திருத்தவாதியான அரவிந்தர், கவிஞரும் தத்துவாசிரியரும் கல்வியாளரும் இலக்கியத்திற்கு நோபல் பரிசுபெற்ற முதல் இந்தியருமான தாகூர் உள்ளிட்ட வங்காளப் பிரமுகர்களும் போராட்டத் தளத்தை விரிவுபடுத்த முற்பட்டனர். எனினும், அரவிந்தரின் அகிம்சைப் போராட்டமும் தாகூரின் உளவியல், கல்வி, பொருளாதாரத் தற்சார்பு ஆகியனவும், 1905இல் வங்காளப் பிரிவினையை வரவேற்ற குண்டுவெடிப்பில் நாடகப் பாணியில் அடங்கிப் போயின. காங்கிரஸின் முயற்சி என்பதை விடவும் பிரித்தானியரின் மிகப்பெரிய ஆளுநர் காரணமாகவே, தேசியப் போராட்டத்தின் முதல் கட்டம் சிகரத்தைத் தொட இருந்தது.

பிளவுபடுத்தி ஒன்றுசேர்

கெட்லெஸ்டனின் கோமான் ஜார்ஜ் நத்தானியேல் கர்ஸான் வேறெந்த பிரித்தானிய வைஸ்ராயை விடவும் தன்னை அப்பொறுப்புக்குத் தகுதியானவராக ஆக்கிக்கொண்டிருந்தார். ஈடனில் பயிலும் போதிலிருந்தே அவர் இந்தியாவைத் தன் மூளையில் பதித்திருந்தார்; 1890லேயே பாராளுமன்ற விருந்தின்போது, 'தனது பல்வேறான பேராசைகளில் அது மிகப்பெரியது' என்று குறிப்பிட்டிருந்தார்.[13] கல்கத்தாவின் அரசாங்க இல்லத்தின் பரிச்சயமான அம்சத்துடன் அது தொடர்புடையதாக இருக்கலாம். ஒரு நூற்றாண்டுக்கு முன்னர் வெல்லெஸ்லியால் நிர்மாணிக்கப்பட்டிருந்த வைஸ்ராய் இல்லம், கர்ஸானின் குடும்பத்து கெட்லெஸ்டன் ஹாலை முன்மாதிரியாகக் கொண்டு கட்டப்பட்டதாகும். வடிவமைப்பின் படியே அந்த இல்லம் அவருக்காகக் காத்திருந்தது.

விரிவாகப் பயணித்து இந்தியாவின் நிலம் சார்ந்த எல்லைப்புறங்கள், மத்திய ஆசியக் கழிவுகள் பற்றியெல்லாம் எழுதி அப்பொறுப்புக்குத் தன்னைப் பரிந்துரைத்துக் கொண்டிருந்தார். ஏகாதிபத்திய மகுடத்தில் பதிந்த முத்து என்பதுதான் இந்தியா மீதான கர்ஸானின் ஈர்ப்புக்குக் காரணம். 'நாம் இந்தியாவை ஆளுகின்ற மட்டும், உலகில் நாம்தான் மிகப்பெரும் அரசு' என்று பிரதமர் ஆர்தர் பால்ஃபோரிடம் தெரிவித்தார். அது வைஸ்ராய் பொறுப்பினை ஏகாதிபத்திய அரவணைப்பின் முத்தாக ஆக்கிற்று; அதனைச் சூடிக்கொள்ள மிக உயரியவரான ஜார்ஜ் நத்தேனியேல் கர்ஸானை விடவும் சிறந்தவர் யார்? பொதுவாக கர்ஸான் தன் காலத்தின் ஆகச்சிறந்த அறிஞர்-நிர்வாகி மட்டுமல்ல, ஏகாதிபத்தியவாதிகளில் வலிமையானவரும்கூட. காங்கிரஸிலிருந்த சிலவான நம்பிக்கைகளையும் தகர்க்கும் வகையில் பால்ஃபோரிடம் அவர் கூறினார்: 'நமது இந்திய உடைமைகளைக் கைவிடும் உத்தேசம் கிஞ்சித்தும் அவருக்குக் கிடையாது, நமது சந்ததியினர் இத்தகு உத்தேசத்தைக் கொண்டிருப்பர் என்பது சாத்தியமற்றது... என்பதைப் புரிந்துகொண்டால் அது இங்கிலாந்திற்கு நல்லது, இந்தியாவுக்கு மேலானது, முற்போக்கான நாகரிகத்திற்கு மிகச் சிறந்தது.'[14]

வைஸ்ராய் என்ற முறையில் கர்ஸானின் சர்ச்சைக்குட்படாத சாதனைகளில் ஒன்று, இந்தியத் தொல்லியல் துறையை நிறுவியது; 'உலகின் மிகப்பெரிய நினைவுச் சின்னங்களின் பிரபஞ்சத்தைப்' பதிவு செய்யவும் பாதுகாக்கவும் அதை நிறுவினார். இந்திய

வரலாறு அவரை வசீகரித்தது, வாரன்ஹேஸ்டிங் காலத்திலிருந்து வேறெந்த பிரித்தானிய ஆட்சியாளரை விடவும், அதன் மொழிகள்-சம்பிரதாயங்கள் பற்றி நன்கறிந்திருந்தார். ஆனால் அதன் மக்களை, நிர்வகிக்கத்தக்க சரக்காக, சுவாரஸ்யமான கடந்தகாலத்தின் இழிந்த வாரிசுகளாகவே கருதினார். அவர் பெரிதும் கவனித்த தாஜ்மஹால் போல, இந்தியா மாபெரும் மாளிகையாய் இருந்தது, அதனைப் பராமரிப்பதும் பாதுகாப்பதும் சவாலாயிருந்தது. இதமான தூண்டுதலல்ல, கறாரான நெறிப்படுத்தல் அதற்குத் தேவை. வெளிப்புறத்திலிருந்து வந்த அனைத்துவித மிரட்டல்களையும் உள்ளிருந்து வெளிப்பட்ட சிதைவுகளையும் எதிர்த்து, இம் மகத்தான சின்னத்தை எப்படிப் பெற்றார் என்பதை வைத்து வரலாறு அவரை முடிவுகட்டும். இதன்பொருட்டு அவர் வீரதீரத்துடனும் சுயநலமின்றியும் பணிபுரிந்தார்; ஆனால் அவர் உத்வேக மூட்டாமல் திகிலை ஏற்படுத்தினார், அவரது அமில அறிவுத்திறன் ஆனந்தப்படுத்தாது நாசப்படுத்தியது. இந்தியாவிலிருந்த பிரித்தானியரும் அவரை சாத்தியமற்றவராகவே கண்டனர். ஆஃப்கானிய அமைதியின்மையின் புயலாலும் திருப்தியற்ற படையெடுப்புகளின் சிதிலங்களாலும் அடித்துச் செல்லப்பட்டு, மலைகளிடையே பிரித்தானிய இந்தியா நசித்துக்கொண்டிருந்த, பிரச்சினைக்குரிய வடமேற்கு எல்லைப்புறத்தில் கர்ஸான் உண்மையிலேயே அமைதியைக் கொண்டு வந்தார். ஆஃப்கானிய எல்லைப் புறத்திலிருந்து பிரித்தானியத் துருப்புகள் விலக்கிக் கொள்ளப்பட்டன. அதன் காரணமாக ஒரு பாதுகாப்பு மண்டலம் உருவானது. இம்மண்டலத்திற்கும் சிந்துவுக்கும் மேற்கிலுள்ள மொத்தப் பகுதிக்குமான பொறுப்பு 1901இல் பஞ்சாப் மாகாணத்திலிருந்து, புதிதாய் உருவாக்கப்பட்ட வடமேற்கு மாகாணத்திற்கு மாற்றப்பட்டது. இன்னும் வடக்கே, உயரிய இந்துகுஷில், ஜம்மு-காஷ்மீர் மகாராஜாவின் பெயரில் இயங்கிக் கொண்டிருந்த பிரித்தானியப் படையினர், எல்லைப் பகுதியை சீனத்தின் சிங்கியாங் வரை தள்ளிப்போட்டிருந்தனர். இது காஷ்மீரின் அளவை இரட்டிப்பாக்கி, காரகோரம் வழித்தடத்தின் வழியேயான ரஷ்ய நுழைவை முறியடித்துவிட்டது. இத்தகு படையெடுப்பின் சாத்தியமின்மையை நிறுவியது. இருப்பினும், ‘உலகின் கூரை’யாயுள்ள இக்கண்காணிப்பு நிலையம் என்ற விதத்தில் காஷ்மீர் பிரதேசத்தின் பகுதியாக, ‘ஜில்ஜிட் ஏஜென்ஸி’ தக்கவைத்துக் கொள்ளப்பட்டது.

காஷ்மீருக்குக் கிழக்கே, திபெத்தின் அரசியல் ரீதியில் ஒழுங்குபடுத்தப்படாத வெற்று நிலங்கள், பிரித்தானிய முயற்சிகளை

விரக்திகொள்ள வைத்தன. கர்ஸானுடையது போன்ற சீரான மனத்திற்கு இது ஒரு சாபமாயிருந்தது. லாஸாவில் சந்தேகத்துக்குரிய ரஷ்ய உளவாளி குறித்த சந்தேகத்துக்குரிய வதந்திகள் தலையீட்டை அவசியமாக்கின. 1904இல் சர்ஃபிரான்ஸிஸ் யங்ஹஸ்பண்ட் தலைமையிலான படை எல்லைப்புறத்தினூடே அனுப்பப்பட்டது. ராணுவரீதியில் ஹோரரோவர் சிங்கின் படையெடுப்பை விடவும் இது வெற்றிகரமாய் இருந்தது-மரணத்தை ஏற்படுத்தும் கேட்லிங் இயந்திரத் துப்பாக்கி இதில் பக்கபலமாய் இருந்தது. ஆனால் அங்கியணிந்த பிக்குகள் பனிப்பாறைகளிடையே நெருக்குதலுக்குள்ளாகி வேட்டையாடப்பட்ட செய்தியும் புகைப்படங்களும் ஏகாதிபத்தியத்திற்குக் கெட்டபெயரைத் தேடித்தந்தன. முற்போக்கான நாகரிகத்தின் லட்சியத்திற்கு இது போதுமானது என்றனர் விமர்சகர்கள்.

நாகரிகம் முற்போக்கானதாக இருக்கவேண்டுமாயின், அரசாங்கம் திறமைமிக்கதாய் இருக்கவேண்டும். ரயில் பாதைகள் அதிக தூரத்திற்குப் போடப்பட்டன, பெரும் பாசனத்திட்டங்கள், குறிப்பாகப் பஞ்சாபில் மேற்கொள்ளப்பட்டன. கர்ஸானின் உள்நாட்டுச் சீர்திருத்தங்களில் மாபெரும் திறமையை நோக்கிய உந்துதல் இருந்தது; ஆகவே நிர்வாகத்தில் இருந்த மந்தநிலைக்கு முற்றுப்புள்ளி வைக்க முயன்றார். 'பூமியின் இடையறாத சுழற்சி போல கோப்பு சுற்றிச் சுற்றிச் சென்றது, இப்போது உரிய வேளையில் தன் சுற்றினைப் பூர்த்திசெய்துள்ளது, முடிவு கட்டத்தைப் பதிவு செய்ய வரவழைக்கப்பட்டிருக்கிறேன்.'[15] இங்கு குறிப்பிடப்படும் கோப்பு, வடமேற்கு எல்லைப்புற மாகாண உருவாக்கம் போன்ற, இன்னொரு பிரதேச மறுவரையறை சார்ந்தது. அது வைஸ்ராயின் ஆரம்பக் கவனத்தை ஈர்க்கப் போதுமானதாய் இருந்தது. ஆனால் வங்காளத்தைப் பிரித்தல் உள்ளிட்ட இதர சீர்செய்தல்களையும் இக்கோப்பு முன்வைத்தது.

வங்காளப் பிரிவினை கர்ஸானின் இறுதியாக இருக்கும். அவர் சார்ந்திருந்த, விட்டுக்கொடுக்காத ஏகாதிபத்தியத்திற்கு அவப்பெயரைப் பெற்றுத் தந்தது, நாடெங்கிலும் முதலாவது எதிர்ப்பியக்கத்தைக் கிளறிவிட்டது; பிரித்தானிய-இந்தியச் சொல்லாடலுக்குள் நேரடி மோதலைக் கொண்டுவந்தது, வரம்புக்குட்பட்ட வகையில் வன்முறைக்கான போக்கையும் திறந்துவிட்டது. இத்தகு முரட்டுத் தனமான திட்டத்தைத் தூசுமண்டிய மனமே கையாண்டிருக்கும், மிக அகந்தையுள்ள எதேச்சதிகாரியே அதனை விடாப்பிடியாக வைத்திருக்க முடியும். ஆனால் பிரித்தானிய இந்தியாவில் மிகப் பெரியதும் மக்கள்தொகை

மிக்கதும் பிரச்சினைக்குரிய நிர்வாகம் கொண்டதுமான வங்காளம் சவாலை முன்வைத்தது. பிரிட்டனைப் போல இருமடங்கு மக்கள்தொகையுடன், மேற்கில் இந்துக்களும் கிழக்கில் முஸ்லீம்களும் மேலாதிக்கம் செலுத்திய நிலையில், இரண்டாகப் பிரித்திடும் நிர்வாக முடிவுக்கு ஆட்சேபணை இல்லை. எனவே கர்ஸான் அதனை முன்னெடுத்தார்.

வங்காளத்தின் கடுமையான விமர்சகர்களும் பிரிக்கப்படுவார்கள் என்பது பற்றி அவர் கவலைப்படவில்லை. நமது முன்மொழிவிலுள்ள அரசியல் நன்மைக்கான சிறந்த உத்தரவாதம், அதனைக் காங்கிரஸ் கட்சி வெறுக்கின்றது என்பதே என அரசுச் செயலரிடம் அவர் கூறினார். ஆனால் இவ்வெறுப்புக்கான அல்லது உத்தேசத்திற்கான காரணங்களை அவர் புரிந்து கொண்டாரா என்பது சந்தேகமே. முன்மொழியப் பட்டிருந்த புதிய கிழக்கு வங்க-அஸ்ஸாமிய மாகாணத் தலைநகர் டாக்காவில் 1904இல் நிகழ்த்திய உரையில், முஸ்லீம் வைஸ்ராய்கள்-மன்னர்கள் காலத்திலிருந்து கண்டிராத ஒருமைப்பாட்டை, இப்புதிய ஏற்பாடு மீட்டுத் தரும் என முஸ்லீம்களுக்கு உறுதியளித்தார். பதினெட்டாம் நூற்றாண்டு நவாப்களின் மிகுந்த பாரசீகமயமான நீதிமன்றங்களை இது குறிப்பிடுகிறது; கிழக்கு வங்காளத்தின் தாழ்ந்த சாதியினரான இஸ்லாம் மதமாற்றத்திற்கு உள்ளானவர்களுக்கு அதிக அதிர்வைக் கொண்டிருக்காது. ஆனால் பிரதானமாக இந்து ஜமீன்தார்களுக்கும் பட்னிதார்களுக்கும் அவர்களுக்குக் கட்டுப்பட்டிருந்த நபர்களுக்கும் இது புண்படுத்துவதாய் இருந்தது.

‘பிரித்தாளுதல்’, ‘இந்து-இஸ்லாமியப் பகைமையை மூட்டிவிடுதல்’ என மாக்கியவல்லி உத்தேசம் கொண்ட குற்றச்சாட்டுகள், பிந்தைய பிரிவினையை முன்னுணர்த்துவதாய் இருந்தன. நடப்புச் சூழலில் இதற்குப் பொருளில்லை. நிர்வகிக்கும் கொள்கையாகப் ‘பிரித்தாளுதல்’, ஒருங்கிணைந்த பிரதேசம் இருந்திருப்பதை யூகிக்கவைக்கிறது. பிரித்தானிய ஆட்சி காரணமாகவே அரசியல் ரீதியில் ஒன்றுபட்ட இந்தியாவில், இன்னும் அதன் எதிர்ப்பால் ஒன்றுபடாதிருக்க, இத்தகைய ஒன்று இருந்திருக்கவில்லை. பிரிவினை வாழ்க்கையின் உண்மையாயிருந்தது. ‘நாங்கள் பிரிக்கிறோம், நீங்கள் ஆள்கின்றீர்கள்’ என்றார் மௌலானா முகம்மது அலி. இத்தகைய பிளவினை அடையாளங்காணாமல், துருவி ஆராயாமல் இடமளிக்கலாம், இந்தியாவில் பிரித்தானிய ஆட்சிப்பகுதியானது, நிறுவிடச் சாத்தியமற்றது. மறுபுறத்தே, பிரிவினைவாத மோதலைத் தூண்டிவிடுவது பிரித்தானிய அக்கறையில் அரிதாக இருந்தது.

பத்தாண்டுகளுக்கு முன்னர்தான் வங்காளம், பம்பாய், மெட்ராஸின் ராணுவங்கள், இன்னொரு கலகத்திற்கு எதிராகப் பாதுகாவலாக, தனித்து வைக்கப்பட்டு ஒன்றிணைக்கப்பட்டன. இது திறமைமிக்க ஏற்பாடாக, 'ஒன்றுபடுத்தி ஆட்சி செய்'வதை அடையாளப்படுத்திற்று. அதுபோன்ற நிர்வாக வசதிக்காக, பஞ்சாபிலிருந்து வடமேற்கு எல்லைப்புற மாகாணம் உருவாக்கப்பட்டது; வங்காளமும் அஸ்ஸாமும் இப்போது மேற்கு வங்காளம் (ஒரிஸ்ஸா, பீகாருடன்)-கிழக்கு வங்காளம் ஆகின. இப்பிரிவினையானது பிரிவினைவாதப் போட்டியைக் குறைத்திருக்க வேண்டும். முடிவற்ற பிரித்தானிய ஆட்சியில் திடப்பட்டிருந்த கர்ஸான் போன்ற வைஸ்ராயின் கீழ், மோதலைக் கிளறிவிடுவதில் தர்க்க நியாயம் இல்லை. அப்போது தேசியவாத சவால் அடக்கப்பட்டு, முஸ்லீம்கள் காங்கிரஸைப் புறக்கணித்துக் கொண்டிருந்தனர். மேலும் இதுபோன்ற முரண்பாடு திறமையினையே வீழ்த்தும். அதனை அடக்குவது செலவு பிடிக்கக்கூடியது என்பதால் பிரிட்டனின் வர்த்தக நலன்களைப் பாதித்தது, ஆகவே சமஸ்தானங்களையும் ஒன்றுபட்ட இந்திய ராணுவத்தின் விசுவாசங்களையும் அது இம்சித்தது.

1911இல் கர்ஸானின் பிரிவினை விலக்கிக் கொள்ளப்பட்டு, வங்காளம் ஒன்றிணைக்கப்படப் போகிறது என்று அறிவிக்கப்பட்டதும் இத்தகு விவாதம் எழுந்தது. மாறாக, பீகாரையும் ஒரிஸ்ஸாவையும் பிரித்துத் தனி மாகாணமாக்குவது, அது போலவே அஸ்ஸாமையும் என்று முடிவானது. இப்படிக் கிழக்கு வங்காள முஸ்லீம்களுக்கு வாக்குறுதி தரப்பட்டிருந்த 'ஒருமைப்பாடு' ஆறாண்டுகளே நீடித்தது. அவர்தம் ஆத்திரம் புரிந்துகொள்ளப்படக் கூடியது. இஸ்லாமியப் பேரரசின் முந்தைய மையமும் வங்காளிகள் இணக்கம் அரிதாகக் கொண்டிருந்ததுமான டெல்லி, பிரித்தானிய இந்தியத் தலைநகரமாகக் கல்கத்தாவை இடம்பெயரச் செய்ய இருந்தது, அது புது டெல்லியாகப் பெயர்கொள்ள இருந்தது, என்ற அறிவிப்பாலும் அவர்கள் ஆறுதலடையவில்லை. இது வடஇந்திய முஸ்லீம் கனவான்களுக்கு ஏற்புடையதாக இருந்திருந்தால், இப்போது வங்காள தேசத்தைச் சேர்ந்தவர்களான முஸ்லீம் குடியானவர்களுக்கு அர்த்தமற்றதாக இருந்தது. பிரிவினை முடிவை விலக்கிக்கொள்ளுதல் என்பதன் மீதான வங்காள முஸ்லீம் ஆத்திரம், வங்காள தேசபக்தியே இம்முடிவை நிர்ப்பந்தித்தது என்னும் பொதுமக்களின் கருத்துடன் பொருந்திப்போகவில்லை. வங்காளத்தின் சமுதாயங்களெல்லாம் ஒரே மொழியை, வளமிக்க ஒரே இலக்கியத்தை, தனித்துவமான ஒரே வரலாற்றை, ஆனந்தமளிக்கும் நிலத்துடனான அதே

வேட்கையைப் பொதுவாகக் கொண்டுள்ளன. ஆனால் கர்ஸானின் பிரிவினையை எதிர்த்ததற்கும் இந்தியாவின் பெரும்பகுதியை உலுக்கி எடுத்ததற்கும் வேறு காரணங்கள் இருந்தன.

பிளவுபட்ட வங்காளத்திற்குள்ளே வங்காள இந்துக்கள் எதிர்பார்த்திருந்தது போல, பலர் சாதகமற்ற நிலைகளில் வேலை வாய்ப்புகளை இழந்தனர். 'கிழக்கு வங்காளம்-அஸ்ஸாமில்' இஸ்லாமியர் மேலோங்கிய மாகாணத்தில் மதச் சிறுபான்மையினராய் இருந்தனர்; 'ஒரிஸ்ஸா-பீகார்' சேர்ந்த மேற்கு வங்காளத்தில், வங்காளமற்ற மொழி பேசும் பெரும்பான்மையினரிடையே மொழிச் சிறுபான்மையினராக இருந்தனர். அவர்கள் எங்கு வாழ்ந்தாலும் பிரிவினையால் இழப்பையே சந்திக்க இருந்தனர். இதர குறைபாடுகள் காங்கிரஸ் சமர்ப்பித்த பட்டியலில் இருந்தன; அவற்றின் நிவாரணத்தில் துளியளவே முன்னேற்றம் இருந்தது. ஆனால் இத்திட்டத்தை அப்பட்டமாகத் திணித்ததற்கு கர்ஸானே பொறுப்பு. 1905இன் இறுதியில் காங்கிரஸ் கூட்டத்தில் கோகலே, 'எந்த வங்காளியிடமும் கலந்தாலோசிக்கப்படவில்லை, எந்த ஆட்சேபனைகளையும் செவிமடுக்கவில்லை' என்றார்.

'பிரிவினைத்திட்டம், இருட்டில் தயாரிக்கப்பட்டு, கடந்த அரைநூற்றாண்டில் எந்தவொரு அரசாங்க நடவடிக்கையும் கண்டிராத கடும் எதிர்ப்பின் மத்தியில் நிறைவேற்றப்பட்டு, தற்போது நிலவும் நிர்வாக இயந்திரத்தின் மோசமான அம்சங்களுக்குப் பொதுமக்கள் அபிப்பிராயத்தின் மீதான அதன் வெறுப்பு, உயரிய அறிவு பெற்றுள்ளதான பாவனை கொள்ளும் அதன் அகங்காரம், மக்கள் போற்றும் உணர்வுகளை அப்பட்டமாகப் புறக்கணிப்பது, மக்களது பிரச்சினைகளில் ஈவிரக்கமின்றி இருப்பது என்னும் அம்சங்களுக்கு-எடுத்துக்காட்டாக எப்போதும் நிற்கும்.'[16]

கோகலேயினுடையது மிதவாதத்தின் குரல் என்பது நினைவில் கொள்ளப்பட வேண்டும். மற்றவர்கள் வார்த்தைகளுக்குப் பதிலாக செயல்பாட்டை விரும்பினார்கள். கல்கத்தா, டாக்கா மற்றும் பிற வங்காள நகரங்களின் சாலைகளைப் பேரணிகள் முடக்கின. சிறு பிரசுரங்களும் விண்ணப்பங்களும் தினசரிகளைவிட அதிகச் சுற்றில் இருந்தன. அரசாங்க ஆணை வெளிவந்த ஒரு மாதத்திற்குள், இந்தியா முழுமைக்கும் சுதேசி எதிர்ப்பு விரிவுபடுத்தப்படுவதாக மக்கள் திரளினர் அறிவித்தனர். இந்த சுதேசி எதிர்ப்பு, தற்சார்புடன் இருத்தல், இறக்குமதி செய்தவற்றைப் புறக்கணித்தல்-

குறிப்பாகப் பிரித்தானியத் துணிகளை எரித்தல் போன்ற அம்சங்களைப் பெற்றிருந்தது. லங்காஷயர் தயாரிப்பாளர்கள் பொறுமிக் கொண்டிருக்க, இந்திய ஆலைகள் வளர்ந்தோங்கின, கைத்தறி நெசவாளர்கள் தம் வேலைகளுக்குத் திரும்பினர்.

1907இல் தான் உற்சாகமான சுதேசி முதலீட்டின் விளைவால்தான் பார்ஸி மில் முதலாளியான ஜாம்ஸெட் டாட்டா, தனது டாடா அயர்ன் ஆண்ட் ஸ்டீல் கம்பெனியை நிறுவி, எஃகுத் தொழில் விரிவாக்கம் செய்தார்-அதுவே தற்போது பீகாரின் ஜாம்ஸெட்பூர் எஃகு நகரமாக விளங்குகிறது. இந்த ஆலை உலகின் மிகப்பெரிய ஆலைகளில் ஒன்றாகி, டாடா குடும்பத்தினர் இந்தியாவின் மிகப்பெரிய குழுமமாக காங்கிரஸின் ஆதரவாளர்களாக மாறினர். இறக்குமதி மீதான சார்பைத் தலைகீழாக்கி, உள்நாட்டுத் தயாரிப்பை வளர்த்தெடுத்தல் தேசியவாத ஆன்மாவில் நுழைந்தது. காந்திய சுயநிறைவாகவோ நேருவின் 'இறக்குமதி மாற்றாகவோ' விடுதலை கிடைத்த பின்னரும் நீண்ட காலத்திற்குப் பொருளாதாரச் சிந்தனையில் அது செல்வாக்கினைச் செலுத்திற்று.

சிறுபிரசுரம், அச்சகம், வாய்மொழி மூலம் சுதேசி எதிர்ப்பு, இந்தியாவெங்கும் ஒன்றுபட்ட திறம்பட்ட நடவடிக்கையாகப் பரவிற்று-அதனைத் தூண்டிவிட்டிருந்த பிரிவினையைச் சீக்கிரமே மறைத்துவிட்டது. 1905ஆம் ஆண்டின் ரஷ்ய-ஜப்பானிய யுத்தத்தில் பெரிய ஐரோப்பிய அரசின் மீது ஜப்பான் அடைந்த பரபரப்பான வெற்றி, இவ்வியக்கத்தைத் தூண்டிவிட்டது. அரசாங்க நிறுவனங்கள், கல்லூரிகள், அலுவலகங்கள் என்பவற்றுக்கு நீட்சியடைந்த புறக்கணிப்பின் அதீத வடிவம் வங்காளத்தில் பரவலாக வற்புறுத்தப்பட்டதுடன், பொருத்தமான வகையில் மேற்கொள்ளப்பட்டது. பிரம்பு வீசும் காவலர்களால் மிருகத்தனமாக அது அடக்கப்பட்டது. படிப்படியான தன்மை என்பது இப்போது காலாவதியானதாகத் தோன்றும் தன்மையுடைய காங்கிரஸால் நிராகரிக்கப்பட்டது. 1906 காங்கிரஸ் மாநாட்டில் எண்பது வயதான தாதாபாய் நவ்ரோஜியை மூன்றாம் முறை தலைமை தாங்க அழைத்ததன் மூலம், ஒரு பிரிவு தவிர்க்கப்பட்டது. ஒரு தீர்மானம் முட்டாள்தனமாக யுனைட்டைட் கிங்டம் அல்லது காலனிகளுடையது போன்ற சுயாட்சியைக் கோரியது. 1907 சூரத் மாநாட்டில் திலகர் போன்ற தீவிரவாதிகளுக்கும் கோகலே போன்ற மிதவாதிகளுக்கும் இடையிலான பிளவுகள் அடக்கப்பட முடியாதவையாய் இருந்தன. சூரத் மாநாடு கலைந்து குழப்பத்தில் அரைகுறையானது.

லால், பால் (Bal), பால் (Pal) என்றறியப்பட்ட தீவிரவாதப் பிரிவு மேலோங்கி இயங்கியதுடன், இளைஞர்களுக்கு மந்திரமாக விளங்கியது. 'லால்' என்பவர் பஞ்சாபில் ஆரிய சமாஜத்தின் வீரமிகுந்த லாலா லஜபதிராய்; பால் (Bal) என்பவர் ஆவேசமிக்க மராத்தியப் புத்தாக்கவாதியான பாலகங்காதர திலகர்; பால் (pal) என்பவர் தீவிரமிக்க வங்காளத் தலைவர் பிபின் சந்திர பால். பால் (pal) 'வந்தே மாதரம்' இதழின் ஆசிரியரும்கூட-பங்கிம் சந்திர சட்டர்ஜியால் எழுதப்பட்டு, தாகூரால் இசையமைக்கப்பட்ட வங்காள நாட்டுப்பற்றுப் பாடலின் பெயரைக் கொண்டது இவ்விதழ். கல்விச் சீர்திருத்தம், தொழிலாளர் அமைப்பு, சுய உதவித் திட்டங்கள், பண்பாட்டு நடவடிக்கைகளுக்கு சுதேசி இலட்சியங்கள் விரிவுபடுத்தப்பட்டன. ஆனால், முழுமையான புறக்கணிப்பை அது வற்புறுத்தியது, மேலும் ஒத்துழையாமை மற்றும் வரிகொடாமை போன்றவற்றிற்குச் சமமானது. லால், பால் (Bal), பால் (pal) ஆவேசமான அரசாங்க நடவடிக்கையை வரவழைத்தனர். 1907இல், கடைசி மொஹல் பர்மாவுக்கு அனுப்பிவைக்கப்பட்ட 50 ஆண்டுகளுக்குப் பின், லாலா லஜபதிராய் அதே சாலையில் மண்டலாயை அடைந்தார். 1908இல் அவருடன் பால கங்காதரரும் சேர்ந்துகொண்டார். தூண்டிவிட்டதற்காகத் திலகர் மீது விசாரணை நடக்க, அது பம்பாய் ஆலைகளை முடக்கியது; இடதுசாரி தேசியவாதிகளைப் பொறுத்த வரை இது, 'பாட்டாளி வர்க்கச் சீற்றத்தின் பெரும் வெடிப்பு... நம் வரலாற்றில் பெரும் அடையாளச் சின்னமாக விளங்குகிறது.'[17] அவர் மீதான ஆறாண்டுக் கால தண்டனைக்கு எதிராகப் பீறிட்டு வந்த எதிர்வினை, துருப்புகளை வீதியில் இறங்கவைத்தது, 16 பேர் இறப்புக்கும் காரணமானது. அமைதிமிக்க மண்டலாயில் திலகர் தன் மரபார்ந்த உத்வேகத்திடம் ஆலோசித்தார். 'சீனாவுக்கு வெளியிலான இடி விரிகுடாவைத் தாண்டியது போல', விடியலை எதிர்நோக்கி பகவத் கீதைக்கு விளக்கவுரை எழுதினார்.

அவரது குற்றம் வெளிப்படையாகவே பயங்கரவாதத்தைக் கவனிக்காது இருந்தமைதான். திலகரைப் பொறுத்தவரை, அரசாங்க அடக்குமுறைக்கு எதிரான தன்னிச்சையான எதிர்வினையாக, துணைநிலை ஆளுநரின் ரயில் கவிழ்ந்தபோது 1907இல் வங்காளத்தில் குண்டின் சப்தம் முதலில் கேட்டது. 1908இல் பீகாரில் முஸாஃபர் நகரில் தாயும் மகளுமான இரு கென்னடிகள் கொல்லப்பட்டனர்; செல்வாக்கில்லாத நீதித்துறை நடுவர் இருந்த பெட்டி என்னும் தவறான அடையாளத்தில், அவர்கள் இருந்த பெட்டியில் ஒரு குண்டு வைக்கப்பட்டிருந்தது.

குற்றவாளிகளிடத்தேயான விசாரணையில் கோஷ் சகோதரரின் கல்கத்தா இல்லத்து தோட்டத்தில் கலகக்காரரின் ஆலை இருந்தது கண்டறியப்பட்டது. விசாரணைக்கு அழைத்துவரப்பட்டவர்களில் அரவிந்த கோஷ் இருந்தார். திலகரைப் போல விரக்தியுற்ற அவர், 'கண்ணியமான இல்லத்திற்கான ராஜபாட்டை' மதத்தில் இருந்ததாகக் கண்டார்[18]. பாண்டிச்சேரியில் (இன்னும் பிரெஞ்சு அதிகாரத்தில் இருந்தது) பிரித்தானிய ஆட்சியிலிருந்து ஒரு சரணாலயத்தையும் தனது 'ஆரோவில்'லுக்கான இடத்தையும் கூடக் கண்டுகொண்டார். சர்வதேசியம்-பண்பாடு தாண்டிய ஒத்துழைப்பில் ஒரு நகர்ப்புற அனுபவமாக ஆரோவில் இருக்கும். மண்டலாயில் திலகர் இருந்தது போலன்றி அவர் அங்கேயே தங்கிவிடுவார்.

மராட்டியத்திலும் வங்காளத்திலும் அவ்வப்போது படுகொலைகள், சுதேசிக் கொள்ளைகள் (அரசியல் குற்றங்கள்) தொடர்ந்தன. வி.டி. சவர்க்கார், ராஷ் பீகாரி போஸ் மற்றும் பிறர் தலைமையிலான ரகசியக் குழுக்கள் இந்தியாவுக்கு வெளியே தொடர்புகளை ஏற்படுத்திக் கொண்டன. 1909இல் லண்டனில் இந்திய அலுவலக ஊழியர் சர் கர்ஸான் ஒய்லி, மதன்லால் திங்ரா என்னும் பஞ்சாபியால் சுட்டுவீழ்த்தப்பட்டபோது, இந்தியாவின் முதல் அதிக்கிரமத்தை லண்டன் கண்டுகொண்டது.

இத்தகு படுகொலை முயற்சிகள், பல முறியடிக்கப்பட்டாலும், பிரித்தானிய-இந்திய அலுவலர்கள் இருவருக்குமே அது ஆபத்தாக இருந்தன. பயங்கரவாதத் தாக்குதலில் மடிந்த ஒரே வைஸ்ராய், கடைசியில் வந்த லூயி மவுண்ட்பேட்டன் பிரபுதான்-ஆனால் அதற்குப் பொறுப்பானவர் இந்தியரல்ல அயர்லாந்தினர். 1913இல் மவுண்ட்பேட்டனுக்கு முன்னிருந்த வைஸ்ராய்களில் ஒருவரான ஹார்டிங் பிரபு, புதிய தலைநகராக டெல்லி மாற்றப்பட்ட விழாவின் பொருட்டு அங்கு நுழைந்தபோது அவரது அம்பாரியில் குண்டு வீசப்பட்டது; கடுமையாகக் காயம்பட்டாலும் வைஸ்ராயும் யானையும் பிழைத்துக்கொண்டனர். குற்றவாளி, ராஷ் பீகாரி போஸின் வங்காள ஆதரவாளன் ஒருவன்.[19] 1910இல் அவர்தம் மிரட்டல் அடக்கப்பட்டது. கோகலே, மேத்தா தலைமையிலான மிதவாத காங்கிரஸ் குழு தன்னை வெளிக்காட்டிக் கொண்டது.

வங்காளப் பிரிவினை நடந்த சில தினங்களில் கர்ஸான் பொறுப்பிலிருந்து விலகினார்-ஆனால் அதன் காரணமாக மட்டுமே அல்ல. அவரது தளபதி கிச்சௌனர் பிரபுவுடனான அற்ப விவகாரம், சுதேசியை விடவும் விதிவசமானதாக ஆகிவிட்டது.

அவருக்கு அடுத்தவரான மிண்டோ பிரபு, லண்டனில் லிபரல் அமைச்சரவை பொறுப்பேற்றுக் கொண்டிருந்தபோது, 1905 இறுதியில் இந்தியா வந்து சேர்ந்தார். இந்தியாவின் அரசுச் செயலராக லிபரல் அறிஞர் ஜான் மோர்லி நியமிக்கப்பட்டதும், சீர்திருத்தங்கள்/சலுகைகள் மிக்க புதிய திட்டங்கள் பரிசீலிக்கப்பட்டது. 1909 வரையிலும் இவை நிறைவேறவில்லை, ஆனால் இவை தயாரிக்கப்பட்டன, பிரதானமாக இந்துக்களின் கோரிக்கைகளை சுதேசிகள் வற்புறுத்தியதையும் சேர்த்து, 1906இன் இறுதியில் சிம்லாவிலிருந்த வைஸ்ராயிடம் ஒரு முஸ்லீம் தூதுக்குழு முறையிட வழிவகை செய்தன.

அலுவலகப் பொறுப்புகளுக்குத் தெரிவு செய்யப்பட்டவர்களில் முஸ்லீம்களுக்குக் குறைந்த பிரதிநிதித்துவம் இருந்ததைச் சுட்டிக்காட்டி, எதிர்காலச் சீர்திருத்தங்களில் முஸ்லீம்களுக்குத் தனித் தொகுதிகள் ஒதுக்கப்படுவது இடம்பெற வேண்டுமென்று கோரினர். இதற்கு பிரித்தானியரின் ஊக்குவிப்பு இல்லாது இருந்திருக்காது. முஸ்லீம் மக்கள்தொகையினைப் பிரதிபலிக்கின்றதான பிரதிநிதித்துவ அமைப்பினை விரும்பிய அவர்கள், பேரரசின் தற்காப்புக்கான அவர்தம் பங்களிப்பின் மதிப்பைச் சுட்டிக்காட்டினர். ஆகாகானால் தலைமை தாங்கப்பட்டு, ஐக்கிய மாகாணங்களின் நில உடைமையாளர்கள்-வணிகர்களான முஸ்லீம்களால் பெரிதும் ஆதரிக்கப்பட்டிருந்த அதன் பிரதிநிதிகள் சர் சய்யித் அகமத் கானின் காங்கிரஸ் மீதான அவநம்பிக்கையைச் சுவீகரித்திருந்தனர். 1907 ஆரம்பத்தில் அனைத்திந்திய முஸ்லீம் லீக்கை உருவாக்கி இந்த நம்பிக்கைக்கு உருவம் தந்தனர். எனினும் அனைத்து முஸ்லீம் தரப்புகளும் அவர்களை ஆதரிக்கவில்லை. சில குழுக்கள் தொடர்ந்து காங்கிரஸை ஆதரித்தன-அவற்றில் ஒன்று, புத்திசாலித்தனமிக்க இளம் பம்பாய் வழக்குரைஞர் முகம்மது அலி ஜின்னாவின் தலைமையைக் கொண்டது.

மார்லி-மிண்டோ இந்தியக் கவுன்ஸில்கள் சட்டம் 1909இல் நிறைவேற்றப்பட்டபோது, 1892ஆம் ஆண்டு கவுன்ஸில்கள் சட்டத்திற்குப் பிறகு, முதலாவது பெரும் சீர்திருத்தத் தொகுப்பாய் அது இருந்தது; மேலும் பிரதிநிதித்துவ நிறுவனங்களின் கொள்கையை அது நீடிக்கச் செய்தது தவிர்த்து அது வேறொன்றும் செய்யவில்லை. இங்கு குறிப்பிடப்படும் கவுன்ஸில்கள் மத்திய அரசாங்கத்துடன் இணைக்கப்பட்டவை; இன்னும் கல்கத்தாவிலேயே இருந்தன; இப்போது டெல்லிக்கும் மெட்ராஸ், பம்பாய், ஆக்ரா (ஐக்கிய மாகாணங்களுக்கு), லாகூர்

(பஞ்சாப் மற்றும் வடமேற்கு எல்லைப்புற மாகாணங்களுக்கு) போன்ற மாகாண அரசாங்கங்களுக்கும் செல்ல இருந்தன. சட்டமன்றங்கள் என அழைக்கப்பட்டு, அளவில் அதிகரித்தன; அலுவலர் அல்லாதவர்களுக்கு அதிக இடங்கள் கிடைக்க இருந்தன, அலுவலர் அல்லாதவரில் மிகுதியும் மறைமுகமாகத் தேர்ந்தெடுக்கப்பட இருந்தனர். அறுபது உறுப்பினர்கள் வரையுள்ள இம்மன்றங்கள் அதிக இந்தியருக்கு இடமளிக்கும்-அவர்களில் சிலர் பரந்துபட்ட இந்திய அபிப்பிராயத்தைப் பிரதிநிதித்துவப் படுத்துபவர். நடைமுறையில் இவை கவுன்ஸில்கள் என்பதை விடவும் சேம்பர்ஸ்களாயிருக்கும்-இக்கருத்தினையே மிண்டோ நிராகரித்தாலும், பாராளுமன்ற அமைப்பினை முன்னுணர்த்தியதாக இருந்தது.

ஆனால் அவர்கள் சட்டமன்ற உறுப்பினர்களல்ல, சட்டத்தை முன்னிருத்தவோ வீழ்த்தவோ முடியாது; அதனை கேள்விகேட்கவும் விமர்சிக்கவுமே முடியும்; இந்தியா பிரித்தானிய ஏகாதிபத்தியமாயிருந்தது-ஆலோசனைத் தரக்கூடியதாக இருப்பினும். கூடுதலாக, சத்யேந்திர சின்ஹா என்னும் இந்திய உறுப்பினர், வைஸ்ராயின் செயற்குழுவில் ஈர்த்துக்கொள்ளப்பட்டார், லண்டனில் இந்தியாவுக்கான அரசுச் செயலருக்கு ஆலோசனை அளித்த கவுன்ஸிலில் இரு இந்தியர்கள் பணியாற்றினர்.

இச்சீர்திருத்தங்கள் காங்கிரஸால் வரவேற்கப்பட்டனவே ஒழிய, முஸ்லீம் லீக்கால் அல்ல. சில இடங்கள் முஸ்லீம்களுக்கு ஒதுக்கப்பட்டு, முஸ்லீம்களால் மட்டும் தெரிவுசெய்யப்பட இருந்ததைத் துணை விதிமுறைகள் பின்னர் வெளியிட்டதும், நிலைமை நேர்மாறானது. காங்கிரஸ் புகார் செய்ய, லீக் அகமகிழ்ந்தது. மற்ற இடங்கள் மற்ற பிரிவினருக்கு ஒதுக்கப்பட்டன. ஒதுக்கீட்டுக் கொள்கையால் சர்ச்சை எழவில்லை மாறாக மக்கள்தொகையில் 20% இருக்கக்கூடியவர்களுக்குத் தனித் தேர்தல் தொகுதி ஒதுக்கியது பற்றித்தான்-துணைக் கண்டமெங்கும் பரவியிருந்த இவர்கள் இஸ்லாத்தைச் சேர்ந்தவர்கள். பாகிஸ்தானியரின் பார்வையில் நல்லதாயும் இந்தியக் குடியரசின் குடிமக்களின் பார்வையில் விதிவசமானதாயும் இருந்த, தனித்தேர்தல் தொகுதிக் கொள்கை, பிரிவினைத் தன்மையில் அனைத்திந்தியரில் ஐந்தில் ஒரு பகுதியினருக்கு அளிக்கப்பட்டது.

இந்த ஏற்பாடு பிரித்தானிய நலன்களுக்குப் பொருந்தியது என்பது மறுதலிக்கச் சாத்தியமில்லாதது. ஆனால் திரும்பவும்

இது ‘பிரித்தாளும் கொள்கை’ என்று மட்டும் கூறிட முடியாது. நிலவிய கருத்தொற்றுமையை அது பாதிக்கவோ எதிர்காலக் கருத்தொற்றுமைக்கு எதிராகவோ இல்லை. ஏற்கெனவே இல்லாத பிரிவினை ஏதும் மேற்கொள்ளப்படவில்லை, அடுத்து சேர்த்துக் கொள்ளப்பட முடியாததான எந்தக் கோரிக்கையும் எழவில்லை. உண்மையில், ஏழாண்டுகளுக்குப் பின்னர், தனித்தேர்தல் தொகுதிக் கொள்கைகளை காங்கிரஸே ஏற்றது.

ஒரு கூட்டுத் திட்டத்தில் அதனை ஏற்ற காங்கிரஸும் லீக்கும் செய்துகொண்ட 1916ஆம் ஆண்டின் லக்னோ ஒப்பந்தப்படி, கிழக்கு வங்காளம் போன்ற இஸ்லாமியப் பெரும்பான்மையுள்ள பகுதிகளில், முஸ்லீம்கள் குறைவாகப் பிரதிநிதித்துவம் செய்ய லீக் ஏற்றது; ஐக்கிய மாகாணங்கள் போன்ற இந்துக்கள் பெரும்பான்மையுள்ள பகுதிகளில் இந்துக்கள் குறைவாகப் பிரதிநிதித்துவம் செய்வதைக் காங்கிரஸ் ஏற்றதன் காரணம் பன்மைத்துவ சமூகத்திற்கு அவசியமான அரசியல் குதிரை பேரம் இங்கிருந்ததுதான். இரு தரப்புகளும் ஒத்துக்கொண்டன; திலகர் போன்ற தீவிரவாதிகளும் ஏற்றனர். இக்கட்டத்தில், ஒரு பிரிவினை தோற்றிருக்க, இன்னொன்று எண்ணிப்பார்க்க முடியாதது மட்டுமல்ல, தவிர்க்கக் கூடியதுமாய் இருந்தது.

அமிர்தசரஸில் ஒரு பிற்பகல்

தமது அரசமைப்புச் சட்டப் பரிணாமத்தின் படிப்படியான மரபில் தோய்ந்திருந்த பிரித்தானியர், பிரதிநிதித்துவ அரசாங்கத்தில் இந்தியாவைச் சேர்ந்தது, காலம் தாழ்த்தும் விவகாரமாயிருக்கும் என்று யூகித்தனர். ரிப்பனின் எளிய திட்டம் ஒரு தசாப்தத்திற்குப் போதுமானதாய் இருந்தது; முதல் இந்தியக் கவுன்ஸில்கள் சட்டம் (1892) இன்னும் அதிக காலத்திற்குப் போதுமானது. மார்லி-மிண்டோ சீர்திருத்தங்கள் குறைந்தது எவ்வளவு காலத்திற்கு முடியுமோ அவ்வளவுக்குக் கட்டுப்படுத்தும். சுயராஜ்ஜியத்திற்கான காங்கிரஸ் கோரிக்கைகளில் இன்னும் இறுதிக் கெடு இடம்பெறாதிருந்தது; பிரித்தானியரிடையே மிகவும் அறிவு விளக்கம் பெற்றோரால் உருவாக்கப்பட்ட ‘பொறுப்புள்ள அரசாங்க’த்திலிருந்து மாறுபட்டதல்ல அவர்தம் நோக்கம். மருத்துவர்-நோயாளி உறவாகக் கருதப்பட்ட இது, புனிதப் பசுக்கள் வீடுவந்து சேரும்வரை, சலுகைகளைக் கொண்டே இந்தியாவைத் தக்கவைத்துக்கொள்ள முடியும் என்று தோன்றிற்று.

முதல் உலகப்போர் இவையனைத்தையும் மாற்றிவிட்டது. ஏகாதிபத்திய மருத்துவர் கடும் நெருக்கடியில் திண்டாட, இந்திய நோயாளி செவிலியர் பணிகளில் சேர்த்துக்கொள்ளப்பட்டார். அவர் பொருத்தமானவராய் இருந்தார், மருத்துவர், யூகிக்கப்பட்டதனை விடவும் பலவீனமாயிருந்தார். நோயாளிகளைச் சுற்றிப் பார்த்து வந்தபோது, சுயநிர்ணய உரிமை என்னும் அமெரிக்கச் சிகிச்சை பற்றியும், ரஷ்யாவில் முன்னெடுத்துச் செல்லப்பட்ட புரட்சிகர சிகிச்சை பற்றியும் கேள்விப்பட்டார். அவர் மருத்துவமனையில் இருப்பதா என்பதே சந்தேகத்திற்குரியதாய் இருந்தது. மருத்துவர் தவறி விழக்கூடியவராக இருப்பின், நோயாளி ஏன் நோயாளியாயிருக்க வேண்டும்?

போர்ச் செய்தி இந்தியாவில் ஆர்ப்பாட்டத்துடன் வரவேற்கப்பட்டது. முதலில் அது அதிருப்தியாக இல்லாது, உற்சாக ஆதரவாய் இருந்தது. தலையாட்டும் சமஸ்தானங்களிலிருந்து மட்டுமல்லாது லீக், காங்கிரஸிடமிருந்தும் ஆதரவு தாராளமாக வரவே, பிரித்தானிய இருதயங்கள் வெதுவெதுப்படைந்தன. ராணுவத்தில் ஆட்சேர்ப்பு எதிர்பார்ப்பினை விஞ்சியது, இந்தியத் துருப்புகள் ஃப்ளாண்டர்ஸ், கலிபோலி, மெசபடோமியா போன்ற புதிய இடங்களுக்குக் கப்பலில் பயணிக்க இருந்தன. யுத்த முயற்சிக்கான மற்ற எல்லா ஏகாதிபத்திய பங்களிப்புகளையும் பின்னுக்குத் தள்ளி, இருபது லட்சத்திற்கும் மேலான இந்திய வீரர்களும் உதவியாளர்களும் கடல்கடந்து பணிபுரிவார்கள். Thirty Nine Steps நூலினை எழுதிக் கொண்டிருந்த ஜான் பச்சன், 'உலகை வியப்பிலாழ்த்தியது இந்தியாவின் செயல்பாடே, அது ஒவ்வொரு பிரித்தானிய இருதயத்திற்கும் குதூகலத்தை அளித்தது'[20] என்றார்.

துருப்புகள் ஏறிய கப்பல்கள் முன்னேறிச் செல்ல மற்ற இந்தியர்கள் தாயகம் திரும்பினார்கள். பிரிட்டன் வழியாக ஆப்பிரிக்காவிலிருந்து, அவசர ஊர்திப் பணியில் சேருவது தோற்கவே, மோகன்தாஸ் கரம்சந்த் காந்தி தாயகம் வந்தார். அவர் ஆப்பிரிக்காவிலிருந்த இருபது ஆண்டுகளும் பொலிவற்ற, வெற்றிபெறாத லண்டனில் பயிற்சிபெற்ற வழக்குரைஞர், சம்பிரதாயத்தைத் தாண்டிய எதிர்ப்புடன், சமூகச் செயல்பாட்டாளராக உருமாற்றப்பட்டு 46 வயதை எட்டியிருந்தார். இந்தியாவில் யுத்த முயற்சிக்குத் தொடர்ந்து ஆதரவளித்தார், ராணுவ ஆட்சேர்ப்பை ஊக்குவித்தார். பிரித்தானிய ரீதியில் வலுவான நம்பிக்கை வைத்திருந்தார், மிதவாத அபிப்பிராயத்தை

நிலைநாட்டிய பம்பாய் காங்கிரஸ்காரர் கோகலேயைத் தன் வழிகாட்டியாக ஏற்றுக்கொண்டார்.

ஆதலின் காந்தி சம்பிரதாயமான அரசியலுக்குள் நுழையவில்லை. நேடாலிலிருந்த பெரிதும் பாதிக்கப்பட்டிருந்த இந்தியர்கள், பெரிதும் கொத்தடிமைத் தொழிலாளர்களாக இருந்தவர்கள் சார்பாக, சத்தியாகிரஹம் என்னும் எதிர்ப்பு வடிவத்தை வளர்த்தெடுத்திருந்தார். பெரும்பாலான பார்வையாளருக்கு அது 'அடங்கிய எதிர்ப்பாக' இருக்க, காந்திக்கு அது மிக ஆக்கப்பூர்வமானதாயும் அக்கறைமிக்கதாயும் இருந்தது. தன்னுடைய சொந்த குஜராத்தின் அகிம்சை சார்ந்த சமண-வைணவ மரபுகளிலிருந்து பெறப்பட்ட அது, யோகம்/தியானத்தைப் போலவே துயரத்தையும் மறுதலிப்பையும் அரைபாதி மத ஒழுங்கிற்கு உயர்த்தியது. இத்தகு சுய ஒழுங்கிலிருந்து விடுவிக்கப்படக் கூடிய, உண்மை-சுயநலமின்மைக்கான 'ஆற்றல்', அது வெளிக்காட்டும் எதிர்ப்பு வடிவங்களைத் தாண்டக் கூடியது. உண்மையில், சத்தியாகிரஹத்தின் அக அனுமதியற்ற இத்தகு வெளிப்புற ஆர்ப்பாட்டங்கள் (மனுக்கள், புறக்கணிப்புகள் முதலியன), அது நிராகரிக்க இருந்த வன்முறையினையும் சகிப்பற்ற தன்மையையும் ஊக்குவிக்கவே செய்யும். ஆதலின் ரகசிய ஆயுதத்தைப் போல சத்தியாக்கிரஹம், கவனமான பரிசீலனையும் தேர்ச்சிமிகு கையாள்கையும் கோருவது; தெரிந்தெடுத்த நேர்வுகளிலும் கட்டுப்படுத்தப்பட்ட அளவுகளிலுமே அதனை மேற்கொள்ள வேண்டும்.

காங்கிரஸ் கட்சியின் மேற்கத்திய கல்வி பயின்ற படித்த வர்க்கத்தினருக்கு அதனைக் கிடைக்குமாறு செய்யாமல், ராஜதானி நகரங்களுக்கு வெளியே நிலவரத்தைப் புரிந்துகொள்வதில் ஓராண்டும் வரம்புக்குட்பட்டதும் நவீன மோஸ்தரில் இல்லாததுமான நடவடிக்கைகளில் இரண்டாண்டுகளும் செலவிட்டார். தொலைதூர பீகாரில் நிகழ்ந்த ஒரு சத்தியாக்கிரஹம், மோசமான நிலையிலிருந்த அவுரி சாகுபடியாளருக்கு நிவாரணம் தேடித்தந்தது-நேட்டாலின் கொத்தடிமைகளை அவர்கள் காந்திக்கு நினைவூட்டினர். 1917இல் குஜராத்தில், வரிகட்ட முடியாத குடியானவர் சார்பாக ஒரு சத்தியாக்கிரஹத்தையும் குறைவான சம்பளம் பெற்றுவந்த அகமதாபாத் பஞ்சாலைத் தொழிலாளர் சார்பாக இன்னொன்றையும் நடத்தினார். அனைத்தும் வெற்றிகரமாக இல்லை ஆனால், அதுவரையிலும் அரசியல் ரீதியில் பொருத்தமற்றவையாகக் கருதப்பட்ட குழுக்களிடையே அவை திரட்டிய ஆதரவு, காங்கிரஸின்

புகழையும் அவர்களுடைய ஆதரவையும் பெரிதும் அதிகரிக்கச் செய்தது. உரிமையற்றவர்களுடன் தன்னை அடையாளப்படுத்தி, உடையிலும் வாழ்க்கை முறையிலும், அரசியல் செயல்பாட்டாளரை விடவும் சாதுவை ஒத்திருந்த அவருக்கு மகாத்மா என்ற பட்டம் தாகூரால் வழங்கப்பட்டு, பரவலாகப் பயன்படுத்தப்படலாயிற்று. இக்காலகட்டத்தில் பீகாரிலிருந்து தெரிவு செய்யப்பட்டோரில், இந்தியாவின் வருங்காலக் குடியரசுத் தலைவர், வழக்குரைஞர் ராஜேந்திர பிரசாத், சுதந்திரத்தின்போது காங்கிரஸின் அதிகாரத் தரகராக மாறிய, நிலப்பிரபுவும் வழக்குரைஞருமான குஜராத்தின் வல்லபாய் படேல் ஆகியோர் அடங்குவர். சுருக்கமாகச் சொல்லுவதானால், காந்தியின் தாயகத் திரும்புதல் நிகழ்வானது ஆர்ப்பாட்டமின்றி புதுமை நோக்கம் பெற்றிருந்தது.

யுத்தத்தின் தொடக்கத்தில் இந்தியா திரும்பிய மற்றவர்கள் சற்று குறைவான முக்கியத்துவமே கொண்டிருந்தனர்.செப்டம்பர் 1914இல் கல்கத்தாவின் ஹூக்லி துறைமுகமான பட்ஜ் பட்ஜில் 300-க்கும் மேற்பட்ட பஞ்சாபியரை, பெரிதும் சீக்கியரை ஒரு ஜப்பானிய நீராவிக் கப்பல் இறக்கிவிட்டது. கிழக்கு-தென்கிழக்கு ஆசியாவின் பல்வேறு இடங்களில் குடியமர்ந்திருந்த, புலம்பெயர்ந்த இந்தியரை, வான்கூவரில் புதியதொரு வாழ்க்கை பெறும் பொருட்டு, சிங்கப்பூரிலிருந்த சீக்கிய வர்த்தகரால் இந்தக் கப்பல் ஏற்பாடு செய்யப்பட்டிருந்தது. கனடிய அதிகாரிகள் அனுமதிக்காததால்தான், இங்கு வந்தது; அது இந்தியாவிலிருந்த பிரித்தானிய அலுவலரால் சந்தேகிக்கப்பட்டது. படைவீரர்கள் அவர்களைத் துறைமுகத்திற்கு இட்டுவந்தபோது, சிலர் கல்கத்தா செல்ல முயலவே சுடப்பட்டனர். அதனால் 22 பேர் இறந்தனர்; எஞ்சியோர் ரயிலின் மூலம் பஞ்சாபுக்கு அனுப்பப்பட்டனர்; அங்கே கடுமையான கண்காணிப்பில் வைக்கப்பட்டனர். பிரித்தானியருக்கு காந்தியின் திரும்புதல் இந்திய எதிர்ப்பின் ஏற்கப்படத்தக்க முகத்தைப் பிரதிநிதித்துவம் செய்தால், அமளி செய்யும் இப்பஞ்சாபியர் ஏற்கப்படமுடியாத, அப்பட்டமான கலக முகத்தைப் பிரதிநிதித்துவம் செய்தனர்.

தூரக் கிழக்கிலும் வடஅமெரிக்காவிலும் புலம்பெயர்ந்து வந்திருந்த இந்தியரிடையே, பரவலான சுழற்சியில் இருந்து வந்திருந்த வாராந்திர செய்தித்தாளின் பெயர் கதார் அல்லது கலகம். அதன் அரசியல் குறித்த எந்தவொரு சந்தேகத்தையும் போக்கும் வகையில் அதன் துணைத் தலைப்பு-பிரித்தானிய அரசாங்கத்தின் எதிரி-இருந்தது. அதே பெயரிலான கட்சி அமெரிக்காவில் நிறுவப்பட்டு, இப்போது பிரிட்டிஷ் கொலம்பியாவில் இயங்கியது; அதுவே

இச்செய்தித்தாளை நடத்திற்று; இக்கட்சியினைச் சேர்ந்த சிங்கப்பூர் ஆதரவாளர் ஒருவரே, இந்நீராவிக் கப்பலுக்கு ஏற்பாடு செய்தவர். யுத்தம் தொடங்கியதும், வடஅமெரிக்காவிலிருந்தும் கிழக்கு ஆசியாவிலிருந்தும் மற்ற கப்பல்கள், கதாரிய அனுதாபங்கள் மிக்க இந்தியரை இந்தியாவுக்குக் கொண்டுவந்து சேர்த்தன. பிரித்தானிய ஆட்சியை வன்முறையில் தூக்கி எறிந்திடும் நிலைபாடுள்ள கதார்வாதிகள், கலகத்தைக் கிளறிவிடுவதற்கான பொன்னான வாய்ப்பாக யுத்தம் இருந்தது. ஏற்கெனவே ஜெர்மானிய பயணிகள் கப்பல் எம்டன், பிரித்தானிய கப்பல்களுக்குச் சேதம் விளைவித்தபடி, இந்தியப் பெருங்கடலில் திரிந்துகொண்டிருந்தது. செப்டம்பர் 1914இல் பிரான்ஸின் *compagniedesindes* -இன் உதாரணத்தைப் பின்பற்றி, மெட்ராஸ் மீது குண்டு வீசியது. உலகப் போர் இந்தியாவையே சுற்றி வளைத்துவிடுவதாக ஒரு நிமிடம் தோன்றியது.

ஆனால் எம்டனின் குண்டுவீச்சு திரும்பவும் நிகழவில்லை, கதார் வாதிகள் தாங்கள் தவறாகக் கணக்குப் போட்டுவிட்டதாகக் கண்டுகொண்டனர். பலர் பஞ்சாபுக்கு வந்து சேரவே இல்லை; மற்றவர்கள் தமது ஒற்றுமையின்மையாலோ, பிரித்தானிய சார்புகொண்ட பஞ்சாபிகளாலோ காட்டிக்கொடுக்கப்பட்டனர். புதிதாகக் கொண்டுவரப்பட்ட இந்திய தற்காப்புச் சட்டத்தினால் அவர்களைச் சமாளிக்கப் பிரித்தானியருக்குக் கூடுதல் வலிமை கிட்டியது. அதனால் சில கொலைகளும் கொள்ளைகளும் நிகழ்ந்தன. என்றாலும் ஒரு திட்டமிடப்பட்ட எழுச்சி முறியடிக்கப்பட்டது; 1916இல் பெரும்பாலான கதாரியர்கள் 5000க்கு மேல் சுற்றி வளைக்கப்பட்டனர். இவர்களில் பஞ்சாபில் விசாரிக்கப்பட்டோரில் 46 பேர் தூக்கிலிடப்பட்டனர்; 200பேர் சிறைவைக்கப்பட்டனர் அல்லது வேறிடங்களுக்கு அனுப்பப்பட்டனர். உண்மையான கலகம் என்பது 1915 ஆரம்பத்தில் சிங்கப்பூரில், இஸ்லாமியரும் சீக்கியருமான இந்தியப்படை வீரர்கள் நடத்தியதே; அனைவரும் ராணுவ விசாரணைக்கு உட்படுத்தப்பட்டு, 37 சிங்கப்பூர் கலகக்காரர்கள் சுட்டுக் கொல்லப்பட உத்தரவிடப்பட்டனர். இந்தியாவின் இருபதாம் நூற்றாண்டு வரலாற்றாளர்களில் மிகவும் நேர்த்தியானவரைப் பொறுத்தவரை, ‘இக்கீழ்மட்டக் கதாரிய குடியானவரும் சிப்பாய் வீரர்களும் வங்காளத்தின் பத்ரலோக் (கனவான்) பயங்கரவாதிகளை விடக் குறைந்த அளவிலேயே நினைக்கப்படுகின்றனர். ஆனால் அவர்கள் இன்னும் மேலான நிலைக்குத் தகுதியானவர்கள்’[21]. பிரித்தானியர் அவர்களை நிச்சயம் நினைத்திருப்பர். வங்காளத்தை விடவும் பஞ்சாபின்

ராணுவ ஆள்சேர்ப்பு மைதானங்களில் கலகம் என்பது மிகச் சிக்கலான விவகாரமாய் இருந்தது. காந்தியால் 1919இல் கேடானது என அழைக்கப்பட்ட விளைவுகளைக் கொண்டிருந்த பஞ்சாப் இப்போது, அசாதாரண விழிப்புணர்வும் திடமும் வாய்ந்த காவலரால் கண்காணிக்கப்படும்.

காந்தி மாவட்டப் பகுதிகளில் அலைந்து திரிந்து, நிறுவன அரசியலைத் தவிர்க்க, கதாரியர்கள் போலீஸின் பொறியில் சிக்கிக்கொள்ள, இந்தியத் துருப்புகள் பதுங்கு குழிகளின் பயங்கரத்தையும் மெசபடோமியப் படையெடுப்பு சரிவரக் கையாளப்படாததால் உண்டான அவநம்பிக்கையையும் அனுபவித்திருக்க, அரசாங்கமும் அரசியல்வாதிகளும் வேதனைமிக்க புகார்-ஊதிப் பெரிதாக்கப்பட்ட சலுகைகளில் பெருமைப்பட்டுக் கொண்டிருந்தனர். யுத்த கால ஆதரவை ஊக்குவிக்கவும் பொருளாதாரச் சிரமங்களுக்கு இழப்பீடு தரவும் குறைக்கப்பட்டிருந்த பிரித்தானிய ராணுவ இருப்பின் அபாயங்களைப் போக்கவும், புதிய பொருளாதாரச் சீர்திருத்தங்கள் பரிசீலிக்கப்படுவதாக அரசாங்கம் தெரிவித்தது. இது 1915இல். 1916இல் புதிய வைஸ்ராய் செம்ஸ்போர்ட் பிரபுவும் அரசுச் செயலர் எட்வின் மாண்டகும் ஆலோசனைகளைத் தொடங்கினர். அதைத் தொடர்ந்து 1917இல் ஓர் அறிக்கையை வெளியிட்டனர். 1918இல் இந்தியாவில் சுற்றுலா மேற்கொண்டு ஆர்வமிக்க ஒவ்வொரு குழுவின் புகாரினை/அபிப்பிராயத்தைச் சேகரித்தனர். 1919இல் அவர்கள் மாண்டகு-செம்ஸ்ஃபோர்டு சீர்திருத்தங்களை அறிவித்தனர். 1921இல் இச்சீர்திருத்தங்கள் நடைமுறைக்கு வந்தன. ‘உங்களின் முன்பு நீங்கள் வைக்கவேண்டும் என்று நான் கேட்டுக்கொள்ளும் கொள்கை *Festinalente*’ ஆகும்.

யுத்தகாலக் கட்டுப்பாடுகளின் கீழ் தேசத்துரோகமானது என்று கருதப்படக்கூடிய செயல் தந்திரங்களை ஒதுக்கிவிட்டு, குடிமைப் பணிக்கான பெரும் பிரதிநிதித்துவத்தையும் சமவாய்ப்புகளையும் காங்கிரஸ் மிதவாதிகள் கோரினர். இது பால கங்காதர திலகருக்கு மைதானத்தைத் திறந்துவிட்டது. 1914இல் பர்மாவின் நாடு நீங்கிய வாழ்விலிருந்து அவர் திரும்பினார்; இன்னொரு வயதான ஆனால் திறன்மிக்க செயல்பாட்டாளரான அன்னிபெசண்ட் வந்திருந்தார். தீவிர லட்சியங்களை அரவணைத்திடும் பெசண்டின் பிரம்மஞான சங்க அக்கறைகள் 1907இல் அவரை மெட்ராஸுக்குக் கொண்டு வந்திருந்தது; அவரது அயர்லாந்து வளர்ப்பும் ஃபேபியன் கொள்கைகளும் தீவிர ஆற்றலும் இந்திய சுயாட்சியை முன்னெடுத்துச் செல்லுமாறு உந்தித் தள்ளின. 1916இல் அவரும்

திலகரும் சேர்ந்து, காங்கிரஸுக்கு வெளியே சுயாட்சி லீக்குகளை அமைத்து, அவற்றின் பொருட்டுப் பரப்புரை செய்தனர்.

திலகர் தனது பழைய தக்காண வெளியில் குவிமையம் கொண்டிருந்தார். அங்கே தேசியப் பரப்புரையுடன் உள்ளூர் சுயாட்சி நிகழ்ச்சி நிரலை மேற்கொண்டார்; அது மராத்தி, கன்னடம், தெலுங்கு ஆகிய தக்காணத்து மண்டல மொழிகளின் முன்னெடுத்தலைக் கொண்டிருந்தது; கல்வியின் பயிற்று மொழியாகவும் மொழிவாரி மாநிலங்களின் உருவாக்கத்திற்கான அடிப்படையாயும் அவை இருந்தன. குறிப்பிட்ட மதச் சமுதாயங்கள், சாதிகள், மொழிக் குழுக்கள் தொழிலாளர் அமைப்புகளின் பொருளாதார நலன்கள் ஆகியவற்றிற்கு அபிமானமுள்ள, இதேபோன்ற தேசியம் சாராத பிரச்சினைகளை, இஸ்லாமிய-இந்து மதங்களின் மற்ற தலைவர்கள் தவறாமல் முன்வைத்தனர். தேசிய விழிப்புணர்வை அதிகப்படுத்திடும் அரசியல்படுத்தல், பிரிவுகளிடையே போட்டியையும் அதிகப்படுத்திற்று. 1916ஆம் ஆண்டு லக்னோ காங்கிரஸின் திரைமறைவு நடவடிக்கைகளின் தீவிரம், குறிப்பிட்ட நலன்களை முன்னெடுத்துச் செல்வதற்கான, பலவீனமான அணிசேர்க்கைகளில் ஈடுபட்டிருந்த, கட்சிகளின் திரளுடன் சேர்ந்த, சுதந்திரத்திற்குப் பிந்தைய அரசியலை நினைவூட்டுகிறது. லக்னோவில் காங்கிரஸும் லீகும் கூட்டுத் திட்டத்தை ஏற்றதுடன், மிதவாதிகளான கோகலேயும் ஃபெரோஷா மேத்தாவும் இறந்துவிட திலகரும் பெசண்டும் காங்கிரஸுக்குள் திரும்பினர்.

அதற்காக அவர்கள் தீவிரவாதத்தைக் கைவிட்டதாக ஆகாது. ஆறுமாதங்களுக்குப் பிறகு பெசண்டின் பேச்சு பட்டவர்த்தனமாக இருக்கவே கைதானார். இதை எதிர்த்துப் பரவலாக எதிர்ப்பலைகள் எழுந்தன. பெசண்டிடமோ அவரது மேற்கத்திய முறைகளிடமோ ஈர்ப்பற்ற காந்தி கூட சத்தியாகிரஹம் செய்யப்போவதாக மிரட்டினார். ஆனால் மாண்டகும் செம்ஸ்ஃபோர்டும் இணக்கமான மனநிலையில் இருந்தனர். பிரித்தானியக் கொள்கையில் ஒரு மைல்கல்லாக, தமது முன்மொழியப்பட்டுள்ள சீர்திருத்தத் தொகுப்பை, சுயாட்சி செய்யும் நிறுவனங்களின் படிப்படியான வளர்ச்சியாக அமையும் என்று அறிவித்தனர்-அது பிரித்தானியப் பேரரசின் ஒருங்கிணைந்த அங்கமாக, இந்தியாவில் பொறுப்புள்ள அரசாங்கத்தை முற்போக்கான வகையில் ஈடேற்றுவதாக இருக்கும் என்றனர்.

இப்படிப் படிப்படியான வளர்ச்சி, முற்போக்கான ஈடேற்றம் என்பன தாடையைப் பிளந்து வெளிப்பட்டதும் சுயாட்சி போன்றே ருசித்தது. மேலும், காங்கிரஸ் விழுங்கியதும், மாண்டகும் செம்ஸ்ஃபோர்டும், இறுதித் தொகுப்புக்கு முன் இடம்பெறும் வகையில், ஆலோசனைகளின் போது மிகவும் சாத்தியமான ஒத்துழைப்பைப் பெற்றிட நேரிய முயற்சிகளை மேற்கொண்டனர். மூன்றே மாதத் தடுப்புக்காவலுக்குப் பின் விடுவிக்கப்பட்ட அன்னிபெசண்ட், டிசம்பர் 1917இல் காங்கிரஸ் தலைவராகத் தேர்ந்தெடுக்கப்பட்டார். 1918 முழுதும் ஆலோசனைகள் நீடித்தன. இதற்கிடையே யுத்தம் முடிந்தது; கதாரியருக்கு எதிராகத் திறம்பட விளங்கிய யுத்தகால இந்தியத் தற்காப்புச் சட்டத்திற்குப் பதிலாக, உடனடி விசாரணை-தடுப்புக் காவலின் முன் தடுப்பு அதிகாரத்தை அரசாங்கம் விரும்பிற்று. ரவ்லட் மசோதாவில் இடம்பெற்ற, ‘குற்றச்சாட்டில்லை, விசாரணை இல்லை, மேல்முறையீடு இல்லை’ என்பது ஏற்க முடியாததாக இருந்தது. அது வரப்போகின்ற சீர்திருத்தங்களின் உணர்வுக்கு மோசம் செய்தது, சமீபத்தில் பேரரசுக்காகப் பெரும் தியாகங்கள் புரிந்திருந்தவர்களை அவமானப்படுத்தியது, மேலும் ஒடுக்குமுறைக்கு பிரிட்டன் ஆயத்தமாய் இருந்ததை முன்னுணர்த்தியது. வைஸ்ராயின் கவுன்ஸில்களில் இருந்த இந்தியர்களும் ஏகமனதாக இம்மசோதாக்களை நிராகரித்தனர். பெசண்ட்-திலகரின் ஹோம் ரூல் லீக்குகள் எதிர்ப்பைக் காட்டத் திரட்டப்பட்டன. இப்போது தன் மகத்தான விலகல் நிலையை உதறியெறிந்திருந்த காந்தி, முதல் தேசிய சத்தியாக்கிரஹத்தை அறிவித்தார். ‘மாண்ட்ஃபோர்ட்’ வாக்குறுதியைப் பல தேசியவாதிகள் விழுங்கிவிட்டாலும், ரவ்லட் ஒடுக்குமுறையினை அனைவரும் எதிர்த்தனர்.

ஏப்ரல் 6, 1919 அன்று நடந்த நாடு தழுவிய வேலை நிறுத்தத்திற்குக் கலவையான விளைவுகள் இருந்தன. குறிப்பிட்டிருந்த நாளைத் தவறாக எடுத்துக்கொண்ட டெல்லி மார்ச் 30இல் வேலை நிறுத்தம் செய்தது; சில வன்முறையான எதிர்ப்புகளும் துப்பாக்கிச் சூடும் இருந்தன. ஏப்ரல் 6இல் பம்பாய் முழுதாக முடங்கிப் போனது; பெரும்பாலான பிற நகரங்களில் ஓரளவு பாதிப்பு இருந்தது; டெல்லி-பஞ்சாபில் சத்தியாகிரஹத்தைக் கண்காணிக்க வடக்கில் பயணித்துக்கொண்டிருந்த காந்தி, ரயிலிலிருந்து இறக்கப்பட்டு, பம்பாய் ராஜதானியில் சிறைப்பட்டிருக்க வேண்டும் என்று தெரிவிக்கப்பட்டார். இந்தக் ‘கைது’ அதிக எதிர்ப்புகளை, குறிப்பாக பம்பாய்-குஜராத்தில் ஏற்படுத்தியது. ஆனால், கதாரியர்கள் காரணமாக, சற்றும் விட்டுக் கொடுக்காத துணைநிலை ஆளுநர் சர் மைக்கேல் ஓ’டயர் தலைமையில் கடும்

கண்காணிப்பிலிருந்த பம்பாயில்தான் அத்துன்பியல் நாடகம் நிகழ்ந்தது.

பெரும்பாலான பஞ்சாபியருக்கு சத்தியாகிரஹம் குறித்த புரிதல் இல்லாதபோதும்-காந்தி என்பது 'நபரா-பொருளா[22]' என்றுகூடச் சிலருக்கு உறுதிப்படாதிருந்தது-சீக்கியரின் புனித நகர் அமிர்தசரஸில் கூட அவரது அழைப்பு மதிக்கப்பட்டது. ஏப்ரல் 10இல், ஏப்ரல் 6இல் எதிர்ப்பைத் தெரிவித்துத் தம் பேச்சால் வன்முறையைத் தூண்டிவிட்டதாக இருவர் கைதாகினர். இதனால் 11 அன்று ஆதரவாளர்கள் தெருவில் இறங்கினர். போலவே அவர்கள் தடுத்தும் நிறுத்தப்பட்டனர், சுடப்பட்டனர், அதற்குப் பதிலடியாக வன்முறை வெடிக்க, 5 ஐரோப்பியர் இறந்தனர். பாரபட்சமற்ற ஒரு மதிப்பீட்டின்படி, பஞ்சாபிய வழிமுறைகளிலான தெளிவான வேறுபாடுகள், கூட்டத்தினரின் எதிர்வினைகள் குறித்த சாட்சியம் என்பவற்றை வைத்துப் பார்க்கையில், வன்முறை அரசாங்கத்தின் நடவடிக்கையால் நிகழ்ந்தது என்ற முடிவுக்கு வரமுடியாதிருப்பது சிரமம்.[23] அதே விட்டுக்கொடுக்காத உணர்வுடன், எந்தவிதமான ஆலோசனையுமின்றி, ஓ'டயர் மேலும் துருப்புகளை வரவழைத்தான். மறுநாள் பிரிகேடியர் ஜெனரல் ரெஜினால்ட் டயர் தலைமையில் அவர்கள் வந்து சேர்ந்தனர்-இந்த டயர் ஆளுநர் டயருடன் குழப்பிக் கொள்ளப்பட்டான். அமிர்தசரஸ் நகரெங்கிலும் கண்காணிப்பு மையங்களை நிறுவிய டயர், அனைத்து விதக் கூட்டங்களுக்கும் ஆர்ப்பாட்டங்களுக்கும் தடைவிதித்தான்.

ஜாலியன் வாலாபாக்கில் வீடுகள் சூழ்ந்த திறந்தவெளி ஒன்றில் ஞாயிறு 11 அன்று ஒரு கூட்டம் நடப்பதாகச் செய்தி வந்தது. அது பைசாகி விருந்து தினமும்கூட, பாக்கிலிருந்த ஆயிரக் கணக்கானோர், இந்த வசந்த விழாவைக் கொண்டாட கிராமங்களிலிருந்து அமிர்தசரஸுக்கு வந்தவர்கள். டயருக்கு இதுபற்றி ஒன்றும் தெரியாது. பாக் வந்து சேர்ந்த அவனது கவச வாகனம் நிற்க இடமில்லாதது கண்டு ஏமாற்றமடைந்தான். அதனை வெளியே நிறுத்திவிட்டு, இந்திய-கூர்க்கா துருப்புகளுடன் நுழைந்தான், உடனே கூட்டத்தினரை நோக்கிச் சுட உத்தரவிட்டான். அவர்தம் குண்டுகள் அநேகமாகத் தீர்ந்திருந்த நிலையில் துப்பாக்கிச் சூட்டை நிறுத்தச் செய்தான். அதன்பின் விலகிச் சென்றான்.

அக் கூட்டம் மிரட்டலை விடுக்கவில்லை, டயர் எந்த எச்சரிக்கையையும் தரவில்லை, குண்டுதான் செய்தித் தொடர்பாய்

இருந்தது. பிரதானமாக வெளியேறும் இடங்களில் டயரின் துருப்புகள் ஆக்கிரமித்திருந்ததால், இன்னொரு வெளியேறும் இடத்தில் கூட்டத்தினர் நெருக்கியடித்துத் திரண்டனர். துருப்புகளால் அங்கிருந்து நழுவிவிட முடியாது, போலவே கூட்டத்தினருக்கும் வேறுவழியில்லை. துப்பாக்கிச் சூடு முடிந்ததும், ஆயுதங்களைத் தோளில் போட்டு அவர்கள் திரும்பிச் சென்றனர். காயமடைந்தவர்களுக்குச் சிகிச்சையளிக்கப்படவில்லை, இறந்தோர் எண்ணப்படவில்லை. வேலை முடிந்ததும் டயர் கிளம்பிவிட்டான்.

பின்னர் நடந்த விசாரணை, ஜாலியன் வாலாபாக்கின் உள்ளே 1650 சுற்றுகள் சுடப்பட்டன, 1200க்கு மேற்பட்ட ஆண்களும் பெண்களும் குழந்தைகளும் படுகாயமடைந்தனர். 379 பேர் மடிந்தனர் (இன்னொரு நம்பகமான அறிக்கை 530 என்கிறது) என்ற முடிவுக்கு வந்தது. மற்ற பாதிப்புகளும் இருந்தன. அமிர்தசரஸில் ஒரு பிற்பகலில், பிரித்தானிய ஆட்சிக்கான தார்மிகப் பாவனை அம்பலமாகியிருந்தது; போருக்குப் பின்னர் சமாதான ஒத்துழைப்புக்கான நம்பிக்கையெல்லாம் படுகொலையின் சூறாவளியில் அடித்துச் செல்லப்பட்டுவிட்டன.

ராணுவ ஆட்சி திணிக்கப்படுமுன் படுகொலை நிகழ்ந்திருந்தது; பிற்பாடு நடத்திருந்தால் கூட டயரின் நடத்தை, எந்தவொரு ராணுவ விதியின் கீழும் காப்பாற்றப்பட முடியாததே. மேலும் விஷயத்தை மோசமாக்கிடும் வகையில், பின்னர் கேள்விக்குட்படுத்தப்பட்ட டயர், தன் நடவடிக்கையில் பெருமிதமடைந்ததாகத் தோன்றிற்று. அவனது நோக்கம், முந்தைய கொலைகளுக்குப் பழிதீர்த்துக் கொள்வது, பஞ்சாபில் வேறெங்கிலும் இத்தகு சம்பவங்கள் நடக்காதபடி ஓர் உதாரணத்தை நிறுத்துவது. இதனை நோக்கியே அவன் கைதிகளை அடித்து உதைத்திருந்தான், சமயங்களில் பொதுமக்கள் முன்னிலையில்; ஆங்கிலேய மத ஊழியப் பெண்மணி தாக்கப்பட்டதும், இந்தியர்களை வீதியில் இழுத்து வந்திருக்கின்றான். அவன் மட்டுமன்று. இதற்குச் சமமாக ஆத்திரத்தைத் தூண்டிவிடும் சம்பவங்கள் லாகூரில் நடந்தன- அங்கும் கொள்ளைத் தாக்குதல்கள் இருந்தன. குஜ்ரன்வாலாவில் நிலைமை கட்டுக்கடங்காமல் போனதும், ஆளுநர் ஓ'டயர் விமானத்தின் மூலம் நகர்மீது குண்டுகளை வீசச் செய்தான்.

இந்தியாவில் நீண்டகாலம் தங்கியிருந்த பிரித்தானிய குடும்பத்தைச் சேர்ந்தவன் டயர். சிம்லா அருகே ஒரு எரிசாராய ஆலையை நடத்தி வந்தது அக்குடும்பம்-1857லிருந்து அவனது நாட்டவரை

விடுதலைக்கு எண்ணத் தொடங்குதல்

தேசியவாத கோரிக்கை/எதிர்ப்பு	**ஆண்டு**	**பிரித்தானிய சலுகை/சீர்திருத்தம்**
	1880	வைஸ்ராய் ரிப்பன் கிராம நகராட்சிக் கழகங்களை அறிமுகப்படுத்தல்
	1881	நீதித்துறை சீர்திருத்தங்கள் இல்பெர்ட் மசோதாவுக்கு எதிரான
	1882	பிரித்தானிய பின்னடைவை ஏற்படுத்தல்.
	1883	
ரிப்பனுக்கு நெகிழ்ச்சியான பிரியாவிடை	1884	
முதலாவது இந்திய தேசியக் காங்கிரஸ்	1885	
	1892	**இந்திய கவுன்சில்கள் சட்டம்.** சட்ட மேலவைக்கு மறைமுகத் தேர்தல்கள் ஏற்கப்பட்டன.
	1893–94	
(கடும் பஞ்சங்கள் 1895–1900)	1895	
(கொள்ளை நோய் 1896–98)	1896	
வங்கப் பிரிவினைக்கு எதிராக **சுதேசி இயக்கம்.**	1905	கர்ஸானின் வங்கப்பிரிவினை.
	1906	பிரிவினை விலக்கப்படுதல்.
	1907	
திலகர் மீண்டும் கைதானதால் மராட்டியத்தில் பிரச்சினை	1908	
முதல் வெடிகுண்டுகள், படுகொலைகள்.	1909	**மார்லி-மிண்டோ** சீர்திருத்தங்கள்; சட்ட மேலவைகளில் அ
உறுப்பினர்கள்;	**1910**	
	1911–12	தனித்தனி இந்து-இஸ்லாமியத் தேர்தல் தொகுதிகள்.
	1913	
கதார் இயக்கம்	1914	
	1915	
லக்னோ ஒப்பந்தம். ஹோம் ரூல் லீக்	1916	**முதல்**
காந்தியின் முதல் சத்தியாகிரஹம்	1917	மாண்டகு உத்தேச அறிக்கை. **உலகப்போ**
	1918	
	1919	
அமிர்தசரஸ் படுகொலை	**1920**	**மாண்டகு செம்ஸ் ஃபோர்ட் சீர்திருத்தங்கள்**
கிலாஃபத் இயக்கம் (1920–23)	1921	
காந்தி சுயராஜ்ஜியத்திற்கு உறுதியளித்தல்	1922	நிதிசார்ந்த சுயாட்சி ஏற்கப்படல்
		ICS இல் இந்திய அலுவலர்களுக்கு வாய்ப்புகள் அதிகரிப்பு.
காங்கிரஸ் சைமனைப் புறக்கணித்தல்,	1928	
பூரண சுயராஜ்யம் கோருதல்;	1929	சைமன் கமிஷன்
சுதந்திரத்தை வரவேற்றல்	**1930**	ஆட்சிப் பகுதி தகுதியை இரவின் வழங்கல்
உப்புச் சத்தியாக்கிரஹம்	1931	**வட்ட மேசை மாநாடு**
1930–31 – 1932–33)	1932	காந்தி-இர்வின் ஒப்பந்தம், கூட்டாட்சி முன்மொழிவு மன்னர்களை ஈர்த்
	1933	
	1934	
	1935	
	1936	**இந்திய அரசாங்கச் சவட்டம்** தற்காலிக சுயாட்சி வழங்கல்.
	1937	
தேர்தல்கள்-7 மாகாணங்களில் காங்கிரஸ் அரசாங்கங்கள்	1938	
காங்கிரஸ் அமைச்சர்கள் ராஜினாமா	1939	
பாகிஸ்தான் தீர்மானத்தை லீக் நிறைவேற்றுதல்	**1940**	**இரண்டாம்**
யுத்த எதிர்ப்பு சத்தியாக்கிரஹம்	1941	**உலகப்போர்**
வெள்ளையனே வெளியேறு இயக்கம்.	1942	கிரிப்ஸ் குழு மெய்நிகர் சுதந்திரம் தருதல் ஆனால்
	1943	பாகிஸ்தானை ஆட்சேபிக்கத் தவறியது.
காந்தி-ஜின்னா பேச்சுவார்த்தை தோல்வி	1944	**சிம்லா மாநாடு.**
	1945	
	1946	
தேர்தல்கள்: காங்கிரஸ் வெற்றி, லீக் முன்னேற்றம்	**1947**	1948 இல் அட்லி பிரித்தானிய ஆட்சி முடிவை அறிவித்தல்
நேரடி நடவடிக்கை நாள், கல்கத்தா கொலைகள்		பாகிஸ்தான் பிரிவினைக்கு **மவுண்ட்பேட்டன்** ஒப்புதல்.
நேரு இடைக்கால பிரதமர்		**14-15 ஆகஸ்டு 1947**க்கு
சுதந்திரம்/பிரிவினை		நாளினை முன்னகர்த்தல்.

அலைக்கழித்து வந்திருந்த இனரீதியிலான அச்சம் அவனிடம் அங்கே படிந்திருக்கவேண்டும். தன் வரலாற்றினை அவன் நிச்சயமாக அறிவான். அவனது தண்டனைகள் கான்பூர் பழிவாங்கல்களிலிருந்து வெளிப்பட்டன, அவனது நடத்தை, 'பஞ்சாபைக் காப்பாற்றுதல்' என்னும் 1857களின் கருத்துகளால் தீர்மானிக்கப்பட்டிருந்தது; இப்போது போலவே அப்போதும் டெல்லி பிரச்சினைகளால் பாதிக்கப்பட்டிருந்தது. மேலும், வேறுபல பிரித்தானியரும் இதனையே உணர்ந்திருந்ததாகச் சீக்கிரமே தெரிய வந்தது. அதிகாரத்திலிருந்து டயர் விடுவிக்கப்பட்டாலும் தண்டிக்கப்படவேயில்லை. அப்படிச் செய்வது வெள்ளையரிடையே ஒரு சரிவை-இல்பர்ட் மசோதாவுக்கு ஏற்பட்ட எதிர்வினை போல ஏற்படுத்தியிருக்கும். மாறாக இங்கிலாந்தில் அவனுக்கு வெகுமதி கிடைத்தது. 'பஞ்சாபின் ரட்சகனாக' அவனது சார்பில் *morning post* இதழுக்கு சந்தா சேர்க்கப்பட்டு, 26000£ வரை திரண்டது. 'பேரரசின் பாதுகாப்பாளன்' என்னும் விருதுடன் பொன்முலாம் பூசிய வாள் ஒன்றும் அவனுக்கு வழங்கப்பட்டது.

டயரைக் கொண்டாடியது, பஞ்சாப் அதிகாரிகளின் ஒடுக்குமுறை போலவே அவ்வளவு குரூரமாக இந்தியர்களின் பார்வையில் இருந்தது. காங்கிரஸ் மற்றும் அரசாங்கத்தின் விசாரணைகள் நடந்துகொண்டிருக்க, அமிர்தசரஸ் படுகொலை விபரங்கள் மெதுவாக வெளிவந்தன. இந்திய பயங்கரத்தின் மூச்சுத் திணறல்கள் இந்திய-பிரித்தானிய ஏற்பின் உறுமல்களைக் கொண்டிருந்தன. இதுவரை மிதவாதிகளாய் இருந்தவர்களுக்கு அது ஒரு திருப்புமுனை. எடுத்துக்காட்டாக, தாகூர் தன் விருதினை மறுதலித்தார். டிசம்பர் 1919 காங்கிரஸ் மாநாடு காட்டிக் கொடுக்கப்பட்டதை எடுத்துக்காட்டும் வகையில், அமிர்தசரஸ் பக்கம் திரும்பியது; மிகப்பெரிய வெற்றிகரமான அலகாபாத் வழக்குரைஞரான மோதிலால் நேருவால் அது தலைமை தாங்கப்பட்டது-அமிர்தசரஸ் எதிர்ப்பாளர்களில் ஒருவர் சார்பாக வழக்கு நடத்த பஞ்சாப் வரவிருந்த அவருக்கு அனுமதி தரப்படவில்லை.

இதுவரையிலும் மோதிலால் குடும்பத்தைப் போல பிரித்தானிய ஆதரவு காட்டிய குடும்பம் எதுவுமில்லை. சட்ட வழிமுறை-மனிதாயம் சார்ந்த பிரித்தானிய லட்சியங்களை அந்த அளவுக்கு அவர் மதித்தார்; தன் ஒரே மகன் ஜவஹர்லாலை ஹாரோவிலுள்ள பள்ளிக்கும் கேம்பிரிட்ஜின் பல்கலைக்கழகத்திற்கும் அனுப்புமளவுக்கு, பிரித்தானிய-இந்திய ஒத்துழைப்பில்

எதிர்பார்ப்புகள் கொண்டிருந்தார். ஜவஹர்லால் திரும்பியதும் தன் நிந்தனைகளைக் கொட்டித் தீர்த்தார். பிரித்தானியர் மதிக்கத்தகாதவர் ஆயினர். அலகாபாத்திலிருந்த நேரு குடும்பத்தினரது ஆனந்த பவன் மாளிகையிலிருந்து ஐரோப்பிய மேசை நாற்காலிகள் அகற்றப்பட்டன. மோதிலால் *SavileRow* உடைகளை விடுத்து, காந்தியால் பரிந்துரைக்கப்பட்ட காதியை அணியத் தொடங்கினார். நேரு வம்சத்தினரால் தூக்கி எறியப்பட்ட ஆடைகள், டைகள், கழுத்துப்பட்டைகள், தொப்பிகள் எல்லாம் கொளுத்தப்பட்டன, 1917இல் பிறந்த பேத்தி இந்திராவின் ஆரம்பக்கட்ட ஞாபகமாக அது இருந்திருக்கும். சட்டத்திற்குப் புறம்பான நடவடிக்கையை இன்னும் எதிர்த்தாலும், மோதிலால் ஒத்துழையாமை இயக்கத்தில் இணைந்தார், வழக்குரைஞராகச் செயல்படுவதிலிருந்து விலகிக் கணிசமான தியாகம் புரிந்தார்.

பூரண சுயராஜ்ஜியம்

1920-2இல் சத்தியாகிரஹங்கள், சுதேசிப் புறக்கணிப்புகள், வேலை நிறுத்தங்கள் எனப் பெருந்திரள் போராட்டங்களின் உச்சத்தால் இந்தியா அதிர்ந்தது. கடைசியில் காந்தி உத்வேகமாக விளங்கினார். 1920இல் திலகர் இறக்கவும், காங்கிரஸில் மேலோங்கிய தலைவராகவும் ஆனார். அவரது தூண்டுதலால் அமைப்பு, மிக நிரந்தரமான, பிரதிநிதித்துவமுள்ள, திறன்மிகு நிறுவனமாயிற்று; பெருந்திரளினரைச் சேர்க்கும் வகையில் சந்தா தொகை குறைக்கப்பட்டது, செயற்குழு தலைமையில் குழுக்களின் புதிய கட்டமைப்பு உருவானது.தேசிய அளவிலும் மாகாண அளவிலும் அடிக்கடிக் கூட்டங்கள் நடந்தன. ரவ்லட் சட்டத்தின் நீக்கம், அதனையொட்டிய அதிக்கிரமங்களுக்கான நிவாரணம் ஆகியவற்றுடன் வேறு இரு பிரச்சினைகளில் எதிர்ப்பு குவிமையம் கொண்டது: மாண்டகு செம்ஸ் ஃபோர்டு சீர்திருத்தங்களால் கிடைத்த அரசியல் வாய்ப்புகள் மற்றும் கிலாஃபத் நிலைமை குறித்த இஸ்லாமிய அபிப்பிராயத்திற்கு நெருக்கமான துயரம்.

இஸ்லாமிய சட்டத்தின் பல வித்தகர்களைப் பொறுத்தவரை, மிக உயரிய அரசியல்-மத அமைப்பான கலீபா அலுவலகம், நீண்டகாலமாக பாக்தாதிலிருந்து கெய்ரோவுக்கும், அடுத்து கான்ஸ்டாண்டிநோபிள் மற்றும் துருக்கி ஆட்டோமான் சுல்தான்களுக்கும் சென்றது. எனவேதான் 1780களில் திப்புசுல்தான் தன் மைசூர் இறையாண்மையை அங்கீகரிக்க, கான்ஸ்டாண்டி நோபிளிடம் வேண்டியிருந்தார். ஜெர்மனியின் அணியினராகத்

துருக்கி முதல் உலகப் போரில் நுழைந்ததும், சில இந்திய முஸ்லீம்கள், தம் ஆன்மிகத் தலைவருக்கு எதிராக முஸ்லீம் துருப்புகள் பயன்படுத்தப்படுவதை ஆட்சேபித்தனர். எந்தவொரு சமாதான உடன்பாட்டிலும் கலீபா மதிக்கப்படுவார் என்று வற்புறுத்தி பிரித்தானியர் இந்த அச்சங்களைப் போக்கினர். இருப்பினும் யுத்தத்தின்போது சில கிலாஃபத் ஆதரவாளர்கள் சிறைக்காவலில் வைக்கப்பட்டனர். 1919இல் விடுதலை செய்யப்பட்ட இவர்கள், இந்திய அரசாங்கம் விரும்பவோ சமாதானப் போக்கில் செல்வாக்கு செலுத்த முடியாமலோ இருந்ததைக் கண்டு பயந்து, தங்களால் முடிந்த அழுத்தத்தங்களைத் தர முற்பட்டனர்.

நேடாலில் காந்தி முஸ்லீம்களுடன் நெருங்கிச் செயல்பட்டார். சுயராஜ்ஜியத்திற்கான போராட்டத்தில் இந்து-முஸ்லீம் ஒத்துழைப்பின் முக்கியத்துவத்தை உணர்ந்திருந்த அவர், கிலாஃபத்திய நோக்கத்தை, அந்த இலட்சியத்திற்கான வழிமுறையாக மேற்கொண்டார். ஒத்துழையாமை இயக்கத்தின் போராட்டம் ஒன்று ஏற்பாடு செய்யப்பட்டது; இஸ்லாத்தின் புனிதத் தலங்களின் மீதான கட்டுப்பாட்டை அரபிகளிடம் இழந்துவிடும் அளவுக்கு, கலீபா இழக்கநேரும் என 1920இன் செவ்ரெஸ் ஒப்பந்தம் வெளிப்படுத்தியபோது அது செயலில் இறங்கிற்று. பதக்கங்கள் திருப்பியளிக்கப்பட்டன, நியமனங்கள் நிராகரிக்கப்பட்டன, பள்ளிகள், அரசாங்க நிறுவனங்கள் புறக்கணிக்கப்பட்டன.

அத்துடன், மெக்காவிலிருந்து மெதீனாவுக்குத் தீர்க்கதரிசி ஓடியது போல, சுமார் 30,000 முஸ்லீம்கள் பஞ்சாபின் துரோகிகள் ஆட்சியிலிருந்து ஆஃப்கனின் இஸ்லாமிய சகோதரத்துவத்திற்கு ஓடினர். பெரும்பாலானவர்கள் காசின்றி, கசப்புணர்வுடன் திரும்பினர். இந்தியாவில் உத்தரவுகளுக்குப் பணிய மறுக்குமாறு முஸ்லீம் சிப்பாய்களை வற்புறுத்திய அவர்தம் சோதரர் கைதாகினர். இஸ்லாம் சார்ந்த பல பிரிவினரை ஒன்றிணைக்க இவ்வியக்கம் உதவிற்று; முஸ்லீம் சமூகத்தின் வறிய பிரிவினரை அரசியல்படுத்தவும் துணை நின்றது. காந்தியின் காரணமாக, பிரித்தானியருக்கு எதிரான ஒன்றுபட்ட இந்து-முஸ்லீம் அணி என்ற மனப்பதிவையும் தந்தது. ஆனால் நடைமுறையில், பொதுப் போராட்டத்தில் அல்லாமல் கூட்டுப் போராட்டத்தில் இந்துக்களும் முஸ்லீம்களும் ஈடுபட்டனர்; அவர்கள் சேர்ந்து இயங்கினார்கள் ஆனால் ஒன்றாக அல்ல.[24]

கலீஃபா பிரச்சினையில் தெரிவு செய்யப்பட்டது முஸ்லீம்களின் விசுவாசம் இந்திய இறையாண்மையின் மீதல்லாது, தாருல் இஸ்லாம் (இஸ்லாமின் உலகம்) என்னும் வெளிப்புற இறையாண்மை மீது இருந்தது. கூட்டு நடவடிக்கை தனக்கென்று ஒரு பந்தத்தை ஏற்படுத்தும் என காந்தி நம்பினார். காந்தியாலும் கிலாஃபத்காரர்களாலும் 1920களின் மத்தியில் தொடங்கப்பட்ட ஒத்துழையாமை இயக்கம், காங்கிரஸிடம் துரிதமாகப் பரவியது; பஞ்சாப் கொடுமைகள் குறித்த ஏற்கெனவே கொந்தளிப்பில் இருந்த அதன் உறுப்பினர்கள், நீண்டகாலம் தாமதிக்கப்பட்டிருந்த மாண்டகு செம்ஸ்ஃபோர்ட் சீர்திருத்தங்களைக் கடைசியில் பரிசீலித்தனர்.

அவை அரசாங்கத்தின் அனைத்து மட்டங்களிலும் இந்தியப் பிரதிநிதித்துவத்தை அதிகரிக்கச் செய்தன; அவை இரட்டையாட்சி எனப்படும் புதிய கொள்கையையும் அறிமுகப்படுத்தின; அதன்படி வேளாண்மை, சுகாதாரம், கல்வி, உள்ளாட்சிகள் போன்ற குறிப்பிட்ட பிரிவுகள் மத்திய அரசாங்கத்திலிருந்து மாகாண அரசாங்கங்களிடம் தரப்பட்டன. மாகாண அரசாங்கங்கள் இப்போது மாகாண மேலவை கவுன்ஸில்களிலிருந்து தெரிவு செய்யப்பட்டு, அவற்றிற்குப் பொறுப்பாயுள்ள அமைச்சர்களை வேண்டியிருந்ததால், இரட்டை ஆட்சி என்பது இந்தியரின் கட்டுப்பாட்டுக்குள் இவை வந்துவிட்டதை அர்த்தப்படுத்தியது -ஆளுநரின் ரத்து அதிகாரம் தவிர்த்து என்பது இங்கு குறிப்பிடத்தக்கது. அத்துடன், வைஸ்ராயின் செயற்குழுவிற்கான இந்தியப் பிரதிநிதித்துவம் ஒன்றிலிருந்து மூன்றாகியது; அவரின் சட்ட மேலவை இரு அறைகள், ஒன்று சட்டமன்றமாயும் இன்னொன்று அரசின் கவுன்ஸிலாகவும் கொண்டிருந்தது; இரண்டும் பெரும்பாலான தேர்ந்தெடுக்கப்பட்ட உறுப்பினர்களைப் பெற்றிருக்கும்- ஆனால் வைஸ்ராய் உயரிய அதிகாரத்தைத் தக்கவைத்துக்கொண்டார்.

யுத்தத்திற்கு முன் இச்சலுகைகள் பரபரப்பை உண்டு பண்ணியிருக்கும், ஆனால் 1921இல் அவை ஏற்கும்படியாயிருந்தன. இந்தியாவின் யுத்த காலப் பங்களிப்பை அங்கீகரிக்கும் வகையில், வெர்ஸெய்ல்ஸில் நடந்த சமாதான மாநாட்டுக்கு அது பிரதிநிதிகளை அனுப்பியதுடன், ஐக்கிய நாடுகள் அவையில் பதிவுபெற்றது. முழுமையான தேச அடையாளத்திற்கான அதன் தாகம் தீரும்வரையில், நீர்த்துப்போன அரசியல் அமைப்புச்சட்ட சலுகைகளால் பயனில்லை. காந்தியின் வற்புறுத்தல் காரணமாகவே, புதிய சீர்திருத்தங்களுக்கு நன்றி

பாராட்டுதல் காங்கிரஸிடமிருந்து வெளிப்பட்டது-அது நன்றியை விடவும் கொள்கை சார்ந்திருந்தது. அமிர்தஸரஸுக்குப் பின் பெரும்பாலான காங்கிரஸாருக்கு இருந்தது போலவே, இரட்டையாட்சி (*dyarchy*), டயரின் ஆட்சிக்கான (*Dyer-archy*), நொண்டிச் சமாதானமாகவே இருந்தது. மேலும் ஆளுநர்களுக்கும் வைஸ்ராயுக்கும் ஒதுக்கப்பட்டிருந்த கூடுதல் அதிகாரங்கள், சுயாட்சியை நிராகரித்தன. வழங்கப்பட்டுள்ள புதிய இடங்கள்-பொறுப்புகளைப் பொறுத்தவரை அவை, ஒத்துழையாமை இயக்கத்தின் புத்தலையை காங்கிரஸ் ஆதரிக்கவே, கைவிடுவதற்கான இலக்குகளாகவே இருந்தன.

செப்டம்பர் 1920 கல்கத்தா கூட்டத்தில், பெரும்பான்மை காங்கிரஸாரை, புறக்கணிப்பின் புதுத்திட்டத்தை ஏற்குமாறு செய்த பலப்பரீட்சையில் காந்தி சொற்ப வெற்றிபெற்றார். டிசம்பரில் தேர்தல்கள் நடந்தபோது, பல்வேறான அதிருப்திக் குழுக்கள் வெற்றிகரமாகப் போட்டியிட்டன. இன்னும் கடுமையான நிலைப்பாட்டை மேற்கொள்ள காங்கிரஸ் ஆயத்தமாயிருந்தது. துளிகூட வெற்றிக் களிப்பின்றி காந்தி ஓராண்டுக்குள் சுயராஜ்ஜியத்திற்கு வாக்குறுதி அளித்திருந்ததால் ஒத்துழையாமைக்கான ஆதரவு ஒவ்வொரு மட்டத்திலும் ததும்பி வழிந்தது.

1921இல் அரசுமுறைப் பயணம் மேற்கொண்டிருந்த வேல்ஸ் இளவரசர் (எதிர்கால எட்டாம் எட்வர்ட்), புறக்கணிப்பு முழுவீச்சில் இருந்ததால், காலியாகவும் நிசப்தமாகவும் இருந்த வீதிகளின் வழியே வலம் வந்தார். விவசாயிகளின் குறைபாடுகளை வற்புறுத்தி, உ.பி.யிலும் பிற இடங்களிலும் சாகுபடியாளர்கள் குடியானவர்கள் சங்கங்களை ஏற்படுத்திடப் பேரணிகள் நடத்தினர். பம்பாயிலிருந்து வங்காளம் வரையிலான தொழிலாளர்கள் வேலை நிறுத்தங்கள் மேற்கொண்டு, தொழிற்சங்கங்களை அமைத்தனர். குறுகிய சிறைவாசம் மேற்கொண்ட ஆயிரக் கணக்கானவர்களில் இரண்டு நேருகளும் அடங்குவர்.

காந்தியால் வாக்குறுதியளிக்கப்பட்டு நிறைவேற்றப்படாமல் சுயராஜ்ஜியம் இருக்க 1921ஆம் ஆண்டு அது நிறைவுற்றது. அது நிலவரத்தின் கட்டுப்பாட்டினை அவர் இழந்து கொண்டிருந்ததாகத் தோன்றியது. சத்தியாகிரஹத்தைப் போலவே, சுயராஜ்ஜியத்தையும் அவர் தனிப்பட்டதும் தேச அளவிலானதுமான ரீதியில் விளக்கினார். இதனைச் சுயக் கட்டுப்பாடு/தற்சார்பு/சுயாட்சி என மொழிபெயர்க்கலாம். மேற்கின் பொருண்மை வாதத்திலிருந்து

சித்தாந்த விடுதலை, அகத்தின் ஆதிக்கம் ஆசையின் வன்முறையிலிருந்து தனிப்பட்ட விடுதலை பெறுவதன் மூலம், உற்பத்தியானதும் இறக்குமதியானதுமான பொருள்களைச் சார்ந்திருப்பதிலிருந்து பொருளாதார விடுதலை பெறுவதில் அரசியல் விடுதலை அமைந்துள்ளது. நூற்றல், தேசமெங்கும் சர்க்காக்களை விநியோகித்தல், காதி உடுத்துதல் என்னும் அவரது பீடிப்பு, கொந்தளிப்பான காலகட்டத்தில் விசித்திரமாகப் பலருக்குத் தோன்றியது. ஆனால் காந்தி அதில் மிகவும் ஆழ்ந்த-உலகளாவிய புத்தெழுச்சியின் ஒழுங்கினைக் கண்டார். சுருக்கமாகச் சொல்லுவதானால், ஒவ்வொருவரையும் போலத் தனக்கென்று அவர் ஒரு நிகழ்ச்சி நிரலை வைத்திருந்தார். கிலாஃபத் இயக்கத்தினர் சர்வதேச இஸ்லாமின் பிறைநிலவை நோக்க, இந்தியாவின் முதல் கம்யூனிஸ்டுகள் மார்க்ஸிய சுத்தியலை உயர்த்த, நேரு போன்ற சோஷலிஸ்டுகள் கிஸானின் அரிவாளைக் கையில் எடுத்தனர். இந்து புத்துயிர்ப்பாளர்கள் சுயராஜ்ஜியத்தை ராமராஜ்ஜியமாகக் காண, சீக்கியர்கள் கால்ஸாவின் (தூய்மை) ஆட்சிக்குத் திரும்புவதாக, ஒவ்வொரு சாதியையும் மொழியையும் முன்னெடுத்துச் செல்வதற்கான சந்தர்ப்பமாகப் பார்த்தன. இதற்கிடையே காந்தி மானுட மீட்பில் தன் பார்வையைப் பதித்தார்.

1922ஆம் வருடத்தின் ஆரம்பத்தில் இயக்கத்திற்கான மறு குவிமையமாக, புதிய ஒத்துழையாமைத் திட்டத்தை அறிவித்தார்; குஜராத்தின் பர்தோலியில் தொடங்குவதாக இருந்த அது, வரிகொடாமையை இறுதி உத்தேசமாகக் கொண்டிருந்தது. சிறைப்பட்டிருந்த செயல்பாட்டாளர்கள் ஓர் உச்சக்கட்டத்தை உணர்ந்தனர்; பெரும் பலப்பரிட்சைக்கு இந்தியா தன்னை ஆயத்தப்படுத்திக்கொண்டிருந்தது. பின்னர் காந்தி அதனைத் திரும்பப் பெற்றார். இந்து-முஸ்லீம் ஒத்துழைப்பு ஏற்கெனவே ஓரங்களில் நசிந்து கொண்டிருந்தது. புதிய சீர்திருத்தங்களாலும் காந்தியின் உதவாத உத்திகளை எதிர்த்தும் எம்.ஏ.ஜின்னா காங்கிரஸிலிருந்து வெளிநடப்பு செய்தார்; தொலைதூரக் கேரளத்தில் கோழிக்கோடு-கண்ணனூரின் மாப்ளாக்கள் (மலபார் கடற்கரையில் வந்திறங்கிய முதல் அரபிகளின் சந்ததியினராகத் தம்மைக் கூறிக் கொள்வோர்) இந்துக்களுக்கும் ஐரோப்பியருக்கும் எதிராகப் போராடினர்; வடக்கில் ஆரிய சமாஜம் போன்ற இந்து புத்துயிர்ப்பு இயக்கமான, மதன்மோகன் மாளவியாவின் மகாசபா, இந்து ஞானஸ்நான வடிவில் முஸ்லீம்களை மதமாற்றுவதாகக் கூறப்பட்டது. அப்போது உ.பி.யில் வன்முறைத் தாக்குதலில், ஒரு காவல் நிலையத்தில் 22 இந்தியக் காவலர்கள் எரிக்கப்பட்டதாகச்

செய்தி வந்தது. காந்திக்கு அது கடைசித் துரும்பாக இருந்தது. இந்தியா சுயாட்சிக்கு ஆயத்தமாயில்லை. தன் சர்க்காவிடம் ஒதுங்கிய காந்தி, கடந்தகாலத் தூண்டிவிடல்களுக்காகக் கைதானார், அத்துடன் குற்றத்தை ஒப்புக்கொண்டார். அதற்காக ஆறாண்டுகள் தண்டனையும் பெற்றார்; என்றாலும் அதனை மிகவும் தவமாகவே கருதினார்.

ஒரு பாதி விரக்தியாலும் ஒருபாதி பேராசையாலும் அதே ஆண்டில், மோதிலால் நேருவும் பிறரும், புதிய சீர்திருத்தங்களை வரம்புகளை மேலும் அம்பலப்படுத்த வேண்டும் என்றும் அமைப்புக்குள்ளிருந்தே சுயராஜ்ஜியத்தை முன்னெடுக்க வேண்டும் என்றும் காங்கிரஸில் வாதிட்டனர். 'சுயராஜ்ஜியவாதிகள்' என்றறியப்பட்ட இக் காங்கிரஸார், தேர்தலில் நின்றனர், பொறுப்புகள் வகித்தனர், அரசாங்க இயக்கத்தை மேற்கொண்டனர். ஆனால் ஆளுநர்கள்-வைஸ்ராயிக்கு இருந்த கூடுதல் அதிகாரங்களால் அடக்கி ஆளப்பட்டதால், அவர்தம் உத்வேகம் தணிந்து, மேலும் ஒத்துழைப்பு பாணிக்குச் சென்றுவிட்டனர்.

1923இல் பல காங்கிரஸார் தம் எதிர்ப்பை நிறுத்தியிருந்தனர், முஸ்லீம் கிலாஃபத் இயக்கத்தினர் தம் இந்து சகாக்களால் காட்டிக் கொடுக்கப்பட்டதாக உணர்ந்துகொண்டிருந்தனர். கலீபாவிடமிருந்தே அவர்களுக்கு ஒரு மோசமான காட்டிக் கொடுத்தல் காத்திருந்தது. 1924இல் துருக்கியரான கெமால் அதாதுர்க் கடைசி ஆட்டோமான் சுல்தானை தூக்கி எறிந்தபோது, கலீபா அமைப்பையே ஒழித்துவிட்டார். முன்னெப்போதையும் விட இப்போது இந்திய முஸ்லீம்கள் மிகத் தனிப்பட்டதாக உணர்ந்தனர். குறிப்பிடத்தக்க ஒருவரின் வார்த்தைகளில் குறிப்பிடுவதானால், 'போவதற்கு இடமின்றி அவர்கள் உடுத்தி ஆயத்தமாயிருந்தனர்... கலீபாவின் பிறைநிலவில் தம் வாகனத்தை மாட்டியிருந்தனர், அது அவர்களைத் தோட்டத்துப் பாதையில் இழுத்துச் சென்றது'[25] இக்கசப்பான அனுபவத்திற்குப் பிறகு, தனியொரு பிரச்சினையில் அனைத்திந்திய முஸ்லீம் உணர்வோட்டம் ஒன்றுபடுவதற்கு ஒரு தசாப்தத்திற்கும் மேலாகியது. அப்போது ஜின்னா முஸ்லீம் லீக்கில் சேர்ந்திருந்தார், இந்திய தாருல் இஸ்லாமிய லட்சியம் கலீபா அமைப்பை இடம்பெயரச் செய்திருந்தது.

காந்தி சிறையில் வாடிக் கொண்டிருக்க, ராஜேந்திர பிரசாத் போன்ற அவரது சீடர்கள், அரசாங்க அலுவலகங்களைத் தொடர்ந்து புறக்கணித்தனர், தலைவருடைய அபிமான சமூகத் திட்டங்களில் குவிமையம் கொண்டனர். 1925லிருந்து,

‘தீண்டத்தகாதவர்’ எனச் சம்பிரதாய ரீதியில் கருதப்பட்டு வந்த இந்துச் சமூகத்தின் அடித்தட்டு மக்களின் கல்வி மற்றும் அவர்களை ஆதரித்தலை இத்திட்டங்கள் சேர்த்துக்கொண்டன. இதற்கிடையே இரு காங்கிரஸ் குழுக்களிலிருந்தும் ஜின்னா விலகியே இருந்தார். இந்து-முஸ்லீம் மோதலைக் குறிக்கின்ற இந்தியத் தொடர் ‘சமுதாயப் பிரச்சினை’ மோசமானது; 1926இல் கல்கத்தா கலவரங்களில் நூற்றுக்கும் மேற்பட்டோர் இறந்தனர்.

தேசியவாத எழுச்சியின் இந்நிகழ்வுகளால் மகிழ்வடைய முடியாத பிரித்தானியர்கள், இரு நீண்டகாலக் குறைகளை நீக்கினர்: இந்திய ஆட்சிப் பணிக்கான வழிவகையும் ராணுவத்தில் அலுவலர் பயிற்சிக்கான வழிவகையும், இந்திய விண்ணப்பதாரர்களுக்கு எளிதாக்கப்பட்டது; இந்தியாவின் நிதி சுயாட்சியை நிறுவி, வடிகால் கோட்பாட்டின் விமர்சனம் இல்லாமல் செய்யப்பட்டது. இறக்குமதித் துணிகளின் மீதான வரி உடனே உயர்த்தப்பட்டது, லங்காஷயர் உற்பத்திப் பொருள்கள் அனுபவித்து வந்த சலுகைகள் இதன்மூலம் நீக்கப்பட்டன. ‘பிரித்தானியர் இன்னும் இந்தியாவில் அதிகப் பொருளாதார ஆர்வம் கொண்டிருந்தனர், ஆனால் வரிப் பொருளாதாரம் நிறுவப்பட்டது, பழைய பொருளாதார ஏகாதிபத்திய தினங்கள் ஓய்ந்துபோயின.’[26]

அரசியல் முன்னேற்றங்கள் மேலும் விவாதத்திற்குரியனவாகவே இருந்தன. மாண்டகு-செம்ஸ்ஃபோர்ட் சீர்திருத்தங்கள், பத்தாண்டுகளுக்குள் பொறுப்பான அரசாங்கத்தை நோக்கிய முன்னேற்றம் மற்றும் மதிப்பீட்டுக்கான பிரிவைக் கொண்டிருந்தன. ஆகவே 1928இல் சர்ஜான் சைமன் தலைமையிலான பாராளுமன்ற கமிஷன், நிலவரத்தை ஆராய்ந்து முன்மொழிவுகளை வழங்க வந்தது. ‘கவனக்குறைவு’ எனச் சிலவேளைகளில் குறிப்பிடப்படுவது போல, இதில் இந்தியர் ஒருவர்கூட இடம்பெறவில்லை. ஃபோர்ட் சீர்திருத்தங்களிலேயே அனுதாபம் இன்றி இருந்தது. இந்தியாவெங்கிலுமிருந்த மோசமான ஆணையாளர்களைப் பெரும் ஆர்ப்பாட்டங்கள் வதைத்தன. காங்கிரஸ் அவர்களைப் புறக்கணித்தது; உடல்நல அடிப்படையில் விடுவிக்கப்பட்ட காந்தி, கடைசியில் அரசியல் களத்திற்குத் திரும்பினார்.

எல்லாம் தோற்றிருக்க பெரும்பாலான தேசியவாதிகள் ஏற்றுக்கொண்ட ஒரு பிரச்சினையில் ஒன்றுபட்டனர். சைமன் அறிக்கையை எதிர்பார்த்திருந்த காங்கிரஸ், அனைத்துக் கட்சிகள் மாநாட்டிற்கு அழைப்புவிட்டது-இந்திய காமன்வெல்த்திற்கு கனடா/ஆஸ்திரேலியா அனுபவிப்பதற்குச் சமமான, ஆட்சித்

தகுதியைக் கோரியது. 1928 இறுதியில் இளைஞரான ஜவஹர்லால் நேரு, பூர்ண சுயராஜ்ஜியம் கோரி காங்கிரஸில் ஒரு தீர்மானத்தை முன்வைத்தார். அதற்குச் 'சுதந்திரம்' என்று பொருள். டிசம்பர் 1929 மாநாட்டில் 'புரட்சி நீடூழி வாழ்க' முழக்கங்களுடன் மூவண்ணக் கொடி பறக்கவிடப்பட்டது; பிரித்தானிய ஆட்சியை எதிர்த்துப் பூர்ண சுயராஜ்ஜியத்தை உறுதிப்படுத்திட அனைவரும் சபதம் மேற்கொண்ட முதல் சுதந்திரத் தினம் ஜனவரி 26, 1930இல் கொண்டாடப்பட்டது.

மூவண்ணக் கொடி இன்னும் இந்தியாவின் கொடியாக இருக்கிறது, சுதந்திரத்திற்கு இன்னும் பதினேழு ஆண்டுகள் காத்திருக்க வேண்டியிருந்தாலும், ஜனவரி 26 இன்னும் கொண்டாடப்படுகிறது. ஆனால் நகைமுரணாக, காங்கிரஸின் இவ்வரலாற்றுக் கூட்டம், லாகூரில் நடந்தது-பாகிஸ்தானைச் சேர்ந்த நகரில்-கேந்திர முக்கியத்துவமான காரணங்கள் இல்லாதிருந்தால், அதன் தலைநகராக ஆகியிருக்கும். புதிய கொடியிலுள்ள பசுமை இஸ்லாத்திற்கு, காவி இந்துக்களுக்கு. ஆனால் அதற்கும் முஸ்லீம் லீக்கிற்கும் தொடர்பில்லை. தனி முஸ்லீம் தேர்தல் தொகுதியை அனைத்துக் கட்சிகள் மாநாடு நிராகரிக்கவே ஜின்னா வெளிநடப்பு செய்தார். இந்தப் பாதுகாப்புகள் இல்லாவிடில், புரட்சியும் உள்நாட்டுப் போரும் நிகழும் என்றார். மிரட்டலாக இருந்த அவரது வார்த்தைகள் தீர்க்கதரிசனத்தைக் கொண்டிருந்தன. அடுத்துவந்த தசாப்தங்கள், துணைக்கண்டத்தின் எதிர்கால அரசியல் கட்டமைப்பைத் தீர்மானிக்கும் அளவுக்கு, பிரித்தானியரை வெளியேற்றுவதும் பின்-காலனிய உலகுடன் ஒத்திசைந்து செல்வதுமாக இருந்தன.

19

நள்ளிரவில் மணி அடிக்கையில்

1930–48

தடைகளைத் தாண்டுதல்

சால்வையும் வேட்டியும் அணிந்து, நீண்ட கையில் மெல்லிய கம்பிருக்க, மகாத்மா காலனிய எதிர்ப்பில் மிகவும் கவனிக்கப்படக்கூடியவராக ஆனார். அவரின் மெலிதான பருத்தித் துணிகள், அகிம்சையின் தற்காப்பற்ற அபோஸ்தலரை அடையாளப்படுத்த, அவரின் கைத்தடி தேசிய உரிமைகளின் வளையாத வீரனை அறிவித்தது. ஆனால் அரை நிர்வாண காந்தி, இந்தியப் போராட்டத்தை உலகத்திடம் விழிப்புணர்வுகொள்ள வைத்தாரெனில், சுதேசியாக இருந்தாலும் நேர்த்திமிக்க ஆடைகளிலிருந்த ஜவஹர்லால் நேருதான் உலகப் போராட்டம் சார்ந்து இந்தியாவைத் தட்டியெழுப்பினார்.

1927இல் ஐரோப்பியப் பயணத்தின்போது ஜவஹர்லால் நேரு பிரஸ்ஸல்ஸில் நடந்த ஒடுக்கப்பட்ட தேசிய இனங்களின் மாநாட்டில் கலந்துகொண்டார், ஏகாதிபத்தியத்திற்கு எதிரான லீக்கின் செயற்குழுவுக்குத் தேர்வுசெய்யப்பட்டார். ரஷ்யப் புரட்சியின் 10வது ஆண்டு தின விழாவையொட்டி மாஸ்கோவுக்கு அழைக்கப்பட்டார். கேம்ப்ரிட்ஜ் நாள்களிலிருந்து சோஷலிஸவாதியான அவர், பிரித்தானிய தொழிலாளர் கட்சியுடன் ஏற்கெனவே நெருங்கிய தொடர்பில் இருந்தார், சர்வதேச மார்க்ஸியத்தில் சேர்ந்திடும் வாய்ப்புள்ளவராகத் தோன்றினார். 1930இல் காங்கிரஸ், முழு விடுதலைக்கான கோரிக்கையில் பின்வாங்காதிருக்குமாறு செய்து, ஒத்துழையாமையின் புதுத்திட்டம் ஒன்றை மேற்கொள்ள வைத்து,

சர்வதேச நிலைமை எப்படி மாறிக்கொண்டிருந்தது என்று கூர்மையாகக் கவனித்துக்கொண்டிருந்தார்.

ஆசியாவின் பிற இடங்களிலும் காலனியத்திற்கு எதிரான போராட்டம் இறுதிக் கட்டத்தை நெருங்கிக்கொண்டிருந்தது. சந்தேகத்திற்கிடமின்றி வசீகரமுள்ள இன்னொரு இளந்தலைவரான சுகர்ணோ, கிழக்கிந்தியத் தீவுகளில் இந்தோனேஷியாவில் நெதர்லாண்ட்ஸுக்கு சவால்விட்டுக்கொண்டிருந்தார். இந்திய தேசிய காங்கிரஸ் போலவே, இந்தோனேஷியா தேசியவாத கட்சி (PNI) முழு விடுதலை கோரி அளப்பரும் ஆதரவைப் பெற்றிருந்தது. 1930இல் வன்முறையைத் தூண்டிவிட்டதற்காக விசாரணைக்குள்ளானபோது, அந்த யுகத்தின் முக்கியத்துவமிக்க உரைகளில் ஒன்றினை நிகழ்த்திட, அச் சந்தர்ப்பத்தைப் பயன்படுத்திக்கொண்டார். ‘சேவல் கூவுவதால் சூரியன் எழுவதில்லை, சூரியன் எழுவதால் சேவல் கூவுகிறது’ என்றார். காலனிய ஆதிக்கத்திலிருந்து விடுதலை பெறுவது வரலாற்று ரீதியில் தவிர்க்க முடியாதது, ஆசிய மக்கள் விழிப்புணர்வடைந்தது தடுத்திட முடியாத நிகழ்வேயொழிய, அவர்தம் தலைவர்களது கண்டுபிடிப்பல்ல. நேரு இதனை விடவும் மேலாக முன்வைத்திருக்க முடியாது. லாகூருக்கு வெளியே ரவி நதிக்கரையில், 1930 புத்தாண்டு இரவின் நள்ளிரவு வேளையில், இந்தியாவின் புதுக் கொடிக்கு வணக்கம் செலுத்தினார். அந்த தசாப்தத்தின் விடியல், ஆசியாவெங்கிலும் விடுதலை மற்றும் ஈடேற்றத்தின் பிரமிப்பூட்டும் சகாப்தத்தை முன்னுணர்த்தியது, ‘நிலவு ஒளிரும் இரவில் கேட்கும் தொலைதூர இன்னிசைபோல, அது கொண்டுள்ள வாக்குறுதியை எங்களால் கேட்கமுடிகிறது’ எனத் தன் ஆதரவாளர்களிடம் சுகர்ணோ கூறினார்.

மஞ்சூரியாவில் ஏற்கெனவே விடிந்திருந்தது. ஆசியப் பகுதியில் ஜப்பானிய ஆக்கிரமிப்புகளின் தெற்குநோக்கிய தடத்தில் பரந்த ‘உதயசூரியன்’, கடைசியில் சுகர்ணோவின் இந்தோனேஷியாவை வளைத்து, நேருவின் இந்தியாவுக்கும் வந்து சேர்ந்தது. சமயங்களில் இன்னொரு ஹாங்காங் என்றறியப்பட்ட, கடற்கரைத் துணை நிலையம் வெய்ஹாய்வெய்யில் யூனியன் ஜாக்கை பிரித்தானியர் இறக்கிய வேளையில், குறைந்தபட்ச விளம்பரத்துடன், வடசீனாவில் 1930இல் காலனிய நீக்கத்திற்கான முதல் ஒத்திகை நடந்தது. அமெரிக்க சுதந்திரப் போருக்குப் பின் முதல்முறையாக தேசியவாத அரசாங்கத்திடம் பிரதேசத்தை அவர்கள் ஒப்படைத்தனர். அதே ஆண்டு ஹாங்காங்கில் க்யூவென் அய் க்வோக் தலைமையிலான வியட்னாமிலிருந்து நாடு கடத்தப்பட்டவர்களின் ஒரு குழு,

இந்தோ-சீன கம்யூனிஸ்ட் கட்சியை நிறுவியது. இக்கட்சி பிரெஞ்சு எதிர்ப்பு வியட்னாமில் பிரதான அங்கமானது, பத்தாண்டுக்கால தலைமறைவு வாழ்க்கைக்குப் பின் க்யூவென் அய் க்வோக், ஹோஸிமின்னாக எழுந்து வந்தார்.

தேசியவாதிகளுக்குப் பெரும் நம்பிக்கைகளைக் கொண்டிருந்த 1930, ஏகாதிபத்திய அரசுகளுக்குத் தாம் பிரதிநிதித்துவப்படுத்தும் மொத்த உலகம் குறித்த பெரும் சந்தேகங்களால் இருண்டிருந்தது. மலேயாவில் பொருளாதார வீழ்ச்சி, ரப்பருக்கான தேவையைக் குறைத்துவிட, தமிழ் கொத்தடிமைகள் இந்தியாவுக்குத் திருப்பி அனுப்பப்பட்டனர், ஐரோப்பியத் தோட்டத் தொழில் மேலாளர்கள் தாயகம் திரும்புவதற்கான பணத்திற்குப் பிச்சை எடுத்தனர். இந்தியாவின் முதலாளிகளும் மோசமாகப் பாதிக்கப்பட்டனர், ஏற்றுமதி சார்ந்திருந்த சணல் தொழில் குறிப்பிடத்தக்க பாதிப்பிற்குள்ளானது. லண்டனிலும் நியூயார்க்கிலும் நிலவரம் மேம்பட்டதாயில்லை. 1929இல் சந்தைகள் நிலைகுலைந்தன; 1930இல் பெரும் மந்தநிலை கடுமையாகப் பாதித்தது. நாட்டியக் கூடங்கள் சமையலறைகளாயின, தொழில்மயமான உலகின் வீதிகளில் வேலையற்றோரின் சீற்றமிக்க படையினர் நிறைந்திருந்தனர். தேர்ந்தெடுக்கப்பட்ட அரசாங்கங்கள் நடவடிக்கைகளை மேற்கொண்டன. தாயகத்தில் சமூகச் செலவினம் பெரும் முன்னுரிமை பெற்றது; பிரிட்டனின் தொழிலாளர் கட்சியைப் போல, இதனை முன்னெடுத்துச் சென்ற நாயகர்கள், உலகின் பாதுகாப்புச் செலவினத்தை விமர்சித்து, ஏகாதிபத்தியத்தின் கலைதல் கண்டு கதகதப்படைந்தனர். மேற்கத்திய முதலாளித்துவம் நெருக்கடியில் இருந்தது; அப்படியே அது ஆதரித்த காலனிய அமைப்பும். 1930களுக்குப் பிறகு ஆசியாவின் மேற்கத்திய பேரரசுகள் சரியத் தொடங்கின. மூன்று தசாப்தங்களுக்குள், வியட்நாமை ஆக்கிரமித்திருந்த அமெரிக்கா தவிர்த்து அனைத்தும் ஆசியாவிலிருந்து வெளியேறின.

நேரு போன்ற சர்வதேசியவாதிகள் தடைகளைத் தாண்டத் துடித்தனர். ஆனால் ஆன்மிகத் தன்மை மிகுந்த காந்தி, வரலாற்றின் அணிவகுப்பைப் பொருட்படுத்தாது, இக்கொந்தளிப்பான காலகட்டத்திலிருந்து விலகியிருந்தார். அவரைப் பொறுத்தமட்டில், 1920 நூற்பினைக் குறிப்பிட்டால், 1930 உப்பினை அர்த்தப்படுத்திற்று. நேரு நம்பிக்கை இழந்திருந்தார். 'உப்பு திடீரென மர்மமிக்க வார்த்தையானது, அதிகாரமிக்க வார்த்தையானது... தேசியப் போராட்டத்தில் உப்பினைக் கொண்டு பொருந்திப்போக முடியாமல் திண்டாடினோம்'[1]

சைமன் கமிஷன் மத்திய அரசாங்கத்தில் மாற்றம் எதனையும் பரிந்துரைக்கவில்லை; அனைத்துக் கட்சிகள் மாநாடு மற்றும் மோதிலால் நேரு தயாரித்த அரசமைப்புச் சட்ட அறிக்கை கோரிய ஆட்சிப்பகுதி தகுதிநிலை பற்றிக் குறிப்பிடவே இல்லை. சொட்டுச் சொட்டாக விழும் சலுகைகள் கூட வறண்டு போயின; எனவேதான் புதிய காங்கிரஸ் முழு விடுதலையைக் கோரியது; மேலும் இன்னொரு செயல்திட்டத்தை மேற்கொள்ள காந்திக்கும் நேருவுக்கும் உரிமையளித்தது.

ஆனால் காந்தி முதலில் வைஸ்ராய் இர்வின் பிரபுவிடம் நேரடியாகக் கோரிக்கை வைத்தார். நிலவருவாய்ப் பகுதியாகக் குறைக்கப்பட வேண்டும், ரூபாய் மதிப்பை நிலைப்படுத்த வேண்டும், மது விலக்கப்படவேண்டும், இந்தியத் துணி பாதுகாக்கப்பட வேண்டும், உப்புவரி ஒழிக்கப்படவேண்டும், அரசியல் கைதிகள் விடுதலை செய்யப்பட வேண்டும் போன்றவற்றை வற்புறுத்தினார். இத்தகு தொகுப்பை இர்வின் வழங்கிவிடுவார் என யாரும் எதிர்பார்க்கவில்லை. மகாத்மாவின் கருணையின் சிமிட்டலில் உறுதிமிக்க தந்திரம் ஒளிந்திருந்தது. பெருந்திரளினர் கோரிக்கையைச் சோதித்துப் பார்த்தார். 1930 பிப்ரவரியில் புதிய போராட்டத்தின் குவிமையமாக உப்பு விளங்கியது. வரியில்லாமல் உப்பினைப் பெறவேண்டும் என்னும் பெயரில் பெருந்திரளினரின் ஒத்துழையாமை இயக்கம் தொடங்கப்பட இருந்தது.

மரபு வழியில் கடற்கரை உப்பளங்களில் தயாரான உப்பு, உள்நாட்டில் விற்பனையானது. மொகலாயர் காலத்திலிருந்து, குறைந்தபட்சம், உப்பு உற்பத்தி அரசின் ஏகபோகமாகக் கருதப்பட்டு, வரிவிதிப்புக்குள்ளாகியிருந்தது. பதினெட்டாம் நூற்றாண்டில் கிழக்கிந்தியக் கம்பெனி ஊழியர்கள், உள்ளூர் வரி விதிப்பிலிருந்து தங்களுக்கு விலக்குண்டு எனப் பேரரசர் ஃபரூக்ஸியரின் ஆணையை எடுத்துக்காட்டினர். இவ்விலக்கினைத் தம் முகவர்களுக்கு நீடித்து, பிளாஸ்ஸிப் போருக்கு முன்னேயே, வங்காளத்தில் உப்பு வணிக ஏகபோகம் பெற்றிருந்தனர். இந்த ஏகபோகத்தைக் கம்பெனிக்கே வேண்டுமென்று கிளைவ் கோரினார்; அதிலிருந்து அரசாங்கம் உப்பு வரியைப் பெற்றுவருகிறது. வரிவிகிதம் குறைவு; அதனை மேலும் குறைக்க கர்ஸான் முயன்றார்; ஆண்டுக்கு ஒருவருக்கு கால் ரூபாய்க்கும் குறைவாக இருந்தது. அரசாங்க வருவாயில் அது 4% க்கும் அதிகமாயில்லை. ஆனால் அவ்வரி பரந்துபட்டதாக இருந்தது; ஒவ்வொருவருக்கும் உப்பு அவசியம். அதனால் அவ்வரி

எதிர்க்கப்பட்டது. 'நீருக்கு வெளியே உப்பைப் போன்ற பொருள் இல்லை, அதற்கு வரிவிதிக்கும் அரசு, பட்டினி கிடக்கும் லட்சக் கணக்கானவர்களையும் நோயாளிகளையும் ஊனமானவர்களையும் நிராதரவானவர்களையும் எட்டிவிடும். மனிதன் யுக்தி வகுத்திடக் கூடியவற்றில் மிகவும் மனிதாபிமானமற்றது இவ்வரி' என்றார் காந்தி. நீண்டகாலம் காலாவதியானதாக இருந்து வந்த அது திடீரெனத் திட்டமிட்ட அநீதியானது; உப்பு ஏகபோகத்திற்குச் சட்ட அனுமதி இருந்ததால், அதனை மீறியோரெல்லாம் தண்டிக்கப்படுவார்கள் என எதிர்பார்க்கப்பட்டது.

இதனை மனதில்கொண்டு, காந்தி தன் ஆதரவாளர்களைத் திரட்டினார், ஊடகத்தை உஷார்படுத்தினார், விடுதலைப் போராட்டத்தின் மிகப்பெரும் அம்சங்களில் ஒன்றாக, அகமதாபாத்திற்கு அருகிலுள்ள சபர்மதி ஆசிரமத்திலிருந்து குஜராத் கடற்கரையின் தண்டி வரையிலும் ஒரு மாத கால உப்பு சத்தியாகிரஹத்தை மேற்கொண்டார். அங்கே 'ஏப்ரல் 6, 1930 அன்று கையளவு உப்பெடுத்து, காந்தி ஒத்துழையாமை இயக்கத்தை ஆரம்பித்தார்-இந்திய தேசிய இயக்க வரலாற்றில், அது கட்டவிழ்த்துவிட்ட பெருந்திரளினர் நாடு தழுவிய அளவில் பங்கேற்ற வகையில் ஈடிணையற்றதாக விளங்குகிறது.'[2]

வடமேற்கு எல்லைப்புறத்திலிருந்து வங்காளம், தமிழ்நாடு வரை நாடெங்கிலும் பிற சத்தியாக்கிரஹங்கள் நடந்தன. சிலர் தொழில்துறை உப்பு நிறுவனங்களில் குவிந்தனர், அங்கே ஆயிரக்கணக்கிலான எதிர்ப்பாளர்கள் காவலர்களால் அடிக்கப்பட்டனர், கைது செய்யப்பட்டனர். தீங்கற்றதான உப்பு சத்தியாக்கிரஹம் முக்கியத்துவம் பெற்றுவிட்டதால் வியப்புற்ற அரசாங்கம், முதலில் கவனத்துடன் எதிர்வினை ஆற்றியது. ஆனால் செயல்வேகமில்லாத ஒத்துழையாமைக்கு எதிராகத் துடிப்புள்ள ஒத்துழையாமை நேரடியாகச் சட்டத்திற்குச் சவால்விட்டது. வரி, வாடகை, நிலம்-சொத்து தீர்வைகள் கட்டாத அளவுக்கு இயக்கம் பரவி பொதுப் போராட்டமாகிவிட்டது. சிட்டகாங்-பெஷாவர் போன்ற தொலைதூர இடங்களில் திடுக்கிடும்படியான பயங்கரவாத நடவடிக்கையுடனும் இவ்வியக்கம் பொருந்திப்போனது. மதுக்கடைகளை மறித்து நிற்றல், சுதேசிப் புறக்கணிப்புகள், வர்த்தக நிறுவனங்களின் கடையடைப்பு, கிராமப்புற சத்தியாக்கிரஹங்கள் (வனக்கட்டுப்பாடுகளை எதிர்த்து) போன்ற வன்முறை சாராத நடவடிக்கைகளில் மக்கள் திரளினர், பரபரப்பு இல்லாமல் திறம்படப் பங்கேற்றனர். 1930இல் கைதானவர் எண்ணிக்கை 92,000க்கு மேல் என்று ஜவஹர்லால்

கணக்கிட்டார். (அதிகாரப்பூர்வ எண்ணிக்கை 60,000). அவர், மோதிலால் நேரு, கடைசியில் காந்தியே கைதானவர்களில் இருந்தனர். காங்கிரஸ் குழுக்கள் சட்டவிரோதமாக்கப்பட்டன, சிறப்பு அவசரச் சட்டங்கள் ஊடகத்தை ஒடுக்கி, மறியல் போராட்டங்களைக் கட்டுப்படுத்தியது.

எனினும் இப்போராட்டம் ஒப்பீட்டளவில் குறுகிய காலமே நீடித்தது;1932-4இல் புதுப்பிக்கப்பட்டாலும் அதன் முழு வீச்சைப் பெறமுடியவில்லை. மேலும், 'நிர்வாகத்தினைப் பலவீனப்படுத்துவதற்காக அல்லாமல், இந்தியரிடையே செல்வாக்கு செலுத்தும் பொருட்டு, அவர்களை வலுப்படுத்துவதாகவும் ஒன்றுபடுத்துவதாகவும் இப்போராட்டம் திட்டமிடப்பட்டிருந்தால்[3]' அதன் வெற்றி வரம்புக்குட்பட்டதே. 1919-22 ரவ்லட்-கிலாஃபத் எதிர்ப்புகளைப் போலன்றி 1930-31 எதிர்ப்புகளில் முஸ்லீம் ஆதரவில்லை. காந்தி எதிர்பார்த்திருந்ததை விடவும் பொதுவான ஈர்ப்பு, அனைவரையும் தொடவில்லை; முஸ்லீம்கள் காங்கிரஸின் உப்பை விடவும் அரசாங்கத்தின் உப்பை விரும்பியதாகத் தெரிந்தது. உண்மையில் ஜின்னாவும் இதர முஸ்லீம் தலைவர்களும் லண்டனுக்குச் சென்றவர்களும் இதில் அடக்கம். அங்கே 1919-20 மாண்ட்ஃபோர்ட் சீர்திருத்தங்களின் போது இருந்தது போல், புதிய அரசமைப்புச் சட்ட விவாதத்திற்கு வற்புறுத்தல் செய்யப்பட்டது.

சைமன் அறிக்கையின் எதிர்மறை தாக்கத்தை இல்லாமலாக்கிட, வைஸ்ராய் இர்வின், மாண்ட்ஃபோர்ட் சீர்திருத்தங்களின் நோக்கம் இறுதியில் ஆட்சிப் பகுதி தகுதிநிலையே என விளக்கினார்; அனைத்துக் கட்சிகள் மற்றும் அவற்றின் ஆர்வங்களைப் பிரதிநிதித்துவப்படுத்தும் வட்டமேசை மாநாட்டு முன்மொழிவைக் கூறினார். அதன் விவாதங்கள் சைமன் அறிக்கையுடன் கட்டுண்டு இருக்கவேண்டியதில்லை. விமர்சனப் பூர்வமான இந்திய விழியினை சின்னஞ்சிறு சீர்திருத்தங்களின் ஆட்சேபகரமான கூராய்விலிருந்து, பிரித்தானியப் பேரரசின் சுயாட்சிமிக்க உறுப்பினராக, இந்தியாவின் எதிர்காலம்-அரசமைப்புச் சட்டம் என உயரிய தன்மையின் பக்கம் அது நகர்த்திவிடும் என்றிருந்தது பிரித்தானிய நம்பிக்கை. நடைமுறையில் பங்கேற்பாளர்கள் மரங்களை மறந்து, ஒட்டுமொத்த வனத்தின் வடிவமைப்பை ஆராய அழைக்கப்பட்டனர்.

பெரும்பாலான உயர்மட்டத் தலைவர்கள் சிறைகளில் இருந்ததால், பங்கேற்க காங்கிரஸ் மறுதலித்துவிட்டது; ஆட்சிப் பகுதி தகுதிநிலை,

பூர்ண சுயராஜ்ஜியத்திற்குச் சரியான மாற்றில்லை என்றது; வட்டமேசை மாநாட்டு விவாதங்களில் எஞ்சியவற்றையெல்லாம் சந்தேகிக்கும் என்றது. காந்தி குறிப்பிட்டது போல, முதலமர்வு, இளவரசன் இல்லாத ஹேம்லட் போன்றிருந்தது. 1931இல் இரண்டாம் அமர்வில் இன்னொரு திடீர் இருதய மாற்றத்திற்கு காந்தி உள்ளாகியிருந்தார். வைஸ்ராயுடன் அவர் மேற்கொண்ட விவாதங்களையடுத்து-அரைநிர்வாணப் பக்கிரியுடன் மன்னர்-பேரரசரின் பிரதிநிதி உரையாடுவதா என்ற சர்ச்சிலின் பரிகசிப்பு இருந்தது- சிறையிலிருந்தோர் விடுதலை செய்யப்பட்டனர், பிற சலுகைகள் வழங்கப்பட்டன-அதைத் தொடர்ந்து காந்தி-இர்வின் ஒப்பந்தம் கையெழுத்தானது. இப்போது இர்வினை நம்பிய காந்தி, வட்டமேசை மாநாடு 1931இல் கூடியபோது கலந்துகொள்ள ஆயத்தமாயிருந்தார்.

லீக் உள்ளிட்ட பல்வேறான முஸ்லீம் கட்சிகளின் பிரதிநிதிகள், இந்து புத்தாக்க மகாசபை, சீக்கிய-கிறித்தவ சமுதாயங்கள், ஹரிஜன்கள், ஆங்கிலேய-இந்தியர்கள், பல்வேறான தாராளவாத தேசியவாதிகள், எண்ணற்ற தொழில்முறை குழுக்கள், பிரித்தானிய பாராளுமன்றவாதிகளின் பிரதிநிதிகள் ஆகியோர் முதல் அமர்வில் பங்கேற்றிருந்தனர். மன்னர் இல்லாமலேயே அது கச்சிதமான பாத்திரங்களைப் பெற்றிருந்தது. அத்துடன் பிற மன்னர்களும் வட்டமேசையின் ராணுவமான உன்னத வீரர்களும் இருந்தனர். அப்போதுதான், பிரித்தானிய மன்னரிடமிருந்து அங்கீகாரங்களையும் விருதுகளையும் பெற்றிருந்த பெரும்பாலான மன்னர்களான, இந்திய சமஸ்தானங்களின் பிரதிநிதிகள், முதல் தடவையாக அரசமைப்புச் சூத்திரத்திற்குள் கொண்டுவரப்பட்டனர்-அதன் மூலம் அதனைப் பெரிதும் சிக்கல்படுத்தினர்.

கூட்டாட்சி தோல்வி

ஹைதராபாத், ஜம்மு-காஷ்மீர், மைசூர், திருவாங்கூர், மத்திய இந்தியாவின் மகத்தான மராத்திய அரசுகள், ராஜஸ்தானின் ரஜபுத்திர அரசுகள், குஜராத், ஒரிஸ்ஸா, வங்காளம், அஸ்ஸாம், உ.பி., பஞ்சாபின் இதர சமஸ்தானங்கள், ஏகாதிபத்திய அரசாங்கத்துடனான தொடர்பின் அடிப்படையிலேயே ஒன்றுபட்டிருந்தன. பழைய அடிமை அரசுகளைப் போல, மரபார்ந்த ஏகாதிபத்தியத்தின் சட்டப்பூர்வ-திருப்தியுற்ற பாவனைகளைக் கொண்டிருந்த 'மன்னர்களின் சமூகத்தை'

அவர்கள் பிரதிநிதித்துவம் செய்தனர். ஆனால், அவர்கள் துணைக்கண்ட மக்கள்தொகையில் மூன்றிலொரு பங்கினர், பிரதேச அளவில் சுமார் பாதியைக் கொண்டிருப்பவர்கள். அவர்களில்லாத இந்தியா, தொட்ட மாத்திரத்தில் உதிர்ந்துவிடும் பூச்சி அரித்ததாகவே இருக்கும்.

எஞ்சிய இந்தியாவைக் கொண்டிருந்த மாகாணங்களைப் பிரித்தானியர் நேரடியாக ஆண்ட வரையிலும், சமஸ்தானங்கள் உள்நாட்டில் சுயாட்சியை அனுபவித்து வந்தது பிரச்சினையாயில்லை-ஏனெனில் அவை தனிப்பட்ட பிரித்தானியருடன் உடன்படிக்கை கொண்டிருந்தன, பிரித்தானிய அலுவலர்களது அரசியல் பிரிவின் கண்காணிப்புக்கு உட்பட்டிருந்தன, பிரித்தானிய இறையாண்மை என்னும் தெளிவற்ற சித்தாந்தத்திற்குக் கட்டுப்பட்டிருந்தன. ஆனால் பிரித்தானியர், தம் மாகாணங்களுக்கு அதிகாரங்களைப் பிரித்தளித்து மைய அரசாங்கத்துடன் பகிர்ந்துகொள்ளுமாறும், அப்படியே கையளித்து விடுவது பற்றியும் முடிவெடுத்த மாத்திரத்தில், சமஸ்தானங்களின் பதற்றங்கள் தீவிரமாயின. பிரிட்டன் விலகிக் கொள்ளும் நேர்வில் அவை சுதந்திர அரசுகளாகுமா? அல்லது அதிகாரத்தை ஒப்படைத்த பிறகு பிரித்தானியர் தொடர்ந்து தம் ஒப்பந்த விதிகளைப் பராமரித்து வருவார்களா? இறையாண்மை கையளிக்கத் தக்கதா? இடதுசாரிப் போக்கு அதிகரித்து வரும் காங்கிரஸ், சமூகநீதியின் பால் அக்கறையின்மையும் பிரித்தானியரிடம் விரோதமின்மையுள்ள நிலப்பிரபுத்துவ ஆட்சியாளர்களின் பிரதேச நாணயம்-வம்ச உரிமைகளை, சுயாட்சியைப் பாதுகாத்திடும் பொறுப்பைப் பெற்றிருக்குமா?

பிப்ரவரி 1931இல், லண்டன் பேச்சுவார்த்தைகளின் உச்சமாக, பிரித்தானியர் புதுடெல்லி தலைநகரை முறைப்படி ஆரம்பித்து வைத்தனர். ஏகாதிபத்திய ஆடம்பரத்தின் கடைசி அம்சமாக, மாளிகைகளிலும் ஷாஜகானின் பெருநகருக்கும் பழைய டெல்லியின் வெளவால் மண்டிய கொத்தளங்களுக்கும் இடையே காகிதப் பூக்களால் நிறைத்தனர். அன்றைய ஏகாதிபத்திய எண்ணத்தையும் பொதிந்து வைத்திருந்தது. நகரின் விழா மையத்தில், ரெய்ஸினா குன்றின்மேல், ஹெர்பர்ட் பேக்கரின் காவியத் தன்மையிலான தலைமைச் செயலகம், எட்வின் லூட்டியெனின் வைஸ்ராய் அலுவலகம் சூழ்ந்த கூடத்தில் கனடா, தென்னாப்பிரிக்கா, ஆஸ்திரேலியா, நியூஸிலாந்தை பிரதிநிதித்துவப்படுத்தும் நான்கு தூண்கள் நிறுவப்பட்டன. இத்தூண்கள் பிரித்தானிய ஆட்சிப்

பகுதிகளின் சகோதரத்துவத்திற்குள் இந்தியாவை வரவேற்பதாகக் கருதப்பட்டுள்ளது. இவ்வாட்சிப் பகுதிகள் ஒவ்வொன்றும் வெவ்வேறான மாகாணங்கள்-அரசமைப்புகளைக் கொண்ட கூட்டாட்சியாக இருந்து, தனியொரு மத்திய அரசாங்கத்துடன் இணைந்ததாக இருந்ததும் குறிப்பிடத்தக்கது. மாகாணங்கள், சமஸ்தானங்களின் ஒட்டுத் தையல் போடப்பட்ட இந்தியாவுக்குக் கூட்டாட்சியும் ஒரு வழிமுறையாகத் தெரிந்தது.

பிரித்தானிய அபிப்பிராயத்தின் முற்போக்குப் பிரிவினருக்கும் இந்திய அபிப்பிராயத்தின் மிதவாதப் பிரிவினருக்கும் கூட்டாட்சியும், மத்திய அரசாங்கத்தைத் திறந்துவிட்டு இந்தியப் பங்கேற்பை இன்னும் அதிகமாக்கிடும் வழிவகையாகத் தோன்றிற்று. எதிர்பாராதபடி, பெரும்பாலான மன்னர்களது ஆதரவும் கிடைத்தபோது, கூட்டாட்சி முன்மொழிவுகள் ரெய்ஸினா தூண்களைப் போல வட்டமேசை நிகழ்ச்சி நிரலின் உச்சத்திற்குத் திடீரென்று உயர்ந்தன. ஆனால், அது ஒவ்வொருவரது ரசனைக்கும் உரியதாயில்லை. கறாரான ஏகாதிபத்தியவாதிகளான சர்ச்சில் போன்றோருக்குப் பிரித்தானிய இறையான்மையிலான எந்தவொரு மீறலும் தடுக்கப்பட்டாக வேண்டும்- அது கூட்டாட்சியாகவோ வேறு எதுவாகவோ இருப்பினும்; அவர்கள் கூட்டாட்சியைக் கடுமையாக எதிர்த்தனர். அப்படியே காங்கிரஸின் பெரும்பகுதியினரும்; அது பிரித்தானிய இந்தியாவை சமஸ்தானங்களுடன் இணைப்பதாக அவர்கள் எண்ணவில்லை; மாறாகப் பிளவுபடுத்துவதாகக் கருதினர்-பிரித்தானிய, சமஸ்தான இந்தியா என இரண்டையும் தாண்டிய ஒன்றினை, இந்திய தேசத்தினையும் ஆள அவர்கள் விரும்பினர்.

இத்தகு சந்தேகங்களுக்கு நியாயமில்லாமலும் இல்லை. மாகாணங்கள்-சமஸ்தானங்கள் இரண்டையும் பிரதிநிதித்துவப்படுத்துவதான கூட்டாட்சி அரசாங்கமாக மத்திய அரசாங்கமாகவும் நீடித்த கண்காணிப்புப் பாத்திரத்தையும் பிரித்தானியர் வகிப்பார்கள் என எதிர்பார்க்கப்பட்டது. தம் சுயாட்சியில் ஆக்கிரமிப்பு எதுவும் நேர்கையில், ஆதரவுதேடி மன்னர்கள் பிரித்தானிய அதிகாரிகளை நாடுவார்கள். இவர்கள் மற்றும் சிறுபான்மையினரின் (முஸ்லீம்கள், சீக்கியர்கள் முதலானோர்) ஆதரவை வைத்து, கூட்டாட்சி மையத்தில் பிரித்தானியரால் பெரும்பான்மையினரைக் கட்டுப்படுத்த முடியும். இடைநிலைக் காலத்தின்போது பிரித்தானிய கட்டுப்பாட்டின்கீழ் இருந்திடுமாறு பாதுகாப்பு-வெளிவிவகார அம்சங்கள் செய்யப்படும்; பின்னர் அது முடிவின்றி நீட்டிக்கப்படும்; குறைந்த செலவில் இந்திய ராணுவத்தைப்

பராமரிப்பதனை பேரரசை உறுதிப்படுத்துவதாக, பிரித்தானிய இருப்பின் எச்சம் அமையும். சுருக்கமாகச் சொல்லுவதாயின், கூட்டாட்சி ஒருங்கிணைப்புக்கான நெடுஞ்சாலையாக, வேறொரு இடத்தில் விடுதலையாக இருந்தபோதும், சிதைவுக்கும் தொடர்ச்சியான சார்ந்திருத்தலுக்கும் இட்டுச்செல்லும் நெருக்கடியான நெடுஞ்சாலையாகவே இந்தியாவில் அது இருக்கும்.

ஆட்சேபகரமான இதனுடன் ஒப்பிடுகையில், வட்டமேசை விவாதங்களின்போது திறக்கப்பட்டு, 1935ஆம் ஆண்டு இந்திய அரசாங்கச் சட்டத்தில் இணைக்கப்பட்டுள்ள இன்னொரு வழியானது ஒப்பீட்டளவில் சர்ச்சைக்கு இடமளிப்பதாக இல்லை. கூட்டாட்சி முறை ஒருபோதும் செயல்படுத்தப்படாதிருக்கப்போவதால், சட்டத்தின் முக்கியப் பகுதியாயிருக்கும்; 1947 பிரிவினையில் அது கணிசமான பங்கு வகிக்கும்; அதனால் விளைந்த இரு அரசுகளின் மாறுபட்ட அரசமைப்புச் சட்டங்களில் அது பங்கு வகிக்கும்.

மாகாணச் சட்டமன்றங்களில் இந்தியமயமாதல்-ஜனநாயக மயமாதலின் நீண்ட நாளைய நிகழ்வுப் போக்கினை முன்னெடுத்துச் சென்ற சீர்திருத்தங்களின் தொகுப்பாக, 1935 இந்தியச் சட்டத்தின் இந்த இன்னொரு அம்சம், பரபரப்பற்றதாகத் தோன்றியது. ஆனால், நடைமுறையில் அது மாகாணங்களை சுயாட்சிமிக்கனவாக்கின. சொத்து, பாலின அடிப்படைகளின் கட்டுப்பாடுகளைக் கொண்டிருப்பினும், எழுபது லட்சத்திலிருந்து 350 லட்சமாக அல்லது வயது வந்தோர் வாக்குரிமையில் ஆறிலொரு பங்காக இருந்தனர்; மாகாணங்களின் எண்ணிக்கையும் அதிகரித்தது; பம்பாயிலிருந்து சிந்துவும், பீகாரிலிருந்து ஒரிஸ்ஸாவும் பிரிக்கப்பட்டன; மாகாண சட்டமன்றத் தொகுதிகளெல்லாம் மாற்றி அமைக்கப்பட்டன, அவற்றின் வாக்காளர் எண்ணிக்கை உயர்ந்தது; அதனால் தேர்ந்தெடுக்கப்பட்ட இந்தியப் பிரதிநிதிகள் பெரும்பான்மையினராகி அரசாங்கங்களை அமைக்க முடிந்தது. பல விஷயங்கள் மத்திய அரசாங்கத்தின் பொறுப்பில் இருக்க, தலையிடல்-அடக்குதலின் முக்கிய அதிகாரங்கள் பிரித்தானிய ஆளுநர்களிடமே இருந்தன. ஆனால் 1937லிருந்து, இத்திட்டத்தின் கீழ் முதல் தேர்தல்கள் நடந்தபோது, பிரித்தானிய இந்தியாவின் மாகாண அரசாங்கங்கள், பிரித்தானியரால் ஆட்சி செய்யத் தேவையின்றி இருந்தன. சுயராஜ்ஜியம்/சுயாட்சி, டெல்லியில் விலக்கப்பட்டிருக்க லக்னோ, கல்கத்தா, கராச்சி, பம்பாய் மற்றும் பிற மாகாணத் தலைநகரங்களில் ஒத்துக்கொள்ளப்பட்டது.

நடைமுறையில், தேர்ந்தெடுக்கப்பட்ட சட்டமன்றங்களை உடைய மாகாணங்கள், கூட்டாட்சியில் சட்டப்பூர்வ உறுப்புகளாகவும் பிரித்தானிய இறையாண்மையின் எந்தவொரு இடமாறுதலிலும் போட்டியாளர்களாகவும் பயிற்சி அளிக்கப்பட்டன. இது அளப்பரும் உணர்த்துதல்களைக் கொண்டிருந்தது. படிப்படியான பின்வாங்கலின் பிரித்தானிய நோக்கத்திற்கும் இது துணை நின்றது; தேசியவாத ஆற்றல்கள் சிதறி, தேசியவாத அபிப்பிராயம் பிளவுபட்டு, எல்லாருக்கும் சுதந்திரமளிப்பதான மாகாண அரசியலில் இருந்தன. ஆனால் மாகாணமாகச் சுருங்கிப் போதலின் ஆவியை எழுப்பி, பிரித்தானிய இந்தியா துண்டுதுண்டாவதன் சாத்தியத்தினையும், இன்னும் நினைத்துப் பார்க்க முடியாத அதன் பிரிவினையையும் சுட்டிக்காட்டிற்று.

1935 இந்தியச் சட்டத்தினை 'அடிமைத்தனத்திற்கான புதிய உரிமைச் சாசனம் என நுண்ணுணர்வுடன் நேரு சித்திரிப்பார்; அது பூரண சுயராஜ்ஜியத்திற்குத் தொலைவில் உள்ளது. காங்கிரஸின் வலிமையை எடுத்துக்காட்டிட அவர் 1937இல் நடந்த தேர்தல்களைப் பயன்படுத்திக்கொண்டார். ஆனால் தேர்ந்தெடுக்கப்பட்டவர்கள் தம் எதிர்ப்பைக் காட்டும் வகையில் ராஜினாமா செய்யவேண்டும் என எதிர்பார்த்தார். வலுவான அமைப்பைக் கொண்டிருந்த காங்கிரஸ் கட்சி தேர்தல்களில் அமோக வெற்றிபெற்றது, 70% வாக்குகள் பெற்றது, தனித்தேர்தல் தொகுதிகள் இருந்தும் சரிபாதி இடங்கள் கிடைத்தன. அதன்பிறகு மிகுந்த பரிசீலனைக்குப் பின், குருதி உறைந்துபோன நிலைக்குப் பின், நேருவின் விருப்பங்களுக்கு நேர்மாறாகத் தனது வெற்றிகரமான வேட்பாளர்களை அரசாங்கத்தில் பங்கேற்க அனுமதித்தனர் கட்சித் தலைவர்கள்.

அமைச்சரவைகளை ஒதுக்குதல்-ஆதரவாளர்களுக்கு வெகுமதி அளித்தல் உடனே மேற்கொள்ளப்பட்டன. ஒவ்வொரு மாகாணத்திலும், தேர்ந்தெடுக்கப்பட்ட இந்திய உறுப்பினர்கள் இப்போது இந்திய அரசாங்கங்களை அமைத்தனர்; இந்திய அமைச்சர்களை நியமித்தனர், இந்திய அக்கறையுடன் சட்டம் இயற்றினர். அரசியல் வாழ்வில் மாகாணம் மிக முக்கியக் களனாகியது, எப்போதையும்விட, மாகாணத் தலைமையும் அடையாளமும் தேசிய அரசியலின் வலுவான அங்கங்கள் ஆயின. சுதந்திரத்திற்கான போட்டியிலும், அதன்பிறகு மாகாணங்கள் சுதந்திர இந்தியாவின் உறுப்பு அரசுகளாயும் பாகிஸ்தானின் உறுப்பு மாநிலங்களாயும் மாறியபோது, அனைத்திந்திய (மற்றும் அனைத்து பாகிஸ்தானிய) 'தேசிய'த் தலைமை அதிகாரத்தின்

தன்மையை ஆழமாகப் பாதித்தன.⁴ நன்கு கட்டமைக்கப்பட்டதும் விட்டுக்கொடுக்காத மாகாணத் தலைமைக்கெதிராக, காங்கிரஸால் நடத்தப்படும் தேசிய அரசாங்கத்தால்கூட இத்தகு முன்னேற்றத்தை அடைய முடியவில்லை.

1937இல் 11 மாகாணங்களில் 7 மாகாணங்கள் காங்கிரஸ் அரசாங்கங்களுடன் முடிவுற்றன. தலைசிறந்த விதிவிலக்குகள் வங்காளமும் பஞ்சாபும்; இரண்டும் மெல்லிய முஸ்லீம் பெரும்பான்மை மக்கள்தொகையினையும் பிரிவினைக்கான வருங்கால விஷயத்தையும் கொண்டிருப்பவை. ஆனால், ஒப்புமை அங்கே முடிவுறுகிறது. வங்காளத்தில் முஸ்லீம் அரசாங்கம் திறம்பட நிறுவப்பட்டது. முதல்முறையாக கல்கத்தாவின் செல்வாக்குமிக்க, ஆங்கிலம் பேசும், காங்கிரஸின் ஆரம்பக்காலத்தில் முன்னேறிய கனவான்கள்/பாபுக்களான பத்ரலோக்கள், ஜனநாயகத்தின் கடும் யதார்த்தங்களை விருந்தினர் அனுபவித்தனர். தம் தேர்தல் வாய்ப்புகளை நம்பிக்கையிழந்தவையாக்கிய, தனித் தேர்தல் தொகுதி முறையைச் சாடினர்; பின்னர் அதனால் பிரதானமாக நன்மையடைந்தவர்களான முஸ்லீம்கள் பக்கம் திரும்பினர். இவ்வாறு, தேசியவாத இந்தியாவின் எஞ்சியோர், அரசாங்கத்தின் வெள்ளை அறிக்கையில் கோடிட்டுக் காட்டப்பட்டிருந்த 'சுயாட்சி'யை வெட்ககரமானது என்று நிராகரிக்க, காங்கிரஸாரும் காங்கிரஸல்லாதாருமான வங்காள பத்ரலோக்கள் தமது மாகாண அரசியல் பேராசைகள் புறக்கணிக்கப்பட்டது பற்றியே கவலைப்பட்டனர்.⁵ தனித்தேர்தல் தொகுதி முறையை 'முஸ்லீம் தேசியவாதிகளினிடத்தேயான வெட்கங்கெட்ட சரணாகதி' என நிந்தித்த அவர்கள் இப்போது வெட்கங்கெட்ட வகையில் இந்து மதவாதத்தினிடத்தேயான அதே சரணாகதியைக் கோரினர்- சிறுபான்மையினர் என்ற விதத்தில் தாங்களும் தேர்தல் பாதுகாப்புகளுக்கான உரிமையுடையவர்களே என வற்புறுத்தினர்.

இன்னொரு வழியும் இருந்தது. தான் பொருத்திவரும் அலகுகளை மாற்றுவதன் மூலம் அரசியல் கணக்கினைத் திருத்தி அமைக்க முடியும். 1905இல் பத்ரலோக்கள் வெற்றிகரமாக எதிர்த்துப் போராடிய, கர்ஸானின் வங்கப் பிரிவினை, பொதுமக்கள் அபிப்பிராயத்தில் அப்பட்டமான வெறுப்புக்குரியதாக இருந்து, சற்றுக் கோபம் தணிவதானது.

பஞ்சாபில், நிலமுடையவர்களும் எழுச்சி கொண்டனர், ஆனால் வெவ்வேறான சமுதாயங்களைப் பிரித்துவிடாமல், குறுங்குழுவாத உறவுகளை இணைத்தனர். ஒன்றியக் கட்சித் தலைமையில்

முஸ்லீம்கள், இந்துக்கள், சீக்கியரெல்லாம் அரசாங்கத்தில் பங்கேற்றனர். ஐந்தில் மூன்று பங்கு ராணுவ ஆட்சேர்க்கையும் புதிய சாகுபடி நிலங்களுக்குமான வழிவகைக்கு, பஞ்சாபின் வேளாண் சமுதாயங்களின் மீதான பிரித்தானியச் சார்பு, சந்தை ரீதியில் வளமான மாகாணத்தை உருவாக்கிற்று - அதில் விவசாயிகள் உரிமை பெற்றிருந்த நிலையை அனுபவித்தனர். இந்துவோ சீக்கியனோ இஸ்லாமியனோ அவனது பிரதான அக்கறை, இந்நிலையை, குறிப்பாக நகர்ப்புற வட்டிக்கடைக்காரரின் ஆக்கிரமிப்புக்கு எதிராகப் பாதுகாத்துக்கொள்வதில் இருந்தது. இப்படி, பிரதானப் பிளவு, முஸ்லீம்-சீக்கியர் அல்லது இந்துக்களுக்கிடையே அல்லாமல், நில உரிமையாளருக்கும் வணிகர்களுக்கும் இடையே நிலவிற்று. நிலம் அந்நியமாதலுக்கு எதிராக நில உரிமையாளருக்குப் பாதுகாப்பளித்த சட்டம், வேளாண் வாக்கு அதிகபட்சமாவதை உறுதிப்படுத்தி, கிராமிய-நகர்ப்புற மக்களுக்கிடையே அரசியல் பிளவை நிறுவனமயமாக்கியிருந்தது; இப்போது ஒன்றியக் கட்சிக்கு அதன் சித்தாந்தத்தை அளித்தது.[6]

1937இல் ஒன்றியக் கட்சி பஞ்சாபில் பாதிக்கும் மேற்பட்ட இடங்களை வென்றது, காங்கிரஸோ லீகோ, கணிசமான இடங்களைப் பெறவில்லை. வங்காளத்திற்கு முரணான வகையில், பஞ்சாப் குறுங்குழுவாதப் பிரிவினைக்கு இடமளிக்காததாக இருந்தது.

புதிய அரசமைப்பு வேறு ஊடாட்டங்களால் அலைக் கழிக்கப்பட்டது. சிறுபான்மை சமுதாயங்களுக்கான தனித் தேர்தல் தொகுதி அமைப்பு, கொள்கையளவில் காங்கிரஸால் கடுமையாக எதிர்க்கப்பட்டது-அநேகமாக ஒவ்வொருவராலும். ஹரிஜனங்களை இந்துவல்லாத சமுதாயத்தினராகக் கருதுவதை ஆட்சேபித்த காந்தி, இப்பிரிவினையை நீக்கிட அவர்தம் விருப்பத்தைக் கோரி உண்ணாவிரதம் மேற்கொண்டார். அதில் வென்றார்; தனி ஹரிஜனத் தேர்தல் தொகுதிகள் ஒழிக்கப்பட்டு, ஹரிஜன உறுப்பினர்களுக்குப் பிரத்யேகமாகக் கூடுதல் இடங்கள் ஒதுக்கப்பட்டன. மற்ற தனித்தேர்தல் தொகுதிகளுக்கு ஒதுக்கப்படும் இடங்களைக் கணக்கிட்ட புனே ஒப்பந்தம், பிரித்தானியரால் தீர்மானிக்கப்பட்டது- இந்தியர்களிடமிருந்து ஏற்கப்பட்ட திட்டம் ஏதும் முன்வரவில்லை. இயற்கையாகவே இது யாருக்கும் அபிமானமுள்ளதாக இல்லை. வங்க மாகாண காங்கிரஸில், ஏமாற்றமுற்ற இந்து பத்ரலோக்கைப் பிரதிநிதித்துவப்படுத்துவோர், தேசிய காங்கிரஸிலிருந்து பிரிந்து சென்ற சுபாஸ் சந்திரபோஸ் போன்றோர், இந்த ஒப்பந்தத்திற்கு

எதிரான நேரடி நடவடிக்கையைக் கோரினர். தேசிய அளவில் காங்கிரஸ் இன்னும் அனுபவித்துவந்த கணிசமான முஸ்லீம் ஆதரவை இது அந்நியப்படுத்தி இருக்கும், ஆதலின் மத்திய தலைமைக்கு இது ஈர்க்க முடியாததாய் இருந்தது.

கூட்டாட்சியின் விதி இன்னும் தீவிரமானதாய் இருந்தது. பெரும்பாலான மன்னர்கள் *Instruments of Access*இல் கையெழுத்திட்டதும் அது நடைமுறைக்கு வருவதாக இருந்தது. ஆனால், சர்ச்சில் போன்ற கடுமையான பேரரசுவாதிகளின் ஆதரவால் ஒரு பாதியும், மன்னர்களுக்கிடையிலேயான உட்பூசல்களால் ஒரு பாதியும், அந்நிகழ்வுப் போக்கு தாமதமானது. இடையில் மன்னர்களிடம் இரண்டாவது அபிப்பிராயம் எழுந்தது. சிலர் கூட்டாட்சியின் நிதிப் பிரச்சினைக்காகக் கவலைப்பட, மற்றவர்களோ இறையாண்மையின் தொடர்ச்சி குறித்துக் கவலைப்பட்டனர். 1937 தேர்தலையடுத்து காங்கிரஸ் வெற்றிமுகத்தில் இருந்ததுதான் அவர்களைப் பணியவைத்தது.

காங்கிரஸின் தேசியத் தலைமை, கட்சி மன்னர்களின் அரசுகளில் ஈடுபடுவதை ஊக்கப்படுத்தவில்லை. ஆனால் அதன் மாகாணத் தலைவர்கள், பெரும்பாலோர் அரசாங்கத்தில் இருந்து கொண்டிருந்ததால், அப்படியில்லை. மன்னராட்சியை ஊழல்படிந்த காலாவதி அமைப்பு என்று பழித்து, அவப்பெயர் சூட்டினர். இத்தகு எதேச்சதிகாரிகளின் கீழ் வாழநேர்ந்த, நெருங்கிய சகாக்கள்-அண்டைவீட்டாரின் நிலைகண்டு அவர்கள் எப்படிச் சும்மாயிருக்க முடியும்? நிதி-நிறுவன ஆதரவானது அரசுகளின் மக்கள் செல்வாக்குள்ள இயக்கங்களுக்கு அளிக்கப்பட்டது; செயல்பாட்டாளரும் ஆர்ப்பாட்டக்காரரும் அரசு எல்லைகளைத் தாண்டிச்செல்ல அனுமதிக்கப்பட்டனர். திடீரென, மேலும் பொறுப்புள்ள அரசாங்கத்திற்கும் மேலும் மக்கள்திரள் பிரதிநிதித்துவத்திற்குமான எதிர்பாராத கோரிக்கைகள், காஷ்மீர், ஹைதராபாத், மைசூர் போன்றவற்றில் பிரச்சினைகளை ஏற்படுத்தின. காஷ்மீரில் போல முஸ்லீம் பெரும்பான்மையினர் அரசை இந்து மன்னர் ஆள்வது அல்லது ஹைதராபாத்தில் போல அதற்கு நேர்மாறானது என்னும் நிலவரம், குறுங்குழுவாத அழுத்தத்தால் சிக்கலானது. நவாப்கள், நிஜாம்கள், ராஜாக்கள், மகாராஜாக்கள், ஒரேமாதிரி பீதியுற்றனர். மாகாண காங்கிரஸ் அரசாங்கங்கள் சிறப்புரிமை பெற்றவர்களை அப்படி மிரட்ட முடியுமாயின், காங்கிரஸ் மேலாதிக்கமிக்க கூட்டாட்சி அரசாங்கத்தில் அவர்களுக்கு என்ன வாய்ப்பு இருக்கும்?

காங்கிரஸார் இதனை வேறுவிதமாகப் பார்த்தனர். கூட்டாட்சியமைப்பில், இரு மத்திய அவைகளும் மறைமுகமாக தேர்ந்தெடுக்கப்படும் வேட்பாளர்கள், மாகாணச் சட்டமன்றங்களால் மன்னர்களால் (அரசுகளின் விஷயத்தில்) தேர்ந்தெடுக்கப்படுவர். இந்த ஏற்பாட்டின்படி 1937 தேர்தல்களில் கணிசமான இடங்களைப் பெற்றிட சிறப்பாகவே செயல்பட்டிருந்தது. மன்னர்களுக்கு ஒதுக்கப்பட்ட இடங்களில் சிலவற்றின் மீதும் அது அதிகாரம் கொண்டிருந்தால், அதனால் நிர்வகிக்கும் பெரும்பான்மையினையே சாதிக்க முடிந்திருக்கும். மக்கள் செல்வாக்குள்ள வேட்பாளர்களை அனுப்புமாறு சில மன்னர்களுக்கு அழுத்தம் தர முடியுமாயின் அது சாத்தியமாயிருக்கும். சமஸ்தானங்களில் தீவிர ஆய்வுகளை மேற்கொண்ட இயான் கோப்லாந்த் எழுதுகிறார்: 'அரசுகளில் காங்கிரஸின் புதிய யுத்த தந்திரம்-மக்களால் தேர்வுசெய்யப்பட்ட பிரதிநிதிகளையே கூட்டாட்சி சட்டமன்றத்திற்கு அனுப்பவேண்டும் என்று மன்னர்களுக்கு அழுத்தம் தருவது.'⁷

கூட்டாட்சி மீதான ஆதரவிலிருந்து மன்னர்கள் பீதிகொண்டு பின்வாங்கினால், முஸ்லீம்களும் அப்படியே செய்தனர். புதிய அரசமைப்பு மீதான முகம்மது அலி ஜின்னா-லீக்கின் அணுகுமுறை முதலில் சந்தேகத்திற்குரியதாய் இருந்தது-தேசியவாதிகளாக அவர்கள் சுதந்திரத்தினை நெருங்காதது அதுவென்று பழித்தனர், சிறுபான்மையினராக அதன் இயல்பான பாதுகாப்புகளில் தூண்டுதல் கொண்டனர். ஆனால் 1938இல் மன்னர் அரசுகளின் மீதான காங்கிரஸின் அழுத்தம் அதிகரிக்க, மாகாணங்களின் காங்கிரஸ் அரசாங்கங்கள் இஸ்லாமியருடன் அதிகாரப் பகிர்வு செய்ய மறுதலிக்க, ஜின்னாவும் கூட்டாட்சி மையத்தில் காங்கிரஸ் அரசின் ஆபத்தை முன்னுணர்ந்தார். ஏற்கெனவே காங்கிரஸின் கட்டுப்பாட்டிலிருந்த மாகாணங்களில், முஸ்லீம்களுக்கு எதிரான இந்துக்களின் பாகுபடுத்தல் பற்றிய குற்றச்சாட்டுகள் மிகவும் பெரிதுபடுத்தப்பட்டிருக்க பரந்த கவனம் பெற்றன. 'ஆபத்தில் இஸ்லாம்' என்னும் அறைகூவலுக்கு எதிர்வினையாக, லீக் பெருந்திரள் ஆதரவை நாடியது-அதுவரையிலும் நழுவியிருந்தது. வங்காளத்தில் ஆளும் முஸ்லீம் கட்சி லீக்கில் சேர்ந்தது, உ.பி.யில் பெரும்பாலான முஸ்லீம்களும் அப்படியே செய்தனர், பஞ்சாபில் ஒன்றியக் கட்சியின் கருத்தொற்றுமையில் முதல்முறையாக விரிசல்கள் விழுந்தன. கடைசியில் பெரும்பான்மை முஸ்லீம்களைப் பிரதிநிதித்துவம் செய்வதான லீக்கின் கூற்று, சிறிது ஆதாரத்தைப் பெறலாயிற்று.

கூட்டாட்சியில் நன்மை பெருவோராகக் கருதப்பட்டிருந்த மன்னர்களும் முஸ்லீம்களும், இப்போது பின்வாங்கினர், அத்திட்டம் அநேகமாகச் சரிந்துபோனது; அதனால் இரண்டாம் உலகப்போர் மூண்டது, அதனை அடக்கம் செய்துவிட்டது. சமுதாய அபிப்பிராயத்தைத் துருவநிலைப்படுத்தல், அரசமைப்புக் கானகத்தில் மன்னர்களைத் தவிக்கவிடுதல், கூட்டாட்சித் தோல்வி என்பன காங்கிரஸில் தம் அடையாளங்களைப் பதித்தன. மாகாணங்களில் அதிகாரத்தை ஏற்றுக்கொண்ட காங்கிரஸார். தம் கொள்கைகளில் சிலவற்றில் சமரசம் செய்யவேண்டியிருந்தனர். வேளாண் சீர்திருத்தங்கள் சார்ந்த திட்டங்கள் நீர்த்துப்போக வைக்கப்பட்டன, தொழிற்சங்கங்களுடனான பிணைப்புகள் நிரலுக்குள்ளாயின-காங்கிரஸுக்குக் கணிசமாக நிதியுதவி செய்திருந்த டாடா-பிர்லா குடும்பங்கள் போன்ற தொழிற்துறையாளர்களிடத்தே கொண்டிருந்த விசுவாசங்களால். சட்டம்-ஒழுங்குக்கான பொறுப்பு, தீவிர லட்சியங்களிடத்தே கவனமிக்க அணுகுமுறை என்றானது. 'அவ்வப்போதான இடதுசாரி முழக்கங்களில் மறைந்திருந்த, வலதுசாரியிடத்தேயான சீரான நகர்வு, காங்கிரஸ் அமைச்சரவைகள்-கட்சி மேலிடத்தின் செயல்பாட்டினை சித்திரிப்பதாயின.' கம்யூனிஸ்டை விடச் சற்று மேலானவராகப் பிரித்தானியரால் கருதப்பட்ட நேரு, தாயகத்தில் திறம்பட்ட இடதுசாரி செயல்பாட்டிற்கு ஒருவித வாடகைத்தாய்த் தன்மையிலானதைச் சர்வதேச சமிக்ஞைகளில் நாடினார்.[8]

காங்கிரஸின் சோஷலிஸ-கம்யூனிஸப் பிரிவுகளில் ஏற்பட்ட அதிருப்தி, தீவிரத்தன்மைமிக்க வங்காளத் தலைவர் சுபாஸ் சந்திர போஸுக்கு அவரது வாய்ப்பை வழங்கிற்று. 1938இல் ஒட்டுமொத்த அரசமைப்பின் ஆவேசமிக்க பத்ரலோக் எதிர்ப்பாளரான அவர், புதிய அரசமைப்பு, புனா ஒப்பந்தம், கூட்டாட்சி மீது சமரசமற்ற எதிர்ப்பு மேடையில் காங்கிரஸ் தலைவராக மறு தெரிவு செய்யப்பட்டார். காங்கிரஸ், மாகாணங்களில் தன் ஒத்துழைப்பை விலக்கிக்கொள்ள வேண்டியிருந்தது. உடனடிச் சுதந்திரத்திற்கு ஆதரவு தெரிவித்து சத்தியாக்கிரஹம் நடத்தப்படவேண்டியிருந்தது. 1934இல் காந்தி மெய்நிகர் நிலையில் காங்கிரஸிலிருந்து ஓய்வு பெற்றிருந்தார்; ஆனால் போஸினை நம்பாத அவர், மீண்டும் களத்திற்குத் திரும்பி, நேரு மற்றும் பிறரது ஆதரவுடன், 1939இல் போஸின் வீழ்ச்சிக்குச் செயல்பட்டார். போஸ் அல்லது நேதாஜி எனப் பிற்பாடு அழைக்கப்பட்ட அவர், ஃபார்வார்ட் ப்ளாக் என்னும் தீவிரவாதக் கட்சியை நிறுவி, அதன் பயங்கரவாதச் செயல்தந்திரங்களை வகுத்தார். அவர் 1940இல்

கைதானார். தன் விசாரணைக்கு முன் தப்பி, ஆஃப்கனுக்கும் அங்கிருந்து மாஸ்கோவுக்கும் பெர்லினுக்கும் சென்றார்.

1943இல் ஜப்பானிய ஆக்கிரமிப்பிலிருந்த சிங்கப்பூரில் ஒரு நீர்மூழ்கிக் கப்பலிலிருந்து இறங்கியபோதுதான், டோக்கியோ ஆதரவில் மீண்டும் அவர் தலைகாட்டினார். இந்தோனேஷியாவில் சுகர்ணோ போல, அதே இடதுசாரி அதிருப்திகள் இருப்பினும், போஸ் ஜப்பான் உலக சக்தியாக எழுந்ததைப் பாராட்டினார், ஆசிய விடுதலை மற்றும் மண்டலத்தின் செல்வாக்கிற்காக அது உழைத்திருப்பது கண்டு ஊக்கம் கொண்டார். இரு ஏகாதிபத்தியங்களில் எதனைத் தெரிவு செய்வது என்னும் நிர்ப்பந்தத்தில் மிகவும் இயங்காற்றலும் இணக்கமும் கொண்டதை நாடினார்.

1943இன் பிற்பகுதியில் இந்திய மண்ணில் 'ஆஸாத்ஹிந்த்'தின் (சுதந்திர இந்தியா) தலைவராயும் இந்திய தேசிய ராணுவத் தளகர்த்தராயும் அமர்த்தப்பட்டார்-ஜப்பானில் போர்க்கைதிகளாயிருந்தவர்களிடமிருந்து உருவான 20,000 பேர் கொண்டதாக இந்திய தேசிய ராணுவம் (INA) இருந்தது. ஆஸாத்ஹிந்த், வங்காள விரிகுடாவின் அந்தமான் தீவுகளைக் கொண்டதே-ஜப்பானிய ஆக்கிரமிப்பிலிருந்த ஒரே இந்தியப் பகுதி அது. முன்னர் அந்தமான் தீவுகள், அரசியல் குற்றங்களுக்காகத் தண்டிக்கப்பட்டோருக்கான பிரித்தானியத் தடுப்புக் காவல் மையமாக இருந்தது. முரண்நகையாக, இந்தியாவிலிருந்து போஸ் தப்பிச் செல்லாதிருந்தால் எங்கே இருந்திருப்பாரோ, அங்கே 20,000 கி.மீ. பயணத்திற்குப் பின் போய்ச் சேர்ந்தார்.

மாற்று உருவிலான ஓர் ஆசீர்வாதம்

முதல் உலகப்போரில் நுழைந்தது போன்றே இரண்டாம் உலகப்போரில் இந்தியா நுழைந்தது. இசைவு ஒருபுறமிருக்க ஆலோசனை இன்றியே, வைஸ்ராய், போரில் ஈடுபட்டிருப்பதாக மக்களிடம் தெரிவித்தார். முந்தைய சந்தர்ப்பத்தை விடவும் எதிர்வினை அவ்வளவு கதகதப்பளிப்பதாக இல்லை. ஆதரவு தெரிவிக்கும் தந்திகள்-ஆட்சேர்ப்பு மையங்களுக்கு விரைதலுடன் எதிர்ப்புக்குரல் இருந்தது, 1939 இறுதியில் மாகாண அரசாங்கத்திலிருந்து காங்கிரஸின் பெரும் வெளியேற்றம் இருந்தது. காங்கிரஸ் அரசாங்கம் அமைத்திருந்த மாகாணங்களில் நேரடி பிரித்தானிய ஆட்சிக்கும் போர்க்காலக் கட்டுப்பாடுகளை

உடனடியாகத் திணிப்பதற்கும் புறக்கணிப்பு வழிவிட்டு நின்றது. பிற இடங்களில் மன்னர்கள் பெருமூச்சுவிட்டு நிற்க, முஸ்லீம் லீக் ‘காங்கிரஸ் அரசி’ன் ஒடுக்குமுறையிலிருந்து விடுதலை தினத்தை அறிவித்தது.

நாஜிகள் ஆக்கிரமிப்பால் நன்மையடைந்தவர்களில் முஸ்லீம் லீக்கும் ஒன்று. ‘யாராலும் வரவேற்கப்படாத இந்த யுத்தம் மாற்று உருவிலான ஓர் ஆசீர்வாதமாயிற்று’ என்றார் ஜின்னா. பெரும்பான்மை முஸ்லீம்களைப் பிரதிநிதித்துவப்படுத்துகிறது என்னும் தன் கூற்றை லீக் சாதகமாக்கிக் கொள்ளவும், 1936லிருந்து அதன் தலைவராயுள்ள ஜின்னா, அதிகார மாற்றத்தில் பிரதான பங்கு வகிக்கப் போகும் தன் கூற்றைச் சாதகமாக்கிக்கொள்ளவும் அது வழிவகை செய்தது. நேருவின் வசீகரமோ, போஸின் தீவிரமோ காந்தியின் பெருந்திரள் ஈர்ப்போ இல்லாதபோதும், ஜின்னா தந்திரசாலி என்றவகையில் ஆற்றல் மிக்க மனம், அச்சுறுத்தும் திடம் பெற்றிருந்தார். இருபதாம் நூற்றாண்டின் எந்தத் தலைவரும் ஒரு நாட்டினைப் பெற்றெடுத்ததாகக் கூறிக்கொள்ள முடியாது. வழக்கறிஞர் மன்றத்தின் தந்திரங்களில் பயின்று, பம்பாயின் இஸ்மைலியாக, ஆசாரவாத முஸ்லீம்களின் விலக்குகள்-சம்பிரதாயங்கள் இல்லாமல், சகாக்கள்-எதிரிகள் இவர்களுக்கும் மேலாக உயர்ந்து, தூயதாக உடுத்தி, கிளர்ந்தெழவைப்பதை விடவும் வழிகாட்டுபவராக, பிரமிக்கத்தக்கவராக விளங்கினார். தாக்கவேண்டியபோது வலுவாகவே தாக்கினார். நேருவின் 1930 பூரண சுயராஜ்ஜியப் பிரகடனத்தின் தோல்வியைச் சுட்டிக்காட்டும் வகையிலான நாளையும் இடத்தையும் தெரிவுசெய்து, 1940 ஆரம்பத்தில் லாகூரிலேயே, வேறுபட்ட தீர்மானத்திற்கான லீக்கின் பரிந்துரையைப் பெற்றார்-அது சுதந்திரத்தின் விவாதத்திற்குரிய மொத்த விஷயத்தையும் மாற்றிவிட்டது.

‘பாகிஸ்தான் தீர்மானம்’ என்றும் அறியப்பட்ட லாகூர் பிரதி, ‘பிரிவினை’, ‘பாகிஸ்தான்’என்பன போன்று எதனையும் குறிப்பிடவில்லை. கடைசித் தொடர் இன்னும் கல்விவளாகப் புனைவாக இருந்தது. 1930களின் ஆரம்பத்தில் கேம்ப்ரிட்ஜில் முதல் முறையாக ஒரு முஸ்லீம் குழுவால் மேற்கொள்ளப்பட்டது-*Punjab (P) Afghania-* வடமேற்கு எல்லைப்புறம் *(A), Kashmir (K), Iran (I), sind (S), Turkistan (T), Afghanistan (A), Baluchistan (N)* ஆகியவற்றின் முதல் எழுத்துகளால் உருவான தொடர் அது. இதனைக் கண்டுபிடித்தவர் கூற்றுப்படி, அது ‘பாக்ஸ்களின்-ஆன்மிக ரீதியில் தூய்மையான, பரிசுத்தமான-நாடு’ என்றும் பொருள்படும் *Pakistan*இல்

வங்காளத்தைக் குறிக்கும் *B* இடம்பெறாததால், இரண்டாவது பொருளிலே லாகூர் தீர்மானத்திற்குப் பொருந்தியிருக்கும்.

கூட்டாட்சி முன்மொழிவால் பதட்டமடைந்த, மாகாண காங்கிரஸ் அரசாங்கத்தின்/இந்து ராஜ்ஜியத்தின் அனுபவத்தால் மகிழ்ச்சியுறாத முஸ்லீம்களால் உருவாக்கப்பட்ட பல்வேறு அரசமைப்பு முன்மொழிவுகளைக் கலைத்துப்போட்டு இத்தீர்மானம் வந்தது. இம்முன் மொழிவுகள் சிலவற்றில், தெற்கில் ஒரு முஸ்லீம் தாயகம் (நிஜாமின் ஹைதராபாத் மீதமைந்த உஸ்மானிஸ்தான்), வடமேற்கு-கிழக்கில் தாயகங்கள் என்பன அடங்கும். ஆனால் இறுதித் தீர்மானம் யதார்த்தமாயும் தெளிவற்றும் இருந்தது. முஸ்லீம்கள் தனி 'நாட்டினை' பிரதிநிதித்துவப்படுத்துகின்றனர் என்பதை அங்கீகரிக்கும் விதமாக, அது ஓர் அரசமைப்புக்கு அழைப்பு விடுத்தது-இந்தியாவின் வடமேற்கு மற்றும் கிழக்கு மண்டலங்களில் உள்ளது போல, முஸ்லீம்கள் எண்ணிக்கையில் பெரும்பான்மையினராயுள்ள பகுதிகளை இணைத்து 'சுதந்திர அரசுக'ளை அமைக்கவேண்டும்-அதன் உறுப்புகள் சுயாட்சியும் இறையாண்மையும் கொண்டிருக்கும்.

இவ்வரசுகள், ஒன்று மற்றதுடனோ எஞ்சிய இந்தியாவுடனோ கூட்டாட்சியில் இணைந்திருக்குமா என்பது தெளிவின்றி இருந்தது. கடைசியில் தம்மைக் கிழக்கு பாகிஸ்தானில் கண்டுகொண்ட வங்காளிகள், லாகூர் தீர்மானத்தின்படி தாம் சுதந்திரமாய் இருக்க வேண்டும் என்று கோரினர். அப்படி ஒன்றிணைக்கப்பட வேண்டிய 'பகுதிகளும்' 'மண்டலங்களும்' சார்ந்த புவியியலும் தெளிவாக இல்லை. இருக்கின்ற மாகாணங்கள் பெயரால் குறிப்பிடப்படவில்லை, ஏனெனில் இவை எதிலும் நிறைவான ஆதரவு உள்ளதாக லீக்கால் இன்னும் கூறிக்கொள்ள முடியவில்லை. அத்துடன் ஜின்னா தன் தெரிவுகளைத் தெரிவிக்காதிருந்தார். ஒட்டுமொத்தத் தீர்மானமே தந்திரமான விளையாட்டு அல்லது வைஸ்ராய் எண்ணியதுபோல 'ஒரு பேரம் பேசும் நிலை'யாக இருக்கலாம். அது பேசித் தீர்க்கக் கூடியதல்ல என்பது சீக்கிரமே தெளிவானது, ஆனால் தனித்த முஸ்லீம் இறையாண்மையின் குறிப்பு. லீகின் பின்னே முஸ்லீம்களை ஒன்றுபடுத்திடும் தாக்கத்தை நிச்சயம் கொண்டிருந்தது; காங்கிரஸ் தலைமை-பிரித்தானியருடனான பேச்சுவார்த்தைகளில் ஜின்னாவுக்கு அதிகாரத்தை வழங்கியிருந்தது.

பிரித்தானிய அணுகுமுறைகள் இப்போது யுத்த முயற்சியால் அதிகமாகப் பாதிக்கப்பட்டிருந்தன. இந்தியாவின் ராணுவ

உதவி, அதன் அரசியல் ஒப்புதல் பெற்றிட, முன்முயற்சிகளும் ஊக்குவித்தலும் குவிந்தன. மத்திய அரசாங்கத்திலும் யுத்த நடவடிக்கையிலும் கட்சி பிரதிநிதித்துவம் சார்ந்த திட்டங்கள், அரசமைப்புச் சட்டமன்றம் ஆட்சித் தகுதி போன்ற சலுகைகள், மார்ச் 1942இல் அவை சர் ஸ்டாஃபோர்டு கிரிப்ஸ் தூதுக்குழு என்றிருந்தன. அப்போது சிங்கப்பூர் வீழ்ந்திருந்தது, ஒரு லட்சம் ஏகாதிபத்திய துருப்புகள், பெரும்பாலும் இந்தியர்கள், ஜப்பானியத் தடுப்புக் காவலில் இருந்தனர், ஜப்பானியப் படையொன்று பர்மா வழியே இந்தியா மீது படையெடுக்க விரைந்துகொண்டிருந்தது. தொழிலாளர் கட்சித் தலைவர் கிளெமெண்ட் அட்லியின் எண்ணத்தில் பிறந்து, இந்தியச் சுதந்திரத்தில் அனுதாபம் காட்டியவரால் தலைமை தாங்கப்பட்ட கிரிப்ஸ் தூதுக்குழு, பிரித்தானியரால் ஒரு நடவடிக்கையாக மட்டுமே கருதப்பட்டது. யுத்தம் முடிந்ததும் ஆட்சி அதிகாரம் வழங்கப்படும் என்றது அக்குழு-அது முழுச் சுதந்திரத்திற்குச் சமமாக இருந்திடும்.

இரு வருடங்களுக்கு முன்னர் இத்தகு முன்மொழிவுகள் வரவேற்கப்பட்டிருக்கும். ஆனால், கடந்த காலத்தில் இருந்தது போலவே, இந்தியா நம்பியிருந்ததை லண்டன் முன்னெடுத்துச் சென்றுகொண்டிருந்தது. இப்போது பிரச்சினை சுதந்திரம் பற்றியதோ, எப்போது என்பதோ அல்ல, அது யாருடையது என்பதே பிரச்சினை; இதில் கிரிப்ஸ் குழு பெரிதும் ஏமாற்றமளித்துக் கொண்டிருந்தது. காந்தி இதனை விஷமத்துடன், திவாலாகும் வங்கிக்குப் பின் தேதியிட்டுத் தரப்பட்ட காசோலை என்றார். ஆனால் உண்மையான பிரச்சினை வங்கியிடமோ தேதியிலோ அல்லாமல் பணம் தருபவர் பெயரில்தான் இருந்தது. மற்ற எல்லாவற்றையும் போலவே, கிரிப்ஸின் பரிந்துரை, முஸ்லீம் தேசியவாதத்தை மன்னரின் சுயாட்சியை, மாகாண அபிலாஷைகளைத் தணியவைக்கும் பிரித்தானிய விருப்பத்தைக் காட்டிக்கொடுத்தது; சில மாகாணங்களும் அரசுகளும் இறுதியில் பிரிந்து போகும் என்னும் சாத்தியத்தை உணர்த்தியது. மேலும் இது அனைத்துவித காங்கிரஸாருக்கும் தொந்தரவு செய்வதாய் இருந்தது. சுதந்திரத்திற்கான காங்கிரஸின் கோரிக்கைகளுக்கு அடிப்படையான, தனித்த, பகுக்க முடியாத இந்திய நாடு என்னும் கருத்துக்கு அது சவால்விட்டது; இந்தியச் சமுதாயங்களையெல்லாம் பிரதிநிதித்துவப்படுத்துகின்ற, அனைத்து மத வேறுபாடுகளையும் தாண்டிய, சமயச் சார்பற்ற கட்சி காங்கிரஸ் என்னும் கருத்துடன் முரண்பட்டது; தேசியக் கருத்தொற்றுமை-காங்கிரஸின் உயரிய தன்மையினைச் சார்ந்திருந்த,

ஜனநாயகப் பிரதிநிதித்துவப்படுத்தலின் பிரதானத்தன்மை மீது சந்தேகத்தை ஏற்படுத்தியது.

'ஆரம்பத்திலிருந்தே இந்தியப் பிரிவினையை ஏற்கமாட்டோம் என்று பிரித்தானியர் தெளிவுபடுத்தியிருந்தால், பாகிஸ்தானுக்கான கோரிக்கை கைவிடப்படுவது நிச்சயமில்லையெனினும் சாத்தியமே.'[9] மற்றெந்த பிரித்தானிய இந்திய அலுவலரையும் போலவே, பிரிவினைக் காலத்தில் முக்கிய நபராயிருந்த பெண்டெரல் மூன், இந்தியப் பிரிவினையை, பிரம்மாண்டமான மானுடத் துன்பியல் நாடகமாக அல்லாமல், நீடித்த அரசியல் துன்பியல் நாடகமாகக் கண்டார். போர்க்கால வைஸ்ராய் லின்லித்கோ, இக்கோரிக்கையைச் சாதாரணமாக எடுத்துக்கொண்டு, காங்கிரஸுக்கும் ஜின்னாவுக்குமிடையிலான நிரடலைச் சரிசெய்ய முற்பட்டிருந்தால், விட்டுக்கொடுக்கும் நிர்பந்தத்திற்கு ஜின்னா உள்ளாகியிருப்பார். ஆனால் லின்லித்கோவுக்கு முன்னுரிமையாக இருந்தது சிக்கலில் இருந்த அவரது நாட்டினருக்கு இருந்தது போலவே, யுத்தம்தான். பின் ஏகாதிபத்திய யுத்தத் தந்திரங்கள், ஐரோப்பாவில் போலவே ஆசியாவிலும், உயிர்பிழைப்பதற்கான நெருக்கடியான சண்டை, இன்னும் விலக்கப்பட்டிராத ஈடுபாடாக இருந்தது. போர் முயற்சியில் காங்கிரஸ் ஏற்கெனவே ஒத்துழையாதிருக்க, பாகிஸ்தான் விஷயத்தில் ஜின்னாவுடன் மோதி, லீக்கின் பகைமையை வளர்த்துக்கொள்வது நினைத்துப் பார்க்க முடியாததாய் இருந்தது. தவறாகக் கணக்கிட்டது காங்கிரஸே என்று வாதிடப்படக்கூடும்; போருக்கான தன் ஆதரவை விலக்கி, பிரித்தனின் போர்க்கால நிலவரத்தைச் சாதகமாக்கிக் கொண்டு, பாகிஸ்தான் பிரிவினைக் கருத்துடன் விளையாடுமாறு பிரிட்டனை நிர்ப்பந்தத்திற்கு உள்ளாக்கியது.

தனிப்பட்ட முறையில் காந்தியும் நேருவும் நேச அணியின் நலத்தையே விரும்பினர். ஆனால் சமாதானவாதியான காந்திக்குப் போர்களெல்லாம் கேடானவை; சோஷலிஸவாதியான நேருவுக்கு, போட்டி ஏகாதிபத்தியவாதிகளுக்கிடையிலான இந்த யுத்தம், ஒருபோதும் இந்தியாவை ஈடுபடுத்தி இருக்கக்கூடாது. கிரிப்ஸ் தூதுக் குழுவுக்கு முன்னதாக, வரம்புக்குட்பட்ட வகையிலான போர் எதிர்ப்பு, நேருவையும் மற்ற 20,000 சத்தியாக்கிரஹிகளையும் சிறையில் தள்ளிற்று. பின்னர் விடுதலை செய்யப்பட்டனர். ஆனால் கிரிப்ஸ் தூதுக்குழு தோல்வியடைந்த பிறகு, முதல் ஜப்பானிய வெடிகுண்டுகள் இந்தியா மீது வீசப்பட்ட நிலையில், குறிப்பாக காந்தி பொறுமையிழந்தார். உடனடியாக பிரிட்டன் விலகிக்கொண்டு, இந்திய நடுநிலைமையை

அறிவித்திருந்தால், ஜப்பானியத் தாக்குதலிலிருந்து இந்தியாவைக் காப்பாற்றியிருக்கும் என்று முதலில் வாதிட்டார்; உடனடிச் சுதந்திரமே ஜப்பானியருக்கான முழுமூச்சான எதிர்ப்பை உறுதிப்படுத்தியிருக்கும் என்று அதன்பின் வாதிட்டு, பிரித்தானிய ஆட்சிக்கான இறுதிச் சவால் 'செய் அல்லது செத்துமடி'க்கு ஆதரவு பெற்றார்.

அது அஹிம்சை வழிப்பட்டதாக இருக்கவேண்டும். ஆனால் முன்கூட்டியே காந்தியும் இதர காங்கிரஸ் தலைவர்களும் ஆகஸ்ட் 1942இல் கைதானது 'வெள்ளையனே வெளியேறு' இயக்கத்தினை, முந்தைய போராட்டங்கள் எதனையும்விட, தன்னெழுச்சியானதாயும் வன்முறைமிக்கதாயும் ஆக்கிற்று. வேலை நிறுத்தங்கள், புறக்கணிப்புகள், தந்தி-ரயில்வே இணைப்புகள் தகர்க்கப்படல், காவல்-ரயில் நிலையங்கள் வெடிகுண்டு வீச்சுக்கு உள்ளாதல், பீகார்-கிழக்கு உ.பி.யின் பெரும்பகுதிகளில் அரசாங்கம் இயங்காதது எனக் கருதி '1857க்குப் பிறகான மிகத் தீவிரமான கலகம்' என்றார் வைஸ்ராய் லின்லித்கோ. யுத்தக்கால வெறியை மனதில்கொண்டு, பெரும் ஒடுக்குமுறைக்கு உத்தரவிட்டார்; ஆயிரக்கணக்கான துருப்புகள் வந்திறங்கின; அந்த அளவுக்குக் கைதுகளும் இருந்தன, சுமார் ஆயிரம் இறப்புகள் நடந்திருக்கும்.

சில வாரங்களுக்குள்ளாக மோசமான வன்முறை ஓய்ந்து போயினும், சர்ச்சில், லின்லித்கோ போன்ற பனிமூட்டமிக்க விழிகளையுடைய ஏகாதிபத்தியவாதிகள், இந்தியாவில் ஆதாரமான சமாதானத்தை நிலைநாட்டிடும் பணி பிரிட்டனுக்கு உள்ளதென உறுதிப்படுத்தினாலும், அதிகப்படியான பிரித்தானிய அரசியல்வாதிகள் சர்வதேச அளவில், அதிலும் குறிப்பாக அமெரிக்க அபிப்பிராயத்துடன் ஒத்திசைந்தனர்-போருக்குப் பிந்தைய பிரித்தானிய அரசின் சாத்தியப்பாட்டை நிராகரித்தது அந்த அபிப்பிராயம். அவர்கள் வெளியேறியாக வேண்டும், சமாதானக் காலத்தில் இந்த அளவு அடக்குமுறை எண்ணிப் பார்க்க முடியாதது, நடைமுறைச் சாத்தியமற்றது; காந்தி அங்கீகரித்தது போல இல்லாவிடினும் அவரின் கருத்து முன்வைக்கப்பட்டது. எனினும், காங்கிரஸ் கட்சிக்கு, வெள்ளையனே வெளியேறு இயக்கம், 1919-21இன் ரவ்லட்-கிலாஃபத் எதிர்ப்புகளைவிட அல்லது 1930-31இன் உப்புச் சத்தியாக்கிரஹத்தை விடக் குறைந்த வெற்றியுடையதே. அதன் தலைவர்கள் கைதானது, இயக்கத்தை வழிநடத்திடக் கட்சியால் முடியவில்லை அல்லது அதனால் ஆதாயமடைய இயலவில்லை என்பதைக் குறித்தது; எஞ்சியிருந்த பிந்தைய இறுதி ஆட்டத்திற்குக்

கட்சி சரியாகத் தயாராகவில்லை என்பதைக் குறித்தது. மறுபுறத்தே, பிரித்தானியராலோ காங்கிரஸாலோ சவாலுக்குள்ளாகாத லீக், தொடர்ந்து மதமாற்றத்தை மேற்கொண்டது, அதை அமைப்பாக்கியதுடன் ஒன்று திரட்டியது.

சந்திப்பு வேளை

பிரித்தானிய மணிமுடியிலிருந்து 1947இல் இந்தியாவுக்கும் பாகிஸ்தானுக்கும் இறுதி அதிகார இடமாற்றத்திற்கு மூன்று ஆண்டுக்காலத் தீவிரப் பேச்சுவார்த்தைகள் தேவைப்பட்டன. இப்பேச்சுவார்த்தைகளின் அமைதியான முடிவு வெற்றியென்று கருதப்பட்டது. பிரித்தானியராலும் அது கொண்டாடப்பட்டது; இந்தோனேஷியாவிலும் இந்தோ-சீனாவிலும் ஆயுதப் போராட்டம் தொடர்ந்த பின்புலத்தில், அது குறிப்பிடத்தக்கதாக இருந்தது. ஆனால், வெற்றியுடன் தோல்விகளும் காட்டிக்கொடுத்தல்களும் சேர்ந்திருந்தன.

நேரு, காங்கிரஸ், இந்தியக் குடியரசின் அதிகப்படியான குடிமக்களுக்கு பாகிஸ்தானே அத்தகைய தோல்வியாயிருந்தது- வரலாற்று ரீதியில் தற்காப்பு செய்யமுடியாததாயும் மானுட ரீதியில் நாசகரமானதாயும் இருந்தது. பல பிரித்தானியர்களிடம் ஐக்கிய இந்தியாவைக் காட்டிக் கொடுத்தலாக இதனை ஏற்றுக்கொண்டதுடன், அது தம்மால் உருவானது என்றெண்ணத் தலைப்பட்டனர். மன்னர்கள் கோரிக்கையை நிறைவேற்றவில்லை எனப் பிரித்தானியர் குற்றஞ்சாட்டப்பட்டனர்; கூட்டாட்சியின் குடையின்றி, தாம் நீண்டகாலம் அவநம்பிக்கை கொண்டிருந்த, தேசியத் தலைமையுடன் பேசி, அடுத்தடுத்த அரசுகளுக்குள் நுழைய வேண்டிய நிர்ப்பந்தத்திலும் இருந்தனர். முஸ்லீம் சிறுபான்மையினர் பகுதிகளில் வசித்த தன் ஆதரவாளர்களை லீக் ஏமாற்றிவிட்டது; அப்பகுதிகள் பாகிஸ்தானில் இடம்பெறப்போவதில்லை என்பதால். அதுபோலவே காங்கிரஸ் தன் ஆதரவாளர்களைக் காட்டிக் கொடுத்தது என்ற குற்றச்சாட்டுக்கு உள்ளானது; வடமேற்கு எல்லைப் புறத்துப் பதான்கள் தொடர்ந்து லீக்கையும் பிரிவினையையும் எதிர்த்து வந்திருந்தனர். வங்காளம்- பஞ்சாப் ஆகிய இரு பிரிவினைக்குள்ளான மாகாணங்களில் அனைத்துக் கட்சிகளும் முஸ்லீம்கள், சீக்கியர்கள், இந்துக்களைக் காட்டிக் கொடுத்திருந்தனர்- தம் தாயகங்கள் பிரிக்கப்பட்டு, தம் பொருளாதாரப் பந்தங்கள் துண்டிக்கப்பட்டு, பொதுப்

பண்பாடுகள் நாசமாக்கப்பட்ட சூழலில் முன்னெப்போதும் இருந்திராத அளவுக்கு மடிந்தனர், உடைமைகளை இழந்தனர்.

இத்தோல்விகளின் பட்டியலை உருவாக்கிய பேச்சுவார்த்தைகள் கூராய்வு செய்யப்பட்டுள்ளன. 1944இல் காந்தி ஜின்னாவுடன் நடத்திய நேரடிப் பேச்சுவார்த்தை என்னும் முன்முயற்சி, போருக்குப் பிந்தைய நிலைகொள்ளுதலை நோக்கிய முதல் நகர்வாக, ஜின்னாவின் செல்வாக்கை அதிகரிக்கச் செய்யவும் அவரது கோரிக்கைகளை வலுப்படுத்தவுமே செய்தது, அதுவொரு நல்ல உத்தேசமிக்க தவறு என விமர்சிக்கப்பட்டுள்ளது. 1945இல் சிம்லா மாநாடு இதே தாக்கத்தைக் கொண்டிருந்தது. லின்லித்கோவுக்கு அடுத்து வைஸ்ராயாக இருந்த வேவல் பிரபு, தனது செயற்குழுவை தேசிய அரசாங்கமாக மாற்றிடும் முன்மொழிவை முன்வைத்தார். ஆனால் தன் பிரதிநிதிகளிடையே ஒரு இஸ்லாமியரைப் பரிந்துரைக்கும் தன் உரிமையைக் காங்கிரஸும், அனைத்து முஸ்லீம் பிரதிநிதித்துவங்களும் லீக்கால் மேற்கொள்ளப்படவேண்டும் என ஜின்னாவும் வற்புறுத்தவே அது தோற்றது; அம்முயற்சியை விலக்கிவிடும் ஜின்னாவின் முனைப்பு அனுமதிக்கப்பட்டது.

கிளெமெண்ட் அட்லியின் பிரித்தானிய தொழிலாளர் அரசாங்கத்தால் வற்புறுத்தப்பட்டு, 1946ஆம் ஆண்டு ஆரம்பத்தில் நடந்த தேர்தல்கள், குறுங்குழுவாத துருவநிலைப்படுத்தலை உறுதிப்படுத்தின. 1937க்குப் பிறகு முதல்முறையாக நடந்த அது, அடுத்தகட்டப் பேச்சுவார்த்தைகளுக்கு முன்னோட்டமாயிருந்தது. ஆனால் அது இருக்கின்ற வரம்புக்குட்பட்ட வாக்காளர்கள், தனித்தொகுதிகள்/இடங்கள் (1936 புனே ஒப்பந்தப்படி) ஆகியவற்றின் அடிப்படையில் நடந்தது. ஒதுக்கீடில்லாத இடங்களில் காங்கிரஸ் வெற்றிவாகை சூடியதுபோல, ஒதுக்கீட்டிடங்களில் முஸ்லீம் லீக் வென்றது-அது மதப் பிளவை இன்னும் ஆழமாக்கிற்று. பழங்குடியினர் விசுவாசங்களும் பத்தூன் (பத்தான்) மொழியும் காங்கிரஸிடத்தே நாட்டம் கொண்டிருந்த வடமேற்கு எல்லைப்புற மாகாணம் மற்றும் சில முஸ்லீம்கள் இன்னும் கிராமப்புற-குறுங்குழுவாதமற்ற ஒன்றியக் கட்சியினிடத்தே அபிமானம் கொண்டுள்ள பஞ்சாப் தவிர்த்து, முஸ்லீம் இந்தியா சார்பில் பேசுவதாக ஜின்னா கூறிக்கொண்டது செல்லுபடியானதாகத் தோன்றிற்று; பாகிஸ்தானுக்கான அவரது கோரிக்கை தடுக்கமுடியாததாகத் தெரிந்தது. பிரம்மாண்டமான பெரும்பான்மையை காங்கிரஸ் பெற்றிருந்தாலும், அனைத்துச் சமுதாயங்களையும் பிரதிநிதித்துவப்படுத்துவதாகக் கூறிக்கொள்ள

முடியவில்லை. விமர்சகர்கள், குறிப்பாக இடதுசாரியினர், அனைத்து வாக்காளர்களையும் உள்ளடக்கி இத்தேர்தல் நடந்திருந்தால், முடிவுகள் வேறுவிதமாய் இருந்திருக்கும் என்றனர். அனைத்து முஸ்லீம்களையும் பிரதிநிதித்துவம் செய்வதாகக் கூறிக்கொள்ளும் லீக்கின் பாவனைகள் அம்பலமாகியிருக்கும்; தொழிற்துறை-வேளாண்துறைகளின் குறைகளை அடிப்படையாகக் கொண்ட சமுதாயச் சார்பற்ற, சோஷலிஸ சித்தாந்தமுடைய மூன்றாவது அணி எழுந்திருக்கும். சுருக்கமாகச் சொல்வதானால், இத்தேர்தல் இன்னொரு நழுவவிடப்பட்ட சந்தர்ப்பம், இன்னொரு தோல்வி.

விளைவு குறித்து அச்சம் கொண்ட வேவல், 1946 மார்ச்-ஜூனில் உயர்மட்ட பிரித்தானிய அமைச்சரவை தூதுக்குழு இந்தியா வருமாறு செய்தார். அதனையடுத்து நிகழ்ந்த வதைத்தெடுக்கும் பேச்சுவார்த்தைகளானது அரசமைப்பு நிர்ணயச் சபையையும், இடைநிலைக் காலத்தில் நிர்வகிக்க அரசாங்கத்தையும் நிறுவுவதை வற்புறுத்தின. இரு அமைப்புகளும் தோல்விகண்டது புத்தாக்கக் கருத்துகள் இல்லாமல் போனதால் அல்ல. லீகின் பாகிஸ்தான் தீர்மானப்படி, முஸ்லீம் பெரும்பான்மையுள்ள இடங்கள் என்பது பஞ்சாபின் இந்து பெரும்பான்மை இடங்களைக் குறிக்கும், பாகிஸ்தானிலிருந்து வங்காளம் விலக்கப்படவேண்டும் என்னும் முன்மொழிவை எதிர்கொண்டபோது, ஜின்னா, பாகிஸ்தானிலிருந்து பின்வாங்குவதாகத் தோன்றியது. மாறாக அவர் காங்கிரஸில் சேர்ந்து, அரசமைப்பு நிர்ணயச் சபையானது தெரிவு செய்யப்படவிருந்த, மாகாண அணிகளின் சிக்கலான அமைப்பை ஏற்றார். இதுவொரு சாதனையாக வரவேற்கப்பட்டது. மாகாணங்களும் அவற்றின் அணிகளும் பாதுகாப்பு, வெளிவிவகாரங்கள், அனைத்திந்திய செய்தித்தொடர்பு ஆகியவற்றையே மத்திய அரசாங்கத்திடம் விட்டுத்தரும் என்றாலும், இந்த ஏற்பாடு சுதந்திரமான 'பாகிஸ்தான்' சாத்தியப்பாட்டைக் குறிப்பாக விலக்கிவிட்டது. மிகவும் பலவீனமான அரசாங்கத்தைக் கொண்டிருந்த துணைக் கண்டம் ஒன்றுபட்டிருந்ததாகவே நின்றது. ஆனால் அது நீண்ட காலத்திற்கல்ல. எது வந்தாலும் மத்திய அதிகாரத்தைப் பாதுகாத்திடும் தீர்மானத்திலிருந்த நேரு, அமைச்சரவைத் திட்டம் தன்னைக் கட்டுப்படுத்துவதாகக் கருதவில்லையென்று கூறிவிட்டார்; ஜின்னாவோ தனது ஆதரவை விலக்கிக்கொண்டார். ஒவ்வொரு தரப்பும் ஒவ்வொரு விளக்கத்தை எடுத்துவைக்கும் அளவுக்கு, அந்த நிபந்தனைகள் சிக்கல்களைக் கொண்டிருந்தன. எதிர்வினைகள் எழுந்தன. நேரடி நடவடிக்கைக்கு 'முஸ்லீம் தேச'த்துக்கு ஆகஸ்டு 1946இல் லீக் அழைப்பு விடுத்தது;

அதன் விளைவுகள் திகிலூட்டுவதாய் இருக்கும். இடைக்கால அரசாங்கத்தைப் பொறுத்தமட்டில், வைஸ்ராயின் நியமனத்தின் மூலமாகவே அது நிறைவேறிற்று. நேருவைப் பிரதமராகவும் லீக்கின் லியாகத் அலிகானை நிதியமைச்சராகவும் கொண்ட அது, அதிகாரத்தைப் பகிர்ந்துகொள்ளும் ஒரு கூட்டணி ஏன் செயல்படக் கூடாது என்பதை நிகழ்த்திக்காட்டியது.

லண்டனின் குளறுபடியான ஆதரவும் இந்தியாவின் இணக்கம் காண இயலாத தலைவர்களாலும் விரக்தியுற்ற வேவல், ஆரம்பத்தில் கடைசி முயற்சியாக, 'நொறுங்கிய திட்டம்' என்பதை முன்வைத்தார். அது காங்கிரஸூம் லீக்கும் சேர்ந்து இயங்க முடியாததைக் குறித்தது. 1942இல் தலைமைத் தளகர்த்தராகத் தென்கிழக்கு ஆசியாவிலிருந்து நேசநாடுகளின் விலகலைக் கண்காணித்த அவர், இந்தியாவிலிருந்து அத்தகைய விலகலை-பிரித்தானியத் துருப்புகளும் அலுவலர்களும் படிப்படியாக விலகிப்போதல்; தெற்கிலிருந்து வடக்கு நோக்கி, அதன்பின் காங்கிரஸ் மேலாதிக்கமிக்க மாகாணங்களிலிருந்து லீக்கின் மாகாணங்களுக்கு எனப் பரிந்துரைத்தார். மார்ச் 31, 1948இல் இவ்விலகல் நிறைவுறும் என்ற அறிவிப்பையும் முன்மொழிந்தார்.

ராணுவ ரீதியில் இது சரியாக இருப்பினும், இத்தகைய விலகலின் அரசியல் விலகல்கள் எண்ணிப் பார்க்கமுடியாததாயிருக்கும். 'நொறுங்கிய திட்டம்' நொறுக்கும் திட்டமாக இருந்திருக்கும். பிந்தைய மொகலாயப் பரிமாணங்களின் துண்டு துண்டாதலை வரவேற்பதுடன், உள்நாட்டுப் போருக்கான பந்தயமாயும் இருக்கும். விலகிக்கொள்ளும் நாளை அறிவிப்பதுதான் மேற்கொள்ளப்பட வேண்டியிருக்கும். பிப்ரவரி 1947இல் பிரித்தானிய ஆட்சி ஜூன் 1948 இறுதியில் முடிவுறும் என்று பிரகடனப்படுத்தினார்.

காங்கிரஸூம் லீக்கும் பாராட்டப்பட்டன. விவாதங்களில் துரிதம் கொண்டுவரப்பட்டது. சமரச உணர்வைக் கொண்டுவருவதற்குப் பதிலாக, இடைக்கால அரசாங்கத்தில் ஒத்துழைக்காத லீக் அமைச்சர்களை நீக்குமாறு செய்யும் காங்கிரஸ் கோரிக்கைகளை அது தூண்டிவிட்டது; பஞ்சாபிலும் வடமேற்கு எல்லைப்புற மாகாணத்திலுமிருந்த லீக் அல்லாத அரசாங்கங்களை நீக்கிடும் லீக்கின் முயற்சிகளுக்குத் தூபம் போட்டது.

மார்ச் 1947இல் தான் குறித்த நாளின்படி நிறைவேற்றிட, அட்லி அரசாங்கம் வேவலுக்குப் பதிலாக மவுண்ட்பேட்டனை நியமித்தது; லண்டனிலிருந்து வழமையாக வரும் குறுக்கீடுகள் இன்றி தீர்வினை எட்டுமாறு அவருக்குச் சிறப்பு அதிகாரம்

அளித்தது. மவுண்ட்பேட்டன் நல்லதொரு தேர்வாகத் தோன்றினார். பேரரசரின் ஒன்றுவிட்ட சகோதரனாக, அரசியலைத் தாண்டிய செல்வாக்கும் பெற்றிருந்தார்; தென்கிழக்கு ஆசியாவில் யுத்தத்தின்போது தலைமைத் தளகர்த்தராக, இந்தோனேஷிய தேசியவாதிகளிடம் சிறிது அனுதாபம் காட்டியவர். இந்தியாவைக் குறித்து அவருக்கு முன்தீர்மானம் ஏதுமில்லை. ஏதேனும் சாதிக்கவேண்டும் என்ற அக்கறை நிறையவே இருந்தது. நாள்குறித்தது போல மவுண்ட்பேட்டன் நியமனமும் நேரிய எண்ணங்களைக் கொண்டதாயிருந்தது. நேரு இதனைப் பாராட்டினார். மவுண்ட்பேட்டனுடனும் அவரது மனைவி எட்வினாவுடனும் நன்றாக நடந்துகொண்டார். இருநூறு ஆண்டுகால காலனியச் சுரண்டல் கதகதப்பளிக்கும் புன்னகைகளுடனும் இருதயப்பூர்வமான கைகுலுக்கல்களுடனும் நிறைவுறுவதை உறுதிப்படுத்தியது மவுண்பேட்டனின் வசீகரம்.

ஏமாற்றமுற்றிருந்த வேவல் உள்ளிட்ட அனைவருக்கும், இப்போது ஜின்னா பிரகடனத்தை ஏற்றுக்கொள்வார், ஆனால் பெரும்பாலான முஸ்லீம்கள் பாகிஸ்தான் தவிர்த்த எதனையும் ஒப்புக் கொள்ளப்போவதில்லை என்பது தெளிவானது. மாகாணங்களுக்கும் சமஸ்தான அரசுகளுக்கும் அதிகாரம் மாற்றித்தரப்படும், பிறகு அவர்கள் இந்தியாவுடன்/ பாகிஸ்தானுடன் இணைய விரும்புகிறார்களா/இல்லையா என்பதைத் தீர்மானிக்கட்டும் என்னும் எண்ணத்துடன் இதனை முன்னெடுத்தார். இந்தியா 'பிளவுபடுதலை' எதிர்நோக்கிய நேருவுக்கு இது ஏற்புடையதாய் இருந்தது, இப்போது மாகாணத் திட்டங்களில் சந்தேகம் கொண்டிருந்த அவர், பிரிவினையை ஏற்பதாயினும் வலுவான மத்திய அரசாங்கத்தை விரும்பினார். அவரது எதிர்ப்புகள் காரணமாக, அவசர கதியிலான திருத்தங்களுடன் மவுண்ட்பேட்டன், பிரிவினையைத் தவிர்க்க முடியாததாக ஏற்றார்.

இப்படி ஜூன் 1947இல் இரு அரசுகளிடம் அதிகாரம் மாற்றித்தரப்படும் என்னும் சூத்திரத்தை ஏற்கும் காங்கிரஸ்-லீக் உடன்படிக்கையைப் பெருமிதத்துடன் வைஸ்ராய் அறிவித்தார். மாநிலங்கள்/அரசுகள் சுதந்திரமாகத் தெரிவு செய்வது கைவிடப்பட்டது; வங்காளமும் பஞ்சாப்பும் குறுங்குழு ரீதியில் பிரிவினை செய்யப்படும்; சமஸ்தானங்கள் இந்தியாவுடனோ பாகிஸ்தானுடனோ இணைந்துகொள்ளுமாறு வற்புறுத்தப்படும். அரசமைப்பு சம்பிரதாயங்களைத் துரிதப்படுத்த, சொத்துப் பிரிவினையை மேற்பார்வையிட மூன்றாம் தரப்பினை

நியமிப்பது, ஏகாதிபத்தியப் பெருமிதத்துடன் பிரிட்டனை விட்டுவிடுவது என்று முடிவானது. ஆட்சி அதிகாரத் தகுதி அடிப்படையில் அதிகாரம் மாற்றித்தரப்படும் என்பதும் ஒத்துக்கொள்ளப்பட்டது; அதற்கு 1935 இந்தியா சட்டத்தில் திருத்தம் மேற்கொள்ளப்படவேண்டும்-அடுத்துவரும் அரசுகளால் அது மறுதலிக்கப்படலாம்/ஏற்கப்படலாம். தடுமாறுகின்ற இடைக்கால அரசாங்கத்தைக் காப்பாற்றிட, தேதியையும் ஆகஸ்டு 15, 1947என மவுண்ட்பேட்டன் குறித்தார். ஒரு துணைக்கண்டத்தின் அரசமைப்பு, சமூக, ராணுவ, உள்கட்டுமானங்களை ஆராய்ந்திட பத்து வாரங்கள் போதுமானதாய் இருக்கும்.

பாகிஸ்தான் சுதந்திர இந்தியாவிலிருந்து பிரிந்து செல்லவில்லை மாறாக பிரித்தானிய ராஜ்ஜியத்திற்கு அடுத்ததாக வருகிறது என்பதற்கு அழுத்தம் தர விரும்பிய ஜின்னா, ஆகஸ்டு 14இல் கராச்சியில் சுதந்திரத்தைக் கொண்டாடினார். குண்டு வெடிப்பு பீதி நிலவினும் விழாவில் கலந்துகொண்ட மவுண்ட்பேட்டன் அவசரகதியில் கிளம்பினார். நேருவைப் போலன்றி, ஜின்னா ஒருபோதும் மவுண்ட்பேட்டனின் வசீகரத்தில் மயங்கியதில்லை. அடுத்துவரும் இரு அரசுகளின் தலைமை ஆளுநராக இருக்க விரும்பிய வைஸ்ராயின் ஆசையை நிராகரித்த ஜின்னா, பாகிஸ்தானின் முதல் தலைமை ஆளுநராக, அரசமைப்பு நிர்ணயச் சபைத் தலைவராகத் தன்னையே அறிவித்துக்கொண்டார். குவைத்-யி-ஆஸம், உயர் தலைவர் என்கிற பெயரில் வெள்ளிக் கிழமைத் தொழுகைகள் அவர் பெயரில் நிகழ்ந்தன. அவர் அரசின் தலைவரோ நாட்டின் தந்தையோ மட்டுமல்லாமல், அதன் அரசமைப்பு கலீபாவாகவும் இருந்தார். எவ்வளவு பிணைப்பு நிலவினும் விண்ட்ஸர் இல்லப் பிரதிநிதித்துவத்திற்கு இடமில்லாது இருந்தது.

ஆகஸ்டு 14 இரவில் கராச்சியிலிருந்து நேராக டெல்லிக்குப் பறந்துவந்த மவுண்ட்பேட்டனுக்கு அங்கே விழாக்கள் மன நிறைவளிப்பதாய் இருந்தன. அன்றிரவு நேரு தன் புகழ்வாய்ந்த உரையினை ஆற்றினார். அதன் பாணி சர்ச்சிலுடையதாய் இருந்தது; 'விதியுடன் சந்திப்பு' ஹொரேஸியஸின் 'சந்திக்கும் வேளை'யை எதிரொலித்தது-இந்தியப் புலமையறிவை பழித்த மெக்காலேயால் பெரிதும் விரும்பப்பட்ட கவிதை அது. சுருக்கமாகச் சொல்வதானால், அப்பேச்சு வரலாற்று நுகர்வுக்கான நிகழ்த்தலாயிருந்தது.

'நீண்ட காலத்திற்குமுன் நாம் விதியுடன் சந்திப்பு நிகழ்த்தினோம், நம் வாக்குறுதியை நிறைவேற்றிடும் வேளை இப்போது வந்துள்ளது-முழுதாகவோ முழுவீச்சிலோ அல்லாமல் கணிசமாக வந்துள்ளது. நள்ளிரவு மணி அடித்ததும், உலகம் தூங்கும்போது இந்தியா, வாழ்க்கை மற்றும் விடுதலையில் விழித்தெழும். பழமையிலிருந்து புதுமையில் நாம் காலடி எடுத்துவைக்கையில், ஒரு யுகம் முடிவுறுகையில், நீண்டக்காலம் ஒடுக்கப்பட்டிருந்த நாட்டின் ஆன்மா தன் வெளிப்பாட்டைக் காணும், அரிதான வரலாற்றுத் தருணம் வருகிறது. இப்பவித்திரமான கணத்தில், இந்தியாவுக்கும் அதன் மக்களுக்கும் இன்னும் பெரிதான மானுட இலட்சியத்திற்கும் சேவை புரிந்திட வாக்குறுதியை மேற்கொள்வது பொருத்தமானது.'

மக்களுக்குப் பைத்தியம் பிடித்துள்ளது

நேரு, மவுண்ட்பேட்டன், அவர்தம் சகாக்கள் பலர் வரலாற்றினை உருவாக்கிடும் பிரக்ஞையைத் தீவிரமாகக் கொண்டிருந்தனர். பேச்சுக்களிலும் நினைவுக் குறிப்புகளிலும் தனிப்பட்ட சரிதங்களிலும் தம்மைப் பற்றி நம்பிக்கையுடன் எழுதினர். வரலாற்றாளர்கள் நன்றி பாராட்டினர் என்றாலும் என்ன, எங்கே, ஏன் நடந்தது, யார் சொன்னார்கள் என்பதான மாநாட்டுத் தீர்மானங்களைப் போல அரசாங்க இல்ல நாட்குறிப்புகள் போல, ஆவணத்தை வாசித்திடும் அபாயம் இருக்கின்றது. புது டெல்லியின் அலங்கரிக்கப்பட்ட புல்வெளிகள், நகராட்சி மைதான ஒலிபெருக்கிகளின் இரைச்சலுக்கு வெகுதூரத்தில், மற்ற நிகழ்ச்சி நிரல்கள் நடந்தன, சுதந்திரத்திற்கு முன்னரும் பின்னருமான போதையேறிய தினங்களை விடவும் தீர்மானகரமாக அவை நடந்ததில்லை.

வரம்புக்குட்பட்ட வாய்ப்பும் எல்லையற்ற வாய்ப்பின்மையுமுள்ள நாட்டில், சந்திப்பதும் வாக்குறுதிகளை மீட்டெடுப்பதும் பொருத்தமற்றதாகத் தோன்றலாம்; அதுபோலவே கசப்பான எதிர்ப்புணர்விலிருந்து பரஸ்பர பாராட்டுக்குச் சட்டென்று நகர்வதும், வேறொரு இடத்தே சுய பிரக்ஞை குறைந்த வரலாறு ஆக்கப்பட்டுக் கொண்டிருந்தது. மிக அறிவுறுத்துவதாயும் மிக அவதிப்பட வைப்பதாயும் இருந்த அது, உயரிய உணர்வோட்டங்களைப் புண்படுத்திற்று, மாட்சிமைமிக்க படைப்புகளாக வெடித்தெழுந்தது, பழையதோ புதியதோ அவற்றின்மேல் துளிகூட மதிப்பில்லை.

1943இல் கடந்த காலத்திலிருந்து அழைக்கப்படாத விருந்தாளியைப் போல, கீழ் வங்காளத்தின் பெரும்பகுதியில் வறட்சி நிலவிற்று. யுத்தத்தின் இருண்ட இவ்வேளையில் பற்றாக்குறை எதிர்பார்க்கப்பட்டதுதான். ஜப்பானால் பர்மா ஆக்கிரமிக்கப்படவே அங்கிருந்து அரிசி இறக்குமதி நின்றுவிட்டது; கிழக்கு இந்தியாவில் ராணுவத்தைப் பராமரித்திட உள்நாட்டு தானியத்தின் தேவை அதிகமிருந்த காரணத்தால் பதுக்கல் இருந்தது. வங்காள ஆற்றுவழி கப்பல் போக்குவரத்தில் ஜப்பானிய ஊடுருவல்காரர்கள் நுழையக்கூடும் என்ற எண்ணத்தில் அது தவிர்க்கப்பட்டு, ரயில் போக்குவரத்து ராணுவக் கட்டுப்பாட்டில் இருந்தது. உணவு தானியத்திலான பற்றாக்குறை அதிகமில்லை, பொதுவிநியோகம், சீரான வழங்கல், கள்ளச் சந்தைக்கு எதிராகக் கடும் நடவடிக்கை காரணமாக வறட்சி நேர்ந்திருக்கக் கூடாது. வேறெதனையும் போலவே அது ஊழியரின் தோல்வி. ஜூலையில் நடைப் பிணங்கள் வீதிகளில் மடிந்துவிடுவதற்காகக் கல்கத்தாவில் அலைந்து திரிந்து கொண்டிருக்க, இந்தியாவிலிருந்து இங்கிலாந்து செல்ல லின்லித்கோ எதிர்பார்த்துக் கொண்டிருந்தார்– 'இந்தியாவினை நல்ல நிலையில்' விட்டுச் செல்வதாகக் கருதினார். வங்காளத்திலும் அரசாங்க மாற்றம் இருந்தது; திரும்பவும் பொறுப்பேற்ற முஸ்லீம் லீக் அமைச்சரவை உறுதியற்று அனுபவமின்றி இருந்தது இன்னும் மோசமானது, இத்தகு நெருக்கடிகளை எதிர்கொண்டிடும் அதிகாரமிக்க ஆளுநர் சோம்பேறியாய், நோயாளியாய் இருந்தார்.

ஜூலை-நவம்பருக்கிடையே பஞ்சம் கட்டுப்படுத்தப்படாது, தலைவிரித்தாடியது. அக்டோபரில் பாதிக்கப்பட்டிருந்த இடங்களைப் பார்வையிட்ட வேவல், 'பிரித்தானிய ஆட்சியின் எந்தவொரு மக்களுக்கும் நேர்ந்திராத மிகமோசமான பஞ்சம்' என அதை ஒத்துக்கொண்டார். அவர் மிகைப்படுத்தவில்லை. பஞ்சகால மரணங்கள் நம்பமுடியாதனவாய் இருக்கும்; இருபது லட்சத்திலிருந்து நாற்பது லட்சம் வரை அது இருந்தது. குறைந்த பட்சத் தொகையை ஒப்புக்கொண்டாலும், இரு உலகப்போர்கள், ஒட்டுமொத்த இந்திய சுதந்திரப் போராட்டம், பிரிவினையின்போது நடந்த பேரின அழிப்பு ஆகியவற்றைவிட, இப்பஞ்சம் கொன்றதே அதிகமானது. நேரடி பிரித்தானிய ஆட்சி 1770இல் வங்காளப் பஞ்சத்துடன் தொடங்கியிருந்தது; அதனுடன் ஒப்பிடத்தக்க பேரழிவுடன் அது முடிவுக்கு வந்துகொண்டிருந்தது.[10]

'வெள்ளையனே வெளியேறு' இயக்கத்தையடுத்து காங்கிரஸ் தடைசெய்யப்பட்டு, அதன் தலைவர்கள் சிறையிலடைக்கப்பட்ட

நிலையில், வங்காளத்தின் பல இந்து பத்ரலோக்குகள் தற்காலிகமாகத் தீவிரவாத இந்து அமைப்பான மகாசபாவுக்கு நகர்ந்தனர். அது பஞ்சத்திற்கு முஸ்லீம் லீக்கைக் குறைகூறியது. தயக்கமின்றி நிவாரணம் வழங்குவதில் தனக்குப் பிரதான பங்குவேண்டும் என்னும் பொருட்டு, அவ்வியற்கைப் பேரிடரைச் சாதகமாக்கிக் கொண்டது என்றது. மறுபுறம் முஸ்லீம்-லீகோ, மிகுதியான இந்து தானிய வணிகர்களின் பதுக்கலும் ஆதாய வேட்கையும்தான் வறட்சிக்குக் காரணம் என்றது. வேளாண்-தொழில்துறை (சணல் தொழிலான மந்தநிலைபோல) நெருக்கடிகளிலிருந்து வெளிப்படுவது போல, வறட்சியிலிருந்து வெளிவந்தது சமுதாய வெறுப்பு.

ஆனால் இந்து-முஸ்லீம் அல்லது 'சமுதாய' வன்முறைகள் தவிர்க்கமுடியாததல்ல. இடதுசாரி வரலாற்றாளர்களைப் பொறுத்தமட்டில், எந்தவேலை தந்தேனும் குறுகிய காலத்தில் அதிகார மாற்றத்தைக் கொண்டுவருவதில் காங்கிரஸ் முனைப்புக் காட்டாதிருந்தால், பிரிவினையையும் அது தூண்டிவிட்ட சமுதாயப் படுகொலைகளையும் தவிர்த்திருக்கலாம். நவம்பர் 1945இல் பிரித்தன் சுபாஷ் சந்திரபோஸின் INA வீரர்கள் மூவரை டெல்லியில் விசாரணைக்கு உட்படுத்தியது. (சில வாரங்களுக்கு முன்னரே போஸ் விமான விபத்தொன்றில் இறந்திருந்தார்.) குற்றம் சாட்டப்பட்டிருந்த அம்மூவரில் ஒருவர் சீக்கியர், இன்னொருவர் முஸ்லீம், மூன்றாமவர் இந்து; அது குறிப்பிட்ட சமுதாயத்திற்கு எதிராகப் பாகுபாடு செய்யப்படுவதைத் தவிர்ப்பதற்கான தந்திரமாயிருந்தது. தேசியவாத எதிர்வினை அதே தன்மையில் பங்கேற்றது. குற்றம் சாட்டப்பட்டவர்கள் சார்பாக, கல்கத்தாவின் மாணவ எதிர்ப்பாளர்கள், அதன்பின் பம்பாய்-கராச்சியின் கடற்படைக் கப்பல்களிலிருந்து வந்த கலகக்காரர்கள் சேர்ந்து, இஸ்லாத்தின் பச்சை, கம்யூனிஸ்ட்-சோஷலிஸ்டுகளின் சிவப்பு, காங்கிரஸின் மூவண்ணக் கொடிகளின் கீழ் ஊர்வலம் சென்றனர். தொழிலாளர் சங்கங்களும் மற்ற மக்கள் பிரிவுகளும் உற்சாகத்துடன் ஆதரவு காட்டிய, சமுதாய இணக்கத்தை எடுத்துக்காட்டிய ஊர்வலமாயிருந்தது.

போலீஸ், துருப்புகளுடனான மோதல்கள் அடுத்தடுத்துத் தொடர்ந்தன. கடற்படைக் கலகமும் அச்சுறுத்துவதாயிருந்தது, குண்டுவீசிடும் பிரித்தானிய மிரட்டல்களை உண்டாக்கியதுடன், வல்லபாய் படேல் தலைமையிலான உயர்மட்ட காங்கிரஸ் தூதுக்குழு கலகக்காரரிடம் பேச்சுவார்த்தை நடத்திற்று. INA வீரர்களிடத்தே காங்கிரஸ் தலைவர்கள் அனுதாபம்

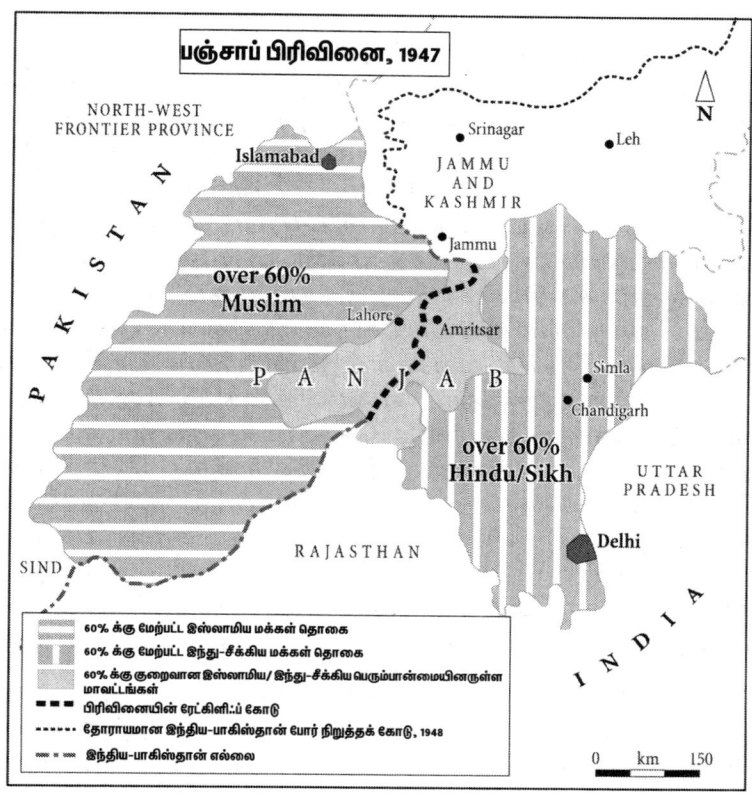

கொண்டிருந்தபோதும், திடுக்கிட்டுப் போயிருந்தனர், அதனால் தரும சங்கடமடைந்தனர். பேச்சுவார்த்தை ரீதியிலான உடன்பாடு நெருங்கிக் கொண்டிருந்த வேளையில், கடுமையான எதிர்ப்பு வரவேற்கத் தக்கதல்ல. அது பேச்சுவார்த்தைக்காரர்களது அதிகாரத்தைப் பலவீனப்படுத்திற்று, தாம் வெற்றிபெற முடியும் என எதிர்பார்த்திருந்த அரசு நிறுவனங்களை அது நிலைகுலைய வைத்தது.

தேசியவாத வரலாற்றாளர்கள் 'இவ்வெழுச்சிகள்' என்றழைத்தலைப் பின்தொடர்ந்தன. ஏப்ரல் 1946இல் வங்காளத்தில் ஆளுநரின் நேரடி ஆட்சிக்குப் பிறகு, புதிய மாகாணத் தேர்தல்கள் இன்னொரு முஸ்லீம் அமைச்சரவையைக் கல்கத்தாவில் நிறுவின. ஹுஸைன் சாஹித் சுஹ்ரவாடி அதற்குத் தலைமை தாங்கினார். 1943இல் உணவுப் பொருள் அமைச்சராக, அவர் சாமர்த்தியமற்ற நிவாரணப் பணிகளுக்காகப் பிரதானமாகக் குற்றஞ்சாட்டப்பட்டிருந்தார்.

நேரடி செயல்பாட்டு தினம் என்னும் ஜின்னாவின் அறைகூவலுக்கு ஆகஸ்டில் எதிர்வினையாற்றிய சுஹ்ரவாடி, அந்நாளைப் பொது விடுமுறையாக அறிவித்தார். காவலர்களும் விடுப்பில் சென்றனர். பேச்சுக்கள்-ஊர்வலங்கள் என மும்முரமாயிருந்த முஸ்லீம்கள், இதனையொரு அழைப்பாகப் பார்த்தனர்; திறந்திருந்த இந்துக் கடைகளைக் கொள்ளையடிக்கவும் எரிக்கவும் ஆரம்பித்தனர். கொள்ளை கொலையானது, பாதிக்கப்பட்டோர் பதிலுக்குத் தாக்கினர். கட்டுப்படுத்தப்படாத மூன்று நாள் கலவரத்தின்போது, முஸ்லீம்களும் சீக்கியர்களும் இந்துக்களுமாக 4000 பேர், ‘கல்கத்தா கொலைகள்’ எனப்படுவதில் இருந்தனர். அக்டோபரில் இக்கலவரங்கள் கிழக்கு வங்காளம் உ.பி., பீகார் பகுதிகளுக்கும் பரவிற்று-அங்கே இறந்தோர் எண்ணிக்கை இன்னும் அதிகம். கைகளைப் பிசைந்துகொண்ட நேரு, ‘மக்களுக்குப் பைத்தியம் பிடித்திருக்கிறது’ என்றார். இணக்கத்தைப் போதிக்கவும் ‘ஒவ்வொரு வழியிலிருந்தும் கண்ணீரைத் துடைத்துவிடவும்,’ காந்தி களத்தில் இறங்கி, நாசமாக்கப்பட்ட சமுதாயங்களைச் சேந்தவர்களினிடையே நடந்து போனார். அடுத்து ஒரு தேக்கநிலை, ஆனால் மார்ச் 1947இல் கல்கத்தாவிலும் பஞ்சாபிலும் புதிய பைத்தியக்காரத்தனத்தின் முதல் அறிகுறிகள் தென்பட்டன.

இந்தியப் பிரிவினை நேருவுக்குத் துயரமானதாக இருந்தாலும், ஜின்னாவுக்கு அவசியமானதாயிருந்தது. ஜின்னாவின் கண்களிலிருந்த துயரம் வங்காளம்-பஞ்சாப்பின் பிரிவினையில் இருந்தது. இவ்விரு மாகாணங்களையும் ஒன்றிணைத்திட, ஒரு காலத்தில் அவர், உ.பி., - பீகாரினூடே செல்லும் பாகிஸ்தான் நெடுஞ்சாலையை வற்புறுத்தினார். அது நிறைவேறாது போகவே, பஞ்சாப்பும் வங்காளமும் அப்படியே பாகிஸ்தானுக்கு மாற்றம் செய்யப்பட வேண்டும் என்றார்; ஏனெனில் உ.பி.- பீகாரினால் பிரிக்கப்பட்டது போலவே, கிழக்கு பஞ்சாப்பிலும் மேற்கு வங்காளத்திலுமான (அவற்றினிடையே கல்கத்தாவும் உள்ளது) இந்துப் பெரும்பான்மையினர் பகுதிகளை விலக்கியதான, பாகிஸ்தான் ‘நிழலாகவும் உமியாகவுமே இருக்கும்.’ இறுதிப் பேச்சுவார்த்தைகளில், ‘இந்த முடமாக்கப்பட்ட, உருச்சிதைக்கப்பட்ட பூச்சி அரித்த பாகிஸ்தானா/பாகிஸ்தானே இல்லையா என்ற தெரிவின்போது, அதனை ஏற்குமாறு தன்னைத் தயார்ப்படுத்திக்கொள்ள அவரால் முடியவில்லை. முக்கியச் சந்திப்பு ஒன்றில், ஆம் என்று சொல்லமுடியாமல், தலையாட்டினார். அது சம்மதமாக ஏற்கப்பட்டது. ஆனால் அவர் எதிர்மறையாகவும் அதைச் செய்திருக்கலாம்.

வங்காளத்தில் பெரும்பான்மை முஸ்லீம்களில்லாத பகுதிகளிலிருந்து பெரும்பான்மை முஸ்லீம் பகுதிகளைப் பிரிப்பது, ஒப்பீட்டளவில் நேரியதாயிருந்தது. கர்ஸான் ஏற்கெனவே வழிகாட்டியிருந்தார்;1946 கல்கத்தா கொலைகளையடுத்து வங்காளத்தைத் தொடர்ந்து தன் தனிப்பொறுப்பாக வைத்திருந்தார். இரு திசைகளிலும் பெருமளவிலான அகதிகள் வெளியேற்றமும் பொருளாதாரச் சீர்குலைவும் இருக்கும். கல்கத்தாவும் மேற்கு வங்காளத்தின் தொழில் வளர்ச்சி பெற்றுள்ள மண்டலமும் இன்றி கிழக்கு வங்காளம், ஒரு பிரித்தானியர் குறிப்பிட்டது போல, 'கிராமப்புறச் சேரியாக' இருந்தது; கிழக்கு வங்காளத்தின் மகசூல் இல்லாது, கல்கத்தா ஆலைகள் நிசப்தமாயின. ஆனால், முந்தைய கொலைகளால் ஓய்ந்துவிட்டதைப் போல ஒப்பீட்டளவில் ரத்தம் சிந்துதல் இல்லை.

பஞ்சாப்பில் அது வேறுவிதமாயிருந்தது. பிரித்தனின் ராணுவ ஆட்சேர்ப்புக் கொள்கை காரணமாக, எல்லாச் சமுதாயங்களும் வலுவான ராணுவத் தொடர்புகளைக் கொண்டிருந்தன, வீர மரபுகளைப் போற்றின. கிழக்கு வங்காளத்தின் பெரிதும் தாழ்ந்த சாதியின் மதமாறியவர்களைப் போலன்றி, பஞ்சாப்பின் முஸ்லீம்கள், நீண்டகாலமாக மதமாறியிருந்த ரஜபுத்திரப் பழங்குடிகள், (பட்டி, கக்கர் முதலானோர்), துருக்கியர், மங்கோலியர், ஆஃப்கன்கள் ஆகியோரைக் கொண்டிருந்தனர்- துருக்கியரும் மங்கோலியரும் ஆஃப்கன்களும் அடிக்கடி இம்மண்டலத்தைக் கடந்து போனவர்கள். பெரிதும் ஜாட்களும் டோக்ராஸ்களுமான பஞ்சாபின் இந்துக்கள், 'முரட்டுக்குணம்' குறைந்தவர்களல்ல- ஆவேசமிக்க விவசாயிகளாகவோ, மேலாதிக்கத்திற்கு உட்படுத்த முடியாத ராணுவ வீரர்களாகவோ விளங்குபவர்கள். பஞ்சாபின் சமுதாயச் சமன்பாட்டில் மூன்றாம் பரிமாணமாகவுள்ள சீக்கியர்கள், ஒட்டுமொத்த இந்திய ராணுவத்தில் ஐந்தில் இரண்டு பங்கைக் கொண்டிருப்பவர்கள் மற்றும் துணைக்கண்டத்தின் மிகத் தீவிர மதச் சகோதரத்துவத்தைக் கட்டமைத்திருப்பவர்கள். சிலவான பகுதிகளிலேயே பெரும்பான்மையினராக இருந்தபோதும், மாகாணமெங்கிலும் சீராகப் பரவி இருப்பவர்கள் - அதனைத் தம் மதத் தாயகமாயும் சீக்கியப் பேரரசின் மையமாயும் அவர்கள் கருதினர்.

முதலாவது பிரச்சினைகள் 1947ஆம் ஆண்டின் ஆரம்பத்தில் பஞ்சாபில் எழுந்தன. 1946 தேர்தல்களில், முஸ்லீம் லீக் பரபரப்பான வெற்றி பெற்றிருந்தாலும், சீக்கியர்-காங்கிரஸ் ஆதரவுடன் ஒன்றியக் கட்சியில் எஞ்சியிருந்தோரைக் கொண்ட கூட்டு

அமைச்சரவை, அதற்கு அதிகாரத்தை மறுதலித்தது. ஆகவே லீக் ஒத்துழையாமைப் போராட்டத்தை மேற்கொண்டு, மார்ச் 1947இல் அமைச்சரவையை வெளியேறுமாறு செய்தது. பாகிஸ்தானியராக மாறுவதால் பஞ்சாபிலிருந்து நிறைய இழக்க வேண்டியிருந்த சீக்கியர், தமது 'சீக்கிஸ்தானை'க் கோரினர். பல முக்கிய நகரங்களில் கலவரங்கள் ஏற்பட்டன, ஆகஸ்டில் இறந்தோரின் எண்ணிக்கை 5000 ஆக உயர்ந்தது. ஆனால் அப்போது சீக்கியர், பஞ்சாபின் இந்தியத் துண்டு நிலமாகும் பகுதிக்குள் தம் தகுதிநிலை குறித்து, காங்கிரஸின் உறுதிப்பாடுகளையடுத்து, பிரிவினையின் தவிர்க்க முடியாமையை ஏற்றனர். வன்முறையில் மந்தநிலை இல்லை, ஆனால் பிரித்தானியருடையதும் இந்தியர்களுடையதுமான அதிகாரிகளது பதற்றங்கள் தனிக்கப்பட்டிருந்ததாகத் தோன்றின.

ஆங்கிலேய நீதிபதி சர் சைரில் ரேட்கிளிஃப் தலைமையிலான, லீக்-காங்கிரஸ் குழுவால் அவசரகோலத்தில் வரையப்பட்ட புதிய எல்லை, சுதந்திர தினக் கொண்டாட்டங்கள் முடிந்த பிறகும் அறிவிக்கப்படவில்லை. முஸ்லீம் பெரும்பான்மைமிக்க மேற்கு, பஞ்சாப்பிலிருந்து முஸ்லீம்களல்லாதவர் பெரும்பான்மைமிக்க கிழக்கு பஞ்சாப்பைப் பிரிக்கையில் மத-வரலாற்றுத் தொடர்புகளால் தமக்கு முக்கியத்துவமுள்ள இடங்களுக்கும் ஆலயங்களுக்கும் விதிவிலக்களிக்கப்பட வேண்டும் எனச் சீக்கியர் கோரினர். எடுத்துக்காட்டாக, ரஞ்சித் சிங்கின் முன்னாள் தலைநகர் லாகூர், பாகிஸ்தானுக்கு ஒதுக்கிவிடப்படலாகாது-முஸ்லீம் பெரும்பான்மையினர் உள்ள காரணத்தால். உண்மையில் எல்லைக் குழுவினர் அத்தகு சலுகைகளைத் தரவில்லை. மக்கள்தொகையே தீர்மானகரமாயிருந்தது, லாகூர் பாகிஸ்தானிடம் சென்றது.

சக மதத்தினர் பெருமளவில் நுழைவதை எதிர்பார்த்திருந்த சீக்கியர் கிழக்கில், சீக்கியரல்லாதவரை வெளியேற்ற ஆரம்பித்து, ஆகஸ்டின் ஆரம்பத்தில் தம் நிலங்களை ஆக்கிரமிக்கலாயினர். மேற்கில் ஆரம்பக்கட்ட முஸ்லீம் வெளியேற்றத்திற்கான எதிர்வினையான இது, மேலும் கலவரங்களைத் தூண்டிவிட்டது. ஆகஸ்டு 17இல் அறிவிக்கப்பட்ட எல்லைக்கோடு, பழிவாங்குதலுக்கான அவசரத்தை முன்னிருத்திற்று. அகதிகள் வெளியேற்றம் வெள்ளமாகியது; அதிக்கிரமங்கள், வல்லுறவுகள், பெருந்திரள் கொலைகள் பற்றிய செய்திகள் தவிர்க்கப்பட முடியாத பழிவாங்குதலை ஏற்படுத்தியது. வன்முறை தீவிரங் கொள்ளவும், பிணங்களைத் தவிர்த்து வேறெதனையும் ஏற்றிவராத ஆவி ரயில்கள் புதிய எல்லைப்புறத்தினூடே நிசப்தமாகச் சென்றன. 'ஐந்து நதிகளின் நில'த்தில் தண்ணீர் குருதியுடன் ஓடியது,

உருச்சிதைக்கப்பட்ட புலம்பெயர்ந்தோருடன் சாலைகள் விரைந்தன. அதிகார மாற்றத்தைக் கண்காணிக்க வந்த 20,000 துருப்புகள் சாமர்த்தியமற்றவையாக, பைத்தியம் பிடித்தனவாக இருந்தன. மேற்கு பஞ்சாப்பில் இன்னும் பிரித்தானிய ஆளுநராக இருந்து வந்தவர், *The Times* வாசகர்களிடம் தெரிவித்தார்: 'சமீபத்தில் வந்து சேர்ந்த ஒரு வாகனச் கூட்டத்தைச் சேர்ந்தோரில், ஆயிரத்திற்கும் மேற்பட்டோர் எல்லைப்புறம் வரை தாக்குப்பிடித்திருந்து, அங்கே விழுந்ததும் மாண்டனர். அதற்குமேல் செல்ல அவர்களால் முடியாதிருந்தது. சாலைகளில் மைல் கணக்கில் பிரேதங்கள் குவிந்திருந்தன.'[11]

பல சமுதாயங்களுக்குச் சுயவரையறை, பிரதேச வரையறை போல, சீரற்றதாயும் நம்பத்தகாததாயும் இருந்தது. டெல்லிக்குத் தெற்கிலுள்ள பாலைவன விளிம்புகளின் மெயோ/மேவாடி மக்கள், ராமனையும் கிருஷ்ணனையும் வழிபடுவதுடன் இஸ்லாமியச் சம்பிரதாயங்களையும் கொண்டிருந்தனர். சிலர் முஸ்லீம் லீக்கை ஆதரிக்கவோ ஜின்னாவை அறிந்திருக்கவோ செய்தாலும், அவர்கள் இந்து ஜாட்களுக்கும் ரஜபுத்திர அண்டை வீட்டாருக்கும் வேட்டை நிலமாயிருந்தனர்; பிந்தைய இவ்விருவரும் 1947இல் அவர்களைப் படுகொலை செய்து இல்லாமலாக்கினர். இன்று callcenter அழைப்புகளால் நிறைந்துள்ள, குர்கோவன்-ரேவரி போன்ற இடங்களிலிருந்து வந்த உதவிகோரும் குரல்கள், கேட்கப்படாது போயின. அதற்கேற்ப, மெயோக்கள் ஒட்டுமொத்தமாகப் பாகிஸ்தான் சென்றனர்; அங்கே துரோக இந்துக்கள் எனப் பழிக்கப்பட்டனர். ஆயிரக் கணக்கானோர் டெல்லி திரும்பினர், அப்போதுதன் கொலைகள் தணிந்திருந்தன.

வங்காளத்தில் புதிய எல்லைப்புறம், 1950கள் வரை திறந்திருந்தது. வளைந்து நெளிந்தோடும் ஆறுகள், நகரும் தீவுகள் ஆகியவற்றினூடே அதனைக் காவல் செய்வது சிரமமாயும் ஊடுருவ முடியாததாயும் இருந்தன. இங்கே மக்கள் நடமாட்டம் நீண்டகாலம் இருந்து வந்துள்ளது, அனுமதிக்கப்பட்டுள்ளது, பல கட்டங்களில் புலம்பெயர்தல்கள் நிகழ்ந்துள்ளன, சில அகதிகள் திரும்பினர், மீண்டும் வெளியேறினர். பின்னர் மீண்டும் திரும்பினர். 1946 படுகொலைகளால் பிடுங்கியெறியப்பட்ட பீகார் முஸ்லீம்கள், முதலில் கல்கத்தாவில் புகலிடம் நாடினர். 1947 வங்காளப் பிரிவினையால் துரத்தப்பட்டு டாக்கா சென்றனர்; 1971இல் வங்காளதேசம் உருக்கொண்டபோது, வங்காளிகள் அல்லாதவராக மீண்டும் துரத்தப்பட்டனர், பாகிஸ்தான் அனுதாபிகளாகக் கருதப்பட்டனர். நீண்ட

பேச்சுவார்த்தைகளுக்குப் பிறகு அவர்களில் அதிகமானோர் இறுதியில் கராச்சிக்கு அனுப்பப்பட்டனர். அவர்களில் சிலருக்கு, பயணம் நீடித்து இங்கிலாந்திற்குக் குடிபெயர்வதாக இருந்தது; மற்றவர்கள் இன்னும் அகதியர் முகாம்களில் உழல்கின்றனர். பிரிவினையின் தாக்கங்கள் இன்னும் உணரப்படுகின்றன. அப்போது அதன் விளைவுகள் தெளிவின்றி காணப்பட்டன- 1949இல் இந்தியாவின் கல்கத்தா குடும்ப வீட்டில் வசித்தபடி, பாகிஸ்தானின் கராச்சி தொகுதியில் கிழக்கு வங்காளத்தைப் பிரதிநிதித்துவம் செய்த ஹுசைன் சுஹ்ரவார்டிக்கு விசித்திரமாக எதுவும் இல்லாதிருந்தது.

ஒட்டுமொத்தத்தில், கிழக்கிலிருந்து மேற்காகவும், மேற்கிலிருந்து கிழக்காகவும், பதிவான வரலாற்றில் சுமார் ஒரு கோடிப்பேர் பெரும் வெளியேற்றத்தில் சென்றிருப்பர். டெல்லியில் சில தினங்களுக்கு முன்னர், சுதந்திரத்தை வரவேற்ற உற்சாகமிக்கக் கூட்டத்தில் திரண்டு, நேருவையும் மவுண்ட்பேட்டனையும் வாழ்த்தியிருந்தவர்கள், இப்போது தம் அண்டை வீட்டாரான முஸ்லீம்கள் மீது கத்தி-தடியுடன் பாய்ந்தனர். இறப்பெண்ணிக்கை அதிகரித்துச் செல்ல, புள்ளி விபரங்கள் அதிகரித்தன. ஆகஸ்டு- அக்டோபருக்கு இடையில், பஞ்சாப் பிரிவினையிலும் அதனுடன் தொடர்புடைய கலவரங்களிலும் குறைந்தது இரண்டு லட்சம் பேர், - அது பத்து லட்சமாயிருக்க வாய்ப்புண்டு - படுகொலை செய்யப்பட்டனர். வறட்சி காலத்தைப் போலவே, வங்காளத்திலும் பீகாரிலுமான ஆரம்பக்கட்ட கொலைகளில் பலியானோர் பெயர்களும் எண்ணிக்கையும் பதிவாகவில்லை. புதிய தேசங்களில் எதுவும் உயிருள்ளவருக்கு உணவளிப்பதைத் தவிர, வேறொன்றும் செய்யமுடியாதிருந்தன. இதற்கிடையே, ஒட்டுமொத்த விவகாரத்திலிருந்து விலகியிருக்க விரும்பிய மவுண்ட்பேட்டன், பஞ்சாபிலிருந்து தன் கைகளைக் கழுவிக்கொண்டு மலைகளுக்குச் சென்றார்.[12] வரலாற்றை உருவாக்குவோர் வேறு பக்கம் திரும்பினர்.

20

அறுவைச் சிகிச்சைக்கு நடைமுறைகள்

1948-1965

காஷ்மீர் பள்ளத்தாக்கு பற்றிக் கேள்விப்பட்டிராதோர் யார்?

எஞ்சியுள்ள காலனிய உலகத்திற்கு இருந்ததைப் போலவே, இந்திய துணைக்கண்ட நாடுகளுக்கு, இருபதாம் நூற்றாண்டு சுதந்திரத்தில் உச்சங்கண்டது. சுதந்திரப் போராட்ட வெற்றி அதன் எதிர்பார்க்கப்பட்ட வெகுமதிகளான, சுயநிர்ணய உரிமை, சர்வதேச அங்கீகாரம், மேலும் பொறுப்புள்ள அரசாங்கம், குறிக்கோளின் புதுப் பெருமிதம் ஆகியவற்றைக் கொண்டுவந்தது. ஆனால் அடுத்து இவ்வெகுமதிகளை அனுபவிப்பது, எதிர்கொண்ட சிக்கல்கள், அவற்றைக் காப்பாற்ற மேற்கொண்ட வழிமுறைகள், அரை நூற்றாண்டு காலத் தடுமாற்றமிக்க முன்னேற்றத்தை ஏற்படுத்தியது; உட்புற நிரடல், பரஸ்பர ஆக்கிரமிப்பால் அது அவப்பெயர் பெற்றது. அடுத்து வந்த இரு அரசுகளிலும்-1971க்குப் பிறகு மூன்று அரசுகளிலும்-பிரதமர்கள் கொல்லப்பட்டனர், அரசமைப்புச் சட்டங்கள் நிறுத்திவைக்கப்பட்டன. பல தசாப்தங்களில் இந்தியாவும் பாகிஸ்தானும் 3 போர்களில் ஈடுபட்டன; நான்காவது ஒன்றினைச் சாத்தியப்பாட்டின் எல்லைகளுக்குள் விட்டுவந்தன. அனைத்து அரசாங்கங்களும் திரும்பத் திரும்பத் தம் மக்களுக்கு எதிராகவே, தம் ராணுவ வலிமையை நிறுத்தவேண்டியதாயிருந்தது. திரும்பிப் பார்க்கையில், இந்நூற்றாண்டின் போராட்டமும் தியாகமுமான முதல் 50 ஆண்டுகள் கடைசி 50 வருடங்களை விடவும் போற்றும்படி இருந்ததாகத் தோன்றுகிறது. ஆற்றலுக்கும் அறிவுக்கும் குறைவில்லை, சாதனைக்கும் குறைவில்லை. சுதந்திரத்துடன் நிகழ்ந்த திகில்களே, அவை கிளறியிருந்த வெறுப்புகளே, அவை

தூண்டிவிட்ட அச்சங்களே இன்னும் சந்தேகத்தை உருவாக்கி வன்முறையை முடுக்கிவிடுவதாய் உள்ளன.

பிரிவினையின் தாக்கம் இத்தகையதாயிருந்தது, அரசியல் ரீதியிலும் உளவியல் ரீதியிலும், நாட்டின் தீர்மானகரமான நிகழ்வாக அது கருதப்படலாயிற்று; 'சுதந்திர'த்தினைப் போலவே பெரிய எழுத்துகளில் எழுதத்தக்கதாக, ஒருகாலத்தின் நினைவுச் சின்னமாக விளங்கிற்று. உண்மையில், 'சுதந்திரத்திற்குப் பிந்தைய இந்தியா' என்னும் தொடரைப் 'பிரிவினைக்குப் பிந்தைய இந்தியா' மறையச் செய்துவிட்டது. பலரைப் பொறுத்தவரை, ஹிரோஷிமா/நாகசாகி போல அவ்வளவு நாசகரமான அனுபவம், திரும்ப நிகழாது இருக்கவேண்டுமாயின், தொடர்ந்து நினைவு கூரப்படவேண்டும், மீண்டும் அழுத்தமளிக்கப்பட வேண்டும். மற்றவர்களுக்கு, இணக்கம் காண முடியா இரு சமுதாயங்களின் இருண்ட தர்க்கத்தினை, சீண்டுதல்-நிலைநாட்டலின் நடவடிக்கைகளின் மூலம், கசப்பான இறுதிவரை பின்தொடரப்பட வேண்டும். எதுவாயினும், பிரிவினை கூட்டுஞாபகத்தைப் பின்தொடர்கிறது, ஒட்டுமொத்தத் துணைக்கண்டத்துச் சிந்தனையை இன்னும் வார்த்தெடுக்கிறது.

உடனிகழ் கால இந்திய நீதிக்கதைகளின் தொகுப்பான தனது 1991ஆம் ஆண்டு நூலில் மார்க் டுல்லி, 'இந்தியாவில் முற்றுப்புள்ளிகள் கிடையாது' என்று அறிவித்தார்[1]. தொடர்ச்சிகளுக்கும் காற்புள்ளிகளுக்கும் பெயர்போன நாட்டில், வரலாற்றின் கதி, பிரிவினையின் அபத்தமான நிறுத்தல் குறியால் நிறுத்தம் காணாமல், அதனால் அலைக்கழிக்கப்படுவதாயிற்று. உண்மையில் அடுத்தடுத்துப் பிரிவினைகள் நிகழ்ந்தன-1947இல் பிரித்தானிய இந்தியாவில், முந்தைய மாநிலங்களான பஞ்சாப்-வங்காளத்தின் பிரிவினை, 1971இல் பாகிஸ்தான்-வங்காள தேசப்பிரிவினை, இன்னும் அங்கீகரிக்கப்படாததும் அதன் பொருட்டு போராட்டம் நடந்து கொண்டிருப்பதுமான ஜம்மு-காஷ்மீர் பிரச்சினைகளைச் சார்ந்தது. 'பிரிவினை'யுடன் 'கூறுபோடுதல்' (காந்தி), 'துண்டித்தல்' (டெல்லிக்குப் பிடித்தமானது), 'அறுவைசிகிச்சை மேற்கொண்டு பிரித்தல்' (ஒட்டிப்பிறந்த இரட்டையரை-பாகிஸ்தானுக்குப் பிடித்தமானது) என்ற தொடர்கள் வழக்கில் கையாளப்பட்டன. இந்துக்களுக்கு அது தாய்நாட்டை அழித்தது போல, வன்முறைக்கு உட்படுத்தியதுபோல, உருச்சிதைத்தல் போலத் தோன்றியது-இரு தரப்புகளின் வெறியரால் மிருதுவான இலக்குகளாகக் கருதப்பட்ட, வல்லுறவுக்குள்ளான பெண்டிர், துப்பாக்கி முனையால் அடிபட்ட குழந்தைகளைப் போல இருந்தது.

இத்தகு படிமத்திற்குப் பொருத்தமாக இன்னும் தழும்புகள் இருந்தன, அவை தனிப்பட்டதும் பொதுவானதும் ஆகும். பேனாவும் கத்தியும் பிரித்தெடுத்தது பிரதேசத்தை மட்டுமின்றி, மதிப்புமிக்க வாழ்க்கைகள், நம்பிக்கையூட்டும் வேலைகள், பாதுகாப்பான குடும்பங்கள், நெருங்கிய நட்புகள், சுதந்திரமான சமுதாயங்களும்தான். மும்முரமான வர்த்தகங்களில், கூடிமகிழும் அறைகளில், புனிதமான உணவருந்தும் கூடங்களில் ஈரமான சிறையறைகளில் விசித்திரமான பைத்திய இல்லத்திலும் பிரியா விடைகள் பிளவுறுத்தும் வெற்றிடங்களை அவை விட்டுச் சென்றன.

பல பிரிவினைகளது விளைவுகள், அவற்றை ஏற்பதிலான தயக்கம், வெளியுறவு குறித்த பயம் ஆகியன இரு அரசுகளின் பொருளாதார வளர்ச்சியைத் தாமதப்படுத்தின. சிறு அளவிலான பிரிவினைகளின் அபாயமும் உள்நாட்டு அரசியலை அலைக்கழித்து, உட்புற அதிருப்தியின் மொழியில் மேலாதிக்கம் செலுத்திற்று. ஒத்த தன்மையிலான நிலநடுக்கங்களால் குலுங்கியது போல, இந்தியாவும் பாகிஸ்தானும் ஐம்பதாண்டுக்காலம் ஒரு பிரிவினை நெருக்கடியிலிருந்து இன்னொன்றால் சிக்கலுக்குள்ளாயின.

அக்டோபர் 1947இல் பஞ்சாப்பின் பிரிவினைக் குரூரங்கள் தணியத் தொடங்குவதற்குள், காஷ்மீர் சார்ந்து இரு நாடுகளும் போரிட்டன. ஜம்மு-காஷ்மீர் சமஸ்தானம் தனக்கே விசுவாசமாயிருக்கும் என இரு அரசுகளுமே உறுதிபூண்டன; அதற்குக் குறைந்த எதனையும் பிரிவினையாகக் கருதின; இரண்டில் எதுவும் சமரசத்திற்கு இடம் தராததால், மிகவும் நீடித்த பிரிவினை தொடங்கிற்று. சுதந்திரத்திற்கு முந்தைய வாரங்களில், சமஸ்தானங்களில் மிகுதியானவை புதிய இந்திய ஒன்றியத்துடன் இணைந்தன; மன்னர்கள் தயக்கத்துடன் இதனை ஏற்றுக்கொண்டனர், அதற்குப் பதிலாகக் கணிசமான தொகையினையும் (மானியம்) பல்வேறு நிதி-உரிமை சார்ந்த சலுகைகளையும் எதிர்பார்த்தனர். தொழில்நுட்ப ரீதியில் அவர்கள் இந்தியாவையோ பாகிஸ்தானையோ தெரிவுசெய்ய முடியும்; பஞ்சாப் எல்லைப்புறத்திற்கு மேற்கிலிருந்த சில சமஸ்தானங்கள் பாகிஸ்தானுடன் சேரவே செய்தன. ஆனால் பெரும்பாலானவை புதிய இந்தியாவுடன் சேர்ந்து, அதன் அங்கமாயின.

மூன்று அரசுகளின் விஷயத்தில் மட்டும் தீவிர பிரச்சினைகள் எழுந்தன. குஜராத்தின் சௌராஷ்ட்ரா தீபகற்பத்திலுள்ள ஜூனாகத்-சர்வதேச நெருக்கடியை உண்டுபண்ண முடிந்திராத சிறு அரசு. இந்துக்கள் மிகுந்து, இந்தியப் பிரதேசத்தால்

சூழப்பட்டு, கிர்னாரில் பெருமிதமிக்க அசோகரின் பாறைப் பொறிப்பைக் கொண்டதாக, ஒருகாலத்தில் சமஸ்கிருதத்தை நேசித்த ருத்ரதாமனின் இல்லமாக விளங்கிய, அடிபணியும் மைத்ராகாக்களின் பூர்வீகமாக இருந்த சிறிய ஜுனாகத், புதிய இந்தியாவின் பகுதியாவதைத் தவிர வேறுவிதமாக ஆகாது என்றிருந்தது. ஒரு முஸ்லீமாக, பாகிஸ்தானிடத்தேயான தன் தெரிவினை அறிவித்த ஜுனாகத்தின் ஆட்சியாளன், காங்கிரஸுக்கும் வல்லபாய் படேலுக்கும் இம்சைகளைத் தந்துகொண்டிருந்தான். அப்போது ஜுனாகத் வருவாயில் 11% அரச குடும்ப நாய்களைப் பராமரிக்கச் செலவிடப்பட்டது; ஜுனாகத் மக்களுக்குக் கிட்டாத ஆடம்பரத்தில் சுமார் 800 நாய்கள் திளைத்தன. அபிமானமுள்ள ஒரு நாயின் மணவிருந்திற்கு வைஸ்ராய் உள்ளிட்ட 50,000 நாய் பிரியர்களை அம்மன்னன் வரவழைத்திருந்தான். அவனது முடிவு பாகிஸ்தானாக இருந்தது, டெல்லியில் அது பிரச்சினையானது. நான்கு ஆமாம் சாமிகள் அதே எண்ணிக்கையிலான மனைவியருடன் கராச்சி கிளம்பினான். பாகிஸ்தான் அதை எதிர்த்தது. இத்தகைய விசித்திர நபரின் பொருட்டு, போர் ஆபத்தில் ஈடுபட விரும்பாமல், அது அவ்வரசை இணைத்துக்கொள்வதைச் சட்டரீதியிலானதாகத் தொடர்ந்து கருதிற்று. இதுநாள் வரையும் பாகிஸ்தானில் அச்சான வரைபடங்களில், இந்திய குஜராத்தின் மத்தியில் ஒரு பச்சைத் தீற்றல் இருக்கும். 1947இல் ஜுனாகத்தின் தலைமையமைச்சர் ஷாநவாஸ் புட்டோ இவ்விவகாரத்தில் ஆற்றிய பங்குபணி நினைக்கப்படுவதில்லை. பாகிஸ்தானுடன் இணைக்குமாறு மன்னனுக்கு ஊக்கமளித்துவிட்டு, அம்மன்னன் பாகிஸ்தான் சென்ற மாத்திரத்தில், இந்தியாவின் தலையீட்டுக்கு வழியமைத்துத் தந்தவர் இவரே. 24 ஆண்டுகளுக்குப் பிறகு ஷாநவாஷின் மகன் ஜுல்ஃபிகர் அலிபுட்டோ, கிழக்கு வங்காளம்/வங்காள தேசம் தொடர்பாக இதே போன்ற ஊசலாட்டமான பாத்திரத்தையே வகித்தார்.

ஜுனாகத்தைப் போன்ற ஆனால் பரந்துபட்ட விளைவைக் கொண்ட நிலவரம் ஹைதராபாத் என்னும் பெரிய அரசில் எழுந்தது. நாய்களை விட வைரங்களை அதிகம் பெற்றிருந்த ஹைதராபாத் நிஜாம் பக்திமிக்க முஸ்லீம், இஸ்லாமியப் பண்பாட்டை அரவணைத்து வளர்ப்பவர், புகழ்மிக்க தக்காண அரசுகளின் வாரிசாக வருபவர். பரந்த நிலப்பகுதியுடைய அவ்வரசில் இந்துக்கள் மிகுந்திருந்தனர். புதிய இந்தியாவுடன் இணைவதை விடுத்து அந்நிஜாம் வேறுபட்டிருந்தது நேருவுக்கும் படேலுக்கும் எண்ணிப் பார்க்க முடியாததாயிருந்தது. ஒரு

காலத்தில் பாகிஸ்தான், ஹிந்துஸ்தானுடன் இறையாண்மை மிக்க 'உஸ்மேனிஸ்தான்' எனப்பட்டது. சர்வதேசக் கவனம் இந்நிஜாம் அரசு மீது குவிய, டெல்லி பின்வாங்கி, ஓராண்டுக் கால அவகாசம் அளித்தது. அது நிறைவேற்றலை நிறுத்திவைத்திருந்தது. எந்த முடிவும் வராதிருக்க, செப்டம்பர் 1948இல் இந்தியத் துருப்புகள் சம்பிரதாயத்தை மீறி, அரசின் எல்லைகளைத் தாண்டிச் சென்றன. இயல்பாக பாகிஸ்தான் மீண்டும் எதிர்த்தது; டெல்லியின் 'போலீஸ் நடவடிக்கை'யை எதிர்கொண்ட நிஜாமுக்கு, தன் மக்கள் ரத்தம் சிந்துவதைத் தவிர்க்க, இந்தியாவுடன் இணைவதைத் தவிர வேறு வழியில்லாதிருந்தது. ஆகவே ஒப்பந்தத்தில் உடனே கையொப்பமிட்டார், இதனை அப்படியே நினைவில் பதிந்துகொண்ட பாகிஸ்தான் வரைபடங்கள், தீபகற்ப இந்தியாவின் மத்தியில் ஒரு பச்சைக் குமிழைக் கொண்டிருக்கின்றன.

இத்தகு வலிமையான நடவடிக்கைக்கு முன்னோடியாக, ஜம்மு-காஷ்மீரில் செயல்தந்திரம் பிரயோகிக்கப்பட்டிருந்தது. எனினும் அங்கு நிலவரம் நேர் எதிரானது: இந்து மகாராஜா இந்துவல்லாத அரசை ஆண்டுகொண்டிருந்தார். திபெத் எல்லையிலிருந்த லடாக் பகுதிகள் பௌத்தர்களின் பெரும்பான்மை பெற்றிருந்தது; பஞ்சாப் எல்லையிலிருந்த ஜம்மு போன்ற பிறபகுதிகள் பெருமளவில் இந்துக்களைக் கொண்டிருந்தன. ஆனால் சிந்துவுக்கு அப்பாலிருந்த பரந்த மலைப்பிரதேசங்கள் கடந்தகால மகாராஜாக்களுக்கு அளிக்கப்பட்டிருந்தன. பஞ்சாபிலும் வங்காளத்திலும் மேற்கொண்டிருந்த கொள்கையடிப்படையில், முஸ்லீம் பெரும்பான்மைப் பகுதிகள் இயல்பாகவே பாகிஸ்தானுக்கு உரிமையுள்ளவை. இந்த அரசே தனது புதிய குடியரசில் இணைக்கப்பட வேண்டும் என்பதில் சந்தேகம் இல்லாதிருந்தார் ஜின்னா. ஹுனாகத்-ஹைதராபாத் அரசர்களின் விருப்பங்களை மீறி, இந்துப் பெரும்பான்மையினர் என்ற அடிப்படையில் அவ்வரசுகள் இணைத்துக்கொள்ளப்படுமாயின், ஜம்மு-காஷ்மீர் அரசு, ஆட்சியாளர் விருப்பம் எதுவாயினும், முஸ்லீம் பெரும்பான்மையினர் என்ற அடிப்படையிலேயே பாகிஸ்தானுக்கு உரியது.

பரிசீலிக்க, பிற விஷயங்களும் இருந்தன. காஷ்மீர், நேரு குடும்பத்தினரிடம் குறிப்பிட்ட அதிர்வைக் கொண்டிருந்தது; அவர்கள் காஷ்மீர் பண்டிட்கள் என்ற வகையில், அப்பள்ளத்தாக்கிலிருந்து வந்தவர்கள். தாமரைத் தடாகங்களும் மலை சார்ந்த மேய்ச்சல் வெளிகளும் பனி கவிந்த மலைகளும் நிறைந்து, எப்போதும் இந்தியக் கற்பனையை காஷ்மீர் ஈர்த்து

வந்துள்ளது; டெல்லி ஆட்சியாளருக்குப் பெரிதும் பரிசாக இருந்து வந்துள்ளது; இந்தியப் பகுதியாக அது, சுற்றுலாக் கையேடுகளில் நட்சத்திரத் தகுதி பெற்றிருக்கும், பாலிவுட் காதல் சித்திரிப்புகளில் தவறாது இடம்பெறும். அத்துடன், புதிய இந்தியாவுடன் இத்தகு குறிப்பிடத்தக்க முஸ்லீம் அரசை இணைப்பது, காங்கிரஸ் மேற்கொண்டுள்ள சமயச் சார்பின்மை நிலைபாட்டுக்குக் கிடைத்த வெற்றியாகப் பார்க்கப்படும். இந்த நோக்கத்தில், காங்கிரஸ் முன்னதாக ஜம்மு-காஷ்மீர் தேசிய மாநாடு எனப்படும் உள்ளூர் இயக்கத்துடன் தொடர்பு கொண்டிருந்தது. ஷேக் முகம்மது அப்துல்லா தலைமையிலான அரசியல் அமைப்பான தேசிய மாநாடு, மகாராஜா ஹரி சிங்கிடமிருந்து 1930களிலிருந்து அதிக பிரதிநிதித்துவம் கோரி வந்திருந்தது. மேலும் 'காஷ்மீர் சிங்கம்' எனப்பட்ட அப்துல்லா, நேருவுடன் நட்பு பாராட்டினார், அவரின் இடதுசாரி அனுதாபங்களையும் பகிர்ந்துகொண்டார், பெரும்பாலான காஷ்மீர் முஸ்லீம்களால் எளிதாக எடுத்துக்கொள்ளப்படும் இஸ்லாமியத் தன்மைக்கு, பாகிஸ்தானின் பிளவுவாதத்தை விடவும் இந்தியாவின் சமயச் சார்பின்மை இணக்கமானது என்றெண்ணினார். கணிசமான காஷ்மீரிகளிடம் பேசக்கூடியவராக, அவர்தம் ஆதரவு பெற்றவராக விளங்கிய அவரது பங்கு, அரசின் எதிர்காலத்தைத் தீர்மானிப்பதில், மகாராஜா ஹரிசிங்கினுடையது போல முக்கியமானதாகும்.

சுதந்திர தினம் இருவருக்கும் சிக்கலானதாயிருந்தது. மகாராஜாவை காஷ்மீரிலிருந்து வெளியேறுமாறு வற்புறுத்திய அப்துல்லா ஸ்ரீநகர் சிறையிலிருக்க, ஹரிசிங்கோ தருமசங்கடத்தில் இருந்தார். அப்துல்லாவின் தேசிய மாநாடு மகாராஜாவின் அதிருப்தியை மட்டுமின்றி, ஜின்னாவின் லீக்கினுடைய அதிருப்தியையும் பெற்றிருந்தது. பாரம்பரிய மன்னராக ஹரிசிங் மக்களால் எதிர்க்கப்பட, டெல்லி சார்புள்ள இந்து என அவர்களால் சந்தேகிக்கப்பட, இந்தியா-பாகிஸ்தானுக்கிடையே தீர்மானிக்க முடியாமலும், தன் முடிவை மக்கள் ஏற்பார்கள் என எதிர்பார்க்க முடியாமலும் இருந்தார். நிலத்தால் சூழப்பட்ட மலை மைதானம் எனப்படும் ஸ்விட்சர்லாந்தின் எடுத்துக்காட்டு அடிக்கடி முன்வைக்கப்படும்; அப்துல்லாவும் மகாராஜாவும் இத்தகு நடுநிலையான, சுதந்திரமான நிலையைத் தெரிவு செய்திருக்கலாம். ஆனால் ஹைதராபாத் விஷயத்தில் இருந்தது போன்றே, இங்கும் அது விருப்பத்தேர்வாக இல்லை; அதன் எல்லைப்புறங்கள் இரு அரசுகளுடன் மட்டுமின்றி, சீனா மற்றும் சோவியத் ஒன்றியத்துடனும் அணிவகுத்துச் செல்கின்றன. கேந்திர

முக்கியத்துவம் வாய்ந்த மண்டலம் தன் விவகாரங்களைத் தானே கவனித்துக்கொள்ளட்டும் என்றுவிட, டெல்லியோ, கராச்சியோ, பிரித்தானியரோ எண்ணவில்லை. சமுதாய ரீதியில் காயம்பட்டதும் குறுங்குழுவாதம் உள்ளதுமான மக்கள் சூழ்ந்திருக்க, சுதந்திரமான காஷ்மீர் என்ற எண்ணம் ஒன்றிணையுமாறு எதிர்பார்க்கக் கூடியதே.

இரு மாதங்களாக காஷ்மீரின் விதி அந்தரத்தில் தொங்கிற்று. டெல்லியும் கராச்சியும் மாறி மாறி உரிமை கோரின; ஹரிசிங் தன் இமாலய தருமசங்கடத்தில் நெளிந்து கொண்டிருந்தார். அக்டோபர் 22, 1947இல் நிலைமை அவரை விஞ்சிவிட்டது. இப்போது பாகிஸ்தானாயுள்ள பத்தான்களின் பழங்குடி மண்டலங்களிலிருந்து இஸ்லாமியச் சார்பாளர்கள் நிறைந்த ஒரு லாரி, காஷ்மீர் பள்ளத்தாக்கிற்குள் செல்லும் ஒரே சாலையை மறித்து நின்றது. தம்மை விடுதலையாளர்களாகக் கூறிக்கொண்ட அவர்கள் மகாராஜாவை எதிர்த்தனர். தனது ஆட்சி தூக்கி எறியப்படவுள்ளது என்று பயந்த மகாராஜா, டெல்லியின் உதவியை நாடினார்; அப்போது விடுதலை செய்யப்பட்டிருந்த அப்துல்லா நேருவுடன் உடன்படிக்கை செய்து கொள்வதற்கு இசைந்தார். நான்கு நாள்களுக்குப் பிறகு, மகாராஜாவின் ஒப்புதலாலும் அப்துல்லாவின் ஈடுபாட்டினாலும் அரசு இந்தியாவுடன் இணைந்தது. படையெடுப்பாளர்களைத் தடுக்க, நாளொன்றுக்கு 28 இந்திய டகோடா விமானங்கள், அரசுத் தலைநகர் ஸ்ரீநகரில் துருப்புகளை இறக்கத் தொடங்கின. முதல் இந்திய-பாகிஸ்தான் போர் ஆரம்பித்தது.

வடக்கு பாகிஸ்தானிலிருந்து அதிக முஸ்லீம் தன்னார்வலர்கள் காஷ்மீர் பள்ளத்தாக்கில் குவிந்தனர்; அரசின் தொலைதூர மேற்குப் பகுதியின் சிந்து மக்களுடன் அவர்கள் இணைந்துகொள்ள இருந்தனர். ஆனால் எத்தரப்பும் போர் அறிவிப்பைச் செய்யவில்லை. பாகிஸ்தானைப் பொறுத்தவரை, படையெடுப்பாளர்களுடன் உயர் மட்டத்தினர் உடந்தையாக இருப்பினும், ராணுவப் பிரிவுகள் இறக்கப்படவில்லை; பாகிஸ்தானின் விடுதலையாளர்களிடம் காஷ்மீரிகளே அலட்சியம் காட்டினர். உள்ளூர் மக்களால் வரவேற்கப்படாமலும் பாகிஸ்தானிய வீரர்களின் துணை கிடைக்காமலும் இருந்த படையெடுப்பாளர்கள் பள்ளத்தாக்கிலிருந்து மெல்ல துரத்தப்படலாயினர். ஆனால் 1948 கடைசியில், ஐக்கிய நாடுகள் சபை போர் நிறுத்தத்திற்கு ஏற்பாடு செய்தபோது, பள்ளத்தாக்கைச் சூழ்ந்திருந்த மலைப்பிரதேசத்தின் விரிவான வளைவு, இந்தியக் கட்டுப்பாட்டுக்கு வெளியே இருந்தது

(இனி இது பாகிஸ்தானின் 'வடபகுதிகள்' என்றறியப்படும்)- பள்ளத்தாக்கின் மேற்கு முனையைப் போலவே. ஆஸாத் (சுதந்திர) காஷ்மீராக வரவேற்கப்பட்ட இக்கடைசிப் பிரதேசம், சுய நிர்வாகமிக்க ஆனால் பாகிஸ்தான் ஆதரவுள்ள 'அரசாக' இருக்கும்-முழு அரசு என்னும் தகுதியை நிர்ணயிப்பது நிலுவையில் இருக்கும். ஜம்மு, லடாக், காஷ்மீர் பள்ளத்தாக்கின் பெரும்பகுதி ஆகியவற்றை இந்தியா கொண்டிருக்கும். உடனே மலைகளினூடே செல்லும் சாலைக்கான நிர்மாணம் குகைகளைக் குடைந்து நடைபெற்றது; கூடவே லடாக் செல்ல இரு கோடைகாலச் சாலைகள் போடப்பட்டன.

போர் நிறுத்த எல்லைக்கோடு, 1972இல் 'கட்டுப்பாட்டுக் கோடாக' சரிசெய்யப்பட்டு-மாற்றியமைக்கப்பட்டிருந்தாலும், அப்படியே இருந்து வருகிறது; அந்தக் கோட்டில்தான் துப்பாக்கிச் சூடு நிறுத்தப்பட்டதாகக் கருதப்படுகிறது. பொருளாதார/சமூக வசதி ஒருபுறமிருக்க, அது எந்தவித புவியியல்/போர்த்தந்திர தர்க்கத்திற்கும் அடக்குவதில்லை. பெயரளவிலான பிரிவினை எனினும், சர்வதேச எல்லைப்புறமாக இந்தியாவோ பாகிஸ்தானோ, அதனை அங்கீகரிப்பதில்லை. எனவே அதனைத் தாண்டிச்செல்வது போர் நடவடிக்கையாகாது. 1965இல் இந்தியாவுடன் இரண்டாம் யுத்தத்தை பாகிஸ்தான் தூண்டிவிட்டபோது, காஷ்மீரே சந்தர்ப்பமாயும் யுத்தக் களமாகவும் விளங்கியது. 1971இல் கிழக்கு வங்காளம்/வங்காள தேசத்தில் இந்திய தலையீட்டினால் இந்திய-பாகிஸ்தான் யுத்தம் மூண்டபோது காஷ்மீர் கோட்டினையொட்டியே இந்தியா வென்றிருந்தது.

ஆக, அது தொடர்கின்றது. 1984இல் இந்தியா, அதுவரையிலும் ஆட்சேபிக்கப்பட்டிராத, சியாச்சின் கிளேஸியர் எனப்படும் உறைந்த கானகத்தைக் கைப்பற்றியது; 1999இல் பாகிஸ்தான் கார்கிலில் கேந்திர முக்கியத்துவமிக்க ஸ்ரீநகர்-லெஹ் சாலைக்கு மேலேயுள்ள பகுதியில் ஊடுருவிற்று. ஒவ்வொரு சம்பவமும் பாதிக்கப்பட்ட தரப்பினால் 'யுத்த'மாக முன்வைக்கப்பட்டது, எதிர்த்தாக்குதலையும் தூண்டிவிட்டது, பீதியைக் கிளறிவிட்டது. இதற்கிடையே காஷ்மீரில் நீண்டகாலம் பணியாற்றி வரும் ஐக்கிய நாடுகள் சபை காவலர்களுக்கு அமைதியை நிலைநாட்டும் வேலை இல்லை; அது வெறுமனே மீறல்களைக் கவனித்து வருகிறது. இவ்விரு அரசுகளையும் பிளவுபடுத்திடும் பிற பிரச்சினைகள் சிரமப்பட்டு தீர்க்கப்பட்டுள்ளன. ஆனால் காஷ்மீர் தீர்க்கப்படவில்லை. 'சமாதான நடைமுறைகளை'

அடையாளங்கண்ட மாத்திரத்தில், இன்னொரு மீறல் ஏற்பட்டு, அவை நிறுத்தப்பட, மேலும் துருப்புகள் கொண்டுவரப்படுகின்றன. 1947லிருந்து இந்திய-பாகிஸ்தானிய உறவுகளின் துயர சகாப்தம் இன்னும் காஷ்மீரைச் சுற்றிவருகிறது.

மகாராஜா வந்து சேர்ந்து கொண்டதுடன் அப்துல்லா பரிந்துரையால் கிட்டிய மக்கள் ஆதரவின் அடிப்படையில் இந்தியா தன் நிலைப்பாட்டைத் தக்கவைத்து வருகின்றது. ஜுனாகத் விஷயத்தில் (ஹைதராபாத்திலும் இதனை வாதிட முடியும்) சமஸ்தான விருப்பத்தை இந்தியா மறுதலிக்காமல் இருந்திருந்தால், மகாராஜாவின் தீர்மானம் முடிந்த முடிவாய் இருந்திருக்கும். அனைத்து காஷ்மீரிகளின் பிரதிநிதி என்பதில் ஊடாட்டமிக்க அப்துல்லா, இந்தியாவுடன் ஒருங்கிணைவதில் இன்னும் ஊடாட்டம் மிகுந்திருந்தார். அடுத்த கால் நூற்றாண்டு காலத்தின் பெரும்பகுதியை, பிளவுவாதியாக இந்திய தடைக்காவலில் கழித்தார்-ஒருங்கிணைப்பாளராக அரசாங்கத்தில் கழிக்கவில்லை, இவ்விரு அம்சங்களும் தொடர்புடையனவாகத் தோன்றின. டெல்லியினை அவர் ஆவேசமாக விமர்சிக்கும்போதெல்லாம், காஷ்மீரிகளிடையே அவர் செல்வாக்கு அதிகரிக்க, மரபாக இருந்துவரும் நிலையை அவ்வப்போது பரிந்துரைக்கும் போதெல்லாம் தேய்ந்து வந்துள்ளது.

பாகிஸ்தானின் தரப்பு உறுதியானதேயொழிய தீர்மானகர மானதில்லை; முஸ்லீம் பெரும்பான்மை கொண்டிருப்பதும் 1948இல் ஐக்கிய நாடுகள் சபையில் தான் தந்திருந்த வாக்குறுதியை நேரு நிறைவேற்றாததும் என்பனவற்றின் அடிப்படையிலானது-மக்களின் விருப்பத்தை அறிந்திட வாக்கெடுப்பு நடத்தப்படும் என்பதை நேரு மேற்கொள்ளவில்லை. அந்த அரசிலிருந்து பாகிஸ்தான் தன் துருப்புகளையெல்லாம் விளக்கிக்கொள்ளாத வரை, வாக்கெடுப்பு சாத்தியமில்லை என்கிறது இந்தியா (வடபகுதிகளில் சிலர் நிறுத்தப்பட்டுள்ளனர்); இணைப்பு நிகழ்வில் அப்துல்லா பங்கேற்றதுடன் இந்தியாவின் கட்டுப்பாட்டிலுள்ள பகுதிகளில் இந்தியாவால் முன்வைக்கப்பட்ட தேர்தல்களிலிருந்து மக்களின் விருப்பங்களை அறிந்துகொள்ளமுடியும் என்பதால் வாக்கெடுப்பு அவசியமில்லாதது என்று கருதப்பட்டது. உண்மையில் முந்தைய முழு அரங்கிலும் 1948இல் வாக்கெடுப்பு நடத்தியிருந்தால், ஐக்கிய நாடுகளின் ஆதாரங்களைக் கொதிநிலைக்குக் கொண்டு வந்திருக்கும்-ஆர்வமுள்ள தரப்புகளின் நம்பிக்கையைப் பற்றிச் சொல்லவே வேண்டியதில்லை. மறுபுறத்தே, அப்துல்லாவை டெல்லி கையாண்ட விதமும் மோசமானது;

1948 வாக்கெடுப்பு அதற்குச் சாதகமாய் இருந்திருப்பின், அது சீக்கிரமே பாதகமாய் மாறியிருக்கும். இத்தகு எண்ணங்களை டெல்லி புறந்தள்ளிற்று. பிரச்சினை இப்போது முடிந்தது; 'காஷ்மீர் பிரச்சினை' இல்லை; தன் கட்டுப்பாட்டிலில்லாத பகுதிகளின் மீதான இந்தியக் கோரிக்கைக்கு அழுத்தம் தரப்படவில்லை; நிலவுகின்ற போர் நிறுத்தக் கோடு/கட்டுப்பாட்டுக் கோடு அரைபாதி நிரந்தரமானதாகக் கூறப்பட்டது. பாகிஸ்தானிலுள்ள மக்கள் உணர்வினைக் கணக்கில் கொள்ளாமல் அல்லது அந்நியமாக்கப்பட்ட காஷ்மீர் அவ்வரசுக்கு முன்வைத்த அபாயத்தைக் கணக்கில் கொள்ளாமல், முடிந்து விட்டதாகக் கருதுவது என்பதில் டெல்லி யதார்த்தமாய் இல்லை. போலவே காஷ்மீர் பிரச்சினையும் அகல்வதாயில்லை.

பிளவுபடுத்தலும் பாழ்படுத்தலும்

பிரிவினை, பிரித்தானிய இந்திய நிறுவனங்களையும் சொத்துக்களையும் பொறுப்புகளையும் பிரிப்பது போலவே, அதன் மக்களையும் பிரதேசங்களையும் பிரிப்பதாக ஆகும். விமானப் படையிலிருந்து கருவூலம் வரை, எழுதுபொருள் அங்காடியிலிருந்து தேசியக்கடன் வரை, ஒவ்வொன்றும் வர இருக்கும் இரு அரசுகளிடையே நுட்பமாகப் பிரிக்கப்படவேண்டும். பாகிஸ்தானைவிடவும் ஐந்து மடங்கு மக்கள்தொகையும் நான்கு மடங்கு நிலப்பரப்பும் உள்ள புதிய இந்தியா, இப்பிரித்தலில் சிறப்பாகச் செயல்பட்டது. நாட்டின் உள்கட்டுமானம், அநேகமாக அனைத்துத் தொழில், தாது உப்பு, வர்த்தக, வேளாண் அமைப்புகள் மற்றும் விகிதாச்சாரத்திற்குப் பொருந்தாத அதன் தனியார் மூலதனம் ஆகியவற்றைச் சுவீகரித்தது. ஏனெனில் இந்துக்களும் மற்ற இஸ்லாமியரல்லாதாரும் கல்வி, சட்டம், நிர்வாகத்தில் நன்கு பிரதிநிதித்துவம் பெற்றிருந்ததால், திறன்மிக்க அரசாங்கத்திற்கான ஊழியரையும் சுவீகரித்தது-மேட்டுக்குடி சார்ந்த இந்திய ஆட்சிப் பணி-அரசியல் சேவைகளில் நுழைந்திருந்த பிரித்தானியர் அல்லாதவரின் பெரும்பான்மை உட்பட சுவீகரித்தது.

புதிய இந்தியா தனக்குச் சாதகமாக வேறு பலவற்றையும் பெற்றிருந்தது. மாகாண அளவில் நீண்டகாலமாக இருந்துவரும் மெட்ராஸ், பம்பாய், மத்திய-ஐக்கிய மாகாணங்கள், பிரிவினையால் பெரிதும் பாதிக்கப்படாமலும் புலம்பெயர்தலால் அவ்வளவாக இழக்காமலும் முழுமையாக இயங்கிக்கொண்டிருந்தன. பிரிவினைக்குள்ளான வங்காளத்தின் இந்தியப் பங்குடன்

கல்கத்தாவைக் கொண்டுவந்தது, அது இன்னும் நாட்டின் மிகப்பெரிய பெருநகராய் இருந்து வருகிறது; பிரிவினைக்குள்ளான பஞ்சாபின் சிம்லா, இந்தியாவின் பகுதியாகி, கோடைகால இல்லமாக உள்ளது; பாராளுமன்றக் கட்டடம், தலைமைச் செயலகம், அரசுத் தலைவரின் இல்லம், தூதுவரகங்கள், நினைவுச் சின்னங்கள் மற்றும் அரசின் பிற அலகுகள் சார்ந்த கம்பீர வளாகமுள்ள தலைநகரில் புதிய அரசாங்கமானது இயங்க இருந்தது. சீக்கிரம் இந்தியக் குடியரசாக உள்ள ஒன்றியம் (1950இல் புது அரசமைப்புச் சட்டத்தை ஏற்றபின்) முதல் நாளிலிருந்தே எடுத்துக்கொள்ள வேண்டியிருந்தது. அரசினை வலுவான, சோஷலிஸ, சமயச் சார்பற்றதாக, நேரு கனவு கண்டதுபோல அணிசேராத ஜனநாயகமாக வார்த்தெடுத்து, அரசமைப்புச் சட்ட நிபுணர்களும் சமூக விஞ்ஞானிகளும் பொருளாதாரத்திட்ட வல்லுநர்களும் உடனே செயல்படத் தொடங்கினர். டெல்லியின் ரைஸினா கூடத்தில் தலைமைச் செயலகத்தின் பிரிவுகளினூடே காந்தி குல்லாய்கள்-நேரு மேல்சட்டைகள் அணிந்த காங்கிரஸார் நெருக்கியடித்துக் கொண்டிருக்க, தமது புதிய இந்தியா வல்லமைமிக்க ராஜ்ஜியத்தின் நேரடியானதும் ஆட்சேபிக்கப்படாததுமான வாரிசு என்பதை யாரும் சந்தேகிக்கவில்லை.

பாகிஸ்தானைக் கட்டமைத்திருந்த முன்னாள் ராஜ்ஜியத்தின் இரு அதீத நிலைகளில் நிலைமை வேறாக இருந்தது. ஏற்கெனவே விரோதமுள்ள இந்தியாவிலிருந்து 1500 கி.மீ. தூரத்தால் பிரிக்கப்பட்ட துருவநிலை பாகிஸ்தான், இயற்பியல் நாணயம் மட்டுமின்றி அரசுக்குத் தேவைப்படும் இதர ஒவ்வொன்றும் இல்லாதிருந்தது. இங்கே பிரித்தானியரால் கையளிக்கப்பட்ட அதிகாரம், நிஜமானதை விடவும் ஆற்றல் பெற்றிருந்தது. அரசாங்க உறுப்புகளை ஒன்றுமற்றதிலிருந்து நிறுவப்பட வேண்டியிருந்தது; கையளவே இருந்த மூத்த நிர்வாகிகளையும் சொற்பமான நிதியையும் கொண்டு, ஊழியர்களைத் தெரிவு செய்யவேண்டியிருந்தது. ஐந்து மாகாணங்கள் மற்றும் பகுதி மாகாணங்கள் புதிய அரசைக் கட்டமைத்துள்ளன; ஆனால் எதுவுமே மறு உறுதிப்பாட்டைத் தருவதாயில்லை; எதுவும், மதம் தவிர்த்து, வேறெதனையும் பொதுவாய்க் கொண்டிருக்கவில்லை. அதிக மக்கள் தொகையுள்ள இரு மாகாணங்கள் பிரிவினையால் முடக்கப்பட்டிருந்தன. சணல் தொழிலைப் பெரிதும் சார்ந்திருந்த கிழக்கு வங்காளம், கல்கத்தா பதப்படுத்தும் மையம், சணல் ஏற்றுமதிக்கான துறைமுகம் இல்லாமல் வந்தது; செழிப்பான கால்வாய் காலனிகளையுடைய மேற்கு பஞ்சாப், போதுமான

நீருக்கான உத்தரவாதமின்றி வந்தது-ஏனெனில் அதன் சாகுபடிக்கு அடிப்படையான ஆறுகள் இந்தியரின் கைகளில் இருந்தன. மற்ற மாகாணங்களைப் பொறுத்தவரை, சிந்து சமீபத்தில் உருவானது-12 ஆண்டுகளுக்கு முன் அது பிரிந்து வந்த பம்பாயைப் பொருளாதார ரீதியில் சார்ந்திருந்தது; வடமேற்கு எல்லைப்புற மாகாணம் (*NWFP*) முஸ்லீம் லீக்குடன் அவ்வளவு விரோதம் கொண்டது, பிரிவினையின்போது காங்கிரஸ் அமைச்சரவையைக் கொண்டிருந்தது. இறுதியாக உள்ள பலுசிஸ்தான், பெரிதும் பழங்குடி மண்டலம் அல்லது சமஸ்தான நிர்வாகத்தைச் சார்ந்திருந்தது. வெளிப்படையாக மீறல் போக்குடையது. 1948இல் அதன் பிரதான ஆட்சியாளருக்கும் ஜின்னாவுக்கும் இடையே ஒப்பந்தம் ஏற்பட்டது. என்றாலும் அடுத்த முப்பது ஆண்டுகளுக்கு இம்மாகாணத்தின் பெரும்பகுதியும் அரைபாதி சுயாட்சி கொண்டதாக இருந்து வருகிறது.

துல்லியத்தினை விடவும் உற்சாகத்துடன் உருக்கொண்டு, எதிர்பார்த்ததை விடவும் துரிதமாக அடையப்பெற்று பாகிஸ்தான் மேலும் அடிப்படை முரண்பாடுகளின் சிக்கல் கொண்டதாயுள்ளது. இந்நாட்டின் அடிப்படை பொதுவான மதம், எனினும் இஸ்லாம் வகிக்கவேண்டிய பாத்திரம் வரையறுக்கப்படவில்லை. சுதந்திரத்திற்குச் சற்று முன்னதாக பாகிஸ்தானிய அரசமைப்பு சட்டமன்றத்தில் பேசிய ஜின்னா, நேருவைப் போலவே ஒலித்தார்:

> ‘நீங்கள் ஆலயம் செல்லச் சுதந்திரமானவர்கள், மசூதிக்குப் போகவோ மற்றெந்த வழிபாட்டிடத்திற்குப் போகவோ இந்தப் பாகிஸ்தான் அரசில் சுதந்திரமானவர்கள்... நீங்கள் எந்தவொரு மதத்தை சாதியை கொள்கையைச் சார்ந்தவராயும் இருக்கலாம், அது அரசு விஷயத்தில் எந்தத் தொடர்பும் அற்றது... இவ்வடிப்படைக் கொள்கையிலிருந்து ஆரம்பிக்கின்றோம்: நாமெல்லாம் குடிமக்கள், ஓர் அரசில் சமத்துவமுள்ள குடிமக்கள்’[2]

வணிக ரீதியில் செல்வாக்குள்ள சிந்துவின் முஸ்லீம் அல்லாத சமுதாயத்தினரை (பஞ்சாப்பும் *NWFP* இரண்டும் ஏற்கெனவே தூய்மைப்படுத்தப்பட்டுவிட்டன) உறுதிப்படுத்துவதற்காக இது கூறப்பட்டதென்றால், அது தோற்றது; கராச்சியின் பெரும்பாலான இந்துக்கள் பம்பாய் அல்லது குஜராத்திற்குப் புலம்பெயர்ந்துவிட்டனர். அரசு விஷயத்தில் மதத்திற்கு எந்தத் தொடர்புமில்லை என்பது போன்ற சமயச் சார்பற்ற உணர்வுகள் பலருக்கு இணக்கமாயும் இஸ்லாமிய மத மயமாதலை

எதிர்ப்போரால் மேற்கோள் காட்டப்படுவதாயும் இருப்பினும், பிரிவினைக்குத் தாக்குப்பிடிக்கவில்லை. ஆறு மாதங்களுக்குள் காயிதே ஆஸம் (உயரிய தலைவர்) ஜின்னாவாலேயே முரணுக்குள்ளானது. 'உண்மையிலேயே மாபெரும் இஸ்லாமிய அரசு' என்னும் லட்சியத்தை முன்வைக்கலானார். இதன் தர்க்கம் எளிமையானது: தன் மதத்தால் வரையறுக்கப்படும் எந்த நாடும், தன் முழு ஆற்றலை எய்த வேண்டுமாயின், அம்மதத்திற்கிணக்கமான நெறிகளையும் கொள்கைகளையும் மேற்கொள்ளவேண்டும்.

இருப்பினும், சித்தாந்த அரசின் வாய்ப்பு பரவலாக ஆட்சேபிக்கப்படுகிறது, தன்னளவிலேயே பிரச்சினைக்குரியதாக உள்ளது. இஸ்லாமிய உத்தேசத்தின் எதிர்ப்புகள், புதிய அரசை நிலைகுலையச் செய்யும் பிளவுகளை, பாதுகாப்பின்மைகளை மறைப்பதில் எப்போதும் பயனுள்ளதாக இருப்பினும், அவற்றில் ஈடுபடும் எந்த அரசாங்கத்தினுடைய நம்பகத்தன்மைகளையும் அம்பலப்படுத்திவிடுகின்றன. இஸ்லாமிய அரசில், இறையாண்மை அல்லாவிடம் உள்ளது, சட்டங்கள் ஷரியாவால் விதிக்கப்படுகின்றன, அவற்றின் விளக்கங்கள் அறிவார்த்த உலெமாக்களிடம் இருக்கின்றன. பெருந்திரளினரின் பங்கும் அவர்தம் சட்டப்பிரதிநிதிகளும், ஒரு தெய்வீக ஆற்றலால் மக்களுக்கு இவ்விறையாண்மை பிரித்தளிக்கப்படுகிறது என்னும் ஆட்சேபகரமான அனுமானத்தைச் சார்ந்திருக்கிறது. அப்போதும்கூட, பிரித்தளிக்கப்பட்ட இத்தகு அதிகாரங்களைப் பெற்றோர், பொதுவாக உலகளாவிய முஸ்லீம் சமுதாயத்தினரான தாருல் இஸ்லாம் அமைப்பினராக உள்ளனர்-அரசியல், இனவரைவியல் அல்லது பிரதேசம் சார்ந்த குறைந்த விசுவாசங்களுக்கு அப்பாற்பட்ட அமைப்பினர் அவர்கள். துணைக் கண்டத்தின் இஸ்லாமியர் மீதமைந்தது என்னும் பெயரில், உள்ளூர்மயமாக்கப்பட்ட 'தேச' அரசின் போட்டியிடும் உள்ளுணர்வுகளுக்கு குரான் அனுமதி இருப்பது கடினம். இவ்வாறு பிரிவினைக்கான பந்தயத்தில், பெரும்பாலான சித்தாந்தக் கட்சிகள் (அல்லது ஜமாத்), பாகிஸ்தானிய அழைப்புக்கு ஆதரவளிக்காமல், எதிர்த்தன.

பாகிஸ்தான் அமைத்திருந்த இரு நாட்டுக் கொள்கையில் பொதிந்திருந்தன மற்ற முரண்பாடுகள். இக்கொள்கை முதலில் உருவாக்கப்பட்டு முன்னெடுத்துச் செல்லப்பட்டது, உ.பி.யின் மேட்டுக்குடி முஸ்லீம்களால்தான் (ஐக்கிய மாகாணங்கள், பிற்பாடு உ.பி.). இந்துக்கள் மிகுந்துள்ள மாகாணத்திற்குள்ளே, எழுச்சிமிக்க

ஆனால் பலவீனமான சிறுபான்மையினரான உ.பி. முஸ்லீம்கள் தனித்த முஸ்லீம் தேசம் என்னும் கருத்தை முன்வைத்தனர்; காங்கிரஸின் மேலாதிக்கக் கூற்றுகளுக்குச் சவால் விடவும், முஸ்லீம் சிறுபான்மையினருக்குத் தனித்தேர்தல் தொகுதிகள் மூலம் பிரித்தானிய அமைப்பால் வழங்கப்பட்ட தேர்தல் ஆதாயத்தைப் பாதுகாக்கவும். 1940இல் ஜின்னாவின் முஸ்லீம் லீக் இரு தேசக் கொள்கையைத் தன்னுடையதாக்கவும், உ.பி. அதன் இயற்கையான தொகுதியாகி, அதன் தலைவர்கள் பலரை- அதன் பொதுச் செயலர் லியாகத் அலிகான் உள்ளிட்டவர்களை அளித்தது. மறுபுறத்தே வங்காளம், பஞ்சாப், சிந்து, NWFP போல முஸ்லீம் பெரும்பான்மையினருள்ள மாகாணங்கள் இதில் சிறிதும் அக்கறை காட்டவில்லை; உண்மையில் அவை எதிர்த்தன; சுயாட்சியுள்ள மாகாணங்களில் முஸ்லீம் பெரும்பான்மையினராகத் தமக்குக் கிடைத்த வாய்ப்புகளாலும் சலுகைகளாலும் சந்தோஷமாயிருந்தனர். 1945 வரையும் வெஸ்ட்மினிஸ்டரில் தொழிலாளர் அரசாங்கம் வருவது வரையும், வரவிருக்கும் பிரித்தானிய விலைகளின் சாத்தியப்பாடு, குவிமையத்தை மாகாணங்களிலிருந்து டெல்லிக்கு மாற்றி, மையத்தில் அதிகாரத்தைக் கட்டுப்படுத்துவது யார் என்னும் பிரச்சினையில் கவனம் செலுத்துவதாயில்லை.

இத்திருப்பத்தின் முழு ஆதாயத்தையும் ஜின்னா எடுத்துக் கொண்டிருந்தார். முன்னெப்போதும் இருந்ததை விட முஸ்லீம் லீக் அணி திரட்டியது, முஸ்லீம் பெரும்பான்மை தொகுதிகளில் அதன் பரப்புரையாளர்கள் குவிந்தனர். அவர்தம் செய்தி எளிமையானது: லீக்கின் 'பாகிஸ்தானு'க்குப் பின்னே முஸ்லீம்களெல்லாம் அணிதிரளுமட்டும், மத்தியிலமையும் இந்து ராஜ்ஜியம், முஸ்லீம் உரிமைகளையும் மாகாண சுயாட்சியையும் அகந்தையுடன் புறந்தள்ளும். இது தந்திரம் செய்தது. கடைசியில் NWFP தவிர்த்து, முஸ்லீம் பெரும்பான்மை மாகாணங்கள் எதிர்வினையாற்றின. 1946 தேர்தல்களில் ஜின்னாவின் வெற்றி ஒரு 'சாதனை'யாக 'திருப்புமுனை'யாக வரவேற்கப்பட்டது. துணைக்கண்டமெங்கும் முஸ்லீம்களைப் பிரதிநிதித்துவம் செய்திடும் லீக்கின் கூற்று, அவர்தம் தனியொரு சார்பாளர் என்ற ஜின்னாவின் கூற்றுபோல, நிரூபணமானது.

ஆனால் இச்'சாதனை' அவசரகதியில் திட்டமிடப்பட்டது, இத்'திருப்புமுனை' எளிதில் தலைகீழாகக் கூடியது, தேசம் அடையப் பெற்றதும், 'தனியொரு சார்பாள'ருக்குப் புதிய திரைக்கதை தேவைப்படும். முஸ்லீம் பெரும்பான்மை

மாகாணங்களில் அமைப்பின் தளம் இல்லாததால் இருக்கின்ற கட்சிகளுடன் அதிகாரத் தரகர்களுடன் வசதி வாய்ப்புக்காகப் பெரிதும் சார்ந்திருந்தது லீக்; அத்துடன் 'பாகிஸ்தானு'க்கான கோரிக்கையைச் சார்ந்திருந்தது-அது உணர்வோட்டமிக்கதால், அதனை வரையறுப்பது பற்றி யாரும் கவலைப்படவில்லை, அப்படிச் செய்திருந்தால், முஸ்லீம்கள் அளவுக்கு முஸ்லீம் அல்லாதவர்களையும் கொண்டிருந்த, பஞ்சாப்-வங்காள மாகாணங்களுக்கு இரு தேசக் கொள்கையைப் பொருத்திப் பார்க்கையில், அது தம்மைப் பகுப்பாய்வு செய்வதாயிருக்கும் என்பதை உணர்ந்திருப்பார்கள். இப்படிக் கருத்தளவிலான பாகிஸ்தானின் மிக உற்பத்தியுள்ள இரு மாகாணங்கள், தம் சுயாட்சிக்கு என்ன நேர்ந்தது என்ற கவலையின்றி நிலவிடும் நாணயத்தை இழந்திடும். இதற்கிடையே, பாகிஸ்தானின் மையப் பிரதேசங்களிலிருந்து தொலைதூரங்களில் உள்ள மாகாணங்களின் முஸ்லீம் சிறுபான்மையினர் உ.பி. போல பிரிவினைக்குப் பலியாகாமல், அவநம்பிக்கையில் தம் கைகளை உதறலாம் அல்லது தம் முடிச்சுகளை மூட்டை கட்டலாம். நடைமுறையில், பிரிவினை, தனிநாடு குறித்து மிக ஊசலாட்டம் மிகுந்திருந்த முஸ்லீம் பெரும்பான்மை மாகாணங்கள் அதனை அனுபவித்தன; முஸ்லீம் சிறுபான்மை மாகாணங்களிலிருந்தோர், அதனை முன்னெடுத்துச் சென்ற நிலையில் தம்மைச் சரிசெய்துகொள்ள வேண்டியிருந்தது.

இம் முரண் நிலை விளைவிலிருந்து பின்தொடர்ந்தவை அதிகம். பாகிஸ்தானின் முஸ்லீம் லீக் இந்தியாவின் காங்கிரஸுக்கு நேர்மாறாக, அமைப்பின் தளமும் அரசியல் வம்சாவளியும் இல்லாதிருந்தது. ஒரு நாட்டின் ஊதுகுழல் அல்லது குறைபாடுகள்-அபிலாஷைகளின் விளைவு என்பதை விடவும், பல்வேறான நில உரிமையாளர்-சேவை சார்ந்த மேட்டுக்குடியினரின் ஒரு பிரச்சினைக்கான கூட்டணியாகவே இருந்தது. மக்கள் ஆதரவு அலைமீது சவாரி செய்தாலும், நாட்டுக்கான கோரிக்கை என்னும் லட்சியம் ஈடேறியதும் லீக், பாகிஸ்தானின் மாகாணங்களில் முழு ஆதரவைப் பெறவும் முடியவில்லை, காங்கிரஸைப்போலவே தேர்ந்தெடுக்கப்பட்ட கட்சிப் பிரதிநிதிகளின் நாடு முழுதும் பரந்துபட்ட அமைப்பையும் அதன் கொள்கைகளையும் நடைமுறைப்படுத்தும் பொறுப்புள்ள கழகத்தைச் சார்ந்திருக்க முடியவில்லை.

நிறைவேற்றக் காத்திருந்த முன்னரே ஏற்கப்பட்ட திட்டமும் லீகிடம் இல்லை. பாகிஸ்தானின் விசித்திரச் சூழலில், திறம்பட்ட

அரசாங்கத்தை நிறுவுவது முதலில் இருந்தது; அதற்கு உடனடி முன்னுரிமை பிழைத்திருத்தலே. சரிந்து போதலின் எதிர்பார்ப்புகள் இருப்பினும், அதன் மூத்த தலைமை குறித்து இதனைக் கூற முடியாத போதும், அது பிழைத்திருக்கவே செய்தது. சுதந்திரம் பெற்ற 13 மாதங்களுக்குள் துயரமான வகையில் நிறுவனத் தலைவரும், முதல் தலைமை ஆளுநரும் லீகின் வாழும் சின்னமும் நாட்டின் ஆட்சேபிக்க முடியாத உன்னதத் தலைவருமான எம்.ஏ. ஜின்னா, புற்றுநோயால் மடிந்தார் (செப்டம்பர் 1948). அதன்பின் மூன்றாண்டுகளுக்குப்பின், அவரது நீண்ட நாளைய தளபதியும் நாட்டின் முதல் பிரதமருமான லியாகத் அலிகான் படுகொலை செய்யப்பட்டார் (அக்டோபர் 1951). லீக் தலைவரின்றியும் தேசம் தன் சார்பாளரின்றியும் இருந்தது. இந்தியாவில் நிலைமை வேறுவிதமாய் இருந்தது. சுதந்திரம் பெற்ற சில மாதங்களில் (ஜனவரி 1948) மகாத்மா காந்தி படுகொலை செய்யப்பட, மூன்றாண்டுகளுக்குப் பிறகு இயற்கையான காரணங்களால் வல்லபாய் படேல் இறந்தார். தேசியத் துயர உணர்வும் இழப்பும் குற்றவுணர்வு கொண்டிருந்தது, இரு தரப்பிலும் ஒத்திருந்தது. ஆனால் இந்தியா, வல்லமைமிக்க இன்னொரு நிறுவனத் தலைவர் ஜவஹர்லால் நேருவின் சேவைகளைத் தக்கவைத்துக் கொண்டிருக்க, பாகிஸ்தான் சரியற்ற ஞானத் தந்தையரின் கீழ் அநாதையானது-அவர்களில் பலர் ராணுவத் தலைவர்கள்.

புதிய எல்லையின் இரு புறங்களிலும் உயிர் பிழைத்தலுக்கான பரந்துபட்ட பிரச்சினைகள் மேலோங்கி நின்றன. இத்தலைமை நெருக்கடிகளுக்கிடையே, புதிய அரசாங்கங்கள், திகைப்பூட்டும் அகதியர் பிரச்சினையை எதிர்கொண்டிருந்தன. மேற்கில் (பஞ்சாப், ராஜஸ்தான், டெல்லி) வாரக் கணக்கிலும் 70 லட்சம் முஸ்லீம்கள் வரை இந்தியாவிலிருந்து பாகிஸ்தானுக்கும், 70 லட்சத்திற்கும் அதிகமான முஸ்லீம் அல்லாதவர்கள் பாகிஸ்தானிலிருந்து இந்தியாவுக்கும் தப்பி ஓடியதாகக் கூறப்படுகிறது. அவர்கள் நிராதரவான நிலையில் வந்து சேர்ந்தனர். இவ்வளவு எண்ணிக்கையுள்ளவர்களுக்கு உணவு, இடம், மறுவாழ்வு, வேலைவாய்ப்பு அளிப்பது என்பது அதியாற்றலுள்ள அரசுக்கே சவாலாய் ஆனது. இரு அரசாங்கங்களுமே இதனைத் தீரத்துடன் சமாளித்தன; சிறிது ஒத்துழைப்பு இரு நாடுகளுக்கிடையே இருந்ததும் உண்மையே. ஆனால் பாகிஸ்தான் பாதகமான நிலையிலிருந்தது. இந்தியாவின் முப்பது கோடி மக்களிடையே 70 லட்சம் பேர் வந்து சேர்ந்தது அப்படியில்லை; இன்னொரு ஆறு கோடி முஸ்லீம்கள் இந்தியாவில் ஓரங்கட்டப்பட்டு, பாகிஸ்தான் போக இருந்தனர் என்பதும் கருத்தில் கொள்ளப்படவேண்டும்.

பாகிஸ்தானின் அங்கமாகிட விதிக்கப்பட்டிராத உ.பி. போன்ற மாகாணங்களில் முஸ்லீம்களுக்கு உறுதிப்பாடளித்த லீக், பாகிஸ்தானில் விடப்படும் இந்து/சிறுபான்மையின் பலவீன நிலையை அழுத்தத்துடன் எடுத்துக்காட்டியது. இதுவே 'பிணைக்கைதி'க் கொள்கையின் அடிப்படை; 'எமது நாட்டில் உமது சகமதத்தினருக்குத் தரப்படும் வரவேற்பைப் பொறுத்தமையும், உமது நாட்டில் எமது மக்களுக்குத் தரப்படும் வரவேற்பு,' ஆனால் உண்மையில் பிரிவினையின் குரூரங்களுக்குப் பிறகு பாகிஸ்தானில் இஸ்லாமியர் அல்லாதவர் யாரும் இருக்கவில்லை; அப்படி இருந்தவர்கள் கிழக்கு வங்காளம் எனப்பட்ட தொலைதூரக் கிழக்குப் பிரிவில் காணப்பட்டனர். உ.பி., பீகார், டெல்லி, ஹைதராபாத், மத்திய மாகாணங்களில் முஸ்லீம்களுக்கு உறுதிப்பாடு கிட்டவில்லை-அவர்கள் புலம்பெயரவே நாட்டம் கொண்டிருந்தனர். அவர்களை ஊக்கமிழக்கவைக்க முயன்ற, நெருக்கடியிலிருந்து பாகிஸ்தானிய அதிகாரிகளுக்கும் உறுதிப்பாடு கிட்டவில்லை; பிணைக் கைதிக் கொள்கை பேசப்பட, இரு நாட்டுக் கொலை பிசுபிசுத்தது. எனினும் பிரிவினைக்கு அடுத்த மாதங்களில், இந்திய முஸ்லீம்கள் ஆயிரக் கணக்கில் பாகிஸ்தானுக்கு நீண்ட-பயணம் மேற்கொண்டனர்; பெரிதும் கராச்சியில் தங்கிவிட்டனர். மொஹாஜிர்கள் (மெக்காவிலிருந்து மெதீனாவுக்கு முகம்மது ஓடிவந்த 'ஹிஜ்ரா'வுடன் தொடர்புடைய சொல்) என்றறியப்பட்ட அவர்கள், உள்ளூர் மக்களில் கொந்தளிப்பானவர்களாகச் சேர்ந்தனர். பாகிஸ்தானில் நிலத்தின் வேர்களோ நீண்டகாலத் தொகுதிகளோ இல்லாமல் பாகிஸ்தானில் மொஹாஜிக்கள், ஜனநாயகரீதியில் பாதக நிலையிலிருந்ததாக உணர்ந்தனர், தேர்தல் கணக்கில் ஆயாசமடைந்திருந்தனர், இஸ்லாமியச் சித்தாந்தவாதிகளின் தேர்தல் வாக்களிப்பு தாண்டிய விஷயங்களில் முனைப்புகளைக் காட்டினர்.

பாகிஸ்தானை நிலைகுலையச் செய்து, சமநிலை அடைந்திடும் அதன் வாய்ப்புகளைப் பாதித்த எல்லா முரண்பாடுகளிலும், மிகத் தீவிரமானது மிக இயல்பானதாகும். அதன் இரு அரைக் கோளங்களும் பொருந்திப் போகாதவையாக, விரைவில் சென்று சேரக் கூடியதாக இல்லாமல் இருந்தன. நான்கு வடமேற்கு மாகாணங்களும் மசூதிகளையும் மதரசாக்களையும் பொதுவாகக் கொண்டிருந்ததன்றி, வேறெதனையும் கிழக்கு வங்காளத்துடன் கொண்டிருக்கவில்லை. ஒன்று பிரதானமான எல்லைப்புறமெனில், இன்னொன்று பெரிதும் தட்டையான உப்பங்கழி. அது பல்கேரியாவையும் பெல்ஜியத்தையும் இணை சேர்த்ததைப் போன்றது.[*] மக்கள் வெவ்வேறு மொழிகள் பேசினர், வேறு வேறு

உணவுகளை உண்டனர், வேறுபட்ட பண்பாடுகளில் திளைத்தனர். கோதுமை விளையும் மேற்கில், நோக்கில் பழமைவாதிகளாக வீரமரபினராக, நிலப்பிரபுக்களும் பழங்குடித் தலைவர்களும் மேலோங்கியிருந்தனர். நெல்விளையும் கிழக்கில், சிறுசிறு நில உடைமையாளரும் திரளான குடியானவரும் நிறைந்திருந்தனர், அவர்தம் குறைந்தபட்ச வாழ்நிலைமை, தீவிரவாதச் சார்பையும் ஜனரஞ்சகத்தின் மீது அதிருப்தியையும் படியச் செய்திருந்தது. பிரித்தானியரால் 'கிராமப்புறச் சேரி'யாகப் பழிக்கப்பட்ட கிழக்கு பாகிஸ்தானின் ஆறிலொரு பகுதியையே கொண்டது. பெரிதும் நீரில் அரைபாதி மூழ்கியிருப்பது அது. அடிக்கடி பஞ்சங்களுக்கும் உள்ளாகும், துணைக் கண்டத்தின் கொடிய வறுமை கொண்டது, உள்கட்டுமானமும் தொழிலும் இல்லாதது. முற்றிலும் இறக்குமதியைச் சார்ந்திருப்பது. மூத்த நிர்வாகிகள் என்ற வகையில் 18% எனவும் மூத்த ராணுவ அதிகாரிகள் என்ற வகையில் 2% எனவும் புதிய பாகிஸ்தானுக்கு அதன் பங்களிப்பு இருந்தது.

இருப்பினும் கிழக்கு வங்காளம் ஒரு பொறுப்பாகிவிடவில்லை. அதன் சணல் பயிரும் ஏற்றுமதி வருவாயும், பாகிஸ்தானின் அந்நியச் செலாவணிக்கான ஒரே ஆதாரமாயும், நாட்டின் மொத்த வளர்ச்சியில் முக்கிய அம்சமாயும் இருப்பவை. அதன் தொழிலாளர் சக்தியும் அளப்பரியது, அதற்கு அடுத்த நிலையில் இருப்பதுதான் பஞ்சாப். உண்மையில் கிழக்கு வங்காளத்தின் மக்கள்தொகையான சுமார் 4 கோடி (1947), வடமேற்கு மாகாணங்களில் எதனையும்விட பெரியது மட்டுமல்ல, அவற்றின் கூடுதலைவிடவும் அதிகமானதே. ஆகவே கிழக்கின் பக்கம் சார்ந்ததாகவே பாகிஸ்தானின் பொருளியல்-தேர்தல் தர்க்கம் வாதிடும், பஞ்சாபியரைவிட வங்காளிகளின் கையே ஓங்கியிருக்கவேண்டும். ஆனால், வரலாற்றுச் சாதனை, கேந்திர முக்கியத்துவமிக்க முன்னுரிமைகள், இஸ்லாமிய மரபு, ராணுவப் பங்கேற்பு, லீக் தலைமைக்கான சமூக விருப்பங்கள் என்பன தடுக்கமுடியாத வகையில், மேற்கின் மீதான சார்புக்கு நிர்ப்பந்திக்கின்றன. புதிய தேசத்தின் உந்துவிசையைக் கிழக்கு முன்வைக்கலாம் ஆனால் மேற்குதான் அதன் திசைவழியைத் தீர்மானிக்கும். 1940 'பாகிஸ்தான் தீர்மானம்' அங்கே நிறைவேற்றப்பட்டது. 1947 அதிகார மாற்றம் அங்கே நடத்தப்பட்டது. கேள்விக்கு இடமின்றி பாகிஸ்தானின் கூட்டாட்சித் தலைநகர் அமையப்போவது அங்கேதான்.

பிரிக்கப்படாத பஞ்சாப்பின் தலைநகராக இருந்து வந்திருந்த, மொகலாய நகரமான லாகூர்தான் இயல்பான தெரிவாக

இருந்திருக்க வேண்டும். கெடுவாய்ப்பாக, புதிய இந்திய எல்லைப்புறம் அங்கிருந்து ஒரு மணிநேரப் பயணத்திற்குள் கடந்துபோனது. எனவே பாதுகாப்புக் காரணங்களால், கராச்சி தெரிவு செய்யப்பட்டது; சிந்துவின் தூங்கிவழியும் துறைமுகத்தில் மாற்றியமைக்கப்பட்ட இடங்களிலும் தற்காலிகமான அமைப்புகளிலும் புதிய அரசாங்கம் நிறுவப்பட்டது. டெல்லியின் காற்றோட்டமான தலைமைச் செயலகத்திற்குப் பதிலாக இங்கே தகரக் கூடங்களே இருந்தன; எழுதும் மேசைகளின் இடத்தே பெட்டி-படுக்கைகளும், ஊசிகளுக்குப் பதிலாக முட்களும் இருந்தன. மூத்த அலுவலர்கள் ரயில் நிலையத்தில் தங்கவைக்கப்பட்டனர். இந்த ஏற்பாடுகள் தற்காலிகமானவை எனப்பட்டன. ஆனால் பளிச்சிடும் புதிய தலைநகர் அமையவிருந்த பஞ்சாபி மேய்ச்சல் நிலத்தில் ஆடுகள் இன்னும் மேய்ந்துகொண்டிருந்தன. பாசறை நகரமான ராவல்பிண்டியின் அருகே வசதியான இடத்தில் துப்பாக்கி சுடும் மேடுகளிலிருந்து எழுந்த இஸ்லாமாபாத், தன் நிர்வாகத்துறை மந்தையை வரவேற்க 1960கள் வரை தயாராயில்லை.

ஆட்சி நிர்வாக-ராணுவ அமைப்புகளின் நெருக்கம் திட்டமிட்டதாக இருக்கப் போகிறது. ஓரம்சத்தில் புது டெல்லியை விடவும் கராச்சி பொருத்தமானதாயிருந்திருக்கும். சற்று அப்பட்டமாகக் குறிப்பிடுவதானால் ஓர் அரசுக்கான கட்டமைப்புகளையெல்லாம் புது இந்தியா சுவீகரித்திருக்க, ஒரு ராணுவத்திற்கான கட்டமைப்புகளையே பாகிஸ்தான் சுவீகரித்திருந்தது. எல்லாவற்றையும் போலவே, ஒருகாலத்திய பிரித்தானிய இந்திய ராணுவம் இரு அரசுகளுக்கிடையே பிரித்துக்கொள்ளப்பட்டது. அதன் ஆயுதங்கள், சாதனங்கள், போக்குவரத்து என்பவற்றில் 17.5% மட்டுமே பாகிஸ்தானுக்கு ஒதுக்கப்பட்டது; அது முழுதுவமாக நிறைவேறவில்லை. மறு ஒதுக்கீடு கராச்சிக்கு முக்கியமானது. ஆனால் மனிதவளம் வேறுபட்டது. பிரிக்கப்படாத இந்தியாவில் முஸ்லீம்களின்-பாகிஸ்தானின்-பங்கு 30% ஆக இருந்தது.

1857இன் மாபெரும் கலகத்திலிருந்து, பிரித்தானிய ஆட்சேர்ப்புக்கான பிரதான தேக்கமாக, பஞ்சாப்பும் அண்டையிலிருந்த வடமேற்கு எல்லைப்புற மாகாணத்தின் பகுதிகளும் இருந்ததே இதற்குக் காரணம். அரசிடமிருந்து முன்னுரிமையை ராணுவ எதிர்பார்ப்புகள் கொண்டிருந்தது போல, விசுவாசமிக்க சேவை மரபுகள் ஆழப் பொதிந்திருந்தன. ராணுவ ஆட்சேர்ப்பு, ஒரே குலத்திலிருந்தும் தலைமுறைகளின்

பாரம்பரிய வலைப் பின்னல்களிலிருந்தும் மேற்கொள்ளப்பட்டன. ராணுவ வீரர்களின் ஊதியமே ஒட்டுமொத்தக் கிராமங்களைத் தக்கவைத்தன; ராணுவச் சேவை முன்னேற்றத்திற்கான வசதிவாய்ப்புகளைத் திறந்துவிட்டன; மக்கள் கோரிய திறன்களைப் (எடுத்துக்காட்டாக லாரிகள் பராமரிப்பில்) பெறவும்; பெரிதும் உற்பத்தித் திறனுள்ள கால்வாய் காலனிகளுள்ள நிலத்தில் ஓய்வுபெற்றவர்கள் ஒதுக்கீடு பெற்று, வெகுமதி அடைந்தனர். இவர்களில் சிலர் சீக்கியர்கள்-புதிய இந்தியாவை விரும்பியவர்கள். ஆனால் அதிகமானோர் முஸ்லீம்கள். இவர்களில் கிழக்கு பஞ்சாப்பிலிருந்து வந்தோர் அடங்குவர்-அவர்கள் ஒருகாலத்தில் மேற்கு பஞ்சாப்பில் முஸ்லீம் அல்லாதவர்களால் காலி செய்யப்பட்டிருந்த நிலங்களில் தங்கவைக்கப்பட்டனர்; தமது புதிய தாயகத்திடம் அவ்வளவு நெருக்கம் கொண்டிருந்தனர்; அங்கு குடியமர்ந்த இதர சமுதாயங்களுடன்-ஆப்பிரிக்க நாட்டவருடன் அல்லது இஸ்ரேலியருடன்-இவர்களை ஒப்பிட்டுப் பார்க்கலாம். புதிதாய் வந்தவர்களோ உள்ளூர் வாசியினரோ, பஞ்சாபி பேசும் இத்தொகுதியே பிரதானமாக பாகிஸ்தானுக்கு, ஒழுங்கமைதியும் சிறப்புரிமைகளும் பெற்ற வீரர்களை அளித்திருக்கிறது. பாகிஸ்தானின் அரசியல்வாதிகள், லாகூரின் நிலஉரிமையாளர்கள், வங்காளத்தின் சணல் விவசாயிகள் புதிய அரசின் முன்னணிப்படையைப் பிரதிநிதித்துவப்படுத்துவதாக, உறுதிப்பாட்டின் உத்தரவாதமாக, நாட்டின் தலைசிறந்த அம்சமான அரசாக ராணுவத்தை நோக்கினர்.

அடிப்படை விதிகள்

பிரிக்கப்படாத இந்தியாவின் பிளவால் ஏற்பட்ட பகையம்சம் எதுவும், புது அரசுகளை எதிரெதிர் வழித்தடங்களில் நிறுத்தியிருக்கத் தேவையில்லை. மாறாக, பிரித்தானிய காமன்வெல்த்திற்குள்ளே ஆட்சிப் பகுதியாகச் சுதந்திரமாகப் பதிவுபெற்று, ஒத்துழைப்பிற்கான விருப்பத்தை சமிக்ஞை செய்வதாகத் தோன்றின. புரிந்துகொள்ளுதலையும் இணையான வளர்ச்சியையும் முன்னெடுத்துச் செல்லவே காமன்வெல்த் உறுப்பினர் தகுதி அவசியப்பட்டது. லட்சியப்பூர்வமாகத் தாராள விழுமியங்கள், பிரதிநிதித்துவ அரசாங்கம், பரஸ்பர ஆக்கிரமிப்பின்மை ஆகியவற்றின் பொருட்டு இருநாடுகளிலும் ஓர் எதிர்காலத்தைப் பெற்றுத்தந்தது-பிரித்தானிய ஏற்றுமதிகள், ஏகாதிபத்திய பாதுகாப்பு-செய்தித்தொடர்பில் இந்திய-

பாகிஸ்தானிய ஒத்துழைப்பு பற்றிச் சொல்லவே வேண்டியதில்லை. பௌதிகப் பிளவு, மக்கள்தொகையில் சமநிலையின்மை, அரசியல் ரீதியிலான நொய்மை, இஸ்லாத்தின் பங்குபற்றிய ஊடாட்டம் ஆகிய பாகிஸ்தானின் முரண்பாடுகள், மோதலின் அளவுக்குச் சகவாழ்வையும் வாதிட்டன. எடுத்துக்காட்டாக, பாகிஸ்தானின் கிழக்கிற்கும் மேற்கிற்குமிடையிலான செய்தித் தொடர்பு, ஆகாய நெடுஞ்சாலை மற்றும் தரைப் போக்குவரத்து உரிமைகள் சார்ந்து இந்திய நன்மதிப்பைப் பெறவேண்டியிருந்தது. பாகிஸ்தானின் ராணுவ ஆற்றல்கூட நிலைப்படுத்தும் அம்சமாகப் பார்க்கப்பட வேண்டியதாக இருக்கும். ஏனெனில் பலமிக்க ராணுவத்தாலேயே, புது இந்தியாவுக்கு எல்லைப்புறமாயுள்ள பலவீனமான வடமேற்கு எல்லைப்புறத்தைத் தற்காப்பு செய்ய இயலும்.

இருப்பினும் இவையெல்லாம் ஆசைகளே. பிரிவினையின் குரூரங்களால் உண்டான பயமும் அருவருப்பும் ஓய்ந்துபோய்விடாது. காமன்வெல்த் உரிமைச் சாசனத்தையும், மற்ற நாடுகளின் விவகாரங்களில் தலையிடாமை என்னும் நேருவின் கொள்கைகளையும் அவை எளிதாக மறுதலித்தன. 1948இல் இந்தியாவைப் பற்றியிருந்த பாகிஸ்தான் வெறியிலிருந்து உயர்ந்திருந்தது மகாத்மா காந்தி மட்டுமே என்று கூறமுடியும். அந்த ஆண்டு ஜனவரியில், கராச்சிக்குச் செலுத்தவேண்டியிருந்த இந்திய நிதிக் கடப்பாட்டையும் இந்தியாவிலிருந்த முஸ்லீம்களுக்குப் பாதுகாப்பு அளிக்க வற்புறுத்தியும் டெல்லியைக் கட்டாயப்படுத்திட, அவர் உண்ணா நோன்பு இருந்தார். அவரது கோரிக்கைகள் ஆத்திர மூட்டின. பாகிஸ்தானில் முஸ்லீம் அக்கிரமங்களிலிருந்து தப்பி வந்த லட்சக்கணக்கானோரை மட்டுமன்றி, பெரும்பாலான அவரது காங்கிரஸ் சகாக்களையும்தான். சில தினங்களில் அவர் படுகொலை செய்யப்பட்டார். சுட்டுக் கொன்றவன் நாதுராம் கோட்ஸே என்ற பிராமணன்; தீவிர இந்து மற்றும் துணை ராணுவ அமைப்பான RSSஇல் ஒரு காலத்தில் தொடர்பு கொண்டிருந்தவன். ஆனால் அவன் காந்தியின் சீடனும்கூட, இந்து தேசியவாதிகளின் பகடைக்காயாகச் செயல்படாது, நேர்மையான தேசபக்தனாகச் செயல்பட்டதாகத் தோன்றுகிறது. அவன் தன் விசாரணையில் விளக்கியது போல, காந்தியின் மரணமே, முஸ்லீம்களை ஆறுதல்படுத்தல் போன்ற ஆலோசனைகளை நிசப்தமாக்கி, பாகிஸ்தானின் அத்துமீறல்களிலிருந்து இந்தியாவைக் காப்பாற்றும். இயல்பாகவே அவனது செயல்பாடு அனைவராலும் நிந்திக்கப்பட்டது, அவன் தூக்கிலிடப்பட்டான். அவன் நிலைபாடு வீழ்ந்துவிடவில்லை. ஆர்.எஸ்.எஸ்ஸும் அதன்

சகாக்களும் விடுவிக்கப்பட்டனர். இந்தியாவில் முஸ்லீம்கள் தொடர்ந்து சந்தேகத்துடனோ இன்னும் மோசமாகவோ நடத்திவரப்பட்டனர், பாகிஸ்தானின் அத்துமீறல்களை விடவும் டெல்லி பீதி கொண்டிருந்தது.

இதற்குச் சம அளவில் பாகிஸ்தானில் வெறுப்புணர்வு பரவியது. கிழக்கு வங்காளத்தில் இந்துக்கள் பாகுபாட்டிற்குள்ளாகி, உடைமைகளை இழக்கக் கராச்சியில், ஆஃப்கன் எல்லைப்புறத்திலிருந்து சிட்டகாங் மலைகள் வரை (பர்மா அருகே) ஒவ்வோர் அதிருப்தி நடவடிக்கைகளுக்குப் பின்னரும் இந்தியாவுக்குத் திரும்புவோம் என்போரின் கை ஒளிந்திருந்ததாக அறியப்பட்டது. இந்தியாவைப் போன்ற பாகிஸ்தானில் காஷ்மீர் நெருக்கடியால் இவ்விரோதம் தீவிரம் கண்டது; பாகிஸ்தானில் உள் முரண்பாடுகளால் அரசு உருவாக்கப் பணி நீடித்துக்கொண்டிருந்தது. இவையெல்லாம் சேர்ந்து அங்கே அரசியல் நிகழ்வுப் போக்கினைப் பலவீனமாக்கின. சோவியத் தரப்புக்கும் மேற்கத்திய அரசுகளுக்கும் இடையிலான உலகளாவிய போட்டியில், இந்நெருக்கடிப் புள்ளிகள் ஒன்று சேர்ந்து இந்தியாவுக்கு மாறான திசையில் பாகிஸ்தானைச் செலுத்தின.

ஆரம்பத்தில் இருநாடுகளும் காலனிய ஆதிக்கத்தின் பளிச்சிடும் குறைபாடுகளைச் சரிப்படுத்த முயன்றுகொண்டிருந்தன. அரசமைப்புச் சட்டம் தயாரிக்கப்படவேண்டும், அனைவருக்கும் வாக்குரிமை அடிப்படையில் தேர்தல்கள் நடத்தப்படவேண்டும். ஏழையரின் சமூகத் தேவைகள் நிறைவேற்றப்படவேண்டும், சாதி-பாலினப் பாகுபாடுகளுக்கு முடிவுகட்டவேண்டும், நிலம் சமமாகப் பிரித்தளிக்கப்பட வேண்டும், அனைவருக்கும் சுகாதார-கல்வி வாய்ப்புகள் செய்துதரப்படவேண்டும். அந்நியச் செலாவணிப் பற்றாக்குறையைச் சரிசெய்து, உற்பத்தி சார்ந்த நவீன பொருளாதாரத்திற்கான அடித்தளமிட, தொழில், வேளாண்மை, உள்கட்டமைப்புக்கான மேம்பாட்டுத் திட்டங்கள் கவனத்துடன் உருவாக்கப்படவேண்டும். இவை அனைத்தும் நிறைவேறுவதை உறுதிப்படுத்திட மத்திய அரசாங்க-மாகாண அரசாங்கங்களின் அதிகாரத்திற்கு அழுத்தம் தரப்படவேண்டும், அதிகாரத்தின் மீதான தலைமையின் பிடிப்பு இறுக்கமடையவேண்டும். இரு நாடுகளிலும் நிகழ்ச்சி நிரல் அநேகமாக ஒத்திருந்தது. முடிவுகள் ஒத்திருக்கவில்லை. டெல்லி அதை நிறைவேற்றிவர, கராச்சி சரிவுகண்டது. அரசமைப்புச் சட்டம் நிறைவேற்ற கராச்சிக்கு ஒன்பது ஆண்டுகள் ஆயிற்று, அதன்பின் அது அந்தரத்தில்

விடப்பட்டது. அனைவருக்குமான வாக்குரிமை அடிப்படையில் முதலாவது தேசியத் தேர்தல் நடத்த 1970 வரையிலும் அது காத்திருந்தது.

அப்போது இந்தியா தனது ஐந்தாவது தேர்தலில் முனைந்து கொண்டிருந்தது. ஒவ்வொன்றுமே ஜனநாயகத் தேர்தலில் உலகின் மிகப்பெரும் நடவடிக்கையாயிருந்தன; திகைக்க வைத்திடும் போக்குவரத்துப் பிரச்சினை இருப்பினும் (20 லட்சம் வாக்குப் பெட்டிகள், 2½ லட்சம் வாக்குச் சாவடிகள், நூற்றுக்கணக்கிலான கட்சிகள் என) திறமையுடனும் பாகுபாடின்றியும் அனைத்தும் நடத்தப்பட்டது. வாக்காளர் அச்சுறுத்தப்பட்டது, வாக்குச் சாவடிகள் கைப்பற்றப்பட்டது, வாக்குப் பெட்டிகள் உடைக்கப்பட்டது/காணாமல் போனது போன்ற சம்பவங்கள் பரவலாகத் தெரிவிக்கப்பட்டன. கிராமம், சாதி, குளம்/குடியின் கும்பல் வாக்களிப்பு சாதாரணம். ஆனால் அப்பட்டமான விதிமீறல் தண்டிக்கப்பெறாது விடப்படவில்லை; 1970-71இல் பிரதமரே கூடத் தேர்தலின் பொருட்டு அரசாங்க வசதி வாய்ப்புகளைப் பயன்படுத்தினால், தகுதி நீக்கம் செய்யப்படுவார். ஒட்டுமொத்தத்தில் முடிவுகள் நம்பத் தக்கவையாயிருந்தன. பெரிதும் படிப்பறிவற்றோர் வாக்களிப்பது என்பதைப் பரிகசித்த சர்ச்சில் போன்றோர் இதனைத் தவறுபடக் கருதினர். ஒவ்வொரு வேட்பாளரது அரசியல் கட்சியும், வண்டி, பசு, கலப்பை, விளக்கு என வாக்குச் சீட்டில் அடையாளப்படுத்தப்பட்டிருந்ததால், படிப்பற்றவன் கூடத் தன் அடையாளத்தை உறுதியுடன் இடமுடிந்தது. நியாயமான தேர்தல், பாலினப் பாகுபாடற்ற வாக்களிப்பு என்பன, முன்னேறிய நாடுகளுக்குப் பிரத்யேக உரிமைகள் குறைந்ததுமான சமூகங்களிலும் நடைமுறைப்படுத்தப்படக் கூடியனவே என்று எடுத்துக்காட்டப்பட்டன, பிரதிநிதித்துவ அரசாங்கங்களில் ஆக்கப்பூர்வமானவையே என்றும் எடுத்துக் காட்டப்பட்டன. உலகின் பிற தெரிவு செய்யப்பட்ட அரசாங்கங்கள் நம்பிக்கை கொண்டன. ஒவ்வொரு இந்தியத் தேர்தலின்போதும், 'ஜனநாயகம்' என இறுக்கமின்றி நாம் குறிப்பிடுவது, உலகளாவிய பரிகாரமாக இருக்கும், சித்தாந்த தொற்றுகளுக்கு எதிரான போரில் நீண்ட நாளாகத் தேடிவந்த பெனிசிலினாக இருக்கும் என்ற உறுதிப்பாடு வளர்ந்தது.

மூன்றாண்டு கால ஆலோசனைகள்-விவாதங்களுக்குப் பிறகு, உலகின் மிகப்பெரியதாக இருக்கக்கூடிய, இந்தியாவின் புது அரசமைப்புச் சட்டம் 1949இல் நிறைவேற்றப்பட்டு, 1950 ஜனவரி

26இல் அதிகாரப்பூர்வமாக மேற்கொள்ளப்பட்டது-அதனால் அது குடியரசு தினமானது. பாகிஸ்தானின் அரசமைப்புச் சட்டத்தை ஆக்கியோரால் முடிவின்றி மேற்கொள்ளப்பட்ட, பெரும்பாலான முன்மொழிவுகள் திருத்தங்கள் போன்றே, வெஸ்ட்மினிஸ்டர் பாணியிலான அரசாங்கத்தை அது ஆதரித்தது; முதலில் வருபவர் வென்றவராக, மேல்சபை மற்றும் கீழ்சபை, (பிந்தையது நேரடியாகத் தேர்ந்தெடுக்கப்படுவது), அமைச்சரவை, சுதந்திரமான நீதித்துறை போன்றவை இடம்பெறும். அமெரிக்காவில் இருப்பதுபோலவே கூட்டாட்சி சட்டகத்திற்குள் இந்த ஏற்பாடுகள் இடம்பெறும்; அது மாகாணங்களின் சுயாட்சியை ஏற்கும். இப்போது இந்தியாவில் மாநிலங்கள் எனப்படும் முந்தைய மாகாணங்களும் சட்டசபைகளைத் தேர்ந்தெடுக்க வேண்டும். ஒவ்வொரு மாநில மாகாணச் சட்டமன்றமும் ஓர் அரசாங்கத்தை நிறுவவேண்டும்-அதனிடம் வருவாய்களை ஏற்படுத்தித் தரும் (விற்பனை-மது வரிகள் போல) அதிகாரம், மத்திய வருவாயில் பங்குபெறுதல், பொறுப்புகள் போன்றவை இருக்கும். 'உடனிகழ் விஷயங்கள்' என்பவற்றிலும் அவற்றிற்குப் பங்குண்டு-அது மத்திய அரசாங்கத்துடன் பகிர்ந்துகொள்வது. இவ்விதிகளை முன்வைக்கும்போது, அரசமைப்புச் சட்டம், 1935 இந்திய அரசாங்கச் சட்டத்திலிருந்து, குறிப்பாக ஏகாதிபத்திய பாதுகாப்பு அம்சங்களிலிருந்து இரவல் பெற்றது. இவ்வகையில், குடியரசுத் தலைவர் ஆட்சியை நடைமுறைப்படுத்தி (மத்திய அரசால் நியமனம் பெற்ற மாநில ஆளுநர், குடியரசுத் தலைவர் சார்பில், அரசின் தலைவர் ஆதல்) மாநில அரசுகளை விலக்குதல்-தற்காலிகமாக நிறுத்திவைத்தல் உள்ளிட்ட வகையில், பல்வேறு வழிகளில் மத்திய அரசாங்கம் மாநில அரசாங்கங்களில் செல்வாக்கு செலுத்த முடியும் அல்லது அவற்றை அடக்க முடியும்.

தொகுத்துரைப்பதனால், கூட்டாட்சிச் சட்டகம் தக்கவைக்கப் பட்டது, என்றாலும் அது மத்திய அரசாங்கச் சார்புடையது. முற்போக்காளர்களான நேரு, படேல் போன்றோருக்கு இது அத்தியாவசியமானது. பிரிவினைக்கு முந்தைய இந்தியாவின் ஒருங்கிணைப்பைப் பாதுகாக்கும் பொருட்டு, மத்திய அரசாங்கத்தின் பங்கினை வரம்பிட்டிருக்கக்கூடிய முன்மொழிவுகளை விடவும் வேறெதுவும் அவர்களைப் பீதிக்குள்ளாக்கவில்லை; வெளிவிவகாரங்கள், பாதுகாப்பு, செய்தித்தொடர்பு, நாணயம் சார்ந்த பொறுப்புகள் தொடர்பானவை அம்முன் மொழிவுகள், உண்மையில் அரைபாதி-இறையாண்மைமிக்க மாகாணங்களால்/ மாநிலங்களால், பலவீனமான மத்திய அரசு பிணையமாக்கப்படுவது, இரு நாட்டுக் கொள்கையில் உள்ளார்ந்திருக்கும் அபாயங்களை விட

அது மோசமானது; நாளடைவில் நாட்டின் ஒருங்கிணைப்பைச் சீர்குலைத்து, நேரு அத்தியாவசியமானது என்று கருதிய தீவிரச் சீர்திருத்தங்களையெல்லாம் மேற்கொள்ளும் நம்பிக்கைகளில் அது விரக்தியடையச் செய்துவிடும். வேறெதனையும் விட இதுவே, அவரைப் பிரிவினையில் இணக்கம்காணச் செய்திருக்கிறது. பாகிஸ்தான் உள்ளிட்ட நிர்வகிக்க முடியாத அரசை விடவும், பாகிஸ்தான் இல்லாத நிர்வகிக்கக்கூடிய அரசைத் தலைமையேற்று நடத்துவது மேலானது. தனது அரசமைப்புச் சட்டத்தின் மீதான கராச்சியின் வேதனையூட்டும் உருக்குலைவுகள், நேருவின் கருத்தினை நிரூபிப்பதாக இருந்தன. இந்தியாவில் மத்திய-மாநில உறவுகளுக்கான அடிப்படை விதிகள், உடன்படாது போவதற்கு இன்னும் போதிய இடம் வைத்துள்ளது; ஆனால் பெரும்பாலான மாநிலத் தலைநகரங்களிலும் டெல்லியிலும், நேரு வாழ்ந்துவந்த வரையும், காங்கிரஸ் பெரும்பான்மையை அனுபவித்து வந்துள்ளது வரையும், கட்சிக்குள்ளாகவே அழுத்தங்கள் சரிசெய்யப்பட்டுவிட்டன.

சுதந்திரமடைந்த முதலிரு தசாப்தங்களில் இந்திய அரசமைப்புச் சட்டத்தின் விஷயத்தை விடவும், அது எழுதப்பட்டுள்ள மொழி, பிளவுபடுத்தும் தன்மையதாக இருந்தது. ஏகாதிபத்திய சார்புகளுள்ள அந்நியமொழி ஆங்கிலத்தில் இருந்தது. குறைந்தது அலுவலகத் தேவைகளுக்காவது இந்திய மொழியொன்றை மேற்கொள்ளுமாறு தேசியப் பெருமிதம் கோரிற்று; அதுபோலவே வெளிப்படைத் தன்மைக்காகவும்; அதற்குப் போட்டியாளர்களுக்குக் குறைவில்லை. பதினாறு பெரிய மொழிகளை அங்கீகரித்த அரசமைப்புச் சட்டம், நூற்றுக்கணக்கிலான மற்றவற்றை ஏற்றது. ஆனால் அங்கேதான் பிரச்சினைகள்: எதனை, எந்த அடிப்படையில் தெரிவு செய்வது? வடஇந்திய இந்துக்களின் மொழி இந்தி, முஸ்லீம்களின் மொழி உருது ஆகியவற்றின் கலவையான இந்துஸ்தானியை நேரு ஆதரித்தார். அவ்வளவாகப் பேசப்படாதபோதும், எளிதில் தேர்ச்சிபெறமுடிந்தது, பரவலாகப் புரிந்துகொள்ளப்பட்டது, நடுநிலை கொண்டிருந்தது. மறுபுறத்தே, வேறெந்த மொழிக் குழுவையும்விட அதிக எண்ணிக்கையிலிருந்த இந்தி மொழி பேசுவோர், காங்கிரஸ் தலைமையைப் பெரும்பாலான அளவு கொண்டிருந்தனர்-தம் மொழியின் கோரிக்கைகளை வலுவாக வற்புறுத்தினர். இதற்கிடையே தெற்கில் திராவிடமொழிகள் பேசுவோர் (தமிழ், தெலுங்கு, கன்னடம், மலையாளம்) இந்தியும் இந்துஸ்தானியும் சமஸ்கிருத அடிப்படைமிக்கவை, ஆங்கிலத்தை விடத் தமக்கு அந்நியமானவை என்பதால் ஆங்கிலத்தைத் தக்கவைத்துக்கொள்ள ஆதரவு தெரிவித்தனர்.

அரசாங்க அலுவல்களின் சாதனம் என்பதற்கும் மேலானதாக இப்பிரச்சினை இருந்தது. அதிகாரப்பூர்வ மொழியாக ஒன்றை மேற்கொள்வது, அதனைப் பேசும் அனைவருக்கும் அதிகாரமளிப்பது; மற்றவர்கள் அதனைப் பேசாதவரை பாதகத்திற்குள்ளாக்கும். கல்வி மையங்களிலும் அரசாங்கப் பணியிடங்களிலும் பொதுத்துறை வேலைகளிலும் எளிதான வாய்ப்பு, உரிமைமிக்க அடையாளம் என்பன தெரிவு செய்யப்பட்ட மொழிக் குழுவுக்குக் காத்திருந்தது; தெரிவு செய்யப்படாதவர்களுக்கு நிரந்தரச் சீர்குலைவும் ஓரங்கட்டப்பட்ட பாரம்பரியமுமே கிட்டும். வேலை வாய்ப்புகள் ஆபத்தில் இருக்க, பெரும் சமுதாயங்கள் பாதிக்கப்பட்டன. இது போராடுவதற்கான, அவ்வளவு ஏன் மடிவதற்கான, விஷயமாயிருந்தது.

இப்போராட்டத்தில் சீக்கிரமே கலந்துகொண்ட, இன்னும் அரசமைப்புச் சட்டமன்ற பாகிஸ்தானில் இவ்விவாதம் கடுமையாகவே இருந்தது. மொகலாயப் பாரம்பரியமும், இஸ்லாமிய லிபியும் கொண்டு, முஸ்லீம் லீக்கின் மொஹாஜிர் மேட்டுக்குடியினருக்குப் பரிச்சயமானதுமான உருதுவை ஜின்னா ஆதரித்தார். பிரதான நகரங்களின் அரிதான வட்டாரங்களுக்கு வெளியே பயன்படுத்தப்படாது இருப்பினும், பரவலாகப் புரிந்துகொள்ளப்பட்ட அதன் ஈர்ப்பினைக் கவிஞர்கள் அழகுபடுத்தியிருந்தனர். இவ்வகையில், நேருவின் இந்துஸ்தானி போல அதனையும் நடுநிலையினதாகக் கருதலாம். ஆனால் பஞ்சாபி பேசுவோர், சிந்தி பேசுவோருடன் சமநிலை கோரினர், புஷ்டு மொழி பேசும் பத்தான்கள் அதன் கல்வி வளாகப் பொருத்தமின்மைக்காக எதிர்த்தனர்; கிழக்கு பாகிஸ்தானில், அது சிறுபான்மை மேட்டுக் குடியினரின் மொழியாக நிந்திக்கப்பட்டது. கிழக்கு பாகிஸ்தான் கிழக்கு வங்காளமாக இருந்ததால், அங்கே அநேகமாக அனைவராலும் பேசப்பட்ட மொழியும் அதனுடன் தொடர்புடைய பண்பாடும் வங்காளியாயிருந்தது. வங்காளிகள் பாகிஸ்தானியரை விட அதிக எண்ணிக்கையில் இருந்ததால், இந்தியாவில் இந்தியை விடவும் அவர்தம் மொழி, தமக்கு ஆதரவாகப் பெரும்பான்மையினர் வாதத்தைப் பெற்றிருந்தது.

1948இல் காயிதே இ ஆஸம் ஜின்னாவாலேயே உருதுவுக்கு ஆதரவான பிரகடனம் வெளியிடப்படுவதை இது நிறுத்திவிடவில்லை; ஆதலின் பின்னர் மேற்கொள்ளப்படும் எந்தப் பின்வாங்கலும் துரோகமானதாகிவிடும் எதிர்ப்புகளும் வேலை நிறுத்தங்களும் இருந்தன; வங்காள உணர்வு புண்படுத்தப்பட்டது. இப் பிரகடனத்திற்கு அரசமைப்புச் சட்ட ஒப்புதல் தருவதிலான

தாமதமே நம்பிக்கைக்கு இடமளித்தது. ஆனால் 1952இல் முதலாவது பிரதமரும் முஸ்லீம் லீக்கின் பிரமுகருமான குவாஜா நஜிமுத்தீன், வங்காளியாக இருந்தும், டாக்காவில் உருது தேசியமொழியாகும் என்று உறுதிப்படுத்தியதும், எல்லா அட்டூழியங்களும் கட்டவிழ்க்கப்பட்டன. கிழக்கு வங்காள மாணவர்கள் ஒரு வேலை நிறுத்தத்திற்கு அழைப்புவிட, பல்வேறான முற்போக்குக் குழுக்கள் ஆதரித்தன-அவற்றில் அம்மாகாண முன்னாள் முஸ்லீம் லீக் தலைவர் எச்.எஸ். சுப்ரவார்த்தியால் நிறுவப்பட்ட, மக்கள் செல்வாக்குள்ள அவாமி லீக் இடம் பெற்றது. அப்போது அதிகாரிகள் கலவரமுற்றனர். துப்பாக்கிச் சூடு நடத்தவும் உத்தரவானது, அதில் நான்கு மாணவர்கள் இறந்தனர், பலர் காயமுற்றனர், ராணுவம் வரவழைக்கப்பட்டு, ஆயிரக்கணக்கிலான அனுதாபிகள் சுற்றி வளைக்கப்பட்டனர். அது வரப்போவதின் அறிகுறியாயிருந்தது. 1952 டாக்கா கொலைகள் கிழக்கு வங்காளத்தில் லீக்கின் விதியை மூடி முத்திரையிட்டன; அதன்மூலம் அந்நாட்டின் இரண்டாவது விடுதலைப் போராட்டத்திற்கும் சமிக்ஞை காட்டிய அவர்கள், வருங்கால வங்கதேசத்திற்குத் தம் முதலாவது உயிர்த்தியாகிகளை வழங்கினர்[3].

இந்தியாவில் மொழி எதிர்ப்புகள் கேடு விளைவித்ததில் சற்றும் இளைத்தவை அல்ல. 1950 அரசமைப்புச் சட்டம் கடைசியில் பிரச்சினையைத் தவிர்த்தது: இந்தி தனியொரு அதிகாரப்பூர்வ மொழியாக இருக்கும், 15 ஆண்டுகள் வரை ஆங்கிலம் பயன்படுத்தப்படும், கவனமிக்க ஆயத்த வேலைகளுடன் அதிகாரப்பூர்வ விசாரணை மூலம், மாநிலங்கள் தம் அலுவல்களை மண்டல மொழிகளில் நடத்திக்கொள்ளலாம். இடைப்பட்ட 15 ஆண்டு காலத்தில் கோபங்கள் தணிந்து, இந்தி மேலும் நண்பர்களைப் பெற்றுவிடும், குறிப்பாக நவீன அரசியல் பொருளாதாரம் சார்ந்துள்ள, சிக்கலான சட்ட, நிதி, அறிவியல் கருத்தமைவுகளை வெளிப்படுத்திடும் திறனை வெல்லும் பட்சத்தில் பெற்றுவிடும் என்ற நம்பிக்கை இதன் பின்னே இருந்தது. ஆனால், ஆறாண்டுகளுக்குப் பிறகு மேற்கொள்ளப்பட்ட அதிகாரப்பூர்வ விசாரணை இந்திக்கு ஆதரவாய் அறிக்கையளித்தது; மாற்றத்திற்கான ஆயத்த வேலைகள் முடுக்கிவிடப்பட்டன. தெற்கில் இந்தி எதிர்ப்பு திராவிட முன்னேற்றக் கழகத்தால் தீவிரமாக்கப்பட்டது. இதற்கிடையே வடக்கில், புது வார்த்தைகளுக்கும் அறிவார்த்த மதிப்புக்குமான இந்தியின் தேவை, மூத்த அறிஞர்களை சமஸ்கிருத பேரகராதிகளைத் தேடியெடுக்கவைத்தது. இதன்

விளைவாக அனைத்திந்திய வானொலியின் இந்திச் செய்தி ஒலிபரப்பு, புரியமுடியாதவாறு சமஸ்கிருதமயமானது. நேயர்கள் அலைவரிசையை அணைத்தனர், நேருவோ, தனது பேச்சுக்களின் அறிக்கைகளையே கூடப் புரிந்துகொள்ள முடியவில்லை என்று குறைபட்டார்.

1965ஆம் ஆண்டில் காலக்கெடு நெருங்கவும் மேலும் பதற்றம் அதிகரித்தது. ஆங்கிலம் நிறுத்திவைக்கப்படவேண்டும் என்னும் இந்திச் செயல்பாட்டாளர்கள், வடஇந்திய நகரங்களில் ஆங்கில பெயர்ப்பலகையுள்ள கார்களை எரிக்க முற்பட்டனர், ஆங்கிலப் பெயர்களுள்ள வளாகங்களை நாசப்படுத்தினர். மெட்ராஸில் மாணவர் போராட்டத்தினர் 'இந்தி ஒழிக, ஆங்கிலம் வாழ்க' என்று முழக்கமிட்டனர்; தேவநாகரி லிபியில் எழுதப்பட்ட புத்தகங்கள், பெயர்ப் பலகைகள், குறிப்பேட்டுத் தலைப்புகள் எல்லாம் எரிக்கப்பட்டன; 1952இல் டாக்காவில் உயிர்நீத்தவர்களுக்கு அஞ்சலி செய்வது போல, நான்கு மாணவர்கள் தமிழ்ப் பீடத்தில் உயிர் நீத்தனர்.[4] மாநிலம் தழுவிய வேலை நிறுத்தங்கள் அரசாங்கத்தை முடக்கின. கட்டுப்பாட்டினை மீட்க முயன்ற போலீஸின் முயற்சிகள் 60க்கும் மேற்பட்டோரின் இறப்புகளில் முடிந்தன. அவாமி லீக் போல, திமுக, இந்தி திணிக்கப்பட்டு, தமிழர்கள் இரண்டாம்தரக் குடிமக்களாக ஆக்கப்பட்டால், மாநிலம் பிரிந்து செல்லக் கட்டாயப்படுத்தப்படும் என முன்னதாகச் சுட்டிக்காட்டியிருந்தது. கிழக்கு வங்காளத்தில் முஸ்லீம் லீக்கின் சச்சரவு மிக்க தலைவர்களால் அது தாக்கத்தை ஏற்படுத்தவில்லை, ஆனால் இந்தியாவில், தேர்தல்கள் நிலுவையில் இருந்ததால், மெட்ராஸின் காங்கிரஸ் அரசாங்கத்தாலும் டெல்லியின் காங்கிரஸ் அரசாங்கத்தாலும் அது தீவிரமாகப் பரிசீலிக்கப்பட்டது.

காங்கிரஸ் கட்சி எப்போதும் மொழிப் பிரச்சினையில் பிளவுபட்டிருந்தது; ஹிந்துஸ்தானி கைவிடப்பட்டதும், நேரு, ஆட்டக்காரருக்கும் மேலாக, நடுவராகவே விளையாடியிருந்தார். இப்போது சமரசம் அவசியமானதால், கல்வி அமைச்சராகக் கொள்கை மாற்றத்திற்குச் சமிக்ஞை காட்டவும், பின்னர் பிரதமராக அதனை உருமாற்றுவதுமான பொறுப்பு அவரது மகள் இந்திராவுக்கு வந்தது.

1967இல் இன்னொரு இந்திய-பாகிஸ்தான் போர் முடிந்து, தேர்தல்கள் தொலைவில் இருந்ததால் சட்டமியற்றிட பாதை தெளிவாய் இருந்தது. கடைசியில் மசோதா நிறைவேறிற்று-இந்தி,

இந்தியாவின் அலுவல்மொழி என்னும் தகுதியை உறுதிப்படுத்தி, இந்தி பேசாத மொழிகளுக்கு ஆங்கிலத்தை அகற்றுவது மீதான ரத்து அதிகாரத்தை வழங்கி, இணை அலுவல் மொழி என்னும் இடத்திற்கு முடிவுறாதவகையில் உத்தரவாதமளித்தது. மத்திய அரசாங்கத்தின் நோக்கங்களுக்கு 'இருமொழிக் கொள்கை முடிவுறாதவகையில்' மேற்கொள்ளப்பட்டது.[5] ஆனால் அது உண்மையில், மும்மொழிக் கொள்கையாயிருந்தது ஏனெனில் அதில் இந்தி-ஆங்கிலம் தவிர்த்து இன்னொன்றிற்கும் இடமிருந்தது. உள்ளூர்மொழிக் குழுக்களின் அபிலாஷைகளை நிறைவேற்றும் பொருட்டு, சில மாநிலங்கள் பிரிக்கப்பட்டு, பெயர் மாற்றம் நடந்துள்ள சூழலில், அரசாங்க அலுவல் இன்னும் விரும்பிய மண்டல மொழியிலேயே நடந்தது-எடுத்துக்காட்டாக இப்போது தமிழ்நாடு என மறுவரையறை பெற்று பெயர் மாற்றம் பெற்றுள்ள மெட்ராஸ் மாநிலத்தில் தமிழில் நடந்தது. அத்துடன் இம்மும்மொழிக் கொள்கைச் சூத்திரம் கல்வியமைப்பு முழுவதிலும் நடைமுறையில் இருந்தது. இந்திய பள்ளிக் குழந்தைகள் இப்போது இந்தியுடன் மண்டல மொழியிலும், இன்னொரு மொழி, அநேகமாக ஆங்கிலத்திலும் திறன் பெற்றவராயிருப்பார்கள். இவ்வாறு இளம் மனங்களைப் பாரமாக அழுத்திய கொள்கையால், அமைதி மீட்கப்பட்டது. இருப்பினும் நல்வாய்ப்பாக, காலப் போக்கில் தன் சர்வதேசப் புழக்கத்தால் இந்தியை விடவும் வெகுமதி அளிப்பதாக, ஒரு மொழியையும் அதன் இலக்கியத்தையும் அடைய வழிவகை செய்தது.

மோதும் பிரச்சினைகள்

சாமர்த்தியமற்ற அமைச்சரவைகள், ஒரே அடியில் ஒன்பது பொருள்களைச் சாய்ப்பது போல உள்ள கராச்சிக்கு நேர்மாறாக 1950 களின் டெல்லி அரசாங்கம் ஒப்பீட்டளவில், தன் சீர்திருத்தத் திட்டத்தை முன்னெடுத்துச் செல்லும் சுதந்திரம் பெற்றிருந்தது. முஸ்லீம் லீக் போலன்றி, காங்கிரஸ் ஒன்றிணைந்து விளங்கிற்று; சீரான தேர்தல் வெற்றிகள் அதன் அதிகாரத்தை அதிகரிக்கச் செய்தன; மத்திய அதிகாரம் பிரித்தானிய அரசின் மாற்ற இயலாத அகந்தையைப் பெறலாயிற்று; அத்துடன், எல்லாவற்றிற்கும் மேலாக, பிரதமராக ஜவஹர்லால் நேரு, பொதுவான பிரச்சினைகளில் கொண்டு வந்திருந்த தொலைதூரப் பார்வை, எதிர்ப்பைத் தணித்து மதிப்புக்கு உத்வேகமூட்டிற்று. நேருவின் சீரான சமயச் சார்பின்மை கொள்கைக்கு எதிராக, இந்து தேசியவாத ஜனசங்கம்

(ஆர்.எஸ்.எஸ்.ஸின் அரசியல் பிரிவு) போன்ற கட்சிகளால் எதுவும் செய்ய முடியாதிருந்தது. கம்யூனிஸ்டுகள் போலச் சித்தாந்த அடிப்படையிலான கட்சிகள் அதுபோலவே தேசியத் தாக்கம் ஏற்படுத்துவதில் தோற்றுப்போயின; நேருவின் சோஷலிஸ உறுதிப்பாடுகள் அவர்களை வலுவிழக்கச் செய்தன. அவரின் மாஸ்கோ தொடர்புகள் அவர்களை விஞ்சின.

உள்ளூர் பிரச்சினைகளில் குவிமையம் கொண்டு, உள்ளூர் துயரங்களைத் துடைக்கத் தொடங்கிய பிறகே, இந்திய கம்யூனிஸ்ட் கட்சி மேற்கு வங்காளத்திலும், அடுத்து கேரளத்திலும் தாக்கத்தை ஏற்படுத்த முடிந்தது. 1957 தேர்தல்களில் மாநிலச் சட்டமன்றத்தில் சுமார் பாதி இடங்களைக் கைப்பற்றி, உலகில் முதலில் ஜனநாயக ரீதியில் தெரிவு செய்யப்பட்ட கம்யூனிஸ அரசாங்கத்தை நிறுவ முடிந்தது. என்றாலும் அது இரண்டாண்டுகளே நீடித்தது. காங்கிரஸ் ஆதரவுடன்-அதன் சீர்திருத்தங்களை எதிர்த்தோர் களேபரத்தை உண்டுபண்ண, போலீஸார் தலையிட்டனர்; சட்டம்-ஒழுங்கு சீர்குலைந்ததைக் காரணம் காட்டி, டெல்லி அரசாங்கம் அமைச்சரவையை வெளியேற்றி, குடியரசுத் தலைவர் ஆட்சியைக் கொண்டுவந்தது. அடுத்த தேர்தலில் வென்ற காங்கிரஸ், பின்வந்த தேர்தலில் தோற்றது. பிளவுகள் இருப்பினும் கம்யூனிஸ்டுகள் மாநிலத்தில் ஆற்றல்மிக்க அணியாக விளங்கினார்கள்.

கேரளத்தின் முதல் கம்யூனிஸ்ட் அரசாங்கம் ஜனநாயக நிகழ்வுப் போக்கைச் சிதைக்காமலும் சமூக அமைப்பைக் குலைக்காமலும், அரசமைப்புச் சட்டப்படி செயல்பட்டது. அதன் வீழ்ச்சிக்குக் காரணமான சீர்திருத்தங்களும் உண்மையில் சர்ச்சைக்குரியனவல்ல; டெல்லியால் வற்புறுத்தப்பட்டவையே. அனைவருக்கும் இலவசக் கல்வி, நில உச்சவரம்பு, நிலமற்றோருக்கு உபரி நிலவிநியோகம், குத்தகை விவசாயிகளுக்கு உரிமைகளை உத்தரவாதப்படுத்தல், கிராம வளர்ச்சித் திட்டங்கள், கூட்டுப் பண்ணை விவசாயம் என்பனவே அவை; சமூக நீதிக்கான மத்திய அரசின் திட்டத்தில் முக்கிய அம்சங்களாக முழங்கப்பட்டவை. நேருவின் அபிமானத்திற்குரியவை. ஆனால் கேரளா போன்ற இடதுசாரிப் பகுதிகள் தவிர்த்து, அவை நடைமுறைப்படுத்தப்படவில்லை. கல்வியும் வேளாண்மையும் மாநிலங்களின் விஷயமாயிருக்க, இவற்றை நிறைவேற்றிடும் பொறுப்பு மாநில அமைச்சர்களுக்கு இருந்தது; அவர்களோ வாக்களிக்கும் நில உரிமையாளர்களின் தயவில் இருந்தனர். உள்ளூர் சந்தர்ப்பச் சூழல்களிலிருந்து தாமதித்துச் செயல்படுவது வரை நீர்த்துப் போகச் செய்தல், உத்தேசத்தைக் கவனியாதிருத்தல்

அல்லது இவற்றினின்றும் நழுவுதலைப் பொறுத்துக்கொள்ளல் மூலம் விரக்தியடையச் செய்தனர். இதில் நில உச்சவரம்புச் சட்டம் சரிவர அமல்படுத்தப்படாது கேலிக்குரியதாயிற்று, பல நில உடைமையாளர்கள் தம் நிலங்களைத் தம் பிள்ளைகளுக்கும் சார்ந்திருப்போருக்கும் பிரித்து எழுதினர்; நேரு காலத்தில் மகசூல் அதிகரிக்கவே செய்தது; ஆனால் மக்கள்தொகைக்கு ஈடுதருவதாக அது இல்லை. இதனால் 1956இல் இந்தியா உணவு இறக்குமதிக்கு அமெரிக்காவைப் பெரிதும் சார்ந்திருந்தது. அது ஒரு தசாப்தத்திற்கும் மேலாக நீடித்தது. மக்களில் நான்கில் மூன்று பங்கினர் விவசாயிகளாயுள்ள நாட்டிற்கு, இறக்குமதி மூலம் தன்னிறைவு எனப் பிரகடனம் செய்வது பெரும் தருமசங்கடத்தைத் தந்தது.

நேருவுக்கும் அவரது தலைமுறைக்கும் இறக்குமதி என்பது உணவுப் பொருள்களைவிடவும் தயாரிப்புப் பொருள்களையே குறித்தது. 1930களின் சுதேசி இயக்கத்தின்படி, அந்நியப் பொருட்களை விரட்டிடும் உள்நாட்டு உற்பத்தித் திறனை அதிகரித்து, பொருளாதாரச் தற்சார்பினை அடைவதை இலக்காகக் கொண்டிருந்தது. அப்போது பாராட்டப்பெற்ற சோவியத் முன்மாதிரியிலான வளர்ச்சியின்படி, இத்தகு நவீனப் பொருளாதாரத்தை உருவாக்குவதற்கான முன் நிபந்தனை, கனரகத் தொழில்கள், வார்ப்பிரும்பு ஆலைகள், மாபெரும் உள்கட்டுமானத் திட்டங்கள், உயர்ரகத் தொழில்நுட்ப-அறிவியல் நிறுவனங்களை நிறுவுவது ஆகும். மாவோவின் மாபெரும் பாய்ச்சலுக்கு இணையான நேருவின் திட்டப்படி, மாநிலத் திட்டக்குழுவினர் இலக்குகளை நிர்ணயிக்க, மாநிலமே பிரதானமாக அதை நடைமுறைப்படுத்திற்று. ஆனால் இந்தியாவில் தனியார் தொழில் விலக்கப்படவோ தேசியமயமாக்கப்படவோ முடியாததாயிருந்தது. காங்கிரஸின் நீண்ட நாளைய ஆதரவாளர்களான டாடா, பிர்லா குழுமத்தினர் போன்றோர் பொருளாதாரம் முழுவதிலும் இயங்குவர், நுகர்பொருள் தேவையை நிறைவு செய்வர் என எதிர்பார்க்கப்பட்டனர். உணவுப் பொருள்கள் தவிர்த்து பிற இறக்குமதிகளை ஊக்குவிக்காமல், திறம்பட்ட ஒழுங்குபடுத்தும் பாத்திரத்தை அரசுக்கு உறுதிப்படுத்திடும், அனுமதியளிக்கும் காஃப்கா தன்மையிலான அமைப்பைச் (Permit எனப்படுவது) சேர்ந்த, கலப்புப் பொருளாதாரமாகவும் அது இருந்தது.

இதற்கிடையே, பாரிய இரும்பாலைகள் நீர்மின் திட்டங்களை நிறுவிடும் நேரடிப் பொறுப்பை அரசு மேற்கொண்டது. அரசுத் துறையில் வேலைவாய்ப்பு அபரிமிதமாக விரிவுற்றது.

ஸ்டாலினின் ரஷ்யா, மாவோவின் சீனா போல நேருவின் இந்தியா, நிர்மாணித்தல்-பரபரப்பான உற்பத்திக் கணிப்புகள் நிறைந்து காணப்பட்டது-நீர்மின் திட்டங்களில் சிக்கலும் இரும்பாலைகள் திறனின்றியும் காணப்பட்டபோதும். திரும்பிப் பார்க்கையில் இக்காலம், பற்றாக்குறை, அப்பட்டமான எளிமை, ‘வீணான வருடங்கள்’ என அடையாளப்படுத்தப்பட்டது. நேருவின் செல்வாக்குமிக்க ஐந்தாண்டுத் திட்டங்கள், பொருளாதாரத்தை முடமாக்கியதாக, நாட்டின் தொழில்முனைவு மேதைமையை வளரவிடாததாக, வறுமையின் புள்ளிவிபரங்களில் தாக்கம் ஏற்படுத்தாததாகப் பார்க்கப்படும்.

ஆனால் அப்போது உள்நாட்டில் தயாரிக்கப்பட்ட உருக்கின் ஒவ்வொரு பாளமும் நம்பிக்கையுடன் ஒளிர்ந்தது, உள்நாட்டில் தயாரிக்கப்பட்ட ஒவ்வொரு கிலோ வர்ட் மின்சாரமும் நம்பிக்கையின் ஒளிக்கீற்றைப் பாய்ச்சியது. காந்திய வழியிலான கைத்தறி ஆடைகள்-கைவினைப் பொருள்களை ஒருபுறமும், காலனிய உற்பத்தி சார்ந்த பருத்தி ஆடைகளும் தீப்பெட்டிகளும், சைக்கிள்களும் பித்தளை யானைகளும் மறுபுறம் இருக்க, மென்மேலும் நிறைவேற்றிட நிறையவே இருந்தது. சீனாவைப் போலவே அரசின் தொழில்களில் உழைப்பு தீவிரம் பெற, வேலைவாய்ப்பை அதிகரித்தது; உற்பத்தித்திறன் விரிவடைய, சொத்து மறுவிநியோக வடிவைப் பெற்றது. மிகவும் பாதுகாக்கப்பட்ட பொருளாதாரத்தில், சரக்கின் தரத்தை விடவும் போட்டியிடும் தன்மையை விடவும் இத்தகைய விஷயங்கள் அதிகம் பொருட்படுத்தப்பட்டன. தொழில்மயமாதல் உளவியல் ரீதியிலும் அரசியல் ரீதியிலும் அர்த்தம் கொண்டிருந்தது; ஏற்றுமதி வாய்ப்புகளுக்கு இடமளிப்பதான இறக்குமதிச் சூழலில், அது பொருளாதார ரீதியில் அர்த்தம் பெற்றது. புதிய தொழில்நுட்பக் கல்வி நிறுவனங்களிலிருந்து வெளிவந்த பொறியாளர்களும் பி.எஸ்.ஸி பட்டதாரிகளும்-அணை கட்டுவோரின் அடைபட்ட குழாய்களிலிருந்து வெளிவரும் தண்ணீரை விடவும் வளமான ஆதாரமாயிருப்பார்கள். நேருவின் காலத்திற்கு அவப்பெயர் தந்து, தேசிய அளவில் நம்பிக்கை இழப்பை ஏற்படுத்தியது, உள்நாட்டுக்கொள்கைகள் அல்ல, அயல்நாட்டுக் கொள்கைகளே. சர்வதேசப் பார்வைமிக்க நேரு இதற்குத் தனிப்பொறுப்பேற்று, தான் பிரதமராக இருந்த காலம் முழுக்க அதற்குத் தகுதியுடையவராக விளங்கினார். மதம் மொழி அல்லது பொருளாதார வளர்ச்சியில் இருந்தது போலவே, அந்நாளில் முட்டிமோதிய வைதிகப் போக்குகளுக்கிடையே, அவர் மேன்மையான நடுநிலை வகித்தார். முஸ்லீம்கள்xஇந்துக்கள்,

இந்தி×ஆங்கிலம், மார்க்ஸியம்×முதலாளித்துவம் ஆகியவற்றிடமிருந்து விலகியிருந்தது போன்றே, இந்தியாவுக்கு வெளியிலும் கிழக்கு×மேற்கு மோதலிலிருந்து நடுநிலை வகித்தார். ஐரோப்பாவின் இரும்புத் திரையும் ஆசியாவின் மூங்கில் திரையும் இமாலயம் நெடுகிலும் தொங்கவிடப்படுவதற்காக விதிக்கப்படவில்லை. இந்தியா அவற்றைத் திறந்தே வைத்திருக்கும், சுதந்திர உலகிற்கும் கம்யூனிஸ முகாமிற்கும் இடையே பாதையாக இருந்து, இரண்டிற்கும் சமாதானத்தை நேசிக்கும் மாற்றினை வழங்கும்.

அறிவார்த்தத்தின் அளவு தேசியத் தன்மையுமிக்க பெருமிதத்துடன் நேரு, காலனிய ஆட்சியிலிருந்து விடுதலையடைந்த நாடுகளில் முதலாவதாக இந்தியாவின் சுதந்திரத்தைப் பார்த்தார்; சர்வதேச உறவுகளில் புதிய சகாப்தத்தின் விடியலாக அடையாளப்படுத்தினார். தனது சுதந்திர தின உரையில், 'இன்னும் பெரிதான மனிதச் சமூக லட்சியத்திற்குத்' தன்னை அர்ப்பணித்துக்கொண்டார். இந்தோனேஷியா, வியட்னாம், அல்ஜீரியா, பாலஸ்தீனம் போன்ற நாடுகளின் காலனி எதிர்ப்புப் போராட்டங்களுக்கு ஆதரவை உறுதிப்படுத்தினார்; அவற்றின் காலனியத்திற்குப் பின்பான எதிர்காலங்களைப் பாதுகாத்திட, நாடுகளின் மூன்றாம் முகாமை நேரு முன்வைத்தார்-மாஸ்கோ-வாஷிங்டனுக்கிடையே அணிசேராமல், சமாதானச் சகவாழ்வு, பரஸ்பர எல்லை மரியாதை, தலையிடாக் கொள்கை என்னும் உன்னத லட்சியங்களைச் சார்ந்திருத்தலை வற்புறுத்தியது அது. இதுவே பஞ்சசீலக் கொள்கையின் சாரம். இதில் டெல்லியும் பெய்ஜிங்கும் 1954இல் கையொப்பம் இட்டன. '1955இல் பாண்டுங்கில் நடந்த ஆப்பிரிக்க-ஆசிய நாடுகளின் அணிசேரா இயக்கத்தின் உரிமைச் சாசனத்தில் இவை சேர்த்துக் கொள்ளப்பட்டன. பின்காலனிய உலகத் தலைவர்களது முதல் சந்திப்பை ஜாவாவின் பாண்டுங் கண்ணுற்றது. இந்தோனேஷியாவின் சுகர்ணோ தலைமை தங்கினார். நாஸர் (எகிப்து), மகோரியஸ் (சைப்ரஸ்), சிகானுக் (கம்போடியா), பாம் வான் டோங் (வட வியட்னாம்) ஊ நு (பர்மா), சூஎன் லாய் (சீனா) ஆகியோர் பங்கேற்றனர். இந்தியாவின் நேரு தாரகையாக விளங்கினார். புன்னகைக்கும் இந்திரா அருகிலிருக்க உலகின் மிகப்பெரும் ஜனநாயகத்தின் தலைவராக உலக மேடையில் கொண்டாடப்பட்டனர்.

ஆனால், உற்சாகமிக்க தினங்கள் குறுகிய காலமே நீடித்தன. கம்யூனிஸ-கம்யூனிஸமற்ற அரசாங்கங்கள் அணிசேராதவையாகக்

கருதப்படவேண்டும், சித்தாந்தம் தனிநபரின் தெரிவு; சற்று மதம் போன்றது. இவ்வியக்கத்தில் உறுப்பினராக இருக்கத் தகுதி ஏகாதிபத்தியத்தை எதிர்ப்பது, வாஷிங்டன்-மாஸ்கோவின் பாதுகாப்பு ஒப்பந்தங்களில் சேராதிருப்பது என்பவற்றை நேரு ஏற்றுக்கொண்டார். இத்தகு ஒப்பந்தங்கள் பாதுகாப்பின்மையை வரவழைத்து, அணு ஆயுதப் போரின் சாத்தியத்தை அதிகரிக்கும் என்பது நேருவின் நிலைபாடு. ஏற்கெனவே தென்கிழக்கு ஆசிய உடன்படிக்கை அமைப்பின் (*SEATO*) உறுப்பினரான பாகிஸ்தான், பாக்தாத் உடன்படிக்கையில் (பிற்பாடு *CENTO*) சேர இருந்ததை நேரு கண்காணித்திருந்தார்-இவ்விரண்டுமே அமெரிக்க ஆதரவு கொண்டவை. ஆனால் இப்பகுப்பாய்வு சீனாவுக்கும் உணர்த்தல்களைக் கொண்டிருந்தது. நட்பு, அணிசேர்க்கை, பரஸ்பர உதவி உடன்படிக்கைப்படி ரஷ்யாவுடன் பிணைப்பு கொண்டிருந்த சீனா, இதற்குத் தகுதி பெற்றிருக்கவில்லை. நேரு வேறுவிதமாக எண்ணினார். திபெத்தின் சுயாட்சி விஷயத்தில் பிரித்தனின் சார்புகளைச் சுவீகரித்திருந்தாலும், அந்நாட்டின் ஆக்கிரமிப்பை அவர் ஆட்சேபிக்கவில்லை. மாறாக, பிரச்சினைக்குரிய இந்திய-திபெத் எல்லைப் புறப் பிரச்சினையைச் சுமூகமாகத் தீர்த்திடும், தெளிவற்ற சீன வாக்குறுதிகளைத் தெரிவு செய்தார்; அத்துடன், ஆசியாவின் இருபெரும் நாடுகள் புதிய உலக அமைப்புக்காகக் கைகோர்த்திடும் கீர்த்திமிகு வாய்ப்பை எதிர்பார்த்தார்.

அத்துடன், திபெத் மீதான தன் இறையாண்மையை மீட்பதாக பெய்ஜிங் பிரகடனம் செய்ததை அவர் ஆட்சேபித்திருந்தால், வஞ்சகம் மிக்கவராகக் குற்றஞ்சாட்டப்பட்டிருப்பார்; துணைக் கண்டத்தின் கடற்கரையிலிருந்து பிரெஞ்சுக்காரரும் போர்த்துகீசியரும் வெளியேறுமாறு புதுடெல்லி இன்னொரு புறத்தே வற்புறுத்திக்கொண்டிருந்தது. கடைசியில் பிரான்ஸ் உடன்பட்டு, 1954இல் பாண்டிச்சேரி ஒப்படைக்கப்பட்டது. ஆனால் லிஸ்பன் உடன்படவில்லை. போர்ச்சுகலின் சர்வாதிகாரி ஸாலாஜர், காங்கிரஸ் ஆதரவு பேரணிகளைக் கண்டுகொள்ளவில்லை; 500 ஆண்டுகளுக்கும் மேலான போர்ச்சுகல் ஆட்சி, பிரித்தானியருக்கு முந்தையது மட்டுமல்ல, மொகலாயருக்கும் முற்பட்டது என்று வாதிட்டார். கோவா மீதான போர்த்துகீசிய ஆட்சியைப் பாதுகாப்பது, தேவாலயம் நிறைந்த, பழம்பொருள் ஆர்வமிக்கதாக இருந்திருக்கும்; இத்தாலிக் குடியரசுக்கு வாடிகன் தொந்தரவளிப்பதாக இருப்பதாகக் கூட இருக்காது. ஆனால் அவர் இந்தியாவின் பிரதேச நாணயச் சார்பை எடுத்துக்காட்டி மக்கள் செல்வாக்கைப் பெறும் பொருட்டு,

காலனியத்தை வெளியேற்றுவதில் வேட்கையும் கொண்டிருந்தார். ஆகவே 1961இல் சமாதானச் சகவாழ்வு-தலையிடாக் கொள்கை இருந்தும், இந்தியத் துருப்புகள், ஹைதராபாத்-காஷ்மீரில் நுழைந்த அளவுக்கு கோவாவுக்குள்ளும் நுழைந்தன, ஆனாலும் இணைப்பு நிகழவில்லை.

பதினைந்து ஆண்டுகளுக்குப் பிறகு போர்ச்சுகலின் கிழக்கு டிமோரில், இதேபோன்ற சம்பவத்திற்காக, தளபதி சுகர்ணோவின் இந்தோனேஷிய அரசாங்கம், உலகளாவிய வகையில் நிந்திக்கப்பட்டது, ஐ.நா. வீரர்களால் அதன் துருப்புகள் வெளியேற்றப்பட்டனர். குறைகூற முடியாத ஜனநாயகப் பண்புகளுடன் உள்ள மக்கள் அரசுக்கு சர்வதேச சமுதாயம் அளித்த மதிப்பும், போர்ச்சுகலின் முன்னாள் குடிமக்கள் இந்திய தலையீட்டை வரவேற்றதும்தான் வித்தியாசத்திற்குக் காரணம். நேரு இந்நிலவரத்தைச் சரியாகக் கணித்திருந்தார். குறைந்தபட்ச எதிர்ப்பும் படையெடுப்பாளருக்குத் தரப்பட்ட வரவேற்பும் சேர்ந்து மேற்கத்திய விமர்சகர்களை நிசப்தப்படுத்தின. கோவாவின் 'வெற்றி' கோவா மக்களின் அங்கீகாரத்தையே பெற்றது.

திபெத்தில் சீனா தலையிட்டது தொடர்பாக, இப்படிக் கூறிவிடமுடியாது. 1955இல் சீன-இந்திய நட்பு ஹிண்டி சீனி பாய் பாய் (இந்தியா, சீனா, பிரிக்கமுடியாத சகோதரர்கள்) என்று மக்களால் கொண்டாடப்பட்டது. ஆனால் 1959இல் திபெத்தில் ஒரு பெரும் எழுச்சி ஈவிரக்கமின்றி ஒடுக்கப்பட ஒரு லட்சம் அகதிகள் வெளியேறினர்; கம்யூனிஸம் சாராத உலகம் அதை எதிர்த்தது; இந்தியாவில் வலதுசாரிக் கட்சிகள் டெல்லி, பௌத்தத்தைக் காட்டிக் கொடுத்துவிட்டது என நிந்தித்தன, தலாய்லாமாவே தன் தாயகத்திலிருந்து தப்பியோடினார், நட்பு முழக்கங்கள் மெலிந்த இமாலயக் காற்றில் உறைந்துபோயின. தன் நண்பர் சூ என் லாயின் அணுகுமுறையால் தர்மசங்கடத்திற்குள்ளான நேரு, தலாய் லாமாவுக்குப் புகலிடம் அளித்து பெய்ஜிங்கின் எதிர்ப்புகளை அடக்கினார்.

அவரால் செய்திடக்கூடியது இதுவாகவே இருந்தது. ஓராண்டுக்கு முன்னர், சீனப் பொறியாளர்கள் அக்சாய் சின் எனப்படும் துந்திரப் பாலையில் ராணுவச் சாலையை நிறுவிக்கொண்டிருந்ததாக, தொலைதூர லடாக்-திபெத் எல்லையிலிருந்து செய்தி வந்தது. அப்பகுதி லடாக்கினுடைய அங்கமாதலால் ஜம்மு-காஷ்மீருக்கு உரியது, எனவே இந்தியாவுக்குரியது என டெல்லி எதிர்ப்பு

தெரிவித்தது. 3000 கி.மீ. உள்ள இமாலய எல்லைப்புறம் என்னும் கூருணர்வுப் பிரச்சினை அகலத் திறந்துவிடப்பட்டது. அஸ்ஸாமின் வடக்கே மக்மோகன் எல்லைக்கோடு போலவே பிரிக்கப்பட்டிருந்த பகுதிகளைக்கூட சீனா அங்கீகரிக்கவில்லை; பிரித்தானிய ஏகாதிபத்தியத்தின் எச்சங்களும் 'சமத்துவமற்ற உடன்பாடு'களின் விளைவுகளுமான அவை 'செல்லாதவை.' தலாய்லாமாவை இந்தியா வரவேற்றது உறவுகளில் இன்னும் நிரடலை உண்டுபண்ணியது. 1959களின் கடைசியில் இருதரப்புகளும் தம் எல்லைக் காவல் நிலையங்களில் பழுதுபார்த்துக்கொண்டிருந்தன- மோதல்கள் நடந்தன, இந்தியர் மடிந்தனர்.

பேச்சுவார்த்தை என்ற பெயரில் இரண்டாண்டுகள் பரஸ்பரக் குற்றச்சாட்டுகள் நிலவின. கிழக்கில் மக்மோகன் எல்லைக்கோட்டை அங்கீகரித்து, மேற்கில் அக்சாய் சின்னை விட்டுக் கொடுக்கும் முன்மொழிவை டெல்லி வெறுத்தொதுக்கிற்று. இத்தகைய கொடுக்கல் வாங்கல்களில் முடிந்திடுவது தொடர்பான உள்நாட்டு விமர்சனத்தைத் திருப்பிவிடவே, 1961இல் கோவா படையெடுப்பு நிகழ்ந்திருக்கச் சாத்தியமுண்டு. இருப்பினும் இமயத்தில் இந்தியக் காவல் நிலையை வலுப்படுத்திட எதுவும் செய்யப்படவில்லை. இந்திய ராணுவத்தின் பெரும்பகுதியும் மேற்கு பாகிஸ்தான் எல்லையில் நின்றது அல்லது காஷ்மீரில் தாக்குதல் செய்ய ஆயத்தமாயிருந்தது. ராணுவத்தின் சில அலகுகள் லடாக்கின் உயர்மட்டங்களில் போராடப் பயிற்சிபெற்று, தகுதி கொண்டிருந்தாலும், பாகிஸ்தானைப்போல, வடகிழக்கின் பாதுகாப்புக்குப் பெரிய முன்னுரிமை தந்திருந்ததில்லை. படையெடுப்பு ஏதேனும் நிகழுமாயின் இமாலயமே அரணாக இருக்கும் என்ற மெத்தனம் நிலவியது. எனவே, படைகளை விலக்கிக்கொள்வது என்பது ஒப்புக்கொள்ளப்பட்டது.

ஆனால் 1962ஆம் ஆண்டின் மத்தியில் இந்தியர்கள் தம் நல்வாய்ப்பினை இன்னும் தொலைவுக்குச் சோதித்துப் பார்க்கத் தயாராயிருந்தபோது, சீனர்கள் இந்த ஆட்டத்தில் சோர்ந்துவிட்டனர். லடாக்கில் ரோந்துப் பணி வீரர்கள் மோதிக் கொண்டபிறகு, பூடானுக்குக் கிழக்கே அதிக வீரர்களுள்ள காவல் நிலையங்களுக்கிடையே ஒலிபெருக்கி யுத்தமாக இருந்து வந்திருந்தது, இந்தியரின் ஒரு தாக்குதல் சீனர்களைச் சீண்டிவிட்டது. அதனால் இந்தியத் துருப்புகளுக்குப் பெரும் இழப்பு. மக்கள் விடுதலைப்படை (PCA) தனது முதலாவது இமாலய வெற்றியை அடையாளமிட்டது, அக்டோபரில் மலைத்தொடரின் இரு முனைகளிலும் தன் வலிமையை அதிகரித்தது. இந்தியா

மீதான சீனப் படையெடுப்பை தேசம் எதிர்கொண்டது என நேரு ஒப்புக்கொண்டார். அணிசேராக் கொள்ளையின் ஐந்து நெறிகள் மீறப்பட்டன, 'என் ஆயுளில் வேறெதுவும் என்னை மிகவும் புண்படுத்தியதில்லை.[6] நவம்பரில் இந்தியா மேற்கொண்ட ஒரு தாக்குதல் முயற்சி, இன்னொரு சீன அடிவைப்பையே தூண்டிற்று. அஸ்ஸாமின் மேல் பிரம்மபுத்திரா பள்ளத்தாக்கு, படையெடுப்பாளரின் தயவில் இருந்தது. அதனால் ஒட்டுமொத்த நகரங்களே காலிசெய்யப்பட்டன; இந்தியாவெங்கிலும் ரத்த வங்கிகளும் ராணுவ ஆட்சேர்ப்பு மையங்களும் முற்றுகைக்கு உள்ளாகின.

டெல்லியிலும் கூட நினைத்துப் பார்க்க முடியாத சம்பவங்கள் எல்லாம் நிகழ்ந்துகொண்டிருந்தன. தாயகத்தைக் காத்திட கம்யூனிஸ்டுகளும் இந்து தேசியவாதிகளும் முஸ்லீம்களும்கூட தோளோடு தோள் சேர்ந்து நின்றனர். இதற்கிடையே ஏகாதிபத்திய எதிர்ப்பு முழக்கத்தைக் கைவிட்டு, ஆயுதங்கள் பெறவும் ராஜதந்திர தாக்குதல்கள் மேற்கொள்ளவும் நேரு கையில் காந்தி குல்லாவுடன் அமெரிக்காவையும் இங்கிலாந்தையும் நாடினார். இரண்டு நாடுகளும் முன்வந்தன. இந்திய வீரர்களில் இறந்தவர்கள் இரண்டாயிரத்திலிருந்து மூவாயிரமாக இருக்க, இதில் இருமடங்கு கைதிகளாயினர். சுதந்திர உலக விழுமியங்களிடத்தே நேருவின் திடீர் மாற்றம் குறித்த எந்தவொரு மேற்கத்தைய சந்தேகமும், சரியான எச்சரிக்கையால் தடுக்கப்பட்டது: ஆசியத் தாக்குதல் சாத்தியமாகத் தோன்றிற்று.

அதன்பிறகு திடீரென, எச்சரிக்கையோ விளக்கமோ இல்லாமல் இமாலய மேகங்களில் *PLA* மாயமானது. உண்மையான 'படையெடுப்பு' ஒரு மாத காலமே நீடித்தது. ஆண்டின் இறுதியில், மக்மோகன் எல்லைக் கோட்டை ஒட்டியும் அக்சாய் சின்னிலும் தமது பழைய காவல் நிலைகளில் சீனர்கள் இருந்துவிட்டனர். பெற்றிருந்தவையெல்லாம் கைவிடப்பட்டன; குளிர்காலத்தின் வருகை உணவு விநியோகத்தைப் பாதிக்கும் என்பதால் கைவிடப்பட்டன. இருப்பினும் எந்தக் கோரிக்கையும் விலக்கிக் கொள்ளப்படவில்லை. எல்லைப் பிரச்சினை இன்னும் தீர்க்கப்படாதிருந்தது, அதன் அச்சுறுத்தலை அவமானப்பட்ட இந்தியாவால் புறக்கணிக்க இயலாதிருந்தது.

நேரு அதிர்ச்சியிலிருந்து மீளவே இல்லை. தனிப்பட்ட முறையில் 'வேதனைப்பட்டும்' அரசியல் ரீதியில் பாதிக்கப்பட்டுமிருந்த நேருவிடம் சீனாவின் துரோகம் அவரது நம்பிக்கையைக் குலைத்து,

அவரின் ஆரோக்கியத்தைப் பாதித்தது. ஓராண்டு கழிந்ததும் ஜனவரி 1964இல் சிறிய அளவு இருதயப் பாதிப்புக்குள்ளானார்; அதே ஆண்டு மே மாதத்தில் இறந்தார்.

ஓராண்டே கழிந்த நிலையில் ஏப்ரல் 1965இல் இந்திய எல்லைகள் திரும்பவும் தாக்குதல்களுக்குள்ளாயின. ஆனால் இப்போது படையெடுத்தோர் பாகிஸ்தானியர். ராணுவரீதியில் சீனர்களால் அவமதிக்கப்பட்டு, நேருவின் இழப்பால் உருக்குலைந்திருந்த இந்திய ராணுவம், காங்கிரஸிற்கு உள்ளேயான அதிருப்தியால் பலவீனப்படுத்தப் பட்டிருந்தது; தேர்தலில் தேர்ந்தெடுக்கப்படாதவரும் அனுபவம் இல்லாதவருமான லால்பகதூர் சாஸ்திரியின் இடைக்காலத் தலைமை, ராவல்பிண்டியிலிருந்த ராணுவத்தினருக்குத் தூண்டுதலளித்தது. காஷ்மீர் பள்ளத்தாக்கில் பாகிஸ்தானின் ஆர்வத்திற்கு இடமளித்து, இந்தியாவுக்குத் தர்மசங்கடம் ஏற்படுத்துவதற்கு ஒரு தருணம் வேண்டுமாயின், அது இதுவே. புதுடெல்லியே அதற்கு சமிக்ஞை செய்வதாய்த் தோன்றியது. மே 1964இல் படுத்த படுக்கையாயிருந்த நேருவின் முன்முயற்சி, அவரது பழைய நண்பர் ஷேக் அப்துல்லாவுக்கு விடுதலையளித்தது; நெருக்கடியைத் தீர்த்திடும் புதிய வழிமுறைகளுடன் அவர் பாகிஸ்தானுக்கு அனுப்பிவைக்கப்பட்டார். நேருவின் பெரும் தவறாக சீனா இருந்தால், பெரும் தோல்வியாக காஷ்மீர் இருந்தது. கடைசி நேர உடன்பாடு, அவர் கீர்த்தியை மீட்டுப் பொருத்தமான தன்மையை அளித்திருக்கும். சுயாட்சியுள்ள காஷ்மீருடன் இந்திய-பாகிஸ்தான் கூட்டாட்சியின் சாத்தியப்பாடு நிலவியது. மீண்டும் 1947 போலவே அது இருந்தது. மகாராஜா ஹரிசிங் ஆட்சிக்குத் திரும்புவதும் பேச்சிலிருந்தது, அப்படியேதான் ஐ.நா.வின் கருத்துக்கணிப்பும். பாகிஸ்தானில் இருந்தது போன்றே, காஷ்மீரிலும் நம்பிக்கைகள் எழுந்தன.

அவை சில தினங்களில் நொறுங்கின. நேரு இறந்துவிட்டார், அவரின் சகாக்களுக்கோ தைரியம் இல்லை, ஷேக் தடைக் காவலுக்குத் திரும்பினார். சந்தர்ப்பவாதத்துடனும் அவரது தோல்வியைக் கொண்டும் முடுக்கிவிடப்பட்ட இரண்டாவது இந்திய-பாகிஸ்தானியப் போர் முடிவுறாததாக இருந்தது. காஷ்மீரின் தகுதி ஒருபுறம் இருக்க, அது எதனையும் தீர்த்துவைப்பதாக இல்லை. எனினும் ஆக்கிரமிப்பாளரை முடக்கியும் ஆக்கிரமிப்பாளருக்கு வெகுமதியும் அளித்த, அதன் அரசியல் தாக்கம் துணைக்கண்டத்தை மாற்றி அமைப்பதாய் இருந்தது.

21

பிரிவினைவாதத்தின் ஆவி

1962-1972

அயூபும் உதவியாளர்களும்

1960களில் துணைக் கண்டத்திற்குள் உதவிப் பணியாளர்களும் ஹிப்பிகளும் நுழைந்தது, இந்தியாவைவிடவும் பாகிஸ்தானுக்கு ஆதரவாக இருந்ததாகக் கூறப்பட்டது. சாலைப் பயணத்தை மேற்கொண்டிருந்ததால், பஞ்சாப்பின் ஃபெரோஸ்பூருக்கு அருகே எல்லைச் சம்பிரதாயங்களை முடித்துக்கொண்டனர்; பிசின் மரங்களின் குவியலையொட்டி, கண்காணிப்புக் கோபுரங்களும் சாலைத் தடுப்புகளுமாக ஒரு சோதனைச் சாவடி அங்கிருந்தது. பாகிஸ்தானின் பக்கத்தில் சாலைகள் தெளிவாகப் போக்குவரத்து நெருக்கடி இல்லாதிருந்தது. ஜனநாயகத்தின் வீழ்ச்சியை அடையாளப்படுத்திய, கிழிக்கப்பட்ட சுவரொட்டிகள்-ஆபாச எழுத்துகளின் ஒட்டுச் சித்திரம் இல்லாத சுவர்கள் காணப்பட்டன. தொலைபேசிகள் இயங்கின, கடைகளில் போதுமான இருப்புகள் இருந்தன. வேலை நிறுத்தங்கள் இல்லை, பிச்சைக்காரர்கள் இல்லை, உணவில்லாமல் தவிக்கும் பசுக்கள் இல்லை.

ஜெரெமியாக்களைக் குழப்பும் தன்மையில், ஜின்னாவின் படைப்பு சரியாக இருப்பதாகத் தோன்றிற்று. பாராளுமன்ற அமைப்பு நொறுங்கியதை அடையாளப்படுத்திய முதல் தசாப்தம், இரண்டாவது ராணுவச் சர்வாதிகாரத்திற்கு வழிவிட்டு நின்றது, ஆனால் எதுவும் நாசகரமானதாக இருந்திருக்கவில்லை. காஷ்மீர் தவிர்த்து, நாட்டின் பிரதேசம் அப்படியே இருந்தது, அதன் ராணுவம் தலைவணங்காது இருந்தது. மாகாண அளவிலான தேர்தல்கள் வெற்றிகரமாய் நடத்தப்பட்டன. ஓர் அரசமைப்புச் சட்டம் எழுந்தது-அது சீக்கிரமே கைவிடப்பட்டது-

ஜனநாயகத்தின் ஒருவித வடிவம், ஏற்றுக்கொள்ளப்பட்ட அளவில் நீடித்தது. மெல்லத் தொடங்கிய பிறகு உற்பத்தி பெருகிற்று, பொருளாதாரமும் நீடித்த வளர்ச்சியைக் கண்ணுற்றது. பெரும் நில உடைமைகள் சில மறு விநியோகத்தின் பொருட்டுப் பிரிக்கப்பட்டன; மிகத் தாராள குடும்பச் சட்டம் பெண்கள் நிலையை மேம்படுத்திற்று; இச்சீர்த்திருத்தங்களை எதிர்த்த பிற்போக்குவாதிகளும் மதவெறியர்களும் கைதாகினர். அர்த்தமிக்க பிரதிநிதித்துவம் இல்லாதபோதும், 1960கள் பாகிஸ்தானின் 'பொன் தசாப்த'மாக நினைக்கப்படும். இதற்கிடையே, சீனா-சோவியத் ஒன்றியத்துடனான புரிந்துகொள்ளலால், மேற்குடனும் இஸ்லாமிய உலகுடனும் நல்லுறவுகள் பெருகிவந்தன. 1965இல் நலவிரும்பிகளின் பரந்த வட்டம் இந்த உலகில் சொற்பமான நாடுகளுக்குத்தான் இருந்தது. எளிமையால் நிலைகுலைந்தும் சீனாவினால் தலைகுனிய வைக்கப்பட்டும் நேரு இல்லாததால் துடுப்பில்லாத படகாகவும் உள்ள இந்தியாவுடன் பாகிஸ்தானை ஒப்பிட்டால், ஜனநாயகம் மூலம் பெற்ற அதிகாரங்கள் விரிசல் கண்டிருப்பதாகத் தோன்றும்.

உண்மையில் இப்போது கிழக்கு வங்காளம் எனப்படும் கிழக்கு பாகிஸ்தானில் நிலைமைகள் மோசமாயிருந்தன. எப்போதும் அப்படித்தானிருந்தன. 1950களின் ஆரம்பத்தில் மூண்ட கொரிய யுத்தம், சணல் பைகளுக்கான தேவையை அதிகரிக்கச் செய்யவே, சணல் வணிகத்திற்கு அது பெரும் ஊக்கமாயிருந்தது. மற்றபடி புறக்கணிக்கப்படக் கூடிய தொழில் வளர்ச்சியுள்ள பாகிஸ்தானை வளர்த்தெடுப்பது, ஆரம்பத்திலிருந்தே பெரும் முன்னுரிமையாய் இருந்து வந்தது. இறக்குமதிகளைக் குறைத்து, ஏற்றுமதிகளை அதிகரித்தால்தான், அந்நியச் செலாவணியைச் சேமிக்க முடியும், பற்றாக்குறையைக் குறைக்க முடியும். 1949இல் டாலருக்கு எதிராக ஸ்டெர்லிங் அடிப்படையிலான நாணயங்களின் மதிப்பைக் குறைத்தது தொடர்பாக, இந்தியா உள்ளிட்ட காமன்வெல்த்தைப் பின்பற்றிட பாகிஸ்தான் மறுத்ததால் பரபரப்பு நிலவிற்று. துணிகரமானதாக வரவேற்கப்பட்ட, பாகிஸ்தானின் ரூபாய் மதிப்பு குறைக்கப்படாதது, அதன் ஏற்றுமதிகளின் விலையை அதிகரிக்கச் செய்தது; -இந்தியாவுக்கு ஏற்றுமதியான சணல், இறக்குமதிகளுக்குக் கணிசமான உபரியை அளித்தது, போர்க்கலன்களின் ஏற்றுமதி, ஸ்டெர்லிங் புழக்கப்பகுதிகளிலிருந்து மலிவானதாயிருந்தது அல்லது அமெரிக்காவால் பாதிக்கப்படாததாயிருந்தது. இது கோட்பாடு. ஆனால் பாகிஸ்தானின் பிரதான வணிகப் பங்குதாரரான இந்தியா, பணமதிப்பு குறைக்கப்படாததைப் பொறுப்பற்றதாக,

விரோதமிக்கதாகப் பாவித்தது. பாகிஸ்தானுக்கு ஏற்றுமதியாகும் பொருள்களுக்கு அதிக வரிவிதித்து பதிலடி தந்தது; இதனால் ஜவுளி-நிலக்கரி போன்ற அத்தியாவசியப் பொருள்களுக்கு வேற்றிடங்களை நாடும் நிலை பாகிஸ்தானுக்கு வந்தது[1]. இதனால் கூடுதல் செலவினம் ஏற்பட்டது. அது பணமதிப்பைக் குறைக்காது இருந்ததற்கான நோக்கத்தையே தோற்கடித்தது. இறக்குமதியில் உயர்ந்திருக்க, வர்த்தக இடைவெளி விரிவடைய, பணவீக்கம் நுகர்வோரைக் கடுமையாகப் பாதித்தது.

நல்வாய்ப்பாக, இப்பழிக்குப் பழிவாங்கிய இரண்டாண்டுகளுக்குப் பிறகு கிடைத்த சிறந்த ஆலோசனையால், இந்தியா தன் மெட்டினை மாற்றிக்கொள்ளவும், பாகிஸ்தான் இறங்கி வருவதையும் எளிதாக்கிற்று; 1955இல் தாமதமாக ரூபாய் மதிப்பைக் குறைத்தது. தொழில் வளர்ச்சிக்கான ஐந்தாண்டுத் திட்டங்கள் முடுக்கிவிடப்பட்டன. முதலீட்டு ஊக்கத்தொகை அறிவிக்கப்பட்டது, அரசுக்குப் பெரும் பங்கு பணி ஒதுக்கப்பட்டது. இந்தியாவைப் போலன்றி, பாகிஸ்தானில் இம்முன் முயற்சிகள் எதிர்கொள்ளப்படவில்லை. வணிகத்தில் முதலீடு செய்து சுலபமாக ஆதாயமடையும் வர்த்தகர்கள் தயங்கினார்கள்.

இறையாண்மை மிக்க பாராளுமன்றமாக இருப்பதற்குப் பதிலாக, பாகிஸ்தானின் ஒரே மத்திய சட்டமன்றம் ஒன்பதாண்டுகளாக அரசமைப்பு நிர்ணயச் சபையாகவே விளங்கிற்று. 1935 இந்திய அரசாங்கச் சட்டப்படி, அரசின் தலைவருக்குத் தலையிடும் உரிமை இருந்தது. நடைமுறையில் அரசியல் நிர்ணயச்சபை காலனிய சகாப்த அதிகாரங்களையே பிரதிபலித்தது; அரசியல் நிர்ணயச் சபையின் இக்கட்டமைப்பே காலாவதியானதாயிருந்தது. உறுப்பினர்கள், வாக்காளர்களால் அல்லாமல் மாகாணச் சட்டமன்றங்களும் வரம்புக்குட்பட்ட அளவிலான வாக்கெடுப்பில் தெரிவு செய்யப்பட்டன. எனவே அரசியல் நிர்ணயச் சபை மக்கள் அதிகாரம் பெற்றதாகவோ, நடப்பு அரசியல் சார்ந்திருப்பதாகவோ கூறப்பட முடியாதிருந்தது. அது இறையாண்மையுடன் இருந்ததை விடவும் பிரதிநிதித்துவம் பெறாததால், இருமடங்கு பலவீனம் கொண்டிருந்தது.

அதன் பெரும்பான்மை கட்சிப் பொறுப்புள்ள அலகாகச் செயல்பட்டிருந்தால், தன்னைச் சிறப்பாக வெளிப்படுத்தி இருக்க இயலும். இந்தியாவின் காங்கிரஸைப் போல, பாகிஸ்தானின் முஸ்லீம் லீக், மாகாண, மொழியியல், மத, சித்தாந்த, பொருளாதார ஆர்வங்களின் வரிசையினையே எப்போதும் பெற்றிருந்தது.

வலுவான மத்திய அமைப்போ முன்திட்டமிட்ட நிகழ்ச்சி நிரலோ, லியாகத் அலிகானின் இறப்புக்குப் பின் பொறுப்புள்ள தலைமையோ இல்லாததால் இவற்றைக் கட்டுப்படுத்துவதை விடவும், இவற்றின் தயவிலே இருந்தது. குழு மோதல்களாலும் துண்டு துண்டானதாலும், கராச்சியின் லீக், மாகாணத் தலைநகரங்களிலுள்ள அதன் சகாக்களை விடவும், போட்டிக் கட்சிகளால் குறைவாகவே பிரச்சினைக்குள்ளானது. இம் மாகாண முஸ்லீம் லீக்குகள், ஒன்றுக்கொன்று இணக்கமின்றியும் ஒன்றுபடாமலும் இருந்ததால், தமது மாகாண நலன்களை முன்னெடுத்துச் சென்றிட, மத்திய லீக்கின் பிளவுகளைச் சாதகமாக்கிக் கொண்டன-இதனால் தேசியக் கொள்கைகள் பாதிப்புக்குள்ளாயின. இது மிக மோசமானதாயும் இல்லை; தேர்ந்தெடுக்கப்படாதவர்களான, குறிப்பாக இராணுவ-நிர்வாகத் துறைகளின் நலன்களை நிறைவேற்றுவதில் மகிழ்வடைந்தனர்- அவர்தம் பார்வைகளை பிரதிநிதித்துவம் செய்தும் செயல்பட்டும் மகிழ்ந்தனர். பாராளுமன்ற அரசியல், அரசியல் நிர்ணயச் சபையில் அதன் முஸ்லீம் லீக் அமைச்சரவையால் நடத்தப்பட்டது- இதனால் நிர்வாகத் துறையின் பாதிப்புக்கு ஆளாவதாக இருந்தது.

மாகாணச் செல்வாக்குத் திரட்டலுக்கு எதிராக, தேசிய நலனைத் தூக்கி எறிவதில், அரசியல் நிர்ணயச் சபையுடன் தளபதியரும் அதிகாரிகளும் ஒன்றுபட்டு நின்றிருக்க வேண்டும். ஆனால் இவ்விரு சேவைகளுக்குமான அலுவலர்கள், மேற்கு பாகிஸ்தானின் மாநிலங்களிலிருந்து, மேலதிகமாகப் பஞ்சாப்பிலிருந்து தெரிவு செய்யப்பட்டிருந்ததால், நிலைமை அப்படியில்லை. மாறாகத் தேசிய நலனை, மேற்கு பாகிஸ்தானின் மையப் பகுதியின் நலனுடன் ஒன்றாகக் கருதிக்கொண்டனர், அப்பகுதி எந்தவொரு முதலீட்டு ஊக்கத்தொகையிலும் பெரும் பங்கினைப் பெற்றது. மறுபுறத்தே மீசை முறுக்கிய அதிகாரிகள்-தளபதிகள் மத்தியில், சரியான பிரதிநிதித்துவம் பெறாத கிழக்கு வங்காளம், பொருளாதாரப் பாகுபாட்டையும் சமூகப் புறக்கணிப்பையும் நீண்டகாலத்திற்குப் பெறலாயிற்று. தாக்காவின் அரசியல்வாதிகளைப் பொறுத்தவரை, ஒட்டுமொத்த பாகிஸ்தான் சீராக பஞ்சாபிமயமாக, கிழக்கு வங்காளமோ ஒரு ‘காலனி’யின் நிலைக்கு இறக்கப்பட்டிருந்தது. 1950இல் பிரித்தானிய ஹை கமிஷனர் இதே உணர்வுகளை வெளிப்படுத்தும் விதத்தில், ‘கடைசி வங்காளி இருக்குமட்டும் இந்தியாவுடன் குளிர்யுத்தம் நடத்திட பாகிஸ்தான் ஆயத்தமாயுள்ளது’ என்றார்.[2]

ராணுவம் மற்றும் நிர்வாகத்துறையின் முன்னுரிமைகள் எப்போதும் பொருந்திப் போகாத போதும், அயல்நாட்டு உதவிகள் சார்ந்து பொருந்திப் போயின. அதுவன்றி, பாகிஸ்தானால் உயிர்பிழைத்திருக்கவே இயலாது-அகதிகளுக்கு இடமளிப்பது, காஷ்மீர் விஷயத்தில் இந்தியாவுடன் மோதுவது என்பது வேறு விஷயம். நிர்வாகத் துறையினருக்கு விநியோகிக்க நிதி தேவைப்பட்டது, ராணுவத்தினருக்குப் போர்க்கலங்கள் தேவைப்பட்டன, ஆரம்பத்தில் பிரிட்டன் இவை இரண்டுக்கும் பொருத்தமாய்த் தெரிந்தது. சில பிரித்தானிய அலுவலரும் நிர்வாகிகளும் இன்னும் பாகிஸ்தானில் பணியாற்றினர்; தம் பேரரசில் எஞ்சியிருப்பதில் கேந்திர முக்கியத்துவமிக்கதாக பாகிஸ்தானைப் பிரிட்டன் கருதிற்று; பாகிஸ்தானின் பங்காகிய ஸ்டெர்லிங் இருப்பு (இரண்டாம் உலகப் போரின்போது திரண்ட பிரிக்கப்படாத இந்தியப் பணம்) லண்டனில் இருந்தது; பாகிஸ்தான் ராணுவத்தின் பிரித்தானியரல்லாத முதல் தலைமை கமாண்டரான அயூப்கான், புகையிலைக் குழாயினை உறிஞ்சிக் கொண்டும், கோல்ஃப் ஆடிக்கொண்டும் இருந்தார். 1951இல் பிரித்தானியர் ஆலோசனைப்படி அவர் நியமிக்கப்பட்டார். ஆனால் அதே ஆண்டில் ராணுவ உதவியையும் வளர்ச்சி நிதியையும் வாஷிங்டன் வழங்கியது; கம்யூனிஸத்தைக் கட்டுப்படுத்துவதில் புவி அரசியலின் முக்கியக் கண்ணியாக பாகிஸ்தானை அடையாளங்கண்டும், அந்நாட்டு இராணுவமே மிகத் திடமானதும் இணக்கமானதுமான நிறுவனமென்று தீர்மானித்த வாஷிங்டன், ஏற்கெனவே தளபதியருடன் பேச்சுவார்த்தைகள் நடத்திக் கொண்டிருந்தது; அப்போது, அக்டோபர் 1951இல் பிரதமர் லியாகத் அலிகான் ராவல்பிண்டி பொதுக்கூட்டத்தில் சுட்டுவீழ்த்தப்பட்டார்.

வழக்கமாக நடப்பது போல போலீஸின் துப்பாக்கிக் குண்டுகள் கொலைகாரனை இல்லாமல் செய்தன. ஒரு காலத்தில் பிரித்தானிய முகவராயும், அதன்பின் பாகிஸ்தானிய முகவராயும் இருந்த ஆஃப்கன் நாட்டவனாகிய இந்நிழல் உலக நபர், உள்நாட்டைச் சேர்ந்த அல்லது வெளிநாட்டைச் சேர்ந்த யாராலும் கூலிக்கு அமர்த்தப்பட்டிருக்கலாம். ஆனால் வாஷிங்டனுடனான அணிசேர்க்கையில் லியாகத் ஊடாட்டம் கொண்டிருந்தார் என்பது ரகசியமில்லை. எகிப்திலும் ஈரானிலும் மேற்கின் பங்குபணி குறித்துப் பாகிஸ்தானிய முஸ்லீம்கள் கொண்டிருந்த ஆத்திரத்தில் அனுதாபம் காட்டியவர், மக்கள் நிர்வாகத்திலும் ராணுவத்திலுமிருந்த தன் எதிரிகளுக்குச் சவால் விடுவதில், இந்த ஆத்திரத்தைத் திரட்டிட எண்ணியிருக்கலாம். அவரை அகற்றியது பலருக்கு வசதியாயிருந்தது என்று சொல்லத் தேவையில்லை.

யார் பொறுப்பாயிருந்தாலும், இழந்தவர்கள் திறந்த விவாதத்தில் ஈடுபட்டனர், அரசியல் பொறுப்பினை ஏற்றிருந்தனர். 1951இன் பிற்பகுதியிலான லியாகத்தின் மரணம் காரணமாக, பாகிஸ்தானில் நிறுவன அதிகாரம், அரசியல் சேறுவாரி இரைக்கும் கராச்சியிலிருந்து, குறிப்பாக வடக்கிலிருந்து, ராவல்பிண்டியின் நிழல்கவிந்த ராணுவப் பாசறைகளுக்கு நகர்ந்தது. இதில் முதலாவதாக இருந்தவர் தலைமை ஆளுநர்; ராணுவ ஒப்புதலுடன், அமெரிக்காவுக்கு முன்னாள் தூதுவராயிருந்த, இன்னொரு அலுவலர், பிரதமர் அலுவலகத்திற்குள் சீக்கிரமே நுழைந்தார்.

கராச்சியின் விவாத அறையிலிருந்து ராவல்பிண்டியின் அணிவகுப்பு மைதானம் வரையிலான நீண்ட சாலை, நிர்வாகத்துறையின் எதேச்சதிகாரப் புதர்களினூடே சென்றது. ஆனால் 'அரசியல்வாதிகள் ஜனநாயகவாதிகளைவிடத் திறமை குறைந்தவர்கள், நிர்வாகத்துறையினர் மரபார்ந்த சர்வாதிகாரிகளைவிடத் திறமை குறைந்தவர்கள்' என்பது போன்றே, ராணுவச் சர்வாதிகாரிகள் அப்பட்டமான சர்வாதிகாரிகளை விடத் திறமை குறைந்தவர்களாயிருந்தனர்.[3] பாராளுமன்ற நடைமுறையிலிருந்து ராணுவ அதிகாரத்திற்கான இடைநிலைக் காலத்தின் நீளம், அரசாங்கம் மற்றும் நிர்வாக ஆட்சியின் மீதான அதன் விருப்பத்திற்காகவே எதிர்த்து வாதிடும்; தேர்ந்தெடுக்கப்படாத மற்றும் சார்ந்திருக்கக்கூடிய நிர்வாகத்துறையினரால் ஆளப்படுவது நிர்வாக ஆட்சி, பரஸ்பர பாதுகாப்பு-உதவி ஒப்பந்தத்தின் கீழ், அமெரிக்க ஆயுதங்கள் வருவது நடைமுறையில் நிகழ, 3 ஆண்டுகள் (1951-4) ஆகின. பாக்தாத் ஒப்பந்தம், SEATOவில் சேர்ந்ததன் மூலம் பாகிஸ்தான் இதனை நிறைவேற்றிக்கொண்டது. இரண்டாவது அரசியல் நிர்ணயச் சபையைக் கலைத்து ராணுவ ஆட்சியைப் பிரகடனப்படுத்த இன்னொரு நான்காண்டுகள் பிடித்தன. அப்போது (1958) இருந்த நிலவரத்தில் வேறெந்தத் தீர்வுக்கும் இடமில்லாதிருந்தது.

1954இல் கிழக்கு வங்காளத்தில் மாகாணத் தேர்தல்கள் தொடங்கி வைக்கப்பட்டன. 1952இன் உருது எதிர்ப்புக் கலவரங்களிலிருந்து ஒத்திவைக்கப்பட்டிருந்த, கிழக்கு வங்காளத்தின் முதல் தேர்தல்கள், முஸ்லீம் லீக்கை அம்மாகாணம் நிராகரித்திருந்ததை உறுதிப்படுத்தின; முஸ்லீம் லீக் போட்டியிட்ட சுமார் 300 இடங்களில் பத்தினைத் தவிர பிற இடங்களை இழந்தது; அவை, கராச்சியின் அரசியல் நிர்ணயச் சபையில், வங்காள அணியால் போட்டியிடப்பட்டவை. வெற்றிபெற்றவர்கள்,

அவாமி லீக் மேலோங்கிய இடதுசாரியினர்; ஐக்கிய முன்னணி அமைத்து, அரசியல் நிர்ணயச் சபை உறுப்பினர்களை இடப்பெயர்ச்சி செய்யுமாறு கோரினர்; அது மத்தியில் முஸ்லீம் லீக்கின் அதிகாரத்தை முடிவுக்குக் கொண்டுவருவதான சாத்தியம் பெற்றிருந்தது. ஆனால் எந்தவொரு நடவடிக்கையும் மேற்கொள்ளப்படுவதற்கு முன், வங்காளத் தேர்தல்கள் நிராகரிக்கப்பட்டன. சணல் ஆலைகளில் நிகழ்ந்த கடுமையான மோதல்களில் பலநூறு பேர் கொல்லப்பட்டனர்-அது தொழிற்துறை தகராறு என்பதை விடவும் இனவரைவியல் சார்ந்த இரத்தக் களரியாயிருந்தது; அப்போது, ஐக்கிய முன்னணியின் 80 வயது தலைவர் ஃபாஷீல் ஹக், பிரிவினை குறித்த தன் வருத்தங்களையும் கிழக்கு வங்காளச் சுதந்திரத்தில் நம்பிக்கை கொண்டிருப்பதையும் இந்தியர்களிடம் வெளியிட்டார். இது தலையீட்டுக்கான சந்தர்ப்பத்தை மட்டுமல்லாமல், ஒரு கட்டளையையும் முன்வைத்தது. புதிய தலைமை ஆளுநர் தாக்காவுக்கு கறாரான ஆளுநரை அனுப்ப, அவர் ஆளுநர் ஆட்சியைப் பிரகடனப்படுத்தி, மாகாணத்தின் அரசியல் நடவடிக்கைகளையெல்லாம் நிறுத்தி வைத்தார்.

வங்காள வாக்கின் உணர்த்தல்கள் கடுமையானவை. பாகிஸ்தான் குடிமக்களில் சுமார் பாதிப்பேர், அனைவரும் உற்பத்தி மிகுந்ததும் எளிதில் சென்றடைய முடியாததுமான மாகாணத்தில் வசித்து வந்தவர்களாக, மத்திய அரசாங்கத்தால் பின்பற்றப்பட்ட முன்னுரிமைகளை, கொள்கைகளை, அரசமைப்புச் சட்ட முன்மொழிவுகளை எதிர்த்தனர். ஆகவே தேசியக் கருத்தொற்றுமை இல்லாதிருந்தது; தாக்காவும் கராச்சியும் மோதி நின்றன. ஆனால், புண்படுத்தும் ஐக்கிய முன்னணி அரசாங்கத்தின் வெளியேற்றத்தின் உணர்த்தல்களும் அவ்வளவு கடுமை கொண்டிருந்தன. தாக்காவில் ஆளுநரின் நடவடிக்கை சவாலுக்குள்ளாகாது இருந்தால், கராச்சியில் தலைமை ஆளுநரது நடவடிக்கையும் அப்படியே. அதாவது, அரசியல் நிர்ணயச் சபை, அதன் பிரதிநிதித்துவமற்ற பண்பு இப்போது அம்பலமாகிவிட, அடுத்து அதுவே அகற்றப்பட வேண்டியதாயிருந்தது.

அரசியல் நிர்ணயச் சபை உடனே தன் அதிகாரத்தை உறுதிப்படுத்தத் தொடங்கிற்று. தலைமை ஆளுநரை அகற்றவும் முற்பட்டது. லண்டனின் ஓட்டல் அறையில் தீர்மானிக்கப்பட்ட 1954 திடீர் புரட்சி, கராச்சியில் நடந்தேறியது. அக்டோபர் 24, 1954இல் அவசர நிலைப் பிரகடனமானது. அரசியல் நிர்ணயச் சபை கலைக்கப்பட்டு, அமைச்சரவை நீக்கப்பட்டது.[4]

இவ்விவகாரங்களில் பிரதமர் அவப்பெயர் பெற, தலைமை ஆளுநர் முழு நிதானம் இல்லாதிருக்க, நிர்வாகத் துறையினர் இன்னொரு இசை நாற்காலிக்கு ஆயத்தமாயினர். 1955இல் கிழக்கு வங்காளத்தின் கறாரான ஆளுநரும் இத்திடீர் புரட்சியை முன்னெடுத்தவருமான இஸ்கந்தர் மிர்ஸாவும் இன்னொருவரும் தலைமை ஆளுநர்களாக நியமிக்கப்பட்டனர்; இதற்கிடையே பிரதமர்கள் வந்து போயினர் ஆண்டுக்கு ஒருவர் வீதம். தலைமைத் தளபதியே நிலைத்து நின்றார். ஜெனரல் அயூப்கானின் ஆதரவு திடீர் புரட்சிக்கு அத்தியாவசியமாயிருந்தது, ஆனால் அதன் பிரதான நபராக நிற்கத் தயங்கினார். நிர்வாகிகளின் ஆட்சிக்கு இன்னொரு சந்தர்ப்பம் அளிக்கப்பட இருந்தது.

அநேகமாக அது இயங்கியது. கிழக்கு வங்காளத்தில் ஆளுநரின் ஆட்சி நீக்கப்பட, கிழக்கு பாகிஸ்தான் ஆனது; தேசியத் தேர்தல்களில் அம்மாகாணத்தின் முக்கியத்துவத்தை உணர்ந்து, மற்றெல்லா மாகாணங்களும் ஒன்றிணைக்கப்பட்டு மேற்கு பாகிஸ்தான் ஆனது; 1956இல் மாகாணச் சட்டமன்றங்களால் தேர்ந்தெடுக்கப்பட்ட இரண்டாவது அரசியல் நிர்ணயச் சபை, பாகிஸ்தான் இஸ்லாமியக் குடியரசு என்னும் பெயரில், நீண்டகாலக் கோரிக்கையான அரசமைப்புச் சட்டத்துடன் பிரகடனம் செய்தது. அரசின் அதிபருக்கு விரிவான அதிகாரங்களும் அளிக்கப்பட்டிருந்தன. நடைமுறையில், ஆட்சேபிக்கப்பட்டிருந்த தலைமை ஆளுநர் இஸ்கந்தர் மிர்ஸாவின் தலையீடுகள், இப்போது அதிபர் இஸ்கந்தர் மிர்ஸாவின் அரசியல் சட்ட சிறப்பு உரிமைகளாயின. பாகிஸ்தான் தேசிய சட்டமன்றத்திற்குத் தேர்தல்கள் அறிவிக்கப்பட்டன, அனைவரும் பங்கேற்றிடும் தேர்தலாக; கிழக்கு-மேற்கிற்கிடையே சம அளவிலான இடங்கள் ஒதுக்கீடு செய்யப்பட்டன. ஆனால் உறுப்பினர்கள் தேர்ந்தெடுக்கப்படுவது தனி முஸ்லீம்-முஸ்லீமல்லாத வாக்காளர்களாலா அல்லது இணைந்த வாக்காளர்களாலா என்பது மேலும் விவாதிக்கப்பட இருந்தது. கணிசமான இந்துக்களைக் கொண்டிருந்த கிழக்கு பாகிஸ்தான், இணைந்த வாக்காளர்களை வற்புறுத்திற்று. மேற்கு பாகிஸ்தான் தனி வாக்காளர்களை வற்புறுத்திற்று பல பகுதிகளிலிருந்து நிம்மதிப் பெருமூச்சு வர, இப்பிரச்சினையால் தேர்தல்கள் ஒத்திவைக்கப்பட்டன.

வேறுசில பிரச்சினைகளிலும் கிழக்கும் மேற்கும் மோதி நின்றன. மூத்த வங்காளி எச்.எஸ். சுஹ்ராவதியை பிரதமராக நியமித்தது (பிரிக்கப்படாத வங்காளத்தின் பிரதமராக, ஒரு

தசாப்தத்திற்கு முன் கல்கத்தா படுகொலைகளுக்குத் தலைமை தாங்கியவர், பிறகு சுவாமி லீக்கை நிறுவியவர்) வங்காளிகளின் அபிப்பிராயத்தைத் தணிப்பதற்காக மேற்கொள்ளப்பட்டது. அது சுஹ்ராவதிக்கு அவப்பெயரைப் பெற்றுத் தருவதிலேதான் வென்றது. வளர்ச்சி நிதிகள் ஒதுக்கீடு, சூயஸ் கால்வாயை எகிப்து தேசியமயமாக்கியது குறித்த சர்ச்சைகள் காரணமாக மிர்ஸா சுஹ்ராவதியை அடக்கிவைத்தார்.[5] அக்டோபர் 1957இல் அடுத்த பிரதமரும் டிசம்பரில் இன்னொரு பிரதமரும் இடம்பெற்றனர். ஓராண்டுக்குள்ளே அரசியல் நிர்ணயச்சபை உறுப்பினர்களில் மூன்றில் ஒரு பங்கினர் அமைச்சரவையில் இடம்பெற்றனர்.[6]

கராச்சியின் விசித்திரம் தாக்காவின் அமளியால்தான் மங்கியது. அங்கே, மாகாணச் சட்டமன்றத்தின் நடுநிலையற்ற சபாநாயகராலும் அலுவலர் எதிர்ப்பாலும் ஓய்ந்துபோன ஐக்கிய முன்னணி அரசாங்கம் இரண்டையும் எதிர்கொண்டது. முஷ்டிகள் எழுந்தன, மைக்ரோஃபோன்கள் குண்டாந்தடிகளாயின, உறுப்பினர்கள் மல்லுக்கட்டினர், தேசியக் கொடி பறக்கும் கம்பங்கள் தாக்கும் ஆயுதங்களாயின. செப்டம்பர் 23, 1958இல் துணைச் சபாநாயகர் மூக்கில் தாக்கப்பட்டு வீழ்ந்தார். கைதுகள் நடந்தேறி ஆயுதபாணி குறுக்கீடே சட்டம் ஒழுங்கை நிலைநாட்டி, பிரிவினையைத் தடுக்கும் என்ற அறிக்கை ராணுவத் தலைமையகத்திலிருந்து சென்றது.

நாட்டின் எதிர்க்கட்சித் தரப்பிலிருந்தும் அனுப்பப்பட்ட அறிக்கையுடன் இது பொருந்திப்போனது. பலுசிஸ்தானிலுள்ள கெலாட்டின் கான், பலரது அருவருப்பைப் பிரதிநிதித்துவம் செய்வதாக, ஒரு கோட்டையைக் கைப்பற்றி பாகிஸ்தானின் கொடிக்குப் பதிலாக மூதாதையரின் கொடியை ஏற்றினார். சுயாட்சி முயற்சியாகப் பார்க்கப்பட்ட இதில் ராணுவம் நுழைந்தது. அக்டோபர் 6, 1958இல் துருப்புகள் பலுசிஸ்தானுக்குள் நுழைந்தன. மறுநாள் எங்கு பார்த்தாலும் துருப்புகள். துறைமுகங்கள், விமான நிலையங்கள், ரயில் நிலையங்கள் எனப் பாகிஸ்தான் எங்கிலும்; வானொலி-தொலைத்தொடர்பு நிலையங்கள் கைப்பற்றப்பட்டன; செய்தித்தாள்கள் முடக்கப்பட்டன; அரசியல் கட்சிகள் தடைசெய்யப்பட்டன, அரசியல் சட்டம் கைவிடப்பட்டு, அவசர ராணுவச் சட்டமும் பிறப்பிக்கப்பட்டது.

1958இன் ராணுவப் புரட்சி நன்கு திட்டமிடப்பட்டதாகத் திறனுடன் நிறைவேற்றப்பட்டதாக இருந்தது; தேர்தல்கள் முடிவின்றி ஒத்திப்போடப்பட்டாலும், அது மக்கள் செல்வாக்கு

அற்றதாக இல்லை. தலைமை ராணுவ நிர்வாகியாக இப்போது விளங்கிய அயூப் மிர்ஸாவுடன் சமரசம் செய்துகொண்டு, இந்த நடவடிக்கையைப் பல மாதங்களாக யோசித்திருந்தார். ஆனால் அதன் விளைவில் அவர்கள் ஒத்துப்போகவில்லை. மக்கள் நிர்வாகத்திற்குத் திரும்பிடுமாறு மிர்ஸா அறிவிக்க, நிலைத்தன்மை மீளும் மட்டும் ராணுவ ஆட்சி நிலவட்டும் என அயூப் எண்ணினார்; ஒருவர் நாள்கணக்கில் சிந்திக்க, மற்றொருவர் ஆண்டுக் கணக்கில் சிந்தித்தார். ஆண்டுகள் வென்றன. அரைகுறையான எதிர்ப் புரட்சிக்குப் பின்னே, மிர்ஸா பதவி விலகுமாறு நிர்ப்பந்திக்கப்பட்டு, கணிசமான ஓய்வுத் தொகையுடன் லண்டன் சென்றுவிட்டார். ஜுல்பிகார் அலிபுட்டோ உள்ளிட்ட ஆதரவாளர்களைத் திரட்டிக்கொண்ட அயூப், அதிபரானார். விமானத்தில் ஏறுமுன் மிர்ஸா ஜெனரல் அயூப்புக்கு 'நல்வாய்ப்பு கிட்டட்டும்' என்று வாழ்த்தினார்-அதுவொரு தீரமிக்க சமிக்ஞையாகவோ பரிகாசமிக்க விடைபெறலாகவோ இருக்கக்கூடும்.

அடுத்து ஒரு தசாப்தத்திலான அயூப்கான் ஆட்சி பற்றிய அபிப்பிராயங்கள் பெரிதும் மாறுபடுகின்றன. ஜனநாயகச் சுதந்திரத்தின் அபிமானிகளுக்கு, அதுவொரு இருண்டகாலம், அடுத்து வந்த ராணுவக் கைப்பற்றல்களுக்கெல்லாம் முன்னுதாரணத்தையும் வரைபடத்தையும் தயாரித்து அளிப்பதாக இருந்த எதேச்சதிகாரமாக இருந்தது. வங்காள தேசத்தின் ஜியா உர் ரஹ்மானும் முகமத் எர்ஸாதும் அதுபோலவே பாகிஸ்தானின் ஜியா உல் ஹக்கும் பர்வேஸ் முஸாரஃபும் இதனைப் பின்பற்றினர். அறிவார்த்த வாழ்க்கை முடங்கிப் போனது, இளைய தேசத்தின் நம்பிக்கைகள் வீணாகின. அரசியல் ஒத்தூதல் இயல்பானது, பொறுப்புள்ள பாராளுமன்ற ஆட்சியின் வாய்ப்புகள் மீட்கமுடியாதபடி இருண்டுவிட்டன.

மறுபுறத்தே, பொருளாதார வளர்ச்சிக்கும் தேசிய இணக்கத்திற்கும் முன்னுரிமை தந்தோர், மேலும் ஈடுபாடு கொண்டனர். அயூப் என்ன பாவங்கள் இழைத்திருப்பினும், அனைவராலும் விரும்பப்படும் சர்வாதிகாரியாக அவர் இருந்தார். சீனா, இந்தோனேஷியா, ஈராக் ஆகிய நாடுகளின் அதிபர்கள் மேற்கொண்ட களையெடுப்புகள் இல்லை, அதற்குக் காரணமாகும் சித்தாந்தப் பிரிவினைவாத வெறியர்களும் இல்லை. நிலைத்த தன்மை-நீதி குறித்த அவரது கருத்துகள், பஞ்சாப்பின் பிரித்தானிய ஆட்சியாளர்களுடன் தொடர்புடைய அணுகுமுறையிலிருந்து பெறப்பட்டவை. ஆயிரக் கணக்கிலான மோசடி அரசியல்வாதிகளும்

ஊழல்படிந்த நிர்வாகிகளும் கறுப்புச் சந்தைக்காரர்களும் விசாரணைக்குள்ளாகினார்கள்; பலர் நிந்திக்கப்பட்டனர், சிலருக்கு அபராதம் விதிக்கப்பட்டது, யாரும் தண்டிக்கப்படவில்லை. தண்டிப்பதை விடவும் தடுப்பதே நோக்கமாயிருந்தது. ஆதாயமடைவது சட்ட விரோதமாக்கப்பட்டது, அத்தியாவசியப் பொருள்களுக்கு விலை நிர்ணயமானது, முதிர்ச்சியும் திறனும் பாராட்டப்பட்டன. பெரிய நில உடைமைகளைப் பிரித்து, உபரி நிலங்களை நிலமற்றோருக்கு விநியோகிப்பது இந்தியாவை விடச் சிறப்பாக நடந்துவிடவில்லை; பாகிஸ்தானின் ஒவ்வோர் அரசாங்கத்தையும் போலவே அயூபினுடையதும் கல்வி, பொதுச் சுகாதாரம் போன்றவற்றைப் புறக்கணித்துப் பாதுகாப்புக்கு நிதியைக் கொட்டியது. ஆனால் கராச்சியில், அகதிகளுக்கு வீடுகள் கட்டித்தரப்பட்டன, மேற்குப் பாகிஸ்தானின் கிராமப்புறங்களில் பாசன வசதிகள் மேம்படுத்தப்பட்டு அதிக நிலங்களில் விவசாயம் மேற்கொள்ளப்பட்டது. அமெரிக்கத் தொழில்நுட்ப ஆதரவு-முதலீடு காரணமாக, 1960களின் மத்தியிலிருந்து இறுதிவரை பசுமைப் புரட்சியில் ஆரம்பக்கட்டத்தில் நன்மைபெற்றதாக பாகிஸ்தான் விளங்கியது. பஞ்சாபில் தண்ணீர்ப் பங்கீட்டுக்குத் தீர்வு கண்டதன் மூலம் எல்லையின் இருபுறமுமுள்ள வேளாண்மை நன்மையடைந்தது. கராச்சியின் சச்சரவிடும் அரசியல்வாதிகள் இருக்கும்வரை அடையமுடியாதிருந்த சிந்து நதிநீர் ஒப்பந்தம், 1960இல் நேருவாலும் அயூப்கானாலும் கையொப்பமிடப்பட்டது; இதற்கு அயூபின் நடைமுறைச் சாமர்த்தியமும் உலக வங்கியின் தலையீடுமே காரணம். காஷ்மீருக்கு இரண்டாம் நிலையில் இருந்த ஒரு முரண்பாட்டை இது அகற்றியது, இந்திய-பாகிஸ்தான் கூட்டுறவில் அரிய எடுத்துக்காட்டானது. மேலும் இரு யுத்தங்கள், எண்ணற்ற நெருக்கடிகளினூடே இரு நாட்டினரும் இதை மதித்து வருகின்றனர்.

ஜின்னா, லியாகத், புட்டோ, காந்தி, நேரு, படேல் போன்ற சட்டத்துறை வல்லுநர்களின் கூரிய அறிவும் பேச்சுத் திறனும் இதுவரை மேலோங்கியிருந்த அரசியல் மேடையில், கபடமற்ற பேச்சாலும் எளிய பரிகாரங்களாலும் அயூப் நம்பிக்கையைப் பெற்றுவிட்டார். வேவலுக்குப் பிறகு எந்த ராணுவ மனமும் தெற்கு ஆசிய நிர்வாகப் பிரச்சினைகளை எதிர்கொண்டதில்லை. ஆனால் நல்ல உத்தேசங்கள் ஏற்கப்படும் தீர்வுகளுக்கு உத்தரவாதமளித்ததில்லை. அயூபின் புதிய தலைநகர் இஸ்லாமாபாத், கெமால் அதாதுர்கின் அங்காராவைப் போல, துணிச்சலான புதிய தொடக்கத்தை அடையாளப்படுத்திற்று. இருப்பினும் எளிய வாழ்க்கை, சிக்கனத்தை வற்புறுத்தி வந்த அவரது

அணுகுமுறையிலிருந்து வேறுபட்டிருந்தது இந்தப் படாடோபம். அந்த அரசின் சுதந்திர சந்தைப் பொருளாதாரக் கொள்கைகளால் பெரிதும் நன்மையடைந்துள்ள, 22 குடும்பங்களின் பகட்டான வாழ்க்கை முறை இன்னும் அதிகமாகக் கலகலத்தது. எனினும், நிதி, கடன் வசதிகள், அனுமதிகளைத் தொழில் முனைவோருக்குப் பிரித்தளிக்காமல், வளர்ச்சியானது சாத்தியமாகி இருக்காது. 1960–65இல் உற்பத்தி ஆண்டு தோறும் 11%, பொருளாதாரம் 5%க்கும் அதிகமாக இருந்தது. இவை பெரும் சாதனைகளே. ஆனால் தனிநபர் வருவாய் 3% தான் அதிகரித்தது ஏனெனில் செல்வந்தர் மேலும் செல்வந்தராகிக் கொண்டிருந்தனர். வறியவர்களுக்குச் சற்றுக் கூடுதலாகக் கிடைத்தது. பாகிஸ்தானின் 'பொற்காலத் தசாப்தம்', மேற்கின் சிலவான தொழில் முனைவோர், நில உரிமையாளர்கள் மீதே தன் சலுகைகளைக் கொட்டியது; கிழக்கைச் சேர்ந்த யார் மீதும் அல்ல; எஞ்சிய சமூகம் எதுவுமே பெறவில்லை.

அயூபின் 'அடிப்படை ஜனநாயகம்' என்னும் விரிவான அமைப்பு குறித்தும் இதே நிலைதான். மரபார்ந்த ஜனநாயக வடிவின் மறு அறிமுகத்திற்கு முன்னதாக, பொறுப்புள்ள தீர்மானத்தை மேற்கொள்வதில் குறுகியகாலப் பயிற்சியை, படிப்பறிவற்ற 80% மக்களுக்கு அளித்து, தன் அரசுக்கு ஆதரவைப் பெறுவது அவரது பெரும் கருத்தாயிருந்தது. இதன் பொருட்டு அடிப்படை ஜனநாயகக் குழுக்களின் 5 அடுக்கு பிரமிட் உருவாக்கப்பட்டது; ஒவ்வோர் அடுக்கும் தன் நிர்வாகப் பொறுப்புகளைப் பெற்றிருந்தது. பாதி உறுப்பினர்கள் உள்ளூரிலேயே தெரிவு செய்யப்பட்ட, ஆதார ஒன்றிய கவுன்ஸில்களிலிருந்து இந்த பிரமிட் ஆரம்பித்தது; கீழடுக்குகளிலிருந்து மறைமுகமாகத் தெரிவு செய்யப்பட்ட சிலவான உறுப்பினர்களை உடைய உயர்மட்ட மாகாண அளவிலான கவுன்ஸில்கள் உச்சத்தில் இடம்பெற்றன. அதிகாரப்பூர்வ நியமனம் பெற்றோரும் அலுவலகப் பொறுப்பில் உள்ளோரும், பிரமிடை நோக்கி முற்போக்கினராக-ராணுவ அலுவலர்களைப் போல மேலோங்கி இருந்தனர். அணிவகுப்பு மைதானத்தின் விளைச்சலான இவ்வமைப்பு, அடிப்படை ஜனநாயகம்' என்பதை விடவும் 'அடிப்படைப் பயிற்சி'யாயிருந்தது; மேலதிகமாக முன்னெடுக்கப்பட்டாலும், எளிதில் மறக்கப்பட்டுவிடக் கூடியதாகவே அது இருந்தது.

ஜனநாயகத்தில் இன்னும் சம்பிரதாயமான பயிற்சியின் வாக்குறுதி-தன்னைப் பதவி உயர்த்திக் கொண்ட ஃபீல்ட் மார்ஷல் அயூபின், தேசிய ஏற்புக்கான வேட்கை போல இருந்தது. எதுவாயினும்

ஒரு புதிய அரசமைப்புச் சட்டம் தேவைப்பட்டது. அனுபவம் மிகுந்திருந்த அவர் ஓர் ஆலோசனைக்குழுவை அமைத்தார்; அடுத்துவரும் அரசாங்கங்களைக் கட்டுப்படுத்துவதில், பாதிக்கக் கூடியதாக இருக்கும் எதனையும் ஆவணத்திலிருந்து அகற்றினார்; 1962இல் அரசமைப்புச் சட்டம் பிரகடனமானது. ராணுவச் சட்டம் விலக்கிக் கொள்ளப்பட்டது. அதைத் தொடர்ந்து தேசிய தேர்தல்கள் 1964இல் நடந்தன. 1,20,000 அடிப்படை ஜனநாயகவாதிகளே (ஐந்தடுக்குகளில் ஒன்றில் இடம்பெற்றவர்கள்) வாக்களிக்க முடியும்; அரசியல் கட்சிகள் மீண்டும் எழுச்சிகொண்டன, நஜீமுத்தின், சுஹ்ராவதி போன்ற பழைய முகங்கள் களத்தில் இறங்கின. அவர் மிகவும் வெறுத்த அணிகளுடன் இணைந்த அயூப், அதிபர் பொறுப்பிலிருந்து சிறிது காலம் விலகி, புத்துயிர் கொண்ட முஸ்லீம் லீக்கின் ஒரு குழுவின் தலைவராகப் போட்டியிட்டார். அபரிமிதமான வாக்குகள் இல்லாதபோதும், அவர் வென்றார்; வாக்குச் சீட்டு மோசடி என்ற குற்றச்சாட்டு இருக்கவே செய்தது. 1965இல் அதிபர் தேர்தல் நிகழ்ந்தது. மீண்டும் அயூப் வென்றார்; ஆனால் இம்முறை குறைந்த வாக்கு வித்தியாசத்தில். அவரது சீர்திருத்தங்களுக்கு ஆதரவாக தேசத்தைத் திரட்டிட புதிய அம்சம் தேவைப்பட்டது.

ஆவேசமிக்க அவரது இளமையான வெளியுறவு அமைச்சர் புட்டோவால் அது எதிர்பார்க்கப்பட்டிருந்தது. புட்டோவின் அசாதாரண எழுச்சிக்கு, அயூப் கொண்டிருந்த அபிமானம் ஒரு காரணம் எனில், பிரதானக் காரணமானது, காஷ்மீர் விஷயத்தில் அவர் காட்டிய சமரசமற்ற ஆர்வமே. இந்திய அரசாங்கத்தின் மீதான புட்டோவின் முரட்டுத்தனமான தாக்குதல்கள், அரசுக்கு வாக்காளர், குறிப்பாக இளைஞரின் ஆதரவைப் பெற்றுத்தந்தது; பாகிஸ்தானின் பிரச்சினைகளுக்கு அடிப்படைக் காரணம், இரு தேசக் கொள்கையை இந்தியா காட்டிக் கொடுத்ததே என்பதில் அயூபும் உடன்பாடு காட்டினார். சீனப்படையெடுப்பின் போது வாஷிங்டன் இந்தியாவுக்கு ராணுவ உதவிகள் செய்தது குறித்தும் சீற்றம் நிலவியது (அது காஷ்மீர் பிரச்சினையை ஒடுக்கிவிடும் என்பதால்); காஷ்மீரின் சிறப்புத் தகுதியை, இந்தியக் குடியரசுக்குள்ளேயான மாநிலமாகக் குறைத்திடும் இந்திய முயற்சிகள் மீதும் ஆத்திரம் இருந்தது (நடைமுறையில் இணைத்துவிடுவதாகும் என்பதால்).

1963இல் முகமதுவின் புனித எச்சம் காஷ்மீர் மசூதியிலிருந்து காணாமல் போனதை ஒட்டி, எல்லையின் இரு பக்கங்களிலும் பிளவுவாத உணர்வோட்டம் எழுந்தது, அதன்பின் அவ்வெச்சம்

அதிசயமாகக் கிடைத்துவிட்டது. தீர்க்கதரிசியின் முடி குறித்த மர்மமான இவ்விவகாரம் (அவரது தாடியின் ரோமம்) கிழக்கு பாகிஸ்தானில் கூட, இந்தி எதிர்ப்பு வன்முறையைத் தூண்டிவிட்டது - காஷ்மீரிகளின் நிலை குறித்து எப்போதும் அனுதாபம் கொண்டிராத மாகாணம் அது. பிரிவினை பாணியில், வங்க அகதிகள் இந்தியாவுக்குள் நுழைந்தனர்; காஷ்மீர் பிரச்சினையின் தீவிரத்திற்கு அது சான்றாக இருந்தது. இப்பிரச்சினையை ஐ.நா.வில் எழுப்பிட புட்டோ விரைந்தார்; பெய்ஜிங் ஆதரித்தது; இந்திய தரப்பினை வலுவிழக்கச் செய்வதுபோல, நேருவின் மரணத்தால் நின்றுபோன விஷயம் சார்ந்து ஷேக் அப்துல்லா பாகிஸ்தான் வந்து சேர்ந்தார்.

1964-5 குளிர்காலம் முழுவதும் இந்தியாவுக்குப் பதிலடி தரும் முயற்சிகள்-சீக்கிரமே சிறந்த முடிவுகளை பாகிஸ்தானியருக்கு வாக்குறுதியளித்து, காஷ்மீர் மீதான அழுத்தத்தை புட்டோ தந்துகொண்டிருந்தார். அதிபர் தேர்தல் நெருங்கிய வேளையில் இந்த அச்சுறுத்தல்கள் அவசியமாயின. மார்ச் 1965இல், பாகிஸ்தான் பீரங்கிகள் கட்ச் வளைகுடாவின் (இந்தியாவின் குஜராத்திற்கும் பாகிஸ்தானின் சிந்துவிற்குமிடையில்) ஆட்சேபனைக்குரிய எல்லைப் பகுதியில் உருண்டோடின. மக்கள் வசிக்காததும் பருவ காலங்களில் நீரில் அமிழ்ந்துவிடுவதுமான அந்த இலக்கு அநேகமாய்ப் பொருத்தமற்றிருந்தது. அது வாக்காளரை ஈர்ப்பதற்கான, இந்திய எதிர்வினையைச் சோதித்துப் பார்ப்பதற்கான, ராணுவ நம்பிக்கையை ஊக்கப்படுத்துவதற்கான பலப்பரீட்சையாகவே இருந்தது. கடைசியில் அயூப் தன் தளபதிகளைக் கட்டுப்படுத்த வேண்டியதாயிருந்தது; போர் நிறுத்த ஒப்பந்தப்படி, இந்திய அரசாங்கம் எல்லைப் பிரச்சினையில் சர்வதேச முடிவை ஒப்புக்கொண்டது (காஷ்மீர் பிரச்சினையில் இந்தியா மறுத்திருந்ததும் இதே விஷயமே). பாகிஸ்தான் இதனை வெற்றியாக வரவேற்றது, ஊடகம், போலியான நாட்டுப்பற்றை வெறியாக்கிற்று.

மூன்று மாதங்களுக்குப் பின் இந்திய காஷ்மீருக்குள் கொரில்லாக்களை நுழைய வைத்திட ஒரு திட்டம் தயாரானது. ஏன் தாக்குதலை அங்கீகரித்திருக்காத அயூப் இப்போது தன் ஒப்புதலை அளித்தார்; ஆனால் வற்புறுத்தியவர், உளவுத்துறை ஆதரவு கொண்டிருந்த புட்டோதான். இத்தகைய அத்துமீறுவோரை விடுதலையாளர்களாக ஒடுக்கப்பட்ட காஷ்மீரிகள் வரவேற்பார்கள். அத்துடன் இந்திய இருப்பினை வெளியேற்ற அவர்களுடன் சேர்ந்து போராடுவார்கள் என நம்பிக்கை கொண்டிருந்தார். அது தவறானது, அப்படியெதுவும்

நிகழவில்லை. 1947-8இல் இருந்தது போலவே காஷ்மீரின் எதிர்வினை பொருட்படுத்தத்தக்கதாயில்லை, இந்திய எதிர்வினை துடிப்பாயிருந்தது. ஊடுருவியவர்கள் சுற்றி வளைக்கப்பட்டனர், இந்தியத் துருப்புகள் பாகிஸ்தானின் ஆஸாத் காஷ்மீர் எல்லை வரையிலும் சென்றுவிட்டன.

'புட்டோவின் போராக' நிரூபணமான இச்சரிவு, பாகிஸ்தான் ராணுவத்தின் வல்லமையுடன் காஷ்மீர் மீது முழுவீச்சில் படையெடுப்புகளை மேற்கொள்ள அழைப்பு விடுப்பதாக இருந்தது. அயூப் மீண்டும் தயக்கமிக்க ஆக்கிரமிப்பாளராகத் தோன்றினார். ஆகஸ்டு 30, 1965இல் தாக்குதல்கள் நடந்தன; செப்டம்பர் 6இல் இந்தியத் துருப்புகள் திருப்பித் தாக்கின; இரண்டு வாரத்தில் எல்லாம் முடிந்தது. ராணுவ அனுபவமின்மையால் வீழ்ச்சியுற்ற புட்டோ, இறந்தோர் எண்ணிக்கையைக் குறைத்தும், இந்தியரின் போர்த்திறனைக் குறைத்து மதிப்பிட்டும் பேசினார். இந்திய பிரித்தானிய பீரங்கிகளும் சோவியத் விமானங்களும் பாகிஸ்தானின் உயர்ரக அமெரிக்க ஆயுதங்களுக்கு ஈடானவையல்ல, வீரமரபிலான முஸ்லீம்கள் இல்லாத இந்திய ராணுவம் சீக்கிரமே நொறுங்கிப்போகும் என்று அனுமானித்திருந்தார். ஒரு பாகிஸ்தானிய ஜவான் ஏழு இந்திய ஜவான்களுக்குச் சமம் என்றொரு வாசகம் இருப்பது போலத்தான். காஷ்மீர் மீதான விரோதங்களை இந்தியா கட்டுப்படுத்திக் கொள்ளும், பஞ்சாப் எல்லைப் பகுதிகளில் சூதாட்டம் நிகழ்த்தாது என்றும் அனுமானித்திருந்தார். அதுவும் தவறாகிப்போனது. காஷ்மீரில் பாகிஸ்தானின் தாக்குதல் முறியடிக்கப்பட்டது. போர்நிறுத்தம் அமலுக்கு வந்தபோது, இந்தியப் பீரங்கிகள் லாகூரின் நகர்ப்புற விளிம்புகளை எட்டியிருந்தன. இரு தரப்புகளும் விட்டுக் கொடுக்காது இருந்தன, சர்வதேசக் கண்டனத்தால் கட்டுப்பட்டன; அத்துடன் தவிர்க்க முடியாத ஆங்கிலேய அமெரிக்க ஆயுதத்தடை ஒப்பந்தத்தால் உண்டான போர்க்கலன்கள் மற்றும் ஆயுதங்கள் பற்றாக்குறையும் சேர்ந்துகொண்டது.

1965 மோதல் விசித்திரமான வகையில் 'புட்டோவின் போர்' என்னும் வாதத்திற்குப் புதிய திருப்பமொன்று இப்போது தரப்பட்டது. அதைக் கண்டுபிடித்தது அவர், பாழ்படுத்தியது அவர், இப்போது பகட்டாக்கி அதன்மீது கட்டியெழுப்பியவரும் அவரே. தவறாகக் கணக்குப்போட்டது அவரல்ல, அயூபே என்று மக்களுக்குக் கூறப்பட்டது. தேர்ந்தெடுக்கப்படாத ஆமாம் சாமிகளிடையே தனிமைப்படுத்தப்பட்ட அதிபர், தனது

அமெரிக்க-பிரித்தானிய நண்பர்களால் காட்டிக்கொடுக்கப்பட அனுமதித்தார்; அதன்பின் சோவியத்தினால் முன்னின்று தாஷ்கண்டில் நடந்த பேச்சுவார்த்தையில், அவமானகரமான நிபந்தனைகளை ஏற்குமாறு இந்தியராலும் அமெரிக்கராலும் வஞ்சிக்கப்பட்டார். அயூப் போர் நிறுத்தத்தை ஆரம்பத்தில் ஏற்றுக்கொண்டது இன்னும் பெரிய தப்புக் கணக்காகியிருந்தது. பாகிஸ்தான் ராணுவத்திற்கு ஆயுதமளித்து, கிழக்கில் இந்தியாவின் கவனத்தைத் திசைதிருப்பிட சீனா தயாராக இருந்தபோது, இந்தோனேஷியக் கடற்படை மீட்புக்கு விரைய இருந்தபோது, இதர இஸ்லாமிய நாடுகள் ஆதரவளித்த நிலையில், அயூப் முனைப்பு காட்டியிருக்கவேண்டும். மாறாக அவர் ஆங்கிலேய-அமெரிக்க அழுத்தத்திற்குப் பணிந்தார், அதனால் ராணுவத்தையும் நாட்டையும் காட்டிக் கொடுத்தார்.

உண்மையோ பொய்யோ, இவையெல்லாம் புட்டோவின் அறிவார்த்த துடிப்புக்கும் அரசியல் நுட்பத்திற்கும் சான்று. போர்விளைவுகளால் உண்டான விரக்தி வீதிக்கு வந்துவிட்டது. 'மன்னிக்க முடியாத பலவீனம்', 'காஷ்மீரைக் காட்டிக் கொடுத்தல்' குறித்து அரசியல் தலைவர்கள் ஒருமித்த குரலில் பேசினார்கள். கிழக்கு பாகிஸ்தானில் முஜிபுர் ரஹ்மானும் அவரது அவாமி லீகும் (சுஹ்ராவதி இறந்துபோயிருந்தார்) சாராம்சமான மேற்குப் பாகிஸ்தானின் தோல்வியில், ஒருவிதத் திருப்தியுற்றனர். அயூப் ஒவ்வொருவரிடமும் அவப்பெயர் பெற்றார். இன்னொரு மூன்று வருடம் பொறுப்பில் இருக்கக்கூடிய அவர், போரின் கறையிலிருந்து விடுபட முடியாதவராக இருந்தார். எல்லாவற்றிலும் மோசமானது, நாட்டின் பிரதான நிறுவனமாகிய ராணுவம், பெரும் சரிவை அனுபவித்தது. நெருக்கடியான சூழலில் பாகிஸ்தானுக்கு புதுக் கதை தேவைப்பட்டது. புட்டோ உடன்பட்டார், அதுவும் ஒருமுறையல்ல, இருமுறை.

மக்கள் ஆற்றல்

1960களின் மத்தியில் தெற்காசிய நாடுகள் எனப்படுபவை முரண்பட்ட பாதைகளில் இருந்ததாகத் தோன்றிற்று. இந்தியாவினுடையது ஜனநாயக, சமயச்சார்பற்ற, அணிசேராததாக இருந்தது; பாகிஸ்தானுடையது எதேச்சதிகாரமிக்க, குறுங்குழுவாத, மேற்கு சார்பினதாக இருந்தது. இருந்தும் நெருங்கிய பரிசீலனையில் இவற்றின் கொள்கைகள் மிகுந்த தொடர்புகளைக் கொண்டிருந்தன. ஒத்த அக்கறைகளும் பொதுச் சுற்றுச்சூழலும் பாராட்டிடும்

நேரு - காந்தி வம்சம்

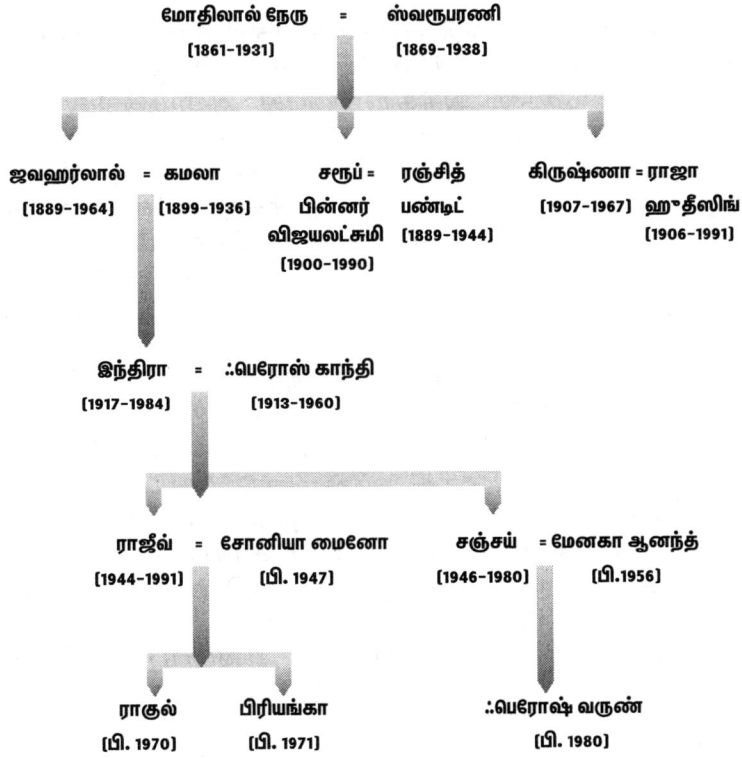

எதிர்வினைகளைக் கொண்டிருந்தன. வெவ்வேறு திசைகளில் நகர்ந்து, சேர்ந்து காலடி எடுத்துவைத்தது போலிருந்தது. இரு தசாப்தங்களாக வெவ்வேறு அளவிலான வெற்றிகளுடன், இரண்டும் நாட்டை வளர்த்தெடுப்பதில் முனைந்திருந்தன; மொழி-இனவரைவியல் போன்ற பிளவுவாதப் பிரச்சினைகளில் அவை திண்டாடின; உள்நாட்டு வளர்ச்சித் திறனை வளர்த்தல், கொடுமையான உலக அமைப்புடன் சரிசெய்துகொள்ளுதல், மத்திய அதிகாரத்தை முன்னெடுத்து வலுப்படுத்துதல் என்பவற்றில் ஆர்வம் காட்டின. இம்முன்னுரிமைகள் தங்கியிருக்கும், இன்னும் சவால்மிக்க துறைகளில் சுமார் 20 ஆண்டு இடைவெளிகள் இருந்தது. எடுத்துக்காட்டாக, 1980கள் 1990களில், தென்கிழக்கு ஆசிய நாடுகளெல்லாம் இந்து, சீக்கிய, இஸ்லாமிய மத அதிகாரம் எழுச்சி கொண்டிருப்பதைக் கண்டன; 2000களில்

உலகமயமாக்கலில், அரசியல்-பொருளாதாரத்தில் போல அது சவால்மிக்கதாயிருக்கும்.

முதலில், 'மக்கள் நூற்றாண்டு' எனப்படுவதில் தவிர்த்து ஜனரஞ்சக வாதம் மண்டலமெங்கும் கூச்சலிடும். 1970களின் ஆரம்பத்தில் அது உச்சத்தைத் தொட்டது; அடுத்த இருபது ஆண்டுகளில் பார்க்க முடியாத உருவில், மூன்று அரசுகளும் ஜனநாயகப் பதாகையின் கீழ் அணிசேர்ந்து நிற்கும். இதன் ஆரம்பத்தை புட்டோவின் 1965 இந்திய-பாகிஸ்தான் போரின் தாக்கத்தில் கண்டறியலாம்; இன்னும் குறிப்பாக 1967இல் கண்டறியலாம். அப்போது பதின்வயது பண்பாட்டுப் புரட்சியாளர்கள் பெய்ஜிங்கின் கட்சி நிர்வாகிகளுடன் போராடிக் கொண்டிருந்தனர்; வாஷிங்டனும் அடுத்து லண்டனும் வியட்நாம் போர் ஆர்ப்பாட்டங்களால் துடித்தன. தெருக்கள் எதிர்ப்புக் குரலில் நிறைந்திருந்தன. லாகூர் இதற்கு விதிவிலக்கு இல்லை. 1966இல் அயூபின் அரசாங்கத்திலிருந்து விலகிய புட்டோ, பாகிஸ்தான் மக்கள் கட்சியை (PPP) நிறுவினார். காஷ்மீரை மிரட்டல், அயூபை வெளியேற்றல், நாட்டினை மீட்டெடுத்தல் ஆகியவை அவரது அக்கறைகளாக வெளிப்பட்டன. அதே சமயத்தில், சாஸ்திரிக்கு அடுத்து இந்தியப் பிரதமரான இந்திரா காந்தி, தன் தந்தை காலத்து காங்கிரஸின் பெரும்பான்மையும் சுருங்கி வந்ததைக் கண்டு, மேலும் மக்கள் அதிகாரம் பெற்றிட அமைப்புக்கு வெளியே ஆராய்ந்தார்.

காங்கிரஸ் தலைவர்களின் மகளாக, பேத்தியாகப் பிறந்து, நாட்டுப்பற்றுடன் இந்திரா எனப் பெயரிடப்பட்டு, காந்தி என்னும் பெயருடையவரை (மகாத்மா காந்தியுடன் தொடர்பில்லாதவர்) மணந்து, 1959லேயே காங்கிரஸ் தலைவராகிவிட்ட புதிய பிரதமர், முன்கூட்டியே தெரிவு செய்யப்பட்டவராக இருந்தார். இருப்பினும் 1964இல் தன் தந்தையை அடுத்து இடம்பெறக்கூடிய வேட்பாளராகத் தோன்றவில்லை; எதிர்பாராத வகையில் சாஸ்திரி இறந்ததையடுத்து, கட்சி 1965இல் அவரைச் சந்தித்தது; அப்போது அவரது தனிப்பட்ட வெற்றியாகத் தோன்றவில்லை, மாறாக இளமையும் பாலினத்தில் பெண்ணாகவும் இருப்பவரை சாதகமாக்கிக்கொள்ள நினைத்த கட்சிப் பிரமுகர்களின் 'சிண்டிகேட்' செலுத்திய பெரும் செல்வாக்காகவே தோன்றியது.

1967 இந்திய தேசியத் தேர்தல்களில் காங்கிரஸ் சரிவைக் கண்டதும் இப்பார்வை மாறத் தொடங்கிற்று. போருக்குப் பிந்தைய இந்து-முஸ்லீம் வன்முறை, வடகிழக்கின் பிளவுவாத இயக்கங்கள், பீகாரில்

பரந்துபட்ட பட்டினி-பல கட்சி ஜனநாயகம் நிறுவப்பட்டதுமே பெரும் பஞ்சங்கள் மறைந்துவிடும் என்னும் வாதத்தில் சந்தேகத்தைக் கிளப்பியது-ஆகிய பின்புலத்தில், பாராளுமன்ற இடங்களில் பாதியையே காங்கிரஸ் கைப்பற்றிற்று;[7] மாநிலச் சட்டமன்ற இடங்களில் பாதிக்குக் கீழாகவும், மொத்த வாக்கில் 40% தான் பெற்றது. கேரளாவில் கம்யூனிஸ்டுகள் ஆட்சிக்குத் திரும்பியிருந்தனர்; மேற்குவங்கக் கூட்டணியில் கணிசமாகப் பிரதிநிதித்துவம் பெற்றிருந்தனர். பிற இடங்களில் ஜனசங்கம் உள்ளிட்ட இந்து தேசியவாத வலதுசாரியினர் சிறப்பாக வென்றிருந்தனர். மெட்ராஸில் திமுக ஆட்சிக்கு வந்தது. இடது/வலது நோக்கிய சாய்வாக அது இல்லை, காங்கிரஸிலிருந்து வந்த சாய்வாகவே அது இருந்தது. ஒரு நாடு, ஓர் அரசாக இந்தியாவுக்கு நன்மையானது என்று நினைத்ததை நேரு மக்களுக்குப் பொதுவாக வழங்கினார். ஆனால் திமுக போன்ற கட்சிகள் இப்போது, தம் பெரும்பான்மை வாக்காளர்கள் விரும்பியதை வழங்கின. சோஷலிஸத்திற்குப் பதிலாக வேலைகளை வழங்கினர், சமத்துவத்திற்குப் பதிலாக பிராமணர் உரிமைகளைப் பறித்தனர், இந்தியின் ஒரு மொழி ஆதிக்கத்திற்குப் பதிலாகத் தமிழுக்குச் சலுகை பெற்றனர்; முகம் சுளிக்கும் அரசியல்வாதிகளுக்குப் பதிலாகப் பளபளக்கும் திரை நட்சத்திரங்களை நிறுத்தினர்.

இதனைத் திருமதி காந்தி கவனித்தார். காங்கிரஸ் கட்சியின் எந்தவொரு சித்தாந்தப் பிரிவுடனும் முன்னதாகச் சார்பு கொண்டிராதபோதும், திடீரென ஏழை எளிய அடித்தட்டு மக்களிடம் மிகுந்த அனுதாபமும், எதிர்பாராத வகையில் சர்வாதிகாரப் போக்கும் கொண்டார். 1967 மத்தியில் அவர் சமர்ப்பித்த தீவிர சீர்திருத்தங்களின் நிரலில் இவையிரண்டும் இடம் பெற்றிருந்தன-குறைந்தபட்ச கூலி, வங்கிகள் தேசியமயமாதல், ஜமீன்தார் மானிய ஒழிப்பு உள்ளிட்ட, சோஷலிஸ வைதிகமும் வாக்காளர் ஈர்ப்பும் சேர்ந்த கலவையாய் அது இருந்தது. நாட்டின் பிற்போக்கு சக்திகளுக்கு நேரடிச் சவாலாக இந்த அம்சங்கள் கட்சியின் இளைய செயல்பாட்டாளர்களால் வரவேற்கப்பட்டன, என்றாலும் நீதிமன்ற வழக்குகளுக்குள்ளாயின, கட்சியின் பழைய கண்காணிப்பு ‘சிண்டிகேட்’டின் எதிர்ப்பைப் பெற்றன. அவசரச் சட்டத்தின் மூலம் வங்கிகள் தேசியமயமானதால், நீதிமன்றங்கள் மூலம் தலையீடு இல்லாதிருந்தது. ஆகவேதான் கட்சிக்குள்ளேயான வேறுபாடுகளைச் சுலபமாகத் தீர்த்துக்கொள்ள முடிந்தது.

1969இல் காலியாயிருந்த குடியரசுத் தலைவர் பதவிக்கு, கட்சியின் அதிகாரப்பூர்வ வேட்பாளருக்கு எதிராக, பிரதமர் ஒரு

வேட்பாளரை நிறுத்தியபோது இந்த மோதல்கள் உச்சத்தைத் தொட்டன. அவரது வேட்பாளர் குறுகிய வாக்குவித்தியாசத்தில் வென்றதும் ஆட்டம் சாதகமாயிருந்தது; ஆனால் இப்போது அவரது கட்சியிலிருந்தே வெளியேற்றப்படும் அளவுக்கு அது சரிவைக் கண்டது. இச்சண்டையை ரசித்துக்கொண்டு, காங்கிரஸைப் பிளவுபடுத்தியதாகத் தன் எதிர்ப்பாளர்களைக் குற்றஞ்சாட்டினார்; காங்கிரஸ் *(R)* என்னும் பதாகையின் கீழ் தன் ஆதரவாளர்களைத் திரட்டினார் (தன் குடியரசுத் தலைவர் வேட்பாளரைப் பரிந்துரைப்பதற்கான அவசரக் கூட்டத்திற்கு வேண்டுகோள் விடுக்கும் வாய்ப்பு-*Requestion*-மறுக்கப்பட்டது; பிற்பாடு காங்கிரஸ் *(i)* ஆனது-*i* என்பது இந்திராவைக் குறிக்கும்). தந்தையிடமிருந்து அவர் சுவீகரித்திருந்த கட்சி பிளக்கப்பட்டிருந்தது. -அதனை அவர் களையெடுப்பு என்று கருதியபோதும் முற்போக்கு சக்திகள் அவருக்கு விசுவாசமாயிருக்க, கம்யூனிஸ்ட் கட்சி *(CPI)*யுடன் கூட்டணி சேர்ந்து, பாராளுமன்றப் பெரும்பான்மையைப் பெறமுடிந்தது. கட்சியின் மூத்த தலைவர்கள் காங்கிரஸ் *(O)* -*O* என்பது முதலில் *Organization*யும் பிற்பாடு *Old* என்பதையும் குறித்தது-என்று ஓரங்கட்டப்பட்டனர். அவர்தம் மண்டல ஆதரவு அப்படியே இருக்க, மதிப்புமிக்க அதிகார முகவர் அனுபவம் இருக்க, அடுத்த தேர்தல்களுக்காக ஆர்வத்துடன் காத்திருந்தனர். திருமதி காந்தி சவாலை ஏற்றுக்கொண்டார்-அதனை வரவேற்று தன் ஆதரவாளர்களுக்குக் குதூகலமளித்த அவர், எதிர்முகாமினரைத் தருமசங்கடத்தில் ஆழ்த்தினார். தன் சீர்திருத்தங்களுக்கான சட்ட ரீதியிலான சவால்கள் சிரமமாயிருக்கவே, திடீர்த் தேர்தலை அறிவித்து, மக்களிடம் கோரிக்கைகளை வைத்தார். 1972இல் நடக்க வேண்டிய தேர்தல் ஓராண்டுக்கு முன்னரே நடந்தது.

மாநிலச் சட்டமன்றங்களுக்கு இல்லாமல், தேசியப் பாராளுமன்றத்திற்கே தேர்தல்கள் நடந்தன. இவ்விரு தேர்தல்களையும் முதல்முறையாக பிரித்துவிட்டதால், அனைத்திந்தியப் பிரச்சினைகளுக்குப் பெரும் முக்கியத்துவத்தையும் காங்கிரஸ் *(O)* தேர்ச்சி கண்டிருந்த குதிரை பேரத்திற்குக் குறைந்த வாய்ப்பையுமே அளித்தது. 'இந்திராவே வெளியேறு' முழக்கத்தில் வலதுசாரி கட்சிகளையும் இணைத்துக்கொண்டது காங்கிரஸ் *(O)* வை மேலும் பாதித்தது. கொடுங்கோலராகக் கருதப்பட்டவருக்கு அவப்பெயர் சூட்டுவது ஒரு விஷயம்; அது புட்டோ விஷயத்தில் நிறைவேறிற்று; ஏழாண்டுகளுக்குப் பிறகு இந்திரா விஷயத்தில் நிறைவேறிற்று. ஆனால் 1970இல் புதிய இளைஞர் தலைவருக்கு எதிராக வந்தபோது, வெறுமனே குறுக்கீடு செய்வதாக இருந்தது.

எதிரியின் சந்தர்ப்பவாத அணிசேர்க்கையைப் புறந்தள்ளிய அவர், 'வறுமையே வெளியேறு' முழக்கத்தின் மூலம் பதிலடி தந்தார்-அம்முழக்கம் அதன் வெறுமைக்காகவும் பேராசைக்காகவும் நீண்டகாலம் நினைவில் நின்றது. முன்னெப்போதும் இருந்திராத அளவிலான தேர்தல் பரப்புரை இயக்கத்தில், பத்து வாரங்களில் 36,000 மைல்கள் பயணித்தார், 300 கூட்டங்களில் பேசினார், குறைந்தது இரண்டு கோடிப் பேர் அவரைப் பார்த்தனர்/ கேட்டனர்.[8] ஒரு மேடையிலிருந்து இன்னொன்றிற்கு விமானமோ ஹெலிகாப்டரோ காரோ அவரை அழைத்துச்சென்றது. உடனே அடையாளங்காணப்படக் கூடியவரான அவர் சந்தேகத்திற்கிடமில்லாத காட்சித் தாரகையானார். ஆனால் உ.பி.யின் ரே பரேலியான அவரது தொகுதியிலேயே, போலீஸ் தாக்குதலில் பாதிக்கப்பட்டு, சிக்கலான சோஷலிஸ்டான அவரின் எதிர்வேட்பாளர் ராஜ் நாராயண், வாக்களிக்கும் முன்பேயே அரசாங்க வசதிகளைத் தவறாகப் பயன்படுத்தியதாக இந்திரா மீது குற்றம் சாட்டினார். அடுத்த ஐந்தாண்டுகளுக்கும் நீதிமன்றங்கள் வாயிலாக இவ்விவகாரத்தைப் பின்தொடர்ந்து கொண்டிருந்தார்.

1971இல் வாக்குகள் எண்ணப்பட்டபோது, திருமதி இந்திரா 518 இடங்களில் 352னைப் பெற்றார்-இப் பெரும்பான்மை அவரது தந்தை பெற்றதையும் விஞ்சியிருந்தது. இரண்டாவதாக வந்த CPI(M) 20 இடங்களையே பெற்றது; காங்கிரஸ்(O) நிலை பரிதாபத்திற்குரியதாகி, காங்கிரஸ் (obliterated-துடைத்தழிக்கப்பட்டது) என்றானது. திருமதி இந்திராவின் நிலைப்பாட்டை மக்கள் ஏற்றுக்கொண்டனர். மன்னர்கள் மானியத்தை இழந்தனர், வங்கிகள் தேசியமயமாகின, இதர அரசுடைமைகள் முடுக்கிவிடப்பட்டன. திருமதி இந்திராவின் செல்வாக்கு குலைக்க முடியாததாயிருக்க, அவரின் தாரகை உச்சத்தை எட்டியிருந்தது நினைத்துப் பார்க்க முடியாததாயிருந்தது. ஓராண்டுக்குள்ளேயே 'இந்தியாவின் மகள்' இந்தியாவின் தெய்வமாக-போர்த் தேவதை துர்க்கையின் அவதாரத்தைப் போலக் கொண்டாடப்பட்டார்.

எல்லைப் பகுதியில் நடந்த சலனங்களால் இந்த உச்சம் வந்து சேர்ந்தது. மக்களின் உள்ளுணர்வை ஈர்த்து, இந்தியாவின் தேர்தல் சார்ந்த தவறான கருத்தமைவுகளைத் தூக்கி எறிய முடியுமானால், பாகிஸ்தானின் முன்னாளையத் தீவிரவாதிகள் விஷயத்திலும் அது நிறைவேற்றிக் காட்டியது. அதன் முதலாவது தேசியத் தேர்தலில் திடுக்கிடும் முடிவுகள் வெளிவரவும், ராணுவத் தலையீட்டாலும் காப்பாற்றப்பட முடியாது போயின. மூன்றாவது இந்திய-

பாகிஸ்தான் போர் அடுத்து நிகழ, மூன்றாவது பிரிவினை நடந்து மூன்றாவது அரசு எழுந்தது.

சுகவீனமாகி, தாஷ்கண்ட் காட்டிக்கொடுத்தலுக்காக நிந்திக்கப்பட்டு, எப்போதும் அமெரிக்காவைச் சார்ந்திருந்த அயூப்கான், மார்ச் 1969 வரையிலும் பதவியில் ஒட்டிக்கொண்டிருந்தார். அவரையடுத்து வந்த ஜெனரல் யாஹ்யா கானுக்கு இந்தத் தாமதம் பொருத்தமாயிருந்தது-ராணுவத்திற்குள்ளேயே ஒழுங்கினை நிலைநாட்டவும் ஆதரவைத் திரட்டவும் அவருக்கு அவகாசம் வேண்டியிருந்தது. மாணவர் தலைமையிலான எதிர்ப்பையும் ஒத்துழையாமையினையும் பெருந்திரள் இயக்கமாக்கி, தனது பாகிஸ்தான் மக்கள் கட்சியைக் கட்டமைத்திட புட்டோவுக்கும் அவகாசம் வேண்டியிருந்தது.

அவசரநிலை இன்னும் அமலில் இருக்க, (1965 போரின்போது கொண்டுவரப்பட்டிருந்தது) அவாமி லீக்கின் முஜிபுர் ரஹ்மான் (கிழக்கு பாகிஸ்தான்) போல புட்டோ சிறிதுகாலம் சிறையில் இருந்தார். கிழக்கு பாகிஸ்தானுக்குத் தனி நாணயம், தனி ராணுவம், வரிவிதிக்கவும் வெளிநாட்டுப் பொருளாதாரத்தை நிர்வகிக்கும் அதிகாரம் ஆகியவற்றையும் உள்ளடக்கிய ஆறு அம்ச நிகழ்ச்சி நிரலாக வடித்தெடுக்கப்பட்ட சுயாட்சி கோரிக்கையை அவாமி லீக் தயாரித்திருந்தது. இந்த ஆறு அம்சங்களும் பாகிஸ்தான் அரசைத் துண்டுபோட்டுவிடும் என அயூப் யூகித்தார்; இந்திய அரசாங்கப் பிரதிநிதிகளுடன் அவாமி லீக் ரகசியப் பேச்சு வார்த்தைகள் நடத்தியதும் வெளிப்பட்டிருந்தது. அகர்தலா சதி எனப்படும் இதன்பொருட்டுச் சிறையில் இருந்து வரும் முஜிப், துரோகக் குற்றச்சாட்டுக்குள்ளாகி, விசாரணைக்கு நிறுத்தப்பட்டார். ஆனால் சான்றுகள் மேலோட்டமானவை, குற்றம் சாட்டப்பட்டிருந்த சிலர் வதைக்கப்பட்டனர்; அயூபை மீறி வங்காள அபிப்பிராயத்தை உருவாக்கிடச் சிறை கச்சிதமான இடமாயிருந்தது. லாகூர், கராச்சியைப் போன்றே தாக்காவிலும் ராணுவ ஆட்சிக்கு எதிராகப் பெரும் எதிர்ப்புகள் எழுந்தன; ஆனால் ராணுவ ஆட்சியின் மேற்கு பாகிஸ்தான் அடிப்படையும் வங்காள எதிர்ப்புப் பாரபட்சமும் நிகழ்ச்சி நிரலில் பிரதானம் பெற்றன.

அயூப் சலுகைகள் வழங்கி முயன்று பார்த்தார்; முஜிப் விசாரணை நிறுத்தப்பட்டது; அவரும் புட்டோவும் விடுவிக்கப்பட்டு தேர்தலுக்கு வாக்குறுதிகள் தரப்பட்டது. ஆனால் பணிவுடன் பின்வாங்குவதற்குக் கூட அது மிகத் தாமதமாகியிருந்தது. 1968,

69இல் கொலை முயற்சிகளிலிருந்து தப்பித்துவிட்டாலும், அயூபின் அதிகாரம் பலவீனமாக அவரின் வாக்குறுதிகள் மதிப்பிழந்தன. பதவி விலகுதலே ஒரே தீர்வாயிருந்தது. தனது அரசமைப்புச் சட்ட நடைமுறையினையே மீறி, அதிபர் பொறுப்பை ஜெனரல் யாஹ்யா கானிடம் ஒப்படைத்தார்.

யாஹ்யா கான், பாரசீக மன்னர் நாதிர்ஷாவின் நேரடி சந்ததியாகக் கூறப்பட்டார், அவர்தான் 1739இல் பிற்கால மொகலாய டெல்லியை வன்முறையில் மிரட்டி, மயில் சிம்மாசனத்தையும் கோஹினூர் வைரத்தையும் அபகரித்துச் சென்றவர். இத்தகு அடாவடித்தனங்கள் யாஹ்யாவின் நாளங்களில் ஓடவில்லை. ராணுவ ஆட்சியினை மீண்டும் அமல்படுத்திய யாஹ்யாவின் குறுகியகால ஆட்சி, இணக்கமான ஆட்சிக்கும் உத்தேசத்திற்கும் பெயர்பெற்றது. ராணுவக் கும்பலின் தலைவராக இருந்த அவர், துறைவாரியான பொறுப்புகளைப் பிரித்தளித்து இருந்தார். உள்துறை ஒரு தளபதிக்கும், கல்வி-சுகாதாரம் விமானத் தளபதிக்கும், நிதி-தொழிற்துறை வைஸ் அட்மிரலுக்கும் தரப்பட்டிருந்தன. அது அவ்வளவு விநோதமாக இல்லை. 15 ஆண்டு ராணுவ ஆட்சியில், ராணுவ அக்கறைகள் பல்வேறாகியிருந்தன. இப்போது மருத்துவமனை, பள்ளிகள், பண்ணைகள், மருந்து நிறுவனங்கள் என ஒவ்வொன்றிலும் அதன் பங்கு பரவியிருந்தது. தனி நபர் அளவிலும்கூட ஆதாயகரமான முதலீடுகளுக்கு அவசியமான கடன்கள், அனுமதிகள், சலுகைகள் பெற்றிடத் தளபதிகள் வாய்ப்புகளைப் பெற்றிருந்தனர். திறனும் தேர்ச்சியும், மேற்கொள்ளப்படவில்லையெனினும், அபரிமிதமாய் இருந்தது. அதே அமைச்சகங்களுக்கு நிர்வாகத் துறையினர் அமர்த்தப்பட்டனர்; இவ்வேறுபாடுகளெல்லாம் தற்காலிகமானவை எனப்பட்டன. ராணுவ ஆட்சியை நீட்டிக்கும் உத்தேசம் யாஹ்யாவுக்கே இல்லாதிருந்தது. அயூபின் 'அடிப்படை ஜனநாயக' அடித்தளமும், கிழக்கு பாகிஸ்தானுக்கும் ஒற்றையலகு மேற்கு பாகிஸ்தானுக்கும் இடையில் கட்டாயமாக்கப்பட்ட சமநிலையும் கைவிடப்பட்டன. ஒரு தசாப்தத்தில் மூன்றாவது அரசமைப்புச் சட்ட வரைவு தயாரானது. தோராயமாக சம அளவிலான மக்கள் தொகையுடைய தொகுதிகளிலிருந்து, அனைவருக்குமான வாக்குரிமை அடிப்படையில் அமைந்த புதிய தேசிய சட்டமன்றத்தின் முதல் பணி இதுவாய் இருக்க இருந்தது. கடைசியில், கிழக்கு சரியான பிரதிநிதித்துவம் பெற்று, மேற்கினை விடக் கூடுதல் இடங்கள் பெறும். மீண்டும் மாகாண நடைமுறை வந்து அவற்றிற்கும் ஒரே சமயத்தில் தேர்தல்கள் நடக்கும். அரசியல் கட்சிகள் பரப்புரை செய்ய சுதந்திரம் பெற்றன, புதிய

வாக்காளர் பட்டியல்கள் தயாரிக்கப்பட்டன; 1970இல் தேர்தலுக்கு நாள் குறிக்கப்பட்டது.

பெரிதும் மதவாத, இனவரைவியல், ஆளுமை சார்ந்த கட்சிகளின் மத்தியில், புட்டோவின் பாகிஸ்தான் தேசியக் கட்சி, தன் பெயருக்கு ஏற்ப, சிந்து-பஞ்சாப் மாகாணங்கள் எங்கிலும் நகர்ப்புறத் தொழிலாளர் ஆதரவைப் பெற்றிருந்தது. புட்டோ இரு தரப்புகளிலும் கால்பதித்திருந்தார்-அயூபை சாக்லேட் சீஸர் என்று நிந்தித்தும் மக்களாட்சியைக் கோரியும் ஒருபுறம் போராடினார், மறுபுறம் ராணுவக் கும்பலுடன் ஆலோசித்தும் யாஹ்யாவுடன் இணக்கமாகிக் கொண்டும் இருந்தார். ஊதியக் குறைவாலும் உணவுப் பற்றாக்குறையாலும் பாதிக்கப்பட்டிருந்த தொழிலாளர்கள்-இளைஞர்களைத் திரட்டிட, 'ரொட்டி கப்ரா அவுர் மகான்' (உணவு உடை இருப்பிடம்) வாக்குறுதியைப் புட்டோ வழங்கினார். 'காரிபி ஹடாவோ' போல இது சாத்தியமற்றதாயினும் நினைவில் நிற்கத்தக்கதாகும். காஷ்மீரிகள் சார்பில் ஆயிரமாண்டுகள் போருக்கு உறுதியளித்து இந்தியாவைச் சாடவும் செய்த அவர், சீனாவுக்குப் பதில் அமெரிக்காவின் சார்பு கொண்டிருந்த அயூபையும் நிந்தித்தார். சிந்தி நில உடைமையாளராக, அம்மாகாணத்தின் நிலப்பிரபுத்துவ-மதவாத வாக்கு வங்கியை அவர் சார்ந்திருக்க முடியும்; ஒவ்வொரு பாகிஸ்தான் அரசியல்வாதியையும் போல, பஞ்சாபின் நில உடைமை சக்திகளுடன் இணக்கம் கொண்டார்-அம்மாகாணத்தின் 85 இடங்கள் மொத்த சட்டமன்றத்தில் நான்கில் ஒரு பகுதியாகும்.

பரந்துபட்ட அவரது தேர்தல் பரப்புரையையும் தேர்தலின் தலைசிறந்த ஆளுமை என்னும் தகுதியையும் தேர்தல் முடிவுகள் உறுதிப்படுத்தின. மேற்கு மாகாணங்களின் 138 இடங்களில் PPP 81னை வென்றது. தேசிய அளவில் குறைந்ததாயினும் அது வெற்றியே; என்றாலும் சில வாரங்களுக்குப் பிறகான தேர்தல் முடிவில் திருமதி காந்தியால் விஞ்சப்படாததுதான். புட்டோ, மக்களின் குரலாக மீண்டும் மீண்டும் முன்வைக்கப்பட்டார்; இப்போது அதனை நம்பத் தொடங்கினார். அவர்கள் 'என் மக்களாக', அவரோ அவர்களின் மீட்பரானார். ஒரு தேசத்தை நிர்மாணித்திட, மக்களுக்கு விடுதலை பெற்றுத் தந்திட, தற்கொலையை நோக்கிய அணிவகுப்பைத் தடுத்திட, நான் பிறந்தேன்'[9] என்று எழுதுவார். ஜனநாயகவாதி, அரைபாதி தெய்வமாக இல்லாது போயினும் தலைசிறந்த பேச்சாளராகிக் கொண்டிருந்தார்.

எனினும், மேற்கில் புட்டோவின் தேர்தல் வெற்றி குறிப்பிடத்தக்கதாக இருப்பினும், கிழக்கின் அவாமி லீக்கினுடன் ஒப்பிடுகையில் அது ஒன்றுமற்றதாகிவிடும். அங்கே முஜிபுர் ரஹ்மானின் கட்சி, சுதந்திரமான பல கட்சித் தேர்தலில் இதுவரை பதிவாகியுள்ளதில் எதிர்பாராததும் முழுமையானதுமான வெற்றியைப் பெற்றது. அங்கு நிலவரம் அறியமுடியாததாய் இருந்தது. பருவமழை வெள்ளத்தால் டிசம்பர் வரை தேர்தல்கள் ஒத்திப்போடப்பட்டிருக்க, நூற்றாண்டின் மோசமான புயல், நவம்பரில் கடற்கரையைத் தாக்கிற்று. லட்சக்கணக்கானோர் வீடிழந்தனர்; பிரிவினையால் 1947-48, 1965 இந்திய-பாகிஸ்தான் போர்களினால் மடிந்தவர்கள் அளவுக்கு உயிரிழந்தனர். நிவாரணப் பணிகள் முழுமையுறாததால், சில தொகுதிகளில் ஜனவரி வரையிலும் தள்ளிப்போடப்பட்டது. என்றாலும் பெரிதும் திட்டமிட்டபடி நடந்தது.

முஜிபுக்கும் அவரது கட்சிக்கும் இப்புயலே இறுதி அம்பாக இருந்தது. பஞ்சாப் மேலோங்கிய மேற்கின் கீழ் நாசகரமாக அமிழ்ந்துபோயுள்ள கிழக்கு பாகிஸ்தானுக்கு உருவகமாக, அது அடுக்குமொழி மதிப்பினைக் கொண்டிருந்தது. என்றாலும் நிவாரண முயற்சிகளோ அல்லது அது மேற்கொள்ளப்படாததோ வாக்களிப்பில் முக்கியப் பங்காற்றியது. மத்திய அரசாங்க உதவி போதாததாக இருந்தது மட்டுமின்றி, அவாமி லீக்கைப் பொறுத்தவரை, வேண்டுமென்றே அப்படிச் செய்யப்பட்டதாயும் இருந்தது. ராணுவம் ஒரு ஹெலிகாப்டரையே வழங்கியது, இந்திய உதவி மறுதலிக்கப்பட்டது, சர்வதேச அழுத்தமே, நெருக்கடியின் தீவிரத்தை ராணுவக் கும்பல் உணர்ந்துகொள்ளுமாறு செய்தது. கிழக்கின் மீதான மேற்கின் பயங்கரமான அலட்சியத்திற்குப் பொருத்தமான எடுத்துக்காட்டு இருந்திருக்க முடியாது. அவாமி லீக்கின் மக்கள் செல்வாக்கை சோதித்துப் பார்த்திருக்கக் கூடிய, இடதுசாரிக் கட்சித் தலைவர் மௌலானா பஷானி, தேர்தலைப் புறக்கணித்தார். தேர்தல் முடிவு, 162 இடங்களில் 160னை முஜிபின் அவாமி லீக்கிற்குத் தந்தது; மாகாணச் சட்டமன்றத்திலும் இதுபோன்ற பெரும்பான்மையை அளித்தது. புட்டோவின் PPPயை விட இருமடங்கு பாராளுமன்ற உறுப்பினர்களை வழங்கியது-பாகிஸ்தானின் மற்ற அனைத்துக் கட்சிகளின் எண்ணிக்கையைவிட, வசதியான பெரும்பான்மை அது. முஜிபை அடுத்த பிரதமராக ஏற்றுக்கொண்ட யாஹ்யா, அடுத்த சட்டமன்றக் கூட்டம் தாக்காவில் நடைபெறும் என்றார்.

எனினும் PPP கிழக்கில் ஓரிடத்தில் கூட வெற்றியடையாதது போலவே, மேற்கில் அவாமி லீக் ஓரிடத்தில் கூட வெற்றிபெறவில்லை. அரசமைப்புச் சட்ட முயற்சிகள் இருண்மை கொண்டும், ராணுவத்தின் மோசமான பரிசோதனைகளால் ஓய்ந்தும் போயிருந்த நாட்டின் அமைப்பிலுள்ள தவறு, இப்போது இன்னும் பெரிதானது. பாகிஸ்தானியர் தமக்குப் பிடித்த அரசாங்கத்தைத் தெரிவுசெய்ய வேண்டியிருந்தனர், அது நிறைவேறாது போயிற்று. வங்காளிகளுக்குப் பஞ்சாபின் மேலாதிக்கத்தை விடவும், பஞ்சாபிகளுக்கு வங்காளத்தின் மேலாதிக்கம் ஏற்கமுடியாததாய் இருந்தது. முஜிபுரின் ஆறு அம்சங்களில் சமரசம் செய்துகொள்வது, கிழக்கில் புரட்சியைத் தூண்டிவிடும்; புட்டோவுக்கு அதிகாரப் பங்கினை நிராகரிப்பது, மேற்கில் வீழ்ச்சியைக் கொண்டுவந்துவிடும். எதுவாயினும், நாட்டின் ஒருங்கிணைவு அதீதக் கொந்தளிப்பில் இருந்தது. புட்டோ ஆட்சிக்கு வருவதற்கான ஒரே வாய்ப்பு ஆட்ட விதிகளை மாற்றுவதில் இருந்தது, ராணுவக் கும்பலும் நடுவராக அல்லாமல் ஆடும் அணியாகவே களத்தில் ஈர்க்கப்பட்டது.

யாஹ்யா, முஜிப், புட்டோவிற்கிடையிலான பேச்சு வார்த்தைகளில் பயனில்லாது போயிற்று. புதிய சட்டமன்றத் தொடக்கத்தைத் தாமதித்ததன் மூலம், ராணுவக் கும்பல் மீதான நம்பிக்கையை வங்காளிகள் சந்தேகித்தனர்; புட்டோவின் ரகசியத் தந்திரங்களும் செயல்பட்டன. மார்ச் 1, 1971இல் சட்டமன்றத்தை நாள் குறிப்பிடாது ஒத்திவைத்தது, கிழக்கு முழுவதும் வேலை நிறுத்தத்தைக் கொண்டுவந்தது. மாணவர்களும் பிறரும் துருப்புகளுடன் சண்டையிட்டனர்; பாகிஸ்தான் ராணுவத்தில் உள்ளூரில் சேர்க்கப்பட்ட படைவீரரிடையே கலக உணர்வு எழுந்தது; அவாமி லீக், அரை பாதி அரசாங்க உத்தரவுகளை வெளியிடத் தொடங்கியது; கிழக்கு பாகிஸ்தான் என்பதற்குப் பதிலாக வங்காள தேசத்தின் பெயரில் அவை இருந்தன; புதிய கொடியானது ஏற்றப்பட்டது, புதிய கீதம் பாடப்பட்டது.

மூன்று வார காலத்தில் சட்டமன்றம் கூடும் என அறிவித்து, யாஹ்யா பின்வாங்கினார். முதலில் துருப்புகள் பாசறைகளுக்குத் திரும்பவேண்டும், மக்கள் போராளிகள் மீது துப்பாக்கிச் சூடு நடத்தியது விசாரிக்கப்படவேண்டும், அவாமி லீக்கிடம் அதிகாரம் உடனே மாற்றப்படவேண்டும் என முஜிப் கோரினார். நெருக்கடியைத் தணிக்க, யாஹ்யா தாக்காவுக்குச் சென்றார்; அதைத் தூண்டிவிடும் வகையில் புட்டோ பின்தொடர்ந்தார். ஆனால் இந்த இறுதிக்கட்ட நடவடிக்கைகள் தோற்றுப்போயின.[10]

ராணுவரீதியிலான ஒடுக்குமுறைக்குச் சாதகமாக அவை தீர்மானிக்கப்பட்டன.

மார்ச் 23 அன்று 1940 லாகூர் தீர்மானத்தின் ஆண்டு தினத்தைச் சுதந்திர தினமாக பாகிஸ்தான் கொண்டாடியபோது, தாக்கா 'எதிர்ப்பு தினமாக' அறிவித்தது. செழுமையான பசும் பின்புலத்தில் ரத்தச் சிவப்பிலான வட்டத்தின் மீது பொன்னிற வங்காள தேச லச்சினை கொண்டிருந்த கொடிகள் எங்கும் காணப்பட்டன. யாஹ்யா, புட்டோவைச் சந்திக்கச் சென்ற அவாமி லீக் தலைவர்களின் வாகனங்களிலும் இக்கொடி பறந்தது. 26 அன்று புட்டோ அதிகாரத்தைச் சார்ந்திருந்தது ஜின்னாவின் தேச இணக்கம்-அது மதத்தின் அளவுக்கு இருந்தது. உண்மையில் *Operation search light* 'பாகிஸ்தானைக் காப்பாற்றுவது' பற்றியதே. இருந்தும், முஜிப்பின் அதிகாரத்தை விரக்திகொள்ள வைத்த யாஹ்யாவும் புட்டோவும் பாகிஸ்தானில் பாதி 'இல்லாது போவ'தற்கான நாசகரமான எதிர்வினையைப் பிசுபிசுத்துப்போக வைத்தனர். முஜிபுக்கும் இப்போது வங்காள தேசத்தவர் என்று கூறிக்கொள்வோருக்கும், வெறுமனே சுயாட்சி ஒரு தெரிவாக இல்லாது போயிற்று, 'இப்போது போராட்டம் எமது சுதந்திரத்திற்கே... ஒவ்வொரு வீட்டையும் அரணாக மாற்றுங்கள். உங்களிடம் என்ன இருக்கிறதோ அதைக் கொண்டு போராடுங்கள்'என்று மார்ச் 7 பேரணியில் கூறியிருந்தார். எதிரி காலனிய பாணி ஒடுக்குமுறையாளனாகவும், போர் பிரித்தானியருக்கு எதிராகப் போடப்பட்ட விடுதலைப் போராட்டத்தின் இரண்டாம் கட்டம் எனவும் சித்திரிக்கப்பட்டது.

முந்தைய விடுதலைப் போராளிகளைப் போலவே, முஜிபும் சீக்கிரமே கைதாகி பஞ்சாபி சிறையில் வைக்கப்பட்டார். மற்ற அவாமி தலைவர்கள் இந்தியாவுக்குத் தப்பிச் சென்று, அங்கே ஏப்ரல் 1971இல் நாடு நீங்கிய அரசாங்கத்தை நிறுவினர். கல்கத்தாவின் வடக்கேயுள்ள எல்லைப்புற நகரியமான, முஜிப் நகர் எனப் பெயர் மாற்றம் பெற்ற, மாமரத் தோப்பில் அது இயங்கியது; ராஜ்ஸ்ஹாஹி மாவட்டத்தின் பகுதியான அது, துல்லியமாக வங்காளதேசத்தில் இருந்தது. இந்தியா சிறிது பாதுகாப்பளித்தது; ஆரம்பத்தில் கிழக்கு வங்காள நிலவரம் குறித்த டெல்லியின் அணுகுமுறை ஊசலாட்டம் கொண்டிருந்தது. பிரிவினைவாத நடவடிக்கைகளை ஊக்கப்படுத்துவது தனக்கே ஆபத்தாகும் என்பதால்-நாகா-மிஸோ மக்கள் அதீத இடதுசாரி மார்க்ஸிஸ்டுகளின் அரசியல் சவால் சேர்ந்த பிரிவினைவாத கோரிக்கைகளை அது எதிர்கொண்டிருந்தது.

மறுபுறத்தே, இந்திரா காந்தியின் மக்கள் செல்வாக்குள்ள அரசாங்கத்தால் பாகிஸ்தான் அரசின் நெருக்கடியைக் கண்டு ரசிக்காமல் இருக்க இயலாது, அதனைத் தணிக்க நிச்சயமாக எதுவும் செய்யாது. கராச்சி சென்று சேர்ந்ததும், 'கடவுளின் கிருபையால் பாகிஸ்தான் காப்பாற்றப்பட்டுள்ளது' என அறிவிக்க முடியுமென்று நம்பிக்கை கொண்டிருந்தார். ஆரம்பிக்கப்பட்டிருந்த வங்காளத்தின் இனப் பேரழிவு என்று ராணுவத்தின் *Operation Search light*னை அவர் குறிப்பிட்டார். அது தவறாகிப் போனது.

*1947*லிருந்து இருந்து வந்த பாகிஸ்தானைக் காப்பாற்ற முடியாது. ஆயிரக் கணக்கிலான, ஏன் லட்சக் கணக்கில் கூட இருக்கலாம், வங்காள பாகிஸ்தானியர் படுகொலை செய்யப்பட்டனர், பல லட்சம் பேர் புலம்பெயரச் செய்யப்பட்டனர். எட்டு மாதங்களுக்குப் பிறகு, இந்திய ராணுவத் தலையீட்டினால், பாகிஸ்தான் துண்டாடப்பட்டது-இந்தப் புலம்பெயர்ந்தவர்கள் சார்பிலும் அவர்களால் பிரகடனம் செய்யப்பட்ட வங்காள தேசம் சார்பிலும் இந்திய தலையீடு இருந்தது. இப்படி இரு மோதல்கள் அங்கு நிகழ்ந்தன. முதலாவதாகிய உள்நாட்டுப்போரில், பாகிஸ்தான் படையினர் மாகாண நகர மையங்களில் கட்டுப்பாட்டைப் பெற்றனர்; இரண்டாவதாகப் பிற விரோதங்களால் நடந்த சுருக்கமான இந்திய-பாகிஸ்தான் போர், பிரதானமாகக் கிழக்கு வங்காளத்தில் நிகழ்ந்தது. அத்துடன் வங்காள தேசப் படையின் உதவியுடன் இந்திய ராணுவம் பாகிஸ்தானைச் சரணடைய வைத்தது.

அவாமி லீக்கின் மீறல் இஸ்லாமாபாத்தில் துரோகமானதாகக் கருதப்பட்டது, முஜிப் சுதந்திரத்தை மார்ச் 26 அன்று அறிவித்ததும் அதன் பிறகான வானொலி உரையும் பிரிவினைத் தன்மையதாக எடுத்துக்கொள்ளப்பட்டது. ஜனநாயகச் சூழலில், பெரும்பான்மையினர் சிறுபான்மையினரிடமிருந்து பிரிந்துபோக முடியுமா? மாகாண சுயாட்சிக்கான முஜிபின் அதிகப்படியான அதிகாரத்தை இஸ்லாமாபாத் புறக்கணித்திருந்தது. அது ஒப்புக்கொள்ளப்பட்டிருந்தால், மேற்கின் மாகாணங்களுக்கு அதே சுயாட்சியை உரித்தாக்கி, வலுவான மத்திய அதிகாரத்தைச் சுருக்குவதற்கு இட்டுச் சென்றிருக்கும்-ராணுவ, நிர்வாகத்துறை, பொருளாதாரம் சார்ந்த அந்த பிப்ரவரி 1971இல் இந்திய விமானப்படையின் சிறு விமானத்தை காஷ்மீர் போராளிகள் கடத்திச் சென்றதும், இந்தியா அனைத்து பாகிஸ்தான் விமானச் சேவைகளையும் நிறுத்தியது. இப்படி இந்நெருக்கடி முழுவதிலும், அதன்பின்னர் சிறிதுகாலமும், கிழக்கு வங்காளம் கராச்சியிலிருந்து

1500 கி.மி. தூரத்தில் இல்லாமல் 5000 கி.மீ. தூரத்தில் இருந்தது. ராணுவ உதவிகள் இந்தியாவைச் சுற்றிச் செல்லும் கடல்வழியாகவே சிட்டகாங்கை சென்று சேரும். கூடுதல் துருப்புகள் அவற்றுடன் சென்றாகவேண்டும் அல்லது யாஹ்யா, முஜிப் போலக் கொழும்பு வழியாகச் சுற்றிச் செல்லவேண்டும்.

Operation Search light-இன் விளைவுகள் வெளிப்படையான பிறகே, இந்தியா நடவடிக்கையில் இறங்கியது. கிழக்கு வங்காள அகதியர் இந்தியாவின் மேற்கு வங்காளம், அஸ்ஸாம், திரிபுரா மாநிலங்களுக்குப் பெருந்திரளாக வெளியேறியது-கராச்சி இருபது லட்சம் என்றுகூற, டெல்லி எண்பது லட்சம் என்றது- பெரும் மனிதாயப் பிரச்சினையை ஏற்படுத்திற்று. அது பிரிவினைக் காலப் புண்களையும் திறந்துவிட, இந்தியாவுக்கு நல்லதொரு சந்தர்ப்பம் வாய்த்தது. அகதிகளில் பலர் அவாமி லீக் ஆதரவாளர்கள் அல்லது பாகிஸ்தான் ராணுவத்திலிருந்து தப்பி வந்த வங்காளிகள்; இரு பிரிவினரும் இந்தியப் பகுதியிலிருந்து போரினைத் தொடர்வதில் முனைப்பைக் கொண்டிருந்தனர். முக்தி வாஹினி (விடுதலைப்படை) என்று பின்னர் அறியப்பட்ட அவர்கள், கொரில்லா வீரர்களாகத் தம்மை அமைத்துக்கொண்டனர். இந்திய வீரர்களின் பயிற்சி பெற்று, ஆயுதங்கள் தாங்கியதும், பாகிஸ்தான் ராணுவத்துடனும் அதற்கு உடந்தையாக இருந்தவர்களுடனும் எல்லைதாண்டிச் சண்டையிட்டனர். பெரும்பாலான வீரர்கள் முஸ்லீம்கள்; ஆனால் அகதிகளாக வந்தவர்களில் ஏராளமானவர்கள் கிழக்கு வங்காளத்தின் கணிசமான இந்து சிறுபான்மையினர். கராச்சியால் நீண்டகாலம் சந்தேகிக்கப்பட்ட இவர்கள், 1947 பிரிவினைக்குப் பின் தப்பிப் பிழைத்தவர்கள்; இந்திய ஐந்தாம் படையினராக பாகிஸ்தான் துருப்புகளால் கருதப்பட்டவர்கள் என்பதால் தம் உயிருக்குப் பயந்தோடியவர்கள். ஆனால் எல்லையோர முகாம்களில் தங்கிய அவர்களை வேறிடங்களில் குடியமர்த்த இந்தியா முயற்சிகளை மேற்கொள்ளவில்லை. இந்துக்களாக இருந்தும், அவர்தம் நிலையும் திரும்பிவிடும் நம்பிக்கையும், தூண்டுதல் தருவதான அரசியல் சொத்தினைப் பிரதிநிதித்துவப்படுத்திற்று. பிரிவினை சகாப்தத்திற்குப் பரிச்சயமான திருப்பத்தில், உடைமைகளை இழந்தோர் அரசியல் ஆதாயத்திற்குப் பயன்படுத்தப்பட இருந்தனர்.

முன்னாள் இந்திய முஸ்லீம்கள் விஷயத்திலும் இதே நிலைதான், பெரும்பாலும் இவர்கள் பீகாரிகள், 1947இல் முஸ்லீம் கிழக்கு வங்காளத்திற்காக இந்தியாவிலிருந்து வெளியேறியவர்கள்,

*Operation Search light*க்கு உடந்தையாயிருந்தவர்கள், ஆதலின் பாகிஸ்தான் ராணுவம் சரணடைந்ததும் கடுமையான பழிவாங்கலுக்கு உள்ளாகினர். புதிய வங்காளதேசத்தின் அகதியர் முகாம்களில் அடைபட்டிருந்த, ஆயிரக் கணக்கிலான இந்த பீகாரிகள் நூற்றாண்டின் திருப்பம்வரை அங்கேயே இருந்தனர்- அந்நியமானதும் உற்சாகமற்றதுமான (மேற்கு) பாகிஸ்தானில் மறுவாழ்வு பெறும்வரை.

இப்போராட்டத்தை சர்வதேசியமயமாக்கிட அகதிகள் நெருக்கடியும் துணை நின்றது. நிலவரத்தைக் கொந்தளிக்கவைத்து, ஊடுருவல்காரர்களை ஆதரித்து பாகிஸ்தானின் இறையாண்மையில் தலையிட்டதற்காக புட்டோவும் யாஹ்யாவும் இந்தியாவைக் குற்றம்சாட்ட, திருமதி காந்தியோ, அகதிகள் பிரச்சினை பற்றிய பல்லவியையும் அவர்களை முடிவின்றிப் பராமரித்து வருவது சாத்தியமில்லை என்ற வாதத்தையும் முன்வைத்தார். ஒவ்வொரு தரப்பும் தன் வாதத்தைப் பிற உலகத் தலைவர்களிடம் முன்வைக்க அவசரப்பட்டது, ராணுவ-நிதி ஆதாரங்களுக்கு ஆதரவு தேடியது. அமெரிக்க தேசியப்பாதுகாப்பு ஆலோசகர் ஹென்றி கிஸ்ஸிங்கரின் சீன வறுகைக்கு யாஹ்யாவும் புட்டோவும் ஏற்பாடுகள் செய்திருந்தாலும், அமெரிக்க ஆயுதத்தடை இன்னும் இருந்தது; புட்டோவின் அயலக சமிக்ஞைகளால் சீனாவைப் போர்க்கலன்களுக்கும் ராஜதந்திர ஆதரவுக்கும் சார்ந்திருக்க முடிந்தது; அத்துடன் சோவியத் ஒன்றியத்திடமிருந்து இன்னும் நவீன ஆயுதங்களை எதிர்பார்க்க முடிந்தது. சோவியத் உதவி திருமதி காந்தியைத் தொந்தரவு செய்தது. அதனைத் துண்டிக்கவும், சோவியத் முகாமிலிருந்து இந்தியாவுக்கு ஆயுதங்களைக் கொள்முதல் செய்யவும் இந்திய வணிகத்தை முடுக்கிவிடவும் கிழக்கு வங்காளத்தில் இந்திய நடவடிக்கையால் எழும் பிரச்சினையில் சோவியத் ஆதரவை உறுதிப்படுத்தவும் ஆகஸ்ட் 1971இல் இந்திராகாந்தி இந்திய-சோவியத் உடன்படிக்கையில் (அமைதி, நட்பு, கூட்டுறவு) கையொப்பமிட்டார். அணிசேராக் கொள்கை தற்காலிகமாகக் கிடப்பில் போடப்பட்டது; பாண்டுங் மாநாட்டுக்குத் தந்தையுடன் சென்று வந்த பதினாறு ஆண்டுகளுக்குப் பிறகு திருமதி காந்தி, நிந்திக்கப்பட்ட வல்லரசு முகாம் ஒன்றுடன் இணைந்துகொண்டார்.

1971 பருவமழை முடிவுற்றதும், கிழக்கு வங்காளத்தில் போராட்டம் வலுத்தது. முக்தி வாஹினி நடவடிக்கைகள் தீவிரங்கொண்டன, நவம்பரில் இந்திய ராணுவம் எல்லை தாண்டிய குண்டு வீச்சிலும் கிழக்கு வங்காளத்தில் உதவுவதிலும் ஈடுபட்டது. திசைதிருப்பும்

விதமாக பாகிஸ்தான் டிசம்பர் 3இல் பஞ்சாபிலுள்ள இந்திய நிலைகள் மீது குண்டுகளை வீசியது. இந்தியா இதற்குச் சரியாகப் பதிலடி தந்தது-கராச்சியில் மேற்கு பாகிஸ்தான் ஆதரவுள்ள கடற்படைத் தளத்தில் விமானத் தாக்குதல்கள், பஞ்சாபில் ஒரு பீரங்கி நுழைவு, காஷ்மீர் போர் நிறுத்தப் பகுதியில் தவிர்க்க முடியாத சண்டை எனத் தொடர்ந்தது. ஆனால் இவையெல்லாம் நன்கு திட்டமிட்ட, சரியாக நிறைவேறிய தாக்காவை நோக்கிய இந்திய அணி வகுப்புக்குப் புகை மூட்டமாகவே இருந்தன. எண்ணிக்கையில் குறைந்தும் போதுமான ஆயுதமின்றியும் நிராதரவாகத் தனிமைப்படுத்தப்பட்டுமிருந்த பாகிஸ்தானியப்படை, கிழக்கு வங்காளத்தில் நொறுங்கிப்போனது. தாக்கா வீழ்ச்சியுற, இரு வாரங்களே போதுமானதாயிருந்தது, பாகிஸ்தானின் ஜெனரல் நியாஸி நிபந்தனையற்ற சரணடைதலை ஏற்றார். அவரது 90, 000 துருப்புகள் ஆயுதங்களைக் கீழே போட்டு, சிறைவைக்கப்பட்டன. மோதலின் யதார்த்தங்களை விரிவாக எடுத்துக்காட்டும் விதத்தில், வங்காளதேசப் பிரதிநிதியுடன் (அவர் இருந்தாரா என்ற சந்தேகத்துடன்) இந்திய ராணுவத் தளபதியர் முன்பு தாக்காவில் சரணடைதல் நிகழ்ந்தது.

இதற்கு முந்தைய இந்திய-பாகிஸ்தான் போர்களைப் போலன்றி. இது தீர்மானகரமாக இருந்தது. கிரிக்கெட் ஆட்ட மொழியில் கூறுவதானால், இரண்டு சமநிலை ஆட்டங்களுக்குப் பிறகு, பாகிஸ்தான் 'துவைத்தெடுக்கப்பட்டிருந்தது.' போட்டி வரிசை இந்தியாவுக்கு வந்து சேர்ந்தது. காஷ்மீரில் கூட மிதமான முன்னேற்றம் அடைந்து பழைய போர் நிறுத்தக் கோட்டிலிருந்து புதிய 'கட்டுப்பாட்டுக் கோட்டை' எட்டியிருந்தது. இந்தியாவை ஆதரிப்பதில் மாஸ்கோ திடமாக நின்றது; பாகிஸ்தானின் சகாவாக சீனா தலையிடவில்லை; வங்காள விரிகுடாவில் அமெரிக்காவின் ஏழாவது கடற்படை வரவேற்கப்படாத தோற்றம் காட்டினாலும், வெற்றியாளனின் வெற்றியைக் காட்டிக் கொடுத்ததாகக் குற்றஞ்சாட்டப்பட முடியாததாக வாஷிங்டன் இருந்தது. வரலாற்று மனமுடைய இந்துக்களுக்கு இது, முகம்மது கஜினி தொட்டு பாபர் வரையிலான இஸ்லாமிய எதிரிகள் வடமேற்கிலிருந்து மேற்கொண்ட எண்ணற்ற படையெடுப்புகளுக்குப் பழிதீர்த்துக் கொண்டதாயிருந்தது. நாடு வெற்றியில் பிரகாசித்தது, எதிரிகளும் மாலைபோட்டுப் பாராட்டும் வகையில் திருமதி காந்தி துணைக்கண்டத்தை வலம் வந்தார்.

மறுபுறத்தே, பாகிஸ்தான் அவமானப்பட்டிருந்தது, இஸ்லாம் தர்மசங்கடத்திற்குள்ளானது, ஜின்னாவின் இருநாட்டுக்

கொள்கையானது எடுபடவில்லை. சிதறியவற்றைப் பொறுக்கி எடுக்குமாறு புட்டோவை விட்டுவிட்டு, யாஹ்யா உடனே பதவி விலகினார். சேதாரத்தை வரம்பிடுவதிலும் பொறுப்பிலிருந்து நழுவுவதிலும் அனுபவம் பெற்றிருந்த புட்டோ இப்போது, பாகிஸ்தானாக எஞ்சியுள்ள பிரதேசத்தில் பெரும்பான்மை வாக்கு வலிமையுடன் இருந்தார்; தனது குறைபாடுகளுடைய சுயபடிமத்துடன் நாட்டினை மறுகண்டுபிடிப்பு செய்திட அதனைப் பயன்படுத்திக் கொள்வார். இஸ்லாமாபாத்தின் சோகம், புதுடெல்லியின் அமளி ஆரவாரத்திற்கு மத்தியில், தாக்காவில் புதியதொரு தேசம் பிறந்தது, முஜிப் நகரின் மாந்தோப்பில் ஒன்பது மாதங்கள் நாடு நீங்கியதாக இருந்து வந்த புது அரசாங்கம் அதிகாரத்தையும் பெற்றது.

22

ஜனநாயகக் கூத்து

1972-1984

வல்லமையின் வீழ்ச்சி

*1972*இல் மற்றுமொரு பிரிவினையின் கொடூரங்களிலிருந்து விடுபட்டு, உள்ளூர் விவகாரங்களைக் கவனிக்க மூன்று அரசுகளும் திரும்பியபோது, புதுப்பிக்கப்பட்ட நன்னம்பிக்கைக்கான காரணத்தைப் பல நோக்கர்கள் கண்டறிந்தனர். கிழக்கின் பொறுப்புகளிலிருந்து விடுபட்ட பாகிஸ்தான், மிகவும் கச்சிதமான வடிவில் சிறந்த வாய்ப்புகளுடன் இருப்பதாகத் தோன்றிற்று. அதன் ராணுவம் பாசறைகளுக்குத் திரும்ப, அதன் நிர்வாகத் தலைமை, பல ஆண்டுகளாகக் கூச்சலிட்டுக் கொண்டிருந்த சமூக அநீதிகளைக் களையும் சுதந்திரம் கொண்டிருந்தது. இப்போது தேசியப் பொழுது போக்காயிருந்த புலி வாலைப் பிடித்து இழுப்பது அவப்பெயர் பெற்றது; ஆஃப்கன் மற்றும் வளைகுடா நாடுகளிலுள்ள தம் முஸ்லீம் சோதரருடன் பாகிஸ்தான் நெருக்கமான உறவுகளை வளர்த்துக்கொண்டு, ஆயுதங்களுக்கு வாஷிங்டனையல்லாமல் பெய்ஜிங்கை நாடிற்று. சுருக்கமாகச் சொல்வதானால், பாகிஸ்தான் கதைக்குப் புதிய திருப்பம் தரப்பட்டது, மீண்டும் அதற்குக் காரணம் புட்டோதான்.

அதுபோலவே, மண்டலத்தில் தன் பிரதான நிலையை நிறுவியுள்ள இந்தியா, தன் பழைய எதிரி மீதான வெறுப்பைக் கட்டுப்படுத்திக்கொண்டு, அதிகரித்துவரும் மக்கள்தொகையின் அவசரத் தேவைகள், தன் மத்திய நிறுவனங்களுக்குரிய ஆர்வத்தில் பிடிமானம் கொண்டு இயங்க ஆரம்பித்தது. இதற்கிடையே, பலியாகிவிடும் சிக்கல்களைச் சமாளித்து, மற்ற இரு நாடுகளின் மத-இன வரைவியல் அம்சங்களால் சஞ்சலப்பட்டுள்ள

வங்காள தேசம் போருக்குப் பிறகான மறுகட்டமைப்பிலும் தேச நிர்மாணத்திலும் ஈடுபட்டது. தாக்காவுக்கு வெற்றிகரமாகத் திரும்பிட ஏதுவாக முஜிப் துரிதமாக விடுதலை செய்யப்பட்டார். 90,000 பாகிஸ்தான் கைதிகளை விடுவித்து, அவர்களைச் சித்திரவதை செய்யாமல் அனுப்பியதற்குப் பதிலாக, வங்காள தேசம் சர்வதேச அங்கீகாரத்தையும் ஐ.நா.வில் அனுமதியையும் பெற்றது. மானுட வரலாற்றில் மிகப்பெரிய இனப்பேரழிவு யுத்தம், இவ்வளவு துரிதமாக முடித்துவைக்கப்பட்டதோ மிக இயல்பாக நச்சரிக்கும்படி விடப்பட்டதோ இல்லை என்றார் முஜிப். வடஇந்தியாவிலும் வட பாகிஸ்தானிலும், கோதுமை விளையும் பகுதிகளில் குறிப்பாகப் பசுமைப்புரட்சி, உணவு உற்பத்திக்கு ஊக்கமளித்துக் கொண்டிருந்தது. இன்னும் வடக்கே காஷ்மீரிகள்- தாங்கள் சிறப்பாகச் செய்து வந்ததான- சுற்றுலாப் பயணிகளிடம் வழமைபோல் கறந்துகொண்டிருந்தனர். ஜூலை 1972இல் சிம்லாவில் புட்டோவும் திருமதி காந்தியும் ஓர் உடன்படிக்கையில் கையெழுத்திட்டனர். அதன்படி புதிய கட்டுப்பாட்டுக் கோட்டை அங்கீகரித்து, சமாதான வழியில் காஷ்மீர் தீர்வை மேற்கொள்ள பாகிஸ்தான் சம்மதித்தது; போர் குறித்து பொய்ச் சத்தியம் செய்யாமல், காஷ்மீரின் சுயநிர்ணய உரிமையை விட்டுக் கொடுக்காமல் அல்லது பாகிஸ்தான் விரும்பும்வரை எதுவும் செய்யாதிருக்க உடன்பாடு ஏற்பட்டது; நடைமுறையில் காஷ்மீர் பிரச்சினை கிடப்பில் போடப்பட்டதேயொழிய தீர்க்கப்படவில்லை.

இந்தியா, சோவியத் ஒப்பந்தத்தை மேற்கொண்டிருந்தாலும், எந்தச் சித்தாந்தத் தடையும் இம்மூன்று நாடுகளைப் பிரிக்கவில்லை. வங்காள தேச அரசமைப்புச் சட்டம் முன்வைத்துள்ள நான்கு வழிகாட்டு நெறிகளின்படி தேசியவாதம், ஜனநாயகம், சோசலிஸம், சமயச்சார்பின்மை ஆகியவற்றிடம் வெவ்வேறு மட்டங்களில் இவை உறுதிபூண்டுள்ளன. பிற்கால துர்க்கையாகிய இந்திரா காந்தி, தனது பாணியில் காயித் இ அவாமாகிய (மக்கள் தலைவர்) புட்டோ, ஆட்சேபனைக்கிடமற்ற வங்கபந்து (வங்காளத்தின் நண்பன்) முஜிப் அனைவரும் பாராளுமன்றப் பெரும்பான்மையுடன், உத்வேகமூட்டும் தலைவர்களாக விளங்கினர். நாற்பதுகளில் புட்டோ இருக்க, மற்ற இருவரும் ஐம்பதுகளின் ஆரம்பத்தில் இருந்தனர். குறைந்தது ஒரு தசாப்தம் அதிகாரத்தில் நீடிக்கக் கூடியவர்களாகத் தோன்றினர். ஐந்தாண்டுகளுக்குள் மக்கள் நம்பிக்கையை இழந்திருப்பார்கள் அல்லது படுகொலை செய்யப்பட்டிருப்பார்கள் என்பது நினைத்துப் பார்க்க முடியாததாய் இருந்தது.

இதற்குக் காரணமாயிருந்தது அவர்களல்ல என்பது தெளிவானது. உலகின் எஞ்சிய பகுதிகளைப் போல, தெற்காசியா 1970களின் சரிவால் பாதிக்கப்படுவதாயிருந்தது. 1973 அரபு-இஸ்ரேலிய யுத்தத்தால் முடுக்கிவிடப்பட்ட எண்ணெய் விலை உயர்வு, உலகச் சந்தைகளை நொறுங்கிப் போக வைத்தது, ஒரு தசாப்த காலத்திற்கு விலை திடப்படாதிருக்க வைத்தது-அது எண்ணெய்யை மட்டுமல்லாது தயாரிக்கப்பட்ட பொருள்களையும் சரக்குகளையும் பாதித்தது. தெற்காசியாவில் பணவீக்கம் புதிதில்லை. அதிக விலை குறித்த புகார்கள், அதனுடன் சேர்ந்த பதுக்கல் மற்றும் கொள்ளை லாபமீட்டல் என்பன நாளது தேதி வரையிலான ஒவ்வொரு எதிர்ப்புக் கூட்டத்திலும் தவறாது இடம்பெற்றன. தெற்காசியாவில் இந்நெருக்கடியின் விளைவுகள் கடுமையாயும் இல்லை. அப்போதுதான் எண்ணெய், இயற்கை வாயுவை திருமதி காந்தி தேசியமயமாக்கி இருந்தார், புட்டோவும் முஜிபும் அதனைப் பின்பற்றினர். பெட்ரோலுக்கு மானியம் அளிக்கப்பட்டது, வங்கி வட்டி விகிதங்கள் கட்டுப்பாட்டுக்குள் இருந்தன. இருப்பினும், அத்தியாவசியப் பொருள்களின் விலை உயர்ந்தது, ஏழைகள் கடுமையாக வருந்தினர்; பெரும்பாலான நாடுகளை விடவும் தெற்காசிய மக்கள் வறியவரானதால் அதிருப்தி சீற்றம் கொண்டனர்; உலக நிலவரத்திலிருந்து சற்றுக் குறைந்துதானிருந்தது- 'வறுமையை ஒழிப்போம்,' 'உணவு உடை உறையுள்' போன்ற முழக்கங்கள் எதையும் நிறைவேற்றிவிடவில்லைதான்.

எந்தவொரு நெருக்கடிக்கும் அரசாங்கத்தைக் குற்றஞ்சாட்டுவது சரியென்றே தோன்றும் ஏனெனில் ஒவ்வொன்றிற்கும் பொறுப்பேற்றிட அரசு முனைப்பு கொண்டிருந்தது. வங்காள தேசத்தால் மேற்கொள்ளப்பட்டு, இந்தியாவாலும் பாகிஸ்தானாலும் பகிர்ந்துகொள்ளப்பட்ட நான்கு வழிகாட்டு நெறிகளில், 1970களின் ஆரம்பத்தில் மிகவும் தென்பட்டது சோசலிஸம் (அரசால் இயக்கப்படும் பொருளாதார வளர்ச்சி என்ற பொருளில்). உண்மையில் முஜிபும் திருமதி காந்தியும் புட்டோவும் தலையிடுவதில் போட்டியிட்டுக் கொள்வதாகத் தோன்றினர். நில உடைமைகளை வரம்புக்குள்ளாக்குவது, உபரி நிலங்களை மறுவிநியோகம் செய்தல், குத்தகை உரிமை பெறுதல் என்பவற்றில் மூவருமே இன்னொரு முறை தோல்வி அடைந்தனர். திரும்பவும், நிறைவேற்றுதல் உத்தேசத்தில் குறைந்தே காணப்பட்டது. இதில் மிக வெற்றிகரமானவர் புட்டோ, இதில் முஜிப் மிகவும் குறைந்த பட்சம்தான். ஆனால் பசுமைப் புரட்சியின் புதிய விதைகள், உயர் மகசூல் என்பன

சிறு நில உடைமைகளிலிருந்து சாத்தியமாயின; இந்தியாவில் கூட, நில உச்சவரம்பு கொண்டுவரப்பட்டு, அது தொடர்பான சட்ட ஆட்சேபனைகளால் அது அலைக்கழிக்கப்பட்டாலும், திரட்சியான தாக்கம் இருந்தது. தேசியமயமாக்கலே நாடகப்பூர்வ மாற்றத்தை அளித்தது. வங்கிகள் தேசியமயமாக்கல் மூலம் மலிவான மூலதனத்தைப் பெற்ற திருமதி காந்தி, காப்பீட்டு நிறுவனங்கள், எண்ணெய், வாயு, நிலக்கரி தொழில்களைக் கைப்பற்றினார். புட்டோ இன்னும் மேலே சென்றார்-இரும்பு, உருக்கு, மருந்துகள், சிமெண்ட், கனரகப் பொறியியல்-மின்னியல் அமைப்புகள், பஞ்சு அரைவை, மாவு மில்கள் போன்ற அனைத்தையும் கைப்பற்றினார். முஜிபைப் பொறுத்தவரை, நாட்டின் மறுகட்டுமானத்திற்கு முக்கியமானவற்றையெல்லாம் தேசியமயமாக்கினார்.

இவை உற்பத்தித் திறனுக்கு நன்மையாக இல்லாத போதும், அரசுத்துறையின் இவ்விரிவாக்கம், அரசியல்வாதிகளுக்கும் அதிகாரிகளுக்கும் முடிவுறாத புரவலர்த்தன்மை ஆதார வடிவில், கணிசமான சாதகத்தை வழங்கிற்று. நேருவுக்கு சோஷலிஸம், ஆழ்ந்த பற்றுறுதிக்கும் உன்னத லட்சியங்களுக்கும் உரியதாயிருந்தது. புட்டோவைப் போலவே அவரது மகளுக்கு, இது அதிகாரத்தைப் பெருக்குவதற்கான வழிவகையாக விளங்கியது. பிரதமர் ஆலோசகர்களிடையே புட்டோ தனிமைப்படுத்தப்பட்டு, நிர்வாகத்துறையின் ஜாம்பவான்கள் கட்டளையை நிறைவேற்ற, ஆமாம்சாமி போடும் சட்டமன்றம் அதனை அங்கீகரித்தது-இதில் திருமதி காந்தி பின்தங்கியவரல்ல. தன் சர்வாதிகாரப் பாணியில் புட்டோ அயூபை விஞ்சிவிட்டார். மக்கள் செல்வாக்கு போதையூட்டுவதால், இருவரும் கைதட்டும் சார்பினை வளர்த்தெடுத்தனர்; முதலில் அதனை அகற்றுவதற்குப் பொறுப்புள்ள ஜனநாயகப் பொறியமைவைக் கீழறுப்பு செய்தது. சுனில் கில்னானியைப் பொறுத்தமட்டில், பாகிஸ்தானில் போலவே இந்தியாவிலும் ஜனநாயகத்தின் பொருள் உருமாற்றமடைந்து கொண்டிருந்தது. 'அது இப்போது எளிதாகத் தேர்தல்களை அடையாளப்படுத்திற்று... அதன் திசைவழி தவறின்றி, நேரடி மக்கள் இறையாண்மையின் ஜேகப் பாணி கருத்தமைவை நோக்கிச் செல்கிறது... பொறுப்புள்ள பிரயோகத்தை விடவும் அதிகாரத்தைக் கைப்பற்றுதலே அரசியல்வாதிகளின் பிரத்யேகக் குறிக்கோளானது.'[1] பாராளுமன்ற நடைமுறைகள் மீறப்பட்டன, மக்கள் உரிமை நிறுவனங்கள் புறக்கணிக்கப்பட்டன; சேவையை விடவும் அலுவலகம், வெகுமதிக்கான சந்தர்ப்பத்தை பிரதிநிதித்துவம் செய்தது; கூர்ந்தாய்வு அவசியமற்றதாகவும்

எதிர்க்கட்சியானது சகித்துக்கொள்ள முடியாததாகவும் கருதப்பட்டது.

காங்கிரஸ் (O) அதன்பின் பாகிஸ்தான் ராணுவத்தை வீழ்த்தியுள்ள திருமதி காந்தியின் அரசியல் அதிகாரத்திற்கான வேட்கை குறையாததாகத் தோன்றிற்று; அத்துடன் இமாலய மாநிலம் சிக்கிமையும் இணைத்துக்கொண்டது, பிறகு இந்தியாவின் முதல் அணுகுண்டை வெடித்துப் பார்த்தது என அது போய்க் கொண்டிருந்தது. 1974இல் நிகழ்ந்த இவ்விரண்டும் சிக்கிமுடன் தனிச் சிறப்பான உறவு கொண்டிருந்த சீனர்களுக்கும், சீனர் உள்ளிட்ட அணு ஆயுதப் பெருக்கத்திற்கெதிரான சமுதாயத்திற்கும் சீண்டிவிடும் தன்மையதாக இருந்தது. எனினும் இச்சாதனைகள் தேசிய வட்டாரங்களில் பரவசத்துடன் வரவேற்கப்பட்டன; பிரதமரைத் திருப்திப்படுத்துவதும் பிற இடங்களிலான அதிருப்தியிலிருந்து திசைதிருப்புவதும் என இரட்டை நோக்கத்தை நிறைவேற்றிற்று.

மக்கள் இறையாண்மையைத் தங்குதடையின்றி பிரயோகித்திட, ஜனநாயகத்தைப் போன்றே அதனைப் பதிந்துள்ள ஆவணங்களும் இன்னொரு தடையாக இருக்கப் புதிய அரசமைப்புச் சட்டத்தின் தேவையால், புட்டோவுக்கு இந்தத் தர்மசங்கடம் நேரவில்லை. பாகிஸ்தானின் மூன்றாவது அரசமைப்புச் சட்டமான அது, 1973இல் அங்கீகாரம் பெற்றது; இந்தியா ஏற்கெனவே மதிப்புக்குரிய அரசமைப்புச் சட்டத்தைப் பெற்றிருந்தது. எனவே திருமதி காந்தி அதனைச் சேதப்படுத்தவே முடியும். தனது தீவிர பேராசைகளுக்கான பழமைவாதத் தடையாக அதனைப் பார்த்த அவர் ஏராளமான திருத்தங்களைக் கொண்டுவந்தார்– அவற்றிலொன்று நீதித்துறையின் சுதந்திரத்தில் பாரபட்சம் காட்டியது.[2] 1975இல் நீதிமன்றங்கள் இன்னும் அலட்சியம் காட்ட, அவர் அவசரநிலையை அறிவித்தார், அரசமைப்புச் சட்டப்படி உத்தரவாதமளிக்கப்பட்ட உரிமைகளையெல்லாம் நிறுத்தி வைத்தார். மேலும் திருத்தங்களை மேற்கொள்ள வழிவகை செய்துகொண்டார்.

ஆனால், வங்காள தேசத்தில்தான் அரசமைப்புச் சட்டம் மிகவும் ஆட்சேபணைக்குரியதாக, ஏன் விதிவசமானதாக இருந்தது. ‘முஜிபிஸம்’ எனப்பட்டதின் நான்கு தூண்கள் விதிவிலக்கற்றதாகத் தோன்றின. அரசின் வங்காளிகள் அல்லாதவர்களே, பெரிதும் பௌத்த/கிறித்தவ மலைவாழ் மக்களே, ‘தேசியவாதம்’ என்பதை வங்காளதேசத்தின் தேசியவாதமாக மறுவரையறை செய்தனர்,

அதன் சொற்-பொருள் பிரச்சினை தீர்ந்தது-இக்குழுக்களின் சமூக-பண்பாட்டு அந்நியமாதல் தீராதபோதும். 'சோஷலிஸம்' மிகவும் தந்திரமானதாயிருந்தது. அவாமி லீகிற்குள்ளேயும் வெளியேயும், மாவோயிஸ ரத்தச் சிவப்பிலிருந்து நேருவின் இளஞ்சிவப்பு வரை, இடது அபிப்பிராயங்களின் பல சாயல்கள் பிரதிநிதித்துவப் படுத்தப்பட்டன. நாடு நீங்கிய அரசாங்கத்தையும் அவர்கள் பிரித்திருந்தனர். 1973இல் முஜிப் புது ஆட்சியதிகாரம் பெற்றபிறகு அதனைத் தொடர்ந்து செய்தனர். 'சமயச் சார்பின்மை' பிளவுவாதத்தில் அப்படியொன்றும் குறைந்ததில்லை. அரசமைப்புச் சட்டத்தில் அது இடம்பெறுவதே வைதிகத்தினரை எதிரிகளாக்கி, மதவாத எதிரணியினரைப் பெருகவைத்தது; அவர்தம் திசையிலான எந்தச் சமிக்ஞையும் தாராளவாத படித்த வர்க்கத்தினரிடமிருந்தும் மார்க்ஸிய அறிஞர்களிடமிருந்தும் உறுமலை வரவழைத்தது.

அனைத்திலும் திடமாகத் தோற்றமளித்த தூணான 'ஜனநாயக'மே விரிசல் கண்டது. தேர்தல் கணக்கின் மீது தன் தொழிலைக் கொண்டுள்ள ஓர் அரசியல்வாதிக்கு, ஜனநாயகக் கருத்தொற்றுமையால் தன் இருப்பினை உடைய ஒரு நாட்டிற்கு, புதிய வங்கதேச அரசமைப்புச் சட்டத்தினாலான முஜிபின் ஜனவரி 1975 திருத்தமானது பைத்தியக்காரத் தனமாகத் தோன்றியது; ஏனெனில் அது எதேச்சதிகாரமான ஒரு கட்சியின் ஆட்சியை அனுமதித்தது. முந்தைய ஆண்டில், 1970ஆம் ஆண்டின் புயலைப் போல, திடுக்கிட வைக்கும் பஞ்சம், வரவிருக்கும் பிரச்சினைக்கான எச்சரிக்கையாக இருந்திருக்கும். அதில் 10 லட்சத்திற்கும் மேற்பட்டோர் மடிந்ததாகக் கூறப்படுகிறது; ஒரு தசாப்தத்திற்கு முன் பீகாரில் நடந்தது போலப் பலகட்சி ஜனநாயகமானது பாதுகாவலையோ மீட்பின் நிச்சயத் தன்மையையோ முன்வைக்கவில்லை. பொறுப்புள்ள அரசாங்கம் தடுத்தாக வேண்டிய பதுக்கலும் கள்ளச் சந்தையும் மிக இயல்பானதாகத் தெரிந்தன. அதுபோலவேதான் ஊழலும் நிவாரணம் வழங்குவதில் பாரபட்சமும். கருத்தொற்றுமையை விஞ்சியிருந்தது அதிருப்தி, தேசிய இணக்கத்தை விஞ்சியிருந்தது சுயநலம். மூன்றாண்டு கால மறுநிர்மாணம் தோற்றுவிட்டதாகத் தோன்றியது. முஜிபுக்கும் அவரது சீடர்களுக்கும் இது பலவீனத் தலைமையைச் சுட்டிக்காட்டாது, தலைமைக்கு முட்டுக்கட்டை போடுவதாகத் தெரிந்தது. 'ஜனநாயகம்' 'தேசியவாத'த்திற்குச் சதி செய்துகொண்டிருந்தது. இத்தகு கொள்கைகளின் மோதலுக்கான தீர்வு, முஜிபைப் பொறுத்தவரை அவரின் 'இரண்டாம் புரட்சி' ஆகும்.

முஜிபினைத் தலைவராகக் கொண்ட ஒரு கட்சி (BAKSAL) மட்டும் அதிகாரம் பெற்றது; மற்ற கட்சிகளெல்லாம் தடைசெய்யப்பட்டன; முஜிப் அதிபரானார். மனித உரிமைகள் கட்டுப்படுத்தப்பட்டன, உடனடிக் கைதுகள் சாதாரணமாயின. குடியானவர்கள், தொழிலாளர்கள், பெண்கள் என மக்களை அணிகளாகத் திரட்டியதில் மாவோயிஸப் போக்குகள் தென்பட்டன. மறுபுறத்தே, அதிபரால் நியமிக்கப்பட்ட மாவட்ட ஆளுநர்களின் கீழாக, மாற்றியமைக்கப்பட்டதும் சுருங்கியதுமான நிர்வாக அமைப்பு அயூபின் அடிப்படை ஜனநாயகத்தின் சாயல்களைக் கொண்டிருந்தது. அதிருப்தியைக் கட்டுப்படுத்துவதுதான் இதன் நோக்கமெனில், அடுத்து வரும் அரசுகளால் பின்பற்றப்படும் தந்திரமாயிருக்கும். முஜிபின் சிதறிக் கிடந்த அமைப்பில் அது இயங்கியிருக்குமா என்பது தெரியவில்லை, ஏனெனில் ஆகஸ்டு 1975இல் வங்கபந்துவும் அவரது குடும்பமும் ஒட்டுமொத்தப் பரிசோதனையும் வரலாற்றில் ஒதுக்கிவைக்கப்பட்டன. அவாமி லீக்கிலிருந்து பிரிந்த வலதுசாரிக் குழுவுடன் இளம் அலுவலர்களால் கட்டுப்படுத்தப்பட்ட பீரங்கிகள், அதிபர் மாளிகையைத் தகர்த்து, யாரும் தப்பிப் பிழைக்காததை உறுதிப்படுத்திக் கொண்டன. முஜிபின் இரு மகள்கள் அப்போது லண்டனில் இருந்தமையால் அவரது கீர்த்தியைக் கோர முடிந்தது; அவர்களில் ஒருவரான ஹஸினா வாஜெத் அவாமி லீக்கிற்குப் புத்துயிர்ப்பூட்டி 1996இல் ஆட்சிக்கு வருமாறு செய்தார், அதன்பின் 2009லும் ஆட்சிக்கு வருமாறு செய்தார்.

முஜிபின் மரணத்தையடுத்து எதிர்ப்புரட்சிகளும் எதிர்-எதிர் புரட்சிகளும் நடந்தன. பாகிஸ்தானில் அயூபை ஆட்சிக்குக் கொண்டுவந்ததான சூழலில், 1975இன் பிற்பகுதியில், வங்காள தேசத்தின் ராணுவ நிர்வாகத்தின் பின்னிருந்தவர், 1977வரை அதிபராகப் பொறுப்பேற்கவில்லை. அவர் ஜியா உர் ரஹ்மான்; மார்ச் 1971இல் *Operation Search light* நடந்து கொண்டிருந்தபோது, முஜிபின் சுதந்திரப் பிரகடனத்தை வானொலியில் ஒலிபரப்பச் செய்து, வங்காள தேசத்தின் உதயத்தினை உலகிற்குத் தெரியப்படுத்த பொறுப்பாய் இருந்தவர் ஜியாவின் தேசியவாத நற்சான்றுகளை யாரும் சந்தேகிக்கவில்லை; ஆனால் சோஷலிஸம், சமயச் சார்பின்மை, ஜனநாயகம் சார்ந்த அவரது கட்டுப்பாடுகளுக்கான அறிகுறியே இல்லை. பாகிஸ்தானில் இருந்த அவரது உடனிகழ்காலத்தவரும் அவரது பெயரினருமானவர், பொருளாதாரக் கட்டுகளை அவிழ்த்துவிட்டு, மதவெறிக்கு இடமளித்து ஜனநாயகத்தை ஜனநாயகக் கூத்தாக்கிவிடுவார். அவரது அதிபர் பொறுப்பிலும்,

அடுத்து வந்த அவரது துணைத்தளபதி எர்ஷாத் பொறுப்பிலும் வங்காளதேசம், 1990கள் வரை அர்த்தமுள்ள தேர்தல்கள் மற்றும் மக்கள் பொறுப்புணர்வுடனான குறுகியகாலப் பரிச்சயம் பெற காத்திருக்க வேண்டியதாயிற்று.

முஜிபின் விதி போலன்றி, பாகிஸ்தான் திருவுருவின் வீழ்ச்சி, நீட்டித்த நிகழ்வுப் போக்காக இருந்தது. சிந்தனைக்குப் போதுமான அவகாசமளித்தது. புட்டோவின் ஈர்ப்பினை யாரும் மறுதலிக்க முடியாது. அறிவார்த்த தலையீட்டுக்குப் பரிச்சயமற்ற அரசியல் மேடையில், அவரின் பேச்சுக்கள் நாட்டை வசீகரித்தன, அவரது நம்பிக்கைக்கு எல்லைகளில்லாமல் இருந்தது. ‘இந்நாட்டின் எளியவரது இருதயங்களின் ஆழத்திலே என்னைப் பொதிந்து வைத்துள்ளேன்... ஒவ்வோர் இல்லத்திலும் மழைநீர் சொட்டும் ஒவ்வொரு கூரையிலும் வீடறிந்த பெயர் என்னுடையது. இந்நிலத்தின் வியர்வையையும் துயரையும் சேர்ந்தவன். மக்களுடன் நான் கொண்டுள்ள நித்திய பந்தத்தை எந்த ராணுவத்தாலும் நொறுக்க இயலாது.’ எனினும் ஒருவிதத்தில், இப்பிணைப்பு ஒருபோதும் போதுமானதாக இருந்ததில்லை, மழை-வியர்வை-துயரம் போதாத நிலையில் தாக்குப்பிடித்தன. தன் ராணுவ எதிரிகள் பற்றி அவர் குறிப்பிட்டதுபோல, ‘அது செல்வாக்கைப் பெருக்கிடும் வேட்கை, அப்பட்டமான அதிகாரத்திற்கான தணியாத வேட்கை அவ்வளவு போதையூட்டின. அது மாயக் காட்சிகளை வரவழைக்கும்...’[3]

புட்டோ மாயக்காட்சி கண்டாரோ, தன் புகழின் உச்சத்தில் இருந்தாரோ, வங்க முஜிபை விடவும் மக்கள் தலைவராகச் சிறந்து விளங்கினார். 1965 போருக்குப் பின் நாட்டை மீட்டதும், 1971 தோல்விக்குப் பின் சிதறிக் கிடந்தவற்றைப் பொறுக்கியெடுத்து ஒன்றாக்கியதும் அவரது பெரும் சாதனைகளாகக் கருதப்பட வேண்டும். 1974இல் அணுகுண்டுச் சோதனை செய்து பார்த்தபோது, பாகிஸ்தானிகள் அவரது எதிர்வினையை விரும்பினர், சர்வதேசமேடையில் பாகிஸ்தானை மாற்றி நிறுத்தியதையும் விரும்பினர். ‘புல்லைத் தின்போம், ஆனால் நாங்களும் அணுகுண்டு தயாரிப்போம்’ என்றார். சீன உதவியுடன் தன் வார்த்தையை நிறைவேற்றினார். அணு ஆயுத அம்பறாத் தூணியில் நிறைந்த பாகிஸ்தான், இப்போது இந்தியாவுடன் இணைந்தது-அது போரினைக் கொக்கரிக்கும் தளபதிகளுக்காகவோ மதவெறியர்களுக்காகவோ அல்லாமல் வாக்கினைக் கொக்கரிக்கும் ஜனநாயகவாதிக்காக.

இஸ்லாமிய அணுகுண்டு கைக்கு வந்ததும், பாகிஸ்தானின் அணு ஆயுதப் பேராசைகள், புட்டோவின் சர்வதேசப் பேராசைகளுக்கு நம்பகத்தன்மையை அளித்தன. சோவியத் முகாமுடன் திருமதி காந்தி ஏற்படுத்திய உடன்படிக்கையால் அணிசேராத் தகுதி நீங்கிவிட, பாகிஸ்தான் அவ்விடத்தைப் பிடித்தது. பிரித்தானிய காமன்வெல்த்தையும் SEATO வையும் நிராகரித்த புட்டோ, லிபியாவின் கடாஃபியுடனும் வடகொரியாவின் கிம் இல்ஸூங்குடனும்-பின்காலனிய சமாதானவாதிகளிலிருந்து பைத்தியக் குல்லாய் மாட்டிய விசித்திரங்களாக இழிநிலையடைந்த உறுப்பினர்களுடைய இயக்கத்திற்குள் புத்துயிர் ஊட்டிட முடியும் என்னும் முயற்சியில் நட்பு பாராட்டினார். இஸ்லாமிய உலகில் அவருக்கு மிக நல்ல பெயர். 1974இல் இஸ்லாமிய நாடுகளின் அமைப்பின் இரண்டாம் மாநாட்டை லாகூரில் நடத்தினார். ஈரானின் ஷாவைத் தவிர, எகிப்தின் சதாத், சவூதி அரேபியாவின் மன்னர் ஃபைசல், அராஃபத், அஸ்ஸாத், கடாஃபி என எல்லோரும் பங்கேற்றனர். தாராள மனங்கொண்டிருந்த புட்டோ வங்கதேசத்தின் முஜிபையும் வரவேற்றார். 1973 அரபு-இஸ்ரேல் போர் முடிந்த கடுமையான சூழலில், பாகிஸ்தான் தனிமைப்பட்டதான உணர்வைச் சிதறடித்துக் காயம்பட்ட தேசத்தை விடவும் கூடுதலாகவே நம்பிக்கை அளித்தது.

கெடு வாய்ப்பாகப் பழைய புண்களின் இடத்திலேயே புதிய புண்கள் ஏற்படுத்தப்பட்டன. 1970 தேர்தல்களில் PPPக்கான ஆதரவு பிரத்யேகமாகப் பஞ்சாபிகளிடமிருந்தும் சிந்திகளிடமிருந்தும் வந்தன. பிற இடங்களில் மற்ற ஆதரவாளர்களிடமிருந்து வந்தன. வடமேற்கு எல்லைப்புற மாகாணத்தில், காங்கிரஸ் சார்பு 'எல்லை காந்தி' எனப்பட்ட அப்துல் கஃபார்கானின் மகன் வாலிகான் தலைமையிலான பத்தான் கட்சி, முஜிபின் ஆறம்சத் திட்டப்படி, மாகாண சுயாட்சி கோரிற்று, அத்துடன் ஆஃப்கனிலுள்ள பத்தான் சகோதரருடன் நெருங்கிய உறவைக் கோரியது. பாகிஸ்தானின் வரலாற்றில் ஒவ்வொரு ஆட்சியின் போதும் வதைக்கப்பட்டிருந்த தன் வாழ்நாளின் இறுதியில், வாலிகான் இதனை முன்வைத்தார். இதில் PPPயும் விலக்கில்லை. அவரது கட்சித் தோழர்கள் படுகொலை முயற்சிகளுக்கும் தாக்குதல்களுக்கும் உள்ளாயினர். இதனை நடத்தியவர்கள் புட்டோவின் துணை ராணுவப் பிரிவு கூட்டுப் பாதுகாப்புப் படையிலுள்ள (FSF) முரடர்கள்; வாலிகான் பதிலுக்கு PPPயை ஃபாசிஸக் கட்சியாகவும் அதன் தலைவரை அடால்ஃப் புட்டோ எனவும் சித்திரித்தார்.[4]

1970கள் முழுவதும் வடமேற்கு எல்லைப்புற மாகாணம் சீற்றத்தில் கொந்தளித்தது. அதுபோலவே சிந்துவும்: அங்கே கராச்சியும் ஹைதராபாத்தும் (இந்தியாவில் அதே பெயரிலுள்ள நகருடன் குழப்பிக்கொள்ள வேண்டாம்), உள்ளூர் சிந்தி மொழிபேசுவோருக்கும் உருது பேசும் மொஹாஜிர்களுக்கும் இடையே வேலைவாய்ப்பு, மேம்பாட்டுப் பணிகள், வங்காள தேசத்திலிருந்து அதிக அளவில் மொஹாஜிர் அகதிகள் வருவது குறித்து, கடும் சண்டையைக் கண்ணுற்றன. பலுசிஸ்தானில் நிலவரம் இன்னும் மோசம். வங்காள தேசத்தின் தோல்விக்குப் பின் இரண்டாண்டுகளுக்குள், நாட்டின் ஒருங்கிணைப்பைப் பாதுகாக்கும் விதத்தில் ராணுவம் மீண்டும் அழைக்கப்பட்டிருந்தது. கலகம் எனப்படுவது இம்முறை அடக்கப்பட்டுவிட்டாலும், அதற்கு அதிக விலை தரப்பட்டது-ராணுவ ஆக்கிரமிப்பில் இருந்ததால் அம்மாகாணத்திற்கும், 'பலுசிஸ்தானின் கசாப்புக்கடைக்காரர்' என்ற விருதுபெற்ற புட்டோவுக்கும். சமீபத்தில் தேசியமயமாக்கப்பட்டிருந்த தொழில்கள் சரிவடைந்து, பொருளாதாரம் முடங்கி, புட்டோவின் PPP கட்சித் தளபதிகள் விரக்தியுற, பஞ்சாபிலும் பரந்துபட்ட அமைதியின்மை நிலவிற்று. புட்டோவைத் தன் ஆதரவாளராகக் காட்டிய அயூப் போலவே, சற்றும் அறியப்படாத ஜியா உல் ஹக்கை புட்டோ அடையாளம் காட்டினார். 1976இல் அந்நியமனம் உறுதிப்படுத்தப்பட்டது.

ஜனவரி 1977இல், PPPயின் செல்வாக்கினை சோதித்துப் பார்ப்பதை விடவும் துவண்டு விழும் செல்வாக்கிற்கு ஊக்கமளித்திட, தேசியத் தேர்தல்களுக்கு புட்டோ அழைப்புவிடுத்தார்-1970க்குப் பிறகு இது முதலாவது அழைப்பாகும். எதிர்க்கட்சிகளின் சிதறல்களை ஊக்கமூட்டி ஒன்றுபடுத்திடும் எதிர்பாராத தாக்கத்தை இது கொண்டிருந்தது. அதன் ஆற்றல் மிக்க தலைவர் வாலிகான் தொடர்ந்து தடைக் காவலில் இருந்தபோதும் இனவரைவியல், இஸ்லாமியப் பழமைவாதக் குழுக்களின் பாகிஸ்தான் தேசிய அணி களத்தில் இறங்கியது. தன்னை நிலைநாட்டிக்கொள்ள சில வாரங்களே இருந்ததால் அது தோற்கடிக்கப்பட்டது. என்றாலும் PPP மூன்றில் இரண்டு பங்கைவிட அதிகம் பெற்றது. மறுபுறத்தே 30% வாக்குகள் பெற்ற தேசிய அணி நம்பிக்கை பெற்றது-இவ்வாறு உண்மையான பரப்புரையானது மார்ச் வாக்கெடுப்புக்கு முன்பாக அல்லாமல் அதன் பின்னரே வந்தது.

இத்தேர்தலில் PPP மற்ற வேட்பாளர்களை வெளியேற்றுதல் அல்லது தகுதி நீக்கம் செய்தல், தேர்தல் முடிவுகளில் மோசடி செய்து தனக்குச் சாதகமாக்கிக் கொண்டது என்று

குற்றஞ்சாட்டிய தேசிய அணி, தேசிய அளவிலான வேலை நிறுத்தத்திற்கு அழைப்பு விடுத்தது. தேர்தலில் முறைகேடுகள் நடந்துள்ளதைச் சுட்டிக்காட்டுவதைப் போல, புட்டோ பேச்சுவார்த்தைக்கு முன்வந்தார். அதுபோலவே விசாரணைக்கு உத்தரவிடவும் சலுகைகள் அளிக்கவும் முன்வந்தார். வேலை நிறுத்தம்-எதிர்ப்புகளால் அநேகமாக நாடு முடங்கிப் போக, மறுதேர்தலுக்கான எதிர்க்கட்சியின் கோரிக்கையை அங்கீகரிப்பதாகத் தோன்றியது. குறிப்பாகக் கராச்சியிலும் லாகூரிலும் வன்முறை அதிகரித்துப் பெரும் இறப்புகள் ஏற்படவும், அதனை அடக்க முடியாததாயிருந்தது FSF. அப்போது சட்டம் ஒழுங்கை நிலைநாட்டிட ராணுவமே உத்தரவாதமளிக்கக் கூடியது. கடைசி நிமிடத்தில் புட்டோ இரண்டாம் வாக்கெடுப்புக்கு இசைவு தந்தது, எதிர்க்கட்சியினரைத் திருப்திப்படுத்தாது போகவே, - முதலாவதை விடச் சிறப்பாகவே வாக்குகள் பெறுவோம், பகடை உருட்டப்பட்டுவிட்டது. மதிக்கப்பட்டுவரும் மரபின்படி இளம் ராணுவ அதிகாரிகள், ராணுவ ஆட்சியை விதிக்குமாறு விருப்பமில்லாத ஜெனரல் ஜியா உல் ஹக்கை வற்புறுத்தியதாகத் தெரிகிறது; அரசமைப்புச் சட்டத்தை நிறுத்திவைத்து அரசியல் தலைவர்களையெல்லாம் தடுப்புக் காவலில் வைக்கவேண்டும் என்றும் அவர்கள் வற்புறுத்தியுள்ளனர்.

பாகிஸ்தான் வரலாற்றில் இவ்வாறு தொடங்கியது ஒரு நபர் ராணுவ ஆட்சியின் (1977-88) மிக நீண்ட காலகட்டம். 1958இல் ராணுவம் அரசியல்வாதிகளை ஜாமீனில் எடுத்தது போல, 1971இல் அரசியல்வாதிகள் ராணுவத்தை ஜாமீனில் எடுத்தது போல, ராணுவம் மீண்டும் அரசியல்வாதிகளை ஜாமீனில் எடுத்திருந்தது. ஒரு வகைமாதிரி எழுந்துகொண்டிருந்தது. இணக்கம் காண முடியாத துருவநிலைப்பாட்டைச் சுட்டிக்காட்டுவதாக அதனைத் தவறாக விளக்குவது எளிது. ராணுவமின்றி அரசியல்வாதிகளால் செய்யமுடிவதைக் காட்டிலும், அரசியல்வாதிகளின்றி ராணுவத்தால் கூடுதலாகச் செய்துவிட இயலாது. ஜின்னா, லியாகத்தைப் போல புட்டோ, ராணுவத்தைக் கவனமாகக் கையாண்டார். அயூப், யாஷ்யா போல ஜியா, நிர்வாகத் துறையினரை ஈடுபடுத்திடும் நம்பிக்கையை ஒருபோதும் கைவிட்டதில்லை. 'உயிர்பிழைத்து வெற்றிபெற்றிட, பாகிஸ்தான் சூழலில் தேர்ந்தெடுக்கப்பட்ட ஒரு பிரதமர், எதிர்க்கட்சித் தலைவர் பாத்திரத்தை வகிக்கவேண்டியிருக்கும்-முன்னதாக நிலவும் அரசமைப்புக்கு எதிரான அரசியல் நிகழ்வுப் போக்கின் லட்சியத்தை ஆதரிக்க வேண்டும்'[5] என்கிறார் ஆயிஷா ஜலால். பெரிதும் பஞ்சாபி ராணுவ-நிர்வாகத்துறை அமைப்பைக்

கொண்டுள்ள முன்னதாக நிலவிய அரசு அமைப்பைச் சார்ந்தவர்களாக அதனைச் சேர்ந்தவர்களாக அரசியல்வாதிகள் இருந்தார்கள். நுணுக்கமாக உடந்தையாயிருந்ததை மோதல் மறைத்தது. திடீர்ப் புரட்சிகள் பழிவாங்குபவையாக இல்லாமல் கனவானின் விவகாரங்களாகிடத் தலைப்பட்டன. சிறைவாசம் என்பது பெரிதும் வீட்டுக் காவலுக்கும் மேலானதைக் குறிக்கவில்லை; அவமதிக்கப்பட்டவர் நேர்த்தியான ஓய்வை எதிர்பார்க்க முடிந்தது.

ஆனால் இதிலும் வேறெதிலும் போல புட்டோ விதிவிலக்காய் இருப்பார். ஜூலை *1979*இல் காவலில் வைக்கப்பட்ட அவர் ஆகஸ்டில் விடுவிக்கப்பட்டு, செப்டம்பரில் மீண்டும் கைதுசெய்யப்பட்டார். ஜியாவும் அவரது ராணுவ ஆதரவாளர்களும், அவரின் எதிர்காலத்தைத் தீர்மானிக்காமல் அல்லது பலப்பரீட்சைக்கு ஆயத்தமற்றவர்களாய் இருந்தனர். *90* நாள்களுக்குள் தேர்தல் என்று அறிவித்துவிட்டு, அவரைப் போட்டியிட விடவேண்டும் அல்லது தேர்தல்களை ஒத்திவைப்பதற்கான சந்தர்ப்பமாக, தில்லுமுல்லு செய்திட விடவேண்டும் என்று உணர்ந்தனர். ஆகஸ்டு விடுதலையின் போதான அவருக்கு அளிக்கப்பட்ட வெற்றி வரவேற்பு, அதனைத் தீர்மானித்துவிட்டதாகத் தோன்றுகிறது. தேர்தல்கள் ஒத்திவைக்கப்பட்டு புட்டோ சிறைவைக்கப்பட்டார். அவருக்கு எதிராக வழக்கு தொடுக்க வேண்டியிருந்தது, இதில் அவரது *FSF* உறுப்பினர்களே-ராணுவ ஆட்சியின் கீழ் விசாரணைக் குள்ளாகியவர்கள்-சந்தேகப்படும்படி இருந்தனர். எதிரியின் கொலைக்கு உத்தரவிட்டதாகக் குற்றச்சாட்டுக்குள்ளான புட்டோ, ஆவேசமாக எதிர்த்து, சாட்சியத்தின் போலித் தன்மையை மட்டுமல்லாது, நீதிமன்றத்தின் விசாரிக்கும் தகுதியையும் அது சேவைபுரியும் அரசின் சட்டத் தகுதியையும் சவாலுக்கு இழுத்தார். அது எதையும் மாற்றிவிடவில்லை. மார்ச் *1978*இல் அவர் தண்டிக்கப்பட்டது தெரிந்த முடிவாகவே இருந்தது. அதன்பின் மரண தண்டனையும் விதிக்கப்பட்டது.

மேல்முறையீட்டு நிகழ்வுப் போக்கு நீண்டிருந்தது. தண்டனைக் குறைப்புக்கான கோரிக்கைகளும் புகலிடமளிக்கும் வாய்ப்புகளும் உலகமெங்கிலுமிருந்து-ஜியாவை ஆதரிக்கிறது என புட்டோ குற்றஞ்சாட்டிய அமெரிக்கா உள்ளிட்ட நாடுகளிலிருந்து வந்தன. நாட்டின் அடையாளமென்று தன்னை முன்னிறுத்தி வந்துள்ள முனைப்புக்கேற்ப, அவர் தன் அலட்சியத்தைத் தணிக்கவோ ஊழினைக் கைவிடவோ மறுதலித்துவிட்டார். சுயத்தை

மையமிட்ட விசித்திரமான ஜனரஞ்சகத்தை நிசப்தமாக்கிட, மரணத்திற்கே உத்தரவாதமளிக்க முடியும் (அவரது வம்சத்திற்கு வாய்ப்பிருக்கும் பட்சத்தில் அதனாலும் முடியாது). ஏப்ரல் 1979இல் இறுதி மேல்முறையீடு நிராகரிக்கப்பட்டபோது, தனது வேலைத்திட்டங்களில் மும்முரமாயிருந்த ஜியாவிடம் வாய்ப்பே இல்லாதிருந்தது. ஏப்ரல் காலையில், மனைவி மற்றும் 25 வயது மகள் பெனாஸிரிடம் விடைபெற்ற ஜுல்ஃபிகார் அலிபுட்டோ, தூக்குமேடைக்கு இட்டுச் செல்லப்பட்டுச் சாதாரண குற்றவாளியாகத் தூக்கிலிடப்பட்டார்.

1978இன் பிற்பகுதியில் தன் சிறைக் கொட்டடியிலிருந்து விடைபெறும் முன்பு வெளியிட்ட குறிப்பில், ஜியா தன்னை பாகிஸ்தான் அதிபராகத் தானே அறிவித்துக்கொண்டதை, அந்த ஆண்டின் ஆரம்பத்தில் நடந்த கம்யூனிஸ திடீர்ப் புரட்சியில் ஆஃப்கன் அரச குடும்பம் படுகொலை செய்யப்பட்டதுடன் தொடர்புபடுத்தியிருந்தார். ஜியாவின் நடவடிக்கையும், 1973 அரசமைப்புச் சட்டத்தை அப்படியே புதைத்ததும், பாகிஸ்தானை, ஆர்வெல்லின் ‘விலங்குப் பண்ணை’ என புட்டோவால் அழைக்கப்பட்டதாக மாற்றியது. மறுபுறத்தே, காபூலில் நடந்த கம்யூனிஸ்ட் ரத்தக்களரி, புட்டோவுக்கு ஊக்க மருந்தாகத் தோன்றியது.[6] ஆஃப்கனையும் அதற்கு அப்பால் உள்ளதையும் கட்டுப்படுத்துவதற்கான, நீண்டகால ஆங்கிலேய-ரஷ்ய மோதல் என்னும் பெரிய ஆட்டம் முடிவுற்றது.

இறுதியில் ஆஃப்கானியர் மேற்கால் ஆதரிக்கப்பட்ட தம் முடியாட்சியிலிருந்து விடுபட்டனர், ஏகாதிபத்தியவாதிகள் அனுப்பிவைக்கப்பட்டனர். இன்னும் பாகிஸ்தானுக்கு நம்பிக்கை இருந்ததை அது உணர்த்திற்று.

மார்க்ஸியப் புரட்சியாளர்களால் ஜியாவும் தூக்கி எறியப்படும் நாளினை புட்டோ எதிர்பார்த்திருந்தால் அது வீணாய்ப் போயிருக்கும், ஓராண்டுக்குப் பிறகு காபூல் திடீர்ப் புரட்சியானது வெல்லவே செய்தது, சோவியத் துருப்புகள் ஆஃப்கனுக்குள் உதவி செய்பவர்களாக வரவழைக்கப்பட்டு, ஆக்கிரமிப்பாளர்களாகத் தங்கிவிட்டனர். ஆனால் இது அண்டையிலுள்ள ஜியா அரசை நிலைகுலையச் செய்வதற்குப் பதிலாக அதன் மீட்பாக இருந்தது. கம்யூனிஸ்ட் முகாமுடனான வாஷிங்டனின் கத்திச் சண்டையில், பாகிஸ்தான் முன்வரிசை ஓரிரவிலேயே தகுதி பெற்று நின்றது. பாகிஸ்தானுக்கான ஆயுத சப்ளை புதுப்பிக்கப்பட்டது, அதன் அணு ஆயுத மீறல்கள் கண்டுகொள்ளப்படவில்லை. அதுபோலவே

இந்தியா, பாகிஸ்தான், வங்காளதேசத்தில் அரசியல் வாரிசுரிமை

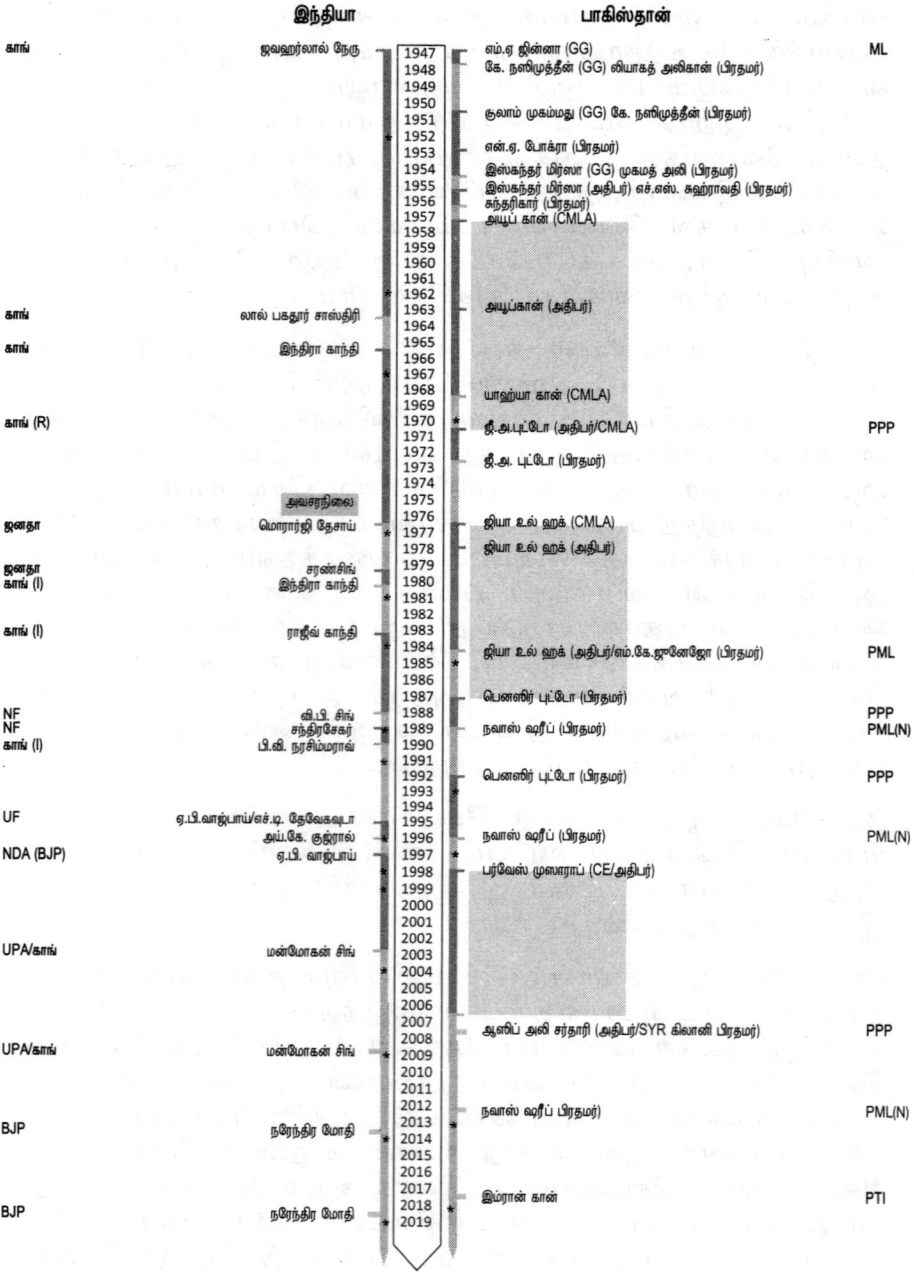

NF = National Front
UF = United Front
NDA = National Democratic Alliance
UPA = United Progressive Alliance
BJP = Bharatiya Janata Party
BNP = Bangladesh National Party
PPP = Pakistan People's Party
PML = Pakistan Muslim League
ML = Muslim League
CMLA = Chief Martial Law Administrator

Cong = Congress
Cong (I) = Congress (Indira)
Cong (R) = Congress (Requisition)
PML (N) = Pakistan Muslim League (Nawaz group)

GG = Governor General
PM = Prime Minister
Pres = President
CE = Chief Executive

 Military or Extra-Constitutional Rule

★   தேர்தல்

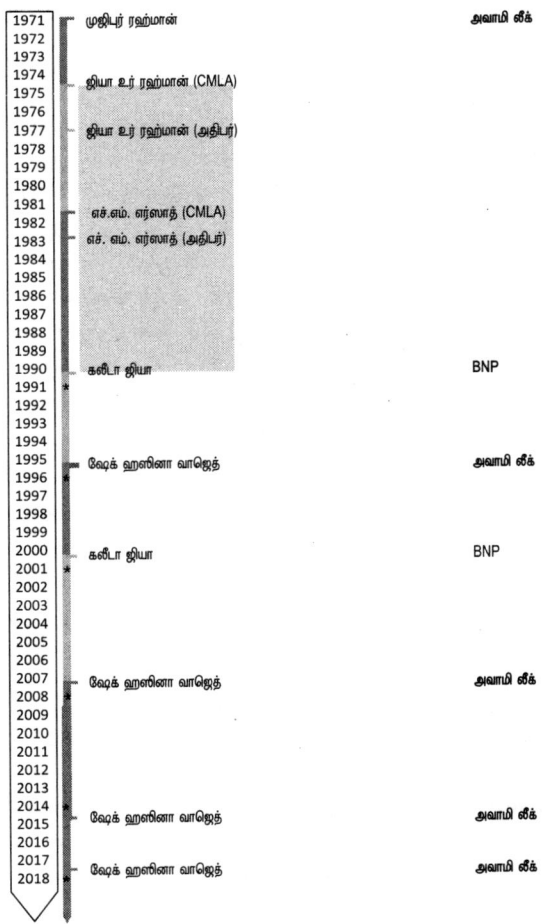

வங்காள தேசம்

ஒத்திவைக்கப்பட்ட தேர்தல்களும்; பெரும் ஆட்டம் புதியதும் இன்னும் அபாயகரமானதுமான கட்டத்தில் நுழைந்தது. இன்னும் கூடுதலான இஸ்லாமிய இஸ்லாமாபாத்தின் பங்களிப்புடன், ஆஃப்கனின் கடவுளற்ற கம்யூனிஸ்டுகளுக்கு எதிரான, தனது மாற்றாள் ஜிஹாத்திற்கு சமரசமற்ற இஸ்லாமியவாதத்தின் வித்தகர்களை வாஷிங்டன் நாடும். 'ஊக்கமருந்து' நஞ்சாகியிருந்தது. மீண்டும் புட்டோ நிலை தவறானது.

1984 முழுவதும்

நகை முரணாக இவற்றையெல்லாம் எதிர்பார்த்திருந்த ஒருவர்தான் இந்திரா காந்தி. பிரிவினைவாத உணர்வுகளைக் கிளறி விடுவதன் அபாயங்கள், இந்தியாவை விட வேறெங்கிலும் சிறப்பாக உணரப்பட்டதில்லை. இஸ்லாமியர் அல்லாத அழுத்தமிக்க சமுதாயத்தினரான இந்திய சீக்கியருடனான அவரது அரசாங்கத்தின் மோதலே, தேசம் தாண்டிய பயங்கரவாதத்தின் குரூரங்களை தெற்காசியாவுக்கு முதலில் அறிமுகப்படுத்திற்று. 1977லிருந்து சீக்கியரிடையே சமுதாய உணர்வை எதிர்நிலைப்படுத்தி, அதனை ஒடுக்குவதில் ராணுவத்தை ஈடுபடுத்தி, வன்முறை-பழிவாங்குதலின் ஊசலை திருமதி காந்தி ஆடவிட்டார். ஆயுதங்களின் சரணாலயமாகவும் ஆதாரமாகவும் விளங்கிய பாகிஸ்தான், சீக்கிய மோதலில் சிக்கியது; 1989இல் ஊசலின் அபாயகரமான வீச்சு, இன்னும் ஆட்சேபனைக்குரிய காஷ்மீரைத் தொட்ட மாத்திரத்தில், கொரில்லா ஆதரவு-பயிற்சிக்கான ஆதாரமாகிவிட்டது பாகிஸ்தான். இந்தியா-பாகிஸ்தான் எங்கிலும் பிரிவினைவாதப் பதற்றங்கள் பரபரப்பாகிட, இருதரப்பு உறவுகள் மேலும் சிதைந்தன. 1990களில் குண்டுக்கு குண்டு, உடல்களுக்கு உடல் என்ற முழக்கம் இன்னும் தொலைவில் எதிரொலிக்கலாயிற்று-காஷ்மீரிலிருந்து பலுசிஸ்தான் வரையிலான பயங்கரவாத வளைவில், ஆஃப்கன் எல்லையோரமாக விரிவடைந்தது பயங்கரவாதச் சீற்றம்.

1984வாக்கிலேயே பிரிவினைவாத மிருகத்தனம் இந்தியத் தலைநகரின் மையத்திற்குத் திரும்பிட, திருமதி காந்தியே முதலில் பலியானார். பதிலடியாக நிகழ்ந்த வெறித் தாக்குதல், பிரிவினை கால ஞாபகங்களைக் கிளறிவிட்டன; அதில் அரசு உடந்தையாயிருந்தது, மேலும் சமயச் சார்பின்மையிடத்தேயான இந்தியாவின் சார்பிலுள்ள வெடிக்கும் தன்மைகளைப்

புதுப்பித்தது. அடுத்த ஆண்டு, பயணிகள் விமானம் மீதான பயங்கரத் தாக்குதல்கள் வன்முறைச் சூழல்களை நீட்டித்தன.

இந்திய விமானம் 182னை கனடாவில் வசித்த சீக்கியர்கள் கிழக்கு அட்லாண்டிக் கடல்மீது சுட்டு வீழ்த்த, 329பேர் அதில் மடிந்தனர்; பெரும்பாலானவர்கள் தெற்கு ஆசியாவின் கனடிய குடிமக்கள்; அது இன்னும் மோசமானதாய் இருந்திருக்கக்கூடும். இன்னொரு சூட்கேஸ் குண்டு டோக்கியோ விமான நிலையத்தில் வெடித்திருந்ததால், இன்னொரு இந்திய ஜம்போ விமானம் மேற்கு பசிபிக்கில் வெடித்துச் சிதறியிருக்கும். மிக நவீனமான இஸ்லாமியக் குழுக்களின் அடையாளமாகப் பின்னர் கருதப்பட்ட ஒருங்கிணைந்த இப்பயங்கரவாதத் தாக்குதல்கள், இஸ்லாமியரல்லாத தெற்கு ஆசியரால் 9/11க்கு முன்னரே நிகழ்த்தப்பட்டன. தொகுத்துச் சொல்வதானால், 1980களில் திருமதி காந்தியின் சீண்டும் தன்மையிலான தலையீடுகள், அவற்றின் பாணி-விளைவுகளுக்கேற்ப, ஆஃப்கனில் ஒரு தசாப்தத்திற்குப் பின்னர், அமெரிக்க மற்றும் அதன் பாகிஸ்தானி மாற்றாளை எதிர்பார்த்திருந்தது. அவரது குறுகியகால அவசரநிலையை விடவும் பெரும் விளைவுகளைக் கொண்டிருந்தாலும், அரசமைப்புச் சட்டத்தை மீறிய தோல்வியுற்ற பரிசோதனையில் அவற்றின் தொடக்கம் இருந்தது.

1975இல், பாகிஸ்தானில் புட்டோ அதிக அதிகாரத்துடன் ஆண்டுகொண்டிருக்க, வங்காள தேசத்தில் முஜிபுர் ரஹ்மான் ஒரு கட்சி ஆட்சிக்குத் தலைமை தாங்கியிருக்க, திருமதி காந்தி எதேச்சதிகார ஆட்சிக்குக் காவடி எடுத்துவைத்திருந்தார். ஜூன் 26இல் அவசரநிலைப் பிரகடனம் செய்து, நாட்டினைத் திடுக்கிடச் செய்து, உலகெங்கிலும் அதிர்ச்சி அலைகளைப் பரவச் செய்தார். உலகின் மிகப்பெரும் ஜனநாயகத்தில், தனிநபர் சுதந்திரம்-தாராளவாத அபிப்பிராயத்தின் கலங்கரை விளக்கங்கள்-டெல்லியின் தினசரி அலுவலகங்களில் மின்விநியோகம் நிறுத்தப்பட, தினசரிகள் வருவது நின்றது-அணைந்தன; தாக்காவின் களேபரத்தில் முஜிபுர் ரஹ்மான் மோசமாக மறைந்தது கவனிக்கப்படாமலேயே சென்றது. ஜனநாயகக் கண்ணியத்திற்கு இந்தியா தடைபோட்டது, எங்குமுள்ள தேர்ந்தெடுக்கப்பட்ட அரசுகள் விதிவிலக்கைக் கொண்டிருந்ததைத் துலக்கமாக்கியது. தேர்ந்தெடுக்கப்பட்ட அரசியல்வாதிகள், முன்னாள் மகாராஜாக்கள், மரியாதைக்குரிய கல்வி வளாகத்தினர், சமூகச் சேவகர்கள், தொழிலாளர் தலைவர்கள் மூத்த பத்திரிகையாளர்கள், மாணவச் செயல்பாட்டாளர்கள்,

பதாகை ஏந்திய ஊழியர்கள் என ஆயிரக் கணக்கானவர்களை விசாரணையின்றித் தடுப்புக்காவலில் வைக்க ஆணையிட்டது நேருவின் மகளுக்குக் கண்ணியக் குறைவானதே. விடுதலைப் போராட்டத்தின் போது நடந்த பிரித்தானிய அடக்குமுறைகளுள் ஒன்று போலவே அது இருந்தது. மாநில அரசாங்கங்கள் கவிழ்க்கப்பட்டன, அடக்கப்பட்டிருந்த பாராளுமன்றம் ஏராளமான அரசியல் சட்டத் திருத்தங்களை நிறைவேற்றியது- அவற்றில் ஒன்று, தன் இருப்பினை காலவரையின்றி நீட்டித்தது (அதனால் 1976 தேர்தலை ரத்து செய்தது); இன்னொன்று பிரதமரின் அரைபாதி சர்வாதிகார அதிகாரங்களைச் சட்டப்பூர்வமாக்கியது. பின்னர் இவ்வதிகாரங்கள் முரட்டுத்தனமான மாற்றங்களுக்குப் பயன்படுத்தப்படுவது குறித்த வதந்திகள் நிலவின. நகர்ப்புறச் சூழலை மேம்படுத்திட, சேரிகள் அப்படியே தகர்க்கப்பட்டன; மக்கள்தொகையைக் கட்டுப்படுத்திட, தந்தையர் ஒட்டுமொத்தமாக ஆண்மை நீக்கம் செய்யப்பட்டனர். மாவோகூட இதனைச் செய்திருக்கவில்லை. உலகத் தலைவர்கள் நிந்தித்தனர், தலையங்கம் எழுதுவோர் போதித்தனர், இந்தியாவின் நண்பர்கள் பிரதமரை உலுக்கி எடுத்தனர்.

இருப்பினும், இவ்வளவு அக்கிரமம் நடந்தும், இந்த அடக்குமுறை இணக்கமோ உறுதிப்பாடோ இல்லாதிருந்தது. திருமதி காந்தி இதனைப் பிறரிடம் விட்டிருந்தார், குறிப்பாகப் பொறுமையற்ற மகனாகிய இளைஞன் சஞ்சயிடம் - இன்னும் ஒடுக்குமுறையிலான நடவடிக்கைகளை சஞ்சய் மேற்கொண்டார். நியாயமில்லாமலும் அவர் இவற்றை மேற்கொள்ளவில்லை. முந்தைய மாதங்களில் நாடு களேபரத்தில் இறங்கியிருந்தது. புட்டோவின் பாகிஸ்தானில் இருந்தது போல, எண்ணெய் நெருக்கடியால் உண்டான விலைவாசி உயர்வு பெரும் எதிர்ப்புகளை ஏற்படுத்தி, துப்பாக்கிச் சூடுகள் நடந்து, வேலை நிறுத்தங்களால் தொழில்கள் முடங்கின. தேசிய ரயில் சேவைகள் மூடப்பட்டது; மாணவர்கள் கல்லூரிகளை மூடவைத்தனர். சில மாநிலங்களில் காங்கிரஸ்(I) அரசாங்கங்கள் தாக்குதல்களுக்கு இலக்காயின. காந்தி யுகத்தைச் சேர்ந்தவரும், பாதி சோஷலிஸ்டும் பாதி ஞானியுமான, உயரிய விழுமியங்களின் பாதுகாவலருமான 72 வயது ஜெயப்பிரகாஷ் நாராயணன் கைதானவர்களுள் ஒருவர். நேரு அவரிடம் ஈடுபாடு கொண்டிருந்தார், நாடே அவரை வணங்கியது. அங்கங்கே நடந்த எதிர்ப்புகளுக்கு ஒரு குவிமையம் தேவையாகவே, அது 'ஜேபி இயக்கமானது.'

நாட்டின் கேடுகளுக்குக் காரணம் என, மக்கள் அரசையும் தவறான ஆட்சிக்கும் ஊழலுக்கும் முடிவுகட்டுமாறு கோரியவாறு ஜே.பி. போராட வந்தார். சத்தியாக்கிரஹம், உப்பு யாத்திரை போன்ற உயரிய போராட்டங்களை நடத்திய அவரது அணி, டெல்லி நோக்கிச் சென்றது. அவர் உரையைக் கேட்க, சுமார் ஏழரை லட்சம் பேர் திரண்டனர்; தலைநகரம் செயல்படமுடியாமல் திணறியது. திருமதி காந்தியின் ஆதரவாளர்கள் போட்டி ஆர்ப்பாட்டங்கள் நடத்த, குளறுபடி ஏற்பட்டு, குஜராத்தில் நிலுவையிலிருந்த மாநிலத் தேர்தல் பலப்பரீட்சையாகப் பார்க்கப்பட்டது. அரசாங்கத்திற்கு அச்சம் தரும் வகையில், ஜேபி அம்சம் வாக்குகளை ஈர்ப்பதாகக் கூட்டம் சேர்ப்பதாக இருந்தது; குஜராத் முடிவுகள் வந்துகொண்டிருக்க, இந்திரா காந்தி நிர்வாகத்திலிருந்து இன்னொரு திகில் குதித்து வந்தது. 1971தேர்தலில் நடந்த முறைகேடுகளுக்காக அவருக்கு எதிராக எடுக்கப்பட்ட நடவடிக்கையை உ.பி. உயர்நீதிமன்றம் அங்கீகரித்தது. ரே பரேலி தொகுதியில் அவரை எதிர்த்துநின்ற ராஜ் நாராயணன் வென்றவரானார். சின்னஞ்சிறு மீறல்கள் என்றபோதும் அவரது தேர்தல் செல்லாததாக அறிவிக்கப்பட்டது.

உடனே உச்சநீதிமன்றத்தில் அவர் மேல்முறையீடு செய்தார். சட்டம்-ஒழுங்கு பிரச்சினையாக ஆரம்பித்தது, இப்போது அரசமைப்புச் சட்டப் பரிமாணம் பெற்றிருந்தது. நகரமெங்கிலும் எதிர்க்கட்சியினர் அவரது பதவி விலகலை வற்புறுத்த, ஆதரவாளர்களோ அவரைப் பதவியில் நீடிக்குமாறு குரல் எழுப்பினர். தேசியத் தேர்தல்களை அறிவித்து அவரால் நிலவரத்தைத் தணித்திருக்க முடியும். சட்டென்று அரசமைப்புச் சட்டத்திற்கு இணங்கியது, தென் மாநிலங்கள் பாதிப்புறாமல் இருந்தது, பொறுப்பிலுள்ள நிர்வாகத்திற்குச் சாதக அம்சங்களெல்லாம் இருக்க, அவரால் எதிர்த்து நின்றிருக்க முடியும். மாறாக அவர் விளக்குகளை அணைத்துவிட்டார்.

அடுத்த 19 மாதங்களில் சிறையின் மக்கள்தொகை ஒரு லட்சமானது. நீதிமன்றங்கள் துரிதமாகத் தண்டித்தன, ஆதாயமடைந்தவர்கள் சிறையிலிருந்த பிரபலங்களுடன் சேர்ந்துகொள்ள, கருப்புச் சந்தை சரிந்தது. எதிர்ப்பின் ஆவேசம் அடங்கியது. வேலைநிறுத்தம் செய்தோர் வேலைக்குத் திரும்பினர், ரயில்கள் நேரத்தில் ஓடின. இதற்குப் பயமே காரணம் என வதந்திகள் உலவின. எதிர்த்த அரசாங்கங்கள் அதன் விளைவை அனுபவித்தன. மீண்டும் வெளிவந்த செய்தித்தாள்கள் இதனை அகற்ற ஏதும் செய்யவில்லை. சிலர் செய்தித்தாள்களின் குறிப்பிட்ட இடத்தை

வெறுமையாக விட்டு, தணிக்கையை எடுத்துக் காட்டினர். மற்றவர்கள் அரசின் செய்திக் குறிப்புகளை அப்படியே அச்சிட்டனர். நம்பக இடைவெளி பெருகியது. பிரதமருக்கும் ஆலோசகர்களுக்கும் யதார்த்தத்துடன் தொடர்பின்றிப் போனது; பொதுமக்களும் எதிர்க்கட்சியினரும் தாம் வாசித்த ஒவ்வொரு வார்த்தையையும் சந்தேகித்து, அவரது ஆட்சேபணைகளைப் பொருட்படுத்தவில்லை.

இந்தியா கண்காணிப்பில் இருக்க பாகிஸ்தானில் புட்டோ, ஜனநாயகச் சுதந்திரப் பதாகையைப் பெருமிதத்துடன் உயர்த்தினார். இருப்பினும், இந்தியாவெங்கிலும் போலீஸார் தென்பட, ராணுவத்தின் அடையாளமே இல்லை; அது தேவைப்படவில்லை; திருமதி காந்தியால் அதனை எதிர்கொண்டிருக்க இயலாது. அவசரநிலை என்பது தற்காலிகமாக, மக்கள்-அரசியல் உரிமைகளை நிறுத்திவைப்பதே என்று வற்புறுத்தி வந்தார்; அரசமைப்புச் சட்டத்தை மீறிய எதிர்ப்பு அடக்கப்பட்டது, அதற்குக் காரணமான பிரச்சினைகள் தீர்க்கப்பட்டன. அது சட்ட விரோதமானதல்ல, மாநில அளவில் குடியரசுத் தலைவர் ஆட்சியை விதிப்பதை விடவும் சட்ட விரோதமானதல்ல என்று வலியுறுத்தினார்; ஜனநாயகச் சுதந்திரங்களை மீறாமல் காப்பாற்றிக்கொண்டிருப்பதாகக் கூறினார். இருப்பினும் அயூப், யாஹ்யா, ஜியா உர் ரஹ்மான், ஜியா உல் ஹக் மேற்கொண்டதை இப்பல்லவி எதிரொலித்ததால் யாரும் அதனை நம்பாமல் இருந்திருக்கக் கூடும்.

1977இல் நிலைமை சீரானது, இன்னும் தடுப்புக்காவலில் இருந்தோர் விடுதலை செய்யப்பட்டனர், தணிக்கை முறை விலக்கப்பட்டது, கட்சி அரசியல் துடிப்பு கொண்டது, மார்ச்சில் பொதுத் தேர்தல்கள் நடக்க அறிவிப்பும் வெளியானது. இந்தியா மீண்டும் ஜனநாயகமானது. அதன் விமர்சகர்கள் வெற்றிபெற்றதாக எண்ணினர்; ஒரு பிணையை மீட்டுத் தந்ததாக அவரின் ஆதரவாளர்கள் பார்த்தனர். அவசரநிலை, ஜனநாயகம் மீதான திருமதி இந்திராவின் சார்புநிலைக்கான சோதனை என்பதை விடவும் தேசத்திற்கான சோதனையாகவே அது சித்திரிக்கப்பட்டது. இந்திய மக்கள் முழு மதிப்பெண்கள் பெறாவிடினும், தனித்துவத்துடன் தேர்வு பெற்றனர் என்கிறது அக்காலக் கட்டத்தின் தரமிக்க ஒரு வரலாறு.[7]

வாக்குறுதியளிக்கப்பட்ட தேர்தல்கள் ஜனநாயக நிகழ்வுப் போக்கின் மீதான நம்பிக்கையை வலுப்படுத்தியதாகத்

தோன்றிற்று. ஜே.பி. இயக்கத்துடன் தொடர்பு கொண்டிருந்த கட்சித் தலைவர்களெல்லாம் திருமதி காந்தியையும் அவரது காங்கிரஸையும்(I) எதிர்த்தனர்; அதன்பொருட்டு சிறைப்பட்டிருந்த அவர்கள், புட்டோவை எதிர்த்த பாகிஸ்தான் தேசிய அணியைப் போன்ற பல்வேறானவர்களின் அணியை உருவாக்கினார்கள். இரு நாடுகளிலும் ஏறக்குறைய ஒரே சமயத்தில் தேர்தல்கள் நடந்தன; புட்டோ வென்று அதன் பொருட்டு அவப்பெயரைப் பெறவும் தோற்றுவிட்ட இந்திரா புகழப்பட்டார். மைய நீரோட்ட காங்கிரஸில் முதலில் நிகழ்ந்த அவர் தோல்வியின் தன்மை, அழுத்திக் கூறப்பட வேண்டியதாயிருந்தது. 542 இடங்களில் அவரது கட்சி 154லினைப் பெற்றுச் சுருங்கிப் போனது. சஞ்சய் காந்தி வீழ்த்தப்பட்டார். ரேபரேலியில் அவருடைய தாய் தோற்கடிக்கப்பட்டார், தாயும் மகனும் தனிப்பட்ட வெறுப்புகளையும் சதிகளையும் காரணமாக்கினர். அவர்கள் நல்லபடி தோற்றவர்களாய் இல்லை.

ஆனால் அவரது எதிரிகள் மோசமான வெற்றியாளர்கள். மேற்கு வங்கத்தின் மார்க்ஸிஸ்ட் கம்யூனிஸ்ட்டிலிருந்து தமிழ்நாட்டு தி.மு.க, சீக்கிய அகாலி கட்சி, புதிய வலதுசாரி ஜனதா கட்சி (இந்து ஜனசங்கம், காங்கிரஸ்(O)வின் கலவை) வரை, எதுவும் பொது அம்சத்தைக் கொண்டிராத அவர்கள், திருமதி காந்தியையும் அவரது அணுகுமுறைகளையும் வெறுத்தனர். தமது தலைவரைத் தெரிவு செய்வதில்கூட ஜேபி தலையிட வேண்டியிருந்தது. புதிய பிரதமரான மொரார்ஜி தேசாய், மரபார்ந்த மருத்துவமுறைகளை விடவும் நீண்டகாலம் நேருவுடன் கொண்டிருந்த தொடர்புக்காக மதிக்கப்பட்ட 80 வயதுக்காரராக அனைத்துத் தரப்பினரையும் இணக்கம் கொள்ள வைக்கத் தன்னால் முடிந்ததையெல்லாம் செய்தார். நீதிமன்றங்களின் மூலம் திருமதி காந்தியை வேட்டையாடும் போதும், மீண்டும் அவசரநிலை போன்ற ஒன்று வந்துவிடக்கூடாதவாறு அரசமைப்புச் சட்டத்தை அரண்செய்வதிலும் அல்லது அயலகக் கொள்கை மாற்றத்திலுமே அவர்களிடம் ஒருமைப்பாடு நிலவியது. சோவியத் முகாமுடனான நல்லுறவு ஒரு முன்னுரிமையாக இருப்பினும், வெளியுறவு அமைச்சரான ஜனசங்கத்தின் வாஜ்பாயி, மரபார்ந்த எதிரிகளுக்கு இணக்கமான சமிக்ஞைகளைக் காட்டினார். தன் பிரதமர் பொறுப்பை எதிர்பார்த்திருந்த அவர், பெய்ஜிங்-இஸ்லாமாபாத் இரண்டுக்கும் சென்றுவந்தார், வங்காள தேசத்தின் ராணுவ அரசுடனான உறவை மேம்படுத்தினார், 1978இல் அமெரிக்க அதிபர் ஜிம்மி கார்ட்டரை டெல்லியில் வரவேற்றவர்களில் ஒருவராய் விளங்கினார்.

இந்தியா தனக்குள்ளே வெடித்துக் கொண்டிருந்தபோது திறந்து விட்டுக் கொண்டிருந்ததாகத் தோன்றிற்று. மோசமான அறுவடையும் இரண்டு இலக்கப் பண வீக்கமும் வழக்கமான எதிர்ப்புகளை எழுப்பிவிட்டன, அதில் மேல்மட்டத்துக் குழுமோதல்கள் அபாயகரமான பரிமாணத்தைச் சேர்த்தன. ஆளும் கூட்டணியிலுள்ள எல்லாக் கட்சிகளினதும் வரையறுக்கும் அம்சங்களாகச் சாதி, அவமதித்தல், ஒப்புக்கொள்ளல், சித்தாந்தம் ஆகியன இருந்தன; மக்கள் உரிமை சார்ந்த சலனங்கள் இன மோதலாக வன்முறையானதாக மாறிக்கொண்டிருந்தன. இதற்கிடையே திருமதி காந்தியும் சஞ்சய் காந்தியும் தம் எதிர்ப்பைக் காட்டினர், காங்கிரஸின் சமயச்சார்பற்ற மரபினைப் புதுப்பித்தனர், கட்சியிலிருந்து மீண்டும் அவர்களைக் களையெடுத்தனர்.

1979இல் கூட்டணிக்குள்ளேயான கட்சி மாறல்களால், மொரார்ஜி பதவி விலகினார். இடைக்கால அமைச்சரவை பொறுப்பேற்றது. திருமதி இந்திராவின் ஆதரவு இருப்பதாக அது கூறிக்கொள்ள, அவர் அதனை விலக்கிக்கொள்ளவும் சரிந்தது. அரசாங்க அணிமாறுவோர் இன்னும் கட்சி மாற இருந்தோரைவிட அதிகமாயிருந்தனர். புதிய தேர்தல்கள் தவிர்க்க முடியாதவை ஆயின. அவசரநிலை அகற்றப்பட்டபோது இருந்த ஆறுதல் உணர்வுச் சூழலில் 1980இல் நடந்தன. உண்மையில் அவசரநிலை இருக்கவே இல்லை என்பது போன்றிருந்தது. ‘செயல்படும் அரசாங்கம்’ என்பதைவிடப் பரபரப்பானதாக வேறெதற்கும் வாக்குறுதி அளிக்காமலேயே இந்திரா காந்தியும் காங்கிரஸும் (I) மூன்றிலொரு பங்கு பெரும்பான்மை பெற்றனர். தேசிய அளவிலான எதிர்க்கட்சி சிதைந்து போனது. ஜே.பி. இறந்து போயிருந்தார், இந்து தேசியவாத ஜன சங்கம், ஜனதா கட்சியின் அச்சாக இருந்து வந்தது, இப்போது தன் தோல்வியிலிருந்து மீண்டு கொண்டிருந்தது. பாரதீய ஜனதா கட்சியாக அல்லது பாஜக-வாக மறுபிறப்பு எடுக்க வேண்டி இருந்தது. திருமதி காந்தி அதற்கேற்ப உன்னதமாக ஆட்சிபுரிந்தார்.

தேசிய அளவில் எதிர்க்கட்சி பலவீனமாய் இருக்கையில், மாநில அரசாங்கங்களில் எதிரிகள் இருப்பார்கள். 1971இல் இந்திரா காந்தி தேசிய-மாநிலத் தேர்தல்களைப் பிரித்ததிலிருந்து, டெல்லியில் ஆட்சிப் பொறுப்பேற்க வரும் அரசாங்கங்கள், தம் கட்சியைச் சாராத, அணி சேராத மாநில அரசாங்கங்களைக் கவிழ்க்க அவசரம் காட்டும். சம்பிரதாயத்தை மீறி (பதவி தருவதாக வாக்குறுதியளித்து காட்சி மாறவைப்பதன் மூலம்) அல்லது

அரசமைப்புச் சட்டப்படி (குடியரசுத் தலைவர் ஆட்சியை அமல்படுத்தி மேற்கொள்ளமுடியும். இதில் நேரு கட்டுப்பாடுகளைக் கொண்டிருந்தார்; ஆனால் அவரது மகளின் ஆட்சியில் பத்து மடங்காக அது அதிகரித்தது. ஒருகாலத்தில் இறுதிவேளை நடவடிக்கையாக இருந்து வந்தது இப்போது, வழக்கமாகவும் சடங்காகவும் ஆகிவிட்டது. புதிதாகத் தேர்ந்தெடுக்கப்பட்ட ஆட்சியாளர், தன் அதிகாரத்தைப் பிரகடனம் செய்யவும் ஆட்சிப் பகுதியை வரையறுக்கவும் கப்பம் வசூலிக்கவும் முன்காலத்தில் மேற்கொள்ளப்பட்ட திக்விஜயத்துடன் இதனை ஒப்பிட முடியும்.

நாமெல்லாம் சமயச்சார்பற்றவர்களாக இல்லையா?

1980 பொதுத் தேர்தலுக்குப் பிந்தைய திருமதி காந்தியின் திக்விஜயம் மிகவும் பேராசை கொண்டது. ஒன்பது மாநிலங்களின் அரசாங்கங்கள், மொத்தத்தில் மூன்றிலொரு பங்கு உள்ளவை குடியரசுத் தலைவர் ஆட்சியின் கீழ் நீக்கப்பட்டன. அவற்றில் ஒன்று தவிர மற்றவை திடீர்த் தேர்தலில் காங்கிரஸால் கைப்பற்றப்பட்டன. கவிழ்க்கப்பட்டு இடப்பெயர்ச்சி செய்யப்பட்டவற்றில் ஒன்று, பஞ்சாபின் அகாலிதள அமைச்சரவை. அகாலிதளம் மைய நீரோட்ட சீக்கிய ஆட்சி, பஞ்சாப் மேலதிகமாக சீக்கிய மாநிலம். அங்கு பிரச்சினைகள் எதிர்பார்க்கப்பட்டிருக்க வேண்டும்.

1947 பிரிவினையிலிருந்து பழைய பஞ்சாப் மாகாணத்தின் இந்தியாவின் பாதிப் பிரதேசம், பாகிஸ்தானினுடையதை விடவும் பிரச்சினைக்குரியதாக இருந்து வருகிறது. மாநிலத்தின் அலுவலக மொழி மற்றும் லிபி (இந்தி/தேவநாகரி x பஞ்சாபி/குர்முகி) குறித்து வழமையாகவே பதற்றம் இருந்து வருகிறது; சில பகுதிகளில் இந்துக்கள் பெரும்பான்மையினர், பிறவற்றில் சீக்கியர் பெரும்பான்மையினர்- பெரிதும் பாகிஸ்தானிலிருந்து புலம்பெயர்ந்து வந்தவர்கள். பிரிவினையின்போது, இந்திய சீக்கியர் தம் மதத்தைப் பின்பற்றவும் அதற்கேற்பத் தம் செயல்பாடுகளை வைத்துக்கொள்ள அனுமதிக்கப்படுவார்கள் என்று வாக்குறுதிகள் தரப்பட்டன. இதனை சீக்கிய அரசுக்கான உத்தரவாதமாகப் பலர் விளக்கியிருந்தனர்; அதுவே நிகழ்ந்தது, 1970களில் இந்தியாவின் பாதி பஞ்சாப் மாகாணம் மூன்று தனித்தனி மாநிலங்களாகப் பிரிக்கப்பட்டன: இமாசலப் பிரதேசம் (மலைப் பகுதிகளின் முந்தைய சமஸ்தான அரசுகளைக் கொண்டது), ஹரியானா (டெல்லிக்கு மேற்கிலும் வடக்கிலும் உள்ள பிரதானமாக இந்துக்களைக் கொண்டு இந்தி பேசும் மக்களை உடையது) மற்றும்

பஞ்சாப் (மற்ற இரண்டு மற்றும் காஷ்மீர்-பாகிஸ்தானுக்கிடையில் சீக்கியப் பெரும்பான்மையுடன் உள்ள பஞ்சாபி பேசும் மாநிலம்). கடைசியில் உள்ள பஞ்சாப், அளவில் சிறியதாயினும் வளம் பெற்ற, கேந்திர முக்கியத்துவமுள்ள மாநிலமாகும்.

அதிகாரப்பூர்வமாக அது சீக்கிய மாநிலமல்ல பஞ்சாபி பேசும் மாநிலம்தான். பிரிவினைவாதம் சார்ந்த எந்தச் சலுகையும் இந்தியச் சமயச் சார்பின்மைக்குத் தொந்தரவாக அமையும், 'மொழிவாரியிலான சீரமைப்பு' அடிப்படையிலேயே அதன் உருவாக்கம் இருந்தது. பஞ்சாபி பேசிடும் அதிகப்படியான சீக்கியர், மானத்தைக் காத்திடும் இப்புனைவை ஒப்புக்கொண்டு, தம் மதம் சார்ந்த எந்த உவப்பான குறிப்பும் இல்லாததை உணர்ந்திருந்தனர். 1973இல் அனந்தபூர் சாகிப்பில் கூடிய அகாலிதளம், சீக்கியர் குறைகளை 45 அம்சக் கோரிக்கைகளாகப் பட்டியலிட்டது. அவற்றில் சில தேசிய முக்கியத்துவமிக்கவை - மத்திய அரசாங்கத் தலையீட்டைத் திரும்பப் பெறல் மற்றும் 1950 அரசமைப்புச் சட்டத்தில் அனைத்து மாநிலங்களுக்கும் வழங்கப்பட்டுள்ள சுயாட்சிக்குத் திரும்புதல் என்பவை ஆகும். மற்றவை மிகக் குறிப்பானவை; பிரிக்கப்படாத மாநிலத் தலைநகராக விளங்கிய, லெ கொர்பூஸியோ வடிவமைத்த சண்டிகரைத் தம் மாநிலத்திற்கு வழங்குதல் போன்றவை. இயற்கையாகவே ஹரியானாவும் சண்டிகரைக் கோரியது; அதன் இந்து/இந்தி பெரும்பான்மையினர் உரிய சலுகையின்றி அதனை விட்டுத்தரத் தயாராயில்லை. அதேபோல எந்தச் சீக்கியக் கட்சியும் அத்தகு சலுகைகளுக்குத் தயாராயில்லை. இப்படி இரு மாநிலங்களுக்கிடையே, சீக்கியருக்கும் இந்துக்களுக்குமிடையே பிரச்சினைக்குரியதாக சண்டிகர் இருந்து வருகின்றது. சீக்கியரைக் குறிப்பிட, அனந்தப்பூர் தீர்மானத்தில் இருந்த தொடர், 'சமுதாயம்' என மொழிபெயர்க்கப்பட்டால், எற்புடையதாயிருக்கும்; அல்லது விஷமத்தனமாக 'நாடு' என மொழிபெயர்க்கப்பட்டால், ஏற்புடையதாக இருக்காது. அத்தீர்மானம் சீக்கியருக்குச் சுதந்திரமிக்க தேச அரசைக் கோரவில்லை, இருப்பினும் அகாலிதளத்தை சீக்கியப் பிரிவினைவாதக் கட்சியாக அவப்பெயர் சூட்ட முனைப்பாயிருந்தால், அதனை ஆதரிப்பதற்கான காரணங்களை இங்கே காண இயலலாம்.

திருமதி காந்தியும் குறிப்பாக சஞ்சயும் இக்குற்றச்சாட்டை முன்வைத்தனர்; ஆதரவாளர்களுடன் அகாலிகளுக்கு அவப்பெயர் சூட்டிட, சீக்கிய சமுதாயத்திற்குள் பிளவுகளை ஏற்படுத்த முற்பட்டனர். 1980இல் சில சீக்கிய மாணவர்கள்,

அகாலிகளின் படிப்படியான கோரிக்கையில் விரக்தியுண்டு, வட அமெரிக்காவிலும் இங்கிலாந்திலுமுள்ள சக மதவாதிகளின் ஆதரவுடன் இறையாண்மை மிக்க, சுதந்திர அரசுக்கான கோரிக்கையை எடுத்துரைத்தனர். புதியதொரு பிரிவினையும் வங்காள தேசம் போன்ற பிளவும் எண்ணிப் பார்க்கப்பட்டன. அந்த அரசுக்கு காலிஸ்தான் என்று பெயர், லண்டனில் இருக்கும் ஓர் அரசியல்வாதி அதன் தலைவராயிருப்பார்.

இத்தகைய அப்பட்டமான பிரிவினைவாதிகளுடன் எந்தப் பேச்சுவார்த்தைகளும் சாத்தியமில்லை. ஆனால் வேறு சில போட்டியாளர்கள் இருந்தனர். அரசியல் சுதந்திரத்திற்கு அழுத்தம் தராமல், சீக்கியச் சித்தாந்தங்களின் அடிப்படை வாதத்தை முன்வைக்கும், வசீகரமான ஈர்ப்புடைய தீவிரவாத இளம் போதகர் ஒருவர் இருந்தார். அவர் ஜார்நெய்ல் சிங் பிந்தரன் வாலே. அப்போஸ்த்தலர் தோற்றத்திலும் கடுமையான அர்ப்பணிப்பிலும் ஒசாமா பின்லேடனின் மூல வடிவம் அவர். கொலை செய்யுமாறு தன் ஆதரவாளர்களைத் தூண்டிவிடும் அவர் மீதுதான் சஞ்சயும் மத்திய அரசாங்கத்திலிருந்த அவரது கூட்டாளிகளும், அகாலிதளத்தைப் பிளப்பதன் பொருட்டு நம்பிக்கை வைத்திருந்தனர்[8].

இந்திரா காந்தியின் 1980 திக் விஜயத்தில் அகாலிதள அரசாங்கம் கவிழ்க்கப்பட்டிருந்தாலும், அதன் தலைவர்கள் அரசாங்கத்தில் இருந்ததைவிடவும் எதிர்க்கட்சியினராக மிகுந்த வலிமை பெற்றிருந்தனர். அவர்களில் ஒருவர் சீக்கியரின் மெக்காவாகிய அமிர்தசரஸின் பொற்கோயிலில் தங்கியிருந்தார்; அதனைச் சரணாலயமாகக் கொண்டு, எதிர்ப்பை ஒழுங்கமைத்திடும் போராட்டத்தைத் தூண்டிவிடும் பணியை மேற்கொண்டிருந்தார். இதனைப் பிந்தரன்வாலே பின்தொடர்ந்தார், கோயில் வளாகத்தின் இன்னொரு பகுதியில் தங்கி, போட்டிச் சீக்கியக் குழுவைப் பயங்கரவாதிகளாக்கும் வேலைத்திட்டத்தைச் சுதந்திரமாக-தன் விமர்சகர்களை நீக்கியும் அகாலிதளத்தின் சீக்கிய வாதத்தை விஞ்சியும் மேற்கொண்டார். சஞ்சய் காந்தியின் அகால மரணம்-புது டெல்லி மீது விமான சாகசங்கள் செய்து பார்க்கையில் மோதி உயிரிழந்தார்-எந்த வேறுபாட்டையும் செய்யவில்லை. திருமதி காந்தி தன் துயரத்தில் தனிமைப் படுத்தப்பட்டிருக்க, சஞ்சயின் 'பஞ்சாப் கொள்கை' தனக்கேயான வேகத்தைப் பெற்றது. இதற்கிடையே பிந்தரன்வாலே, தண்டனை பெறாமலும் தடுப்பாற்றலுடனும் எதிரிகளை அழித்து, வங்கிகளில் கொள்ளையிட்டு, இனவெறுப்பைத் தூண்டிவிட்டு இயங்கினார்.

அது அவரின் ஆதரவாளர்களை ஊக்கப்படுத்தினாலும், சீக்கியர்-சீக்கியரல்லாதார் இருவரையும் திகைக்கவைத்தது, மாநிலத்தின் இந்து சிறுபான்மையினரைப் பீதிகொள்ள வைத்தது.

1984இல் சஞ்சயின் அரசியல் நாடகம் அவரின் விண்வெளி வித்தையைப்போல அதிசயப்பட வைத்தது. பஞ்சாப் நிர்வகிக்க முடியாததாக இருந்தது. புதுடெல்லியின் தடயங்களைத் துடைத்தெறிந்துவிட்ட பிந்தரன் வாலே, சுதந்திர காலிஸ்தானத்தில் புகலிடம் கொண்டிருந்தார். அவரது ஆதரவாளர்களைக் காரணங்காட்டிடும் கொலைகளும் பிற அச்சுறுத்தல்களும் சாதாரணமாகிவிட்டன; ஆயுதந்தாங்கிய பாதுகாவலர்கள் பொற்கோவிலுக்கு வந்துவிட்டனர். இந்துக்கள் என்பதன் காரணமாகவே இந்துக்கள் படுகொலை செய்யப்பட்டனர். சக்தியின்றி பிளவுபட்டிருந்த மாநில அரசாங்கம் நீக்கப்பட்டு, குடியரசுத் தலைவர் ஆட்சி அமல்படுத்தப்பட்டது, ஆனால் பயனில்லை. வி.எஸ்.நைபாலின் 1980களுக்குரிய இந்தியப் பயணத்தின் பதிவான Million Mutinies Now இல் உச்சகட்டம் பஞ்சாபில் நிகழ்கிறது. பிந்தரன் வாலேயின் தீவிரப்போக்கிற்கு ஈடுதரும் வகையில், அகாலி தலைவர்கள் பெருந்திரள் வேலை நிறுத்தத்திற்கு அழைப்பு விடுத்தனர். உடனே கைதாகினர். ஆனால் ரத்தக்களறி தொடர்ந்தது. பிந்தரன்வாலே பயங்கரவாதியாக அறிவிக்கப்பட்டு, போலீஸால் சமாளிக்க முடியாது போகவே, டெல்லிக்கிருந்த ஒரே வழி பாகிஸ்தான் அரசியலில் நடந்தது போல ராணுவத்தை வரவழைப்பதே.

இந்திய ராணுவத்தின் ஜூன் 1984இன் பொற்கோயில் தாக்குதல் Operation Bluestarக்கும், கிழக்கு வங்காளம்/வங்காள தேசத்தில் பாகிஸ்தான் ராணுவத்தின் 1971 நடவடிக்கைக்கும் இடையிலான எந்த ஒப்பீடும் திசை திருப்புவதாகவே இருக்கும். புளூ ஸ்டாரின் நோக்கம் பிந்தரன்வாலேயினையும் அவரது கையாட்களையும் அப்புறப்படுத்துவதே. அது சீக்கியர்களுக்கு எதிரானதல்ல-பெரும்பாலான சீக்கியர், பிந்தரன்வாலேயின் விசித்திரங்களால் அதிர்ந்து போய் தலையீட்டை ஆதரித்தனர். இருப்பினும், தாக்குதல் அவ்வளவு மோசமாயிருந்தது, பீரங்கிகள் உள்ளிட்டவற்றைக் கொண்டு சீக்கியரின் புனித ஆலயத்தில் ஏற்படுத்திய இழப்பு அவ்வளவு கடுமையாயிருந்தது, உயிர்த்தியாகம் புரிந்த பிந்தரன்வாலே மற்றும் அவரது ஆட்கள் காட்டிய எதிர்ப்பும் கடுமையாயிருந்தது-இறந்தவர் எண்ணிக்கையும் அதிகமாயிருந்தது (அதிகாரப்பூர்வமாக 500, பொதுவாக 3000க்கு மேல் - அவர்களில் பெரும்பாலோர் போராளிகளல்லாத யாத்ரிகர்கள்); தொடர்ந்து

இடம்பெற்ற ஒடுக்குமுறையும்; *Search light* போன்றே *Bluestar*-அது நெருக்கடியைத் தீர்த்ததை விடவும் துணிகரமிக்கதாக இருந்தது. சம்பவத்தை நேரில்கண்ட டுல்லியும் ஜேகபும் 'வைதிகமானவர்கள்-அகாலிகளைத் தாண்டியும் இப்போது சீற்றம் பரவிற்று' என்றனர். பிந்தரன்வாலே மீது வெறுப்பு கொண்டது தவிர்த்து வேறொன்றுமில்லாத தனித்துவமான சீக்கியர், தம் பதக்கங்களைத் திருப்பியளித்தனர்; சுதந்திரம் பெற்றதிலிருந்து இந்திய ராணுவம் எதிர்கொண்டிருந்த மிகக் கடுமையான நெருக்கடியில், ஒட்டுமொத்தச் சீக்கியப் படைப் பிரிவும் கலகம் புரிந்தது. ஒரு குழுவினர் தொலைதூர பீகாரின் பாசறையிலிருந்து அமிர்தசரஸுக்கு அணிவகுத்துச் சென்றனர்[9].

பாகிஸ்தானின் ஆதரவைப் பெற்றவர்களாகத் தவறாகக் கருதப்பட்ட, பயங்கரவாதிகளுக்கு எதிரான நடவடிக்கையைச் சீக்கியரல்லாதார் வெகுவாகப் பாராட்ட, பல சீக்கியர்-அனைவரும் பிந்தரன்வாலேயின் ஆதரவாளரில்லை-புதுடெல்லி மற்றும் அதன் சீக்கிய எதிர்ப்பை நிந்தனை செய்த பிந்தரன்வாலேயின் செயல்கள் கொடூரமான வகையில் தீர்க்கதரிசனம் கொண்டிருந்ததாகப் பார்த்தனர். அவரின் உயிர்த்தியாகம் பழிவாங்கல் சடங்கினையும் தீவிரச் சந்தேகச் சூழலையும் ஏற்படுத்தின. இருந்தும், சமீபத்திய கலகங்கள் நம்பமுடியாதனவாக இருக்க, திருமதி காந்தி தன் பாதுகாப்பினை, சீக்கியர் உள்ளிட்ட கனத்த ஆயுதந்தாங்கியோரிடம் ஒப்படைத்திருந்தார். பாதுகாப்பு அபாயம் பற்றி வினவியபோது 'நாமெல்லாம் சமயச் சார்பற்றவர்கள் இல்லையா?' என்று நேர்மறையாகப் பதிலளித்தார்; அது ஓர் அக்டோபர் காலையில் வெளிவந்த பதில். புளூ ஸ்டாருக்கு 4 மாதங்கள் கழித்து, இந்திராகாந்தி தன் புதுடெல்லி இல்லத் தோட்டத்தைத் தாண்டியபோது, காவலில் இருந்த இரு சீக்கியரின் உயர்த்திய துப்பாக்கிகளும் குண்டுகளின் மழையும் வரவேற்றன. கொலையாளிகளை விடவும் தூக்குத் தண்டனையை நிறைவேற்றுவோரான அவர்கள், அதன்பிறகு தன் ஆயுதங்களைக் கீழே போட்டு, கொலைக்கு முழுப்பொறுப்பேற்று, தம்மைத்தாமே சுட்டு வீழ்த்திக்கொண்டனர். உயிர்பிழைத்த ஒருவர், உடந்தையாயிருந்த இன்னொருவருடன் சேர்ந்து தூக்கிட்டுக் கொண்டார். ஆனால் பஞ்சாபில் அவர்கள் சீக்கிய லட்சியத்திற்காக உயிர்த்தியாகம் புரிந்தவர்களாகக் கருதப்பட்டனர்; அவர்களைச் சார்ந்திருந்தோர் தேர்தலில் வெற்றிபெற்றுப் பாராளுமன்ற இடங்களைப் பெற்றிடத் துரிதமாக இட்டுச் செல்லப்பட்டனர்.

சீக்கியர் அல்லாதவரிடையே குறிப்பாகத் தலைநகரில் விரோதமிக்க எதிர்வினையைக் கணிப்பது எளிதானதாயில்லை. திருமதி காந்தியின் இறப்பைக் கண்டு பஞ்சாபின் சீக்கியர் குதூகலமடைந்தது பற்றிய செய்திகள், தேசிய ஆத்திர உணர்வைக் கிளறிவிட்டு இந்துக் கும்பல்களை வீதிகளுக்கு வரவழைத்தது. பழிவாங்கும் துடிப்பில் சீக்கிய இல்லங்களுக்குத் தீயிட்டனர். வீட்டில் இருந்த தலைப்பாகை அணிந்தோரைப் படுகொலை புரிந்தனர், சீக்கிய வழிபாட்டிடங்களை அவமதித்தனர். இதற்கிடையே போலீஸார் சலனமின்றி இருந்தனர். அரசியல் புள்ளிகள் வெறிக் கும்பல்களைத் தூண்டிவிட்டு வெகுமதிகள் தந்தனர். சீக்கியர் இல்லங்களை அடையாளங்காண உதவும் வகையில் வாக்குப் பட்டியல்களைச் சுற்றுக்கு விட்டனர், ஊடகம் பொறுப்பாகச் செய்தி வெளியிடவில்லை, அரசாங்கம் அப்படியே அமர்ந்திருந்தது[10]. சீக்கியரைப் பாதுகாக்கும் பிரச்சினையில், ராணுவம் அரசாங்க உத்தரவுகளுக்குக் காத்திருந்தது. மருத்துவமனைகள் நிரம்பிவழிந்தன; சாலையோரங்களில் சடலங்கள் எறியப்பட்டிருந்தன. திருமதி காந்தியின் படுகொலையை அடுத்த மூன்று தினங்களில் சீக்கிய ஆடவரும் பெண்டிரும் குழந்தைகளுமாக 2000-3000பேர், தம் சக குடிமக்களாலேயே கொல்லப்பட்டதாக நம்பப்படுகிறது. இதில் இன்னும் மோசமானது, கால் நூற்றாண்டு கழித்தும், முடிவுறாத விசாரணைகள் நடந்தும், பொறுப்பானவர்களாகக் கருதப்பட்ட அலுவலர்கள் இன்னும் தண்டிக்கப்படாதிருந்தனர். 1984இன் ரத்தக் களரியில் மீண்டும் கிளறிவிடப்பட்டவை பிரிவினை கால குரூரங்கள் மட்டுமல்ல, அதிகாரப்பூர்வமாக ஒருங்கிணைக்கப்பட்ட வன்முறையில் அரசு உடந்தையாயிருந்ததுதான் இன்னும் பெரிய குற்றமாகும். திருமதி காந்தியின் 'நாமெல்லாம் சமயச் சார்பற்றவர்கள் அல்லவா?' என்பது போலியாய் ஒலித்தது.

இந்திய ஜம்போ விமானத்தின் சூட்கேஸ் குண்டு வெடிப்பு போல, கண்மண் தெரியாத படுகொலையும் கொலையும் சேர சீக்கியத் தீவிரவாதிகள் எதிர்வினை புரிந்தனர். பயணிகள் விமான ஓட்டுநரும், இந்திராவின் மூத்த மகனும், அடுத்து பிரதமராக இடம்பெற்றவருமான ராஜீவ் காந்தி தன் தம்பி சஞ்சயின் தலையீட்டைத் திடமாக நிராகரித்துப் பெருமை சேர்த்துக்கொண்டார். பலவீனப்படுத்தப்பட்ட அகாலிதளத்துடன் உடன்பாடு எட்டப்பட்டது, அனந்தப்பூர் சாஜிப் தீர்மானங்கள் நீர்த்துப் போகச் செய்யப்பட்டன, காலிஸ்தான் ஆதரவாளர்கள் ஓரங்கட்டப்பட்டனர்; சரிவுகளுடனும் பொற்கோயிலை இரண்டாம் முறை ஆக்கிரமித்தும், கடைசியில் பஞ்சாபில் அமைதி

திரும்பிற்று. மதத்தின் அடிப்படையில் எந்தக் குடிமகனையும் பாகுபாடு செய்யாது என்னும் இந்தியாவின் பெருமைமிக்க பிரதாபத்திற்கு ஏற்பட்ட இழப்பு அப்படியே இருக்கிறது. நாட்டின் சமயச் சார்பின்மை சமரசத்திற்குள்ளானது. உச்சங்கொண்ட இனப் பதற்றமிக்கச் சூழலில், மதமாற்றம் சார்ந்த சம்பவங்கள் தலைப்புச் செய்திகள் ஆகின. முஸ்லீம்கள் இறுக்கமடைந்து, உறுதிப்பாட்டின் பொருட்டு, வளைகுடாவிலுள்ள சக மதத்தினரை நாடினர். அப்படியே சீக்கியரும் கிறித்தவரும் கடல் கடந்துள்ள தொடர்புகளுடன் நெருக்கமாயினர்; இந்து தேசமாக இந்தியக் கருத்தமைவை உறுதிப்படுத்திட நீண்டகாலமாகத் தேடிய வாய்ப்பினை இந்துச் செயல்பாட்டாளர்கள் உணர்ந்தனர். பிரிவினைவாத அலட்சியத்தின் மதகுகள் திறந்துவிடப்பட்டிருந்தன.

நள்ளிரவின் பேரப்பிள்ளைகள்
1984 -

கலாஷ்னிகோவ் வருகின்றது

தாமஸ் கார்லைலைப் பொறுத்தவரை எண்ணற்ற வாழ்க்கை வரலாறுகளின் சாரமான வரலாறு, மக்களைப் பற்றியதாக இருக்கவேண்டும் என்றபோதும் பெரிதும் அப்படி இருப்பதில்லை. பெரிதும் ராட்சதர்களான சில தனிநபர்கள் இருண்மையில் வாழப்பட்ட எண்ணற்ற வாழ்க்கைகளை, கொள்கை-யுத்தத்தின் காற்றில் அடித்துச் செல்லப்படும் தூசாக விட்டுவிடுகின்றனர். சம்பவங்களைப் பொருத்திப் பார்ப்பது-நாடகங்களை விவரிப்பது ஆகியவற்றிற்கிடையே வாழ்தல் காணாது போகிறது; மரபார்ந்த கடந்த காலமென்பது மக்களால் நிறைந்தது, மக்கள் என்போர் கூட்டு முகமையல்ல மாறாக லட்சக்கணக்கிலான தனிநபரின் தனிநபர்கள் என்று கூறுவது, இயற்கைப் பேரிடர் போலவோ அல்லது எதிர்பாராத விதியின் திருப்பத்தைப் போலவோ கதையில் அதிர்ச்சியைத் தரலாம்.

இத்தகு காட்சித் தோற்றங்களுக்குத் தெற்கு ஆசிய வாரிசுரிமை அரசுகளில் மூன்றாவது ஒருவகை வழக்குச் சொல் ஆகியுள்ளது. புயல்கள், வெள்ளங்கள், மகசூல் பொய்த்தல் வங்காள தேசத்தை அடிக்கடி தாக்கி, அதன் இருப்பின் அங்கமாகியுள்ளன. திரட்சி கொண்ட பருவகால மாற்றத்துடன் தொடர்புடைய உயரும் கடல் மட்டங்கள், அதன் இருப்பினை ஆபத்திற்குள்ளாக்கும். வெள்ளம், நீரின் உப்புத்தன்மை, காடழிப்பு, பருவகால வறட்சி போன்றவற்றால் நிலைகுலையும் வங்காளதேசம், இன்னொரு வடிகால் நாகரிகத்தின் குறிப்பைத் தரமுடியும்-இந்நூலின் தொடக்கமான ஹரப்பா நாகரிகம் போன்று.

வங்காள தேசத்தவர் கட்சி அரசியல், மொத்த வருவாய் மீது குவிமையம் கொள்வது பாதுகாப்பானது என்றெண்ணியிருக்க, தாக்கா நிகழ்ச்சி நிரலை அடித்துச் செல்லவும் அரசின் அடித்தளத்தைத் தகர்க்கவும், மானுட விதியின் புதிய சுனாமி வருகின்றது. அதற்கேற்ப அரசாங்கம் தள்ளாடுகிறது, அரசு சாரா நிறுவனங்கள் அரசாங்கத்தின் பெரும்பகுதியான பணிகளை மேற்கொள்ள, சர்வதேச உதவி அமைப்புகள் அதிகம் நுழைகின்றன. இருப்பினும், அல்லாடும் சமூகத்தின் இவ்வெழுச்சிகளை உலகின் ஊடகம் பற்றிக்கொள்ள, அவற்றிடமிருந்து தனிநபரின் துயரம்-வல்லமை குறித்த பவித்திரமான பதிவுகள் திரட்டப்படுகின்றன. உலகின் அதிக மக்கள்தொகை அடைந்துள்ள நாட்டில் ஒவ்வொரு உயிரும் கணக்கில் கொள்ளவேண்டிய உரிமையை உறுதிப்படுத்துகிறது.

தெற்காசியாவின் பிற இடங்களில் இத்தகைய நினைவூட்டல்கள் அடிக்கடி நிகழ்வதில்லை. ஆனால் 1980களில் இரு நிகழ்வுகள், ஒன்று பாகிஸ்தானிலும் இன்னொன்று இந்தியாவிலுமாக, இரண்டுமே நாசகரமானவையாக, தேசியக் கதையை அழித்தன; அது அரசியல் நிகழ்வுப் போக்கைத் தடம்புரளச் செய்திருக்கும். ஏப்ரல் 1988இல் ராவல்பிண்டி மற்றும் இஸ்லாமாபாத்திற்கு அண்மையில் வசிப்போர், தம் நகரங்கள் திடீர் தாக்குதல்களுக்கு உள்ளானதாக எண்ணினார்; அத்தாக்குதல்கள் இந்தியாவிலிருந்து வந்திருக்க வேண்டும் என யூகித்தனர். வெடிப்புகள் காலை வேளைக் காற்றினைப் பிளந்தன, மக்கள் அடர்ந்துள்ள பகுதிகள் மீது குண்டுகளும் ஏவுகணைகளும் வீசப்பட்டன, விளையாட்டு மைதானங்களின் குறுக்கே சீறிச் சென்றன குண்டுகள், புகையும் நெருப்பும் வானில் பரவின. ஆயிரக் கணக்கானோர் பாதிக்கப்பட, நூற்றுக் கணக்கில் உயிரிழந்தனர். இது விரோதத் தாக்குதலல்ல என்பது புலப்பட்டதும் அதிகாரப்பூர்வ புள்ளி விபரங்கள் குறைந்தே இருந்தன. ஆஃப்கனின் முஜாஹித்தின்களுக்கு அனுப்பவேண்டிய ஆயுதங்கள் குவிக்கப்பட்டிருந்த, அருகிலுள்ள ஓஜ்ஹ்ரியின் நிலவறை ஆயுதக் கிடங்கு மர்மமான முறையில் பற்றிக் கொண்டதுதான் காரணம்.

அது சதி வேலையாக இருக்கக்கூடும்; விபத்தாக இருக்கலாம் என்பது ஏற்கக்கூடியதாயிருந்தது. ஜெனரல் ஜியா உல் ஹக் இதனை விபத்தாகக் கருதியவர், பின் தன்னை விலக்கும் பொருட்டு அதைப் பயன்படுத்திக் கொண்ட பிரதமர், முகமத்கான் ஜீனேஜோதான் அதற்குப் பொறுப்பு என்றார். பாகிஸ்தானை மேலும் இஸ்லாமாக்கிடும் ஜெனரலின் வேலைத்திட்டத்திலுள்ள

ஊசலாட்டத்தை ஜீனேஜோ சமீபத்தில் காட்டிக்கொடுத்திருந்தார்; அத்துடன் குடிமை உரிமைகளை உறுதிப்படுத்துவதில் கவலைகொள்ள வைக்கும் போக்கு நிலவிற்று. அவர் வெளியேற வேண்டியிருந்தது. நான்கு மாதங்களுக்குப் பின் ஜியாவே விமான விபத்தில் மடிந்துபோனார். அது விபத்தாகவோ சதியாகவோ இருக்கலாம். உண்மை விபரங்கள் இருண்மையில் இருந்துவிடும் ஏனெனில், இரண்டிலுமே அரசாங்கம் அதிகாரப்பூர்வ விசாரணை அறிக்கைகளை வெளியிடவில்லை. விமான மோதல்கள் தொழில்முறை சிக்கல்களாதலால், ஜியாவின் இறப்புக்கு வருத்தமில்லாதுபோக, அந்த நிசப்தத்தை பாகிஸ்தான் ஏற்றுக்கொண்டது. ஆனால் ஆயுதக் கிடங்கு வெடிப்பில் இது அப்படியில்லை-பல ஆண்டுகளுக்குப் பிறகு ஓஜ்ஹ்ரி வெடித்த அடிமண்ணில் புதைந்திருந்த, வெடிக்காத ஆயுதங்கள் வெடித்து பள்ளிப் பிள்ளைகளும் ஒப்பந்ததாரர்களும் சிதறினர்.

1984இன் ஆரம்பத்தில், திருமதி காந்தியின் படுகொலையும் டெல்லி சீக்கியரின் மீது நிகழ்த்தப்பட்ட பழிவாங்கலும் இன்னும் தலைப்புச் செய்திகளாய் இடம்பெற, இன்னும் மோசமானது இந்தியாவுக்கு நேர்ந்தது. அது அதிகாலை, டிசம்பர் 3 இன்னொரு முக்கியத்துவமற்ற நாள், இடம், அண்டையிலுள்ள சாதாரணமானது. இப்போது ம.பி. தலைநகரம் போபால். ஓஜ்ஹ்ரி போல, வரப்போகும் பேரிடரை உணர்த்தி எச்சரிக்கும் வெடிப்புகளோ சாகசங்களோ இல்லை, வெறுமனே மூடுபனிதான் நிலவியது. யூனியன் கார்பைட் பூச்சிக்கொல்லி மருந்தாலையிலிருந்து கசிந்த நச்சு ஆவி, தணிவான வீடுகளுக்குள்ளும் கதவுகளுக்குள்ளும் கூரைகளுக்குள்ளும் நுழைந்தது. விழித்திருந்தவர்கள் தொண்டையிலும் நுரையீரல்களிலும் எரிச்சலை உணர்ந்தனர், கண்கள் வலிப்பது, இருமல் வருவது வாந்தியெடுப்பது என்பதாக உணர்ந்து இறந்துகொண்டிருந்தனர். நகரின் பெரும்பகுதி மூடப்பட்டது. பிரதேசங்கள் மூடப்படாது கிடந்தன. அணுகுண்டுகள் வெடித்ததைப் போலிருந்தது. சமிக்ஞைகளுக்காகக் காத்திருந்த ரயில்கள் அப்படியே நின்றன- சிக்னல் தரும் பணியாளர்கள் நச்சுக் காற்றினை மூச்சிழுத்து அப்படியே இறந்துகிடந்தனர்.

முதல் உலகப்போரில் பயன்படுத்தப்பட்டதைவிடவும் ஐநூறு மடங்கு நச்சுத் தன்மை கொண்டது அந்த வாயு. 72 மணிநேரத்திற்குள் ஆண்களும் பெண்களும் குழந்தைகளுமாகப் பெரிதும் வறுமைப்பட்ட முஸ்லீம்களும் தீண்டப்படாத தலித்துகளுமாக 8000 பேர் மடிந்தனர்; சுமார் ஐந்து லட்சம் பேர்

கண் பாதிப்புகளுக்கும் உள்ளார்ந்த சிக்கல்களுக்கும் உள்ளாயினர். இக்காயங்களுக்கும் தொற்றுப் பரவலுக்கும் இன்னொரு 12000 பேர் உள்ளாகினர். கருச்சிதைவும் அதீதப் பிறப்புகளும் ஊனமுற்ற குழந்தைகளும் தலைமுறைகளாகத் தொடர்ந்தன. 'இதுவரையிலான தொழிற்துறை விபத்துகளில் மிக மோசமானது'- மருத்துவ ரீதியில் மிக மோசமானது, நீதித்துறை ரீதியிலும் மிக மோசமானது.

யூனியன் கார்பைட், அதை விபத்துகூட இல்லை என்றது; அதிருப்தி கொண்ட ஓர் ஊழியர் செய்த சதி என்பதால், கம்பெனி அதற்குப் பொறுப்பாகாது. எனினும், செலவினங்களைக் கட்டுப்படுத்தும் பொருட்டான, போபால் ஆலையில் ஆட்குறைப்பு, மோசமான பராமரிப்பு, பாதுகாப்பு ஏற்பாடுகள் இல்லாதிருப்பது, சூழலியல் அலட்சியம் என்னும் குற்றச்சாட்டுகள் பரவலாக எழுந்தன. ஒழுங்குமுறை நடவடிக்கைகள் மேற்கொள்ளாமைக்கான பொறுப்பிலிருந்து நழுவிடும் இந்திய அரசாங்கம், அமெரிக்க நீதிமன்றங்களில் இழப்பீட்டு வழக்குகளைத் தொடுத்தது. இருந்தும் ஐந்து ஆண்டுகள் கழித்து, அரசாங்கம் அற்பத் தொகைக்கு ஒத்துக்கொண்டது-அது, மேல்நடவடிக்கை எதனையும் விலக்கியது, இப்போது வேலை இழந்து தவிப்போருக்கு இழப்பீடு தவிர்த்து வேறெந்த நிவாரணத்தையும் மறுதலித்தது. யூனியன் கார்பைடின் அமெரிக்கத் தாய் நிறுவனமும் அடுத்து வந்த அதன் உரிமையாளர் டவ் கெமிகல்ஸும் தாம் பொறுப்பில்லை என்று தொடர்ந்து சாதித்தன. இதற்கிடையே மத்திய அரசாங்கமும் மாநில அரசாங்கமும், அவ்விடம் பாதுகாப்புள்ளதாக ஆக்கப்பட்டதை உறுதிப்படுத்துவதற்குத் தவறின; அது நிகழ்ந்துகொண்டேயிருக்கும் விபத்து என்று கூறும் ஒவ்வொரு அறிக்கையையும் நிராகரித்தது.

இருபத்தைந்து ஆண்டுகளுக்குப் பிறகு போபால் விபத்தில் உயிர் தப்பியோர்-பரிதாபமிக்க எதிர்ப்பு ஊர்வலங்களும் ஊடக அனுதாபமுமாக இன்னும் நிவாரணம் தேடிக்கொண்டிருந்தனர். உலகின் பொறாமைக்குரியதாக இந்தியப் பொருளாதாரம் வளர்ந்துவரினும், வணிக வளாகங்களும் தகவல் தொழில்நுட்ப கோட்டீசுவரர்களும் பெருகிவரினும் போபால் விஷவாயுக் கசிவில் உயிர் தப்பியோருக்கு மாசுறாத குடிநீர் விநியோகத்திற்கு உத்தரவாதமளிக்கப்படவில்லை. அவர்தம் தனிப்பட்ட துயரங்களும் அதுபோலவே ஒட்டுமொத்த நிலைமையும், சாதாரண உயிர்கள் பொருட்படுத்தத் தக்கவையல்ல, ஜனநாயகச் சம்பிரதாயங்கள் பொறுப்புணர்வுக்கான உத்தரவாதமில்லை என்பதே நிதர்சனம்.

நவீனப் பாதுகாப்புகளும் பொறுப்புமிக்க கண்காணிப்பும் அவசியப்படும், கொந்தளிப்பான தன்மையுடைய தொழில்நுட்பங்களைக் கையாள்வதில், தெற்காசிய நாடுகளின் திறன் குறித்து ஓஜ்ஹ்ரியும் போபாலும் கடுமையான கேள்விகளை எழுப்பின. இந்தியா 1974இல் அணுகுண்டை வெடித்திருந்தாலும் ஓஜ்ஹ்ரிக்குப் பத்தாண்டு கழித்து 1998 இல், டெல்லி-இஸ்லாமாபாத் இரண்டும், போருக்குத் தயாராயுள்ள அணு ஆயுதங்களை வெற்றிகரமாகப் பரிசோதித்துப் பார்த்தன. இருந்தும் 1980களின் இறுதியில் வெற்றிகரமாகப் பரிசோதித்து வழங்கிடும் அமைப்புகளுக்கான தொழில்நுட்பத்தையும் சாதனங்களையும் ஒவ்வொரு நாடும் பெற்றிருந்ததாக அல்லது வளர்த்தெடுத்திருந்ததாகத் தெரியவந்தது. அணு ஆயுதப் பரவலுக்கு எதிரான சர்வதேசத் தடையினை மீறி செய்யப்பட்ட இந்த நடவடிக்கைகளைப் பிற அணு ஆயுத நாடுகள்- திடமற்ற மண்டலமாக ஓயாது இருந்து வரும் பகுதியில் பெரும் மோதலை உருவாக்கிவிடும் எனக் கண்டித்தன.

ஆனால் உண்மையில் அவை அம்மண்டலத்தைக் கூடுதலாக/ குறைவாகத் திடமற்றவை ஆக்கினவா என்பது விவாதத்திற்குரியது. உலக வல்லரசுகளுக்கிடையிலான 40 ஆண்டுகால குளிர் யுத்தம், நீண்ட காலம் குளிர்ந்தேயிருந்தது. ஏனெனில் ஒன்று மற்றதை அழித்திடும் வல்லமை கொண்டிருக்க, யாரும் முயல்வதற்குத் துணியவில்லை. இந்தியா-பாகிஸ்தானைப் பொறுத்தும் இதையே கூறலாம்; அண்டை வீட்டாராக இருக்கும் அவர்களிடையே உண்டாகும் சிறிய பிரச்சினையும் தன் குடிமக்களைப் பாதிக்காது என எந்த நாடும் பிரிவினையை ஒரேயடியாக உறையவைத்திடும் கிரியா ஊக்கியாக அணுகுண்டே இருக்கும் என்பது சாத்தியமாகத் தோன்றியது. இந்தியா தனது அணு ஆயுதத் திறனை, உலக அரங்கில் தான் வளர்ந்துள்ளதை அடையாளப்படுத்துவதாக, அண்டை வீட்டார், மேலும் படையெடுப்பதைத் தடுக்கக்கூடியதாகக் கண்டுகொண்டது. அதுபோலவே பாகிஸ்தான் தன் அணுகுண்டு இஸ்லாமிய உலகிற்குள் தன் நிலையை உயர்த்திக் காட்டுவதாக, மரபார்ந்த ஆயுதங்களில் இந்தியாவுக்கிருந்த மேன்மையைச் சாய்ப்பதாகப் பார்த்துக் கொண்டது; அப்போதுதான் 1965-1971இல் இருந்ததைப் போன்ற எல்லை தாண்டிய முழுமையான தாக்குதலை ஊக்கமிழக்கச் செய்யமுடியும். இருநாடுகளும் விரோதமான உத்தேசத்தை நிராகரித்தன, அணுகுண்டுச் சோதனையைத் தொடர்வதில்லை எனத் தீர்மானித்தன-பரஸ்பர ஆயுதக் களைதலில் இரு நாடுகளும் கையொப்பமிடுவதிலிருந்து வெட்கப்பட்டு நடுங்கின.

நான்காவது இந்திய-பாகிஸ்தான் மோதல் நிகழாதவரை, இவ்வாதங்களுக்கு இடமிருக்கலாம். இருப்பினும் ஒவ்வொருவருக்கும் காஷ்மீரில் சார்புநிலை இருந்தது. அணு ஆயுதப் பேரழிவின் சூழலில், சர்வதேசச் சமுதாயம், காஷ்மீர் பிரச்சினைகளுக்குத் தீர்வு காணும் தன் முயற்சிகளை மேற்கொள்ளும்; பாகிஸ்தானின் ஆட்சேபங்களை மீறியும், அணு ஆயுதம் பெற்றுள்ள இந்தியா, காஷ்மீரை இணைத்துக்கொள்ளும் அளவுக்கு நம்பிக்கை பெற்றிருக்கும்; தனது அணுக்குடையிலுள்ள பாகிஸ்தான், காஷ்மீர் போராளிகளுக்குப் பயிற்சியும் ஆயுதங்களும் தந்திடும் சுதந்திரம் உள்ளதாக, பொருத்தமற்ற பதிலடி என்னும் அச்சமின்றி, குறைந்த அளவிலான குறுக்கீடுகளை முடுக்கி விடுவதாக இருந்தது.

உள்நாட்டைச் சேர்ந்த/வெளிநாட்டைச் சேர்ந்த சக்திகளிடம் அணு ஆயுதங்கள் சேர்ந்துவிடுவது அல்லது சந்தர்ப்பவசமாக வெடித்து விடுவது என்னும் பெரிய அபாயம் இருக்கவே செய்தது. தன் அண்டை வீட்டாரின் அகத் திடநிலையில் ஆர்வத்தினை ஒவ்வொரு அரசாங்கத்திற்கும் அளித்தது; அதற்கு இயைந்தவாறான உறவுகளின் இயல்பு நிலைக்காக வாதிட்டது. 1990களில் இந்திய வாக்காளர்கள், அதிக நெம்புகோல்களைத் துரோகமிக்க தேசியவாதிகளிடம் ஒப்படைக்கவும், பாகிஸ்தானில் யாருடைய விரல் பொத்தான் மீது பதிந்திருந்தது என்பதில் நிச்சயமின்மை நிலவியது. இதற்கிடையே இரு நாடுகளிலும், பயங்கரவாத வேலைத்திட்டமுடைய தீவிரப் போராளிகள் கூருணர்வுள்ள நிறுவனங்கள் மீது தாக்கும் திறனுடையவர்களாக இருந்ததாகத் தோன்றிற்று; சந்தர்ப்பவசமாக வெடிப்பது என்பதைப் பொறுத்தமட்டில், ஓஜ்ஹ்ரி-போபாலின் பயங்கர உதாரணங்கள் இருந்தன.

இப்புள்ளி விபரங்கள் சரியானவை என்று கொண்டால், போபால் விநாசத்தால் ஏற்பட்ட உயிரிழப்புகள், நிகழ்ந்துகொண்டிருக்கும் பஞ்சாப் நெருக்கடி, காஷ்மீரில் வரவிருக்கும் எதிர்ப்பியக்கம் அல்லது 1992-2002இன் அவ்வப்போதான இந்து-முஸ்லீம் படுகொலைகளின் கூடுதலை விஞ்சிவிடாது. அப்படியே ஓஜ்ஹ்ரி, எண்ணற்ற தனிநபர் குண்டுவெடிப்புகளுக்கும் துப்பாக்கிச் சூடுகளுக்கும் ரத்தக்கறை படிந்த அடையாளத்தை முன்னிருத்திற்று- பாகிஸ்தான்-இந்தியா இரண்டுமே அதற்கு உள்ளாக இருந்தன. நூற்றாண்டுத் திருப்பத்தில் தெற்காசியாவை அடையாளப்படுத்திய, மோதல்களின் பட்டியலுக்கு இருண்ட பார்வையைத் தந்தன இவ்விரு 'விபத்துகளும்.'

இந்திய மக்கள்தொகை இப்போது 100 கோடியை நெருங்கியிருந்தது; பாகிஸ்தான், வங்காளதேசம் ஒவ்வொன்றும் 15 கோடியைத் தொட்டன. மக்கள் அதிகமாக, பலியாவோரும் அதிகமாகின்றனர். பழங்குடித் தன்மையிலான நீண்ட துப்பாக்கியை கலாஷ்னிகோவ் இடப்பெயர்ச்சி செய்தது; பீரங்கியைத் தகர்த்திடும் ஆயுதத்தை ராக்கெட்டால் ஏவப்படும் கையெறி குண்டு இடப்பெயர்ச்சி செய்தது; நவீன வெடிப்புச் சாதனங்கள், விரும்பியபடி கட்டியமைக்கும் கருவிகளை இடப்பெயர்ச்சி செய்தன- இதனால் அக்கிரமம் அதிகரிக்கவே செய்தது. இம்மோதல்களில் சேர்ந்துள்ள மிருகத்தனத்தை விடவும், தலைப்புச் செய்திக்கு ஈர்க்கும் உடல் எண்ணிக்கை தரும் அயர்ச்சி குறைவானதே. சிதைத்தல், வல்லுறவு, சித்திரவதை, கைக்குழந்தைகளைக் கொல்லுதல் போன்றன பிரிவினை கால ஞாபகங்களைக் கிளறின. போலீஸ் பாரபட்சமின்றியும் இல்லை திறன்மிக்கதாயும் இல்லை, மோசமாகத் தாக்கியவர்களில் ராணுவத்தின் பங்கும் உண்டு, நிர்வாகமானது அரசியல்தன்மை கொண்டிருந்தது, அரசாங்கங்கள் உடந்தையாயில்லாதபோது ஊசலாட்டம் கொண்டிருந்தன. அரசே சமரசம் செய்துகொண்டிருந்தது. ஜின்னாவால் முன்னெடுக்கப்பட்டதோ நேருவால் மோசடி செய்யப்பட்டதோ, எந்தவொரு தேசியக் கருத்தொற்றுமையும் நலிவுற்றது.

வெவ்வேறான பிரிவுகள், சாதிகள், மொழிசார்ந்த சமுதாயங்கள், இனவரைவியல் குழுக்கள், சித்தாந்தக் கூட்டங்களுக்கிடையிலான வன்முறை, பிரிவினைக்கு முன்னரே நீண்டகாலமாகத் தொற்றியிருந்ததுடன் அதிகரித்திருந்தது. இந்தியாவில் வைதிக சீக்கியர் (பிந்தரன்வாலே முன்னணியில் நிற்க) நிரங்காரி சீக்கியரை வேட்டையாட, பாகிஸ்தானிலும் வங்காள தேசத்திலும் வைதிக முஸ்லீம்கள் அஹ்மதி முஸ்லீம்களை வேட்டையாடி இருந்தனர். தம் அரசாங்கத்தாலேயே துரோகிகளாகப் பழிக்கப்பட்ட, பெரும்பாலான பாகிஸ்தானி அஹ்மதியாக்கள் 1980களின் பிற்பகுதியில், மேற்கிற்குப் புலம்பெயருமாறு துரத்தப்பட்டனர். பொதுவாக முஸ்லீம்களிடையே, சன்னி பிரிவினர் ஷியாக்களிடம் விரோதம் கொண்டனர்; பொதுவாக முஸ்லீம் அல்லாதவரிடையே-கிறித்தவர், சீக்கியர், இந்துக்கள்- சாதியுணர்வுள்ளவர்கள் சாதியற்றவர்களை ஒடுக்கி வருவதை வழமையாய்க் கொண்டிருந்தனர். கராச்சியில் உருது பேசும் மொஹாஜிர்கள், சிந்தி பேசும் உள்ளூர் மக்களுடனும் புஷ்டுபேசும் அந்நியருடனும் சண்டையிட்டனர். பம்பாயில், மராத்தி பேசும் சிவசேனா இந்துக்கள் (சிவாஜியின் ராணுவம் அதுபோலவே

சிவனின் ராணுவம்) ஒவ்வொருவரையும் சீண்டிவிட்டனர். சாதிச் சண்டை பீகாரில் அமளிதுமளிப்பட்டது; மாவோயிஸப் புரட்சியாளர்கள் (நக்சலைட்கள்) கிழக்கிந்தியாவின் பிற பகுதிகளைப் பயங்கரவாதமிக்கதாக ஆக்கினர்; ஆஃப்கன் அகதிகள் பாகிஸ்தானின் எல்லைப் பகுதிகளில் குவிந்திருக்க, நேபாளம்-வங்காள தேசத்திலிருந்து வந்து பொருளாதாரப் புலம்பெயர்வோர் இந்திய எல்லைப்புறங்களின் உறுதிப்பாட்டைக் குலைத்தனர். பாகிஸ்தானின் 'பழங்குடிகள்'-பெரிதும் வடமேற்கு எல்லைப்புறத்தின் கூட்டு நிர்வாகப் பழங்குடிப் பகுதிகளின் பத்தான் குடிகள்-தாமே சட்டமாக இருந்தனர் அல்லது சத்தமின்றி இருந்தனர். இந்தியாவின் 'பழங்குடிகள்'-வனங்கள்-மலைகளிலுள்ள ஆதிவாசிகள்-யூகம் செய்வோர், மதமாற்றுவோரின் கொடுமையான எதிர்ப்புக்குள் சூறையாடப்பட்டனர். வி.எஸ்.நைபாலின் *Million Mutinies Now* நூல் புதுமையானதல்ல; கேடான மிகைப்படுத்தலும் அதில் இல்லை.

எப்போதும் போலவே, இம்மோதல்களின் பின்னேயிருந்தது, சொற்பமான இயற்கை வளங்களுக்கான, அதிலும் குறிப்பாக நிலத்திற்கும் நீருக்குமான, போட்டியே; பல்வேறான பாகுபாடுகளுக்கு முற்றுப்புள்ளி வைத்திடும் எதிர்பார்ப்புடன், வேலைவாய்ப்பு-கல்வித்துறை இடங்களுக்கான போட்டியே பிரதானம். 1970களின் பிற்பகுதியிலிருந்து, வறுமை காழ்ப்புணர்விலிருந்து தப்பிக்கும் இன்னொரு வழியாக, கடல்கடந்த வேலைவாய்ப்பு வந்தது. இது ஒன்றும் புதிதல்ல. பத்தொன்பதாம் நூற்றாண்டின் மத்தியிலிருந்து கொத்தடிமைகளாகத் தெற்கு ஆசியாவிலிருந்து புலம்பெயர்ந்து வந்துகொண்டிருந்தனர். பலர் திரும்பவே இல்லை, அவர்தம் சந்ததியர், கிழக்கு-தென்னாப்பிரிக்கா, கரீபியன் தீவுகள், ஃபிஜி, தென்கிழக்கு ஆசியாவிலுள்ள கணிசமான இந்தியச் சமுதாயங்களின் அணுக்கருவாயுள்ளனர். பிரிவினையின் விளைவால், குறிப்பாக இங்கிலாந்திற்கும் வட அமெரிக்காவுக்கும், இன்னொரு வெளியேற்றம் 1960கள் வரை நீடித்தது. இவர்களெல்லாம் தம்மால் முடிந்ததை வீடுகளுக்கு அனுப்பினர், புறக்கணிக்கப்பட்டிருந்த தாயகப் பொருளாதாரத்திற்கு எழுச்சியூட்டினர், மிர்புர் (ஆஸாத் காஷ்மீர்), ஸில்கெட் (வடகிழக்கு வங்கதேசம்) போன்ற மாவட்டங்களுக்கு எதிர்பாராத முன்னேற்றத்தைத் தந்தனர்-நூற்றாண்டு மத்தியில் இங்கிருந்தே கணிசமான புலம்பெயர்தல் நடந்திருந்தது.

சமீபத்தைய வெளியேற்றம், எண்ணெய் விலைகளிலான 1970களின் உயர்வு எதிர்பாரா போனஸாக இருந்ததால்தான்.

இது மிகப்பெருமளவில் நடந்தது, பிரதானமாக இப்போது செல்வந்த நாடுகளாயிருப்பவற்றை (சவூதி அரேபியா உள்ளிட்ட நாடுகளை) நோக்கி இருந்தது; நிரந்தரமாய்த் தங்கிவிடுவதைத் தவிர்த்திட, குறிப்பிட்டகால ஒப்பந்தத்தில் சென்றனர். இத்தொழிலாளர்களுடன் குடும்பத்தினர் செல்லவில்லை, இரண்டாம் தலைமுறையினராகத் தங்கிவிட்டவர்கள் அனுப்பிய அளவுக்கு இவர்களால் முடியவில்லை. வளைகுடாவின் மதச் சார்பை வைத்துப் பார்க்கையில், முஸ்லீம் அல்லாதாரை விடவும் முஸ்லீம்கள் அதிகமாக எடுத்துக்கொள்ளப்பட்டனர். இதனால் பாகிஸ்தானும் வங்கதேசமும் பிரதானமாக நன்மை அடைந்தன; திருவனந்தபுரம்-துபை நேரடி விமானச் சேவை காரணமாக, கேரளா, குஜராத் மற்றும் இந்தியாவின் இதர பகுதிகளிலிருந்து கணிசமான புலம்பெயர்தல் இருந்துகொண்டுள்ளது.

பொருளாதார ரீதியில் இவற்றின் தகுதி என்ன என்பது பெரிதும் மர்மமாக -21ஆம் நூற்றாண்டில் அமெரிக்க-சர்வதேச முகமைகள், செலுத்தப்படும் பணத்தைப் 'பயங்கரத்தின் மீதான போரி'ன் அங்கமாகப் பார்க்கத் தொடங்கும் வரையிலும் இருந்தது. உலக வங்கியைப் பொறுத்தமட்டில், உலகெங்கிலுமுள்ள புலம்பெயர்ந்த தொழிலாளர்களிடமிருந்து தெற்காசியாவுக்கு மாற்றம் செய்யப்பட்ட பணம், 2000இல் ஆண்டுக்கு 2000 கோடி டாலர்கள், அது 2008இல் பிரம்மாண்டமாக 7500 கோடியாக உயர்ந்தது. 2009இல் இந்தியா மட்டும் 5200 கோடி டாலர்கள் பெற்றது; இது அந்நிய முதலீட்டு வட்டியைவிட அதிகம். பெரும்பாலான பிற நாடுகளைவிட பொருளாதார வளர்ச்சி கண்டிருந்த காலத்தில் அது இப்படி இருந்தது[1]. சர்வதேச உதவியைப் போலன்றி, புலம் பெயர்ந்தோரின் பணம், அரசாங்க, அரசாங்கம் சாராத முகமைகளைத் தாண்டி, குறிப்பிடப்பட்டவரிடம் அப்படியே சென்று சேர்ந்தது. இப்பணம் நுகர்வோர் பொருள்கள் வாங்கவும் திருமணப் படாடோபத்திற்கு நிலம் வாங்கவும் ஈடுபடுத்தப்பட்டாலும், குறைந்தபட்சம் உள்ளூர்த் தேவைகளை அதிகரிக்கத் துணை நின்றது; பணப் பற்றாக்குறையின் தேசியக் குறையைத் தணிக்கவும், போற்றப்படாத எண்ணற்றோரின் சிரமங்களைப் போக்கவும், கடனைத் தீர்க்கவும் உதவின.

மரபார்ந்த ஹஜ் போல, புதிய புலம்பெயர்தல் அனுபவம் கூட, மாற்றத்தையும் ஆன்மிகப் புதுப்பித்தலையும் சார்ந்த எதிர்பார்ப்புகளைத் தூண்டிவிடத் தலைப்பட்டன; சர்வதேச இஸ்லாமின் பரிச்சயமற்ற, குற்றேவல் சார்ந்த, விளிம்புநிலைத் தொழிலாளர்களின் விஷயத்தில் இவ்வாறு இருந்தன.

உலகமயமாக்கப்பட்ட உலகில், பணத்தைப் போலக் கருத்துகள் எளிதாக இடமாறின ஆனால் பெருகுவது கடினமாயிருந்தது. 'விஷய ஞான அறிவு இடமாறுதல்கள் சமூகப் பொருளாதார அனுப்பல்கள்' எனப்படுவதன் பாய்ச்சல், பணத்தின் அளவுடன் ஒப்பிடத்தக்கதாய் இருந்தது. ஆகவே புலம்பெயர்தல் நிகழ்வு, தெற்காசியா எங்கிலும் சன்னி அரபு இஸ்லாமின் சட்ட ரீதியிலான அரசியல் ரீதியிலான அத்துமீறும் மரபுகளின், உடனிகழ்கால உறுதிப்பாட்டில் பங்களிப்புக் காரணியாகப் பார்க்கப்பட்டது. பூர்வீகச் சீர்திருத்தவாத- 'அடிப்படைவாத' இயக்கங்களின் செயல்பாடுகள் வளர்ந்து வருவது, குரான் கற்பிக்கும் மதரஸாக்களின் பெருக்கமும் செல்வாக்கும், புதிய மசூதிகளின் பிரகாசமான நிர்மாணம், இஸ்லாமிய அரசியல் கட்சிகளின் பெருக்கம் எல்லாம் புதிய புலம்பெயர்ந்தோரின் துணை விளைவே. அப்படியே, இவற்றிற்கெல்லாம் தேவையானது கணிசமான அயல் நாடுகளின், அதிலும் பெரிதும் சவூதியின் முதலீடே.

இதில் அரசியல்வாதிகளின் தொடர்பு இல்லாது போய்விடவில்லை. இந்தியாவில் எச்சரிக்கைமிக்க இந்து செயல்பாட்டாளர்கள், இஸ்லாமியச் சதியைக் கண்டுபிடித்தனர். இந்திய முஸ்லீம்களை அரசியல்படுத்துவது, மதம் மாறுவோரை ஈர்ப்பது, நாட்டின் ஒருங்கிணைப்பில் அந்நிய-அதாவது பாகிஸ்தானிய-திட்டத்தை முன்னெடுத்தல் என்பதுதான் இச்சதி; இது ராஜீவ் காந்தியையும் மயக்கிவிட்டதாகத் தோன்றியது; 1985இல் காங்கிரஸ் அரசாங்கம், ஷா பானோ வழக்கு என்னும் சிக்கலான விவகாரத்தில் தலையிட்டது. அடிப்படையில் ஒரு முஸ்லீம் ஆணின் மேல்முறையீட்டை உச்சநீதிமன்றம் மறுதலித்திருந்தது-ஷா பானோ என்னும் அவரது 75 வயதான முன்னாள் மனைவியை காலவரையின்றி ஆதரித்தாக வேண்டும் என்னும் கீழமை நீதிமன்றத் தீர்ப்பை எதிர்த்து அவர் மேல்முறையீடு செய்திருந்தார். மூன்றுமாதப் பராமரிப்புச் செலவையே அவர் தரவேண்டும் என்கிறது இஸ்லாமியச் சட்டம்; ஆனால் இந்தியக் குற்றவியல் சட்டத்தை ஆதரித்த உச்சநீதிமன்றம், முஸ்லீம் தனிப்பட்ட சட்டத்தை ஒட்டிய அரசமைப்புச் சட்டப் பாதுகாப்புகள் இன்னும் பொருந்துகின்றனவா அல்லது அரசமைப்புச் சட்டம் உத்தேசித்தபடி, சீரான குற்றவியல் சட்டத்திற்கு உட்பட வேண்டுமா என்ற கேள்வியை எழுப்பிற்று. இயற்கையாகவே பெரும்பாலான முஸ்லீம்கள் முந்தைய கருத்தை ஆதரித்தனர். அவர்கள் நீதிமன்றத் தீர்ப்பை இஸ்லாமிய நீதிமுறையின் மீதான தாக்குதலாக, முஸ்லீம் பெண்களிடம் எதிர்பார்க்கப்படும்

அடங்கிப் போகும் நடத்தை மீதான அடியாகப் பார்த்தனர். தன் சமூகத்தில் இழிவுக்குள்ளான ஷாபானோ மாதம் 180 ரூபாய் வீதம் கணவனிடமிருந்து வந்துகொண்டிருந்த உதவித் தொகையை ஓர் அறக்கட்டளைக்குத் தருமாறு உந்தித் தள்ளப்பட்டார்.

எனினும் முற்போக்கான மேலதிகமான முஸ்லீம்கள் உச்சநீதிமன்றத் தீர்ப்பை வரவேற்றனர்-தர்மசங்கடத்திற்கு உள்ளாக்குவதும் குரான் மீது வைக்கப்படும் சான்றினை சந்தேகத்தை அகற்றுவதற்கான சந்தர்ப்பமாகக் கண்டனர்; பெரும்பாலான இந்துக்களும் பெண்கள் உரிமையில் அக்கறை கொண்டோரும் அப்படியே செய்தனர். இப்பிரச்சினை பாராளுமன்றத்தில் எழுப்பப்பட்டு, முஸ்லீம் எம்.பி. ஒருவர் இஸ்லாமிய நடைமுறையை ஆதரித்தபோது, ஒரு முஸ்லீம் அமைச்சர் அதனை எதிர்த்தார். ராஜீவ் காந்தியின் ஆதரவையும் இந்திராவுக்குப் பிறகான தேர்தல்களில் பெரும்பான்மையைப் பெற்றிருந்தாலும் அமைச்சர் வென்றார். ஆனால் அடுத்துவந்த இடைத் தேர்தல்களில் சோபிக்காததால் ராஜீவ் காந்தியை மறு சிந்தனைக்கு உள்ளாக்கிற்று. நேரு-இந்திராவின் கீழ் காங்கிரஸ் வெற்றிக்கு முஸ்லீம் வாக்குகள் தேவைப்பட்டது; இன்னும் அது தேவை என்பதும் புலப்பட்டது. ஆக உச்சநீதிமன்றத் தீர்ப்பை அங்கீகரித்திருந்த அரசாங்கம், அதனைத் தலைகீழாக்கிடும் மசோதாவைக் கொண்டுவந்தது. பழமைவாத முஸ்லீம்கள் தவிர்த்து அனைத்துத் தரப்பினராலும் எதிர்க்கப்பட்ட அம்மசோதா 1986இல் நிறைவேற்றப்பட்டது. காஷ்மீரிலும் அஸ்ஸாமிலும் பஞ்சாபிலும் சமாதானவாதியாகப் போற்றப்பட்ட ராஜீவின் கீர்த்தி நொறுக்கப்பட்டது, அவரது அரசியல் தேனிலவு முடிவுற்றது. இதற்கிடையே முஸ்லீம் அடிப்படைவாத சதிக்கு அரசாங்கம் உள்ளாக்கப்பட்டது பற்றிய குற்றச்சாட்டுகளால் பாரதீய ஜனதா கட்சியின் உந்துதலால் இந்து மத வெறியின் நட்சத்திரம் மின்னி உயர்ந்தது.

ஜிகாத், கிளை

மறு எழுச்சி கொண்டுவரும் இஸ்லாமுக்குச் சாட்சியமாக, பாகிஸ்தான்-வங்கதேசத்தைத் தாண்டிப் போக வேண்டியதில்லை. இரு நாடுகளிலும் புட்டோ-முஜிபின் மக்கள் செல்வாக்குமிக்க படாடோபங்களை முடிவுக்குக் கொண்டுவந்திருந்த ராணுவ ஆட்சியாளர்கள் சமயச் சார்பின்மையின் எந்தச் சாயலையும் உதறிவிட்டு, இஸ்லாமிய விழுமியங்களுக்கும் ஆர்வங்களுக்கும் முக்கியத்துவம் அளித்தனர். 1987இல், இதுகுறித்து பாகிஸ்தான்

தீர்மானகரமாய் இல்லாதிருந்து வந்தபின், இரு அரசுகளும் தம்மை இஸ்லாமிய அரசுகளாக அறிவித்து, சீர்திருத்தவாத மதத் தலைவர்கள்-வைதிக உலெமாக்களின் தெளிவுக்காக, பவித்திரமான தொடர்களில் தம் அதிகாரப் பூர்வச் சொல்லாடலை முன்வைத்தன. சட்ட அங்கீகாரத்தை வேண்டியிருந்த ராணுவத் தளபதிகளுக்கு, முஸ்லீம் சித்தாந்தவாதிகளின் அங்கீகாரம், தேர்தல் அங்கீகாரத்திற்கு அடுத்ததாக இருந்தது. வங்கதேசத்தின் ஜியா உர் ரஹ்மான் ஜமாஅத்-இ-இஸ்லாமி தலைவருக்குக் கூட மன்னிப்பை அளித்தார்-அதீதப் போக்குடைய மதவாதக் கட்சியான அது, பாகிஸ்தானுடன் தொடர்புகொண்டு சமரசம் செய்திருந்தது; முஜிப் பிரிந்து சென்றதற்கு எதிர்ப்புத் தெரிவித்து வங்காள தேச இருப்பில் ஊடாட்டம் கொண்டிருந்தது. தனது முன்னவரின் ராணுவக் கொலையாளிகளுக்கு மன்னிப்பையும் அரசியல் சலுகைகளையும் வழங்கினார். அதனையடுத்து தன்னுடையதும் தன் விதவை கலீடாவினுடையதுமான புதிய வங்காளதேச தேசியக் கட்சியை ஆரம்பித்தார்; கொலை செய்யப்பட்ட முஜிபின் அவாமி லீக்குடன் நிரந்தர மோதல் போக்கு கொண்டிருந்தது அக்கட்சி. இவ்வாறு தேச ஒற்றுமையின் பெயரால் என்று ஜியாவால் வழங்கப்பட்ட மன்னிப்பு, நேர் எதிராக மாறியது. முப்பது ஆண்டுகளுக்குப் பிறகு வங்காள தேச அரசியல், *BNP* மற்றும் அவாமி லீக்கிற்கிடையே துருவ நிலைப்பட்டது-முஜிபினைக் கொன்றவர்களை விசாரிப்பதா வேண்டாமா என்பதே அதன் பிரதான பிரச்சினையாயிருந்தது. மேலும் ஜியாவுர் ரஹ்மானின் மன்னிப்பு என்ன சாதிக்க இருந்ததோ, 1981இல் அவரும் ராணுவக் கலகக்காரர்களால் படுகொலை செய்யப்பட்டார் என்னும் வகையில் மோசமாக எதிர்வினையாற்றியது.

திடீர் புரட்சி வாயிலாக ஜெனரல் ஹுசைன் முகமது எர்ஸாத், வங்காள தேசத்தின் புது ராணுவத் தலைமை நிர்வாகியாகவும் அதன்பின் அதிபராகவும் (1983) ஆனது எதனையும் மாற்றிடவில்லை. ஜியாவைப் போலவே, சோஷலிஸக் கொள்கைகளிலிருந்தும் முஜிபின் இந்திய ஆதரவு நிலைபாட்டிலிருந்தும் விலகிவந்து, அமெரிக்காவுடனும் இஸ்லாமிய உலகுடனும் வளமிக்க அந்நிய உதவியாளர்களுடன் நல்லுறவைப் பேணத் தொடங்கினார். கல்விக்கு உயர்ந்த முன்னுரிமை அளிக்கப்பட, மதறஸாக்கள் தொடர்ந்து பெருகின, அரசுப்பள்ளிப் பாடநூல்களில் இஸ்லாமிய ஆய்வுகள் இடம்பெற்றன, 1988இல் அரசமைப்புச் சட்டத்திருத்தம் இஸ்லாமை அரசு மதமாக அறிவித்தது. இம்முன் முயற்சிகளால் வங்காளதேச இருபாலரிடையேயான எழுத்தறிவு, இந்தியா-

பாகிஸ்தானை விடவும் முன்னேறிற்று; பிறப்பு விகிதம் பின்தங்கியது. கருத்தரிப்பு ஆற்றல் குறைந்து எழுத்தறிவு பரவலானது இஸ்லாமிய வைதிகத்திற்குப் பொருந்திப் போகாததாக இல்லை.

இஸ்லாமிய மயமான அரசு மற்றும் அரசின் இஸ்லாமிய வரையறை நோக்கிய நகர்வு, பாகிஸ்தானில் இன்னும் முனைப்பு கொண்டிருந்தது-நன்மை பயப்பது அவ்வளவில்லை என்றபோதும். ஜியாவுல் ஹக்கின் ராணுவ அரசு, 'பாகிஸ்தானை நேரெதிராக வைத்திட' அல்லது ஜியா வழமையாகச் சொல்வதுபோல, 'அரசியல்வாதிகளின் பிரார்த்தனைப் போக்கைச் சரிப்படுத்த'[2] விரும்பிற்று. வங்காள தேச இழப்பையடுத்து, புட்டோ தன் அரசினை இஸ்லாமிய உலகத்தை நோக்கியதாகத் திருத்தியமைத்தார்; ஜியா உல் ஹக் இதனை இன்னும் நெறிப்படுத்தி, மெக்காவை நோக்கியதாக ஆக்கினார். வங்காள தேசம் போன்றே மதக் கல்வியை ஊக்குவிப்பதுடன், இஸ்லாமிய நெறிமுறைப்படி ஒட்டுமொத்தச் சமூகத்தையும் சீர்திருத்த விரும்பினார். அரசாங்கம் ராணுவத்தால் மேலான சேவைகளைப் பெற முடிந்தது போல, மக்கள் இஸ்லாத்தால் மேலான சேவைபெற வேண்டும் என எதிர்பார்த்தார். மது விநியோகம் தடைசெய்யப்பட்டது, பொது நிகழ்ச்சிகளுக்கு அனுமதி தேவைப்பட்டது, மத அறக்கட்டளைகளுக்கான நன்கொடைகள் அவசியமானதாக்கப்பட்டன, குரான் அடிப்படையிலான நிதியமைப்பு நிறுவப்பட்டது, எல்லாவற்றிற்கும் மேலாக வரம்புக்குட்பட்ட அடிப்படையில் ஷரியத் விதி அறிமுகப்படுத்தப்பட்டது. காலாவதியான குற்றவியல் கருத்துகளின் அடிப்படையில் தண்டித்திட மதவாத நீதிமன்றங்கள் உரிமை பெற்றன; தண்டனைகள் இடைக்காலத்தில் இருந்ததுபோலவே கசையடி கொடுத்தல், கல்லால் எறிதல், உறுப்புகளைத் துண்டித்தலாக இருந்தன.

இவற்றில் ஜியாவின் நம்பகத் தன்மையை யாரும் சந்தேகிக்கவில்லை. அண்டையிலுள்ள முஸ்லீம் நாடுகளுக்கேற்ப பாகிஸ்தானி சமூகத்தை மாற்றியமைத்ததில், இந்தியாவில் முஸ்லீம் ஆட்சியின் உருச்சிதைக்கப்பட்ட எச்சம் என்பதை விடவும், உருக்கொள்ள வைத்ததில் தன் தனிப்பட்ட உறுதிப்பாட்டையே சார்ந்திருந்தார்; அத்துடன் 1970களின் ஆரம்பத்தில் ஜோர்டானின் மன்னர் ஹுஸைனின் பணியாளர்களுக்குக் கண்காணிப்பாளராக இருந்த அனுபவமும் துணை நின்றது. ஹுஸைன் வெற்றிகரமாக மேற்கின் ஆதரவுக் கொள்கைகளுடன் இஸ்லாமிய ஆசாரவாதத்தை ஒத்திசைய வைத்திருந்தார்; அப்படியே ஜியாவும் இருந்தார்.

அரசியல் ரீதியில் ஒரு தினுசாயும் தனிப்பட பக்திமிக்கவராயும் இருந்த ஜியாவின் அணுகுமுறை, இஸ்லாமிய அரசுக்கு முன்னதாக இஸ்லாமிய மயமான குடிமக்கள் இருக்கவேண்டும் என்பதே- அதற்கு ஜியாவே எடுத்துக்காட்டு.[3] யாஹ்யா, புட்டோவைப் போலன்றி, அவர் மது அருந்தியதே இல்லை; எர்ஷாத், புட்டோ போலன்றி, அவர் தாராளவாதியில்லை. தனது அரசு அச்சுறுத்தலில் இருந்தபோதே, இஸ்லாம் பக்கம் திரும்பி, ஜமாத் இ இஸ்லாமியின் தயவை நாடிய புட்டோ போலன்றி, ஜியா ஆரம்பத்திலிருந்தே அணுக்கமாயிருந்தார், பிற்பாடுதான் அதற்கு வருந்தினார். ஹுஸைனே 1970 'கறுப்பு செப்டம்பரில்' தனது பாலஸ்தீன ஜிகாதி விருந்தினர்களை ஜோர்டானிலிருந்து வெளியேற்றி இருந்தார். அப்படியே, சித்தாந்த அழுத்தமுள்ள ஜமாத்-இ-இஸ்லாமி ஜியாவின் படிப்படியான தன்மையில் அதிருப்தியுற்றபோது, முழுதாகத் திரும்பிவிடுவதில், இஸ்லாமிய அறிஞர்களை நிராகரிப்பதில், பழமைவாத உலெமாக்களின் மேலாதிக்கமிக்க போட்டி ஜமாத்தில் இணைந்துவிடுவதில் வருத்தமில்லாது இருந்தார்.

ஆனால் பாகிஸ்தான் நெருக்கம் கொண்டிருந்தது ஜோர்டானிட மில்லை. 20ஆம் நூற்றாண்டில் மத அடிப்படையில் தேச அரசுகளாக உள்ள தனித்தன்மை பெற்றவை பாகிஸ்தானும் இஸ்ரேலும்தான். இரண்டுமே 1947இல் பிரித்தானிய ஆட்சியிலிருந்து மீண்டவை; பிரிவினையை உள்ளடக்கிய பிரதேச இறையாண்மையைத் தெரிவு செய்தவை; கணிசமாகப் புலம்பெயர்ந்து வந்தோரை உள்ளீர்த்துக்கொள்ளச் சிரமப்பட்டவை; அதீத பழமைவாத சிறுபான்மையினருடன் திருப்திப்பட வேண்டியனவாகயிருந்தவை. மூன்றுமே ஆற்றல்மிக்க அண்டை வீட்டாருடன் மூன்று பெரும் யுத்தங்களிலிருந்து தப்பித்தவை; இரண்டுமே அணு ஆயுதச் சோதனைகளை நிகழ்த்திப் பார்த்திடும் சாமர்த்தியமிக்கவை; இரண்டுமே வழமையாக அமெரிக்காவுடன் அணி சேர்ந்திருப்பவை.

1987லேயே இஸ்ரேலின் இயங்காற்றலும் பாதுகாப்பின்மையும் கொண்டதாக பாகிஸ்தான் நற்பெயர் பெற்றிருந்தது. *TheEconomist* இன்படி, 'இந்தியாவின் சோம்பல்தனமான, ஊட்டச்சத்தற்ற மக்களின் மோசமான வறுமைக்கு' நேர் எதிராக பாகிஸ்தானின் எழுச்சி இருந்தது. பாகிஸ்தானியர் வலுவானவர்களாக ஆரோக்கியமுள்ளவர்களாக இருந்தனர்; அதிகமான தொலைக்காட்சிப் பெட்டிகளையும் கார்களையும் வைத்திருந்தனர்; அவர்தம் பொருளாதார வளர்ச்சி விகிதம் பல

ஆண்டுகளில் இந்தியாவை விட இருமடங்காயிருந்தது. இதன் காரணமாக, மிக வறுமைப்பட்ட பகுதிகளில் கூடச் செழிப்பு காணக்கூடியதாயிருந்தது.

எனினும், ஆண்டுக் கணக்கிலான எதேச்சதிகார ஆட்சியும் எல்லாவிதமான சமூக மோதல்களால் உண்டான அரசியல் பாதுகாப்பின்மையும், எப்போதும் போலக் கூர்மையாயிருந்தது. இருந்தாலும், பாகிஸ்தான் எவ்வளவுதான் இயங்காற்றல் மிகுந்திருப்பினும், 'நெருக்கடிமிக்க பதின்பருவத்திலேயே கட்டுண்டு கிடந்தது.' புட்டோவின் இஸ்லாமிய சோஷலிஸத்தின் குழப்பமான அரசு கைப்பற்றல்களுடன் ஒப்பிடுகையில், ஜியா தெரிவுசெய்த இஸ்லாமிய முதலாளித்துவம் சீராகச் சென்றது. அயூப் ஆட்சியிலிருந்தது போல இருந்தது. ராணுவ ஆட்சி அந்நியச் செலாவணி இருப்பின் பொருட்டு அதிசயங்கள் நிகழ்த்தியது. பெரும்பாலும் வளைகுடா நாடுகளிலிருந்த புலம்பெயர்ந்த தொழிலாளர்களிடமிருந்து இந்தியாவுக்கு வந்து சேர்ந்த தொகை, ஆண்டுக்கு 200.9 கோடி டாலர்களாக இருந்தது; அமெரிக்க உதவி ஆண்டுக்கு 30 கோடி டாலர்களாக இருந்தது. ஹெராய்னைச் சட்டவிரோதமாக விற்றதில் 'கணக்கிட முடியாத லட்சங்க'ளில் வருவாய் கிட்டியது.[4]

புலம்பெயர்வுப் பிரச்சினையும் ஜியாவின் இஸ்லாமியமயமாக்கும் கொள்கைகளும் 1979இல் சோவியத் ஒன்றியம் ஆஃப்கனை ஆக்கிரமிப்பதற்கு முந்தியவை. ஆகவே, ஆஃப்கன் மோதலில் திடீரென இஸ்லாமாபாத்திற்கு ஒதுக்கப்பட்ட பாத்திரம், பாகிஸ்தானில் பெருகிவரும் ஊசிமுனைக் கோபுரங்களிலிருந்து வரும் பாங்கோசைகளுடன் ஒத்திசைந்தது. கம்யூனிஸத்தை அடக்குவதில் அமெரிக்காவின் முன்னணி நாடாக ஆக்குவதில் பாகிஸ்தானை இடம் பெறச் செய்யும் ஜியாவின் விருப்பம், அயூப் ஆட்சியை மதிப்பிடுவதாக இருந்தது. இந்தியப் பெருங்கடலைச் சென்றடைவதற்கான சோவியத்தின் வழியைத் தடுப்பதும், ஆஃப்கனில் சோவியத் இருப்பிற்கு சவால் விடுவதும் அமெரிக்காவின் நிலைபாடு. இரு தரப்புகளிலும் தொடர்புகொள்ள பாகிஸ்தானால் மட்டுமே முடியும். அரேபியக் கடலுக்கான பாதையைத் தடுப்பது பலுசிஸ்தான், அதன் ராணுவம் அமெரிக்க ஆயுதங்களுடன் பரிச்சயமிக்கவை, அதன் இஸ்லாமியப் பிடிப்பு சர்வதேச விமர்சனத்தை மட்டுப்படுத்தும், கடவுளற்ற படையெடுப்பாளருக்கு எதிரான ஆஃப்கன் ஜிகாதிகளை ஆதரிக்கும் முனைப்புடன் தூண்டிலிடப்பட்டுள்ள முஸ்லீம் இளைஞர்களால் அதன் மதறசாக்கள் நிரம்பியிருந்தன. களத்தில்

இறங்குமாறு பாகிஸ்தான் ராணுவத்தை எதிர்பார்க்க முடியாது; வடமேற்கு எல்லைப்புறத்தில் பிரச்சினையைக் கிளறிவிடும் பெரும் ஆட்டத்தைப் புதுப்பித்தால், அது பெருமளவில் அமெரிக்க ஆயுதங்களைப்பெறும், நிதியுதவிபெறும், போக்குவரத்தில் ஒத்துழைப்பு கிடைக்கும்; அதன் அணு ஆயுதத் திட்டத்தில் வாய்ப்பு கிட்டும். நிர்வாகரீதியிலான அரசாங்கத்தால் கூட அதனை மறுதலித்திருக்க இயலாது.

எம்.கே. ஜுனெஜோவோ (ஜியாவின் பிரதமர்) பெனாஸிர் புட்டோவோ நவாஸ் ஷெரீஃபோ இந்த ஏற்பாட்டை விலக்கியிருக்க இயலாது.

மேலும், புதுடெல்லியைப் போல வங்காளதேசம் உருவானபோது, ஆஃப்கனில் ஈடுபடுவதற்கான காரணங்கள் இஸ்லாமாபாத்திற்கு இருந்தன. ஆஃப்கன் மோதலில் வந்து சேர்ந்த அகதிகள் 1989இல் முப்பது லட்சமாயிருக்க, அது தாங்கமுடியாத சுமையை வடமேற்கு எல்லைப்புற மாகாணம், பலுசிஸ்தான், பஞ்சாப் மீது சுமத்தியது. முடிவுறாத நிவாரணப் பணிகளுடன் ஏற்கெனவே போட்டி மிகுந்த தொழிலாளர் சந்தையில், அகதிகள் போக்குவரத்து, போதை மருந்துகள், போர் ஆயுதங்கள் சார்ந்து போட்டிமிக்க திறனை முன்வைத்தனர். பெஷாவர், கராச்சி போன்ற நகரங்களில் ‘கலாஷ்னிகோவ் பண்பாடு’ நிரம்பிக் காணப்பட்டது. அரசதிகாரத்தை மேலும் அரித்துவிட்டது. அகதியரைத் திருப்பி அனுப்புவது ஒவ்வொருவரது அக்கறையாகிவிட்டது; 1971இல் இந்திரா காந்திபோல, ஜியா, சோவியத்துகளுக்கு எதிரான ஜிகாத்தை ஆதரிப்பதற்கான காரணமாக, இந்த மனிதாய நடவடிக்கையை அழுத்தி முன்வைக்க முடியவில்லை.

ஆனால் அவரும் அவரது ராணுவச் சகாக்களும் பரந்துபட்ட திட்டங்களை அறியாத அப்பாவிகளல்லர். வங்காளமல்லாத பாகிஸ்தானின் பாதுகாப்பு, ‘ஆழ்ந்த தற்காப்பினை’ குறிவைத்திடும் போர்த்தந்திரத்தாலேயே நிறைவேற்ற முடியக் கூடியது என ஜுல்ஃபிகார் அலி புட்டோ முன்மொழிந்திருந்தார். மத்திய ஆசிய அண்டை வீட்டாருடனான அணிசேர்க்கைகள் மூலம், ஆஃப்கனில் செல்வாக்கை அல்லது அதிகாரத்தைப் பிரயோகிப்பதன் மூலம், பாகிஸ்தானின் மெல்லிய வடக்குக் கழுத்தைத் திடப்படுத்துவது என்பது புட்டோவின் மனதில் இருந்திருக்க வேண்டும்; பாகிஸ்தான் மீதான இந்தியப் படையெடுப்பின்போது, அந்நாடு புகலிடமாக இருக்கக்கூடும், வங்காள தேச இழப்புக்குச் சிறிது இழப்பீடு வழங்கமுடியும். சோவியத் ஆக்கிரமிப்பு,

பரபரப்பூட்டும் இவ்வாய்ப்பை மெய்யான கட்டளையாக உயர்த்திவிட்டது. கம்யூனிஸ்ட் ஆட்சியாளர்களிடமிருந்து ஆஃப்கன் இஸ்லாமை மீண்டும் கோருவது, ஜிகாத்திற்கான சந்தர்ப்பமாயிருந்தது; இந்தியாவுக்கு எதிரான மாற்றான் போரின் திருப்தியையும் தந்தது. திருமதி காந்தி சோவியத் ஆக்கிரமிப்பைக் கண்டிக்க மறுத்துவிட்டார்; பதிலுக்கு அதிகமான ராஜதந்திர, பொருளாதார, நுண்ணறிவு வழிவகை காபூலில் வழங்கப்பட்டது; பாகிஸ்தானின் 'ஆழ்ந்த தற்காப்பு' சுற்றிவளைக்கப்படுவதை வரவழைத்ததாகத் தோன்றியது. ஆனால் ஆஃப்கன் ஜிகாத், இந்நிலவரத்தைத் தலைகீழாக்கி, மாஸ்கோ அளவுக்குப் புது டெல்லியையும் திணறடிக்கும் வாய்ப்பு இருப்பதாக வாக்குறுதி தந்தது. புதிய மதச் சூழலில், சன்னி முஸ்லீம் அடையாளம் தேசிய இறையாண்மைகளையும் பிரதேச எல்லைகளையும் தாண்டிவிடும் என்றும் எடுத்துக்காட்டும். எதிர்காலத்தில் இந்தியா எதிர்கொள்ள இருப்பது, ஒரு காலத்திய பிரித்தானிய அரசின் விளிம்புநிலைத் துண்டல்ல மாறாக இஸ்லாமிய உலகின் முக்கியப் பகுதியாயிருக்கும். அத்துடன் 'ஆழ்ந்த தற்காப்பு' நடைமுறையில் 'இஸ்லாமில் பாதுகாப்பு' என்பதாகவும் அமையும்.

சுதந்திர பஸ்டூனிஸ்தானுக்கான, வடமேற்கு எல்லைப்புற மாகாணத்தின் பஸ்டூன் பேசும் பத்தான்களின் நீண்டகால கோரிக்கை, ஆஃப்கன் சாகசத்தால் மழுங்கடிக்கப்பட்டு, நல்லபடியானதாக மாறும் என்பது ஒரு பரிசீலனை. நீண்ட வடமேற்கு எல்லைப்புறத்தின் இரு புறங்களிலும் பத்தான்கள் உலவினர்-வடமேற்கு எல்லைப்புறப் பிரிப்பினை அங்கீகரிக்க ஆஃப்கன் மறுத்திருந்தது. உலகளாவிய இஸ்லாமின் பெயரில் புஷ்டு/பத்தான் மறு இணைப்பு சாத்தியமாகி, இரு புறத்திலுமுள்ள பழைய எதிரிகளை ஆர்வமிக்க செயல்பாட்டாளர்களாக்கும் என்பது எதிர்பார்க்கக் கூடியதே. அதாவது, தெளிவற்ற *Afghania*வைக் குறிக்கும் *Pakistan*லுள்ள '*a*' இறுதியில் நனவாகும்.

நவீன பாகிஸ்தானின் நுண்ணுணர்வு மிக்க பார்வையின்படி, ஜியா தசாப்தத்தின் மாபெரும் சாதனையானது கூட்டு நிறுவனத் தனியார் மயமில்லை மாறாக 'ஜிகாத் கருத்தமைவைத் தனியார் மயமாக்கியதே'.[5] சமூகத்தை இஸ்லாம் மயமாக்கியது மற்றும் ஆஃப்கான் ஜிஹாத்திற்கு ஊக்கமிக்க மனித ஆற்றலை வழங்கியது என்னும் இரட்டைப் பணிகள் ஒன்று மற்றதை இட்டு நிரப்புவதாகப் பார்க்கப்பட்டது; அது அரசின் திறனுக்கு அப்பாற்பட்டது, ராணுவத் திறனுக்குச் சேதம் விளைவிப்பது என்ற சாத்தியமும் நிலவியது. எனவே, ஜியாவின் இஸ்லாமியமயக்

கொள்கைகளால் அதிகாரம் பெற்றிருந்த, எண்ணற்ற முஸ்லீம் சித்தாந்திகளுக்கும் நிறுவனங்களுக்கும் அவர்களை உட்குத்தகைக்கு விடுவது வசதியாயிருந்தது. கராச்சி போன்ற நகரங்களில், இத்தீவிரவாதிகளின் பிரிவினைவாதத் தாக்குதல்கள், குறிப்பாகச் சிறுபான்மை ஷியா சமுதாயத்தினர் மீதான தாக்குதல்கள், 1980களில் அதிகரித்தன; சிந்திகள், மொஹாஜிர்கள் ஆஃப்கன்கள், பத்தான்களுக்கு இடையிலான இனவரைவியல் பூசலுக்கு மேலும் பரிமாணம் அளித்தன. 1990களில் இருமுறை தெரிவு செய்யப்பட்டு, குறுகிய காலமே நீடித்த பெனாஸிர் புட்டோ மற்றும் அரசாங்கங்கள், பரந்துபட்ட ரத்தக் களரியிலும் சட்டம் ஒழுங்கு சீர்குலைவிலும் முடிந்தன. இங்கே நிலவுகின்ற அரசாங்கங்களை விலக்குவதற்கான சந்தர்ப்பம் மட்டுமல்லாமல், ராணுவ ஆட்சியைத் திணிப்பதற்கும் அது வாய்ப்பானது. 1999இல் பர்வேஸ் முஷாரஃப் இதனைப் பெற்றுக்கொண்டார்.

ஜியாவின் இஸ்லாமியமயமாதலும் வாஷிங்டனின் ஆஃப்கன் போராட்டத்திற்கான ஆதரவாலும் வெளியான ஜிகாதியத் துடிப்பின் நீர்ச்சுழலிலிருந்து, ஜிகாதிய லஷ்கரும் ஹிஸ்பும் வரிசையாக எழுந்தன-இவை ஆஃப்கானில் போராடியவை; 1989இல் சோவியத் வாபஸான பிறகு, தமக்குள்ளேயே சண்டையிட்டுக் கொண்டன; அத்துடன் நம் நடவடிக்கைகளை காஷ்மீர், பாகிஸ்தான், இந்தியா மற்றும் பரந்துபட்ட உலகிற்கு விரிவுபடுத்தின. பாகிஸ்தானின் இஸ்லாமிய ஆதரவு நுண்ணறிவுச் சேவைகளால் ஆரம்பத்தில் இயக்கப்பட்டும் ஊக்குவிக்கப்பட்டும் இருந்த அவர்கள், ஜமாத் இ இஸ்லாமியின் ஹிஸ்புல் முஜாஹித்தீன் போன்ற மைய நீரோட்டக் குழுக்களை உள்ளடக்கி இருந்தனர்; லாகூர் அருகே இருந்த மத நிறுவனத்தின் லஷ்கர் இ தைபா போன்ற அரசால் முன்னிறுத்தப்பட்ட விசித்திர அமைப்புகள், இஸ்லாமாபாத்தின் ரெட் மாஸ்க் போன்ற தீவிர அமைப்புகளுடன் தொடர்புடைய ஆள்சேர்ப்பு-பயிற்சி மையங்கள். 2000இல் ஹிஸ்புல் முஜாகித்தீன், காஷ்மீரில் இயங்கிய தீவிரவாத அமைப்புகளில் மிகவும் செயல்துடிப்புகளைக் கொண்டிருந்தது. 2007இல் ரெட்மாஸ்க் ரத்தக் களரியின் களனாகியது-அதன் தீவிர நடவடிக்கைகளைக் கட்டுப்படுத்தும் பொருட்டு, முஷாரஃபின் அரசு அதன் வளாகத்தைத் தகர்த்த வேளையில் மேலும் ஓராண்டுக்குப் பின், பம்பாயில் ரத்தக் களரிக்குக் காரணமாயிருந்ததாக லஷ்கர் இ தைபா குற்றஞ்சாட்டப்பட்டது-அப்போது நகரில் நுழைந்த முஜாஹித்தீன் கும்பல், தாஜ்மகால் போன்ற பெருமிதமிக்க இடங்களைக் குறிவைத்தது.

பெரும்பாலான இக்குழுக்கள் தெற்கு ஆசியாவுக்கு வெளியிலிருந்து நிதியையும் போராளிகளையும் பெற்றன; குறிப்பாக 1989க்குப் பிறகு, அமெரிக்க-மேற்கத்திய சக்திகளின் பங்குபணி, புதிய வெளிச்சத்தில் பார்க்கப்படத் தொடங்கின. கம்யூனிஸ்ட் முகாம் நிலைகுலைந்ததும், ஆஃப்கனிலிருந்து பின்வாங்கிய சோவியத், ஆஃப்கன் மோதலிலான அமெரிக்க ஆர்வத்தை முடித்து வைத்தது. ஆறாண்டுகளாக நீடித்த உள்நாட்டுப் போர், போட்டியிட்ட ஆஃப்கன் நாட்டவரை அவரவர் நிலைக்குத் திரும்பவைத்தது; பாகிஸ்தானின் உளவு நிறுவனம் விரும்பிய உதவி, முஸ்லீம் நாடுகளிலிருந்து கிடைக்கக்கூடிய நிதி உதவி ஆகியவற்றை வைத்து அவர்கள் இயங்கினர். இதற்கிடையே முஜாஹித்தீனின் முன்னாள் மேற்கத்திய ஆதரவாளர்கள், அனுதாபமிக்க பார்வையாளர்களாக அல்லாமல், தேர்ந்த துரோகிகளாக அம்பலமாகினர். குவைத் மீது 1990–91 ஐ.நா. நடவடிக்கை பாலஸ்தீனத்தில் நடந்துவரும் இஸ்ரேல் நடவடிக்கை மீதான ஆவேசம், அரேபிய தீபகற்பத்தில் அமெரிக்க ராணுவம் இருப்பது முதலான, முதல் உலகப் போருக்குப் பிந்தைய மத்திய கிழக்கு உருவாக்கப்பட்டதை ஒட்டிய குரூரங்களையும் சிலுவைப் போர்களின் பயங்கரங்களையும் முஸ்லீம் மனங்களில் எழுப்பின. தார்மிக ரீதியில் மாசு தரும் அரசியல் ரீதியில் வஞ்சகமிக்கதுமான மேற்கு, இஸ்லாமின் கடுமையான எதிரியாகத் தன் உண்மையான நிறத்தை வெளிக்காட்டியது.

வடமேற்கு எல்லைப்புற மாகாணத்தின் பரந்துபட்ட முகாமில் வளர்ந்து முரட்டுத்தனமான மதறஸாக்களில் பயின்ற ஆஃப்கன் பத்தான்கள் பாகிஸ்தானில், தம் நிலைக்குக் காரணம் அமெரிக்காவின் காட்டிக் கொடுத்தலும், ஒரு தலைப்பட்சமான மேற்கத்தையதாக இருந்த புதிய உலக அமைப்பும்தான் என்று குற்றஞ்சாட்டுமாறு ஊக்குவிக்கப்பட்டனர். இதற்கு ஈடுகொடுக்கும் முகமாக, ஆசாரவாத இஸ்லாமின் மீட்பாற்றல்களை-அது தாலிபான் என்னும் இயக்கத்தை ஆரம்பிக்கும்போது அழுத்திக் கூறினர். முஸ்லீம் 'மாணவர்கள'து அமைப்பான தாலிபான் (அறிஞர்களது உலெமாக்களுக்கு எதிராக), குரானின் விளக்க உரைகளிடத்தோ பிற நுண்ணுணர்வுகளிலோ பொறுமை இல்லாதது. வாஷிங்டனின் மாற்றாள் ஆஃப்கன் போரை 1980களில் ஆதரித்துக் கரைபடியாதிருந்து, நாட்டில் இஸ்லாமிய சமாதானத்தை மீட்பதில் உறுதிபூண்டு, பாகிஸ்தானின் பெனஸிர் புட்டோ, நவாஸ் ஷரீஃப் மற்றும் உளவுத் துறையின் ஆதரவுடன் களத்தில் இறங்கிற்று.

1996இல் எல்லா எதிர்பார்ப்புகளையும் விஞ்சியிருந்த தாலிபான், ஆஃப்கனின் சச்சரவிடும் முல்லாக்களையும் தலைவர்களையும் ஓரங்கட்டியது நாடெங்கும் பரவியிருந்தது. வெற்றி நம்பிக்கையை ஏற்படுத்தி, அனைத்துத் தரப்பிலிருந்தும் ஆதரவைப் பெற்றுத் தந்தது. அதிபர் கிளிண்டன் கூட தாலிபானின் சாதனையில் சந்தோஷப்பட்டார்.[6] ஆனால் மற்றவர்கள் இப்போது ஜிஹாத்தை, தாலிபானின் அதிகாரம் பெற்றதாக, ஒரு வல்லரசுக்கு எதிராக நன்றாகப் பணிபுரிந்ததாகப் பார்த்தனர். மத்திய கிழக்கின் ஒடுக்குமுறை அரசுகள், ஐரோப்பா-வடக்கு அமெரிக்காவின் சேரிகள் ஆகியவற்றிலிருந்து வந்த தீவிரமிக்க முஸ்லீம்கள், பவித்திரமான புகலிடமாகிய ஆஃப்கனில் குவிந்தனர். பயங்கரவாத வலைப்பின்னலுடைய கும்பல், தாலிபான்களின் விருந்தினர்களாக அங்கே பயிற்சி பெற்று, ஒசாமா பின்லேடனின் நிதி பெற்று, மூன்று கண்டங்களினூடே பரபரப்பான தாக்குதல் வரிசையைத் திட்டமிட்டது-நியூயார்க்கிலும் வாஷிங்டனிலும் செப்டம்பர் 2001இல் நடந்தது உள்ளிட்டவையே அவை.

திடீரென, அரை நூற்றாண்டில் முதல் முறையாக, ஆஃப்கனில் மீண்டும் தலையிடுவதற்கான அவசரத் தேவையை மேற்கு கண்டறிந்தது. பின்லேடன் வேட்டையாடப்பட வேண்டும், அவரது தாலிபான் விருந்தளிப்போர் அரசுடன் பரிச்சயம் கொண்டோர் மாறவேண்டும். பாகிஸ்தானுடனான அமெரிக்க உறவு மீண்டும் உயிர்ப்புப் பெறவேண்டும் 1998 அணுகுண்டுச் சோதனையை ஒட்டிய ஆயுத ஏற்றுமதித்தடை விலக்கப்பட வேண்டும். இப்போது நேட்டோ தலைமையிலான படையெடுப்பாளர்கள் ஆஃப்கனின் பெரிய நகரங்களைக் கைப்பற்றி, பின்லேடனையும் அவரது அல்காய்தாவையும் தேடி கிராமப்புறங்களில் நுழைந்தபோது, வாஷிங்டன் தன் படையினரை நிறுத்தி இருந்தது.

தாலிபானும் அவர்தம் பயங்கரவாத விருந்தினரும் சிதறினர், எல்லைப்புறங்களிலும் பாகிஸ்தானின் வட மேற்கு எல்லை மாகாணத்தின் பழங்குடியினர் பகுதிகளிலும் சேர்ந்தனர். அதனால் பழங்குடியினர் பகுதிகளில் நேட்டோ ஊடுருவியது. அது பாகிஸ்தானின் ஆட்சியாளர்களுக்கு அவப்பெயரைப் பெற்றுத்தந்தது, பாகிஸ்தான் பிரதேசத்திற்குள் இன்னும் ஆழமாகச் செல்லுமாறு முஜாஹித்தீன்களை ஊக்குவித்தது; நாட்டுப்பற்று சார்ந்த அனுதாபத்தை அவர்களுக்குப் பெற்றுத் தந்தது. 2007லிருந்து பாகிஸ்தானின் தாலிபான்களாக அவர்கள், பூனர், ஸ்வாட், வாஸிரிஸ்தான் மற்றும் வட மேற்கு எல்லை மாகாணத்தின் இதர மாகாணங்களை ஆக்கிரமித்தனர். தவிர்க்கமுடியாதபடி,

இம்முன்னாளைய நண்பர்களுடன் வேண்டா வெறுப்பாக நட்பு கொள்ளுமாறு அமெரிக்க சகாக்களால் பாகிஸ்தான் ராணுவம் கேட்டுக்கொள்ளப்பட்டது. மிகவும் பரபரப்பாக எதிர்வினையாற்றிய தாலிபான், அதுவரை நிகழ்ந்தவற்றில் மிக ரத்தக்களரியானதும் மிக நீடித்த பயங்கரவாதத் தாக்குதல்களில் ஒன்றினை, பாகிஸ்தான் எங்கிலுமுள்ள உயரிய இலக்குகளைத் தாக்கி நிறைவேற்றியது.

தொகுத்துரைப்பதானால், அண்டை அயலிலுள்ள அரசிடம் செல்வாக்கினைச் செலுத்துவதற்கு என உத்தேசிக்கப்பட்ட கொள்கை, இவ்வளவு நாசகரமாக வீழ்ச்சியடைந்திருக்க இயலாது. அக்கிரமங்களுக்கு ஆரம்ப நிலையிலே பலியானவர் பெனாஸிர் புட்டோ-முஷராஃபின் எட்டாண்டு ஆட்சியை முடிவுக்குக் கொண்டுவந்த 2008 தேர்தல் பரப்புரையில் ஈடுபட்டிருந்தபோது டிசம்பர் 2007இல் அவர் படுகொலை செய்யப்பட்டார். மிகப்பெரும் தேர்தல் சொத்துக்களான புட்டோக்களை உடைய பாகிஸ்தான் மக்கள் கட்சி தேர்தலில் வென்று, பெனாஸிரின் கணவர் ஆஸிஃப் அலி சர்தாரியை அவரிடத்தில் அமர்த்தியது. அரசியல் அனுபவமின்றியும் ஊழலில் படிந்துமிருந்த சர்தாரி, ஒரு நாட்டுக்கும் குறைவான இருத்தலியல் நெருக்கடியை சுவீகரித்தார். அரசாங்கங்கள் அடுத்தடுத்து வருவது, ராணுவம் வந்துபோதல், பொருளாதாரத்தின் தீராத சிக்கல் என்பனவெல்லாம் இப்போது, குண்டுகள் வீசப்பட்டு படுகொலைகள் உயரவும் வெளிறிப் போயின. கராச்சியின் சேரிகளிலிருந்து ராணுவம்-ISI தலைமையகங்கள் வரை எதுவும் பாதுகாப்பாயில்லை. ஒவ்வொன்றும் வரலாற்று மதிப்புடைய கள்ளங்கபடமற்ற உயிர்கள் நாளுக்கு நூற்றுக்கும் மேற்பட்ட அளவில், வெடிமருந்துப் பெட்டிகளிடையேயோ அல்லது கண்ணிவெடிகளால் நார்நாராகக் கிழிபட்டோ கிடந்தன. இந்தப் புள்ளியில் ஒரு நாடு தன் முடிவை எதிர்கொண்டது.

தகர்ப்புப் பனி

எல்லைகளுக்கு அப்பாலுள்ள நிகழ்வுகளைக் கண்டுகொண்டிருந்த இந்தியா, இன்னொருவர் துயரத்தில் விஷமத்துடன் மகிழ்தல் என்பதன் பொருட்டுப் பொறுத்துக் கொள்ளப்படலாம். பாகிஸ்தான் குண்டுவீசப்பட்டு எரிந்துகொண்டிருந்தபோது, ‘சோம்பலான ஊட்டச்சத்தற்ற’ இந்தியா, ஒருவகையில் திறனுள்ள வல்லரசாக அவதரித்துக் கொண்டிருந்தது-அது ஏற்கெனவே எண்ணற்ற படையெடுப்புகளாலும் பெரும் அடையாளச்

சிக்கல்களாலும் நிலைகுலைந்து போயிருந்ததுதான். பாகிஸ்தானியர் இந்நிலைமையைத் தொடர்புடையதாகப் பார்த்தனர். இந்திய உளவுத்துறைக்கும் அவர்தம் அதிருப்தி சக்திகளான சிந்திகள், பலுசிகள், மொஹாஜிர்கள், பத்தான் முஜாஹித்தீன்களுக்கும் இடையே நெருங்கிய தொடர்பிலிருந்ததாகச் சந்தேகித்தனர். காபூலின், நேட்டோ ஆதரவு கர்ஸாய் அரசாங்கத்துடனும் புது டெல்லி நெருங்கியத் தொடர்பு கொண்டிருந்ததை அறிந்தனர். பொருளாதார வளர்ச்சிக்கான அணு தொழில்நுட்பத்தைப் பரிமாற்றிக் கொள்வதற்கான 2005 இந்திய-அமெரிக்க ஒப்பந்தம் பாகிஸ்தானின் சர்வதேச அளவில் தனிமைப்படுத்தப்பட்ட உணர்வை அதிகரிக்கச் செய்தது; இந்திய ஆலோசகர்களும் தொழில்நுட்பவித்தகர்களும் கூட்டு நிறுவன முதலீட்டாளர்களும் ஆஃப்கனில் நிறைந்து காணப்பட்டது, சுற்றி வளைத்திடும் ஆவியைப் புதுப்பித்தது. புட்டோவின் ‘ஆழ்ந்த தற்காப்பு’ நோய்வாய்ப்பட்ட தமாஸாகியிருந்தது-ஜியாவின் ‘இஸ்லாத்தில் தற்காப்பு’ என்பது போல அது இருந்தது.

இந்திய நிலைமைகள் பாகிஸ்தான் நெருக்கடிக்குக் காரணமாயிருந்தன என்று கருதுவதற்கு -அவற்றை டெல்லி மறுதலித்தபோதும்- வேறு நியாயங்கள் இருக்கவே செய்தன. பிரிவினைக்கான விலையை பாகிஸ்தான் கொடுத்துக் கொண்டிருந்தது எனப் பெரும்பாலான இந்தியர்கள் கற்பிதம் செய்ய விரும்பியதுபோல, பெரும்பாலான பாகிஸ்தானிகள் பிரிவினைக்கான அச்சம்-சுதந்திர இந்தியா, முஸ்லீம்கள் இரண்டாம்தரக் குடிமக்களாக இருக்கும் இந்து ராஜ்ஜியமாகச் சிதைந்து போகும் என உறுதிப்படுத்தப்பட்டதைக் கண்டறிந்தனர். இந்து தேசியவாத பா.ஜ.க வின் அரசியல் பரப்பு விரிவடைந்ததற்கு இந்தப் பார்வையே -அத்துடன் இணைந்திருந்த அத்துமீறல்களும் அக்கிரமங்களும், காஷ்மீரில் நடந்த இந்திய ராணுவத் தாக்குதலுமே- காரணம்.

1988இல் இந்திய-பாகிஸ்தான் இருதரப்பு உறவுகளுக்கான வாய்ப்புகள் அவ்வளவு பிரகாசமாக இருந்ததில்லை. ராஜீவ் காந்தி, பெனாஸிர் புட்டோ, டாக்டர் ஃபாரூக் அப்துல்லா (காஷ்மீர் சிங்கம் ஷேக் அப்துல்லாவின் மகன்) ஆகிய புதிய தலைமுறையின் கவர்ச்சிமிக்க தலைவர்கள் காஷ்மீர் பிரச்சினையை, தம் பெற்றோரின் கடினமான பாரமின்றி, தேசிய-மாநில அளவில் பெரும்பான்மைச் செல்வாக்குடன் அணுகினர். அவர்தம் உறவுகள் இருதயப்பூர்வமாயிருந்தன, முதல் பரிமாற்றங்கள் உறுதியளிப்பனவாயிருந்தன. நேரம்தான் சரியில்லை. காஷ்மீரில் அப்துல்லாவின் தேசிய மாநாட்டு/காங்கிரஸ் கூட்டணியின்

சமீபத்தைய வெற்றி, வாக்குச் சீட்டு மோசடி என்னும் பழிக்குள்ளாகி இருந்தது, எதிர்க்கட்சியான முஸ்லீம் ஐக்கிய முன்னணியின் சவாலுக்குள்ளாகி இருந்தது. முன்னணியின் போராளிகள் சிலர் பாகிஸ்தானுக்குள் ஊடுருவி ஆயுதங்கள் தேடுவதிலும் ஆதரவு திரட்டுவதிலும் ஈடுபட்டிருந்தனர்.

இதற்கிடையே இந்தியாவில், அதன் தொலைக்காட்சிப் பெட்டிகளாலேயே அது பிணையாக்கப்பட்டிருந்தது. 1987இல் பெரிதும் நாடகப்பூர்வத் தொடராக இராமாயணம் ஒளிபரப்பானது. ஞாயிறு தோறும் ஒளிபரப்பாகி 72 வாரங்கள் நீடித்த அதனை முன்னெப்போதும் இருந்திராத அளவாக 8 கோடி பேர் கண்டுவந்தனர். நகரங்கள் நிசப்தமாயின, மதிய சாப்பாடு அமைக்கப்படவில்லை, சந்தைகளில் ஆளரவமில்லை- ஒவ்வோர் ஒளிபரப்பும் வழிபாட்டின் பவித்திரம் பெற்றிருந்தது. அச்சந்தர்ப்பத்தில் தொலைக்காட்சிப் பெட்டிகளுக்கு மாலையிடப்பட்டன; தொலைக்காட்சி விற்பனையும் வாடகைக்கு எடுப்பதும் எகிறின. குடும்பம் பார்த்து மகிழ்வதை மட்டுமின்றி பரந்துபட்ட, ஆட்சேபகரமான அடையாளத்தின் பரபரப்பையும் இந்தியா கண்டறிந்துகொண்டிருந்தது. முஸ்லீம் பார்வையாளர்களும் சம அளவில் பரபரப்படைந்ததாகக் கூறப்பட்டது; ஆனால் தம்மை இந்துக்களாக எண்ணிக் கொண்டவர்களிடையே, பல வடிவங்களையும் நிச்சயமற்ற வரலாற்றுக் காலத்தையும் உடைய இந்த இதிகாசம் அநேகமாகப் புனித நூலின் தகுதியைப் பெற்றுவிட்டது. மதக் கல்விக்கும் மேம்பட்ட சாத்திர நூலாக, இந்து விழுமியங்களை வரையறுக்கவும், இந்தியா என்பது மாபெரும் ராமனை வழிபடும் இந்துக்களின் கூட்டம் என்னும் உணர்வைப் பதிக்கவும் பயன்பட்டது. விஷ்ணுவின் மற்ற அவதாரங்களை விடவும் ராமன் உயர்த்தப்பட்டான்; வரலாற்றில் அவனுக்குச் சாத்தியப்படும் மரபினைப் பாதுகாத்திடும் துண்டு துணுக்குகளின் இடத்தே கவனம் திரும்பிற்று.

உ.பி.யின் அயோத்யா அவனது தலைநகரின் இடமாகக் குறிப்பிடப்படுகிறது; பிந்தைய உள்ளூர் மரபின்படி, இந்திய சிலை வழிபாட்டாளரை முஸ்லீம்கள் வென்றதைக் கொண்டாடும் பாபரின் ஆணைப்படி நிறுவப்பட்ட மொகலாய மசூதியின் அடியில், ராமஜென்ம பூமி இருந்தது எனப்படுகிறது. பாப்ரி மசூதிக்குள்ளே குழந்தை ராமரின் சமீபத்தைய படிமமாகச் சந்தேகிக்கப்படும் உருவமுள்ள இடம் அதனை அடையாளப்படுத்துகிறது. ஆனால் இந்த ஆலயத்தை அடைய

முடியாதபடி, மசூதி பூட்டப்பட்டு பயன்படுத்தப்படாது உள்ளது. அதன்பின் 1986இல் விஸ்வ இந்து பரிஷத் சார்பில் முஸ்லீம் சிறைக் கூடத்திலிருந்து ராமன் விடுதலை செய்யப்படட்டும் என்னும் கோரிக்கைக்கு ஏற்ப, மசூதி திறக்கப்பட்டது. முஸ்லீம் வைதிகத்தை அமைதிப்படுத்திடும் ஷா பானோ தீர்ப்பு வந்ததையொட்டி, இந்து தீவிரப் போக்கினை அமைதிப்படுத்த ராஜீவ் காந்தி அரசாங்கம் முற்பட்டதாகத் தோன்றிற்று. இவ்வெற்றியால் உற்சாகம் கொண்டு, தொலைக்காட்சித் தொடரின் தாக்கத்தால் துணிவுபெற்று, விஸ்வ இந்து பரிஷத்தும் அதன் சக அமைப்புகளும் (ஆர்.எஸ். எஸ், பா.ஜ.க.) நூற்றாண்டில் வரும் ஒரு வாய்ப்பாக இதனைப் பார்த்தன.

சுதந்திரத்திற்குப் பிந்தைய ஜனசங்கம் மற்றும் சுதந்திரத்திற்கு முந்தைய மகாசபாவின் அவதாரமான பா.ஜ.க, தேசியத் தேர்தல்களில் கையளவு இடங்களுக்கு மேல் பெற்றதே இல்லை. ஆனால் 1989இல் இக்கூடுதல் 11% வாக்குகளுடன் 86% ஆக உயர்ந்தது; 1991இல் 20%வாக்காக உயர, 1990களின் இறுதியில் 25% ஆகியிருந்தது; புதுடெல்லியில் கூட்டணி அரசாங்கத்தை நிறுவ அதுவே போதுமானதாயிருந்தது. பாபர் மசூதி பிரச்சினை கட்சியை உருவாக்குவதாயிருந்தது. மசூதி உள்ள இடத்தில் பளிச்சிடும் புதிய ஆலயம் நிறுவப்படவேண்டும் எனக் கூக்குரல் இட்டது வி.இ.ப. இதில் எல்.கே அத்வானி மற்றும் ஏ.பி. வாஜ்பாயி முதலான பா.ஜ.க. தலைவர்களே ஆதாயமடைந்தவர்கள்.

1989 தேர்தல்களின் போது பா.ஜ.க.வினர் புதிய ஆலய நிர்மாணத்திற்காக இந்தியாவெங்கிலுமிருந்து செங்கற்களை வரவழைப்பதிலும் நிதி திரட்டுவதிலும் முனைப்பாயிருந்தனர். இச்சடங்குகள் பீகாரில் இந்து-முஸ்லீம்களிடையே கடும் மோதலை ஏற்படுத்திவிட, படுகொலைகள் நடந்தன; மக்கள் அதிகமுள்ள வடஇந்தியா முழுவதும் தொலைக்காட்சி மயக்கமிக்க நடுத்தர வர்க்க வாக்குகள் பெற்று பா.ஜ.க செல்வாக்கு வென்றது. ஓராண்டுக்குப் பின், குஜராத்தின் சோமநாதபுரத்திலிருந்து (முகமது கஜினியால் தகர்க்கப்பட்ட கோயில் புதுப்பிக்கப்பட்டுள்ள இடம்) டெல்லி, பீகார், அயோத்திக்கு அத்வானி ரத யாத்திரை மேற்கொண்டார். காவி நிறம் பூசப்பட்டு, தொலைக்காட்சியில் பளிச்சிடும் வரலாற்றுக்கு முந்தைய வாகனத்தை ஒத்திருக்கும் ஒரு டயோட்டா வண்டியாக ரதம், பெரும் கூட்டத்தினரிடையே டெல்லி வந்து சேர்ந்தது. தேசிய முன்னணி என்னும் கூட்டணியின் புதிய அரசாங்கம் அதனைத் தடுக்காததால் தொடர்ந்து சென்ற யாத்திரை, மேலும் கலவரங்களையும் படுகொலைகளையும்

எச்சமாக விட்டுச் சென்றது. பீகாரின் பா.ஜ.க. எதிர்ப்பு அரசாங்கத்தால் அத்வானி கைது செய்யப்பட்டார்; உ.பி.யில் யாத்திரை அணி தடுத்து நிறுத்தப்பட்டது; ஆனால் போதுமான மதவெறியினர் அயோத்தியை அடைந்து போலீஸுடன் மோதி முதல் உயிர்த் தியாகிகளை வழங்கினர்.

புதிய ஆலயத்திற்கு அடிக்கல் நாட்டும் பொருட்டு டிசம்பர் 1992இல் பா.ஜ.க. தலைவர்கள் மீண்டும் பாப்ரி மசூதிக்குச் சென்றனர். இப்போது அருகாமையில் ஒரு காலியிடத்தை வாங்கியிருந்த வி.இ.ப, நீதிமன்ற உத்தரவையும் மீறி கான்கிரீட்டைப் போட்டிருந்தது. மாநில அரசாங்கத்தின் அனுதாபத்தால் துணிச்சலும், பிரச்சினையை உச்சநீதிமன்றத்திற்குக் கொண்டு செல்லும் முயற்சிகளில் சோர்ந்தும் போயிருந்த ஒரு லட்சம் காவி வெறியர்கள் டிசம்பர் 6 நிகழ்வுக்குத் திரண்டுவிட்டனர். பா.ஜ.க.வைப் பொறுத்தவரை, அப்போது நிலவரம் கைமீறிப் போனது[7]; கொடிகள் ஏந்திய கும்பல் வேலி தாண்டி மசூதியில் ஏறி, மூன்று மொகலாய கோபுரங்களைச் சாய்த்துவிட, அடிக்கல் நாட்டும் விழா தகர்ப்புக் காட்சியாகிவிட்டது. மாநில போலீஸ் பொறுப்பிலிருந்து நழுவியிருந்தது; அருகில் நிறுத்தப்பட்டிருந்த 20, 000 துருப்புகள் வரவழைக்கப்படவில்லை. சுற்று முற்றும் இருந்த முஸ்லீம் இல்லங்களுக்குத் தீ வைத்து அந்நாளை முடித்து வைத்தது கும்பல்.

ஊடகத்தின் தயவால், அயோத்தி சம்பவங்கள் இந்து வெற்றிவாகையைப் பரபரக்கச் செய்தன; இதுவரையிலும் இருந்திராத அளவில், வடக்கு-மத்திய இந்தியாவினூடே இனக்கலவரம்-பிரிவினைவாத அக்கிரமங்களைக் குறிப்பது-வெடித்ததாக முஸ்லீம்கள் ஆத்திரப்பட்டனர். முஸ்லீம்கள் பெரிதும் கலவரங்களை நிகழ்த்துபவர்களாயில்லாமல் பலியாகக் கூடியவர்களாகவே இருந்தனர். பம்பாய் கலவரங்களில் படுகொலை செய்யப்பட்ட 800பேரில் மூன்றில் இரண்டு பங்கினர் முஸ்லீம்கள். அங்கும் பிற இடங்ளிலும் காவல் நிலையம், பங்குவர்த்தக மையம், பெருநகர் ரயில்வே நிலையம் போன்றவற்றைக் குறிவைத்து முஸ்லீம்கள் பதிலடி தந்தனர். ஆனால் பெரிதும் பழிவாங்கலுக்குள்ளாயினர். 2002இல் குஜராத்தில் மோசமானது நிகழ்ந்தது; அயோத்தியிலிருந்து யாத்ரிகர்களுடன் ஒரு ரயில் திரும்பி வந்தபோது, கோத்ரா நிலையத்திலிருந்து கிளம்பியதும் தீப்பற்றிக்கொண்டது. இதில் 58 உயிர்கள் பலியாயின; ரயில் நிறுத்தப்பட்டதும் பயணிகள் உள்ளூர் முஸ்லீம் சிறு வணிகர்களைப் பழித்ததால், அது

பழிவாங்கும் கொலை என்பதை யூகித்துக்கொண்டனர். அடுத்து தரப்பட்ட பதிலடி, சந்தேகத்திற்கு இடம் வைக்கவில்லை. தெற்கு குஜராத் எங்கும் கொலைக் கும்பல்கள் கொள்ளையிடவும் வல்லுறவு செய்யவும் முஸ்லீம்களைக் கொலைபுரியவும் திரிந்தன. டெல்லியிலும் மாநிலத்திலும் பா.ஜ.க. அரசாங்கங்கள் இருக்க பலியானவர்கள் பலவீனர்களாயுணர்ந்தனர். குறைந்த பட்சம் 2000 பேர் கொடூரமாக மடிந்தனர், மேலும் பலர் அவயங்களை இழந்தனர், கண்ணிமை இழந்தனர், சொத்து சுகம் பிழைப்புகளை இழந்தனர். 1984 சீக்கியப் படுகொலை டெல்லியில் நடந்தது போல, வாக்காளர் பட்டியல்களை விநியோகித்து அலுவலர்கள் அழிப்பில் உதவினர், போலீஸார் நழுவிவிட்டனர். தாக்குதல் நிகழ்ந்தும் பொறுப்புகளை அமைச்சர்கள் மேற்கொண்டனர்.

எட்டாண்டுகளுக்குப் பிறகு பம்பாய் தாஜ் ஓட்டலின், கைக்குட்டையைத் தலையில் கவிழ்த்திருந்த துப்பாக்கி வீரன் ஒருவன், 'ஏன் இப்படிக் கொலை புரிகின்றாய்' என்று வினவப்பட்டபோது, 'பாப்ரி மஜீத் பற்றி நீ கேள்விப்பட்டதில்லையா? கோத்ரா பற்றி நீ கேள்விப்பட்டதில்லையா?' என்று பதிலுக்குக் கூறியுள்ளான். அதற்குப் பிறகு சுட்டிருக்கிறான்.

பாப்ரி மசூதி தகர்ப்பு, அடுத்து நிகழ்ந்த படுகொலைகள், மற்றும் இவற்றில் அரசு உடந்தையாயிருந்தது எல்லாம் சேர்ந்து தெற்காசிய முஸ்லீம்களை எதிர்நிலைப்படுத்தி இருந்தன- அவர்கள் முஜாஹித்தின்களோ மிதவாதிகளோ சன்னியோ ஷியாவோ, இந்தியரோ காஷ்மீரியோ பாகிஸ்தானியோ வங்காள தேசத்தவரோ யாராயினும் பிரிவினையின் போதான பீதி தரும் சம்பவங்களுடன் மீண்டும் ஒப்பீடுகள் செய்யப்பட்டன. இந்துத்துவாவுக்கான பா.ஜ.க. வின் கோரிக்கையிலுள்ள தர்க்கம், ஜின்னாவின் இருநாட்டுக் கொள்கையுடன் எப்படிப் பிரதிபலித்தது என்பதை யாரும் நின்று நிதானித்து யோசிக்கவில்லை. சமயச் சார்பின்மையின் பெயரில் இந்திய அரசு நீண்ட காலமாக முஸ்லீம்களின் உணர்வை இதப்படுத்தி வந்தது என பா.ஜ.க. வின் சித்தாந்தவாதிகள் வாதிட்டனர்; தன் ஆற்றல் ஈடேறி, இந்தியா இத்தகு கொள்கைகளை நிராகரிக்கவேண்டும், தன் 'இந்துத்தன்மை'யை ஏற்று உறுதிப்படுத்திட வேண்டும்; இந்துக்களைப் பிரித்தும் ஒடுக்கியும் நாட்டின் கடந்த காலத்தைக் கிறித்தவர்களும் முஸ்லீம்களும் மேலாதிக்கம் செய்திருந்தனர்; இந்து தேசம் மீண்டும் ஒன்றுபடவும் தன் முந்தைய அடையாளத்தைப் புகழ்மிக்க பாரம்பரியத்தை மறுகண்டுபிடிப்பு செய்யவும், அவற்றைக் கொண்டாடுவதில் பெருமிதமடையவும் அது

நேரமாயிருந்தது; இந்துக்கள் அல்லாதார் சந்தேகத்திற்கு உள்ளாகி, கீழ்நிலைத் தகுதியை ஒப்புக்கொள்ள வேண்டும். பாகிஸ்தானுக்குப் பதிலாக இந்தியா, இந்துவுக்குப் பதிலாக முஸ்லீம் என மாற்றிப் போட்டபின், இவையெல்லாம் ஜின்னாவின் முஸ்லீம் லீக்கின் பாடநூலிலிருந்து பெறப்பட்டிருக்க வேண்டும்.

இந்தியாவில் தாராள அபிப்பிராயமும் திகிலூட்டுவதாயிருந்தது. ஆங்கில மொழி ஊடகத்தில், பாப்ரி மஜ்தித் விவகாரம், திருமதி காந்தியின் அவசர நிலையை விடவும் அல்லது சீனப் படையெடுப்பை விடவும் மோசமான, மிகப்பெரும் அச்சுறுத்தலாக அரசுக்கு இருந்ததாகச் சித்திரிக்கப்பட்டது. 1992இல் இந்தியா தன்னைச் சமயச் சார்பற்றதாக அழைத்துக்கொள்ள முடியாதிருந்தது. பிரிவினைவாத சக்திகளின் இருண்ட அம்சங்கள், காந்தி-நேருவின் உன்னதப் பண்புகள் நிராகரிக்கப்பட்டன. நீண்டகாலம் விமர்சித்துவந்த மதவெறியின் கறை அதில் படிந்திருந்தது. பா.ஜ.க.வின் குறுகிய பிரதேச ஆட்சியின் கீழ், அறிவார்த்த-ஊடகச் சுதந்திரம் பலவீனமுற்றது. அத்துடன் கட்சியை அதிகாரத்தில் அமர்த்திய அரசியல் நிகழ்வுப் போக்கால் நாடே அவப்பெயர் பெற்றதாகத் தோன்றியது. நாட்டின் அடிப்படை நெறிகள் ஒவ்வொன்றாக வீழ்ந்தன. 1970களில் சோஷலிஸம் மடிந்து போயிருந்தது, 1990களில் சமயச் சார்பின்மை மடிந்து கொண்டிருந்தது, ஜனநாயகம் தன் தொடர்பினால் அழிந்து போனது.

ஆனால் முஸ்லீம் மனங்களுக்குச் சமயச்சார்பின்மை என்பது திசை திருப்புவதாய்த் தெரிந்தது. பா.ஜ.க. விடமும் அதற்குமேல் அவகாசமில்லை என்பதால் பாப்ரி விவகாரத்தில் பிரதானமாகப் பாதிக்கப்பட்டது மேற்கத்திய தாராள மதிப்பில்லை மாறாக இஸ்லாம்தான். அவர்தம் உயிராற்றலும் அடையாளமும்தான் பாதிக்கப்பட்டது. இந்தியாவில் நிகழும் ஒவ்வொரு முஸ்லீம் எதிர்ப்பு அக்கிரமத்திற்கும் பாகிஸ்தான் நகரங்களில் ஆயிரக்கணக்கில் மனிதரை வீதிக்கு வரவழைத்து, ஜிகாதி போராளிகள் எண்ணிக்கையை அதிகரிக்கச் செய்துவிடும். காஷ்மீரின் முஜாஹித்தீன்கள் தேசிய வீரர்களாயினர். ஆதரவு தந்திடும் தம் வாக்குறுதிகளில் ஒன்றையொன்று விஞ்சிய, பெனஸிர்-ஷரீஃப் அரசாங்கங்கள், காஷ்மீர் ‘சுதந்திரப் போராளிகளது’ தீர்மானத்தைத் திடப்படுத்தும் பொருட்டு, பாகிஸ்தானின் தன்னார்வலர்கள் அனுப்பப்பட்டதை வெட்கமின்றி எதிர்கொண்டன.

இந்தியக் கட்டுப்பாட்டிலுள்ள காஷ்மீரில் விடுதலை இயக்கம், 1987இன் வாக்குச் சீட்டு மோசடியால் தூண்டிவிடப்பட்டது; 1989இல் ஃபாரூக் அப்துல்லாவின் அரசாங்கம் நீக்கப்பட்டது இந்தியாவையும் இஸ்லாமாபாத்தையும் வியப்பிலாழ்த்தியது. பாகிஸ்தானின் தூண்டுதலும் இந்தியாவின் சீண்டலும் 40 ஆண்டுகளாகச் செய்யத்தவறிய சாதனையை, தேர்தல் மோசடி சாதித்ததாகத் தோன்றிற்று-காஷ்மீரிகளை ராணுவமயப்படுத்தல் அவற்றில் ஒன்று. ஆரம்பத்தில் சுயநிர்ணய உரிமையே இலக்காயிருந்தது, ஆனால் 1990களின் ஆரம்பத்தில், இந்தியாவில் பா.ஜ.க. தன் பேச்சு வளத்தை அதிகரிக்கச் செய்து, ஆஃப்கனின் ஜிகாதித் தலைவர்கள் காஷ்மீருக்குத் திருப்பிவிடப்பட, போராட்டமானது பிரிவினைப் போக்குடையதாக மாறிற்று. விடுதலை இயக்கம் ஜிகாதிய ரத்தக் களரியில் அடங்கிப் போயிற்று. முஜாஹித்தீன்கள் காஷ்மீர் பள்ளத்தாக்கின் இந்துக்களைக் குறிவைத்தனர்-நூற்றுக்கணக்கானோர் கொடூரமாகப் படுகொலை செய்யப்பட, எஞ்சியோர் பாதுகாப்பாக அகற்றப்பட்டனர். இப்போது அரசு குடியரசுத் தலைவர் ஆட்சியில் கொண்டுவரப்பட, வெளியேற்றம் காஷ்மீரின் சர்ச்சைக்குரிய ஆளுனரால் ஏற்பாடு செய்யப்பட்டது-1975-77 அவசர நிலைக் காலத்தில் சஞ்சய் காந்தியின் அதீத நடவடிக்கைகளில் தொடர்புகொண்டிருந்த அந்த ஆளுநர், 1989இல் காஷ்மீருக்கு அனுப்பப்பட்டிருந்தார்; பா.ஜ.க. உள்ளிட்ட டெல்லி அரசாங்கமே இதனை மேற்கொண்டது; பின்னர் அவர் பா.ஜ.க வில் சேர்ந்துவிட்டார்.

காஷ்மீரில் நடவடிக்கைகளை மேற்கொள்ள இந்தியா ஆயத்தமாகிக் கொண்டிருந்தது என்னும் மனப்பதிவு, இன்னும் அதிகத் துருப்புகளை அனுப்பியதால் அதிகரித்தது. 1999இல் கார்கில் அருகே (ஸ்ரீநகருக்கும் லேஹுக்கும் அருகே) கட்டுப்பாட்டுக் கோட்டை பாகிஸ்தான் ஊடுருவியதை அடுத்து, -பாகிஸ்தானின் சமீபத்தைய அணு ஆயுதத் திறன் வெளிப்பாடு, இந்திய எதிர்வினைக்கான பொருத்தமற்ற காப்பீடாக இருந்ததா என்னும் பரிசோதனையே அது-காஷ்மீரிலிருந்த துருப்புகளின் எண்ணிக்கை 5 லட்சத்தை நெருங்கிற்று. காஷ்மீர் பள்ளத்தாக்கு இப்போது தெளிவாக ராணுவ ஆக்கிரமிப்பில் இருந்தது-அது தொழில்நுட்ப ரீதியில் போர்மண்டலம் இல்லையெனில், நிச்சயமாக ‘ஆபாசப் போர் மண்டலமே.’ முதலில் காஷ்மீரை இந்தியா கோருவதற்கான பிரதானக் காரணங்களில் ஒன்று, -இந்தியக் குடியரசின் சமயச்சார்பற்ற நற்பெயர்களை எடுத்துக்காட்டிட-சமயச்சார்பின்மையைப் போலவே இப்போது மிகையாகிப் போயிருந்தது. இந்து அடிப்படைவாதமும் இஸ்லாமிய

அடிப்படைவாதமும் ஒன்றையொன்று நிகராக வளர்த்துக் கொண்டிருந்தன. இரு நிகழ்வுப் போக்குகளும் ஒரே வேளையில் ஆரம்பித்தன, இருந்தும் ஒன்று மற்றதைச் சட்டப்பூர்வமாக்கியது, வளர்த்தெடுத்தது.[8]

2001இல் காஷ்மீரி பயங்கரவாதிகள் ஸ்ரீநகரின் மாநிலச் சட்டமன்றத்தின் மீது தாக்குதல் தொடுத்தனர், அடுத்து புதுடெல்லியின் பாராளுமன்றத்தில் தற்கொலைப் படைத்தாக்குதலுக்கு முற்பட்டனர். எதுவும் வெற்றிபெறவில்லை, ஒரு காலத்தில் இந்தியத் தகவலாளர் ஒருவர் சேர்ந்திருந்த பாராளுமன்றத் தாக்குதல் பற்றிய இன்னும் பதிலளிக்கப்படாத கேள்விகளை எழுப்பியது. இரண்டும் சேர்ந்து தேசிய ஆவேச வெளிப்பாட்டை ஏற்படுத்தியிருந்தன; பாகிஸ்தான் எல்லையோரம் போரினைப் போலப் படைகளைக் குவிக்கச்செய்தன. பயங்கரவாதிகளின் இலக்குகளே மிகவும் அறிவுறுத்துவதாக இருந்தன. அதிகபட்ச தாக்கத்திற்காகத் தெரிவு செய்யப்பட்டிருந்த அவை, தேசம் பொறுப்புள்ள அளவுக்குத் தேர்தல் மோசடிக்கு எதிராக, பகைமை உணர்வைச் சுட்டிக்காட்டின. ஓராண்டு கழித்து மாநிலத் தேர்தல்கள் காஷ்மீரில் நடந்தன. நியாயமாயும் சரியாக நிர்வகிக்கப்பட்டும் நடந்த இத்தேர்தலில் ஆச்சரியகரமாக 48% வாக்குகள் பதிவாயின. அடுத்தடுத்த தேர்தல்களில் இன்னும் முன்னேற்றம் இருந்தது. குண்டு வீச்சுகளும் துப்பாக்கிச் சூடுகளும் தொடர்ந்தாலும், காஷ்மீரிகள் ஜனநாயக நிகழ்வுப் போக்கைக் கைவிட்டுவிடவில்லை.

இந்திய-பாகிஸ்தான் அரசாங்கங்கள் தம் இருதரப்பு உறவை மேம்படுத்துவதைக் கைவிடவுமில்லை. 1999இல் கார்கில் யுத்தம் சார்ந்த தழும்புகள் இருந்தும், 2001இல் பாராளுமன்றத் தாக்குதலும் 2008இல் பம்பாயில் நடந்த பயங்கரவாத அக்கிரமங்களும் நிகழ்ந்திருந்தாலும் இரண்டு அரசாங்கங்களும் உறவுகளை இயல்பானதாக்கிட முற்பட்டன. டெல்லியில் முதல் பா.ஜ.க. தலைமையிலான அரசாங்கத்தின் பிரதமர் ஏ.பி. வாஜ்பாயிதான், பிரதமர் நவாஷ் ஷெரீஃபைச் சந்திக்க 1999இல் நன்கு விளம்பரம் செய்யப்பட வருகை புரிந்து, அதற்கான சமிக்ஞைகளை வெளிக்காட்டினார். முந்தைய ஆண்டின் அணுகுண்டு வெடிப்புப் பரிசோதனையினை அடுத்து வந்த சர்வதேச அழுத்தம், இச்சந்திப்பில் பங்கு வகித்தது; பயனுள்ளதாக எதுவும் கிடைக்கவில்லை; கார்கில் படையெடுப்பு மேலும் முன்னேற்றத்தை நாசமாக்கியதாகத் தோன்றிற்று. 2001இல் அப்போதைய பாகிஸ்தான் பிரதமர் பர்வேஷ் முஷாராஃபின்

பதில் வருகையை வாஜ்பாய் வரவேற்றார். திரும்பவும் எதுவும் சாதிக்கப்படவில்லை. ஆனால் அந்த ஆண்டின் பிற்பகுதியில், 9/11 சம்பவங்களும் ஆஃப்கனில் வாஷிங்டன் திரும்ப ஈடுபட்டதும், இப்போது ‘நிகழ்வுப்போக்கு’ எனப்படுவதைப் புதுப்பித்தன. முஜாஹித்தீன்களை ஆதரிக்கும் பாகிஸ்தான் போக்கை முடிவுக்குக் கொண்டுவர, அமெரிக்கா அழுத்தம் தரவே, முஷாரஃப் மானத்தைக் காப்பாற்றிக்கொள்ளும் வகையில், காஷ்மீர் குறித்த பேச்சுவார்த்தையை விரும்பினார். தன் முந்தைய முயற்சிகளுக்குப் பலன் கிட்டும் வகையில் வாஜ்பாயி அதற்கு ஆயத்தமாகவே இருந்தார்.

இவ்வாறு நேரடி அணுகுமுறைகள் 2004 சார்க் மாநாட்டில் புதுப்பிக்கப்பட்டன; 1991இல் இலங்கைப் பிரச்சினை தொடர்பாக ராஜீவ் காந்தி படுகொலையில் முடிந்த காலகட்டத்தில், ராஜீவ் காந்தியின் நாட்களில் நிறுவப்பட்டது சார்க் அமைப்பு. அரசியல் முன்னேற்றம் குறைந்தபட்சமாயிருந்து. ஆனால் அச்சூழல், பண்பாட்டுத் தொடர்புகள், பயண இணைப்புகள், ஆர்வங்கள், பயங்கரவாத நடவடிக்கைகளில் நம்பிக்கையை ஏற்படுத்துவதாக இருந்தது. எல்லாவற்றுக்கும் மேலாக, தெற்காசிய சுதந்திர வர்த்தகப் பகுதியை நிறுவிடும் பொறுப்பில், மண்டல வணிகம்-பொருளாதார வளர்ச்சியின் அளப்பரிய வாய்ப்பு அங்கீகரிக்கப்பட்டது.

உலகின் மக்கள்தொகை மிகுந்த வர்த்தகக் குழுவாகிடும் எதிர்ப்புகள் இன்னும் ஈடேறவில்லை. மறுபுறத்தே, உலகமயமாதலும் இந்தியாவின் வளர்ந்துவரும் பொருளாதார சக்தியின் தாக்கமும், கடைசியில் இருதரப்புச் சமன்பாட்டில் நுழைந்தது. டெல்லி புதிதாகக் கண்டிருந்த நம்பிக்கை, பாகிஸ்தான் மீதான தன் பிடிப்புக்கு முற்றுப்புள்ளி வைக்கும் என நம்பிக்கையாளர்கள் நம்பினர். அஞ்சப்படுகிறதோ பகிரப்படுகிறதோ, செழிப்பு அரசியல் சமரசமின்மையைக் கண்டறிந்துவிடும்; எல்லைதாண்டிய வணிகம், முதலீடு, ஒத்துழைப்புகளில் இந்தியத் தலைமையிலான ஊக்கம், காஷ்மீர் என்ற 60 ஆண்டுகாலச் சிக்கலைத் தீர்க்க இயலும். பாகிஸ்தான் நிர்வகிக்க முடியாததாயிருக்க, வங்காளதேசம் நீரில் அமிழக் கூடியதாயிருக்க, இரண்டும் சிக்கலில் இருக்க, மண்டல ஒத்துழைப்பு சார்ந்த பார்வை அரிதாகவே இருண்டிருக்கும். எனினும் சமீப வரலாற்றைப் பார்க்கையில், இத்தகைய கணிப்புகள் முரண்பாட்டையே வரவழைக்கும். எதிர்பாராததை எதிர்பார்க்கிறோம்.

நூற்றாண்டு திருப்பத்தில் பொருளாதார வளர்ச்சி அபரிமிதமாய் இருக்க, அது எதிர்பார்க்கப்பட்டிருக்கவில்லை. அதனை எளிதாக விளக்கவும் இயலாது. பொருளாதாரத்தின் கட்டுப்பாட்டை படிப்படியாக நீக்குதல் உள்நாட்டிலும் வெளிநாட்டிலும் இந்தியத் தனியார்துறை உலகமயமாதலைத் தழுவிக்கொண்ட உற்சாகம், சந்தேகத்திற்கிடமின்றி சிக்கலானதே. அதுபோலவே இந்தியாவின் பாரிய மனித வளங்களும்; நேரு சகாப்தத்தின் தொழில்மயமாதல்-மொழிக் கொள்கைகள் காரணமாக, நள்ளிரவின் பேரப்பிள்ளைகள், உலகில் நடுத்தர ஊதியமும் தொழில்நுட்ப வகையில் சரளமாக ஆங்கிலம் பேசும் தலைமுறை எதனையும்விட எண்ணிக்கையில் விஞ்சியிருந்தன. மேற்கு ஆரம்பத்தில் தன் தொழில்நுட்பம், பொருளாதாரச் சிந்தனை, அபிமான மொழியை ஒப்பந்தப் பணிக்குவிட்டதால், மேற்கின் சேவைத்துறைகளின் இந்தியவசமாதலைச் சாத்தியமாக்கின.

தேவையும் தன் பங்கினை ஆற்றுகிறது. 1991இல் இந்திய நிதிப்பற்றாக்குறை, அரசின் திறமையின்மையால் தசாப்தங்களாகத் திரண்டு வந்து, நாட்டினை ஒரு தேக்கநிலைக்குக் கொண்டுவந்து விடுவதாக அச்சுறுத்தி இருந்தது. தேசத்தின் கடன் 70 பில்லியன் டாலராக இருக்க, அந்நியச் செலாவணி இருப்பு இருவாரங்களுக்கே போதுமானதாயிருந்தது. வாஜ்பாய்க்குப் பிறகு காங்கிரஸ் பிரதமர் பி.வி. நரசிம்மராவ், நிதி அமைச்சர் மன்மோகன் சிங்கைத் தெரிவுசெய்து, சந்தைப் பொருளாதாரத்தைத் தழுவுவதைத் தவிர்த்து வேறு வழியில்லை என்பதை உணர்ந்து இயங்கினார். ராஜீவ் காந்தி, ஏ.பி.வாஜ்பாய் மற்றும் பிறர் சீர்திருத்த யந்திரத்தை இயக்கிவிட்டாலும், ராவும் சிங்குமே அரசுக் கட்டுப்பாட்டை விலக்கி தனியார்த் துறையைக் கட்டவிழ்த்துவிட்டனர்.

பல்வேறான சமூக-அரசியல் காரணிகள் இச்சீர்திருத்தங்கள் செழித்தோங்கிடும் சூழலையும் வாய்ப்பையும் முன்வைத்தன. அத்தகைய ஒன்றுதான், அரசமைப்புச் சட்டத்தில் இடம்பெற்றுள்ள கூட்டாட்சிக் கொள்கைகளின் படிப்படியான மீட்பு நடவடிக்கை. ராஜீவ் காந்தி பெரிய சிந்தனையாளராக இல்லாத போதும், அரசாங்கம் மிகவும் தலையிடுவதாக மாறியிருந்ததை, தன் தாயின் கொந்தளிப்பான இறுதி ஆண்டுகளிலிருந்து கண்டுகொண்டார். ஒவ்வொன்றுக்கும் அரசை எதிர்பார்த்திருப்பது மக்களுக்கும் தேர்ந்தெடுக்கப்பட்ட பிரதிநிதிகளுக்கும் பழகிப் போயிருந்தது. தனியார் முயற்சி, உள்ளூர் உழைப்பு, தனிப்பட்ட பொறுப்புணர்வை முழுமையாகப் பிரயோகிப்பதன் வாயிலாகத் தமது உட்பொதிந்துள்ள ஆற்றலை அவர்கள் அறிந்துகொள்ளும்

காலமாயிருந்தது. பொருளாதார ரீதியில், வரிவிகிதங்களைக் குறைத்தல், சில ஒதுக்கீடுகளை விடுவித்தல், தனியார் முதலீட்டுக்கு ஊக்கமளித்தல் ஆகியவற்றுடன் லைசன்ஸ் தரும் அரசினைத் தற்காலிகமாக எளிமைப்படுத்துவதை இது அர்த்தப்படுத்திற்று. அடிமட்ட அளவில், சமுதாயப் பொறுப்புகளை உள்ளூரில் தெரிவு செய்யப்பட்ட அமைப்புகளிடம் ஒப்படைப்பதைப் புதுப்பிக்குமாறு செய்தது; அத்துடன் அவற்றை நிறைவேற்றுவதற்கான நிதியையும் அளித்தது. அரசமைப்புச் சட்ட அளவில் அது மாநில அரசுகளிடம் தலையிடுவதில், மத்திய அரசாங்கத்தின் அதிகாரத்தைக் கட்டுப்படுத்தியது.

குடியரசுத் தலைவர் ஆட்சியை அமலுக்குக் கொண்டுவரும் சந்தர்ப்பச் சூழல்கள் இன்னும் துல்லியமாக வரையறுக்கப்பட்டன, அலுவலகப் பொறுப்பு/பணம்/சலுகைகளின் பொருட்டு கட்சி விசுவாசத்தை மீறி தேர்ந்தெடுக்கப்பட்ட உறுப்பினர்கள் கட்சி மாறுவதைத் தடுக்க சட்டம் கொண்டுவரப்பட்டது; கூட்டாட்சி நிதிகளை மாநில அரசாங்கங்களுடன் உரிய விகிதத்தில் பகிர்ந்துகொள்ள முயற்சிகள் மேற்கொள்ளப்பட்டன. டெல்லியில் அதிகாரத்தில் உள்ள கட்சியின் அரசாங்கங்களே மாநிலங்களில் இருக்கையில், மற்ற மாநிலங்களை விடவும் மேலான நிதி பெறுபவையாக இருக்கத் தலைப்படும், ஆனால் மத்திய-மாநில அழுத்தங்கள் குறைந்துவிடுவதில்லை. ஆனால் திருமதி காந்தியால் தேர்தலுக்குப் பின் மேற்கொள்ளப்பட்ட திக்விஜயங்கள் கடந்த காலத்தவை ஆகிவிட்டன; மாநில அரசாங்கங்கள் பெரும் திடநிலையை அனுபவித்தன; பொறுப்புடன் எதிர்வினை ஆற்றின. புது டெல்லியை மன்றாடுவதை விடுத்து, முதலீட்டை ஈர்ப்பதில் ஒன்றுடன் ஒன்று போட்டியிட்டன, உட்கட்டமைப்பை மேம்படுத்தின, சமூகப்பங்களிப்பை விரிவுபடுத்தின.

இப்போக்குகள் அரசியல் நிகழ்வுப் போக்கின் பரந்துபட்ட அதிகாரப் பரவலை எதிர்நோக்கின; இந்திய ஜனநாயகத்தின் நாடகப்பூர்வ முதிர்ச்சியை ஊக்குவித்தன. 1984இல் ராஜீவ் காந்தி பெற்ற அசாதாரண வெற்றி திரும்ப நிகழ முடியாதது. உண்மையில் காங்கிரஸின் ஒரு கட்சி மேலாதிக்கம் என்பதைவிட விதிவிலக்காயிருந்தது; சிறுபான்மை அரசாங்கங்கள், பல கட்சிக் கூட்டணிகள், தேர்தல் முன்னணிகள் டெல்லியின் அதிகார நடைபாதைகள் வழியே நெருக்கியடித்துப் போவதால். சில மாநிலங்களில் காங்கிரஸ் பொருத்தமற்றதாகியுள்ளது, மற்றவற்றில் உள்ளூர் அணிசேர்க்கைகளில் பிழைத்திருக்கிறது. எங்கு பார்த்தாலும் சாதி அபிமானம், பிரிவினை உணர்வு,

மண்டல/மொழிசார்ந்த ஒருமைப்பாடு சார்ந்த கட்சிகளே ஏற்றத்தில் உள்ளன. காங்கிரஸ் அல்லது காங்கிரஸ் அல்லாத ஒரு கட்சியைத் தெரிவுசெய்யாமல், வாக்காளர்கள் பெரும் தேர்தல் கடைவீதியையே எதிர்கொள்கின்றனர்-அங்கே ஒவ்வொரு அடையாளத்திற்கும் பொருத்தமான அரசியல் பாணி இருப்பில் உள்ளது. இந்தியச் சமூகத்தின் எண்ணிக்கை மற்றும் பல்வேறான தன்மையைப் பிரதிபலிப்பதில், கீழ்மட்டச் சாதிகளையும் தலித்துகளையும் கொண்டுள்ள, இதுவரையிலும் பண்படாத பெருந்திரளினர் உடன் அடையாளங்காணும் கட்சிகளை, இக்கடைவீதி அதிகாரம் மிக்கவை ஆக்குகின்றன. இவை குறிப்பாக உ.பி., பீகார் போன்ற பெரும் வடமாநிலங்களில் காணக்கூடியது; 2000 வாக்கில் தலித்துகள்-யாதவர்களின் வாக்குகள் சீராகச் சாதி அடிப்படையிலான அரசாங்கங்களைத் தமது சமுதாயங்களை மேம்படுத்தும் உறுதிப்பாடுடையவற்றைத் தெரிவுசெய்து கொண்டிருந்தனர். உ.பி. முதல்வராக பலம் வாய்ந்த மாயாவதி-தலித் பகுஜன் சமாஜ் கட்சியைச் சார்ந்தவர்-தலித் மையக் கருத்துள்ள பூங்காக்களை நிறுவினார், தனித்துவமான தலித்துகளின்-தான் உட்பட-சிலைகளாக -நிறுத்தினார்.

ஒவ்வொருவரும் அங்கீகரிக்கவில்லை. அரசியல் நடத்தையிலான தரத்தில் பெரும் சீரழிவு நிகழ்ந்துள்ளது; அதற்கு இப்புதிய சாதி அடிப்படையிலான கட்சிகளே காரணம் என்கின்றனர். தேர்ந்தெடுக்கப்பட்ட எம்.பி.க்கள் முன்வைத்த வாக்குமூலங்களை 2004இல் பகுப்பாய்வு செய்த ராம் குஹா, 35% (யாதவ) ராஷ்ட்ரிய ஜனதாதளம், 27% (தலீத்) பகுஜன் சமாஜ் கட்சி உறுப்பினர்கள், தாங்கள் ஒருமுறை குற்றவியல் குற்றச்சாட்டுகளுக்கு உள்ளாகியிருந்ததை ஒப்புக்கொண்டதாகத் தெரிவிக்கிறார். காங்கிரஸ் கட்சி, இந்து தேசியவாத பா.ஜ.க.வில் சற்று மேம்பட்ட நிலையில் 17-20% மட்டுமே குற்றவியல் வழக்குகளைச் சந்தித்துள்ளனர். பிந்தைய கட்சி அறிவித்துள்ள சொத்துகள்-கடன்களை வைத்து மதிப்பிடுகையில், இவ்விரு மைய நீரோட்ட கட்சி உறுப்பினர்கள் தடிமனான விரல்களைக் கொண்டிருந்தனர். ஒரு காங்கிரஸ் உறுப்பினருக்கு 3.1 கோடி ரூபாய் சொத்துகள் என்பது சராசரி. 'அதிகாரத்தில் இருக்கையில் காங்கிரஸ், பா.ஜ.க. இந்த அமைப்பைத் திட்டமிட்டுக் கறந்துள்ளன என்ற முடிவுக்கு நாம் வரலாம்' என்கிறார் குஹா[9].

டெல்லி பாராளுமன்றம் ஆண்டுக்கு 70-80 தினங்களுக்கு மேலாகக் கூடாத நிலையில், உறுப்பினர்கள் பலரும் சரிவரக் கலந்துகொள்ளாத நிலையில், அதன் உறுப்பினர்களது தகுதியிலும் விவாதத்தின்

தரத்திலும் சரிவுள்ளதை எடுத்துக்காட்ட முடியும். பூட்டிய அறைகளுக்குள் சட்டம் முன்கூட்டியே அங்கீகரிக்கப்படுகிறது, அதை அப்படியே நிறைவேற்றுவதுதான் பாராளுமன்றத்தின் பணி. தேர்ந்தெடுக்கப்படுவதுதான் பிரதானம்; துணைத் தேர்தல்கள், மாநிலத் தேர்தல்கள், உள்ளூர்த் தேர்தல்கள் என்பன அரசியல் நிலவரம் சார்ந்து தொடர்ச்சியான வர்ணனையை முன்வைக்கின்றன, வாக்குச் சீட்டுகளை எண்ணுவது அரசியல் வாழ்வில் நிலையானதாக ஆகியிருக்கிறது.

அதேவேளையில் இந்திய ஜனநாயகம் எதிர்வினையாற்றாதது எனக் கருதப்படமுடியாது. உரிமையில்லாதவருக்கு அது அதிகாரமளித்தால், இதுவரை சரிவர பிரதிநிதித்துவம் பெறாதவரை சேர்த்துக்கொண்டால், அப்போதுதான் அது உண்மையான ஜனநாயகம். அலுவலகம் சார்ந்த திடீர் செலவுகள், முறையான செலவுகள் பொதுவாக நிதான தாக்கத்தைக் கொண்டுள்ளன. 1990களின் ஆரம்பத்தில், பா.ஜ.க.வின் குறுகிய பிரதேசவெறி, சமயச் சார்பற்ற முதுகெலும்புகளில் நடுக்கத்தை ஏற்படுத்தியது, ஆனால் அரசாங்கத்திலுள்ள அக்கட்சி, அதற்கு நெருக்கமான விஷயங்களில் பிடிவாதம் காட்டினாலும், பொறுப்பற்றதாக இருப்பதில்லை. அதுபோலவே தேர்தல் கடைவீதியில் காஷ்மீரின் தடையற்ற பங்கேற்பு, தெற்காசியாவின் தீர்க்க முடியாத பிரச்சினைகளுக்குத் தீர்வளிக்கும் நம்பிக்கைகளை அதிகரிக்கச் செய்துள்ளது. 2010இல், பிரிவினைக்கு முந்தைய அனைத்து வாரிசுரிமை அரசுகளிலும் மீண்டும் தேர்ந்தெடுக்கப்பட்ட அரசாங்கங்கள் இருக்க, ஜனநாயகம் இருண்டுவிட்டதாகக் கூறமுடியாதபடி தொலைவில் உள்ளது. சிறந்த எதிர்காலத்துக்கான அதன் வாக்குறுதி ஒருபோதும் பிரகாசமாயிருந்ததில்லை என்றே கூட வாதிடலாம்.

விளக்கக் குறிப்புகள் / கலைச்சொற்கள்

1.	ரூபிகான்	எல்லையாக அமையும் கோடு.
2.	மைஸீனிய நாகரிகம்	வெண்கல காலத்தைச் சேர்ந்த கிரேக்க நாகரிகம்.
3.	ஹெல்லாஸ்	ஒட்டுமொத்த கிரேக்கத்தை (அ) வட கிரேக்கத்தைக் குறிக்கும்.
4.	பாட்லாட்ச்	பரிசுகள் தந்து நடக்கும் சடங்கு விருந்து.
5.	(jana) ஜனா	ஒரு மூதாதையிடமிருந்து வந்தவர்கள்.
6.	ரஜன்யா	இரண்டாவது வர்ணத்தினராகிய சத்ரியர்.
7.	தன்னை மறுதலிக்கும் அவசரச் சட்டம்	1645இல் பிரபுக்கள் சபை விலகும் சட்டம்; அரசியல்-ராணுவ அமைப்புகளில் மாற்றம் ஏற்படுத்த இங்கிலாந்தில் கொண்டுவரப்பட்டது.
8.	Drangnachosten	நாஜி ஆட்சியில் கிழக்கு நோக்கிய நகர்வு.
9.	சத்ரப்	பாரசீகச் சொல். மாகாண ஆளுநர்.
10.	பைஸாண்டிய பேரரசு	மத்திய தரைக் கடல்பகுதியில் இருந்தது. தலைநகரம் பைஸாண்டியம். பின்னர் கான்ஸ்டாண்டின் பேரரசரால் புதுப்பிக்கப்பட்டதால் கான்ஸ்டாண்டி நோபிள். தற்போது இஸ்தான்புல்.
11.	கரோலிங்கியன் பேரரசு	கி.பி.800-888 இல் பிரான்ஸின் மேலாதிக்கமிக்க மே-ம. ஐரோப்பியப் பேரரசு. கரோலிங்கிய வம்சத்தால் ஆளப்பட்டது.
12.	நமாஸ்கா பண்பாடு	துர்க்மேனிஸ்தான் நாடோடிகளின் நாகரிகம். வெண்கல காலம்.
13.	Historiography	வரலாறு எழுதுதல்.
14.	Historicity	வரலாற்றுத்தன்மை.

15. Primogeniture	மூத்தவனுக்கு ஆட்சியுரிமை.
16. Eurocentrism	ஐரோப்பிய மையவாதம்.
17. Occidentcentrism	மேற்கத்திய மையவாதம்.
18. Christo centrism	கிறித்தவ மையவாதம்.
19. BRW	கருப்பு சிவப்புப் பாண்டங்கள்.
20. NBP Northernblack-polished	வடக்கின் கருப்பு மெருகேறிய பாண்டங்கள்.
21. Grail	ஏசுவின் சிலுவைப் பாட்டுக் குருதி சேமிக்கப்பட்ட கலம்.
22. Edict	பாறைப் பொறிப்பு (அசோகர் காலம்)
23. Rosettastone	பல லிபிகளில்/மொழிகளில் கல்வெட்டு நிறைந்துள்ள தொன்மையான எகிப்திய கல்.
24. எல்ஜின் பில்ஸ்	கி.மு. 5 ஆம் நூற்றாண்டு சிற்ப வரிசை. ஏதென்ஸின் பார்தெனான் ஆலயத்தில் இடம்பெற்றவை.
25. கலகாத்	ஆர்தர் மன்னரின் உன்னத வீரர்களில் ஒருவர் (knight).
26 ஆர்தர்	சாக்ஸன்களுக்கு எதிரான 12 பெரும் யுத்தங்களில் பிரிட்டன்களுக்குத் தலைமை தாங்கியவர். (493–516)
27. இண்டிக்	இந்திய–ஐரோப்பியா மொழிகளின் ஒரு பிரிவு. இந்தியா, பாகிஸ்தான் மற்றும் பிற இடங்களில் பேசப்படும் இந்தி, குஜராத்தி போன்ற மொழிகள்.
28. கேம்லாட்	ஆர்தர் மன்னனின் கோட்டை, அரசவை.
29. கான்யூட்	இங்கிலாந்து, டென்மார்க், நார்வேயின் மாபெரும் மன்னன் (கி.பி. 944–1035).
30. ஜௌகார்	மார்வாரி மொழிச்சொல். கூட்டாக மாய்த்துக்கொள்ளல்.
31. Lang	வெள்ளி நாணயம்.
32. Eclecticism	சிறந்தவற்றின் கதம்பம்.
33. சவுத்	நான்கில் ஒரு பங்கு வருவாய்.
34. சர்தேஷ்முக்	மொத்த மக்களின் வருவாயில் பத்தில் ஒரு பங்கு வருவாய்.
35. பேஷ்வா	தலைமை அமைச்சர்.
36. ஃபர்மான்	ஏகாதிபத்திய அனுமதி/கட்டளை.
37. கல்ஜி	முன்னர் பாடநூல்கள் கில்ஜி (அலாவுதீன்) என்று கூறியதை, கல்ஜி என்கிறார் ஜான்கீ.
38. Microcosm	நுண்ணுலகம்.
39. FestinaLente	கிறித்தவ நோன்பு விழா. 'தவக்காலம்' என்பது தமிழ்ப் பிரயோகம்.

40.	Embryonic	கருநிலை.
41.	Evenementsde '68	1968இல் பிரான்ஸில் நிலவிய அமைதியின்மைக் காலம். ஆர்ப்பாட்டங்கள், வேலை நிறுத்தங்கள் என 7 வாரங்கள் நீடித்தது.
42.	ProxyRule	மாற்றாள் ஆட்சி.
43.	ஜெரெமையா	பழைய ஏற்பாட்டில் இடம்பெறும் தீர்க்கதரிசிகளுள் முக்கியமானவர் (கி.மு. 650–570). 'அழுகின்ற தீர்க்கதரிசி' என்றழைக்கப்பட்டவர்.

குறிப்புகள்

Publication details of most of the cited works will be found in the bibliography.

The following abbreviations refer to works listed in the General section of the bibliography:

CEHI – *The Cambridge Economic History of India*, vol.1, *c1200–c1750* (ed. Raychaudhuri, T. and Habib, I.)

HCIP – *The History and Culture of the Indian People* (ed. Majumdar, R.C. et al)

HOIBIOH – *The History of India as Told by its Own Historians* (ed. Elliot, H.M. and Dowson, J.)

NCHI – *The New Cambridge History of India* (ed. Johnson, G. et al)

Introduction

1 Majumdar, R.C., in HCIP, vol.1, 'The Vedic Age' p.47

2 Keay, J., *India Discovered*, HarperCollins, London, 1988

3 Stein, B., *A History of India*, Blackwell, Oxford, 1998, p.5

4 Braudel, F. (trans. Maine, R.), *A History of Civilisations*, Penguin, New York, 1993, p.217

6 *Ibid*, p.132

7 Ghosh, A., *The City in Early Historical India*, p.83

8 Lal, B.B., 'The Indus Civilisation', in Basham, A.L. (ed.), *A Cultural History of India*, p.16

9 Pusalker, A.D., in HCIP, vol.1, 'The Vedic Age', p.181

10 Ratnagar, S., *Enquiries into the Political*

11 *Organisation of Harappan Society*, p.152 10 Ratnagar, S., *Encounters: The Westerly*

12 *Trade of the Harappan Civilisation*, p.247

Chapter 1

1 Adapted from the *Satapatha Brahmana* as rendered by A.D. Pusalkar, in HCIP, vol.1, 'The Vedic Age', pp.271–2

2 Thapar, R., 'The Study of Society in Ancient India', in *Ancient Indian Social History*, p.212

3 Bhandarkar, D.R., quoted in Possehl,

4 G. (ed.), *Harappan Civilisation*, p.405

5 Allchin, B. and F.R., *Birth of Indian Civilisation*, p.131

Chapter 2

1 Thapar, R., 'The Image of the Barbarian in Early India', repr. in *Ancient Indian Social History*, p.140

2 Thapar, R., 'The Study of Society in Ancient India', repr. in *ibid*, p.190

3 *Asiatick Researches*, vol.1, 1788, quoted in Keay, John, *India Discovered*, p.30

4 Muller, F. Max, *Chips from a German Workshop,* vol.1, 1867, p.63
5 Wheeler, R.E. Mortimer, 'Harappan Chronology and the *Rig Veda',* repr. in Possehl, G.L. (ed.), *Ancient Cities of the Indus,* p.291
6 Dales, G.F., 'The Mythical Massacre at Mohenjo Daro', repr. in *ibid,* p.293
7 Elphinstone, Mountstuart, *The History Of India etc.,* p.54
8 Majumdar, R.C., *Ancient India,* p.30 9 Ghosh, B.K., 'Language and
9 Literature', in 'The Age of the
10 Rik-Samhita', bk v in HCIP, vol.1, 'The Vedic Age', pp.347–8
11 Rig Veda, Mandala I, 175

Chapter 3

1 Kosambi, D.D., *The Culture and Civilisation of Ancient India in Historical Outline,* p.89
2 Kosambi, D.D., *An Introduction to the Study of Indian History,* p.2
3 *Ibid,* p.146
4 Ghosh, A., *The City in Early Historical India,* p.34
5 Thapar, R., *From Lineage to State,* pp.16–17
6 Quoted in Meyer, J.T., *Sexual Life in Ancient India*
7 Thapar, R., *From Lineage to State,* p.22 8 *Ibid,* p.134
8 Sharma, J.P., *Republics in Ancient India,* p.9
9 Thapar, R., *From Lineage to State,* p.73
10 Ghosh A., *The City in Early Historical India,* p.64
11 Thapar, R., *From Lineage to State,* pp.102–3
12 *Rig Veda,* X, 90
13 Thapar, R., *From Lineage to State,* p.170
14 Spelman, J.W., *Political Theory of Ancient India,* p.69

Chapter 4

1 1 Mountbatten, quoted in Collins, L. and Lapierre, D., *Mountbatten and the Partition of India,* p.70
2 Lane Fox, R., *Alexander the Great,* p.56 3 Marshall, J., *Taxila,* vol.1, p.12
3 Basham, A.L., *The Wonder that was India,* p.390
4 Bechert, H., in *When did the Buddha Live?: The Controversy of the Dating of the Historical Buddha (ed.* Bechert, H.), p.286
5 Sharma, J.P., *The Republics in Ancient India,* pp.123–4
6 Mookerji, R.K., in HCIP, vol.2, 'The Age of Imperial Unity', p.25
7 Thapar, R., *A History of India,* vol.1, p.59
8 Majumdar, R.C., *Ancient India,* p.101 10 Lane Fox, R., *Alexander the Great,* p.331 11 Mookerji, R.K., in HCIP, vol.2, 'The
9 Age of Imperial Unity', p.44

Chapter 5

1 *Asiatick Researches,* 1793, quoted in Keay, J., *India Discovered,* p.35
2 Wells, H.G., *A Short History of the World,* 1922, repr. Penguin, Harmondsworth, 1946, p.114
3 Kautilya (ed. and trans. Rangarajan,
4 L.N. etc.), *The Arthasastra,* p.21
5 Trautmann, Thomas R., *Kautilya and the Arthasastra,* p.186
6 Fergusson, J., *A History of Indian Architecture,* London, 1897
7 Yazdani, G., *The Early History of the Deccan,* vol.1, p.69
8 Kosambi, D.D., *An Introduction to the Study of Indian History . . . ,* 1975, preface and pp.17–53
9 Tod, James, *Travels in Western India,*
10 W.H. Allen, London, 1839, p.76
11 Prinsep, James, in *Journal of the Asiatic Society of Bengal,* vol.8, 1838, quoted in Keay, John, *India Discovered,* p.53

12 As trans. in Thapar, Romila, *Asoka and the Decline of the Mauryas*, p.256
13 Mookerji, R.K., 'Asoka the Great', in HCIP, vol.2, 'The Age of Imperial Unity', p.74
14 Wells, H.G., *A Short History of the World*, 1922, repr. Penguin, Harmondsworth, 1946, p.115
15 Kautilya (ed. and trans. Rangarajan,
16 L.N. etc.), *The Arthasastra*, p.741 14 McCrindle, J.W., *Ancient India as*
17 *Described by Megasthenes and Arrian*, Tru"bner, London, 1877, p.84
18 As trans. in Thapar, Romila, *Asoka and the Decline of the Mauryas*, p.254
19 *Ibid*, p.266
20 Thapar, R., 'Asokan India and the Gupta Age', in Basham, A.L. (ed.), *A Cultural History of India*, p.42

Chapter 6

1 Narain, A.K., *The Indo-Greeks*, p.viii
2 Kulke, H. and Rothermund, D., *A History of India*, p.83
3 S[h]astri, K.A. Nilakantha, *A Comprehensive History of India*, vol.2, *The Mauryas and the Satavahanas*, p.102
4 Thapar, Romila, *A History of India*, vol.1, p.93
5 Narain, A.K., *The Indo-Greeks*, p.11
6 Harle, J.C., *The Art and Architecture of the Indian Subcontinent*, p.70
7 Bagchi, P.C., *India and China: A Thousand Years of Cultural Relations*, p.10
8 Dani, A.H., *Human Records on the Karakoram Highway*, p.49
9 *Ibid*, p.77
10 S[h]astri, K.A. Nilakantha, *A History of South India from Prehistoric Times to the Fall of Vjayanagar*, 1955, p.130
11 Hart, George L., 'Ancient Tamil Literature: Its Scholarly Past and Future', in Stein, Burton (ed.), *Essays on South India*, pp.41–2
12 Maloney, Clarence, 'Archaeology in South India: Accomplishments and Prospects', in *ibid*, p.24
13 Wheeler, R.E. Mortimer, *Rome Beyond the Imperial Frontiers*, p.147
14 Glover, I.C., *Early Trade Relations Between India and South East Asia*, pp.47–8
15 Coedes, G., *The Indianised States of Southeast Asia*, p.18
16 Quoted in Sarkar, H.B., *Cultural Relations Between India and Southeast Asian Countries*, p.87
17 Quoted in Coedes, G., *The Indianised States* etc., p.37
18 Ray, Himanshu Prabha, *Monastery and Guild: Commerce Under the Satavahanas*, p.108

Chapter 7

1 Williams, L.F. Rushbrook (ed.), *A Handbook for Travellers in India, Pakistan, Nepal, Bangladesh and Sri Lanka*, p.278
2 Banerjea, J.N., 'The Satraps of Northern and Western India', in S[h]astri, K.A. Nilakantha (ed.), *A Comprehensive History of India*, vol.2, p.283
3 Ghoshal, U.N., 'Political Organisation (Post-Mauryan)', in *ibid*, p.350
4 Kosambi, D.D., *An Introduction to the Study of Indian History*, p.285
5 *Ibid*, p.279
6 *Ibid*, p.286
7 Bagchi, P.C. and Raghavan, V., 'Language and Literature', in S[h]astri,
8 K.A. Nilakantha (ed), *A Comprehensive History of India*, vol.2, pp.632–3
9 Smith, V.A., *The Early History of India*, p.266
10 Majumdar, R.C., 'The Rise of the Guptas', in HCIP, vol.3, 'The Classical Age', p.4
11 Fleet, J.F., *Corpus Inscriptionum Indicarum*, vol.3, 'Inscriptions of the Early Gupta Kings and their Successors', pp.10–17
12 Smith, V.A., *The Early History of India*, p.274
13 Kosambi, D.D., *An Introduction* etc., p.313
14 Mookerji, R.K., *The Gupta Empire*, p.38
15 Inden, R., *Imagining India*, pp.239–40 15

See Williams, J.G., *The Art of Gupta*
16 *India*, p.25
17 Beal, S., in H[i]euen Tsang, *Si-Yu-Ki, Buddhist Records of the Western World*, vol.1, pp.xxxvii–xxxviii
18 *Ibid*, p.lvii
19 Altekar, A.S., 'Religion and Philosophy', in *The Vakataka-Gupta Age* (ed. Majumdar, R.C. and Altekar, A.S.), p.341
20 Devahuti, D., *Harsha, A Political Study*, pp.114–15
21 Quoted in Keay, J., *India Discovered*, pp.151–2
22 Williams, J.G., *The Art of Gupta India*, p.3
23 Harle, J.C., *Art and Architecture* etc., p.87
24 Basham. A.L., *The Wonder that was India*, p.442
25 Keith, A.B., *A History of Sanskrit Literature*, p.94
26 Kosambi, D.D., *An Introduction* etc., p.284

Chapter 8

1 Kosambi, D.D., *The Culture and Civilisation of Ancient India*, p.191
2 Gaur, A., *Indian Charters on Copper Plates in the Department of Oriental Manuscripts and Books*, p.viii
3 Fleet, J.F., *Corpus Inscriptionum Indicum* etc., p.169
4 H[i]euen Tsang (trans. Beal, S.),
5 *Si-Yu-Ki, Buddhist Records* etc., vol.1, pp.120, 137
6 See Sudhir Ranjan Das, 'Types of Land in North-Eastern India (from the Fourth Century to the Seventh Century)', in Chattopadhyaya, B. (ed.) *Essays in Ancient Indian Economic History*, pp.62–3
7 Basham, A.L., *The Wonder that was India*, p.449
8 Devahuti, D., *Harsha* etc., p.71
9 Bana (trans. Cowell, E.R. and Thomas, F.W.), *Harsa-Carita*
10 H[i]euen Tsang (trans. Beal, S.), *Si-Yu- Ki: Buddhist Records* etc., vol.1, p.213
11 *Ibid*, vol.2, p.256
12 Michell, G., *Monuments of India*, vol.1, p.332
13 Satianathaier, R., 'Dynasties of South India', in HCIP, vol.4, 'The Classical Age', p.262
14 Coedes, G., *The Indianised States of South East Asia*, p.66
15 Lamb, A., 'Indian Influence in South East Asia', in *A Cultural History of India* (ed. Basham, A.L.), p.446
16 Smithies, M., *Yogyakarta*, p.60
17 Dumarcay, J., *The Temples of Java*, p.5 17 Inden, R., *Imagining India*, p.230

Chapter 9

1 H[i]euen Tsang, *Si-Yu-Ki, Buddhist Records* etc., vol.2, pp.272–3
2 *Chach-nama* or *Tarikh-i Hind wa Sind*, in HOIBIOH (ed. Elliot, H.M. and Dowson, J.), vol.1, pp.142–4
3 Al-Biladuri, in HOIBIOH, vol.1, p.119 4 Majumdar, R.C., 'Northern India
4 during AD 650–750', in HCIP, vol.3 'The Classical Age', p.170
5 *Chach-nama* etc., as above, pp.209–11
6 Al-Biladuri quoted in Ray, H.C., *The Dynastic History of Northern India*, vol.1, p.12
7 See Puri, B.N., *The History of the Gurjara-Pratiharas*, pp.445–6
8 Quoted in Thapar, R., *A History of India*, vol.1, p.239
9 See Inden, R., *Imagining India*, pp.217–28
10 Suleiman, in HOIBIOH, vol.1, p.7 11 Altekar, A.S., 'The Rashtrakutas', in
11 *The Early History of the Deccan* (ed. Yazdani, G.), vol.1, p.256
12 As rendered in Inden, R., *Imagining India*, p.260
13 Puri, B.N., *The History of the Gurjara-Pratiharas*, p.94
14 Majumdar, R.C., 'The Palas', in HCIP, vol.4, 'The Imperial Age of Kanauj', p.53
15 Williams, L.F. Rushbrook (ed.), *A Handbook for Travellers* etc., p.698

16 Munshi, K.M., in HCIP, vol.4, *The Imperial Age of Kanauj*, p.xiv
17 Majumdar, R.C., *Ancient India*, p.266 18 See Altekar, A.S., 'The Rashtrakutas', in
18 *The Early History of the Deccan* etc., vol.1, p.273
19 Inden, R., *Imagining India*, p.259

Chapter 10

1 *Sulaiman, as quoted in HOIBIOH, vol.1, p.4*
2 *Tabaqat-i-Akbari, as quoted in Ray, H.C., The Dynastic History of Northern India, vol.1, p.81*
3 *Al-Utbi, Shahr-i Tarikhi Yamini, as quoted in HOIBIOH, vol.2, p.20*
4 *Ferishta (trans. Dow, A.), The History of Hindoostan, vol.*1, p.34
5 Al-Utbi, as above, p.48
6 Ibn Asir, *Kamilu-t Tawarikh*, quoted in HOIBIOH, vol.2, p.470
7 Ferishta, *The History of Hindoostan* etc., vol.1, pp.33–4
8 Al-Biruni, quoted in Ganguly, D.C., 'Ghaznavid Invasion', in HCIP, vol.5, p.17
9 Keay, J., *India Discovered*, pp.98–9
10 See Punja, S., *Divine Ecstasy: The Story of Khajuraho*
11 Harle, J.C., *Art and Architecture* etc., p.311
12 Champakalakshmi, R., 'State and Economy: South India c.AD 400–1300', in *Recent Perspectives of Early Indian History* (ed. Thapar, R.), p.282
13 Duby, G. (trans. Clarke, H.B.), *The Early Growth of the European Economy: Warriors and Peasants from the Seventh to the Twelfth Century*, Ithaca, 1974, pp.51–2
14 Spencer, G.W., *The Politics of Expansion: The Chola Conquest of Sri Lanka and Sri Vijaya*, p.11
15 Karashima, N., *South Indian History and Society: Studies from Inscriptions AD 850–1800*, pp.37–40
16 Narayanan, M.G.S. and Kesuvan Veluthat, 'Bhakti Movement in South India', in *Indian Movements: Some Aspects of Dissent, Protest and Reform* (ed. Malik, S.), p.37
17 Champakalakshmi, R., 'State and Economy', as above, p.298
18 Spencer, G.W., *The Politics of Expansion* etc., p.39
19 S[h]astri, K.A. Nilakantha, *The Colas*
20 Harle, J.C., *Art and Architecture* etc., pp.321–5
21 *Verma, H.C., 'The Ghaznavid Invasions, Part 2', in The Indian* History Congress, *A Comprehensive History of India*, vol.4, pt 1 (ed. Sharma, R.S.), p.365
22 Sharma, R.S., *Indian Feudalism*, pp.195–6
23 Quoted in Ray, H.C., *The Dynastic History of Northern India*, vol.2, p.857
24 Keith, A.B., *A History of Sanskrit Literature*, p.53
25 Sharma, D., 'The Paramaras of Malwa', in Indian History Congress, *A Comprehensive History of India*', vol.5, pp.420–2

Chapter 11

1 Yule, H. and Burnell, A.C.,
2 *Hobson-Jobson: A Glossary of Colloquial Anglo-Indian Words and Phrases*, p.754
3 Ferishta (trans. Briggs, J.), *The History of the Rise of Mohammedan Power in India*, vol.1, p.xx and e.g. p.175
4 Tod, J., *Annals and Antiquities of Rajas'than*, vol.1, p.155
5 Ray, H.C., *Dynastic History of Northern India*, vol.2, p.1086
6 Elliot, H.M. and Dowson, J. (eds), HOIBIOH, vol.2, p.251
7 Nizami, K.A., *Some Aspects of Religion and Politics in India during the Thirteenth Century*, pp.76–7
8 Ferishta (trans. Briggs), *History of the Rise* etc., vol.1, p.177
9 Tod, J., *Annals and Antiquities* etc., vol.1, p.210
10 Nizami, Khaliq Ahmed, *Some Aspects*

11 etc., p.91
12 Munshi, K.M., in HCIP, vol.5, *The Struggle for Empire*, p.xv
13 Minhaju-s Siraj, *Tabakat-i Nasiri*, in HOIBIOH, vol.2, p.329
14 Habib, I., in CEHI, p.67
15 Nizami, K.A., *Some Aspects* etc., p.90 14 Nigam, S.B.P., *The Nobility Under the*
16 *Sultans*, p.183
17 Minhaju-s Siraj, *Tabakat-i Nasiri*, in HOIBIOH, vol.2, p.306
18 Abu Imam, 'Bengal in History', in
19 *India: History and Thought* (ed. Mukherjee, S.N.), pp.76–7
18 Minhaju-s Siraj etc., as above, p.332 18 Habib, I., as above, p.78
20 Ziau-u Din Barani, *Tarikh-i Feroz Shahi*, in HOIBIOH, vol.3, p.103
21 Ferishta (trans. Dow), *The History of Hindoostan*, vol.1, p.197
22 Derrett, J.D.M., *The Hoysalas*, p.33 22 Ziau-d Din Barani, *Tarikh-i-Feroz*
23 *Shahi* etc., p.155 23 *Ibid*, p.163
24 Venkataramanyya, N., *The Early Muslim Expansion in South India*, p.31
25 *Ibid*, p.57
26 Digby, S., in CEHI, p.97
27 Ziau-d Din Barani, *Tarikh-i-Feroz Shahi* etc., p.204
28 Lal, K.S., *History of the Khaljis*, p.275 29 Ziau-d Din Barani, *Tarikh-i-Feroz*
29 *Shahi* etc., p.195
30 Ferishta (trans. Dow), *The History of Hindoostan*, vol.1, p.267

CHAPTER 12

1 Ziau-d Din Barani, *Tarikh-i-Feroz Shahi* etc., p.235
2 Majumdar, R.C. et al, *An Advanced History of India*, p.317
3 Ibn Batuta (Muhammad ibn 'Abd Allah) (trans. Gibb, H.A.R.), *Travels in Africa and Asia*, p.196
4 Ziau-d Din Barani, *Tarikh-i-Feroz Shahi* etc., pp.241–2
5 Majumdar, R.C., 'Muhammad Bin Tughluq', in HCIP, vol.6, *The Delhi Sultanate*, p.64
6 Ziau-d Din Barani, *Tarikh-i-Feroz Shahi* etc., p.238
7 Digby, S., in CEHI, p.97
8 Husain, A.M., *The Rise and Fall of Muhammad Bin Tughluq*, p.134
9 Ibn Batuta etc., *Travels* etc., p.204
10 Shams-i Siraj Afif, *Tarikh-i Firoz Shahi*, in HOIBIOH, vol.3, p.312
11 Davies, P., *The Penguin Guide to the Monuments of India*, vol.2, p.138
12 *Malfuzat-i Timuri* (Autobiography of Timur), in HOIBIOH, vol.3, p.446
13 Ibn Batuta etc., *Travels* etc., p.207
14 Polo, Marco (trans. and ed. Yule, H.),
15 *The Book of Ser Marco Polo*, vol.2, p.313 15 'The Travels of Athanasius Nikitin', in
16 *India in the Fifteenth Century* (ed. Major, R.H.), p.8
17 'Narrative of the Journey of Abd-er-Razzak', in *ibid*, p.31
18 Ferishta (trans. Dow), *The History of Hindoostan*, vol.2, p.292
19 Haroon Khan Sherwani, 'The Bahmani Kingdom', in The Indian History Congress, *A Comprehensive History of India*, vol.5, pt ii, p.974
20 'The Travels of Athanasius Nikitin', in *India in the Fifteenth Century* etc., pp.23–8
21 Harle, J.C., *Art and Architecture* etc., p.429
22 Tod, J., *Annals* etc., vol.1, p.231

CHAPTER 13

1 Ferishta (trans. Briggs), *History of the Rise* etc., vol.1, p.579
2 Lal, K.S., *Twilight of the Sultanate*, p.176 3 *Ibid*, p.180
3 Ross, D., *Cambridge History of India*, vol.5, p.236

4 Babur (trans. Beveridge, A.S.),
5 *Babur-nama*, vol.2, p.459 6 *Ibid*, p.463
6 *Ibid*, p.477
7 Tod, J., *Annals* etc., vol.1, p.245
8 Babur, *Babur-nama* etc., vol.2, pp.628,
9 637
10 Ferishta (trans. Briggs), *History of the Rise* etc., vol.2, p.70
11 *Ibid*, p.79
12 Richards, J.F., 'The Mughal Empire', in NCHI, Pt 1, vol.5, p.11
13 Habib, I., 'Monetary System and Prices', in CEHI, p.360
14 Harle J.C., *Art and Architecture* etc., p.427
15 Babur, *Babur-nama* etc., vol.2, p.482 16 Stein, B., *Vijayanagara*, in NCHI, pt 1,
16 vol.2, p.30
17 Paes, D., in Sewell, R., *A Forgotten Empire*, pp.246–7
18 Majumdar, R.C. et al, *An Advanced History of India*, p.366
19 Stein, B., *Vijayanagara* etc., p.43 20 Pearson, M.N., *The Portuguese in*
20 *India*, in NCHI, pt 1, vol.1, p.29
21 Sewell, R., *A Forgotten Empire*, p.207 22 Abu'l-Fazl (trans. Beveridge, H.),
22 *Akbar-nama*, vol.1, pp.620–1
23 Lane-Poole, S., *The History of the Moghul Emperors of Hindustan Illustrated by their Coins*, Constable, London, 1892, p.lii
24 Abu'l-Fazl, *Akbar-nama* etc., vol.2, p.59
25 *Ibid*, pp.62–4
26 *Ibid*, vol.1, pp.27–8 27 *Ibid*, vol.2, pp.271–2 28 *Ibid*, p.236
27 Richards, J.F., *The Mughal Empire* etc., p.23
28 Tod, J., *Annals and Antiquities* etc., vol.1, p.253

Chapter 14

1 See especially CEHI
2 Babur, *Tuzak-i Babari (Babur-nama)*, in HOIBIOH, vol.4, p.223
3 Habib, I., 'North India', in 'Agrarian Relations and Land Revenue', CEHI, p.238
4 Bernier, F. (trans. Constable, A.), *Travels in the Mogol Empire AD 1656–1668*, pp.225–7
5 Raychaudhuri, T., 'The Mughal Empire', in 'The State and the Economy', CEHI, p.173
6 Richards, J.F., *The Mughal Empire* etc., p.63
7 Raychaudhuri, T., in CEHI, p.179
8 Richards, J.F., *The Mughal Empire* etc., p.86
9 Roe, Sir T. (ed. Foster, W.), *The Embassy of Sir Thomas Roe to India, 1615–19*, pp.283–4
10 Bernier, F., *Travels* etc., p.222
11 Thevenot, J. de, 'The Third Part of the Travels', in *Indian Travels of Thevenot and Careri* (ed. Surendranath Sen),
12 p.7
13 Jehangir, *Waki'at-i Jahangiri*, in HOIBIOH, vol.6, pp.292, 385
14 See Tod, J., *Annals and Antiquities*, vol.1, pp.278–92
15 Jehangir, *Waki'at-i Jahangiri* etc., p.374 15 Roe, Sir T., *The Embassy* etc., pp.270,
16 337
17 Asher, C.B., *Architecture of Mughal India*, in NCHI Pt 1, vol.4, p.200
18 Mundy, P., *The Travels of Peter Mundy in Europe and Asia, 1608–67*, vol.2, p.213
19 Richards, J.F., *The Mughal Empire* etc., p.127
20 Sarkar, J., *History of Aurangzib*, vol.1, p.302
21 Richards, J.F., *The Mughal Empire* etc., p.152
22 Khafi Khan, *Muntakhabu-l Lubab*, in HOIBIOH, vol.7, p.246
23 Khafi Khan (ed. and trans. Moinul Haq, S.), *History of Alamgir*, p.159
24 See Moinul Haq, S., introduction to
25 *ibid*, p.xxvii
26 Bernier, F., *Travels* etc., p.334
27 Khafi Khan, *Muntakhabu-l* etc., p.296
28 Richards, J.F., *The Mughal Empire* etc., p.178
29 Gascoigne, B., *The Great Moghuls*, p.227
30 Tod, J., *Annals and Antiquities*, vol.1, p.302

Chapter 15

1 Gordon, S., *The Marathas 1600–1818*, in NCHI, pt 2, vol.4, p.67
2 Khafi Khan, *History of Alamgir* etc., pp.122–4
3 *Ibid*, p.125
4 Gordon, S., *The Marathas* etc., p.74
5 Sardesai, G., 'Shivaji', in HCIP, vol.7,
6 *The Mughal Empire*, p.264
7 Gordon, S., *The Marathas* etc., p.92
8 Richards, J.F., *The Mughal Empire* etc., p.220
9 As quoted in Gascoigne, B., *The Great Moghuls*, p.238
10 Khafi Khan, *Muntakhubu-l Lulab*, in HOIBIOH, vol.7, p.485
11 Richards, J.F., *The Mughal Empire* etc., p.256
12 Muzaffar Alam, *The Crisis of Empire in Mughal North India: Awadh and the Punjab, 1707–48*, p.134
13 Bayly, C.A., *Indian Society and the Making of the British Empire*, in NCHI, pt 2, vol.1, p.3
14 'The Mahratta Manuscripts', as quoted in Duff, J.C. Grant, *A History of the Mahrattas*, vol.1, p.322
15 Khafi Khan, *Muntakhubu-l Lubab*, in HOIBIOH, vol.7, p.432
16 Gordon, Stewart, *The Marathas* etc., p.110
17 Khafi Khan, *Muntakhubu-l Lubab* etc., p.483
18 Ghulam Husain, *Siyar-ul-Mutakherin*, as quoted in Majumdar, R.C. et al, *An Advanced History of India*, p.529
19 Gordon, S., *The Marathas* etc., p.114 19 Duff, J.C. Grant, *History of the*
20 *Mahrattas*, vol.1, p.354
21 Hunter, W.W., *History of India*, vol.7, p.284
22 As quoted in Keay, J., *The Honourable Company*, pp.145–7
23 Bayly, C.A., *Indian Society and the Making of the British Empire* etc., p.48
24 Marshall, P.J., *Bengal: The British Bridgehead*, in NCHI, pt 2, vol.2, p.55
25 As quoted in Keay, J., *The Honourable Company*, p.215
26 Bayly, C.A., *Indian Society* etc., p.46
27 Gordon, S., *The Marathas* etc., p.138

Chapter 16

1 See Keay, John, *The Honourable Company*, p.398
2 Elphinstone, Mountstuart, *History of India* etc., p.720
3 Duff, J.C. Grant, *A History of the Mahrattas* etc., vol.1, p.511
4 Quoted in Chaudhuri, Nirad C., *Clive of India*, p.465
5 Marshall, P.J, *East Indian Fortunes: The British in Bengal in the Eighteenth Century*, pp.32–3
6 As quoted in Marshall, P.J., *East Indian Fortunes* etc., p.30
7 Marshall, P.J., *Bengal: The British Bridgehead*, pt 2, vol.2 of NCHI, p.75
8 As quoted in Keay, J., *The Honourable Company*, p.303
9 Marshall, P.J., *Bengal: The British Bridgehead*, p.77
10 Marshall, P.J., *East Indian Fortunes*
11 etc., p.235
12 Moon, P., *The British Conquest and Dominion of India*, p.114
13 Barnett, R.B., *North India Between Empires: Awadh, the Mughals and the British 1720–1801*, p.64
14 Mohibbul Hasan, *The History of Tipu Sultan*, p.6
15 Moon P., *The British Conquest* etc., p.203
16 Mohibbul Hasan, *The History* etc., p.120
17 *Ibid*, p.349
18 As quoted in Majumdar, R.C. et al,
19 *Advanced History of India*, p.715
20 Moon, P., *The British Conquest* etc., p.261
21 Duff, J.C. Grant, *A History of the Mahrattas*, vol.1, p.507

22 Ahmad Shah Abdali to Madho Singh, letter (trans. Jadunath Sarkar), in *Modern Review*, May 1946, quoted in HCIP, vol.8, *The Maratha Supremacy*, p.199
23 Malcom, J., *A Memoir of Central India*, quoted in Kamath, M.B. and Kher, V.B., *Devi Ahalyabhai Holkar: The Philosopher Queen*, p.85
24 Gordon, S., *The Marathas* etc., p.162
23 *Ibid*, pp.172–3
25 Moon, P., *The British Conquest* etc., p.409

CHAPTER 17

1 Bayly, C.A., *Indian Society and the Making of the British Empire* etc., p.138
2 Kaye, Sir J., as quoted in Moon, P.,
3 *The British Conquest* etc., p.497
4 Mason, P., *A Matter of Honour: An*
5 *Account of the Indian Army, its Officers and Men*, p.210
6 Sita Ram (trans. Norgate, J.T.), *From Sepoy to Subedar: Being the Life and Adventures of a Native Officer in the Bengal Army*, p.68
7 Moon, P., *The British Conquest* etc., pp.567–75
8 Hugel, Baron C. von, *Travels in Kashmir and the Punjab*, London, 1845, p.293
9 Cunningham, A., *Ladak, Physical, Statistical and Historical*, London, 1854, quoted in Keay, J., *When Men and Mountains Meet*, John Murray, London, 1977, p.170
10 Griffin, Lepel, *Ranjit Singh and the Sikh Barrier between Our Growing Empire and Central Asia*, pp.9–10
11 Mason, P., *A Matter of Honour* etc., p.229
12 Grewal, J.S., *The Sikhs of the Punjab*, pt
13 2, vol.3 of NCHI, p.115
14 *Ibid*, p.127
15 Quoted in Balfour, I., *Famous Diamonds*, 3rd edn, London, 1997, p.168
16 Sardesai, G.S., *Marathi Riyasat*, Bombay, 1925, quoted in Kamath, M.V. and Kher, V.B., *Ahalyabai Holkar* etc., p.126
17 Nehru, Jawaharlal, *The Discovery Of India*,

p.266
18 Malcolm, Sir J., *The Political History of India, 1784–1823*, London, 1826, vol.2, pp.cclxiii–iv, quoted in Cohn, B.S., *Colonialism and its Forms of Knowledge: The British in India*, pp.41–2
19 Munro, Sir T., quoted in Moon, P.,
20 *The British Conquest* etc., p.427
17 Quoted in Stokes, E., *The English*
21 *Utilitarians in India*, p.28
22 Mill, J., *The History of British India*, vol.2, pp.166–7, cited in Metcalf, T.R., *The Aftermath of Revolt: India 1857–70*, pp.8–9
23 Trevelyan, G.O., *The Life and Letters of Lord Macaulay*, London, 1908 edn, pp.329–30
24 Davies, P., *The Penguin Guide to the Monuments of India*, vol.2, *Islamic, Rajput and European*, p.243
25 As quoted in Pemble, J., *The Raj, the Indian Mutiny and the Kingdom of Oudh 1801–1859*, p.59
26 Moon, P., *The British Conquest* etc., p.652
27 Metcalf, T.R., *The Aftermath* etc., p.46
24 Bayly, C.A., *Indian Society and the*
28 *Making of the British Empire* etc., p.196
29 Sen, Surendra Nath, *Eighteen Fifty-Seven*, p.411
30 *Ibid*, p.113
31 Pemble, John, *The Raj, the Indian Mutiny and the Kingdom of Oudh, 1801-59* etc., p.215
32 Lowe, T., *Central India During the Rebellion of 1857 and 1858: A Narrative of Operations...*, London, 1860, p.236
33 Cohn, B.S., 'Representing Authority in Victorian India', in *The Invention of Tradition* (ed. Hobsbawn, E. and Ranger, T.), p.193

CHAPTER 18

1 Chandra, B. et al, *India's Struggle for Independence 1857–1947*, p.52
2 Keay, J., *Last Post: The End of Empire in the Far East*, John Murray, London, 1997, p.23
3 Seal, A., *The Emergence of Indian National-*

ism: *Competition and Collaboration in the Late Nineteenth Century*, p.52
4 Sumit Sarkar, *Modern India*, pp.30–2
5 Bayly, C.A., *Rulers, Townsmen and Bazaars: North Indian Society in the Age of British Expansion 1770–1870*, p.450
5 *Ibid*, p.450
6 Cohn, B.S., 'Representing Authority' etc., p.209
7 Seal, A., *The Emergence* etc., p.165 9 Quoted in *ibid*, p.265
8 Sayid, K.B., *Pakistan: The Formative Phase 1857–1948*, p.5
9 Seal, A., *The Emergence* etc., p.276 12 *Ibid*, p.278
12 Gilmour, D., *Curzon*, John Murray, London, 1994, p.135
10 Moon, P., *The British Conquest* etc., p.912
11 Quoted in Gilmour, D., *Curzon*, p.271 16 Quoted in Wolpert, S., *A New History of India*, p.273
12 17 Sarkar, S., *Modern India*, p.134 18 *Ibid*, p.125
13 Mukherjee, H., *India Struggles for Freedom*, Bombay, 1948, p.96, quoted in Chandra, B. et al, *India's Struggle for Independence 1857–1947*, p.145
14 Quoted in Moon, P., *The British Conquest* etc p.968
15 Sarkar, S., *Modern India*, p.148
16 Brown, J.M., *Gandhi's Rise to Power: Indian Politics 1915–1922*, p.184
17 Robb, P.G., *The Government of India and Reform: Policies Towards Politics and the Constitution 1916–21*, p.179
18 Hardy, P., *The Muslims of British India*, p.198
19 *Ibid*, p.198
20 Moon, P., *The British Conquest* etc., p.1012

Chapter 19

1 Moon, P., *The British Conquest* etc., p.1039
2 Quoted in Chandra, B. et al, *India's Struggle* etc., p.270
3 Brown, J.M, *Modern India: The Origins of an Asian Democracy*, p.265
4 *Ibid*, p.277
5 Chatterji, J., *Bengal Divided: Hindu Communalism and Partition, 1932–47*, p.24
6 Talbot, I., 'The Unionist Party and Punjabi Politics', in *The Political Inheritance of Pakistan* (ed. Low, D.A.), pp.89–90
7 Copland, I., *The Princes of India in the Endgame of Empire, 1917–47*, pp.166–7
8 Sarkar, S., *Modern India*, pp.351, 371
9 Moon, P., *The British Conquest* etc., pp.1092–3
10 Sarkar, S., *Modern India*, p.406
11 *The Times*, London, 4 September 1947 12 Viceroy's Personal Report No.17, 16
12 August 1947, quoted in Collins, L. and Lapierre, D., *Mountbatten and the Partition of India*, p.177

Chapter 20

1. Tully, M., *No Full Stops in India*, p.13
2. Quoted, for example, in Jalal, A., *The State of Martial Rule*, p.279
3. *Ibid*, p.159
4. Guha, R., *India after Gandhi*, p.393
5. Chandra, B. et al, *India after Independence*, p.96
6. Guha, R., *India after Gandhi*, p.333

Chapter 21

1 Jalal, A., *The State of Martial Rule*, p.98
2 Quoted in *ibid*, p.106
3 Ziring, L., *Pakistan in the Twentieth Century*, p.161
4 *Ibid*, p.168
5 Talbot, I., *Pakistan: A Modern History*, p. 145
6 Ziring, L., *Pakistan in the Twentieth Century*, p.218
7 Sen, A., *The Argumentative Indian*, p.188
8 Guha, R., *India after Gandhi*, pp.446–7 9 Bhutto, Z.A., *'If I am Assassinated . . .'*,
9 pp.142–3

10 Ziring, L., *Pakistan in the Twentieth Century*, p.352

Chapter 22

1. Khilnani, S., *The Idea of India*, pp.48–9
2. *Ibid*, p.48
3. Bhutto, Z.A., 'If I am Assassinated...', p.125
4. Ziring, L., *Pakistan in the 20th Century*
5. Jalal, A., *The State of Martial Rule*, p.328
6. Bhutto, Z.A., 'If I am Assassinated...', p.234
7. Chandra, B. et al, *India after Independence*, p.260
8. Guha, R., *India after Gandhi*, p.559
9. Tully, M. and Jacob, S., *Amritsar: Mrs Gandhi's Last Battle*, pp.190–7
10. Guha, R., *India after Gandhi*, p.571

Chapter 23

1. 'The aid workers who really matter', *The Economist*, 10 October 2009
2. Cohen, S.P., *The Idea of Pakistan*, p.125
3. Shaikh, F., *Making Sense of Pakistan*, p.99
4. Duncan, Emma, 'Pakistan: Living on the edge', *The Economist*, 17 January 1987
5. Shaikh, F., *Making Sense of Pakistan*, p.165
6. Council on Foreign Relations report, 'The Taliban in Afghanistan', 03/08/09
7. Puniyani, R., 'Liberhan Commission Report: Better Late than Never', *Tehelka*, 04/12/09
8. Guha, R., *India after Gandhi*, p.654
9. *Ibid*, p.684

உதவிய நூல்கள்

The bibliography lists only those works which have proved of most help in writing the text. It is divided into seven sections. The first section lists mainly general histories, and the remaining six correspond to groups of chapters. The periodisation of Indian history into 'classical', 'medieval' and so on has not been used in the text but, since much extant scholarship falls into these cate- gories, they have been resurrected for the chapter groupings in the bibliography.

The following abbreviations are used in the chapter groupings and refer to works specified in full in the General section:

HCIP = *The History and Culture of the Indian People* (ed. Majumdar, R.C. et al)

HOIBIOH – *The History of India as Told by its Own Historians* (ed. Elliot, H.M. and Dowson, J.)

NCHI – *New Cambridge History of India* (ed. Johnson, G. et al)

GENERAL

BASHAM, A.L., *THE WONDER THAT WAS INDIA*, 1967, REPR. RUPA, NEW DELHI, 1981

BASHAM, A.L. (ED.), *A CULTURAL HISTORY OF INDIA*, OUP, OXFORD, 1975

DAVIES, PHILIP, *THE PENGUIN GUIDE TO THE MONUMENTS OF INDIA*, VOL.2, *ISLAMIC, RAJPUT, EUROPEAN*, PENGUIN, LONDON, 1989

DODWELL, H.H. ET AL (EDS), *CAMBRIDGE HISTORY OF INDIA*, 6 VOLS, CUP, CAMBRIDGE, 1922–37 (NO VOL.2)

ELLIOT, H.M. AND DOWSON, J. (EDS.), *THE HISTORY OF INDIA AS TOLD BY ITS OWN HISTORIANS* (HOIBIOH), 7 VOLS, TRUBNER, LONDON, 1867–

ELPHINSTONE, MOUNTSTUART, *THE HISTORY OF INDIA: THE HINDU AND MAHOMETAN PERIODS*, 6TH EDN, JOHN MURRAY, LONDON, 1874

HARLE, J.C., *THE ART AND ARCHITECTURE OF THE INDIAN SUBCONTINENT*, PENGUIN, HARMONDSWORTH, 1986

HUNTER, W.W., *THE HISTORY OF INDIA*, LONDON, 1899–1900

HUNTER, W.W., *A HISTORY OF BRITISH INDIA*, LONDON, 1912

JOHNSON, GORDON, BAYLY, C.A., RICHARDS, JOHN F. (EDS), *THE NEW CAMBRIDGE HISTORY OF INDIA* (NCHI), 4 PTS, NUMEROUS VOLS, CUP, CAMBRIDGE, 1987–

Keay, John, *India Discovered*, Windward, London, 1984, repr. HarperCollins, London, 1988

Kulke, H. and Rothermund, D., *A History of India*, Routledge - Kegan Paul, London, 1990

Kumar, Dharma (ed.), *The Cambridge Economic History of India*, vol.2, c1757–c1970, CUP, Cambridge, 1963

Majumdar, R.C. et al, *The History and Culture of the Indian People* (HCIP), 11 vols, Bharatiya Vidya Bhavan, Bombay, 1950–

Majumdar, R.C., Raychaudhuri, H.C., Datta, K.K. (eds), *An Advanced History of India*, Macmillan, London, 1961

Michel, George, *The Penguin Guide to the Monuments of India*, vol.1, *Buddhist, Jain, Hindu*, Penguin, London, 1989

Mill, James, *The History of British India*, London, 1826

Panikkar, K.M., *Survey of Indian History*, London, 1960

Raychaudhuri, Tapan and Habib, Irfan (eds), *The Cambridge Economic History of India*, vol.1, *c1200–1750*, CUP, Cambridge, 1982

Rizvi, S.A.A., *The Wonder that was India*, vol.2, London, 1987, repr. Rupa, New Delhi, 1993

S[h]astri, K.A. Nilakant[h]a, *A History of South India from Prehistoric Times to the Fall of Vijayanagar*, 1955, repr. OUP, Delhi, 1975

Smith, V.A., *Oxford History of India*, OUP, London, 1919

Smith, V.A., *The Early History of India from 600BC to the Muhammadan Conquest*, OUP, Oxford, 1924

Spear, Percival, *A History of India* (vol.2), Penguin, Harmondsworth, 1965

Stein, Burton, *A History of India*, Blackwell, Oxford, 1998

Thapar, Romila, *A History of India* (vol.1), Penguin, Harmondsworth, 1966

Tod, James, *Annals and Antiquities of Rajasthan*, London, 1960

Watson, Francis, *A Concise History of India*, Thames - Hudson, London, 1979

Williams, L.F. Rushbrook (ed.), *A Handbook for Travellers in India, Pakistan, Nepal, Bangladesh and Sri Lanka*, 22nd edn, John Murray, London, 1975

Wolpert, Stanley, *A New History of India*, OUP, New York, 1982

Yule, H. and Burnell, A.C., *Hobson-Jobson: A Glossary of Colloquial Anglo-Indian Words and Phrases*, 1886, repr. Routledge - Kegan Paul, London, 1985

Chapters 1 – 4

Prehistory

Allchin, B. and F.R., *The Birth of Indian Civilisation: India and Pakistan Before 500 BC*, Penguin, Harmondsworth, 1968

Allchin, B. and F.R., *The Rise of Civilisation in India and Pakistan*, Cambridge, 1982

Basham, A.L., *History and Doctrine of the Ajivikas: A Vanished Indian Religion*, Luzac, London, 1951

Bechert, Heinz (ed.), *When did the Buddha Live?: The Controversy of the Dating of the Historical Buddha*, Sri Satguru Publications, Delhi, 1994

Dani, A.H. (ed.), *Indus Civilisation: New Perspectives*, Islamabad, 1984

Deshpande, M.M. and Hook, P.E. (eds), *Aryan and Non-Aryan in India*, University of Michigan, 1979

Drekmeier, C., *Kingship and Community in Early India*, Stanford, 1962

Dutt, N., *Early Buddhist Monasticism*, Calcutta, 1973

Edwardes, M., *In the Blowing out of a Flame: The World of the Buddha and the World of Man*, George Allen - Unwin, London, 1976

Fick, R., *Social Organisation of North Eastern India in the Buddha's Time*, Calcutta, 1920

Ghosh, A., *The City in Early Historical India*, Indian Institute of Advanced Studies, Simla, 1973

Ghosh, B.K., in HCIP, vol.1, *The Vedic Age*, Allen - Unwin, London, 1951

Kautilya (ed. Rangarajan, L.N.), *The Arthasastra*, Penguin India, Delhi, 1992
Kosambi, D.D.,*The Culture and Civilisation of Ancient India in Historical Outline, 1950*, repr. Vikas, New Delhi, 1996
Kosambi, D.D., *An Introduction to the Study of Indian History*, 1956, repr.Popular Prakarshan, Bombay, 1975
Lal, B.B. and Gupta, S.P. (eds), *Frontiers of the Indus Civilisation*, Books - Books, Delhi, 1984
Lane Fox, R., *Alexander the Great*, Allen Lane, London, 1973
McCrindle, J.W., *The Invasion of India by Alexander the Great as Described by Arrian* etc., Constable, London, 1893
Majumdar, R.C., *Ancient India*, repr. Motilal Banarsidass, Delhi, 1994
Marshall, J., *Mohenjo-daro and the Indus Civilisation*, Probsthain, London, 1931
Marshall, J., *Taxila*, CUP, Cambridge, 1951
Meyer, J.T., *Sexual Life in Ancient India*, London, 1952
Mookerji, R.K., in HCIP, vol.2, *The Age of Imperial Unity*, Bharatiya Vidya Bhavan, Bombay, 1951
Mukerjee, S.N. (ed.), *India: History and Thought*, Subarnarekha, Calcutta, 1982
Piggott, S., *Prehistoric India*, Penguin, Harmondsworth, 1962
Possehl, G.L. (ed.), *Ancient Cities of the Indus*, Vikas, New Delhi, 1979
Possehl, G.L. (ed.), *Harappan Civilisation: A Contemporary Perspective*, New Delhi, 1982
Pusalker, A.D., in HCIP, vol.1, *The Vedic Age*, George Allen - Unwin, London, 1951
Ratnagar, Shireen, *Encounters: The Westerly Trade of the Harappan Civilisation*, OUP, Delhi, 1981
Ratnagar, Shireen, *Enquiries into the Political Organisation of Harappan Society*, Ravish, Pune, 1991
Sankalia, H.D., *The Prehistory and Protohistory of India and Pakistan*, Bombay, 1963
Sharma, J.P., *The Republics in Ancient India*, E.J. Brill, Leiden, 1968
Spellman, J.W., *Political Theory of Ancient India*, Clarendon Press, Oxford, 1964
Thapar, R., 'Asokan India and the Gupta Age', in *A Cultural History of India* (ed. Basham, A.L.), OUP, Oxford, 1975
Thapar, R., 'The Historian and the Epic', in *Annals of the Bhandarka Oriental Research Institute*, LX, 1979
Thapar, R., 'The Ramayana: Theme and Variations', in Mukherjee, S.N., *India: History and Thought*, Calcutta, 1982
Thapar, R., *From Lineage to State*, OUP, Bombay, 1984 Thapar, R., *Cultural Transaction and Early India*, Delhi, 1987 Thapar, R., *Interpreting Early India*, OUP, Delhi, 1992
Thapar, R. (ed.), *Recent Perspectives of Early Indian History*, Popular Prakarshan, Bombay, 1995
Thapar, R., *Ancient Indian Social History: Some Interpretations*, repr. Sangam, London, 1996
Varma, V.P., *Early Buddhism and its Origins*, Munshiram Manoharlal, New Delhi, 1972
Wagle, K.N., *Society in the Time of the Buddha*, Bombay, 1966
Wheeler, R.E. Mortimer, *Early India and Pakistan*, London, 1959
Wheeler, R.E. Mortimer, *Civilisation of the Indus Valley and Beyond*, Thames - Hudson, London, 1966

CHAPTERS 5 – 8
'THE CLASSICAL AGE'
AHIR, D.C., *Ashoka the Great*, BR Publishing, Delhi, 1995
ALTEKAR, A.S., in *The Gupta-Vakataka Age (ed. Majumdar, R.C. and Altekar, A.S.)*, Motilal Banarsidass, Varanasi, Benares, 1946
BAGCHI, P.C., *India and China*, 1944, repr. Hindi Kitabs, Bombay, 1950
BANA (trans. Cowell, E.R. and Thomas, S.W.), *Harsa-Carita*, Royal Asiatic Society, London, 1897
BURROW, T., *The Sanskrit Language*, London, 1965
CHATTOPADHYAYA, B.D. (ed.), *Essays in Ancient Indian Economic History*, Munshiram Manoharlal, New Delhi, 1987
Chattopadhyaya, B.D., *Aspects of Rural Settlements and Rural Society in Early Medieval India*, Calcutta, 1990
Coedes, G. (trans. Wright, H.M.), *The Making of South East Asia*, Routledge - Kegan Paul, London, 1966
Coedes, G. (trans. Cowing, S.B.), *The Indianised States of South-East Asia*, East-West Center Press, Honolulu, 1968
Dani, A.H., *Human Records on the Karakoram Highway*, Islamabad, 1983
Devahuti, R., *Harsha: A Political Study*, OUP, Delhi, 1983
Dumarcay, Jacques (trans. Smithies, M.), *The Temples of Java*, OUP, Singapore, 1986
Fa Hian, in Hiuen Tsang (trans. Beal, S.), *Si-Yu-Ki, Buddhist Records of the Western World*, vol.1, Trubner, London, 1884
Fleet, J.F., *Corpus Inscriptionum Indicarum*, vol.3, *Inscriptions of the Early Gupta Kings and their Successors*, Government of India, Calcutta, 1888
Gaur, A., *Indian Charters on Copper Plates in the Department of Oriental Manuscripts and Books*, British Library, London, 1975
Glover, I.C., 'Early Trade Relations Between India and South East Asia', in *Occasional Papers No.16*, Centre for Southeast Asian Studies, University of Hull, 1983
H[i]euen Tsang, see Fa Hian
Inden, Ronald, *Imagining India*, Blackwell, Oxford, 1990
Kautilya (ed. Rangarajan, L.N.), *The Arthasastra*, Penguin India, Delhi, 1992
Keith, A.B., *History of Sanskrit Literature*, OUP, Oxford, 1920
Kosambi, D.D., *An Introduction to the Study of Indian History*, 1956, repr. Popular Prakarshan, Bombay, 1975
Kosambi, D.D., *The Culture and Civilisation of Ancient India in Historical Outline*, 1950, repr. Vikas, New Delhi, 1996
McCrindle, J.W., *Ancient India as Described by Megasthenes and Arrian*, Calcutta, 1877
Majumdar, R.C., *Ancient Indian Colonies in the Far East*, Lahore, Dacca, Madras, 1927–44
Majumdar, R.C., 'The Rise of the Guptas', in HCIP, vol.3, *The Classical Age*, Bharatiya Vidya Bhavan, Bombay, 1954
Mookerji, R.K., *The Gupta Empire*, Hind Kitabs, Bombay, 1947
Mookerji, R.K., 'Ashoka the Great', in HCIP, vol.2, *The Age of Imperial Unity*, Bharatiya Vidya Bhavan, Bombay, 1951
Morton-Smith, R., *Dates and Dynasties in Earliest India*, Delhi, 1975

Narain, A.K., *The Indo-Greeks*, OUP, Oxford, 1957
Ray, H.P., *Monastery and Guild: Commerce Under the Satavahana*, OUP, Delhi, 1986
Raychaudhuri, H.C., *The Political History of Ancient India*, Calcutta, 1953
Sarkar, H.B., *Cultural Relations Between India and South East Asian Countries*, Indian Council for Cultural Relations and Motilal Banarsidass, New Delhi, 1985
Satianathaier, R., 'Dynasties of South India', in HCIP, vol.4, *The Classical Age*, Bharatiya Vidya Bhavan, Bombay, 1954
Sharma, R.S., *Indian Feudalism*, Calcutta, 1965
S[h]astri, K.A. Nilakantha (ed.), *A Comprehensive History of India*, vol.2, *The Mauryas and the Satavahanas*, Orient Longmans, Calcutta, 1957
S[h]astri, K.A. Nilakantha, *A History of South India from Prehistoric Times to the Fall of Vijayanagar*, 1955, repr. OUP, Oxford, 1975
Sircar, D.C., *Successors of the Satavahanas*, University of Calcutta, 1939
Smithies, Michael, *Yogyakarta*, OUP, Singapore, 1986
Stein, B. (ed.), *Essays on South India*, Asian Studies Program, University of Hawaii, 1975
Subramaniam, N., *Sangam Polity*, Asia Publishing, London, 1966
Thapar, R., *Ashoka and the Decline of the Mauryas*, OUP, Oxford, 1961
Thapar, R., 'Asokan India and the Gupta Age', in *A Cultural History of India* (ed. Basham, A.L.), OUP, Oxford, 1975
Trautmann, T.R., *Kautilya and the Arthasastra*, E.J. Brill, Leiden, 1971 Trautmann, T.R., *Kinship and History in South Asia*, Michigan, 1974 Warmington, E.H., *The Commerce Between the Roman Empire and India*, CUP, 1928, repr. Curzon Press, London, 1974
Wheeler, R.E. Mortimer, *Rome Beyond the Imperial Frontiers*, G. Bell, London, 1954
Williams, J.G., *The Art of Gupta India*, Princeton University Press, Princeton, 1983
Yazdani, G. (ed.), *The Early History of the Deccan*, 2 vols, OUP, London, 1960

CHAPTERS 9 – 12
'THE MEDIEVAL PERIOD'

ABD-ER-RAZZAK, 'NARRATIVE OF THE JOURNEY OF ABD-ER-RAZZAK', IN *INDIA IN THE FIFTEENTH CENTURY* (ED. MAJOR, R.H.), HACKLUYT SOCIETY, LONDON, 1857
ABRAHAM, MEERA, *TWO MEDIEVAL MERCHANT GUILDS OF SOUTH INDIA*, MUNSHIRAM MANOHARLAL, NEW DELHI, 1988
AIYANGAR, S. KRISHNASWAMI, *SOUTH INDIA AND HER MUHAMMADAN INVADERS*, OUP, MADRAS, 1921
AL-BILADURI, IN HOIBIOH, VOL.1, TRUBNER, LONDON, 1867
ALTEKAR, A.S., 'THE RASHTRAKUTAS', IN *THE EARLY HISTORY OF THE DECCAN* (ED. YAZDANI, G.), OUP, LONDON, 1960
AL-UTBI, *SHAHR-I TARIKHI YAMINI*, IN HOIBIOH, VOL.2, TRUBNER, LONDON, 1867
Bosworth, C.E., *The Ghaznavids*, 2nd edn, Librairie du Liban, Beirut, 1993
Chach-nama or *Tarikh-i Hind wa Sind*, in HOIBIOH, vol.1, Trubner, London, 1867
Champakalakshmi, R., 'Urbanisation in Medieval Tamil Nadu', in *Situating Indian History* (eds Bhattarcharya, S. and Thapar, R.), OUP, Delhi, 1986

Champakalakshmi, R., 'Urbanisation in South India: The Role of Ideology and Polity', in Indian History Congress, *Proceedings of 47th Session*, Srinagar, 1986

Champakalakshmi, R., 'State and Economy: South India c400–1300', in *Recent Perspectives of Early Indian History* (ed. Thapar, R.), Popular Prakarshan, Bombay, 1995

Coedes, G. (trans. Cowing, S.B.), *The Indianised States of South East Asia*, East-West Center Press, Honolulu, 1968

Derrett, J.D.M., *The Hoysalas*, OUP, London, 1957

Digby, S., in *The Cambridge Economic History of India*, vol.1, *c1200–1750* (eds Raychaudhuri, T. and Habib, I.), CUP, Cambridge, 1982

Ferishta (trans. Dow, A.), *The History of Hindoostan*, Walker, J. et al, London, 1812

Ferishta (trans. Briggs, J.), *History of the Rise of Mohammedan Power in India*, Longman, London, 1829

Ganguly, D.C., 'Ghaznavid Invasion', in HCIP, vol.5, *The Struggle for Empire*, Bharatiya Vidya Bhavan, Bombay, 1957

Habib, Irfan, in *The Cambridge Economic History of India*, vol.1, *c1200–1750* (eds Raychaudhuri, T. and Habib, I.), CUP, Cambridge, 1982

Hall, K.R., *Trade and Statecraft in the Age of the Colas*, Abhinav, New Delhi, 1980

H[i]uen Tsang (trans. Beal, S.), *Si-Yu-Ki, Buddhist Records of the Western World*, 2 vols, Trubner, London, 1884

Husain, A.H., *The Rise and Fall of Muhammad bin Tughluq*, Luzac, London, 1938

Ibn Asir, *Kamilu-t Tawarikh*, in HOIBIOH, vol.2, Trubner, 1867

Ibn Batuta (Mohamed ibn 'Abd Allah) (trans. Gibb, H.A.R.), *Travels in Africa and Asia*, Routledge - Kegan Paul, London, 1929

Imam, Abu, 'Bengal in History', in *India: History and Thought* (ed.Mukherjee, S.N.), Subaranarekha, Calcutta, 1984

Inden, Ronald, *Imagining India*, Blackwell, Oxford, 1990

Karashima, Noboru, *South Indian History and Society: Studies from Inscriptions AD 850–1800*, OUP, Delhi, 1984

Keith, A.B., *History of Sanskrit Literature*, OUP, Oxford, 1920

Lal, K.S., *History of the Khaljis*, Asia Publishing, London, 1967

Majumdar, R.C. et al, *An Advanced History of India*, Macmillan, London, 1946

Majumdar, R.C., 'The Palas', in HCIP, vol.4, *The Imperial Age of Kanauj*, Bharatiya Vidya Bhavan, Bombay, 1957

Majumdar, R.C., 'Muhammad bin Tughluq', in HCIP, vol.6, *The Delhi Sultanate*, Bharatiya Vidya Bhavan, Bombay, 1960

Majumdar, R.C., *Ancient India*, repr. Motilal Banarsidass, Delhi, 1994 Minhaju-s Siraj, *Tabakat-i Nasiri*, in HOIBIOH, vol.2, Trubner, London, 1867 Narayanan, M.G.S., and Veluthat Kesavan, 'Bhakti Movement in South India', in *Indian Movements: Some Aspects of Dissent, Protest and Reform* (ed. Malik, S.), Indian Institute of Advanced Studies, Simla, 1976

Nigam, S.B.P., *The Nobility Under the Sultans*, Munshiram Manoharlal, New Delhi, 1968

Nikitin, Athanasius, 'Travels of Athanasius Nikitin', in *India in the Fifteenth Century* (ed. Major, R.H.), Hackluyt Society, London, 1857

Nizami, Khaliq Ahmed, *Some Aspects of Religion and Politics in India During the Thirteenth Century*, Asia Publishing, New Delhi, 1961

Polo, Marco (trans. and ed. Yule, H.), *The Book of Ser Marco Polo*, John Murray, London, 1871
Punja, Shobita, *Divine Ecstasy: The Story of Khajuraho*, Viking, New Delhi, 1992
Puri, B.N., *The History of the Gurjara-Pratiharas*, Munshiram Manoharlal, New Delhi, 1986
Ray, H.P., *The Dynastic History of Northern India*, 2 vols, Calcutta University Press, Calcutta, 1931
Sewell, R., *A Forgotten Empire (Vijayanagar)*, Swan Sonnenschein, London, 1900, repr. Asia Education Services, New Delhi, 1980
Shams-i Siraj Afif, *Tarikh-i Firoz Shahi*, in HOIBIOH, vol.3, Trubner, London, 1871
Sharma, Dasharata, 'The Paramaras of Malwa', in Indian History Congress, *A Comprehensive History of India*, vol.5 (ed. Sharma, R.S.), People's Publishing House, New Delhi,1992
Sharma, R.S., *Indian Feudalism*, Calcutta, 1965
S[h]astri, K.A. Nilakantha, *The Colas*, 2nd edn, University of Madras, Madras, 1955
S[h]astri, K.A. Nilakantha, *A History of South India from Prehistoric Times to the Fall of Vijayanagar*, 1955, repr. OUP, Oxford, 1975
Sherwani, H.K., 'The Bahmani Kingdom', in Indian History Congress, *A Comprehensive History of India* (ed. Sharma, R.S.), vol.5, pt 2, People's Publishing House, New Delhi, 1992
Spencer, G.W., *The Politics of Expansion: The Chola Conquest of Sri Lanka and Sri Vijaya*, New Era, Madras, 1983
Stein, B., *Peasant, State and Society in Medieval South India*, New Delhi, 1980
Stein, B., *Vijayanagara*, in NCHI, pt 2, vol.1, Cambridge, 1994
Sulieman, in HOIBIOH, vol.1, Trubner, London, 1867
Venkataramanyya, N., *The Early Muslim Expansion in South India*, University of Madras, Madras, 1942
Verma, H.C., 'The Ghaznavid Invasions, Part 2', in Indian History Congress, *A Comprehensive History of India, vol.4, pt 1 (ed. Sharma, R.S.), People's* Publishing House, New Delhi, 1992
Yazdani, G. (ed.), *The Early History of the Deccan*, 2 vols, OUP, London, 1960
Ziau-d Din Barani, *Tarikh-i-Feroz Shahi*, in HOIBIOH, vol.3, Trubner, London, 1871

Chapters 13 – 15
Mughal Rule

Abu'l-Fazl (trans. Beveridge, A.S.), *Akbar-nama*, Baptist Mission Press, Calcutta, 1907
Alam, Muzaffar, *The Crisis of Empire in Mughal North India: Awadh and the Punjab 1707–48*, OUP, Delhi, 1997
Asher, Catherine B., *The Architecture of Mughal India*, in NCHI, pt 1, vol.4, Cambridge, 1992
Babur, *Tuzak-i Baburi (Babur-nama)*, in HOIBIOH, vol.4, Trubner, London, 1872
Babur (trans. Beveridge, A.S.), *Babur-nama*, Luzac, London, 1921
Bayly, C.A., *Indian Society and the Making of the British Empire*, in NCHI, pt 2, vol.1, Cambridge, 1987
Bernier, Francois (trans. Constable, A.), *Travels in the Mogol Empire AD 1656–68*, OUP, London, 1914

Duff, J.C. Grant, *A History of the Mahrattas*, 3 vols, 1826, repr. OUP, London, 1921
Eraly, A., *The Great Mughals*, Viking, New Delhi, 1997
Ferishta (trans. Dow, A.), *The History of Hindoostan*, Walker, J. et al, London, 1812
Ferishta (trans. Briggs, J.), *History of the Rise of Mohammedan Power in India*, Longman, London, 1829
Gascoigne, B., *The Great Moghuls*, Jonathan Cape, London, 1971
Grewal, J.S., *The Sikhs of the Punjab* in NCHI, pt 2, vol.3, Cambridge, 1990
Habib, Irfan, 'Monetary System and Prices', in *The Cambridge Economic History of India* (eds Raychaudhuri, T. and Habib, I.), vol.1, *c1200–1750*, CUP, Cambridge, 1982
Jehangir, *Waki'at-i Jahangiri*, in HOIBIOH, vol.6, Trubner, London, 1875
Karashima, Noboru, *Towards a New Formation: South Indian Society under Vijayanagar Rule*, OUP, Delhi, 1992
Keay, John, *The Honourable Company: A History of the English East India Company*, HarperCollins, London, 1991
Khafi Khan (ed. and trans. Moinul Haq, S.), *History of Alamgir*, Pakistan Historical Society, Karachi, 1975
Khafi Khan, *Muntakhabu-i Lulab*, in HOIBIOH, vol.7, Trubner, London, 1977
Lal, K.S., *The Twilight of the Sultanate*, Asia Publishing House, London, 1963
Lane-Poole, S., *The History of the Moghul Emperors of Hindoostan Illustrated by their Coins*, London, 1892
Majumdar, R.C. et al, *An Advanced History of India*, Macmillan, London, 1946
Marshall, P.J., *Bengal: The British Bridgehead*, in NCHI, pt 2, vol.2, Cambridge, 1987
Mundy, P., *The Travels of Peter Mundy in Europe and Asia, 1608–67*, 2 vols, Hackluyt Society, London, 1914
Paes, D., 'Narrative of', in Sewell, R., *A Forgotten Empire (Vijayanagar)*, Swan Sonnenschein, London, 1900, repr. Asia Education Services, New Delhi, 1980
Pearson, M.N., *The Portuguese in India*, in NCHI, pt 1, vol.1, Cambridge, 1987
Qanungo, K.R., *Sher Shah*, Calcutta, 1921
Qureshi, I.H., *Administration of the Moghul Empire*, Karachi, 1966
Raychaudhuri, T., 'The Mughal Empire', in 'The State and the Economy', *The Cambridge Economic History of India*, vol.1, *c1200–1750* (eds Raychaudhuri, T. and Habib, I.), Cambridge, 1982
Richards, John F., *The Mughal Empire*, in NCHI, pt 1, vol.5, Cambridge, 1993
Roe, Thomas (ed. Foster, W.), *The Embassy of Sir Thomas Roe to India, 1615–19*, Hackluyt Society, London, 1926
Ross, D., in *Cambridge History of India*, vol. 5, Cambridge, 1929
Sardesai, G.S., *New History of the Marathas*, Bombay, 1946
Sardesai, G.S., 'Shivaji', in HCIP, vol.7, *The Mughal Empire*, Bharatiya Vidya Bhavan, Bombay, 1974
Sarkar, Jadunath, *History of Aurangzib*, 4 vols, Sarkar - Sons, Calcutta, 1912
Sewell, R., *A Forgotten Empire (Vijayanagar)*, Swan Sonnenschein, London, 1900, repr. Asia Education Services, New Delhi, 1980
Spear, Percival, *Twilight of the Moghuls*, Cambridge, 1951

Stein, B., *Vijayanagara*, in NCHI, pt 2, vol.1, Cambridge, 1994
Stewart, Gordon, *The Marathas 1600–1818*, in NCHI, pt 2, vol.4, Cambridge, 1993
Thevenot, J. de, 'The Third Part of the Travels', in *Indian Travels of Thevenot and Carreri* (ed. Sen, S.), National Archives of India, Delhi, 1949

CHAPTERS 16 – 17
BRITISH RULE
BARNETT, RICHARD B, *NORTH INDIA BETWEEN EMPIRES: AWADH, THE MUGHALS AND THE BRITISH 1720–1801*, UNIVERSITY OF CALIFORNIA, BERKELEY, 1980
BAYLY, C.A., *INDIAN SOCIETY AND THE MAKING OF THE BRITISH EMPIRE*, IN NCHI, PT 2, VOL.1, CAMBRIDGE, 1987
CHAUDHURI, NIRAD, *CLIVE OF INDIA*, LONDON, 1975, REPR. JAICO, BOMBAY, 1977
COHN, BERNARD S., 'REPRESENTING AUTHORITY IN VICTORIAN INDIA', IN *THE INVENTION OF TRADITION* (ED. HOBSBAWM, E. AND RANGER, T.), CUP, CAMBRIDGE, 1983
COHN, BERNARD S., *COLONIALISM AND ITS FORMS OF KNOWLEDGE: THE BRITISH IN INDIA*, PRINCETON UNIVERSITY PRESS, PRINCETON, 1996
DUFF, J.C. GRANT, *A HISTORY OF THE MAHRATTAS*, 3 VOLS, REPR. OUP, LONDON, 1921
GREWAL, J.S., *THE SIKHS OF THE PUNJAB*, IN NCHI, PT 2, VOL.3, CAMBRIDGE, 1990
GRIFFIN, LEPEL, *RANJIT SINGH AND THE SIKH BARRIER BETWEEN OUR GROWING EMPIRE AND CENTRAL ASIA*, CLARENDON, OXFORD, 1905
GUPTA, P.C., *BAJI RAO II AND THE EAST INDIA COMPANY 1796–1818*, OUP, OXFORD, 1939
HASAN, MOHIBUL, *THE HISTORY OF TIPU SULTAN*, WORLD PRESS PVT LTD, CALCUTTA, 1951
HIBBERT, CHRISTOPHER, *THE GREAT MUTINY: INDIA 1857*, ALLEN LANE, LONDON, 1978
KAMATH, M.B. AND KHER, V., *DEVI AHALYABHAI HOLKAR: THE PHILOSOPHER QUEEN*, BHARATIYA VIDYA BHAVAN, BOMBAY, 1995
KEAY, JOHN, *THE HONOURABLE COMPANY: A HISTORY OF THE ENGLISH EAST INDIA COMPANY*, HARPERCOLLINS, LONDON, 1991
MAJUMDAR, R.C. ET AL, *AN ADVANCED HISTORY OF INDIA*, MACMILLAN, LONDON, 1946
MALCOLM, JOHN, *A MEMOIR OF CENTRAL INDIA INCLUDING MALWA AND ADJOINING PROVINCES*, MURRAY, LONDON, 1824
MALCOLM, JOHN, *THE POLITICAL HISTORY OF INDIA 1784–1823*, LONDON, 1826
MARSHALL, P.J., *EAST INDIAN FORTUNES: THE BRITISH IN BENGAL IN THE EIGHTEENTH CENTURY*, OUP, LONDON, 1976
MARSHALL, P.J., *BENGAL: THE BRITISH BRIDGEHEAD*, IN NCHI, PT 2, VOL.2, CAMBRIDGE, 1987
MASON, PHILIP, *A MATTER OF HONOUR: AN ACCOUNT OF THE INDIAN ARMY, ITS OFFICERS AND MEN*, JONATHAN CAPE, LONDON, 1974
METCALF, THOMAS R., *THE AFTERMATH OF REVOLT: INDIA 1857–70*, PRINCETON UNIVERSITY PRESS, PRINCETON, 1964
MOON, PENDEREL, *THE BRITISH CONQUEST AND DOMINION OF INDIA*, DUCKWORTH, LONDON, 1989
Moorhouse, Geoffrey, *India Britannica*, Harvill, London, 1983

Nehru, Jawaharlal, *The Discovery of India*, Meridian Books, London, 1946
Pemble, John, *The Raj, the Indian Mutiny and the Kingdom of Oudh 1801–59*, Associated University Press, Cranbury, NJ, 1977
Sen, Surendra Nath, *Eighteen Fifty-Seven*, Publications Division, Government of India, Delhi, 1957
Sita Ram (trans. Norgate, J.T.), *From Sepoy to Subedar: Being the Life and Adventures of a Native Officer in the Bengal Army*, 1873, 3rd edn, London, 1911
Spear, Percival, *Twilight of the Moghuls*, CUP, Cambridge, 1951
Stewart, Gordon, *The Marathas 1600–1818*, in NCHI, pt 2, vol.4, Cambridge, 1993 Stokes, Eric, *The English Utilitarians in India*, OUP, Oxford, 1939
Stokes, Eric, *The Peasant and the Raj: Studies in Agrarian Society and Peasant Rebellion in Colonial India*, CUP, Cambridge, 1978
Stokes, Eric, *The Peasant Armed* (ed. Bayly, C.A.), Clarendon, Oxford, 1986

CHAPTER 18 – 23
Independence and After

Adams, J. and Whitehead, P., *The Dynasty: The Nehru-Gandhi Story*, Penguin/ BBC, London, 1997
Bayly, C.A., *Rulers, Townsmen and Bazaars: North Indian Society in the Age of British Expansion 1770–1870*, CUP, Cambridge, 1983
Bhutto, Z. A., *'If I am Assassinated . . .'*, Vikas, New Delhi, 1979
Brass, Paul, *The Politics of India since Independence*, in NCHI, pt 4, vol.1, Cambridge, 1990
Brown, Judith M., *Gandhi's Rise to Power: Indian Politics 1915–22*, CUP, Cambridge, 1972
Brown, Judith M., *Modern India: The Origins of an Asian Democracy*, OUP, Oxford, 1985
Chanda, Ashok, *Federalism in India: A Study of Union–State Relations*, Allen - Unwin, London, 1965
Chandra, Bipan et al, *India's Struggle for Independence 1857–1947*, Viking, London, 1988; Penguin, New Delhi, 1989
Chandra, Bipan et al, *India after Independence*, Viking/Penguin, New Delhi, 1999
Chatterjee, Partha (ed.), *State and Politics in India*, OUP, Delhi, 1998
Chatterji, Joya, *Bengal Divided: Hindu Communalism and Partition, 1932–47*, CUP, Cambridge, 1994
Chatterji, Joya, *The Spoils of Partition: Bengal and India 1947–67*, CUP, Cambridge, 2007
Cohen, S.P., *The Idea of Pakistan*, OUP, New Delhi, 2006
Cohn, Bernard S., 'Representing Authority in Victorian India', in *The Invention of Tradition* (ed. Hobsbawm, E. and Ranger, T.), CUP, Cambridge, 1983
Collins, Larry and Lapierre, Dominique, *Mountbatten and the Partition of India*, Vikas, Delhi, 1982
Copland, Ian, *The Princes of India in the Endgame of Empire, 1917–47*, CUP, Cambridge, 1997
Ganguly, Sumit, *Conflict Unending: India–Pakistan Tensions since 1947*, OUP, New Delhi, 2001
Ghosh, Papiya, *Partition and the South Asian Diaspora: Extending the Subcontinent*, Routledge, New York, 2007

Gilmour, David, *Curzon*, John Murray, London, 1994

Grewal, J.S., *The Sikhs of the Punjab*, in NCHI, pt 2, vol.3, CUP, Cambridge, 1990

Guha, Ramachandra, *India after Gandhi: The History of the World's Largest Democracy*, Macmillan, London, 2007

Hardy, P., *The Muslims of British India*, CUP, Cambridge, 1972

Jalal, Ayesha, *The State of Martial Rule*, Vanguard, Lahore, 1971

Jalal, Ayesha, *The Sole Spokesman: Jinnah, the Muslim League and the Demand for Pakistan*, CUP, Cambridge, 1985

Khilnani, Sunil, *The Idea of India*, Hamish Hamilton, London, 1997 Kumar, Radha, *Making Peace with Partition*, Penguin, New Delhi, 2005 Lifschultz, Lawrence, *Bangladesh: The Unfinished Revolution*, Zed, London, 1979

Low, D.A. (ed.), *Congress and the Raj*, London, 1977

Low, D.A. (ed.), *The Political Inheritance of Pakistan*, Macmillan, London, 1991

Luce, Edward, *In Spite of the Gods: The Strange Rise of Modern India*, Little, Brown, London, 2006

Mayaram, Shail, *Resisting Regimes: Myth, Memory and the Shaping of a Muslim Identity*, OUP, New Delhi, 1997

Moon, Penderel, *The British Conquest and Dominion of India*, Duckworth, London, 1989

Naipaul, V.S., *India: A Million Mutinies Now*, Heinemann, London, 1990

Philips, C.H. and Wainwright, M.D. (eds), *The Partition of India: Policies and Perspectives 1935–47*, Allen - Unwin, London, 1970

Robb, P.G., *The Government of India and Reform: Policies Toward Politics and the Constitution, 1916–21*, OUP, Oxford, 1976

Sarkar, Sumit, *Modern India*, Macmillan (India), Delhi, 1983

Sayid, Khalid B., *Pakistan: The Formative Phase 1857–1948*, OUP, London, 1968

Seal, Anil, *The Emergence of Indian Nationalism: Competition and Collaboration in the Late Nineteenth Century*, CUP, Cambridge, 1968

Sen, Amartya, *The Argumentative Indian*, Allen Lane, London, 2005

Shaikh, Farzana, *Making Sense of Pakistan*, Hurst, London, 2009

Sisson, Richard and Rose, Leo E., *War and Secession: Pakistan, India and the Creation of BanglaDesh*, University of California Press, Berkeley, 1990

Talbot, Ian, *Pakistan: A Modern History*, St Martin's Press, New York, 1998

Tully, Mark and Jacob, Satish, *Amritsar: Mrs Gandhi's Last Battle*, Jonathan Cape, London, 1985

Tully, Mark, *No Full Stops in India*, Viking, London, 1991

Wolpert, Stanley, *A New History of India*, OUP, New York, 1982

Ziring, Lawrence, *Pakistan in the Twentieth Century*, OUP, Karachi, 1977

குறிப்புகளுக்காக

குறிப்புகளுக்காக

குறிப்புகளுக்காக

குறிப்புகளுக்காக